ಕುಡಿಯರ ಕೂಸು

(ಕಾದಂಬರಿ)

ಡಾ|| ಕೆ. ಶಿವರಾಮ ಕಾರಂತ

ವಿತರಕರು

SINCE 1967 Sapna

ಸಪ್ನ ಬುಕ್ ಹೌಸ್

ಗಾಂಧಿನಗರ, ಬೆಂಗಳೂರು–560 0))

KUDIYARA KOOSU : A novel written by **Dr. K. Shivarama Karantha,** published by *Deepak S. Shah,* on behalf of **S.B.S. Publishers Distributors,** Railway Parallel Road, Kumara Park East, Bangalore-1.

[K.B. 1808]

ISBN : **978-81-280-1654-7**

ಪುಟಗಳು : iv + 387 = 391

ಪ್ರಥಮ ಮುದ್ರಣ : 1951
ಎರಡನೇ ಮುದ್ರಣ : 2012
ಮೂರನೇ ಮುದ್ರಣ : ಆಗಸ್ಟ್ 2012
ನಾಲ್ಕನೇ ಮುದ್ರಣ : ಸೆಪ್ಟೆಂಬರ್ 2016
ಐದನೇ ಮುದ್ರಣ : ಸೆಪ್ಟೆಂಬರ್ 2017
ಆರನೇ ಮುದ್ರಣ : ಫೆಬ್ರವರಿ 2020
ಏಳನೇ ಮುದ್ರಣ : 2021
ಎಂಟನೇ ಮುದ್ರಣ : ಜುಲೈ 2022
ಒಂಭತ್ತನೇ ಮುದ್ರಣ : ಜನವರಿ 2024
ಹತ್ತನೇ ಮುದ್ರಣ : ಫೆಬ್ರವರಿ 2025

ಪ್ರತಿಗಳಿಗಾಗಿ ಸಂಪರ್ಕಿಸಿ :

ಸಪ್ನ ಬುಕ್ ಹೌಸ್

ಬೆಂಗಳೂರು, ದೂ. : 080–40114455

ಅಕ್ಷರ ಜೋಡಣೆ
ದಿವ್ಯ ಪ್ರಿಂಟ್ರಾನಿಕ್ಸ್

ಮುಖಪುಟ ವಿನ್ಯಾಸ
ಮೋನಪ್ಪ

ಮುದ್ರಣ
ಪ್ರಿಂಟೆಕ್ ಪ್ರಿಂಟರ್ಸ್

ಮೊದಲ ಮುದ್ರಣಕ್ಕೆ ಬರೆದ ಮುನ್ನುಡಿ

ನನ್ನ ಹಿಂದಿನ ಬರವಣಿಗೆ "ಬೆಟ್ಟದ ಜೀವ" ಬರೆದಾಗಲೇ ಘಟ್ಟದ ಪ್ರದೇಶಗಳಲ್ಲಿ ವಾಸಿಸುವ ನಿಸರ್ಗದ ಮಕ್ಕಳಾದ ಮಲೆಕುಡಿಯರನ್ನು ಕುರಿತು ಬರೆಯಲು ಹವಣಿಸಿದ್ದೆ. ಆದರೆ ಆ ಆಸೆಯು ಪಕ್ವವಾಗಲು ಇಷ್ಟು ಸಮಯ ಹಿಡಿಯಿತು. ಅದು ಪಕ್ವವಾಗಿದೆ ಎನ್ನುವ ಸಾಹಸವೂ ನನಗಿಲ್ಲ. ಅವರ ಜೀವನದಲ್ಲಿ ನಟ್ಟ ಕಟ್ಟಳೆ, ನಂಬಿಕೆ, ಆಚರಣೆಗಳು ಹೇಗಿವೆ ಎಂದು ತಿಳಿಯಲು ಇನ್ನಷ್ಟು ಸೂಕ್ಷ್ಮವಾದ ಪರಿಚಯ ಬೇಕೆಂಬುದನ್ನು ಬಲ್ಲೆ. ಇಲ್ಲಿ ಕಾಣಬಹುದಾದ ಸ್ಥೂಲ ಚಿತ್ರ, ಅವರಿಗೂ ನಿಸರ್ಗಕ್ಕೂ ಇರುವ ಸಂಬಂಧವನ್ನೂ, ಅವರ ಜೀವನದಲ್ಲಿ ಮಾರ್ಪಾಡಾಗುತ್ತಿರುವ ಆರ್ಥಿಕ ಬದಲಾವಣೆಗಳನ್ನೂ ತೋರಿಸುತ್ತದೆ.

ಅವರಲ್ಲಿ ಬೆಳೆದು ಬಂದಿರುವ ನಂಬಿಕೆಗಳ ಪ್ರಭಾವವನ್ನು ಸ್ವಲ್ಪವಾಗಿಯಾದರೂ ಚಿತ್ರಿಸಲು ಪ್ರಯತ್ನಿಸಿದ್ದೇನೆ. ಅಲ್ಲದೆ-ಮಲೆಯ ಕೂಸೊಂದು ಮಲೆಯ ಮೃಗಗಳಲ್ಲಿರಿಸಿದ ಮಮತೆಯನ್ನು ಕುರಿತಾದ ಅಂಶವನ್ನು ಜತೆಗೆ ಚಿತ್ರಿಸಲು ಪ್ರಯತ್ನಿಸಿದ್ದೇನೆ. ಇದು ದಕ್ಷಿಣ ಕನ್ನಡದ ಜೀವನ ಚಿತ್ರಗಳಲ್ಲಿ ಒಂದಾದರೂ, ಉಳಿದ ಜನಜೀವನ ಚಿತ್ರಗಳಿಗಿಂತ ಇದು ಬೇರೆಯಾದುದು ಎಂಬುದರಿಂದ ಇದಕ್ಕೆ ಬೇರೆಯೇ ಸ್ಥಾನವಿದೆ.

ಪುತ್ತೂರು, ದ.ಕ.

13-1-1951

ಇತಿ

ಶಿವರಾಮ ಕಾರಂತ

ಅಧ್ಯಾಯ - ೧

ಎಷ್ಟೋ ವರ್ಷಗಳ ಹಳೆಯ ಕತೆಯಿದು. ಇಂದಿನ ದಿನಕ್ಕೂ ಆ ದಿನಕ್ಕೂ ಆವರಣದಲ್ಲಿ, ಕುಡಿಯವರು ಬಾಳಿ ಬದುಕಿದ ರೀತಿಯಲ್ಲಿ, ಬಹುಮಟ್ಟಿನ ವ್ಯತ್ಯಾಸವನ್ನು ನಾವು ಕಾಣಲಾರೆವಾದರೂ ಕುಡಿಯರ ಕೆಂಚ ಅವನ್ನೆಲ್ಲ ಕಾಣಬಲ್ಲ. ಅವನಿಗೀಗ ಅರವತ್ತು ವಯಸ್ಸಿರಬಹುದು. ಆ ಅರವತ್ತು ವಯಸ್ಸಿನ ಬಾಳ್ವೆಯಲ್ಲೇ ಅವನ ಮತ್ತು ಅವನ ಬಳಗದ ಅರಣ್ಯ ಜೀವನದಲ್ಲಿ ಎಷ್ಟೋ ಪರಿವರ್ತನೆಗಳಾಗಿವೆ ಎಂದು ತಿಳಿದುಕೊಂಡಿದ್ದಾನೆ, ಆತ. ಕಾಲದ ಎಣಿಕೆ, ಸಂವತ್ಸರಗಳ ಎಣಿಕೆ, ಹೊತ್ತುಗೊತ್ತುಗಳ ನಿಶ್ಚಿತ ಲೆಕ್ಕ ಕೆಂಚನಿಗಿಲ್ಲ. ಅವನ ಜನಕ್ಕೂ ಆ ಲೆಕ್ಕ ಇರುವುದು ಅಷ್ಟಕ್ಕಷ್ಟೆ. ಆದರೂ ವರ್ಷಗಳು ಸರಿದುದರ ಅನುಭವವಾಗುವುದಿಲ್ಲವೇ? ತಾವು ನೆಲೆಸಿದ ಮನೆಮಾರುಗಳಲ್ಲಾದ ಬದಲಾವಣೆ, ಜನಸಂಪರ್ಕದಿಂದುಂಟಾದ ಬದಲಾವಣೆ, ಇತರರ ಜೀವನ ಪ್ರವಾಹಗಳಿಂದ ಉಂಟಾದ ವರ್ಚಸ್ಸು ಇವೆಲ್ಲ ಗೊತ್ತಾಗಲೇಬೇಕಷ್ಟೇ. ಅದೆಷ್ಟೋ ಬಾರಿ ತನ್ನ ಜೀವನದಲ್ಲಾದ ವ್ಯತ್ಯಾಸಗಳನ್ನೂ ನೋಡಿ, ಅಳೆದು, ನೆನೆದವ ಕೆಂಚ, ಹಿಂದೆಯೂ ನೆನೆದವನೇ. ಆದರೆ ಆಗ ನೆನೆದುದಕ್ಕೂ ಈಗ ನೆನೆಯುತ್ತಿರುವುದಕ್ಕೂ ತುಂಬ ವ್ಯತ್ಯಾಸವಿದೆ. ಈಗ ಕಿರಿಮಲೆಯ ಹತ್ತು, ಮೂವತ್ತು ಕುಟುಂಬಗಳನ್ನೊಳಗೊಂಡ ಕುಡಿಯರ ಸಂಸಾರಕ್ಕೆ ಅವನೇ ಗುರಿಕಾರ. ಹಿರಿಯವ–ವಯಸ್ಸಿನಲ್ಲಿ, ಬುದ್ಧಿಯಲ್ಲಿ. ತನ್ನ ಬಳಗದವರಿಗೆ ಏನಾದರೂ ಬುದ್ಧಿ ಹೇಳಬೇಕಾದವನು ಅವನೇನೆ. ಕಿರಿಮಲೆಯರ ಕುಡಿಯರ ಪಾಲಿಗೆ ಅವನು ಅರಸನೆಂದರೂ ತಪ್ಪಿಲ್ಲ. ಮುದುಕನಾಗಿದ್ದಾನೆ ನಿಜ; ಮೈ, ಮುಖಗಳಲ್ಲಿ ನೆರಿಗೆಗಳು ಬಂದಿವೆ. ಅದರಿಂದ ಆತನ ಮಾತಿನ ತೂಕ, ವರ್ಚಸ್ಸು ಕಡಿಮೆಯಾಗಿಲ್ಲ. ಕೇರಿಯ ಪ್ರತಿಯೊಬ್ಬರೂ ಅವನೆಂದಂತೆ ನಡೆದುಕೊಳ್ಳುವರು. ಆದರೆ ಪ್ರತಿಯೊಬ್ಬನಿಗೂ ತನ್ನದೇ ಆದ

ಸಂಸಾರವೊಂದು ಇದ್ದೇ ಇರುತ್ತದಲ್ಲ. ಅಂಥ ಸಂಸಾರ ಕೆಂಚನಿಗೂ ಹಿಂದೆ ಇತ್ತು; ಈಗ ಇಲ್ಲ. ಇಲ್ಲ–ಎಂದು ಹಂಗುತೊರೆದು ವಿರಕ್ತ ಬಾಳು ನಡೆಸುವುದಕ್ಕೂ ಸಾಧ್ಯವಿಲ್ಲ. ಎಂಟು ವಯಸ್ಸಿನ ಮೊಮ್ಮಗ ಕರಿಯ ಉಳಿದಿದ್ದಾನೆ. ಆ ಹುಡುಗನನ್ನು ತನ್ನ ತೊಡೆಯ ಮೇಲೆ ಕುಳ್ಳಿರಿಸಿಕೊಂಡು 'ಈ ಕೂಸಿನ ಪಾಡೇನು, ನನ್ನ ಬಳಿಕ ಅದನ್ನು ಯಾರು ನೋಡತಕ್ಕವರು?' ಎಂಬ ಚಿಂತೆ ಕಾಡುತ್ತದೆ ಕೆಂಚನನ್ನು. ಕೆಂಚ ಲಗ್ನವಾಗುವಾಗ ಇಪ್ಪತ್ತನಾಲ್ಕು ವಯಸ್ಸಿನ ಹರೆಯ. ಅವನ ಹೆಂಡತಿ ಹಡೆಯುವುದಕ್ಕೆ – ನಾಲ್ಕು ಮಕ್ಕಳನ್ನು ಹಡೆದಿದ್ದರೂ ಬದುಕಿ ಉಳಿದದ್ದು ಗಂಡು ಕೂಸೊಂದೇ. ಉಳಿದ ಮಕ್ಕಳು ಅಲ್ಪಾಯುಷಿಗಳಾಗಿದ್ದರು; ದೈವಕ್ಕೆ ಮುನಿಸು ಬಂದು, ಅವನ್ನು ಕೊಂಡು ಹೋಗಿರಬೇಕೆಂದು ಆತ ಯೋಚಿಸಿದ.

ಕಿರಿಮಲೆಯ ಕಲ್ಕುಡ ಉಳಿದ ದೈವಗಳಂತಲ್ಲವಂತೆ, ಬಲು ಸಿಡುಕಿನ ದೈವ, ಪ್ರತಾಪಶಾಲಿ ದೈವ; ಕಣಿವೆಯ ಕೆಳಗಿನ ದೆವ್ವ, ದೇವರುಗಳಂತೆ ಶಾಂತಸ್ವಭಾವಿಯಲ್ಲ. ಕಣಿವೆಯ ಕೆಳಗಿನ ದೆವ್ವಗಳಿಗೆ ಸಲ್ಲಿಸುವ ಕೋಲ, ನೇಮ ನಾಲ್ಕು ದಿನ ಹೆಚ್ಚು ಕಡಿಮೆಯಾದರೂ ನಡೆಯುತ್ತದೆ. ಪೂಜೆಯ ಕ್ರಮದಲ್ಲಿ ತುಸು ವ್ಯತ್ಯಾಸವಾದರೂ ನಡೆಯುತ್ತದೆ. "ನನ್ನಪ್ಪ, ನನ್ನಮ್ಮ, ತಪ್ಪಿ ನಡೆದೆ, ಇದೋ ಕಾಣಿಕೆ" ಎಂದರೆ ದೈವ ತೆಪ್ಪಗಾಗುತ್ತದೆ. ಕಿರಿಮಲೆಯ ಕಲ್ಕುಡ ಆ ರೀತಿಯ ಬೆನ್ನುಮೂಳೆ ಇಲ್ಲದಂಥ ದೆವ್ವವೇ ಅಲ್ಲ. ಅಂಥ ದೆವ್ವವಾಗಿದ್ದರೆ ಮನುಷ್ಯ ಕಾಲಿರಿಸಲು ಅಂಜುವ ಮಲೆಯ ಕೊರಕಲೊಂದರಲ್ಲಿ ಕುಳಿತು, ಕಣ್ಣೆಟಕುವಷ್ಟು ದೂರದ ಬೆಟ್ಟಗಳಿಗೆ ಅಧಿನಾಯಕನಾಗಿದ್ದು, ತನ್ನವರಿಂದ ಕಪ್ಪಕಾಣಿಕೆಯನ್ನು ತರಿಸಿಕೊಳ್ಳುವಷ್ಟು ಶಕ್ತಿ ಅದಕ್ಕಿರುವುದು ಅಸಾಧ್ಯದ ಮಾತು. ಅಲ್ಲದೆ, ಕಂಪನಿ ಸರಕಾರ ಬರುವ ಮುಂಚೆ ಆ ಕಲ್ಕುಡ ಎಂದೆಂದೂ ಕುರಿ, ಕೋಳಿಗಳ ಕಾಣಿಕೆ ಪಡೆದು, ತೃಪ್ತಿಪಟ್ಟ ದೈವವೇ ಅಲ್ಲ. ಐದು ವರ್ಷಗಳಿಗಾದರೂ ಒಮ್ಮೆ, ನರಮನುಷ್ಯನ ತಲೆಯನ್ನೇ ಕೊಂಡ ದೈವ ಅದು! ಅಲ್ಲದೆ ಹತ್ತು, ಹದಿನೆರಡು ವರ್ಷಗಳಿಗೊಮ್ಮೆ ತನ್ನ ಅಪೂರ್ವ ಉತ್ಸವ ಕಾಲದಲ್ಲಿ, ಜನ ಸಿಡಿ ಚುಚ್ಚಿಸಿಕೊಳ್ಳುವ ಉತ್ಸವ ಜರುಗಿಸಿ ಭಕ್ತರು ಕೇಳಿದಂಥ ವರಗಳನ್ನು ಸಲ್ಲಿಸಿ, ಮೆರೆದ ಹಿರಿಯ ದೆವ್ವ ಕಲ್ಕುಡ. ಕಾಲದ ಗತಿ ಕೆಟ್ಟಿತು; ಕರ್ಮ ಧರ್ಮ ಬದಲಾಯಿತು; ನಿಜಕ್ಕೂ ಕೆಂಚ ಅಂಥ ಹಿಂದಿನ

ಕಾಲವನ್ನು ನೋಡಿರಲಿಲ್ಲ. ಅವನ ತಂದೆಯಿಂದಲೋ ಅಜ್ಜನಿಂದಲೋ ತಿಳಿದುಕೊಂಡ ಮಾತುಗಳಿವು.

ಅವನಿಗೆ ಗೊತ್ತಿರುವಂಥ ವಿಚಾರವೆಂದರೆ-ಈಗಿನ ಜನಕ್ಕೆ ದೆವ್ವದ ಮೇಲೆ ಭಕ್ತಿ ಕಡಿಮೆ-ಎಂದಿಷ್ಟೆ; ಕಟ್ಟುನಿಟ್ಟು, ಆಚಾರ ವಿಚಾರಗಳಲ್ಲಿ, ನಂಬಿಕೆ ಸಡಲಿದೆಯೋ ಅಥವಾ ಉದಾಸೀನತೆ ಬಂದಿದೆಯೋ ಏನೋ-ಸಹ್ಯಾದ್ರಿಯ ಸೆರಗಿನ ಕುಡಿಯರ ಬಳಗಗಳಲ್ಲಿ ಒಗ್ಗಟ್ಟೂ ಸಡಲಿದೆ. ಬಣ, ವೈರಗಳೂ ಹೆಚ್ಚಿವೆ. ಎಲ್ಲರಿಗೂ ಒಬ್ಬ ನಾಯಕ ಇಲ್ಲವಾಗಿದ್ದಾನೆ. ಕೆಂಚ ಕಿರಿಮಲೆಗಷ್ಟೇ ಗುರಿಕಾರನೆನಿಸಿದ್ದಾನೆ. ಇನ್ನು ಹಾಗೆಯೇ-ಹಿರಿಮಲೆಯಿದೆ, ನೆರಿಯದ ಇನ್ನೆರಡು ಮಲೆಗಳಿವೆ. ಹತ್ತಿಯಡ್ಕ, ಬಿಸಿಲೆಗಳಲ್ಲೂ ನಾಲ್ಕಾರು ಕುಡಿಯರ ಕೂಡುಕಟ್ಟುಗಳಿವೆ. ಈಗ ಅವೆಲ್ಲ ಬೇರೆ ಬೇರೆ ಬಣಗಳಾಗಿವೆ. ಒಬ್ಬರ ಮುಖ ಒಬ್ಬರು ನೋಡುವ ದಿನ ಅಲ್ಲವಾಗಿವೆ. ಅವರೆಲ್ಲರಿಗೂ ಒಬ್ಬನೇ ಗುರಿಕಾರ ನಿದ್ದ ದಿನಗಳೂ ಇದ್ದುವಂತೆ. ಎಲ್ಲರಿಗೂ ಕಿರಿಮಲೆ ಕಲ್ಕುಡ ಅಧಿಷ್ಠಾತ್ರಿಯಾದ ಕಾಲವೂ ಇತ್ತಂತೆ. ಆ ಮಲೆಯಲ್ಲಿ ಬದುಕಿದ್ದಕ್ಕೆ, ನೆಚ್ಚಿ ಬಂದುದಕ್ಕೆ ತಾನು ಗುರಿಕಾರನಾದ ಉಭಯ ಸಂಕಟಕ್ಕೆ, ಕೆಂಚ ತನ್ನ ಮಟ್ಟಿನ ಸೇವೆ ಸಲ್ಲಿಸುತ್ತಲೇ ಇದ್ದಾನೆ. ಹಾಗೆಯೇ ಇದಿರು ಬೆಟ್ಟದಲ್ಲಿ ವಾಸಿಸುವ ಹಿರಿ ಮಲೆಯ ಕುಡಿಯರೂ ಆ ದೆವ್ವದ ಮಾತಿಗೆ ಬಗ್ಗಿ ನಡೆಯುತ್ತಿದ್ದಾರೆ. ಆದರೆ ಉಳಿದವರು-ತಂತಮ್ಮ ದೆವ್ವಗಳ ಗುಡಿಯನ್ನು ಬೇರೆಯಾಗಿಯೇ ಸ್ಥಾಪಿಸಿ, ಪೂಜಿಸುತ್ತಾ ಬಂದು ಎಷ್ಟೋ ಕಾಲವಾಗಿದೆ. ಹೀಗಾಗಿ, ಕುಡಿಯರ ಕುಲಕ್ಕೆ ಕುಲವೇ ಸೇರಿ ಸಲ್ಲಿಸಬೇಕಾದ ಸೇವೆಯನ್ನು ಇಂದು ಈ ಮಲೆಯ ಕಲ್ಕುಡನಿಗೆ ಸಲ್ಲಿಸಬೇಕೆಂದರೆ ಹೇಗೆ ಸಾಧ್ಯ? ಆದರೆ, ದೆವ್ವ ಅವನ ಕನಸಿನಲ್ಲಿ ಹೇಳುತ್ತಿದೆ: "ನೀನೆಂಥ ಯಜಮಾನ! ನೀನೆಂಥ ಗುರಿಕಾರ! ನನಗೆ ಸಲ್ಲಿಸುವ ಪೂಜೆಯೆಲ್ಲಿ? ಹತ್ತಿಯಡ್ಕದಿಂದ ಕೋಳಿ ಬಂತೆ? ಬಿಸಿಲೆ ಬೆಟ್ಟದಿಂದ ಹಂದಿ ತಂದರೇ? ನರಬಲಿ ಕೊಡುವುದಿರಲಿ-ಇಷ್ಟನ್ನಾದರೂ ಮಾಡಿಸದ ಮೇಲೆ ನನ್ನ ಹಸಿವು ಹಿಂಗಬೇಕು ಹೇಗೆ? ವರ್ಷದ ಪೂಜೆಯನ್ನು ಎರಡು ವರ್ಷಕ್ಕಾದರೂ ಸಲಿಸಬೇಡವೇ?" ಎಂದು ಎಚ್ಚರಿಕೆ ಕೊಡುತ್ತಲೇ ಇದೆ. ಕೆಂಚ ವಿಶ್ವ ಪ್ರಯತ್ನ ಮಾಡಿದ್ದ. ಆ ಎಲ್ಲ ಮಲೆಗಳಿಗೂ ಒಸಗೆ ಕಳುಹಿಸಿದ್ದ. ಇತರ ಮಲೆಗಳವರು ಉದಾಸೀನ ಮಾಡಿದರು. ಸಮೀಪದ ಮಲೆಯವರು

ಸಹ ದಿನ ತಳ್ಳಿದರು; ಆ ತಪ್ಪಿಗೆಲ್ಲ ದಂಡ ತೆತ್ತವನು ಕೆಂಚ ಒಬ್ಬನೇ ಹೊರತು ಇನ್ನ್ಯಾರೂ ಅಲ್ಲ.

ಅವನ ಕಣ್ಣೆದುರಿಗೆ ಕಾಣಿಸುತ್ತಿದೆ ಅದೆಲ್ಲ ಚಿತ್ರ. ಅವನ ಮಗ ತಿಪ್ಪ ಎಂಥ ಹುಡುಗ! ಏನು ಮೈಕಟ್ಟು! ಗಿಡ್ಡವಾಗಿ, ದಪ್ಪವಾಗಿ ಉಕ್ಕಿನ ತುಂಡಿ ನಂತಿದ್ದ ಹುಡುಗ. ಮರ ಏರುವುದರಲ್ಲಿ ಮಂಗ ಸುಳ್ಳು! ಎಂಥ ಮಳೆಗಾಲ ದಲ್ಲೂ ಗೋಸರು ಹಿಡಿದ ಬಯನಿ ಮರವನ್ನು ಹತ್ತಿ, ನಿಮಿಷದಲ್ಲಿ ಹೆಂಡದ ಹಂಡೆ ತುಂಬಿಸಿಕೊಂಡು, ಕೆಳಕ್ಕೆ ಇಳಿಯಬಲ್ಲ ಹುಡುಗ. ಒಮ್ಮೆ ಏಕಾಯೇಕಿ, ತಾನು, ತನ್ನವರು ಹೆಂಡ ಕುಡಿಯಲು ಕೈಯಲ್ಲಿ ದೊನ್ನೆ ಹಿಡಿದು ಕುಳಿತು, ಇದಿರು ಕಾಯುತ್ತಿದ್ದಾಗಲೇ ಏನಾಯಿತು? ಅವರೆಲ್ಲರ ಬಾಯಿ ಬಯನಿ ಹೆಂಡಕ್ಕಾಗಿ ಚಪ್ಪರಿಸುತ್ತಿದ್ದಾಗಲೇ ಎಣಿಸದ ಪ್ರಮಾದವಾಯಿತು. ಕಣ್ಣೆದುರಿಗೇನೇ ತಿಪ್ಪ ಈಚಲು ಮರದಿಂದ ಧೊಪ್ಪನೇ ಕಿರಿಚಿಕೊಂಡು ಕೆಳಕ್ಕೆ ಬೀಳಬೇಕೆ! ನಾಲ್ಕು ಹನಿ ರಕ್ತ ತುಟಿಗಳಿಂದ, ಮೂಗಿನ ಸೊಳ್ಳೆಗಳಿಂದ ತುಟುಕಿದ್ದು ಮಾತ್ರ. ದೊನ್ನೆ ಎಸೆದುಬಿಟ್ಟು ಕೆಂಚನೂ ಉಳಿದವರೂ ಬಿದ್ದ ತಿಪ್ಪನ ಬಳಿಗೆ ಓಡಿದರು. ಅವನನ್ನು ಹಿಡಿದರು, ಗಾಳಿ ಹಾಕಿದರು! ಬಿದ್ದ ತಕ್ಷಣವೇ ತಿಪ್ಪನ ಪ್ರಾಣದ ಪಕ್ಷಿ ಹಾರಿಹೋಗಿತ್ತು. ಉಸಿರೆತ್ತಲಿಲ್ಲ ಕೆಂಚ; ಅವನ ಅಂತರಂಗಕ್ಕೆ ಗೊತ್ತಿತ್ತು.–ಇದು ಕಲ್ಕುಡ ತನ್ನಿಂದ ಕೊಂಡಂಥ ಬಲಿ– ಎಂದು. ಮಗನನ್ನೊಯ್ದು, ಎದೆಗಟ್ಟಿಮಾಡಿಕೊಂಡು, ಬೂದಿಮಾಡಿ ಬಂದು ಬಿಟ್ಟ. ಮುಂದಿನ ಸಂಕ್ರಾಂತಿಯೇ–ಮನದಲ್ಲಿ ನಿಶ್ಚಯಿಸಿದಂತೆ, ಕಲ್ಕುಡನಿಗೆ ವಿಜೃಂಭಣೆಯಿಂದ ಕೋಲ ಮಾಡಿಸಿ, "ದೈವವೇ, ಆದದ್ದಾಯಿತು. ನಿನ್ನ ಸಿಟ್ಟಿಗೆ ನನ್ನಂಥ ಬಡವರು ಎಂದೂ ಆಳಲ್ಲ. ಉಳಿದುದನ್ನಾದರೂ ಉಳಿಸು" ಎಂದು ಬೇಡಿದ.

ಉಳಿದದ್ದೇನಂತೆ? ತುಂಬು ಗರ್ಭಿಣಿಯಾಗಿದ್ದ ಸೊಸೆ. ಅವಳ ಮೈ, ಮುಖ ನೋಡುವ ಧೈರ್ಯ ಅವನಿಗಿರಲಿಲ್ಲ. ಯಾವ ಮಾವನಿಗೂ ಇರಲಾರದು. ಸೊಸೆಯ ಕಣ್ಣಿಗೆ ಆಕೆಯ ಗಂಡನ ಶವವನ್ನು ತೋರಿಸದೆ ಬೂದಿ ಮಾಡಿದ. ಆಕೆ ಹಡೆಯುವ ಗಳಿಗೆಯ ತನಕ ಆ ಸುದ್ದಿ ಅವಳ ಕಿವಿಗೆ ಬೀಳಬಾರದೆಂದು ಕಟ್ಟಪ್ಪಣೆ ಮಾಡಿದ. ತನ್ನಲ್ಲಿ ಒತ್ತಿಬರುತ್ತಿದ್ದ ದುಃಖವನ್ನು ಅಡಗಿಸಿಕೊಂಡು ತಿಪ್ಪ ಬಿಸಲೆಗೆ ಹೋಗಿದ್ದಾನೆ, ಅಲ್ಲಿಂದ ಸುಬ್ರಹ್ಮಣ್ಯಕ್ಕೆ

ಹೋಗುತ್ತಾನೆ. ಬೇಗ ಬಂದಾನು ಎಂದು ಸೊಸೆಯ ಮುಂದೆ ನಾಲ್ಕು ದಿನ ನಾಟಕವನ್ನೇ ಹೂಡಿದ.

ಸೊಸೆಯು ಹಡೆದಳು–ಗಂಡು ಕೂಸನ್ನು. ಕೊಂಡ ಜೀವಕ್ಕೆ ದೈವ ಬದಲು ಜೀವ ಸಲಿಸಿತು ಎಂದು ತಿಳಿದ ಕೆಂಚ. ಆ ಕೂಸೇ ಈಗ ಅವನ ತೊಡೆಯ ಮೇಲೆ ಕುಳಿತಿರುವ ಕರಿಯ. ಸುಬ್ಬ ಎಂದು ಅವನಿರಿಸಿದ ಹೆಸರು ಅದಕ್ಕೆ. ಆದರೆ, ಕೇರಿಯ ಬಳಕೆಯಿಂದ ಕರಿಯನೆಂಬ ಹೆಸರೇ ಮಗುವಿಗೆ ಒಪ್ಪಿತು. ಅದೇನೇ ಕರೆದು ರೂಢಿಯಾಯಿತು. ಮಗು ಹುಟ್ಟಿದ ಗಳಿಗೆಗೆ ಅವನ ಮನಸ್ಸು ಕುಕ್ಕೆ ಸುಬ್ರಹ್ಮಣ್ಯ ದೇವರನ್ನು ನೆನೆದದ್ದು ನಿಜ. ತನ್ನ ದೆವ್ವ ಇದನ್ನೂ ಕೊಂಡರೆ ಎಂಬ ಭೀತಿಯಿಂದ ಒಳಗಿಂದೊಳಗೆ ಅಂಜಿ, ಇಕೋ ಇದು ನಿನ್ನದು. ಇದನ್ನು ಕಾಯುವ ಭಾವ ನಿನ್ನದು ಎಂದು ಸುಬ್ರಹ್ಮಣ್ಯನನ್ನು ಬೇಡಿದ್ದ ಕೆಂಚ.

ಮುಂದೆ ಅವನ ಪಾಲಿಗೆ ಬಂದುವುಗಳೆಲ್ಲ ಕಷ್ಟದ ದಿನಗಳೇ! ಸೊಸೆಗೆ ಗಂಡನ ಸಾವಿನ ಸುದ್ದಿಯನ್ನು ಕೆಲವು ದಿನಗಳಾದ ಮೇಲೆ ತಾನೇ ಹೇಳಿದ. 'ದೆವ್ವ ಮುನಿದರೆ ಮನುಷ್ಯನೇನು ಮಾಡಿಯಾನು?' ಎಂದು ಸಮಾಧಾನ ಹೇಳಿದ. 'ತಿಪ್ಪನ ಜೀವವೇ ಸುಬ್ಬನಲ್ಲಿ ತುಂಬಿಕೊಂಡಿದೆ, ಆ ಮಗುವನ್ನೂ ಕಾಯು, ಬೆಳೆಸು, ಕೊಟ್ಟವನೇ ಕೊಂಡರೆ ಯಾರಿಗೆ ಹೇಳಬೇಕು? ಅವನು ಬಿಟ್ಟುದರಲ್ಲಿ ತೃಪ್ತಿ ಪಡೆದು ಸಂತೋಷಗೊಳ್ಳಬೇಕು ನಾವು' ಎಂದು ಸಮಾಧಾನ ಹೇಳಿದ. ವರ್ಷವರ್ಷಗಳು ಸಂದರೂ ಅವಳಿಗೂ ಗಂಡನ ನೆನಪು ಅಳಿಯಲಿಲ್ಲ; ಅವನಿಗೂ ಮಗನ ನೆನಪು ಅಳಿಯಲಿಲ್ಲ. ಆದರೂ ಕೆಂಚ ತುಟಿ ಕಚ್ಚಿ ಬಾಳುತ್ತಾ ಬಂದಿದ್ದಾನೆ; ಮೊಮ್ಮಗನನ್ನು ಮುದ್ದಿನಿಂದ ಬೆಳೆಸುತ್ತಾ ಬಂದಿದ್ದಾನೆ. ಆಮೇಲೆ ಕರಿಯನ ತಾಯಿ ಚಿಕ್ಕಿ ಇನ್ನೊಂದು ಮದುವೆಯಾಗಬಹುದಾಗಿತ್ತು. ಆಗಲಿಲ್ಲ. ಆಗುವುದು ನ್ಯಾಯವಿತ್ತು. ಜೀವದ ಅಪೇಕ್ಷೆಯೂ ಅಂತಿತ್ತು. ಮಾವನಿಗೆ ಅಂಜಿಯೋ, ಮಗನನ್ನು ನೋಡಿಯೋ–ಅದೇ ಮನೆಯಲ್ಲೇ ಬಾಳಿದಳು. ಕೆಂಚನ ಸಂಸಾರ ಬರಡಾಗದಂತೆ ನೋಡಿಕೊಂಡು ಬಂದಳು.

ತಿಂಗಳ ಹಿಂದೆ, ಕೆಂಚ ಯಾವುದೋ ಮಾತುಕತೆಗೆಂದು ತನ್ನ

ಕೇರಿಯಿಂದ ಬೆಟ್ಟವಿಳಿದು, ಎದುರಿನ ಹಿರಿಮಲೆಗೆ ಹೊರಟ. ಹೊರಡುವಾಗಲೇ ಅವನ ಎಡದ ಹುಬ್ಬು ಹಾರಿತ್ತು. ಹತ್ತು ಹೆಜ್ಜೆ ಹೋಗುತ್ತಲೇ ಬೆಕ್ಕೊಂದು ಅಡ್ಡ ಬಂದಿತು. ಇವುಗಳ ಪರವೆ ಮಾಡದೆ ಮುಂದುವರಿದ. ಒಂದಿಷ್ಟು ದೂರ ನಡೆದು, ಆ ಬೆಟ್ಟದ ಸೆರಗಿಗೆ ಬಂದ. ಅದರ ಮೈಯಂಚಿನ ಇಳಕಲು ದಾರಿಯಲ್ಲಿ ಮೆಲ್ಲಗೆ ಇಳಿದು ಸಾಗಿದ. ಹಾಗೆ ಇಳಿದು ಬಂದುದೇ ಕಲ್ಕುಡನ ತಾಣಕ್ಕೆ. ನಾಲ್ಕು ಸುತ್ತಲೂ ಓಟೆಯ ಮೆಳೆಗಳು. ಅವುಗಳ ಎಡೆಯಲ್ಲಿ ನಾಲ್ಕು ಚಪ್ಪಡಿ ಕಲ್ಲುಗಳಿಂದ ಮಾಡಿದ ಚಿಕ್ಕದೊಂದು ಗೂಡು. ಅದೇನೆ ಕಲ್ಕುಡನ ಗುಡಿ. ಎದುರಿಗೆ ಬತ್ತಿದ ಅಬ್ಬಿಯೊಂದು, ಬಂಡೆಕಲ್ಲುಗಳ ಎಡೆಯಲ್ಲಿ ವಿರಮಿಸಿ, ಕಲ್ಕುಡನಿಗಾಗಿ ಕಾದು ನಿಂತು, ಮುಂದಕ್ಕೆ ಹರಿದು, ಕೆಳಗಿನ ಹಿರಿಯ ತೊರೆಯೊಂದನ್ನು ಸೇರುತ್ತದೆ. ಕೆಂಚ ನೀರಿನ ಬಳಿಗೆ ಹೋದ. ಮುಖ, ಕಾಲುಗಳನ್ನು ತೊಳೆದುಕೊಂಡ. ಗುಡಿಯ ಮುಂದಕ್ಕೆ ಬಂದ, ಮೊಣಕಾಲೂರಿ 'ದೈವವೇ, ಕುಲವನ್ನು ಕಾಯು, ಕೇರಿಯನ್ನು ಕಾಯು, ಮಳೆ, ಬೆಳೆ ಕೊಡು. ಬದುಕನ್ನು ಹಸನಾಗಿ ಮಾಡು' ಎಂದು ಬೇಡಿ ಮುಂದಿನ ಹಾದಿ ಹಿಡಿದ; ಬೆಟ್ಟ ಇಳಿದ. ತೊರೆಯ ಮೇಲೆ ಹಾಕಿದ ಸಂಕ ದಾಟಿ, ಬಂಡೆಯಿಂದ ಬಂಡೆಗೆ ಕುಪ್ಪಳಿಸಿ, ಎದುರಿನ ಏರುವ ದಾರಿ ಹಿಡಿದು ಹಿರಿಮಲೆಗೆ ಹೋದ. ಹಿರಿಮಲೆಯ ಗುರಿಕಾರ ಕೊಟ್ಟಿಗೆಹಾರಕ್ಕೆ ಹೋಗಿದ್ದನಂತೆ. ಇನ್ನೂ ಬರುವುದಕ್ಕೆ 'ನಾಲ್ಕು ದಿನ ಹೋದೀತು' ಎಂದರು ಅವನ ಬಂಧುಗಳು. ನಿರಾಶೆಯಿಂದ ಕೆಂಚ ಮನೆಗೆ ತೆರಳಿದ. ಹೋದದ್ದು-ದೈವಕ್ಕೆ ಪೂಜೆ ಸಲ್ಲಿಸುವ ದಿನ ನಿಷ್ಕರ್ಷೆಮಾಡಲು; ಅಂಥ ಕೆಲಸಕ್ಕೂ ವಿಘ್ನ ಬರಬೇಕೇ? ಅಲ್ಲಿನ ಗೆಳೆಯರು ಒತ್ತಾಯಿಸಿದರು. ನಿಲ್ಲುವ ಮನವಾಗದೆ, ಹೋದಂತೆ ಮರಳಿ ಬಂದ. ಬರುವಾಗ ದಾರಿಯಲ್ಲಿ ಕಲ್ಕುಡನ ಗುಡಿಯ ಮುಂದೆ ನಿಂತು 'ನನ್ನ ತಪ್ಪೇನಿಲ್ಲ ದೊರೆಯೇ. ಈ ಬಾರಿ ಯಾರೂ ಸಿಗಲಿಲ್ಲ. ಹುಣ್ಣಿಮೆ ಕಳೆದ ಮೇಲೆ ಇನ್ನೊಮ್ಮೆ ಹೋಗುತ್ತೇನೆ; ಕೋಪಿಸಿಕೊಳ್ಳಬೇಡ' ಎಂದು ಗುಡಿಯಿಂದ ಮರಳಿದ. ಆ ದಿನ ಮಾತ್ರ ಅವನ ಮನಸ್ಸು ತುಂಬ ಕಳವಳಗೊಂಡಿತ್ತು. 'ವರ್ಷಕ್ಕೆ, ಎರಡು ವರ್ಷಕ್ಕೆ, ಎರಡು ಬೆಟ್ಟಗಳವರೂ ಸೇರಿ ಮಾಡುವ ಪೂಜೆಗೆ ಹೀಗೆ ಯಾಕೆ ವಿಘ್ನಬರಬೇಕು? ಹಿರಿಮಲೆಯ ಗುರಿಕಾರನಿಗೆ ಹೇಳಿ ಕಳುಹಿಸಿದರೆ, ಬರುವುದು ಗೌರವಕ್ಕೆ ಕಡಿಮೆ ಎಂದು

ತಿಳಿಯುತ್ತಾನೆ ಆತ. ನಾನೇ ಹೋದರೆ ಕಾಣಲಿಕ್ಕೆ ಸಿಗುವುದಿಲ್ಲ. ಕಾಲಕ್ಕೆ ಸಮನಾಗಿ ಪೂಜೆ ಸಲ್ಲಿಸದೆ ಹೋದರೆ, ಕಲ್ಕುಡ ಗೊತ್ತಿದ್ದೂ ಇಲ್ಲದವನಂತೆ, ನನ್ನ ಮೇಲೆಯೇ ರೇಗಿ ಬೀಳುತ್ತಾನೆ. ನನ್ನ ಕೇರಿಯವರು ಮಾತ್ರವೇ ಸೇರಿ ಈ ಪೂಜೆಯ ಕೆಲಸ ನಡೆಸುವುದು ಸಾಧ್ಯವೇ?' ಎಂದು ಅನುಮಾನಿಸುತ್ತ, ಚಿಂತಿಸುತ್ತಾ ಮಲಗಿಕೊಂಡ. ಆ ರಾತ್ರಿಯೆಲ್ಲ ಅವನಿಗೆ ಘೋರ ಕನಸುಗಳೇ. ಬೆದರಿಸುತ್ತಿರುವ ಕಲ್ಕುಡ 'ನಿನ್ನ ತಲೆ ತೆಗೆಯುತ್ತೇನೆ' ಎಂದು ಬೆದರಿಸುತ್ತಲೇ ಇದ್ದಾನೆ. ಒಂದಲ್ಲ, ಎರಡು ತಲೆಗಳನ್ನು ತೆಗೆಯುತ್ತಾನಂತೆ. ಕೆಂಚನಿಗೆ ಹೆದರಿಕೆಯಲ್ಲೇ ಬೆಳಗಾಯಿತು. ತಲೆ ತುರಿಸಿಕೊಂಡು, ಏನು ಮಾಡುವುದಕ್ಕೂ ದಾರಿ ಕಾಣದೆ, ತಾನೇ ತುಕ್ರನ ಮನೆಗೆ ಹೋದ. ಹತ್ತೇ ಹತ್ತು ಮಾರು ದೂರದಲ್ಲಿ ತುಕ್ರನ ಮನೆ, 'ಏನು ಅಜ್ಜ?' ಎಂದು ಕೇಳಿದ ತುಕ್ರ, ಅವನನ್ನು ಕಾಣುತ್ತಲೇ.

"ತುಕ್ರ, ನೀನು ಧೈರ್ಯಶಾಲಿ. ನನಗೆ ಮಾತ್ರ ಹೆದರಿಕೆ ಹಿಡಿದು ಬಿಟ್ಟಿದೆ. ಕರಡಿ ಕೊಂದವ ನೀನು. ನಿನ್ನ ಧೈರ್ಯ, ನಿನ್ನ ರಕ್ತ, ನಿನ್ನ ಕೆಚ್ಚು ನನಗೆ ಬರಲಾರದು. ನಮ್ಮ ಜನಗಳಲ್ಲೇ ನೀನು ಬಲ್ಲವ, ಬುದ್ಧಿವಂತ" ಎಂದು ವಿಸ್ತಾರವಾದ ಪೀಠಿಕೆ ಹಾಕಿ, ತನಗಾದ ಸ್ವಪ್ನ ವಾರ್ತೆಯನ್ನೆಲ್ಲ ಅವನ ಮುಂದೆ ತೋಡಿಕೊಂಡ. ಹಿಂದಣ ರಾತ್ರಿಯ ಸ್ವಪ್ನದ ಕತೆ ಕೇಳಿದ ತುಕ್ರನಿಗೆ ಕೆಂಚನಷ್ಟೇ ಭಯವಾಯಿತು. ಆತ ನುಡಿದ–"ಅಜ್ಜ, ನೀವು ಇನ್ನೊಮ್ಮೆ ಮಲೆಯ ತನಕ ದಣಿದು ಹೋಗುವುದು ಬೇಡ. ಎರಡು ದಿನ ಬಿಡಲಿ, ನಾನು ಹೋಗಿ ದಿನ ನಿಶ್ಚಯ ಮಾಡಿಕೊಂಡು ಬರುತ್ತೇನೆ. ಕೋಲಕ್ಕೆ ಒಳ್ಳೆಯ ದಿನ ಯಾವುದೆಂದು ನೀನು ಹೇಳಿದರೆ ಸಾಕು. ಅವರು ಬರಲಿ, ಬಿಡಲಿ; ನಾವು ಸಲ್ಲಿಸುವ ಪೂಜೆ ಸಲ್ಲಿಸಲೇ ಬೇಕು. ಕಲ್ಕುಡನಿಗೆ ಸಿಟ್ಟು ಬಂದರೆ, ಹೇಳಿದ ಹಾಗೆ–ಎರಡಲ್ಲ, ನಾಲ್ಕು ತಲೆಗಳನ್ನೂ ಬಲಿ ಕೊಂಡಾನು." ಮುಂದಣ ಸಂಕ್ರಾಂತಿಗೆ ಅದು ನಡೆಯಬೇಕೆಂದು ಇಬ್ಬರೂ ಸೇರಿ ನಿರ್ಧರಿಸಿದರು.

ಮುಂದಣ ಸಂಕ್ರಾಂತಿಯ ದಿನ ಬಂದಿತು. ಪೂಜೆ ಮಾತ್ರ ಎಣಿಸಿದಂತೆ ನಡೆಯಲಿಲ್ಲ. ಅದರ ಮುಂಚಿನ ದಿವಸ ದೆವ್ವ ತನ್ನ ಬಲಿಯನ್ನು

ಮಾತ್ರ ಕೊಂಡೇ ಬಿಟ್ಟಿತು! ಆದುದರಿಂದಲೇ, ಕುಲಕ್ಕೆ ಸೂತಕ ಬಂದಿತು; ಪೂಜೆಯೂ ನಿಂತಿತು. 'ದೈವ ತನ್ನನ್ನು ದಂಡಿಸುವುದಕ್ಕೆ ಒಂದು ಜೀವವನ್ನು ಮಾತ್ರ ಕೊಂಡಿದೆ. ಅದು-ತನ್ನ ಸೊಸೆಯ ಜೀವವನ್ನು! ಎರಡು ಜೀವ ಕೊಳ್ಳುತ್ತೇನೆಂದ ದೈವ ಆ ಇನ್ನೊಂದನ್ನೂ ಬೇಡಿದರೆ ತನ್ನ ಬಾಳು ಮುಗಿದಂತೆಯೇ' ಎಂದು ಕೆಂಚ ಬೆದರಿದ. ಸೊಸೆಯು ಸತ್ತಳು-ಅಲ್ಲ ದೆವ್ವದ ಸಿಟ್ಟಿಗೆ ಬಲಿಯಾಗಿ ಹೋದಳು. ಇನ್ನು ಆ ಎರಡನೆಯ ಜೀವ, ಸಲ್ಲ ಬೇಕಾದಂಥ ಬಲಿ, ಯಾರೆಂಬುದು ಕೆಂಚನಿಗೆ ಸ್ಪಷ್ಟವಾಗಿ ತೋರುತ್ತಿತ್ತು. ಅದು ತನ್ನ ಮೊಮ್ಮಗನೇ ಇರಬೇಕು-ಎಂದು ಊಹಿಸಿದ. ಅದರಿಂದ ಅವನ ಎದೆ ನಡುಗತೊಡಗಿತು. ಅಲ್ಲವಾದರೆ, ಬೆಳಗಿನ ಹೊತ್ತು ಆ ಹುಡುಗನನ್ನು ತೊಡೆಯ ಮೇಲೆ ಹೀಗೆ ಕುಳ್ಳಿರಿಸಿಕೊಂಡು, ಕೆಂಚ ಬಿಳಿಚುಗಟ್ಟಿದ ಮುಖದಿಂದ ಬಿರುಗಣ್ಣ ನೋಟದಿಂದ, ಆ ಮಗುವನ್ನೇ ನೋಡುತ್ತಿರಲು ಕಾರಣವಿಲ್ಲ. ಹಿಂದಣ ದಿನ ತನಗೆ ಗಂಜಿ ಉಣ್ಣಿಸಿದ ತಾಯಿಯನ್ನು ಅದೇ ಸಂಜೆ ಕಳೆದುಕೊಂಡ ಆ ಮಗುವೂ ಬೆಪ್ಪುಗಟ್ಟಿ ಹೋಗಿತ್ತು. ಅದರ ಪ್ರಪಂಚದಲ್ಲಿ ಅಳಿಲು, ಹಕ್ಕಿ, ಕೋತಿ-ಇಂಥ ಚಿಕ್ಕ ಗೆಳೆಯರನ್ನು ಬಿಟ್ಟರೆ, ತನ್ನವರೆಂಬುವರು ಅಮ್ಮ, ಅಜ್ಜ, ಇಬ್ಬರೇ. ಅದರಲ್ಲಿ ಈಗ ತಾಯಿಯೂ ಕಣ್ಮರೆಯಾಗಿ, ಉಳಿದವನು ಅಜ್ಜನೊಬ್ಬನೇ. ಅಜ್ಜನನ್ನು ಬಿಟ್ಟರೆ ತನಗ್ಯಾರು ಗತಿ ಎಂಬ ಚಿಂತೆ ತುಂಬಿತ್ತು ಮಗುವಿನ ಮನದಲ್ಲಿ. ಅದಕ್ಕೆ ಪ್ರತಿಯಾದ, ಸಾವಿರ ಪಾಲು ದಾರುಣವಾದ, ಭಯಾನಕವಾದ, ಮನದ ವಿಹ್ವಲ ಕೆಂಚನದು. ಯೋಚನೆಯೇ ಹೊರಡದೆ ಜಡವಾಗಿದೆ ಅವನ ಮನಸ್ಸು. ಹೊರಟ ಪ್ರತಿಯೊಂದು ಯೋಚನೆಯಿಂದಲೂ ಬೆದರಿಕೆ ಹೆಚ್ಚುತ್ತಿದೆಯೇ ಹೊರತು ಶಾಂತಿಯ ದಾರಿ ತೋರುತ್ತಲಿಲ್ಲ. 'ತೊಡೆಯ ಮೇಲೆ ಕುಳಿತ ಕರಿಯ ಆತನ ತಾಯಂತೆ, ತಂದೆಯಂತೆ ದೆವ್ವಕ್ಕೆ ಆಹುತಿಯಾಗಬೇಕೇ? ತನ್ನ ಜನವೆಲ್ಲ ಒಟ್ಟು ಸೇರಿ ಮಾಡಿದ ತಪ್ಪಿಗೆ, ಕುಲಕ್ಕೆ ಹಿರಿಯನಾಗಿ ಗುರಿಕಾರನಾದ ಮಾತ್ರಕ್ಕೆ, ಕೋಲ ಮಾಡದ್ದಕ್ಕೆ ದಂಡವನ್ನು ತನ್ನೊಬ್ಬನ ಮೇಲೆಯೇ, ಕಲ್ಕುಡ ವಿಧಿಸಬೇಕೆ' ಎಂಬ ವಿಚಾರ ಮಾಡುತ್ತದೆ ಅವನ ಮನಸ್ಸು, 'ಅದು ದೆವ್ವದ ರೋಷ! ಕಲ್ಕುಡನ ಹಟ! ಶಕ್ತಿಯಿದೆ ಅದಕ್ಕೆ; ಸೇಡನ್ನು ಸಾಧಿಸಬಹುದು- ಸಾಧಿಸಲಿ. ಆದರೆ ಸೇವೆ ಸಲ್ಲಿಸಲು ಸರ್ವ ವಿಧದಿಂದಲೂ ಪ್ರಯತ್ನ

ಮಾಡಿದಂಥ ತನ್ನ ಕುಲವನ್ನೇ ಕ್ಷಯಿಸುವ ಹಟ ಕಲ್ಕುಡ ಮಾಡಿದ್ದಾದರೆ, ತನ್ನ ಬಳಿಕ ಕುಲ ಅಳಿದು ಆತನ ಪೂಜೆಯನ್ನೇ ಮಾಡುವವರಿಲ್ಲವಾದೀತು. ತಾನೊಬ್ಬನಿದ್ದುದಕ್ಕೆ ಇಷ್ಟಾದರೂ ನಡೆಯುತ್ತಿದೆ. ತನ್ನ ಮೊಮ್ಮಗನ ಬಲಿಯನ್ನು ಕೇಳಿದರೆ, ಬಲಿ ಕೊಂಡರೆ, ತನಗೆ ಇನ್ನು ಆ ದೈವದ ಹಂಗೂ ಇಲ್ಲ, ಭೀತಿಯೂ ಇಲ್ಲ. ಮುದುಕನಾದ ತಾನು ವಂಶ ಕಳೆದುಕೊಂಡು ಬದುಕಿದ್ದರೇನು, ಸತ್ತರೇನು? ಬದುಕಿದ್ದೂ, ಉಳಿದದ್ದೂ, ಬಾಳು ನಡೆಸಿದ್ದೂ ಈ ಒಂದು ಮಗುವಿಗಾಗಿ. ಅದನ್ನೇ ಕೊಳ್ಳುವುದೇನು ದೈವ' ಎಂಬ ವಿಚಿತ್ರ ವಿಚಾರ ಲಹರಿ ಕೆಂಚನದು.

ಧೈರ್ಯ ಮಾಡಿಕೊಂಡು ಕಲ್ಕುಡನನ್ನು ಬೆದರಿಸುವ ನಿಲುಮೆ ಗಳಿಸುತ್ತದೆ ಅವನ ಮನಸ್ಸು ಒಮ್ಮೊಮ್ಮೆ. ಆದರೆ ಭೀತಿ ಭೀತಿಯೇ; ಭೀತ ಭೀತನೇ. 'ಹೋಗಲಿ, ನಿನ್ನ ಹಟ, ನಿನ್ನ ಹಸಿವು ಹಿಂಗಲಿ. ನಿನಗೆ ತೃಪ್ತಿ ಯಾಗುತ್ತದೆಂದು ಭರವಸೆಕೊಡು. ಸ್ವಪ್ನದಲ್ಲಿ ಬಂದು ಹೇಳು. ನನಗೆ ಮಾತುಕೊಡು, ಅಷ್ಟು ಮಾಡುತ್ತೇನೆ. ಮೊಮ್ಮಗನನ್ನು ಮಾತ್ರ ಉಳಿಸಿಕೊಡು' ಎಂದು ಬೇಡುತ್ತಾನೆ ಇನ್ನೊಮ್ಮೆ; ಬೇಡುತ್ತಲೇ ಕಣ್ಣೀರೂ ಹರಿಯಿತು – ಬುಗ್ಗೆಯಾಗಿ.

ಮರುಗಳಿಗೆಗೆ, ಆ ಕೂಸು ಹುಟ್ಟಿದಾಗ ಸುಬ್ರಹ್ಮಣ್ಯ ದೇವರ ಹೆಸರನ್ನು ನೆನೆದು, ಮಗುವಿಗೆ 'ಸುಬ್ಬ' ಎಂದು ಕರೆದುದರ ನೆನಪಾಯಿತು. ಮನಸ್ಸು ದೈವದ ಕಡೆಗೆ ತುಸು ಬಿರುಸಾಯಿತು. 'ಏನು? ನನ್ನ ಮೊಮ್ಮಗನನ್ನು ಕೊಂಡು ಹೋಗುವ ಧೈರ್ಯವೇ ನಿನಗೆ? ನೋಡು, ಅದು ಹುಟ್ಟಿದ ದಿನವೇ ಸುಬ್ರಹ್ಮಣ್ಯನನ್ನು ಬೇಡಿಕೊಂಡಿದ್ದೆ–ಅದನ್ನು ಕಾಯಬೇಕೆಂದು. ನಿನ್ನ ಹಟ, ಸೇಡು ನನಗೆ ಗೊತ್ತು. ತಿಪ್ಪನನ್ನು ಕೊಂಡುಹೋದಾಗಲೇ ಮನಸ್ಸು ಗಟ್ಟಿಮಾಡಿ 'ಕಾಪಾಡು' ಎಂದು ಆ ದೇವರನ್ನು ಬೇಡಿಕೊಂಡಿದ್ದೆ. ಸುಬ್ರಹ್ಮಣ್ಯ ಕೊಟ್ಟಷ್ಟು ಆಯುಷ್ಯ ಅವನಿಗಿದೆ. ನಿನಗೆ ಆ ದೇವರ ಹಂಗು ಇಲ್ಲವಾದರೆ ಬೇಕಾದಂತೆ ಮಾಡು. ದೇವರಿಗೆ ಆ ಮಗುವನ್ನು ಕಾಯುವ ತ್ರಾಣವಿದ್ದರೆ ಕಾದುಕೊಳ್ಳುತ್ತಾನೆ. ನಾನು ಮುದುಕ. ಹಣ್ಣಾಗಿದೆ ತಲೆ ಕೂದಲು. ನಾನು ಮಗುವನ್ನು ಕಾಯುವುದು ಅಷ್ಟರಲ್ಲಿಯೇ ಇದೆ. ಅದನ್ನು ಕಾಯುವ ಭಾರ ಕುಕ್ಕೆ ಸುಬ್ರಹ್ಮಣ್ಯನದು' ಎಂದುಕೊಂಡ ತನ್ನಷ್ಟಕ್ಕೆ. ಅಷ್ಟರಲ್ಲಿ, ಬೇರೊಂದು

ಸಂಶಯವು ಹೊಳೆಯಿತು– 'ನಿಜ, ನಾನು ಮಗು ಹುಟ್ಟಿದ ಮೇಲೆ ಆ ದೇವರ ಮನೆಗೆ ಅವನನ್ನು ಕೊಂಡೊಯ್ದು ತೋರಿಸಿ ಬರಲಿಲ್ಲ. ಈ ವರ್ಷ ಷಷ್ಠಿಯ ದಿನ ಅಷ್ಟು ಮಾಡಿಕೊಂಡು ಬರುತ್ತೇನೆ. ಖಂಡಿತವಾಗಿ ಮಾಡು ತ್ತೇನೆ. ಅವನ ಬದುಕನ್ನು ಅವನು ಉಳಿಸಿಕೊಂಡಾನು. ನೀನು ಕೊಳ್ಳುವ ಬಲಿಯನ್ನು ಹೇಗೂ ಕೊಳ್ಳುತ್ತೀಯಾ! ಇನ್ನು ಯಾರನ್ನು ಕೊಳ್ಳುತ್ತೀಯಾ? ನಮ್ಮ ಕುಲಕ್ಕೆ ಉಳಿದವ ನಾನೊಬ್ಬ; ಮುದಿ ಕೊರಡು. ಇಂದು ಹೋದರೂ ಒಂದೇ; ನಾಳೆ ಹೋದರೂ ಒಂದೇ. ಅಯ್ಯೋ, ನನಗೆ ಜೀವದ ಆಸೆ ಉಂಟು–ಎಂದು ತಿಳಿದಿದ್ದೀಯಾ? ಎಂದೋ ಮೈನೆತ್ತರೆಲ್ಲ ಒಣಗಿಹೋಗಿದೆ.

ನನ್ನನ್ನು ಬಲಿಕೊಂಡರೆ ನಾಲ್ಕು ಹನಿ ನೆತ್ತರೂ ನಿನಗೆ ಸಿಗಲಾರದು. ನನ್ನ ಸೊಸೆಯಂತೆ, ಮಗನಂತೆ ತುಂಬಿದ ಹರೆಯ, ನಾನೇಕೆ ಬಲಿ ಕೊಡುತ್ತೇನೆ? ನಾನಾಗಿ ಕೊಡುವುದು ದೊಡ್ಡ ಕೆಲಸವಲ್ಲ; ಕೊಟ್ಟೇನು. ನೀನು ಬಾಯಿಬಿಟ್ಟು ಕೇಳಿದರೆ ಕೊಟ್ಟೇನು. ಆದರೆ ನೋಡು, ಸುಬ್ರಹ್ಮಣ್ಯನಿಗೆ ಒಪ್ಪಿಸಿದ ಈ ಕೂಸನ್ನು ದೊಡ್ಡದು ಮಾಡಿ, ಬುದ್ಧಿಬರುವ ತನಕ ಬೆಳೆಯಿಸಿ ಕಾಯ ಬೇಡವೇ ನಾನು? ಬರಿದೆ ಮಗುವನ್ನು ಕೊಟ್ಟೆನೆಂದರೆ ಅವನೂ–ಕೇಳಲಾರ. ಈ ಮಗುವನ್ನು ಹತ್ತು ವರ್ಷಗಳ ಕಾಲ ಬೆಳೆಯಿಸಿದರೆ ನಾಳೆ ಅವನು ಕೇರಿಗೆ ಗುರಿಕಾರನಾಗುತ್ತಾನೆ, ಬುದ್ಧಿವಂತನಾಗುತ್ತಾನೆ. ನಮ್ಮ ಜನಗಳನ್ನು ನಡೆಯಿಸಿ ಕೊಂಡು ಹೋಗುತ್ತಾನೆ. ಅದರ ಮೊದಲು ನಾನು ಅವನ ಕೈಬಿಟ್ಟರೆ, ಮಗು ತಬ್ಬಲಿಯಾಗುತ್ತದೆ. ನಾನು ಅವನಿಗೂ ಲೋಕಕ್ಕೂ ಅನ್ಯಾಯ ಮಾಡಿ ದಂತಾಗುತ್ತದೆ. ಈ ಮಾತೇ ಖಂಡಿತ' ಎಂದು ಏನೋ ಯೋಚನೆ ಹೊಳೆದು ಕುಳಿತಲ್ಲಿಂದ ಎದ್ದುಬಿಟ್ಟ.

ಇದ್ದಕ್ಕಿದ್ದಂತೆಯೇ ಎದ್ದು ಕರಿಯನನ್ನೆತ್ತಿಕೊಂಡು, ಸೊಂಟಕ್ಕೆ ಕತ್ತಿ ಸಿಕ್ಕಿಸಿಕೊಂಡು, ಗುಡಿಸಲು ಬಿಟ್ಟು ಹೊರಟೇ ಬಿಟ್ಟ. ಬೇಸಿಗೆಯ ದಿವಸ ಅದು. ಕೇರಿಯವರು ಹಿಂದಿನ ದಿನ ನಡೆದ ವಿಪತ್ತನ್ನು ನೆನೆದು ಹರಟುತ್ತಾ, ಮೌನವಾಗಿ ಕುಳಿತಿರುವಂತಿಲ್ಲ. ಕುಮರಿ ಬೆಳೆಯುವಲ್ಲಿಗೆ ಹೋಗಬೇಕು. ಆ ಜಾಗ, ಹಿಂದಣ ವರ್ಷ ಕುಮರಿ ಬೆಳೆದ ತಾವಿನಿಂದ ಮೈಲು ದೂರದ ಇನ್ನೊಂದು ಬೆಟ್ಟದಲ್ಲಿದೆ. ಸಾವು ಬಂತೆಂದು ಸಾಗುವಳಿ ನಿಲ್ಲಿಸಲು ಬರುತ್ತದೆಯೇ? ಗಂಡಸರು ಎಲ್ಲರೂ ನಸುಕಿಗೆ ಎದ್ದು, ಕುಮರಿ ಭೂಮಿಗೆ

ಹೋಗಿದ್ದಾರೆ. ಕುಮರಿ ಇರುವುದು ಕಿರಿಯ ಮಲೆಯಿಂದ ಕವಲೊಡೆಯುವ ಒಂದು ಬೆಟ್ಟದ ತಪ್ಪಲಲ್ಲಿ. ಕುಡಿಯರೆಲ್ಲರೂ ಸೇರಿ, ಚಳಿಗಾಲ ಕಳೆಯುತ್ತಲೇ, ಅಲ್ಲಿನ ಇಪ್ಪತ್ತು ಎಕ್ರೆ ಕಾಡು, ಪೊದೆಗಳನ್ನು ಸವರಿ, ಬಂದಿದ್ದರು. ಒಂದು ತಿಂಗಳ ಕಾಲ ಅದಕ್ಕಾಗಿ ದುಡಿದಿದ್ದರು. ಬೆಂಕಿಯಿಟ್ಟು, ಬಿದ್ದ ಮರಗಳ ಕೊಂಬೆ, ಎಲೆಗಳನ್ನೆಲ್ಲ ಸುಟ್ಟು ಬೂದಿ ಮಾಡಿದ್ದರು–ಇನ್ನು–ಅಷ್ಟೊಂದು ಜಮೀನಿನ ಅಗತೆ ಮಾಡಬೇಕು. ಇಳಿಜಾರಾದ ಬೆಟ್ಟದ ಮೈ; ನೇಗಿಲು ನೊಗಗಳ ಆಟ ನಡೆಯುವ ಸಾಗುವಳಿ ಅದಲ್ಲ. ಅಂಥ ಬೇಸಾಯ ಕಣಿವೆಯ ಕೆಳಗೆ ಹೊರಗದ್ದೆಗಳನ್ನು ಮಾಡಿಕೊಂಡಿರುವ ಭಟ್ಟರಿಗೆ, ಬಂಟರಿಗೆ, ಗೌಡರುಗಳಿಗೆ. ಆದರೆ ಒಮ್ಮೆ ನೆಟ್ಟ ನೆಲದಲ್ಲೇ ತಿರುಗಿ ನೆಡುವ ಹವ್ಯಾಸ ಕುಡಿಯರಿಗೆ ಎಂದೂ ಇಲ್ಲ, ಇದ್ದಿರಲಿಲ್ಲ. ಅವರು ನೇಗಿಲು ನೊಗ ಕೊಂಡವರಲ್ಲ; ಅದಕ್ಕಾಗಿ ಜಾನುವಾರು ಸಾಕಿದವರಲ್ಲ; ಏನಿದ್ದರೂ ಕೈಗೆಲಸ ಅವರದ್ದು. ಹಿಂದಿನ ಕಾಲದಿಂದ ಮರದ ಮೊನಚು ಕೋಲುಗಳಿಂದಲೇ ನೆಲ ಕುತ್ತಿ ಅಗೆದವರು. ಈಗ ವರ್ಷದಲ್ಲಿ ಕೆಲವು ತಿಂಗಳು ಮಲೆಯ ಏಲಕ್ಕಿ ತೋಟಗಳಲ್ಲಿ ಕೆಲಸ ಮಾಡುತ್ತಿರುವುದರಿಂದ, ಮಲೆಯ ಧನಿಗಳಿಂದ ಅವರಿಗೆ ಕಬ್ಬಿಣದ ಪಿಕ್ಕಾಸು ದೊರೆಯುತ್ತಿವೆ. ಆದರೆ ಪರಂಪರೆಯಿಂದಲೂ ಅವರು ಕುಮರಿ ಹೊಲಗಳನ್ನು ಮೊನಚು ಕೋಲುಗಳಿಂದಲೇ ಅಗತೆ ಮಾಡಬೇಕು ಇಲ್ಲವೇ ಬೇರೆ ಏನಾದರೂ ಕೆಲಸ ಮಾಡಬೇಕು. ಕಾಡು ಸುಟ್ಟ ಆ ನೆಲದಲ್ಲಿ ಅಗತೆಯಾದ ಬಳಿಕ, ವಿಷುಸಂಕ್ರಾಂತಿ ಕಳೆದ ಮೇಲೆ ಕುಮರಿ ಬಿತ್ತನ್ನು ಬಿತ್ತುತ್ತಾರೆ. ವಿಷು ಕಳೆದ ತಿಂಗಳೊಳಗಾಗಿ ಆ ಘಟ್ಟದ ಸೆರಗು ಮುಗಿಲಿನ ಮನೆಯಾಗುತ್ತದೆ. ಅಲ್ಲಿಂದ ಹೊಲವನ್ನು ಕಾಯಬೇಕು; ಬೆಳೆದ ಪೈರನ್ನು ಆನೆ, ಕಾಟಿಗಳ ಬಾಯಿಂದ ಉಳಿಸಿಕೊಳ್ಳಬೇಕು. ಅಂದರೆ, ಕೇರಿಯಲ್ಲಿ ಕುಳಿತುಕೊಂಡು ದೂರದಿಂದ ಕಾವಲುಮಾಡುವ ಆಟವೇನೂ ಅದಲ್ಲ. ನಿತ್ಯವೂ ಕುಮರಿ ಭೂಮಿಗೆ ಹೋಗಿಬರುವುದು ಶಕ್ಯವಿರಲಿಲ್ಲ. ಮಳೆಯ ನೀರು ಹನಿಯಿತೆಂದರೆ ಕಾಡಿನ ದಾರಿಯಲ್ಲಿ ಜಿಗಣೆಗಳ ಕಡಿತ ತಡೆಯುವುದು ಕಷ್ಟ. ಹಾಗಾಗಿ, ಮಳೆ ಪ್ರಾರಂಭವಾಗುವುದರೊಳಗೆ, ಕೇರಿಯ ಪ್ರತಿಯೊಬ್ಬರೂ ಇಲ್ಲಿನ ಗುಡಿ ಗೂಡಾರಗಳನ್ನು ಕಿತ್ತು ಅಲ್ಲಿ ಹೂಡಬೇಕು. ಅಲ್ಲಿ ಬಿದಿರು, ಹುಲ್ಲುಗಳಿಂದ ಬೇರೆ ಗುಡಿ, ಗೋಪುರ, ಕಾವಲು ಮನೆ–ಪ್ರತಿಯೊಂದೂ ಕಟ್ಟಿ

ಆಗಬೇಕು. ಇಷ್ಟೆಲ್ಲ ಕೆಲಸವೆಂದರೆ ತಿಂಗಳು, ಎರಡು ತಿಂಗಳೇ ಹಿಡಿಯುತ್ತದೆ. ಹಾಗಿರುವುದರಿಂದಲೇ ಕೇರಿಯವರು ಕೆಂಚನನ್ನು ಬಿಟ್ಟು ಅಲ್ಲಿಗೆ ಹೋಗಿದ್ದಾರೆ. ಕರಿಯ ಸಹ ಒಮ್ಮೊಮ್ಮೆ ಅವರೊಂದಿಗೆ ಅಲ್ಲಿಗೆ ಹೋಗುತ್ತಿದ್ದ. ಹೀಗಾಗಿ, ಕೆಂಚ ಬದಲು ದಾರಿ ಹಿಡಿದದ್ದು ಕೇರಿಯವರಿಗೂ ಗೊತ್ತಿರಲಿಲ್ಲ. ಹೊರಟಿದ್ದ ಕೆಂಚನಿಗೇ ಗೊತ್ತು. ಮಗುವನ್ನೆತ್ತಿಕೊಂಡು ಅಂಗಣದಿಂದ ಆತ ಹೊರಬಿದ್ದ. ಏಲಕ್ಕಿ ಮಲೆಯ ನಡುವಣದ ಒಂದು ಕಾಲುಹಾದಿಯನ್ನು ತುಳಿಯುತ್ತ, ಹಾಗೆಯೇ ಸಾಗಿದ. ಆ ಮುದುಕನಿಗೆ ಎಂಟು ವರ್ಷದ ಮೊಮ್ಮಗನನ್ನು ಹೊರುವ ಕೆಲಸವೂ ಸುಲಭವಾಗಿರಲಿಲ್ಲ. ಅವನ ಹಿಡಿತದಲ್ಲಿ ಕರಿಯನಿಗೂ ಅದು ಸುಖವೆನಿಸಲಿಲ್ಲ. ಆತ "ಅಜ್ಜಾ, ಯಾಕೆ ಎತ್ತಿಕೊಳ್ಳುತ್ತೀ? ನಾನು ನಡೆಯುತ್ತೇನೆ-ಬಿಡು. ಎಲ್ಲಿ ಹೋಗುವುದೆಂದು ಹೇಳು?" ಎಂದು ಕೇಳಿದ. ಮಗುವನ್ನು ಕೆಳಕ್ಕಿಳಿಸಿ, ಅದರ ಕೈ ಹಿಡಿದುಕೊಂಡು ಮುದುಕ ಮುಂದಕ್ಕೆ ಸಾಗಿದ. ಹುಡುಗ "ಎಲ್ಲಿಗೆ" ಎಂದು ಒಂದೆರಡು ಬಾರಿ ಕೇಳಿದರೆ "ಕೇಳಬಾರದು ಮಗು, ಯಾವುದಾದರೂ ಕೆಲಸಕ್ಕೆ ಹೋಗುವಾಗ ಎಲ್ಲಿಗೆಂದು ಕೇಳಬಾರದು" ಎಂದು ನುಡಿಯುತ್ತಲೇ ಇದ್ದ.

ಕರಿಯನೂ ಮಾತನಾಡಲಿಲ್ಲ. ಅಜ್ಜನ ಕೈ ಹಿಡಿದುಕೊಂಡು ಮತ್ತೂ ನೂರು ಹೆಜ್ಜೆ ಮುಂದೆ ಸರಿದ. ಕೊನೆಗೆ, ಎಡರುತೊಡರುಳ್ಳ ಕಾಲುಹಾದಿಯಲ್ಲಿ, ಅವನ ಮಗ್ಗುಲಿಗೆ ಸಮನಾಗಿ ನಡೆಯಲಾರದೆ ಅವನಿಂದ ಕೈ ಸಡಲಿಸಿಕೊಂಡು "ನಾನು ಬಂದರಾಯಿತಲ್ಲ; ನಿನ್ನ ಹಿಂದೆಯೇ ಇದ್ದೇನೆ" ಎಂದು ಹಿಂಬಾಲಿಸಿದ. ದಾರಿ ಮಲೆಯಿಂದ ಇಳಿಮುಖವಾಗಿ ಹೋಗುತ್ತ, ಕೆಳಗಣ ಕಣಿವೆಗೆ ತಿರುಗಿತು. ಆ ಮೂಲೆ ಬರುತ್ತಲೇ, ಮುದುಕ ಕೆಳಗಿಳಿಯುವ ಬದಲು ದಾರಿಬಿಟ್ಟು, ಬೆಟ್ಟದ ಮೇಲೇರುವ ಯೋಚನೆ ಮಾಡಿದ. ಕೈಯಲ್ಲಿ ಕತ್ತಿ ಹಿಡಿದು-ಬಲ್ಲೆ, ಬೀಳಲು, ಬೆತ್ತದ ಗಿಡಗಳನ್ನು ಸವರುತ್ತ "ಮಗು, ಹೆದರಬೇಡ. ನನ್ನ ಹಿಂದೆಯೆ ಬಾ. ನಿನ್ನನ್ನು ಒಂದು ಕಡೆ ಕರೆದುಕೊಂಡು ಹೋಗುತ್ತಿದ್ದೇನೆ. ನಮ್ಮ ಕುಲದೈವದ ಮನೆಗೆ. ಕುಲದ ಮನೆಯೂ ಅಹುದು. ನಾನು ಹುಟ್ಟಿದ್ದೇ ಅಲ್ಲಿ; ನಿನಗೆ ತೋರಿಸಲೇ ಇಲ್ಲ ಅದನ್ನು" ಎಂದು ದಾರಿ ಸವರುತ್ತ ಮಗ್ಗುಲ ಗಿಡಗಳನ್ನು ಆಧಾರವಾಗಿ ಹಿಡಿದುಕೊಳ್ಳುತ್ತ, ಮೊಮ್ಮಗನ ಕಡೆಗೆ ಆಗಾಗ ನೋಡಿ ಜಾಗ್ರತೆ ಹೇಳುತ್ತ

"ನನ್ನ ಹಾಗೆಯೇ ಹಿಡಿದುಕೊಂಡು ಬಾ. ಹೆದರಬೇಡ. ಹೋಗುವುದು ಕಷ್ಟ ಅಷ್ಟೆ. ಬೇರೇನೂ ಹೆದರಿಕೆಯಿಲ್ಲ" ಎಂದು ಏನೇನೋ ಅಡ್ಡ ಮಾತನಾಡುತ್ತ ಸಾಗುತ್ತಿದ್ದ. ಮಗುವಿನ ಮನಸೆಳೆಯುವ ಪ್ರಯತ್ನ ಮಾಡುತ್ತಿದ್ದ. ತುಂಬ ಕಗ್ಗಾದ ದಾರಿ. ಏರುತ್ತ, ಏರುತ್ತ ಹೋಗಬೇಕು. ಮೈ ನುಸುಳಿ ಸಾಗುವುದಕ್ಕೂ ಬಿಡಲಾರದಷ್ಟು ಸಸ್ಯಗಳ ದಟ್ಟಣಿ. ಅಂಥ ಕಾಡಿನಲ್ಲಿ ಹುಲಿ, ಚಿರತೆ ಎಲ್ಲೆಲ್ಲಿಯೂ ಮನೆ ಮಾಡಿಕೊಂಡಿರಬಹುದು. ಅಲ್ಲದೇ – ಆ ಬೆಟ್ಟದಲ್ಲಿ ಕರಡಿಗಳ ವಸತಿಯೂ ತುಂಬ. ಅದು ಕರಿಯನಿಗೂ ತಿಳಿಯದ ಸಂಗತಿ ಯಲ್ಲ. ಮಾತನಾಡುವ ಮನಸ್ಸು ಕೆಂಚನಿಗಿಲ್ಲದಿದ್ದರೂ, ಮಗುವಿಗೆ ಹೆದರಿಕೆ ಬರಬಾರದೆಂದು, ಅವನ ಸಲುವಾಗಿಯೇ ಏನೇನೋ ಅಡ್ಡ ಮಾತನಾಡುತ್ತ, ಉಸಿರು ಕಟ್ಟಿ, ಬೆವರು ಸುರಿಸಿ, ಗಿಡ ಸವರಿ, ಗಿಡ ಕಡಿದು, ದೆವ್ವ ಹಿಡಿದವನಂತೆ ಮುಂದುವರಿಯುತ್ತಲೇ ಇದ್ದ. ಕರಿಯನೂ ಸಾಹಸಿಯೇ! ಹೇಳದೆ, ಕೇಳದೆ ಹಿರಿಯರ ಕಣ್ಣು ತಪ್ಪಿಸಿಕೊಂಡು, ಅವನೇ ಅಂಥ ಕೆಲಸ ಮಾಡಿದವನಾದುದರಿಂದ–ಅವನಿಗೆ ಇಂಥ ಕಾಡನ್ನು ನುಗ್ಗಿ ನುಸುಳುವುದರಲ್ಲಿ ಅಂಜಿಕೆಯೂ ಇರಲಿಲ್ಲ. "ಅಜ್ಜಾ, ಇಲ್ಲೆಲ್ಲೋ ಮೇಲೆ ಕರಡಿ ಗುಹೆ ಇದೆ – ಎನ್ನುತ್ತಿದ್ದ ನಮ್ಮ ಕಾಳ. ನೋಡಬೇಕೆಂದು ನನಗೆ ತುಂಬಾ ಮನಸ್ಸಿತ್ತು. ಕಾಳನಿಗೂ ಅದೆಲ್ಲಿದೆ ಎಂದು ಸಮನಾಗಿ ಗೊತ್ತಿಲ್ಲವಂತೆ. ನಿನಗೆ ಗೊತ್ತೇ" ಎಂದು ಕರಿಯ ಮಾತಿಗೆ ತೊಡಗಿದ.

"ಕರಡಿ ಗುಹೆಯೇ? ಗೊತ್ತು. ಈಗ ಅಲ್ಲಿಗೆ ಬೇಡ. ಇನ್ನೊಮ್ಮೆ ಕರೆದುಕೊಂಡು ಹೋಗುತ್ತೇನೆ. ಕರಡಿ ಇಲ್ಲದ ವೇಳೆ ನೋಡಿ ಅಲ್ಲಿಗೆ ಹೋಗಬೇಕು" ಎಂದು ಹಾಗೆಯೇ ಮುಂದುವರಿದ. ಅವನ ಅಂತರಂಗಕ್ಕೆ ಗೊತ್ತಿತ್ತು–ಹುಡುಗ ಕೇಳುತ್ತಿದ್ದ ಕರಡಿ ಮನೆ, ಹಿಂದಣ ದಿನಗಳಲ್ಲಿ ಅವನ ನಿವಾಸದ ಮನೆಯೇ ಆಗಿತ್ತು. ಆಗ ಅವನೂ ಅವನ ಕುಲದವರೂ ಅರಣ್ಯ ಮಧ್ಯದ ಈ ಗುಹೆಗಳಲ್ಲಿ ವಾಸವಾಗಿದ್ದರು. ಕೆಂಚ ಹುಟ್ಟಿದ್ದೂ ಅಲ್ಲಿಯೇ; ಬೆಳೆದು ಎರಡು ವರ್ಷದವನಾದದ್ದೂ ಅಲ್ಲಿಯೇ. ಅಷ್ಟೆಲ್ಲ ಸ್ಮರಣೆ ಅವನಿಗೆ ಇದ್ದರೂ, ಅವನಿಗೆ ಚೆನ್ನಾಗಿ ನೆನಪಾಗದಂಥ ವಿಚಾರವೆಂದರೆ, ಅವನ ಹಿರಿಯರು ತಮ್ಮ ಅನಾದಿಕಾಲದ ಗವಿಮನೆಗಳನ್ನು ಬಿಟ್ಟು ಹೊರಟು ಬಂದಿರಬೇಕೆಂದು. ಪ್ರಾಯಶಃ ಯಾವುದೋ ಸಾವುನೋವುಗಳು ಸಂಭವಿಸಿ,

ಅವರನ್ನು ಭೀತಿಗೊಳಿಸಿರಬೇಕು. ಅದರಿಂದ ಆ ಸ್ಥಳವನ್ನು ಬಿಟ್ಟಿದ್ದರು. ಆಮೇಲೆಯೂ ಅವನ ಹಿರಿಯರು ಕೆಲವು ಕಾಲದ ತನಕ ವರ್ಷ ಕ್ಕೊಮ್ಮೆಯಾದರೂ ಅಲ್ಲಿಗೆ ಹೋಗಿಬರುತ್ತಿದ್ದ ನೆನಪು ಅವನಿಗಿದೆ. ಅಲ್ಲಿದ್ದ ದೈವದ ಕಲ್ಲೊಂದರ ಮುಂದೆ ಕೋಳಿ ಬಲಿಕೊಟ್ಟು ಬರುತ್ತಿದ್ದಂತೆ, ಹಣತೆ ದೀಪ ಉರಿಸಿಬಂದಿದ್ದ. ಅವರೆಲ್ಲರೂ ಮಲೆಯ ಕಲ್ಲುಡನನ್ನು ಕುಲದೈವ ವೆಂದು ಪೂಜಿಸಿ ಬರುತ್ತಿರುವವರು.

ಬೆಟ್ಟ ಹತ್ತಿ ಹಾದಿ ಸಾಗುತ್ತಿದ್ದಾಗ, ಇವೆಲ್ಲ ಹಳೆಯ ನೆನಪುಗಳು ಕೆಂಚನ ಮನದಲ್ಲಿ ಉಕ್ಕಿ ಹರಿಯುತ್ತಿದ್ದುವು. ಸೊಸೆಯ ಹಚ್ಚ ಹೊಸ ಸಾವು ದುಃಖಭರದಿಂದ ಅವನ ಎದೆಯನ್ನು ಉಬ್ಬಿಸಿತ್ತು; ಮುಖವನ್ನು ಬಾಡಿಸಿತ್ತು. ಆ ಜತೆಗೆ ಕಾಡು ಸವರಿ, ಬೆಟ್ಟದ ಕಡಿದಾದ ದಾರಿಯನ್ನೇರುವ ಸಾಹಸದ ಕೆಲಸ. ಇದರಿಂದ ಮೈಯ ದಣಿವೂ ಅಧಿಕವಾಗುತ್ತ ಬಂದು, ಮಾತು ಮೂಲೆಗುಂಪಾಯಿತು. ಕರಿಯ ಮಾತ್ರ ಚಿಗರೆಯಂತೆ ಅಜ್ಜನನ್ನು ಹಿಂಬಾಲಿಸುತ್ತಿದ್ದ. ನಡುನಡುವೆ ನಿಂತು, ನಿಟ್ಟುಸಿರು ತೆಗೆಯುವ ಭರದಲ್ಲಿ ಅವನೂ ಬಾಯಿಯನ್ನು ಬಿಗಿಹಿಡಿದ. ಆ ಕಾಡಿನ ಕತ್ತಲಲ್ಲಿ, ಬಂಡೆಗಳ ಏಣು ಏರುವುದರಲ್ಲಿ ಮನಸ್ಸು ವಿಸ್ಮಯ ತಾಳಿತು. ಕರಡಿಗಳಿರುವ ಗುಹೆ ಕಾಣುವ ಆಸೆ. ಕುತೂಹಲ ಅವನಿಗೆ; ತನ್ನ ಅಜ್ಜನೂ ಅಂಥ ಗುಹೆಯಲ್ಲಿ ಹಿಂದೆ ವಾಸವಾಗಿದ್ದನೆಂಬ ಬೆರಗು ಬೇರೆ. ಇವೆಲ್ಲ ಆ ಎಳೆಯನ ಹಿಂದಣ ಕಡು ದಾರುಣ ದುಃಖವನ್ನು ಮರೆಯಿಸಿತು. ಸುಮಾರು ಒಂದೆರಡು ಗಳಿಗೆ ಕಾಲ ಅವರು ನಡೆದಿರಬೇಕು; ಬೆಟ್ಟ ಹತ್ತಿ ಹೋಗಿರಬೇಕು. ಮುದುಕ ತೀರ ದಣಿವಿನಿಂದ ಉಸ್ಸೆಂದು ಕುಳಿತ, ಒಂದು ಬಂಡೆಯ ಮೇಲೆ. 'ಇಷ್ಟು ದೂರವಿದೆಯೇ ಜಾಗ! ಹಿಂದೆಷ್ಟೋ ಬಾರಿ ಬಂದವನಲ್ಲವೇ ನಾನು. ಇತ್ತೀಚೆಗೆ ಬಾರದೆ ಕೆಲವು ವರ್ಷಗಳೇ ಆದುವು, ನಿಜ–ಕೊನೆಯ ಬಾರಿ ಬಂದದ್ದೆಂದರೆ ತಿಪ್ಪನನ್ನು ಕರೆದುಕೊಂಡು. ನಿಜ, ಮುಪ್ಪೇರುತ್ತ ಬಂದ ಹಾಗೆ ದಣಿವು, ದೂರ ಎರಡೂ ಹೆಚ್ಚಾಗಿ ಕಾಣುವುದು ಸಹಜ' ಎಂದು ತನ್ನಷ್ಟಕ್ಕೆ ಅಂದುಕೊಂಡ.

"ಅಜ್ಜ, ಬರಲಿಲ್ಲವೇ ಇನ್ನೂ? ತೀರ ಬೆಟ್ಟದ ಕುಡಿಯಲ್ಲೇ ಇದೆಯೇ ಅದು? ಹೇಗಿದೆ ನೋಡಲಿಕ್ಕೆ?" ಎಂದು ಕರಿಯ ಮಾತಿಗೆ ತೊಡಗಿದ.

"ಅಲ್ಲಿಗೆ ಬಂದೆವು. ಇನ್ನು ಏರುವುದಕ್ಕಿಲ್ಲ; ತುಸು ಇಳಿಯಬೇಕು. ಇನ್ನು ಕಷ್ಟದ ದಾರಿಯೆಂದರೆ ಒಂದು ನಾಲ್ಕು ಮಾರು, ಒಂದು ನಾಲ್ಕೇ ಮಾರು. ಒಂದೇ ಬಂಡೆಯ ಅಂಚಿನ ಮೇಲೆ ಆನಿಸಿ ಜಾಗ್ರತೆಯಿಂದ ಹೋಗ ಬೇಕು. ಆದರೆ, ಯಾರ್‍ಯಾರೂ ಬರಲಾರದಂಥ ತಾವು ಅದು. ಆನೆಗೀನೆ ಯಾವುದೊಂದೂ ಬರಲಾರದು."

"ಕರಡಿ?"

"ಕರಡಿಯೂ ಬರಲಾರದು."

"ಕರಡಿ ಹಾಗಾದರೆ ಈಚಲು ಮರ ಹತ್ತಿ, ಅದರ ಹಣ್ಣು ತಿನ್ನುತ್ತ ದಂತಲ್ಲವೇ? ಸುಳ್ಳೇ? ಕಾಳ ಹೇಳುತ್ತಾನೆ."

"ಕರಡಿ ಮರ ಹತ್ತುತ್ತದೆ ಅನ್ನುತ್ತಾರೆ–ನಾನು ಕಂಡವನಲ್ಲ. ಹತ್ತೀತು, ಅಲ್ಲಿಗೂ ಹೋದೀತು, ಆದರೆ ಅಲ್ಲಿಗೇ ಅದು ಏಕೆ ಹೋಗಬೇಕು? ಈ ಬೆಟ್ಟದಲ್ಲಿ ಸುಲಭವಾಗಿ ಸಿಗುವ ಬೇರೆ ನೂರಾರು ಗುಹೆಗಳಿರುವಾಗ" ಎಂದ ಮುದುಕ.

ಅಲ್ಲಿಂದೆದ್ದ; ನೆಟ್ಟಗೆ ಎಡಗಡೆ ತಿರುಗಿ ನಾಲ್ಕು ಹೆಜ್ಜೆಗಳನ್ನು ಇರಿಸಿದ. ಒಂದು ಹಿರಿಯ ಬಂಡೆಯ ಸೆರಗು ಇದಿರಾಯಿತು. ನಾಲ್ವತ್ತು ಐವತ್ತು ಅಡಿ ಎತ್ತರದ ಗೋಡೆಯಂತೆ ಅರ್ಧವರ್ತುಲಾಕೃತಿಯಲ್ಲಿ ಬಾಗಿ ನಿಂತಿತ್ತು ಅದರ ಮೈ. ಮೈಗೆ ಅಂಟಿಕೊಂಡು ಹೆಜ್ಜೇನಿನ ತಟ್ಟಿಗಳು ತೂಗಿಕೊಂಡಿದ್ದವು. ಕರಿಯನ ದೃಷ್ಟಿ ಅವುಗಳ ಕಡೆಗೆ ಹರಿಯದಿದ್ದೀತೇ! "ಅಜ್ಜಾ, ಅಲ್ಲಿ ನೋಡು ಎಂಥೆಂಥಾ ಜೇನುತಟ್ಟಿ!" ಎಂದ.

"ಮತ್ತೆ ಕಾಣುವ ಮಗು, ಈಗ ನನ್ನ ಸೆರಗು ಹಿಡಿದು ಬಾ" ಎಂದ ಮುದುಕ ಆ ಬಂಡೆಯ ಬಿರುಕೊಂದರ ಮೇಲೆ ಮೆಲ್ಲಗೆ ಕಾಲಿರಿಸುತ್ತ. ಗೋಡೆಗೆ ಮೈಯೊರಸಿಕೊಂಡು ಮುಂದುವರಿದ. ಆ ಬಿರುಕು ಒಬ್ಬ ಕಾಲಿರಿಸುವಷ್ಟೇ ಅಗಲವಾಗಿತ್ತು. ಕೆಳಗೂ ಬಂಡೆಯ ಗೋಡೆ; ಮೇಲೂ ಅದೇನೆ. ಇಬ್ಬರೂ ಹೆಜ್ಜೆಯ ಮೇಲೆ ಹೆಜ್ಜೆ ಇಟ್ಟು ಮುಂದುವರಿದರು. ಆ ಬಂಡೆಯ ಮೈಗೆ ಅಂಟಿ ಹಬ್ಬಿದ್ದ ಬೀಳಲು, ಬೇರುಗಳನ್ನು ಹಿಡಿದು ಇಬ್ಬರೂ ಇಪ್ಪತ್ತು, ಮೂವತ್ತು ಅಡಿ ಹೋಗುತ್ತಲೇ–ಇದಿರಾದುದೇ ಒಂದು ಹಿರಿಯ

ಗುಹೆ. ಅದು ಶಿಲಾಮಯ. ಗುಹೆಯ ಮೇಲು ಭಾಗದಲ್ಲಿ ದೆವ್ವದಂತಹ ಬಂಡೆಯೊಂದು ಮಾಡಿನಂತೆ ಮುಂದಕ್ಕೆ ಚಾಚಿತ್ತು. ಗುಹೆಯ ಆಚೀಚಿನ ಗೋಡೆಗಳು ಅಗಾಧ ಬಂಡೆಗಳು. ಕೆಳಕ್ಕೆ ಹಾಸಿದುದು ಅದೇನೆ. ಅಲ್ಲಿಂದ ಎದುರಿಗೆ ನೋಡಿದರೆ ಕಡಿದಾದ ಒಂದು ಕೊರಕಲಿತ್ತು.

ಸ್ಥಳ ಬಂತೆಂದು ಇಬ್ಬರೂ ಗುಹೆಯ ನೆಲದಲ್ಲಿ ವಿಸ್ಮಯದಿಂದ ನಿಂತರು, ಮಾತನಾಡಿದರು. ಆಡಿದ ಮಾತು 'ಗುಯಿಂ, ಗುಯಿಂ' ಎಂದು ಮರುಕಳಿಸತೊಡಗಿತು. ಅದರ ಧ್ವನಿಗೆ ಗುಹೆಯಲ್ಲಿ ಬಿಡಾರ ಮಾಡಿಕೊಂಡಿದ್ದ ಹಲವಾರು ಬಾವಲಿಗಳು ಹಾರಿಹೋದವು. ಕರಿಯ ವಿಸ್ಮಯದಿಂದ ಆ ವಿಶಾಲವಾದ ಗುಹೆಯನ್ನೇ ನೋಡುತ್ತ ನಿಂತ. "ಎಷ್ಟು ಚೆಂದದ ಮನೆ ಇದು! ಕಂಬ ಬೇಡ, ಕಿಟಕಿ ಬೇಡ. ಇಲ್ಲೇ ಇದ್ದರೆ ಎಷ್ಟು ಚಂದ" ಎಂದಂದು ಕೊಂಡ. ಕೆಂಚ ಮಗುವಿನ ಕೈಯ್ಯನ್ನು ಹಿಡಿದು, ಗುಹೆಯ ಆಚೆ ಈಚೆ, ಒಳಗು, ಹೊರಗುಗಳನ್ನೆಲ್ಲ ತೋರಿಸತೊಡಗಿದ. ಹಳೆಯ ದಿನಗಳಲ್ಲಿ ಅವರು ಒಲೆಗೆ ಹೂಡಿದ್ದ ಕಲ್ಲುಗಳು ಅಲ್ಲೇ ಬಿದ್ದಿದ್ದವು. ನೆಲ ಕೊರೆದು ಮಾಡಿದ ಒರಳು, ಕಡೆಯುವ ಕಲ್ಲುಗಳು ಕಾಣಿಸಿದುವು. ಒಳಕ್ಕೆ ಹೊಕ್ಕಂತೆ ಗವಿ ಕಿರಿದಾಗುತ್ತ ಬಂದು, ಕಗ್ಗತ್ತಲ ಬಾಗಿಲೊಂದು ಕಾಣಿಸುತ್ತದೆ. ಅಲ್ಲಿಂದ ಹೊಕ್ಕು, ಎಡ, ಬಲಕ್ಕೆ ತಿರುಗಿದರೆ ತಿರುಗಿ ಚಿಕ್ಕ ಪುಟ್ಟ ಗವಿಗಳು ಸಿಗುತ್ತವೆ. ಕೊರೆದು ಮಾಡಿದ ಗವಿಗಳಲ್ಲಿ–ಪ್ರಕೃತಿ ರಾಶಿಯೊಡ್ಡಿದ್ದ, ಬಿಸಿಲು, ಮಳೆ ಒಡೆದಿರಿಸಿದ, ಬಂಡೆಗಳ ನಡುವಣ ಮಣ್ಣನ್ನು ಮಳೆಯ ನೀರು ಕೊರೆದು ಸ್ವಾಭಾವಿಕವಾಗಿ ಉಂಟಾದ ನಿಸರ್ಗದ ಮನೆಗಳಿವು. ಮಾನವ ಯುಗ ಬರುವ ಮುನ್ನ ನಿಸರ್ಗವು ಕುಡಿಯರಿಗೆ ನಿರ್ಮಿಸಿಕೊಟ್ಟ ಅರಮನೆಗಳು.

ಕೆಂಚ ಆ ಗುಹೆಯ ವೈಭವವನ್ನು ತೋರಿಸುವುದಕ್ಕೆ ಮೊಮ್ಮಗನನ್ನು ಕರೆದುಕೊಂಡು ಬಂದವನಲ್ಲ. ಆತ ಬಂದುದು–ಕುಲದೈವವಾದ ಮಲೆರಾಯನ ನೆನಪಾಗಿ. ಗವಿಯ ಮುಂಭಾಗದ ಒಂದು ಗೋಡೆಯಲ್ಲಿ ಕೊರೆದ ಕಲ್ಲಿನ ಒಂದು ಪದರು ಬೆಳಕಿಗೆ ಹೊಳೆಯುತ್ತಿತ್ತು. ಹೊಳೆದು ಮಿನುಗುವ ಆ ಪದರಿಗೆ ವಿಗ್ರಹದ ರೂಪುರೇಷೆ ಇಲ್ಲದಿದ್ದರೂ, ಬೆಳಕಿಂದ ಥಳಥಳಿಸುವಾಗ ಅದಕ್ಕೊಂದು ರೂಪು, ಆಕಾರ ಇರುವಂತೆ ಕಾಣುತ್ತಿತ್ತು. ಅದೇ ಅವನು; ಅವನೇ ಮಲೆರಾಯ! ಮುದುಕ ಮಲೆರಾಯನ ಮುಂದೆ

ಸಾಷ್ಟಾಂಗವೆರಗಿದ; ಮೊಮ್ಮಗನಿಗೂ ಅಡ್ಡಬೀಳಲು ಹೇಳಿದ. ಅನಂತರ ಕಲ್ಲರೆಗೆ ತುಸು ದೂರದಲ್ಲಿ ಒಂದು ದೀಪ ಉರಿಸಿದ. ಯಾವುದೋ ಕಾಯಿಯ ಕೊಬ್ಬು, ನಾರುಗಳನ್ನು ಗುದ್ದಿ ಮಾಡಿದ ಮುಂಬತ್ತಿಯನ್ನು ನಟ್ಟು, ಕಡ್ಡಿ ಉರಿಸಿ, ಬೆಳಗಿಸಿದ. ಅವನ ಹಿರಿಯರ ದಿನಗಳಲ್ಲಿ ಚಕಮುಕಿ ಕಲ್ಲು ಬಡಿದು ಅದನ್ನು ಹೊತ್ತಿಸುತ್ತಿದ್ದರಂತೆ. ಈಗ, ಏಲಕ್ಕಿ ಮಲೆಯ ಧನಿಗಳ ಸಂಪರ್ಕದಿಂದ ಮಲೆಗೂ ಕಡ್ಡಿ ಪೆಟ್ಟಿಗೆಗಳು ಬಂದಿವೆ. ಪೆಟ್ಟಿಗೆಯಿಂದ ಒಂದು ಕಡ್ಡಿ ತೆಗೆದು, ನೆಲಕ್ಕೆ ಗೀರುತ್ತಲೇ ಕಡ್ಡಿ ಹೊತ್ತಿ ಉರಿಯಿತು. ದೇವರಿಗೆ ದೂರವಾಗಿ ಉರಿಸಿದ ದೀಪ ಕಂಡು "ಅಜ್ಜಾ, ದೇವರಿಗೆ ಅಷ್ಟು ದೂರದಲ್ಲಿ ಯಾಕೆ ದೀಪ ಉರಿಸುತ್ತೀ? ಸಮೀಪದಲ್ಲಿ ಉರಿಸು" ಎಂದ ಕರಿಯ.

"ಈಗಲ್ಲ, ಈಗಲ್ಲ. ಬರಿದೆ ಬರಬಾರದು ಎಂದು ಅದನ್ನು ತಂದು ಹಚ್ಚಿದೆ, ಹೊಲೆ ಕಳೆದ ಮೇಲೆ ಸಮೀಪ ಹೋಗಬಹುದು. ದೀಪ ಹಚ್ಚ ಬಹುದು. ಈಗ ಮೈಲಿಗೆಯಲ್ಲವೇ? ಹೊಲೆ ಇರುವಾಗ ದೇವರ ಸಮೀಪ ಹೋಗುವುದೇ?" ಎಂದ ಮುದುಕ.

"ಅಜ್ಜಾ, ಅಮ್ಮ ಹೇಗೆ ಆ ಗುಂಡಿಗೆ ಬಿದ್ದಳು? ನಿತ್ಯ ಹೋಗಿ ಬರುವ ಸ್ಥಳ ಅಲ್ಲವೇ?" ಎಂದ ಕರಿಯ. ಮಗುವಿನ ಮನಸ್ಸು ತಾಯಿಯ ಕಡೆಗೆ ಥಟ್ಟನೆ ತಿರುಗಿದುದನ್ನು ಕಂಡು ಕೆಂಚಗೆ ದುಃಖ ತುಂಬಿ ಬಂದಿತು. ಅದನ್ನು ತೋರಿಸಿಕೊಳ್ಳಲಾರ; ಮಗುವಿನ ಮಾತನ್ನು ಉತ್ತರಿಸಲಾರ.

"ಹೋಗಲಿ ಮಗು. ಆ ಮಾತನ್ನು ಹೇಳಿ ಫಲವೇನು? ದೈವದ ಮನಸ್ಸನ್ನು ಬಲ್ಲವರಾರು" ಎಂದ ಕೆಂಚ.

"ಯಾವುದು? ಈ ದೈವವೇ! ಮಲೆರಾಯನೇ?"

ಅದನ್ನೂ ಉತ್ತರಿಸುವಂತಿಲ್ಲ ಕೆಂಚ. ಸೊಸೆಯ ಸಾವಿನಿಂದ ಕಲ್ಕುಡನಿಗೆ ಬೆದರಿಕೊಂಡು ಮನಸ್ಸಿನಲ್ಲಿ ಸುಬ್ರಹ್ಮಣ್ಯನನ್ನು ನೆನೆದು ಶರಣು ಹೋದ. ನೆನೆದ ಮರುಕ್ಷಣ, ಕುಲದೇವತೆಯಾಗಿದ್ದ ಮಲೆರಾಯನ ನೆನಪಾಯಿತು. ದೈವಕ್ಕೆ ದೈವ ಇದಿರೆಂದು ತಿಳಿದೋ ಏನೋ, ಇಲ್ಲಿಗೂ ಬಂದು ಶರಣಾಗತನಾದ. ದುಃಖ ತುಂಬಿದ ಅಜ್ಜನ ಮುಖವೇ ಕರಿಯನನ್ನೂ ಸುಮ್ಮಗಿರಿಸಿತು. ತನಗಿಂತ ಅಜ್ಜ ಹೆಚ್ಚು ಮರುಗಿದ್ದಾನೆ,

ನೊಂದಿದ್ದಾನೆ–ಎಂದನಿಸಿತು ಆ ಬಾಲಕನಿಗೆ. ಅಜ್ಜ ದೈವಕ್ಕೆ ಮುಖಮಾಡಿ ಮೊರೆಯಿಡುತ್ತಿದ್ದ ವೇಳೆ, ಕರಿಯ ಅವನಿಗಿಂತ ತುಸು ದೂರದಲ್ಲಿ ಕುಳಿತು, ಕಾಲು ಮಡಚಿ, ಕೈ ನೆಲಕ್ಕೂರಿ, ಕತ್ತೆತ್ತಿ ಗುಹೆಯ ನಾಲ್ಕು ಸುತ್ತಲೂ ನೋಡ ತೊಡಗಿದ. ಹಣತೆಯ ಬೆಳಕು ಮಲೆರಾಯನ ಬೆಣಚುಗಲ್ಲಿನ ಮೈಯ ಮೇಲೆ ಥಳಿಸಿ, ನೀಲಿ, ಹಸುರು, ಕೆಂಪು ಬಣ್ಣ ಮಿಂಚುತ್ತಿರುವುದನ್ನು ಬೆರಗಿನಿಂದ ನೋಡುತ್ತ ಕುಳಿತ.

ಕೆಂಚ ಇಷ್ಟಿಷ್ಟೂ ಕದಲದೆ, ದೈವದ ಮುಂದೆ ದೀನವದನನಾಗಿ ಮೊರೆಯಿಡುತ್ತಲಿದ್ದಾನೆ. ಒಂದೇ ಸವನೆ ಕಂಬನಿ ಮುಸುಕಿದ ಕಣ್ಣುಗಳಿಂದ ಅವನ ವಿಗ್ರಹವನ್ನೇ ನೋಡುತ್ತ ಬೇಡುತ್ತಲಿದ್ದಾನೆ. “ದೈವವೇ– ಈ ಒಂದು ಬದುಕನ್ನು ಉಳಿಸಿಕೊಡು; ಕಲ್ಕುಡನ ಸಿಟ್ಟಿನಿಂದ ಕಾಯಿ, ನಿನ್ನ ತಾವನ್ನು ಬಿಟ್ಟು ಹೋದೆವೆಂದು ನಿನ್ನ ಮಕ್ಕಳ ಮೇಲಿನ ಕರುಣೆ ಕಡಿಮೆ ಮಾಡುತ್ತೀಯಾ? ಇನ್ನು ನಾನಿರುವ ತನಕವೂ, ತಪ್ಪದೆ ವರ್ಷಕ್ಕೊಮ್ಮೆ ಒಂದೊಂದು ‘ಹಾರ’ ವನ್ನೂ, ಚರುವನ್ನೂ ಕೊಡುತ್ತೇನೆ. ಇನ್ನಾರಿದ್ದಾರೆ ನನಗೆ? ಈ ಮರಿ ಬೆಳೆಯಲಿ; ದೊಡ್ಡದಾಗಲಿ. ನನ್ನಂತೆ ಅವನೂ ನಿನಗೆ ನಡೆದುಕೊಳ್ಳುತ್ತಾನೆ” ಎಂದು ಬೇಡಿಕೊಂಡ. ಕೊನೆಯ ಮಾತುಗಳು ಅವನ ತುಟಿ ಮೀರಿ ಹೊರಟುವು. ಕರಿಯನಿಗೂ ಅವು ಕೇಳಿಸದೆ ಇರಲಿಲ್ಲ. ತನ್ನನ್ನು ಅಜ್ಜ ಅಲ್ಲಿಗೆ ಕರೆದು ತಂದದ್ದೇಕೆಂದು ಅವನಿಗೂ ಹೊಳೆದಿದೆ. ಅಜ್ಜ ಪ್ರಾರ್ಥನೆ ಮುಗಿಸಿ ಸಾಷ್ಟಾಂಗವೆರಗುವುದನ್ನು ಕಂಡು ಆತನು ನೆಲದುದ್ದಕ್ಕೂ ಮಲಗಿ ನಮಸ್ಕರಿಸಿದ.

ಇಷ್ಟೆಲ್ಲ ನಡೆಯುತ್ತಿದ್ದಾಗ ಹೊತ್ತು ನೆತ್ತಿಗೇರಿರಬೇಕು. ಗವಿಯ ಮುಂಗಡೆ ಒಸರಿ ಬೀಳುತ್ತಿದ್ದ ನೀರಿನ ಧಾರೆಗಳ ಮೇಲೆ ಸೂರ್ಯರಶ್ಮಿ ಬಿದ್ದು ಬೆಳ್ಳಿಯ ಸರಳಂತೆ ಹೊಳೆಯುತ್ತಿತ್ತು. ಎದುರಿನ ಹೊಂಡದಲ್ಲಿನ ನೀರ ಕುಣಿ ಥಳಿಸಿ, ಸೂರ್ಯರಶ್ಮಿ ಗುಹೆಯೊಳಕ್ಕೂ ಬಡಿಯಿತು. ಕೆಂಚನ ಮುಖವನ್ನು ಮಿರುಗಿಸಿತು. ಅದನ್ನೇ ನೋಡುತ್ತಾ ಹುಡುಗ ತುಸು ಹೊತ್ತು ಕಳೆದ. ಹಸಿವಿನಿಂದ ಅವನ ಹೊಟ್ಟೆ ಕಡಿಯಲಾರಂಭಿಸಿತು. “ಅಜ್ಜಾ, ನಿನಗೆ ಹಸಿ ವಾಗುವುದಿಲ್ಲವೇ” ಎಂದು ಕೇಳಿದ ಕರಿಯ. ಮಗುವಿನ ಮಾತು ಕೇಳಿ ಕೆಂಚನ ಮುಖದಲ್ಲಿ ಅನುತಾಪದ ಎಳೆ ನಗುವೊಂದು ಮೂಡಿತು. “ಇನ್ನು

ಹೋಗುವ" ಎಂದ. "ಬೇಡ, ಇವತ್ತು ಇಲ್ಲಿರುವ ಅಜ್ಜ. ಮನೆಯಲ್ಲಿ ಯಾರಿದ್ದಾರೆ ನಮಗೆ? ಹಸಿವಾಯಿತೆಂದು ಹೇಳಿದೆ. ನಿನ್ನ ಕತ್ತಿ ಕೊಡು. ಅಲ್ಲೊಂದು ಬಯನಿ ಗಿಡ ಕಾಣಿಸುತ್ತದಲ್ಲ" ಎಂದ.

"ಬೇಡ ಮಗು, ಮನೆಗೇ ಹೋಗುವ. ಹೋಗದಿದ್ದರೆ ಕೇರಿಯವರು ಗಾಬರಿಗೊಂಡಾರು, ಹೋಗುವ" ಎಂದು ಹೊರಟೇಬಿಟ್ಟ. ಅಲ್ಲಿಂದ ಮನೆಗೆ ಮರಳುವ ಪಯಣ ತೊಡಗಿತು. ಕರಿಯನ ಮನಸ್ಸು ಮಾತ್ರ ಗುಹೆಯಲ್ಲಿ ನಟ್ಟಿತ್ತು. ತಮಗೆ ಆ ಗುಹೆಯೇ ಮನೆಯಾದರಾಗಬಹುದಲ್ಲ-ಎಂಬ ಆಸೆ ಮೂಡಿತ್ತು. ಆದರೆ ಅಜ್ಜನ ಮಾತಿಗೆ ಆತ ಇದಿರೆನ್ನುವಂತಿಲ್ಲ. ಬಂಡೆಯ ಗೋಡೆ ದಾಟಿ ಈಚೆಗೆ ಬಂದೊಡನೆಯೆ, ಕಂಚ ಚಿಕ್ಕ ಬಯನಿ ಗಿಡ ವೊಂದನ್ನು ಕಡಿದು ಅದರೊಳಗಿನ ದಿಂಡನ್ನು ಸುಲಿದು ತೆಗೆದು, ಮುರಿದು, ಮಗುವಿಗೆ ಒಂದು ತುಂಡು ಕೊಟ್ಟ; ತಾನೂ ಒಂದು ತುಂಡನ್ನು ತಿಂದ. ಮನಸ್ಸು ಕಲ್ಲಾಬಿಲ್ಲಿಯಾಗಿತ್ತು. ಜೀವ ದಣಿದಿತ್ತು. ಶರೀರ ಹಸಿದಿತ್ತು. ತಿನ್ನಲೇ ಬೇಕಾಯಿತು. ಕರಿಯ ಅದನ್ನು ಕಬ್ಬಿನಂತೆ ಅಗಿದು ತಿಂದು, ಎದ್ದೂ ಆಯಿತು. ಸವರಿಕೊಂಡು ಬಂದ ಕಾಡಿನ ಜಾಡಿನಲ್ಲಿ, ಮಿಗದಂತೆ ನೆಗೆದು, ಜಿಗಿದು ನಡೆಯತೊಡಗಿದ. ಅಜ್ಜನೇ ಹಿಂದೆ; ಇವನೇ ಮುಂದೆ.

ಇಷ್ಟು ಹಿಗ್ಗೀಗ ಕಂಚನಿಗೆ-ತನ್ನ ಮೊಮ್ಮಗನ ನಡಿಗೆ, ಹೆಜ್ಜೆ, ಧೈರ್ಯ ನೋಡಿ. 'ಅಯ್ಯೋ, ಇಂಥ ಮಗುವನ್ನು ಕೇಳುತ್ತಾನಲ್ಲ ಕಲ್ಕುಡ' ಎಂದು ಕೊಂಡ. ಬರುವುದಕ್ಕೆ ಹಿಡಿದ ಅರ್ಧದಷ್ಟು ಸಮಯವೂ ಹೋಗಲು ಬೇಕಾಗಲಿಲ್ಲ. ಹೊತ್ತು ತಿರುಗಿ ಒಂದು ಜಾವವೂ ಆಗಿರಲಾರದು- ಅವರಿಬ್ಬರೂ ತಮ್ಮ ಗುಡಿಸಲನ್ನು ಸೇರುವಾಗ. ಮುದುಕ ಬೆಳಗಿನಿಂದ ಕಿಚ್ಚನ್ನೂ ಹೊತ್ತಿಸಿರಲಿಲ್ಲ ಒಲೆಗೆ. ಕರಿಯ ನೆರೆಮನೆಗೆ ಹೋಗಿ ಉಂಡು ಬಂದಿದ್ದ. ಆ ದಿನ ಮನೆಗೆ ಮರಳುವಾಗ ಕೇರಿಯ ಜನ ಕುಮರಿಗೆ ಹೋಗಿದ್ದರು. ಮನೆಯ ತುಸು ದೂರದಲ್ಲಿ ಒಬ್ಬಳು ಮುದುಕಿ ಮಾತ್ರ ಕುಳಿತಿದ್ದಳು. ಅಲ್ಲಿಗೆಲ್ಲ ಹೋಗುವುದರಲ್ಲಿ ಅರ್ಥವಿಲ್ಲ-ಎಂದು ಕಂಚ ಇಷ್ಟು ಅಂಬಲಿ ಬೇಯಿಸಲೆಂದು ಒಲೆ ಹೊತ್ತಿಸಿದ. ತಂದಿರಿಸಿದ ತಾಳೆಯ ಹಿಟ್ಟು ಬಿದಿರಿನ ಅಂಡೆಯಲ್ಲಿತ್ತು. ಅದರಿಂದಿಷ್ಟು ಹಿಟ್ಟು ತೆಗೆದು, ಅಂಬಲಿ ಮಾಡುವುದು ಏನು ದೊಡ್ಡ ಕೆಲಸ ಎಂದು ಆತ ಮಡಿಕೆಯೊಂದರಲ್ಲಿ ಎಸರಿಟ್ಟ.

ಬೆಟ್ಟ ಹತ್ತಿ, ಇಳಿದು, ದಣಿದು ಬಂದಿದ್ದ ಕರಿಯ ಮನೆಗೆ ಜಗುಲಿಯಲ್ಲಿ ಕುಳಿತ; ಹಾಗೆಯೇ ನೆಲದ ಮೇಲೆ ಒರಗಿದ; ಕಣ್ಣು ಬಾಡಿಸಿದ! ನಿದ್ದೆ ಮಾಡಿಯೂ ಬಿಟ್ಟ.

ಕೇರಿಯ ಕುಡಿಯರು ಕುಮರಿಯಿಂದ ಮರಳುವಾಗ ಬಾನು ಕೆಂಪಡರಿತ್ತು. ಹರಟುತ್ತ, ಹಾಡುತ್ತ ಕೇರಿಗೆ ಮರಳುತ್ತಿದ್ದರು. ಕೇರಿ ಸಮೀಪಿಸುತ್ತಲೇ ಕಾಲು ತಡವರಿಸಿತು. ಕೆಂಚನ ಸೊಸೆಗೆ ಅಪಘಾತ ಸಂಭವಿಸಿದ ತಾವು ಬರುತ್ತಲೇ, ಎಲ್ಲರ ದನಿಗಳೂ ಉಡುಗಿದವು! ಅಲ್ಲಿಂದ ತುಸುದೂರ ಬರಲು, ಅವರ ಕಲ್ಪವೃಕ್ಷ ಸಂಧಿಸಿತು. ಬಯನಿ ಮರ! ಅವರಲ್ಲಿ ಒಬ್ಬನು ಸರಸರನೆ ದೆವ್ವದಂಥ ಆ ಮರವನ್ನೇರಿದ. ದಣಿದು ಬಂದ ಕುಡಿಯರು ಎಲೆಗಳನ್ನು ತಂದು, ದೊನ್ನೆ ಸೆಟ್ಟು, ಪಾನಪಾತ್ರೆಗಳನ್ನು ಸಿದ್ಧಗೊಳಿಸಿ ಮಂಡಲಾಕೃತಿಯಲ್ಲಿ ಕುಳಿತು ನಿರೀಕ್ಷಿಸುವುದರೊಳಗೆ, ಮೇಲಿನಿಂದ, ದಣಿದ ಜೀವಕ್ಕೆ ತಕ್ಕ ಅಮೃತ ಬಂತೇ ಬಂದಿತು. ಹೆಂಡ ತಂದವನು ಎಲ್ಲರ ಕೈಯಲ್ಲೂ ಒಂದು ದೊನ್ನೆ ಇತ್ತ; ಅವನು ಮಾಡಿದ ದೊನ್ನೆಯಲ್ಲ; ಗೆಳೆಯನೊಬ್ಬ ಸೆಟ್ಟುಕೊಟ್ಟ ದೊನ್ನೆ, ಆ ಪಾತ್ರೆಗೆ ಹೆಂಡವನ್ನು ಎರೆಯಲು ಬರುತ್ತಲೇ "ಬೇಡ, ಇಂದು ಬೇಡ" ಎಂದ ತುಕ್ರ.

ಆಚೀಚಿನವರಿಗೆ ಆಶ್ಚರ್ಯವಾಯಿತು. ಒಂದು ದಿನವಾದರೂ ತುಕ್ರ, ಧೀರರಲ್ಲಿ ಧೀರ, ಬಯನಿ ಹೆಂಡವನ್ನು ಬೇಡ ಎಂದವನಲ್ಲ; ಇಂದು 'ಬೇಡ' ಅನ್ನುತ್ತಿದ್ದಾನೆ. ಆದರೆ ಆ ದಿನದ ಅವನ ಮನೋಧರ್ಮವನ್ನು ನೋಡಿದವರು ಅವನನ್ನು ಒತ್ತಾಯಿಸಲಿಲ್ಲ. ಉಳಿದವರು 'ಕುಡಿಯರ' ಎಂದು ನುಡಿದು ಪಾನಪಾತ್ರೆಯನ್ನು ಬರಿದು ಮಾಡಿದರು. ಬಿದಿರಿನ ಅಂಡೆಯಲ್ಲಿ ಇನ್ನೂ ಹೆಂಡ ಉಳಿದಿತ್ತು. ತಂದಿದ್ದ ಹುಡುಗ, ಅದನ್ನು ಕೆಂಚ ಗುರಿಕಾರನಿಗೆ ಒಪ್ಪಿಸುವ ಸಲುವಾಗಿ ಹೊರಟ. ಕೇರಿ ಬಂದಿತು; ಕೆಂಚನ ಗುಡಿಸಲೂ ಸಮೀಪಿಸಿತು. ಯಾರೊಬ್ಬರ ಗಂಟಲಿನಿಂದಲೂ ಮಾತು ಹೊರಡಲಿಲ್ಲ. ಅವರವರು ತಮ್ಮ ತಮ್ಮ ಮನೆಗಳನ್ನು ಸೇರಿದರು. ತುಕ್ರನ ಇಬ್ಬರು ಮಡದಿಯರು ತಮ್ಮ ಗುಡಿಸಲಿಗೆ ಹೋದರು. ತುಕ್ರ ಹಾಗೆ ಮಾಡದೆ, ಮಡದಿಯರೊಡನೆ "ನೀವು ಹೋಗಿ. ಪಾಪ, ಕೆಂಚಜ್ಜ ಒಬ್ಬರೇ ಕುಳಿತಿರುತ್ತಾರೆ. ನಾವು ಅವರನ್ನು ಬಿಟ್ಟು ಬಂದುದೇ ತಪ್ಪು. ಹೋಗಿ, ನೋಡಿ

ಬರುತ್ತೇನೆ" ಎಂದು ಅಲ್ಲಿಗೇ ಹೊರಟ. ಅವನ ಬೆನ್ನಿಗೆ ಮತ್ತೂ ನಾಲ್ವರು ಹೋದರು.

"ಅಜ್ಜ" ಎಂದು ತುಕ್ರ ಕರೆದಾಗ, ಕೆಂಚ ಅಂಬಲಿ ಬೇಯಿಸಿ ಕೆಳಕ್ಕಿರಿಸಿ, ಒಲೆಯ ಕೆಂಡ ನಂದಿಸಿ, ಈಚೆ ಬರುವುದರಲ್ಲಿದ್ದ. ಅಷ್ಟಕ್ಕೆ ತುಕ್ರನ ಸ್ವರ ಕೇಳಿಸಿತು. "ಬಾ ಮಗು" ಎಂದು ಕರೆದ. ಹೊರಗಿದ್ದ ಅವರು ಚಾವಡಿಗೆ ಬಂದು ಕುಳಿತರು. ಚಾವಡಿಯ ಮಗ್ಗುಲೊಂದರಲ್ಲಿ ಕರಿಯ ಇನ್ನೂ ಮಲಗಿಕೊಂಡಿದ್ದ.

ಕೆಂಚನೇ ಮಾತು ತೊಡಗಿದ. "ನೋಡು ತುಕ್ರ, ಇನ್ನು ನನ್ನ ಆಟ ಮುಗಿದ ಹಾಗೆಯೇ. ಈ ಮಗು ದೊಡ್ಡವನಾಗಿ ಬೆಳೆಯುವ ತನಕ ನನ್ನಿಂದ ಆಗುವ ಕೆಲಸ ಅಷ್ಟಕ್ಕಷ್ಟೆ. ಹೆಚ್ಚು ಕಡಿಮೆ ಬಾರದಂತೆ ಎಲ್ಲವನ್ನೂ ಸುಧಾರಿಸಿಕೊಂಡು ಹೋಗಬೇಕು-ತುಕ್ರ, ನಿನಗೆ ಹೇಳುತ್ತಿರುವುದು ನಾನು" ಎಂದು ಮುಂದಿನ ಕೆಲಸವನ್ನೂ ಹೇಳಿದ. ತನ್ನ ಸೊಸೆಯ ಬೊಜ್ಜಕ್ಕೆ ಬೇಕಾದ ಏರ್ಪಾಡು, ದೈವದ ಕೋಲಕ್ಕೆ ಆಗಬೇಕಾದ ಏರ್ಪಾಡು-ಎಲ್ಲವನ್ನೂ ವಿವರಿಸಿ ಹೇಳಿದ. ತುಕ್ರ 'ಹೂಂ'ಗುಡುತ್ತಿದ್ದ. ಎಲ್ಲವನ್ನೂ ಕೇಳುತ್ತ. ಆದರೆ ನಿಜಕ್ಕೂ ಅವನ ಮನಸ್ಸು ಮಾತ್ರ ವಿಚಿತ್ರವಾದೊಂದು ನರಕದಲ್ಲಿ ನರಳಾಡುತ್ತಿತ್ತು.

ಹೀಗೆ ಮುಂದಿನ ಏರ್ಪಾಟುಗಳನ್ನು ಹೇಳುತ್ತಿದ್ದ ಕೆಂಚನ ಮನಸ್ಸೂ ನಿಶ್ಚಲವಾಗಿರಲಿಲ್ಲ. ಕಲ್ಕುಡನ ಕೋಲದ ವಿಚಾರವನ್ನು ಹೇಳುತ್ತಿದ್ದಾಗಲೇ ಮನಸ್ಸು ಜಿಗಿದು ಇನ್ನೆಲ್ಲಿಗೋ ಓಡಲು ಹಂಬಲಿಸುತ್ತಿತ್ತು. ಕುಕ್ಕೆ ಸುಬ್ರಹ್ಮಣ್ಯ ನನ್ನು ಕಾಣುವ ಆತುರ ಅದಕ್ಕೆ. ಸೊಸೆಯ ಬೊಜ್ಜ ಮುಗಿದ ಮರುದಿನವೇ ಓಡಿಹೋಗಿ, ತನ್ನ ಮೊಮ್ಮಗನನ್ನು ದೇವರ ಹೊಸ್ತಿಲಲ್ಲಿ ಅಡ್ಡಗೆಡವಿ ಬರುವ ತನಕ, ಅವನ ಜೀವಕ್ಕೆ ಇಷ್ಟಿಷ್ಟೂ ನೆಮ್ಮದಿಯಿಲ್ಲ. ಅಲ್ಲಿಯ ತನಕ ಕರಿಯನ ಪ್ರಾಣ ಕಲ್ಕುಡನ ಮುಷ್ಟಿಯಲ್ಲಿ-ಎಂಬ ಭೀತಿ ಅವನದು. ಮಲೆರಾಯನಿಗೆ ಹೇಳಿ ಬಂದರೂ ಕಲ್ಕುಡನ ಭೀತಿ ಅವನ ಎದೆಯನ್ನು ತಲ್ಲಣಿಸುತ್ತಲೇ ಇದೆ.

ಕೆಂಚನಿಗೆ ಕಡಿಮೆಯಿಲ್ಲದ ಭೀತಿ ತಳಮಳಗಳು ತುಕ್ರನವು. ಅದನ್ನು ಅವನು ಬೇರೆ ಯಾರಿಗೂ ಹೇಳುವಂತೆ ಇರಲಿಲ್ಲ; ಒಬ್ಬನೇ ಅನುಭವಿಸು ವಂತೆಯೂ ಇರಲಿಲ್ಲ.

ಅಧ್ಯಾಯ - ೨

ತುಕ್ರನ ಚಿಂತೆಯ ಕಾರಣವೇ ಬೇರೆ; ಅದನ್ನು ಅವನೊಬ್ಬನೇ ತಿಳಿಯಬಲ್ಲ. ಅದನ್ನು ಇನ್ನೊಬ್ಬರಿಗೂ ಹೇಳಲಾರ. ಆತನಿಗೀಗ ಬರಿಯ ನಾಲ್ವತ್ತು, ನಾಲ್ವತ್ತೈದು ವಯಸ್ಸು. ಗಟ್ಟಿ ಮುಟ್ಟಾದ ದೇಹ; ಸಾಮಾನ್ಯವಾದ ಗಾತ್ರ; ದುಂಡಗಾಗಿ ಕಾಣಿಸುವ ಕಂದು ಬಣ್ಣದ ಶರೀರ. ಒಳಗಿನ ಸ್ವಭಾವ ಒರಟು. ಈಚಲು ಮರ ಹತ್ತುವುದರಲ್ಲಿ, ಬೇಟೆಯಾಡುವುದರಲ್ಲಿ, ಅಗತೆಯಲ್ಲಿ, ಮರಕಡಿಯುವುದರಲ್ಲಿ ಆತ ತುಂಬ ನಿಪುಣ. ಆ ನೈಪುಣ್ಯವೆಲ್ಲ ಮೈಯ ಮಾಂಸಖಂಡಗಳಲ್ಲಿ ಎದ್ದು ಮೂಡಿದೆ. ಆನೆಮರಿ ನಡೆದಂತೆಯೇ ಅವನ ನಡಿಗೆ. ನಡುವಿಗೆ ಒಂದು ಕಿರಿದಾದ ಪಂಚೆ ಬಿಗಿದು, ಅದರ ಮೇಲೆ ಬೆತ್ತದ ದಟ್ಟಿ ಬಿಗಿದು, ಹಿಮ್ಮಗ್ಗುಲಿಗೆ ಭಾರವಾದ ಕತ್ತಿಯನ್ನು ಸಿಕ್ಕಿಸಿಕೊಂಡು ಹೊರಟನೆಂದರೆ ಹತ್ತು ಆಳುಗಳಿಗೆ ಅವನೊಬ್ಬ ಇದಿರಾಳಿ. 'ಕರಡಿ ತುಕ್ರ' ಎಂದು ಆತ ಬರಿದೆ ಬಿರುದು ಗಳಿಸಿದವನಲ್ಲ. ಇಪ್ಪತ್ತೈದು ವರ್ಷವಿದ್ದಾಗ ಆತನ ಮೊದಲ ಮದುವೆಯಾಯಿತು. ಹಿರಿಯ ಮನೆಯಿಂದ ಹೆಣ್ಣು ತಂದುಕೊಂಡ. ಆಗ ಅವನ ಹೆಂಡತಿ ಚೆನ್ನಿಗೆ ಹದಿನೆಂಟು, ಇಪ್ಪತ್ತು ವರ್ಷ ಇರಬಹುದು. ಆ ಗಂಡಹೆಂಡಿರು ಹೊರಟರೆಂದರೆ – ನಿತ್ಯ ಮದುವಣಿಗ, ಮದುವಣಗಿತ್ತಿಯರೇ ಹೊರಟಂತೆ ಕಾಣಿಸಬೇಕು; ಮದುವೆಯ ಹೊಸತಿನ ವೇಳೆ, ಒಂದು ದಿನ ಆತ ಹೆಂಡತಿಯ ಮನೆಗೆ ಹೋಗಿ ಮರಳಿ ಬರುತ್ತಿದ್ದ. ಬೆಟ್ಟದ ಸ್ವಾಭಾವಿಕವಾದ ಏರು ತಗ್ಗಿನ ದಾರಿಯದು. ಅಲ್ಲಲ್ಲಿ, ಸ್ವಲ್ಪ ಸ್ವಲ್ಪ ಸ್ಥಳಗಳಲ್ಲಿ ಕಾಡಿನ ಬದಲು ಆಳೆತ್ತರದ ಹುಲ್ಲು ಬೆಳೆದು ಬೆಟ್ಟದ ಅಂಚಿನಿಂದ ನೋಡುವವರಿಗೆ ದೂರದ ಕಣಿವೆ ಮತ್ತು ಇತರ ಗುಡ್ಡಗಳ ನೋಟ ಕಾಣಸಿಗುತ್ತದೆ. ತುಕ್ರನು ಚೆನ್ನಿ ಸಹಿತನಾಗಿ ಅಂಥದೊಂದು ಸ್ಥಳಕ್ಕೆ ಬಂದ. ಅಲ್ಲಿಂದ ನಿಂತು ಆಚೀಚೆ ನೋಡಿದ. ಅದೇ ಬೆಟ್ಟದ ಸೆರಗಿನಲ್ಲಿ, ಅನತಿ

ದೂರದಲ್ಲಿ, ಹಸುರು ಹುಲ್ಲಿನ ಎಡೆಯಿಂದ ತಲೆಯೆತ್ತಿ ನಿಂತ ಬಂಡೆಯೊಂದು ಕಾಣಿಸಿತು. ಬಂಡೆಯ ಅರ್ಧ ಮಾಲಿಕೊಂಡು, ಈಗ ಕೆಳಕ್ಕುರಿಳೀತೋ ಎಂದು ಭೀತಿ ಹುಟ್ಟಿಸುವ ದೆವ್ವದ ಆಕೃತಿಯಲ್ಲಿ ನಿಂತಿತ್ತು-ಎತ್ತರವಾಗಿ. ಆಚೆಗಿನ ಬಾನಿನ ನೀಲ ಬಣ್ಣ ಅದಕ್ಕೆ ಹಿನ್ನೆಲೆಯಾಗಿತ್ತು. ಅದರ ಮುಂದೆ ಬಂಡೆಯ ಅಗಾಧವಾದ ಶರೀರ ಹೊಡೆದು ಕಾಣಿಸುತ್ತಿತ್ತು. ಯಾರ ಮನಸ್ಸನ್ನೂ ಸೆಳೆಯುವ ನೋಟ ಅದು. ದೊಡ್ಡವರಿಗೆ ದೊಡ್ಡ ವಸ್ತು ಕಾಣಿಸುವಂತೆ, ಬಲ, ತಾರುಣ್ಯಗಳಿಂದ ಕೂಡಿದ ತುಕ್ರನಿಗೆ ಆ ಬಂಡೆ ಕಾಣಿಸಿತು. ಅದರ ಮೇಲ್ಮೈಯು ಇಳಿಜಾರಾಗಿ ಮಾಲಿಕೊಂಡಿತ್ತು. ಅದನ್ನು ನೋಡಿ "ಚೆನ್ನಿ, ಪಾರೆಯನ್ನು ಹತ್ತಿ ಅದರ ಮೇಲೆ ಹೋಗಿ ನಿಂತರೆ, ಎಷ್ಟು ಚೆನ್ನಾಗಿ ಕಾಣುತ್ತದೋ ಸುತ್ತಲೆಲ್ಲ" ಎಂದ ಹೆಂಡತಿಯೊಡನೆ.

"ಹೂಂ, ಭೂತನ ಹಾಗೆ ನಿಂತಿದೆ. ದೊಡ್ಡ ಬಂಡೆ! ಎಷ್ಟೋ ಸಾರಿ ಈ ಕಡೆಗೆ ಬರುವಾಗ ಅದನ್ನು ನೋಡಿ, ನಿಜಕ್ಕೂ ಅದು ಭೂತವೇ ಎಂಬ ಹೆದರಿಕೆ ನನಗೆ ಉಂಟಾಗಿತ್ತು."

"ಹಾಗಾದರೆ, ನಿನ್ನ ಹೆದರಿಕೆಯನ್ನು ಬಿಡಿಸುವುದಕ್ಕೂ ಆಯಿತು; ಅದರ ತುದಿಯ ಮೇಲೆ ಹೋದ ಹಾಗೂ ಆಯಿತು. ಬಾ, ಹೋಗುವ. ಹುಲ್ಲಿನ ಧಾರೆಗೆ ಮೈ ಸವರದ ಹಾಗೆ ನೋಡಿಕೊ. ಏನಾಗಬೇಕು, ಹೋಗಿ ಬರಲಿಕ್ಕೆ?" ಎಂದು ಹೊರಟೇಬಿಟ್ಟ.

ಚೆನ್ನಿ 'ಹೂಂ' ಅನ್ನಲೂ ಇಲ್ಲ; 'ಹಾಂ' ಎನ್ನಲೂ ಇಲ್ಲ. ಬಂಡೆಯನ್ನೇ ನೋಡುತ್ತ ನಿಂತಳು. ಅವಳ ಕಣ್ಣಿಗೆ ಆ ಬಂಡೆಯ ಬಾಗಿದ ಮೈಗೆ ತೂಗಿಕೊಂಡ ನಾಲ್ಕಾರು ಹೆಜ್ಜೇನು ತಟ್ಟಿಗಳು-ಜೋತುಬಿದ್ದ ಬಾವಲಿಗಳಂತೆ, ಸ್ಪಷ್ಟವಾಗಿ ಕಾಣಿಸಿದುವು. "ಅದು ಜೇನುಗೂಡಲ್ಲವೇ" ಎಂದಳು ಅವಳು, ಆ ತಟ್ಟಿಗಳನ್ನು ತೋರಿಸುತ್ತ.

ತುಕ್ರನೂ ನೋಡಿದ. ಜೇನುಗೂಡು ನಿಜವೇ. ಆ ಮೂರು ತಟ್ಟಿಗಳನ್ನು ಹಿಸಿದು ತೆಗೆದರೆ ಒಂದು ಗಡಿಗೆಯಷ್ಟು ಜೇನು ಸಿಕ್ಕೀತು-ಎಂಬ ಆಸೆ ಮೂಡಿತು. ಆದರೆ ತಟ್ಟಿ ಅಂಟಿಕೊಂಡದ್ದು ನಾಲ್ಕೆಂಟು ಆಳು ಎತ್ತರದಲ್ಲಿ-ಅದೂ ಇಲ್ಲಿಂದ ಕಾಣುವಾಗ; ಅಲ್ಲಿಗೆ ಹೋಗಿ ನೋಡಿದರೆ, ಇನ್ನೆಷ್ಟು

ಎತ್ತರಕ್ಕಿರುವುದೋ. ಅದನ್ನು ಕೆಳಗಡೆಯಿಂದ ಏರಿ ತೆಗೆಯುವ ಹಾಗಿಲ್ಲ. ಬಿದಿರಿನ ಏಟುಕಿಗೂ ಸಿಗುತ್ತದೋ ಇಲ್ಲವೋ. ತೆಗೆದರೆ ಬಂಡೆಯೇರಿ, ಮೇಲಿನಿಂದ ಹಗ್ಗ ಇಳಿಸಿ, ಹಗ್ಗದಲ್ಲಿ ಇಳಿದು ತೂಗಿಕೊಂಡು, ತೆಗೆಯುವುದು ಸಾಧ್ಯ. ಬರಿಯ ಒಬ್ಬನಿಂದಲೇ ಆ ಕೆಲಸ ಆಗುತ್ತದೊ ಇಲ್ಲವೋ ಎಂದು ಏನೇನೋ ಯೋಚಿಸಿಕೊಂಡ. ಹಾಗೆಂದು ಬೇರೊಬ್ಬರ ನೆರವನ್ನು ಕೊಳ್ಳು ವುದಕ್ಕೂ ಇಷ್ಟವಾಗಲಿಲ್ಲ. ಅವರಲ್ಲಿ, ಸಿಕ್ಕಿದ ಬೇಟೆ, ಹಾಕಿದ ಹೊಂಚು, ಇರಿಸಿದ ಉರುಳು–ಒಬ್ಬರಿಗೊಬ್ಬರು ಮುಂಚಿತವಾಗಿ ತಿಳಿಸುವ ವಾಡಿಕೆ ಇಲ್ಲ. ಇಂಥ ಒಂದು ಜೇನಿನ ಕೊಳ್ಳೆಯನ್ನು ತಿಳಿಸುವ ಮಾತೆಲ್ಲಿಂದ ಬಂತು? ಹೇಗಾದರೂ ಮಾಡಿ ತಾನೊಬ್ಬನೇ ಅದನ್ನು ತೆಗೆದುಕೊಳ್ಳಬೇಕೆಂಬ ಚಪಲ ಮೂಡಿತು ತುಕ್ರನ ಮನಸ್ಸಿನಲ್ಲಿ. "ಬಾ. ಅಲ್ಲಿಗೆ ಹೋಗುವ. ಏನೆಂದು ನೋಡಿಯಾದರೂ ಬರುವ" ಎಂದು ಹೆಂಡತಿಯನ್ನು ಅಲ್ಲಿಗೆ ಕರೆದುಕೊಂಡು ಹೊರಟ. ಅವಳ ಅಂತರಂಗದಲ್ಲಿ–ಅಂಥ ಅಗಾಧವಾದ ಬಂಡೆ, ಹೀಗೆ ವಾಲಿಕೊಂಡು, ಕೆಳಕ್ಕೆ ಉರುಳದೆಯೆ ನಿಂತಿರಬೇಕಾದರೆ ದೈವದ ಶಕ್ತಿಯೇ ಅದರಲ್ಲಿರಬೇಕು ಎಂಬ ಭಾವನೆ ಉಂಟಾಯಿತು. ಆದರೆ, ನಿತ್ಯವೂ ತನ್ನ ಸಾಹಸ, ಹೆಮ್ಮೆಗಳನ್ನು ಕೊಚ್ಚಿಕೊಳ್ಳುತ್ತಿದ್ದ ಗಂಡನ ಮುಂದೆ, ತನ್ನ ಈ ಅಳುಕನ್ನು ತೋರಿಸಿಕೊಳ್ಳಲಾರದೆ ಮುಂದುವರಿದಳು. ಇಬ್ಬರೂ ಬೆಟ್ಟದ ಒರಟು ಹಸಿಹುಲ್ಲುಗಳನ್ನು, ತಮ್ಮೆರಡು ಕೈಗಳಿಂದ ಆಚೀಚೆ ಸರಿಸುತ್ತ ಸಾಗಿದರು. ಬಲಿತ ಕಾಟಿಯ ಮರಿಗಳು ಹೊಲವೊಂದನ್ನು ಹೊಕ್ಕಂತೆ ಕಾಣಬೇಕು ಆ ನೋಟ. ಬಂಡೆ ಕಾಣಿಸಿದ್ದೇನೋ ಸಮೀಪಕ್ಕೆ. ಆದರೂ ಅದು ಅವರೆಣಿಸಿದಷ್ಟು ಸಮೀಪದಲ್ಲಿರಲಿಲ್ಲ. ಹುಲ್ಲಿನೆಡೆಯಲ್ಲಿ ದಾರಿ ಮಾಡಿಕೊಂಡು ಅದನ್ನು ಸಮೀಪಿಸುವಾಗ ಸಾಕಷ್ಟು ದಣಿವಾಗಿತ್ತು. ಇಬ್ಬರೂ ಬಂಡೆಯ ಬುಡಕ್ಕೆ ತುಸು ದೂರದಲ್ಲಿ ಹೋಗಿ ನಿಂತರು. ಅದನ್ನೇ ದಿಟ್ಟಿಸಿ ನೋಡಿದರು. ದೂರದಲ್ಲಿ ನಿಂತು ನೋಡಿದಾಗ ಕಾಣಿಸಿದ ಗಾತ್ರದ ನಾಲ್ಮಡಿಯಷ್ಟಿತ್ತು ಅದರ ನಿಜವಾದ ಗಾತ್ರ. ಆ ಜೇನು ತಟ್ಟೆಗಳು ತೂಗುತ್ತಿದ್ದ ಸ್ಥಳ, ನಿಜಕ್ಕೂ ಹೆಬ್ಬಿದಿರಿನ ಏಟುಕಿಗೂ ಸಿಗದಷ್ಟು ಎತ್ತರವಾಗಿತ್ತು. ಒಂದೆರಡು ತಟ್ಟೆಗಳಿದ್ದಿರಲಿಲ್ಲ! ನಾಲ್ಕೆಂಟು ತಟ್ಟೆಗಳು, ಆನೆಯ ಕಿವಿಗಳಂತೆ ಬಂಡೆಯ ಸೆರಗಿಗೆ ಅಲಂಕಾರ ವಾಗಿ ತೂಗಿಕೊಂಡಿದ್ದುವು. ಕೆಲವು ವಸತಿಯಿಲ್ಲದ ಹಳೆಯ ತಟ್ಟೆಗಳು. ಇನ್ನು

ಕೆಲವು–ಜೇನ್ನೊಣ ತುಂಬಿದ್ದುವು. ಬಾಯಿ ನೀರೂರಿತು ತುಕ್ರನಿಗೆ. "ನೀನು ಇಲ್ಲೇ ನಿಂತಿರು, ನೋಡುವ, ಬಂಡೆ ಹೇಗಿದೆಯೆಂದು" ಎಂದು ಹೊರಟ. ಅದರ ಹಿಂದುಗಡೆ ಹೋಗಿ, ಮಗ್ಗುಲ ಮರವೊಂದನ್ನು ಏರಿ, ಆ ಬಂಡೆಯ ಮೇಲೆ ಕುಪ್ಪಳಿಸಿದ. ಕಪ್ಪೆಯ ಬೆನ್ನಮೇಲೆ ನೊಣ ಹರಿದಾಡುವಂತೆ ಕೈಕಾಲು ಗಳನ್ನೂರಿಕೊಂಡು ಅದರ ತುದಿಯ ತನಕವೂ ಹೋದ. ಅದರ ತುದಿಯಲ್ಲಿ ನಿಂತ. ನಾಲ್ಕು ಸುತ್ತಿನ ಪ್ರಪಂಚವನ್ನು ನಿಟ್ಟಿಸಿ ನೋಡಿದ. ಬೀಸುವ ಗಾಳಿಗೆ ಅವನ ತಲೆಯ ಮುಂಗುರುಳು ಚೆಲ್ಲಾಡುತ್ತಿತ್ತು. ಮನದಲ್ಲಿ ಹುಮ್ಮಸು ತುಂಬಿ ಹೊರಸೂಸುತ್ತಿತ್ತು. ಹಾಗೆಯೇ ಕೂತ; ಮಂಡಿ ಊರಿದ, ಕೆಳಗಡೆ ಇಣಿಕಿ ನೋಡಿದ. ನೋಟ ಕಾಣಸಿಗದ್ದಕ್ಕೆ, ಕವುಚಿ ಮಲಗಿಕೊಂಡು, ಹಲ್ಲಿಯಂತೆ ಅಂಗುಲ, ಅಂಗುಲವಾಗಿ ಮೈಯೂರಿಕೊಂಡು ಸಾಗಿದ. ಹೋಗುತ್ತ ಹೋಗುತ್ತ. ಬಂಡೆಯ ಮೈ ತಟ್ಟಾಗಿ ಇರುವ ಬದಲು, ಕೆಳಕ್ಕೆ ಇಳಿಯ ತೊಡಗಿತು. ಇನ್ನೂ ನಾಲ್ಕಡಿ ಮುಂದೆ ಸರಿದ ಮೇಲೆ, ದೃಷ್ಟಿಯನ್ನು ನೆಟ್ಟಗೆ ಕೆಳಕ್ಕೆ ಚಾಚುವುದು ಸಾಧ್ಯವಾಯಿತು. ಆದರೆ, ಒಳ ಮಗ್ಗುಲಿಗೆ ತಾಗಿದ್ದ ಒಂದು ಜೇನು ತಟ್ಟಿಯನ್ನು ಬಿಟ್ಟರೆ, ಉಳಿದುದೇನೂ ಅವನ ನೋಟಕ್ಕೆ ಕಾಣಸಿಗಲಿಲ್ಲ. ಆ ತಟ್ಟಿಯನ್ನು ತೆಗೆಯುವುದಾದರೆ ತಾನು ಎಣಿಸಿದ ಉಪಾಯವೇ ಸರಿ. ನೀಳವಾದ ಬೆತ್ತದ ಬೀಳಲನ್ನು ತಂದು, ಅದನ್ನು ಬಂಡೆಯ ಮೇಲೆ ಹಾಸಿ, ತಾನಿರುವಲ್ಲಿಯ ತನಕ ಎಳೆದುಕೊಂಡು ಬಂದು, ಕೆಳಕ್ಕೆ ಇಳಿಯಬಿಟ್ಟು, ಅನಂತರ ಅದನ್ನು ಹಿಡಿದುಕೊಂಡು ಇಳಿದರೆ–ತಾನೆಣಿಸಿದ ಕೆಲಸ ಸಾಧ್ಯ ಎಂದು ತೋರಿತು. ಅಷ್ಟು ಮಾಡಿಯೇ ಮನೆಗೆ ಮರಳಬೇಕು ಎಂಬ ಹಟ ಉಂಟಾಯಿತು. ಹಾಗೆಂದು, ಶರೀರವನ್ನು ಹಿಂದಕ್ಕೆಳೆದುಕೊಂಡು ಬಂದ; ಅನಂತರ, ಬಂಡೆಯ ಮೇಲೆ ಕುಳಿತುಕೊಂಡ.

ಇಷ್ಟೆಲ್ಲ ಆಗುವಾಗ ಚೆನ್ನಿ ನಿಂತಲ್ಲೇ ನಿಂತು, ನೋಡಿ ನೋಡಿ, ಬೇಸರ ಬಂದು, ಬಂಡೆಯ ಕೆಳಗಡೆ ಹೋಗಿ, ಅಲ್ಲಿ ಎಷ್ಟೆಲ್ಲ ತಟ್ಟಿಗಳಿವೆ ಎಂದು ಎಣಿಕೆ ಹಾಕಲು ನಿರ್ಧರಿಸಿ, ಮೆಲ್ಲುಮೆಲ್ಲಗೆ ಹೆಜ್ಜೆ ಹಾಕಿದಳು. ಹುಲ್ಲು ಬೆಳೆದ ಜಾಗ ಕಳೆದು ಬಂಡೆಯ ಕೆಳಭಾಗವು ಬಂದಿತು. ಇಲ್ಲಿಂದ ಕತ್ತೆತ್ತಿ ಜೇನು ತಟ್ಟಿಗಳನ್ನು ಕಂಡಳು. ಬಾಯಿನೀರು ಬಿಟ್ಟಳು – ಒಂದು ಕ್ಷಣ. ಎರಡನೆಯ ಕ್ಷಣಕ್ಕೆ 'ಅಯ್ಯೋ' ಎಂದು ಕಿರುಚಿ ನೆಲಕ್ಕೆ ಧೊಪ್ಪಳಿಸಿದಳು. ಆ ಕೂಗನ್ನು

ಕೇಳಿ ಬಂಡೆಯ ಮೇಲಿದ್ದ ತುಕ್ರ ಒಂದೇ ನೆಗೆತಕ್ಕೆ ಕೆಳಕ್ಕೆ ಹಾರಿ, ಹುಲ್ಲಿನ ಎಡೆಯಿಂದ ಕುಪ್ಪಳಿಸಿ ಸ್ವರ ಕೇಳಿದ ಸ್ಥಳಕ್ಕೆ ಓಡಿಹೋದ. ನೋಡುವಾಗ, ನೆಲದಲ್ಲಿ ಉರುಳಿ ಬಿದ್ದಾದ್ದಾಳೆ ಚೆನ್ನಿ. ಕವುಚಿಬಿದ್ದ ಅವಳ ಬೆನ್ನನ್ನು ಒಂದು ಕರಡಿ ಮರ್ದಿಸುತ್ತಿತ್ತು. ಯಾರೂ ಬರಲಾರರೆಂಬ ನಂಬಿಕೆಯಿಂದ ಆ ಕರಡಿ ಆ ಬಂಡೆಯ ಬುಡದ ಮಣ್ಣಿನ ಪೊರೆಯಲ್ಲಿ ತನ್ನ ಸಂಸಾರ ಹೂಡಿತ್ತು. ಗಂಡು ಅಲೆದಾಡಲು ಹೋಗಿರಬೇಕು. ಹೆಣ್ಣು ಕರಡಿ ಮರಿಗಳಿಗೆ ಹಾಲು ಕೊಡುತ್ತ ಮಲಗಿಕೊಂಡಿತ್ತು. ಅಲ್ಲಿಗೂ ಮನುಷ್ಯ ಬಂದರೆ ಅದರ ಸಿಟ್ಟು ಕೇಳಬೇಕೆ? ಜಿಗಿದು, ಹಾರಿ, ಚೆನ್ನಿಯ ಮೇಲೆಯೇ ಎರಗಿತು. ಚೆನ್ನಿ ನೆಲಕ್ಕೆ ಉರುಳಿಬಿದ್ದಳು. ಬಿದ್ದಲ್ಲಿಂದ ತಲೆ ಎತ್ತುವ ತ್ರಾಣ, ಮೈ ತಿರುಗಿಸುವ ತ್ರಾಣ ಆಕೆಗೆಲ್ಲಿಂದ ಬಂದೀತು? ಎತ್ತಿದರೆ ಮತ್ತೂ ಹಾನಿ. ನೆಲಕ್ಕೆ ಅಮುಕಿದ ಮುಖದಿಂದ, ಉಸಿರು ಹೊರಡಿಸುವುದೇ ಕಷ್ಟವಾಗಿತ್ತು. ಮೊದಲಿನ ಕೂಗೇ ಕೂಗು! ಅರೆಕ್ಷಣದಲ್ಲಿ ಅಲ್ಲಿಗೆ ಬಂದ ತುಕ್ರ ಸೊಂಟದ ಕತ್ತಿಯನ್ನು ಹಿಡಿದು ಕೊಂಡು 'ಹೋ, ಹೋ' ಎಂದು ಆರ್ಭಟಿಸಿದ. ಚೆನ್ನಿಯ ರಕ್ಷಣೆಗೆ ಧಾವಿಸಿದ. ಇವನ ಆರ್ಭಟ ಕೇಳಿ ಕರಡಿಯ ಗಮನ ತಿರುಗಿತು. ಚೆನ್ನಿಯನ್ನು ಬಿಟ್ಟು ಅವನನ್ನೆದುರಿಸಲು ಬಂದಿತು. ಕತ್ತಿ ಹಿಡಿದ ತುಕ್ರನ ಜತೆಯಲ್ಲಿ ಕರಡಿ ನಿಂತು ಕಾದಾಡತೊಡಗಿತು. ಕತ್ತಿ ಇಲ್ಲದಿದ್ದರೆ ಆ ಮಾತು ಬೇರೆ; ಅದರ ಮುಂಗಾಲಿನ ಬಡಿತಕ್ಕೆ ತುಕ್ರನ ಎದೆ ಗಾಯಗೊಂಡಿತಾದರೂ, ಕತ್ತಿಯನ್ನು ಬಿಡಲಿಲ್ಲ. ಕರಡಿಯ ಆಟ ಮುಗಿಯುವ ತನಕ ಆತ ಕಾದಾಟವನ್ನೂ ನಿಲ್ಲಿಸಲಿಲ್ಲ. ಕರಡಿ ಉರುಳಿದ್ದೇ ತಡ, ಅದರ ಜತೆಗಾರ ಕರಡಿ ಬಳಿಯಲ್ಲಿರ ಬಹುದೆಂದು ಹೆದರಿ, ಬೇಗನೆ ಪಾರಾಗುವ ಎಣಿಕೆ ಮಾಡಿ, ಚೆನ್ನಿಯ ಬಳಿಗೆ ಓಡಿದ. ಆಕೆಯ ಬೆನ್ನಿನ ಮಾಂಸಖಂಡಗಳು ಅಲ್ಲಲ್ಲಿ ಹರಿದು ಹಿಸಿದಿದ್ದುವು. ಅವಳನ್ನೆತ್ತಿದ. ಜೀವ ಉಳಿದಿತ್ತು! ಬೆದರಿಕೆ ಮಾತ್ರ ತುಂಬಿತ್ತು. ಇಬ್ಬರ ಮೈಯಿಂದಲೂ ರಕ್ತ ಸೋರುತ್ತಿತ್ತು. ಕುಳಿತು ಯೋಚಿಸಲು ಸಮಯವಿಲ್ಲ ವೆಂದು ತಿಳಿದ ತುಕ್ರ, ಚೆನ್ನಿಯನ್ನು ಬೆನ್ನಿನ ಮೇಲೆ ಹಾಕಿಕೊಂಡು, ಒಂದೇ ಓಟ ಹೂಡಿದ ಕೇರಿಯ ತನಕ. ಗಂಡು ಕರಡಿ ಹಿಂಬಾಲಿಸಿ ಬಂದೀತು ಎಂಬ ಭೀತಿ! ಅವರನ್ನು ಕಂಡು ಕೇರಿಯವರೆಲ್ಲ ಕೂಡಿದರು. ಮೊದಲು ಗಾಬರಿಗೊಂಡರು. ಅವರ ಗಾಯಗಳಿಗೆ ಉಪಚಾರ ಮಾಡಿದರು.

ಪ್ರಾಣಾಪಾಯದ ಭೀತಿ ಇಲ್ಲವೆಂದು ಹರ್ಷ ತಾಳಿದರು. ತುಕ್ರ ತನ್ನ ವಿಕ್ರಮವನ್ನೆಲ್ಲ ಬಣ್ಣಿಸಿದ. ಬೇಡವೆಂದರೂ ಗೆಳೆಯರನ್ನು ಕೂಡಿಕೊಂಡು, ಕೊಂದ ಕರಡಿಯನ್ನು ತೋರಿಸುವುದಕ್ಕೆ ಆಗಲೇ ಹೊರಟ. ನೀಳವಾದ ಮೊನಚು ಈಟಿಗಳನ್ನು, ಕತ್ತಿಗಳನ್ನು ಹಿಡಿದುಕೊಂಡು ಹತ್ತೆಂಟು ಮಂದಿ ಕುಡಿಯರು ಜತೆಯಲ್ಲಿ ಹೊರಟರು. ಇಷ್ಟೆಲ್ಲ ಜನ ಅಲ್ಲಿಗೆ ಸದ್ದುಮಾಡದೆ ಹೋಗಿ, ಆ ಬಂಡೆಯನ್ನು ಸುತ್ತುವರಿದು ನಿಂತರು. ಒಮ್ಮೆಗೇ 'ಹಾಹಾಕಾರ' ಎಬ್ಬಿಸಿದರು. ಯಾವ ಕರಡಿಯೂ ಹೊರಬೀಳಲಿಲ್ಲ. ಅಲ್ಲಿ ಕರಡಿಯ ಮರಿಗಳೂ ಕಾಣಿಸಲಿಲ್ಲ. ಬಲು ಹೊತ್ತು ಬೊಬ್ಬಿರಿದು, ನಿರಾಶರಾಗಿ, ಮೆಲ್ಲಗೆ ತಮ್ಮ ಪಡೆಯನ್ನು ಸಮೀಪಗೊಳಿಸುತ್ತ, ಬಂಡೆಯ ಬುಡದ ಪೊಟರೆಗೆ ಬಂದರು. ಅಲ್ಲಿ ಕರಡಿಮರಿಗಳ ಹೆಜ್ಜೆಯೂ ದೊಡ್ಡ ಕರಡಿಯ ಹೆಜ್ಜೆಯ ಗುರುತೂ ಕಾಣಸಿಕ್ಕಿತು. ತುಕ್ರ 'ಹೋ, ಗಂಡು ಕರಡಿ ಬಂದು ಮರಿಗಳನ್ನು ಕರೆದುಕೊಂಡು ಹೋಗಿರಬೇಕು. ಬೆಳಿಗ್ಗೆ ಅಲ್ಲಿ ಏನೋ ಮಸುಕು ಮಸುಕಾಗಿ ನನಗೆ ಕಾಣಿಸಿತ್ತು. ಕರಡಿಮರಿಗಳೇ ಇರಬೇಕು ಎಂದುಕೊಂಡಿದ್ದೆ" ಎಂದು ನಿರಾಶೆ ತಾಳಿದ. ಆ ಬಳಿಕ, ಸತ್ತ ಜಾಂಬವಂತನ ಹೆಣವನ್ನು, ಅಡ್ಡೆ ಹಾಕಿ ಕೇರಿಗೆ ಹೊತ್ತುಕೊಂಡು ಬಂದರು. ಆ ಗಾತ್ರವೂ, ಬಲಿಷ್ಟವೂ ಆದ ಕರಡಿಯನ್ನು ನೋಡಿ ಕೇರಿಗೆ ಕೇರಿಯೇ ಆನಂದಿಸಿತು ಆ ದಿನ. ಜನ ತುಕ್ರನನ್ನು ಕೊಂಡಾಡಿದ್ದು ಅಷ್ಟಿಷ್ಟಲ್ಲ. 'ಎಂಟು ಜನರು ಹೊರಲಾರದ ಈ ಧಾಂಡಿಗ ಕರಡಿಯನ್ನು ನೀನೊಬ್ಬ ಹೇಗೆ ಎದುರಿಸಿದೆ ಮಹಾರಾಯ!' ಎಂದು ಬೆರಗಾದರು ಅವರೆಲ್ಲರೂ. ಎಲ್ಲರೂ ಅವನ ಪರಾಕ್ರಮವನ್ನು ಕೊಂಡಾಡುವವರೇ. ಇಂಥ ಪ್ರಥಮ ಪ್ರಕರಣದಿಂದ ತುಕ್ರನ ಕೀರ್ತಿಯ ಬಾಳು ತೊಡಗಿದುದು.

ಅವನ ರೂಪು, ಕೆಚ್ಚು, ಸಾಹಸಗಳನ್ನು ಕೇಳಿದ–ಕುಡಿಯರ ಯೌವನೆಯರು, ಚೆನ್ನಿಯ ವಿಚಾರದಲ್ಲಿ ಅಸೂಯೆಯನ್ನು ತಾಳುವ ಕಾಲವೂ ಬಂದಿತು. 'ಮದುವೆಯಾದರೆ ತುಕ್ರನನ್ನು ಮದುವೆಯಾಗಬೇಕು' ಎಂಬ ಆಸೆಯೂ ಮೂಡಿತು ಕೆಲವರಲ್ಲಿ. ಆ ಆಸೆಯನ್ನು ಧೈರ್ಯವಾಗಿ ಪ್ರಕಟಿಸಿ, ತುಕ್ರ ಆಚೀಚೆ ಹೋಗುವ ಗಳಿಗೆಯನ್ನು ಸಾಧಿಸಿಕೊಂಡು, ಕಣ್ಣು ಹೊರಳಿಸಿ ದಂಥ ಚೆಲುವೆಯೊಬ್ಬಳಿದ್ದರೆ ಆಕೆ ಕೆಂಪಿ. ಆ ಊರಿಗಾಗಿ ಅವಳಂಥ ಚೆಲುವೆ

ಇಲ್ಲ ಅನ್ನುತ್ತಾರೆ. ಎಳೆಯ ಪ್ರಾಯ; ತುಂಬಿದ ಮೈ; ಬೊಗಸೆಗಣ್ಣುಗಳು. ನಡುವಿಗೆ ಬಿಳಿಯ ಸೀರೆ ಸುತ್ತಿ, ಕೊರಳ ಸರಕ್ಕೆ ಮೇಲುದ ಸಿಕ್ಕಿಸಿ, ಒನಪು ಮಾಡುತ್ತ ಆಚೀಚೆ ಸರಿದಳೆಂದರೆ, ಕೇರಿಯ ಹತ್ತೆಂಟು ಗಂಡುಗಳಲ್ಲಿ ಆಸೆ ಕೆರಳುತ್ತದೆ; ಅಸೂಯೆಯೂ ಕೆರಳುತ್ತದೆ–ಅವಳಿಗಾಗಿ. ಅವಳ ತಂದೆಯನ್ನೂ ಅವಳಿಗಾಗಿ ಕೇಳಿದವರುಂಟು. ಪ್ರತಿಯೊಬ್ಬರನ್ನು ಕಂಡು 'ಅವನೇ, ಅವನೇ' ಎಂದು ಮೂದಲಿಸಿದ ಅವಳೇ, ಚೆನ್ನಿಯನ್ನು ಮದುವೆಯಾಗಿ ಬಂದ ತುಕ್ರನನ್ನು ಕೂಡ ಸಾಮಾನ್ಯನೆಂದು ತಿಳಿದ ಅವಳೇ, ಈಗ ತಾನಾಗಿಯೇ ಅವನಿಗಾಗಿ ಮನಸೋತಳು. ಕಿರಿಮಲೆಯ ಬಂಧುಗಳ ಮನೆಗೆ ಬಂದ ಅವಳು ತಿಂಗಳಕಾಲ ಅಲ್ಲಿಯೇ ನಿಂತಳು. ಅವನ ಕಡೆಗೆ ಕಣ್ಣು ಮಿಟುಕಿಸುವ ಅವಕಾಶಕ್ಕೆಲ್ಲ ಹೊಂಚು ಹಾಕಿದಳು. ಹೊಲಕ್ಕೆ ಹೋಗುವಾಗ, ನೀರಿಗೆ ಹೋಗುವಾಗ, ಏಲಕ್ಕಿ ಹೆಕ್ಕಲು ಹೋಗುವಾಗ, ತುಕ್ರ ಇರುವ ಕಡೆಗೆ ಹೋಗಿ ನಿಲ್ಲುತ್ತಾಳೆ. ಗಟ್ಟಿಯಾಗಿ ಮಾತನಾಡುತ್ತಾಳೆ. 'ನಿನಗೆ ನಾನು ತಕ್ಕವಳು' ಎಂದು ತನ್ನ ಕುಡಿ ನಗುವಿನ ಅಭಿನಯದಿಂದಲೇ ಸಾರುತ್ತಾಳೆ. ತುಕ್ರನಲ್ಲಿಯೂ ಹೆಮ್ಮೆಗೆ ಕೊರತೆ ಇದ್ದಿಲ್ಲ; ತಾರುಣ್ಯದ ಉಕ್ಕಿಗೂ ಕೊರತೆ ಇದ್ದಿಲ್ಲ; ಮಾಂಸದ ಬಯಕೆಗೂ ಕೊರತೆ ಇದ್ದಿಲ್ಲ. ಅವನಿಗಿರುವ ಅಳುಕು ಒಂದೇನೆ. ತನ್ನ ಬಳಗದಲ್ಲಿ ಒಬ್ಬೊಬ್ಬರ ಪಾಲಿಗೆ ಒಂದೊಂದು ಮಡದಿಯ ಭಾಗ್ಯ ದೊರೆಯುವುದೇ ಕಠಿಣವಾಗಿ ಬಂದಿರುವಾಗ ತಾನು ಇಬ್ಬಿಬ್ಬರು ಹೆಂಡಿರ ಗಂಡನಾಗಲು ಬಯಸಿದರೆ, ಕೇರಿಯ ದ್ವೇಷಕ್ಕೆ ಗುರಿಯಾಗನೇ–ಎಂಬ ಒಂದು ಹೆದರಿಕೆಯಲ್ಲದೆ ಇನ್ನೇನಿಲ್ಲ. 'ಚೆನ್ನಿ ಏನು ಎಂದಾಳು' ಎಂಬ ಹೆದರಿಕೆ ತೀರ ಸಾಮಾನ್ಯವಾದದ್ದು. ಎರಡು ಹೆಣ್ಣುಗಳನ್ನು ತಂದುಕೊಳ್ಳಬಾರದೆಂದು ಕುಲಾಚಾರ ಏನೂ ಹೇಳುವಂತಿರಲಿಲ್ಲ. ಮದುವೆಯಾದ ಹೆಣ್ಣಿನ ಅಧಿಕಾರ ಗಂಡನ ಮೇಲೆ ಅಷ್ಟು ಮೀರಿಹೋಗಿಲ್ಲ. ಆದರೆ ಚೆನ್ನಿಗೂ ಈ ಹೊಸ ಪ್ರಮೇಯ ಸಮಸ್ಯೆಯಾಗಿ ಪರಿಣಮಿಸಿತು. ಅಸೂಯೆಯನ್ನು ಹುಟ್ಟಿಸಿತು. ಆ ಅಸೂಯೆಯ ಫಲವಾಗಿ ಮಾತುಗಳು ನಂಜಿನ ರೂಪತಾಳಿ, ಗಂಡನನ್ನು ಚುಚ್ಚಿ ನುಡಿಯುವುದಕ್ಕೂ ಮುಂದುವರಿದಳು. ಸ್ವಾಭಾವಿಕವಾಗಿ ದೊರೆತ ಸಂದರ್ಭದೊಡನೆ, ಚೆನ್ನಿಯ ತಿಳಿಗೇಡಿತನವೂ ಸೇರಿಕೊಂಡು, ತುಕ್ರನ ದ್ವಿತೀಯ ದಾಂಪತ್ಯದಲ್ಲಿ ಪರಿಣಮಿಸಿಯೂ ಬಿಟ್ಟಿತು. ಹಿರಿಮಲೆಯ

ಚೆಲುವೆಯಾದ ಕೆಂಪಿ, ಕಿರಿಮಲೆಗೆ ಬಂದು ತುಕ್ರನ ಪಟ್ಟದ ಅರಸಿಯೂ ಆದಳು. ಆ ಮದುವೆಗೆ ಒಂದು ದಿನ ಮೊದಲು ಕೆಂಚ 'ಹಾಗೆ ಮಾಡಬಾರದೆಂದು' ತುಕ್ರನಿಗೆ ಹಿತೋಪದೇಶವನ್ನು ಮಾಡಿದ್ದ. ಆದರೂ ಅವರ ಲಗ್ನವಾಯಿತು. ಆದ ಬಳಿಕ ಕೇರಿಯ ನಾಲ್ಕೆಂಟು ತರುಣರಲ್ಲಿ ಪ್ರಬಲವಾದ ಅಸೂಯೆ ಮೂಡಿಯೂ ಬಿಟ್ಟಿತು. ಅವರಲ್ಲಿ ಇಂದಿಗೂ ಮದುವೆಯಾಗದೆ ಉಳಿದವರು ತಿಮ್ಮ ಮತ್ತು ಬೂದರು. ಅವರು ಇಬ್ಬರೂ ಪ್ರಥಮದಲ್ಲಿ ಕೆಂಪಿಗಾಗಿ ಹಾರೈಸಿದವರು. ಹಾರೈಸಿ, ಅವಳ ತಂದೆಯ ಮನೆಗೆ ಎಳ್ಳೆಣ್ಣೆಯನ್ನು ಕೊಂಡುಹೋದವರು. ಅದು ಸ್ವೀಕೃತವಾಗದೆ ನಿರಾಶೆಯಿಂದ ಮನೆಗೆ ಬಂದವರು. ಆಮೇಲೆ ಮನದ ಅತೃಪ್ತಿಯನ್ನು ಅವಕಾಶ ಬಂದಾಗಲೆಲ್ಲ ತುಕ್ರನ ವಿಷಯದಲ್ಲಿ ತೋಡಿಕೊಂಡರು; ಅಂತು, ಈ ಅಸೂಯೆ, ಜಗಳಗಳು ಕಿರಿಮಲೆಯಿಂದ ಹೊರಟು, ಅವರವರ ಸಂಬಂಧಿಗಳ ಮೂಲಕ ಹಿರಿಯ ಮಲೆಗೂ ಹಬ್ಬಿ, ಎರಡೂ ಬಣಗಳೊಳಗೆ ಸಾಕಷ್ಟು ಕ್ಲೇಶ, ಮಾತ್ಸರ್ಯ, ಕ್ರೋಪ, ಅಸಮಾಧಾನಗಳ ಬೆಳೆಯನ್ನು ಬಿತ್ತಿತ್ತು. ಅದಕ್ಕೆ ತುಕ್ರನೂ ಕಾರಣನಿರಬಹುದು. ಉಳಿದವರೂ ಅಷ್ಟೇ ಕಾರಣರಿರಬಹುದು. 'ಅವುಗಳ ಫಲ ಪ್ರಾಪ್ತಿಯಾದದ್ದು ತನಗೆ, ದಂಡ ತೆರಬೇಕಾದವನು, ತೆತ್ತವನು ತಾನು' ಎಂದು ಬಹು ದಿನಗಳಿಂದ ತಿಳಿದುಕೊಂಡು ಬಂದವನು ಮಾತ್ರ ಕೆಂಚ.

ಕಿರಿಮಲೆಯ ಕುಡಿಯರ ಜೀವನದಲ್ಲಿ ಸ್ವಾಭಾವಿಕವಾಗಿ ಬೆಳೆದು ಬರಬಹುದಾದ ಇಂಥ ವಿಷಮ ಸಮಸ್ಯೆಗಳು ಇರುವಾಗಲೇನೆ, ಇತರ ವರ್ಚಸ್ಸುಗಳೂ ಅಲ್ಲಿ ತಮ್ಮ ಪ್ರಭಾವ ತೋರುತ್ತಲಿದ್ದುವು. ಆ ಮಲೆಯು ಸುಮಾರು ನೂರು ವರ್ಷಗಳಿಂದೀಚೆ, ಅಥವಾ ಅದರ ಹಿಂದಿನಿಂದಲೇ ದಕ್ಷಿಣಕನ್ನಡ ಜಿಲ್ಲೆಯ ಒಂದು ಜೈನ ಮನೆತನಕ್ಕೆ ಸೇರಿತ್ತು. ಆ ಜೈನರ ಬೀಡು ಹತ್ತಿಯಡ್ಕ ಎಂಬಲ್ಲಿಗೆ ಸಮೀಪವಾಗಿದ್ದ ಮೂಲೆಗುಂಪು ಎಂಬಲ್ಲಿದೆ. ಮೂಲೆಗುಂಪು ಅರಣ್ಯ ಪ್ರದೇಶ, ಕಾಡಿಂದ ತುಂಬಿದ ಭೂಮಿ, 'ಗುಂಪು'. 'ಗುಪ್ಪೆ' ಎನಿಸಿಕೊಂಡಿತ್ತು ಒಂದು ಕಾಲದಲ್ಲಿ. ಗುಪ್ಪೆ ಜೈನರ ಬೀಡಿನ ಹಿಂದಕ್ಕಿರುವ ಉನ್ನತವಾದ ಒಂದು ಬೆಟ್ಟದ ಹೆಸರು. 'ಗುಪ್ಪೆ' 'ಗುಂಪು' ಆದಂತೆಯೇ ಮೂಲೆಗುಂಪಿನ ಬೀಡಿನ ಮನೆ, ಹಿಂದಣ ದಿನಗಳಲ್ಲಿ ಅದಕ್ಕಿದ್ದ

ಕೀರ್ತಿ, ವೈಭವಗಳು ಕಾಲಕ್ರಮೇಣ ಹೆಸರಿಗೆ ಅನ್ವರ್ಥವಾಗಿ ಮೂಲೆಗುಂಪೂ ಆದವು. ಆ ಮನೆಯ ಮುಂಗಡೆಯಲ್ಲಿ ಎರಡು ಮೈಲುದ್ದದ ಸುಂದರವಾದ ಒಂದು ಕಣಿವೆಯಿದೆ. ಕಣಿವೆಯೆಲ್ಲವೂ ಬತ್ತದ ಪೈರುಗಳಿಂದ ಸೊಗಯಿಸುವ ಹಸುರು ಭೂಮಿ. ಅಲ್ಲಿನ ಗದ್ದೆಯ ಅಂಚುಗಳಲ್ಲಿ ಸಾಲುಸಾಲಾಗಿ ಕಂಗೊಳಿಸುವ ತೆಂಗಿನ ಮರಗಳ ಸೊಬಗನ್ನು ಹೇಳತೀರದು. ಜಲಸಮೃದ್ಧಿ ಅನರ್ಘ್ಯವಾಗಿತ್ತು. ಬೀಡಿನ ಮುಂದಿನ ಬಯಲು ಭೂಮಿಯನ್ನು ದಾಟಿದರೆ ಸಿಗುವುದೇ ಕಿರಿಮಲೆ. ಮಲೆ ಕಿರಿದಾದದ್ದು, ಅದು ಅಂಟಿಕೊಂಡ ಸಹ್ಯಾದ್ರಿ, ಪರ್ವತಾವಳಿಯ ಹಿರಿತನ ಭವ್ಯತೆಗಳಿಂದಲೇ ಹೊರತು, ಮಲೆ ಚಿಕ್ಕದೆಂಬುದ ರಿಂದಲ್ಲ. ಅದು ನಾಲ್ಕಾರು ಮೈಲು ಉದ್ದವಾಗಿದ್ದು, ಎರಡುಸಾವಿರ ಅಡಿಗಳಿಗಿಂತಲೂ ಉನ್ನತವಾಗಿದೆ. ಇಕ್ಕೆಡೆಗಳಲ್ಲೂ ದಟ್ಟವಾದ ಕಾನನದಿಂದ ತುಂಬಿದ ಆ ಮಲೆ, ಅನಾದಿಕಾಲದಿಂದಲೂ ಮೂಲೆಗುಂಪು ಬೀಡಿಗೆ ಸೇರಿತ್ತು. ಲೆಕ್ಕಕ್ಕೆ, ಆ ಮಲೆಯ ನಿವಾಸಿಗಳಾದ ಕುಡಿಯರೆಲ್ಲರೂ ಬೀಡಿನ ಮೂಲದ ಆಳುಗಳಿದ್ದಂತೆ; ಮೂಲದ ಆಳುಗಳೆಂದರೆ, ಗುಲಾಮರಲ್ಲ, ಬೀಡಿನ ಇತರ ಒಕ್ಕಲುಗಳಂತೆ ಹೆಚ್ಚಿನ ಕಟ್ಟು, ನಿರ್ಬಂಧ ಇದ್ದವರಲ್ಲ, ಅವರೆಲ್ಲ ಬಹು ಕಾಲದಿಂದ ಬೀಡಿನ ಬಲ್ಲಾಳರ ಒಡೆತನ ಒಪ್ಪಿ ಬಂದವರಷ್ಟೇ. ಪೂರ್ವಕಾಲದಲ್ಲಿ, ಅಂದರೆ ಕೆಂಚನ ತಾತ, ಮುತ್ತಾತಂದಿರ ಕಾಲದಲ್ಲಿ ಆ ಜನಗಳು ವರ್ಷಕ್ಕೊಮ್ಮೆ ಅದೂ ವಿಷುಸಂಕ್ರಾಂತಿಯ ಸಮಯ, ಬೀಡಿಗೆ ಕಪ್ಪಕಾಣಿಕೆ ಹೊತ್ತು ಸಲಿಸಿ ಬರುತ್ತಿದ್ದರು. ಅರಣ್ಯದಲ್ಲಿ –ಎಲ್ಲಿ ಕಂಡರಲ್ಲಿ ತನ್ನಷ್ಟಕ್ಕೆ ಹುಟ್ಟಿ ಬೆಳೆಯುತ್ತಿದ್ದ ಏಲಕ್ಕಿಯನ್ನು ಹೆಕ್ಕಿ, ಅವರಾದರೂ ಏನು ಮಾಡಬೇಕು? ಅದಾದರೂ ನಿತ್ಯ ತಿನ್ನುವ ಅನ್ನವಲ್ಲ. ಬದಲು ಬೀಡಿನಿಂದ, ಅವರಿಗೆ ಪ್ರತಿ ಮನ್ನಣೆಯೂ ಸಲ್ಲುತ್ತದೆ. ಪ್ರತಿಯೊಬ್ಬ ಕುಡಿಯ, ಕುಡಿಯಿತಿಗೂ ಒಂದೊಂದು ಬಿಳಿಯ ಹಚ್ಚಡದ, ಅಪೂರ್ವಕ್ಕೆ ಒಂದೊಂದು ಕಂಬಳಿಯ ಉಡುಗೊರೆ ದೊರೆಯುತ್ತಿತ್ತು. ಜತೆಗೆ, ಅವರಿಗೆ ಬೇಕಾಗುವಂಥ ಚೀಲ, ನಾಲ್ಕು ಚೀಲ ಉಪ್ಪನ್ನೂ ತರಿಸಿಕೊಡುತ್ತಿದ್ದರು. ಆ ಮೂಲೆಯಲ್ಲಿದ್ದ ಅವರಿಗೆ ಉಪ್ಪು, ಬಟ್ಟೆಗಳೆರಡೇ ಅನ್ಯರಿಂದ ಬೇಕಾದ ಪದಾರ್ಥಗಳು. ಹಾಗೆಯೇ, ಧನಿಯರ ಮನೆಗೆ ಬಂದ ಅವರು, ಅಲ್ಲೇ ಸಮೀಪದ ಈಶ್ವರ ದೇವಾಲಯದ ಜಾತ್ರೆಯೊಂದಕ್ಕೂ ಹೋಗುತ್ತಾರೆ. ಈ ಹಬ್ಬದ ತೇರು,

ಮೆರವಣಿಗೆಗಳ ಚೆಲುವನ್ನು ಅನುಭವಿಸುವುದು ವಾಡಿಕೆಯಾಗಿತ್ತು. ಕಾಲಗತಿ ಬದಲಿಸಿದಂತೆ, ಹಬ್ಬಕ್ಕೆ ಬರುತ್ತಿದ್ದ ಮಣಿಸರಕಿನ ಮೇಲೂ, ಹಸರದ ಇನ್ನಿತರ ಒಡವೆಗಳ ಮೇಲೂ ಅವರಿಗೆ ಮೋಹ ಬೆಳೆಯಿತು. ಮಲೆಯಿಂದ ಬರುವಾಗ ಜೇನು, ಸೀಗೆ ಮೊದಲಾದುವನ್ನು ಹೊತ್ತು ತಂದು ಜಾತ್ರೆಯಲ್ಲಿ ವಿಕ್ರಯಿಸು ತ್ತಾರೆ. ದೊರೆತ ಹಣದ ಬೆಲೆ ಅರಿಯದ ಅವರು, ಅದಕ್ಕೆ ಪ್ರತಿಯಾಗಿ, ಮಣಿಸರಕಿನಲ್ಲಿ ದೊರೆಯುತ್ತಿದ್ದ ಕನ್ನಡಿ, ಗಾಜು, ಕರಿಮಣಿ ಬಳೆ, ಸೂಜಿ ಮೊದಲಾದ ಅರ್ವಾಚೀನ ಯುಗದ ವಸ್ತುಗಳನ್ನು ಕೊಂಡು ಮಲೆಗೆ ಮರಳುತ್ತಾರೆ. ಜಾತ್ರೆಗೆ ವಿಲಾಯತಿಯ ಚೂರಿ ಬರತೊಡಗಿತು. ಬಟ್ಟೆಯನ್ನು ಬೆಳ್ಳಗೆ ಮಾಡುವ ಸಬಕಾರ ಬರತೊಡಗಿತು. ಉರಿಸುವ ಬೆಂಕಿಪೆಟ್ಟಿಗೆಯೂ ಬರತೊಡಗಿತು. ಹೀಗೆ, ಕುಡಿಯರು ನಾಲ್ಕೆಂಟು ವಿಚಿತ್ರ ಸಾಮಾನುಗಳ ಪರಿಚಯ ಮಾಡಿಕೊಂಡರೂ ಅವರ ಜೀವನದಲ್ಲಿ ಆಧುನಿಕ ನಾಗರಿಕತೆಯ ಹೆಚ್ಚಿನ ಪ್ರಭಾವ ಉಂಟಾಗಲಿಲ್ಲ. ಅವರ ಬದುಕಿಗೆ ಬೇಕಾದ ಪ್ರತಿ ಯೊಂದನ್ನೂ ಅವರು ಸ್ವಂತ ದುಡಿಮೆಯಿಂದ, ಬೇಟೆಯಿಂದ, ಬೇಸಾಯ ದಿಂದ ಅವರೇ ದೊರಕಿಸಿಕೊಳ್ಳುತ್ತಿದ್ದಾಗ ಹೆಚ್ಚಿನ ಹಂಗು ಯಾರದ್ದೂ ಇಲ್ಲ. ಬೀಡಿನ ಒಡೆಯರು, ಮಲೆ ತಮ್ಮದು ಎಂದುಕೊಳ್ಳುತ್ತಿದ್ದರೂ, ಮಲೆಗೆ ಹೋಗಿ ನಾಲ್ಕು ದಿನ ನಿಂತು–ಎಷ್ಟು ಏಲಕ್ಕಿಯಾಗುತ್ತದೆ, ಏನು ಬೆಳೆಯಿಸ ಬಹುದು–ಎಂದು ತಿಳಿದುಬರುವ ವಾಡಿಕೆಯೂ ಇದ್ದಿಲ್ಲ. ಹಿಂದೆ, ಹಿರಿಯ ಬಲ್ಲಾಳರು ಮಲೆಗೆ ಹೋಗಿ ಕುಡಿಯರ ಸಹಾಯದಿಂದ, ಕರ್ಪು ತೆಗೆದು ಆನೆ ಬೀಳಿಸಿ, ಪಳಗಿಸಿ ತಂದು ತಮ್ಮ ಅರಮನೆಯ ಮುಂದೆ ಕಟ್ಟಿದ್ದುಂಟಂತೆ. ಅದೀಗ ಕತೆಯ ಮಾತಾಗಿದೆ. ಬೀಡಿನ ಮುಂದಣ ಆನೆಲಾಯದ ಪಂಚಾಂಗವೂ ಈಗ ಅಳಿದುಹೋಗಿದೆ. ಈಗಿನ ಬಲ್ಲಾಳರು ಆನೆ ಸಾಕುವ ಮಾತಂತಿರಲಿ; ತಾವೇ ಸಂಸಾರ ನೋಡಿಕೊಂಡಿದ್ದರೆ ಸಾಕಿತ್ತು. ಅವರು ಅಷ್ಟೊಂದು ಸೋತ ಕಾಲ ಅದು.

ಬೀಡಿಗೆ ಸಾಲವಾಯಿತು; ವರ್ಷಾನುವರ್ಷ ಈ ಸಾಲವೂ ಹೆಚ್ಚಿತು. ಅದರಿಂದ ಆಸ್ತಿ ಅಡವಾಯಿತು; ಜತೆಗೆ ಈ ಮಲೆಯೂ ಅಡವಾಯಿತು. ಸಾಲದ ಬಡ್ಡಿಯ ಹಣಕ್ಕೆ ಮಲೆಯ ಏಲಕ್ಕಿ ಹುಟ್ಟುವಳಿಯೂ ಗಂಟುಬಿತ್ತು. ದೇಶದಲ್ಲಿ ಏಲಕ್ಕಿಯ ಹಿರಿಮೆ ಹೆಚ್ಚಿತೋ ಏನೋ–ಅದರ ಬೆಲೆ ಏರುತ್ತ

ಹೋಗಿ, ಅನೇಕ ಕಡೆಗಳಲ್ಲಿ ಏಲಕ್ಕಿಯನ್ನು ವ್ಯವಸಾಯವಾಗಿ ಬೆಳೆಯಿಸುವ ಕ್ರಮವೂ ರೂಢಿಗೆ ಬಂದಿತು.

ಏಲಕ್ಕಿಗೆ ಬಾಯ್ಬಿಟ್ಟು, ಅಡವುದಾರರು ತಮ್ಮ ದೂತರನ್ನಟ್ಟಿ, ಮಲೆಗೆ ಹೋಗಿ, ಫಸಲಿನ ಕಾಲದಲ್ಲಿ ನಿಂತು, ಕಾದು, ಕುಡಿಯರು ಫಸಲನ್ನು ವಂಚಿಸಿಯಾರು-ಎಂಬ ಅವಿಶ್ವಾಸದಿಂದ ಅದನ್ನು ತಾವೇ ಹೊರಿಸಿಕೊಂಡು ಬರುವ ಹೊಸ ಕಾಲವೂ ಬಂದಿತು. ಈ ಕಾಲದ ಜತೆಗೆ, ಗವಿಮನುಷ್ಯರಾಗಿ ಬಾಳುತ್ತಿದ್ದ ಕುಡಿಯ ಮನೆತನಗಳು, ಊರು-ಕೇರಿ ಮಾಡಿಕೊಂಡು, ಬೇಸಾಯಕ್ಕೆ ಇನ್ನಷ್ಟು ಅನುಕೂಲವಾಗಲೆಂದೋ ಏನೋ, ಈಗಿರುವ ತಾವಿಗೆ ಬಂದು ನೆಲೆಸಿದರು. ಇಂದು ಹತ್ತು, ಮೂವತ್ತು ಮನೆಗಳಾಗಿವೆ ಅಲ್ಲಿ. ಇತ್ತ ಬಲ್ಲಾಳರ ವಂಶದ ಸಾಲದ ಹೊರೆಯೂ ಬಲವಾಗಿ, ಕೊನೆಗೆ ಅವರು ಯಾವುದೋ ತಿರುಮಲ ಭಟ್ಟರೆಂಬವರಿಗೆ ಮಲೆಯನ್ನೂ ವಹಿಸಿಕೊಟ್ಟು, ತಮ್ಮ ಸಾಲದಿಂದ ಋಣಮುಕ್ತರಾದರು. ತಿರುಮಲ ಭಟ್ಟರು ಕೊಟ್ಟ ಸಾಲ, ನಾಲ್ಕೈದು ಸಾವಿರ ರೂಪಾಯಿಗಳಿರಬಹುದಷ್ಟೆ. ಆದರೂ ಅವರು 'ನನ್ನ ಹಣಕ್ಕೆ ಯಾಕೂ ಬೇಡದ ಗೊಂಡಾರಣ್ಯ ಕೊರಳಿಗೆ ಬಿತ್ತು' ಎಂಬ ಮಾತನ್ನು ಹತ್ತು ಜನರ ಕಿವಿಗೆ ಹಾಕಿದರು. ಆದರೆ ಅಂತರಂಗದಲ್ಲಿ ತಾವು ದೊರಕಿಸಿ ಕೊಂಡಿದ್ದು ಗೊಂಡಾರಣ್ಯವಲ್ಲ, 'ನಂದನವನ' ಎಂಬ ಅಭಿಪ್ರಾಯ ಇದ್ದೇ ಇತ್ತು.

ವಿಟ್ಲ ಸೀಮೆಯಲ್ಲಿದೆ ಅವರ ಮನೆ. ತಾಲೋಕಿನಲ್ಲೆಲ್ಲ ಅವರು ಮಾತು-ಭಾರರೆನಿಸಿಕೊಂಡಿದ್ದಾರೆ. ಅವರಿಗೆ ತೆಂಗಿನ ತೋಟಗಳಿವೆ; ಭತ್ತದ ಹೊಲಗಳಿವೆ. ಆದರೂ ವಿಶೇಷ ಬೆಲೆಯಿಲ್ಲದ ಅವುಗಳಿಗಾಗಿ ಆ ದಿನಗಳಲ್ಲಿ ಅವರು ಮನಸೋತಿರಲಿಲ್ಲ. ತಿರುಗಾಟದ ಹುಚ್ಚು, ಸಾಹಸದ ಹುಚ್ಚು ಅವರದು. ಹೀಗಾಗಿ, ಕೊಡಗು ಸೀಮೆಯ ಬೆಟ್ಟಗಳ ಇಳಕಲುಗಳಲ್ಲಿ ಪರೀಕ್ಷಾರ್ಥವಾಗಿ ನೂರಿನ್ನೂರು ಎಕ್ರೆ ಏಲಕ್ಕಿ ತೋಟವನ್ನು ಮಾಡಿಕೊಂಡರು. ಅಲ್ಲಿಯೇ ಅದರ ಬೆಳೆ, ಬಿತ್ತನೆ, ನೆರಳಿನ ಹಂಚಿಕೆ, ಸಾಗಾಟ, ಮಾರಾಟ ಮೊದಲಾದ ವಿದ್ಯೆಗಳನ್ನು ಕಲಿತುಕೊಂಡರು. ಮಾರಾಟದ ಕೆಲಸ ಆಗಿನ ದಿನಗಳಲ್ಲೂ, ಜುಗಾರಿಯ ಸೊಕ್ಕನ್ನೆಲ್ಲ ಅಳವಡಿಸಿಕೊಂಡಿತ್ತು. ಒಂದೊಂದು ವರ್ಷ ಏಲಕ್ಕಿಗೆ ಏನೇನೂ ಬೆಲೆಯಿರುತ್ತಿರಲಿಲ್ಲ. ತಮ್ಮ ಸೀಮೆಯಿಂದ

ಮಳೆಗಾಲದಲ್ಲಿ ಆಳುಗಳ ಪಟಾಲಮನ್ನು ಕಟ್ಟಿಕೊಂಡು, ಆ ಅರಣ್ಯಕ್ಕೆ ಹೋಗಿ, ಮಳೆಗಾಲವೆಲ್ಲಾ ಅಲ್ಲಿ ಕಳೆದು, ತುಲಾ ಸಂಕ್ರಾಂತಿಯ ಕಾಲಕ್ಕೆ ಫಸಲಿಗೆ ಕೈಯಿಕ್ಕಿ, ಅದನ್ನು ತಂದು, ಒಣಗಿಸಿ, ತಲೆಹೊರೆಯಲ್ಲೇ ಸಾಗಿಸಿ, ಮಂಗಳೂರಿಗೆ ಒಯ್ದು ಮಾರುವಾಗ, ಸುರಿದ ಹಣ ಹತ್ತಕ್ಕೆ ಐದಾಗುವುದೂ ಉಂಟು. ಆದರೆ, ಒಂದೊಂದು ವರ್ಷ ಏಲಕ್ಕಿ ಬೆಲೆಗೆ ಅಮಲೇರುವುದುಂಟು; ಆಗ, ಐದಿದ್ದುದು ಹತ್ತಾಗುತ್ತದೆ. ಪಟ್ಟು ಹಿಡಿದು ಕುಳಿತರೆ ಹದಿನೈದು–ಇಪ್ಪತ್ತು–ಮೂವತ್ತರ ತನಕವೂ ದರ ಏರಿ, ಮೂರು ವರ್ಷಗಳ ನಷ್ಟ ಒಂದೇ ವರ್ಷದಲ್ಲಿ ತುಂಬಿಬರುವುದೂ ಉಂಟು. ಅಂಥ ರೀತಿಯಲ್ಲಿ ತಿರುಮಲ ಭಟ್ಟರಿಗೆ ತುಂಬ ಉತ್ಸಾಹ. ಅವರಿಗೆ ಕಾಡುತ್ತಿದ್ದ ಚಿಂತೆ ಒಂದೇನೆ–ಆಳುಗಳನ್ನು ಪ್ರತಿವರ್ಷ ಆ ಜ್ವರದ ಸೀಮೆಗೆ ಕಟ್ಟಿಕೊಂಡು ಹೋಗುವುದು; ಅವರಿಗೆ ಬೇಕಾದ ಅಕ್ಕಿ, ಉಪ್ಪು, ಮೆಣಸುಗಳನ್ನು ಸಾಗಿಸಿ ಪೂರೈಸುವುದು–ಇವೆಲ್ಲ ಕಷ್ಟದ ಕೆಲಸ. ಚಳಿಜ್ವರದಲ್ಲೇ ಸಾಗಬೇಕಾದ ಆಟ; ಮೇಲೆ, ಅವರು ಕೊಂಡ ಜಮೀನು ವಾಯಿದೆ ಗೇಣಿಯದು. ಏಲಕ್ಕಿಗೆ ಒಳ್ಳೆಯ ಬೆಲೆಯಿರುವಾಗಲೇ ಆ ವಾಯಿದೆಯು ಮುಗಿಯುತ್ತ ಬಂದಿತು. ಈ ಏಲಕ್ಕಿಯಿಂದ ಗಳಿಸಿದ ಲಾಭವನ್ನೇ ತಾವು ಮಂಗಳೂರು ಬಂದರದಲ್ಲಿ ಭೇಟಿಯಾದ ಮೂಲೆಗುಂಪು ಬೀಡಿನ ಬಲ್ಲಾಳರಿಗೆ ಸಾಲವಾಗಿ ಕೊಟ್ಟರು; ಬಡ್ಡಿಗಾಗಿ ಏಲಕ್ಕಿಯನ್ನೂ ಕೊಂಡು, ಮಾರಿದರು. ಹಣದ ಸವಿ ಹತ್ತಿತು; ಆದರೆ, ಸುದೈವಕ್ಕೆ ಮಡಿಕೇರಿಯ ಬೆಟ್ಟದ ತಪ್ಪಲಿನ ತೋಟ ಕೈ ತಪ್ಪಿದ ಸಮಯವೇ, ಬೀಡಿನವರಿಗೆ ಸೇರಿದ ಕಿರಿಮಲೆ ಅವರಿಗೆ ದೊರೆಯಿತು. ಅದರಿಂದ ನನಗೆ ತುಂಬಾ ನಷ್ಟ. ನಿಮ್ಮ ದಾಕ್ಷಿಣ್ಯಕ್ಕಾಗಿ ತೆಗೆದುಕೊಳ್ಳುತ್ತಿದ್ದೇನೆ' ಎಂದಂಥ ತಿರುಮಲ ಭಟ್ಟರೇ ಆ ಭೂಮಿಯನ್ನು ಕೊಂಡ ಎಂಟು ದಿನಗಳೊಳಗೆ ಅದರ ಸಂದರ್ಶನವನ್ನು ಮಾಡಿದರು. ಬಲ್ಲಾಳರು ಆಗಲೇನೆ ಪ್ರಥಮ ಬಾರಿಗೆ ತಿರುಮಲ ಭಟ್ಟರೊಡನೆ ಹೋಗಿ, ತಮ್ಮ ಮಲೆಯ ಪರಿಚಯ ಮಾಡಿಕೊಂಡುದೆನ್ನಬೇಕು. ಆ ಮೊದಲೂ ಹೋದವರಲ್ಲ; ಅನಂತರ ಹೋಗಬೇಕಾಗಿಯೂ ಇರಲಿಲ್ಲ.

'ಆ ಮಲೆ ಎಂಥದು; ಈ ಮಲೆ ಎಂಥದು?' ಎಂದೆನಿಸಿತು ತಿರುಮಲ ಭಟ್ಟರಿಗೆ. ತಾನೊಬ್ಬ ದೊರೆ; ಐನೂರು ಎಕ್ರೆಗಳಿಗೂ ಮಿಕ್ಕಿದ

ಕಾಡು ಏಲಕ್ಕಿ ಗಿಡಗಳ ಹಸುರಿಂದ ಕವಿದಿತ್ತು. ಅದನ್ನು ಊರ್ಜಿತಕ್ಕೆ ತರುವ ಕೆಲಸವೂ ಸುಲಭದ್ದು. ಕಾಡು ದಟ್ಟಣಿಸಿದಲ್ಲಿ ಕೆಲವು ಮರಗಳನ್ನು ಕಡಿದರಾಯಿತು. ನೆಲ ಬರಿದಾದಲ್ಲಿ ಈಚೆ ಹುಟ್ಟಿದ ಏಲಕ್ಕಿ ಸಸಿಗಳನ್ನು ಕಿತ್ತು ಆಚೆ ನೆಟ್ಟರಾಯಿತು. ಅರೈಕೆ, ಬೇಸಾಯಗಳನ್ನು ಕಾಣದ ತೋಟ; ಅದರಲ್ಲಿನ ಬಲ್ಲೆಗಳನ್ನು ಸವರಿ, ಏಲಕ್ಕಿ ಗಿಡಗಳಿಗೆ ಸಮನಾದ ಇಂಬು ಮಾಡಿಕೊಟ್ಟರೆ ಫಸಲು ಚೆನ್ನಾಗಿ ಬಂಧೀತು. ಅದೊಂದು ಲಾಭವಲ್ಲವೇ? ದುಡಿವ ಜನಗಳು ಅಲ್ಲಿಯೇ ನೆಲೆಯಾಗಿ ನಿಂತ ಕುಡಿಯರು. ವಿಟ್ಲದಿಂದ ಆಳುಗಳನ್ನು ಸಾಗಿಸ ಬೇಕಾಗಿಲ್ಲ; ಅವರಿಗೆ ಅಕ್ಕಿಯನ್ನೂ ಒದಗಿಸಬೇಕಾಗಿಲ್ಲ. ಕುಮರಿ ಬೆಳೆಯು ವವರು ಈ ಕುಡಿಯರು. ಬೇಕಾದರೆ ನಾಲ್ಕು ಚೀಲ ಭತ್ತ ಅವರಿಂದಲೇ ತರಬಹುದು. ಮನೆಯೋ! ಆ ಬೆಟ್ಟದ ಸೆರಗಿಂದ ಆ ಕಡೆ, ಈ ಕಡೆ ನೋಡಿದರೆ ಸಹ್ಯಾದ್ರಿಯ ಮೂಲೆಯ ತನಕ ಚಾಚಿದ ಬೆಟ್ಟದ ಸೆರಗೆಲ್ಲ ತಮ್ಮದೇ. ಹಣವಿದ್ದರೆ ಸಾಹಸವಿದ್ದರೆ ತಾನೊಂದು ಆಧಿಪತ್ಯವನ್ನೇ ಅಲ್ಲಿ ಸ್ಥಾಪಿಸಬಹುದು ಎಂದೂ ಅನಿಸಿತು. ಆದರೂ ಮುಖಚರ್ಯೆಯಿಂದ ಅದನ್ನು ಬಲ್ಲಾಳರೆದುರಿಗೆ ತೋರಿಸಿಕೊಳ್ಳಲಿಲ್ಲ. ಅಸಮಾಧಾನದ ಬಣ್ಣ ಹಾಕಿಕೊಂಡೇ ಬೆಟ್ಟ ಇಳಿದರು, ಅವರ ಜತೆಗೆ. ಬಲ್ಲಾಳರು ಕೆಂಚ, ಬೂದ, ತಿಮ್ಮ ಒಬ್ಬೊಬ್ಬರನ್ನೇ ಮಾತನಾಡಿಸಿ, ತಮಗೆ ಸಲುತ್ತಿದ್ದ ಗೌರವ ನಾಳಿನಿಂದ ಈ ಹೊಸ ಧನಿಯರಿಗೆ ಸಲ್ಲಬೇಕೆಂದು ಹೇಳಿದ ಮೇಲೆಯೇ ಇಳಿದರು– ಭಾರವಾದ ಮನಸ್ಸಿನಿಂದ. ವಯಸ್ಸಾಗಿತ್ತು ಅವರಿಗೆ. ತಮ್ಮ ಮುಂದಿನ ಹಕ್ಕುದಾರನಾದ ಅವರ ಅಳಿಯ ಅವರ ಮೆಚ್ಚುಗೆಗೆ ಬಾರದವನಾಗಿದ್ದ. ಹೀಗಿರಲು 'ಏನಾದರೇನು?' ಎಂದುಕೊಂಡು ಅವರು ತಮ್ಮ ಮನೆಯನ್ನು ಸೇರಿದರು.

ಮಲೆಯನ್ನು ಪಡೆದ ಆ ತಿಂಗಳಲ್ಲೇ ತಿರುಮಲ ಭಟ್ಟರ ಕಾರುಭಾರು ಗಳು ತೊಡಗಿದುವು. ಊರಿನ ಆಳುಗಳನ್ನು ಕರೆದುತಂದರು. ಕುಡಿಯರನ್ನು ಕರೆಯಿಸಿದರು. ಹತ್ತಿಯಡ್ಕದಿಂದ ಪರಿವಾರ ಸಮೇತರಾಗಿ ಕಾನನವನ್ನು ಹೊಕ್ಕರು. ಬಡಗಿ, ಓಡಾರಿಗಳನ್ನು ಕಟ್ಟಿಕೊಂಡೇ ಮಲೆಯ ಮಧ್ಯದಲ್ಲಿ, ಕುಡಿಯರ ಕೇರಿಗೆ ಸಮೀಪದಲ್ಲಿ, ನೀರಿನ ದಂಬೆಯೊಂದು ಹರಿಯುವಲ್ಲಿ, ಪಡುವಣ ಬಾನು ತೆರನಾಗಿ ಕಾಣಿಸುವಲ್ಲಿ–ನೆಲ ಸವರಿದರು. ಒಂದು ಮನೆಗೆ

ಅಸ್ತಿವಾರ ಹಾಕಿದರು. ಮಣ್ಣಿನ ಕೆಲಸ, ಮರಗೆಲಸ ತೊಡಗಿತು. ಮೂರು ತಿಂಗಳ ಅವಧಿಯಲ್ಲಿ ಚೆಲುವಿನ, ಮಣ್ಣಿನ ದಪ್ಪನಾದ ಗೋಡೆಯುಳ್ಳ ಮನೆಯೊಂದು ಮೇಲಕ್ಕೆದ್ದಿತು. ಮಗ್ಗುಲಿಗೆ ಒಂದು ಹಟ್ಟಿಯೂ, ಬಚ್ಚಲೂ ನಿರ್ಮಾಣವಾದುವು. ಅದನ್ನು ಕಂಡು ಕುಡಿಯರಿಗೆ ಹಿಡಿಸಲಾರದ ಆಶ್ಚರ್ಯ; ಸಂತೋಷ! ಹೊಸ ಧನಿಗಳು ತಮ್ಮ ಎಡೆಯಲ್ಲೇ ವಾಸವಾಗಿರಲು ಆ ಮನೆ ಕಟ್ಟಿಸಿದ್ದನ್ನು ಕಂಡು ಅವರಿಗೆ ಧೈರ್ಯ. ಧನಿಗಳು ಮಲೆಗೆ ಬಂದು ಹೋಗುವಾಗಲೆಲ್ಲ ಗುಂಡು ಹಾರಿಸುವ ತುಫಾಕಿ ತರುತ್ತಿದ್ದರು. ಅವರು ತುಫಾಕಿ ಕಂಡುದು ಅದೇ ಮೊದಲು. ಆಳುಗಳಿಂದ ಒಡಗೂಡಿ ದೊರೆಯ ಮಗನಂತೆ ಬರುತ್ತಿದ್ದರು; ಜತೆಗೆ ತೈನಾತಿಯೊಬ್ಬ. ನಾಲ್ಕು ಮೈಲಿನ ಕಾಡಿನ ದಾರಿ ಸವರಿ, ಸಜ್ಜಾಗಿ ಮಾಡಿಸಿದರು. ಒಂದು ದಿನ ಸಾಮಾನ್ಯವಾದೊಂದು ಕೆಂಪು ಕುದುರೆಯನ್ನು ಏರಿಕೊಂಡು ಬಂದರು. ಮಡಿಕೇರಿಯ ಮಲೆಯಲ್ಲಿ ತಟ್ಟು, ಟಾಕಣ ಏರಲು ಕಲಿತ ಅವರು, ಅಶ್ವಾರೋಹಿಗಳಾಗಿ, ಬೆಟ್ಟದ ದೊರೆಗಳಂತೆ ಬಂದರು; ಮೊದಲು ಮಳೆಗಾಲದಲ್ಲಿಯೇ ಬಿಡಾರವನ್ನು ತೊಡಗಿದರು. ಕಣಿವೆಯ ಕೆಳಗಿನ ಆಳು ಒಬ್ಬ ಅಡುಗೆಯವ; ಕರೆಯುವ ದನ, ಎಮ್ಮೆಗಳ ಸಹಿತವಾಗಿ ಬಂದು ಅಲ್ಲಿ ಬಿಡಾರ ಹೂಡಿದರು. ಧನಿಗಳು ಬಂದ ಮೇಲೆ ಕುಡಿಯರ ಜೀವನ ಒಂದು ವಿಧದಿಂದ ಹಸನುಗೊಂಡಿತೆನ್ನಬಹುದು. ಅವರ ಮೇಲ್ಪಂಕ್ತಿಯಿಂದ, ಚಿಮಣಿ ಎಣ್ಣೆಯ ದೀಪ ಉರಿಸಲು ಕಲಿತರು. ಮಳೆಗಾಲದ ಒಂದೆರಡು ತಿಂಗಳು ಧನಿಯರು ಅಲ್ಲೇ ಬಿಡಾರ ಹೂಡುವುದಲ್ಲದೆ ವ್ಯವಸ್ಥಿತವಾದ ಏಲಕ್ಕಿ ಬೇಸಾಯವನ್ನು ತಾವೇ ನಿಂತು ಅವರಿಗೆ ಹೇಳಿಕೊಡುತ್ತಿದ್ದರು. ಏಲಕ್ಕಿ ಗಿಡಗಳ ಎಡೆಯಲ್ಲಿ ಬತ್ತ, ಬೀಳಲು, ಮತ್ತೊಂದು ಬೆಳೆಯದಂತೆ ಸವರುವ ಕೆಲಸ ಜನರಿಂದ ಮಾಡಿಸಿದರು.

ಈ ಮಳೆಗಾಲದ ವೇಳೆ ಕುಡಿಯರಿರುವುದು ಕೇರಿಯಲ್ಲಲ್ಲ; ತಮ್ಮ ಹೊಲಗಳ ಬಳಿಯಲ್ಲಿ. ಅಲ್ಲಿಂದ ಕೆಲವರು ಮಾತ್ರ ಈ ಕೆಲಸಕ್ಕೆ ಬಂದು ಹೋಗ ಬೇಕಾಗುತ್ತಿದ್ದರೂ, ಅವರು ಬಿಟ್ಟಿ ಸೇವೆ ಮಾಡಬೇಕಾಗಿರಲಿಲ್ಲ. ಕಾಸನ್ನೋ, ಹೊಗೆಸೊಪ್ಪನ್ನೋ, ಇನ್ನೇನಾದರೂ ಒಡವೆ ವಸ್ತುಗಳನ್ನೋ ಕೊಟ್ಟು ಕೆಲಸ ಮಾಡಿಸುತ್ತಿದ್ದರು. ಹೀಗೆ, ಜನಗಳ ವಿಶ್ವಾಸವನ್ನು ದೊರಕಿಸಿಕೊಂಡರು.

ಏಲಕ್ಕಿ ಹೆಕ್ಕುವ ವೇಳೆಗೆ, ಅದನ್ನು ಒಣಗಿಸುವ ವೇಳೆಗೆ, ಕುಡಿಯರೆಲ್ಲ ಭಟ್ಟರ ಮನೆಯ ಸಮೀಪದ ಕೇರಿಗೆ ಬಂದು ವಾಸಮಾಡುತ್ತಾರೆ. ಧನಿಯರ ಮನೆಗೆ ಹೋಗಿ, ಒಂದು ತುಂಡು ಹೊಗೆಸೊಪ್ಪು ಬೇಡುವುದರಲ್ಲಿ, ಆ ಗಂಡಸು, ಹೆಂಗಸರಿಗೊಂದು ಚಪಲ; ಹಿಗ್ಗಿನಿಂದ ಕೊಡುವುದರಲ್ಲಿ ಧನಿಗೂ ಒಂದು ಉತ್ಸಾಹ. ಅಷ್ಟು ಮಾತ್ರವಲ್ಲ–ಉತ್ಸಾಹಿಗಳಾದ ತರುಣರಿಗೆ ಅವರು ಕೋವಿ ಹಿಡಿಯುವುದನ್ನು ಕಲಿಸಿದರು. 'ನಿಮ್ಮ ಪಗರಿ, ಬಿಲ್ಲುಗಳನ್ನು ಒಲೆಗೆ ಹಾಕಿ! ಇದರ ಮುಂದೇನು' ಎಂದು ಪರಿಹಾಸ್ಯ ಮಾಡಿದರು. ಅವರ ಕುಮರಿ ಬೆಳೆಗೆ ಆನೆಗಳ ಹಿಂಡು ಬಂದು ಹಾನಿ ಮಾಡಿದಾಗ ಕರ್ಪುರ ತೋಡಿಸಿ, ಒಂದಾನೆಯನ್ನು ಹಿಡಿಸಿಯೂ ಬಿಟ್ಟರು. ಆದರೆ ಮುಂದಿನ ದಾರಿ ಕಾಣದೆ, ಹಿಡಿದ ಆ ಆನೆಯನ್ನು ಬಿಡಬೇಕಾಯಿತು. ಕೇರಳಕ್ಕೆ ಹೋಗಿ ಮಾವುತ ನೊಬ್ಬನನ್ನು ಕರೆದುತಂದು, 'ಆನೆ ಪಳಗಿಸುವ ವಿದ್ಯೆಯನ್ನು ನಿಮಗೆ ಕಲಿಸುತ್ತೇನೆ' ಎಂದು ಅಂದರು. ಇಂಥ ಧನಿಯ ವಿಚಾರದಲ್ಲಿ, ಮೊದಲು ಮೊದಲು ಅತ್ಯಾದರ ಪ್ರಾಪ್ತವಾಯಿತು ಕುಡಿಯರೆಲ್ಲರಿಗೆ.

ವರ್ಷಂಪ್ರತಿ ಬೇಸಗೆಯಲ್ಲಿಯೂ ಒಂದು ನಾಲ್ಕು ದಿನ ಇದ್ದು ಹೋಗ ತೊಡಗಿದರು ಅವರು. ಅವರ ಮೆಚ್ಚಿನ ಆನೆಗಳಲ್ಲಿ ಕರಡಿ ತುಕ್ರ ಒಬ್ಬನೆನಿಸಿದ. ಆಪ್ತಾಲೋಚನೆಗಳಲ್ಲೂ, ಬೆಳೆಯ ಸುಖದುಃಖಗಳನ್ನು ಚರ್ಚಿಸುವುದರಲ್ಲೂ ತುಕ್ರನನ್ನು ಅವರು ಕೇಳುತ್ತಿದ್ದರು. ಈ ಗೆಳೆತನ ಕ್ರಮೇಣ–ಅವರ ಕೆಲವೊಂದು ಲಾಲಸೆಗಳ ತೃಪ್ತಿಗೂ ಅನುಕೂಲವಾಯಿತು. ಕುಡಿಯ ತುಕ್ರ ಎಷ್ಟೋ ಬಾರಿ ವಿಟ್ಲದಲ್ಲಿರುವ ಧನಿಯ ಪ್ರೇಯಸಿಯ ಮನೆಗೆ ಅವರ ಜತೆಗೆ ಹೋಗಿ ಬಂದುದೂ ಉಂಟು. ಈ ಪರಿಚಯದ ಫಲವಾಗಿಯೋ ಏನೋ, ಧನಿಗಳು ಮಲೆಗೆ ಬಂದಾಗ ಅವರ ಮಾನಸಿಕ ಬಯಕೆಗಳಿಗೆ ಆತ ನೆರವಾಗತೊಡಗಿದ. ಬೂದ, ತಿಮ್ಮರು ಅನ್ನುತ್ತಾರೆ: 'ತುಕ್ರ ಧನಿಗಳಿಗೆ ಹೆಣ್ಣು ಒದಗಿಸುವ ಜನ' ಎಂದು. ಕೆಂಚ ಇಂಥ ಮಾತುಗಳನ್ನು ಎಂದೂ ನಂಬಿದವನಲ್ಲ.

ಕಾಲಕ್ರಮದಲ್ಲಿ ತುಕ್ರನ ವಿಲಾಸಲಹರಿಗಳಿಗೆ ಬಲಿಯಾದವರಲ್ಲಿ, ಕೆಂಚನ ಸೊಸೆ, ಪತಿ ವಿಯೋಗಗೊಂಡ ಚಿಕ್ಕಿಯೂ ಒಬ್ಬಳು. ಕೆಂಚನಿಗೂ ತುಕ್ರನನ್ನು ಕಂಡರೆ ಅಷ್ಟೊಂದು ಸ್ನೇಹವೆಂದಲ್ಲ. ಆದರೆ ಅವನು ಬಲಿಷ್ಠ ನೆಂಬುದರಿಂದ ಅವನೊಡನೆ ಪ್ರತ್ಯಕ್ಷ ವೈರಕ್ಕೆ ಎಂದೂ ಎಡೆಕೊಟ್ಟವನಲ್ಲ. ಚಿಕ್ಕಿ

ತುಕ್ರರ ಸ್ನೇಹಮಯ ಜೀವನದ ಸಂಗತಿ ಅವನಿಗೆ ತಿಳಿದಿರಲೂ ಇಲ್ಲ. ತುಕ್ರನ ಮನಸ್ಸಿನಲ್ಲಿ ಚಿಕ್ಕಿಯನ್ನು ತಾನು ಮದುವೆಯಾಗಬೇಕೆಂಬ ಹಂಬಲವೂ ಉದಯಿಸಿತ್ತು. ಅದಕ್ಕೆ ಒಪ್ಪಲಾರದ ಹೊರೆ ಎನಿಸಿದ್ದು ಅವಳ ಹುಡುಗ ಕರಿಯ. ಅಲ್ಲದೆ, ಕೆಂಚನ ಭೀತಿಯೂ ಅದರ ಜತೆಗೆ ಸೇರಿತ್ತು. ಹೀಗಾಗಿ, ಗುಪ್ತಪ್ರಣಯದಲ್ಲೇ ಆತ ತೃಪ್ತಿಪಡಬೇಕಾಯಿತು. ಅದೊಂದು ದಿನ ಚಿಕ್ಕಿ ಅವನನ್ನು ಬಲವಂತಮಾಡಿದಳು: 'ಮಾನ ಕಳೆದುಕೊಂಡಿರಲಾರೆ' ಆಕೆ ಗರ್ಭಿಣಿಯಾಗಿದ್ದಾಳೆ. ಆ ವಿಚಾರವನ್ನು ತಿಳಿದ ತುಕ್ರ ಕಡು ಚಿಂತೆಗೆ ಗುರಿಯಾಗಿರುವಾಗಲೇ, ಕೆಂಚ ಅವನನ್ನು ಕರೆದು, ತನಗಾದೊಂದು ಸ್ವಪ್ನದ ಭೀತಿಯನ್ನು ತಿಳಿಸಿದ.

ಆ ಭೀತಿ, ತುಕ್ರನ ಅಂತರಂಗದ ಭೀತಿಯೂ ಆಗಿ ಪರಿಣಮಿಸಿತು. ಇವರು ಕುಳಿತು ಚರ್ಚಿಸುತ್ತಿದ್ದ 'ಗುಸು ಗುಸು' ಮಾತುಗಳು ಚಿಕ್ಕಿಯ ಕಿವಿಗೂ ಬಿದ್ದುದರಿಂದ, ಕೆಂಚನಿಲ್ಲದಾಗ ಮಾವ ಅಂದುದೇನೆಂದು ತಿಳಿಯಲು ಹಂಬಲಿಸಿದಳು. ಸಮಯ ಸಾಧಿಸಿ ತುಕ್ರನನ್ನು ಆ ವಿಷಯವಾಗಿ ಕೇಳಿಯೂ ಕೇಳಿದಳು. ತನ್ನ ಮಾತಿನ ಪರಿಣಾಮವೇನಾದೀತೆಂದು ತಿಳಿಯಲಾರದ ತುಕ್ರ ಅದನ್ನು ಹೇಳಿದ. ಕೆಂಚನಿಂದ ಕೇಳಿದ ಕಲ್ಕುಡನ ಭೀತಿ ತುಕ್ರನನ್ನು ಬೆದರಿಸಿತು. ಅಲ್ಲಿಂದ ಹೆಂಗುಸಾದ ಚಿಕ್ಕಿಯ ಮನಸ್ಸನ್ನು ಅದು ಹೊಕ್ಕ ಮೇಲೆ ಕೇಳಬೇಕೆ? ಕ್ಷಣದಲ್ಲಿ ಭೂತಾಕಾರವನ್ನೇ ತಾಳಿತು ಅದು! ಮನೆಗೆ ಮರಳಿದಳು. ಯಾವಜ್ಜೀವ ಥರಥರಿಸತೊಡಗಿದಳು. ತನ್ನ ಒಂದೇ ಒಂದು ಮಗುವನ್ನು ಮುದ್ದಿನ ಕರಿಯನನ್ನು ಬಲಿಕೇಳುವ ಕಲ್ಕುಡನ ಭಯಾನಕ ರೂಪು ಕಣ್ಣೆದುರಿಗೆ ನಿಂತಂತೆ ಕಾಣಿಸಿತು ಅವಳಿಗೆ. ಆ ದಿನ ಅವಳು ಕೆಲಸಕ್ಕೆ ಹೋಗಲಿಲ್ಲ. ಕೆಂಚ, ಕೇರಿಯ ಜನಗಳ ಜತೆಗೆ ಕುಮರಿ ಅಗತೆಗೆ ಹೋಗಿದ್ದ; ಕರಿಯ ಅಜ್ಜನನ್ನು ಹಿಂಬಾಲಿಸಿದ. ನೀರು ತರುವ ಗಡಿಗೆಯನ್ನು ಹಿಡಿದು ಹೊರಟಳು ಚಿಕ್ಕಿ. ಚಿಂತೆ, ಭೀತಿಗಳಿಂದ ತಬ್ಬಿಬ್ಬಾಗಿ ಹೆಜ್ಜೆ ಹಾಕುತ್ತ, ಕೇರಿಗೆ ಸಮೀಪದ ನೀರಿನ ಚಿಲುಮೆಗೆ ಹೋಗಿ ನಿಂತಳು. ಮೇಲಿಂದ ಸುರಿಯುವ ದಂಬೆ ನೀರಿಗೆ ಗಡಿಗೆ ಇರಿಸಿ, ಅದು ತುಂಬುವ ತನಕ ನಿಂತಿರಲಾರದೆ–ತುಸು ಈ ಕಡೆಗೆ ಸರಿದು ಬಂದಳು. ಇನ್ನೊಂದು ಬಂಡೆಯ ಮೇಲೆ ನಿಂತು ಪಡುವಣಕ್ಕೆ ಮುಖಮಾಡಿದಳು. ಬಾನಿನಿಂದ ಎದುರಿನ ಬೆಟ್ಟಕ್ಕೆ ಕಣ್ಣು

ಹಾಯ್ದಿತು. ಅಲ್ಲಿಂದ ಕೆಳಗಿನ ಗುಡಿ! ಅದರ ನೆನಪು ಅರಳಿತು. ಗುಡಿ ಕಾಣಿಸದಿದ್ದರೂ ಗುಡಿಯನ್ನು ಕವಿದ ಸಸ್ಯವೃಂದ ಕಾಣಿಸಿತು. ಅದೇ ಘೋರ ಆಕೃತಿಯೊಂದಾಗಿ ಬೆಳೆಬೆಳೆದು, ತನ್ನನ್ನೇ ದಿಟ್ಟಿಸಿ ನೋಡುವಂತೆ ಚಿತ್ರಿಸಿ ಕೊಂಡಳು, ಮನಸ್ಸಿನಲ್ಲಿ. ಎದೆ ಬಡಿಯತೊಡಗಿತು. 'ತನ್ನ ಮಗುವಿನ ಬಲಿಯೇ!' ಎಂಬ ಭೀತಿಯಾಯಿತು. ಏನು ಮಾಡಿದಳೋ, ಏನು ಆಯಿತೋ-ಬೆದರಿ ಜಿಗಿದಳು ತನ್ನಷ್ಟಕ್ಕೆ. ನಿಂತ ಕಾಲು, ನೀರ ಪಸೆ ಅಂಟಿದ ಬಂಡೆಯ ಪಾಮಾಜಿಯಿಂದಾಗಿ ಜಾರಿತು. ಮೈಯ ತೋಲ ತಪ್ಪಿತು. ಉರುಳಿ ಬಿದ್ದುದೇ ಕೆಳಗಿನ ಮೂರು ನಾಲ್ಕು ಆಳು ಕಂತದ ಹೊಂಡಕ್ಕೆ. ಕೆಳಗಣ ಬಂಡೆಯ ತಳಕ್ಕೆ ಅಪ್ಪಳಿಸಿ ಬಿದ್ದ ಅವಳು ತಿರುಗಿ ಏಳಲಿಲ್ಲ. ಹಾಗಾಯಿತು ಚಿಕ್ಕಿಯ ಮೃತ್ಯು! ಸಂಜೆಗೆ ಕುಮರಿಗೆ ಹೋದ ಜನರು ಬಂದರು. ಆ ದಾರಿಯಾಗಿಯೇ ಕೇರಿಗೆ ಸರಿದು ಹೋದರು. ನೀರಿಗೂ ಬಂದರು. ಚಿಕ್ಕಿ ಇಟ್ಟ ಗಡಿಗೆಯು ತುಂಬಿ ತುಳುಕುವುದನ್ನು ಕಂಡರು. ಅವಳನ್ನು ಕೂಗಿದರು, ಕರೆದರು; ಆಚೀಚೆ ಹುಡುಕಿದರು, ಕೆಳಗೂ ಇಣುಕಿ ನೋಡಿದರು. ಚಿಕ್ಕಿಯ ಶವ ಕಾಣಿಸಿತು. ಇಷ್ಟೆಲ್ಲ, ಎರಡು ದಿನಗಳ ಹಿಂದಿನ ಕತೆ. ಈಗ, ಆ ಶವದ ಸಂಸ್ಕಾರವೂ ಆಗಿದೆ. ಕೆಂಚನ ಬಾಳಿನಲ್ಲಿ ಸಂಪೂರ್ಣ ಕಗ್ಗತ್ತಲೆಯೇ ತುಂಬಿದಂತಾಯಿತು! ಕರಿಯ ಮುಕ್ಕಾಲು ಮೂರುವೀಸ ಪಾಲು ಅನಾಥನಾದುದೂ ಆಯಿತು !

ಪ್ರೇಯಸಿಯನ್ನು ಕಳೆದುಕೊಂಡ ನೋವು ತುಕ್ರನಿಗೆಷ್ಟಿತ್ತೋ ಅದರ ನಾಲ್ಮಡಿ ಭೀತಿಯೂ ಎದೆಯಲ್ಲಿ ತುಂಬಿತ್ತು. ಗರ್ಭಿಣಿಯಾದ ಚಿಕ್ಕಿ ಸತ್ತುದರಿಂದ ನಿಜಕ್ಕೂ ಕಲ್ಕುಡ ಕೊಂಡದ್ದು ಒಂದು ಜೀವವನ್ನಲ್ಲ, ಎರಡು ಜೀವಗಳನ್ನು –ಎಂದು ಅವನ ಪಾಲಿಗೇನೋ ಅನಿಸುತ್ತದೆ. ಆದರೆ, ಅಂಥ ಕಲ್ಕುಡನ ಸೇಡನ್ನು ನೆನೆಯುವಾಗ, ನಾಳೆ ಅವನ ವಕ್ರದೃಷ್ಟಿ ತನ್ನ ಮೇಲೂ ಬಿದ್ದೀತು–ಎಂಬ ಭೀತಿ ಉಂಟಾಗಿದೆ. ತುಂಬಿದ ದುಃಖ ಒತ್ತಟ್ಟು; ವಿಸ್ತರಿಸುವ ಭೀತಿ ಒತ್ತಟ್ಟು. ಇವುಗಳಿಂದ ಧೂಳೀಧ್ವಂಸವಾಗಿದೆ–ಅವನ ಎದೆಗಾರಿಕೆ. ಬಾಯಿ ಬಿಡುವುದಕ್ಕಿಲ್ಲ; ಯಾವ ಮಾತನ್ನೂ ಯಾರಲ್ಲೂ ಹೇಳುವುದಕ್ಕಿಲ್ಲ. ಕುಮರಿಯ ಕೆಲಸಕ್ಕೆ ಹೋದರೆ ಕೈಯಿಂದ ಕತ್ತಿ ಕಳಚಿ ಬೀಳುತ್ತದೆ. ಒಂದೇ ಚಿಂತೆ ಅವನಿಗೆ–ಹಿರಿಯ ಮಲೆಗೆ ಹೋಗಿ, ಅಲ್ಲಿನ ಜನರ ಕೈಕಾಲು

ಹಿಡಿದಾದರೂ ಆದಷ್ಟು ತೀವ್ರ ಕಲ್ಕುಡನಿಗೆ ತೃಪ್ತಿಯಾಗುವಷ್ಟು ಹಾರ, ಕೋಳಿ, ಹಂದಿ, ಯಾವುದು ಕೇಳುತ್ತಾನೋ ಅದನ್ನು ಸಲ್ಲಿಸಿ, ತನ್ನ ಜೀವವನ್ನು ಕಾಪಾಡಿಕೊಳ್ಳಬೇಕೆಂಬ ಚಿಂತೆ.

ಚಿಕ್ಕಿಯ ಉತ್ತರಕ್ರಿಯೆಗಳು ಹೇಗೋ ಮುಗಿದವು. ಕೆಂಚ ಕರಿಯನಷ್ಟೇ ನಿಸ್ಸಹಾಯನಾದ ಮಗುವಾದ. ಈ ಏಳು ದಿನಗಳಲ್ಲಿ ಹತ್ತು ವರ್ಷಗಳ ಆಯುಷ್ಯವೇ ಅವನಿಂದ ಕರಗಿಹೋದಂತೆ ಕಾಣಿಸುತ್ತಿತ್ತು. ಅವನ ಮೈಮನಗಳೆರಡೂ ನುಜ್ಜು ಗುಜ್ಜಾಗಿದ್ದುವು. ಆ ನೋವು, ದುಃಖಗಳನ್ನು ಕಟ್ಟಿಕೊಂಡು ಚಿಕ್ಕಿಯ ಬೊಜ್ಜಕ್ಕೆ ಸಾಕ್ಷಿಯಾಗಬೇಕಾಯಿತು ಅವನು. ನೆರೆಯಲ್ಲಿ ಕೇರಿಯ ಜನಗಳಿದ್ದಾರೆ; ಮರುಕದಲ್ಲಿ ಸಮಭಾಗಿಯಾಗಲು ತುಕ್ರನೂ ಇದ್ದಾನೆ. ತುಕ್ರ ಎಷ್ಟು ಹೆಚ್ಚಾಗಿ ಅವನ ಮನೆಗೆ ಬಂದು ಹೋಗತೊಡಗಿದನೋ ಅಷ್ಟು, ಅಷ್ಟು ಸಲಿಗೆ ಬೆಳೆಯಿತಾದರೂ, ಒಳಗಿಂದೊಳಗೆ ಕೆಂಚನ ಮನಸ್ಸಿನಲ್ಲಿ 'ತುಕ್ರನಿಂದಾಗಿ ಕರಿಯನಿಗೆ ಕ್ಷೇಮವಿಲ್ಲ' ಎಂದೇ ತೋರುತ್ತಿತ್ತು. ಅದಕ್ಕೆ ಕಾರಣವಿಷ್ಟೆ – ಕರಿಯ ಬೆಳೆದು ದೊಡ್ಡವನಾಗಬೇಕಾದರೆ ಇನ್ನೂ ಹತ್ತು ವರ್ಷಗಳಾದರೂ ಸರಿಯಬೇಕು. ಹತ್ತು ದಿನಗಳಲ್ಲಿ ಅಷ್ಟೊಂದು ನುಗ್ಗಾದ ತಾನು, ಇನ್ನು ಹತ್ತು ವರ್ಷ ಕಾಲ ಬದುಕಿ ಉಳಿದು, ತನ್ನ ಗುರಿಕಾರಿಕೆಯ ಪಟ್ಟ ಅವನಿಗೊಪ್ಪಿಸುವುದು ಸಾಧ್ಯವೇ? ಹುಡುಗನಾದ ಕರಿಯನ ಮಾತನ್ನು ಕೇರಿಯವರು ಕೇಳುವುದುಂಟೇ–ಎಂಬ ಭೀತಿ, ಸಂಕೋಚ ಇವೆರಡೂ ಕೆಂಚನಲ್ಲಿ ಉಂಟಾಗತೊಡಗಿದೆ. ಇಷ್ಟಾಗುವ ಮೊದಲೇ ತಾನು ಸತ್ತರೆ, ಈ ಕೂಸನ್ನು ಯಾರ ಕೈಯಲ್ಲಿ ಇರಿಸಲಿ–ಎಂಬ ಚಿಂತೆಯೂ ಉಂಟಾಯಿತು. ತುಕ್ರ ಬಂದು ತೀರ ಸ್ನೇಹ ನಟಿಸುತ್ತಾನೆ; ನಿಜ. ಸ್ನೇಹದ ಮಾತುಗಳನ್ನು ಆತ ನುಡಿದರೂ ಅವನ ವಿಷಯದಲ್ಲಿ ಅಷ್ಟೊಂದು ವಿಶ್ವಾಸ ಉಂಟಾಗಲಾರದು. ಕರಿಯ ಹೋದರೆ, ಕೇರಿಯ ಪಟ್ಟ ತುಕ್ರನಿಗೆ ಬರಬೇಕಾಗುತ್ತದೆ. ವಯಸ್ಸಿನಲ್ಲಿ ಅವನಿಗೆ ಹಿರಿಯರೂ ಇದ್ದಾರೆ. ಆದರೂ ಜನಗಳ ಬೆಂಬಲ, ಅಧಿಕಾರಕ್ಕೆ ತಕ್ಕ ಧೈರ್ಯ, ಸ್ಥೈರ್ಯ ಇರುವುದು ಅವನೊಬ್ಬನಲ್ಲಿಯೇ. ತನಗೆ ಪ್ರತಿಸ್ಪರ್ಧಿಯಾಗಿ ನಿಲ್ಲುವ ಕರಿಯನನ್ನು ಆತ ಅಕ್ಕರೆಯಿಂದ ಬೆಳೆಯಿಸಿಕೊಂಡು ಬಂದಾನೆಯೇ? ಆ ನಂಬಿಕೆ ಅವನಿಗಿಲ್ಲ. ಅದಕ್ಕಾಗಿಯೇ ಕೇರಿಯನ್ನು ಬಿಟ್ಟು ಘಟ್ಟ ಇಳಿಯುವ ಮೊದಲು, ಬೂದನನ್ನು ಬಳಿಗೆ ಕರೆಯಿಸಿಕೊಂಡ. ಬೂದ

ದುಡುಕಿನವ, ಅಷ್ಟೇ ಅವನ ದೋಷ. ಆತನಿಗೆ ಮಾತಿನಲ್ಲಿ ಸಿಡುಕು ಹೆಚ್ಚು. ಆದರೆ ಕಂಡದ್ದನ್ನು ಬಚ್ಚಿಡುವವನಲ್ಲ; ಕಪಟ ಸಾಧಿಸುವವನಲ್ಲ. ವಿಶ್ವಾಸಕ್ಕೆ ತಕ್ಕ ವ್ಯಕ್ತಿ. ಬೂದ-ತುಕ್ರರ ಎಷ್ಟೋ ಕಾಳಗಗಳಲ್ಲಿ, ಬೂದನ ಕೋಪಕ್ಕೆ ತಣ್ಣೀರೆರಚಿ 'ತಾಳಿಕೋ, ತಾಳಿಕೋ, ಸಣ್ಣದನ್ನು ಅಷ್ಟು ದೊಡ್ಡದು ಮಾಡಬಾರದು' ಎಂದು ಬುದ್ಧಿ ಹೇಳುತ್ತಿದ್ದವನು ಕೆಂಚನೇ. ಆ ಗುರಿಕಾರನ ಮಾತಿಗೆ ತಲೆ ತಗ್ಗಿಸಿಕೊಂಡು, ಮನಸ್ಸಿಗೆ ಒಪ್ಪದಿದ್ದರೂ, ಅವನ ಹೇಳಿಕೆಯಂತೆ ನಡೆದು ಕೊಳ್ಳುತ್ತಿದ್ದವ ಬೂದ. ಈಗ ಅವನಿಗೆ ಸುಬ್ರಹ್ಮಣ್ಯಕ್ಕೆ ಕೂಸನ್ನು ಕರೆದು ಕೊಂಡು ಹೋಗುವ ಹಂಬಲ ಉಂಟಾಗಿದೆ. 'ಹೋಗಬೇಕು ನಿಜ; ಹೋಗುತ್ತೇನೆ' ಎಂದು ಬಹಿರಂಗವಾಗಿ ನುಡಿದರೆ, ಹೋಗುವ ಕಾರಣವನ್ನು ಕೇರಿಯವರ ಮುಂದಕ್ಕೆ ಹೇಳಬೇಕಾಗುತ್ತದೆ. ಕಲ್ಲುಕುಡನ ದ್ವೇಷಕ್ಕೆ ಪರಿಹಾರ ಸಾಧಿಸಲು ಸುಬ್ರಹ್ಮಣ್ಯಕ್ಕೆ ಹೋಗುತ್ತೇನೆ ಎಂದು ಹೇಳಲೇ? ಕೇಳಿದರೆ, ಕೇರಿಯವರು ಏನೆಂದಾರು? ಅಭಿಪ್ರಾಯಗಳಲ್ಲಿ ಇಬ್ಬಣವಾದೀತು. ಯಾರ ಒಪ್ಪಿಗೆಯೂ ದೊರೆಯಲಾರದು. ಕಿರಿಮಲೆಯ ಕಲ್ಲುಕುಡ ಕಲ್ಲುಕುಡನೇ. ಅವನ ಮೇಲೆ ಪ್ರತಿ ಅಸ್ತ್ರ ಹೂಡುವ ಯೋಚನೆಯೇ ಸಲ್ಲದು. ತಲೆ ಕೊಟ್ಟಾದರೂ ಕಲ್ಲುಕುಡನನ್ನು ಒಲಿಸುವುದೇ ಋಜುವಾದ ಮಾರ್ಗ-ಎಂದು ಅವರೆಂದಾರೆಯೇ ವಿನಾ, ಬೇರೆ ದಾರಿಗೆ ಸಮ್ಮತಿಸಲಾರರು. ಇಂಥ ಸಂದಿಗ್ಧದಲ್ಲಿ, ಅವನ ಮನಸ್ಸೂ ಅಳುಕುತ್ತದೆ. ತಾನು ದುಡುಕುತ್ತಿದ್ದೇನೆ ಎಂಬ ಅಂಜಿಕೆ ಬರುತ್ತದೆ. ಹೀಗಾಗಿ-ಒಂದು ರಾತ್ರಿ ಬೂದನ ಮನೆಗೆ ಹೋಗಿ ಅವನನ್ನು ಕರೆದುಕೊಂಡು ತನ್ನ ಮನೆಗೆ ಬಂದ. ನಡೆದ ಯಾವತ್ತೂ ಕತೆ ಅವನಿಗೆ ಹೇಳಿದ. ತನ್ನ ಕನಸಿನ ಭೀತಿಯನ್ನೂ ತೋಡಿಕೊಂಡ. ನಾಳೆ ಗುರಿಕಾರಿಕೆ ಕರಿಯನಿಗಾಗಬೇಕಾದರೆ, ಕಲ್ಲುಕುಡನ ಮೂರನೆಯ ನರಬಲಿಯ ಭೀತಿ ತೊಲಗಬೇಕಾದರೆ, ಬೇರೆ ದಾರಿಯಿಲ್ಲವೆಂದು ತಿಳಿಸಿದ. ಅಲ್ಲದೆ, ತನಗೆ ತುಕ್ರನಲ್ಲಿರುವ ಅವಿಶ್ವಾಸ ಸೂಚನೆಯನ್ನೂ ಹೇಳದಿರಲಿಲ್ಲ. "ನೀನೇನೆನ್ನುತ್ತೀ, ಹೇಳು. ಈ ಸಂದರ್ಭದಲ್ಲಿ ಯಾರಿಗೂ ಹೇಳದೆ ಹೋಗುವಂತಿಲ್ಲ ನಾನು. ಹೇಳದೆ ಹೋಗುವುದು ಮತ್ತೂ ಕಷ್ಟ. ನಾಳೆ ಹೇಳದೆ ಹೋದರೆ, ಊರವರು ನಾನೆಲ್ಲಿ ಸತ್ತೆನೋ ಎಂದು ಇನ್ನಷ್ಟು ಹೆದರಬಾರದಲ್ಲ; ನನಗಾಗಿ ಹುಡುಕ ಬಾರದಲ್ಲ, ಅದಕ್ಕಾಗಿಯೇ ಎಲ್ಲರಿಗೂ ಅದನ್ನು ಹೇಳುವುದಿಲ್ಲ. ನಾನು

ಹೋದ ಮೇಲೆ ಹೇಳಿದರೆ ಸಾಕು. ನಾನು ವಿಟ್ಲದ ಧನಿಯರನ್ನು ನೋಡುವುದಕ್ಕೆ ಹೊರಟಿದ್ದೇನೆ. ಮಗುವನ್ನು ಬಿಡಲಾರದುದಕ್ಕೆ ಜತೆಗೆ ಒಯ್ಯುತ್ತೇನೆ. ಧನಿಯರನ್ನು ಕಂಡು, ಎರಡೂ ಮಲೆಯವರನ್ನು ಕೂಡಿಸಿ, ಬುದ್ಧಿ ಹೇಳಿಸಿ ಕಲ್ಕುಡನಿಗೆ ಸಲಿಸುವ ಸೇವೆಯ ಏರ್ಪಾಡಿಗೆ ಹೋಗಿದ್ದೇನೆ ಅನ್ನು. ಮಾತು ಸುಳ್ಳಾಗಬಾರದ್ದಕ್ಕೆ-ಸುಬ್ರಹ್ಮಣ್ಯಕ್ಕೆ ಹೋದವನೇ ಬರುವಾಗ, ಧನಿಯರ ಮನೆಗೂ ಹೋಗಿಬರುತ್ತೇನೆ. ನನಗೆ ದಾರಿ, ದೂರ ಒಂದೂ ಗೊತ್ತಿಲ್ಲ. ಸಣ್ಣದಿದ್ದಾಗ ಮಾವನೊಂದಿಗೆ ಷಷ್ಠಿಗೆ ಸುಬ್ರಹ್ಮಣ್ಯಕ್ಕೆ ಹೋದದ್ದುಂಟು. ಆಮೇಲೆ ಹೋದವನಲ್ಲ. ಬೆಟ್ಟ ದಾಟಿ, ಬೀಡುಬಿಟ್ಟು ಮುಂದೆ ಕಾಲಿಟ್ಟವನಲ್ಲ." ಎಂದು ತನ್ನ ಅಂತರಂಗದ ವಿಚಾರಗಳನ್ನೆಲ್ಲ ಅವನ ಮುಂದೆ ತೋಡಿಕೊಂಡ.

ಬೂದನಿಗೆ ಯಾವತ್ತೂ ಸಂಗತಿಗಳು ತಿಳಿದುವು. ಕೆಂಚನ ಮೇಲಿದ್ದ ಅಭಿಮಾನದೊಂದಿಗೆ ಸಹಾನುಭೂತಿಯೂ ಉಂಟಾಯಿತು. ಗುರಿಕಾರಪಟ್ಟ ಕರಿಯನಿಗೆ ಸಲ್ಲಬೇಕಾದದ್ದು, ಅವನು ಬೆಳೆದು ದೊಡ್ಡವನಾಗಿ ಕುಡಿಯರ ಯಜಮಾನನಾಗಬೇಕಾದದ್ದು ತೀರ ಸಮಂಜಸವಾದದ್ದು. ಪರಂಪರೆಗಳಿಂದ ನಡೆದುಬಂದದ್ದೂ ಅಲ್ಲದೆ, ತುಕ್ರನ ಸೊಕ್ಕು, ಹಾರಾಟ ಅವನಿಗೆ ಹಿಡಿಸದ ವಿಷಯವಾಗಿತ್ತು. ಕರಿಯನ ಬೆಂಗಾವಲಿಗೆ ತಾನು ಯಾವಜ್ಜೀವ ನಿಲ್ಲುತ್ತೇನೆ ಎಂಬ ಮಾತನ್ನು ಕೆಂಚನಿಗೆ ಕೊಟ್ಟು, ತನ್ನ ಒಪ್ಪಿಗೆ ನೀಡಿದ. ಕಲ್ಕುಡನಂತಹ ಗಣಗಳಿಗೆ ಕುಮಾರಸ್ವಾಮಿಯೇ ಒಡೆಯನು-ಎಂಬ ಕತೆಯನ್ನು ಕೇಳಿಯಾದರೂ ಅವನು ಬಲ್ಲ. ಎರಡು ಜೀವಗಳನ್ನು ಕೊಂಡಂಥ ಕಲ್ಕುಡ, ಮೂರನೆಯ ಜೀವವನ್ನು ಕೊಳ್ಳದಂತೆ ತಡೆಯುವ ಶಕ್ತಿ ಆ ಕುಮಾರ ಸ್ವಾಮಿಗಲ್ಲದೆ ಇನ್ನಾರಿಗೂ ಇರಲಾರದೆಂದು ಅವನ ನಂಬಿಕೆ. ಅಲ್ಲದೆ ಇಬ್ಬಣವಾಗಿ, ಚಿಕ್ಕಪುಟ್ಟ ಮಾತುಗಳನ್ನು ಬೆಳೆಯಿಸಿಕೊಂಡು, ಮುಖ, ಮುಖ ನೆಟ್ಟಗೆ ನೋಡಲಾರದ ಕಿರಿಮಲೆ, ಹಿರಿಮಲೆಗಳ ಕುಡಿಯರು ಒಂದಾಗಿ, ಆ ಕಲ್ಕುಡನ ಸೇವೆ ಸಲ್ಲಿಸುವ ದಿನ, ಅವನ ರಕ್ತಪಿಪಾಸೆ ಹಿಂಗಿಸುವ ದಿನವನ್ನೂ ಆತನೂ ಸಮೀಪದಲ್ಲಿ ಕಾಣಲಾರ. ಅದನ್ನು-ತಮ್ಮ ಧನಿಯರಿಗೆ ಹೇಳುವ ಕೆಲಸ ದೊಡ್ಡದಲ್ಲ. ಅವರು ಆಗಾಗ ಬಂದುಹೋಗುವವರು. ಮಳೆ ಬೀಳುವ ಮುಂಚೆ ಇನ್ನೊಮ್ಮೆಯಾದರೂ ಬಂದು ಹೋಗಲೂಬಹುದು. ಆದರೆ, ಹಿರಿಮಲೆ ಕುಡಿಯರಿಗೆ ಯಾರಿಂದ ಬುದ್ಧಿ ಹೇಳಿಸಬೇಕು. ಆ ಮಲೆಯ

ಒಡೆತನವೂ ಬದಲಾಗಿದೆ. ಈಗ, ಏಲಕ್ಕಿ ಬೇಸಾಯ ನಡೆಸುವವರು ಯಾರೋ ಪಾದ್ರಿ ಜನಗಳಂತೆ. ಅವರಿರುವುದು ಊರ ಸಮೀಪದಲ್ಲೂ ಅಲ್ಲ, ಸಕಲೇಶಪುರದಲ್ಲಿ. ಇವರನ್ನು ಕಂಡು, ಅವರನ್ನು ಕಂಡು, ಮಲೆಯವರನ್ನು ಕೂಡಿಸಿ, ಕಲ್ಲುಡನಿಗೆ ಕೋಲ ಕೊಡುವುದರೊಳಗೆ ಮಳೆಗಾಲ ತೊಡಗುತ್ತದೆ. ಮಳೆಗಾಲ ತೊಡಗಿತೆಂದರೆ, ಕೋಲದ ಮಾತು ಇನ್ನಾರು ತಿಂಗಳ ಕಾಲ ಮುಂದೆ ಹೋದಂತೆಯೇ. ಆರು ತಿಂಗಳಿಗೆ ಆತ ಒಂದಲ್ಲ ನಾಲ್ಕು ಬಲಿಗಳನ್ನು ಕೊಂಡಾನು, ಕರಿಯನನ್ನೂ ಕೊಂಡಾನು; ಅವನ ಅಜ್ಜನನ್ನು ಕೊಳ್ಳುವುದಂತೂ ಖಂಡಿತವೇ. ಈ ಎಲ್ಲ ಅನುಮಾನಗಳನ್ನೂ ಬೂದ ಕೆಂಚನಿಗೆ ವಿಸ್ತರಿಸಿ ಹೇಳಿದ. 'ನೀನು ಹಿಡಿದ ದಾರಿಯೇ ಸರಿ'ಯೆಂದು ನುಡಿದ. ರಾತ್ರಿ ಕೆಂಚನ ಮನೆಯಲ್ಲಿಯೇ ಮಲಗಿಕೊಂಡ. ನಡುರಾತ್ರಿ ಎದ್ದು ಅಜ್ಜ, ಮೊಮ್ಮಗನನ್ನು ಸಾಗಿಸಿಕೊಂಡು ಬೆಟ್ಟದ ಕತ್ತಲಲ್ಲಿ ನಡೆಯಿಸಿಕೊಂಡು, ಕಾಡಿನ ಹಾದಿ ಕಳೆದ ಮೇಲೆ ಸೂಡಿ ಹಚ್ಚಿಸಿ, ಅದರ ಬೆಳಕಿನಲ್ಲಿ ಅವರನ್ನು ನಡೆಸಿಕೊಂಡು, ಮೂಲೆಗುಂಪಿನ ಬೀಡಿನ ತನಕ ಬಿಟ್ಟು, ಬೆಳಕು ಹರಿಯುವುದರೊಳಗೆ ತನ್ನ ಗುಡಿಯನ್ನು ಸೇರುವ ಸಾಹಸವನ್ನೂ ಮಾಡಿದ.

ಬೆಳಕು ಹರಿಯಿತು. ಕೇರಿಯವರು ತಂತಮ್ಮ ಗುಡಿ, ಜೋಪಡಿಗಳಲ್ಲಿ ಅಂಬಲಿ ಕುಡಿದು, ಕುಮರಿ ಹೊಲದ ಸುತ್ತ ಬಿದಿರಿನ ಬೇಲಿ ಹಾಕುವುದಕ್ಕೆ ಹೊರಟರು. ಆ ಕೆಲಸಕ್ಕೆ ಬೂದನೂ ಹೋದ. ಗಂಡು, ಹೆಣ್ಣಾಳುಗಳೆಲ್ಲ ನೆರವಾದರು–ಆ ಉದ್ಯೋಗದಲ್ಲಿ. ಆ ದಿನ ತುಕ್ರ, ಬೇಕೋ ಬೇಡವೋ ಎಂಬ ಮನಸ್ಸಿನಿಂದ ಬಿದಿರಮೆಳೆ ಸವರುತ್ತಿದ್ದ; ಮುಳ್ಳಿನ ಹೊರೆ ಕಟ್ಟುತ್ತಿದ್ದ; ಹೊರೆ ಹೊರುವವರ ತಲೆಗೆ ಅದನ್ನು ಏರಿಸುತ್ತಿದ್ದ. ಸಂಜೆ ಮನಗೆ ಬಂದರೆ, ಕೇರಿಯ ಒಬ್ಬರಾದರೂ 'ಕೆಂಚಜ್ಜ ಏನು ಮಾಡುತ್ತಿದ್ದಾನೆ, ಕರಿಯನು ಕಾಣಲೇ ಇಲ್ಲವಲ್ಲ' ಎಂಬ ವಿಚಾರ ಕೇಳಲೇ ಇಲ್ಲ. ಉಪಚಾರಕ್ಕಾಗಿ ತುಕ್ರ ಅಲ್ಲಿಗೆ ಹೋಗಿದ್ದರೆ, ಹೋಗಬೇಕಿತ್ತು. ಅವನೋ, ತನ್ನ ತಲೆಯಲ್ಲಿ ತುಂಬಿದ ಚಿಂತೆಯನ್ನು ತೊಲಗಿಸುವುದಕ್ಕಾಗಿ ಆ ದಿನ, ಹೆಂಡದ ಗುಡಾಣವೇ ಆಗಿ ಮನೆಗೆ ಬಂದಿದ್ದ. ಚಿಕ್ಕಿ ಸತ್ತ ಮೇಲೆ ತನ್ನಿಬ್ಬರು ಹೆಂಡಿರೊಡನೆಯೂ, ಮಕ್ಕಳೊಡನೆಯೂ, ಸಮನಾಗಿ ಮಾತನಾಡಿದವನಲ್ಲ ಆತ. ಆ ಸಮಯ ಸಾಧಿಸಿ, ಈಗ ತುಂಬ ಕುಡಿದಿದ್ದಾನೆಂಬುದನ್ನು ಗಮನಿಸದೆ, ಕೆಂಪಿ, ಅವನ

ಅಚ್ಚುಮೆಚ್ಚಿನ ಹೆಂಡತಿ, ತನ್ನ ಸೇಡು ಸಲ್ಲಿಸಿದಳು. "ಏನು, ಮನೆಗೆ ಬಂದರೆ ಒಂದು ಮಾತನಾಡಬಾರದೇ? ಅವಳೊಬ್ಬಳು ಹೋದರೇನಾಯಿತು? ನಾವಿಬ್ಬರೂ ಬದುಕಿ ಉಳಿದಿದ್ದೇವಲ್ಲ" ಎಂದಳು ದಿಟ್ಟತನದಿಂದ. 'ಹುಂ' ಎಂದು ಹೂಂಕರಿಸಿದ ತುಕ್ರ. ಏನೋ, ಏನೋ ಅಂದ. ಪ್ರತ್ಯುತ್ತರವಾಗಿ ಕೆಂಪಿ ಬಿಡಿಸಿ, ಬಿಡಿಸಿ ಹೇಳಿದಳು–ತನ್ನ ಎದೆಯನ್ನು ಸುಡುತ್ತಿದ್ದ ಮಾತುಗಳನ್ನು. ಅದನ್ನು ಕೇಳಿ ತುಕ್ರನಿಗೆ ಕೋಪ ಬರುವುದೊಂದು ಹೆಚ್ಚೇ? ಹತ್ತಿರವಿದ್ದ ಬಡಿಗೆಯೊಂದನ್ನು ಹಿಡಿದು ರಪ್ಪನೆ ಬೀಸಿ ಎಸೆದೇಬಿಟ್ಟ. ಅದನ್ನು ಮುಂಗಾಣದ ಬೆಪ್ಪಿ ಕೆಂಪಿಯಲ್ಲ. ಅಲ್ಲೇ ಥಟ್ಟನೆ ಕುಳಿತಳು; ತಲೆತಪ್ಪಿಸಿ ಕೊಂಡಳು. ಬಡಿಗೆಯು ಗೋಡೆಗೆ ತಗಲಿ ಕೆಳಕ್ಕೆ ಜಿಗಿದು, ಮಲಗಿದ್ದ ಹುಡುಗ ನೊಬ್ಬನ ಮೇಲೆ ಬಿದ್ದು ಅವನನ್ನು ಎಚ್ಚರಗೊಳಿಸಿತು. ಹುಡುಗ ಗಾಬರಿ ಗೊಂಡು ಚೀತ್ಕರಿಸಿದ. ಮೊದಲ ಹೆಂಡತಿಯೂ ಬಂದಳು. ತುಕ್ರ ಹುಲಿಯಂತೆ ಕೆಂಪಿಯ ಮೇಲೆ ಎರಗಿಹೋದ. ಅವಳೂ ಆಳಿಗೆ ಆಳು! ಹುಲಿಗೆ ಹುಲಿಯೇ! ಅವನನ್ನು ತಬ್ಬಿ ಹಿಡಿದು, ಮೈಯನ್ನೆಲ್ಲ ಪರಚಿ, ಕಚ್ಚಿ, ತಾನೇ "ಮಗುವನ್ನು ಕೊಲ್ಲುತ್ತಾರೆ" ಎಂದು ಕಿರಿಚಿ, ಹೊರಕ್ಕೆ ಓಡಿ ಬಂದಳು. ಕೆಂಚನ ಮನೆಗೆ ಧಾವಿಸಿದಳು. ಕೇರಿಯಲ್ಲಿ ಹಾಹಾಕಾರವೆದ್ದಿತು! ಜನ ಕೂಡಿದರು. ತುಕ್ರನ ಮನೆಗೆ ಬಂದರು. ಕೆಂಪಿಯ ಕೂಗು, ಸಿಟ್ಟು, ಅಳುವಿನ ಮಾತುಗಳನ್ನು ಕೇಳಿದರು. ಸುದೈವಕ್ಕೆ, ಬಡಿಗೆಯ ಎಸೆತದಿಂದ ಯಾರಿಗೂ ಪೆಟ್ಟಾಗಿರಲಿಲ್ಲ. ಮಗುವಿಗೂ ಏನಾಗಿರಲಿಲ್ಲ, ಸತ್ತವರಾರೂ ಇಲ್ಲ. ಗಾಯ ಗೊಂಡವರೂ ಇಲ್ಲ. ಬದಲು, ತುಕ್ರನ ಎಡ ತೋಳಿನ ಮೇಲೆ ಕೆಂಪಿಯ ಹಲ್ಲುಗಳೆಲ್ಲ ಮೂಡಿದ್ದುವು. ಅಮಲಿನಿಂದ ಇನ್ನೂ ಆತ ತೊದಲುತ್ತಿದ್ದ. ಬಂದವರು ರೇಗಿದ ಅವನನ್ನೇ ಹಿಡಿದು ಕುಳ್ಳಿರಿಸಿದರು. ಕೆಂಪಿ ಅಳುತ್ತಾ ತನಗಾದ ಅನ್ಯಾಯವನ್ನು ಜನಗಳ ಎದುರಿಗೆ ಬಣ್ಣಿಸಿ ಹೇಳಿದಳು–ನೆರೆದವರ ಮುಂದೆ ತುಸು, ತುಸು ಗೊತ್ತಿದ್ದ ಸುದ್ದಿಯನ್ನೇ ಬಹಿರಂಗಪಡಿಸಿದಳು. ಅಷ್ಟೇ ಆಗಿದ್ದರೆ ದೊಡ್ಡದಿರಲಿಲ್ಲ. ಇನ್ನೂ ಒಂದು ಹೆಜ್ಜೆ ಮುಂದಕ್ಕೆ ಹೋದಳು. ಆಡಬಾರದ್ದನ್ನೂ ಆಡಿದಳು: "ಚಿಕ್ಕಿಯೊಡನೆ ಪ್ರೇಮ ಬಲಿತು, ಅವಳು ಮದುವೆಯ ಒತ್ತಾಯ ಮಾಡಿದ್ದಕ್ಕೆ ಅವಳನ್ನು ನೂಕಿ, ಕೊಂದವರು ಇವರು. ಇವರಿಗೆ ನಾವು ಬೇಡವಾಗಿದ್ದೇವೆ" ಎಂದು ಹಿಂದು ಮುಂದಿನ ಯೋಚನೆ

ಇಲ್ಲದೆಯೂ ಆಡಿದಳು. ಅವಾಕ್ಕಾದರು ಕೇಳಿದವರು! ತುಕ್ರನಿಗೆ ಅಮಲೇರಿತ್ತು ಎಂದು ಬಲ್ಲರು, ಕೆಂಪಿಗೂ ಹುಚ್ಚು ಹಿಡಿದಿದೆ–ಎಂದು ತೀರ್ಮಾನಿಸಿದರು. ಆ ದಿನದ ಗದ್ದಲ ಅಷ್ಟಕ್ಕೆ ಮುಗಿಯಿತು. ಗಂಡಹೆಂಡಿರ ಈ ಕಾಳಗದಲ್ಲಿ ಉಳಿದವರು ಕೈ ಹಾಕಲಿಲ್ಲ. ಕೆಂಪಿ ಮಾತ್ರ ರಾತ್ರಿ ಅಲ್ಲಿ ಮಲಗಲಿಲ್ಲ. ನೆರೆಮನೆಗೆ ಹೋಗಿ ಮಲಗಿದಳು. ಅಮಲಿಳಿಯುತ್ತ ಬಂದಂತೆ ತುಕ್ರ ತಣ್ಣಗಾಗಿ, ಅವಮಾನಿತನಾಗಿ, ತಲೆ ತಗ್ಗಿಸಿ, ಮನೆಯಲ್ಲಿಯೇ ಮಲಗಿಕೊಂಡ. ಮರುದಿನ ಮುಂಜಾನೆ ಕೆಂಪಿ, ಅಲ್ಲಿಂದ ಹಿರಿಮಲೆಗೆ ಓಡಿ ಹೋಗಿರಬೇಕು.

ಕೇರಿಯ ಗಂಡಸರೆಲ್ಲರಿಗೂ, ನೆರೆದವರೆಲ್ಲರಿಗೂ ಆ ಸಂದರ್ಭದಲ್ಲಿ ಹುಟ್ಟಿದ ಗಾಬರಿ, ಕಂಡ ಆಶ್ಚರ್ಯವೆಂದರೆ–ಕೆಂಚಣ್ಣ, ಅವನ ಮೊಮ್ಮಗ ಇಬ್ಬರೂ ಕಾಣಿಸದಿದ್ದುದು. ತಮ್ಮ ಮನೆಯಲ್ಲೂ ಇಲ್ಲದಾದುದು. ಈ ಒಂದು ಗಲಭೆ ಮುಗಿಯುವಾಗ, ಆ ಗಲಭೆ ತೊಡಗಿತ್ತು. ಆದರೆ, ಬೂದ ಅವರೆಲ್ಲರಿಗೂ ಸಮಾಧಾನ ಹೇಳಿದ.

ಅಧ್ಯಾಯ - ೩

ಕೆಂಪಿಯ ವರ್ತನೆಯಿಂದ ತುಕ್ರನ ಹೆಮ್ಮೆ, ಪ್ರತಿಷ್ಠೆಗಳಿಗೆ ಬಲವಾದೊಂದು ಬರೆಯನ್ನೆಳೆದಂತಾಯಿತು. ಮರುದಿನ ಕೆಲಸಕ್ಕೆ ಆತ ಮುಖವನ್ನೆತ್ತಿಕೊಂಡು ಹೋಗುವ ಹಾಗಿರಲಿಲ್ಲ. ಆಕೆಯ ಮೇಲಿನ ರೋಷವು ಎದೆಯಲ್ಲಿ ಕುದಿಯುತ್ತಿತ್ತಾದರೂ, ಆ ವಿಷಯದಲ್ಲಿ ಸೇಡಿನ ದಾರಿ ಒಳಿತಲ್ಲವೆಂದು ಹೊಳೆಯಿತು. ಅವಳ ತವರುಮನೆ ಹಿರಿಮಲೆಯಲ್ಲಿ. ಅವಳ ತಂದೆ ತೌಡ. ಅಲ್ಲಿನ ಕುಡಿಯರಲ್ಲಿ ಗಣ್ಯ ವ್ಯಕ್ತಿ. ತನ್ನ ಮಗಳನ್ನು ಬಡಿಗೆಯಿಂದ ಕೊಲ್ಲಲು ಹೋಗಿದ್ದಾನೆ-ಎಂದು ಆತನಿಗೆ ತಿಳಿದರೆ ಅವನು ಸೇಡಿನ ದಾರಿ ತುಳಿದಾನು. ಹಿಂದಣ ರಾತ್ರಿ ಮನೆಬಿಟ್ಟು ಬಳಗದವರಲ್ಲಿ ತನ್ನ ವಿಷಯವಾದ ತಾತ್ಸಾರವನ್ನು ಹುಟ್ಟಿಸಿದವಳನ್ನು, ಮೈ ಕಚ್ಚಿ ಗಾಯ ಮಾಡಿದವಳನ್ನು ತಿರುಗಿ ಕರೆಯಿಸಿಕೊಳ್ಳುವ ವಿಚಾರದಲ್ಲಿ ಅವನ ಮನಸ್ಸು ಉದಾಸೀನವಾಯಿತು. ನಾಲ್ಕು ಸಮಾಧಾನದ ಮಾತುಗಳನ್ನಾಡಿ, ಅವಳನ್ನು ಒಲಿಸುವುದು ಅಸಾಧ್ಯವಲ್ಲವೆಂದು ಕಂಡರೂ, ಗಂಡುಸೆನಿಸಿದ ತನ್ನ ಪ್ರತಿಷ್ಠೆಗೆ ಅದು ಕುಂದೆಂದು ಕಂಡಿತು. ಸಾಲದುದಕ್ಕೆ, ಆಕೆ ತೋಳನ್ನು ಕಚ್ಚಿ ಮಾಡಿದ ಗಾಯವೂ ಬಲವಾಗಿತ್ತು; ಎರಡೂ ದವಡೆಯ ಹಲ್ಲುಗಳು ಆ ಗಾಯದಲ್ಲಿ ಮೂಡಿದ್ದವು. ಅದು ಶಾರೀರಿಕ ನೋವನ್ನೂ ಕೊಡುತ್ತಿತ್ತು. ಆತ, ಅದಕ್ಕೆ ಲೇಪವನ್ನು ಹಚ್ಚಿಕೊಂಡರೂ ತೋಳು ಊದಿಕೊಂಡಿತ್ತು-ಹಲ್ಲುಗಳ ನಂಜು ನಾಟಿತ್ತು. ರಾತ್ರಿ ಅದನ್ನು ಕಂಡವರಿಲ್ಲ. ಬೆಳಿಗ್ಗೆ ಅದನ್ನು ಹೊತ್ತುಕೊಂಡು, ಜನಗಳ ಮುಂದೆ ಮೆರವಣಿಗೆ ಮಾಡಿಸುವುದಕ್ಕೆ ಅವನಿಗೂ ಇಷ್ಟವಿರಲಿಲ್ಲ. ಕೆಂಪಿ ಆಚೀಚೆ ಎಲ್ಲಾದರೂ ಹೋಗಿ ಅಡಗಿರಬಹುದು ಅಥವಾ ಕುಮರಿ ಸಾಗುವಳಿಯಾಗುವಲ್ಲಿಗೆ ಹೋಗಿರಬಹುದು. ಒಮ್ಮೆಗೇ ದಿಟ್ಟತನದಿಂದ ತವರುಮನೆಗೆ ಹೋಗಿರಲಾರಳು ಎಂಬ ನಂಬಿಕೆ ಅವನದು. ಓಡಿ

ಹೋಗಿದ್ದರೂ ಅವನೇನು ಮಾಡಬೇಕು? ಬೆಳಕು ಹರಿದ ಮೇಲೆ ಓಡಿಹೋಗಬೇಕು. ಅವಳನ್ನು ತಡೆಯುವ ಧೈರ್ಯವೂ ಇಲ್ಲ. ಇಷ್ಟವೂ ಇಲ್ಲ. ಕಚ್ಚಿದ ತೋಳನ್ನು ತೋರಿಸಲಾರದ್ದಕ್ಕೆ, ಅವಮಾನಿತ ಮುಖವನ್ನು ತೋರಿಸಲಾರದ್ದಕ್ಕೆ ಮನೆಯಲ್ಲೇ ಕುಳಿತುಬಿಟ್ಟ. ಜ್ವರ ನಟಿಸಿದ; ಮುಸುಕು ಹಾಕಿಕೊಂಡು ಚಾಪೆಯಲ್ಲಿ ಮಲಗಿಕೊಂಡ.

ಹಾಗೆ ಮಲಗಿದ್ದೇನೋ ಸರಿಯೆ. ಈ ಉರಿದ ಬೆಂಕಿಯನ್ನು ನಂದಿಸುವುದಕ್ಕೆ ಕೆಂಚನಲ್ಲಿಗೆ ದೂರು ಕಳುಹಿಸುವ–ಎಂದು ಯೋಚಿಸಿದ. ಮರುದಿನ ಕೆಂಚ ಊರಲ್ಲಿಲ್ಲದ ಸುದ್ದಿಯೂ, ಧನಿಯರ ಮನೆಗೆ ಹಿಂದಣ ದಿನವೇ ಆತ ಹೋಗಿದ್ದ ಸುದ್ದಿಯೂ ಮುಟ್ಟಿತು. ಇನ್ನು ಉಳಿದವರ ಸಹಕಾರ ಪ್ರಯೋಜನವಿಲ್ಲ, ಕೆಂಪಿಯನ್ನು ತವರಿಗೆ ಹೋಗದಂತೆ ಮಾಡಿ ಅವಳಿಗೆ ಮಿತ್ರರಿಂದ ಹೇಳಿಸಿ, ಸಾಧ್ಯವಾದರೆ ತನ್ನ ಹಿರಿಯ ಹೆಂಡತಿಯಿಂದ ನಾಲ್ಕು ಬುದ್ಧಿಯ ಮಾತುಗಳನ್ನು ಹೇಳಿಸಿ, ಅವಳಾಗಿ ಶರಣು ಬರುವಂತೆ ಮಾಡುವ ಯೋಚನೆ ಅವನದ್ದು. ಆದರೆ, ಬೆಳಗಿನ ಅಂಬಲಿ ತಿಂದುಕೊಂಡು ಅವಳೂ ಹೊಲಕ್ಕೆ ಹೋದಳು. ಯಾರೊಡನೆಯೂ ತುಕ್ರ ತನ್ನ ಗೋಳನ್ನು ಹೇಳುವುದಕ್ಕಿರಲಿಲ್ಲ. ತುಂಬ ಯೋಚಿಸಿದ; ಮಲಗಿದಲ್ಲಿಯೇ ಹೊರಳಾಡಿದ. ಏನೇನೋ ವಿಚಾರ ಮಾಡಿದ. ಈ ಘಟನೆ ತನ್ನ ಕ್ಷೇಮಕ್ಕಲ್ಲ ಎಂದೇ ಹೊಳೆಯಿತು. ಭೂತದ ಭೀತಿಯ ಜತೆಗೆ, ಕೆಂಪಿಯ ಹೆದರಿಕೆಯೂ ಅವನ ಎದೆಯನ್ನು ಕೊರೆಯ ತೊಡಗಿತು. ಒಮ್ಮೊಮ್ಮೆ ಅನಿಸಿತು 'ಛೆ, ಆ ದಿನ ನಾನವಳನ್ನು ಒಲಿದು ಮದುವೆಯಾದುದೇ ತಪ್ಪು' ಎಂದು. ಅದರ ಬೆನ್ನ ಹಿಂದೆಯೇ ತನ್ನ, ಅವಳ ಯಾವತ್ತು ವಿಲಾಸಜೀವನದ ಸ್ಮರಣೆಗಳು ಕವಿದವು. ಅವಳ ಬೊಗಸೆಗಣ್ಣುಗಳ ಕುಡಿನೋಟವನ್ನು ನೆನೆದರೆ ಈ ಸಿಟ್ಟಿನಲ್ಲೂ ಅವನು ಪಶುವಿನಂತಾಗುತ್ತಾನೆ. ಅವಳನ್ನು ಒಂಟಿಯಾಗಿ ಸಂಧಿಸಿ 'ದಮ್ಮಯ್ಯ, ಎಲ್ಲವನ್ನೂ ಮರೆತುಬಿಡು' ಎನ್ನುವಷ್ಟು ನಮ್ರನೂ ಆಗುತ್ತಾನೆ. ಈ ಎಲ್ಲ ಯೋಚನೆಗಳಿಂದ ಅವನು ಎಷ್ಟು ಸಮಯ ಚಾಪೆಯಲ್ಲಿ ಒರಗಿಕೊಂಡು ಕಳೆದನೋ ಅವನಿಗೇನೆ ಗೊತ್ತು. ತನ್ನ ಪಾಲಿನ ಅಂಬಲಿಯನ್ನೂ ಆತ ತಿಂದಿರಲಿಲ್ಲ.

ಕೊನೆಗೆ ಹಾಸಿಗೆಯನ್ನು ಬಿಟ್ಟೆದ್ದ; ಹೊರಕ್ಕೆ ಬಂದ. ತಿರುಗಿ ಒಳಕ್ಕೆ

ಹೋದ. ಹೊದೆಯುವ ದುಪ್ಪಟಿಯೊಂದನ್ನು ಮೈಮೇಲೆ ಹಾಕಿಕೊಂಡು, ತೋಳು ಮರೆಯಿಸಿಕೊಂಡು, ಗುಡಿಯಿಂದ ಹೊರಬಿದ್ದ. ಜನರೆಲ್ಲ ಹೊರಟು ಹೋದ ಬಳಿಕ ಕೆಂಚನ ಮನೆಗೆ ಹೋದ. ಕೆಂಚನಿಲ್ಲವೆಂದು ಗೊತ್ತಿದ್ದರೂ ಹೋದ. ಅಲ್ಲಿ ಕೆಂಚನೂ ಇದ್ದಿರಲಿಲ್ಲ. ಕರಿಯನೂ ಇದ್ದಿರಲಿಲ್ಲ. ಹಾಗೆಯೇ ನಿರುದ್ಯೋಗಿಯಂತೆ ಕೇರಿಯೆಲ್ಲ ಸುತ್ತಾಡಿದ. ಕೆಂಪಿಯ ಠಾವುಠಿಕಾಣಿ ಕಾಣಿಸಲಿಲ್ಲ. ಒಂಟಿಯಾಗಿಯೇ ಹೊರಟ. ಮನಸ್ಸಿನಲ್ಲಿ 'ನಿನ್ನೆ ರಾತ್ರೆ ಎಲ್ಲಿ ಮಲಗಿದ್ದಳೋ ಅವಳು. ಅವಳಿಗೆ ಯಾರು ಆಶ್ರಯ ಕೊಟ್ಟರೋ, ಇಷ್ಟೆಲ್ಲ ಮಾಡಿದ ಅವಳು ನಗೆ, ನಾಚಿಕೆ ಬಿಟ್ಟು, ತಿರುಗಿ ಹೊಲಕ್ಕೆ ಹೋಗಿರ ಬಹುದೇ?' ಎಂದು ಯೋಚಿಸಿ, ಭಾರವಾದ ಮನಸ್ಸಿನಿಂದ ಕುಮರಿ ಕೆಲಸ ನಡೆಯುವಲ್ಲಿಗೆ ಹೋದ. ದೂರದಲ್ಲಿ ನಿಂತು ನೋಡಿದ. ಅವರವರು, ಅವರವರ ಕೆಲಸ ಮಾಡುತ್ತಿದ್ದರು. ನೆಲಕ್ಕೆ ಮುಳ್ಳು ಕುತ್ತುತ್ತಿದ್ದ ಹೆಂಗಸರ ಗುಂಪಿನಲ್ಲೂ ಕೆಂಪಿ ಕಾಣಿಸಲಿಲ್ಲ. ಮುಳ್ಳಿನ ಹೊರೆ ಹೊರುತ್ತಿದ್ದವರ ಸಾಲಿನಲ್ಲೂ ಅವಳಿರಲಿಲ್ಲ. ಅವನ ಮನಸ್ಸು ತೀರ ಖಿನ್ನವಾಯಿತು. ನೆಟ್ಟಗೆ ಅಲ್ಲಿಂದ ಹೊರಟು ಕೇರಿಗೆ ಬಂದ. ಕೇರಿಯಲ್ಲಿ ಆ ದಿನ ಉಳಿದು ಕೊಂಡವರು ಒಬ್ಬಿಬ್ಬರು ಮುದುಕಿಯರು ಮಾತ್ರ. ಅವರ ಸನಿಯದಲ್ಲಿ ಅಡ್ಡಾಡಿದ. ಅವರನ್ನು ಮಾತನಾಡಿಸಿದ. ಅಲ್ಲಿಯೂ ಕೆಂಪಿ ಕಾಣಿಸದ್ದರಿಂದ ನೆಟ್ಟಗೆ ಹಿರಿಮಲೆಯ ದಾರಿಯನ್ನು ಹಿಡಿದ.

ಹಾದಿ ಸಾಗುತ್ತ, ಕಲ್ಕುಡನ ತಾವಿನ ಮುಂದೆ ತುಸು ಕಾಲ ನಿಂತು, ಕಂಬನಿ ಮಿಡಿದು, ಬಿಸುಸುಯ್ದು, 'ತನ್ನ ಮಾನವನ್ನು ಕಾಪಾಡು' ಎಂದು ಬೇಡಿಕೊಂಡು ಮುಂದುವರಿದ. ಎರಡು ತಾಸು ಹಿಡಿಯಿತು–ಹಿರಿಮಲೆಗೆ ಹೋಗಿ ತನ್ನ ಮಾವನ ಗುಡಿಸಲನ್ನು ಸೇರುವಾಗ. ಅಲ್ಲೂ ಕೇರಿ ಬರಿ ದಾಗಿತ್ತು. ಮಾವನ ಮನೆಯಲ್ಲೂ ಯಾರೂ ಇದ್ದಿಲ್ಲ. ಅವರೂ ಬೇಸಾಯ ಗಾರರು; ಕುಮರಿಯ ಕೆಲಸಕ್ಕೆ ದೂರ ಹೋಗಿದ್ದರು. ಹಸಿದ ಹೊಟ್ಟೆಯಲ್ಲಿ ಮಾವನ ಮನೆಯ ಚಾವಡಿಯಲ್ಲಿ ಕುಳಿತು ತಪಸ್ಸು ಮಾಡಿದ. ಕತ್ತಲು ಹರಿಯುವಾಗ ಕೇರಿಯವರು ಕುಮರಿ ಹೊಲದಿಂದ ಮನೆಗೆ ಮರಳಿದರು. ತುಕ್ರನ ಮಾವ, ಅತ್ತೆಯರಿಬ್ಬರೂ ಅವನ ಮುಖವನ್ನು ನೋಡಿ ಬೆರಗಾಗಿ, "ಎಂದು ಬಂದೆ? ಎಷ್ಟು ಹೊತ್ತಿಗೆ? ಕೆಂಪಿ ಚೆನ್ನಾಗಿ ಇದ್ದಾಳೆಯೇ?" ಎಂದು

ಕೇಳುತ್ತಲೇ ಆತ ಅವಾಕ್ಕಾದನು! 'ಏನಿದು? ಕೆಂಪಿ ಅಲ್ಲೂ ಇಲ್ಲ, ಇಲ್ಲೂ ಇಲ್ಲ. ಇನ್ನೆಲ್ಲಿಗೆ ಹೋದಳು? ತಮ್ಮ ಕೇರಿಯ ಯಾವುದಾದರೊಂದು ಮನೆಯಲ್ಲಿ ಅಡಗಿಕೊಂಡಿರಬಹುದೇ?' ಎಂದು ಯೋಚಿಸುವುದರಲ್ಲೇ ಮೂಕನಾದ. ಮಾತನಾಡದ ಅಳಿಯನನ್ನು ಕಂಡು "ಏನು ತುಕ್ರ, ಏನಾಯಿತು? ಮಾತನಾಡುವುದೇ ಇಲ್ಲವಲ್ಲ ನೀನು! ಕೆಂಪಿ ಚೆನ್ನಾಗಿಲ್ಲವೆ? ಯಾಕೋ ಬೇಸರಗೊಂಡಿರುವಂತಿದೆ ನಿನ್ನ ಮುಖ; ಏನು, ಏನಾಯಿತು ಹೇಳು" ಎಂದು ಅವರು ಉಪಚರಿಸಿದರು. ಅವನ ಮನಸ್ಸಿಗೆ, ಮೊದಲು ದೂರು ಕೊಟ್ಟವರಿಗೆ ನೆರವು ಹೆಚ್ಚು–ಎಂದೆನಿಸಿತು. ಮೈಮೇಲಿನ ಬಟ್ಟೆ ತೆಗೆದ. ತನ್ನ ತೋಳನ್ನು ತೋರಿಸಿದ. ತೋರಿಸುವಾಗ, ಅತ್ತೆಯೂ ಮಣೆಯ ಮೇಲೆ ತುದಿಗಾಲಲ್ಲಿ ಕುಳಿತ ಅವನ ಮುಂದಕ್ಕೆ ವೀಳೆಯದ ತಬುಕನ್ನು ತಂದಿರಿಸಿ ದಳು. ಅವನ ತೋಳಿನ ಗಾಯವನ್ನು ಕಂಡಳು; ಅದು ಬಾತುಕೊಂಡದ್ದನ್ನೂ ಕಂಡು. "ಏನು, ಏನಾಯಿತು? ಇನ್ನೊಮ್ಮೆ ಕರಡಿ ಗಿರಡಿ ಕಚ್ಚಿತೇ?" ಎಂದು ಕೇಳಿದಳು.

"ನೋಡಿ ಅತ್ತೆ, ಇದು ಕರಡಿಯ ಬಾಯಿಯೇ? ಇಲ್ಲವೆ, ಹುಲಿಯ ಹಲ್ಲೇ ಎಂದು ನೀವೇ ನೋಡಿ."

"ಹುಲಿ ಕಚ್ಚಿತೇ!"

ಮಾವ ಅದನ್ನೇ ದಿಟ್ಟಿಸಿ ನೋಡುತ್ತಿದ್ದಾಗ, ಚೆನ್ನಾಗಿ ಊರಿದ್ದ ಮನುಷ್ಯರ ಹಲ್ಲುಗಳ ಗುರುತು ಅವನಿಗೆ ಕಾಣಿಸಲಾರವೇ? ಅವನು ಅದನ್ನು ಕಂಡು ಯೋಚಿಸಿ, ಕಾರಣವನ್ನು ಊಹಿಸಿದವನಂತೆ "ಯಾರು ಕೆಂಪಿಯೇ?" ಎಂದು ಕೇಳಿದ.

"ಹೂಂ."

ಅತ್ತೆಯು "ಕೆಂಪಿ ಕಚ್ಚಿದಳೇ ಹೀಗೆ?" ಎಂದಳು ವಿಸ್ಮಯದಿಂದ.

"ನೀನು ಸುಮ್ಮನಿರು. ನಿನ್ನ ಮಗಳಿಗೇನು ಹಲ್ಲಿಲ್ಲವೇ? ಅಥವಾ"

ಎಂದು ಅಳಿಯನ ಕಡೆಗೆ ತಿರುಗಿ, "ತುಕ್ರ, ಏನು ಸಂಗತಿ ಇದು? ಏನು ನಡೆದದ್ದು; ಎಲ್ಲವನ್ನೂ ಹೇಳು. ಗಂಡ ಎಂಬ ಭೀತಿಯಿಲ್ಲದೆ ಹೀಗೆ

ಮಾಡಿದಳೆಂದರೆ ನಾನೇನು ಅವಳನ್ನು ಸುಮ್ಮನೆ ಬಿಡುವ ಹಾಗಿಲ್ಲ. ಚರ್ಮ ಸುಲಿದುಬಿಡುತ್ತೇನೆ" ಎಂದು ನುಡಿದ. ಅದನ್ನು ಕೇಳಿ ತುಕ್ರನಿಗೆ ಧೈರ್ಯ ವಾಯಿತು. ನಡೆದ ದುರ್ವಾರ್ತೆಯನ್ನು ತನ್ನದೇ ಆದ ರೀತಿಯಲ್ಲಿ, ಸ್ವಪಕ್ಷಕ್ಕೆ ಗುಣವಾಗುವ ಬಗೆಯಲ್ಲಿ ಬಣ್ಣಿಸಿದ. ಅದು ಅಪರಾಧಿಗಳ ರೀತಿ; ಅಲ್ಲದೆ, ಹೆಚ್ಚು ಕಡಿಮೆ ಎಲ್ಲರ ಸ್ವಭಾವವೂ ಹಾಗೆಯೇ. ಮಾವನಿಗೆ ಏನೊಂದೂ ತೋಚಲಿಲ್ಲ. "ಹೋಗಲಿ, ಊಟ ಮಾಡಿ ಮೆಲ್ಲಗೆ ಮಾತನಾಡುವ. ಇನ್ನು ಕತ್ತಲಾಯಿತು. ಬೆಳಿಗ್ಗೆ ನಾನು ಬರುತ್ತೇನೆ, ಜತೆಯಲ್ಲಿ ಹೋಗುವ. ಅವಳಿಗೆ ಬುದ್ಧಿ ಹೇಳುತ್ತೇನೆ. ನೀನು ಗಂಡಸು, ಹೆಚ್ಚಿನ ತಾಳ್ಮೆ ತೆಗೆದುಕೊಳ್ಳಬೇಕು. ಬುದ್ಧಿಯಿಲ್ಲದ ಅವಳನ್ನು ನಡೆಯಿಸಿಕೊಂಡು ಹೋಗಬೇಕು" ಎಂದು ಸಮಾಧಾನ ಹೇಳಿದ. ಅಳಿಯನೊಡನೆ ಕುಳಿತು ಊಟಮಾಡಿದ. ಊಟವಾದ ಮೇಲೆ, ಮಾವನ ಮನಸ್ಸನ್ನು ಅದೇ, ಅದೇ ವಿಚಾರಕ್ಕೆ ಹರಿಯಗೊಡ ಬಾರದೆಂದು ತುಕ್ರ "ನಾನು ಇನ್ನೊಂದು ಸಂಗತಿಗಾಗಿಯೂ ಬಂದಿದ್ದೇನೆ. ನೋಡು ಮಾವ, ಮಲೆಯ ಕಲ್ಕುಡನಿಗೆ ಎಲ್ಲಿಲ್ಲದ ಸಿಟ್ಟು ಬಂದಿದೆ. ಕೆಂಚನಿಗೆ ಸ್ವಪ್ನದಲ್ಲಿ ಕಾಣಿಸಿ ಅವನು ನರಬಲಿ ಬೇಕೆಂದು ಬೆದರಿಸಿದ್ದು ಮಾತ್ರವಲ್ಲ, ಅವನ ಸೊಸೆಯನ್ನು ಬಲಿ ಕೊಂಡೂ ಆಯಿತು" ಎಂದು ತನಗೆ ತಿಳಿದ ವಾರ್ತೆಗಳನ್ನೆಲ್ಲ ಭೀತಿ ಹುಟ್ಟಿಸುವಂತೆ ಬಣ್ಣಿಸಿದ. ತಿರುಗಿ ಮಾತು ಮುಂದುವರಿಸುತ್ತ "ಕೆಂಚಣ್ಣ ಹೆದರಿ ಈಗ ಧನಿಗಳಿರುವಲ್ಲಿಗೆ ಓಡಿದ್ದಾನೆ. ಕಲ್ಕುಡನಿಗೆ ಸಲ್ಲಬೇಕಾದ ನೇಮ, ಈ ಮಳೆ ಬೀಳುವುದರೊಳಗೆ ಸಲದೆ ಹೋದರೆ, ಮುಂದಿನ ಪರಿಣಾಮ ಒಳ್ಳೆಯದಾಗುವಂತಿಲ್ಲ. ಖಂಡಿತಕ್ಕೂ ಅದರಿಂದ ನಮ್ಮ ಮಲೆಗೂ ಕ್ಷೇಮವಿಲ್ಲ. ಸ್ವಲ್ಪ ದಿನಗಳ ಹಿಂದೆ ಕೆಂಚಣ್ಣ ನಿಮ್ಮ ಗುರಿಕಾರನನ್ನು ಕಾಣಲಿಕ್ಕೆ ಬಂದು, ತಲೆಯ ಮೇಲೆ ಕೈಯಿಟ್ಟುಕೊಂಡು ಹೋದನು. ಅವನೆಲ್ಲಿಗೋ ಹೋಗಿದ್ದನಂತೆ. ನಮ್ಮ ನಮ್ಮ ಜಗಳ, ದ್ವೇಷ, ಎಷ್ಟಿದ್ದರೂ ದೈವಕ್ಕೆ ಕೊಡುವ ಬಲಿ ಕೊಡದಿದ್ದರೆ, ಸಲ್ಲಬೇಕಾದ ಕೋಲ ನಡೆಯಿಸದೆ ಇದ್ದರೆ ಆಗಲಾರದು. ಈ ಒಂದು ಕೆಲಸದ ಮಟ್ಟಿಗೆ ನಮ್ಮ ನಮ್ಮ ಜಗಳಗಳನ್ನು ಮರೆತು, ದೈವದ ಕೆಲಸ ಚಂದವಾಗಿ ನಡೆಯಿಸಿಕೊಡಬೇಕು. ನಿಮ್ಮ ಗುರಿಕಾರನಿಗೆ ಹೇಳಿ, ಅಷ್ಟು ಮಾಡಿಸುವ ಭಾರ ನಿನ್ನದು. ದಿನ ದೂಡಿದರೂ ಪ್ರಯೋಜನವಿಲ್ಲ. ಕಣ್ಣು ಮುಚ್ಚಿದರೆ ಬರುತ್ತದೆ–ಮಳೆಗಾಲ"

ಎಂದು ಬಿನ್ನವಿಸಿದನು. ಅವನ ಮಾವ ಎಲ್ಲರಂತೆ ಕಲ್ಕುಡನ ಮೇಲೆ ವಿಶ್ವಾಸವುಳ್ಳವ, ದೈವದೊಡನೆ ಹಗೆ ಸಲ್ಲದೆಂದೂ ತಿಳಿದವ. "ಹೌದಪ್ಪ. ನನ್ನ ಮಾತು ಅವ ಕೇಳುತ್ತಾನೆಯೇ. ನೀನೂ ಬಾ. ಹೋಗಿ ಹೇಳುವ, ನಾಳೆ ಕೆಂಚನ ಸಂಸಾರಕ್ಕಾದ ಪಾಡು ನಮಗೂ ಆಗಬಾರದೆಂದಿದ್ದರೆ, ಬೇಗನೆ ನೇಮದ ಏರ್ಪಾಟು ಮಾಡು–ಎಂದು ಹೇಳಿ ಬರುವೆ' ಎಂದು ಮಾತು ಮುಗಿಸಿದ.

ಕತ್ತಲೆಯಲ್ಲಿ ಸಂಭಾಷಣೆ ಮುಂದುವರಿಸಲಾರದೆ, ಚಾಪೆ ಬಿಡಿಸಿ, ಇಬ್ಬರೂ ಒರಗಿಕೊಂಡರು.

ಅಷ್ಟರಲ್ಲೇ ಕೇಳಿಸಿತು–ಹೊರಗಿನಿಂದ ಬಿದಿರ ತಡಿಕೆಯನ್ನು ಬಡ, ಬಡ ತಟ್ಟಿ 'ಅಪ್ಪ, ಅಪ್ಪ' ಎಂದು ಕರೆಯುವ ಧ್ವನಿ. ತೌಡ, ಹಾಗೆಂದು ತುಕ್ರನ ಮಾವನ ಹೆಸರು, ಎಚ್ಚೆತ್ತು ಮಗಳ ಧ್ವನಿಯನ್ನು ಗುರುತಿಸಿದ. "ಯಾರು–ಕೆಂಪಿಯೇ? ಈ ಹೊತ್ತಿನಲ್ಲಿ!" ಎಂದು ತಡಿಕೆ ಬಾಗಿಲನ್ನು ತೆಗೆಯಲು ಹೋದ. 'ಕೆಂಪಿ' ಎಂದೊಡನೆಯೇ ತುಕ್ರ ಜಿಗಿದು ಕುಳಿತ–ತನ್ನ ಚಾಪೆಯಲ್ಲಿ. ಪುಣ್ಯಕ್ಕೆ ದೀಪವಿರಲಿಲ್ಲ. ಬೆಳಗಿನ ತನಕ ಕೆಂಪಿಯ ಮುಖ ಕಾಣಿಸಲಾರದು–ಎಂಬ ಧೈರ್ಯ ಅವನಿಗೆ. ತೌಡ ಹೊರಕ್ಕೆ ಬಂದು, ನಸು ಬೆಳಕಿನಲ್ಲಿ ಮಗಳನ್ನು ಇದಿರುಗೊಂಡು, "ಏನು ಮಗಳೇ ಇದು? ಏನು ಮಾಡಿದೆ? ಈ ಕತ್ತಲೆಯಲ್ಲಿ ಬಂದೆಯಾ? ನಿನ್ನ ಗಂಡನೂ ಬಂದಿದ್ದಾನೆ. ಒಳ್ಳೆಯದಾಯಿತು" ಎಂದು ಬೆನ್ನ ಮೇಲೆ ಕೈಯಿಟ್ಟರೆ, "ಅವರು ಇದ್ದಾರೆಯೇ? ಇರಲಿ. ನಾನು ಹೋಗುತ್ತೇನೆ" ಎಂದು ಗೋಳ್ಗರೆಯತೊಡಗಿದಳು. ಮಾತಿನ ಬದಲು ಗದ್ಗದ ಸಂಗೀತ. ಅವಳನ್ನು ಸಮಾಧಾನಪಡಿಸಿ, ಮನೆಯೊಳಕ್ಕೆ ಕರೆದು ತಂದುಬಿಡಬೇಕಾದರೆ ಅವನಿಗೆ ಸಾಕು, ಸಾಕಾಯಿತು. ಗಟ್ಟಿ ಮಾತನಾಡುವುದಕ್ಕಿಲ್ಲ; ನೆರೆಯವರ ಮುಂದೆ ಗುಟ್ಟು ಬಿಚ್ಚುವುದಕ್ಕಿಲ್ಲ. ಮನೆಯಲ್ಲಿ ದೀಪವಿಲ್ಲದ್ದರಿಂದ ಹೊರಗಿಂದ ಅದನ್ನು ತರುವುದಕ್ಕೂ ಇಲ್ಲ. ಕೆಂಪಿ, ತಾಯಿಯಿದ್ದ ಕೊಟಡಿಗೆ ಹೋಗಿ, ತಾಯಿಯೊಡನೆ ಗುಸು, ಗುಸು ಧ್ವನಿಯಲ್ಲಿ, ತನ್ನ ಗಂಡನ ಪುರಾಣವನ್ನೆಲ್ಲ, ತನ್ನ ಹೊಟ್ಟೆಯ ನೋವುಗಳನ್ನೆಲ್ಲ ಉಪ್ಪುಕಾರ ಸವರಿ ಬಣ್ಣಿಸತೊಡಗಿದಳು.

ಹೊರಗೆ ತೌಡ ಹಾಸಿಗೆಯಲ್ಲಿ ಹೊರಳಾಡುತ್ತಲಿದ್ದ–ನಿದ್ದೆ ಬಾರದೆ. ಆ ಕತ್ತಲಲ್ಲೂ ತಲೆಯ ತನಕ ಮುಸುಕು ಹಾಕಿಕೊಂಡು, ಮುಂದಿನ ದಾರಿ ಏನು

ಎಂದು ಯೋಚಿಸುತ್ತ ಕೊರಡಾಗಿ ಮಲಗಿದ್ದ. ಬೆಳಕು ಹರಿದ ಮೇಲೆ, ಹೊರಗಿನ ಜಗತ್ತಿಗೆ ಗಂಡಹೆಂಡಿರಲ್ಲಿನ ಈ ಮನಚ್ಛಿದ್ರ ಹೊರಗೆಡವಿ, ಮಾನಕ್ಕೆ ಕುಂದು ತರುವುದರಲ್ಲಿ ತನಗೆ ಭೂಷಣವಿದೆ-ಎಂದು ತಿಳಿಯಲಾರದ ತೌಡ, ಕಟ್ಟಕೊನೆಗೆ ಆ ಕತ್ತಲಲ್ಲೇ ಅನುಸಂಧಾನ ತೊಡಗಿದ. ಅದು ಒಂದಕ್ಕೇನೋ ಒಳಿತಾಯಿತು. ಒಬ್ಬರ ಮುಖವನ್ನು ಒಬ್ಬರು ನೋಡಬೇಕಾಗಿರಲಿಲ್ಲ. ತಮ್ಮ ತಮ್ಮ ಹೇಳಿಕೆಗಳನ್ನು ನಿರ್ಭೀತಿಯಿಂದ ಮುಂದುವರಿಸಲು ಹಗಲಿಗಿಂತ ರಾತ್ರಿಯೇ ಸದವಕಾಶ. "ತುಕ್ರ" ಎಂದು ತೌಡ ಅಳಿಯನನ್ನು ಕರೆದ. "ನಿದ್ದೆ ಹತ್ತಿದೆಯೇ?" ಎಂದು ಕೇಳಿದ. "ಹೂಂ" ಎಂಬ ಮರುಧ್ವನಿ ಬಂದಿತು ತುಕ್ರನ ಬಾಯಿಂದ. "ಕೆಂಪಿ ಹೇಳುವುದೆಲ್ಲ ಕೇಳಿಸುತ್ತದೆಯಲ್ಲ ನಿನಗೆ? ಅವಳೆನ್ನುವುದು ನಿಜವೇ? ಅಷ್ಟೆಲ್ಲ ನೀನು ಅವಳನ್ನು ದಣಿಸಿದವನಾದರೆ, ಅವಳು ನಿನ್ನಲ್ಲಿ ಸಿಟ್ಟಾದುದೇನು ತಪ್ಪು? ಹಾಗೆ ಅವಳು ಕಚ್ಚಿದ್ದೇನು ತಪ್ಪು? ಮಗಳ ಪಕ್ಷವನ್ನು ಹಿಡಿದು ಮಾತನಾಡುತ್ತೇನೆಂದು ತಿಳಿಯಬೇಡ- ಅವಳು ಕಚ್ಚಿದ್ದೇನೋ ತಪ್ಪು ನಿಜ. ಆದರೆ ಒಳಗೆ ಹೊಟ್ಟೆಯುರಿ ತುಂಬಿದ್ದಾಗ ಅದನ್ನು ಮನಸ್ಸಿನಲ್ಲಿಡಲಾರದೆ, ದುಡುಕಿ ಏನೋ ಹೇಳಿರಬಹುದು. ದೊಡ್ಡವ ನೀನು. ತಾಳ್ಮೆ ತಂದುಕೊಳ್ಳಬೇಕಾದವ ನೀನು. ಬದಲು, ಅವಳೇನೋ ಚುಚ್ಚಿ ನುಡಿದ ಳೆಂದು, ಬಡಿಗೆ ಹಿಡಿದು ಅವಳ ತಲೆಯೊಡೆಯುವುದಕ್ಕೇ ಹೊರಟರೆ ಹೇಗೆ?" ಎಂದು ಕೇಳಿದ.

ಎಲ್ಲರೂ ಒಂದೇ ಕಡೆಯಲ್ಲಿ ಕಲೆತು ಸಭೆ ಸೇರಿದರು. ಕೆಂಪಿಗೋ ಧೈರ್ಯ- ತನ್ನವರಿಬ್ಬರಿದ್ದಾರೆಂದು. ಗಂಡನ ಮೇಲಿದ್ದ ದೂರನ್ನಿನ್ನಷ್ಟು ಬಣ್ಣ ಬಳೆದು ಹೇಳತೊಡಗಿದಳು. ಅದರಲ್ಲಿ, ಚಿಕ್ಕಿಗೂ ಅವನಿಗೂ ಇದ್ದ ಸ್ನೇಹದ ಕತೆಯನ್ನೂ ಹೇಳಿದಳು. "ನಾನು ಹೆಚ್ಚಾದ ಮೇಲೆ ಅವರೊಂದಿಗೆ ಏಕೆ ಇರಬೇಕು? ಬೇಡವಾದರೆ ಬೇಡ ಎಂದು ಬಿಡಬಹುದಿತ್ತು. ಏನಾದರೂ ಮಾಡಿಕೊಂಡು ದುಡಿದೇನು; ಬದುಕಿಯೇನು. ಆದರೆ, ತಲೆಯೊಡೆದು ನನ್ನ ಬಾಯಿ ಮುಚ್ಚಿಸಬೇಕೆಂದು ಅವರು ಹೀಗೆ ಯತ್ನಿಸಿದರೆ ಬಿಟ್ಟೇನೆಯೇ, ನಾನು" ಎಂದಳು.

ತುಕ್ರ ಅಪರಾಧಿಯಂತೆ ತೋರಿಸಿಕೊಳ್ಳುವುದಾಗಲೀ ತನ್ನ ತಪ್ಪನ್ನು ಒಪ್ಪಿಕೊಳ್ಳುವುದಾಗಲೀ ಮನಸ್ಸೊಪ್ಪಾದ ಕೆಲಸವಾಯಿತು. ಅವನಲ್ಲಿಯೂ

ಉಕ್ಕುವ ರೋಷವಿತ್ತು. ಸ್ವಾಭಿಮಾನಕ್ಕೆ ಕೊರತೆ ಇದ್ದಿರಲಿಲ್ಲ. "ಚಿಕ್ಕಿಯ ಹೆಸರು ಹೇಳಿ, ನನ್ನನ್ನು ನೀನು ಹಂಗಿಸುವುದು ಬೇಡ. ಅವಳ ಸ್ನೇಹ ಮಾಡಿಕೊಂಡು ನಿಮ್ಮಿಬ್ಬರನ್ನು ಚೆನ್ನಾಗಿ ನಡೆಸಲಿಲ್ಲ ಅಂದರೆ, ದೇವರು ಮೆಚ್ಚಲಾರದ ಮಾತು. ನೀನಂದಂಥ ಒಂದು ಕೆಟ್ಟ ಮಾತನ್ನೂ ಹಿರಿಯವಳು ಅಂದಿಲ್ಲ. ಮನೆಯಲ್ಲಿ ನಿನಗೆ ಯಾವ ಗಳಿಗೆಯಲ್ಲಿ ಯಾವುದಕ್ಕೆ ಕೊರತೆ ಮಾಡಿದ್ದೇನೆ–ಹೇಳು; ಯಾವುದಾದರೂ ಇದ್ದರೆ. ಬರಿದೆ ಹೊಟ್ಟೆಕಿಚ್ಚಿನಿಂದ ಮಾತಾಡಬೇಡ. ಇಷ್ಟು ಆಡಿದ್ದೂ ಸಾಲದೆಂದು, ಹತ್ತು ಜನರ ಮುಂದೆಯೂ, ನಾನು ಚಿಕ್ಕಿಯನ್ನು ಹೊಂಡಕ್ಕೆ ದೂಡಿ ಕೊಂದೆನೆಂದು ಹೇಳಿದೆಯಲ್ಲ. ದೇವರ ಆಣೆಯಾಗಿ ಹೇಳುತ್ತೇನೆ–ನಾನು ಅಂಥ ಕೆಲಸ ಮಾಡಿದವನಲ್ಲ. ಹತ್ತು ಜನರ ಮುಂದೆ ನಿಂತು, ನೀನು ಅದು ನಿಜವೆಂದು ಆಣೆಮಾಡಿ ಹೇಳುತ್ತೀಯಾ? ಸುಮ್ಮನೆ ಹೇಳಿದರಾಗಲಿಲ್ಲ. ಈಗ ನಿನ್ನನ್ನು ಕಳುಹಿಸಿಕೊಡಿ–ಎಂದು ಬೇಡಲು ಬಂದವನಲ್ಲ ನಾನು. ನೀನು 'ತಪ್ಪಾಯಿತು' ಎಂದು ನಾಲ್ಕು ಮಂದಿಯ ಮುಂದೆ ಹೇಳಿದರೆ ಮಾತ್ರ ಕರೆದುಕೊಂಡು ಹೋಗುತ್ತೇನೆ; ಮೊದಲಿನಂತೆಯೇ ಬಾಳಿಸುತ್ತೇನೆ. ಇದೇ ನನ್ನ ಕೊನೆಯ ಮಾತು" ಎಂದು ತುಕ್ರ ತನ್ನ ಅಭಿಪ್ರಾಯವನ್ನು ಸಿಟ್ಟಿನಿಂದಲೇ ವ್ಯಕ್ತಮಾಡಿದ.

ಹೀಗೆ ನುಡಿದು, ಕೈ ಕಟ್ಟಿ ಕುಳಿತ ತುಕ್ರ ಮುಂದೆ ಏನೂ ಮಾತಾಡಲಿಲ್ಲ. ವಿನಯಕ್ಕೆ ಹೋಗಲಿಲ್ಲ. ತೌಡ ತನ್ನ ಮಗಳನ್ನು ಕೇಳಿದ 'ನೀನು ಅಂಥ ಮಾತು ಆಡಿದ್ದು ನಿಜವೇ?'ಎಂದು. ಅದಕ್ಕವಳು "ನಾನು ಆಗ ಸಿಟ್ಟಿನಿಂದ ಏನು ಆಡಿದೆ, ಏನು ಆಡಿಲ್ಲ–ಎಂದು ಈಗ ಹೇಳಲಾರೆ. ನನ್ನ ಮನಸ್ಸಿಗೆ ಹಾಗೆ ಕಂಡದ್ದು ನಿಜ. ಚಿಕ್ಕಿ ಗರ್ಭಿಣಿಯಾಗಿ ಕಾಣಿಸಿದ್ದು ನನಗೊಬ್ಬಳಿಗೇ ಗೊತ್ತಿದ್ದ ಸಂಗತಿಯಲ್ಲ. ಉಳಿದವರಿಗೂ ಅದು ಗೊತ್ತಿದ್ದ ಮಾತು. ನಿತ್ಯ ಹೋಗಿಬರುವ ಸ್ಥಳದಲ್ಲಿ ಅವಳು ಕಾಲು ತಪ್ಪಿ ಆ ಕಣಿವೆಗೆ ಎಂದೂ ಬಿದ್ದಿರಲಾರಳು. ಇನ್ನಾರಿಗೆ ಅದರಲ್ಲಿ ಲಾಭವೋ–ನಷ್ಟವೋ ನಾನೇಕೆ ಹೇಳಲಿ? ನನಗಂತೂ ಇವರೊಡನೆ ಬಾಳ್ವೆ ಮಾಡಿ ಸಾಕಾಗಿದೆ" ಎಂದು ಸೆಟೆದು ನುಡಿದಳು.

ಕಾವುಮೀರಿದ ಆ ಗಳಿಗೆಯು, ಶಾಂತಿ ಸಮಾಧಾನಗಳಿಗೆ ತಕ್ಕ ಸಮಯವಲ್ಲವೆಂದು ಎಲ್ಲರೂ ತಿಳಿಯಬೇಕಾಯಿತು. ಇಷ್ಟೆಲ್ಲ ವಾದ ವಿವಾದ,

ತರ್ಕ, ಪ್ರತಿ ತರ್ಕಗಳು ನಡೆಯುವಾಗ ನಸುಕಾಯಿತು; ಬೆಳಕೂ ಆಯಿತು. ಮುಂದೆ ತುಕ್ರ ಉಳಿದ ಕೆಲಸಗಳನ್ನು ಮರೆತುಬಿಟ್ಟು, "ಹೋಗಿ ಬರುತ್ತೇನೆ ಮಾವ. ನಾನು ಹೇಳಿದ್ದು ನೆನಪಿರಲಿ. ಅವಳಿಗೆ ತಿಳಿದ ಹಾಗೆ ಅವಳು ಮಾಡಲಿ. ನೀವು ಬಲ್ಲವರು" ಎಂದು ನುಡಿದು ಹೊರಟುಬಿಟ್ಟ. ಕಲ್ಲುಡನ ನೇಮದ ಮಾತುಕತೆ ಅಲ್ಲಿಗೇ ನಿಂತುಬಿಟ್ಟಿತು. ಮುಂದೆ ಅದನ್ನು ಮುಂದು ವರಿಸಲು ಕೆಂಚ ಬರಬೇಕಾಯಿತು.

ಹುಲಿಯಂತಿದ್ದ ತುಕ್ರ ಮಾವನ ಮನೆಯಲ್ಲಿ ನೆಮ್ಮದಿಯನ್ನು ಪಡೆಯ ಲಾರದೆ, ದರ್ಪಭಂಗಿತನಾಗಿ ಕೇರಿಗೆ ಮರಳಿದ. ಮರಳಿದವನು ತಾನಾಗಿಯೇ "ಕೆಂಪಿಯು ತವರಿಗೆ ಹೋಗಿದ್ದಾಳೆ; ನಾಲ್ಕು ದಿನದ ಮೇಲೆ ನಾಯಿಯಂತೆ ಮನೆಗೆ ಬಂದಾಳು. ಬರಲಿ; ಬಿಡಲಿ, ನಾನಂತೂ ಅವಳ ತಳ್ಳಿಗೆ ಇನ್ನು ಹೋಗುವವನಲ್ಲ" ಎಂದು ಹೇಳತೊಡಗಿದ.

ಕೆಂಪಿ ಸೇರಿದಳು–ತವರಿಗೆ ; ತುಕ್ರ ಸೇರಿದ– ಕೇರಿಗೆ, ಆದರೇನು? ಕೇರಿಯ ಮನಸ್ಸು ಅವರ ಪ್ರಕರಣದಿಂದ ತುಂಬ ಅಸಮಾಧಾನ ತಾಳಿತು. ಕೆಂಪಿ ರೋಷದ ಗಳಿಗೆಯಲ್ಲಿ ಹೊರಿಸಿದ ಅಪವಾದ ತುಕ್ರನ ತಲೆಯನ್ನು ಏರಿಯೇ ಬಿಟ್ಟಿತು. 'ಆತನೇ ಏನೋ ಮಾಡಿದ್ದಾನೆ' ಎಂದು ನಾಲ್ಕು ನಾಲ್ಕು ಸುದ್ದಿಯ ಮಾತುಗಳನ್ನು ಕೂಡಿಸಿ, ಜನರು ಎಂಟು ಮಾಡಿ ಹೇಳ ತೊಡಗಿದರು. ಅವರಲ್ಲಿ ಹಲವರು ಅದನ್ನು ನಂಬಿದರು. ನಂಬಿ, ವಿಷಯದ ದೂರನ್ನು ಕೆಂಚನ ತನಕ ಮುಟ್ಟಿಸಬೇಕೆಂದು ಎಣಿಸಿದನು ಬೂದಣ್ಣ. ಕೆಂಚನಿಗಾದಂಥ ಈ ಅನ್ಯಾಯವನ್ನು ಅವನಿಗೆ ತಿಳಿಸಬೇಕಾದ್ದು ಅವಶ್ಯ– ಎಂದುಕೊಂಡ ಅವನು. ಅಲ್ಲದೆ ತುಕ್ರನ ಮೇಲಿನ ಸೇಡು, ದ್ವೇಷಗಳನ್ನು ತೀರಿಸಲು ಅದೊಂದು ಸದವಕಾಶ. 'ಯಾವುದಕ್ಕೂ ಕೆಂಚ ಊರಿಗೆ ಬರಲಿ' ಎಂದಂದುಕೊಂಡ. ಕೆಂಚ ಬರುವುದಕ್ಕೆ ದಿನವಾಗುತ್ತವೆಂದು ಗೊತ್ತು. ಆ ವಾರದ ಕೊನೆಯೊಳಗಂತು ಬಂದೇ ಬಂದಾನು. ಅಲ್ಲಿಯ ತನಕ ಸುಮ್ಮನಿರ ಬೇಕು ಎಂದುಕೊಂಡ. ಬೇರೆ ಊರಾಗಿದ್ದರೆ, ಬೇರೆ ತಾವಾಗಿದ್ದರೆ ಪೋಲೀಸರು ಬಂದು, ಏನೇನೋ ಗಲಭೆಯಾಗಿ, ಕೊಲೆಯ ವಿಷಯದಲ್ಲಿ ನಿರಪರಾಧಿಯಾದ ತುಕ್ರನೂ ನರಳಬೇಕಾಗಿತ್ತು. ಆದರೆ, ಅದು ಮಲೆ ; ಹೊರಗಿನ ಮನುಷ್ಯರ ಸುಳಿವಿಲ್ಲದ ಬೀಡು. ಬರಿಯ ದೆವ್ವದ ಶಾಪಕ್ಕೆ ಜನ

ಸಾಯುವುದು, ಶವ ಸಂಸ್ಕಾರ ಮಾಡುವುದು–ಒಂದು ಕಷ್ಟದ ಮಾತಲ್ಲ. ಹಾಗಾಗಿ, ಹೊರಗಿನ ಲೋಕದ ಕೈವಾಡ ಇಲ್ಲಿ ನಡೆಯಲಿಲ್ಲ. ಇದೆಲ್ಲ ನಡೆದ ಮೂರನೆಯ ದಿನಕ್ಕೆ–ಖುದ್ದು ತಿರುಮಲ ಭಟ್ಟರೇ ತಮ್ಮ ಅಡುಗೆಯವನೊಡನೆ ಮಲೆಯ ದರ್ಶನಕ್ಕೆ ಬಂದರು. ಬಿಡಾರಕ್ಕೆ ಬಂದವರೇ, ಕೆಂಚನಿಗೂ ತುಕ್ರನಿಗೂ ಜನಗಳನ್ನು ಕಳುಹಿಸಿದರು. ತುಕ್ರ ಧಾವಿಸಿ ಬಂದ; ಕೆಂಚ ಬರುವುದಕ್ಕಿದ್ದಿಲ್ಲ. ತುಕ್ರ, ಕೆಂಚ ಅವರನ್ನು ಅರಸಿಕೊಂಡು ವಿಟ್ಲಕ್ಕೆ ಹೋದ ವಿಚಾರವನ್ನು ತಿಳಿಸಿದ.

"ಆತ ದಾರಿಯಲ್ಲಿ ಸಿಕ್ಕಿದ ಹಾಗೂ ಇಲ್ಲ. ವಿಟ್ಲಕ್ಕೆ ಬಂದ ಹಾಗೂ ಇಲ್ಲ. ಹೂಂ, ಹೋದರೆ ಬರುತ್ತಾನೆ. ಏನು ಸಮಾಚಾರ, ಯಾಕೆ ಹೋದದ್ದು? ನಾನು ಬರುವವನೇ ಇದ್ದೆನಲ್ಲ. ಎಂದೂ ಮಲೆ ಬಿಟ್ಟು ಹೊರಡುವವನಲ್ಲವಲ್ಲ ಕೆಂಚ" ಎಂದರು ಭಟ್ಟರು.

ಧನಿಯೊಡನೆ ಸಲುಗೆಯುಳ್ಳ ತುಕ್ರ, ಕಲ್ಕುಡನ ಕೋಪದ ವಿಚಾರವಾಗಿ ಭಯಗೊಂಡು, ಹೊರಟುಹೋದ ಕೆಂಚನ ವಾರ್ತೆಯನ್ನು ಹೇಳಿದ. ಚಿಕ್ಕಿಗಾದ ಅಪಘಾತ, ಕೆಂಚ ಕಂಡ ಸ್ವಪ್ನ, ಇವುಗಳನ್ನು ಬಣ್ಣಿಸಿ, "ನಿಮ್ಮಿಂದ ಎಲ್ಲರಿಗೂ ಹೇಳಿಸಿ, ದೈವಕ್ಕೊಂದು ನೇಮವನ್ನು ಬೇಗನೆ ಮಾಡಿಸಬೇಕೆಂದು ಆತ ಹೋಗಿದ್ದಾನೆ" ಎಂದು ನುಡಿದ. ಆ ಪ್ರಶ್ನೆಗೆ ಪುಷ್ಟಿಯನ್ನು ಕೊಟ್ಟು, ಅದಕ್ಕಿದ್ದ ಅವಸರವನ್ನೂ ತಿಳಿಸಿದ.

ತಿರುಮಲ ಭಟ್ಟರಿಗೆ ಧೈವದ ವಿಚಾರ ಅಷ್ಟು ನಂಬಿಕೆಯಿತ್ತೆಂದಲ್ಲ. ನಂಬಿದವರ ವಿಚಾರದಲ್ಲಿ, ಅದು ಏನೆಲ್ಲ ಕೆಲಸ ಮಾಡೀತೆಂಬುದು ಗೊತ್ತು. ಹಾಗಾಗಿ ಅವರೆಂದರು "ಹೋ, ಹಾಗೋ! ಈಗ ಕೆಂಚನ ಇದ್ದ ಒಬ್ಬಳು ಸೊಸೆ ಸತ್ತಾಯಿತೇ! ಪಾಪ–ಮುದುಕ. ಇನ್ನು, ಇದ್ದೊಬ್ಬ ಮೊಮ್ಮಗನನ್ನು ಸಾಕುವುದೆಂದರೆ ತುಂಬಾ ಕಷ್ಟ. ಅದಕ್ಕೆ ವಿಟ್ಲದ ತನಕ ಬರಬೇಕಿತ್ತೇ? ಏನು ಬೇಕು–ನಿಮ್ಮ ನೇಮಕ್ಕೆ? ದಿವಸ ಗೊತ್ತುಮಾಡಿ. ಎಲ್ಲವನ್ನೂ ತಯಾರು ಮಾಡಿ" ಎಂದರು.

ಪೂಜೆಯ ಪರಿಷ್ಕಾರವನ್ನೆಲ್ಲ ತುಕ್ರ ಬಣ್ಣಿಸಿದ. "ಎರಡು ಕೇರಿಯವರು ಸೇರಿ ನಡೆಯಿಸಬೇಕಾದುದನ್ನು, ನಾವು ಇಷ್ಟೇ ಜನ ಮಾಡುವುದು

ಸಾಧ್ಯವಿಲ್ಲ. ಅದಕ್ಕೇನೆ ನಿಮ್ಮ ಬರವನ್ನು ಹಾರೈಸಿದೆವು. ಹಂದಿ, ಕೋಳಿ ಮತ್ತೊಂದು ಎಂದರೆ ಖರ್ಚಿನ ಬಾಬತ್ತು. ಪೂಜಾರಿ ಇರುವುದು ಆ ಮಲೆಯಲ್ಲಿ. ಅವನು ಬಾರದೆ ನಾವು ನಾವೇ ಮಾಡುವ ಪೂಜೆಯಲ್ಲ" ಎಂದು ತಿಳಿಸಿದ. ಜನಗಳ ಭೀತಿ ತೊಲಗುವುದಕ್ಕೆ "ಖರ್ಚು ಎಷ್ಟಿದ್ದರೂ ನಾನು ಕೊಡುತ್ತೇನೆ" ಎಂದರು ಭಟ್ಟರು. ಆ ಮೇಲೆ "ನೀನು ಹೋಗಿ-ನಾನು ಹೇಳಿದ್ದೇನೆಂದು ಹಿರಿಮಲೆ ಗುರಿಕಾರನನ್ನು ಬರಹೇಳು" ಎಂದು ಅಪ್ಪಣೆ ಕೊಟ್ಟರು. ಅದಕ್ಕೆ 'ಅಲ್ಲಿ ತನ್ನ ಮಾತು ಕೇಳುವವರಿಲ್ಲ' ಅನ್ನಬೇಕಾಯಿತು ತುಕ್ರ.

ತುಕ್ರನೂ ನಿತ್ಯವೂ ಧನಿಗಳ ಬಳಿಗೆ ಬಂದು ಹೋಗುತ್ತಿದ್ದ. ಅವರ ಕೈಯಿಂದ ಹೊಗೆಸೊಪ್ಪು, ಎಲೆಅಡಿಕೆ ಕೊಂಡು ತಿನ್ನುತ್ತಿದ್ದ. ತನ್ನ ಮನಸ್ಸು ನೆಮ್ಮದಿಯಲ್ಲಿರದಿದ್ದರೂ 'ಕೆಂಚಣ್ಣ ಬರಲಿ, ಕೆಂಚಣ್ಣ ಬರಲಿ' ಅನ್ನುತ್ತಿದ್ದ. ಈ ನಡುವೆ ಬೂದ ಸುಮ್ಮನಿರಲಿಲ್ಲ. ತಾನು ಕೇಳಿದ ಸುದ್ದಿಗಳನ್ನು ಧನಿಗಳಿಗೆ ಮುಟ್ಟಿಸಿ, "ದೇವರು, ಯಾರಾದರೂ ಇಂಥ ಅನ್ಯಾಯ ಮಾಡುವುದುಂಟೇ? ಈವರೆಗೆ ಈ ಮನೆಯಲ್ಲಿ ಕೊಲೆಪಾತಕ ನಡೆದದ್ದಿಲ್ಲ. ನೀವು ತುಕ್ರನನ್ನು ಕಣ್ಣು ಮುಚ್ಚಿ ನಂಬುತ್ತೀರಿ. ಅವನು ನಿರ್ದೋಷಿ ಇರಬಹುದು. ಆದರೆ, ಅವನ ಹೆಂಡತಿ ಕೆಂಪಿಯ ಬಾಯಿಂದಲೇ ಹೊರಟ ಮಾತಿದು. ಅದಕ್ಕೆ ನಾವು ಬೆಲೆ ಕೊಡಬೇಡವೇ? ಕೆಂಚನಿಗೆ ಈ ಮಾತನ್ನು ತಿಳಿಸಿ. ಅವನ ಮನಸ್ಸನ್ನು ನೋಯಿಸಬಾರದು. ಅದಕ್ಕಿಂತ ಮೊದಲು ನೀವೇನೆ ಆ ಗಂಡ ಹೆಂಡಿರನ್ನು ನಾಲ್ಕು ಮಂದಿಯ ಮುಂದೆ ನಿಲ್ಲಿಸಿ, ವಿಚಾರಿಸಿ, ತನಿಖೆ ಮಾಡಿದರಾಗದೇ?" ಎಂದು ಸೂಚಿಸಿದ. ಬೂದನ ಮಾತನ್ನು ಕೇಳಿ, ತುಕ್ರನ ವಿಷಯದ ದೂರು ಹೇಳಿ ತೃಪ್ತನಾಗದೆ, 'ಅವ ಹಾಗೆ, ಹೀಗೆ, ಅವನನ್ನು ನಂಬಬೇಡಿ' ಎಂದು ಮೇಲಿಂದ ಮೇಲೆ ಬೂದ ಅನ್ನುವಾಗಲೂ, ತನ್ನ ನೆಚ್ಚಿನ ಸೇವಕನಾದ ಆತನ ಕೈಬಿಡಲಾರರು ಧನಿಗಳು. "ಏನಿದ್ದರೂ ಕೆಂಚ ಬಂದ ಮೇಲೆಯೇ ರೂಬು, ರೂಬು ಆಗಿ ವಿಚಾರಿಸುವ. ಬೆನ್ನುಗಡೆ ಯಾವುದೂ ಬೇಡ. ಅವಳನ್ನೂ ನಾನು ಕರೆಸುತ್ತೇನೆ. ಕಲ್ಕುಡನ ನೇಮವನ್ನು ನೋಡಿಕೊಂಡೇ ನಾನು ಊರಿಗೆ ಹೋಗುತ್ತೇನೆ. ಎಷ್ಟೆಂದರೂ ನೀವು ಕೇರಿಯವರೆಲ್ಲ ಒಂದಾಗಿ ಕೂಡಿ ಬಾಳಬೇಕು. ಕಿವಿಗೆ ಬಿದ್ದದ್ದನ್ನೆಲ್ಲ ನಂಬಿ,

ಇಲ್ಲದ ಮಾತಿಗೆ ಬೆಲೆ ಕೊಡಬಾರದು" ಎಂದು ಬೂದನಿಗೆ ಪ್ರತಿಯಾಗಿ ಉಪದೇಶಿಸಿ ಕಳುಹಿಸಿದರು.

* * *

ಆ ದಿನ ಹೊರಟ ಕೆಂಚ, ಬೆಳಗಿಗೆ ಮುಂಚೆ ಬಲ್ಲಾಳರ ಬೀಡಿಗೆ ಬಂದ. ಬೆಳಕು ಹರಿವ ತನಕ ಮುಂದೆ ಪಯಣ ಮಾಡುವಂತಿಲ್ಲ. ಮುಂದಿನ ದಾರಿ ಅವನಿಗೂ ಚೆನ್ನಾಗಿ ತಿಳಿದಿರಲಿಲ್ಲ. ದಾರಿಯ ಜನಗಳನ್ನು ಕೇಳಿಕೊಂಡು ಹೋಗಬೇಕು. ಹಾಗೆಂದು, ಒಂದು ಮರದ ಕೆಳಗೆ ಮೊಮ್ಮಗನೊಡನೆ ಮಲಗಿ ಕೊಂಡು, ಬಿಸಿಲು ಬಿದ್ದೊಡನೆಯೇ ತಿರುಗಿ ಹೊರಟ. ಹಳೆಯ ಕಾಲದ ಧನಿಗಳನ್ನು ಬೆಳಗಾದ ಮೇಲೆ ಕಂಡ. ಅಲ್ಲಿಯೇ ಒಂದಿಷ್ಟು ಗಂಜಿಯನ್ನು ಬೇಡಿ, ಕುಡಿದುಕೊಂಡು ಹತ್ಯಡ್ಕದ ದಾರಿಯಾಗಿ, ಒಳದಾರಿಯಲ್ಲಿ ಶಿರಾಡಿಗೆ ಹೋದ. ಮೊಮ್ಮಗನನ್ನು ತುಂಬ ದಣಿಸಿಕೊಂಡು ಹಾದಿ ಸಾಗಬಾರದೆಂದು ಅವನಿಗೆ ಹೇಳಬೇಕೇ? ಆ ರಾತ್ರಿ ಅಲ್ಲಿಯೇ ಮಲಗಿದ. ಮರುದಿನ ತಿರುಗಿ ಊರ ಜನರನ್ನು ಕೇಳಿ ಕೇಳಿ, ಕಾಡಿನ ದಾರಿಯಲ್ಲಿ ಸುಬ್ರಹ್ಮಣ್ಯಕ್ಕೆ ಹೊರಟ. ಜನರನ್ನು ಕೇಳುವ ಕೆಲಸವೆಂದರೆ–ಆ ಪ್ರಪಂಚದಲ್ಲಿ, ದಾರಿಯಲ್ಲಿ ಸಿಕ್ಕಿದ ಜನರನ್ನು ಕೇಳುವುದಲ್ಲ. ಜನರಿರುವ ತಾವಿಗೆ ಹೋಗಿಯೇ ಕೇಳಬೇಕಾಗಿತ್ತು. ಆಗಂತು ಹೋಗುವ ಮಾರ್ಗ ಇನ್ನೂ ಬಳಸಾಗುತ್ತದೆ, ಮೈಲು, ಎರಡು ಮೈಲಾಗುತ್ತದೆ; ನೇರಾಗಿ ಹೋದರೆ, ಆರು ಹರದಾರಿ ಇರುವ ಸುಬ್ರಹ್ಮಣ್ಯಕ್ಕೆ. ಹೀಗೆ ಕೇಳಿ, ಮಾಡಿ ಹೋಗುವುದಕ್ಕೆ ಎರಡು ದಿನ ಹಿಡಿಯಿತವನಿಗೆ. ಎರಡನೆಯ ದಿನ ಸಂಜೆ ಸುಬ್ರಹ್ಮಣ್ಯ ಸೇರಿದೊಡನೆಯೇ ಅವನಿಗೆ ಹೋದ ಜೀವ ಬಂದಂತಾಯಿತು. ಊರು ಮುಟ್ಟಿದ ರಾತ್ರಿ ಅಲ್ಲೊಂದು ಅಂಗಡಿಯ ಜಗಲಿಯ ಮೇಲೆ ಹೋಗಿ ಮಲಗಿಕೊಂಡ. ಮರುದಿನ ಬೆಳಿಗ್ಗೆ, ಕುಮಾರ ಧಾರೆ ನದಿಗೆ ಹೋಗಿ, ತಾನು ಮುಳುಗಿ, ಮೊಮ್ಮಗನನ್ನೂ ಮುಳುಗಿಸಿ, ಸ್ನಾನಮಾಡಿಕೊಂಡು ತುಂಬ ಭಯಭಕ್ತಿಗಳಿಂದ ದೇವರ ಗುಡಿಗೆ ಬಂದ. ಎಳೆತನದಲ್ಲಿ ಕಂಡ ಆ ಗುಡಿಯ ನೆನಪು ಅವನಿಗೆಲ್ಲಿ? ದೇವರ ಕೀರ್ತಿ ಯನ್ನೆಷ್ಟೋ ಕೇಳಿದ್ದಾನೆ. ಈಗ, ಆ ಗುಡಿಯ ಮುಂದೆ ನಿಂತರೆ ಭಾರೀ ಒಂದು ಸ್ವರ್ಗವಾಗಿ ಕಾಣಿಸಿತು. ಆ ನೋಟ. ಕಾಯಿ, ಕರ್ಪೂರ, ಬಾಳೆಹಣ್ಣು ಗಳನ್ನು ಕೊಂಡುಕೊಂಡು, ದೇವಾಲಯಕ್ಕೆ ಸುತ್ತು ಬಂದು, ಹಣ್ಣು

ಕಾಯಿಗಳನ್ನರ್ಪಿಸಿ, ದೂರದಲ್ಲಿ ಮೊಣಕಾಲೂರಿ ತದೇಕಚಿತ್ತನಾಗಿ ಧ್ಯಾನಿಸಿದ– ದೇವರನ್ನು ಕುರಿತು. ಆತನು ಎರಗಿದ ಸಾಷ್ಟಾಂಗಗಳಿಗೆ ಲೆಕ್ಕವಿಲ್ಲ; ಮಗುವಿನಿಂದ ಮಾಡಿಸಿದ ನಮಸ್ಕಾರಗಳಿಗೆ ಕೊನೆಯಿಲ್ಲ. ಒಂದೇ ಬೇಡಿಕೆ ಅವನದು: 'ದೇವರೇ, ಈ ಕೂಸನ್ನು ಕಾಯುವ ಭಾರ ನಿನ್ನದು' ಎಂಬ ಒಂದೇ ಪ್ರಾರ್ಥನೆ. ಮಗುವಿನ ಬೊಗಸೆಗೆ ತನ್ನ ಬೊಗಸೆಯನ್ನಿಟ್ಟು, ಅದರಿಂದಲೇ ಪ್ರಸಾದ ಸ್ವೀಕರಿಸುವಾಗ ಆ ಮುದುಕನ ಕಣ್ಣಿಲ್ಲಿ ಅಪಾರ ವ್ಯಥೆ ಮೂಡಿತ್ತು. ಪೂಜಾರಿ ಆ ನೋಟವನ್ನು ಕಾಣದೆ ಇರಲಿಲ್ಲ. ಅವನಿಗೂ ಮರುಕವಾಯಿತೋ ಏನೋ. "ಮನಸ್ಸಿನಲ್ಲಿರುವುದನ್ನು ಕೇಳಿಕೊಂಡಿದ್ದೀಯಲ್ಲ, ದೇವರು ನಡೆಸುತ್ತಾನೆ" ಎಂದ. ಸಾಕ್ಷಾತ್ ದೇವರ ಬಾಯಿಯಿಂದಲೇ ಆ ಮಾತು ಬಂದಿದೆ ಎಂಬ ವಿಶ್ವಾಸ ಕೆಂಚನಿಗುಂಟಾಯಿತು. ಅವನಿಗೆ ಆ ಗಳಿಗೆಯಲ್ಲಾದ ಸಂತೋಷವನ್ನು ಹೇಳುವಂತಿಲ್ಲ. ಎದೆ ಉಬ್ಬಿ ಬಂದಿತು; ಇನ್ನೊಮ್ಮೆ ಸಾಷ್ಟಾಂಗವೆರಗಿದ. ತನ್ನ ಮೊಮ್ಮಗನಿಂದಲೂ ಸಾಷ್ಟಾಂಗ ವೆರಗಿಸಿದ. ಅನಂತರ, ಗುಡಿಯ ಸುತ್ತಲಿನ ಅಂದಚೆಂದ ನೋಡುತ್ತ, ಮೊಮ್ಮಗನಿಗೆ ಅದನ್ನು ತೋರಿಸುತ್ತ, ಹೊರಕ್ಕೆ ಬಂದ. ಗುಡಿಯ ಹೊರಭಾಗದಲ್ಲಿ ದೇವಾಲಯದ ಆನೆಯೊಂದು ನಿಂತು, ಮೊಣಕಾಲೂರಿ ಸೊಂಡಿಲನ್ನು ಮೇಲಕ್ಕೇರಿಸುತ್ತಿತ್ತು. ಅದನ್ನು ಕಂಡು ಕರಿಯನಿಗಾದ ಹಿಗ್ಗು ಹೇಳತೀರದು. ಕಾಡಾನೆಯನ್ನು ದೂರದಿಂದಲಾದರೂ ಕಂಡಿದ್ದ; ನಾಡಾನೆ ಯನ್ನು ಆತ ಕಂಡವನಲ್ಲ. ಅದರ ಈ ಚರ್ಯೆ ತಿಳಿದವನಲ್ಲ. "ಏನು ಮಾಡುತ್ತಿದೆ ಅದು?" ಎಂದು ಕೇಳಿದ ಅಜ್ಜನನ್ನು. ಕೆಂಚನೂ ಅಷ್ಟೇ ಬೆರಗಿನಿಂದ ನೋಡುತ್ತಿದ್ದ ಆನೆಯನ್ನು. "ಅದೇ–ಸ್ವಾಮಿಗೆ ನಮಸ್ಕಾರ ಮಾಡುತ್ತಿದೆ. ಆನೆಯಾದರೂ ಅದಕ್ಕೆ ಎಷ್ಟು ಬುದ್ಧಿ ನೋಡು" ಎಂದು ನುಡಿದ ಕೆಂಚ.

ಕೆಂಚ ಅಷ್ಟೆಲ್ಲ ದೂರ ಬಂದುದರಿಂದ, ಸುಬ್ರಹ್ಮಣ್ಯನ ಬಳಿಯಲ್ಲಿರುವ ತಮ್ಮವರ ಗುಡಿ, ಗೂಡಾರಗಳನ್ನು ಕಂಡುಹೋಗಬೇಕೆಂಬ ಆಸೆ ಉಂಟಾಯಿತು. ದೇವಾಲಯಕ್ಕೆ ಬಂದಿದ್ದ ಜನಗಳೊಡನೆ "ಇಲ್ಲಿ ಕುಡಿಯರ ಮನೆಗಳು ಸಮೀಪದಲ್ಲಿಲ್ಲವೇ?" ಎಂದು ಕೇಳಿದ. 'ಹರಿದಾರಿ ದೂರದಲ್ಲಿದೆ; ದೇವರಿಗೆ ಕುಡಿಯರ ಒಕ್ಕಲುಗಳೆಷ್ಟೋ ಮಂದಿ ಇದ್ದಾರೆ' ಎಂಬ ವಾರ್ತೆ

ದೊರೆಯಿತು. ಒಬ್ಬನ ಸ್ನೇಹ ಮಾಡಿಕೊಂಡು ದಾರಿ ಕೇಳುತ್ತ, ಹರದಾರಿ ದೂರ ನಡೆದು ಹೋಗಿ, ಕುಡಿಯರ ಒಂದು ಮನೆಯನ್ನು ಸೇರಿದ. ಹೋಗುವಾಗ ದಾರಿಯುದ್ದಕ್ಕೂ ಕರಿಯ, ಆನೆಯ ವಿಚಾರವನ್ನೇ ಮಾತಾಡುತ್ತಿದ್ದ. "ಅಜ್ಜ. ನಮ್ಮ ಮಲೆಯಲ್ಲಿ ಎಷ್ಟು ಆನೆಗಳಿಲ್ಲ. ಒಂದನ್ನು ಹಿಡಿದು ಸಾಕಲಿಕ್ಕೆ ಬರುವುದಿಲ್ಲವೇ? ಹೀಗೆ ಸವಾರಿ ಮಾಡಲಿಕ್ಕಾಗುವುದಿಲ್ಲವೇ?" ಎಂದು ಕೇಳುತ್ತಿದ್ದ. ಅವನಿಗೆ ಕೆಂಚ, ತಮ್ಮ ಧನಿಗಳು ಕರ್ಪಿನಲ್ಲಿ ಆನೆ ಹೋದ ಹರದಾರಿ ದೂರವೆಂದರೆ, ಕುಮಾರ ಪರ್ವತದ ಬಿದಿರ ಮೆಳೆಗಳ ಎಡೆಯಲ್ಲಿ ಏಣಿಯಂತೆ ಏರಿ ಹೋದ ದಾರಿ. ಮುಂದೆ ಬಂದದ್ದೊಂದು ಹುಲ್ಲುಗಾವಲು, ಅಲ್ಲಿ ನಾಲ್ಕೆಂಟು ಮನೆಗಳು ಮಾತ್ರ ಇದ್ದವು. ಕೆಂಚನ ಕೇರಿಯಲ್ಲಿ ಇಪ್ಪತ್ತು ಮೂವತ್ತರಷ್ಟು ಮನೆಗಳಿದ್ದವು. ಅದರ ಸುತ್ತಲೂ ಏಲಕ್ಕಿಯ ತೋಟವಿತ್ತು. ಇಲ್ಲಿ ಅಂಥ ಯಾವ ತೋಟವೂ ಇದ್ದಿರಲಿಲ್ಲ. ಕೆಂಚ ಬಂದಾಗ, ಮನೆಯ ನಿವಾಸಿಗಳು ಅಲ್ಲೇ ಇದ್ದರು. "ಯಾರು ನೀನು?" ಎಂದು ವಿಚಾರಿಸಿದರು. ಕಿರಿಮಲೆಯ ಹೆಸರು ಅವರಿಗೂ ಗೊತ್ತಿತ್ತು. ಹೋದವರಲ್ಲ, ಕಂಡವರಲ್ಲ–ಇಷ್ಟೇನೆ. ಹೀಗಾಗಿ, ಪರದೇಶದಿಂದ ಬಂದ ಯಾತ್ರಿಕರನ್ನು ಅವರು ಪ್ರೀತಿವಿಶ್ವಾಸಗಳಿಂದ ಬರಮಾಡಿಕೊಂಡರು; ನಾಲ್ಕು ದಿನ ಕುಳ್ಳಿರಿಸಿದರು. ಕೆಂಚ 'ಬೇಡ; ಒಲ್ಲೆ 'ನೆಂದರೆ, ಅಪೂರ್ವಕ್ಕೆ ದೂರದ ಊರಿನಿಂದ ಬಂದ ಕುಡಿಯ ಬಂಧುವೊಬ್ಬನನ್ನು ಅವರು ಬಿಟ್ಟುಬಿಡುವ ಹಾಗಿಲ್ಲ. ಅವನಿಗಾಗಿಯೇ ಮೊಲದ ಬೇಟೆಯಾಡಿದರು; ಮೀನಿನ ಬೇಟೆ ಆಡಿದರು; ಕಾಡು ಕೋಳಿ ಹಿಡಿದರು; ಆಮೆ ಇರಿಯುವುದಕ್ಕೆ ಹೋದರು. ಕೆಂಚನಿಗೂ ಕರಿಯನಿಗೂ ತುಂಬ ಸಂತೋಷದ ಸಂಗತಿಯಿದು. ತಮ್ಮವರು ಎಲ್ಲೆಲ್ಲೂ ಇದ್ದಾರೆಂಬ ಅಭಿಮಾನ ಮಾತ್ರವಲ್ಲ–ಅವರೆಲ್ಲರಿಗೆ ಸ್ವಂತ ದೈವವಿದ್ದರೂ ತಮ್ಮಂತೆ ಅವರು ಕುಮಾರಸ್ವಾಮಿಯ ಭಕ್ತರು, ಆ ಸ್ವಾಮಿಯ ಸೇವೆಯಲ್ಲೇ ಬೆಳೆದವರು–ಎಂಬುದನ್ನು ಕೇಳಿ ಹಿಗ್ಗೂ ಉಂಟಾಯಿತು. ಆ ಹಿಗ್ಗಿನಿಂದ, ತಾನು ಅಲ್ಲಿಗೆ ಬಂದ ಮುಖ್ಯ ಗುಟ್ಟನ್ನೂ ತಿಳಿಸಿದ. ಅವರು ಸಹ "ನೀನೇನೂ ಹೆದರಬೇಕಿಲ್ಲ ಅಜ್ಜ. ನಮ್ಮ ಸ್ವಾಮಿ, ಬೇರೆ ದೇವರ ಹಾಗಲ್ಲ. ನಂಬಿದವರನ್ನು ಎಂದೂ ಕೈ ಬಿಡುವವನಲ್ಲ. ಕಲ್ಕುಡ ಆದರೇನು? ಸುಬ್ರಹ್ಮಣ್ಯನ ಮುಂದೆ ಹಟಕಟ್ಟಿಯಾನೆಂದು ತಿಳಿಯುತ್ತೀಯಾ? ಎಂದೂ

ಇಲ್ಲ" ಎಂದು ಅವರು ಭರವಸೆ ಕೊಟ್ಟರು. ಕೆಂಚ ಅಲ್ಲಿದ್ದಾಗಲೇ ದೇವಾಲಯದಿಂದ ಆ ಕುಡಿಯ ಆಳುಗಳಿಗೆ ಕರೆ ಬಂದಿತು. ಒಂದು ವಿಶೇಷ ಉತ್ಸವದ ಸಲುವಾಗಿ ಯಾರೋ ಪರ ಊರ ಯಾತ್ರಿಕರು ಬಂದು, ಸುಬ್ರಹ್ಮಣ್ಯನಲ್ಲಿ ವಿಶೇಷ ದೀಪೋತ್ಸವದ ಹರಕೆ ನಡೆಯಬೇಕಿತ್ತಂತೆ. ಆ ಉತ್ಸವ ಕಾಣುವ ಯೋಗವನ್ನು ಕೆಂಚ ಬಿಡಲಿಲ್ಲ. ಮೊಮ್ಮಗನೊಂದಿಗೆ, ಬಳಗದವರೊಂದಿಗೆ ಅದನ್ನು ನೋಡಲು ಹೋದ. ಇನ್ನೊಮ್ಮೆ ದೇವರ ಸೇವೆ ಮಾಡಿದ. ಉತ್ಸವಕ್ಕೆ ಚಪ್ಪರ ಕಟ್ಟುವುದರಲ್ಲಿ, ದಳಿ ನಿರ್ಮಿಸುವುದರಲ್ಲಿ ಹಣತೆಯಿಟ್ಟು ಎಣ್ಣೆ ಸುರಿಯುವುದರಲ್ಲಿ ಪ್ರತಿಯೊಂದರಲ್ಲಿಯೂ ತನ್ನ ಬಂಧುಗಳಿಗೆ ನೆರವಾದ. ಹಗಲಿನ ತೇರು, ರಾತ್ರಿಯ ದೀಪೋತ್ಸವ, ದೇವರ ಮೆರವಣಿಗೆ, ವಾದ್ಯ–ಪ್ರತಿಯೊಂದನ್ನೂ ಕಂಡು ಹಿಗ್ಗಿದ. ತಾನು ಎಂಥ ಒಳ್ಳೆಯ ಸಮಯಕ್ಕೆ ಇಲ್ಲಿಗೆ ಬಂದೆ ಎಂಬ ಆನಂದ ಉಂಟಾಯಿತು ಅವನಿಗೆ.

ಉತ್ಸವ ಕಳೆದ ಮೇಲೆ ತನ್ನ ಬಂಧುಗಳನ್ನು ಬೀಳ್ಕೊಟ್ಟು, ಅವರಿಗೂ ತಮ್ಮ ಮಲೆಗೆ ಬರುವಂತೆ ಆಮಂತ್ರಿಸಿ, ಲಘು ಮನಸ್ಸಿನಿಂದ ವಿಟ್ಲಕ್ಕೆ ಪಯಣ ಹೊರಟ. ಊರಿನ ರಾಜಧಾನಿಯಾದ ಉಪ್ಪಿನಂಗಡಿಯಲ್ಲೊಂದು ದಿವಸ ತಂಗಿದ. ಊರು, ಮನೆಗಳನ್ನು, ಸರಕಾರಿ ಕಚೇರಿಗಳನ್ನು ಕಂಡು, ಮುಂದೆ ಒಂದು ಮಜಲಿನಲ್ಲಿ ವಿಟ್ಲಕ್ಕೆ ಸಾಗಿದ. ಧನಿಗಳ ಮನೆಯ ದರ್ಶನವಷ್ಟೇ ಆಯಿತು. ಅವರು ಮಾತ್ರ ಊರಲ್ಲಿದ್ದಿರಲಿಲ್ಲ. ಆದರೆ, ಅವರ ಮನೆಯಲ್ಲಿ ಊಟ ದೊರೆಯಿತು. ಅವರ ಮನೆಯವರೊಡನೆ ಮಾತುಕತೆ ನಡೆಸಿದ. ಅಲ್ಲಿಂದ, ಸಂತೃಪ್ತನಾಗಿ ಊರಿಗೆ ಮರಳಿದ. ಮೊಮ್ಮಗನನ್ನು ಕರೆದುಕೊಂಡು ಬರುವಾಗ, ಮೂರು ದಿನಗಳ ಪಯಣವಾಯಿತು. ದಾರಿಯುದ್ದಕ್ಕೂ ಅವನ ಒಂದೇ ಒಂದು ಚಿಂತೆಯೆಂದರೆ, ತಾನು ಮಲೆಗೆ ಮರಳುವಾಗ, ಧನಿಗಳು ಹಿಂದಿರುಗಿದರೆ ಏನು ಗತಿ ಎಂದು. ಅವರನ್ನು ಕಂಡು, ಕೇಳಿ, ಕಲ್ಕುಡನಿಗೆ ಸಲ್ಲಿಸುವ ಕೋಲ ಸಲ್ಲಿಸದೆ ಗತಿಯುಂಟೇ? ಆ ಯೋಚನೆಯ ಭಾರವೊಂದು ಅವನನ್ನು ಕಾಡುತ್ತಿತ್ತು. ಅಂತು, ಇಂತು ಮೂಲೆಗುಂಪನ್ನು ಸೇರಿದ. ಅಲ್ಲಿಷ್ಟು ಬೆಲ್ಲ ನೀರು ಸೇವಿಸಿ, ಮಲೆಯನ್ನೇರಿದ. ಮುಂದಿನ ದಾರಿ, ಮೀನು ನೀರಿಗೆ ಹೊಕ್ಕಂತಿತ್ತು. ಅಜ್ಜನಿಗಿಂತ ಕರಿಯ ಹತ್ತು ಹೆಜ್ಜೆ ಮುಂದಕ್ಕೆ ಹೋಗುತ್ತಿದ್ದ. ಸಂಜೆಯ ಸೂರ್ಯ, ಬೆಟ್ಟಗಳ ಎಡೆಯಲ್ಲಿ ಮರೆಯಾಗುವ ಮುನ್ನವೇ, ಕೆಂಚ

ತನ್ನ ಗುಡಿಸಲನ್ನು ಸೇರಿದ. ಅವರ ಬರವನ್ನು ಕಂಡ ನಾಲ್ಕಂದಿ ಕೇರಿಯವರು "ಬಂದೆಯಾ ಅಜ್ಜ, ಬಂದೆಯಾ ಅಜ್ಜ" ಎಂದು ಸ್ವಾಗತಿಸಿದರು. "ಮಗುವನ್ನು ಯಾಕೆ ಕರೆದುಕೊಂಡು ಹೋದೆ ದಣಿಸಲಿಕ್ಕೆ. ನೀನು ಊರಲ್ಲಿಲ್ಲ ಎಂದ ಮಾತ್ರಕ್ಕೆ, ಅವನನ್ನು ಸಾಕುವ ತ್ರಾಣ ನಮಗಿಲ್ಲವೇ? ನೋಡು, ನೀನು ಹೋಗುವುದೇ ಬೇಡವಿತ್ತು; ಧನಿಗಳೇ ಇಲ್ಲಿಗೆ ಬಂದಿದ್ದಾರೆ" ಎಂದು ಕೆಂಚನನ್ನು ಸ್ವಾಗತಿಸಿದರು. ಬೂದನೂ ಬಂದ. ಉಳಿದ ಜನ ತೆರಳುವ ತನಕ ಆತ ಮಾತನಾಡದೆ ಕುಳಿತಿದ್ದರೂ, ಅವರು ಹೊರಟುಹೋದ ಮೇಲೆ, ಮಾತನಾಡಬೇಕೆಂದು ಬಯಸಿದ. ಬಂದವರಿಗಾಗಿ, ತಾನೇ ಒಳಗೆ ಹೊಕ್ಕು ಒಲೆಯನ್ನು ಉರಿಸಿದ; ಗಂಜಿ ಬೇಯಿಸಿದ, ಅವೆಲ್ಲ ಕೆಲಸ ಮುಗಿದ ಮೇಲೆ ಕೆಂಚನೊಬ್ಬನ ಕಿವಿಯಲ್ಲಿ ನಡೆದ ವಾರ್ತೆಯನ್ನು ಹೇಳಬೇಕೆಂದು ಎಣಿಸಿಕೊಂಡಿದ್ದ. ಅಷ್ಟರಲ್ಲಿ ತುಕ್ರಣ್ಣ ಅಲ್ಲಿಗೆ ಬರಬೇಕೆ? ಆತ ಬಂದು "ಅಜ್ಜ, ನೀನು ಹೋಗುವುದೇ ಬೇಡವಿತ್ತು. ಧನಿಯರು ಇಲ್ಲಿಗೆ ಬಂದಿದ್ದಾರೆ. ಬಂದು ಒಂದು ವಾರವಾಯಿತು, ಬಾ ಹೋಗುವ. ನಿನ್ನನ್ನು ಬರಹೇಳಿದ್ದಾರೆ" ಎಂಬ ಸುದ್ದಿ ಕೊಟ್ಟ.

ಆ ರಾತ್ರಿ ತುಕ್ರ, ಕೆಂಚ ಇಬ್ಬರೂ ಸೇರಿ ಧನಿಗಳನ್ನು ನೋಡುವುದಕ್ಕೆ ಹೋದರು. ಕಲ್ಕುಡನಿಗೆ ಸಲ್ಲಬೇಕಾದ ಕೋಲದ ವಿಚಾರದಲ್ಲಷ್ಟೆ ಮಾತು ಬಂದು, ಇನ್ನೊಂದು ಮಲೆಯವರನ್ನು ಕೆಂಚನೇ ಹೋಗಿ ಮಾತನಾಡಿಸಬೇಕೆಂದೂ, ಖರ್ಚುವೆಚ್ಚಗಳನ್ನೆಲ್ಲ ತಾವೇ ನೋಡಿಕೊಳ್ಳುತ್ತೇನೆಂದೂ ಧನಿ ಭರವಸೆ ಕೊಟ್ಟರು. ಉಳಿದ ಪ್ರಸ್ತಾಪಗಳಾವುವೂ ಬರಲಿಲ್ಲ. ಬೂದ ಕೆಂಚನ ಮನೆಯಲ್ಲಿ ಕುಳಿತು, ಕರಿಯನ ಬಾಯಿಂದ ಸುಬ್ರಹ್ಮಣ್ಯನ ವೈಭವವನ್ನೆಲ್ಲ ಕೇಳುತ್ತಿದ್ದ. ತಾನೂ ಅದನ್ನು ನೋಡುತ್ತಿದ್ದೇನೇ ಎಂಬ ಆಸೆ ಮೂಡಿತು ಅವನಿಗೆ. ಅವನಾದರೂ ಮೂಲೆಗುಂಪು ದಾಟಿಹೋದವನಲ್ಲ. ಹೊರಗಿನ ನಾಗರಿಕ ಜಗತ್ತನ್ನು ಕಂಡವನಲ್ಲ. ಪೇಟೆಯ ಬೆಡಗನ್ನು ಅರಿತವನೂ ಅಲ್ಲ. ಕರಿಯ ಅವನಿಗೆ ಸಮಾಧಾನ ಹೇಳುತ್ತಾನೆ : "ನಾನು ದೊಡ್ಡವನಾದ ಮೇಲೆ ನಿನ್ನನ್ನು ಕರೆದುಕೊಂಡು ಹೋಗುತ್ತೇನೆ ಮಾವ" ಎಂದು. ಕೆಂಚಜ್ಜ ಬರುವ ತನಕ ಬೂದ ಕಾದು ಕುಳಿತ. ಈಗ ಅವನನ್ನು ಕಾಡುತ್ತಿರುವ ಒಂದು ಸಂಗತಿಯೆಂದರೆ–ಕೆಂಪಿಯ ಬಾಯಿಂದ ಕೇಳಿದ ಮಾತುಗಳನ್ನು ಅವನಿಗೆ

ತಿಳಿಸಬೇಕೇ ಬೇಡವೇ–ಎಂಬುದು. ಕೊನೆಗೆ ವಿವೇಕ ಹೊಳೆಯಿತು. ಸೊಸೆಯು ಸತ್ತ ದುಃಖ ಬೇರೆ; ಸತ್ತವಳು ಕೆಟ್ಟವಳೆಂದು ತಾನಾಡಬಹುದಾದ ಮಾತಿನ ನೋವು ಬೇರೆ. ತಾನೇಕೆ ಅಂಥ ಪಾಪ ಕಟ್ಟಿಕೊಳ್ಳಬೇಕು? ಕೆಂಚನಿಗೆ ಅವೆಲ್ಲ ತಿಳಿಯದಿರುವುದೇ ಒಳಿತು, ಎಂದು ಸುಮ್ಮನಾದ. ಆತ ಮನೆಗೆ ಬಂದ ಮೇಲೆ, ಆ ಒಂದು ಮಾತನ್ನು ಬಿಟ್ಟು, ಉಳಿದೆಲ್ಲ ಸಂಗತಿಗಳನ್ನು ಹೇಳಿದ. ಅನಂತರ ಮುದುಕನ ಬಾಯಿಂದ ಸುಬ್ರಹ್ಮಣ್ಯದ ಸಂಚಾರದ ವಾರ್ತೆಯನ್ನೂ, ಅಲ್ಲಿನ ಮಲೆಗಳಲ್ಲಿ ತಮ್ಮ ಜನ ವಾಸಿಸುತ್ತಿರುವ ವಾರ್ತೆಯನ್ನೂ ಕೇಳಿ ಸಂತೋಷಗೊಂಡ.

ಮರುದಿನ ಧನಿಗಳ ಅಪ್ಪಣೆಯಂತೆ, ಕೆಂಚ ಹಿರಿಮಲೆಗೆ ಹೋಗುವಾಗ ಬೂದನೂ ಜತೆಯಲ್ಲಿದ್ದ; ಇಬ್ಬರೂ ಜತೆಯಲ್ಲಿ ಹೋದರು. ದಾರಿಯಲ್ಲಿ ಕಲ್ಕುಡನಿಗೆ ವಂದಿಸಿದರು. 'ಈ ಬಾರಿಯಾದರೂ ತಾವು ಹೊರಟ ಕೆಲಸ, ಅಂದರೆ ಅವನದೇ ಸೇವೆ, ಕೈಗೂಡಿಸು' ಎಂದು ಬೇಡಿಕೊಂಡು ಮುಂದು ವರಿದರು. ಹಿಂದಿನ ಬಾರಿ ಬಂದಂತೆ ಬೆಕ್ಕು ಈ ಬಾರಿ ಅಡ್ಡಬರಲಿಲ್ಲ. ಅಲ್ಲದೆ, ಕೆಂಚನ ಮನದಲ್ಲಿ ಉತ್ಸಾಹ, ಉಲ್ಲಾಸಗಳು ತುಂಬಿ ತುಳುಕಾಡುತ್ತಿದ್ದವು. ಇಬ್ಬರೂ ಮಾತನಾಡುತ್ತಾ ನಡೆದು, ಸಾಗಿ, ಹಿರಿಮಲೆಗೆ ಹೋದರು. ಮೊದಲು ಭೇಟಿಯಾದದ್ದು ಮಲೆಯ ಗುರಿಕಾರನನ್ನು. ಕೆಂಚ ಸ್ವತಃ ಯಾರಲ್ಲೂ ನಿಷ್ಠುರ ಕಟ್ಟಿಕೊಂಡವನಲ್ಲ. ಅವನ ಸ್ವಭಾವವೇ ಹಾಗೆ. ಉಳಿದವರ ವಿಚಾರದಲ್ಲಿ, ಗುರಿಕಾರ ಮಾದ ಹೇಗೆ ನಡೆದುಕೊಂಡರೂ, ಕೆಂಚನಿಗೆ ಸಲ್ಲಿಸುವ ಗೌರವವನ್ನು ಸಲ್ಲಿಸಿ, 'ಖರ್ಚುವೆಚ್ಚ ತಮ್ಮ ಧನಿಗಳು ನೋಡುತ್ತಾರೆ' ಎಂದು ಹೇಳಿದ ಮೇಲೆ, ಅವನೇಕೆ ಅಲ್ಲವೆಂದಾನು? ಕಲ್ಕುಡನ ಭಯ ಅವನಿಗೂ ಇಲ್ಲವೇ? ಕೆಂಚ ಅಲ್ಲಿ ಕುಳಿತು ಮಾತ ನಾಡುವಾಗ, ಬೂದ ಪೂಜಾರಿಯ ಮನೆಗೆ ಹೋದ. ಪೂಜಾರಿಯೂ ಕುಡಿಯರವನೇ. ಅಲ್ಲಿಗೆ ಹೋಗಿ ಮಲೆಗೆ ಕೆಂಚ ಬಂದ ವಾರ್ತೆಯನ್ನು ತಿಳಿಸಿದ. ಸಾಲದುದಕ್ಕೆ ಊರು ಕೇರಿಯ ಸುದ್ದಿಗಳನ್ನೂ, ಕೆಂಚನಿಗೆ ದೆವ್ವ ಸ್ವಪ್ನದಲ್ಲಿ ಬೆದರಿಸಿದುದನ್ನೂ ಎಲ್ಲವನ್ನೂ ಹೇಳಿದ. ಪೂಜೆ, ಕೋಲ, ನೇಮಗಳೆಂದರೆ ಪೂಜಾರಿಗೆ ಗೌರವ ಸಲ್ಲುವ ಅವಕಾಶಗಳು. ಅದನ್ನು ತಪ್ಪಿಸಿಕೊಳ್ಳುತ್ತಾನೆಯೇ? ಬೂದನೊಡನೆ ಆತ ಎಲ್ಲ ಸಂಗತಿಗಳನ್ನೂ

ತರ್ಕಿಸಿದ. ಮುಂದಿನ ಸಂಕ್ರಾಂತಿಯು ಒಳ್ಳೆಯ ದಿನ ಎಂದು ತಿಳಿಸಿದ. ಅಲ್ಲಿಂದ ಮುಂದೆ ಬೂದ ಪ್ರಯಾಣವೆಸಗಿದ್ದು ಕೆಂಪಿಯ ತಂದೆಯಾದ ತೌಡನ ಮನೆಗೆ; ಹಾಗೆ ಹೋಗಬೇಕಾದ ಪ್ರಮೇಯವಿರಲಿಲ್ಲ. ಮೊದಲಿಗೆ ಅವನನ್ನು ನಿರಾಕರಿಸಿದ ಹೆಣ್ಣವಳು. ತುಕ್ರನ ಮೇಲಿನ ದ್ವೇಷವಲ್ಲದಿದ್ದರೆ, ಆತ ಹೋಗುತ್ತಿರಲೂ ಇಲ್ಲ. ಒಳಗೊಳಗಿನ ಚಪಲವೆಂದರೆ, ಕೆಂಪಿ ಆಡಿದ ಮಾತುಗಳು ನಿಜವಿರಬಹುದೇ ಎಂದು ತಿಳಿಯಲು. ಅನಂತರದ ಸಂಗತಿ, ಕೆಂಪಿ ತಿರುಗಿ ಗಂಡನ ಮುಖ ಕಾಣುವವಳೇ–ಎಂದು ತಿಳಿಯಲು. ಅದಕ್ಕೂ ಮುಂದಿನ ಚಪಲ–ಇನ್ನಾದರೂ ತನ್ನನ್ನು ಮದುವೆಯಾಗಲು ಕೆಂಪಿ ಒಲಿದಾಳೆಯೇ–ಎಂಬುದು. ಈ ಮೂರು ಕಾರಣಗಳೂ ಸೇರಿ ಅವನನ್ನು ತೌಡನ ಮನೆಗೆ ಒಯ್ದುವು. ಅಂಗಳದಲ್ಲೇ ಆಯಿತು ಕೆಂಪಿಯ ದರ್ಶನ. ಆಕೆ ಕಣ್ಣು ದೊಡ್ಡದು ಮಾಡಿದಳು; ನಕ್ಕಳು. “ಬೂದಣ್ಣ, ನೀನೆಂದು ಬಂದೆ? ಏನು ಬಂದೆ?” ಎಂದೂ ವಿಚಾರಿಸಿದಳು. ಅದಕ್ಕೆ ಬೂದನ ಉತ್ತರ “ಅಪ್ಪ ಇದ್ದಾರೆಯೇ?” ಎಂದು.

ತೌಡ ಒಳಗೇನೆ ಇದ್ದ. ಹೊರಕ್ಕೆ ಬಂದು ಅವನನ್ನು ಸ್ವಾಗತಿಸಿ ಕರೆದೊಯ್ದು, ಎಲೆ, ಅಡಿಕೆಯ ತಬಕನ್ನು ಮುಂದಿಟ್ಟ. ತೌಡ, ಮಗಳು ಅಳಿಯರೊಂದಿಗೆ ನಡೆದ ಜಗಳದಿಂದಾಗಿ ನೊಂದವ. ಸ್ವಾಭಾವಿಕವಾಗಿ “ಏನಣ್ಣ ನಡೆದದ್ದು? ಆ ದಿನ ನೀನಿದ್ದೆಯಂತಲ್ಲ? ಅವನು ಬಡಿಗೆ ತೆಗೆದು ಕೊಂಡು ಹೊಡೆಯಲು ಬಂದದ್ದು ನಿಜವೇ?” ಎಂದು ಕೇಳಿದ. ಕೆಂಪಿಯೂ ಅಲ್ಲೇ ನಿಂತಿದ್ದಳು. ಬೂದ ತುಕ್ರನ ದುಡುಕು ಸ್ವಭಾವವನ್ನು, ಆ ದಿನ ತಾನು ಕಂಡ ಸಂಗತಿಗಳನ್ನು, ಕೆಂಚಣ್ಣ ಇಲ್ಲದೆ ಆ ದಿನವೆಲ್ಲ ಸಂಗತಿ ಬಿಕ್ಕಟ್ಟಿಗೆ ಬಂದದ್ದನ್ನೂ ಚಾಚೂ ತಪ್ಪದೆ ಹೇಳಿದ.

“ಅದಿರಲಿ, ಚಿಕ್ಕಿ ಸತ್ತದ್ದು ಹ್ಯಾಗಂತೆ? ನಿನಗೆ ಗೊತ್ತೇ” ಎಂದು ಕೇಳಿದ ತೌಡ.

“ನಾನೇನು ಕಂಡಿದ್ದೇನೆಯೇ”

“ಕಂಡಿಲ್ಲವಾದರೂ ಕೇಳಿರಬಹುದಲ್ಲ; ಕಿವಿ ಇಲ್ಲವೇ? ಕಾಣದಿದ್ದ ರೇನಾಯಿತು?”

"ಹಾಗೆ ಹೇಗೆ ಹೇಳುವುದು. ಅಂ‌ದರೆ, ಒಬ್ಬೊಬ್ಬರು ಒಂದೊಂದು ತೆರನಾಗಿ ಹೇಳುತ್ತಾರೆ. ಆಡಬಹುದೋ, ಆಡಬಾರದೋ, ನನಗೆ ಗೊತ್ತಿಲ್ಲ. ಅವಳ ಗಂಡ ಯೋಗ್ಯನಲ್ಲ ಎಂಬುದು ನನಗೆ ಗೊತ್ತು. ಆದುದರಿಂದ ಚಿಕ್ಕಿ ಕೆಟ್ಟವಳು ಎಂದೇನೆಯೇ ನಾನು? ಅವಳು ಸತ್ತದ್ದು ನಿಜ. ತನ್ನಂತೆ ಬೀಳುವುದಕ್ಕೂ ಕಾರಣವಿಲ್ಲ. ಆದರೆ ಭೂತವೇ ಸ್ವಪ್ನದಲ್ಲಿ ಬಲಿ ಕೇಳುವಾಗ, ಏನಾದೀತು, ಏನಾಗಲಿಕ್ಕಿಲ್ಲ! ಹಿಂದೆ ತಿಮ್ಮ ನಮ್ಮ ಕಣ್ಣು ಮುಂದೆಯೇ ಮರದಿಂದ ಉರುಳಿಬಿದ್ದು ಸತ್ತನಲ್ಲವೆ.... ಹೋಗಲಿ ಬಿಡಿ, ಆ ಮಾತು. ಸತ್ತವರು ಸತ್ತರು, ಯಾರಾದರೂ ಅನ್ಯಾಯಮಾಡಿ ಕೊಂದಿದ್ದರೆ ಅವರೇ ಹಾಳಾಗಿ ಹೋಗುತ್ತಾರೆ. ಮೇಲೆ ದೈವವಿಲ್ಲವೇ ನೋಡುವುದಕ್ಕೆ?" ಎಂದು ಮಾತನ್ನು ದೆವ್ವದ ಕೋಲದ ವಿಚಾರಕ್ಕೆ ಹರಿಸಿದ. "ನೀವೆಲ್ಲ ಬರಬೇಕು" ಎಂದೂ ಆಮಂತ್ರಣ ಸಲ್ಲಿಸಿದ.

ತೌಡ ಎಲ್ಲರಿಗಿಂತ ಹೆಚ್ಚಾಗಿ ಮಗಳ ಭವಿಷ್ಯದ ಚಿಂತನೆ ಮಾಡ ಬೇಕಾಗಿತ್ತು. ಅವಳಿಗೆ ಮಕ್ಕಳಾಗಿರಲಿಲ್ಲ ನಿಜ; ಇರುವ ಮಕ್ಕಳೆಲ್ಲ ಸವತಿಯವು. ಋಣಾನುಬಂಧವಿಲ್ಲದ ಸಿಡುಕಿನ ಕೆಂಪಿ, 'ತಾನಿನ್ನು ಆ ಮಲೆಗೇ ಕಾಲಿಡು ವುದಿಲ್ಲ' ಅನ್ನುತ್ತಾಳೆ. ಆದರೆ ಹರೆಯದ ಹುಡುಗಿ; ಎಷ್ಟು ದಿನ ಹಾಗಿರಲು ಬಂದೀತು? ಒಂದೋ ತಪ್ಪನ್ನೊಪ್ಪಿ ಗಂಡನ ಮನೆಗೆ ಹೋಗಬೇಕು; ಇಲ್ಲವೆ ಅವನನ್ನು ಬಿಡಬೇಕು. ಬೂದನ ಮಾತುಗಳನ್ನು ಕೇಳುವಾಗಲೂ ತಪ್ಪಿತಸ್ಥ ತುಕ್ರನೇ ಎಂದು ಕಾಣುತ್ತದೆ ತೌಡನಿಗೆ. "ನೀನೇನನ್ನುತ್ತೀಯಾ? ಕೆಂಪಿ ಅವನನ್ನು ಬಿಡಬೇಕೆನ್ನುತ್ತೀಯಾ?" ಎಂದ ತೌಡ ಅವನೊಡನೆ.

"ಸಂಸಾರ ಮಾಡಿಕೊಂಡಿದ್ದವರು ಅವರು; ನಾನು ಅನ್ನಬೇಕೇನು? ಅವರವರ ಸುಖದುಃಖವನ್ನು ಅವರವರೇ ನಿರ್ಣಯಿಸಬೇಕು ವಿನಾ ನನ್ನನ್ನು ಕೇಳಬಾರದು."

"ಅವಳಿಗೇನೂ ಇಷ್ಟವಿಲ್ಲ ಹೋಗಲಿಕ್ಕೆ."

"ಒತ್ತಾಯದಿಂದ ಗಂಡಹೆಂಡಿರ ಬಾಳ್ವೆ ನಡೆಯುತ್ತದೆಯೇ?" ಎಂದ ಬೂದ. ಆ ಮಾತಿನಲ್ಲಿ ಅವನ ಅಂತರಂಗವೆಲ್ಲ ವ್ಯಕ್ತವಾಗಿತ್ತು. ಅಲ್ಲಿಂದ ಹೊರಬೀಳುವಾಗಲೇ ಕೆಂಚನೂ ಕಾಣಿಸಿದ. ಸ್ವಾಭಾವಿಕವಾಗಿ ತೌಡ ಆಗ

ಮುಂದೆ ಬಂದ. ಅವನನ್ನು ಕಂಡಮೇಲೆಯೂ ಮಾತನಾಡಿಸದಿರಲಿಕ್ಕಾಗುತ್ತದೆಯೇ? "ಏನಣ್ಣ, ಕೆಂಪಿ ಇಲ್ಲಿಗೆ ಬಂದುಬಿಟ್ಟಿದ್ದಾಳಂತೆ, ಅವನೇನೋ ತಪ್ಪು ಕೆಲಸ ಮಾಡಿದ. ಆದರೆ ಯಾಕೆ ಅಷ್ಟೆಲ್ಲ ಉದ್ದಕ್ಕೆ ತೆಗೆದುಕೊಂಡು ಹೋಗಬೇಕು? ಅಂಥದು ಏನಾದರೂ ಆದರೆ ಕೇರಿಯ ನಾವೆಲ್ಲ ಇಲ್ಲವೇ? ಆ ದಿನ ನಾನಿರಲಿಲ್ಲ. ಹೇಳು ನಿನ್ನ ಮಗಳಿಗೆ" ಎಂದು ಕೆಂಚ ಬುದ್ಧಿ ಹೇಳಿ ಹೊರಟ. ಅವರು ಮಲೆ ಇಳಿಯುವ ತನಕ, ವ್ಯಥಿತನಾದ ತೌಡ ಅವನ ಬೆನ್ನಿಗೇ ಹೋದ. ದಾರಿಯುದ್ದಕ್ಕೂ ಮಗಳ ಬಾಯಿಂದ ಬಂದ ಮಾತುಗಳನ್ನು ಕೆಂಚನ ಕಿವಿಯಲ್ಲಿ ಹಾಕಿದ. ಆದರೂ ಕೆಂಚ ಹೇಳುತ್ತಾನೆ– "ದುಡುಕು, ಸಿಡುಕು–ಎಲ್ಲ ನಿಜ. ಒಂದು ದಿನ ತಲೆ ಕೆಟ್ಟಿತೆಂದರೆ, ನಿತ್ಯವೂ ಕೆಡುತ್ತದೆಯೇ? ಅಲ್ಲದೆ ಅವಳೇನು ಮಾಡಬೇಕೆನ್ನುತ್ತೀ? ಮದುವೆ ಮಾಡಿಕೊಂಡ ಹುಡುಗಿ! ಇನ್ನಾದರೂ ಚೆನ್ನಾಗಿ ನೋಡಿಕೊಂಡಾನು. ನೋಡು–ಬುದ್ಧಿ ಹೇಳಿ, ತಿರುಗಿ ಕಳುಹಿಸು. ಒಂದು ಮನೆಯನ್ನು ಒಡೆದರೆ ಚೆಂದವೇ?" ಎಂದು ಬೋಧಿಸಿ ಬೀಳ್ಕೊಟ್ಟ. ಅವನು ಹೋದಮೇಲೆ, ಬೂದಣ್ಣ ಕೇರಿಗೆ ಬರುವ ತನಕ ಪ್ರತಿವಾದ ಹೂಡುತ್ತಲೇ ಇದ್ದ. "ಅಜ್ಜಾ, ನೀನೇನೂ ಹೇಳು. ಇನ್ನು ಕೆಂಪಿಗೆ ಅವನೊಡನೆ ಕೂಡಿಬರುವುದು ಕಷ್ಟ. ಏನೋ ನಾಲ್ಕು ವರ್ಷಕಾಲ ಗಂಡಹೆಂಡಿರಾಗಿ ಬಾಳಿದರು. ಕೆಂಪಿ ಬಂದಮೇಲೆ, ಮೊದಲ ಹೆಂಡತಿಗೂ ಸಾಕುಬೇಕಾಯಿತು. ಅವಳಿಗೂ ಇವನ ಗುಣ ಹಿಡಿಸುವ ಹಾಗಿಲ್ಲ. ಅವರಿಗೇನು ಕಣ್ಣಿಲ್ಲವೇ? ತುಕ್ರನಿಗೆ ಬೇಕೆಂದೇನಿಲ್ಲ. ಇನ್ನು ಕೆಂಪಿ ಬಂದರೂ ಮೊದಲಿನ ಮಾನ, ಸ್ಥಾನ ಅವಳಿಗೆ ಕೊಟ್ಟಾನೆಯೇ? ಒಡೆದ ಗಡಿಗೆಯನ್ನು ಕೂಡಿಸುವ ಕೆಲಸ ಮಾಡುತ್ತೀ ನೀನು" ಎಂದು ತನ್ನ ಅಭಿಪ್ರಾಯವನ್ನು ಬೂದ ವ್ಯಕ್ತಪಡಿಸಿದ.

ಅಷ್ಟಕ್ಕೆ ಕೇರಿಯೂ ಬಂದಿತು. ಕೇರಿಯವರಿಗೂ, ತನ್ನ ಧನಿಗೂ ಶುಭವಾರ್ತೆಯನ್ನು ಕೊಡಲು ಕೆಂಚ ಹೋದ.

'ಸಂಕ್ರಾಂತಿಗಂತೆ ಕೋಲ' ಎಂಬ ಸುದ್ದಿಯನ್ನು ಕೇಳಿ, ಕೇರಿಯ ಎಲ್ಲ ಜನರೂ ಹಿಗ್ಗನ್ನು ತಾಳಿದರು. ತಿರುಮಲ ಭಟ್ಟರು ಆ ಸ್ಥಳದ ಕೋಲವನ್ನು ಈ ತನಕ ನೋಡಿರಲಿಲ್ಲ. 'ನೋಡಿ ಬಿಡುವ' ಎಂದು ಈ ಬಾರಿ ತೀರ್ಮಾನ ಮಾಡಿದರು.

ಅಧ್ಯಾಯ - ೪

ಸಂಕ್ರಾತಿಯ ದಿನ ಬಂದೊದಗಿದೆ, ಕೇರಿಯವರಿಗೆ; ಅದರಲ್ಲೂ ಕೆಂಚಣ್ಣನಿಗೆ ತುಂಬ ಉತ್ಸಾಹದ ದಿನ, ಲಘುಮನಸ್ಸಿನ ದಿನ. ಕಟ್ಟಕೊನೆಗೆ ಎರಡೂ ಮನೆಯವರು ಸೇರಿ ಕಲ್ಕುಡನ ಕೋಪ ಬಗೆಹರಿಸಿಕೊಳ್ಳಬಹುದಲ್ಲ ಎಂಬ ನಿರೀಕ್ಷೆಯ ದಿನ. ಒಮ್ಮೊಮ್ಮೆ ಮಾತ್ರ, ಮನಸ್ಸಿನಲ್ಲಿ ಆ ದಿನ ದೆವ್ವ ಏನು ಅಪ್ಪಣೆ ಕೊಡಿಸುತ್ತದೋ, ತಾನು ಸುಬ್ರಹ್ಮಣ್ಯಕ್ಕೆ ಹೋದುದಕ್ಕಾಗಿ ನಂಜು ಕಾರುತ್ತದೋ, ಕೋಪಗೊಳ್ಳುತ್ತದೋ ಎಂಬ ಭೀತಿ ಅವನಿಗುಂಟಾಗುತ್ತಿದೆ. ಅಷ್ಟು ಹಾನಿಗೊಂಡಂದಿನಿಂದ ಅವನಿಗೇಕೋ ಆ ದೆವ್ವದ ಮೇಲೆ ಒಂದು ಬಗೆಯ ಬೇಸರ. ಆದರೆ, ದೈವದೊಡನೆ ವೈರ ಕಟ್ಟಿಕೊಂಡು ಆ ಮಲೆಯಲ್ಲಿ ಆತ ವಾಸಿಸಲಿಕ್ಕಿದೆಯೇ? ಹಾಗೂ ಇಲ್ಲ. ಕೆಂಚನಿಗೆ ಕಲ್ಕುಡನೂ ಬೇಕು; ಮಲೆರಾಯನೂ ಬೇಕು. ಆದುದರಿಂದಲೇ, ಸದ್ಭಕ್ತನಂತೆ ಕೆಂಚ ಗಂಡಾಳು ಗಳನ್ನು ಕೂಡಿಸಿ, ಬೆಳಗಿನ ನಸುಕಿಗೆ ದೆವ್ವದ ಗುಡಿಯ ಕಡೆಗೆ ಹೊರಟ. ಪ್ರತಿ ಮನೆಯವರೂ ಒಂದೆರಡು ಕೋಳಿಗಳ ಕಾಣಿಕೆ ಹಿಡಿದುಕೊಂಡಿದ್ದರು; ಸಿಂಗಾರ ಹೂ ತಂದಿದ್ದರು; ಕಿಸ್ಕಾರ, ದಾಸವಾಳದ ಹೂಗಳನ್ನು ಒಟ್ಟುಮಾಡಿ ದ್ದರು. ಕೆಂಚಣ್ಣ ಕೇರಿಯ ಗುರಿಕಾರ. ಅವನ ಸೇವೆ ಉಳಿದವರಿಗಿಂತ ಕಡಿಮೆಯಾಗಬಾರದಷ್ಟೆ. ಅಲ್ಲದೆ, ತನ್ನ ಸೇಡುಸಿಟ್ಟುಗಳಿಗೆ ದೆವ್ವ ಅವನನ್ನೇ ಗುರಿಮಾಡಿಕೊಂಡಿದೆ ಎಂಬ ಭೀತಿಯೂ ಇದ್ದುದರಿಂದ, ನಾಲ್ಕು ದಿನಗಳ ಮುಂಚೆ ಮೂಲೆಗುಂಪಾಗಿ ಹೋಗಿ, ಅಲ್ಲಿನ ಗೌಡನೊಬ್ಬನಿಗೆ ಒಂದಷ್ಟು ಬತ್ತ ಕೊಟ್ಟು, ಒಂದಷ್ಟು ಜೇನುತುಪ್ಪ ಕೊಟ್ಟು ಪುಷ್ಟವಾದ ಹಂದಿಯೊಂದನ್ನು ಕೊಂಡುಬಂದಿದ್ದ. ಇದರ ಮೇಲೆಯೂ ದೆವ್ವಕ್ಕೆ ತೃಪ್ತಿ ಬಾರದೆ ಹೋದರೆ, ಅವನಾದರೂ ಏನು ಮಾಡಿಯಾನು?

ಕಿರಿಮಲೆಗೆ ಸಮೀಪದ ಬೆಟ್ಟದ ಕೊರಕಲಿನಲ್ಲಿ ದೆವ್ವದ ಗುಡಿಯ ಮುಂದೆ ಉತ್ಸವವೇ ಉತ್ಸವ! ಮನೆ ಬಿಡದಂತೆ, ಹಿರಿ, ಕಿರಿ ಮಲೆಗಳ ಗಂಡಾಳುಗಳೆಲ್ಲ ಬಂದಿದ್ದರು. ಕೊರಕಲಿನ ಅಬ್ಬಿಯ ನೀರಲ್ಲಿ ಮಿಂದಿದ್ದರು. ಒಂಡೆಗಳ ಮೇಲೆ, ಬಲ್ಲೆಗಳ ಕೆಳಗೆ ಎಲ್ಲೆಲ್ಲಿಯೂ ಕೋಳಿಗಳ ಕಾಣಿಕೆ ಕಟ್ಟಿದ್ದರು. ಹಿರಿಮಲೆಯ ಗುರಿಕಾರ ಎರಡೆರಡು ಹುಂಜಗಳನ್ನು ತಂದಿದ್ದ. ಅವುಗಳ ಕೂಗಾಟವೇ ದೆವ್ವಕ್ಕೆ ವಾದ್ಯವಾಗಿ ಕಾಣಿಸಬೇಕು. ಸಾಲದೆಂಬುದಕ್ಕೆ- ಕೆಂಚ ಹೊರಿಸಿ ತಂದಿದ್ದ ಭಾರಿಯ ಹಂದಿಯು ಬೆಳಗಿನಿಂದ ಚೀತ್ಕಾರ ವೆಸಗುತ್ತಿತ್ತು. ಕಲ್ಕುಡನಿಗೆ ಇಡೀ ದಿನದ ಹಬ್ಬ. ಇಷ್ಟೆಲ್ಲ ಕಪ್ಪ, ಕಾಣಿಕೆ ಕಂಡು ಅವನ ಆತ್ಮಕ್ಕೆ ತೃಪ್ತಿಯಾಗಲೇಬೇಕು. ಆ ದಿನ ಎರಡು ಕೇರಿಯವರೂ ನೆರೆದು, ಬಲು ಗೆಳೆತನದಿಂದ ಬೆರೆತು ಮಾತನಾಡುತ್ತಿದ್ದಾರೆ. ಬೆಳಗಿನ ವೇಳೆ ಯಲ್ಲಿ ಆಚೀಚೆ ಸುತ್ತುವುದರಲ್ಲಿ, ರಾತ್ರಿಯ ಔತಣಕ್ಕೆ ಸಿದ್ಧ ಮಾಡುವುದರಲ್ಲಿ, ಕಳೆದಂತೆ ಕಾಣುತ್ತದೆ. ತರುಣರು ಆಚೀಚೆ ಸುತ್ತಿ, ಮರಗಳಿಗೆ, ಬಂಡೆಗಳಿಗೆ ಅಂಟಿಕೊಂಡಿದ್ದ ಹೆಜ್ಜೇನು ತಟ್ಟಿಗಳನ್ನು ಎಣಿಕೆಹಾಕುತ್ತಿದ್ದರು. ಉಳಿದವರು ಕುಳಿತುಕೊಂಡು ಕೇರಿಯ ಸುಖ, ದುಃಖ ಮಾತನಾಡುತ್ತಿದ್ದರು. ಬಾನಿನಲ್ಲಿ ಸೂರ್ಯ ನಡುನೆತ್ತಿಗೆ ಬರುವಾಗ ಕಲ್ಕುಡನ ಗುಡಿಯ ಮುಂದಿನ ಹತ್ತು ಹೆಜ್ಜೆ ಜಾಗ ಬಿಸಿಯಿಂದ ಬೆಳಗಿತು. ಮಿಂದು ಬಂದ ಪೂಜಾರಿ ಬಿರುಮ ಬಿಳಿ ಪಂಚೆಯುಟ್ಟು ಅದರ ಮೇಲೆ ಬೆಳ್ಳಿಯ ಉಡಿದಾರ ಕಾಣುವಂತೆ ಬಿಟ್ಟು, ಎದೆಗೆ ಕೆಂಪು ಅರಿವೆಯನ್ನು ಉತ್ತರೀಯವಾಗಿ ಸುತ್ತಿಕೊಂಡು, ತಲೆ ಕೆದರಿಕೊಂಡು, ಕಲ್ಕುಡನ ವಿಗ್ರಹದ ಮುಂದೆ ನಿಂತ. ನಾಲ್ಕಾರು ಕುಡಿಯ ಬಂಧುಗಳು ತಮಟೆ, ವಾದ್ಯಗಳಿಂದ ಧ್ವನಿ ಹೊರಡಿಸಿದರು. ಆ ವಾದ್ಯ ಅವರದೇ, ಅದರ ವಿಚಿತ್ರ ಧ್ವನಿಯೂ ನಾಗರಿಕ ಪ್ರಪಂಚದಲ್ಲಿ ಕಾಣಲಾರದ್ದು. ತಮಟೆ, ಡೋಲುಗಳ ಆರ್ಭಟ ಆ ಗುಡ್ಡಗಾಡಿನ ನಾಲ್ದೆಸೆಗಳಲ್ಲೂ ಬಿತ್ತರಿಸಿತು. ಇನ್ನೇನು? ಮಲೆಯ ಯಜಮಾನರಾದ ತಿರುಮಲ ಭಟ್ಟರು ಬಂದರೆಂದರೆ, ಪೂಜಾರಿ ಆವೇಶ ತಾಳುವುದೊಂದೇ ಉಳಿದಿದೆ. ತುಕ್ರ ಅವರನ್ನು ಕರೆಯಲು ಹೋದ. ಅವರು ಬೆಳ್ಳಿಯ ಬೆತ್ತ ಹಿಡಿದುಕೊಂಡು, ಇಳಿಜಾರಿನ ಬೆಟ್ಟದ ದಾರಿಯಲ್ಲಿ ಮೆಲ್ಲಗೆ ನಡೆದುಬಂದರು. ತುಕ್ರ ಅವರ ಬೆನ್ನ ಹಿಂದೆಯೇ ಬಂದ. ಕೇರಿಯ ಹಿರಿಯರು, ಕಿರಿಯರು ತಮ್ಮ ಬ್ರಾಹ್ಮಣ ಧನಿಗಳಿಗೆ

ವಂದಿಸಿದರು. ಇನ್ನೊಮ್ಮೆ ಮೊಳಗಿತು, ವಾದ್ಯ. ಕೆಂಚ, ಹಿರಿಮಲೆಯ ಗುರಿಕಾರ ಮಾದ ಏನೇನೋ ಹೇಳಿಕೊಂಡರು, ಪೂಜಾರಿ ಆವೇಶ ತಾಳಿದ ; ಮೈ ತುಂಬಿದ. ದೆವ್ವದಿಂದ ಪ್ರೇರಿತವಾದವನಂತೆ ಕೈಯಲ್ಲಿ ಸಿಂಗಾರ ಹೂ ಹಿಡಿದು ನಡುಗತೊಡಗಿದ; ಕಣ್ಣರಳಿಸಿದ; ಹೂವನ್ನು ಮುಖಕ್ಕೆ ಬಡಿದು ಕೊಂಡ. ಸಿಂಗಾರದ ಅಕ್ಕಿ ಮುಖಕ್ಕೆಲ್ಲ ಅಂಟಿಕೊಂಡು ಪಾತ್ರಿಯ ರೂಪ ಮತ್ತಷ್ಟು ವಿಕಾರವಾಯಿತು. ಕೈಯಲ್ಲಿ ಕೆಂಚ ಕತ್ತಿಯನ್ನು ಕೊಡುತ್ತಲೇ ಆತ ಮಾಡಿದ ಚೀತ್ಕಾರಕ್ಕೆ ಸಹ್ಯಾದ್ರಿಯ ಬೆಟ್ಟದ ಸೆರಗೆಲ್ಲ ನಡುಗಿತು. ಎಷ್ಟು ಹೊತ್ತು ಆವೇಶ ತಾಳಿ ಪಾತ್ರಿ ನಡುಗಿದನೋ, ಬಾಯಲ್ಲಿ ಏನೇನು ಗೊಣಗುಟ್ಟಿದನೋ ಯಾರಿಗೂ ತಿಳಿಯದು. ಎಲ್ಲರೂ ಅವನನ್ನೇ ತಲ್ಲೀನರಾಗಿ ನೋಡುವವರು. ದೆವ್ವ ಏನಪ್ಪಣೆ ಕೊಡಿಸುತ್ತದೋ–ಎಂದು ನಿರೀಕ್ಷಿಸುವವರು. ದೆವ್ವದ ತೃಪ್ತಿಗಾಗಿ 'ಹಾರ'ದ ಮೇಲೆ 'ಹಾರ' ಸಂಹಾರವಾಯಿತು. ಗುಡಿಯ ಮುಂದಿನ ಅಂಗಳದಲ್ಲಿ ಕೋಳಿಯ ರುಂಡಗಳು ಚಂಡಾಡಿದವು. ಹಂದಿಯ ನೆತ್ತರು ಹೊಳೆಯಂತೆ ಹರಿಯಿತು. ತಿರುಮಲ ಭಟ್ಟರು ಅದನ್ನೆಲ್ಲ ನೋಡಲಾರದೆ ಆ ಕಡೆ ಕತ್ತು ತಿರುಗಿಸಿ ಕುಳಿತರು. ಮಾದ, ಕೆಂಚರಿಬ್ಬರೂ ಅತಿ ವಿನಯದಿಂದ ದೆವ್ವದೊಡನೆ "ಸಮಾಧಾನ ತಾಳಬೇಕು; ಕ್ಷಮಿಸಬೇಕು, ಬಡವರನ್ನೆಲ್ಲ ನಡೆಯಿಸಿಕೊಂಡು ಹೋಗಬೇಕು, ಕೋಪಿಸಬಾರದು. ಇನ್ನು ಮುಂದೆ ನಿನ್ನ ಪೂಜೆಯನ್ನು ನಡೆಸುತ್ತೇವೆ" ಎಂದು ಏನೇನೋ ಹೇಳಿಕೊಂಡರು.

ದೆವ್ವ ದೆವ್ವವೇ! ಬಗ್ಗಿದವರಿಗೆ ಒಂದು ಗುದ್ದು ಹೆಚ್ಚು. ಅದು ಬಾಯಿಂದೂಂಕರಿಸಿತು; ಆರ್ಭಟಿಸಿತು, 'ನಾನು ಬೇಡವಾದೆನಲ್ಲಾ ನಿಮಗೆ' ಎಂದು ಗದರಿಸಿತು. 'ಹಾಗುಂಟೇ, ಎಂದೂ ಹಾಗಿಲ್ಲ' ಎಂದು ಮೇಲಿಂದ ಮೇಲೆ ಅನ್ನುತ್ತಲಿದ್ದ ಕೆಂಚ. ನಿಜಕ್ಕೂ ಒಳಗಿಂದೊಳಗೆ ಭೀತಿ ಅವನಿಗೆ. ಎಲ್ಲಿ ದೆವ್ವವು ತಾನು ಸುಬ್ರಹ್ಮಣ್ಯಕ್ಕೆ ಹೋದ ವಿಚಾರವನ್ನು ಕುಕ್ಕಿ ನುಡಿಯುತ್ತದೋ ಎಂದು. ಆದರೆ ಬೂದನೊಬ್ಬನಿಗೇ ಆ ಗುಟ್ಟು ಗೊತ್ತಿತ್ತು. ಪೂಜಾರಿಗೆ ಗೊತ್ತೇ! ಹಾಗಾಗಿ, ಆ ವಿಚಾರದಲ್ಲಿ ದೆವ್ವ ಆ ಮಾತನ್ನೇ ಆಡಲಿಲ್ಲ. ಬದಲು, ಯಾವ್ಯಾವ ಮನೆಯವರು ತನಗೆ ಸರಿಯಾಗಿ ನಡೆಯಲಿಲ್ಲ ಎಂದು ಏನೇನೋ ದೂರುಗಳನ್ನು ಕೊಟ್ಟಿತು. ಅವರವರು ಸಮಾಧಾನ ಹೇಳಿದರು. ಬಗ್ಗಿ ನುಡಿದರು. ಆನಂತರ ದೆವ್ವದ ಕಣ್ಣಿಗೆ ಬಿದ್ದುದೇ ತುಕ್ರ, 'ನೀನು....ನೀನು'

ಎಂದಿತು ದೆವ್ವ. "ಈ ರೀತಿ ಮಾಡುವುದು ಸಮನಲ್ಲ. ನೀನು ತಪ್ಪಿತಸ್ಥ' ಎಂದು ಅಸ್ಪಷ್ಟವಾಣಿಯಿಂದ, ಅವ್ಯಕ್ತ ವಿಚಾರವನ್ನು ಹೇಳತೊಡಗಿತು. ಅವರವರ ತಪ್ಪನ್ನು ಅವರವರ ಬಾಯಿಂದಲೇ ಹೊರಡಿಸಬೇಕೆಂದು ದೆವ್ವದ ಪ್ರಯತ್ನವಿದ್ದಂತೆ ಕಾಣಿಸುತ್ತದೆ. ತುಕ್ರ ಬರಿದೆ 'ಮಾಡಿದ ತಪ್ಪನ್ನೆಲ್ಲ ಒಪ್ಪುತ್ತೇನೆ. ಮಾಡದಿದ್ದುದನ್ನು ನನ್ನ ಮೇಲೆ ಹೊರಿಸಬೇಡ. ನೀನು ದೊಡ್ಡವ, ಬಡವರನ್ನು ನಡೆಯಿಸಿಕೊಂಡು ಹೋಗಬೇಕಾದವ' ಎಂದು ವಿನಯದಿಂದ ನುಡಿದ. ತೌಡ ಅಳಿಯನನ್ನೇ ನೋಡುತ್ತಿದ್ದ. ಇಷ್ಟರಿಂದಲೇ ತಪ್ಪೆಲ್ಲ ತುಕ್ರನದು ಎಂಬುದು ಅವನಿಗೆ ಖಾತ್ರಿಯಾಯಿತು.

"ಇನ್ನು ಚೆನ್ನಾಗಿ ನಡೆದುಕೊಳ್ಳಿರಿ. ನನ್ನ ಹಾರ ತಪ್ಪಿಸಿದರೆ ನಿಮ್ಮನ್ನು ಬಲಿಕೊಳ್ಳುವುದು ನಿಜ" ಎಂದು ಗದರಿಸಿತು ದೆವ್ವ.

"ಉಂಟೇ, ಉಂಟೇ?" ಎಂದ ಕೆಂಚ.

ಕೆಂಚನನ್ನೇ ಕೇಳಿತು ದೆವ್ವ "ಕೆಂಚ, ಹೆದರಬೇಡ. ತೃಪ್ತಿಯಾಗಿದೆ ನನಗೆ. ಅದಿರಲಿ; ನಿನಗೆ ಪ್ರಾಯ ಸಂದಿತಲ್ಲ, ನಾಳೆ ಯಾರು ನಿನ್ನ ನಂತರ ಗುರಿಕಾರನೆಂದು ಯೋಚಿಸಿದ್ದೀಯಾ?" ಎಂದು ಅದು ಪ್ರಶ್ನಿಸಿತು. ಎಲ್ಲರೂ ಅವನ ಕಡೆಗೇ ಮುಖಮಾಡಿದರು.

"ನಾನೇನು ಮಾಡುತ್ತೇನೆ. ನಿನ್ನ ಅಪ್ಪಣೆಯಂತೆ ನಡೆದುಕೊಳ್ಳುವವ ನಾನು."

"ಹಾಗೋ, ಹಾಗೋ, ನಿನ್ನ ಮೊಮ್ಮಗನಿದ್ದಾನಲ್ಲ; ನೋಡಿಕೋ ಅವನನ್ನು" ಎಂದು ಅಪ್ಪಣೆಕೊಡಿಸಿತು. ಮುಂದೆ ಕೂಗಿ, ಕಿರಿಚಿ, ಧ್ವನಿ ಕಡಿಮೆ ಆದುದಕ್ಕೋ ಏನೋ, ಮಾತನ್ನು ನಿಲ್ಲಿಸಿತು. ಆ ಕಟ್ಟಕೊನೆಯ ಮಾತಿನಿಂದ ಬೂದಣ್ಣನಿಗೆ ಹೇಳಲಾರದಷ್ಟು ಆನಂದವಾಯಿತು. ತುಕ್ರನ ಆಂತರಿಕ ಆಸೆಯೊಂದು ಅದರಿಂದ ಧ್ವಂಸವಾಯಿತು. ಮಾತ್ರವಲ್ಲ 'ದೆವ್ವ ತನ್ನನ್ನೇ ತಪ್ಪಿತಸ್ಥ ನನ್ನಾಗಿ ಮಾಡಿತಲ್ಲ. ಯಾವ ವಿಷಯದಲ್ಲೆಂದು ಗೊತ್ತೇ ಇದೆ; ಕೆಂಪಿಯ ವಿಚಾರದಲ್ಲಿ. ಅದು ಬಾಯಿಬಿಟ್ಟು ಹೇಳದಿದ್ದರೂ, ಅದಲ್ಲವೇ ಆ ಮಾತಿನ ಅರ್ಥ' ಎಂದು ಆತ ತನ್ನಷ್ಟಕ್ಕೆ ಕೊರಗಿದ.

ವಾದ್ಯ ಮೊಳಗಿತು. ಆ ವೇಳೆಗೆ ಸರಿಯಾಗಿ ಎರಡೂ ಕೇರಿಯ ಹೆಂಗಳೆಯರು ಅಲಂಕರಿಸಿಕೊಂಡು ದೆವ್ವದ ಗುಡಿಗೆ ತುಸು ದೂರದಲ್ಲಿ ಬಂಡೆಯೊಂದರ ಬಳಿ ಗುಂಪುಕೂಡಿ ನಿಂತಿದ್ದರು. ಕೆಂಪಿಯೂ ಬಂದಿದ್ದಳು. ಉಳಿದವರ ಎಡೆಯಲ್ಲಿ ಕೆಂಪಿಯ ಮುಖ, ಇನ್ನಷ್ಟು ವರ್ಚಸ್ಸಿನಿಂದ ಹೊಳೆಯುತ್ತಿತ್ತು. ಬರಿದೆ ಕೆಂಪಿ ಎನಿಸಿದವಳಲ್ಲ ಅವಳು; ಉಳಿದವರಿಗಿಂತ ಬಿಳುಗೆಂಪಾಗಿ ಕಾಣಿಸುತ್ತಿದ್ದಳು.

ಇನ್ನೊಮ್ಮೆ ವಾದ್ಯ ಮೊಳಗಿತು. ಪೂಜಾರಿ ಕೈಯಲ್ಲಿ ಭಾರವಾದ ಖಡ್ಗವನ್ನು ಹಿಡಿದುಕೊಂಡು ಒಂದೇ ಸವನೆ ಓಟ ಹೂಡಿದ. 'ಹಾಂ, ಹೂಂ ಎನ್ನುವುದರೊಳಗಾಗಿ ಆ ಬೆಟ್ಟದ ಏರಿನ ಕಿರುದಾರಿಯಲ್ಲಿ, ಹುಲಿಯಂತೆ ಆರ್ಭಟಿಸುತ್ತ ಹೊರಟ. ಎಂಥ ವೇಗ! ಎಂಥ ಸಾಹಸದ ಕೆಲಸ ಅದು, ತುಸುವೇ ಕಾಲು ಜಾರಿದರೆ, ಕೆಳಗಿನ ಕೊರಕಲಿಗೆ ಬಿದ್ದು, ತೀರ ನುಗ್ಗು ನುರಿ ಯಾಗಬೇಕು. ಆದರೆ ಓಡುತ್ತಿರುವವನು ಪೂಜಾರಿಯಲ್ಲ. ಆವೇಶಗೊಂಡ ಕಲ್ಕುಡನಪ್ಪೆ! ಓಡಿ, ಕಾಡಿನ ಸೆರಗಿನಲ್ಲಿ ಮರೆಯಾದ. ವಾಡಿಕೆಯಂತೆ ಕಿರುಮಲೆಯ ಕೇರಿಗೆ ಭೇಟಿಕೊಟ್ಟು ಆತ ಮರಳಬೇಕು. ಆ ಸೋಜಿಗವನ್ನು ನೋಡುತ್ತ ಬೆಟ್ಟದ ಕುಡಿಯ ತನಕ ಕಣ್ಣು ಹೊರಳಿಸಿದರು ತಿರುಮಲ ಭಟ್ಟರು. ಅಲ್ಲಿಂದ ಅವರ ದೃಷ್ಟಿ ಮರಳುವಾಗ ಕೇಂದ್ರೀಕೃತವಾದದ್ದು ಕೆಂಪಿಯ ಮೇಲೆ. ಆಕೆಯೂ ಧನಿಗಳನ್ನು ಜುಳುಜುಳನೆ ನೋಡಿದಳು.

ತುಸುವೇ ಸಮಯದೊಳಗಾಗಿ ಮೈಲುದ್ದದ ಓಟ ಮುಗಿಸಿ, ದೆವ್ವದ ಪಾತ್ರಿ ಹೋದಷ್ಟೇ ವೇಗದಿಂದ ಬೆಟ್ಟದ ಇಳಕಲಿನಲ್ಲಿ ಓಡಿಕೊಂಡು ಬಂದ. ಗುಡಿಯ ಅಂಗಣವನ್ನು ಸೇರಿದ. ಪೂಜೆ ಹಿರಿಯುವಲ್ಲಾಯಿತು. ಗುಡಿಯ ಹಿಂದಣಕ್ಕಿರಿಸಿದ ನಾಲ್ಕು ಭಾರವಾದ ಖಡ್ಗಗಳನ್ನು ಹಿಡಿದುಕೊಂಡು ನಾಲ್ವರು ಕುಡಿಯ ತರುಣರು ನರ್ತಿಸತೊಡಗಿದರು. ವೀರ ಯೋಧರುಗಳಂತೆ ಅವರು ಕಾಣಿಸಿದರು. ಅವರ ಕುಣಿತ ಕಂಡರೆ ಕಲ್ಕುಡನ ಅಪ್ಪಣೆಯಂತೆ ಎಲ್ಲಿಗೋ ಅವರು ಕಾಳಗಕ್ಕೆ ಹೊರಡುವಂತೆ ಕಾಣುತ್ತಿತ್ತು. ಅಜ್ಜನ ಬೆಂಗಡೆಯಲ್ಲಿ ನಿಂತ ಕರಿಯ ಅವನನ್ನು ತಬ್ಬಿಕೊಂಡು, ಮೈಮರೆಯಿಸಿ, ಮುಖವನ್ನೀಚೆ ಮಾಡಿ 'ತಾನೂ ಕುಣಿದೇನೆಯೇ' ಎಂದು ಹಂಬಲಿಸಿ ನೊಡುತ್ತಿದ್ದ. ಆ ದಿನ ಕುಣಿದವರಲ್ಲಿ ಬೂದನೂ ಒಬ್ಬ. ಅವನ ಕುಣಿತದ ವೈಖರಿಯೇ ವೈಖರಿ!

ಇಷ್ಟಿಷ್ಟೂ ಹೆಜ್ಜೆ ತಪ್ಪದೆ, ಭಾರವಾದ ಖಡ್ಗ ಹಿಡಿದಿದ್ದರೂ ಕೈ ಇಷ್ಟಿಷ್ಟೂ ದಣಿವು ತೋರಿಸದೆ ಕುಣಿದೇ ಕುಣಿದ. ಆವೇಶಭರಿತನಾಗಿ, ರೌದ್ರ ತಾಳಿ, ಉಳಿದ ಕುಣಿತಗಾರರನ್ನು ಸುತ್ತುವರಿಯುತ್ತ, ವಿಚಿತ್ರ ಗತಿಗಳಲ್ಲಿ ಕುಣಿದ. ತಿರುಮಲ ಭಟ್ಟರು ತಮ್ಮಷ್ಟಕ್ಕೆ 'ಚೆಂತಿಲ್ಲ, ಬೂದ ಸೊಂಪಾಗಿ ಕುಣಿಯುತ್ತಾನೆ. ಮನೆಗೊಮ್ಮೆ ಕರೆಸಿ, ಕುಣಿಸಿ ನೋಡಬೇಕು' ಎಂದಂದುಕೊಂಡರು. ಬಳಿಯಿದ್ದ ಕೆಂಚ "ಹಾಗೆಲ್ಲ ಕುಣಿಯಬಾರದು ದೊರೆಯೆ. ಪೂಜೆಯ ದಿನವೇ ಕುಣಿಯಬೇಕೆಂಬುದು ರಿವಾಜು" ಎಂದ.

ಈ ಕುಣಿತದ ಭವ್ಯನೋಟವನ್ನು ಅಲ್ಲಿ ನಿಂತ ಕುಡಿಯ ಹೆಂಗಳೆಯರು ಕಣ್ತುಂಬ ನೋಡಿ ಆನಂದಿಸಿದರು. ಅವರವರ ಮಡದಿಯರಿಗೆ ಅದರಿಂದಾದ ಆನಂದ ಅಷ್ಟಿಷ್ಟಲ್ಲ. ಕೆಂಪಿ ಅನೇಕಾವೃತ್ತಿ ಇಂಥ ಕುಣಿತ ನೋಡಿದವಳು. ಆದರೆ ತುಕ್ರ ಕುಣಿದುದನ್ನು ಎಂದೂ ಕಂಡಿರಲಿಲ್ಲ. ಇಂದೂ ಆತ ಕುಣಿಯಲಿಲ್ಲ. ಆದರೆ ಬೂದನ ಕುಣಿತ ಮಾತ್ರ ಅವಳ ಮನಕ್ಕೆ ನಾಟಿತು. ಖಡ್ಗ ಹಿಡಿದ ಅವನಂಥ ವೀರ ಎರಡು ಮಲೆಗಳಲ್ಲಿಯೂ ಇರಲಾರರು ಎಂಬ ಭಾವನೆ ಅವಳಲ್ಲಿ ಮೂಡಿಬಿಟ್ಟಿತು.

ಪೂಜೆ ಮುಗಿಯಿತು. ಇನ್ನು ಎರಡು ಕೇರಿಯವರೂ ಸೇರಿ ವನಭೋಜನ ನಡೆಸುವವರು. ಹೆಂಗಸರಿಗೆ ಹೆಚ್ಚಿನ ಕೆಲಸವಿಲ್ಲ; ಗಂಡಸರೇ ಅಡುಗೆ ಮಾಡುವವರು, ಬಡಿಸುವವರು. ಅನ್ನ, ರೊಟ್ಟಿ, ಮಾಂಸಗಳ ಪಕ್ವಾನ್ನ ತಿಂದು ಜನ ಕೇರಿಗೆ ಮರಳುವಾಗ ಮಧ್ಯರಾತ್ರಿ ಆಗುತ್ತದೆ. ಹಾಗೆಂದು ಧನಿಯರನ್ನು ಮನೆಗೆ ಬಿಟ್ಟು ಬರಲು, ತುಕ್ರ ಅವರ ಬೆನ್ನ ಹಿಂದೆಯೇ ಹೊರಟ. ಆತನ ಕಣ್ಣಿಗೂ ಕೆಂಪಿ ಕಾಣಿಸಿದಳು. ಕೆಂಪಿಗೂ ಆತ ಕಾಣಿಸಿದ. ತುಟಿ ಚೂಪುಮಾಡಿ ಕಣ್ಣರಳಿಸಿ, 'ನುಂಗುತ್ತೇನೆ ನಿನ್ನನ್ನು' ಎಂಬ ರೋಷ ತಾಳಿದ ಕೆಂಪಿಯನ್ನು ನೋಡುವ ಸಾಹಸ ಅವನಿಂದಾಗಲಿಲ್ಲ. ಅವನ ಬದಲು–ಕತ್ತು ತಿರುಗಿಸಿ, ಅವಳ ಮುಖ ದಿಟ್ಟಿಸುತ್ತ ಬೆಟ್ಟದ ಕುಡಿಯಲ್ಲಿ ತಾವು ಕಣ್ಮರೆಯಾಗುವ ವರೆಗೆ ನೋಡುತ್ತ ಹೋದವರು ತಿರುಮಲ ಭಟ್ಟರು.

ಕೇರಿಯ ಜನಗಳು ರಾತ್ರಿ ಭೋಜನವನ್ನು ಮುಗಿಸಿ, ಹಾಡಿ, ಹರಟೆ ಹೊಡೆದು, ಮನೆಗೆ ಮರಳುವಾಗ ಮಧ್ಯರಾತ್ರಿ ಕಳೆದಿತ್ತು. ಅವರು ಮನೆಗೆ

ಬಂದು, ಸದ್ದಿಲ್ಲದೆ ಮಲಗಿಕೊಂಡು ನಿದ್ದೆ ಹೋದರು. ತಮ್ಮ ಮನೆಯಲ್ಲಿ ನಿದ್ದೆಗೆಂದು ಒರಗಿದ ತಿರುಮಲ ಭಟ್ಟರಿಗೆ ಮಾತ್ರ ನಿದ್ರೆಯ ಸುಳಿವಿರಲಿಲ್ಲ. ಅವರ ಮನವೆಲ್ಲ ಕೆಂಪಿಯ ಮೇಲೆ ನಟ್ಟು ಹೋಗಿತ್ತು. ಅವಳ ಮುಖ ಬಿಂಬವನ್ನು ನೆನೆಯುತ್ತ ಮಲಗಿದರೆ ನಿದ್ರೆ ಬರಬೇಕಾದರೂ ಹೇಗೆ? ಆಕೆ ಯಾರು, ಏನು? ಎಂದು ತಿಳಿಯುವ ಕುತೂಹಲ. ಹಿಂದೆ ಕಂಡಿರದ ಮುಖವೂ ಅಲ್ಲ; ಕಂಡಿದ್ದರೂ ಅಷ್ಟು ಸೊಬಗಿನಿಂದ ಕೂಡಿದ, ತಾರುಣ್ಯ ದಿಂದ ತುಂಬಿ ತುಳುಕುವ ಜೀವ ಒಂದಿತ್ತೇ–ಎಂದು ಅನುಮಾನ. ತನ್ನನ್ನು ಹಿಂಬಾಲಿಸಿದ್ದ ತುಕ್ರನನ್ನು ಒಮ್ಮಿಂದೊಮ್ಮೆಗೇ ಆಕೆ ಯಾರೆಂದು ಕೇಳುವ ಮನವಾಗಿದ್ದರೂ ಕೇಳದೆಯೇ ಕುಳಿತರು. ಮೌನವಾಗಿ ಇರಲಾರದ್ದಕ್ಕೆ "ತುಕ್ರ, ಸಿಟ್ಟುಗೊಂಡು ಹೋದ ನಿನ್ನ ಹೆಂಡತಿಯನ್ನು ಕರೆದು ತರುವ ವಿಷಯ ಏನೆಂದು ಯೋಚಿಸಿದೆ?" ಎಂದು ಕೇಳಿದರು. ತುಕ್ರ ಅದಕ್ಕೆ "ಅವಳು ಹಾಳಾಗಲಿ ಸ್ವಾಮಿ. ನನಗೇನು ಕಡಿಮೆಯಾಗಿದೆ ಈಗ? ಮೊದಲಿನವಳು ಇದ್ದಾಳೆ. ಮಕ್ಕಳಿವೆ; ಮರಿಗಳಿವೆ. ಅವಳಿಂದಲೇ ನಾನು ಬದುಕಿದ್ದೇನೆಯೇ? ನಿಮಗೆ ಹೇಳಲಿಲ್ಲ ನಾನು–ನೋಡಿ, ನನ್ನ ಈ ತೋಳನ್ನು. ಹುಲಿಯ ಹಾಗೆ ಕಚ್ಚಿದ ಗುರುತು ಇನ್ನೂ ಮಾಸದೆ ಉಳಿದಿದೆ. ಅಂಥವಳನ್ನು ಕಟ್ಟಿಕೊಂಡು, ಅವಳ ಸಿಟ್ಟು, ಸೆಡ ಸಹಿಸಿಕೊಂಡು ಇಷ್ಟು ದಿನ ಕಳೆದದ್ದೇ ದೊಡ್ಡದು. ಬಾಳಬೇಕೆಂಬ ಆಸೆಯಿದ್ದರೆ ನಾಯಿಯ ಹಾಗೆ ಅವಳಾಗಿ ಬರುತ್ತಾಳೆ. ನಾನು, ಮಾನಬಿಟ್ಟು ಅವಳ ಕಾಲ ಬುಡಕ್ಕೆ ಹೋಗಲಾರೆ" ಎಂದು ತನ್ನ ದರ್ಪ ತೋರಿಸಿದ, ಆಕೆ ಕಡಿದು ಆದ ಗುರುತುಳ್ಳ ತೋಳನ್ನು ತೋರಿಸಿದ. ನೋಡಿ ನಕ್ಕರು, "ಅಷ್ಟು ದರ್ಪವುಳ್ಳವಳೇ ಅವಳು?" ಎಂದರು. ಅನಂತರ ಇಬ್ಬರೂ ಮನೆಯನ್ನು ಸೇರಿದರು. ತುಕ್ರ ದೈವದ ಗುಡಿಗೆ ಮರಳಿದ.

ರಾತ್ರಿ ಭಟ್ಟರ ನಿದ್ರೆ ಅಪೂರ್ಣವಾಗಿ ಕಳೆಯಿತು, ಬೆಳಗಾಯಿತು. ಅವರು ಬಂದ ಕೆಲಸವಂತು ಮುಗಿಯಿತು. ಇನ್ನು ಊರಿಗೆ ಮರಳಬೇಕು. ಹೋಗುವ ಮೊದಲು, ಕುಡಿಯರಿಗೆ ಬೇಕಾದ ಚಿಮಿಣಿ ಎಣ್ಣೆ, ಉಪ್ಪು, ಹೊಗೆಸೊಪ್ಪು, ಮೆಣಸುಗಳನ್ನು ಹಂಚಿಕೊಟ್ಟರೆ, ಮಳೆಗಾಲಕ್ಕೆ ಬರಬೇಕಾಗಿಲ್ಲ. ಏಲಕ್ಕಿ ತೋಟದ ಕೆಲಸವನ್ನು ಅವರಾಗಿ ಮಾಡುತ್ತಾರೆ. ಕೊಯ್ಯುವ ವೇಳೆಗೆ ಸಮನಾಗಿ ಬಂದರಾಯಿತು. ಅಲ್ಲದೇ ಹೋದರೂ, ಇಂಬಳ ತುಂಬಿದ

ಕಾಡಿನಲ್ಲಿ ನಡೆದಾಡುವುದು ಕಷ್ಟ. ಮುಗಿಲು ತುಂಬಿ, ಸದಾ ಕತ್ತಲು, ಚಳಿಗಳಿಂದ ಆವರಿಸುವ ಬೆಟ್ಟದಲ್ಲಿ ವಾಸಿಸುವುದೂ ಕಷ್ಟ. ಆದರೂ ಹೊರಡುವ ಮುಂಚೆ, ಆ ಬೊಗಸೆಗಣ್ಣಿನ ವಯ್ಯಾರಿ ಯಾರೆಂದು ತಿಳಿಯುವ ಮನಸ್ಸು. ಸುಮ್ಮನೆ ನೋಡಿಕೊಂಡು ಬರುತ್ತೇನೆಂದು ಕೇರಿಯನ್ನು ಸುತ್ತಿದರು. "ಈ ವರ್ಷದ ನಿಮ್ಮ ಕುಮರಿಯ ಜಾಗ ನೋಡುವ" ಎಂದು ತುಕ್ರನನ್ನೂ ಜತೆಯಲ್ಲಿ ಕರೆದುಕೊಂಡು, ಕುಮರಿ ಬೆಳೆಯುವ ಬೆಟ್ಟಕ್ಕೆ ಹೋದರು. ವಿಶಾಲವಾದ ಬೆಟ್ಟದ ಮೈ ಸವರಿ ಬೋಳಾಗಿತ್ತು. ನೆಲ ಮರಗಳನ್ನು ಸುಟ್ಟ ಬೂದಿಯಿಂದ ಮುಚ್ಚಿತ್ತು. ಅಲ್ಲಲ್ಲಿ ಅಗತೆಯಿಂದ ಮಣ್ಣು ಅಡಿಮೇಲಾಗಿತ್ತು. ಇನೇನು? ನಾಲ್ಕು ಹನಿ ಮಳೆ ಬಿದ್ದರೆ ಬಿತ್ತುವ ದಿನವೇ ಬರುತ್ತದೆ. ಬೇಲಿ ಅಗಿದೆ. ಕುಡಿಯರೆಲ್ಲ ಬಿರುಸಿನಿಂದ ತಂತಮ್ಮ ಮಳೆಗಾಲದ ಗೂಡುಗಳನ್ನು ಕಟ್ಟುತ್ತಿದ್ದಾರೆ. ಎತ್ತರದ ಅಟ್ಟಳಿಗೆಯುಳ್ಳ ಕಾವಲಿನ ಮನೆ ನಿರ್ಮಿಸುತ್ತಿದ್ದಾರೆ. ಅದನ್ನೆಲ್ಲ ಕಂಡು, ಆ ಚಳಿ, ಮಳೆಗಳಲ್ಲಿ ಕೇರಿ ಬಿಟ್ಟು ಕುಮರಿಯ ಬೆಳೆ ಕಾಯುವ, ಕುಡಿಯರ ಸಾಹಸಕ್ಕೆ 'ಭಲೆ' ಎಂದರು ಅವರು. ಅವನ್ನು ನೋಡುವುದರಲ್ಲಿ ಮನಸ್ಸು ಲೀನವಾಗಿದ್ದರೂ, ಅಲ್ಲಿ ಇಲ್ಲಿ ದುಡಿಯುತ್ತಿದ್ದ ಜನಗಳ ಎಡೆಯಲ್ಲಿ, ಹಿಂದಣ ದಿನ ಕಂಡ ಚೆಲುವೆ ಇದ್ದಾಳೆಯೇ ಎಂದು ಅರಸುವ ಕೆಲಸವನ್ನು ಕಣ್ಣು ಮಾಡುತ್ತಿತ್ತು. ಆ ಕೆಲಸ ನಿರಾಶೆಯದಾಯಿತು. ಕೆಂಪಿ ಅಲ್ಲಿರಲಿಲ್ಲ. ತಮ್ಮ ಮಲೆಯವರೊಂದಿಗೆ ಹಿರಿಮಲೆಗೆ ಹೊರಟು ಹೋಗಿದ್ದಳು.

ಭಟ್ಟರು ಬರಿದೆ ಮನೆಗೆ ಬಂದರು. ಸಂಜೆ ಕೇರಿಗೆ ಮರಳಿದ ಕೆಂಚನನ್ನು ಕರೆಯಿಸಿಕೊಂಡು, ಮಳೆಗಾಲಕ್ಕೆ ಏನೇನು ಸಾಮಾನುಗಳನ್ನು ತರಬೇಕು, ಎಷ್ಟೆಷ್ಟು ಬೇಕು ಎಂದು ಕೇಳಿದರು. ಬಳಿಯಲ್ಲಿ ತುಕ್ರ ಇಲ್ಲದ್ದನ್ನು ಕಂಡು, "ಹೌದೋ ಕೆಂಚ, ತುಕ್ರನ ಮೇಲೆ ನಿನಗೆ ಬೇಸರ ಇಲ್ಲವಷ್ಟೆ. ಆತ ಒಳ್ಳೆ ನಂಬಿಗಸ್ಥ. ಯಾವ ಕೆಲಸಕ್ಕೂ ಬರುವವನು. ಆ ಗಂಡಹೆಂಡಿರಲ್ಲಿ ಏನೋ ಒಂದು ಕೆಟ್ಟ ಗಳಿಗೆಗೆ ಜಗಳ ಉಂಟಾಯಿತೆಂದರೆ, ಅದನ್ನು ಹಾಗೆಯೇ ಬಿಟ್ಟು ಬಿಡುವುದೇ? ನಿನ್ನಂಥ ಹಿರಿಯರು, ಹೆಂಗಸಿಗೆ ಕರೆದು ಬುದ್ಧಿ ಹೇಳಬೇಕು. ಅವರಲ್ಲಿನ ಒಡಕು ತಪ್ಪಿಸಬೇಕು" ಎಂದು ಉಪದೇಶ ಮಾಡಿದರು.

"ಏನೋ ಬುದ್ಧಿ, ನನಗೂ ಹಾಗೆಯೇ ಕಾಣಿಸುತ್ತದೆ. ಕೆಂಪಿ ಕೆಲಸಕ್ಕೆ ಹುಷಾರು. ಅವಳು ಹೋದುದರಿಂದ ನಮ್ಮ ಕೆಲಸಕ್ಕೆ ಒಬ್ಬಳು ನಷ್ಟ. ಹಾಗೆಂದು ಅವಳ ಅಪ್ಪನಿಗೆ, ನಿನ್ನೆ ರಾತ್ರಿ ಬಹಳ ಹೇಳಿ ನೋಡಿದೆ. ಅವಳೂ ಬಂದಿದ್ದಳಲ್ಲ ನಿನ್ನೆ."

"ನಿನ್ನೆ ಬಂದಿದ್ದಳೇ?"

"ಬಂದಿದ್ದಳಲ್ಲ; ಬಂದಿದ್ದಳು. ದೂರದ ಹೆಂಗಸರ ಹಿಂಡಿನಲ್ಲಿ ನಿಂತಿದ್ದಳಲ್ಲ; ನೀವು ಕಂಡಿಲ್ಲವೆಂದು ಕಾಣುತ್ತದೆ. ಕೆಂಪಗಿನ ಸೀರೆ ಉಟ್ಟು, ಇಷ್ಟೂ ಚಿಂತೆಯಿಲ್ಲದ ಹಾಗೆ ನಿಂತಿದ್ದಳು. ಗಂಡ ಬಿಟ್ಟನೆಂಬ ಬೇಸರವೂ ಅವಳಲ್ಲಿ ಕಾಣಿಸಲಿಲ್ಲ. ಅವಳ ಅಪ್ಪನೂ, ಅವಳೂ, ನಾನು ಕೇಳಿದ್ದಕ್ಕೆ "ಆಗಲಾರದ ಮಾತು" ಅಂದರು. ಅವಳಿಗೆ ಇನ್ನೊಂದು ಲಗ್ನ ಮಾಡುತ್ತಾರಂತೆ. ಮಾಡಲಿ. ಹಾಗೆಲ್ಲ, ಬಲವಂತದಿಂದ ಅವಳನ್ನು ಎಳೆದು ತರಲು ಬರುತ್ತದೆಯೇ? ಅಲ್ಲದೆ, ತುಕ್ರಣ್ಣ ಅವಳ ಕಾಲಿಗೆ ಅಡ್ಡ ಬಿದ್ದು "ತಪ್ಪಾಯ್ತು. ಬಾ ಮಹಾರಾಯಿತಿ' ಎನ್ನುವುದಕ್ಕೆ ಆಗುತ್ತದೆಯೇ!"

ಆ ದಿನ ಕೆಂಪಗಿನ ಸೀರೆ ಉಟ್ಟವಳು, ನಾಚಿಕೆ ಬಿಟ್ಟು ನಿಂತವಳು, ತನ್ನ ದೃಷ್ಟಿ ನಟ್ಟ ಕನ್ಯೆಯೇ–ಎಂದನಿಸಿತು ಭಟ್ಟರಿಗೆ. ಅನಂತರ ಅವಳು ಕಣ್ಣಿಗೆ ಬೀಳಲಿಲ್ಲ. ಆಕೆ ತನ್ನ ತವರಿಗೆ ಹೊರಟುಹೋದಳು. ಅದರಿಂದ ಭಟ್ಟರಿಗೆ ಬಲು ನಿರಾಶೆಯೇನೋ ಆಯಿತು. ಆದರೆ, ಬುದ್ಧಿ ಹೇಳುವವರಂತೆ ಅವರು "ನೋಡು, ಮಳೆಗಾಲದಲ್ಲಿ ಬಿಡುವು ಮಾಡಿಕೊಂಡು ಇನ್ನೊಮ್ಮೆ ಹೋಗಿ ಹೇಳು. ಇಬ್ಬರೂ ಹಟ ಮಾಡಿದರೆ ಪ್ರಯೋಜನವಿಲ್ಲ. ಒಬ್ಬರಾದರೂ ತಗ್ಗಬೇಕು. ಗಂಡಹೆಂಡಿರಲ್ಲಿ ಯಾರು ತಗ್ಗಿದರೂ ಬಗ್ಗಿದರೂ ಅದು ಹೆಚ್ಚು, ಇದು ಕಡಿಮೆ ಎನ್ನುವ ಹಾಗಿಲ್ಲ" ಎಂದು ತಿಳಿಸಿದರು.

ಮರುದಿನವೇ ತಿರುಮಲ ಭಟ್ಟರು ಹೊರಟುಹೋದರು. ಕೆಂಚ ಮೂಲೆಗುಂಪಿನ ತನಕ ಅವರ ಕುದುರೆಗೆ ಬೆಂಗಾವಲಾಗಿ ಹೋಗಿದ್ದ. ಸುದೈವಕ್ಕೆ ಆ ದಿನವೇ ಮೂಲೆಗುಂಪಿಗೆ ಉಪ್ಪು ಮೊದಲಾದ ಸಾಮಾನುಗಳನ್ನು ಹೊತ್ತುತಂದ ಗಾಡಿಗಳು ಬಂದಿದ್ದವು. ಕೆಂಚ ಕೇರಿಗೆ ಹಿಂದಿರುಗಿದ; ಸಾಮಾನುಗಳನ್ನು ಹೊತ್ತು ತರಲು ಜನ ಕಳುಹಿಸಿ, ತನ್ನ ಪಾಲಿನ ಕೆಲಸ

ಮುಗಿಸಿದ. ಭಟ್ಟರು ಬಂದ ಗಾಡಿಯೊಂದರಲ್ಲಿ ಕುಳಿತು, ಆ ದಿನ ವಿಟ್ಲ ಸೀಮೆಗೆ ತೆರಳಿದರು.

ಅವರು ಹೋದ ಎರಡು ಮೂರು ದಿವಸಗಳಲ್ಲೇ ಬೇಸಗೆಯ ಮೊದಲ ಮುಗಿಲುಗಳು, ಬಿಳಿಯ ಬೆಟ್ಟಗಳಂತೆ, ಬಾನಲ್ಲಿ ಕಲೆತು ವಿಸ್ತರಿಸತೊಡಗಿದವು. ಮಲೆಯಲ್ಲೂ ಸೂರ್ಯನ ಬೇಗೆ ಕಟುವಾಗಿ ಕಾಣಿಸಿತು. ಜನರು ಬೀಜ ಬಿತ್ತಿದರು. ಬಿತ್ತನೆಗೆ ಸಮನಾಗಿ ಮುಂಗಾರು ಮಳೆ ಬಡಿಯಿತು. ನಾಲ್ಕಾರು ದಿನಗಳ ಕಾಲ ಹಿಂದಣ ಪರ್ವತ ಶಿಖರಗಳನ್ನಾಗಲಿ, ಕೆಳಗಿನ ಕಣಿವೆ ಗಳನ್ನಾಗಲಿ, ಎದುರಿನ ಬೆಟ್ಟದ ಸಾಲುಗಳನ್ನಾಗಲೀ ಒಬ್ಬರೂ ನೋಡಿರಲಿಕ್ಕಿಲ್ಲ. ದಟ್ಟಣಿಸಿದ ಕಾರ್ಮುಗಿಲುಗಳೇ ಮುಗಿಲುಗಳು! ಕೊನೆ ಮೊದಲಿಲ್ಲದ ಬಿರುಗಾಳಿ ಮುಗಿಲುಗಳ ರಾಶಿಗಳನ್ನು ಅಬ್ಬರದಿಂದ ಬೀಸಿ ತಂದು, ಬೆಟ್ಟ, ಬಂಡೆ, ಕಾಡುಗಳ ಮೇಲೆ ಕವಿಯಿಸುತ್ತಿತ್ತು. ಏನು ಗಾಳಿಯ ಸುಯ್ಲು! ಮರಗಳನ್ನು ತೂಗಿಸಿದ್ದೇ ತೂಗಿಸಿದ್ದು; ಬಿದಿರ ಮೆಳೆಗಳನ್ನು ಚೀರಾಡಿಸಿದ್ದೇ ಚೀರಾಡಿಸಿದ್ದು! ಗುಡುಗು, ಮಿಂಚುಗಳಿಂದ ಎಲ್ಲರ ಎದೆಯನ್ನು ನಡುಗಿಸಿದ್ದೇ ನಡುಗಿಸಿದ್ದು! ಮುಂಗಾರು ಮಳೆಯ ರೌದ್ರಾವತಾರ ಕಾಣುವುದಕ್ಕೆ ಇಂಥಾ ಮಲೆಗಳಿಗೇ ಹೋಗಬೇಕು; ನಮ್ಮ ಎಡ ಬಲಕ್ಕೇನೆ ಮಿಂಚಿನ ಸೆರಗು ನೆಲವನ್ನು ಕುಕ್ಕುವಂತೆ ಕಾಣುತ್ತದೆ. ಬೆಟ್ಟದ ಅಬ್ಬಿಗಳೆಲ್ಲ ಸೊಕ್ಕಿ, ಪ್ರತಿಯೊಂದು ಮೂಲೆಯಿಂದಲೂ ರೌದ್ರ ರೂಪ ತಾಳಿ, ಧುಮುಕಿ, ಬಂಡೆಗಳನ್ನುರುಳಿಸಿ, ಒಂದಕ್ಕೊಂದು ಮಸೆದು, ಆವೇಶದಿಂದ ಕೆಳಕ್ಕೆ ಹಾರುವ ನೋಟ ಅದ್ಭುತವಾದದ್ದು. ದೂರದಿಂದ ಅದನ್ನು ಕಾಣುವುದಕ್ಕೂ ಇಲ್ಲ. ಅವಕ್ಕೆ ಕಾಡಿನ ಮರಗಳಷ್ಟೇ ಅಡ್ಡವಲ್ಲ; ಸದಾ ಕವಿಯುವ ಮುಗಿಲುಗಳು ಈ ಎಲ್ಲ ಘೋರವನ್ನು ಮುಚ್ಚಿ ಬಿಡುತ್ತವೆ. ಬರಿಯ ನೀರು, ಗಾಳಿಗಳ ಅಬ್ಬರವಷ್ಟೇ ಕಿವಿಗೆ ಕೇಳಿಸುತ್ತದೆ. ಅದರ ಜತೆಗೆ ಆಕಾಶ, ಪಾತಾಳಗಳನ್ನು ನುಗ್ಗಾಗಿಸುವ ಸಿಡಿಲು ಬಡಿಯಿತೆಂದರೆ, ಎಲ್ಲರ ಎದೆಯಲ್ಲೂ ತಲ್ಲಣ ಮೂಡುತ್ತದೆ. ಹೀಗೆ ಒಂದೆರಡು ದಿನಗಳು ಇರುವುದಾದರೆ ಸರಿ. ವಾರ, ತಿಂಗಳು, ನವರಾತ್ರಿ, ಕಳೆದ ಮೇಲೂ ಕಿರಿಮಲೆ, ಹಿರಿಮಲೆಗಳೆರಡೂ ವಿಶ್ವರೂಪ ತಾಳುತ್ತವೆ. ಅಂಥ ಆವರಣದಲ್ಲೇ ಕುಡಿಯರು ಯಾವ ಗಣ್ಯವೂ ಇಲ್ಲದೆ ಬಾಳುತ್ತಾರೆ; ನಿತ್ಯದ ಕೆಲಸ ಸಾಗಿಸುತ್ತಾರೆ.

ಮೊದಲ ಎಂಟು ದಿನದ ಮಳೆ ಬಂದಿತು; ಹೋಯಿತು.

ಮುಗಿಲೇನೋ ಕವಿದಿರುತ್ತಿತ್ತು. ಇನ್ನೊಂದು ನಾಲ್ಕು ದಿನ ಬಿಸಿಲು ಬಿದ್ದೀತು- ಮೆಲ್ಲಗೆ ಬಿಡಾರ ಸಾಗಿಸಬಹುದು-ಎಂದು ಅಂದುಕೊಂಡರು ಕುಡಿಯರು. ಆದರೆ, ಆ ವರ್ಷ ಬಿಸಿಲಿಗೆ ತೆರವು ಕೊಟ್ಟವರಾರು! ಚಿತ್ರಾಪೂರ್ಣಿಮೆಯ ವೇಳೆಗೆ ತೊಡಗಿದ ಮಳೆಗಾಲ ಬಿಡುವು, ಕಡಿತಗಳಿಲ್ಲದೆ, ಒಂದೇ ಸಮನೆ ಮುಂದುವರಿಯಿತು. ಕೇರಿಯವರೆಲ್ಲ ಮಳೆಯಲ್ಲೇ, ಕುಮರಿ ಬೆಳೆಯುವಲ್ಲಿ ತಾವು ಕಟ್ಟಿದ ಗುಡಿಸಲುಗಳನ್ನು ಸೇರಿದರು. ಮಳೆಯಲ್ಲಿ ಅಡರು, ಕಟ್ಟಿಗೆ ಮೊದಲಾದುವುಗಳನ್ನು ಶೇಖರಿಸಿದರು. ತುಸುವೂ ಎಡೆ ಕೊಡದೆ ಮಳೆಯಲ್ಲೇ ಕಿರಿ, ಹಿರಿ ಮಲೆಗಳ ನಡುವೆ ಹರಿಯುವ ಅಬ್ಬಿಗೆ ಅವರೊಂದು ಸೇತುವೆಯನ್ನೂ ಹಾಕಬೇಕಾಯಿತು. ಆ ತೊರೆ ಕುಡಿಯರ ಜೀವನದಲ್ಲಿ ಮನ್ನಣೆಯ ಸ್ಥಾನವನ್ನು ಪಡೆದಿರುವ ನದಿ. ಅದರ ಇಕ್ಕೆಡೆಗಳಲ್ಲೂ ಆನೆಯಂತಹ ಬಂಡೆಗಳು ನಿಂತಿವೆ. ಹೆಜ್ಜೆ ಹೆಜ್ಜೆಗೂ ತೊರೆ ಧುಮುಕುತ್ತ, ಧುಮುಕುತ್ತ ನೇತ್ರಾವತಿ ನದಿಯೊಡನೆ ಹೋಗಿ ಸೇರುತ್ತದೆ. ಬೇಸಗೆಯಲ್ಲಿ ಮೊಳಕಾಲು ಕಂತುವಷ್ಟು ನೀರೂ ಅದರಲ್ಲಿರುವುದಿಲ್ಲ. ಆಗ ನೀರು ಅಲ್ಲಲ್ಲಿ ಕುಣಿಗಳಲ್ಲಿ ನಿಂತು, ಕೊಳೆತ ಎಲೆಗಳ ಮೇಲೆ ಆಟವಾಡುತ್ತ, ಮೆಲ್ಲಗೆ ಹರಿದು, ಜಿನುಗಿ, ಅದೃಶ್ಯವಾಗುವಷ್ಟು ಕ್ಷೀಣವಾಗಿ, ಬಂಡೆಗಳ ಎಡೆಯಿಂದ ತೊಟ್ಟಾಗಿ ಹರಿದು, ಹಿಂದಿನಂತೆಯೇ ಇನ್ನೊಂದು ಕುಣಿ ಸೇರಿ, ಅಲ್ಲಿಂದ ಮುಂದು ವರಿಯುತ್ತದೆ. ಈ ನೀರ ಕುಣಿಗಳು ಆಚೀಚಿನ ಕಾಡುಗಳಲ್ಲಿ ವಾಸಿಸುತ್ತಿರುವ ವನ್ಯಮೃಗಗಳ ನೀರಡಿಕೆ ಹಿಂಗಿಸುವ ಕೊಳಗಳಾಗುತ್ತವೆ. ಕಾದು ಕುಳಿತ ಕುಡಿಯರಿಗೆ ಅಲ್ಲಿ ಕಾಣಸಿಗದಂಥ ಮೃಗವೇ ಇಲ್ಲ. ಮಿಗಗಳು, ಕಡವೆಗಳು, ಕಾಟಿಗಳು, ಆಗಾಗ್ಗೆ ಬಂದು ಹೋಗುತ್ತವೆ. ಅವುಗಳನ್ನು ಹೊಂಚುಹಾಕಿ ಅಲೆದಾಡುವ ಹುಲಿ, ಚಿರತೆಗಳ ನೀರಡಿಕೆಯ ತೃಪ್ತಿಯು ಇಂಥಲ್ಲೇ ಆಗಬೇಕು. ಒಮ್ಮೊಮ್ಮೆ ಆನೆಯ ಹಿಂಡು ಬಂದು ಆ ನೀರಿನ ಹೊಂಡಗಳಲ್ಲಿ ಮಲಗಿ, ಸ್ವೇಚ್ಛೆಯಿಂದ ಸೊಂಡಿಲಿನಿಂದ ನೀರು ಸೇವಿಸಿ, ಅಭಿಷೇಕ ಮಾಡಿಕೊಳ್ಳುವುದನ್ನೂ ಕಾಣಬಹುದು. ಸಮಯ ಸಾಧಿಸಿ, ಮಿಗ, ಕೆಮ್ಮದಂಥ ಪ್ರಾಣಿಗಳಿಗೆ ಉರುಳಿಡಲು ಒಳ್ಳೆಯ ತಾವು ಇದು.

ಮಳೆ ಕಳೆದು, ತೊರೆ ತುಂಬಿ ಹರಿಯುವಾಗಲೂ ಕುಡಿಯರಿಗೆ ಅದರಿಂದ ಲಾಭವಿದೆ. ಯಾವುದೋ ಮದ್ದಿನ ಬೇರನ್ನು ಅರೆದು, ನೀರಲ್ಲಿ

ಕಲಸಿ ತೇಲಿಬಿಟ್ಟರಾಯಿತು. ಮುಂದೆ ಹತ್ತುನೂರು ಗಜ ದೂರಗಳಲ್ಲಿ ವಿಷಗೊಂಡ ನೀರಿನಲ್ಲಿ ಬದುಕಲಾರದೆ ಸಾಯುವ ಮೀನುಗಳ ಸುಗ್ಗಿ ಅವರಿಗೆ. ಹೀಗಾಗಿ, ಬೆಟ್ಟದ ತೊರೆ ಅವರ ಅನ್ನದೇವತೆ. ಬೆಟ್ಟದಲ್ಲಿ ಅನ್ನಕ್ಕೆ ಕೊರತೆ ಎಂದಲ್ಲ; ಕುಮರಿ ಬೆಳೆಯುತ್ತಾರೆ; ಕುಮರಿಯಲ್ಲಿ ಬತ್ತ, ರಾಗಿ ಎರಡೂ ಸೊಂಪಾಗಿ ಬೆಳೆಯುತ್ತವೆ. ಆದರೆ ಒಮ್ಮೊಮ್ಮೆ–ಸೊಕ್ಕಿದ ಆನೆಯ ಹಿಂಡೋ, ಕಾಟಿಯ ಹಿಂಡೋ ಕುಮರಿ ಹೊಲಗಳನ್ನು ನುಗ್ಗಿ ಬಿಟ್ಟರೆ, ಹೊರಗಿನ ಮುಳ್ಳು ಬೇಲಿ ಅವಕ್ಕೆ ಈಡಲ್ಲ. ಎಲ್ಲ ಕುಡಿಯರೂ ಸೇರಿ ತಮಟೆ ಬಾರಿಸಿ, ಆರ್ಭಟಿಸಿ, ಕೂಗಿ, ಎಷ್ಟು ಬೆದರಿಸಿದರೂ ಪ್ರಯೋಜನವಾಗದ ಗಳಿಗೆಯುಂಟು. ಅವುಗಳು ಹಿಂಡಾಗಿ ಬಂದು ಮನುಷ್ಯರನ್ನು ಅಲಕ್ಷಿಸು ವುದೂ ಉಂಟು. ಹಾಗೆಂದು ಮಲೆಗಳಲ್ಲಿ ಹುಲ್ಲಿಗೆ ಅಭಾವವೇ? ಸೊಪ್ಪಿಗೆ ಅಭಾವವೇ? ಸೊಕ್ಕಿದ ವನ್ಯ ಮೃಗಗಳಿಗೆ ಇದೊಂದು ಚೇಷ್ಟೆ. ಬರುತ್ತವೆ; ಬಂದು ತಿನ್ನುವುದಕ್ಕಿಂತಲೂ ಹೆಚ್ಚಾಗಿ ಹೊಲಗಳನ್ನು ನುಗ್ಗಿ, ಎರಡು ಗಳಿಗೆ ಕಾಲ ಆಟವಾಡಿ, ಹೊರಟುಹೋಗುತ್ತವೆ. ಅಷ್ಟು ಮಾಡಿದುದಾದರೆ ಅವುಗಳ ಕೆಲಸವೇನೋ ಮುಗಿಯಿತು. ಕುಡಿಯರ ಕೆಲಸ 'ಕುಂಬಾರಗೆ ವರ್ಷ, ದೊಣ್ಣೆಗೆ ನಿಮಿಷ'ವಾಗುತ್ತದೆ. ಆದುದರಿಂದ ಈ ಮಲೆಯ ಜನ, ಕುಮರಿ ಯೊಂದನ್ನೇ ಹೊಂದಿಕೊಂಡಿರುವುದಿಲ್ಲ. ತೆರತೆರನ ಬೇಟೆಯಾಡುತ್ತಾರೆ. ಮೇಲೆ, ಯಾವ ಕಾಲದಲ್ಲೂ ಮಲೆಗಳಲ್ಲಿ ಗಡ್ಡೆಗೆಣಸುಗಳಿಗೆ ಅಭಾವವಿಲ್ಲ. ಹುಡುಕಿಹೋದರೆ ಒಬ್ಬನ ತಲೆಹೊರೆಯಾಗುವಂಥ ಹೆಗ್ಗೆಣಸು ಸಿಗುತ್ತದೆ. ಅಲ್ಲಿ ತಾಳೆಯ ಮರಗಳಿವೆ, ಬಯನಿಯ ದಿಂಡುಗಳಿವೆ. ಇವೆಲ್ಲವೂ ಅವರ ಆಹಾರವೇ.

ಮಳೆಗಾಲದಲ್ಲಿ ಮಾತ್ರ ಅವರ ಬೆಟ್ಟದ ತೊರೆ ಹಿರಿ, ಕಿರಿಯ ಮಲೆಗಳ ನಡುವಣ ಸಂಬಂಧವನ್ನು ಕಡಿಯುವುದೇ ಹೆಚ್ಚು. ಎಷ್ಟೆಂದರೂ ಮುಗಿಲಿನ ಮುಸುಕಿನಲ್ಲಿ ಬಾಳಬೇಕಾದ ಜನಕ್ಕೆ, ಬೇಸರ ಎಂಬುದುಂಟಲ್ಲ. ವೇಳೆ ಹೋಗಬೇಕಲ್ಲ! ನಂಟರ ಮನೆ ಅರಸಿಕೊಂಡು ಹೋಗಬೇಕಾದರೆ ಮಳೆಗಾಲವೇ ಉತ್ತಮ ಸಮಯ. ಅರಸಿಕೊಂಡು ಹೋಗಬೇಕಾದರೆ ಈ ತೊರೆಯನ್ನು ದಾಟದೆ ಗತ್ಯಂತರವಿಲ್ಲ. ಒಮ್ಮೊಮ್ಮೆ ತೊರೆಯ ನೀರು ನಡುವಿಗೆ ಬರುತ್ತದೆಂದು ಇಳಿದರೆ, ಒಂದು ಕ್ಷಣದಲ್ಲಿ ಮೇಲಿಂದ ಮೊರೆದುಬರುವ

ಪ್ರವಾಹ ಅವರನ್ನು ಕೊಚ್ಚಿಕೊಂಡು ಹೋಗಬಹುದು. ಅದಕ್ಕಾಗಿ ಅಂಜಿ, ತೊರೆಗೆ ಸೇತುವೆ ಹಾಕುತ್ತಾರೆ. ಹಿಂದಣ ವರ್ಷ ತೊರೆ ದಾಟುವ ಜಾಗದಲ್ಲಿ ಹಾಕಿದ್ದ ಸೇತುವೆ, ಅಂದರೆ, ನೀಳವಾಗಿ ಅಡ್ಡನೆ ಕೆಡವಿದ ಮರದ ದಿಂಡು, ಪ್ರವಾಹಕ್ಕೆ ಬಳಿದುಹೋಗಿತ್ತು. ಹೀಗಾಗಿ, ಈ ವರ್ಷ ಆಚೆ ದಾಟುವುದು ಕಷ್ಟ. ಬೂದನಿಗೆ ಚಪಲ, ಹಿರಿಮಲೆಗೆ ಹೋಗಿ ಬರಬೇಕೆಂದು. "ಅಜ್ಜ, ಈಗ ಮಾಡುವ ಕೆಲಸವೇನಿಲ್ಲ. ಆಚೆ ಎಲ್ಲಾದರೂ ತಿರುಗಾಟಕ್ಕೆ ಹೋಗೋಣ" ಎಂದೋ, "ಅಬ್ಬಿಯ ನೀರು ಕಳೆದ ವರ್ಷದ ಪಾಪನ್ನು ಕೊಚ್ಚಿಕೊಂಡು ಹೋಗಿದೆ. ಬೇಡವೇ ಈ ವರ್ಷ ಅದಕ್ಕೆ ಸೇತುವೇ?" ಎಂದು ಕೆಂಚನನ್ನು ಆಗಾಗ ಕೇಳುತ್ತಾನೆ; ಏಲಕ್ಕಿ ಗಿಡಗಳ ಬುಡವನ್ನು ಬಿಡಿಸಿಕೊಟ್ಟು ಬರುವ ತನಕ, ಅವನು ಈ ಮಾತಿಗೆ ಕಿವಿ ಹಾಕಲಿಲ್ಲ. ಮಳೆಗಾಲದ ಒಂದು ತಿಂಗಳು ಕಳೆದಮೇಲೆ, ಇನ್ನೊಮ್ಮೆ ಬೂದ ಅದೇ ಪ್ರಾರ್ಥನೆಮಾಡಿದ. ಕೆಂಚನ ಹೇಳಿಕೆ ಹೊರಡುವಾಗಲೇ ತುಕ್ರ ಅನ್ನುತ್ತಾನೆ "ಯಾಕಜ್ಜ ಸೇತುವೆ, ಪಾತುವೆ? ಅಲ್ಲಿಂದಿಲ್ಲಿಗೆ ಮಳೆಗಾಲದಲ್ಲಿ ಯಾರು ಬರುತ್ತಾರೆ? ಇಲ್ಲಿಂದಲ್ಲಿಗೆ ಯಾರು ಹೋಗುತ್ತಾರೆ? ಮೊನ್ನೆಯ ಕೋಲಕ್ಕೆ ಅವರೆಲ್ಲರೂ ಬಂದರು ಎಂಬುದನ್ನು ನೋಡಿ, ಅವರ ಮನಸ್ಸು ತಣ್ಣಗಾಗಿದೆ ಎಂದು ತಿಳಿಯುತ್ತೀಯಾ? ಯಾಕೋ ಆ ಮಲೆಯವಕ್ಕೆ ನಮ್ಮನ್ನು ನೋಡಿದರಾಗದು. ಅವರು ಅಲ್ಲೇ ಇರಲಿ; ನಾವು ಇಲ್ಲೇ ಇರುವ" ಎಂದು.

'ಕೆಲಸಕ್ಕಂತು ಹೊರಟಾಗಿದೆ, ಇನ್ನು ಬೇಡ ಎಂದರೆ ಹೇಗೆ' ಎಂದು ಕೊಂಡು ಕೊಂಚ ಮೆಲ್ಲಗೆ ಹಾಸ್ಯ ಮಾಡಿದ. "ಏನಾಗಬೇಕು ತುಕ್ರ; ದೊಡ್ಡ ಕೆಲಸವೇನು ಅದು? ಸಂಕಕ್ಕೆ ಮರ ಕಡಿದರೆ ಚಳಿ ಓಡುತ್ತದೆಂದು ತಿಳಿದುಕೋ. ಒಂದು ದೊಡ್ಡ ಮರವನ್ನು ಕಡಿದುಹಾಕುವ ಒಪ್ಪೊತ್ತಿನ ಕೆಲಸಕ್ಕೆ ಉದಾಸೀನ ಯಾಕೆ ಮಾಡಬೇಕು? ಹೋಗುವವರು ಹೋಗಲಿ; ಬರುವವರು ಬರಲಿ."

"ಬರುವವರು, ಹೋಗುವವರಿಲ್ಲದೆ ಕೆಲಸವನ್ಯಾಕೆ ಮಾಡಬೇಕು ಎಂದೆ. ಮಳೆಗಾಲದ ನಾಲ್ಕು ತಿಂಗಳಾದರೂ ನಾವು ಕೇರಿಯಲ್ಲೇ ಇದ್ದು ಸುಖವಾಗಿರಬಹುದಲ್ಲ. ಈಚಿನ ತರಲೆ ಆಚಿಲ್ಲ; ಆಚಿನ ತರಲೆ ಈಚೆಗಿಲ್ಲ. ಮೊದಲಿದ್ದ ಸಂಕ ಹೋದದ್ದು ಒಂದು ಲೆಕ್ಕಕ್ಕೆ ಒಳ್ಳೆಯದಾಯಿತು."

ಕೆಂಚನೆಂದ "ಒಳ್ಳೆಯ ವೈರಾಗ್ಯ ಬಂದುಬಿಟ್ಟಿದೆ-ತುಕ್ರಣ್ಣಗೆ. ನೋಡು ತುಕ್ರ, ನಾವು ಸೇತುವೆ ಹಾಕಿದ ಮೂಹೂರ್ತಕ್ಕೆ ನಿನ್ನ ಕೆಂಪಿಗೆ ಗಂಡನ ಮನೆ ಸೇರುವ ಆಸೆಯಾಗಿ ಹಿಂದೆ ಬಂದರೂ ಬಂದಳೇ. 'ಪಾಪು ಹೋಗಿದೆ. ನಾನು ಹೇಗೆ ಬರಲಿ'-ಎಂದು ಅವಳು ಅನ್ನಬಾರದಲ್ಲ ನಾಳೆ."

"ಅವಳು ಬರುವುದೂ ಬೇಡ, ಹೊಳೆ ದಾಟುವುದೂ ಬೇಡ. ಬಂದರೆ, ಅವಳನ್ನು ಮನೆ ಹೊಗ್ಗಿಸಿಕೊಳ್ಳುವವರ್ಯಾರೆಂದು ಬೇಡವೇ?"

"ನೀನಂತು ಬಹಳ ಬಿಸಿಯಲ್ಲೇ ಇರುವ ಹಾಗೆ ಕಾಣುತ್ತದೆ. ಏನು, ಬೇರೊಂದು ಮದುವೆಯಾಗುತ್ತೀಯಾ?"

"ಯಾಕೆ, ನನಗೆ ಮೊದಲಿನವಳಿಲ್ಲವೇ?"

"ಮೊದಲಿನವಳು ಸಾಲದೆಂದಲ್ಲವೇ ಕೆಂಪಿಯನ್ನು ತಂದದ್ದು.?"

"ಯಾರು ನಿನ್ನನ್ನು ಮಾತಿನಲ್ಲಿ ಮೀರಿಸುವುದು! ನನ್ನಿಂದಾಗಿ ಸಂಕದ ಕೆಲಸ ನಿಲ್ಲುವುದು ಬೇಡಪ್ಪ; ಬರುತ್ತೇನೆ; ನಿನ್ನ ಬೆನ್ನಿಗೇ ಬರುತ್ತೇನೆ. ಹೋಗುವ" ಎಂದು ಕೊಡಲಿ ತರಲು ತುಕ್ರ ತನ್ನ ಗುಡಿಸಲಿಗೆ ಹೋದ. ಬೂದ, ಕೆಂಚ, ತಮಾಷೆ ನೋಡುವುದಕ್ಕೆ ಕರಿಯ. ಇನ್ನೂ ನಾಲ್ಕಾರು ಕುಡಿಯರು ಬೆಟ್ಟ ಇಳಿದು, ತೊರೆಯ ಕಡೆಗೆ ಬಂದರು. ನದಿಯಲ್ಲಿ ಇಕ್ಕಟ್ಟಿನ ಸ್ಥಳವೊಂದನ್ನು ಆರಿಸಿದರು. ಇವರು ಆರಿಸಿದ ದಡದ ಒಂದು ಕಡೆಯಲ್ಲಿ ಅನುಕೂಲವಾಗಿಯೇ ದೆವ್ವದಂಥ ಒಂದು ಮತ್ತಿ ಮರ ಬೆಳೆದು ನಿಂತಿತ್ತು. ನೆಟ್ಟಗೆ ಮುಗಿಲು ಮುಟ್ಟುವ ತನಗೆ ಹೋಗಿತ್ತು. ಎತ್ತರಕ್ಕೆ ಎತ್ತರ, ದಪ್ಪಕ್ಕೆ ದಪ್ಪವೂ ಸಮನಾಗಿತ್ತು. ಕಡಿದು ಉರುಳಿಸಿದರೆ ಈಚೆಂದ ಆಚೆಗೆ ಗಟ್ಟಿ ಮುಟ್ಟಾದ ಸೇತುವೆಯಾಗುತ್ತದೆ. ಹತ್ತು ವರ್ಷಗಳ ವರೆಗೆ ಯಾವ ಮುಲಾಜೂ ಇಲ್ಲದೆ ನಿಲ್ಲುವಂಥ ಸೇತುವೆ ಆಗುವಂತಿತ್ತು. ಗಟ್ಟಿ ಜಾತಿಯ ಮರವಾದುದರಿಂದ ಕಡಿಯುವುದು ಮಾತ್ರ ಶ್ರಮದ ಕೆಲಸ. ಅದರ ಬುಡಕ್ಕೆ ಕೊಡಲಿಯ ಪೆಟ್ಟು ಹಾಕತೊಡಗಿಯೂ ಆಯಿತು. ಪೆಟ್ಟಿನ ಮೇಲೆ ಪೆಟ್ಟು ಇಬ್ಬಿಬ್ಬರ ಕೊಡಲಿಗಳಿಂದ ಸರದಿಯಿಂದ ಬೀಳತೊಡಗಿತು. ಪುಟ್ಟ ಪುಟ್ಟ ಚಕ್ಕೆಗಳು ಮಾತ್ರ ಹಾರಿಹೋಗುತ್ತಿದ್ದುವಷ್ಟೇ. ಅಲ್ಲೇ ಸಮೀಪದಲ್ಲಿ ಕರಿಯ, ಒಂದು ನೀಳ ಕೋಲಿನ ತುದಿಗೆ ಬೇರೊಂದು ಮರದ ತುಂಡನ್ನು ಕಟ್ಟಿ,

ಮರದ ಕೊಡಲಿ ಮಾಡಿ, ತಾನೂ ಒಂದು ಗಿಡ ಕಡಿಯುತ್ತ ನಿಂತ. ಅಷ್ಟರಲ್ಲಿ ತುಕ್ರನೂ ಕೆಲಸಕ್ಕೆ ಬಂದು ಸೇರಿದ. ಮರದ ಮೂರನೆಯ ಒಂದಂಶ ಕೊಚ್ಚಿ ತೆಗೆಯುವುದಕ್ಕೇನೆ ಎರಡು ಗಳಿಗೆಯ ಕಾಲ ಹಿಡಿಯಿತು. ಕೆಂಚ ಕೈಕೊಟ್ಟು ದಣಿದ. ತುಕ್ರನೂ ದಣಿದ. ಉಸ್ಸೆಂದು ಎಲ್ಲರೂ ಕುಳಿತರು; ಎಲೆ ಅಡಿಕೆಯನ್ನು ಮೆದ್ದರು. ಅದನ್ನು ತಿಂದಾದ ಬಳಿಕ, ಮತ್ತೊಮ್ಮೆ ಕೆಲಸ ಮುಂದುವರಿಸಿದರು. ಮರಕ್ಕೆ ಹಾಕಿದ ಕಚ್ಚು ಅರ್ಧಕ್ಕರ್ಧ ಏರಿತು. 'ಈಗ ಬಿದ್ದೀತು, ಇನ್ನರೆ ಗಳಿಗೆಗೆ ಮರ ಬಿದ್ದೀತು' ಎಂಬ ಧೈರ್ಯತಾಳಿ, ಎಲ್ಲರೂ ದೂರ ಹೋಗಿ ಕುಳಿತರು. ಅದನ್ನು ತಳ್ಳೋಣವೇ ಎಂಬ ಯೋಚನೆ. ಆದರೆ ದೆವ್ವದಂತಹ ಮರಕ್ಕೆ ತಮ್ಮ ತಳ್ಳಾಟ ಏನು ಪ್ರಯೋಜನ ಎನಿಸಿತು. ಇನ್ನೂ ಕಡಿತ ಸ್ವಲ್ಪ ಆಳವಾಗಿ ಹೋದರೆ, ಮಗುಚಿ ಬೀಳಬೇಕು ಆ ಮರ. ಅಷ್ಟು ಮಾಡುವ ಮೊದಲು ಇನ್ನಷ್ಟು ವೀಳೆಯ ತಿನ್ನುವ ಚಪಲವಾಗಿ ಅದಕ್ಕೆ ಕುಳಿತರು. ಎಲೆಅಡಿಕೆ ತಿನ್ನುತ್ತಿರುವಾಗ ಮೆಲ್ಲಗೆ ಗಾಳಿ ಬೀಸತೊಡಗಿತು. ಆ ಗಾಳಿ ಕ್ಷಣಮಾತ್ರದಲ್ಲಿ ಬಿರುಗಾಳಿಯೇ ಆಯಿತು. ಕೆಂಚನೆಂದ "ಗಾಳಿಗೆ ಅದು ನೆಟ್ಟಗೆ ಆ ಕಡೆ ಬೀಳುತ್ತದೆಯೋ, ಸ್ವಲ್ಪ ಮಾಲಿ ಬೀಳುತ್ತದೆಯೋ ಎಂದು ಹೇಳುವುದು ಕಷ್ಟ. ದೂರಹೋಗಿ ನಿಲ್ಲುವ" ಎಂದು ಎಚ್ಚರವನ್ನಿತ್ತ. ಎಲ್ಲರೂ ಅವಸರದಿಂದ ಎದ್ದು ದೂರ ಸರಿದರು. ಮರದ ದಿಂಡಿನಿಂದ 'ನರನರ' ಎಂಬ ಸದ್ದು ಕೇಳಿಸಿತು. ಕೆಂಚ ಕರಿಯನನ್ನು ಕರೆದುಕೊಂಡು ಮೇಲಕ್ಕೆ ಧಾವಿಸಿದ. ಉಳಿದವರೂ ಧಾವಿಸಿದರು. ಎಲೆಅಡಿಕೆಗಳನ್ನು ಬುಟ್ಟಿಗೆ ತುಂಬಿಸುತ್ತ ತುಸು ನಿಧಾನವಾಗಿ ಎದ್ದವನು ತುಕ್ರ. ಆತ ಎಂಟು ಹೆಜ್ಜೆ ಮೇಲೆ ಸರಿಯುವುದರೊಳಗಾಗಿ ಮರ ಮುರಿದುಬಿತ್ತು. ಎದುರಿನ ದಡಕ್ಕೆ ಧೊಪ್ಪೆಂದು ಮಗುಚಿ ಬಿದ್ದಂತಾಯಿತು. ಸಿಡಿಲು ಬಡಿದಂತೆ ಸದ್ದೆದ್ದಿತು. ಎಲ್ಲರೂ ಕಣ್ಣು ತಿರುಗಿಸಿ 'ಎಲ್ಲಿ ಬಿದ್ದಿತು, ಏನಾಯಿತು' ಎಂದು ನೋಡುವುದರೊಳಗೆ ತಮ್ಮ ಸಮೀಪದಲ್ಲಿದ್ದ ಮರದಿಂದ ನಾಲ್ಕಡಿ ದೂರವಿದ್ದ ತುಕ್ರನೂ ಉರುಳಿ ಬಿದ್ದಾಯಿತು. ಅದರ ದಿಂಡಿಗೆ ಅಜಾಗ್ರತೆಯಿಂದ ಒರಗಿಸಿದ ಕೊಡಲಿ ಯೊಂದು ಹೇಗೋ ಹಾರಿ ಜಿಗಿದು ಅವನ ಕಾಲಿನ ಮೇಲೆ ಹಾರಿತು. ಗಾಯ ವಾಗಲಿಲ್ಲ. ಆದರೆ ಬಿದ್ದದ್ದು ಕಬ್ಬಿಣದ ತುಂಡು; ಕಾಲನ್ನು ಜಜ್ಜಿದಂತಾಯಿತು. ಮರ ಬೀಳುವ ಭರಕ್ಕೆ ತುಕ್ರನ ಚೀರಾಟ ಕೇಳಿಸಲಿಲ್ಲ, ಉಳಿದವರಿಗೆ.

‘ಏನಾಯಿತು, ಏನಾಯಿತು?’ ಎಂದು ಕೇಳುವುದರೊಳಗೆ, ಆತ ಕಾಲು ಮೊಟಕಿಸಿಕೊಂಡು, ಮೇಲೆಕ್ಕೆದ್ದು ನಿಂತ. ‘ಅಯ್ಯೊ’ ಎಂದು ಪಾದವನ್ನು ಮುಷ್ಟಿಯಲ್ಲಿ ಹಿಡಿದ. “ಕೊಡಲಿ ಬಿತ್ತೇ! ಹ್ಯಾಗೆ? ಆಶ್ಚರ್ಯ; ಪುಣ್ಯಕ್ಕೆ ಅದು ಮೈಮೇಲೆ ಬೀಳಲಿಲ್ಲವಲ್ಲ, ಗಾಯವಾಗಲಿಲ್ಲವಲ್ಲ” ಎಂದರು ಎಲ್ಲರೂ. ಅಂಥ ಅವಘಡ ತಪ್ಪಿದ್ದಕ್ಕಾಗಿ ಎಲ್ಲರಿಗೂ ಸಂತೋಷವಾಯಿತು. ಮರ ಸಮನಾಗಿ ಆಚೀಚಿನ ಎರಡು ಬಂಡೆಗಳ ಮೇಲೆ ಹೋಗಿ ಎರಗಿತ್ತು. ಬೂದನ ಉತ್ಸಾಹವೇ ಉತ್ಸಾಹ! ಈಚಿನ ಬಂಡೆಯನ್ನು ಏರಿ, ಮರದ ಮೇಲೆ ಕುಪ್ಪಳಿಸಿ, ಹಾರಿ ಆ ತುದಿಯ ತನಕ ಆತ ಹೋಗಿಬಂದೂ ಆಯಿತು. “ಅಜ್ಜ, ಇನ್ನು ಕುಡಿ ಸವರುವುದು ಯಾವಾಗ? ಕೆಲಸ ಮುಗಿಸಿಯೇ ಮನೆಗೆ ಹೋಗುವ” ಎಂದು ಕೂಗಿದ, ಆ ತುದಿಯಲ್ಲಿರುವಾಗಲೇ.

“ನನಗಿಲ್ಲಿ ಪ್ರಾಣ ಎಳೆಯುತ್ತದೆ; ಇವನು ಅದರ ಕುಡಿ ಸವರುತ್ತಾನಂತೆ!” ಎಂದ ತುಕ್ರ. ಕೇರಿಗೆ ಮರಳುವ ಯೋಚನೆ ಎಲ್ಲರಿಗೂ. ‘ಅವಸರ ವೇನು? ಉಳಿದ ಕೆಲಸವನ್ನು ನಾಳೆ ಮಾಡಿದರಾಗಲಾರದೆ’ ಎಂದು ಯೋಚಿಸಿದರು. ಬೂದ ‘ಅದಲ್ಲ, ಇಂದೇ ಆಗಬೇಕು’ ಅನ್ನುತ್ತಾರೆ. ತುಕ್ರ “ಬೇಕಾದದ್ದು ಮಾಡಿಕೋ; ನನ್ನ ಕಾಲು ನೋವಾಗಿದೆ. ನಾನು ಮನೆಗೆ ಹೋಗಿ ಏನಾದರೂ ಶಾಖಗೀಖ ಕೊಟ್ಟುಕೊಳ್ಳುತ್ತೇನೆ” ಎಂದು ಮನೆಗೆ ಹೊರಟ; ಜತೆಗೆ ಕೆಂಚನೂ ಹೋದ. ಇನ್ನೊಬ್ಬಿಬ್ಬರೂ ಹೊರಟರು. ಕರಿಯ “ನಾನು ಮಾವನೊಂದಿಗೆ ಬರುತ್ತೇನೆ” ಎಂದು ಹಟ ಹಿಡಿದ. ಉಳಿದವರು ಆ ಮರವನ್ನು ಏರಿ, ಅದರ ದಿಂಡಿನ ಮೇಲೆ ನಡೆದುಕೊಂಡು ಹೋಗಿ, ಮರದ ಕುಡಿಗಳನ್ನು ಸವರುತ್ತ ಸಂಜೆಯ ತನಕ ದುಡಿದು, ಆ ಕೆಲಸ ಮುಗಿಸಿ ಬಂದರೇ ಹೊರತು, ಮೊದಲು ಮರಳಲಿಲ್ಲ. ಕರಿಯ ಅವರೊಂದಿಗೇ ಕೇರಿಗೆ ಮರಳಿದ. ಅವನಿಗೆ ಅದೆಲ್ಲವೂ ಆಟವಾಗಿತ್ತು.

ಕೊಡಲಿ ಬಿದ್ದ ಪೆಟ್ಟಿನಿಂದ, ತುಕ್ರನಿಗೆ ಕಾಲಿಗೆ ಗಾಯವಾಗದಿದ್ದರೂ ತುಸು ಜಜ್ಜಿದಂತಾಗಿತ್ತು. ಅವನ ಕಾಲು ಬಾತುಕೊಂಡಿತು. ಆತನ ಹಿರಿಯ ಹೆಂಡತಿ, ಕಾಲಿಗೆ ಎಣ್ಣೆ ಸವರಿ ಶಾಖ ಕೊಡುತ್ತಿದ್ದಾಗಲೆಲ್ಲ ತುಕ್ರ “ಇದೆಲ್ಲ ಅನಿಷ್ಟ ಬೂದನ ಕೆಲಸ! ಯಾವ ಮಣ್ಣಿಗೆ ಆ ಸಂಕ? ಮಳೆಗಾಲದಲ್ಲಿ ಆ

ಮಲೆಗೆ ಯಾರು ಹೋಗುತ್ತಾರೆ? ಇರಬಹುದು ಅವನಿಗೆ ಏನಾದರೂ ಹೋಗಿ ಚಾಡಿ ಬೆಸೆಯುವ ಕೆಲಸ" ಎನ್ನುತ್ತಲಿದ್ದ.

ಆ ಮಳೆಗಾಲದ ಕುಮರಿಯ ಸಾಗುವಳಿ ಅತ್ಯುತ್ಕೃಷ್ಟವಾಗಿತ್ತು. ಬತ್ತದ ಪೈರು ಘಟ್ಟದ ಹುಲ್ಲಿಗಿಂತ ಎತ್ತರವಾಗಿ ಬೆಳೆದು ತೆನೆಗೊಂಡಿತ್ತು. ಗಾಳಿ ಬರುವಾಗ ಪೈರಿಗೆ ಪೈರೇ ಗಾಳಿಯ ಬಲಕ್ಕೆ ಸಮನಾಗಿ, ತೆರೆತೆರೆಗಳಾಗಿ ಗುಡ್ಡದ ಬುಡದಿಂದ ತುದಿಗೆ ತಲೆದೂಗುವ ಹಸುರಿನ ಸೊಬಗು ನಯನ ಮನೋಹರವಾಗಿತ್ತು. ಅಲ್ಲೊಂದು ಇಲ್ಲೊಂದು ಮುಸುಕಿನ ಜೋಳದ ಗಿಡಗಳು ಸುತ್ತಲಿನ ನೆಲ್ಲಿಗಿಂತ, ನಾಲ್ಕು ಪಾಲು ಎತ್ತರವಾಗಿ ಬೆಳೆದಿದ್ದುವು; ಒಂದೊಂದೂ ನಾಲ್ಕಾರು ತೆನೆಗಳನ್ನು ಹೊತ್ತು ತಲೆದೂಗುತ್ತಿದ್ದವು. ಮಳೆ ತೊಡಗಿ ಎರಡು ಮೂರು ತಿಂಗಳಾದರೂ, ಅವರ ಸುದೈವದಿಂದ ಕಾಟಿ, ಕಡವೆ, ಆನೆಗಳ ಹಿಂಡು ಕುಮರಿಯ ಬಳಿಯಲ್ಲಿ ಹಾಯಲಿಲ್ಲ. ಕೆಂಚ ವಿಚಾರಿಸುತ್ತಿರುತ್ತಾನೆ. 'ಮೊನ್ನೆ ಯಾರು ಕಂಡದ್ದೆಂದರು–ಆನೆಗಳನ್ನು? ಯಾವ ಗುಡ್ಡದಲ್ಲಿ' ಎಂದು ಆಗಾಗ ತಿಳಿದುಕೊಂಡು ಎಣಿಕೆ ಹಾಕುತ್ತಾನೆ–ಆ ಗುಡ್ಡದಿಂದ ಆನೆಗಳ ಪಯಣ ಮುಂದಿನ ಗುಡ್ಡಕ್ಕೆ, ಅಲ್ಲಿಂದ ಇಂಥಲ್ಲಿಗೆ, ಹೀಗೆ ಎಲ್ಲಿಗೆ ಸೇರುವಾಗ ಎಷ್ಟು ದಿನ ಹಿಡಿಯುವುದೆಂದು. ಒಂದು ದಿನ ಆನೆಯ ಹಿಂಡೊಂದನ್ನು ಒಬ್ಬ ಕಂಡನೆಂದರೆ, ಇನ್ನೆಷ್ಟನೇ ದಿನಕ್ಕೆ ಅದು ಇಂತಲ್ಲಿಗೆ ಬರುತ್ತದೆ ಎಂದು ಲೆಕ್ಕಾಚಾರದಿಂದಲೇ ಆತ ಹೇಳಬಲ್ಲ. ಕಾಟಿ, ಕಡವೆಗಳ ವಿಚಾರದಲ್ಲಿ ಮಾತ್ರ ಈ ನಿಯಮಿತತೆಯಿಲ್ಲ. ಹಾಗೆ ಭವಿಷ್ಯ ನುಡಿಯುವುದಕ್ಕಿರಲಿಲ್ಲ.

ಕುಮರಿಯ ಕೊಯ್ಲು ಆಗುವುದರಲ್ಲಿ, ಬೂದನ ಸವಾರಿ ನಾಲ್ಕೆಂಟು ಬಾರಿ ಹಿರಿಮಲೆಗೆ ಹೋಗಿ ಬಂದಾಯಿತು. ಕುಮರಿಯ ಬೆಳೆ ಕೈಗೆ ಬಂದಮೇಲೆ, ಕರಿಯ ಸದಾ ಬೂದನ ಬೆನ್ನಿಗೆ ಅಂಟಿಕೊಂಡಿರುತ್ತಿದ್ದ. ಕೆಂಚನೂ ಅವನೊಂದಿಗೇ ಬಿಡಾರ ಹೂಡಿದ. ಅಟ್ಟು ಬೇಯಿಸುವುದಕ್ಕೆ ಬೂದನ ಮುದಿ ತಾಯಿ ಇದ್ದಳು. ಬೂದನ ತಂಗಿಯ ಮಗ ಕಾಳ, ಕರಿಯನ ಸಮವಯಸ್ಸಿನವ, ಆತನಿಗೆ ಮೆಚ್ಚಿನ ಜತೆಗಾರನಾಗಿದ್ದ. ಹೀಗಾಗಿ, ಸೊಸೆಯನ್ನು ಕಳಕೊಂಡ ನೋವು ಅವನಿಗಿತ್ತಾದರೂ, ಅಡುಗೆಯ ಕೆಲಸ ಅವನನ್ನು ದಣಿಸಿ, ಅವಳ ಸಾವಿನ ನೆನಪನ್ನು ತಂದುಕೊಡುತ್ತಲಿಲ್ಲ. ಅವನು

ಬೇಟೆ ಗೀಟೆಗೆ ಹೋಗುವವನಲ್ಲ. ಹೆಚ್ಚಿನ ತಿರುಗಾಟ ಅವನಿಗಿಲ್ಲ. ಅದೆಲ್ಲ ಬೂದನಿಗೆ ಒಪ್ಪಿಸಿದ ಕೆಲಸ. ಈಗ ಅವನಿಗೆ ಶಿಷ್ಯರಿಬ್ಬರು. ಒಬ್ಬ ಕರಿಯ; ಮತ್ತೊಬ್ಬ ಕಾಳ. ಇಬ್ಬರೂ 'ಮಾವ' ಎಂದು ಅವನನ್ನು ಅಡಿಗಡಿಗೆ ಸಂಬೋಧಿಸುವವರು. ಅವನ ಬೆನ್ನ ಹಿಂದೆಯೇ ಕತ್ತಿ, ಕೋಲು ಹಿಡಿದು ಅವರು ಮಲೆಯನ್ನು ಸುತ್ತಾಡುತ್ತಾರೆ. ಮರದ ಈಟಿಗಳನ್ನು ಹಿಡಿದುಕೊಂಡು, ನೆಲವನ್ನು ಕುಕ್ಕುತ್ತ ಒಂದೊಂದು ದಿನ ಮೂರು ಮಂದಿಯೂ ಸೇರಿ ಆಮೆಯ ಶಿಕಾರಿಗೆ ಹೊರಡುತ್ತಾರೆ. ಎರಡು, ಮೂರು ಆಮೆ ಕಟ್ಟಿಕೊಂಡು ಸಂಜೆಯ ಒಳಗೆ ಮನೆಗೆ ಬಂದೂ ಬರುತ್ತಾರೆ. ಈ ಆಟದಲ್ಲಿ ಕರಿಯನಿಗೂ ಕಾಳನಿಗೂ ತುಂಬ ಹುಮ್ಮಸ. ಇನ್ನೊಮ್ಮೊಮ್ಮೆ, ಕುಮರಿಯ ಹೊಲಕ್ಕೆ ರಾತ್ರಿವೇಳೆ ಕದ್ದುಬರುವ ಬರ್ಕನ ಶಿಕಾರಿಯ ಕೆಲಸ ಬೂದನಿಗೆ. ಅದರ ಹೆಜ್ಜೆಯ ಜಾಡು ಗುರುತಿಸುತ್ತಾನೆ. ಹುಡುಗರಿಗೂ ತೋರಿಸುತ್ತಾನೆ. ಅದು ಎಲ್ಲಿಂದ ಬಂದಿತು, ಎಲ್ಲಿಗೆ ಹೋಯಿತು–ಎಂದು ಅರಸಿ, ಸುಳಿವು ಹುಡುಕುತ್ತಾ ನಲಿದಾಡುತ್ತಾನೆ. ಅವುಗಳು ಬರುವ ದಾರಿಯಲ್ಲಿ ತಾಳೆ ಸೋಗೆಯ ನಾರಿನಿಂದ ಉರುಳುಮಾಡಿ ಇರಿಸಿ, ಉರುಳಿಗೆ ಬಳಿಯ ಗಿಡವೊಂದನ್ನು ಬಾಗಿಸಿ ಕಟ್ಟಿಹೋಗುತ್ತಾನೆ 'ಉರುಳಿಟ್ಟ ಸ್ಥಳವನ್ನು ಯಾರಿಗೂ ಹೇಳಬೇಡಿ' ಎಂದು ಹುಡುಗರಿಗೆ ತಿಳಿಸುತ್ತಾನೆ. ಒಂದು ರಾತ್ರಿ ಅವನಿಟ್ಟ ಉರುಳಿಗೆ ಬರ್ಕ ಬೀಳುವ ಬದಲು, ಕಾಡುಹಂದಿಯ ಮರಿಯೊಂದು ಸಿಕ್ಕಿಕೊಂಡು ಕಿರುಚಾಡುತ್ತಿತ್ತು. ಕೆಂಚಗೆ ಆ ಕೂಗಿನಿಂದಲೇ ಎಚ್ಚರವಾಯಿತು. ಬೂದನಿಗೂ ಎಚ್ಚರವಾಯಿತು. "ಹಂದಿ ಕೂಗುತ್ತಿದೆ; ಸುಮಾರು ಅಷ್ಟು ಹೊತ್ತಿಂದ ಅದರ ಸ್ವರ ಕೇಳಿಸುತ್ತಿದೆ. ಯಾರೋ ಉರುಳು ಹಾಕಿರಬೇಕು. ಇಲ್ಲವೆ, ಯಾವುದೋ ಹಂದಿಯನ್ನು ಹುಲಿ ಹೆದರಿಸುತ್ತಿದೆಯೋ ಏನೋ" ಎಂದ ಕೆಂಚ. ಬೂದನ ಕಿವಿ ಧ್ವನಿ ಬರುತ್ತಿರುವ ಕಡೆಗೆ ಚಾಚಿತು. ತಾನು ಉರುಳಿಟ್ಟ ಕಡೆಯಿಂದಲೇ ಅದು ಬರುತ್ತಿದೆ ಎಂಬುದು ಗೊತ್ತಾಯಿತು. ಒಂದೇ ಸಮನೆ ಹೊರಡುವ ಈ ರಾಗವನ್ನು ಕೇಳಿ "ಹುಲಿಯಲ್ಲ, ಏನೂ ಅಲ್ಲ; ನಾನು ಮಾಡಿಟ್ಟ ಉರುಳಿಗೇ ಹಂದಿ ಸಿಕ್ಕಿದೆ. ಆದರೆ...." ಎಂದುಕೊಂಡ. ಬೆಳಕು ಹರಿಯುವ ಮುಂಚೆ, ಕೇರಿಯವರಿಗೆ ತಿಳಿಯುವ ಮೊದಲೇ, ಅದನ್ನು ಪಾರುಮಾಡಬೇಕೆಂದು ಎಣಿಕೆಹಾಕಿ ಮಲಗಿದ. ನಿದ್ದೆ

ಹತ್ತಬೇಕೇ? ಹಾಗೂ ಹೀಗೂ ಮುಂಜಾನೆಯ ತನಕ ಚಾಪೆಯಲ್ಲಿ ತೊಳಲಾಡಿ, ಕತ್ತಿ, ಮರದ ಮೊನಚು ಈಟಿಗಳನ್ನು ಹಿಡಿದುಕೊಂಡು ಹೊರಟ. ಕೆಂಚನಿಗೆ ನಿದ್ದೆ ಬಂದಿತ್ತು. ಬೂದ ಹೇಳುವಾಗ "ನಾನೂ ಬಂದೆ" ಎಂದು ಕರಿಯ, ಕಾಳರೂ ಹೊರಟರು. ಬೇಡವೆಂದರೆ ಕೇಳುವ ಮಕ್ಕಳು ಅವರಲ್ಲ. ಕರೆದುಕೊಂಡು ಹೊರಟ. ಅರ್ಧ ಹಾದಿ ಹೋಗುವಾಗ ಅಂಜಿಕೆ ಯಾಯಿತು. ಉರುಳಿಗೆ ಹಂದಿಯೇ ಸಿಕ್ಕಿಕೊಂಡಿರಬಹುದು. ಜತೆಯ ಹಂದಿಯೊಂದು ಎಲ್ಲಾದರೂ ಅದರ ಬಳಿಯಲ್ಲಿದ್ದರೆ ಏನು ಗತಿ–ಎಂಬ ಅಂಜಿಕೆಯೂ ಆಯಿತು. ಅದರಿಂದ, ಮಕ್ಕಳನ್ನು ದೂರದಲ್ಲೇ ನಿಲ್ಲಲು ಹೇಳಿ, ತಾನೊಬ್ಬನೇ ಮುಂದುವರಿದ. ಹೋಗುವಾಗ, ಹಂದಿ ಇನ್ನೂ ಕಿರುಚಾಡು ತ್ತಿತ್ತು. ಎಳೆಯ ಕಾಡುಹಂದಿಯೊಂದು ಉರುಳಿಗೆ ಸಿಕ್ಕಿಕೊಂಡು, ಉರುಳು ಹಿಡಿದ ಗಿಡವೊಂದರಿಂದ, ಹಲಸ್ಸಿನಕಾಯಿ ತೂಗಾಡುವಂತೆ ತೂಗಾಡುತ್ತಿತ್ತು. ಕತ್ತಿಯ ಒಂದೇ ಏಟಿಗೆ ಅದರ ತಲೆಯನ್ನು ಸವರಿದ ಬೂದ. ಆಗ ಕಿರುಚುವ ಧ್ವನಿ ನಿಂತಿತು. ಅಲ್ಲಿಂದ ಅದರ ಹೆಣವನ್ನು ಹೊತ್ತುಕೊಂಡು ಮಕ್ಕಳಿರುವಲ್ಲಿಗೆ ಓಡಿದ. ಅದನ್ನಲ್ಲಿ ಕೆಡವಿ, ತಿರುಗಿ, ಬಿದ್ದ ತಲೆಯನ್ನು ಹೆಕ್ಕಿಕೊಂಡು ತರಲು ಇನ್ನೊಮ್ಮೆ ಮರಳಿದ. ಅವೆರಡನ್ನೂ ಮನೆಗೆ ಸಾಗಿಸುವಾಗ ಕೇರಿಯ ಜನರು ಇನ್ನೂ ಮಲಗಿಕೊಂಡೇ ಇದ್ದರು. 'ಸುದ್ದಿ ಸೂರಿಲ್ಲ, ಆ ಜಗತ್ತಿಗೆ!' ಎಂದು ತಿಳಿದುಕೊಂಡ ಬೂದ.

ಆದರೆ ಬೆಳಗಾದ ಮೇಲೆ 'ರಾತ್ರಿಯೆಲ್ಲ ಏನೋ ಒಂದು ಕಿರುಚುತ್ತಿತ್ತಲ್ಲ. ಎಲ್ಲಿ, ಏನು?' ಎಂದು ಕಾಡನ್ನೆಲ್ಲ ಅರಸಿದರು ಜನ. ಯಾರಿಗೂ ಅದರ ಸುಳಿವು ಹತ್ತಲಿಲ್ಲ. ಹೂಡಿದ್ದ ಉರುಳೂ ಸಿಗಲಿಲ್ಲ. ಬಿದ್ದ ರಕ್ತ ಸಹ ಒದ್ದೆ ನೆಲದಲ್ಲಿ ಬೆರೆತು ಕೆಸರಾಗಿತ್ತು. ಕೇರಿಯ ಪ್ರತಿಯೊಬ್ಬರಿಗೂ 'ಹಂದಿ ಕಿರಿಚಿದ್ದು ನಿಜ; ಅದರ ಕೂಗು ಕೇಳಿ ನಿಂತದ್ದೂ ನಿಜ. ಆದರೆ ಯಾಕೆ ಕೂಗಿತ್ತು? ಹುಲಿ ಅಡ್ಡ ಕಟ್ಟಿರಬಹುದೇ? ಹಾಗೇನಾದರೂ ಆಗಿದ್ದರೆ ಹಂದಿ ಓಡಾಡಿದಂಥ ತಾವಾದರೂ ಕಾಣಿಸಬೇಕಾಗಿತ್ತಲ್ಲ' ಎಂಬ ಊಹೆಯೇ ಊಹೆ. ಕಿವಿಯ ಮೇಲೆ ಬೀಳುತ್ತಿದ್ದ ಈ ಮಾತುಗಳನ್ನು ಕೇಳಿಯೂ ಬೂದ ಪಿಟ್ಟೆನ್ನಲಿಲ್ಲ. ಹೇಳಿದರೆ, ಮಾಂಸದ ತುಂಡಿನಲ್ಲಿ ಪಾಲು ಕೊಡಬೇಡವೇ ಎಂದು ಸುಮ್ಮನಾದ.

ಆದರೆ ಅವನಷ್ಟು ಸ್ವಾರ್ಥಿಯಲ್ಲ. ಬೆಳಗಾದ ಮೇಲೆ, ಒಂದಿಷ್ಟು ಮಾಂಸವನ್ನು ಗುಟ್ಟಾಗಿ ಕಟ್ಟಿಕೊಂಡು, ತಾಯೊಡನೆ ರಾತ್ರೆಗೆ ಉಳಿದ ಮಾಂಸದ ಅಡುಗೆ ಮಾಡಲು ಹೇಳಿ, ಮನೆಯಿಂದ ಹೊರಬಿದ್ದ. ಎಲ್ಲಿಗೆ, ಏನೆಂದು ಯಾರಿಗೂ ಹೇಳಲಿಲ್ಲ. ಹೊರಟದ್ದು ಹಿರಿಮಲೆಗೆ. ಆ ಮತ್ತಿ ಮರದ ಸೇತುವೆಯನ್ನು ದಾಟಿ, ಗುಡ್ಡವನ್ನು ಹತ್ತಿ, ಹಿರಿಮಲೆಯ ಕುಡಿಯರ ಕೇರಿ ಸುತ್ತಿ, ತೌಡನ ಮನೆಯಲ್ಲಿ ಕಾಣಿಕೆಯನ್ನು ಅಡಗಿಸಿಟ್ಟು, ಆ ಸುವಾರ್ತೆ ಕೊಡುವುದಕ್ಕೆ ಅವರಿರುವ ಕುಮರಿ ಹೊಲಕ್ಕೆ ಹೋದ. ಈ ಮೊದಲೇ ಆರೆಂಟು ಬಾರಿ ಅಲ್ಲಿಗೆ ಆತ ಕದ್ದು ಬಂದಿದ್ದ. ತೌಡನೊಡನೆ, ಕೆಂಪಿಯೊಡನೆ ಮಾತುಕತೆ ನಡೆಸಿದ್ದ. ತೌಡನನ್ನೂ ಅವಳನ್ನೂ ಒಲಿಸುವ ಪ್ರಯತ್ನ ನಡೆದೇ ಇತ್ತು. ಕುಮರಿ ಹೊಲದಲ್ಲಿ ಕೆಂಪಿಯನ್ನೂ ಸಂಧಿಸಿ, "ನಿಮ್ಮ ಮನೆ ಯಲ್ಲೇನೋ ತಂದಿರಿಸಿದ್ದೇನೆ" ಎಂಬ ಸೂಚನೆಯನ್ನು ಕೊಟ್ಟ. ಅನಂತರ ನಾಲ್ಕು ಮಂದಿಯೊಡನೆ ಮಾತನಾಡಿ, ಭಾವೀ ಅತ್ತೆಮಾವಂದಿರನ್ನು ಕರೆದುಕೊಂಡು, ಅವರ ಕೇರಿಗೆ ಮರಳಿದ. ಆ ಮಧ್ಯಾಹ್ನ ಅವರೆಲ್ಲರಿಗೂ ಔತಣ. ಹಂದಿಮಾಂಸದ ಸವಿಯ ಚಪಲ ತೌಡನಿಗೆ ಇದ್ದೇ ಇತ್ತು. ಈಗ, ಬೇಟೆಯಲ್ಲಿ ಬೂದ ಬುದ್ಧಿವಂತ ಎಂಬ ಅಭಿಮಾನವೂ ಉಂಟಾಯಿತು. ಆ ದಿನವೇ 'ನವರಾತ್ರಿ ಕಳೆದ ಮೇಲೆ ಕೆಂಪಿಯ ಮರುಮದುವೆ ಬೂದನೊಡನೆ' ಎಂಬ ನಿಶ್ಚಯವೂ ಆಯಿತು. ಬೂದನಿಗಿಷ್ಟೇ ಅನುಮಾನ; ಮದುವೆಯಾದ ಮೇಲೆ ಕೇರಿಯವರಿಗೆ ಆ ಸುದ್ದಿ ತಿಳಿಸುವುದೋ; ಇಲ್ಲವೇ, ಸುದ್ದಿ ತಿಳಿಸಿದ ಮೇಲೆ ಮದುವೆಯಾಗುವುದೋ ಎಂದು. ಸಂಜೆಯಾಗುವುದರೊಳಗೆ ಬೂದ, ಕೆಂಪಿಯ ಕುಡಿನೋಟದ ಸವಿಯನ್ನು ಹೀರಿ, ಉತ್ಸಾಹದಿಂದ ತನ್ನ ಕೇರಿಗೆ ಮರಳಿ ಬಂದೂ ಆಯಿತು.

"ಏನೋ ದಿನವೆಲ್ಲಾ ಕಾಣೆ?" ಎಂದ ಕೆಂಚ ಅವನನ್ನು ಕಂಡು.

"ಮತ್ತೇನಿಲ್ಲ. ಅಬ್ಬಿಯ ಬುಡದಲ್ಲಿ ಇನ್ನೊಂದು ಉರುಳಿಟ್ಟು ಬಂದಿದ್ದೆ. ಏನೂ ಸಿಗಲಿಲ್ಲ. ಕಾದು, ಕಾದು ಸಾಕಾಯಿತು. ಹಾಗೆಯೇ ಬಂದೆ" ಎಂದು ಸುಳ್ಳು ಹೇಳಿದ. ರಾತ್ರಿ ಸಂಭ್ರಮದ ಊಟವಾಯಿತು. ಉಂಡು, ಎಲ್ಲರೂ ಮಲಗಿಕೊಂಡರು. ಬೂದನಿಗೆ, ಕೆಂಚನೊಡನೆ ತಿಳಿಸದೆ ಯಾವ ವ್ಯವಹಾರ ಮಾಡುವುದೂ ತಪ್ಪೆಂದು ಕಂಡಿತು. ಹಾಗೆಂದು ಮೆಲ್ಲನೆ ಪ್ರಸ್ತಾಪ ತೆಗೆದ: "ಆ

ಮಲೆಗೆ ಹೋಗಿದ್ದೆ. ಅಲ್ಲಿ ತೌಡಣ್ಣನನ್ನು ಕಂಡುಬಂದೆ. ನಿನ್ನ ಹತ್ತಿರ ಹೇಳಬಾರದ್ದಾವುದೂ ಇಲ್ಲ; ಹೇಳಲೇ?" ಎಂದ.

"ಹೇಳಲ್ಲ. ಹಾಗಾಗಿ, ಇವತ್ತು ಹಗಲೆಲ್ಲ ಕಾಣೆಯಾದದ್ದೋ! ಮರವನ್ನು ಕಡಿದು ಪಾಪು ಹಾಕಿದ ಮೇಲೆ, ನಾನು ಒಂದು ಸಾರಿಯೂ ಆಚೆ ಹೋಗಲಿಲ್ಲ. ಉಳಿದವರು ಯಾರು ಹೋದದ್ದೂ ಗೊತ್ತಿಲ್ಲ. ಈ ಮಳೆಗಾಲದಲ್ಲಿ ಹೋದವನು ನೀನೊಬ್ಬನೇ ಎಂದು ಕಾಣುತ್ತದೆ" ಎಂದು ಕೆಂಚ ಪರಿಹಾಸ್ಯ ಮಾಡಿದ. "ಹೂಂ" ಎಂದು ಬೂದನೂ ಆ ಮಾತಿಗೆ ನಕ್ಕ. ಅನಂತರ ಮೆಲ್ಲಗೆ ಯಾವತ್ತು ವೃತ್ತಾಂತಗಳನ್ನು ಬಿಡಿಸಿ ಹೇಳಿದ. "ಅವರೂ ಒಪ್ಪಿದ್ದಾರೆ; ನೀವೂ ಒಪ್ಪಬೇಕು. ಇದರಲ್ಲಿ ಒಂದೇ ಹೆದರಿಕೆ; ತುಕ್ರ ನನ್ನ ಮೇಲೆ ಸಿಟ್ಟಾಗುತ್ತಾನೆಯೋ ಎಂದು. ಹಿಂದಿನ ನೆನಪು ಉಂಟಲ್ಲ ನಿಮಗೆ. ನಾನು ಹೋಗಿ ಕೇಳಲಿಲ್ಲವೇ ಅವನನ್ನು?–ಮಲೆಯಲ್ಲಿ ಮದುವೆಯಾಗುವ ಹೆಣ್ಣು ಸಂತಾನ ಬೆರಳಿಂದೆಣಿಸುವಷ್ಟು ಇಲ್ಲದಿರುವಾಗ, ಇವನು ಆಗಲೇ ಎರಡೆರಡು ಮದುವೆಮಾಡಿಕೊಂಡಿದ್ದು ಚಂದವೇ? ಈಗ ಅವನಾಗಿ ಬಿಟ್ಟ ಹೆಣ್ಣಿದು. ಅವನು ಬಿಟ್ಟದ್ದು ಎಂದದ್ದರಿಂದ ಅವಳು ಕೆಟ್ಟವಳಾಗಬೇಕಾಗಿಲ್ಲ. ಇಷ್ಟು ದಿನ ಈ ಕೇರಿಯವರು ಯಾರೂ ಅವಳ ವಿಷಯದಲ್ಲಿ ಕೆಟ್ಟ ಮಾತು ಅಂದಿಲ್ಲ" ಎಂದು ವಿಸ್ತಾರವಾದ ಪೀಠಿಕೆ ಹಾಕಿದ.

ಕೆಂಚನು ವಿಚಾರಮಾಡಬೇಕಾದ ಸಂಗತಿಯಿದು. 'ಬೂದ ಇನ್ನೂ ಎಳೆಯ, ತುಕ್ರನಿಗಿಂತ ಹೆಚ್ಚಿಗೆ ವಯಸ್ಸಾದವನಲ್ಲ. ಅವನ ಮದುವೆ ಎಂದೋ ಆಗಬೇಕಿತ್ತು; ಆಗಲಿಲ್ಲ. ಆಗುವುದು ಹೇಗೆ? ತಮ್ಮ ಕುಡಿಯರ ಕುಲದಲ್ಲಿ ಹೆಣ್ಣೆಂಬ ವಸ್ತುವೇ ಅಪೂರ್ವವಾಗಿದೆ. ಮದುವೆಮಾಡಿಕೊಂಡು ಸಂಸಾರ ಹೂಡಬೇಕು ಎಂಬ ಬೂದನ ಆಸೆಯಲ್ಲಿ ತಪ್ಪೇನಿಲ್ಲ. ಆದರೆ ಧನಿಗಳು ತನಗೆ–ಗಂಡಹೆಂಡಿರಲ್ಲಿ ಹೇಗಾದರೂ ಒಡಂಬಡಿಕೆ ಮಾಡಿಕೊಡು– ಅಂದಿದ್ದಾರೆ. ತಿರುಗಿ ತಾನು ಆ ಪ್ರಯತ್ನ ಮಾಡಿರಲಿಲ್ಲ. ಮಾಡಿದ ಯತ್ನಗಳು ವಿಫಲವಾಗಿದ್ದುವು. ಅದು ಸಫಲವಾಗುವ ತನಕ ಮಾಡಬೇಡವೇ? ಈಗ ತಾನು ಬೂದನೊಡನೆ ವಾಸವಾಗಿದ್ದೇನೆ. ಬೂದ ಅವಳನ್ನು ಲಗ್ನವಾದರೆ, ಅದು ತನ್ನ ಹೇಳಿಕೆಯಿಂದಲೇ ಆಯಿತೆಂಬ ದೂರು ಬರುತ್ತದೆ' ಎಂಬ ಚಿಂತೆಗೊಳಗಾದ. ಕೊನೆಗೆ ಆತನೆಂದ "ಬೂದ, ನೀನು

ಲಗ್ನ ಆಗು, ಬಿಡು; ನಾನೇನೂ ಅನ್ನುವುದಿಲ್ಲ"

"ಆಗಬಾರದೆನ್ನುತ್ತೀಯಾ?"

"ಹಾಗೂ ಅಲ್ಲ. ಕೆಂಪಿ ತುಕ್ರನ ಮನೆಗೆ ಹಿಂದಿರುಗುವುದಿಲ್ಲ ಎಂಬುದು ಮೊದಲು ಖಾತ್ರಿಯಾಗಲಿ. ಅಲ್ಲಿಯ ವರೆಗೆ ಕಾಯಬಾರದೇ"

"ಅಷ್ಟೇಯೋ?"

"ಅಷ್ಟೇ ಸರಿಯಾದರೆ ತೀರ ಸುಲಭವಾಯಿತು ಕೆಲಸ! ಆ ಮತ್ತಿಯ ಮರದ ಸಂಕ ದಾಟಿದ್ದು ನಾನೊಬ್ಬನೇ ಅಲ್ಲ. ಸಂಕ ಕಟ್ಟಿದ ಮೂರು ದಿನಗಳಲ್ಲೇ ಕಾಲು ಕುಂಟಿಸಿಕೊಂಡು ತುಕ್ರನೂ ಹೋಗಿದ್ದ. ಹೋಗಿ ನಂಟುತನ ಮುರಿದು 'ನನ್ನ, ಅವಳ ಋಣ ಕಡಿಯಿತು' ಎಂದು ಅಂದು ಬಂದಿದ್ದ. ಅಷ್ಟು ಮಾತ್ರವಲ್ಲ, ಆ ಕೇರಿಯಲ್ಲಿ ಇನ್ನಾರು ತನಗೆ ಹೆಣ್ಣು ಕೊಟ್ಟಾರು ಎಂದು ಹುಡುಕುತ್ತಲೂ ಇದ್ದಾನೆ" ಎಂದು ತಿಳಿಸಿದ.

"ಇದು ಕೇಳಿದ ಮಾತೇ? ನಿಜವಾಗಿ ನಡೆದ ಸಂಗತಿಯೇ?"

"ಕೇಳಿದ್ದೂ ಹೌದು; ತನಗೆ ತಿಳಿದದ್ದೂ ಹೌದು. ಅದನ್ನು ತೌಡಣ್ಣನೇ ನನಗೆ ಹೇಳಿದ್ದು."

"ಹಾಗಿದ್ದರೆ, ಮಾಡಿಕೋ. ಆದರೆ ಅದಕ್ಕೆ ಗದ್ದಲ, ಗುಲ್ಲು, ಬೇಡ. ಈ ಸಮಯದಲ್ಲಿ ಕೇರಿಯ ಮನಸ್ಸು ಹ್ಯಾಗೆ ನಿಲ್ಲುತ್ತದೆ–ಎಂದು ಹೇಳಲು ಬರುವುದಿಲ್ಲ. ಧನಿಯರು ಬಂದಮೇಲೆ, ಇನ್ನೊಂದೇ ಬುದ್ಧಿ ಬಂದೀತು ತುಕ್ರನಿಗೆ. ಏನು ಮಾಡುವುದಾದರೂ, ಅದರೊಳಗೇ ಆಗಬೇಕು. ಹೋಗಿ, ಮದುವೆಯಾಗಿ ಬಂದುಬಿಡು. ನಿನ್ನ ಅಮ್ಮನಿಗೆ ಗೊತ್ತೋ ಈ ಸಮಾಚಾರ?"

"ಗೊತ್ತಿಲ್ಲ. ಇನ್ನು ಹೇಳಬೇಕು"

"ಹೋಗಲಿ. ನಾನು ಹೇಳುತ್ತೇನೆ. ಅವಳು ಒಪ್ಪದೆ ಏನು ಮಾಡುತ್ತಾಳೆ?"

ಹೀಗೆ ಅವರೊಳಗೆ ಚರ್ಚೆ ಮುಗಿದು, ಅನಂತರ ಕೆಂಚ ಹೇಳಿದ ಒಳ್ಳೆಯ ದಿನ ನೋಡಿ, ಬೂದ ಹಿರಿಮಲೆಗೆ ಹೊರಟ. ಮಾವನಿಗೆ ವೀಳೆಯ, ಎಳ್ಳೆಣ್ಣೆ ಒಪ್ಪಿಸಿದ. ಕ್ರಮದಂತೆ ಅವನು ಅದನ್ನು ಸ್ವೀಕರಿಸಿದ. ಲಗ್ನದ ದಿನ

ಗೊತ್ತುಮಾಡಿ, ಮದುವೆಯಾದ. ಆದರೆ ಕೆಂಪಿಯನ್ನು ಕರೆದುತಂದದ್ದು, ಕೇರಿಯವರು ಕುಮರಿ ಹೊಲದಿಂದ ಬಂದ ಮೇಲೆ. ಕುಮರಿ ಪೈರನ್ನು ಕತ್ತರಿಸಿ, ಕೇರಿಗೆ ತಂದು, ಪಾಲುಮಾಡಿಕೊಂಡು, ಅವರವರ ಕಾಳನ್ನು ಅವರವರು ಒಕ್ಕುತ್ತಿದ್ದಾಗ, ಒಂದು ದಿನ ಬೂದನ ಮನೆಯ ಅಂಗಣದಲ್ಲಿ ಕೆಂಪಿಯೂ ಬತ್ತದ ಹುಲ್ಲನ್ನು ಬಡಿಯುತ್ತ, ಕಾಳು ಬೇರೆ ಮಾಡುತ್ತಿದ್ದ ನೋಟ ಒಮ್ಮಿಂದೊಮ್ಮೆಗೇ ಕೇರಿಯವರಿಗೆ ಕಾಣಿಸಿತು. “ಅಬ್ಬಾ, ಈ ಘಟಿಂಗನ ಕೆಲಸವೇ!” ಎಂದು ಚೇಷ್ಟೆ ಮಾಡಿದರು ಬೂದನ ಮಿತ್ರರು. ತುಕ್ರ ಆ ವಾರ್ತೆಯನ್ನು ಕೇಳಿ ತನ್ನವರೊಡನೆ “ಸರ್ಪ ಸಾಕಿದವನಿಗೆ ಸುಖವುಂಟೆನ್ನುತ್ತೀರಾ? ನಾನು ಪಾಠ ಕಲಿತ ಹಾಗೆಯೇ ಬೂದನೂ ಕಲಿತಾನು. ಈಗೇನೂ ತಿಳಿಯಲಾರದು. ಆಮೇಲೆ ತಿಳಿದೀತು” ಎಂದ.

ಇತ್ತ, ಕೆಂಪಿಯನ್ನು ನಾಚಿಸುವಂಥ ತರುಣಿಯನ್ನು ತನ್ನ ಮನೆಗೆ ತರುತ್ತೇನೆಂದು ಮಲೆಯಿಂದ ಮಲೆಗೆ ಹುಡುಕತೊಡಗಿದ ತುಕ್ರ. ಹಿರಿಮಲೆಯಲ್ಲಿ ಅವನ ಈ ಆಸೆ ಸಫಲವಾಗಲಿಲ್ಲ. ಹಾಗಾಗಿ, ಧನಿಗಳು ಬರುವ ಮುಂಚೆ, ಈ ಒಂದು ಕೆಲಸ ಮುಗಿಸುತ್ತೇನೆಂದು, ಯಾರಿಗೂ ಸುದ್ದಿ ಹೇಳದೆ ನೆರೆಯ ಮಲೆಗೆ ಹೋದ. ಅವನ ಹಟ ಬೂದನಿಗಿಂತ ಹೆಚ್ಚು. ತಾನು ಚೆಲುವೆಯೊಬ್ಬಳನ್ನು ಲಗ್ನವಾಗಿ, ಕೆಂಪಿಯನ್ನು ಹಂಗಿಸಬೇಕೆಂಬುದು ಅವನ ಮನದ ಇಂಗಿತ. ಅವಳು ಇನ್ನೊಬ್ಬ ಗಂಡನನ್ನು ಹುಡುಕಿದಂತೆಯೇ ತಾನು ಇನ್ನೊಬ್ಬಳನ್ನು ತಂದೇನು–ಎಂಬ ಹಟ ಸಾಧಿಸುವುದೇ ಅವನ ಮುಖ್ಯೋದ್ದೇಶವಾಗಿತ್ತು.

ಅಧ್ಯಾಯ - ೫

ಮಳೆಗಾಲದ ದಿನಗಳು ಸರಿದುವು. ನವರಾತ್ರಿಯೂ ಸಮೀಪಿಸುತ್ತ ಬಂದಿತು. ಇನ್ನು ಬಹುಮಟ್ಟಿಗೆ ಮಳೆಯ ಅಬ್ಬರ ಸರಿದಂತೆಯೇ. ಹಿಂಗಾರು ಮಳೆಯ ನಾಲ್ಕು ಹನಿಗಳು ಮಲೆಯ ಮೇಲೆ ಬೀಳಬಹುದಾದರೂ, ತತ್ಕಾಲಕ್ಕೆ ಬಿಸಿಲು ಕಿರಿಮಲೆಯ ಸುತ್ತುಮುತ್ತು ಮೇಲೆ ಕೆಳಗೆ, ದಿನವೆಲ್ಲ ಕುಣಿದಾಡುವ ನೋಟ ಬಣ್ಣನೆಗೆ ಮೀರಿದ್ದು. ನಾಲ್ಕು ತಿಂಗಳ ಕಾಲ ನಿತ್ಯ ಸ್ನಾನದಿಂದ ತೊಯ್ದು ಶುಚಿಯಾದ ಮರಗಿಡಗಳ ಹಸಿರು ಬಣ್ಣ, ದೂರದಿಂದ ನೋಡುವವರ ಕಣ್ಣಿಗೆ ಕಡು ನೀಲವಾಗಿ ಕಾಣಿಸುತ್ತದೆ. ಮಲೆಯ ಸೆರಗಿನಲ್ಲೇ ನಿಂತು ನೋಡುವವರ ಕಣ್ಣಿಗೆ ಒಂದೊಂದು ಬೆಟ್ಟ ಕಡು ಹಸುರಾಗಿಯೂ, ಉಳಿದುವೆಲ್ಲ ನೀಲ ಬಣ್ಣದ ಗೋಡೆಗಳಾಗಿಯೂ ಕಾಣಿಸುತ್ತವೆ. ಬಾನಂತು ನೀಲಿಯೇ. ಹವೆಯಲ್ಲಿನ ಧೂಳಿನ ಕಣಗಳು ತೊಯ್ದು ಮಾಯವಾಗುವುದರಿಂದ ಈ ನೀಲಿಮೆಗೆ ತನ್ನದೇ ಆದೊಂದು ತೇಜಸ್ಸು ಬರುತ್ತದೆ. ಹಾಗೆ ಹೊಳೆಯುವ ಬಾನಿನ ಮುಂಗಡೆಯಲ್ಲಿ, ಕಣ್ಣು ಚಾಚುವಷ್ಟು ದೂರದ ತನಕ-ಹಿಂದೆ ಮುಂದೆ, ಎಡಬಲಗಳಲ್ಲಿ, ಪರ್ವತಗಳ ಸಾಲೇ ಸಾಲು. ಅವೆಲ್ಲ-ಶಾಪಗ್ರಸ್ತವಾಗಿ, ಚಲನಶಕ್ತಿಯನ್ನು ಕಳೆದುಕೊಂಡ ಸಮುದ್ರದ ತೆರೆಗಳಂತೆ ಕಾಣಿಸುತ್ತವೆ. ಕಿರಿಮಲೆಯ ಮುಂದಿನ ಕಣಿವೆ ದಟ್ಟಣಿಸಿದ ಮರಗಳ ಹೊದಿಕೆಯಿಂದ ನೀಲಹಸುರಾಗಿದೆ. ಅದರ ಹಸುರಿನ ಎಡೆ, ಎಡೆಗಳಲ್ಲಿ ನಕ್ಕು ಓಡುತ್ತಿರುವ ತೊರೆಯ ಸೌಂದರ್ಯವನ್ನು ಹೇಳತೀರದು. ಕೆಲವೊಮ್ಮೆ ಪೊದೆಗಳ ಎಡೆಯಲ್ಲಿ ಹೊಕ್ಕು ಹೊರಡುವ ಹೆಬ್ಬಾವಿನ ಮೈಯಂತೆ ತೊರೆಯ ಮೈಯು ಥಳಿಸುತ್ತದೆ. ತೊರೆ ಅಲ್ಲಲ್ಲಿ ವಿರಮಿಸಿ, ಬಂಡೆಗಳಲ್ಲಿ ಅಪ್ಪಳಿಸಿ, ತನ್ನ ಉಕ್ಕನ್ನು ತೋರಿಸುವಾಗಲಂತೂ ಯಾರೋ ಕಣಿವೆಯಲ್ಲಿ ಕುಳಿತು ಮಲ್ಲಿಗೆಯ ಹೂವನ್ನು ಮೇಲಕ್ಕೆ ಹಾರಿಸುವಂತೆ ಕಾಣುತ್ತದೆ.

ಕಣಿವೆ ದಾಟಿ, ಅಲ್ಲಿಂದೇರುವ ಮೊದಲನೆಯ ಬೆಟ್ಟದ ಸಾಲು ಇನ್ನೂ ಮನೋಹರವಾಗಿದೆ. ಈ ಗೋಡೆ ಒಂದೊಂದು ಕಡೆ ಒಂದೊಂದು ಹಸುರಿನ ಛಾಯೆ ಹೊಂದಿದೆ. ಕಾಡು ದಟ್ಟಣಿಸಿದಲ್ಲಿ ನಿದ್ದೆ ತೂಗುವ ಕಡುಹಸುರು; ಹುಲ್ಲು ಬೆಳೆದಲ್ಲೆ ನಕ್ಕು ತಲೆದೂಗುವ ಎಳೆ ಹಸುರು; ಹಾವಸೆಯಂಟಿಕೊಂಡ ಕಡಿದಾದ ಬಂಡೆಗಳ ಮೈ ಕಪ್ಪು ಹಸುರು. ಇಂಥ ಗೋಡೆಯ ಸೆರಗಿನಲ್ಲಿ ಅಲ್ಲಲ್ಲಿ ಧುಮುಕುವ ಅಬ್ಬಿಗಳೆಷ್ಟೋ! ಬಿಸಿಲು ಬಿತ್ತೆಂದರೆ-ಯಾರೋ, ತೊಯ್ದ ಬಿಳಿ ಬಟ್ಟೆಗಳನ್ನು ಬಿಸಿಲಿಗೆ ಒಣಗಿಸಲು ತೂಗಿರುವಂತೆ ಒಮ್ಮೊಮ್ಮೆ ಕಾಣಿಸು ತ್ತದೆ. ಕೆಲವೊಂದು ತೊರೆಗಳಂತು-ಅದೃಶ್ಯ ವನಕನ್ನೆಯರು ಬೊಗಸೆಗಳಿಂದ ಹೂವಿನ ಮಳೆಗರೆಯುತ್ತಿರುವಂತೆ ಕಾಣುತ್ತವೆ. ಕೆಲವೊಂದು ತಾಣಗಳಲ್ಲಿ ತೊರೆ, ಗಿಡಮರಗಳಿಲ್ಲದ ಬಂಡೆಗಳ ಮೇಲೆ ಸುತ್ತಿ ಸುಳಿದು ಸರಿಯುವು ದುಂಟು, ಶಿವಲಿಂಗದ ಪೀಠವೊಂದರ ಸುತ್ತು, ಕುಂಭಾಭಿಷೇಕದ ನೀರು ಹರಿಯುವಂತೆ ಕಾಣುತ್ತದೆ. ಕೆಲವೊಮ್ಮೆ, ಕಪ್ಪಾದ ಹೆಬ್ಬಂಡೆಯೊಂದರ ಮೇಲೆ ತೊರೆಯ ನೀರು ಆರ್ಭಟಿಸಿ ಇಳಿಯುವಾಗ ಶಿವನ ಜಡೆಯ ಮೇಲೆ ಧುಮುಕಿದ ಜಾಹ್ನವಿಯಾಗುತ್ತಾಳೆ ಈ ತೊರೆ. ತೊರೆ, ಅಬ್ಬಿಗಳ ಧ್ವನಿಗೆ, ಮೆಲುಗಾಳಿಯ ಸುಯ್ಲಿಗೆ ಈ ಕಣಿವೆ, ಬೆಟ್ಟಗಳೆಲ್ಲ ಸೇರಿ ಹಿರಿಯ ದೇಗುಲ ವೊಂದರ ಗರ್ಭಗುಡಿಯಂತೆ ಕಾಣಿಸುತ್ತದೆ. ತಪೋಶೀಲವಾದ ಸಹಸ್ರಾರು ಭಕ್ತರು ತಲೆಗೆ ಹಸುರಿನ ಮುಸುಕು ಹಾಕಿಕೊಂಡು, ಮುಕ್ತಕಂಠರಾಗಿ, 'ಓಂ' ಕಾರ ನುಡಿಯುತ್ತಲೋ, 'ಹರಹರ ಮಹಾದೇವ' ಎಂದು ಜಪಿಸುತ್ತಲೋ ಇರುವ ಧ್ವನಿ ಕೇಳುತ್ತದೆ. ನದಿ ನೀರು ತುಂಬಿದಾಗೆಲ್ಲ ಈ ನೈಸರ್ಗಿಕ ದೇಗುಲದಿಂದ ಹೊರಡುವ ಧ್ವನಿ ಇಂಥದೇ. ಮಳೆಯು ಕಳೆದ ಮೇಲಷ್ಟೆ – ಅಂಥ ಗಾಂಭೀರ್ಯ. ಮಳೆಗಾಲದಲ್ಲೋ ಬೆಟ್ಟದ ಅಬ್ಬಿಗಳ ಮೊರೆತವೆಲ್ಲ ಸೇರಿ ಪ್ರಲಯ ಘರ್ಜನೆಯೇ ಉಂಟಾಗುತ್ತದೆ. ತುಂಬಿ ಹರಿಯುವ ಕೆಳಗಿನ ತೊರೆ, ರೌದ್ರಾವೇಶದಿಂದ ಉಳಿದೆಲ್ಲ ಅಬ್ಬಿಗಳ ಮೊರೆತವನ್ನು ಮೀರಿಸಿ, ಈ ಬೆಟ್ಟದ ಪ್ರದೇಶವನ್ನೆಲ್ಲ ತನ್ನ ಧ್ವನಿಯಿಂದ ರುದ್ರ ಕುಂಡವನ್ನಾಗಿ ಮಾಡುತ್ತದೆ.

ಈ ವನರಾಜ್ಯದ ಲಲಿತ ಲಾವಣ್ಯ, ವಿಲಾಸಗಳನ್ನು ಕಾಣಬಯಸು ವವನಿಗೆ ಮಳೆಗಾಲ ಕಳೆದ ಬಳಿಕ ಬರುವ ಇಂಥ ಸಮಯವೇ ಲೇಸು. ನದಿ, ವನಗಳ ಸ್ವರ್ಗೋದ್ಯಾನದ ಈ ಸಭೆಯಲ್ಲಿ, ದಾರಿ ತಪ್ಪಿದ

ಮುಗಿಲೊಂದು ತೇಲಿಬಂತೆಂದರೆ, ಅಪ್ಸರೆಯರ ವಿಲಾಸವೆಲ್ಲ ಕಾಣುತ್ತದೆ. ಮಳೆಗಾಲದಲ್ಲೋ ಬೆಟ್ಟವೇ ಕಣ್ಮರೆಯಾಗಿ ಆ ಸೀಮೆ ಮುಗಿಲಿನ ತವರೂರಾಗುತ್ತದೆ. ಈಗ ಹಾಗಲ್ಲ. ಹೆಚ್ಚಾಗಿ ಸಂಜೆ, ಬೆಳಗುಗಳಲ್ಲಿ ಮುಗಿಲು ಗಳು ಇಲ್ಲಿಗೆ ತೇಲಿ ಬರುತ್ತವೆ. ಎಲ್ಲಿಂದ ಬಂದವು, ಹೇಗೆ ಬಂದವು–ಎಂದು ತಿಳಿಯದಷ್ಟು ಕಳ್ಳಾಟಿಕೆಯಿಂದ ಬರುವುದುಂಟು. ಸಹ್ಯಾದ್ರಿಯ ಬೆಂಗಡೆ ಯಿಂದ, ಮೂಡಣ ಮಲೆನಾಡಿನಿಂದ ಅವು ಬಂದರೂ ಬಂದುವೇ. ಪಡುವಣ ಕಡಲಿನಿಂದ ಬಂದರೂ ಬಂದುವೇ. ಹಾಗೆ ಬಂದರೆ ಆ ಗೋಡೆ ಯನ್ನೇರಿ, ಇಳಿದು ಕೆಳಗಣ ಕಣಿವೆಯ ಮೇಲೆ ತೇಲಾಡಿ, ಯಾವುದಾದ ರೊಂದು ಬೆಟ್ಟದ ಕುಡಿಗೆ ಬಡಿದು, ನುಚ್ಚು ನುರಿಯಾಗಿ, ಹರಿದು ಚೂರಾಗಿ ಅದೃಶ್ಯವಾಗುವುದುಂಟು. ಹೀಗೆ ಮಾಯವಾದ ಮುಗಿಲು ಮತ್ತೊಂದು ಕ್ಷಣದಲ್ಲಿ ಒಟ್ಟುಗೂಡಿ, ಮೈತಾಳಿ, ಬಾನ ಸರೋವರದಲ್ಲಿ ಈ ದಂಡೆಯಿಂದ ಆ ದಂಡೆಗೆ ಈಜುವ ಜಲಕನ್ಯೆಯಾಗುತ್ತದೆ. ಕರಿಯನಿಗೆ ಇಂಥೆಲ್ಲ ನೋಟ ನೋಡುವ ಹುಚ್ಚು ಬಹಳ. ಮಲೆಯ ಸೆರಗಿನಲ್ಲಿ ಕುಳಿತು, ಮುಗಿಲುಗಳ ಚಲನೆ ಹಿಂಬಾಲಿಸಿ, ತಾನೂ ಅವುಗಳೊಡನೆ ತೇಲಿ, ಈಜಲೇ–ಎಂಬ ಆಸೆಯಾಗುತ್ತದೆ. ಈ ಮುಗಿಲ ಅಪ್ಸರೆಯರ ಕ್ರೀಡೆ ಅಷ್ಟು ಸೊಗಸಿನದು!

ಇಲ್ಲಾದರೂ ಗಾಳಿ ಬೀಸತೊಡಗಿತೆಂದರೆ, ಈ ಮುಗಿಲ ಮೋಹಿನಿಯರು ಮಾಯಾವಿಗಳಾಗುತ್ತಾರೆ. ತೇಲುವ ಜಲಕನ್ಯೆಯರ ರೂಪ ಬಿಟ್ಟು, ಕತ್ತೆತ್ತಿ ಬಾಲದ ಚವರಿ ಹಾರಿಸಿ, ನಾಗಾಲೋಟ ಹೂಡುವ ಬಿಳಿ ಕುದುರೆಗಳಾಗುತ್ತಾರೆ. ಈ ಮುಗಿಲು ಕುದುರೆಗಳ ಹಿಂಡಿಗೆ ಹಿಂಡೇ ಹೀಗೆ ಓಡುವಾಗ, ಪಡುವಣ ಬೆಟ್ಟದ ಸಾಲು ಹಿರಿಯ ಹುಲ್ಲುಗಾವಲೊಂದರ ಕಲ್ಪನೆ ಕೊಡುತ್ತದೆ.

ಎಳೆಯರಾದ ಕಾಳ, ಕರಿಯರಿಗೆ ಬೆಳಗು, ಮುಂಜಾನೆಗಳಲ್ಲಿ ಇದೇ ಕೆಲಸ–ಮುಗಿಲಮಾಯೆಯನ್ನು ಕಾಣುವ ಆಟ. ಕೇರಿಯನ್ನು ಬಿಟ್ಟು ಪಡುವಣಕ್ಕೆ ಬಂದರೆ ಧನಿಗಳ ಮನೆಯಿದೆ. ಅಲ್ಲಿಂದ ನೂರು ಗಜದ ತನಕ ಹಸಿರು ಪೊದೆಗಳಿವೆ. ಅವನ್ನು ಕಳೆದು ಮುಂದೆ ಬಂದರೆ ಬೆಟ್ಟ ಅಲ್ಲಿಂದಲೇ ಕೆಳಕ್ಕೆ ಕಡಿದಾಗಿ ಇಳಿದು ಕಣಿವೆಯನ್ನು ಸೇರುತ್ತದೆ. ಆ ತುದಿಯಲ್ಲಿ ಹಾಸಿರುವ ಬಂಡೆಗಳ ಮೇಲೆ ಇಬ್ಬರೂ ಬಂದು ಕುಳಿತುಕೊಳ್ಳುತ್ತಾರೆ. ಬಿಸಿಲಿಗೆ

ತನ್ನ ಬೋಳು ಮೈಗಳನ್ನು ಹಾಯಾಗಿ ಹಿಡಿಯುತ್ತಾರೆ. ಮುಂದೆ ಆ ಸ್ವಪ್ನ ರಾಜ್ಯದ–ಗಾಳಿ, ಮುಗಿಲು, ಬಾನು, ಅರಣ್ಯ, ಬೆಟ್ಟ, ಕಣಿವೆಗಳ ಸೊಬಗನ್ನು ನೋಡುತ್ತ ಕುಳಿತಿರುತ್ತಾರೆ. ಅದರಲ್ಲೂ ಮುಗಿಲುಗಳು ಬಂದು ತೋರುವ ನೂರಾರು ಲೀಲೆ, ವಿಲಾಸಗಳನ್ನು ಅವರಿಗೆ ಕಂಡಷ್ಟೂ ಸಾಲದು; ಅವುಗಳ ಸವಿಯನ್ನು ಉಂಡಷ್ಟೂ ಸಾಲದು.

ಮಳೆ ಸರಿದು ಚಳಿಗಾಲ ಬರುವಲ್ಲಾಯಿತೆಂದರೆ ಕರಿಯನ ಉತ್ಸಾಹವೇ ಉತ್ಸಾಹ! ಕಾಳನನ್ನು ಕರೆದು 'ಮಂಚದ ಕಲ್ಲಿಗೆ ಹೋಗುವ ಅನ್ನುತ್ತಾರೆ'. ಅಲ್ಲಿ ಮಂಚದಂತೆ ನೆಲದ ಮೇಲೆ ಹಾಸಿದ ಒಂದು ಬಂಡೆಯ ಕಲ್ಲಿಗೆ, ನಾಮಕರಣದ ಕೊರತೆಯಿತ್ತೆಂದು, ಅವನೇ ಈ ಹೆಸರನ್ನು ಪೂರೈಸಿ ಕೊಟ್ಟಿದ್ದಾನೆ. ಕಾಳನ ಜತೆಗೆ ಬೆಳಗಿನ ಚಳಿಗೆ, ಹರಿದ ಪಂಚೆಯೊಂದನ್ನು ನಡುವಿಗೆ ಬಿಗಿದುಕೊಂಡು, ಹರಕು ಕಂಬಳಿಯೊಂದನ್ನು ಹೊದೆದುಕೊಂಡು, ಗಡಗಡ ನಡುಗುತ್ತ, ಅಲ್ಲಿಗೆ ಹೋಗುತ್ತಾನೆ. ಸೂರ್ಯ ಕಾಣಿಸುವ ಮುಂಚೆಯೇ ಅಲ್ಲಿಗೆ ಹೋಗಿ ಕುಳಿತಿರುವುದುಂಟು–ಬಾನಲ್ಲಿ ದೇವರು ಬರುವುದನ್ನು ಕಾಣುವುದಕ್ಕೆ. ಹಾಗೆ ಸೂರ್ಯ ವೇಳೆಗೆ ಸಮನಾಗಿ ಮೂಡಿದರೂ, ಬಹು ಹೊತ್ತಿನ ತನಕ ಅವನು ಕಣ್ಣಿಗೆ ಕಾಣಿಸುವುದಿಲ್ಲ. ಅವನು ಕಣ್ಣಿಗೆ ಕಾಣಿಸುವ ತನಕವೂ ಮಂಜಿನ ತೆರೆಯಲ್ಲೇ ಇಬ್ಬರೂ ಕುಳಿತಿರುತ್ತಾರೆ. ಚಳಿಯಿಂದ ಹಲ್ಲು ಕಡಿಯುತ್ತಿರುತ್ತದೆ. ನೆಲದಲ್ಲಿ ಬೆಳೆದ ಮೊಣಕಾಲೆತ್ತರದ ಹಿಮ್ಮಡಿ ಮುದುರಿ ಸೆಳೆಯುತ್ತದೆ. ಆದರೂ ಬಾಲಕರಿಬ್ಬರೂ ನಡೆದುಬಂದು, ಆ ಬಂಡೆಯ ಮೇಲೆ ಮುದುರಿ ಕುಳಿತಿರುತ್ತಾರೆ.

ಮೂಡಣಕ್ಕೆ ಮುಖಮಾಡಿಕೊಂಡು 'ಬಂತು, ಬಂತು ದೇವರ ಸವಾರಿ ಬಂತು!' ಎಂದು ಸೂರ್ಯೋದಯವನ್ನು ನಿರೀಕ್ಷಿಸುತ್ತಾರೆ. ಸೂರ್ಯ ಮೂಡಿದನೆಂದರೆ, ತಕ್ಷಣ ಅವನ ಬಿಂಬ ಕಾಣಿಸದೆ ಹೋದರೂ, ಮಂಜು ಹೊಳೆಯುವ ಬೆಳ್ಳಿಯ ಬಣ್ಣ ತಾಳುತ್ತದೆ. ಅದೇನೆ ದೇವರು ಬಂದ ಗುರುತು. ಇನ್ನೆರಡು ನಿಮಿಷಕಾಲ ಹೋದರೆ ಪಡುವಣದಲ್ಲಿ ಅವರೆದುರಿಗೆ ಮಂಡಲಾಕಾರದ ಕಾಮನಬಿಲ್ಲು, ಅವರವರ ನೆರಳಿಗೆ ಬರೆದ ಪ್ರಭಾವಳಿ ಗಳಂತೆ ಕಾಣಿಸುತ್ತದೆ. ಬಿಸಿಲು ಇನ್ನಷ್ಟು ಪ್ರಬಲಿಸಿದೊಡನೆ, ಈ ಪ್ರಭಾವಳಿಯು ಮಾಯಾವಾಗಿ ದೂರದ ಬಾನಿನಲ್ಲಿ ಕಾಮನಬಿಲ್ಲೊಂದು

ಮೂಡುತ್ತದೆ. ಒಮ್ಮೊಮ್ಮೆ ಒಂದು, ಎರಡು, ಮೂರರ ತನಕವೂ-ಬಿಲ್ಲುಗಳು ಕಾಣಿಸುವುದುಂಟು.

ಬೆನ್ನಿಗೆ ಸೂರ್ಯನ ಕಾವು ಬಡಿಯುತ್ತಲೇ 'ಅಬ್ಬಾ, ಸಮನಾಗಿ ಬೆಳಗಾಯಿತು' ಎಂದು ಹುಡುಗರು ಮೈಯನ್ನು ನಿಡಿದು ಹಿಗ್ಗುತ್ತಾರೆ. ಅವರನ್ನು ಅಣಕಿಸಲು ಹಿಮದ ಗಾಳಿ ಮುಖಕ್ಕೆ ಬಂದು ಅಪ್ಪಳಿಸುವುದುಂಟು. ಕೆಲವು ಕ್ಷಣಗಳಲ್ಲಿ ಅದೇ ಗಾಳಿ ಹಿಮದ ಪಡೆಯನ್ನು ಹಾರಿಸಿ, ಎದುರಿನ ದೃಶ್ಯವನ್ನು ಸ್ಪಷ್ಟವಾಗಿ ಕಣ್ಣೆದುರಿಗೆ ಮೂಡಿಸುತ್ತದೆ.

'ಹಾ! ಎಷ್ಟು ಚಂದದ ಗೋಡೆ!'-ಎಂದು ನುಡಿಯುತ್ತಾನೆ ಕರಿಯ, ಎದುರಿನ ಮಲೆಯ ಬೆಡಗನ್ನು ಕಂಡು. ಪಾಪ, ಸೌಂದರ್ಯ ನೋಡುವ ಕಣ್ಣಿದ್ದರೂ, ಉಣ್ಣುವ ಆಸೆಯಿದ್ದರೂ, ಬಾಯಿಗೆ ತಕ್ಕ ಮಾತು ಬರಲೊಲ್ಲ ದುದಕ್ಕೆ 'ಚಂದ, ಚಂದ, ಚಂದ, ಎಷ್ಟು ಚಂದ' ಎಂಬ ಒಂದೆರಡು ನುಡಿಗಳಲ್ಲೇ ಈ ಬ್ರಹ್ಮಾಂಡದ ಸೊಗಸನ್ನು ಚಿತ್ರಿಸಲೆಳಸುತ್ತಾನೆ.

ಪಡುವಣ ಬೆಟ್ಟದ ಗೋಡೆಯ ಮೇಲೆ ಬಿಸಿಲಿನ ಹೊಂಬಣ್ಣ ಕೆಂಬಣ್ಣಗಳು ಬೀಳುವ ಚೆಲುವನ್ನು ನೋಡಿ ಕರಿಯ ಮುಗ್ಧನಾಗಿರುವಾಗ, ಅವನ ಗೆಳೆಯ ಕಾಳ "ಕರಿಯ, ಅಲ್ಲಿ ನೋಡು-ಅದನ್ನು ನೋಡು, ನೊರೆ ಹೆಂಡದ ಸಮುದ್ರ" ಎನ್ನುತ್ತಾನೆ ಕೆಳಗಿನ ಕಣಿವೆಯನ್ನು ತೋರಿಸಿ. ಮಂಜು ತುಂಬಿದ ಕೆಳಗಿನ ಕಣಿವೆ ಇವರ ಪಾಲಿಗೆ-ಮಜ್ಜಿಗೆ, ಹಾಲು, ಮೊಸರುಗಳ ಸಮುದ್ರವಲ್ಲ. ಬದಲು, ಬಯನಿ ಹೆಂಡದ ಕಡಲು. ಆ ಹೆಂಡದ ಪಾತ್ರೆ ಯಾದರೂ ಎಷ್ಟು ದೊಡ್ಡದು! ಮೂರು ಬೆಟ್ಟದ ಗೋಡೆಗಳಿಂದ ಆವೃತವಾಗಿ, ನಾಲ್ಕನೆಯ ಮೇರೆ ದೂರದ ದಿಗಂತವೇ ಆಗಿರುವ ಮಹಾಸಮುದ್ರ; ಬಿಸಿಲೇರುತ್ತಾ ಬಂದಂತೆ, ಕಣಿವೆಯಲ್ಲಿ ತುಂಬಿಕೊಂಡ ಆ ಮಂಜಿನ ಸಮುದ್ರಕ್ಕೂ ಕಾವು ನಾಟುತ್ತದೆ. ಕಾವು ನಾಟಿದ ಒಂದೆರಡು ತಾಸುಗಳ ತನಕ ಏನೇನೋ ವಿಚಿತ್ರ ಆಟಗಳು ನಡೆಯುತ್ತವೆ. ಮಂಜು ಏರುತ್ತದೆ; ವಿಸ್ತರಿಸು ತ್ತದೆ, ಕದಡುತ್ತದೆ. ಕೊಡೆತ ಮೊಸರಿನಂತೆ ಹೆಂಟೆಗಟ್ಟುತ್ತದೆ. ಮುಗಿಲಾಗಿ ಮೇಲಕ್ಕೆ ಬಂದು ಎಲ್ಲೋ, ಏನೋ, ಎಂಬಷ್ಟು ವೇಗದಿಂದ ಮಾಯ ವಾಗಿಯೂ ಬಿಡುತ್ತದೆ.

ಆಗ ಕೆಳಗಿನ ಉದ್ಯಾನ ಕಾಣಿಸುತ್ತದೆ. ಕಣಿವೆಯಲ್ಲಿ ನಡುವೆ ಹರಿಯುವ ತೊರೆಯ ಮೇಲೆ ಬಿಸಿಲು ಕುಣಿದಾಡಿ, ಅದು ಝಳಪಿಸುವುದೂ ಗೋಚರಿಸುತ್ತದೆ. ಅಷ್ಟರಲ್ಲಿ, ಅವರ ಹೊಟ್ಟೆಯ ಒಳಗೂ ಹಸಿವಿನ ಕಾವು ಹುಟ್ಟುತ್ತದೆ. "ಹೋಗುವ ಕಾಳ"ಎಂದು ಗೆಳೆಯನನ್ನು ಕರೆದುಕೊಂಡು ಒಂದೇ ಓಟಕ್ಕೆ ಕೇರಿಯ ತನಕ ಓಡುತ್ತಾನೆ. ಬೂದನ ಮನೆಯನ್ನು ಸೇರುತ್ತಾರೆ. ಅಲ್ಲಿ, ಅಂಬಲಿಯ ಸಮಾರಾಧನೆ ನಡೆಯುತ್ತದೆ. ಬೂದನ ತಾಯಿಯೋ ಕೆಂಪಿಯೋ ಅವರಿಗೆ ಅಂಬಲಿ ಬಡಿಸುತ್ತಾರೆ. ಇವರು ಬರುವುದು ತಡವಾದರೆ-ಬಚ್ಚಿರಿಸಿದ ಅಂಬಲಿಯನ್ನೋ, ಗಂಜಿಯನ್ನೋ ಅವರೇನೆ ಬಟ್ಟಲಿಗೆ ಸುರಿದುಕೊಂಡು ಉಣ್ಣಬೇಕು; ಅವರ ಪಾಡಿಗೆ ಅವರು! ಹಿರಿಯರು ಅವರಿಗಾಗಿ ಕಾದಿರಲಾರರು. ಏಲಕ್ಕಿ ತೋಟಕ್ಕೆ ಹೋಗಿರುತ್ತಾರೆ; ಕಟ್ಟಿಗೆಯನ್ನು ಕಡಿಯುವುದಕ್ಕೆ ಹೋಗಿರುತ್ತಾರೆ. ಏಲಕ್ಕಿ ಕಾಯಿಸುವ ಗೂಡಿಗೆ ಎಷ್ಟು ಕಟ್ಟಿಗೆ ಕೂಡಿಸಿದರೂ ಕಡಿಮೆಯೆ. ಈ ಕೆಲಸವಿಲ್ಲದಿದ್ದರೆ ಗಡ್ಡೆಗೆಣಸು ಹರಡುವುದರಲ್ಲಿ ಕಾಡಿಗೆ ಹೋಗಿರಬಹುದು.

ಕಾಳ ಮತ್ತು ಕರಿಯ ತುಂಬ ನೆಚ್ಚಿನ ಗೆಳೆಯರಾಗಿದ್ದಾರೆ. ಬೂದನ ತಾಯಿ ಮುದುಕಿ; ಅವಳಿಗೆ ಈ ಮಕ್ಕಳೆಂದರೆ ತುಂಬ ಇಷ್ಟ. ಕೆಂಪಿ ಮನೆಗೆ ಬಂದಾಗ, ತನ್ನ ಮೊಮ್ಮಗನನ್ನು ಅವಳು ಹೇಗೆ ಕಾಣುತ್ತಾಳೋ ಎಂಬ ಭೀತಿಯು ಕೆಂಚನ ಮನದಲ್ಲೂ ಇತ್ತು. ಆದರೆ, ಕರಿಯ ನಾಳಿನ ಗುರಿಕಾರ ನೆಂದೋ, ಆದುದರಿಂದ ತುಕ್ರನ ಪ್ರತಿಸ್ಪರ್ಧಿಯೆಂದೋ ಅವನ ಮೇಲೆ ಹೆಚ್ಚಿನ ಅಕ್ಕರೆ ತೋರಿಸತೊಡಗಿದ್ದಾಳೆ ಕೆಂಪಿ. ತನಗೆ ಸ್ವಂತ ಮಕ್ಕಳಿಲ್ಲವೆಂಬ ಚಿಂತೆಯು ಅವಳಿಗೆ ಇದ್ದೇ ಇತ್ತು. ತುಕ್ರನ ಮನೆಯಲ್ಲಿ ಅವಳು ಬಾಳ್ವೆ ಮಾಡಿದಾಗ ಸವತಿಯೊಡನೆ ಕಡಿದಾಡುತ್ತಿದ್ದರೂ, ಅವಳ ಮಕ್ಕಳನ್ನು ಪ್ರೀತಿ ಯಿಂದಲೇ ಕಂಡಿದ್ದಳು. ಆದರೆ, ಆ ಮಕ್ಕಳು ತನ್ನ ಮಕ್ಕಳಲ್ಲ ಎಂಬ ಚಿಂತೆ ಅವಳನ್ನು ಸದಾ ಕಾಡುತ್ತಿತ್ತು. ಹೊಸ ಗಂಡನನ್ನು ಪಡೆದುದಕ್ಕೆ ಆ ಸೌಭಾಗ್ಯ ವಾದರೂ ತನಗೆ ದೊರೆತೀತು ಎಂದು ಹಂಬಲಿಸುತ್ತಿದ್ದಾಳೆ. ಅವನೆಂದಿದ್ದ- "ಇಗೋ, ಸುಬ್ರಹ್ಮಣ್ಯ ಸ್ವಾಮಿಗೆ ಹರಕೆ ಹೇಳಿಕೋ. 'ನನಗೊಂದು ಗಂಡು ಮಗುವಾದರೆ, ನಿನ್ನ ತನಕ ಬಂದು ಅವನ ಚವಲ ಮಾಡಿಸುತ್ತೇನೆ' ಎಂದುಕೋ. ಆದೀತು. ಅವನು ಒಲಿದರೆ ಆಗಲಾರದ್ದುಂಟೇ?" ಎಂದೂ

ಹರಸಿದ್ದ. ಅಲ್ಲಿಯ ತನಕವಾದರೂ ಈ ಮನೆಯ ಕೂಸುಗಳೆರಡೂ ಅವಳವೇ.

ಕೆಂಪಿ ಅವರಿಗೆ ಬೆಳಿಗ್ಗೆ ಗಂಜಿ ಬಡಿಸಿದ ಮೇಲೆ, ತನ್ನ ಕೆಲಸಕ್ಕೆ ಹೊರಟು ಹೋದಳೆಂದರೆ, ಕರಿಯ ಕಾಳರು ತಮ್ಮ ಕೆಲಸಕ್ಕೆ ಹೋಗುತ್ತಾರೆ. ಅವರ ಕೆಲಸ ಇದೇನೆ–ಆ ಅರಣ್ಯ ರಾಜ್ಯದಲ್ಲಿ ಕೌಪೀನಧಾರಿಗಳಾಗಿ, ನಿಸರ್ಗದ ಶಿಶುಗಳಾಗಿ ಅಲೆದಾಡುವುದು; ಹಿರಿಯರಿಂದ ಕಲಿತ ಪಾಠಗಳನ್ನು ಅನುಕರಿಸುವುದು. ಬೂದಣ್ಣ ಉರುಳಿಡುವುದನ್ನು ಕಲಿಸಿದ್ದಾನೆ–ಹಕ್ಕಿಗೆ ಇರಿಸುವ ಉರುಳು; ಪಸುಬನಿಗೆ ಇರಿಸುವ ಉರುಳು, ಬರ್ಕಕ್ಕೆ ಒಡ್ಡುವ ಉರುಳು, ಕೋತಿಗೆ ಇರಿಸುವ ಉರುಳು–ಇಂಥವೆಲ್ಲ. ಆದರೆ, ಅದರ ಜತೆಯಲ್ಲಿ ಎಚ್ಚರವನ್ನೂ ಹೇಳಿದ್ದಾನೆ: “ಮಳೆಗಾಲದಲ್ಲಿ ಮರ, ಗಿಡಗಳನ್ನು ಹತ್ತಬೇಡಿ. ನಾನು ಹತ್ತುತ್ತೇನೆಂದು ನೀವು ಹತ್ತಿ ಜಾರಿಬಿದ್ದೀರಾ” ಎಂದು.

ಕರಿಯನಿಗೆ ‘ತಾನು ಅಷ್ಟೊಂದು ಚಿಕ್ಕವನೇ; ಏತಕ್ಕೆ ಮರ ಏರಬಾರದು’ ಎಂಬ ಯೋಚನೆ. ಹಿರಿಯರಲ್ಲಿ ಮರವನ್ನೇರದ ವ್ಯಕ್ತಿಗಳೇ ಇಲ್ಲ. ಬೂದನಂತಹ ಗಂಡಸರೂ ಏರುತ್ತಾರೆ. ಕೆಂಪಿಯಂಥ ಹೆಂಗಸರೂ ಏರುತ್ತಾರೆ. ರೆಂಬೆಕೊಂಬೆಗಳಿಲ್ಲದ ಬಯನಿ ಮರವನ್ನೇ ಅವರು ಏರುತ್ತಾರೆಂದ ಮೇಲೆ, ತಾನೇತಕ್ಕೆ ಅದನ್ನೇರಬಾರದು–ಎಂಬ ಹಟ ಮೂಡಿತು ಮನಸ್ಸಿನಲ್ಲಿ. ಒಂದು ದಿನ ಕಾಳನನ್ನು ಬಯನಿ ಮರವೊಂದರ ಬುಡದಲ್ಲಿ ನಿಲ್ಲಿಸಿ, ಬೀಳಲಿನ ಗೊಣಸು ಮಾಡಿ, ಕಾಲಿಗೆ ಅದನ್ನು ಸಿಕ್ಕಿಸಿಕೊಂಡು, ಆ ಮರವನ್ನು ಏರಿಯೇ ಏರಿದ. ಏರಿದ್ದೂ ಆಯಿತು–ಏರಿದಂತೆ ಸರಕ್ಕನೆ ಸರಿದು ಹೊಟ್ಟೆ ಅರಚಿಕೊಂಡು ಕೆಳಕ್ಕೆ ಬಿದ್ದುದೂ ಆಯಿತು. ಪುಣ್ಯಕ್ಕೆ ಪೆಟ್ಟೇನೂ ಆಗಲಿಲ್ಲ. ಏಕೆ ಏರಬಾರದೆಂಬ ಕಾರಣ ಮಾತ್ರ ಚೆನ್ನಾಗಿ ಮನವರಿಕೆಯಾಯಿತು. ಮಳೆಗಾಲದ ಮುಗಿಲಿನ ಪಸೆಗೆ, ಬೆಟ್ಟದಲ್ಲಿ ಎಲ್ಲೆಂದರಲ್ಲಿ ಪಾಮಾಜಿ ಅಂಟಿಕೊಂಡು ಬೆಳೆಯುತ್ತದೆ. ಬಂಡೆಗಳ ಮೈಯಲ್ಲೂ ಅಂಥ ಗೋಸರು; ಮರಗಳ ಕಾಂಡಗಳಲ್ಲೂ ಅಂಥ ಗೋಸರು ಅಂಟಿಕೊಂಡಿರುತ್ತದೆ. ಕೊಂಬೆ ರೆಂಬೆಗಳಲ್ಲಂತು ಹಸುರು ಹಾವಸೆಯೇ ತೂಗಿ ಬೆಳೆಯುತ್ತದೆ. ತಾಳೆ, ಬಯನಿ ಮರಗಳು ಇದಕ್ಕೆ ಆಕ್ಷೇಪವಲ್ಲ. ಹೀಗಾಗಿ ಮರವನ್ನೇರಿದ ಕರಿಯ, ಕೈ ಕಾಲುಗಳ ಹಿಡಿತವೆರಡೂ ತಪ್ಪಿ, ನೆಲವನ್ನು

ಕಂಡ. ಇಲ್ಲದೆ ಹೋದರೋ–ಬಯನಿ ಮರ ಹತ್ತಿ, ಹೆಂಡಕ್ಕೆ ಬರುವ ಮುಳ್ಳಿಲಿಗಳನ್ನು ಹಿಡಿದೇನು ಎಂಬ ಜಂಬ ಅವನಿಗೆ.

ಈ ಪಾಠದಿಂದ ಕರಿಯ, ಕಾಳರ ಬೇಟೆಯ ಲವಲವಿಕೆ ನೆಲದಲ್ಲಷ್ಟೇ ನಡೆಯಬೇಕಾಯಿತು. ಹೊತ್ತು ಕಳೆಯುವುದಕ್ಕೆ, ವಿನೋದಕ್ಕೆ, ಎಲ್ಲಿ ಕಂಡರಲ್ಲಿ ಉರುಳು ಮಾಡಿ ಇರಿಸುತ್ತಾರೆ; ಗಳಿಗೆ, ಗಳಿಗೆ ಕಾಯುತ್ತಾರೆ. ತಾವಿಟ್ಟ ಉರುಳಿಗೆ ಬರ್ಕ, ಕೆಮ್ಮ, ಕಡವೆ, ಕಾಟಿ ಏನು ಬಿದ್ದರೂ ಬಿದ್ದೀತು ಎಂದು ಊಹಿಸುತ್ತಾರೆ. ಆದರೆ, ಆಯಕಟ್ಟಿನ ಸ್ಥಳವನ್ನು ಆರಿಸಲಾರದ ಅವರ ಉರುಳಿಗೆ ಏನು ಬಿದ್ದೀತು? ಬೇಸರ ಬಂದು–ಈಟಿ ಹಿಡಿದು, ಆಮೆ ಕುಕ್ಕುತ್ತೇವೆ–ಎಂದು ಆಟವನ್ನು ತೊಡಗುತ್ತಾರೆ. ಅದೂ ಸಾಧ್ಯವಾಗದೆ ಹೋದರೆ, ತೊರೆಯ ಬಳಿಗೆ ಓಡಿ, ಕಲ್ಲುಗಳನ್ನುರುಳಿಸಿ, ಅವುಗಳ ಕೆಳಗೆ ಅಡಗಿ ಕುಳಿತಿರುವ ಏಡಿಗಳನ್ನಾದರೂ ಸಂಪಾದಿಸುತ್ತಾರೆ. ಗಬಕ್ಕನೆ ನೀರಿಗೆ ಕೈಯಿಕ್ಕಿ ಮೀನು ಹಿಡಿಯುವುದೂ ಉಂಟು. ಮೀನಿನ ಬದಲು ಚೊಂದ ಕಪ್ಪೆ ಕೈಗೆ ಬರುವುದೂ ಉಂಟು.

ಕರಿಯ ಹಕ್ಕಿಗಳಿಗೂ ಉರುಳನ್ನು ಇರಿಸುತ್ತಾನೆ. ಒಮ್ಮೆ ಆತನಿರಿಸಿದ ಉರುಳಿನಲ್ಲಿ ಪಸುಬವೊಂದು ಎರಗಿ ಸಿಲುಕಿಕೊಂಡಿತು. ಅದನ್ನು ಹಿಡಿದು ಸಾಕುತ್ತೇನೆ–ಎಂದು ಓಡಿದ. ಅದರ ಕಾಲು ಮುರಿದುಹೋಗಿತ್ತು. ಕೊನೆಗೂ ಆ ಹಕ್ಕಿಗೆ ಅವರ ಹೊಟ್ಟೆಯೇ ಪಂಜರವಾಯಿತು. ಬಹು ಬಾರಿ ತಿನ್ನಲು ಬರುವ ಹಕ್ಕಿಗಳ ಬದಲು, ಬಾರದಂಥ ಹಕ್ಕಿಗಳೇ ಸಿಕ್ಕಿದ್ದುಂಟು. ಅಂತು, ಈ ಬೇಟೆಯ ನೆವದಿಂದ ಅಲೆದಾಡುವ ಅವನಿಗೆ ಹಕ್ಕಿಯ ಕೂಗು, ಹಾರಾಟ, ಬಣ್ಣ ಬೆಡಗುಗಳನ್ನು ಕಾಣುವ ಲಾಲಸೆ ಅಧಿಕವಾಗಿ ಬೆಳೆಯಿತು. ಪಶುಪಕ್ಷಿಗಳ ಮೇಲಿನ ಮೋಹ ಇನ್ನಷ್ಟು ಹೆಚ್ಚಿತು. ಇದರಿಂದಾಗಿ, ಪ್ರಾಣಿಗಳೆಂದರೆ ಅವನಿಗೆ ತುಂಬ ಮುದ್ದೆನಿಸಿತು.

ಆತನಿಗೆ ಕೇರಿಯ ನಾಯಿಗಳೆಲ್ಲವೂ ಗೆಳೆಯರೇ. ಯಾರ ಮನೆಯ ನಾಯಾದರೂ ಸರಿಯೇ. ಎಂಥ ಸೊಣಗವಾದರೂ ಸರಿಯೆ. 'ದೋ, ದೋ' ಎಂದು ಕರೆಯುವವನೇ. ಬೂದನ ಮನೆಯ ಕಾಟು ನಾಯಿಗೆ ಕರಿಯನ ಚಾಪೆಯಲ್ಲೇ ಪಾಲು. ಬಳಿಯಲ್ಲಿ ಇತರರಿಲ್ಲದಾಗ ಗಳಿಗೆ, ಗಳಿಗೆಗಳ ತನಕ ಆ ಕಾಟುವಿನೊಡನೆ ಸಂಭಾಷಣೆ ನಡೆಯಿಸುತ್ತಾನೆ. ಹೀಗಾಗಿ, ಅದರ ನಿಜವಾದ

ಯಜಮಾನ ಅವನೇ. ಬೂದನ ಹಿಂದೆ ಅದು ಅಲೆದಾಡುವುದಕ್ಕಿಂತ ಹೆಚ್ಚಾಗಿ ಕರಿಯನ ಹಿಂದೆ ಅಲೆದಾಡುತ್ತದೆ.

ಒಂದು ದಿನ ಕರಿಯ, ಕಾಳರಿಬ್ಬರೂ ನಿತ್ಯದಂತೆ ಶಿಕಾರಿಗೆ ಹೊರಟರು. ದೊರೆಗಳ ಹಿಂದೆ ಉಗ್ರಾಣಿ ಹೊರಡುವಂತೆ, ಕರಿಯನ ಹಿಂದಕ್ಕೆ ಕಾಟು ಹೊರಟಿತು. ಆಮೆ ಹಿಡಿಯುವ ಹುಚ್ಚಿನಿಂದ ಬೆಟ್ಟವೆಲ್ಲ ಅಲೆದರು; ದಣಿದರು, ಒಂದೆಡೆ ಹೋಗಿ ಕುಳಿತರು. ಅಲ್ಲಿಂದ ಕಾಲಿಗೆ ಅಂಟಿದ ಜಿಗಣೆಗಳನ್ನು ಒಂದೊಂದಾಗಿ ಎಳೆದು, ಕಿತ್ತು ಎಸೆದರು, ರಕ್ತ ಸುರಿಯುವ ಗಾಯಕ್ಕೆ ಸೊಪ್ಪಿನ ರಸ ಹಚ್ಚಿದರು. "ಹೂಂ, ಈ ಹೊತ್ತು ಎಲ್ಲಿ ಸತ್ತಿದ್ದಾವೋ ಕಾಡಿನ ಆಮೆಗಳು" ಎಂದು ನಿರಾಶೆಯಿಂದ ಗೊಣಗಿದರು. ಅವನ ಬೆನ್ನಿಗೆ ಇತ್ತು ಕಾಟು ನಾಯಿ. ಅದಕ್ಕೇನೋ ಧ್ವನಿ ಕೇಳಿಸಿರಬೇಕು-ಅದು ಸರಕ್ಕನೆ ಸರಿದೋಡಿತು, ಇವರು ಜಿಗಿದೆದ್ದರು. ನಾಯಿ 'ಗೌ ಗೌ' ಎಂಬಲ್ಲಿಗೆ ಓಡಿ ಹೋದರು. ಅದೂ ಕಾಣಿಸಿತು. ಇವರು ನೋಡುವಾಗ ಕಾಟು ನಾಯಿ ಡೊಂಬರು ಮಾಡುತ್ತಿತ್ತು. ಕುಪ್ಪಳಿಸಿ ಮೇಲಕ್ಕೆ ಜಿಗಿಯುತ್ತಿತ್ತು. ಗೌ,ಗೌ' ಎಂದು ಗದರಿಸುತ್ತಿತ್ತು. ಕರಿಯ ಓಡಿ ಹೋಗಿ ನೋಡುತ್ತಾನೆ-ಕಾಟುವಿನ ಮೇಲುಗಡೆ ಅಂತರಿಕ್ಷದಲ್ಲಿ ಬಡಪಾಯಿ ಹರಿಣವೊಂದು ತೂಗುತ್ತಿದೆ. ಅದರ ಭೀತ ನಯನಗಳು ದೀನವಾಗಿ ಮೊರೆಯಿಡುತ್ತಿದ್ದುವು. ನಾಯಿಯ ಘರ್ಜನೆಯಿಂದ ಅದರ ಜೀವವೇ ಹಾರಿತ್ತು. 'ಕಾಟು ಕಾಟು' ಎಂದು ಕರಿಯ ಅದನ್ನು ಹಿಂದೆಳೆದು, ಅದರ ಬಾಯಿ ಮುಚ್ಚಿಸಿದ.

"ಕಾಳ, ಎಂಥ ಚಂದದ ಮರಿ! ಹೇಗೆ ಬಿಡಿಸುವುದು ಅದನ್ನು! ಗಿಡ ಕಡಿಯದೆ ಆಗಲಾರದಲ್ಲ. ಕತ್ತಿ ತಂದಿಲ್ಲವಲ್ಲ; ತರುತ್ತೀಯೋ" ಎಂದ.

ಕಾಳ ಹೊರಟ. ಹತ್ತು ಹೆಜ್ಜೆ ದೂರ ಹೋದವನನ್ನು ಮರಳಿ ಕರೆದು "ಯಾರಿಗೂ ಹೇಳಬೇಡ-ಇದು ಸಿಕ್ಕಿ ಬಿದ್ದಿರುವುದನ್ನು" ಎಂದ. 'ಯಾಕೆ ಹೀಗನ್ನುತ್ತಾನೆ' ಎಂದು ತಿಳಿಯಲಾರದ ಕಾಳ ಮನೆಗೆ ಓಡಿದ. ಅವನು ಬರುವ ತನಕ, ಕರಿಯನಿಗೆ ಕಾಟುವಿನ ಬಾಯಿ ಕಟ್ಟುವುದೇ ಕೆಲಸ. ಬಂದ ಮೇಲೆ, ಅವನು ಜಿಂಕೆ ಮರಿ ತೂಗುತ್ತಿದ್ದ ಮರವನ್ನು ಬಗ್ಗಿಸುವ ಪ್ರಯತ್ನ ಮಾಡಿದ. ಇವನ ತ್ರಾಣಕ್ಕೆ ಅದು ಬಾಗುವ ಗಿಡವಾಗಿರಲಿಲ್ಲ.

ಮೊದಲು ಕಾಟುವನ್ನು ಓಡಿಸಬೇಕು. ತುದಿ ಮೊದಲಿಲ್ಲದೆ ಕೂಗುವ ಕಾಟುವಿಗೆ ಎರಡೇಟು ಕೊಟ್ಟು "ನೋಡಿಕೋ. ಈ ಮರಿಯನ್ನು ಮುಟ್ಟಿದರೆ ನಿನ್ನನ್ನು ಕೊಂದುಬಿಡುತ್ತೇನೆ" ಎಂದು ಗದರಿಸಿದ. ಕರಿಯನ ಕೋಪಕ್ಕೋ, ಬಿದ್ದ ಏಟಿಗೋ ನಾಯಿಯು ಅಂಜಿ ದೂರ ತೊಲಗಿತು. ಕರಿಯ ಗಿಡವನ್ನು ಹಿಡಿದ; ಕಾಳ ಕತ್ತಿಯಿಂದ ಕಡಿದ. ಗಿಡ ಮುರಿಯಿತು; ಹರಿಣ ನೆಲಕ್ಕೆ ಕಾಲು ಊರಿತು. ಅದು ನೆಲದ ಮೇಲೆ ಜಿಗಿದಾಡತೊಡಗಿತು. ಹಾಗೂ ಹೀಗೂ ಇಬ್ಬರೂ ಸೇರಿ, ಅದನ್ನು ತಬ್ಬಿ ಹಿಡಿದು, ಕಾಲು ಕಟ್ಟಿ, ಮನೆಗೆ ಎತ್ತಿಕೊಂಡು ಬಂದು, ಮನೆಯಲ್ಲಿ ಕಟ್ಟಿಹಾಕಿದರು. ಅದರ ಎದುರಿಗೆ ಹುಲ್ಲು ಹಾಕಿದರು. ಸೊಪ್ಪು ಚೆಲ್ಲಿದರು. ಮನೆಯ ಕತ್ತಲು ಮೂಲೆಯಲ್ಲಿ ಮರಿ ಮುದ್ದೆಯಾಗಿ ಮುರುಟಿ ಮಲಗಿಕೊಂಡಿತು. ಅವರ ಸಂತೋಷವೇ ಸಂತೋಷ!

"ಅದೆಲ್ಲ ಸುಮ್ಮನೆ; ಉರುಳಿಟ್ಟವರಿಗೆ ಈ ಸಂಗತಿ ತಿಳಿಯದಿದ್ದೀತೇ? ನಮ್ಮ ಕೆಲಸ ಗೊತ್ತಾದರೇನು ಗತಿ?" ಎನ್ನುತ್ತಿದ್ದಾನೆ ಕಾಳ.

ಗೊತ್ತಾದರೇನಂತೆ? ಇದು ಆ ಉರುಳಿಗೇ ಸಿಕ್ಕಿದ್ದು ಎಂದು ಅವರಿಗೆ ತಿಳಿಯುವುದು ಹೇಗೆ? ಅದಕ್ಕೆ ಬೇರೇನಾದರೂ ಸಿಕ್ಕಿರಬಹುದು; ಇನ್ನೇನಾದರೂ ಆಗಿರಬಹುದು; ಯಾರಾದರೂ ಆ ಗಿಡವನ್ನು ಕಡಿದಿರಬಹುದು. ನಾವೇ ಅದನ್ನು ತೆಗೆದಿದ್ದೇವೆ ಎಂದು ಸ್ಪಷ್ಟವಾಗುತ್ತದೆಯೇ?"

"ನಿನಗೆ ಈ ಮರಿ ಎಲ್ಲಿಂದ ಸಿಕ್ಕಿತು? ಎಂದು ಕೇಳಿದರೆ?"

"ಕಾಟು ಅಟ್ಟಿಕೊಂಡು ಹೋಗುತ್ತಿತ್ತು. ಅದನ್ನು ಬಾಯಿಹಾಕಿ ಹಿಡಿಯಿತು. ತಪ್ಪಿಸಿದೆವು ಅಂದರೆ?"

"ಗಾಯ ತೋರಿಸು ಅಂದರೆ?"

"ಅದು ಬಂದು ಬಲ್ಲೆಯೊಳಗೋಡಿ ತಪ್ಪಿಸಿಕೊಂಡಿತು. ನಾವಿಬ್ಬರೂ ಹೇಗೆ ಹೇಗೋ ಬಿಡಿಸಿ ತಂದೆವು ಎನ್ನುವ."

ಕೊನೆಗೆ ಕಡೆಯ ಉಪಾಯವೇ ಯೋಗ್ಯವೆಂದು ತೀರ್ಮಾನಿಸುವಾಗ, "ಕಾಳ, ಒಂದು ಮೋಸವಾಯಿತಲ್ಲ. ಕತ್ತಿ ಎಲ್ಲುಂಟು? ಬರುವಾಗ ತರಲಿಲ್ಲವಲ್ಲ" ಎಂಬ ಅನುಮಾನ ಹೊಳೆಯಿತು.

"ನೀನು ತರಲಿಲ್ಲವೇ? ನನಗೆ ಕೋಲು ಹಿಡಿದು ಕಾಟುವನ್ನೋಡಿಸು ವುದೇ ಕೆಲಸವಾಯಿತು."

"ನನ್ನ ಕೈಯಲ್ಲಿ ಮರಿಯಿತ್ತು. ನೀನು ಅದನ್ನು ತರುತ್ತೀ ಎಂದು ನಾನು ಯೋಚಿಸಿದೆ."

"ಹಾಂ, ಮೋಸಮಾಡಿದೆ ನೀನು. ಕತ್ತಿ ಸಿಕ್ಕಿದರೆ ಕಳ್ಳರು ಯಾರು ಎಂಬುದು ತನ್ನಂತೆಯೇ ತುಬ್ಬಾಗುತ್ತದೆ."

ಆ ಅನುಮಾನ ಹೊಳೆಯುತ್ತಲೇ ಕರಿಯ ಒಬ್ಬನೇ ಮಿಂಚಿನ ವೇಗದಿಂದ ಓಟ ಹೂಡಿದ. ಕಾಟು 'ಗೌ ಗೌ' ಎಂದು ಅವನನ್ನು ಹಿಂಬಾಲಿಸಿತು. ಆ ಸ್ಥಳವನ್ನು ಸೇರಿ ಅಲ್ಲಿ ಬಿದ್ದ ಕತ್ತಿಯನ್ನು ಹಿಡಿದು ತರುವ ತನಕ ಜೀವದಲ್ಲಿ ಜೀವವಿರಲಿಲ್ಲ. ಕಾಟು ಆ ಸ್ಥಳಕ್ಕೆ ಬರುತ್ತಲೇ ಅಲ್ಲಿನ ನೆಲ, ಹೊದರುಗಳನ್ನು ಮೂಸಿ 'ಗೌ ಗೌ' ಎಂದು ಬೊಗಳತೊಡಗಿತು.

"ಇದೊಂದು ಶನಿ; ಹೋದಲ್ಲಿಗೆ ಬರುತ್ತದೆ, ಯಾರಿಗೂ ಗೊತ್ತಾಗ ಬಾರದು ಅಂದರೆ, ಅದಕ್ಕೆ ತೆಪ್ಪಗೆ ಬಿದ್ದಿರುವುದಕ್ಕೇ ಬರುವುದಿಲ್ಲ" ಎಂದು ಅದರ ಬೆನ್ನಿಗೊಂದು ಬಡಿದು, ಅಲ್ಲಿಂದ ಮರಳಿದ. ಕತ್ತಿಯನ್ನು ಅಡಗಿಸಿ ಹಿಡಿಯುವುದಕ್ಕೆ ಉಪಾಯವಿರಲಿಲ್ಲ. ಏಕಾಂಬರಧಾರಿಯಾಗಿ ಬಂದಿದ್ದ. ಆದರೂ ಎದುರಿಗೆ ಬರುವವರ ಕಣ್ಣಿಗೆ ಕತ್ತಿ ಬೀಳಬಾರದೆಂದು, ಬೆನ್ನ ಹಿಂದೆ ಉಡಿದಾರಕ್ಕೆ ಅದನ್ನು ಸಿಕ್ಕಿಸಿಕೊಂಡು, ಕಳ್ಳನಂತೆ ಗುಡಿಸಲನ್ನು ಸೇರಿದ. ಸಂಜೆಯಾಗುವ ತನಕ ಕತ್ತಲು ಕೋಣೆಯಲ್ಲಿ ಕುಳಿತು, ಮೆಲುದನಿಯಲ್ಲೇ ಮಿಗದ ಮರಿಯನ್ನು ಮಾತನಾಡಿಸಿದರು. ಅದರ ಬೆನ್ನು ಸವರಿದರು; ಬಾಯಿಗೆ ಹುಲ್ಲು ತುರುಕಿದರು.

ಸಂಜೆಯಾಗುವಾಗ ಕೆಂಪಿಯೂ ಅವಳ ಅತ್ತೆಯೂ ಮನೆಯ ಕಡೆಗೆ ಬರುವುದು ಕಂಡಿತು. ದಾರಿಯಲ್ಲೇ ಕರಿಯ ಕೆಂಪಿಯನ್ನೆದುರಿಸಿ "ಕೆಂಪಕ್ಕ, ಹೀಗೆ, ಹೀಗೆ ಮಾಡಿದ್ದೇವೆ" ಎಂದು ಸುದ್ದಿ ತಿಳಿಸಿ, ಮನೆಗೆ ಕರೆದು ತಂದು, ಅಡಗಿಸಿಟ್ಟ ಮರಿಯನ್ನು ತೋರಿಸಿದ. ಕೆಂಪಿಗೆ ಇದೊಂದು ಗಡಿಬಿಡಿಯ ಪ್ರಕರಣವಾಗುತ್ತದೆ ಎಂದು ಹೊಳೆಯಿತು. ನಸುಕು ಹರಿಯುವಾಗ ಬೂದ, ಕೆಂಚರಿಬ್ಬರೂ ಮನೆಯನ್ನು ಸೇರಿದರು. ಅವರಿಗೂ ಸಂಗತಿ ತಿಳಿಯಿತು,

ಮೊಮ್ಮಗ ಮಾಡಿದ ಕೆಲಸ ಕೆಂಚಗೆ ಅಸಮಾಧಾನ ಹುಟ್ಟಿಸಿತು. "ಅದು ಯಾರದ್ದೆಂದು ಕೇಳಿ ಅವರಿಗೇನೇ ಕೊಡಬೇಕು" ಎಂದ ಆತ. ಆ ಆಜ್ಞೆ ಕೇಳಿ ಕಿರಿಯನ ಕಣ್ಣುಗಳಿಂದ ಕಂಬನಿ ಸೂಸಿತು. ನಾಲ್ಕು ಗಳಿಗೆಯ ಮಿಗದ ಮತ್ತವನ ಸ್ನೇಹ, ಕಡಿಯುವ ಸ್ನೇಹವಾಗುತ್ತದೆಂದು ಅನಿಸತೊಡಗಿತು. ಕೆಂಚಣ್ಣನಿಗೆ ಯೋಚನೆ–ತಾನಾಗಿ ಈ ಸಂಗತಿಯನ್ನು ಕೇರಿಯವರಿಗೆ ಹೇಳಬೇಡವೇ ಎಂದು. ಇಲ್ಲವಾದರೆ ತನ್ನ ಪ್ರಾಮಾಣಿಕತೆಗೆ ಏನು ಬೆಲೆ– ಎಂಬುದಾಗಿ ತೋರಿತು. ಆತ ಗುಡಿಸಲು ಬಿಟ್ಟು ಹೊರಟ. 'ಬೇಡ; ಬೇಡ' ಎಂದ ಮೊಮ್ಮಗನ ಅಳುವು, ಮಾಡಿದ ನಿರ್ಧಾರದಿಂದ ಅವನನ್ನು ಕದಲಿಸಲಿಲ್ಲ. ಬೂದನಿಗೆ ಮಾತ್ರ ಅಳುವ ಹುಡುಗನಲ್ಲಿ ಮರುಕ ಹುಟ್ಟಿತು. ಮಗುವಿನ ಮನಸ್ಸನ್ನು ನೋಯಿಸಬಾರದೆಂದು 'ಯಾರೇ ಆ ಉರುಳನ್ನು ಒಟ್ಟಿದವರಿರಲಿ ಅವರನ್ನು ಕೇಳಿ, ಬೇಡಿ ಸಮಾಧಾನಪಡಿಸುತ್ತೇನೆ'ಎಂದು ಹೇಳಿ ಆತ ಹೊರಟ.

ಕೇರಿಯಲ್ಲಿ ಕಂಡ ಒಬ್ಬೊಬ್ಬರ ಮುಂದೆಯೂ ಕೆಂಚ ಬೇಸರದಿಂದ "ಹೌದಣ್ಣ, ನಮ್ಮ ಕರಿಯ ಒಂದು ತಪ್ಪು ಕೆಲಸಮಾಡಿದ್ದಾನೆ. ಯಾರದು ಅಲ್ಲಿ ಉರುಳಿಟ್ಟವರು! ಉರುಳಿಗೆ ಮಿಗವೋ ಏನೋ ಸಿಕ್ಕಿಬಿದ್ದಿತ್ತಂತೆ. ಮಿಗವೋ, ಬರ್ಕವೋ, ಕೆಮ್ಮದ ಮರಿಯೋ–ನಾನಂತು ಕತ್ತಲಲ್ಲಿ ಅದನ್ನು ಕಾಣಲಿಲ್ಲ. ಏನೂ ಇರಲಿ; ಅದು ಉರುಳಿಟ್ಟವರದಲ್ಲವೇ? ನನ್ನ ಮೊಮ್ಮಗ ಅದನ್ನು ತರಬಾರದಿತ್ತು." ಎಂದು ಹೇಳತೊಡಗಿದ. 'ತಾನಲ್ಲ, ತಾನಲ್ಲ' ಎಂಬ ಪ್ರತ್ಯುತ್ತರಗಳೇ ದೊರೆತವು. ಹಾಗೆಯೇ ಕತ್ತಲು ಹಬ್ಬಿತು ಕೇರಿಯಲ್ಲಿ.

ಸಂಜೆಯ ಕೆಲಸ ಬಿಟ್ಟು ಏಲಕ್ಕಿ ತೋಟದಿಂದ, ತಾನು ಉರುಳಿಟ್ಟ ಸ್ಥಳಕ್ಕೆ ಹೋಗಿ ನೋಡಿದವನು ತುಕ್ರ. ನಿಜಕ್ಕೂ ಆ ಮರಿ ಸಿಕ್ಕಿದ್ದು ಅವನ ಉರುಳಲ್ಲಿ. ಆ ಸ್ಥಳವನ್ನು ಕಂಡಾಗ ಅವನಿಗಾದ ಆಶ್ಚರ್ಯ, ಸಿಟ್ಟುಗಳು ಅಷ್ಟಿಷ್ಟಲ್ಲ. ಗಿಡವನ್ನೇ ಕಡಿದು, ಉರುಳಿಸಿ, ಬೇಟೆಯನ್ನು ಬಿಡಿಸಿಕೊಳ್ಳ ಬೇಕಾದರೆ ಬಲಿಷ್ಠವಾದ ಮಿಗವೋ, ಹಂದಿಯೋ ಬಿದ್ದಿರಬೇಕೆಂದು ಆತ ತರ್ಕಿಸಿದನು. ತಮ್ಮ ಕೇರಿಯವರಲ್ಲಿ ಒಬ್ಬನಿರಿಸಿದ ಉರುಳಿಂದ ಇನ್ನೊಬ್ಬ ಬೇಟೆ ಕದ್ದು ಅಪಹರಿಸುವ ಧೂರ್ತತನ ಬಂದರೆ ಮುಂದೇನಾಗಲಾರದು ಎಂಬ ಕೋಪದಿಂದ ಅವನ ಮನ ಉದ್ವೇಗಗೊಂಡಿತು. ಅಲ್ಲಿಂದಲೇ ಶಾಪ

ಕೊಡುತ್ತ ತನ್ನ ಮನೆಗೆ ಹೊರಟ. "ನನ್ನ ಬೇಟೆಯನ್ನು ಕದ್ದು ತಿಂದವರಿಗೆ ಕಲ್ಕುಡನ ಆಣೆಯಿದೆ. ಅವರು ರಾತ್ರಿ, ಬೆಳಗಾಗುವುದರೊಳಗೆ ನೆತ್ತರು ಕಕ್ಕಿ ಸಾಯುತ್ತಾರೆ." ಎಂದು ಹುಯಿಲಿಡುತ್ತ ಮನೆಗೆ ಮರಳಿದ. ರಾತ್ರಿಯೆಲ್ಲ ಅಸಮಾಧಾನದಿಂದ ಗೊಣಗುತ್ತ ಮಲಗಿಕೊಂಡ. ಎಲ್ಲರಿಗೂ ತಿಳಿದ ಸುದ್ದಿ ತುಕ್ರನ ಪಾಲಿಗೆ ಆ ರಾತ್ರಿ ದೊರೆಯದೆ ಹೋಯಿತು. ಆದರೆ, ಮರುದಿನ ಕೇರಿಯ ಜನಗಳ ಬಾಯಿಂದ, ಅವನ ಮಕ್ಕಳ ಕಿವಿಗೆ ಅದು ಬಿದ್ದು, ಅವನಿಗೂ ಮುಟ್ಟಿತು.

ಅದನ್ನು ಕೇಳಿದ ತುಕ್ರ, ಒಡನೆಯೇ ರೌದ್ರಾವತಾರ ತಾಳಿದ: "ಏನು, ಬೂದ ಮಾಡಿದನೇ ಈ ಕೆಲಸ! ಆ ಕೆಂಪಿ ಅವನಿಂದ ಏನೂ ಮಾಡಿಸಿಯಾಳು" ಎಂದ. "ಬೂದನಲ್ಲಪ್ಪ. ಕರಿಯ, ಕಾಳ ಸೇರಿ ಅದನ್ನು ತಂದರಂತೆ. ಕೆಂಚಣ್ಣ ನಿನ್ನೆ ರಾತ್ರಿಯೇ ಆಚೀಚೆ ವಿಚಾರಿಸುತ್ತಿದ್ದರಂತೆ. ಯಾರದ್ದೆಂದು ತಿಳಿದರೆ ಅವರಿಗೆ ಕೊಡಬೇಕು–ಎಂದು ಕರಿಯನಿಗೆ ತಾಕೀತು ಮಾಡಿದ್ದರಂತೆ, ನೀನು ಹೋಗಿ ಕೇಳು" ಎಂದು ನುಡಿದರು ಮಕ್ಕಳು.

"ಏನು, ಉರುಳಿಟ್ಟ ನಾನೇ ನನ್ನದನ್ನು ನನಗೆ ಕೊಡಿ ಎಂದು ಕದ್ದ ಈ ಕಳ್ಳರ ಮನೆ ಬಾಗಿಲಿಗೇ ಹೋಗಿ ಬೇಡಬೇಕೇ?" ಎಂದು ತುಕ್ರ ಘರ್ಜಿಸಿದ. ಮರುಗಳಿಗೆಗೇ "ಮಕ್ಕಳು ತರುತ್ತಾರಲ್ಲ, ಇನ್ನೇನಲ್ಲವೇ? ಬೂದನ ಕೆಲಸ ಅದು. ಈಗ ಮಕ್ಕಳ ಹೆಳೆ ಹೇಳುತ್ತಾನೆ. ಅವನ ಸೊಕ್ಕಡಗಿಸದೆ ಹೋದರೆ ನಾನೇಕೆ?" ಎಂದು ಹೊರಬಿದ್ದ. ಬೂದನ ಮನೆಗೆ ನೇರಾಗಿ ಹೋಗುವ ಧೈರ್ಯವಿಲ್ಲ. ಹೋದರೆ, ಕೆಂಪಿಯಿಂದಲೂ ನಾಲ್ಕು ಮಾತು ಕೇಳಬೇಕಾದೀತು ಎಂಬ ಅಂಜಿಕೆ ಅವನಿಗೆ. ಆದರೆ, ಅಷ್ಟರೊಳಗೆ ಕೆಂಚಗೆ ಸುದ್ದಿ ಸಿಕ್ಕಿ, ಆತ ಮೊಮ್ಮಗನಿಂದ ಮರಿಯನ್ನು ಹೊರಿಸಿಕೊಂಡು ಅಲ್ಲಿಗೇ ಬಂದ.

ಬಂದು ನುಡಿದ : "ತುಕ್ರಣ್ಣ, ನನ್ನ ಮೊಮ್ಮಗ ಒಂದು ಮಾಡಬಾರದ ಕೆಲಸವನ್ನು ಮಾಡಿದ. ಇನ್ನು ಅಂಥ ತಪ್ಪು ಅವನಿಂದಾಗದು. ಒಂದು ಸಲ ಅವನನ್ನು ಕ್ಷಮಿಸು" ಎಂದ. ಅಷ್ಟು ಮಾತ್ರವಲ್ಲ, ಹುಡುಗರನ್ನು ಸಂಬೋಧಿಸಿ, "ಕರಿಯ, ಕಾಳ ನೀವು ತಪ್ಪು ಮಾಡಿದ್ದೀರಿ. ತುಕ್ರಣ್ಣನ ಕಾಲಿಗೆ ಬಿದ್ದು ತಪ್ಪಾಯಿತು ಅನ್ನಬೇಕು" ಎಂದ. ಆಗ ಕರಿಯನ ಎದೆಯೇ ತಿವಿ

\ದಂತಾಯಿತು. ಕಂಬನಿ ಉಕ್ಕಿಬಂದಿತು. ತುಟಿ ಗದ್ಗದಿಸಿತು. ಇಬ್ಬರೂ ಅಜ್ಜನ ಆಜ್ಞೆಯಂತೆ ಮರಿಯನ್ನೊಪ್ಪಿಸಿ, ಮೂಕರಾಗಿ ಕಾಲು ಹಿಡಿದು, ತಲೆ ತಗ್ಗಿಸಿಕೊಂಡು ಮನೆಗೆ ಮರಳಿದರು. ಕೆಂಚ ಮಾತ್ರ ಮೊಮ್ಮಗನ ತಪ್ಪು ತನ್ನ ತಪ್ಪೆಂಬಷ್ಟು ನೋವಿನಿಂದ "ಈ ಮಕ್ಕಳು ಮಾಡುವ ಒಂದೊಂದು ಕೆಲಸ ನನ್ನ ಪ್ರಾಣಕ್ಕೆ ಬರುತ್ತದೆ" ಎಂದು ಪಶ್ಚಾತ್ತಾಪ ಪಡುತ್ತ, ತುಕ್ರನ ಮನೆಯ ಜಗುಲಿಗೆ ಹೋಗಿ ಕುಳಿತ. ತುಕ್ರಣ್ಣ "ಇದೇನು ದೊಡ್ಡ ತಪ್ಪೆನ್ನುತ್ತೀ ಅಜ್ಜ, ಹೋಗಲಿ. ಅದನ್ನು ಅವನಿಗೇ ಕೊಡು; ಮಕ್ಕಳಲ್ಲವೇ!" ಎಂದು ಸಮಾಧಾನದ ನುಡಿಯನ್ನಾಡಿದರೂ, ಕೆಂಚ ಎಂದೂ ಆ ಮರಿಯನ್ನು ಮನೆಗೊಯ್ಯಲು ಒಪ್ಪಲಿಲ್ಲ. ಆ ಮರಿ ನಾಲ್ಕು ದಿನ ತುಕ್ರನ ಮಕ್ಕಳ ಆಟದ ಒಡವೆಯಾಯಿತು.

ಅಂತು, ಕವಿದೊಂದು ಆಪತ್ತು ಅಷ್ಟು ಸುಲಭದಲ್ಲಿ ನಿವಾರಣೆ ಗೊಂಡುದಕ್ಕೆ ಕೆಂಚ ತೃಪ್ತಿಪಟ್ಟು ಮನೆಗೆ ಮರಳಿದ. ಆದರೆ ಒಂದು ವಾರವೆಲ್ಲ ಕಾಳ, ಕರಿಯರು ಪಟ್ಟಂಥ ವ್ಯಥೆ, ದುಃಖ ಸ್ವಲ್ಪವಲ್ಲ. ಮರಿಯೊಂದನ್ನೇ ನೆನೆದು ಆಗಾಗ ಅಳುವ ಮಕ್ಕಳಿಗೆ ಕೆಂಪಿ ಹೇಳಿದ ಸಮಾಧಾನಗಳು ವ್ಯರ್ಥ ವಾದವು. ಬೂದ ಹೇಳಿದುವೂ ವ್ಯರ್ಥವೇ. ಸಾಲದುದಕ್ಕೆ, ವಾರ ಮುಗಿಯು ವುದರೊಳಗೆ ತುಕ್ರನ ಮನೆಯವರು ಅದನ್ನು ಕೊಂದು ತಿಂದರೆಂಬ ಸುದ್ದಿಯೂ ಅವರ ಕಿವಿಗೆ ಮುಟ್ಟಿತು.

"ಅಷ್ಟು ಚೆಂದದ ಮರಿಯನ್ನು ಕೊಂದು ತಿಂದವರ ಹೊಟ್ಟೆ ಒಡೆದೇ ಹೋಗಲಿ" ಎಂದನು ಕಾಳ. ಕರಿಯನಿಗೆ ಅಷ್ಟು ಶಪಿಸುವುದಕ್ಕೂ ಬಾಯಿ ಬಾರದು. ಮರಿಯನ್ನು ಕೊಂದು ತಿಂದು ಮುಗಿಸಿದಂಥ ತುಕ್ರನ ಮೇಲೆ ಒಂದು ತೆರನಾದ ದ್ವೇಷವೇ ಬೆಳೆಯಿತು–ಕರಿಯನ ಮನಸ್ಸಿನಲ್ಲಿ. ಆತ ತಮ್ಮಂತೆ ಮನುಷ್ಯನೇ ಅಲ್ಲ; ಪಿಶಾಚಿಯ ರೂಪದ ಒಂದು ವ್ಯಕ್ತಿ ಎಂದೇ ತಿಳಿದ.

ಕರಿಯನ ಮನದಲ್ಲಿ ಈ ಒಂದು ಘಟನೆ ವಿಶೇಷವಾದ ಬೇಗುದಿ ಯನ್ನುಂಟುಮಾಡಿತು. ಕೆಂಚ ಅದನ್ನೆಲ್ಲ ತಿಳಿಯಲಾರ. ಎಳೆ ಮನಸ್ಸಿನ ಆಸೆ, ರೀತಿಗಳು ಅವನಿಗೆ ತಿಳಿಯವು. ಕೇರಿಯಲ್ಲಿ ನ್ಯಾಯವನ್ನೂ ಮರ್ಯಾದೆ

ಯನ್ನೂ, ಕಾದುಕೊಳ್ಳಬೇಕಾದವನು ಅವನು. ತಮ್ಮ ಮೊಮ್ಮಗ ಮಾಡಿದ ಅಪರಾಧವನ್ನು, ಮೋಹಕ್ಕೆ ಕಟ್ಟುಬಿದ್ದು ಆತನು ಬಚ್ಚಿಟ್ಟಿದ್ದೇ ಆದರೆ, ಬೇಟೆಯೇ ಅರ್ಧ ಜೀವನವಾಗಿರುವ ಅವನ ಬಳಗದಲ್ಲಿ, ಅದು ವಿಷಮಕ್ಕೆ ಹೋದೀತು. ಆದುದರಿಂದಲೇ ತುಕ್ರ ಉದಾರಿಯಾಗಿ 'ಹೋಗಲಿ, ಮರಿ ನಿನ್ನ ಮಗುವಿಗಿರಲಿ' ಎಂದು ಅಂದರೂ, ಅದನ್ನು ಸ್ವೀಕರಿಸದೇ ಬಂದಿದ್ದ.

ಅವನಿಗೆ ಹೊಳೆಯದ ಸಂಗತಿಯೆಂದರೆ– ಸದಾ ಬೇಟೆಯಾಡುವ ಜನ, ಬೇಟೆಯ ವಸ್ತುವಿನ ಮೇಲೆಯೇ ಮಮತೆ ಬೆಳೆಯಿಸಲು ಬಂದೀತೆಂಬುದು. ತಿಂದು ನಾಲಿಗೆಯ ಚಪಲ ತೀರಿಸಿಕೊಳ್ಳುವ ಲವಲವಿಕೆ ಬೆಳೆಯುವ ಮೊದಲೇ ಅಂಥ ಗುಣ ಕರಿಯನಲ್ಲಿ ಬೆಳೆಯಿತು. ಅವನಿಗೆ ಸಂತೋಷಪಡಬೇಕೆಂಬ ಆಸೆ ಮೂಡುತ್ತಿತ್ತು. ಈ ಘಟನೆಯಿಂದ ಅವನಲ್ಲೊಂದು ಹಟವೂ ಆಸೆಯೂ ಮೂಡಿತು–ತಾನು ಬೇಗ ದೊಡ್ಡವನಾಗ ಬೇಕು; ದೊಡ್ಡವರಂತೆ ಉರುಳು, ಬೋನು ರಚಿಸಲು ಕಲಿಯಬೇಕು. ಮಿಗಗಳನ್ನು ಸಹ ಹಿಡಿಯುವಷ್ಟು ಸಮರ್ಥನಾಗಬೇಕು. ಎಷ್ಟು ಬೇಗ ಆದರೆ ಅಷ್ಟು ಬೇಗ, ಒಂದು ಹರಿಣವನ್ನು ಹಿಡಿಯಲೇ ಬೇಕು; ತಂದು ಸಾಕಲೇಬೇಕು ಎಂಬ ಆಸೆ ಒಡಮೂಡಿತು.

ಅಂದಿನಿಂದ ಅವನು ಕೆಂಪಿಯೊಡನಾಗಲೀ ಕಾಳನೊಡನಾಗಲೀ ಆಡುತ್ತಿದ್ದ ಮಾತುಗಳಲ್ಲಿ ಮಿಗ ಹಿಡಿಯುವ ಭ್ರಮೆಯೇ ಹೆಚ್ಚಾಗಿ ಕಾಣುತ್ತಿತ್ತು. ಮಗುವಿನ ಮನಸ್ಸಲ್ಲವೇ ಅದು; 'ಅಂಥ ಚಂದದ ಮರಿಯನ್ನು ತಿಂದನಲ್ಲ' ಎಂದು ಸ್ಮರಿಸುತ್ತಲೂ ಇದ್ದ. ಕೆಂಪಿಯ ಕಿವಿಗೆ ಅಂಥ ಮಾತು ಬಿತ್ತೆಂದರೆ ತನ್ನ ಪೂರ್ವೇತಿಹಾಸದ ನೆನಪುಗಳು ಉಕ್ಕುವುದುಂಟು. ತನ್ನ ಚಂದಕ್ಕೊಲಿದ ಆತನೇ, ಅದೊಂದು ದಿನ ಬಡಿಗೆ ಹಿಡಿದು ತಲೆ ಒಡೆಯಲು ಬರಲಿಲ್ಲವೇ? ಎಂದು ತೋರುತ್ತದೆ. "ಅವನು ಮಿಗವನ್ನೂ ತಿಂದಾನು; ಮನೆಗೆ ಬಂದ ಹೆಂಡತಿಯನ್ನೂ ತಿಂದಾನು" ಎಂದು ಕರಿಯನ ಮಾತಿಗೆ ತನ್ನ ಒಗ್ಗರಣೆ ಸೇರಿಸುತ್ತಿದ್ದಳು.

ಮನೆಯಲ್ಲಿ ತುಕ್ರನ ಮಾತು ಬಂದಾಗ ಬೂದ, ಕೆಂಪಿಯರಿಬ್ಬರೂ ಅನಾದರದ ದ್ವೇಷದ ನುಡಿಗಳನ್ನೇ ಆಡುತ್ತಿದ್ದುದರಿಂದ ಸ್ವಾಭಾವಿಕವಾಗಿ

ಕಿರಿಯ ಕರಿಯನ ಮನಸ್ಸೂ ದ್ವೇಷಪೂರಿತವಾಯಿತು. ತುಕ್ರನ ವಿಷಯದಲ್ಲಿದ್ದ ಸಿಟ್ಟು ಇದರಿಂದ ಇನ್ನಷ್ಟು ಬೆಳೆಯಿತು. "ನಾನು ದೊಡ್ಡವನಾದ ಮೇಲೆ ಏನು ಮಾಡುತ್ತೇನೆ ಗೊತ್ತೇ? ತುಕ್ರಣ್ಣನನ್ನು ಉರುಳು ಹಾಕಿ ಹಿಡಿದೇ ಬಿಡುತ್ತೇನೆ; ಕೊಂದೇ ಬಿಡುತ್ತೇನೆ" ಎಂದು ಕರಿಯ ಅಪಾಲಾಪ ಮಾಡುವುದೂ ಉಂಟು.

ಮಿಗ ಕೈತಪ್ಪಿದಂದಿನಿಂದ ಬೂದನನ್ನು ಕರಿಯ ನಿತ್ಯವೂ ಕಾಡುತ್ತಾನೆ. "ನನಗೆ ಮಿಗವನ್ನು ಹಿಡಿಯುವುದಕ್ಕೆ ಹೇಳಿಕೊಡು. ಮಿಗವೇ ಬೇಕು. ಹಂದಿ ಗಿಂದಿಯಲ್ಲ" ಅನ್ನುವ. ಬೂದ ಆ ಎರಡು ಮಕ್ಕಳನ್ನೂ ಕರೆದುಕೊಂಡು ಕಾಡಿಗೆ ಹೋಗುತ್ತಾನೆ. ಅವರ ಸಮಾಧಾನಕ್ಕೆ ಮಿಗ ಸಂಚರಿಸುವ ಹಾದಿಗಳನ್ನು ತೋರಿಸುತ್ತಾನೆ; ಅದರ ಹೆಜ್ಜೆಯ ಗುರುತು ತೋರಿಸುತ್ತಾನೆ. ಎಂಥಲ್ಲಿ ಉರುಳಿಡಬೇಕೆಂದು ಹೇಳುತ್ತಾನೆ. ಉರುಳಿಟ್ಟು ತೋರಿಸುತ್ತಾನೆ; ಗಟ್ಟಿಯಾದ ಉರುಳು ಆಗುವುದಕ್ಕೆ ಎಂಥ ನಾರನ್ನು ಬಳಸಬೇಕು, ಎಂದೆಲ್ಲ ಬೋಧಿಸುತ್ತಾನೆ "ಅದನ್ನೆಲ್ಲ ಸರಿಯಾಗಿ ತಿಳಿದುಕೊಳ್ಳದೆ ಉರುಳಿಟ್ಟರೆ ಮಿಗ, ಕೆಮ್ಮ ಬೀಳುವ ಬದಲು ಹಂದಿ ಬಿದ್ದೀತು; ಉರುಳು ಸಣ್ಣದಾದರೆ ಅದರ ಕತ್ತು ಸಿಕ್ಕಿಕೊಂಡೀತು" ಎಂದೂ ಹೇಳುವ.

ಅನಂತರ ಬಲು ದಿನಗಳ ವರೆಗೆ ಮಿಗದ ಜಾಡು ಹುಡುಕಿ ಅಲೆದಾಡುತ್ತಾರೆ ಹುಡುಗರಿಬ್ಬರೂ. 'ಎಲ್ಲೆಲ್ಲಿ ಸುತ್ತಾಡಬೇಡಿ. ಕಾಡಿನಲ್ಲಿ ದಾರಿ ತಪ್ಪಿದರೆ ಹಿಂದೆ ಬರಲಾರಿರಿ' ಎಂದು ಬೆದರಿಸಿದರೂ ಅವರ ಅಲೆದಾಟಕ್ಕೆ ಕೊನೆ ಮೊದಲಿಲ್ಲ. ಬೆಟ್ಟದ ಹುಲ್ಲುಗಾವಲನ್ನೂ ಸುತ್ತುತ್ತಾರೆ. ದೂರದಲ್ಲಿ ಮೇಯುವ ಜಿಂಕೆಗಳ ಹಿಂಡನ್ನು ಕಂಡು, ಮೈ ಬಗ್ಗಿಸಿಕೊಂಡು ಹೋಗುತ್ತಾರೆ. ಅಷ್ಟಕ್ಕೆ ಅವುಗಳು ನಾಗಾಲೋಟ ಹೂಡಿ ಕಣ್ಮರೆಯಾಗುತ್ತವೆ. ಇಷ್ಟರಿಂದ ಕರಿಯನಿಗೆ ಮಿಗದ ಬೇಟೆಯು ಸಾಧ್ಯವಾಗದೆ ಹೋದರೂ ಕಾಡಿನಲ್ಲಿ ಎಲ್ಲಿ ಕಡವೆ ಸುಳಿಯುತ್ತದೆ, ಮಿಗ ಬರುತ್ತದೆ–ಎಂಬ ಲವಲವಿಕೆ, ಜ್ಞಾನ ಬೆಳೆದು ಬಂದಿತು. ಅದರಂತೆ–ಕೆಂಚಳಿಲು, ಮಂಗ, ಮುಸುವ, ಸಿಂಗಲೀಕ ಇಂಥ ಪ್ರಾಣಿಗಳ ಅಲೆದಾಟದ ಹೊತ್ತು ಗೊತ್ತು, ಹಾರಾಟದ ಬಗೆ ತಿಳಿಯತೊಡಗಿ ತುಂಬಾ ಉತ್ಸಾಹ, ಸಂತೋಷ ಉಂಟಾಗುತ್ತಿತ್ತು.

ವಾರ, ತಿಂಗಳುಗಳು ಸರಿದರೂ ಕರಿಯನ ಮನದ ಮಿಗದ ಹಂಬಲ

ಅಳಿಯದ್ದನ್ನು ಕಂಡು, ಬೂದನೊಮ್ಮೆ ಕಾಡಿನಲ್ಲಿ ಮೇಯುತ್ತಿದ್ದ ಕೆಮ್ಮ ಒಂದನ್ನೋಡಿಸಿ, ಅದರ ಮರಿಯನ್ನಟ್ಟಿ, ದಣಿಸಿ, ಹಾಗೂ ಹೀಗೂ ಹಿಡಿದು ಮನೆಗೆ ಹೊತ್ತುಕೊಂಡು ಬಂದ. "ಇದೂ ಮಿಗದಷ್ಟೇ ಚಂದವಿದೆ" ಎಂದು ಕರಿಯ ಹಿಗ್ಗಿನಿಂದ ಕುಣಿದಾಡಿದ. ದಿನವೆಲ್ಲ ಅದರ ಮುದ್ದಾಟ ಅವನಿಗೆ. ಅದನ್ನು ಆರೈಸುವುದರ ಜತೆಗೆ ಕಾಟುವನ್ನು ಗದರಿಸಿ ಹದ್ದಿನಲ್ಲಿಟ್ಟುಕೊಳ್ಳಬೇಕು. "ನೋಡು, ಅದರ ಮೈ ಮುಟ್ಟಿದರೆ ಸೀಳಿಹಾಕುತ್ತೇನೆ ನಿನ್ನನ್ನು" ಎನ್ನುತ್ತಾನೆ.

ಇತ್ತ, ತುಕ್ರನ ಸಂಸಾರ ಬೇರೊಂದು ರೀತಿಯಲ್ಲಿ ಸಾಗಿತು. ನವರಾತ್ರಿ ಕಳೆಯುತ್ತಲೇ ಧನಿಗಳು ತೋಟದ ಬಂಗಲೆಗೆ ಬಂದು ಬಿಡಾರಮಾಡಿದರು. ಬಂದ ದಿನವೇ ತುಕ್ರನನ್ನು ಕಂಡು "ಏನಾಯ್ತು ತುಕ್ರ, ಹೆಂಡತಿಯನ್ನು ಕರೆಸಿಕೊಂಡೆಯಾ?" ಎಂಬುದಾಗಿ ಪ್ರಶ್ನಿಸಿದರು. ಆತ "ಅವಳು ಸಾಯಲಿ. ನಾಚಿಕೆಯಿಲ್ಲದ ಅವಳನ್ನು ಯಾರು ಬಾಳಿಸುತ್ತಾರೆಂದು ಬೇಡವೇ" ಎಂದ. "ಅವಳಾಗಿ ಬರುವುದಿಲ್ಲ ಎಂದಳೇ? ನೀನು ಬೇಡ ಎಂದುಬಿಟ್ಟೆಯೋ?" "ನಾನು ಬೇಡವೆಂದರೆ ಅವಳಿಗಿಷ್ಟಾದರೂ ನಾಚಿಕೆಯುಂಟೆಂದು ತಿಳಿಯುತ್ತೀರಾ? ನಮ್ಮ ಕೇರಿಗೇ ಬಂದಿದ್ದಾಳೆ. ಬೂದನನ್ನು ಮದುವೆಯಾಗಿದ್ದಾಳೆ. ಅವನೊಬ್ಬ ಗಂಡನಂತೆ; ಇವಳೊಬ್ಬಳು ಹೆಂಡತಿ" ಎಂದು ನಂಜಿನ ಮಾತಾಡಿದ.

"ಕೇರಿಯಲ್ಲೇ?" ಎಂದರು ಧನಿಗಳು.

ಮುಂದಿನ ದಿನಗಳು ಬಿಡುವಿಲ್ಲದವು; ಏಲಕ್ಕಿ ತೋಟಕ್ಕೆ ಹೋಗಿ ಏಲಕ್ಕಿ ಹೆಕ್ಕಿ ತರುವುದು, ಗೂಡಿನಲ್ಲಿ ಕಾದ ನೆಲದ ಮೇಲೆ ಹರಡುವುದು, ಒಣಗಿಸುವುದು–ಇಂಥ ಕೆಲಸಗಳು ಕೇರಿಯವರಿಗೆ. ಇಂಥ ಕೆಲಸಗಳಲ್ಲಿ ಯಾರ ಗಣ್ಯವನ್ನೂ ತಂದುಕೊಳ್ಳದೆ ಅಲೆದಾಡುತ್ತಿದ್ದ ಕೆಂಪಿ ತಿರುಮಲ ಭಟ್ಟರ ದೃಷ್ಟಿಗೆ ಬಿದ್ದುದುಂಟು. ಆದರೂ ಯಾಕೋ ಏನೋ, ಅವಳ ದೃಷ್ಟಿ ಮಾತ್ರ ಅವರ ಕಡೆಗೆ ಹರಿದಿರಲಿಲ್ಲ. ರಾಯರ ದೃಷ್ಟಿ ಅವಳ ಕಡೆಗೆ ಹರಿದು ಇಲ್ಲದ ಆಸೆಯನ್ನೂ ತಾಳಿತ್ತು. ಆದರೆ, ಮನದ ಇಚ್ಛೆಯನ್ನು ನೆರವೇರಿಸಿಕೊಳ್ಳುವ ಯೋಜನೆಗೆ ದಾರಿಗಾಣದಾಗಿದ್ದರು. ಅವರ ಇಂಥ ಆಸೆಗಳಿಗೆ ಹಿಂದೆ ತುಕ್ರ ನೆರವಾಗಿದ್ದನೆಂಬುದೂ ನಿಜವೆ. ಕೆಂಪಿಯ ವಿಷಯ ಬಂದಾಗ ಅವನ

ರಾಯಭಾರ ಕಾರ್ಯದ್ದಲ್ಲ ಎಂಬುದರಿಂದ, ಧನಿಯ ಬಯಕೆ ಗೊಡ್ಡು ಬಯಕೆಯಾಗಿ ಉಳಿಯಿತು.

ಇತ್ತ ತುಕ್ರನಿಗೆ ತನ್ನ ಹಟ ಸಾಧಿಸಲಿಲ್ಲ ಎಂಬ ಬೇಸರ. ಧನಿ ಮಲೆಗೆ ಮರಳುವುದರೊಳಗೆ ಇನ್ನೊಂದು ಮದುವೆಯಾಗಿ, ಕೆಂಪಿಯ ಮೂಗು ಕೊಯ್ಯುತ್ತೇನೆ–ಎಂದು ಎಣಿಸಿಕೊಂಡಿದ್ದ. ಆಗದೆ ಹೋದರೆ ತನ್ನ ಮೂಗು ಕೊಯ್ದಂತೆ–ಎಂಬ ಛಲ. ಈ ಹಾಳು ಏಲಕ್ಕಿಯ ಕೆಲಸವಲ್ಲದಿದ್ದರೆ ಕುಡಿಯರ ಕುಲ ಎಲ್ಲೆಲ್ಲಿ ಹಬ್ಬಿಕೊಂಡಿದೆಯೋ ಅಲ್ಲಿಗೆಲ್ಲ ಹೋಗಿ, ಮಡದಿಯನ್ನು ಸಂಪಾದಿಸುವ ಆಸೆ. 'ಕಿರಿಮಲೆಗೆ ನಾಳಿನ ಗುರಿಕಾರ ತಾನು–' ಎಂದು ಹೇಳಿಯಾದರೂ ಪ್ರತಿಷ್ಠೆ ಬೆಳೆಯಿಸಿಕೊಂಡು, ಹೆಣ್ಣು ತರುವ ಇಚ್ಛೆ ಅವನದ್ದು. ಯೋಗ್ಯ ಕನ್ಯೆಯು ದೊರೆಯುವಲ್ಲಿ ಬಳುವಳಿ ಕೊಟ್ಟಾದರೂ, ಬೆಲೆ ಕೊಟ್ಟಾದರೂ ಹೆಣ್ಣು ತರಬೇಕೆಂಬ ಹಟ. ಇಲ್ಲದೆ ಹೋದರೆ, ಬೂದನ ಎದುರು ತನ್ನ ತಲೆ ತಗ್ಗಿದಂತೆ. ಧನಿಯರ ಕಣ್ಣಿನಲ್ಲೂ ತಾನು ಸಣ್ಣವನೆನಿಸುತ್ತೇನೆ–ಎಂಬ ಯೋಚನೆ.

ಮಲೆಗೆ ಬಂದ ಭಟ್ಟರು ಎರಡು ತಿಂಗಳುಗಳ ಕಾಲವಿದ್ದು ಏಲಕ್ಕಿ ಹೊರಿಸಿಕೊಂಡು ಹೋದರು. ಮಲೆಯ ಕೆಲಸ ಮುಗಿದ ಹಾಗೆಯೇ. ಇನ್ನು ತುಕ್ರನಿಗೆ ತೆರವಿದೆ. ಎರಡು ಮೂರು ತಿಂಗಳಕಾಲ ಧನಿಗಳು ಮಲೆಗೆ ಬರುವ ಅವಶ್ಯಕತೆ ಇಲ್ಲ. ಬಂದರೆ, ಮೂಲೆಗುಂಪಿನ ಜಾತ್ರೆಯ ವೇಳೆಗೆ ಬರಬೇಕು. ಆ ಅವಧಿಯೊಳಗೆ ಹೊಸ ಮದುಮಗನಾಗಿ ಬರಬೇಕು–ಎಂಬ ಹಟ ಅವನ ತಲೆಯನ್ನೆಲ್ಲ ಆವರಿಸಿತು. ಇದರಿಂದ, ಮಲೆ ಬಿಟ್ಟು ಅಲೆದಾಡತೊಡಗಿದ. ಹೊಸ ಹುಚ್ಚು ತನ್ನ ಗಂಡನಿಗೆ ಹಿಡಿದಿದೆ–ಎಂಬುದು ಮೊದಲ ಹೆಂಡತಿ ಚೆನ್ನಿಗೆ ಗೊತ್ತಾಗದೆ ಹೋಗುವುದುಂಟೇ? ಅದರಿಂದ, ಇದ್ದ ಸುಖಕ್ಕೂ ಹಾನಿ ಬಾರದೆ ಹೋಗಲಿಲ್ಲ. ಕೆಂಪಿ ತೊಲಗಿದ ಮೇಲೆ ಚೆನ್ನಿಯನ್ನು ನಡೆಯಿಸಿಕೊಂಡು ತೃಪ್ತ ಜೀವನ ಮಾಡಬಹುದಾಗಿತ್ತು. ಹಾಗೆ ಮಾಡದೆ, ಮೂರನೆಯ ಮದುವೆಯ ಯೋಚನೆ ಮಾಡಿದ. ಚೆನ್ನಿ ತಾನು ಕೇಳಿದ ಸುದ್ದಿಗಳೆಲ್ಲ ಕೆಂಚನ ಮುಂದೆ ಹೇಳಿಕೊಂಡಳು. "ನೀವಾದರೂ ಅವರಿಗೆ ಬುದ್ಧಿ ಹೇಳಿ. ನೆರಿಯ ಮಲೆಗೆ ಹೆಣ್ಣು ತರಲು ಹೋಗಿದ್ದಾರಂತೆ. ನಾಲ್ಕು ಮಕ್ಕಳ ತಾಯಿಯಾದ ನಾನು ಅವರಿಗೆ ಏನನ್ಯಾಯ ಮಾಡಿದ್ದೇನೆ–ಎಂದು

ಹೇಳಲಿ ಅವರು" ಎಂದು ಅವನ ಮುಂದೆ ಕಂಬನಿ ಸೂಸಿದಳು.

ಕೆಂಚಣ್ಣ "ನಾನೇನು ಮಾಡಲು ಬರುತ್ತದೆ? ನನ್ನ ಮಾತನ್ನು ಕೇಳುವವನೇ ಅವನು? ಪ್ರಾಯ ಸಂದ ಅವನಿಗೆ ಹೆಣ್ಣು ಕೊಡುವವರು ಯೋಚಿಸಬೇಕು. ನೆರಿಯ ಮಲೆಗೆ ನಾನು ಗುರಿಕಾರನೇ? ನನ್ನ ಮಾತು ನಡೆಯುತ್ತದೆಯೇ?" ಎಂದ.

ತುಕ್ರ ಮೂರು ನಾಲ್ಕು ಬಾರಿ ನೆರಿಯ ಮಲೆಗೆ ಹೋದ. ಅಲ್ಲಿನ ಗುರಿಕಾರಿನನ್ನು ಆಶ್ರಯಿಸಿದ. ಅಲ್ಲಿ ಗೆಳೆಯರನ್ನು ಸಂಪಾದಿಸಿದ. ಅವರನ್ನು ಕಟ್ಟಿಕೊಂಡು ಬಂದು ತನ್ನ ಮನೆಯಲ್ಲಿ ಊಟ, ಔತಣಗಳಿಂದ ಉಪಚರಿಸಿದ. ಬೇಟೆ, ಕುಣಿತಗಳಿಂದ ಮೆಚ್ಚಿಸಿದ. ಕೊನೆಗೂ ಹದಿನಾರು ವಯಸ್ಸಿನ ಕನ್ಯೆ ಒಬ್ಬಳನ್ನು ತನ್ನ ರಾಣಿಯನ್ನಾಗಿ ಮಾಡಿಕೊಂಡು ಬಂದೇ ಬಿಟ್ಟ.

"ಹಾಗೆ ಮಾಡದೆ ಹೋಗಿದ್ದರೆ ಕೆಂಪಿಯ ಎದುರು ನಾನು ಪ್ರಾಣ ತೆಗೆದುಕೊಳ್ಳುವುದು ಯೋಗ್ಯವಿತ್ತು; ಈಗೇನು? ಅವಳ ನಾಲ್ಮಡಿ ಚೆಲುವೆಯನ್ನು ಮನೆಗೆ ತಂದಿದ್ದೇನೆ" ಎಂಬ ಹೆಮ್ಮೆಯಿಂದ ದೊರೆಯಂತೆ ಅಲೆದಾಡತೊಡಗಿದ.

ಅಧ್ಯಾಯ - ೬

ಕೆಂಚ ವರ್ಷಕ್ಕೆ ಒಂದೆರಡು ಬಾರಿಯಾದರೂ ತನ್ನ ಮೊಮ್ಮಗನನ್ನು ಕಟ್ಟಿಕೊಂಡು, ಗುಟ್ಟಾಗಿ ಮಲೆರಾಯನ ಗುಹೆಗೆ ಹೋಗಿಬರುತ್ತಿದ್ದನು. ವರ್ಷಕ್ಕೊಮ್ಮೆ ಎರಡೂ ಮಲೆಯವರನ್ನು ಕೂಡಿಸಿ, ಲೆಕ್ಕಾಚಾರ ತಪ್ಪದಂತೆ ಕಲ್ಕುಡನ ಸೇವೆ ಸಲ್ಲಿಸುತ್ತಿದ್ದರೂ, ತನ್ನ ಮೂಲ ದೈವವಾದ ಮಲೆರಾಯನನ್ನು ಆತ ಮರೆಯುವಂತಿಲ್ಲ. ಮೊಮ್ಮಗನೂ ಈ ಮಲೆರಾಯನನ್ನು ಮರೆಯಬಾರದು ಎಂದಾತನ ಇಷ್ಟ. ಹುಡುಗ ದೊಡ್ಡವನಾಗಿ, ತರುಣನಾಗಿ, ಕೇರಿಯ ಗುರಿಕಾರ ಆದ ಮೇಲೆಯೂ ಮಲೆರಾಯನ ಕೃಪೆ ಆತನಿಗೆ ಬೇಕೇಬೇಕು. ಎಷ್ಟೆಂದರೂ ಆತನೇ ತಮ್ಮ ಮೂಲ ದೈವ ಎಂದು ತಿಳಿದುಕೊಂಡಿದ್ದ. ತನ್ನ ಎಳೆತನದಲ್ಲಿ ತಾವು ಕೇರಿಗೆ ಬಂದು ನೆಲೆಸಿದ ಮೇಲೆ, ಬಹುಕಾಲ ಆ ದೈವವನ್ನು ಅವನೂ ಅವನ ಹಿರಿಯರೂ ಮರೆತುದುಂಟು; ನಿಜ. ಮಗ ತಿಪ್ಪ ಎಂದು ದುರ್ದೈವಕ್ಕಾಹುತಿಯಾದನೋ, ಅಂದೇ ಅವನ ಕಣ್ಣು ತೆರೆಯಿತು. ಮುಂದೆ ಹಾಗಾಗಬಾರದೆಂಬ ಭಯ ಉದಯಿಸಿತು. ಅಲ್ಲಿಂದ ವರ್ಷಕ್ಕೊಮ್ಮೆಯಾದರೂ ಆತ ಗುಹೆಗೆ ಹೋಗಿಬರುತ್ತಿದ್ದ. ಅನಂತರ, ಸುಬ್ರಹ್ಮಣ್ಯನ ಕೃಪೆ ತನ್ನ ಮೇಲಿದೆ ಎಂದು ಊಹಿಸಿದನಾದರೂ, ಮಲೆರಾಯನಿಗೆ ಒಂದು ದೀಪ ಹಚ್ಚಿ, ಹೂವೇರಿಸಿ, ಕಾಯಿ ಒಡೆದು ಬರುವ ವಾಡಿಕೆ ಇರಿಸಿಕೊಂಡಿದ್ದ. ಹೋಗುವಾಗ, ಜೊತೆಗೆ ಮೊಮ್ಮಗನನ್ನು ಪ್ರತಿ ಬಾರಿಯೂ ಕರೆದೊಯ್ಯುತ್ತಾನೆ. ಆದರೆ, ಕರಿಯ ಮಾತ್ರ ಅಜ್ಜನ ಜೊತೆಗೆ ವರ್ಷಕ್ಕೆ ಒಂದೋ ಎರಡೋ ಬಾರಿ ಹೋಗಿದ್ದರೆ, ಒಂಟಿಯಾಗಿ ಕಾಳನನ್ನು ಕರೆದುಕೊಂಡು ತಿಂಗಳಿಗೊಮ್ಮೆಯಾದರೂ ಹೋಗುತ್ತಿದ್ದ. ಮಳೆಗಾಲದಲ್ಲಿ ಆ ಪ್ರದೇಶ ಜಿಗಣೆ, ಬೆತ್ತದ ಬೀಳಲು, ತುರುಚೆ ಗಿಡಗಳಿಂದ ಪ್ರವೇಶಕ್ಕೆ ಅಸಾಧ್ಯವಾಗುತ್ತಿತ್ತು. ಉಳಿದ ವೇಳೆ ಹೇಗಾದರೂ ಅಲ್ಲಿಗೆ ಹೋಗಿಬರಬಹುದು; ಹೋಗಿ ಅಲ್ಲಿ ಕುಳಿತು, ಆತ

ತಾಸು, ತಾಸು ಕಳೆಯುತ್ತಾನೆ. ದೈವದ ಮೇಲೆ ಆ ಎಳೆಯನಿಗೆ ಅಂಥ ಒಂದು ಭಕ್ತಿ ಮೂಡಿತ್ತು ಎನ್ನುವುದಕ್ಕಿಲ್ಲ. ಅಜ್ಜನ ನಡತೆಯನ್ನು ಅನುಕರಿಸುವುದಷ್ಟೇ ಗೊತ್ತು. ಆದರೆ ಆ ಗುಹೆಯಲ್ಲಿ ಕುಳಿತು ಆಟವಾಡುವುದು, ಅದರ ಒಳ, ಹೊರ ಭಾಗಗಳನ್ನೆಲ್ಲ ಹೊಕ್ಕು ಹೊರಡುವುದು ಅವನಿಗೆ ತುಂಬ ಮೆಚ್ಚುಗೆಯ ಆಟವಾಗಿತ್ತು. ಸಮವಯಸ್ಸಿನ ಕಾಳ ಈ ಆಟದಲ್ಲಿ ಅವನಿಗೆ ಜತೆಯಾಗುತ್ತಿದ್ದ.

ಒಮ್ಮೆ, ಆಟಕ್ಕಿಂತ ಹೆಚ್ಚಿನ ಕುತೂಹಲ ಅವನಲ್ಲಿ ಉಂಟಾಯಿತು; ಅಲ್ಲಿಗೆ ಹೋದಾಗ ಕಾಳನನ್ನುದ್ದೇಶಿಸಿ "ಕರಡಿ ಹ್ಯಾಗಿದೆ ಎಂದು ನೋಡಿದ್ದೀಯಾ? ನಾನು ನೋಡಲಿಲ್ಲ. ತುಕ್ರಣ್ಣ ಒಂದು ಕರಡಿಯನ್ನೇ ಕೊಂದು ಬಿಟ್ಟಿದ್ದಾನಂತೆ. ಯಾಕೆ ನಮ್ಮವರು ಅದನ್ನು ಬೇಟೆಯಾಡುವುದಿಲ್ಲ?" ಎಂದು ಕೇಳಿದ.

"ಯಾಕೋ! ಬಹುಶಃ ಅದರ ಮಾಂಸ ತಿನ್ನಲಿಕ್ಕೆ ಬರುವುದಿಲ್ಲ ಎಂದು ಕಾಣುತ್ತದೆ."

"ಕರಡಿಗೆ ಜೇನೆಂದರೆ ತುಂಬ ಇಷ್ಟವಂತೆ, ಹೌದೇ?"

"ಅನ್ನುತ್ತಾರಪ್ಪ–ಹಾಗೆ; ಈಚಲು ಹಣ್ಣಾಗುವಾಗ ಅದನ್ನೂ ತಿನ್ನಲಿಕ್ಕೆ ಬರುತ್ತದಂತೆ.""

"ಈ ಮಲೆಯಲ್ಲಿ ಈಚಲು ಮರವನ್ನು ಕಂಡಿಲ್ಲ ನಾನು. ಬಯನಿ ಮರವಾದರೆ ಬೇಕಷ್ಟಿದೆ. ನೀನು ಈಚಲು ನೋಡಿದ್ದೀಯಾ?"

"ಈಚಲು ಮರ ಇರಬೇಕು. ನಾನು ನೋಡಿಲ್ಲ. ಮಾವ ಚಾಪೆ ಮಾಡುವುದಕ್ಕೆ ಅದರ ಸೋಗೆ ಎಲ್ಲಿಂದಲೋ ತರುತ್ತಾನೆ. ಅದರ ಸೋಗೆ ಮುಳ್ಳು ಮುಳ್ಳು. ಮಾವನನ್ನು ಕೇಳು, ಯಾಕೆಂದು ಹೇಳಬೇಡ. "ಈಚಲು ಮರ ಎಲ್ಲಿದೆ? ಅದರ ಹಣ್ಣಾಗುವುದು ಯಾವಾಗ?" ಎಂದೆಲ್ಲ ಕೇಳು.

"ಆಗಲಿ."

ಇಂಥ ಮಾತುಕತೆ, ಕರಡಿಯ ವಿಚಾರವಾದ ಪ್ರಶ್ನೆ, ಕರಿಯನಿಗೂ ಇಷ್ಟವಾದದ್ದು. ಕಾಳನಿಗೂ ಇಷ್ಟವಾದದ್ದು. ಕರಿಯ ಆಗಾಗ ತನ್ನ ಮನದ

ಇಚ್ಛೆಯನ್ನು ತೋರ್ಪಡಿಸಿಕೊಳ್ಳುತ್ತಾನೆ. "ಒಂದು ಕರಡಿಯ ಮರಿಯನ್ನು ಹಿಡಿಯಲೇಬೇಕು; ಸಿಕ್ಕಿದರೆ ಅದನ್ನು ಖಂಡಿತ ಬಿಡುವುದಿಲ್ಲ" ಎನ್ನುತ್ತಾನೆ ಒಮ್ಮೆ. ಇನ್ನೊಮ್ಮೆ "ಆನೆಮರಿ ಸಿಕ್ಕಿದರೆ ಹಿಡಿಯಲಿಕ್ಕೆ ಬರುವುದಿಲ್ಲವೇ? ಎದುರಿನ ಮಲೆಯಲ್ಲಿ ಅವು ಹಿಂಡಾಗಿ ಹೋಗುವುದು ಕಾಣುತ್ತದೆ. ಒಂದು ಮರಿ ಸಿಕ್ಕಿದರೆ, ಹಿಡಿಯಬಹುದೊ, ಏನೋ" ಎನ್ನುತ್ತಾನೆ.

"ಅದು ಹಾಗೆಲ್ಲ ಸುಲಭವಲ್ಲವಂತೆ. ಅವು ಹಿಂಡಾಗಿ ತಿರುಗುವುದೇ ಹೆಚ್ಚು. ಹಿಂಡಾನೆಗಳ ತಳ್ಳಿಗೆ ಯಾರೂ ಹೋಗುವುದಿಲ್ಲ."

"ನಾನು ನೋಡಿದ್ದೇನೆ–ಆನೆಯನ್ನು. ಅದನ್ನು ಹಿಡಿಯುತ್ತಾರೆ; ಸಾಕುತ್ತಾರೆ; ಸಾಕಿ ಸವಾರಿ ಮಾಡುತ್ತಾರೆ. ಆನೆ ನಮಸ್ಕಾರ ಮಾಡುತ್ತದೆ."

"ಸುಳ್ಳೇ! ಯಾರು ಸಾಕಿದ್ದು ಆನೆಯನ್ನು!"

ತನ್ನ ಕೆಲವು ವರ್ಷಗಳ ಹಿಂದಿನ ಅನುಭವ ಹೇಳಿದ ಆಗ ಕರಿಯ. ಅಜ್ಜನೊಡನೆ ತಾನು ಸುಬ್ರಹ್ಮಣ್ಯಕ್ಕೆ ಹೋದದ್ದು, ಅಲ್ಲಿನ ದೇವಾಲಯದ ಆನೆ, ದೇವರ ಮುಂದೆ ಮೊಣಕಾಲೂರಿ ದೇವರಿಗೆ ನಮಸ್ಕರಿಸಿದ್ದು. ಅದರ ಮೇಲೆ ಒಬ್ಬ, ಮಾವುತ ಕುಳಿತದ್ದು–ಎಲ್ಲವನ್ನೂ ಬಣ್ಣಿಸಿದ. 'ಯಾವುದಕ್ಕೂ ನಾನು ದೊಡ್ಡವನಾಗಬೇಕು. ಆಮೇಲೆ ಒಂದು ಆನೆ ಮರಿಯನ್ನು ಹಿಡಿದು, ಸಾಕಿ, ಅದರ ಮೇಲೆಯೇ ಕುಳಿತು ತಿರುಗಾಡುತ್ತೇನೆ, ಮಲೆಗೆ ಧನಿಗಳು ಕುದುರೆಯ ಮೇಲೆ ಕೂತು ಬರುವ ಹಾಗೆ' ಎಂಬ ಆಸೆಯನ್ನೂ ಹೊರಗೆಡವುತ್ತಾನೆ.

ಇಂಥ ಅನೇಕ ಭಾವೀ ಆಸೆಗಳಲ್ಲಿ ಬಾಲಕರ ಮನಸ್ಸು ಪ್ರಕಟ ವಾಗುತ್ತದೆ. ಒಮ್ಮೊಮ್ಮೆ ಆನೆಯೆಲ್ಲುಂಟು, ಕರಡಿಯೆಲ್ಲುಂಟು–ಎಂದು ತಮ್ಮಷ್ಟಕ್ಕೆ ಗೊತ್ತುಗುರಿ ಇಲ್ಲದೆ ಅಲೆದಾಡಿ, ದಾರಿತಪ್ಪಿ, ಕೊನೆಗೆ ಕಣಿವೆ ಇಳಿದು, ಎದುರು ಮಲೆಗೆ ಹೋಗುವ ಸೇತುವೆಯ ತನಕ ನಡೆದುಬಂದು, ಅಲ್ಲಿಂದ ತಮ್ಮ ಕೇರಿಯ ದಾರಿ ಹಿಡಿದುದುಂಟು.

ಇನ್ನೊಮ್ಮೆ, ಮಲೆರಾಯನ ದರ್ಶನಕ್ಕೆಂದು ಹೋದ ಹುಡುಗರು, ಮಾತಾಡುತ್ತಾ 'ಅಜ್ಜ ಹೇಳುತ್ತಿದ್ದರು, ಇಂಥ ಗುಹೆಗಳು ಇಲ್ಲಿ ಹತ್ತಾರು ಇವೆಯಂತೆ. ಈ ಗುಹೆಗೆ, ಕರಡಿ ಬಂದುಹೋಗುವುದು ಕಷ್ಟ. ಬೇರೆ

ಗುಹೆಯನ್ನು ನೋಡೋಣವೇ?' ಎಂಬ ಆಸೆ ತಳೆದರು. 'ಹೂಂ'ಎಂದರು ಒಬ್ಬರಿಗೊಬ್ಬರು. ಹೊರಟೇ ಬಿಟ್ಟರು. ಮಲೆರಾಯನ ಗುಹೆ ಇಳಿದು, ಕತ್ತಿಯಿಂದ ಎರಡೆರಡು ನೀಳವಾದ ಕೋಲುಗಳನ್ನು ಕಡಿದುಕೊಂಡು, ಈಟಿಗಳಂತೆ ಮೊನಚುಮಾಡಿ 'ಈಗ ಎಲ್ಲಿಯಾದರೂ ಕರಡಿ ಅಡ್ಡಬರಬೇಕು, ಪಡ್ಚ ಅದರ ಅವಸ್ಥೆ' ಎಂದಂದುಕೊಳ್ಳುತ್ತ, ಗುಹೆ ಇರುವ ಬೆಟ್ಟದ ಸಂಸ್ತರದಲ್ಲಿ ಅಲೆದಾಡತೊಡಗಿದರು. ಎಡಬಲದ ಬಲ್ಲೆಗಳನ್ನು ಸವರಿದರು, ಆಚೀಚೆ ನೋಡುತ್ತ, ನಾಲ್ಕು ನಾಲ್ಕು ಹೆಜ್ಜೆ ಮುಂದೆ ಹಾಕಿದರು. ಮರದ ಬೀಳಲುಗಳನ್ನು ಹಿಡಿದು, ಬಂಡೆಗಳನ್ನೇರಿದರು; ತಿರುಗಿ ಇಳಿದರು. ವೇಳೆಯ ಎಣಿಕೆ ಇಲ್ಲದೆ, ನೂರಿನ್ನೂರು ಗಜ ಮುಂದುವರಿದು, ಇನ್ನೊಂದು ಬೆಟ್ಟದ ಅಬ್ಬಿಯ ಮುಖಕ್ಕೆ ಬಂದರು. ಅಲ್ಲೂ ದೆವ್ವದಾಕೃತಿಯ ಬಂಡೆಗಳ ರಾಶಿಯೇ ರಾಶಿ! ಅವುಗಳ ಎಡೆಯೆಲ್ಲ ಗುಹಾಲಯಗಳಂತಿದ್ದುವು. ಒಂದೊಂದನ್ನೇ ಹೊಕ್ಕು ನೋಡಿದರು. ತೀರ ಒಳಗೆ ಹೊಗ್ಗುವ ಧೈರ್ಯ ಇಬ್ಬರಿಗೂ ಇರಲಿಲ್ಲ. ಇನ್ನೂ ಮುಂದುವರಿದರು. ಬೇರೊಂದೇ ಗುಹೆ ಬಂದಿತು. ಆ ಗವಿಯ ತಳದಲ್ಲಿ ಮರಳು ಹಾಸಿತ್ತು. ಆ ಮರಳಿನ ಮೇಲೆ ಉಗುರು ಹೆಜ್ಜೆಗಳ ಗುರುತು ಸ್ಪಷ್ಟವಾಗಿ ನಟ್ಟಿತ್ತು. ಅದನ್ನು ಕಂಡಾಗ ಆದ ಉತ್ಸಾಹ ಅಷ್ಟಿಷ್ಟಲ್ಲ "ಇದಿರಬೇಕು, ಕರಡಿಯ ಹೆಜ್ಜೆ" ಎಂದ ಕರಿಯ. "ಕರಡಿಯ ಹೆಜ್ಜೆ ಇರಲೂ ಬಹುದು, ಹುಲಿಯ ಹೆಜ್ಜೆ ಇರಲೂ ಬಹುದು" ಎಂದ ಕಾಳ. ಮುಂದೆ ಮಾತಿಲ್ಲ. ಇಬ್ಬರೂ ಮೌನವಾಗಿ, ಮೆಲ್ಲಗೆ ಬಗ್ಗಿ ಗುಹೆಯೊಳಗೆ ಕಾಲಿರಿಸಿದರು. ತೀರ ಒಳಗಡೆ ಕಗ್ಗತ್ತಲು ತುಂಬಿತ್ತು. ಕರಿಯ ಮುಂದಕ್ಕೆ, ಕಾಳ ಹಿಂದಕ್ಕೆ, ಬಗ್ಗಿ ಕೈಯಲ್ಲಿ ಕೋಲು ಹಿಡಿದು ಇಣಿಕಿ ನೋಡುವಾಗ, ಮಿಂಚಿನ ದೀಪಗಳಂತೆ ಎರಡು ಪಿಳಿಪಿಳಿ ಕಣ್ಣುಗಳು ದೂರದ ಮೂಲೆಯಲ್ಲಿ ಕಂಡವು. ಮೊದಲು ಅದನ್ನು ಕಂಡವ ಕಾಳ. ಆಗಲೇ ಕರಿಯನನ್ನು ಹಿಂದಕ್ಕೆ ಜಗ್ಗಿದ. ಎಳೆದು ಕೊಂಡೇ ಬಂದ. "ಬೇಡ ಕರಿಯ, ಏನೋ ದೊಡ್ಡ ಕಣ್ಣುಗಳು ಕಾಣಿಸುತ್ತವೆ. ಹುಲಿಯೋ, ಕರಡಿಯೋ–ಏನೋ. ಇನ್ನೊಮ್ಮೆ ಬರುವ. ಒಂದು ಹುಲಿಯಿದೆಯೋ, ನಾಲ್ಕು ಇವೆಯೋ, ಯಾರಿಗೆ ಗೊತ್ತು? ಇಲ್ಲಿಗೆ ನಾವು ಬಂದದ್ದು ಯಾರಿಗೂ ಗೊತ್ತಿಲ್ಲ. ಮತ್ತೇನಾದರೂ ಆದರೆ?" ಎಂದು ಅಂಜಿಕೆ ಹುಟ್ಟಿಸಿದ. ಕರಿಯನಲ್ಲೂ ವಿವೇಕ ಮೂಡಿತು. ಅವರು ತಿರುಗಿ ಮುಂದಕ್ಕೆ

ಬಂದು, ಇಣಿಕಿ ನೋಡಿ, ಹೊಳೆಯುವ ಕಣ್ಣುಗಳನ್ನು ನೋಡಿ, "ಸ್ಥಳ ಗೊತ್ತಾಯಿತಲ್ಲ; ಅದನ್ನು ಹಿಡಿಯಬೇಕು" ಎಂದು ಹೊರಗೆ ಬಂದ.

ಗವಿಯಿಂದ ಮರಳಿದರೂ, ಅವರಿಗೆ ಕೇರಿಗೆ ಹಿಂದಿರುಗುವ ಮನಸ್ಸಿಲ್ಲ. ಹೊತ್ತು ನೆತ್ತಿಗೆ ಬಂದಿರಲಿಲ್ಲ. ಇನ್ನೂ ವೇಳೆಯುಂಟು. ಕರಿಯನೆಂದ "ಕರಡಿಯ ಮನೆ ಇಲ್ಲಿದ್ದರೆ ಈಚಲು ಮರ ಸಹ ಇಲ್ಲೆಲ್ಲಿಯಾದರೂ ಇರಬೇಕು."

"ಈಚಲು ಮರ? ಇದೆಯೋ ಏನೋ. ಕರಡಿಗೆ ಅದೊಂದೇ ಆಹಾರವೇ? ಜೇನುತಟ್ಟಿ ನೋಡಿದ್ದೆವಲ್ಲ–ದಾರಿಯಲ್ಲಿ. ಒಂದೊಂದು ಬಂಡೆಗೆ ಅಂಟಿಕೊಂಡಿತ್ತು. ಎಂಥೆಂಥ ದೊಡ್ಡ ತಟ್ಟಿ. ಅದನ್ನು ಕರಡಿ ತಿನ್ನುತ್ತದೆ" ಎಂದ. ಮರುಕ್ಷಣಕ್ಕೆ ಈಚಲು ಮರದ ವಿಚಾರ ನೆನಪಾಯಿತು. "ಅದೆಲ್ಲಾ ಇರಲಿ; ನೀನು ಮಾವನನ್ನು ಕೇಳಿದೆಯಾ, ಈಚಲು ಮರ ಎಲ್ಲಿದೆ ಎಂದು?" ಎಂದು ಕೇಳಿದ ಕರಿಯ.

"ಮಲೆಯ ತುದಿಯಲ್ಲಿ ಬೇಕೆನ್ನುವಷ್ಟು ಇವೆಯಂತೆ."

"ಹಣ್ಣಾಗುವುದು ಯಾವಾಗ?"

"ಅದನ್ನು ಮಾತ್ರ ಕೇಳಲಿಲ್ಲ."

"ಇಷ್ಟರ ವರೆಗೆ ಬಂದಿದ್ದೇವೆ–ಇನ್ನೂ ಹೊತ್ತುಂಟು. ಮಲೆಯ ತುದಿಯ ವರೆಗೆ ಹೋಗಿಬರೋಣವೇ?"

"ಇವತ್ತು ಬೇಡ, ಇನ್ನೊಮ್ಮೆ."

"ಹೆದರಿಕೆಯಾಗುತ್ತದೆಯೇ ನಿನಗೆ?"

ಭಯವಾಗುತ್ತದೆ ಅನ್ನಲಿಕ್ಕೆ ಕಾಳನಿಗೂ ಮನಸ್ಸು ಬಾರದಾಯಿತು. "ಆಯಿತು, ಹೋಗುವ" ಎಂದ. ಅಲ್ಲಿಂದ ಹೊರಟದ್ದೇ; ಹೊರಟು, ನೆಟ್ಟಗೆ ಬೆಟ್ಟದ ಗೋಡೆಯನ್ನೇರತೊಡಗಿದರು. ದಾರಿಯಲ್ಲಿನ ಪೊದೆಗಳನ್ನು ಸವರಿ, ಅವುಗಳ ಸೊಪ್ಪನ್ನು ಗುರುತಿಗೆ ಚೆಲ್ಲುತ್ತ ಏರಿದರು. ಮಲೆರಾಯನ ಗುಹೆಯಿಂದ ಬೆಟ್ಟವು ಗೋಡೆಯಂತೆ ನಿಲ್ಲುತ್ತದೆ. ಅದನ್ನು ಏರುವ ಕೆಲಸ ತೀರ ಸಾಹಸದ್ದು. ಆದರೆ ಹುಡುಗರದು ಬಿಸಿ ರಕ್ತವಲ್ಲವೇ? ಇಬ್ಬರೂ

ಏರತೊಡಗಿದರು. ಬಂಡೆಗಳ ಎಡೆಯಲ್ಲಿ ಬಿಟ್ಟ ಮರದ ಬೀಳಲುಗಳನ್ನು ಹಿಡಿಯುತ್ತ, ಇಲ್ಲವೆ ಪೊದೆಗಳ ಬುಡಕ್ಕೆ ಕೈ ಹಾಕಿ, ಅವುಗಳ ಕಾಂಡಗಳನ್ನು ಹಿಡಿಯುತ್ತ, ಏರಿದರು. ಒರಟಾದ ದಾರಿಯಲ್ಲಿ ಏರಿ ಕಟ್ಟ ಕೊನೆಗೆ ಬೆಟ್ಟದ ತುದಿಗೆ ಬಂದೂ ಬಂದರು. ಆ ನೋಟವೆಂಥದು! ಮೂಡಣಕ್ಕೆ ಸಹ್ಯಾದ್ರಿಯ ಉನ್ನತ ಪರ್ವತಾವಳಿ ಸಮೀಪದಲ್ಲೇ ಕಾಣಿಸುತ್ತಿತ್ತು. ಅದರ ನಟ್ಟನಡುವಣ ಶಿಖರವಾದ 'ಅಮ್ಮೆ ದಿಕ್ಕೆಲಿನ' ಒಲೆಯ ಗುಪ್ಪೆ ಆಕೃತಿಯಲ್ಲಿರುವ ರೂಪ, ಭವ್ಯವಾಗಿ ಕಾಣಿಸುತ್ತಿತ್ತು. ಪಡುವಣಕ್ಕೆ ನೋಡಿದರೆ–ಅವರ ಕಾಲ ಬುಡದಲ್ಲಿಯೇ ಸುಮಾರು ಐನೂರು ಅಡಿ ಕೆಳಗಡೆ, ಕುಡಿಯರ ಕೇರಿಯಿತ್ತು; ಅದರಿಂದ ಮುಂದಕ್ಕೇನೆ ಧನಿಗಳ ಮನೆ. ಕೇರಿಯ ಅಂಗಳದಲ್ಲಿ ನಲಿದಾಡುವ ಜನ ಗುಬ್ಬಚ್ಚಿಗಳಂತೆ ಕಾಣಿಸುತ್ತಿದ್ದರು. ಹಿಗ್ಗಿನಿಂದ ಕಾಳ, ಕರಿಯರಿಬ್ಬರೂ ಕಿರಿಚಿದರು; ಕೂಗಿದರು. ಅವರ ಹಿಗ್ಗೇ ಹಿಗ್ಗು! ನಾಲ್ದೆಸೆಗಳಲ್ಲೂ ಸುಂದರ ವಾದ ಕಣಿವೆ, ಬೆಟ್ಟ, ಪರ್ವತಗಳು! ನಡುನಡುವೆ ಹರಿದೋಡುವ ನದಿಗಳು. ಹಾರಿ ಬೀಳುವ ಅಬ್ಬಿಗಳು. ಬಾನು ಶುಭ್ರವಾಗಿತ್ತು. ನೀಲಾಕಾಶ ಮೇಘಶೂನ್ಯ ವಾಗಿ ನಾಲ್ದೆಸೆಗಳಲ್ಲೂ ಕಾಣಿಸುತ್ತಿತ್ತು. ಬೆಟ್ಟದ ಗಾಳಿ, ಹುಡುಗರನ್ನು ತೂರಿಕೊಂಡು ಹೋಗುವಷ್ಟರ ಭರದಿಂದ, ಶೀತಲವಾಗಿ ಬೀಸುತ್ತಿತ್ತು. ಬೆಟ್ಟವನ್ನೇರಿ ಬಂದ ಬಿಸಿಗೆ ಅದು ಕಾಣಿಸದೆ ಹೋದರೂ, ತುಸುಹೊತ್ತಿನಲ್ಲಿ ಮಕ್ಕಳಿಗೆ ಚಳಿಯಾಗ ತೊಡಗಿತು. ಕೈಗಳನ್ನು ಎದೆಗೊತ್ತಿಕೊಂಡು 'ಅಬ್ಬಾ, ಏನು ಯಮ ಚಳಿ ಇಲ್ಲಿ!' ಎನ್ನುತ್ತಾ ಆಚೀಚೆ ನೋಡಿದರು. ತುಂಬ ಹಸಿವಾಗಿತ್ತು. ಅಲ್ಲಾವ ಗಿಡಮರಗಳೂ ಇರಲಿಲ್ಲ. ತಾವು ಅರಸಿಬಂದ ಈಚಲು ಮರದ ನೆನಪಾಯಿತು. "ಈಚಲು ಮರ ಎಲ್ಲಿಯೂ ಕಾಣಿಸದಲ್ಲ" ಎಂದ ಕರಿಯ. "ಮಾವ ಸುಳ್ಳು ಹೇಳುತ್ತಾನೆಯೇ? ಇರಬೇಕು ಇಲ್ಲೆಲ್ಲೋ" ಎಂದನು ಕಾಳ. ಇಬ್ಬರೂ ಸೇರಿ ಆಚೀಚೆ ಕತ್ತು ಹಣಿಕಿ ನೋಡಿದರು. ಬರಿಯ ಹುಲ್ಲು ಗಿಡಗಳಷ್ಟೇ ನಾಲ್ಕು ಸುತ್ತಲೂ ಒಣಗಿ ಬಿದ್ದಿದ್ದವು. ಅದನ್ನು ನೋಡುತ್ತ ತುಸು ತಿರುಗಾಡಿದರು. ಇನ್ನೂ ಮುಂದೆ ಬಂದಮೇಲೆ ಬೆಟ್ಟದ ಇಳಿಜಾರು ಮೈಯೊಂದರಲ್ಲಿ ಹತ್ತಾರು ಈಚಲು ಮರಗಳು ಕಾಣಿಸಿದುವು. ಅಷ್ಟೇನು ದೊಡ್ಡ ಮರಗಳಲ್ಲ. ಅಲ್ಲಿಗೆ ಧಾವಿಸಿದ್ದೇ ಧಾವಿಸಿದ್ದು. ಅಲ್ಲಿ ಈಚಲು ಮರವಿತ್ತು ಮಾತ್ರವಲ್ಲ, ಕೆಂದಾಳಿ ಬಣ್ಣದ ದಿಂಡನ್ನೇರಿ, ತಮ್ಮ ಮೈ

ಪರಚಿಸಿಕೊಂಡು, ಒಂದು ಹಣ್ಣಿನ ಗೊಂಚಲನ್ನು ಕೆಳಕ್ಕೆ ಇಳಿಸಿದರು. ಅದರ ಸವಿ ನೋಡಿದರು. ಹಣ್ಣು ಸಾಕಷ್ಟು ರುಚಿಯೂ ಆಗಿತ್ತು. ನಿಂತು ತಿಂದರು ; ಆಚೀಚೆ ಅಲೆದಾಡಿದರು. 'ಹಾಗಿದ್ದರೆ, ಕರಡಿ ಕಾಣಿಸಬೇಕಲ್ಲ' ಎಂದುಕೊಂಡರು. ನೆಲವನ್ನು ಅರಸಿದರು. ಹುಲ್ಲಿಲ್ಲದೆ, ನೀರಿನ ಪಸೆಯಿರುವ ಜಾಗವನ್ನು ಹುಡುಕಿದರು. ಹೆಜ್ಜೆಯ ಜಾಡು ಅಲ್ಲಾವುದೂ ಕಾಣಿಸಲಿಲ್ಲ. ಆದರೂ ಮತ್ತೇನೋ ಕಾಡುಮೃಗಗಳ ಲದ್ದಿ ಬಿದ್ದುದನ್ನು ಕಂಡು 'ಇದು ನಿಜಕ್ಕೂ ಕರಡಿಯ ಲದ್ದಿಯೇ' ಎಂದು ನಿರ್ಧರಿಸಿದರು. ಹಾಗಿದ್ದರೆ 'ಇಲ್ಲಿಗೆ ಕರಡಿ ಈ ವೇಳೆಗೆ ಬರಲೇ ಬೇಕು. ಈಗಲ್ಲ ರಾತ್ರಿ; ರಾತ್ರಿ ಅಲ್ಲದಿದ್ದರೆ ಹಗಲು' ಎಂದುಕೊಂಡು 'ಅದಕ್ಕೆ ಬಗೆ ಮಾಡುವ' ಎಂದರು. ಕರಿಯ ತನ್ನದೇ ಆದ ಹಂಚಿಕೆಯನ್ನು ತೆಗೆದು ಮರದ ದಪ್ಪನಾದ ನಾಲ್ಕಾರು ಬೀಳಲುಗಳನ್ನು ಕಡಿದು ತಂದ; ನಾಲ್ಕೆಂಟು ಉರುಳುಗಳನ್ನು ಸಿದ್ಧಪಡಿಸಿದ. ಉರುಳಿನ ಒಂದೊಂದು ಕುಡಿಯನ್ನು ಈಚಲು ಮರಕ್ಕೆ ಬಿಗಿದ. ಒಂದಲ್ಲ ಒಂದು ಉರುಳಿನಲ್ಲಿ ಕರಡಿ ಬಿದ್ದರೆ ಅದರ ಕಾಲು ಸಿಕ್ಕಿ ಬೀಳಲೇಬೇಕು- ಎಂಬುದು ಅವನ ಯೋಚನೆ. ಅನಂತರ, ಒಂದು ಈಚಲು ಹಣ್ಣಿನ ಗೊನೆಯನ್ನು ಕಡಿದು, ಉರುಳಿನ ಬಳಿಯಲ್ಲಿ ಇರಿಸಿ, ಉರುಳನ್ನು ಮುಚ್ಚಿ, ಮರೆಯಿಸಿ, ಮೆಲ್ಲಗೆ ಅಲ್ಲಿಂದ ಹೊರಟರು. ಕೇರಿಗೆ ಹೋಗದೆ ನಿರ್ವಾಹವಿದೆಯೇ? ಆದರೂ 'ಕರಡಿ ಉರುಳಿಗೆ ಬೀಳುವುದೆಂದೂ ಅಥವಾ ಬಿದ್ದರೆ ತಮಗೆ ತಿಳಿಯುವುದು ಹೇಗೋ?' ಎಂಬ ಯೋಚನೆ. ಹೊತ್ತಾದುದರಿಂದ ಮರುದಿನ ಬರುವ ಯೋಚನೆಯಿಂದ ಹೊರಟರು. ಅವರ ಸುದೈವಕ್ಕೆ ಈಚಲು ಮರವೊಂದರ ಬಳಿ ಅದರ ಹೆಡೆಯನ್ನು ಕಡಿದುಹಾಕಿದ ಗುರುತು ಕಾಣಸಿಕ್ಕಿತು. ಹಾಗಿದ್ದರೆ ತಮ್ಮವರಾರೋ ಅಲ್ಲಿಗೆ ಬಂದಿರಬೇಕು-ಎಂದೂ ತೋರಿತು. ಬಂದಿದ್ದರೆ, ಬರುವ ದಾರಿ ಬೇರೆ ಯಾವುದೋ ಸಮೀಪ ಇದ್ದಿರಬೇಕು-ಎಂದು ಯೋಚಿಸಿ, ಆಚೀಚಿನ ನೆಲೆ ಸುತ್ತಾಡುತ್ತ, ದಾರಿಯನ್ನು ಹುಡುಕಾಡಿದರು. ಸಪುರವಾದ ಹೆಜ್ಜೆಯ ಜಾಡೊಂದು ಕಾಣಸಿಕ್ಕಿತು-ಅದು ಜನ ಚೆನ್ನಾಗಿ ತಿರುಗಾಡಿದಂಥ ಕಾಲುದಾರಿ ಎಂಬುದು ಖಂಡಿತವಾಯಿತು. ಅದನ್ನೇ ಹಿಡಿದು ಬೆಟ್ಟವನ್ನು ಇಳಿದರು. ಕಾಡಿನ ಆ ದಾರಿ ಇಳುಕಲಾಗಿತ್ತು. ಮೊದಲು ಬಂದ ದಾರಿಯಷ್ಟು ದುರ್ಗಮವಾಗಿರಲಿಲ್ಲ. ಆ ದಾರಿಯಿಂದ

ಇಳಿದು ಒಂದು ಗಳಿಗೆಯೊಳಗೆ ಅವರು ಬಂದು ಸೇರಿದುದೇ, ಕೇರಿಯ ನೀರಿನ ಚಿಲುಮೆಯನ್ನು 'ಇಷ್ಟು ಹತ್ತಿರವಿತ್ತೇ ನಾವು ಹೋದ ಸ್ಥಳ!' ಎಂದು ಆಶ್ಚರ್ಯವಾಯಿತು ಅವರಿಗೆ.

ಆ ರಾತ್ರಿಯೆಲ್ಲವೂ ಕರಿಯ ಕಾಳರಿಗೆ 'ಕರಡಿ ಬಿದ್ದಿರಬಹುದೇ? ಸಿಕ್ಕೀತೇ ತಮಗೆ' ಎಂಬ ಒಂದೇ ಕನಸು. ಬೆಳಗಾಗುವ ತನಕ ನಿದ್ರೆಯಿಲ್ಲ. ಬೆಳಗಾಗಿ ಹೊಟ್ಟೆಗೆ ಅಂಬಲಿ ಬೀಳುತ್ತಲೇ, ಇನ್ನೊಮ್ಮೆ ಬೆಟ್ಟದ ಕುಡಿಗೆ ಓಟ ಹೂಡಿದರು. ತಾವು ಕಂಡುಹಿಡಿದ ಹೊಸದಾರಿಯಲ್ಲಿ ಸುಲಭವಾಗಿ ಏರಿ ಹೋಗಿ, ಬೆಟ್ಟದ ಕುಡಿಯನ್ನು ಸೇರಿದರು. ಅಲ್ಲಿನ ಈಚಲು ಮರಕ್ಕೆ ಸುತ್ತು ಬಂದರು. ಹಾಕಿದ ಉರುಳುಗಳೆಲ್ಲ ಅಲ್ಲಲ್ಲೇ ಬಿದ್ದಿದ್ದವು. ನೆಲದಲ್ಲಿ ಇವರು ಕೆಡವಿದ ಈಚಲು ಹಣ್ಣುಗಳಾವುವೂ ಇದ್ದಿರಲಿಲ್ಲ. 'ಅಬ್ಬ, ಕರಡಿಗೆ ಅಷ್ಟು ಬುದ್ಧಿಯುಂಟೇ!' ಎಂದಂದುಕೊಂಡು ಬಲುಹೊತ್ತು ಅಲ್ಲಿ ಕುಳಿತು, ಬೇರೆ ಉಪಾಯವೇನೆಂದು ಯೋಚಿಸಿದರು. ಕೊನೆಗೆ ಬಗೆಗಾಣದೆ, ಉರುಳನ್ನು ಮರದ ಬುಡದಲ್ಲೇ ಇರಿಸಿ, 'ಕರಡಿ ಈಚಲು ಹಣ್ಣಿಗಾಗಿ ಮರವನ್ನು ಏರುವಾಗಲಾದರೂ ಸಿಕ್ಕಿಬೀಳಲಿ' ಎಂದು ಯೋಚಿಸಿ, ಮರಳಿದರು.

ಆ ದಿನ ರಾತ್ರಿಯೆಲ್ಲ ಬೂದನನ್ನು ಕರಿಯ ಕಾಡುತ್ತಲೇ ಇದ್ದ. ಆದರೂ ಕರಡಿ ಹಿಡಿಯುವ ಹಂಚಿಕೆಯನ್ನು ಕುರಿತು ಕೇಳಲಿಲ್ಲ. "ಮಾವ, ಘಟ್ಟದ ಕೆಳಗೆ ಗೂಡಿಟ್ಟು ಹುಲಿಗಳನ್ನು ಹಿಡಿಯುತ್ತಾರಲ್ಲ, ಅದು ಹ್ಯಾಗೆ? ಆ ಗೂಡು ಮಾಡುವುದು ಹ್ಯಾಗೆ?" ಎಂದು ಸವಾಲು ಹಾಕುತ್ತಿದ್ದ.

"ಮರುಳು ನಿನಗೆ; ಹುಲಿ ತಿನ್ನಲಿಕ್ಕೆ ಆಗುತ್ತದೆಯೇ"

"ಹುಲಿಯಲ್ಲ. ಇನ್ನೇನಾದರೂ ಹಿಡಿಯಬೇಕಾದರೆ? ಮಿಗ, ಬರ್ಕ, ಎಲ್ಲ ಹಿಡಿಯುವ ಹಾಗೆಯೇ ಅವುಗಳ ದಾರಿಯಲ್ಲಿ ಉರುಳಿಟ್ಟು, ಉಳಿದ ದಾರಿಗಳನ್ನೆಲ್ಲ ಮುಚ್ಚಿ ಉರುಳು ಇರಿಸಿದರೆ ಸಾಕಾಗದೆ?" ಎಂದು ಕೇಳಿದ. ಬೂದ ಎಲ್ಲೋ ಬಲು ಹಿಂದಕ್ಕೆ, ಮೂಲೆಗುಂಪು ಗ್ರಾಮದವರು ಬೋನಿನಲ್ಲಿ ಚಿರತೆಯೊಂದನ್ನು ಹಿಡಿದುದನ್ನು ಕಂಡಿದ್ದ. ಹಾಗಾಗಿ, ಆ ಕತೆಯನ್ನೆಲ್ಲ ಮಕ್ಕಳ ಮುಂದೆ ಹೇಳಿದ. 'ಆದರೆ, ಅದಕ್ಕೆ ಬಲಿಯಾಗಿ ನಾಯಿಯನ್ನೋ ಆಡನ್ನೋ ಕಟ್ಟುತ್ತಾರೆ'–ಎಂದ. ಅಷ್ಟೇ ಸೂಚನೆ ಸಾಕಾಯಿತು ಕರಿಯನಿಗೆ.

ಮರುದಿನ ಆತ ಕಾಳನನ್ನು ಕಟ್ಟಿಕೊಂಡು, ತಿರುಗಿ ಬೆಟ್ಟದ ಕೋಡಿಗೆ ಓಡಿದ. ಒಂದೆರಡು ದಿನಗಳ ಕಾಲ ಅವರಿಬ್ಬರೂ ಅಲ್ಲಿಯೇ ಕುಳಿತು, ನೀಳವಾದ ಗೂಟಗಳನ್ನಾಯ್ದು, ಸವರಿ, ಬೀಳಲುಗಳಿಂದ ಚಿಕ್ಕದೊಂದು ಗೂಡನ್ನು ಮಾಡಿದರು. ಅದಕ್ಕೆ ಥಟ್ಟನೇ ಸರಿದುಬೀಳುವ ಒಂದು ಬಾಗಿಲನ್ನೂ ರಚಿಸಿದರು. ಅಷ್ಟೆಲ್ಲ ಕೆಲಸ ಮುಗಿದಮೇಲೆ, ಜೇನುತಟ್ಟಿಯೊಂದನ್ನು ಸಂಪಾದಿಸಲು ಹೊರಟರು. ಹೊಗೆಯನ್ನೆಬ್ಬಿಸಿ, ಬಂಡೆಗೆ ಅಂಟಿದ್ದ ತಟ್ಟಿಯೊಂದರ ನೊಣಗಳನ್ನು ಓಡಿಸಿ, ತಟ್ಟಿಗೆ ತಟ್ಟಿಯನ್ನೇ ಕಿತ್ತು ತಂದರು. ಮರಗಳ ಎಡೆಯಲ್ಲಿ ಆ ಗೂಡನ್ನಿರಿಸಿ ಭದ್ರವಾಗಿ ಬಿಗಿದರು. ಅದರ ಒಳಕ್ಕೆ ತಟ್ಟಿಯ ಅರ್ಧವನ್ನು ಹಾಕಿದರು. ಉಳಿದ ಅರ್ಧವನ್ನು ಚೂರು ಮಾಡಿ, ಈಚಲು ಮರಗಳಿಂದ ಅಲ್ಲಿಯ ತನಕ ದಾರಿಯುದ್ದಕ್ಕೂ ತುಣುಕು ತುಣುಕಾಗಿ ಕೆಡವಿದರು. 'ತಮ್ಮ ಈ ಒಳಸಂಚು ಖಂಡಿತವಾಗಿಯೂ ನಡೆದೇ ನಡೆಯುತ್ತದೆ' ಎಂದು ನಿಶ್ಚಯಿಸಿಕೊಂಡು ಮನೆಗೆ ಬಂದರು. ಆ ರಾತ್ರಿಯೂ ಮಕ್ಕಳಿಬ್ಬರಿಗೆ ಸಮನಾದ ನಿದ್ರೆ ಬರುವಂತಿಲ್ಲ. ಕರಡಿಯ ಘರ್ಜನೆಯನ್ನು ಅವರು ಈ ತನಕ ಕೇಳಿದವರಲ್ಲವಾದರೂ, ಆ ಘರ್ಜನೆಯನ್ನು ತಾವೇ ಊಹಿಸಿ, 'ಅದು ಕೇಳಿಸುತ್ತದೆ' ಎಂಬ ಭ್ರಮೆಯಿಂದ ಮಲಗಿ ನಿದ್ರೆಹೋದರು. ಆ ಬೆಳಿಗ್ಗೆ, ಅಂಬಲಿ ಉಣ್ಣುವ ತನಕವೂ ಗುಡಿಸಲಲ್ಲಿ ನಿಲ್ಲಲಿಲ್ಲ. ಮುಖ ತೊಳೆಯಲು ನೀರಿನ ದಂಬೆಯ ಸಮೀಪ ಬಂದವರೇ, ಬೆಟ್ಟವನ್ನು ಏರಿದರು; ಕತ್ತಿ, ಕೋಲುಗಳನ್ನು ಹಿಡಿದುಕೊಂಡು ಸಾಗಿದರು. ನಿಜಕ್ಕೂ ದೊಡ್ಡದಾದೊಂದು ಕರಡಿ ಆ ತೋಪಿನ ಬಳಿ ಹುಚ್ಚು ಹಿಡಿದಂತೆ ಅತ್ತಿತ್ತ ಚೀರಾಡುತ್ತ ಅಲೆದಾಡುತ್ತಿತ್ತು. ಅದರ ಹತ್ತಿರ ಹೋಗುವ ಧೈರ್ಯ ಯಾರಿಗಿದೆ? ಕೂಗಿ, ಜನಗಳನ್ನು ಕರೆಯುವುದಕ್ಕೂ ಹುಡುಗರಿಗೆ ಧೈರ್ಯವಿಲ್ಲ. ಕೂಗಿದರೆ ಮೈಮೇಲೆ ಅದು ಬಂದು ಹಾರೀತೆಂಬ ಭಯ ಬೇರೆ.

ಕಿವಿಯಲ್ಲೇ ಅಂದ ಕಾಳ: "ತುಕ್ರಣ್ಣನನ್ನು ಕರೆದುಕೊಂಡು ಬರೋಣವೇ? ಕರಡಿ ಕೊಲ್ಲುತ್ತಾನಂತೆ ಅವ. ಕರಡಿ ಕೊಂಡಿದ್ದಾನಂತೆ ಅವನು."

ತುಕ್ರಣ್ಣನ ಹೆಸರು ಕರಿಯನಿಗೆ ಒಪ್ಪಲಿಲ್ಲ. ಕರಿಯನ ಮನಸ್ಸಿಗೆ, ಬೋನಿನೊಳಗೆ ಅದರ ಮರಿ ಸಿಕ್ಕಿಬಿದ್ದಿದೆಯೆಂದೂ, ತಾಯಿ ಕರಡಿ ಅದಕ್ಕಾಗಿ

ಬೋನಿನ ಹೊರಗೆ ಗುರುಗುರಿಸುತ್ತಿದೆ-ಎಂದೂ ತೋರಿತು. ಆ ಮರಿ ತಮಗೆ ಸಿಗಲು, ತಾಯಿಯನ್ನು ಬೇಟೆಯಾಡಿ ಕೊಲ್ಲದೆ, ತಮ್ಮ ಕೆಲಸ ಸಾಧ್ಯವಾಗದು ಎಂಬುದರಿಂದ, ಇಬ್ಬರೂ ಧಾವಿಸಿ ಕೇರಿಗೆ ಬಂದರು. ಅಜ್ಜ, ಮಾವ ಇಬ್ಬರೂ ಅಂಬಲಿ ಕುಡಿದು, ಕಟ್ಟಿಗೆ ಕಡಿಯಲು ಹೊರಟು ಹೋಗಿದ್ದರು. ಹುಡುಗರಿಬ್ಬರೂ ಕೆಲಸ ನಡೆಯುವ ತಾವಿಗೆ ಹೋದರು. ಹುಡುಗರನ್ನು ಕಂಡು ಕೆಂಚ ರೇಗಿದ. "ಏನು ಕರಿಯ, ಬೆಳಿಗ್ಗೆ ಅಂಬಲಿ ಸಹ ಉಣ್ಣದೆ ನೀವೆಲ್ಲಿಗೆ ಹೋದದ್ದು?" ಎಂದು ಗದರಿಸಿದ ಬಳಿಕ "ಎಲ್ಲರಂತೆ ನಿಮ್ಮಿಂದಾದಷ್ಟು ನೀವು ಕಟ್ಟಿಗೆ ಹೊರಬಾರದೇ" ಎಂದ. ಅವನ ದಾಕ್ಷಿಣ್ಯಕ್ಕೆ ಹುಡುಗರು ಕಟ್ಟಿಗೆ ಹೊತ್ತುಕೊಂಡು ಮನೆಗೆ ಮರಳಿದರು. ಮರಳುತ್ತ ಕರಿಯ, ಅಜ್ಜನೊಡನೆ ತಾನು ಮಾಡಿಬಂದ ಕೆಲಸ ಹೇಳಿದ. ಅಷ್ಟರಲ್ಲಿ ಬೂದನೂ ಬಂದ. "ಮಾವ, ನನಗೆ ಆ ಕರಡಿಯ ಮರಿ ಹಿಡಿದು ತಂದು ಕೊಡಬೇಕು" ಎಂದ. ಬೂದ, ಕೆಂಚರು ಸೇರಿ ಯೋಚಿಸಿದರು. ಮಕ್ಕಳ ಸಾಹಸಕ್ಕೇನೋ ಹರ್ಷ ತಾಳಿದರು. ಆದರೆ, ಕರಡಿಯ ಬೇಟೆ ಅವರಿಗೆ ಸುಲಭವಾಗಿ ಕಾಣಿಸಲಿಲ್ಲ. ಬೇರೆ ದಾರಿಯನ್ನು ಕಾಣದೆ ಬೂದ ಧನಿಗಳಲ್ಲಿಗೆ ಹೋಗಿ, ಕೋವಿಯನ್ನೂ, ಚರೆಮದ್ದನ್ನೂ ಬೇಡಿಕೊಂಡು ಬಂದ. ಅಲ್ಲಿಂದ ನಾಲ್ವರೂ ಕತ್ತಿ, ಈಟಿ ಹಿಡಿದು ಆ ಬೆಟ್ಟವನ್ನು ಏರಿದರು. ಕರಡಿಯೂ ಕಾಣಸಿಕ್ಕಿತು. ಬೂದ ಎಲ್ಲರನ್ನೂ ಮರೆಯಾಗಿರಲು ಹೇಳಿ, ಅಲ್ಲಿನ ದಾರಿ ಬಲ್ಲವನಾದುದರಿಂದ, ಕಾಡನ್ನು ಬಳಸಿ ಸುತ್ತಿಕೊಂಡು, ಬೇರೊಂದು ಮಗ್ಗುಲಿನಿಂದ, ಕರಡಿಗೆ ಆದಷ್ಟು ಸಮೀಪಕ್ಕೆ ಹೋಗಿ, ಅಡಗಿ, ಗುರಿಹಿಡಿದು ಗುಂಡು ಹಾರಿಸಿದ; ದೊಪ್ಪನೆ ಕರಡಿ ಉರುಳಿಬಿತ್ತು. ಗುಂಡಿನ ಧ್ವನಿ ಇವರಿಗೂ ಕೇಳಿಸಿತು. ಆಗ ಈ ಮೂವರೂ ಮರೆಯಿಂದ ಹೊರಕ್ಕೆ ಬಂದರು. ಹುಡುಗರಂತು ಅಲ್ಲಿಗೆ ಧಾವಿಸುವುದಕ್ಕೇ ಮುಂದಾದರು. ಕೆಂಚ ಅವರನ್ನು ತಡೆದು ಹಿಡಿದ. "ನಿಲ್ಲಿ, ಅವಸರ ಮಾಡಬೇಡಿ. ಇನ್ನೂ ಒಂದೋ ಎರಡೋ ಕರಡಿಗಳಿರಬಹುದು. ಸ್ವಲ್ಪಹೊತ್ತು ಕಾದು ಕುಳಿತರೆ ಇನ್ನೊಂದು ಕರಡಿ ಸಮೀಪ ಇದ್ದರೆ, ಗೊತ್ತಾಗುತ್ತದೆ." ಎಂದ. ತಿರುಗಿ ಮರೆಯಲ್ಲಿ ಅವರು ಅಡಗಿರಬೇಕಾಯಿತು. ಬೂದನೂ ಸ್ವಲ್ಪ ಹೊತ್ತು ಅಡಗಿದ್ದು ಇಣಿಕಿ ನೋಡುತ್ತಿದ್ದ. ಬೇರೆ ಕರಡಿಗಳಾವುವೂ ಬರಲಿಲ್ಲ. ಹಾಗೆಂದು, ತಾನಿದ್ದಲ್ಲಿಂದ ಕೇಕೇ ಹೊಡೆದ.

ಇವರೂ ಕೂಗಿದರು. ನೀಳವಾದ ಮೊನಚು ಕೋಲುಗಳನ್ನು ಕೈಯಲ್ಲಿ ಹಿಡಿದುಕೊಂಡು, ನಾಲ್ಕು ದಿಕ್ಕುಗಳಲ್ಲಿ ನಿಂತು, ಮುಂದಕ್ಕೆ ಹೆಜ್ಜೆಹಾಕುತ್ತ ಮೆಲ್ಲನೆ ಹೋದರು. ಬಿದ್ದ ಕರಡಿ, ಅರ್ಧ ಗಾಯಗೊಂಡು, ಉಸಿರಾಡುತ್ತಿತ್ತು. ಅದನ್ನು ಇರಿದು ಪೂರ್ಣ ಕೊಂದ ಮೇಲೆ ಪೊದೆಯ ಬಳಿಗೆ ಬಂದರು. ಕೋಲುಗಳಿಂದಲೇ ಕರಿಯ, ಕಾಳರು ಬೋನನ್ನು ಮರೆಮಾಡಿದ ಸೊಪ್ಪನ್ನು ತೆಗೆದರು. ಕರಿಯನ ಹಿಗ್ಗು ಅಷ್ಟಿಷ್ಟಲ್ಲ! ನಿಜಕ್ಕೂ ಕರಡಿಯ ಮರಿಯೊಂದು ಜೇನಿನ ಚಪಲಕ್ಕೆ ಬಂದು ಆ ಬೋನಿನೊಳಗೆ ಸಿಕ್ಕಿಬಿದ್ದಿತ್ತು. ಬೋನು ಸಾಕಷ್ಟು ಗಟ್ಟಿಮುಟ್ಟಾಗಿದ್ದುದರಿಂದ, ಮರಿ ಪಾರಾಗಲಿಲ್ಲ. ಮರಿಯನ್ನು ಉಳಿಸಲು ಹೋದ ತಾಯಿ ಮಾತ್ರ ಜೀವ ಕಳೆದುಕೊಂಡಿತು. ಒಂದು ಗಳಿಗೆಯ ಬಳಿಕ ಕರಿಯನಿಗೂ ಮರುಕವಾಗದೆ ಹೋಗಲಿಲ್ಲ. ಎಲ್ಲರೂ ಸೇರಿ ಬೋನನ್ನು ಹೊತ್ತುಕೊಂಡು ಬಂದರು. ಬೋನಿನ ಸುತ್ತ ಕೇರಿಗೆ ಕೇರಿಯೇ ಕೂಡಿತು. ಅನಂತರ ಬೂದ, ಕೆಂಚ, ಇನ್ನಿಬ್ಬರು ಆಳುಗಳನ್ನು ಕಟ್ಟಿಕೊಂಡು, ಸತ್ತ ಕರಡಿಯ ಹೆಣವನ್ನು ಕೇರಿಗೆ ಹೊತ್ತು ತಂದು, ಮೆರವಣಿಗೆ ಮಾಡಿದರು. ಅದರ ತೊಗಲು, ಧನಿಯರ ಮನೆಗೆ ಕಾಣಿಕೆಯಾಯಿತು.

ಮುಂದೆ ಬೋನಿನಿಂದ ಮರಿ ತೆಗೆದು, ಅದರಿಂದ ಪರಚಿಸಿಕೊಂಡು, ಅದರ ಕೊರಳಿಗೆ ಹಗ್ಗ ಮಾಡಿಹಾಕಿ, ಅದನ್ನು ಮನೆಯ ನಾಯಾಗಿ ಮಾಡುವ ಕೆಲಸ ಕರಿಯನಿಗೆ. ಅಷ್ಟು ಮಾಡದೆ ಬಿಡುತ್ತಾನೆಯೇ? ಅದಕ್ಕಿಂತ ಹೆಚ್ಚಿನ ಕೆಲಸ ಅವನಿಗಿತ್ತು. ಕೆಲವೊಂದು ದಿನ ಆ ಮರಿಗಾಗಿ ಜೇನು ಹುಡುಕುತ್ತಾನೆ. ಈಚಲು ಹಣ್ಣಿನ ಔತಣ ಮಾಡಿಸುತ್ತಾನೆ. ಇತರರನ್ನು ಕೇಳಿ, ತಿಳಿದು, ಬೂದ ಕರಡಿಯ ಮೂಗಿಗೊಂದು ಉಂಗುರ ಮಾಡಿಸಿ ಹಾಕಿದ. ಒಂದೆರಡು ತಿಂಗಳಲ್ಲಿ ಆ ಮರಿಯು ಪಳಗಿ ಮನೆಯ ನಾಯಿಯೇ ಆಯಿತು. ಹುಡುಗರಿಬ್ಬರೂ ಕಂಬಳಿಯನ್ನು ಹೊದೆದುಕೊಂಡು ಆ ಕರಡಿಯ 'ಅಪ್ಪ', 'ಅಮ್ಮ'ರಾಗಿ ಅದರ ಜತೆಗೆ ಆಡಿದ ಗಳಿಗೆಗಳೆಷ್ಟೋ. ಇದರಿಂದಲೂ ಕರಿಯನ ಮನಕ್ಕೆ ತೃಪ್ತಿಯಿಲ್ಲ. 'ಹುಲಿ ಹಿಡಿದರೇನು? ಕಾಟಿ ಹಿಡಿದರೇನು? ಆನೆಯನ್ನು ಹಿಡಿದರೇನು?' ಎಂಬುದೇ ಅವನ ಮನದ ಚಪಲ. 'ಹುಲಿಯಲ್ಲ– ಇನ್ನೇನಲ್ಲವೇ! ಹಾಗೆಲ್ಲ ಸಾಧ್ಯವಾಗಲಾರದು?' ಎಂದು ಬೆದರಿಸಿದ ಕೆಂಚ. 'ಕಾಟಿಯ ಮರಿ ಹಿಡಿದು ತಂದರೆ ಕೇರಿಯವರು ಕದ್ದು ತಿಂದಾರು' ಎಂದು

ಪರಿಹಾಸ್ಯಮಾಡಿದ ಬೂದ. ಹಾಗಾಗಿ, ಆನೆಯ ಮಾವುತನಾಗುವ ಒಂದಾಸೆ ಯಾದರೂ ಕರಿಯನಲ್ಲಿ ಉಳಿಯಿತು. ಆತನ ಮನಸ್ಸಿಗೆ–ಕರಡಿ ಹಿಡಿದ ತಾನು, ಕರಡಿ ಕೊಂದ ತುಕ್ರನಿಗಿಂತ ಒಂದು ಮುಷ್ಟಿ ಹೆಚ್ಚು ಎಂಬ ಹೆಮ್ಮೆಯೂ ಉಂಟಾಯಿತು.

ಕೆಂಚನಿಗೆ ಈಗ ವಯಸ್ಸು ಎಪ್ಪತ್ತಕ್ಕೆ ಸಮೀಪಿಸಿದೆ; ತುಸು ಹೆಚ್ಚೇ ಆಗಿದ್ದರೂ ಆಗಿದ್ದಿರಬಹುದು. ಅವರದ್ದೆಲ್ಲ ಅಂದಾಜಿನ ಎಣಿಕೆ. ಹಾಗಿದ್ದ ಮೇಲೆ, ಮೊದಲಿನ ದೇಹದಾರ್ಢ್ಯ ಉಳಿಯುವುದಂತು ಶಕ್ಯವಿಲ್ಲ, ಮಳೆಗಾಲ ಬಂತೆಂದರೆ ಕೆಮ್ಮು, ಉಬ್ಬಸ ತೊಡಗುತ್ತದೆ. ಪ್ರತಿಯೊಂದು ಬಾರಿ ಮಳೆಗಾಲದಲ್ಲೂ 'ತನಗಿನ್ನು ಆಯುಷ್ಯ ದಿನವೋ, ತಿಂಗಳೋ'–ಎಂದು ಆತ ಎಣಿಕೆ ಹಾಕುವುದುಂಟು. ಮೊಮ್ಮಗನ ಚಿಂತೆ ಅವನಿಗೀಗ ಅಷ್ಟೊಂದು ಹೆಚ್ಚಾಗಿಲ್ಲ; ಹುಡುಗ ಸೊಗಸಿನ ಸಾಹಸಿಯಾಗಿ, ಮೈತುಂಬಿ ಬೆಳೆದಿದ್ದಾನೆ. ಅವನನ್ನು ಕಂಡರೆ ಸಂತೋಷವಾಗಬೇಕು. ಹೀಗೆಯೇ ಇನ್ನೊಂದೆರಡು ಮಳೆಗಾಲ ಕಳೆದರೆ, ತಾನು ಕಣ್ಮುಚ್ಚಿದರೂ ಚಿಂತೆಯಿಲ್ಲ; ತನ್ನ ಬಳಿಕ ಕರಿಯ ಕೇರಿಗೆ ಗುರಿಕಾರನಾಗುತ್ತಾನೆ–ಎಂಬ ವಿಶ್ವಾಸ ಕೆಂಚನಲ್ಲಿ ಬೆಳೆಯುತ್ತಿದೆ. ಈ ಆಸೆಯ ಜತೆಗೆ ಒಂದು ಬೆದರಿಕೆಯೂ ಉಂಟು; ಹುಡುಗನ ಮನಸ್ಸಿನಲ್ಲಿ ದಿನವೆಲ್ಲ–ಹುಲಿ ಹಿಡಿಯುವ, ಕರಡಿ ಹಿಡಿಯುವ, ಆನೆ ಹಿಡಿಯುವ– ಆಸೆಗಳು ಮೂಡುತ್ತಿರುವುದನ್ನು ಕಂಡು ಎಲ್ಲೆಂದರಲ್ಲಿ ಕಾಡಿನಲ್ಲಿ ಒಂಟಿಯಾಗಿ, ಕೆಲವೊಮ್ಮೆ ಕಾಳನ ಜತೆಯಲ್ಲಿ, ಆತ ಅಲೆದಾಡುತ್ತಿರುವುದನ್ನು ಕಂಡು ಅವನ ಮನಸ್ಸು ಅಳುಕುತ್ತದೆ. ಏನಾದರೊಂದು ಆಪತ್ತಿಗೆ ಗುರಿ ಯಾದಾನೆಯೇ.... ಎಂಬ ಬೆದರಿಕೆ. ಈ ಬೆದರಿಕೆಯಿಂದ ಬೂದನಿಗೆ ಹತ್ತಾರು ಬಾರಿ ಹೀಗೆ ಹೇಳಿದ್ದೂ ಉಂಟು: "ನೋಡಣ್ಣ, ಕರಿಯ, ಕಾಳ ಇಬ್ಬರ ವಿಷಯದಲ್ಲಿಯೂ ನೀನು ಸ್ವಲ್ಪ ಹೆಚ್ಚಿಗೆ ನಿಗಾ ಇರಿಸಿಕೊಳ್ಳಬೇಕು" ಅದಕ್ಕೆ ಬೂದ "ಅಂಥದೇನಿಲ್ಲ ಅಜ್ಜ, ಬುದ್ಧಿ ಉಂಟು ಅವರಿಗೆ. ಆ ದಿವಸ ಕರಡಿ ಮರಿಯು ಬೋನಿಗೆ ಸಿಕ್ಕಿದಾಗ ನಮ್ಮನ್ನು ಕರೆಯಲು ಬರಲಿಲ್ಲವೇ?" ಎಂದು ಸಮಾಧಾನ ಹೇಳಿ, ಕೆಂಚನ ಭಯ ತಣಿಸುತ್ತಿದ್ದ.

ಇಂಥ ವೇಳೆಯಲ್ಲೇ ತಿರುಮಲ ಭಟ್ಟರಿಗೆ ಹೊಸ ಕನಸುಗಳುಂಟಾಗ ತೊಡಗಿದವು. ಬರಿದೇ ಏಲಕ್ಕಿ ಬೇಸಾಯ ಮಾಡುವುದರ ಜತೆಗೆ, ಮಲೆಯ

ನೂರಾರು ಎಕ್ರೆ ವಿಸ್ತೀರ್ಣವಾದ ಕಾಡಿನ ಉಪಯೋಗ ಏತಕ್ಕೆ ಪಡೆಯ ಬಾರದು? ಬೆಟ್ಟದ ತುದಿಯಿಂದ ಬುಡದ ತನಕ ಮತ್ತಿ, ಜಂಬೆ, ನಂದಿ ಮೊದಲಾದ ಮೋಪಿಗೆ ಬರುವ ಮರಗಳಿವೆ. ಅವನ್ನೇಕೆ ಕಡಿದು ಸಾಗಿಸ ಬಾರದು–ಎಂಬ ಆಸೆ ಹುಟ್ಟಿತು. ಆ ಆಸೆಯ ಜತೆಗೆ ನಾಟಸಾಗಿಸಲು ಆನೆ ಬೇಡವೇ?–ಎಂದೂ ಹೊಳೆಯಿತು. ಪರ ಊರಿನಿಂದ ಆನೆ ತರಿಸುವ ಬದಲು, ತಮ್ಮ ಕಾಡಿನಲ್ಲೇ ಅದನ್ನೇಕೆ ಹಿಡಿದು ಪಳಗಿಸಬಾರದು ಎಂಬ ಯೋಚನೆಯೂ ಆಯಿತು. ಹಿಂದೊಮ್ಮೆ ಕರ್ಪನ್ನಿಟ್ಟು ಆನೆ ಹಿಡಿಸಿದ್ದರು; ಅದನ್ನು ಬಿಟ್ಟೂ ಬಿಟ್ಟಿದ್ದರು. ಈ ಬಾರಿ ಹಿಡಿದು ಸಾಕಬೇಕು–ಎಂಬ ಹಂಬಲವಾಯಿತು. ವ್ಯಾಪಾರದ ಲಾಭವೋ ಅಥವಾ ಮಲೆಗೆ ಇನ್ನಷ್ಟು ಹೆಚ್ಚಾಗಿ ಬಂದು ಹೋಗುವ ಹವಣಿಕೆಯೋ ಅದಕ್ಕೆ ಕಾರಣವಾಗಿರಬಹುದು.

ಧನಿಗಳು ಆನೆ ಹಿಡಿಯುವ ಹಂಚಿಕೆ ಮಾಡಿದ್ದಾರೆ ಎಂದು ಕೇಳಿದ ಕರಿಯನಿಗೆ, ಸ್ವರ್ಗವೇ ಕೈಗೆ ಬಂದ ಹಾಗಾಯಿತು. ಅವನ ಹುಮ್ಮಸವೇ ಹುಮ್ಮಸ. ಆನೆ ಹಿಡಿಯುವ ಮೊದಲೇನೆ, ಯಾವುದೋ ದೇವಾಲಯದಿಂದ ಸಾಕಿದ ಎರಡು ಆನೆಗಳನ್ನು ತರಿಸಿಕೊಂಡರು. ಕೇರಳದಿಂದ, ಆನೆ ಪಳಗಿಸುವ ಮಾವುತನೊಬ್ಬನನ್ನು ಕರೆಯಿಸಿಕೊಂಡರು. ಆ ಬಳಿಕ ಅವನನ್ನೂ, ಜತೆಗೆ ತುಕ್ರನನ್ನೂ ಕರೆದುಕೊಂಡು ಆನೆಗಳ ಸಂಚಾರದ ಹಾದಿಯನ್ನೆಲ್ಲಾ ನೋಡುತ್ತ ಸುತ್ತಾಡಿದರು. ಮಲೆಯ ತುದಿಯಲ್ಲಿ ಕರ್ಪಿಟ್ಟು ಒದ್ದಾಡುವುದು ಬೇಡವೆಂದು ಯೋಚಿಸಿ, ಬುಡದ ಕಾಡೊಂದರ ಬಳಿ, ಕರ್ಪಿನ ಏರ್ಪಾಟನ್ನು ಮಾಡಿದರು.

ಆಳವಾದ ಕುಣಿಯೊಂದನ್ನು ತೆಗೆಯಿಸಿದರು. ಅದನ್ನು ತಟ್ಟಿಗಳಿಂದ ಮುಚ್ಚಿಸಿ, ಬಾಳೆ ಗಿಡಗಳನ್ನು ನಡಿಸಿದರು. ಪಳಗಿಸುವುದಕ್ಕೆ ಬೇಕಾದ ಪಂಜರ ಹೂಡಿದರು. ಆನೆಯ ಬರುವಿಕೆಗಾಗಿ ದಿನ, ದಿನ ಹೊಂಚುಹಾಕುತ್ತ ಕುಳಿತರು. ಈ ಕೆಲಸ ತೊಡಗಿದ ಮೇಲೆ ಕರಿಯನ ಜೀವವೆಲ್ಲ ಮಲೆಯ ಬುಡದಲ್ಲೇ. ಕೆಲಸ ನಡೆಯುವಾಗಲೆಲ್ಲ–ಅದನ್ನು ನೋಡುವ ಸಲುವಾಗಿ ಬೆಟ್ಟ ಇಳಿದು ಹೋಗಿ ಬರುತ್ತಿದ್ದ. ಧನಿಗಳು ಅವನನ್ನೇನೂ ಕರೆಯಿಸಿಕೊಳ್ಳಲಿಲ್ಲ. ಬದಲು ಬೂದ, ತುಕ್ರ ಮೊದಲಾದ ನಾಲ್ಕೆಂಟು ಮಂದಿ ಹಿರಿಯರನ್ನು ಕರೆದುಕೊಂಡು ಮೂಲೆಗುಂಪಿಗೆ ಹೋಗಿ ಬಿಡಾರ ಮಾಡಿದರು. ಒಂದು

ರಾತ್ರಿ ಆನೆಗಳ ಹಿಂಡೊಂದು ಆ ದಾರಿಯಾಗಿ ಬಂದಿತು. ಅವುಗಳಲ್ಲೊಂದು ಕರ್ಪನ್ನು ಸಮೀಪಿಸಿ, ಬಾಳೆಯ ಗಿಡಕ್ಕೆ ಸೊಂಡಿಲು ಹಾಕಿ, ಕುಣಿಗೆ ಬಿದ್ದೂ ಬಿಟ್ಟಿತು! ನಸುಕಿಗೆ ಮುಂಚೆಯೇ ಕೇರಿ ಬಿಟ್ಟು ಅಲ್ಲಿಗೆ ಹೊರಟ ಕರಿಯನ ಕಣ್ಣಿಗೇನೇ ಅದು ಕಾಣಿಸಬೇಕೆ? ಆತ ದೂರದಿಂದಲೇ ನೋಡಿದ. ಬಿದ್ದ ಹೆಣ್ಣಾನೆಯನ್ನು ಮೇಲಕ್ಕೆತ್ತಲು ಉಳಿದ ಆನೆಗಳು ಮಾಡುತ್ತಿದ್ದ ಸಾಹಸವನ್ನು ಕಂಡು ಗಾಬರಿಗೊಂಡ. ಅವುಗಳ ಆರ್ಭಟನೆಯನ್ನೂ ಕೇಳಿದ. ಕಂಡು ಕಂಗಾಲಾಗಿ ಮುಲೆಗುಂಪಿಗೆ ಸುದ್ದಿ ಕೊಡಲು ಓಟ ಹೂಡಿದ. ನಾಲ್ಕು, ನಾಲ್ಕು ದಿನ ಅಲ್ಲಿಗೆ ಹೋಗಿಬಂದು ನಿರಾಶೆಗೊಂಡ ಭಟ್ಟರ ಆಳುಗಳು, ಆ ದಿನ ಮಾತ್ರ ಬೆಳಗಾದರೂ ಹೊರಟಿರಲಿಲ್ಲ. ಅವರಿಗೆ ಈ ಸುದ್ದಿಯನ್ನು ತಿಳಿಸಿದವ ಕರಿಯ.

"ಒಂದಲ್ಲ, ಎರಡಲ್ಲ, ಏಳೆಂಟು ಆನೆಗಳ ಹಿಂಡನ್ನು ಕಂಡೆ. ಒಂದಂತು ಭಾರೀ ಟೊಣೆಯ ಆನೆ. ಒಂದೆರಡು ಮರಿಗಳೂ ಇದ್ದುವು. ಆ ಗದ್ದಲ ಕೇಳಿ ನನ್ನೆದೆಯೇ ನಡುಗಿತ್ತು" ಎಂಬ ಸುದ್ದಿಯನ್ನೂ ಕೊಟ್ಟ. ಸುದ್ದಿ ಕೇಳಿಯೇ ಭಟ್ಟರಿಗೆ ಏನು ಮಾಡುವುದೆಂದೂ ತೋರಲಿಲ್ಲ. ತಮ್ಮ ಜನಗಳನ್ನೂ, ಊರಿನ ಆಳುಗಳನ್ನು ಕೂಡಿಸಿಕೊಂಡು ಬೆಟ್ಟದ ಬುಡದಿಂದಲೇ ಬೊಬ್ಬಿರಿಯುತ್ತ ಹೊರಟರು. ಕರ್ಪು ತೋಡಿದ ಸ್ಥಳವು ಬಹುದೂರ ಇತ್ತಾದರೂ, ಬೊಬ್ಬೆ ಮಾತ್ರ ಬಲು ಮುಂಚೆಯೇ ಪ್ರಾರಂಭವಾಗಿತ್ತು. ಕೈಯಲ್ಲಿ ಬಂದೂಕೂ ಇತ್ತು. ಕರ್ಪನ್ನು ಸಮೀಪಿಸುವಾಗ ಏನೊಂದು ಪ್ರಾಣಿಗಳೂ ಕಾಣಿಸದಿದ್ದುದರಿಂದ "ಅಬ್ಬಾ, ಕರಿಯನೇ! ಹಸಿ, ಹಸಿ ಸುಳ್ಳು ಹೇಳಿಬಿಟ್ಟ" ಎಂದರು. ಕರಿಯ ತಾನು ಕಣ್ಣಾರೆ ಕಂಡಿದ್ದೇನೆಂದರೂ ನಂಬಲಾರರು ಅವರು. ಸ್ಥಳಕ್ಕೆ ಹೋದರು; ಅಲ್ಲಿ ಎಲ್ಲವನ್ನೂ ಕಂಡರು. ಆನೆಯ ಹಿಂಡು ಬಂದದ್ದೂ ಅಹುದು; ಒಂದು ಕುಣಿಗೆ ಬಿದ್ದದ್ದೂ ಅಹುದು. ಉಳಿದವುಗಳು ಸೇರಿ ಕುಣಿಯ ಮಗ್ಗುಲಿನ ಮಣ್ಣನ್ನು ತುಳಿದು, ಜರಿಸಿ, ಬಿದ್ದ ಆನೆಗೆ ಸೊಂಡಿಲು ಕೊಟ್ಟು ಎಳೆದು, ಪಾರು ಮಾಡಿಯೂ ಹೋಗಿದ್ದವು. ಆಗ ಅವರಿಗಾದ ಹೊಟ್ಟೆ ಸಂಕಟವನ್ನೂ ಹೇಳತೀರದು.

ಇನ್ನೊಮ್ಮೆ ಕುಣಿ ತೋಡಿಸುವುದಾದರೆ, ಬೇರೆಯೇ ತಾವನ್ನು ಅರಸಬೇಕೆಂದು ನಿಶ್ಚಯಿಸಿದರು. ಸುತ್ತಲಿನ ಮಣ್ಣು ಅಷ್ಟು ಸುಲಭದಲ್ಲಿ ಜರಿದು

ಹೋಗದಂಥ ತಾವನ್ನು ಆರಿಸುವ ನಿಶ್ಚಯ ಮಾಡಿ, ಆನೆಯ ಸಂಚಾರದ ಹಾದಿಯಲ್ಲಿ ಅಂಥ ನೆಲದ ಭಾಗವೊಂದನ್ನು ಆರಿಸಿದರು. ಗಟ್ಟಿಯಾದ ಮುರಕಲ್ಲಿನ ನೆಲದಲ್ಲಿ ಕುಣಿಯನ್ನು ತೋಡಿ, ಆ ಮಣ್ಣನ್ನು ದೂರಕ್ಕೆ ಚೆಲ್ಲಿ ಬೇರೊಂದು ಕರ್ಪನ್ನು ಸಿದ್ಧಪಡಿಸಿದರು. ಈ ಬಾರಿಯ ಅವರ ಪ್ರಯತ್ನ ಸಫಲವಾಯಿತು. ಚಿಕ್ಕದೊಂದು ಆನೆ ಕುಣಿಗೆ ಬಿದ್ದಿತು. ಹಿಂಡಿನ ಮಿಕ್ಕ ಆನೆಗಳು ಅದನ್ನು ಪಾರು ಮಾಡಲಾರದೆ ಮರಳಿಹೋದುವು. ಮಲೆಯಾಳಿ ಮಾವುತ ಸಾಧುವಾದ ಆನೆಗಳಿಂದ ಅದನ್ನು ಸಾಗಿಸಿ ತಂದು ಪಳಗಿಸುವ ಪ್ರಯತ್ನವನ್ನೂ ತೊಡಗಿದ. ರಾಯರು ತಮ್ಮ ಉಳಿದ ಆಳುಗಳಿಗೆ ಮಲೆಯ ಬುಡದ ಕಾಡಿನಲ್ಲಿ ನಾಟ ಕಡಿಯುವ ಕೆಲಸ ಒಪ್ಪಿಸಿ, ಊರಿಗೆ ಹೊರಟು ಹೋದರು.

ಮಲೆಯ ಬುಡವಲ್ಲವೇ ಅದು! ಮೇಲಿನಂತಲ್ಲ. ತಿಂಗಳ ಕಾಲ ದುಡಿಯಲು ಬಂದ ಆಳುಗಳು, ಹದಿನೈದು ದಿನವೂ ಅಲ್ಲಿರಲಾರದೆ ಹೋದರು. ಕೆಲಸಕ್ಕೆ ನಿಂತರೆ ಮಲೆ ಜ್ವರ ಅವರನ್ನು ಬಿಡಬೇಕಲ್ಲ. ಮಲೆಯ ಇಳುಕಲಿನಲ್ಲಿ ಈ ಜ್ವರದ ಉಪದ್ರ ಕಡಿಮೆ; ಇಲ್ಲವೇ ಇಲ್ಲವೆನ್ನಬಹುದು. ಬುಡದ ಪ್ರದೇಶ ಹಾಗಲ್ಲ. ಹೀಗಾಗಿ, ಜನರಾರೂ ಅಲ್ಲಿ ಬಹು ದಿನ ಉಳಿಯಲು ಇಷ್ಟ ಪಡಲಿಲ್ಲ. ಬಂದಿದ್ದ ಮಲೆಯಾಳಿ ಮಾವುತ ಆನೆ ಮರಿಯನ್ನು ಪಳಗಿಸಿ ಕೊಟ್ಟ ಕೆಲವು ದಿನಗಳಲ್ಲೇ ಹೊರಟುಹೋದ. ಮರಿಯನ್ನು ನೋಡಿಕೊಳ್ಳುವ ಕೆಲಸ ತಾನು ಕಲಿಯಬೇಕು–ಎಂಬ ಆಸೆ ಕರಿಯನಿಗಿದ್ದರೂ ಧನಿ ಅದನ್ನು ತುಕ್ರನಿಗೊಪ್ಪಿಸಿದರು. ಕರಿಯ ನಿರಾಶೆಗೊಳ್ಳಬೇಕಾಯಿತು. ಇತ್ತ, ಆಳುಗಳ ಅಭಾವದಿಂದ ಮರಗಳನ್ನು ಕಡಿಯುವ ಕೆಲಸವೂ ನಿಂತು ಹೋಯಿತು.

ಇವೆಲ್ಲವುಗಳಿಂದ ಪ್ರಾಪ್ತಿಸಿದ ಪ್ರಸಂಗವೆಂದರೆ – ತುಕ್ರ ಮಲೆ ಬಿಟ್ಟು ಆರೇಳು ತಿಂಗಳ ಕಾಲ ಮೂಲೆಗುಂಪಿನಲ್ಲಿ ವಾಸಿಸಬೇಕಾಗಿ ಬಂದದ್ದು. ಅವನ ಜೀವವೆಲ್ಲ ಕೇರಿಯಲ್ಲಿತ್ತು. ಇಬ್ಬರು ಹೆಂಡಿರನ್ನೂ ಅಲ್ಲಿ ಬಿಟ್ಟು, ಅದರಲ್ಲೂ ಹೊಸದಾಗಿ ಮದುವೆಯಾದ ಕಾಳಿಯನ್ನು ಮರೆತು, ಘಟ್ಟದ ಕೆಳಗೆ, ಆನೆಯ ಬಾಲ ಹಿಡಿದು, ದಿನ ಕಳೆಯಬೇಕಾಗಿ ಬಂದದ್ದು ತುಂಬ ಬೇಸರಕ್ಕೆ ಕಾರಣವಾಗಿತ್ತು. ಮುಂದೆ ಮಳೆಗಾಲ ಬಂದಿತು. ಅದರ ಬಿರುಸು

ತಗ್ಗಿದ ಮೇಲೆ ತಿರುಮಲ ಭಟ್ಟರು ಮಲೆಗೂ ಬಂದುಹೋದರು. ಹೊರಡುವಾಗ ತುಕ್ರನ ನಿರಾಶೆಯನ್ನು ಕಂಡು "ನೀನೇನೂ ಯೋಚನೆ ಮಾಡಬೇಡ. ಎಲ್ಲಾದರೂ ಒಂದು ಗಿರಾಕಿ ಹುಡುಕಿ, ಈ ಮರಿಯನ್ನು ಮಾರಿಬಿಡುತ್ತೇನೆ. ಅಲ್ಲಿಯ ತನಕ ಅದನ್ನು ಸಾಕಿಕೊಂಡಿರು" ಎಂದು ತಮ್ಮ ಊರಿಗೆ ಹೊರಟುಹೋದರು.

ತುಕ್ರ ಧನಿಯರನ್ನು ಶಪಿಸುತ್ತ, ಏಕಾಕಿಯಾಗಿ ವಾಸಮಾಡತೊಡಗಿದ. ಊರಿಗೆ ಹೋಗಲೇ ಇಲ್ಲವೆಂದಲ್ಲ. ಒಂದೆರಡು ಬಾರಿ ಕದ್ದು ಹೋಗಿ ಬಾರದಿದ್ದರೆ ಅವನ ಜೀವವೇ ನಿಲ್ಲುತ್ತಿರಲಿಲ್ಲ. ಮುಂದೆ ಅವನ ಕೆಲಸ ಸುಲಭವಾಯಿತು. ಮರಿ ಆನೆ ಅದು. ಒಂದೆರಡು ತಾಸು ಬಿಟ್ಟಿದ್ದರೂ ನಡೆಯುತ್ತದೆ. ಮರವನ್ನು ಏರಿ ಸೊಪ್ಪು ಕಡಿದು ರಾಶಿಹಾಕಿದರೆ ಬೆಪ್ಪುದನದಂತೆ ತಿನ್ನುತ್ತಿರುತ್ತದೆ. ಅನಂತರ ಅದನ್ನು ಮೇಯಿಸಿ, ತೋಡಿಗೆ ಒಯ್ದು, ಮೈಯುಜ್ಜಿ ತಂದು ಕಟ್ಟಿ ಹಾಕಿದರಾಯಿತು. ಒಂದು ದಿನ ತುಕ್ರ ಮರವೇರಿ ಸೊಪ್ಪು ಕಡಿಯುತ್ತಿದ್ದಾಗ ಆ ಮರಿ ಕೆಳಗೆ ನಿಂತು ಅದನ್ನು ಮೆಲ್ಲುತ್ತಿತ್ತು. ದೂರದ ಮೂಲೆಯ ಬಂಜರು ಭೂಮಿಯಲ್ಲಿ ಒಂದು ಕೆರೆಯಿದೆ. ಮರ ಏರಿದ ಅವನಿಗೆ ಕೆರೆಯಲ್ಲಿ ಮುಳುಗಿ ಸರಸವಾಡುತ್ತಿದ್ದ ಆನೆಗಳ ಹಿಂಡೊಂದು ಕಾಣಿಸಿತು. ಅದನ್ನೇ ಕುತೂಹಲದಿಂದ ನೋಡುತ್ತ ಕುಳಿತ. ಅಲ್ಲೊಂದಾನೆ ಧ್ವನಿಯ ಕಹಳೆಯನ್ನೂದುತ್ತಲೇ ಮರದ ಕೆಳಗಿದ್ದ ಮರಿಯೂ ಸಹ ಮರು ಧ್ವನಿ ಕೊಟ್ಟೀತೆಂದು ಆತ ಎಣಿಸಿರಲಿಲ್ಲ. ಈತನಿಗೆ ತಾನು ಅದನ್ನು ಕಟ್ಟಿಹಾಕಿರಲಿಲ್ಲ ಎಂಬ ನೆನಪೂ ಹೊಳೆಯಲಿಲ್ಲ. ಆ ನೆನಪು ಬಂದು ಗಾಬರಿಯಿಂದ ಮರವನ್ನಿಳಿಯುವುದರೊಳಗಾಗಿ, ಮರಿಯಾನೆ ಓಟ ಹೂಡಿ ಒಂದೇ ಸವನೆ ಕೆರೆಯ ಕಡೆಗೆ ಧಾವಿಸಿತು. ಇವನು ಅದನ್ನು ಕರೆಯುತ್ತ ಓಡಿದ. ಆದರೆ ಆನೆಯ ಓಟಕ್ಕೆ ಅವನ ಓಟವೇ! ಅದು ತನ್ನ ಹಿಂಡನ್ನು ಕೂಡಿಕೊಂಡುದನ್ನು ಕಂಡೊಡನೆಯೇ ದಾರಿಯಲ್ಲೇ ನಿಂತ. ಮುಂದುವರೆಯುವ ಸಾಹಸವಾಗಲಿಲ್ಲ. ಇವನ ಕಣ್ಣೆದುರಿಗೇ ಆ ಗುಂಪು ನೀರಿಂದೆದ್ದು ಮರಿಯನ್ನು ಕೂಡಿಕೊಂಡು ಮಲೆಯನ್ನು ಹತ್ತಿದುದೂ ಕಾಣಿಸಿತು. ಭಯ, ಭೀತಿಗಳಿಂದ ತಲೆಯ ಮೇಲೆ ಕೈಯಿರಿಸಿಕೊಂಡು ಮನೆಗೆ ಬಂದ. ಬೀಡಿನ ಬಲ್ಲಾಳರಿಗೆ ಹೇಳಿದ. ಅವರ ಹೇಳಿಕೆಯಂತೆ ಧನಿಗಳಿಗೆ

ಸುದ್ದಿ ತಿಳಿಸಲು ವಿಟ್ಲಕ್ಕೆ ತೆರಳಿದ. ಈ ಸುದ್ದಿ ಅವನ ಕೇರಿಗೂ ಮುಟ್ಟಿತು. ಕೆಂಚ ತುಂಬ ವ್ಯಸನಕ್ಕೆ ಗುರಿಯಾದ. ಬೂದನಿಗೆ ಅಷ್ಟು ದುಃಖವೆನಿಸಲಿಲ್ಲ. "ಕರಿಯ ಸಣ್ಣವ, ಅವನಿಂದೇನಾದೀತು ಅಂದರಲ್ಲ? ಈಗ ತುಕ್ರ ಮಾಡಿದ ಕೆಲಸ ನೋಡಿ ಸಂತೋಷಪಡಲಿ ಧನಿಗಳು! ತುಕ್ರನ ಮುಸುಡಿಗೆ ಸಮನಾದ ಮಂಗಳಾರತಿಯಾಗಲಿ" ಎಂದ.

ಕರಿಯನಿಗೆ ಒಂದು ಕಡೆ ಸಮಾಧಾನ; ಇನ್ನೊಂದು ಕಡೆ ಅಸಮಾಧಾನ. ಮರಿ ಓಡಿಹೋದ ಬಗ್ಗೆ ವ್ಯಥೆ; ತುಕ್ರನ ಪರಾಭವಕ್ಕಾಗಿ ಸಂತೋಷ. ತನಗೆ ಸಿಗದ ಗೌರವ ಅವನಿಗೆ ದೊರಕಿದುದಕ್ಕಾಗಿ ಅಸೂಯೆ ಯಾಗಿತ್ತು. ಅಸೂಯೆಯ ಕಾರಣವು ಹೋಗುತ್ತಲೇ, ತೃಪ್ತಿಯುಂಟಾಗಿತ್ತು. ಅದರ ಜತೆಗೆ ಅನ್ನುತ್ತಾನೆ: "ನನಗೆಲ್ಲ ಗೊತ್ತು-ಕರ್ಪುಮಾಡುವ ಕ್ರಮ; ನಾನು ಒಂದು ದಿನ ಆನೆ ಹಿಡಿದೇನು, ಇಂದಲ್ಲವಾದರೆ ನಾಳೆ" ಎಂದು. ಅದನ್ನು ಕೇಳಿದ ಕೆಂಚ "ನಿನಗೆ ಈ ಮರುಳು ಬಿಡುವುದೆಂದು ಮಗು? ಕುಡಿಯರು ಆನೆ ಹಿಡಿದು ಏನಾಗಬೇಕು? ಹಿಡಿದರೂ ಮತ್ತೇನಾದೀತು? ಅಲ್ಲದೆ, ಆನೆ ಹಿಡಿದರಾಯಿತೆ? ಅದನ್ನು ಸಾಧುಮಾಡಲು ಸಾಕಿದ ಬೇರೆ ಆನೆ ಬೇಡವೇ? ಧನಿಗಳಿಗೆ ಈ ಒಂದು ಮರಿಹಿಡಿಯುವುದಕ್ಕೆ ರಾಶಿ ರಾಶಿ ರೂಪಾಯಿ ಖರ್ಚಾಯಿತು. ಹಿಡಿದದ್ದು ನಾಟ ಎಳೆಯಲು ಬಂದೀತೆಂದು. ಆ ಕೆಲಸವೂ ಅರ್ಧದಲ್ಲಿ ನಿಂತಿದೆ. ಜನ ಬಂದವರು ನಿಲ್ಲುವುದಿಲ್ಲ" ಎಂದು ಹುಡುಗನ ಆಸೆಗೆ ಮಣ್ಣೆರಚಿದ.

ಎಷ್ಟೆಂದರೂ ಕರಿಯನಿಗೆ ಮಾವುತನಾಗುವ ಹೆಬ್ಬಯಕೆ ಹೋಗಲೇ ಇಲ್ಲ.

ಒಂದು ವಾರದಲ್ಲಿ ತುಕ್ರ, ಧನಿಗಳಿಗೆ ಸುದ್ದಿ ತಿಳಿಸಿ, ಮಲೆಗೆ ಮರಳಿದ. ಅವರಾದರೂ ಅವನ ಅಪರಾಧಕ್ಕಾಗಿ ಅಷ್ಟೊಂದು ಸಿಟ್ಟುಗೊಳ್ಳಲಿಲ್ಲ. ಕಳವಳಪಟ್ಟರೂ, ಅದು ತೋರಿಕೆಗೆ ಮಾತ್ರ. ಆನೆ ಮಾರಾಟಮಾಡಬೇಕೆಂಬ ಅವರ ಪ್ರಯತ್ನ ಗಿರಾಕಿಯಿಲ್ಲದೆ ಸಾಧಿಸಲಿಲ್ಲ. ಇತ್ತ ಅದರಿಂದ ಲಾಭವೂ ಬರಲಿಲ್ಲ. ನಿತ್ಯವೂ ಕಾಯಿ, ಬೆಲ್ಲ, ಅಕ್ಕಿ, ರಾಗಿ ಅದರ ಹೊಟ್ಟೆಗೆ ತುಂಬಿಸಿ ಬೆಳೆಯಿಸುವುದಕ್ಕೆ ಸಾಕಷ್ಟು ವೆಚ್ಚವಾಗುತ್ತಿತ್ತು. ಹಾಗೆ ಖರ್ಚುಮಾಡಿ

ಬೆಳೆಯಿಸಿದ ಮರಿಯನ್ನು ಯಾವುದಾದರೊಂದು ದೇವಾಲಯಕ್ಕೆ ಧರ್ಮಾರ್ಥವಾಗಿ ಕೊಡುವುದಕ್ಕೂ ಅವರಿಗೆ ಮನಸ್ಸಿಲ್ಲ. ಈಗ 'ಇನ್ನಾವ ತಾಪತ್ರಯವೂ ಇಲ್ಲವಲ್ಲ' ಎಂದಂದುಕೊಂಡರು.

ದಿನಗಳು ಹೀಗೆಯೇ ಸರಿದುವು. ಕೇರಿಯ ಕುಡಿಯರ ಜೀವನವೂ ಎಂದಿನಂತೆ ಸಾಗುತ್ತಿತ್ತು. ಕರಿಯನಿಗೀಗ ಹದಿನಾರು ತುಂಬಿ ಹದಿನೇಳು. ಆತ ಉಳಿದ ಹಿರಿಯರೊಡನೆ ಕೇರಿಯ ಕೆಲಸಗಳಲ್ಲಿ ನೆರವಾಗುತ್ತಿದ್ದಾನೆ. ಬಿಡುವಿನ ಕಾಲದಲ್ಲಿ ತಿರುಗಾಡುತ್ತಾನೆ, ಬೇಟೆಯಾಡುತ್ತಾನೆ, ಜನ ಏಲಕ್ಕಿ ಹೆಕ್ಕುವುದಕ್ಕೆ ಹೋದರೆ ಇವನೂ ಹೋಗುತ್ತಾನೆ; ಕುಮರಿಯ ಹೊಲಕ್ಕೆ ಹೋದರೆ ಅಲ್ಲಿಯೂ ತನ್ನ ಪಾಲಿನ ಸೇವೆ ಸಲ್ಲಿಸುತ್ತಾನೆ. ಅದನ್ನೆಲ್ಲ ಕಂಡು ಕೆಂಚನಿಗೆ ತುಂಬ ಸಂತೋಷ; ಅವನು ಮೊಮ್ಮಗನ ಜತೆಗೆ, ಹೊಲ, ತೋಟಗಳಿಗೆ ಹೋಗಿಬರುವವ. ತನ್ನಿಂದಾದಷ್ಟು ಶ್ರಮಪಟ್ಟು ದುಡಿಯುವವ. ಹೀಗಿರುತ್ತ - ಒಂದು ದಿನ ಇದ್ದಕ್ಕಿದ್ದ ಹಾಗೆ ಹಿಮದಲ್ಲಿ ಅಲೆದಾಡಿಯೋ, ದುಡಿದು ಬೆವರಿದ ಮೈಯನ್ನು ಚಳಿಗಾಳಿಗೆ ಒಡ್ಡಿಯೋ ಶೀತ ಹಿಡಿಸಿಕೊಂಡ. ಶೀತದ ಜತೆಗೆ ಜ್ವರ, ತಲೆನೋವುಗಳು ಸೇರಿಕೊಂಡವು. ಆತ ಹಾಸುಗೆ ಹಿಡಿಯಬೇಕಾಯಿತು. ಕೆಂಪಿ, ಬೂದ, ಕಾಳ, ಕರಿಯ ಎಲ್ಲರೂ ಸೇರಿ ಅವನ ಉಪಚಾರಕ್ಕೆ ಕುಳಿತರು. ದಿನ, ಎರಡು ದಿನ, ಮೂರು ದಿನಗಳಾದವು. ಎದೆ ನೋವು, ಕಫ ತಲೆದೋರಿತು. ಮಲೆಯ ಮದ್ದು, ಮಾಟಗಳು ವ್ಯರ್ಥವಾದವು. ಕೆಂಚನ ಮನಸ್ಸಿಗೆ ತನ್ನ ಅವಸಾನ ಬಹುದೂರವಿಲ್ಲ-ಎಂಬುದೂ ಹೊಳೆಯಿತು. ಆತ ಬೂದನನ್ನು ಬಳಿಯಲ್ಲಿ ಕುಳ್ಳಿರಿಸಿಕೊಂಡು, "ಮಗು, ಬರಿದೆ ಉಪಚಾರ ಮಾಡುವುದು ನೀವು. ನನಗೇನು ಈ ಜೀವ ಶಾಶ್ವತವೇ? ನನ್ನ ಗಡು ಸಮೀಪಿಸಿದೆ ಎಂದು ತೋರುತ್ತದೆ. ನೋಡು, ನನ್ನ ಮೊಮ್ಮಗನನ್ನು ಕಾಯುವ ಭಾರ ಮಾತ್ರ ನಿನ್ನದು" ಎಂದು ತಿಳಿಸಿದ.

ಆ ರಾತ್ರಿ ಇನ್ನೊಮ್ಮೆ ಅವನನ್ನು ಬಳಿಗೆ ಕರೆದ. ಮೆಲುದನಿಯಿಂದ "ಮಗು, ನಾಳಿನ ದಿನ ನನ್ನದಲ್ಲ. ನನ್ನ ನಂತರ ಯಾರು ಗುರಿಕಾರರು ಎಂದು ಯೋಚಿಸಿದ್ದೀರಾ?" ಎಂದು ಕೇಳಿದ.

"ಯಾರು ಎಂದರೆ, ನಿನ್ನ ಮೊಮ್ಮಗ, ದೈವ ಆ ದಿನವೇ ಅಂದಿತ್ತಲ್ಲ."

"ದೈವ ಅಂದಿತ್ತು;ನಿಜ. ಆದರೆ ನೋಡು, ಕರಿಯ ಇನ್ನೂ ಸಣ್ಣವನು. ಮಲೆಗೆ ದೈವ ಇದ್ದ ಹಾಗೆ ಧನಿಗಳೂ ಒಬ್ಬರಿಲ್ಲವೇ? ಅವರ ಮನಸ್ಸು ಹೇಗಿದೆಯೋ! ಇನ್ನು ನಮ್ಮ ಜನಗಳ ಮನಸ್ಸು ಹೇಗಿದೆ ಎನ್ನುವುದಕ್ಕಾಗು ವುದಿಲ್ಲ. ಏನೂ ಇರಲಿ, ನೀನು ಇಲ್ಲದ ಹಟ ಹಿಡಿಯಬೇಡ. ನಾಳೆ ಜನಗಳಲ್ಲಿ ಒಡಕು ಬರಬಾರದಲ್ಲ. ಧನಿಯರ ನಂಬಿಕೆ, ವಿಶ್ವಾಸಗಳು ತುಕ್ರನ ಮೇಲಿದೆಯೆಂಬುದು ನಿನಗೆ ಗೊತ್ತು."

"ಅದು ಯಾಕೆ, ಏನೆಂದು ನಮಗೆ ಗೊತ್ತಿಲ್ಲದ ಮಾತೇ?"

"ಅದೇನೆ ಇರಲಿ. ನಮಗೆ ಧನಿಗಳು ಧನಿಗಳೇ. ಅವರು ಒಪ್ಪುವ ಹಾಗೆ ನಡೆದುಕೊಳ್ಳಿ. ಆಮೇಲೆ ನೋಡು–ನನ್ನ ಮಲೆರಾಯನಿಗೆ ಒಂದು ಕಾಯಿಯನ್ನು ಸುಲಿದಿಡು. ಸುಬ್ರಹ್ಮಣ್ಯ ದೇವರಿಗೆ ಒಂದನ್ನು ತೆಗೆದಿರಿಸು; ಅವನ್ನಷ್ಟು ಮುಟ್ಟಿಸು."

'ಮಲೆರಾಯ' ಎಂದ ಬೂದ. ಅವನಿಗೆ ಕೆಂಚನ ಕುಲದೈವದ ಗಮನವೇ ಬಂದಿರಲಿಲ್ಲ. ಕೆಂಚ ಸಾವಿನ ವೇಳೆಯಲ್ಲಿ ಮಲೆರಾಯನನ್ನು ಮರೆಯಲಿಲ್ಲ ಎಂದು ನೋಡಿ ಆಶ್ಚರ್ಯವಾಯಿತು.

ಆ ರಾತ್ರಿಯೆಲ್ಲ ಕೆಂಚ ಜ್ವರದ ಕುದಿಯಿಂದ ಬಸವಳಿದು ಕೆಮ್ಮುತ್ತ ಮಲಗಿದ್ದ. ಇಷ್ಟು ಮಾತನಾಡುವುದೇ ಅವನಿಗೆ ಕಠಿಣವಾಗಿತ್ತು. ಎಲ್ಲರೂ ಬಳಿಯಲ್ಲಿ ಕುಳಿತಿದ್ದರು. ಕರಿಯ ಅಜ್ಜನ ಹಸ್ತವನ್ನು ತೊಡೆಯ ಮೇಲಿರಿಸಿ ಕೊಂಡು ಸವರುತ್ತಿದ್ದ, ಕಂಬನಿ ಕರೆಯುತ್ತಿದ್ದ. ಮೊಮ್ಮಗನ ಮುಖವನ್ನು ನೋಡಿ ಕೆಂಚ ಒಂದು ಮಾತನಾಡಿದ; "ಮಗು, ದೈವಕ್ಕೆ ಸಮನಾಗಿ ನಡೆ"– ಎಂದ. "ಹೂಂ" ಎಂದ ಕರಿಯ.

ಮರುದಿನದ ನಸುಕು ಹರಿದಾಗ, ಕೆಂಚ ಬೂದನ ಮನೆಯಲ್ಲಿರಲಿಲ್ಲ. ಕೇರಿಯವರ ಸಂತಾಪದೊಂದಿಗೆ, ಕರಿಯನ ಕಂಬನಿಯೊಂದಿಗೆ, ಮಲೆಯ ಮೂಲೆಯೊಂದರಲ್ಲಿ ಚಿತೆಯನ್ನೇರಿ ಹೊಗೆಯಾಗಿ ಕುಡಿಯರ ಹಿರಿಯರ ರಾಜ್ಯಕ್ಕೆ ಹೊರಟುಹೋದ.

ಅಧ್ಯಾಯ - ೭

ಕೆಂಚಣ್ಣ ತೀರಿಕೊಂಡ; ಅವನ ಆತ್ಮವೇನೋ ಹಿರಿಯ ಕುಡಿಯರು ವಾಸಿಸುವ ಲೋಕಕ್ಕೆ ಹೋಯಿತು. ಅವನ ಮೊಮ್ಮಗ ಕರಿಯ ಮಾತ್ರ ತೀರ ಅನಾಥನಾಗಿದ್ದಾನೆ. ಬರಿಯ ಇನ್ನೆರಡು ವರ್ಷಗಳು ಕಳೆದರೆ ಆತ ಪ್ರಾಯಸ್ಥ ನೆನಿಸಬಹುದಿತ್ತು. ಕೇರಿಯ ಗುರಿಕಾರತನವೂ ಆಗ ಸಿಗುತ್ತಿತ್ತೋ ಏನೋ. ವಯಸ್ಸು, ವಯಸ್ಸಿನೊಂದಿಗೆ ಹೊಂದಿದ ಅನುಭವಶೀಲತೆ, ಇವೆರಡೂ ಇಲ್ಲದ ಕರಿಯ, ನಾಳಿನ ಧೈರ್ಯ ಸಾಲದೆ ಕುಡಿಯರ ಬಳಗದಲ್ಲಿ ಬೆಳೆಯ ಬೇಕಾಗಿ ಬಂದರೂ, ಸಾಮಾನ್ಯವಾಗಿ ಅವನ ಭವಿಷ್ಯಕ್ಕೆ ವಿಘ್ನಗಳೇನೂ ಬರಲಿಲ್ಲ. ದೊಡ್ಡವರಂತೆ ಆತನೂ ಏಲಕ್ಕಿಯ ಸಾಗುವಳಿಗೆ ನೆರವಾಗಬಲ್ಲ; ಕುಮರಿ ಬೇಸಾಯಕ್ಕೆ ಹೋಗಬಲ್ಲ; ವಿವಿಧ ಬೇಟೆಗಳಿಂದ ಜೀವನ ಸಾಗಿಸಬಲ್ಲ. ಇಷ್ಟೇ, ಕುಡಿಯರ ಗುರಿಕಾರನಾಗುವುದು ಮಾತ್ರ ಸಾಧ್ಯವಲ್ಲದ ಮಾತು. ಅದಕ್ಕೆ ತಕ್ಕ ವಯಸ್ಸಿರಲಿಲ್ಲ. ಅಲ್ಲದೆ ಅಜ್ಜನ ಮೊಮ್ಮಗನೆಂದ ಮಾತ್ರಕ್ಕೆ, ಅಜ್ಜನು ಕಾಲವಾದ ಮೇಲೆ, ಅವನ ತಲೆಯ ಮೇಲೆ ಆ ಪಟ್ಟ ತಾನಾಗಿ ಕುಳಿತುಕೊಂಡೀತೆನ್ನುವುದೂ ಕಷ್ಟ. ಕೇರಿಯವರೆಲ್ಲ ಆದಕ್ಕೆ ಒಡಂಬಡಬೇಕು; ಹಿರಿಯರು, ಅನುಭವಿಗಳಾದ ಇತರರು ಇಲ್ಲವೇನು ಕೇರಿಯಲ್ಲಿ? ಇತರರೆಂದರೆ ಮುಖ್ಯವಾಗಿ–ಅವನ ಧನಿಗೆ ಪ್ರೀತಿಯವನಾದ ತುಕ್ರನಿದ್ದಾನಲ್ಲ. ಅವನಿಗಿಂತ ವಯಸ್ಸಿನಲ್ಲಿ ಹತ್ತು ವರ್ಷಕ್ಕೆ ಹಿರಿಯನಾದ ಚನಿಯ ಎಂಬವನೊಬ್ಬನಿದ್ದ. ಬೂದನ ಮನಸ್ಸಿನಲ್ಲಿ ಕರಿಯನನ್ನು ಒಮ್ಮೆಗೇ ತಾವೆಲ್ಲ ಎತ್ತಿ ಹಿಡಿದರೆ ಕೆಲಸವಾಗಲಾರದೆಂದು ಗೊತ್ತಿದ್ದುದರಿಂದ, ತುಕ್ರನ ಎದುರಿಗೆ ಪ್ರತಿಸ್ಪರ್ಧಿಯೊಬ್ಬನನ್ನು ಒಡ್ಡುವ ಹವಣಿಕೆ ಮಾಡಿದ. ಆತ, ತನಗೆ ಬೇಕಾಗಿದ್ದವನಾದರೆ ಎಷ್ಟೋ ಒಳಿತೆಂದು, ಕೆಂಚ ಹಾಸಿಗೆ ಹಿಡಿದಿರುವಾಗಲೇ, ಚನಿಯನನ್ನು ಅವನ ಬಳಿಗೆ ಆಗಾಗ ಕರೆದು ತರುತ್ತಿದ್ದ; ಅಲ್ಲದೆ ಹೋದರೂ,

ಆತ ಕೆಂಚನ ಅಭಿಮಾನಿ. ಒಂದು ದಿನ ಆತನೊಡನೆ ಬೂದ "ಚನ್ನಿಯಣ್ಣಿ, ಅಜ್ಜ ಬದುಕುವ ದಾರಿ ನನಗೆ ಕಾಣುವುದಿಲ್ಲ. ವಯಸ್ಸೂ ಆಗಿದೆ. ಇಷ್ಟರ ತನಕ ಕೇರಿಯ ಮಾನ ಮರ್ಯಾದೆ ಅವನಿಗೇನೆ ಸಲ್ಲುತ್ತಿತ್ತು. ಸಲ ಬೇಕಾದದ್ದೂ ನ್ಯಾಯವೇ. ಬಲು ಹಿಂದಿನಿಂದಲೂ ಕೆಂಚನ ಮನೆಯವರೇ ಗುರಿಕಾರರಾಗಿ ಬಂದಿದ್ದರು. ಇನ್ನು ಆಗಬೇಕಾದವರೂ ಅವರೇ. ಆದರೆ ನಾಳಿನ ಗತಿಯೇನು? ಹೇಳು" ಎಂದು ಸೂಚಿಸಿದ.

ಏನು? ನನ್ನ ಮನಸ್ಸು ಹೇಗಿದೆಯೆಂದು ಕೇಳುವುದಕ್ಕೆ ಬಂದಿದ್ದೀಯಾ?

"ನಿನ್ನನ್ನು ಕೇಳಬೇಕಿಲ್ಲ. ವಯಸ್ಸಿನಲ್ಲಿ ಕೆಂಚನ ನಂತರ ನೀನೊಬ್ಬನೇ ಹಿರಿಯ. ಉಳಿದವರು ನನ್ನ ಹಾಗಿನವರು; ಅಥವಾ ನನಗಿಂತಲೂ ಸಣ್ಣವರು."

"ಕೆಂಚಣ್ಣ ಬದುಕಿಯಾನು. ಈಗಲೇ ಏಕೆ ನಮಗೆ ಆ ಗುರಿಕಾರಿಕೆ ಯೋಚನೆ? ಆತ ತೀರಿಕೊಂಡ ಮೇಲಲ್ಲವೇ ಅಂಥ ಯೋಚನೆ? ಅಂಥಾ ಕಾಯಿಲೆ ಅವನಿಗೇನಾಗಿದೆ? ಒಂದು ಶೀತವೋ, ಕೆಮ್ಮವೋ ಆದ ಮಾತ್ರಕ್ಕೆ ಅವನು ಸಾಯುತ್ತಾನೆಯೇ? ಮದ್ದು ಮಾಟ ಮಾಡುತ್ತ ಇದ್ದೀಯ-ಗುಣ ಆಗುತ್ತದೆ ಬಿಡು."

ಇಷ್ಟು ಮಾತುಗಳಿಂದ ಬೂದ ಉತ್ತೇಜನಗೊಳ್ಳುವ ಭರವಸೆ ಉಂಟಾಗಲಿಲ್ಲ. ಈಗಂತೂ ಕೆಂಚ ತೀರಿಕೊಂಡಿದ್ದು ನಿಜ. ಉತ್ತರಕ್ರಿಯೆ ಮುಗಿದದ್ದೂ ನಿಜ. ತಾವೆಲ್ಲರೂ ಕಲೆತು ಕೇರಿಗೆ ಗುರಿಕಾರನನ್ನು ಆರಿಸುವ ಪ್ರಸಂಗವೂ ಬಂದಿದೆ. ಹಾಗೆಂದು ಇನ್ನೊಮ್ಮೆ ಚನಿಯನ ಮನೆಗೆ ಬೂದ ಹೋದ. ತಿರುಗಿ ಅದೇ ಪ್ರಸ್ತಾಪವನ್ನೆತ್ತಿದ. ಆಗಲೂ ಚನಿಯ ಉದಾಸೀನತೆ ಯಿಂದ ಉತ್ತರವಿತ್ತ. "ನನಗೂ ಅದೇ ಯೋಚನೆ ನೋಡು, ಕರಿಯ ಸಣ್ಣವ ನಿಜ; ಆದರೆ ಕುಲದ ಮರ್ಯಾದೆ ಹಿಂದೆ ಹೋದದ್ದೂ, ಈಗ ಹೋಗ ಬೇಕಾದುದೂ ಅವನ ಮನೆಯವರಿಗೆ. ನಾಳೆ ನಾವೇನಾದರೂ ಮಾಡಿದರೆ ಕಲ್ಕುಡ ಮೆಚ್ಚಲಿಕ್ಕಿಲ್ಲ. ನಾವು ಕೊಟ್ಟ ಸೇವೆಯನ್ನು ಕಲ್ಕುಡ ಮೂಸಿ ನೋಡಲಿಕ್ಕಿಲ್ಲ."

“ಅದೆಲ್ಲವೂ ನನಗೆ ಗೊತ್ತಿದೆ. ಆದರೆ ಕೇರಿಯ ಮನಸ್ಸು ಆ ಹುಡುಗನನ್ನು ಎತ್ತಿ ಹಿಡಿಯುವುದರಲ್ಲಿ ಉಂಟೆಂದು ನನಗೆನಿಸುವುದಿಲ್ಲ. ತುಕ್ರಣ್ಣ ಈಗಲೇ ತಾನು ಗುರಿಕಾರ ಅನ್ನುವ ಹಾಗೆ ನಡೆಯತೊಡಗಿದ್ದಾನೆ. ಅಲ್ಲದೆ, ಅವನು ಧನಿಗಳಿಗೆ ಬೇಕಾದ ಬಂಟನಾಗಿದ್ದಾನೆ. ನಮ್ಮ ಮೇಲೆ ಹತ್ತು ದೂರು ಹೇಳಿ, ಧನಿಗಳು ಸಿಟ್ಟಾಗುವಂತೆಯೂ ಮಾಡಬಹುದು. ಈ ಪಂಚಾಯಿತಿಯನ್ನು ಧನಿಗಳು ತೋಟಕ್ಕೆ ಬರುವ ಮೊದಲೇ ನಾವು ಬಗೆಹರಿಸದೆ ಹೋದರೆ, ನಾಳೆ ತುಕ್ರನ ಮೀಸೆಯೇ ಮೇಲಾಗುತ್ತದೆ. ಆಮೇಲೆ ಕರಿಯ ದೊಡ್ಡವನಾದರೂ ತುಕ್ರಣ್ಣ ಸಾಯುವ ತನಕ ನಾವು ಏನೂ ಮಾಡುವ ಹಾಗಿಲ್ಲ.”

“ಅದು ಹೇಗಾದೀತು, ಗುರಿಕಾರ ಕರಿಯನೇ ಆಗಬೇಕು. ಇಂದಲ್ಲ ನಾಳೆಯೂ ಅವನದೇ ಪಟ್ಟ ಅದು. ಇನ್ನೊಬ್ಬನಾದರೆ ಹಾಳಾಗುತ್ತದೆ. ಧನಿಯರೂ ಕೇಳಿದ್ದರಲ್ಲ–ಕಲ್ಕುಡ ಆ ದಿನ ಹೇಳಿದ್ದನ್ನು. ಧನಿಯರಿದ್ದರಲ್ಲ ಆಗ. ಕೆಂಚನೊಡನೆ ಆ ದಿನ ದೈವ ಕೇಳಲಿಲ್ಲವೇ? ನಿನ್ನ ನಂತರ ಯಾರೆಂದು?” ಮೊಮ್ಮಗನನ್ನು ನೋಡಿಕೋ ಅನ್ನಲಿಲ್ಲವೇ?”

“ಚನಿಯಣ್ಣ, ಆ ಮಾತೆಲ್ಲ ಈಗ ಪ್ರಯೋಜನಕ್ಕೆ ಬಾರದು. ಹುಡುಗ ದೊಡ್ಡವನಾಗುವ ತನಕ ಬೇರೆ ಉಪಾಯ ಇಲ್ಲ. ನಾಳೆ ಹಾಗೆಯೇ ಇತರ ಸಂಗತಿಗಳಲ್ಲೂ ಅವನ ಮಾತು ನಡೆಯಬೇಕಲ್ಲ. ವಯಸ್ಸಾಗದೆ ಯಾರು ಕೇಳುತ್ತಾರೆ ಅವನನ್ನು? ನಾನು ಅನ್ನುವುದನ್ನು ಕೇಳು; ಕೇರಿಯವರು ಒಟ್ಟು ಸೇರಿ ಈ ನಿರ್ಣಯವನ್ನು ಧನಿಯರು ಬರುವ ಮೊದಲೇ ಮಾಡಬೇಕು. ಕರಿಯ ದೊಡ್ಡವನಾಗುವ ತನಕ, ಪ್ರಾಯದಲ್ಲಿ ಹಿರಿಯನಾದ ನೀನು ಯಜಮಾನ್ಯಕ್ಕೆ ಒಪ್ಪಿಕೊಳ್ಳಬೇಕು. ಏನೆನ್ನುತ್ತೀಯಾ?”

“ನನಗ್ಯಾಕೆ ಮಹರಾಯ, ಅದೆಲ್ಲ; ನನಗೆ ಆ ಹಿರಿತನವೂ ಬೇಡ, ಅದರ ಮರ್ಯಾದೆಯೂ ಬೇಡ. ನಾಲ್ಕು ಜನರಿಗೆ ನಾನೆನ್ನುವವನೂ ಅಲ್ಲ. ಅವರಿಂದ ಅನಿಸಿಕೊಳ್ಳುವವನೂ ಅಲ್ಲ.”

“ನಾಳೇ ತುಕ್ರನೇ ಯಜಮಾನ ಆಗಲಿ ಎಂದು ಧನಿಗಳು ಹೇಳಿದರೆ ಅವರ ಮಾತಿಗೆ ಕೇರಿಯವರು ಕಟ್ಟುಬಿದ್ದರೆ, ಆಗ ಏನು ಮಾಡುತ್ತೀಯಾ?

ಅವನ ಸ್ವಭಾವ ನಿನಗೆ ಗೊತ್ತು. ಬಲು ಒರಟ; ಸಿಟ್ಟೊ ಹೆಚ್ಚು; ಅಂಥವ ಏನಾದರೂ ಅಂದರೆ ಕೇಳುವವನೇ ನೀನು?"

"ಧನಿಗಳೆಂದರೆ ಆಯಿತೇ? ತುಕ್ರನನ್ನು ಯಾಕೆ ಒಪ್ಪಿಕೊಳ್ಳಬೇಕು ನಾವು? ಮೂರು ಹೆಂಡಿರ ಗಂಡ ಎಂತಲೋ?""

ಇದೇ ಬಗೆಯಲ್ಲಿ ಅವರಲ್ಲಿ ಚರ್ಚೆ ನಡೆದು, ಕೊನೆಗೆ ಕೇರಿಯ ಜನಗಳಲ್ಲಿ ಹಿರಿಯನಾಗಿದ್ದ ಚನಿಯ, ಈ ವಿಚಾರವನ್ನು ಇತ್ಯರ್ಥಗೊಳಿಸುವ ಸಲುವಾಗಿಯೇ ಕುಲದವರನ್ನು ತನ್ನ ಮನೆಗೆ ಕರೆಯಿಸಿದ.

'ಈ ಸಂಜೆ ಚನಿಯಣ್ಣನ ಮನೆಗೆ ಎಲ್ಲರೂ ಬರಬೇಕಂತೆ' ಎಂದಿಷ್ಟೇ ಆತ ಹೇಳಿ ಕಳುಹಿಸಿದ ಸಂದೇಶ. ಅದನ್ನು ತಿಳಿಸಲು ಹೋದವರು ಕರಿಯ ಮತ್ತು ಕಾಳರು. ಹೇಳುವುದೇನು ಸಂಭ್ರಮ! ಐವತ್ತು ಗಜದೊಳಗೆ ಎಲ್ಲರ ಮನೆಗಳಿರುವಾಗ, ಕರಿಯ ಸುದ್ದಿಯನ್ನು ಹೊತ್ತು, ತುಕ್ರನ ಮನೆಗೆ ಹೋದಾಗ, ಚಾವಡಿಯಲ್ಲಿ ಆತ ನನ್ನ ಕಿರಿಯ ಹೆಂಡತಿಯೊಡನೆ ಕುಳಿತು, ಎಲೆಅಡಿಕೆ ಮೆಲ್ಲುತ್ತಿದ್ದ. ಆತ ಕರಿಯನನ್ನು ಕಂಡ ಕ್ಷಣವೇ "ಏನು ಕರಿಯ? ಅಜ್ಜ ಒಬ್ಬರು ತೀರಿಕೊಂಡರು. ತುಂಬ ದೊಡ್ಡ ಮನುಷ್ಯ, ನಮ್ಮ ಕುಲಕ್ಕೆ ಅದೃಷ್ಟವಿಲ್ಲ" ಎಂದುದಕ್ಕೆ ಪ್ರತಿಯಾಗಿ ಆತ, ತಾನು ತಂದ ಸಂದೇಶವನ್ನು ಒಪ್ಪಿಸಿದ. ತುಕ್ರ ಆಶ್ಚರ್ಯವನ್ನು ವ್ಯಕ್ತಮಾಡಿ "ಯಾಕಂತೆ ಹೇಳಿಕಳುಹಿಸಿದ್ದು?" ಎಂದು ಪ್ರಶ್ನಿಸಿದ.

"ನನಗೆ ಗೊತ್ತಿಲ್ಲ."

" ಓ, ತನಗೆ ಗುರಿಕಾರಿಕೆ ತಂದುಕೊಂಡ ಅಂತ ಕಾಣುತ್ತದೆ, ನಮ್ಮ ಚನಿಯ" ಎಂದು ಮಾತನ್ನು ಥಟ್ಟನೆ ನಿಲ್ಲಿಸಿದ.

ಅವನ ಮನಸ್ಸಿನಲ್ಲಿ ಚನಿಯ ಹೇಳಿಕಳಿಸುವುದು, ಅದೂ ತನಗೆ–ಎಂಬ ವಿಚಾರ ಅತೃಪ್ತಿಯನ್ನುಂಟುಮಾಡಿತು. ವಯಸ್ಸಿನಲ್ಲಿ ಕೂಡ ಆತ ಹಿರಿಯನೆಂದು ಒಪ್ಪಿಕೊಳ್ಳುವುದಕ್ಕೆ ತುಕ್ರನ ಮನಸ್ಸು ಸಿದ್ಧವಾಗಿರಲಿಲ್ಲ. ಮೇಲೆ, ಸಭೆ ಕರೆದುದರ ಸೊಕ್ಕನ್ನು ಆತ ಸಹಿಸದಾದ. ಅಂದು ಮಧ್ಯಾಹ್ನವಾಗುವುದರೊಳಗಾಗಿ ಸಭೆ ಯಾಕಿರಬಹುದು–ಎಂಬ ಊಹೆಯೂ ಅವನಿಗೆ ಹೊಳೆಯದೆ ಹೋಗಲಿಲ್ಲ. ಅಷ್ಟು ಕ್ಷಿಪ್ರದಲ್ಲಿಯೇ ತನಗೆ ಸಲ್ಲದ ತೀರ್ಮಾನ

ವಾದರೆ, ಮುಂದೆ ಕಷ್ಟಕ್ಕೆ ಬಂದೀತೆಂದು ಅಂದುಕೊಂಡು, ಆತ ತನ್ನ ಕಿರಿಯ ಹೆಂಡತಿಯೊಡನೆ "ನೋಡು, ರಾತ್ರೆ ಯಾರಾದರೂ ನನ್ನನ್ನು ಕರೆಯಲಿಕ್ಕೆ ಬಂದರೆ, ನಾನು ಮನೆಯಲ್ಲಿ ಇಲ್ಲ ಅನ್ನು" ಎಂದು ಹೇಳಿಕೊಟ್ಟ. "ಹೂಂ" ಎಂದಳು ಆ ಚಿಕ್ಕ ಹುಡುಗಿ. ಅವಳಿಗೆ ಅದೇನು ಗೊತ್ತು! ಸ್ವಲ್ಪ ಹೊತ್ತಿನಲ್ಲಿ "ಎಲ್ಲಿಗಾದರೂ ಹೋಗುತ್ತೀರಾ?" ಎಂದು ಆಕೆ ಕೇಳಿದಳು.

ಈ ಮಾತುಗಳಾಗುವಾಗ, ಮೊದಲ ಹೆಂಡತಿ ಚೆನ್ನಿ, ಅಲ್ಲೊಂದು ಮೂಲೆಯಲ್ಲಿ ಕುಳಿತು, ಬೆತ್ತದ ಸೀಳಿನ ದಟ್ಟಿ ಹೆಣೆಯುತ್ತಿದ್ದಳು. ಅವಳ ಮುಖ ಸೊಟ್ಟಗಾಯಿತು. ಕೆಂಪಿ ಇರುವಾಗ ಆ ಮುಖ ಅಸಮಾಧಾನದಿಂದ ಸದಾ ಸೊಟ್ಟನಾಗಿರುತ್ತಿತ್ತು. ಅವಳು ಸಿಟ್ಟುಗೊಂಡು, ಆ ಮನೆಯ ಋಣ ಕಡಿದು ಹೊರಟು ಹೋದ ಮೇಲೆ, ಗಂಡಹೆಂಡಿರಲ್ಲಿ ಸ್ವಲ್ಪ ಅನ್ಯೋನ್ಯ ಉಂಟಾಗಿತ್ತು. ಆದರೆ ತುಕ್ರ ಸಿಟ್ಟಿಗೆಂಬಂತೆ–ಹಟ ಸಾಧಿಸಿ, ನೆರಿಯ ಮಲೆಯಿಂದ ಮೂರನೆಯ ಒಬ್ಬಳು ಮಡದಿಯನ್ನು ತಂದದ್ದು ಚೆನ್ನಿಗೆ ಇಷ್ಟಿಷ್ಟೂ ಸಮಾಧಾನವಿಲ್ಲ ಗಂಡನ ಮೇಲೆ. ತುಕ್ರ ಮನೆಗೆ ತಂದ ಕಾಳಿ ರೂಪದಲ್ಲಿ ಸಾಕಷ್ಟು ಚೆಲುವೆ. ವಯಸ್ಸಿನಲ್ಲಿ ಚೆನ್ನಿಗಿಂತಲೂ ಎಷ್ಟೋ ಕಿರಿಯಳು. ಆಕೆಗೆ ಬರಿಯ ಹದಿನಾರು ವಯಸ್ಸು. ಈಗ ಆಕೆ ಮನೆಗೆ ಬಂದು ಎರಡು ವರ್ಷಗಳು ಸಂದಿವೆ. ಇನ್ನು ಇಷ್ಟರಲ್ಲೇ ಅವಳು ತಾಯಿಯಾಗಬಹುದೆಂಬ ನಿರೀಕ್ಷೆಯೂ ಇದೆ. ಚೆನ್ನಿಯ ಕಣ್ಣಿನಲ್ಲಿ ಕಾಳಿ ಚಿಕ್ಕವಳು, ಬುದ್ಧಿ ಸಾಲದವಳು, ಸಂಭಾಷಣೆಗೂ ತಕ್ಕವಳಲ್ಲ. ಆದರೂ ತನ್ನ ಗಂಡ ಕೆಂಪಿಯ ವಿಷಯದಲ್ಲಿ ನಡೆದಂತೆಯೇ ಅವಳನ್ನು ತಲೆಯ ಮೇಲೆ ಕುಳ್ಳಿರಿಸಿಕೊಳ್ಳುವುದು ಮಾತ್ರ ಅವಳಿಗೆ ಸಹನೆಯಾಗದಿದ್ದ ವಿಷಯ. ಚೆನ್ನಾಗಿ ಮಾತನಾಡಲಾರದ ಹುಡುಗಿಯ ಮುಂದೆ, ಆತ ಆಪ್ತಾಲೋಚನೆ ಮಾಡುವುದಾಗಲೀ, ಸರಸ ಸಲ್ಲಾಪ ಮಾಡುವುದಾಗಲೀ ಅವಳಿಗೆ ಎಂತು ಸಹಿಸೀತು? ಇಂದು ಮಧ್ಯಾಹ್ನ ಆತ ಮಗ್ಗುಲ ಬಳಿಯಲ್ಲೇ ಕಾಳಿಯನ್ನು ಕುಳ್ಳಿರಿಸಿಕೊಂಡು ಮಾತನಾಡುತ್ತಿದ್ದ, ತನ್ನನ್ನು ಮೂದಲಿಸಲಿಕ್ಕೆ–ಎಂಬಂತೆ! ಅಷ್ಟೂ ಅಲ್ಲ. 'ಹೋಗುತ್ತೇನೆ' ಎಂದು ಗಂಡ ಹೇಳಿದರೆ 'ಎಲ್ಲಿಗೆ?' ಎಂಬ ಅವಲಕ್ಷಣದ ಮಾತನ್ನು ಆಕೆ ಕೇಳಿದಾಗ, ಚಂದವಾಗಿ ಉತ್ತರಕೊಟ್ಟದ್ದೇ ಅವಳಿಗೆ ಇನ್ನಷ್ಟು ಹೊಟ್ಟೆಯ ಕಿಚ್ಚು. ತಾನು ಮೊದಲನೆಯ ಬಾರಿ ಮನೆಗೆ ಬಂದಾಗ, ಅಂಥದೇ ಒಂದು ಅವಿವೇಕ ಮಾಡಿದ್ದಳು. 'ಹೊರಡುವಾಗ ಎಲ್ಲಿಗೆ

ಎಂದು ಕೇಳುತ್ತೀಯಾ' ಎಂದು ಆಗ ಕೆನ್ನೆಗೆ ಏಟು ಏರಿಸಿದ್ದ ಅದೇ ಗಂಡ; ಅದನ್ನೇ ಚುಚ್ಚಿ ತಿಳಿಸಬೇಕೆಂದಿತ್ತು ಆಕೆಗೆ. ಅನ್ನಲಿಲ್ಲ. ಬದಲು "ಮನೆಯಲ್ಲಿದ್ದೂ ಇಲ್ಲ ಅನ್ನುವುದೇ" ಎಂದಳು.

"ನಿನ್ನನ್ನು ಯಾರು ಕೇಳಿದರು?" ಎಂದ ತುಕ್ರ.

"ನನ್ನನ್ನು ಕೇಳುವುದು ಬೇಡ, ನಿಮ್ಮ ದೇವರನ್ನು ಕೇಳಿ! ನಾನು ಬದುಕಿರುವುದೇ ನಿಮಗೆ ಬೇಡವಾಗಿದೆ" ಎಂದಳು ಚೆನ್ನಿ.

"ಮಾತನಾಡಿದರೆ ನಿನಗೆ ಸಿಟ್ಟು ಬರುತ್ತದೆ."

"ಹೂಂ, ಸಿಟ್ಟು, ಸೆಡ ನನಗೊಬ್ಬಳಿಗೇ ಸೇರಿದ್ದು! ಅದಿರಲಿ, ಇಂದೆಲ್ಲಿಗೆ ಹೋಗುವುದೂ ಬೇಡ. ಚನಿಯಣ್ಣ ಹೇಳಿಕಳುಹಿಸಿದ ಎಂದು ತಲೆತಪ್ಪಿಸಿ ಕೊಳ್ಳುವುದು ಯಾಕೆ? ಅವನನ್ನು ಬಿಟ್ಟು ಕೇರಿಯಲ್ಲಿ ಬೇರೆ ಹಿರಿಯರು ಯಾರಿದ್ದಾರೆ? ಆತ ಬರಿದೆ ಕರೆದಿರಲಾರ" ಎಂದಳು ಅವಳು.

ಆ ಮಾತು ಇನ್ನಷ್ಟು ಕೆರಳಿಸಿತು ತುಕ್ರನನ್ನು. ಆತ ರೇಗಿ ನುಡಿದ.

"ನಿನಗೆ ವಯಸ್ಸಾದದ್ದು ನಾಯಿಗಾದ ಹಾಗೆ. ಇವಳಿಗಿರುವ ಬುದ್ಧಿಯಲ್ಲಿ ಒಂದು ಚೂರಾದರೂ ನಿನಗಿದ್ದಿದ್ದರೆ" ಎಂದು ಅವಳನ್ನು ಹಂಗಿಸಿ ಕತ್ತಿ, ಎಲೆಅಡಿಕೆ ಚೀಲ, ಒಂದು ಬೈರಾಸು ಇಷ್ಟನ್ನು ತಾನೇ ಹುಡುಕಿ ತೆಗೆದುಕೊಂಡು ಗುಡಿಸಲಿನಿಂದ ಹೊರಬಿದ್ದ. ಹೊರಡುವಾಗ ಮೂಕಳಾಗಿ ನಿಂತಿದ್ದ ಕಾಳಿಗೆ, ಹೊರಕ್ಕೆ ಬರಲು ಕಣ್ಣು ಸನ್ನೆ ಮಾಡಿದ. ಆಕೆ ಹೊರಕ್ಕೆ ಬಂದಳು. ಅವಳನ್ನು ತುಸು ಆಚೆಗೆ ಕರೆದುಕೊಂಡು ಹೋಗಿ, "ನಾನು ವಿಟ್ಲಕ್ಕೆ ಹೋಗುತ್ತೇನೆ. ಅದನ್ನಾರಿಗೂ ಹೇಳುವುದು ಬೇಡ. ಹೋಗಿ ಬರುವುದಕ್ಕೆ ನಾಲ್ಕು ದಿನವಾದೀತು! ಆ ರಾಕ್ಷಸಿ, ಅನ್ನುವುದೆಲ್ಲ ಅನ್ನುತ್ತಿರಲಿ, ನೀನು ಸುಮ್ಮನೆ ಮಾತಾಡದೆ ಇದ್ದು ಬಿಡು. ಯಾರಾದರೂ ಬಂದು ಕೇಳಿದರೆ, ನಾನು ಎಲ್ಲಿಗೆ ಹೋದದ್ದೆಂದು ಹೇಳುವುದು ಬೇಡ. ತಿಳಿಯಿತೇ? ಬಹಳ ಒತ್ತಾಯ ಮಾಡಿ ಕೇಳಿದರೆ ನೆರಿಯಕ್ಕೆ ಹೋಗಿದ್ದಾರೆ ಎನ್ನು" ಎಂದು ಉಪದೇಶಿಸಿ ಹೊರಟುಹೋದ. ಕಾಳಿಗೆ ಗಂಡನ ಅಂತರಾಳದಲ್ಲಿನ ಆಸೆಯಾಗಲೀ, ಈ ನಿರ್ಗಮನದ ರಹಸ್ಯವಾಗಲೀ ತಿಳಿದಿರಲಿಲ್ಲ. ಆಕೆ ಮೂಕಳಾಗಿಯೇ ಮನೆಗೆ ಮರಳಿದಳು. ಮನೆಗೆ ಬಂದ ಮೇಲೆ ಬಹು

ಹೊತ್ತಿನ ತನಕ, ಸವತಿಯ ಸಿಟ್ಟಿನ ನುಡಿಗಳಿಗೆ ಕಿವಿಯೊಡ್ಡಬೇಕಾಯಿತು. ಆಕೆ ದೂರಿದುದು ತನ್ನ ಗಂಡನನ್ನಲ್ಲದೆ ಇವಳನ್ನಲ್ಲ. ಆದರೆ ದೂರುವುದಕ್ಕೆ ಕಾರಣ 'ತಾನೇ' ಎಂಬುದು ಗೊತ್ತು. ಹೀಗಾಗಿ, ಕಾಳಿ ಮೋರೆ ಸಪ್ಪಗೆಮಾಡಿಕೊಂಡು, ಮನೆಯಲ್ಲಿ ಕುಳಿತಿರಬೇಕಾಯಿತು.

ಆ ಸಂಜೆ ಇನ್ನೊಮ್ಮೆ ತುಕ್ರನ ಮನೆಗೆ ಕರಿಯ ಬಂದ. "ತುಕ್ರಣ್ಣ ಇಲ್ಲವೇ?" ಎಂದು ಕೇಳಿದ. ಮನೆಯ ಹುಡುಗರಾರೂ ಇದ್ದಿರಲಿಲ್ಲ. ಒಳಗಡೆ ಅಡುಗೆ ಮನೆಯಲ್ಲಿ ಚೆನ್ನಿಯಿದ್ದಳು. ಹೊರಗೆ ಪಡಸಾಲೆಯಲ್ಲಿ ಕಾಳಿ ಕುಳಿತಿದ್ದಳು.

"ಅವರಿಲ್ಲ" ಎಂದಳು ಕಾಳಿ.

"ಬರುವುದಿಲ್ಲವೇ? ಬೆಳಿಗ್ಗೆ ಹೇಳಿ ಹೋಗಿದ್ದೇನಲ್ಲ."

"ಎಲ್ಲಿಗೋ ಹೋಗುತ್ತೇವೆಂದು ಹೇಳಿ ಹೋದರಪ್ಪ; ಬಂದಾರು."

ಅಷ್ಟಕ್ಕೆ ಮಾತು ಮುಗಿದು, ಕರಿಯ ಅಲ್ಲಿಂದ ಮರಳಿದ. ಚನಿಯನ ಮನೆಯಲ್ಲಿ ಪ್ರಾಯಸ್ಥ ಕುಡಿಯರೆಲ್ಲರೂ ಸಭೆ ಸೇರಿದರು. ಹುಡುಗರಾರೂ ಇದ್ದಿಲ್ಲ, ಕರಿಯ ಅಲ್ಲಿಗೆ ಬಂದವನು, ತನ್ನ ವಯಸ್ಸಿನ ಇತರರಾರೂ ಇಲ್ಲದ ಸಭೆಯಲ್ಲಿ ಸೇರಲು ಇಷ್ಟವಿಲ್ಲದೆ ಹೊರಕ್ಕೆ ಬಂದ. ಆಗ ಚನಿಯನೇ ಅವನನ್ನು ಒಳಗೆ ಕರೆದು "ಬಾ ಕರಿಯಣ್ಣಾ, ಕೂತಿರು" ಎಂದ. ಅವನಿಗೂ ಅದು ಆಶ್ಚರ್ಯವಾಗಿ ಕಂಡಿತು. ಹಿರಿಯನಾದ ಚನಿಯನ ಬಾಯಿಯಲ್ಲಿ ತಾನು 'ಕರಿಯಣ್ಣ' ಎನಿಸಿದ್ದು ಸೋಜಿಗವೆನಿಸಿತು. "ಬೇಡಣ್ಣ, ಹೋಗುತ್ತೇನೆ" ಎಂದು ಆತ ಹೆಜ್ಜೆ ಕಿತ್ತರೂ, ಚನಿಯ ತಾನಾಗಿ ಹೊರಕ್ಕೆ ಬಂದು "ನೀನು ಇದ್ದೇ ಎಲ್ಲವೂ ನಡೆಯಬೇಕು" ಎಂದು ಅವನನ್ನು ಬಲವಂತದಿಂದ ಸಭೆಗೆ ಕರೆದೊಯ್ದು ಕುಳ್ಳಿರಿಸಿಕೊಂಡು ಮಾತುಕತೆಗೆ ಆರಂಭಿಸಿದ.

"ಬೂದ, ನೀನು ಹೇಳು; ನನಗೆ ಅದೆಲ್ಲ ತಿಳಿಯದು. ನಾನು ಮಾತನಾಡಿದರೆ ಜನ ಏನಾದರೂ ತಿಳಿದಾರು" ಎಂದ. ಬೂದ, ತಾವು ಸಭೆ ಸೇರಿದ ಉದ್ದೇಶವನ್ನು ವಿವರಿಸಿದ. ಅನಂತರ "ಗುರಿಕಾರಿಕೆಯ ಮರ್ಯಾದೆ ಯೇನೋ ನ್ಯಾಯವಾಗಿ ಸಲ್ಲಬೇಕಾದದ್ದು ನಮ್ಮ ಕರಿಯಣ್ಣನಿಗೆ. ಅವನು ಸಣ್ಣವ; ಏನೂ ತಿಳಿಯದವ. ಆದರೂ ಕುಲದ ಮರ್ಯಾದೆಯು ಅವನದ್ದೇ.

ಈಗ ಸಣ್ಣವನೆಂಬುದರಿಂದ ಅವನ ಮಾತು ಕೇಳುವವರಿಲ್ಲದೆಯೆ, ಒಂದಕ್ಕೊಂದು ಆಗಬಾರದಷ್ಟೆ. ಅವನು ದೊಡ್ಡವನಾಗುವ ತನಕ, ಲೆಕ್ಕ ಕ್ಕಾದರೂ ಒಬ್ಬರು ಹಿರಿಯರೆನ್ನುವವರು ಕೇರಿಗೆ ಬೇಕು. ವಯಸ್ಸಿನಲ್ಲಿ, ಬುದ್ಧಿಯಲ್ಲಿ ನಮ್ಮ ಕರಿಯ ಪ್ರಾಯಕ್ಕೆ ಬರುವ ತನಕ ಯಾರು ಯಜಮಾನ ರಾಗಬಹುದು-ಎಂಬುದನ್ನು ನಾವು ನಾಲ್ಕು ಜನ ಕೂಡಿ ನಿರ್ಣಯಿಸಬೇಕು. ಬರಿದೆ ನಿರ್ಣಯಿಸಿದರೂ ಸಾಲದು. ನಾಳೆ ಅವನೆಂದ ಹಾಗೆ ನಡೆದು ಕೊಳ್ಳಬೇಕು...." ಎಂದು ನುಡಿದ. ಆ ಬಳಿಕ "ಯಾವುದಕ್ಕೂ ತುಕ್ರ ಬರಲೇ ಇಲ್ಲವಲ್ಲ. ಅವನೂ ಇದ್ದಿದ್ದರೆ ಚೆನ್ನಾಗಿತ್ತು ಇವತ್ತು" ಎಂದ. ತಿಮ್ಮ ಎದ್ದು ನಿಂತು "ಹೇಳಲಿಲ್ಲವೇ ಅವನಿಗೆ?" ಎಂದು ಕೇಳಿದ.

"ಹೇಳದೇ ಉಂಟೇ? ಆತ ಬರಲಿಲ್ಲ; ಗೊತ್ತಿದ್ದೂ ಬರಲಿಲ್ಲ."

"ಏನಾಯಿತು ಅವನೊಬ್ಬನಿಲ್ಲದಿದ್ದರೆ? ಎಂದ ತಿಮ್ಮ. ಅನಂತರ ತಿಮ್ಮನೇ ಮಾತನ್ನು ಮುಂದುವರಿಸಿದ. "ನನಗೆ ಕಾಣುವುದೆಂದರೆ-ಇಲ್ಲಿ ಕೂಡಿದವರಲ್ಲಿ ಚನಿಯಣ್ಣ ಒಬ್ಬನೇ ಎಲ್ಲರಿಗಿಂತಲೂ ಹಿರಿಯನಾದವ; ಎಲ್ಲರಿಗೂ ಬೇಕಾದವ. ಅಲ್ಲದೆ, ನಾಳೆ ಕರಿಯಣ್ಣ ದೊಡ್ಡವನಾದ ಮೇಲೆ ಅವನಿಗೆ ಗುರಿಕಾರಿಕೆ ಒಪ್ಪಿಸಿಕೊಡುವುದರಲ್ಲಿಯೂ ಅವನಿಂದ ತೊಂದರೆ ಬರಲಾರದು" ಎಂದ.

ಚನಿಯಣ್ಣ "ನನಗೆ ಬೇಡಪ್ಪ ಈ ಯಜಮಾನಿಕೆಯ ಹೊರೆ. ಒಂದು ದಿನಕ್ಕೂ ಅದು ಬೇಡ; ನಾಲ್ಕು ದಿನಕ್ಕೂ ಬೇಡ" ಎಂದು ಎಷ್ಟು ಹೇಳಿದರೂ ಅಲ್ಲಿ ಸೇರಿದ ಜನರು ತತ್ಕಾಲಕ್ಕೆ ಅವನನ್ನೇ ಆರಿಸಿದರು.

"ತುಕ್ರಣ್ಣ ಬರಲಿ" ಎಂದು ಒಬ್ಬಿಬ್ಬರಂದುದುಂಟು. ಆದರೆ ಆ ಮಾತಿಗೆ ಹೆಚ್ಚಿನವರ ಬೆಂಬಲ ದೊರೆಯಲಿಲ್ಲ. ಆತ ಗೊತ್ತಿದ್ದೂ ತಮ್ಮ ಕೂಟಕ್ಕೆ ಬರಲಿಲ್ಲ ಎಂಬುದರಿಂದ ಅವನ ನಡತೆಯಲ್ಲಿ ಉಳಿದವರಿಗೆ ವಿಶ್ವಾಸವೂ ಬರಲಿಲ್ಲ. ಹೀಗಾಗಿ ಆ ದಿನ ಸಭೆಯವರು-ನ್ಯಾಯದ ಗುರಿಕಾರ ಕರಿಯಣ್ಣ ನೆಂದೂ, ತಾತ್ಕಾಲಿಕ ಯಜಮಾನಿಕೆ ಚನಿಯನಿಗೆಂದೂ ನಿರ್ಧರಿಸಿ, ಅವರಿಬ್ಬರಿಗೂ ಎಲೆಅಡಿಕೆಯ ಮರ್ಯಾದೆಗಳನ್ನು ಸಲಿಸಿ, ಸಭೆ ಮುಗಿಸಿದರು. ಬೂದನ ಮನಸ್ಸಿಗೆ ಅಷ್ಟೊಂದು ನೆಮ್ಮದಿಯಾಯಿತು.

ಕರಿಯನನ್ನು ಕರೆದುಕೊಂಡು ಮನೆಗೆ ಬಂದ ಆತ, ಕೆಂಪಿಯೊಡನೆ ತಮ್ಮ ಕೂಟದ ಗೊತ್ತುವಳಿಯನ್ನು ಸಂತೋಷದಿಂದ ಹೇಳಿದ. ಕೆಂಪಿ ಅದಕ್ಕೆ "ಅವರಿದ್ದಿಲ್ಲವೇ?" ಎಂದು ಕೇಳಿದಳು.

"ಯಾರೇ ಅವರು?"

"ನಿಮಗಾಗದವರು."

"ಅವನೋ-ತುಕ್ರನೋ-ಎಲ್ಲಿಗೋ ಹೋಗಿದ್ದಾನಂತೆ; ಸತ್ತುಕೊಳ್ಳಲಿ" ಕೆಂಪಿಯ ಮನಸ್ಸು ಮಿಂಚಿನಂತೆ ಓಡಿ ತನ್ನ ತರ್ಕವನ್ನು ಮುಂದೂಡಿತು.

"ನೀವು ನೀವೇ ಒಂದು ಒಡಂಬಡಿಕೆ ಮಾಡಿಕೊಂಡು ಬಂದಿರಿ, ನಿಜ. ಆದರೆ ಅವರು ಅದಕ್ಕೆ ಕಲ್ಲು ಹಾಕುವವರೇ. ಅವರು ಈ ಸುದ್ದಿಯನ್ನು ಕೇಳಿಯೇ ಓಡಿರಬೇಕು; ಓಡಿದ್ದು ಮತ್ತೆಲ್ಲಿಗೂ ಅಲ್ಲ. ಧನಿಗಳ ಮನೆಗೆ. ನಾಳೆ ಧನಿಗಳನ್ನು ಕರೆದುಕೊಂಡು ಬಂದರೆ, ತಾವು ಗುರಿಕಾರರು ಅನಿಸಿಕೊಳ್ಳುತ್ತಾರೆ ನೋಡಿ" ಎಂದಳು. ಹಾಗಾಗುವುದೂ ಸಂಭವವೆಂದು ಬೂದನಿಗೆ ತೋರಿತು. ಬೂದ ಅವಸರದಲ್ಲಿ ಊಟಮಾಡಿಕೊಂಡು, ಇನ್ನೊಮ್ಮೆ ಚನಿಯನ ಮನೆಗೆ ಓಡಿಹೋಗಬೇಕಾಯಿತು. ಕೆಂಪಿ ತನ್ನಲ್ಲಿ ತುಂಬಿದ ಅನುಮಾನಗಳನ್ನು ಅವನ ಮುಂದೆ ತೋಡಿಕೊಳ್ಳಬೇಕಾಯಿತು. ಅದಕ್ಕೆ ಆತನೆಂದ ಮಾತು ಒಂದೇ: "ಕೇರಿಯವರ ಮನಸ್ಸು ಗಟ್ಟಿಯಾಗಿದ್ದರೆ, ಯಾರೂ, ಏನೂ ಮಾಡುವ ಹಾಗಿಲ್ಲ. ಅವರು ಧನಿಗಳಾದರೆ ಏಲಕ್ಕಿ ತೋಟಕ್ಕೆ; ಭೂಮಿಗೆ; ಕುಲಕ್ಕಲ್ಲ. ಅವರು ಕುಲಮರ್ಯಾದೆಯ ವಿಚಾರದಲ್ಲಿ ಕೈ ಹಾಕಬಾರದು. ಹಾಕಿದರೆ ತೀರ ತಪ್ಪಾಗುತ್ತದೆ. ಅದರ ಮೇಲೆಯೂ ಅವರಾಗಿ ಒಡಕು ತಂದುಹಾಕಿದರೆ ಆಗ ದೈವ ನೋಡಿಕೊಂಡೀತು. ನನಗೇನು, ನಿನಗೇನು" ಎಂದು ಚನಿಯ ಹೇಳಿದುದರಿಂದ ಬೂದ ವಿಶ್ವಾಸ ತಾಳಿ ಮನೆಗೆ ಮರಳಿದ.

ತುಕ್ರ ತನ್ನ ಚಿಂತೆಯನ್ನು ಹೊತ್ತುಕೊಂಡು, ವಿಟ್ಲಲಕ್ಕೆ ತೆರಳಿದ. ಅವನ ಚಿಂತೆಗಳೆರಡೆರಡು-ಧನಿಗಳಿಂದ ತನ್ನ ಕೆಲಸ ಮಾಡಿಸಿಕೊಳ್ಳುವ ವಿಚಾರವಾದ ಯೋಚನೆಯೊಂದು; ತಾನು ಮನೆಗೆ ಮರಳುವುದರೊಳಗೆ ಚೆನ್ನಿಯೂ ಎಲ್ಲಾದರೂ ತನ್ನ ಮುದ್ದಿನ ಮಡದಿ ಕಾಳಿಯನ್ನು ನುಂಗಿಬಿಡುತ್ತಾಳೋ ಎಂಬ ಹೆದರಿಕೆಯೂ ಇನ್ನೊಂದು. ಹೀಗೆ, ಎರಡೆರಡು ಸಂಕಟಗಳನ್ನು

ಹೊತ್ತುಕೊಂಡು ವಿಟ್ಠಲಕ್ಕೆ ಹೋದ. ಅಲ್ಲಿ ಕೆಂಚ ತೀರಿಕೊಂಡ ಪ್ರಸ್ತಾಪವನ್ನೆತ್ತಿದ: "ನೀವು ಮಲೆಗೆ ಬರುವುದಕ್ಕೆ ಎಷ್ಟು ದಿವಸವಾಗುತ್ತದೋ, ನೀವು ಬಂದು ಗುರಿಕಾರಿಕೆಯ ವಿಷಯದಲ್ಲಿ ಏನಾದರೊಂದು ಇತ್ಯರ್ಥ ಮಾಡುವ ತನಕ ನಾಯಕರಿಲ್ಲದ ಕೇರಿಯಾಗಿ ಏನೇನು ಆಗಬಾರದಲ್ಲ–ಎಂದು ಹೇಳುವುದಕ್ಕೆ ಬಂದೆ" ಎಂದು ಅವರ ಮುಂದೆ ಬಿನ್ನವಿಸಿದ. ಮೂರು ದಿನಗಳ ಕಾಲ ಅಲ್ಲಿಯೇ ಕಳೆದ. ಮುಂದಿನ ತಿಂಗಳಲ್ಲಿ, ತಿರುಮಲ ಭಟ್ಟರು ಮಲೆಗೆ ಅವರಾಗಿಯೇ ಬರುತ್ತಿದ್ದರು. ಆದರೆ, ತುಕ್ರ ಬಂದು, ಕೇರಿಯ ಚಿಕ್ಕಪುಟ್ಟ ಜಗಳಗಳನ್ನು ದೊಡ್ಡದಾಗಿ ಮಾಡಿ ತೋರಿಸಿ, ದಿನ ಹೋದರೆ ಅನರ್ಥವೇ ಆದೀತೆಂದು ಚಿತ್ರಿಸಿದುದರಿಂದ, ಉಪಾಯವಿಲ್ಲದೆಯೇ ಆಗಲೇ ಹೊರಟರು. ತುಕ್ರ ಅವರ ಜತೆಯಲ್ಲಿ, ಬಹಳ ಹಿಗ್ಗಿನಿಂದ ಊರಿಗೆ ಮರಳಿದ. ಧನಿಗಳು ತನ್ನನ್ನು ಬಿಟ್ಟು ಇನ್ನಾರನ್ನೂ ಗುರಿಕಾರಿಕೆಗೆ ಸೂಚಿಸಲಾರರು ಎಂಬುದು ಅವನಿಗೆ ಗೊತ್ತು.

"ಯಾಕೆ ನಿನಗೆ ಅಷ್ಟು ಯೋಚನೆ, ನೀನಿದ್ದೀಯಲ್ಲ. ನಿನ್ನ ಮಾತು ಮೀರುವವರುಂಟೇ?" ಎಂದು ಧನಿಗಳು ಬರುತ್ತ ದಾರಿಯಲ್ಲಿಯೂ ನುಡಿದಿದ್ದರು. ಆ ವಿಶ್ವಾಸದಿಂದಲೇ ತುಕ್ರ ತನ್ನ ಕೇರಿಯನ್ನು ಸೇರಿದ.

ತಿರುಮಲ ಭಟ್ಟರು, ಅಡುಗೆಯವ, ತೈನಾತಿಯರನ್ನು ಕೂಡಿಕೊಂಡು ತಮ್ಮ ಮಲೆಯ ಬಿಡಾರಕ್ಕೆ ಬಂದರು. ಆ ಸುದ್ದಿಯು ತನ್ನಂತೆಯೇ ಕೇರಿಗೆ ಮುಟ್ಟಿತು. ಮುಟ್ಟಿದೊಡನೆಯೇ, ಚನಿಯ ಕರಿಯನನ್ನು ಕರೆದುಕೊಂಡು, ಧನಿಗಳ ದರ್ಶನಕ್ಕೆ ಹೊರಟ. ಇಬ್ಬರೂ ಹೊಸ ಯಜಮಾನಿಕೆಯ ಮರ್ಯಾದೆಯಂತೆ ಬಾಳೆಯ ಹಣ್ಣುಗಳನ್ನು ಬೆತ್ತದ ಬುಟ್ಟಿಗಳಲ್ಲಿರಿಸಿಕೊಂಡು, ಅವರ ಮನೆಗೆ ಹೋಗಿ, ಮನೆಯ ಜಗುಲಿಯಲ್ಲಿ ಅವನ್ನಿಟ್ಟು, ಅಂಗಳದಲ್ಲಿ ಕಾದು ನಿಂತರು. ಧನಿಗಳು ಒಳಗಿಂದ ಹೊರಕ್ಕೆ ಬರುವಾಗ, ಈ ಕಾಣಿಕೆ ಕಣ್ಣಿಗೆ ಕಾಣಿಸಿತು. ಎದುರಿಗೆ ನಿಂತು, ತಮಗೆ ಸಾಷ್ಟಾಂಗವೆರಗಿದ ಕರಿಯ, ಚನಿಯರೂ ಕಾಣಿಸಿದರು.

"ಏನಪ್ಪಾ, ಅಪೂರ್ವದ ಫಲಕಾಣಿಕೆ!" ಎಂದರು ಧನಿಗಳು.

"ಧನಿಗಳಿಗೆ ಸಲಬೇಕಾದ ಮರ್ಯಾದೆ. ಕೆಂಚಣ್ಣ ನಮ್ಮನ್ನು ಬಿಟ್ಟು

ಹೋದನಲ್ಲ. ಹಾಗಾಗಿ ನಿಮ್ಮನ್ನು ಕಾಣುವುದಕ್ಕೆ ಬಂದಿದ್ದೇವೆ; ಕುಲದ ಮರ್ಯಾದೆ ಸಲ್ಲಿಸುತ್ತಿದ್ದಾನೆ–ನಮ್ಮ ಕರಿಯಣ್ಣ. ಧನಿಗಳು ನಮ್ಮ ಹಿರಿಯರನ್ನು ಕಂಡುಬಂದ ಹಾಗೆ ಈ ಸಣ್ಣ ಗುರಿಕಾರರನ್ನು ನಡೆಯಿಸಿಕೊಂಡು ಬರಬೇಕು. ಏನೋ ಕೇರಿಯವರ ಮನಸ್ಸಿಗೆ ಬಂದು, ನಾನು ವಯಸ್ಸಿನಲ್ಲಿ ದೊಡ್ಡವನೆಂದು 'ಇವನಿಗೆ ಪ್ರಾಯ ಬರುವ ತನಕ ಯಜಮಾನಿಕೆ ನೋಡಿಕೊ' ಎಂದಿದ್ದಾರೆ ನನಗೆ. ಧನಿಗಳ ಅನುಗ್ರಹವಾದರೆ, ದೈವ ಒಲಿದರೆ, ಹಿರಿಯರ ಹೆಜ್ಜೆ ತುಳಿಯುತ್ತಾ ಬರುತ್ತೇವೆ" ಎಂದು ಬಲು ವಿನಯದಿಂದ ನುಡಿದ.

ತಿರುಮಲ ಭಟ್ಟರು ಆ ಮಾತುಗಳನ್ನು ಕೇಳಿ ಒಮ್ಮೆಗೇ ದಿಗಿಲುಗೊಂಡರು. ತುಕ್ರ ತನಗೆ ಇದಾವುದನ್ನೂ ತಿಳಿಸದೆ, ವ್ಯರ್ಥವಾಗಿ ಕರೆದುಕೊಂಡು ಬಂದನೇಕೆ? ಎಂದು ಅನಿಸಿತು–ಒಮ್ಮೆ. ಮರುಗಳಿಗೆಗೆ–ತುಕ್ರನಿಗೆ ತಿಳಿಯುವುದರೊಳಗಾಗಿ, ಆತ ಊರು ಬಿಟ್ಟಾಗಲೇ, ಇಷ್ಟೆಲ್ಲ ನಡೆದಿರಬೇಕು–ಎಂಬುದು ಹೊಳೆಯಿತು. ಈಗ ಬಂದವರಿಗೆ ಏನು ಹೇಳುವುದಕ್ಕೂ ತೋರಲಿಲ್ಲ. ಗುರಿಕಾರಿಕೆಯ ವಿಚಾರದ ರೀತಿನೀತಿ ಅವರಿಗೆ ಗೊತ್ತಿಲ್ಲದ್ದು. ಮಲೆಗೆ ಅವರು ಹೊಸದಾಗಿ ಬರುವಾಗಲೇ ಕೆಂಚನಿದ್ದ. ಆದರೆ ಈಗ ಜನರು ಮಾಡಿದ್ದನ್ನು ಒಮ್ಮೆಗೇ ಒಪ್ಪಿಕೊಂಡರೆ, ತಮ್ಮ ನೆಚ್ಚಿನ ತುಕ್ರನಿಗೆ ಅನ್ಯಾಯವಾಗುತ್ತದೆಂದು ತೋರಿತು. ತಾವು ಬಂದದ್ದು, ಆತ ಓಡಿಬಂದು ದೂರುಕೊಟ್ಟದ್ದು–ಎಲ್ಲವೂ ವ್ಯರ್ಥವಾದಂತೆಯೇ. ಚನಿಯನ ವಿಷಯ ಅವರಿಗೆ ತಿಳಿದದ್ದೂ ಕಡಿಮೆ; ಈ ತನಕ ಬರಿಯ ಆಳುಮಗನಾಗಿ ಕಾಣಿಸಿದ್ದ ಆತ. ಗುರಿಕಾರಿಕೆ ನಡೆಯಿಸುವ ಯೋಗ್ಯತೆ ಅವನಲ್ಲಿ ಇದ್ದೀತು–ಎಂಬುದರಲ್ಲಿಯೂ ಭರವಸೆ ಇರಲಿಲ್ಲ. ಹಾಗೆಯೇ ಯೋಚಿಸುತ್ತ ನಿಂತರು. ಕೊನೆಗೆ ಅಂದರು : "ಏನು; ಕೇರಿಯವರು ಸೇರಿ ಇಷ್ಟೆಲ್ಲ ಮಾಡಿಬಿಟ್ಟರು ಅನ್ನುತ್ತೀಯಾ?"

"ಅಜ್ಜ ತೀರಿಕೊಂಡ ಮೇಲೆ ಆಗಬೇಕಲ್ಲ ಏನಾದರೊಂದು ವಿಲೇವಾರಿ"

"ಏನಾದರೂ ಆದರಾಯಿತೋ"

"ಕುಲಾಚಾರದ ಹಾಗೆ ನಡೆಯದೆ ಮಾರ್ಗವುಂಟೇ? ಹತ್ತು ಮಂದಿ ಸೇರಿ ಹೀಗೆ ಮಾಡಿ ಎಂದರು."

"ತುಕ್ರ ಇದ್ದಿಲ್ಲವೇ ಇಷ್ಟೆಲ್ಲ ತೀರ್ಮಾನವಾಗುವಾಗ?"

"ಇದ್ದನಂತೆ. ಆದರೆ ಅವನು ನಮ್ಮ ಕೂಟಕ್ಕೆ ಬಂದಿರಲಿಲ್ಲ. ಹೇಳಿ ಕಳುಹಿಸಿದರೂ ಬರಲಿಲ್ಲ. ಎಲ್ಲಿಗೋ ಹೋದನಂತೆ; ಹಾಗೆಂದುಕೊಂಡು ಅವನೊಬ್ಬನಿಗೋಸ್ಕರ ಕೂಟದ ಮನಸ್ಸು ತಡೆಹಿಡಿಯಲು ಬರುತ್ತದೆಯೇ?"

"ನಾನು, ನೀವು ತಂದ ಈ ಫಲಕಾಣಿಕೆಯನ್ನು ಮುಟ್ಟುವುದಿಲ್ಲ. ನಿಮಗೆ ಒಬ್ಬರು ಧನಿಗಳಿದ್ದಾರೆಂಬುದು ನಿಮಗೆ ಮರೆತೇ ಹೋಗಿದೆಯೆಂದು ಕಾಣುತ್ತದೆ. ಕೆಂಚಣ್ಣ ಸತ್ತುಹೋದರೆ, ನಾನು ಬರುವ ತನಕ ಕಾಯಬೇಕಿತ್ತು. ತುಕ್ರ, ಆ ಸುದ್ದಿ ಹೇಳುವುದಕ್ಕೆ ಬಂದಿದ್ದ ನನ್ನಲ್ಲಿಗೆ. ಅದಕ್ಕೆಂದೇ ನಾನು ಇಲ್ಲಿಗೆ ಬಂದದ್ದು. ಎಲ್ಲವೂ ನನ್ನ ಸಮಕ್ಷಮದಲ್ಲಿ ಆಗಬೇಕಿತ್ತು."

"ಆಗಬೇಕಿತ್ತು; ಆಗಿದ್ದರೆ ಚೆಂದವೂ ನಿಜ. ಆದರೆ ನೋಡಿ, ಅವನು ಹೋದಮೇಲೆ ಅವನ ಏಳನೆಯ ದಿನಕ್ಕೆ ಈ ಕೆಲಸ ಮಾಡಬೇಕಾಗಿತ್ತು. ಆದರೂ ಒಂದೆರಡು ದಿನ ತಡೆದೆವು. ಮತ್ತೆ, ಉಪಾಯವಿಲ್ಲದೆ ಹೀಗೆ ಮಾಡಿದೆವು. ಬಹು ದಿನ ಹಾಗೆಯೇ ಗುರಿಕಾರನಿಲ್ಲದೆ ಇರುವುದಕ್ಕಾಗುತ್ತ ದೆಯೇ? ಏನಾದರೊಂದು ಆಪತ್ತು ಬಂದರೆ, ಮತ್ತೊಂದೇನಾದರೂ ಆದರೆ ಹೇಳುವವರು ಬೇಕಲ್ಲ."

ತಿರುಮಲ ಭಟ್ಟರು ಚನಿಯನ ಸಮಾಧಾನದ ಮಾತುಗಳಿಗೆ ರೇಗಿದ ಉತ್ತರವನ್ನೇ ದಯಪಾಲಿಸಿದರು. ಅವಾವುದನ್ನೂ ತಾವು ಒಪ್ಪಿಕೊಳ್ಳುವುದಿಲ್ಲ ವೆಂದೂ, ತಮ್ಮ ಎದುರಿನಲ್ಲಿಯೇ ಎಲ್ಲವೂ ಇತ್ಯರ್ಥವಾಗಬೇಕೆಂದೂ ಹೇಳಿದರು. ತುಕ್ರನನ್ನು ಗುರಿಕಾರನಾಗಿ ಒಪ್ಪಿಕೊಳ್ಳಲಿ ಎಂದು ಮಾತ್ರ ಹೇಳಲಿಲ್ಲ. ಆದರೆ ಅವರಷ್ಟೇ ತಳಮಳಿತನಾದ ಚನಿಯ, ಮೆತ್ತಗೆ ತನ್ನ ನಿರ್ಧಾರ ಹೇಳಿದ.

"ಧನಿಗಳೇ, ತಾವು ಹಾಗೆಲ್ಲ ಸಿಟ್ಟಾಗಬಾರದು. ಕೂಡುಕಟ್ಟಿನ ಸಭೆಯು ನೀವಿದ್ದು ಆಗಬೇಕೆಂಬುದು ಮಾತೇನು? ಅದು ಜಾತಿಯವರಿದ್ದು ಆಗುವ ಕೆಲಸ. ಅದಕ್ಕೆ ಇನ್ನೊಬ್ಬರನ್ನು ನಾವು ಕರೆಯುವುದೂ ಸಮನಲ್ಲ; ಅವರು ಬರುವುದೂ ಚಂದವಲ್ಲ. ಈಗ ಕೇರಿಯವರು ನಿರ್ಧಾರಮಾಡಿ, ಒಂದು ಮನಸ್ಸಿನಿಂದ ನಮಗೆ ಎಲೆಅಡಿಕೆಗಳ ಮರ್ಯಾದೆ ಸಲ್ಲಿಸಿದ್ದಾರೆ. ನಾವು ತಕ್ಕೊಂಡಿದ್ದೇವೆ. ನಾನು ಆ ಮರ್ಯಾದೆ ಹಿಡಿದದ್ದು ನಮ್ಮ ಸಣ್ಣ

ಕರಿಯಣ್ಣನಿಗಾಗಿ. ಕುಲದವರು ಬೇಡವೆಂದ ದಿನವೇ ನನ್ನ ಗುರಿಕಾರಿಕೆ ಬಿಡುತ್ತೇನೆ. ಆದರೆ ಕರಿಯಣ್ಣನ ಮರ್ಯಾದೆ ಅವನದ್ದೇ. ಅವನ ಮನೆತನದ್ದು, ಅದನ್ನು ಯಾರೂ ಬಿಡು ಅನ್ನುವ ಮಾತೇ ಇಲ್ಲ" ಎನ್ನುತ್ತಲೇ ತಿರುಮಲ ಭಟ್ಟರ ತಾಳ್ಮೆ ತಪ್ಪಿತು.

"ಅಷ್ಟಿದ್ದ ಮೇಲೆ ನನಗೇನೂ ಹೇಳಬೇಕಾದ್ದಿಲ್ಲ. ನನಗೆ ಈ ಹಣ್ಣು ಹಂಪಲು ತಂದುಕೊಡಬೇಕಾಗಿಲ್ಲ" ಎಂದು ಮುಖವನ್ನು ತಿರುಗಿಸಿ ಕೋಣೆಯೊಳಗೆ ಹೋದವರು ಹೊರಗೆ ಬರಲೇ ಇಲ್ಲ. ಪಾಪದ ಚನಿಯ, ಕರಿಯನೂ ಸಂಜೆಯ ತನಕ ಅಲ್ಲಿಯೇ ಕಾದು, ಉಪವಾಸವಿದ್ದು, ಬಳಿಕ ಕೇರಿಗೆ ಮರಳಬೇಕಾಯಿತು. ಜಗುಲಿಯಲ್ಲಿರಿಸಿದ ಫಲಕಾಣಿಕೆಯನ್ನು ಅವರು ತಿರುಗಿ ಮುಟ್ಟಲಿಲ್ಲ; ಬರಿದೆ ಮರಳಿಬಂದರು. ಅಷ್ಟರೊಳಗೆ ಕೇರಿಯ ಜನಗಳಿಗೆ ಧನಿಗಳಿಂದ ಕರೆಬಂದಿತು. ತುಕ್ರಣ್ಣ ಎಲ್ಲರಿಗೂ ಖುದ್ದಾಗಿ ಹೇಳಿಕೆ ಸಲ್ಲಿಸಿದ್ದ. ಕರೆದಮೇಲೆ ಜನ ಹೋಗದಿರುತ್ತಾರೆಯೇ? ಪ್ರತಿಯೊಬ್ಬರೂ ಹೋದರು; ಚನಿಯ, ಕರಿಯನೂ ಹೋಗಿ ಅವರ ಮನೆಯಂಗಳದಲ್ಲಿ ಕೈ ಕಟ್ಟಿನಿಂತರು.

ಸಭೆ ಸೇರಿದ ಮೇಲೆ ನಾಯಕನಂತೆ, ತುಕ್ರ, ಗುರಿಕಾರಿಕೆಯ ವಿಚಾರ ದಲ್ಲಿ ತನ್ನ ಪ್ರವಚನತೊಡಗಿದ. ಕೂಟದವರ ಮುಂದೆ ಕೆಂಚಣ್ಣ ತೀರಿಕೊಂಡ ವಿಚಾರ ಹೇಳಿದ. ಉಳಿದವರಿಗೆ ತಿಳಿಯದೆಂಬಂತೆ, ಗುರಿಕಾರರನ್ನು ಆರಿಸುವ ಅವಶ್ಯಕತೆ ಹೇಳಿ, "ಹೇಗೂ ಅನ್ನ, ಅರಿವೆ ಕೊಟ್ಟು ನಡೆಸಿಕೊಂಡು ಬರುವ ಧನಿಗಳೇ ಇದಕ್ಕೆ ಬಂದಿದ್ದಾರೆ. ಅವರ ಮುಂದೆಯೇ ಎಲ್ಲವೂ ಇತ್ಯರ್ಥ ವಾದರೆ ಚೆಂದ" ಎಂದು ಬಿತ್ತರಿಸಿದ. ತುಕ್ರನನ್ನು ಕಂಡರೆ ತಿಮ್ಮನಿಗೆ ಬಹುಕಾಲದಿಂದಲೂ ಹಗೆ. ಆ ಹಗೆತನ ಕೆಂಪಿಯ ಲಗ್ನದ ವೇಳೆಯಲ್ಲೇ ಉಂಟಾಗಿತ್ತು. ಅದನ್ನವನು ಎಂದೂ ಮರೆತವನಲ್ಲ. ಅಲ್ಲದೆ, ಮೊನ್ನೆಯ ದಿನ ಕೇರಿಯ ಜನಗಳ ಮುಂದೆ ಚನಿಯನನ್ನು ತಾತ್ಕಾಲಿಕ ಯಜಮಾನನನ್ನಾಗಿ ಆರಿಸುವ ವಿಚಾರದಲ್ಲಿ ಹೆಚ್ಚಿನ ಬೆಂಬಲ ಕೊಟ್ಟವನೂ ಅವನೇ. ಅದೇ ಚನಿಯ, ಈಗ ಮಾತನಾಡದಿದ್ದುದನ್ನು ಕಂಡು ತಿಮ್ಮ, ಧನಿಗಳು ಇದ್ದಾರೆಂದು ಹಿಂದು ಮುಂದು ನೋಡದೆ, "ತುಕ್ರಣ್ಣ ಏನು, ಕೇರಿಗೆ ಕುಲಾಚಾರ ಗೊತ್ತಿಲ್ಲದ ಹಾಗೆ ಹೇಳುತ್ತೀಯಲ್ಲ ನೀನು. ನಿನಗೆ ಆ ದಿನ

ಯಾರು ಬರಬೇಡವೆಂದರು? ಹೇಳಿಕಳುಹಿಸಿದರೆ ತಲೆ ತಪ್ಪಿಸಿಕೊಂಡು ಹೋದೆ ನೀನು. ಇವತ್ತು ಧನಿಗಳನ್ನು ಮುಂದಿರಿಸಿಕೊಂಡು, ಏನೂ ಗೊತ್ತಿಲ್ಲದವರ ಹಾಗೆ ಮಾತನಾಡುತ್ತೀಯಲ್ಲ. ನಮ್ಮ ನಮ್ಮ ಜಗಳದಲ್ಲಿ ಧನಿಗಳನ್ನು ಸಿಕ್ಕಿಸಿಹಾಕುವುದರಲ್ಲಿದ್ದೀಯ ನೀನು. ಗುರಿಕಾರನನ್ನು ಎರಡೆರಡು ಸಾರಿ ಆರಿಸುವುದೆಂದರೇನು" ಎಂದು ಬಿರುಸಾಗಿಯೇ ನುಡಿದ. ಅದಕ್ಕೆ ಕಡಿಮೆ ಇಲ್ಲದ ಬಿರುಸಿನಿಂದ ತುಕ್ರ ಉತ್ತರಕೊಡುವವನೇ. ಆದರೆ ಧನಿಗಳ ಮುಂದೆ ಸಂಭಾವಿತತನ ನಟಿಸಬೇಕೆಂದು "ನಿನ್ನ ಹತ್ತಿರ ನಾನು ಮಾತನಾಡಲಿಲ್ಲ. ಧನಿಯರು ಎಲ್ಲರನ್ನೂ ಕರೆಯಬೇಕೆಂದರು; ಕರೆದೆ. ಯಾಕೆ, ಏನೆಂಬ ಸಂಗತಿ ಹೇಳಿದೆನಷ್ಟೇ. ಮುಂದೆ ಅವರಿದ್ದಾರೆ, ನೀವಿದ್ದೀರಿ" ಎಂದ.

ತಿರುಮಲ ಭಟ್ಟರು ತುಕ್ರನ ವಿವೇಕಕ್ಕೆ ತಲೆದೂಗಿದರು. ಅನಂತರ ನುಡಿದರು– "ತಿಮ್ಮ, ಕೆದಕಿ ಮಾತನಾಡುತ್ತೀ ನೀನು. ನಿಮ್ಮನ್ನೆಲ್ಲ ಕರೆಯಿಸಿದ್ದು ನಾನು. ನಾನು ಇಲ್ಲಿ ಇರುವುದು ಗೊತ್ತಿಲ್ಲವೇ ನಿನಗೆ? ಕುಡಿದ ಅಮಲೋ! ತೆಪ್ಪಗೆ ಬಿದ್ದಿರು" ಎಂದು ಘರ್ಜಿಸಿ, ಉಳಿದವರನ್ನು ನೋಡಿ ಹೇಳಿದರು.

"ಈ ಮಲೆಯನ್ನು ಹತ್ತಾರು ವರ್ಷಕಾಲ ದುಡ್ಡು ತೆತ್ತು ತಲೆಗೆ ಸುತ್ತಿಕೊಂಡವನು ನಾನು. ನೀವು ಇಲ್ಲಿ ಮೂಲದ ಜೀತದ ಆಳುಗಳು. ಮಲೆಯ ಕೆಲಸವೆಲ್ಲ ನಿಮ್ಮಿಂದಲೇ ಆಗುತ್ತದೆ, ನೀವಿದ್ದರೆ ಬೆಳಕು, ಇಲ್ಲದಿದ್ದರೆ ಕತ್ತಲೆ ಎಂದು ತಿಳಿಯಬೇಡಿ. ಹಿಂದೆ ಸಂಪಾಜೆಯಲ್ಲಿ ನನಗೆ ಇನ್ನೊಂದು ಮಲೆ ಇತ್ತು. ಇದರ ಅಪ್ಪನಂಥ ಏಲಕ್ಕಿ ತೋಟ. ವಿಟ್ಲದಿಂದ ನಾನು ಜನರನ್ನು ಕಟ್ಟಿಕೊಂಡು ಹೋಗಿ ಅಲ್ಲಿ ಬೇಸಾಯ ಮಾಡಿಸುತ್ತಿದ್ದೆ. ನನ್ನೆದುರಿಗೆ ನಿಮ್ಮ ಧಿಮಾಕು, ದಿಟ್ಟತನ ಬೇಡ. ಕೆಂಚ ತೀರಿ ಹೋದರೇನಾಯಿತಂತೆ? ಮಲೆ ಕೆಂಚನದ್ದಲ್ಲ. ಮಲೆ ನನ್ನದು. ನಾನು 'ಇದ್ದಿರಿ, ಬಿದ್ದಿರಿ' ಎಂದಷ್ಟು ಕಾಲ ಇಲ್ಲಿ ಇರಬಹುದಾದವರು ನೀವು. ಅದನ್ನು ಮಾತ್ರ ಮರೆಯಬೇಡಿ. ನನ್ನನ್ನು ಬಿಟ್ಟು, ನನ್ನನ್ನು ಕೇಳದೆ, ಗುರಿಕಾರನನ್ನು ಮಾಡುತ್ತೇವೆ, ಮತ್ತೊಂದನ್ನು ಮಾಡುತ್ತೇವೆ ಎಂಬ ಉಡಾಪಿ ಬೇಡ. ಅದರ ಪರಿಣಾಮ ಒಳ್ಳೆಯದಲ್ಲ. ಈಗ ನಾನಿದ್ದೇನೆ; ನೀವೆಲ್ಲರೂ ಇದ್ದೀರಿ. ನಿಮಗೆ ಯಾರು ಯಜಮಾನರಾಗಬೇಕೆಂದು ಆರಿಸಿ; ಎಲ್ಲವೂ ಕ್ರಮವಾಗಿ ಆಗಲಿ" ಎಂದರು.

ಪ್ರತಿಯೊಬ್ಬರೂ ಮುಖ ಮುಖ ನೋಡಿದರು. ಮಾತು ಒಬ್ಬರ ಬಾಯಿಯಿಂದಲೂ ಹೊರಡಲಿಲ್ಲ. ಪ್ರತಿಯೊಬ್ಬರಲ್ಲೂ ಅಸಮಾಧಾನ ಮೂಡಿತು. ಕುಲಕ್ಕೆ ಸಂಬಂಧಿಸಿದ ವಿಚಾರಗಳಲ್ಲಿ ಧನಿಗಳ ತನಕ ದೂರು ಹೋದದ್ದೇ ಸಮನಲ್ಲ ಎಂದು ಹೆಚ್ಚಿನವರ ಅಭಿಪ್ರಾಯವಾಗಿತ್ತು. ಆದರೆ ಧನಿಗಳ ಎದುರಿನಲ್ಲಿ ಪ್ರತಿನುಡಿ ಆಡುವಷ್ಟು ಧಾರ್ಷ್ಟ್ಯವೂ ಆ ಜನರಿಗಿರಲಿಲ್ಲ. ಅನಾದಿಕಾಲದಿಂದಲೂ, ಅವರನ್ನೇ ಧನಿಗಳು ಎಂದು ಒಪ್ಪಿ, ಸಲ್ಲಿಸುವ ಸೇವೆ ಸಲ್ಲಿಸಿ, ಕೊಳ್ಳುವ ಅರಿವೆ, ಉಪ್ಪು ಕೊಂಡು, ಬದುಕಿಬಂದವರು ಅವರು. ಹೀಗಾಗಿ ಧನಿಗಳ ಮುಂದೆ ಮೌನವಾಗಿದ್ದರು. ದಿಗ್ಮೂಢರಾಗಿ ನಿಂತ ಅವರನ್ನು ಕಂಡ ತುಕ್ರ "ಯಾಕೆ? ಧನಿಗಳ ಮುಂದೆ ಏನೆಂದು ಹೇಳ ಬಹುದಲ್ಲ. ಇಲ್ಲದೆ ಹೋದರೆ ಅವರೆಂದ ಜನವನ್ನು ಒಪ್ಪಿಕೊಳ್ಳಿ. ಯಾರೇ ಇರಲಿ; ಅದು ಚೆಂದ. ಧನಿಗಳೂ ಸಮ; ದೇವರೂ ಸಮ" ಎಂದು ಉಪದೇಶ ಮಾಡಿದ.

ತಿಮ್ಮನ ಎದೆಯಲ್ಲಿ ತುಂಬಿದ್ದ ಬೇಗುದಿ ಅದುಮಲಾರದ್ದು. ತುಕ್ರ ಮಾತಿಗೆ ಬಂದನೆಂದರೆ, ಅದು ಒಳಕ್ಕೆ ಕುಳಿತಿರಲಾರದು. ಧನಿಗಳು ಒಮ್ಮೆ ಗದರಿಸಿದ್ದಕ್ಕೆ ಮೂಕನಾಗಿ ಕುಳಿತ. ಈಗ ಆಚೀಚೆ ನೋಡಿದ ; ಹಿಂದೆ ಸರಿದು ಒಬ್ಬಿಬ್ಬರೊಡನೆ ಗುಸುಗುಸು ಮಾತನಾಡಿದ. ಅದನ್ನು ಕಂಡು ಧನಿಗಳು 'ಏ ತಿಮ್ಮ, ಬಾ ಮುಂದಕ್ಕೆ, ನಾಯಿಯ ಹಾಗೆ ಇಲ್ಲಿ ನಿಂತಿರು' ಎಂದರು. ಎಲ್ಲರ ಮುಂದೆ ಅವಮಾನಿಸಿಕೊಂಡು ಅದೂ ತುಕ್ರನ ಮುಂದೆ ಅಷ್ಟು ಬಯ್ಯಿಸಿ ಕೊಂಡು, ಸೋಲೊಪ್ಪಲಾರದ ಜೀವವು ತಿಮ್ಮನದು. ಹೆಚ್ಚಾಗಿ ಆತ ತಾನಾಗಿ ಯಾರನ್ನೂ ಕೆಣಕುವವನಲ್ಲ; ತನ್ನ ಪಾಲಿನ ಕೆಲಸವನ್ನು ಕಟ್ಟುನಿಟ್ಟಿನಿಂದ ಮಾಡುವವ. ಈ ಅವಮಾನ ಸಹಿಸಲು ಅವನಿಂದಾಗಲಿಲ್ಲ. ಅದಕ್ಕೆಂದ : "ಧನಿಗಳೇ, ನೀವೇನು ತಿಳಿದರೂ ಸಮನೇ. ನೀವು ಉಗಿದರೂ ಉಗಿಸಿಕೊಳ್ಳು ತ್ತೇನೆ. ಆದರೆ ಅನ್ಯಾಯದ ಕೆಲಸಕ್ಕೆ ನಾನಿಲ್ಲ. ಕುಲಾಚಾರದ ಮಾತಿನಲ್ಲಿ ನೀವು ಕೈಹಾಕಬಾರದು; ಇದು ನಮ್ಮ ನಮ್ಮ ಕೂಡುಕಟ್ಟಿಗೆ ಸಂಬಂಧಿಸಿದಂಥ ಸಂಗತಿ. ನಾಳೆ ಒಬ್ಬನನ್ನು ಜಾತಿಯಿಂದ ತೆಗೆಯಿಸುವ ವಿಷಯ, ಸೇರಿಸಿ ಕೊಳ್ಳುವ ವಿಷಯ, ಮದುವೆಯ ಮಾತು, ಬೊಜ್ಜದ ಮಾತು–ಪ್ರತಿಯೊಂದೂ ಅಲ್ಲಿ ಬರುತ್ತದೆ. ಅದೆಲ್ಲ ನಮ್ಮ ನಮ್ಮ ಮನೆತನಗಳ ಮಾತು. ಧನಿಗಳು ಆ

ವಿಷಯದಲ್ಲಿ ಏನೂ ಅಪ್ಪಣೆಕೊಡಿಸಬಾರದು. ನಿಮ್ಮ ತೋಟದ ಕಸುಬಿನ ವಿಚಾರವೋ, ಏಲಕ್ಕಿ ತರುವುದೋ, ಹೆಕ್ಕುವುದೋ, ಏನೇನು ಆಗಬೇಕೋ ಅದೆಲ್ಲ ಸಂಗತಿಯಲ್ಲಿ ನೀವು ಯಾರನ್ನೇ ತೋರಿಸಿ; ಅವರನ್ನು ಒಪ್ಪಿಕೊಂಡು ಚಾಚೂ ತಪ್ಪದೆ ನಡೆದುಕೊಂಡು ಬರುತ್ತೇವೆ. ನಿಮಗೆ ಇಷ್ಟ ಕಂಡರೆ ತುಕ್ರನನ್ನೇ ಮಾಡಿ. ಬೇಡ ಅನ್ನುವುದಿಲ್ಲ. ಉಳಿದ ಸಂಗತಿಗಳನ್ನು ನಮಗೆ ಬಿಟ್ಟುಬಿಡಿ. ಕರಿಯಣ್ಣ ಇದ್ದಾನೆ. ಅವ ದೊಡ್ಡದಾಗುವಲ್ಲಿವರೆಗೆ ಚನಿಯನು ನೋಡಿಕೊಳ್ಳುತ್ತಾನೆ."

ಜನರ ಮನಸ್ಸು ಒಮ್ಮೆಗೇ ಧನಿಗಳ ಮುಖದ ಕಡೆಗೆ ತಿರುಗಿತು ; ಇನ್ನೊಮ್ಮೆ ತಿಮ್ಮಣ್ಣ ನುಡಿದ ವಿವೇಕದ ಮಾತಿನ ಕಡೆ ಹರಿಯಿತು. 'ಅದು ಒಂದೇ ಸಮನಾದ ದಾರಿ' ಎಂದು ಅವರೆಲ್ಲರಿಗೂ ತೋರುತ್ತಿತ್ತು. ಇಷ್ಟರ ವರೆಗೆ ಸುಮ್ಮನಾಗಿದ್ದ ಚನಿಯ, ಬೂದರಿಬ್ಬರೂ "ಧನಿಗಳೇ, ತಿಮ್ಮ ಹೇಳಿದ್ದು ತೀರ ನ್ಯಾಯ" ಎಂದರು. ಆ ಮಾತು ಕೇಳಿ ತಾಳ್ಮೆ ತಪ್ಪಿದರು ತಿರುಮಲ ಭಟ್ಟರು. ತಮ್ಮ ಒಡೆತನಕ್ಕೆ ದರ್ಪಕ್ಕೆ ಅದು ಕುಂದೆಂದು ಕಂಡಿತು ಅವರಿಗೆ. ಅವರೆಂದರು "ಏನು, ನಿಮ್ಮ ಇಷ್ಟ ಬಂದ ಹಾಗೆ ಇರುವವರೋ ನೀವು? ನನಗಾಗಿ ಒಬ್ಬ ಗುರಿಕಾರ; ನಿಮಗಾಗಿ ಒಬ್ಬನೋ, ಇಬ್ಬರೋ. ಬುದ್ಧಿ ಗೇಡಿಗಳು ನೀವು. ಗುರಿಕಾರಿಕೆಗೆ ಇಂದಿನಿಂದ, ಈ ಕ್ಷಣದಿಂದ ತುಕ್ರನನ್ನು ಗೊತ್ತುಮಾಡಿದ್ದೇನೆ. ಎಲ್ಲದಕ್ಕೂ ಅವನೇ ಗುರಿಕಾರ. ಅವನ ಮಾತು ಕೇಳುವುದಾದರೆ ಕೇಳಿ; ಬಿಡುವುದಾದರೆ ಬಿಡಿ ; ಕೇಳಲಾರದವರು ಈ ಮಲೆ ಯಲ್ಲಿರಕೂಡದು ಎಂಬುದನ್ನು ಮಾತ್ರ ಚೆನ್ನಾಗಿ ತಿಳಿದುಬಿಡಿ" ಎಂದರು. ತುಸುಹೊತ್ತು ಯಾರೂ ಮಾತನಾಡಲಿಲ್ಲ. ತಿರುಗಿ ತಮ್ಮ ಅಪ್ಪಣೆ ಮುಂದುವರಿಸಿದರು: "ಏನು? ಒಪ್ಪಿಗೆಯೇ? ನಾಳೆ ನನ್ನ ಹಿಂದೆ ತಂಟೆ, ತಕರಾರು ಮಾಡಿ, ನಾನು ಬಂದಾಗ ದೂರು ಕೊಟ್ಟರೆ ನಿಮ್ಮ ಚರ್ಮ ಸುಲಿಸಿಬಿಟ್ಟೇನು" ಎಂದರು. ಅಲ್ಲಿಯ ತನಕ ಮಾತು ಹೋದೀತೆಂದು ಯಾರೂ ಎಣಿಸಿರಲಿಲ್ಲ. ಆದರೂ ಚನಿಯ ಮಾತನಾಡಲಿಲ್ಲ. ಅದರಿಂದ ಬೂದ ಮುಂದಕ್ಕೆ ಬಂದು "ಧನಿಗಳೇ, ಕುಲದ ಗುರಿಕಾರಿಕೆಯ ವಿಚಾರ ಇನ್ನು ಮಾತಿಲ್ಲ. ನಾನು ಮಾಡಿದ್ದು ತಪ್ಪು ಎಂದು ದೈವದ ಮನಸ್ಸಿಗೆ ಬಂದರೆ, ಅದೇ ಅಪ್ಪಣೆ ಕೊಡಿಸಲಿ. ದೈವ ಹೇಳುವ ತನಕ

ಕರಿಯನನ್ನಾಗಲೀ, ಚನಿಯನನ್ನಾಗಲೀ ನಾವು ತೆಗೆದುಹಾಕಲಿಕ್ಕೆ ಬರುವುದಿಲ್ಲ. ನಿಮ್ಮ ತೋಟದ ಸೇವೆಯೂ ನಾವು ಮಾಡಬೇಕಾದದ್ದೇ; ಯಾರು ಹೇಳಿದರೂ ಮಾಡುತ್ತೇವೆ" ಎಂದು ಸೇರಿದವರೆಲ್ಲ ಅವನಂದಂತೆ ತಲೆದೂಗಿದರು.

ಅನಂತರ ಹೊತ್ತು ಕಳೆಯಿತೇ ವಿನಾ ಬೇರೆ ಮಾತುಕತೆಗಳು ಬರಲಿಲ್ಲ. ತಿರುಮಲ ಭಟ್ಟರು ತುಂಬ ಅಶಾಂತರಾದರು. "ತುಕ್ರ, ಹೇಗೆ ಬೇಕೋ ಹಾಗೆ ಮಾಡಲಿ ಅವರು. ನಿನ್ನ ಮಾತು ಕೇಳಿದವರು ಇರುತ್ತಾರೆ–ಈ ಮಲೆಯಲ್ಲಿ. ಕೇಳಲು ಇಷ್ಟವಿಲ್ಲದವರು ನನ್ನ ಮಲೆಯಿಂದ ಹೊರಟುಹೋಗಲಿ; ಹೋಗದವರನ್ನು ಹೊರಡಿಸುತ್ತೇನೆ" ಎಂದು ಅಪ್ಪಣೆಯನ್ನು ಕೊಟ್ಟು, ಒಳಕ್ಕೆ ಹೋಗಿಬಿಟ್ಟರು.

ಕುಡಿಯರ ಗುಂಪು ಚದುರಿತು. ತಂತಮ್ಮ ಮನೆಗಳಿಗೆ ಜನ ಹಿಂದೆರಳಿತು. ಪ್ರತಿಯೊಬ್ಬರ ಮನಸ್ಸು ತಮ್ಮ ಧನಿಗಳು ಇದರಲ್ಲಿ ಕೈ ಹಾಕಬಾರದಿತ್ತು ಎಂದು ಹೇಳುತ್ತಿತ್ತಾದರೂ, ಅವರ ಅಜ್ಞಾನದ ಬಾಳಿನಲ್ಲಿ ಇಂಥ ಸಂದಿಗ್ಧ ಬಂದೊದಗಿದಾಗ, ಏನು ಮಾಡಬೇಕೆಂಬ ದಾರಿ ತೋರಲಿಲ್ಲ. ಕೇರಿಯಲ್ಲಿ ಇಬ್ಬಣವಾಗುತ್ತಿದೆ. ಯಾರ ಅಧಿಕಾರವೂ ನಡೆಯದೆ ಹೋಗುತ್ತದೆ ಎಂಬ ದುಃಖ ಚನಿಯನಿಗೆ ತೀರ ಮೂಡಿತು. ಬೂದನೂ ಅದನ್ನು ಬಲ್ಲ. ಆತ ಬಹು ಹೊತ್ತಿನ ವರೆಗೆ ಯೋಚಿಸಿ, ಕೊನೆಗೆ 'ಆದಷ್ಟು ತೀವ್ರ ದೈವಕ್ಕೆ ಪೂಜೆ ಸಲ್ಲಿಸಿ, ಪೂಜೆಯ ಕಾಲದಲ್ಲಿ ದೈವವನ್ನು ಕೇಳಿ ಅಪ್ಪಣೆ ಪಡೆಯುವುದು ಒಳಿತೆಂದು' ಯೋಚಿಸಿದ. ಅದನ್ನೇ ಚನಿಯನಿಗೂ ಉಪಾಯವಾಗಿ ಸೂಚಿಸಿದ.

ತಿಮ್ಮ ಮಾತ್ರ ತನ್ನ ಸ್ವಭಾವಕ್ಕನುಸಾರವಾಗಿ, 'ಬೆಟ್ಟ ತಲೆಯ ಮೇಲೆ ಕುಸಿದರೂ, ತುಕ್ರನ ಗುರಿಕಾರಿಕೆಯನ್ನು ತಾನು ಒಪ್ಪಿಕೊಳ್ಳಲಾರೆ' ಎಂದುಕೊಂಡ. ಅವನ ಮನಸ್ಸು–ಅಂಥ ಪ್ರಸಂಗ ಒದಗಿದರೆ ಕೇರಿಯನ್ನು ಬಿಟ್ಟು, ಬೇರೊಂದು ಮಲೆ ಸೇರುವುದಕ್ಕೂ ಸಿದ್ಧವಿತ್ತು. ಧನಿಯರೆಂದ ಮಾತು ಅವನನ್ನೇ ಹೆಚ್ಚಾಗಿ ಚುಚ್ಚಿದಂತಿತ್ತು. 'ಹೋ, ನಮ್ಮನ್ನು ಓಡಿಸಿ ಘಟ್ಟದ ಕೆಳಗಿನ ಆಳುಗಳನ್ನು ತಂದು, ಇವರು ಏಲಕ್ಕಿ ಬೇಸಾಯ ಮಾಡಿಸುತ್ತಾರಾದರೆ

ಮಾಡಲಿ' ಎಂದು ಒಮ್ಮೆ ತೋರಿದರೆ, ಇನ್ನೊಮ್ಮೆ ಬದಲೇ ಅನ್ನುತ್ತಿತ್ತು ಮನಸ್ಸು; ಬೂದನಿಗೂ ಅವನಿಗೂ ಹಿಂದೆ ಅಷ್ಟೊಂದು ಮೈತ್ರಿ ಇಲ್ಲದಿದ್ದರೂ, ಈಗ ತುಂಬ ನೆಚ್ಚಿನಿಂದ ಅವನನ್ನು ಮೇಲಿಂದ ಮೇಲೆ ಕಾಣುತ್ತಿದ್ದ. "ಕರಿಯಣ್ಣ, ಚನಿಯಣ್ಣ ಇಬ್ಬರನ್ನೂ ಬಿಟ್ಟು ಮಲೆಯ ಕಾರುಭಾರ ತುಕ್ರ ಮಾಡಿಸುತ್ತಾನೇನು? ಮಾಡಿಸಲಿ! ಈವರೆಗೆ ಗುರಿಕಾರ ಅಂದ ಹಾಗೆ ಕೇರಿ ನಡೆಯುತ್ತಿತ್ತು. ಗುರಿಕಾರನನ್ನು ಆರಿಸಿದ್ದೇ ನಾವು. ಆಮೇಲೆ ತುಕ್ರನಂಥ ನಾಯಿಯ ಮಾತು ಕೇಳಿಕೊಂಡು ಬಿದ್ದಿರಬೇಕೆಂದರೆ ಹೇಗೆ ಸಾಧ್ಯ?" ಎಂದ. ಅದಕ್ಕೆ ಬೂದ "ನೀನೆನ್ನುವುದೂ ನ್ಯಾಯ. ಆದರೆ ನೋಡು, ಮಲೆಯ ಧನಿಯಾದವರು ಹಾಗೆ ಹೇಳುವಾಗ, ಅವರೊಂದಿಗೆ ನಾವು ಜಗಳಕ್ಕೆ ನಿಲ್ಲಲು ಬರುತ್ತದೆಯೇ? ಅದಕ್ಕೇನಾದರೂ ಉಪಾಯ ಮಾಡಬೇಕು. ದೈವದ ತನಕ ದೂರು ಕೊಡಬೇಕು. ದೈವ ಎಂದ ಹಾಗೆಯೇ ಆಗಲಿ" ಎಂದ. ಅದಕ್ಕೆ ತಿಮ್ಮನ ಒಪ್ಪಿಗೆ ಇಲ್ಲ. ಆತನೆನ್ನುತ್ತಾನೆ ದೈವಕ್ಕೆ ಆಡಿದ ಮಾತಿದೆ. ಅಂದೇ ಅಂದಿತ್ತು ದೈವ ಕೆಂಚಣ್ಣನೊಡನೆ. ಈಗ ಇನ್ನೊಂದು ಮಾತು ಅನ್ನಲಾರದು. ನಮಗೆ ಉಳಿದ ದಾರಿ ಒಂದೇನೇ–ಈ ಮಲೆ ಬಿಡುವಂಥಾದ್ದು. ಆದರೆ ನಮ್ಮ ಅನ್ಯಾಯವೇನಿದೆ ಇದರಲ್ಲಿ? ನಾವು ತಪ್ಪು ಮಾಡಿದರೆ ಆಗ ನಾವು ಮಲೆ ಬಿಡಬೇಕು. ಈ ಮಲೆಗೆ ಎಷ್ಟು ಧನಿಗಳಾಗಿಲ್ಲ ; ಹಿಂದೆ ಮೂಲೆಗುಂಪಿನ ಬಲ್ಲಾಳರಿದ್ದರು, ಈಗ ಇವರಿದ್ದಾರೆ. ನಾಳೆ ಇವರಿಗೆ ಬೇಸರ ಬಂದು ಇದನ್ನು ಮಾರಿದರೆ ಇನ್ನೊಬ್ಬರೇ ಧನಿಗಳು ಬರುತ್ತಾರೆ. ಧನಿಗಳು ಬದಲಿಸಿದರು ಎಂದರೆ ಮಲೆ ನಮ್ಮದಲ್ಲವೇ? ಮಲೆರಾಯ, ಕುಡಿಯರ ಮಕ್ಕಳಿಗೆ ಕೊಟ್ಟ ಮಲೆ ಇದು. ಅವರು ನಮ್ಮನ್ನೇ ಓಡಿಸುವುದನ್ನು ನೋಡಿಬಿಡುವ; ಬೇಕಾದರೆ ಈ ಕೇರಿಯನ್ನು ಬಿಟ್ಟು ಗವಿ ಇದೆ; ಗುಡ್ಡೆ ಇದೆ. ಅದರ ಒಂದಲ್ಲ ಒಂದು ತುದಿಯಲ್ಲಿ ಇದ್ದು ಬಿಡುವ. ದೈವಕ್ಕೆ ಕಣ್ಣಿಲ್ಲವೇ? ಈ ತುಕ್ರ ನಮ್ಮನ್ನು ಕುತ್ತಿಗೆಗೆ ಕೈಹಾಕಿ, ನೂಕುವುದನ್ನು ನೋಡಿಕೊಂಡೀತು. ಅಥವಾ ಧನಿಗಳು ಬೇರೆ ಜನ ತಂದು ಬೇಸಾಯ ನಡೆಸುವುದನ್ನೂ ದೈವ ನೋಡೀತು. ಮೊದಲು ಆ ತುಕ್ರನೇ ಇನ್ನು ಎಷ್ಟು ದಿನ ಬದುಕುತ್ತಾನೆ ಎಂಬುದನ್ನು ಲೆಕ್ಕಹಾಕಲಿ. ಕೇರಿಯವರೆಲ್ಲ ಒಂದಾದರೆ ತುಕ್ರ ನೇಣುಹಾಕಿಕೊಳ್ಳಬೇಕಾದೀತು. ನಾಳೆ ಅವನು ನೆರಿಯಕ್ಕೆ ಮಾವನ ಮನೆಗೆ ಹೋಗಬೇಕಾದೀತು. ಅವನ ಮೊದಲ

ಹೆಂಡತಿಯೂ ಬರಲಿಕ್ಕಿಲ್ಲ ಜತೆಗೆ" ಎಂದು ಅಬ್ಬರದ ಮಾತನಾಡಿದ. ಅವನ ಮನಸ್ಸಿನಲ್ಲಿ ಯುದ್ಧದ ನೂರಾರು ಹಂಚಿಕೆಗಳು ಮೂಡತೊಡಗಿದವು. ವ್ಯಕ್ತಿದ್ವೇಷ ಎಂಥ ಕೆಲಸಕ್ಕೂ ಅವನನ್ನೊಯ್ಯುವ ಸಾಧನವಾಯಿತು. ಮನಸ್ಸಿನಲ್ಲಿ 'ಯಾರೂ ಏನೂ ಮಾಡಲಿ; ತಾನು ತಲೆತಗ್ಗಿಸುವವನಲ್ಲ; ಒಂದು ಮಳೆಗಾಲವೂ ತುಕ್ರನ ಯಜಮಾನಿಕೆ ನಡೆಯಕೂಡದು' ಎಂಬ ಹಟವನ್ನು ಆತ ಮನಸ್ಸಿನಲ್ಲಿ ಹೊತ್ತು, ಅದನ್ನು ಸಾಧಿಸುವುದಕ್ಕಾಗಿ ಹಂಚಿಕೆ ಹೂಡತೊಡಗಿದ. ಬೂದನ ಶಾಂತಿ ಪ್ರವಚನವೂ ಅವನಿಗೆ ಒಪ್ಪಿಗೆ ಯೆನಿಸಲಿಲ್ಲ. ಆತ ಎರಡೆರಡು ವಿಧಗಳಿಂದ ತನ್ನ ಕೆಲಸ ತೊಡಗಿದ. ಮೊದಲನೆಯದು, ನಾಳಿನ ಗುರಿಕಾರನಾದ ಕರಿಯನನ್ನು ತನ್ನ ಪಕ್ಷಕ್ಕೆ ಸೆಳೆದು ಕೊಂಡು, ಧನಿಗಳಿಗಾಗಿ ದುಡಿಯುವವನಂತೆ, ಅವನಿಗಾಗಿ ದುಡಿಯ ಬೇಕೆಂಬುದು. ಇನ್ನೊಂದು, ಹಿರಿಮಲೆಯ ತನಕ ಹೋಗಿ, ಜಾತಿಯವರ ಮುಂದೆ ತಮಗೊದಗಿದ ಈ ವಿಪತ್ತನ್ನು ತಿಳಿಸಿ, ಆಪತ್ಕಾಲದಲ್ಲಿ ಅವರ ಬೆಂಬಲ, ಸಹಾನುಭೂತಿ ದೊರಕಿಸಬೇಕೆಂಬುದು. ಎಷ್ಟೋ ಬಾರಿ ಅವನಿಗನಿಸುತ್ತಿತ್ತು-ಇದಕ್ಕಿಂತ ಸುಲಭದ ಕೆಲಸವೆಂದರೆ-ನೆಪವಿಲ್ಲದ ನೆಪಹೂಡಿ ತುಕ್ರನೊಡನೆ, ಧನಿಗಳೊಡನೆ ಜಗಳ ಕಾಯ್ದು, ಅವರನ್ನು ಬಲಿ ಗೊಳ್ಳಬೇಕೆಂದು. ಹೆಚ್ಚು ಕಡಿಮೆ ಈ ಎಲ್ಲ ವಿಷಯಗಳಲ್ಲೂ ಆತ ಬೂದ ನೊಡನೆ ಯೋಚನೆ ಮಾಡುತ್ತಲಿದ್ದ. ಅವನ ಅತಿಗಾಮಿ ಧೋರಣೆಯನ್ನು ನಾಲ್ಕು ದಿನ ಕಾಲ ತಡೆದು ಹಿಡಿದವನೆಂದರೆ ಬೂದನೊಬ್ಬನೇ. ದೈವದಿಂದ ಅಪ್ಪಣೆಯನ್ನು ಪಡೆಯುವ ತನಕ, ಯಾವುದೊಂದು ಕಠಿಣ ದಾರಿಯನ್ನು ತಾವು ಹಿಡಿಯುವುದಕ್ಕೂ, ದುಡುಕುವುದಕ್ಕೂ ಬೂದನ ಮನಸ್ಸು ಕೇಳಲಾರದು.

ಯಾರು ಹೇಗೆಯೇ ಇರಲಿ; ಕುಡಿಯರ ಸ್ವಾಭಿಮಾನವನ್ನು ಕಾಯುವ ವಿಚಾರದಲ್ಲಿ ತಿಮ್ಮ ಮಾತ್ರ ಬದ್ಧಕಂಕಣ; ತನ್ನ ತಲೆ ಹೋದರೂ ಆ ಕೆಲಸ ಮಾಡಬೇಕೆಂಬ ಹಟವುಳ್ಳವ.

ಅಧ್ಯಾಯ - ೮

ಗುರಿಕಾರಿಕೆಯ ಇತ್ಯರ್ಥಕ್ಕೆ ಬಂದು ತಿರುಮಲ ಭಟ್ಟರು, ಈ ಬಾರಿ ಬರಿಯ ಒಂದು ವಾರ ಕಾಲ ಮಾತ್ರ ಮಲೆಯಲ್ಲಿದ್ದು ಹೊರಟುಹೋದರು. ಮಳೆಗಾಲವಂತು ಕಳೆದಿತ್ತು. ಏಲಕ್ಕಿ ಫಸಲು ಕೊಯ್ಯಲಿಕ್ಕೆ ಬಹು ಸ್ವಲ್ಪವೇ ಸಮಯವೂ ಉಳಿದಿತ್ತು. ಇನ್ನೂ ಒಂದು ಹದಿನೈದು ದಿವಸ ಉಳಿದಿದ್ದರೆ ಆ ಕೆಲಸವನ್ನೂ ತೊಡಗಿಸಿ ವಾಡಿಕೆಯಂತೆ ಎಲ್ಲವನ್ನೂ ಮುಗಿಸಿಕೊಂಡು, ಅನಂತರವೇ ಹೊರಟು ಹೋಗಬಹುದಿತ್ತು. ಆದರೆ ಈ ಬಾರಿ ಅವರು ಬಂದದ್ದು ಅವಸರದಿಂದ. ಅವಸರವಾಗಿಯೇ ಹೊರಟುಹೋದರು. ಇದ್ದ ಎಂಟು ದಿನ ಕಾಲ ತೋಟದಲ್ಲಿ ಸುತ್ತಾಡಿ ಫಸಲು ನೋಡಿಕೊಂಡು ಬಂದರು. ಕುಡಿಯರ ಕೇರಿಗೆ ಸುತ್ತು ಬಂದು, ಜನಗಳೊಡನೆ ಉಪಚಾರದ ನಾಲ್ಕು ಮಾತುಗಳನ್ನು ಆಡಿದರು. ಹೀಗೆ ಅವಕಾಶ ದೊರೆತಾಗ ಕೇರಿಯಲ್ಲಿ ಸುತ್ತಾಡುವುದು ಅವರ ಸ್ವಭಾವ. ಆಳುಗಳೆಲ್ಲರೂ ಕಾಡಿಗೋ, ತೋಟಕ್ಕೋ ಹೋಗಿದ್ದರೆ, ಇನ್ನಷ್ಟು ಉತ್ಸಾಹದಿಂದ ಕೇರಿಯ ಆಚೀಚೆ ಸುತ್ತಿ–ಏನು ಬೆಳೆಯಿಸಿದ್ದಾರೆ, ಏನು ಮಾಡುತ್ತಿದ್ದಾರೆ–ಎಂದು ನೋಡಿಕೊಂಡು ಬರುವುದೂ ಹೆಚ್ಚು. ತಮ್ಮ ಜನಗಳ ಕ್ಷೇಮಸಮಾಚಾರ ತಿಳಿಯುವುದೇ ಅವರ ಇಂಥ ಸಂಚಾರಗಳ ಉದ್ದೇಶವಲ್ಲ. ಅದಕ್ಕಿಂತ ಹೆಚ್ಚಾಗಿ, ಅವರ ಮನಸ್ಸನ್ನು ಸೆಳೆಯುತ್ತಿದ್ದುದು, ಕುಡಿಯರ ಕನ್ಯೆಯರ ರೂಪ. ಯಾರು ಕಣ್ಣಿಗೆ ಬಿದ್ದಾರು–ಎಂದು ಹುಡುಕುವ ಚಟ ಅವರಿಗೆ ಬಹು ದಿನದಿಂದಲೂ ಬಂದದ್ದು. ಈ ಬಾರಿ ಕೇರಿಯ ಜನ, ತಮ್ಮ ನಿತ್ಯದ ಕೆಲಸಗಳಿಗೆ ಹೋದಾಗ, ಬಹು ಕಾಲದ ಬಳಿಕ ಕೆಂಪಿಯೇ ಅವರ ಗಮನ ಸೆಳೆದಂತೆ ಕಾಣುತ್ತದೆ. ಕೇರಿಯ ಬಳಿ ಕಟ್ಟಿದ ಚಿಕ್ಕದೊಂದು ಗುಡಿಸಲಿನಲ್ಲಿ ಆಕೆ ಕುಳಿತು, ಬೀಳಲಿನ ಬುಟ್ಟಿ ಹೆಣೆಯುತ್ತಿದ್ದಳು. 'ಅದು ಮುಟ್ಟಿನ ಮನೆ' ಕುಡಿಯರಲ್ಲಿ ಸ್ತ್ರೀಯರು

ಹೊರಗಾದಾಗ ಆ ಮನೆಯಲ್ಲಿ ದಿನ ಕಳೆಯುವುದು ವಾಡಿಕೆ. ಈ ಸಂಗತಿ ತಿಳಿದ ಅವರು, ಅದರ ಬಳಿ ಹಾಯ್ದು ಕೆಂಪಿಯನ್ನು ಕಂಡು –ಒಂದು ಕ್ಷಣ ನಿಂತರು. ಬೂದನ ಮನೆ ಬೇರೆಯಾಗಿತ್ತು; ಅದರ ಪರಿಚಯವೂ ಅವರಿಗೆ ಇದ್ದಿತು. ಹಾಗಾಗಿ, ಕೆಂಪಿ ಅಲ್ಲಿ ಏಕೆ ಕುಳಿತಿದ್ದಳೆಂಬುದು ಅವರಿಗೆ ಹೊಳೆಯಲಿಲ್ಲ. ಆಕೆಯನ್ನು ಮಾತನಾಡಿಸುವ ಆಸೆಯಾಗಿ, "ಯಾರದು?" ಎಂದು ಕೇಳಿದರು.

"ನಾನು ಒಡೆಯ" ಎಂದ ಧ್ವನಿ ಕೇಳಿ, ಪ್ರತ್ಯುತ್ತರ ನುಡಿದು, ಕೆಂಪಿ ಕತ್ತನ್ನೆತ್ತಿ ನೋಡಿದಳು. ತುಸು ದೂರದಲ್ಲೇ ನಿಂತು ಮಾತನಾಡಿಸಿದವರು ಧನಿಗಳು. ಈಕೆ ತಟ್ಟನೆ ತಲೆತಗ್ಗಿಸಿ ತನ್ನ ಕೆಲಸವನ್ನು ಸಾಗಿಸಿದಳು.

"ಬೂದ ಮನೆಯಲ್ಲಿಲ್ಲವೇ? ಇದು ಯಾರ ಮನೆ?"

"ಅವರೆಲ್ಲಿಗೆ ಹೋಗಿದ್ದಾರೋ?"

"ಇದು ನಿಮ್ಮ ಮನೆಯೇ?"

"ಅಲ್ಲ."

"ಮತ್ತೇನು ಒಬ್ಬಳೇ ಕುಳಿತಿದ್ದೀಯಾ?"

ಹೀಗೆ ಭಟ್ಟರು ಮೇಲಿಂದ ಮೇಲೆ ಹತ್ತೆಂಟು ಪ್ರಶ್ನೆಗಳನ್ನು ಕೇಳಿದರು. ಆಕೆ ಒಮ್ಮೊಮ್ಮೆ ತಲೆಯೆತ್ತಿ, ಕೆಲವೊಮ್ಮೆ ಅದೂ ಇಲ್ಲದೆ, ಅರ್ಧಮರ್ಧ ಉತ್ತರ ಸಲ್ಲಿಸುತ್ತಿದ್ದಳು. ಭಟ್ಟರು ಬಹು ಹೊತ್ತು ಹಾಗೆಯೇ ಪ್ರಶ್ನೆ ಕೇಳುತ್ತ ನಿಂತಿರಲಾರದೆ, ತಮ್ಮ ಮನೆಯ ಕಡೆಗೆ ಸಾಗಿದರು. ಸಾಗುತ್ತ ಅನೇಕ ಬಾರಿ ಅವರು ತಮ್ಮ ಕತ್ತನ್ನು ತಿರುಗಿಸಿ ತನ್ನನ್ನು ನೋಡುತ್ತಿದ್ದುದು ಅವಳಿಗೂ ಕಾಣಿಸದೆ ಹೋಗಲಿಲ್ಲ. ಅವಳಾದರೂ, ಅವರು ಹೊರಟು ಹೋದುದನ್ನು ತೃಪ್ತಿಯಿಂದಲೇ ನೋಡುತ್ತ ಕುಳಿತಳು. ಆಮೇಲೆ ಕೆಲಸವನ್ನು ಅಲ್ಲಿಗೇ ನಿಲ್ಲಿಸಿ, ಬುಟ್ಟಿಗೆ ಬೀಳಲು ಸಾಕಾಗದಿದ್ದುದಕ್ಕೆ ಅದನ್ನು ಕೊಯ್ದುಕೊಂಡು ಬರಲು ಹೋದಳು. ಕತ್ತಿ ಹಿಡಿದುಕೊಂಡು, ಕಾಡಿನ ದಾರಿಯಲ್ಲಿ ನಿಧಾನವಾಗಿ ನಡೆಯುತ್ತ ಆಚೀಚೆ ಎಂಜಿರು ಬೀಳಲು ಎಲ್ಲಿ ಬೆಳೆದಿದೆ ಎಂದು ಅರಸುತ್ತ ಹೊರಟಳು. ಹಾಗೆ ಹೋಗಿ ತುಸು ದೂರದಲ್ಲಿ, ಒಂದು ಮರಕ್ಕೆ ಅಂಟಿ

ಬೆಳೆದಿದ್ದ ಬೀಳಲೊಂದನ್ನು ಕಂಡು, ಅಲ್ಲಿ ನಿಂತಳು. ಅನುಕೂಲವಾದ ಬೀಳಲು ಸಿಗಬಹುದೆಂದು ಮರವನ್ನೇರಿ ಅದನ್ನು ಕಡಿಯತೊಡಗಿದಳು. ನಾಲ್ಕೆಂಟು ಬೀಳಲುಗಳನ್ನು ಕತ್ತರಿಸಿ, ಎಳೆದು ಕೆಳಕ್ಕೆ ಹಾಕುವಾಗ ಯಾರದೋ ಧ್ವನಿ ಕೇಳಿಸಿತು.

"ಯಾರದು ಗೆಲ್ಲು ಕಡಿಯುವವರು?" ಎಂಬ ಧ್ವನಿ ತೀರ ಸಮೀಪ ದಿಂದಲೇ ಕೇಳಿಸಿತು. ಕೇಳಿದವರು ತಿರುಮಲ ಭಟ್ಟರೇ. ಕೆಂಪಿಯ ಮೇಲಿನ ಆಸೆ ಅವರನ್ನು ಅಲ್ಲಿಯ ತನಕ ಇನ್ನೊಮ್ಮೆ ಕರೆದುತಂದಿತ್ತು. ಈಗ ಅವರನ್ನು ನೋಡಿ, ಅವರ ಮನಸ್ಸನ್ನು ತಿಳಿಯಲಾರದೆ, ಸರಳವಾಗಿ "ನಾನು, ಬುಟ್ಟಿ ಮಾಡುವ ಬೀಳು ಕಡಿಯುವುದಕ್ಕೆ ಬಂದೆ" ಎಂದಳು. ಮರವನ್ನೇ ದೃಷ್ಟಿಸಿ ನೋಡಿದರು–ಭಟ್ಟರು. ಕೆಂಪಿ ತನ್ನ ಕೆಲಸ ಮುಗಿಸಿಕೊಂಡು, ಬೀಳಲುಗಳನ್ನು ಸುರುಳಿ ಸುತ್ತಿ, ಹೊತ್ತುಕೊಂಡು ಮನೆಯ ಕಡೆಯ ಮಗ್ಗುಲಿಂದ ಸರಿದು ತುಸು ಮುಂದಕ್ಕೆ ಹೋದ ಮೇಲೆ, ನಾಲ್ಕು ಹೆಜ್ಜೆ ಹಿಂಬಾಲಿಸಿ, ಅವಳ ಹೆಗಲ ಮೇಲೆಯೇ ಕೈಯಿಟ್ಟರು!

"ಅಯ್ಯೋ!" ಎಂದು ಚಕಿತಳಾಗಿ ಕೂಗಿದಳು ; ಕೆಂಪಿ. ಆಕೆಗೆ ತುಂಬ ಅಸಮಾಧಾನವಾಯಿತು.

"ಏನು ಗಾಬರಿಯಾಯಿತೇ?" ಎಂದು ಕೇಳಿದರು ಭಟ್ಟರು.

"ನಾನು ಹೊರಗೆ; ಮುಟ್ಟಿಬಿಟ್ಟಿರಾ?" ಎಂದು ನುಡಿದು, ಕೆಂಪಿ ಸರಸರನೆ ಹೊರಟೇ ಹೋದಳು. ಭಟ್ಟರ ಮನಸ್ಸಿನಲ್ಲಿ 'ಆಕೆಗೆ ಯಾರಾದರೂ ಕಂಡಾರೆಂಬ ಅಧೈರ್ಯವಾಗಿರಬೇಕು. ಆದುದರಿಂದ ಸುಳ್ಳು ನೆಪವನ್ನು ಹೇಳಿದಳೋ' ಎಂಬ ಅನುಮಾನ ಒಮ್ಮೆಗೇ ಮೂಡಿತು. ಆದರೆ ಕೆಂಪಿ ಬೇರೇನೂ ಮಾತನಾಡದಿದ್ದುದನ್ನು ನೆನೆದು, ಆಕೆ ತನ್ನ ವಶವರ್ತಿಯಾಗುವ ಳೆಂಬ ಆಸೆ ಮನದಲ್ಲಾಯಿತು. ಅವರು ಮೆಲ್ಲಗೆ ಹೆಜ್ಜೆ ಹಾಕುತ್ತ, ಆಚೀಚೆ ನೋಡುತ್ತಾ ಆ ದಾರಿಯಲ್ಲೇ ನಡೆದರು. ದಾರಿಯಲ್ಲಿನ ನೀರಿನ ದಂಬೆ ಬರುತ್ತಲೇ, ಅಲ್ಲಿ ಬೂದನ ತಾಯಿ ಗಡಿಗೆಗೆ ನೀರು ತುಂಬಿಸಲು ಕುಳಿತಿದ್ದಳು. ಭಟ್ಟರು ಆ ದಾರಿಯಾಗಿ ಬಂದು, ಅಲ್ಲಿ ನಿಂತು.

"ಬೂದನ ಮನೆಯಲ್ಲವೇ ನಿನಗೆ?" ಎಂದು ಕೇಳಿದರು.

"ಹೌದು ಬುದ್ಧಿ."

"ಈಗ ಆಚೆ ಬೀಳು ಹೊತ್ತುಕೊಂಡು ಹೋದದ್ದು ಯಾರದು?"

"ಅವನ ಹೆಂಡತಿ."

"ಬೂದನ ಹೆಂಡತಿಯೆ!" ಎಂದು ವಿಸ್ಮಯ ನಟಿಸಿದರು. ಗೊತ್ತಿದ್ದೂ ಕೇಳಿದ ಮಾತದು. ಆ ಪ್ರಶ್ನೆಯ ಬೆಂಗಡೆಗೇ "ಅವಳೇನು ಬೇರೆ ಮನೆ ಯಲ್ಲಿರುವುದು?" ಎಂದರು.

"ಬೇರೆ ಮನೆಯಲ್ಲಿ? ನಮ್ಮೊಂದಿಗೇ ಇದ್ದಾಳಲ್ಲ." ಕೊನೆಗೆ ನೆನಪಾಗಿ "ಹೋ, ಆ ಮನೆಯೋ, ಅದು ಹೆಂಗಸರ ಮುಟ್ಟಿನ ಮನೆ" ಎಂದಳು. ಭಟ್ಟರು ಆಕೆಯನ್ನು ಮಾತನಾಡಿಸಿದ್ದಕ್ಕೆ, ಅಪಾರ್ಥ ಉಂಟಾಗಬಾರದೆಂದು ಬೂದನ ವಿಷಯದಲ್ಲೂ, ಕರಿಯನ ವಿಷಯದಲ್ಲೂ ಬಳಸಿ ಮಾತನಾಡಿ, ತಮ್ಮ ಮನೆಗೆ ಮರಳಿದರು. ಬೆಳಗಿನ ಒಂದು ಸ್ನಾನವಾಗಿತ್ತು, ಅವರಿಗೆ. ಆದರೂ ಮೈಲಿಗೆ ಹೆಂಗಸನ್ನು ಮುಟ್ಟಿದೆನೆಂಬ ಮಡಿ ಬುದ್ಧಿಯುಂಟಾಗಿ, ಇನ್ನೊಮ್ಮೆ ಸ್ನಾನಕ್ಕಿಳಿಯಬೇಕಾಯಿತು.

ಇನ್ನುಳಿದ ಮೂರು ನಾಲ್ಕು ದಿನ ಕಾಲವೆಲ್ಲ ಅವರಿಗೆ ಕೇರಿ ಸುತ್ತಾಡುವ ಕೆಲಸ. 'ಮುಟ್ಟಿನ ಮನೆಯಲ್ಲಿ ಯಾರಿದ್ದಾರೆ' ಎಂದು ನೋಡುವ ಚಪಲ ಅವರಿಗೆ. ಅವರು ಹೊರಡುವ ದಿನ, ಆ ಮನೆಯಲ್ಲಿ ಕೆಂಪಿ ಇದ್ದಿರಲಿಲ್ಲ. ಅವಳ ಸ್ಥಾನದಲ್ಲಿ ಕಾಳಿಯು ಕಾಣಿಸಿದಳು. ಮದುವೆಯಾಗಿ ಬಂದ ತುಕ್ರನ ಹೆಂಡತಿಯನ್ನು ಅವರು ಅಷ್ಟು ಚೆನ್ನಾಗಿ ನೋಡಿರಲಿಲ್ಲ. ಈ ಬಾರಿಯೇ ಅವಳನ್ನು ಕಣ್ತುಂಬ ಕಂಡದ್ದೆನ್ನಬಹುದು. ಮನಸ್ಸಿಗೆ 'ಕೆಂಪಿಯಷ್ಟೇ ಆಕೆಯೂ ಲಕ್ಷಣವಾಗಿದ್ದಾಳೆ' ಎಂದೆನಿಸಿತು. ಅಂತು ಭಟ್ಟರು ಈ ಬಾರಿ ಊರಿಗೆ ಹೊರಡುವಾಗ, ಇಬ್ಬಿಬ್ಬರು ಕನ್ಯೆಯರ ಸ್ಮರಣೆಯೊಡನೆ ಊರಿಗೆ ಮರಳುವಂತಾಯಿತು. ಆದುದರಿಂದಲೋ ಏನೋ "ಆದಷ್ಟು ತೀವ್ರ ಮಲೆಗೆ ಬರುತ್ತೇನೆ" ಎಂದು ತಿಳಿಸಿ ಹೊರಟುಹೋದರು. ತುಕ್ರ ಅವರನ್ನು ಬೀಳ್ಕೊಡಲು ಎಂದಿನಂತೆ ಮೂಲೆಗುಂಪಿನ ತನಕ ಹೋಗಿದ್ದನು. ಅವನ ಆಗ್ರಹವೂ ಧನಿಗಳು ಬೇಗನೆ ಬರಬೇಕೆಂದೇ ಇತ್ತು. "ಅಯ್ಯೋ, ನೀವೇನೋ ನನ್ನನ್ನು ಗುರಿಕಾರನೆಂದು ಗೊತ್ತು ಮಾಡಿ ಹೋಗುತ್ತಿದ್ದೀರಿ. ನಿಮ್ಮ ಬೆನ್ನ ಹಿಂದೆ ಇಲ್ಲಿ

ಏನೇನಾಗಬಹುದೋ ನಾನು ಹೇಳಲಾರೆ. ಕೇರಿಯವರು ನೀವಿದ್ದಾಗ ಬಾಯಿ ತೆರೆಯದೆ ಸುಮ್ಮನಿದ್ದರೂ ನೀವಿಲ್ಲದಾಗ ಏನು ಮಾಡುತ್ತಾರೋ" ಎಂದು ತನ್ನ ಭೀತಿಯನ್ನು ಅವರ ಮುಂದೆ ತೋಡಿಕೊಂಡ.

"ಯಾಕೆ ಹಾಗನ್ನುತ್ತೀಯಾ? ನೀನೇನೂ ಹೆದರಬೇಡ. ಕೇರಿಯವರು ಏನು ಮಾಡುತ್ತಾರಲ್ಲ! ಮಲೆಯಲ್ಲಿರುವ ಇಚ್ಛೆ ಇದ್ದರೆ ಹೇಳಿದಂತೆ ಕೇಳುತ್ತಾರೆ, ಇಲ್ಲದಿದ್ದರೆ ಮಲೆಯಿಂದ ಹೊರಟುಹೋಗುತ್ತಾರೆ. ಅಷ್ಟೇ ಅಲ್ಲವೇ?" ಎಂದು ತಿಳಿಸಿ ಹೋದರು.

ಭಟ್ಟರು ಹೊರಟುಹೋದ ಮೇಲೆ ತುಕ್ರ ತನ್ನಷ್ಟಕ್ಕೆ ಯಜಮಾನಿಕೆ ವಹಿಸಿ ಚನಿಯನಿಂದ ಕರಿಯನ ತನಕ, ಎಲ್ಲರನ್ನೂ ಕುರಿತು ತಾಕೀತು ಮಾಡುತ್ತಿದ್ದ. 'ಇವತ್ತು ತೋಟದಲ್ಲಿ ಏಲಕ್ಕಿ ಗಿಡಗಳ ಬುಡ' ಬಿಡಿಸುವವರು ಯಾರು?' 'ಮರ ಕಡಿಯುವವರು ಯಾರು?', 'ಕಟ್ಟಿಗೆ ಹೊರುವವರು ಯಾರು?' ಎಂಬ ಆಜ್ಞೆಗಳನ್ನು ಹೊರಡಿಸುತ್ತಿದ್ದ. ಎಲ್ಲರೂ ಪ್ರತಿಮಾತಿಲ್ಲದೆ ಹೇಳಿದ ಕೆಲಸಗಳನ್ನೇನೋ ಮಾಡುತ್ತಿದ್ದರು. ತಿಮ್ಮನ ಸ್ವಭಾವವನ್ನು ಬಲ್ಲ ತುಕ್ರ, ಅವನನ್ನು ಉದ್ದೇಶಿಸಿ ಏನೊಂದೂ ಅಪ್ಪಣೆ ಕೊಡುತ್ತಿರಲಿಲ್ಲ. ಕೊಡದೆ ಇದ್ದರೂ, ಎಲ್ಲರೊಡನೆ ಆತನೂ ಸೇರಿ ಕೆಲಸ ನಿರ್ವಹಿಸುತ್ತಿದ್ದ. ಇದರಿಂದ ತುಕ್ರನಿಗೆ ಇನ್ನಷ್ಟು ಹೆಚ್ಚಿನ ಭರವಸೆಯುಂಟಾಯಿತು. ಅವನ ಭರವಸೆ ಕಳಚತೊಡಗಿದ್ದು-ಕೇರಿಯವರೆಲ್ಲ ಸೇರಿ ತೀವ್ರದಲ್ಲಿ ದೈವಕ್ಕೆ ಸೇವೆ ಸಲ್ಲಿಸುವ ನಿರ್ಧಾರ ಮಾಡಿದ್ದಾರೆಂದು ಕೇಳಿ. ಆ ವಿಚಾರದಲ್ಲಿ ಒಬ್ಬರಾದರೂ ಅವನನ್ನು ಕೇಳಿರಲಿಲ್ಲ. ಆದರೆ ಸುದ್ದಿಯು ಮಾತ್ರ ಮಕ್ಕಳ ಬಾಯಿಂದ ಬಾಯಿಗೆ ಹಬ್ಬಿ, ಅವನ ಕಿವಿಯನ್ನು ಸೇರಿತು. ಒಮ್ಮೆ ತಿಮ್ಮ ಕರಿಯನನ್ನು ಕಟ್ಟಿಕೊಂಡು, ಹಿರಿಮಲೆಗೆ ಹೋಗಿ ಬಂದ ಸುದ್ದಿಯೂ ಅವನಿಗೆ ದೊರಕಿತ್ತು. ಇನ್ನೊಮ್ಮೆ ಬೂದಣ್ಣ ಅಲ್ಲಿಗೆ ಹೋಗಿ ಬಂದ ವಾರ್ತೆಯೂ ದೊರೆಯಿತು. ಈತ-ಅದರ ಏರ್ಪಾಟುಗಳನ್ನು ತಿಳಿಯಲು ಹಿರಿಮಲೆಗೆ ಹೋಗೋಣವೇ ಎಂದು ನಾಲ್ಕು, ನಾಲ್ಕು ಬಾರಿ ಯೋಚಿಸಿದ. ಆದರೆ ಕೆಂಪಿಯ ಪ್ರಕರಣ ನಡೆದಂದಿನಿಂದ, ಆ ಮಲೆಯಲ್ಲಿ ಅವನ ಪ್ರತಿಷ್ಠೆ ಇಷ್ಟಿಷ್ಟೂ ಉಳಿದಿರಲಿಲ್ಲ. ಅಲ್ಲದೆ, ಬರಿಯ ಸುದ್ದಿಯನ್ನು ಕೇಳಿಯೇ ತಾನು ಅಲ್ಲಿಗೆ ಹೋದರೆ ಹೇಗೆ ಎಂಬ ಅನುಮಾನವೂ ಅವನನ್ನು ಕಾಡಿತು.

ತಿಮ್ಮ ಹಿರಿಮಲೆಗೆ ಒಂದೇ ಬಾರಿ ಹೋದದ್ದಲ್ಲ. ನಾಲ್ಕು ಬಾರಿ ಹೋಗಿ ಬಂದಿದ್ದ. ಆತ ಕರಿಯನನ್ನು ಕರೆದುಕೊಂಡು ಹೋದ್ದದೂ ನಿಜ; ಕೆಂಚನ ಈ ಮೊಮ್ಮಗನನ್ನು ಆ ಮಲೆಯವರು ಹೆಚ್ಚಿನ ಪ್ರೀತಿ, ಆದರಗಳಿಂದ ಕಂಡದ್ದೂ ನಿಜ. ಆ ಮಲೆಯ ಗುರಿಕಾರನಲ್ಲಿಗೆ ಹೋಗಿ ತಮ್ಮ ಮಲೆಯಲ್ಲುಂಟಾದ ವೈಷಮ್ಯ, ಸ್ಪರ್ಧೆಗಳನ್ನು ಕುರಿತು ವಿಸ್ತರಿಸಿ ಹೇಳಿ, ಅಲ್ಲಿನ ಬಂಧುಗಳ ಸಹಾನುಭೂತಿಯನ್ನು ಕೋರಿದ್ದೂ ನಿಜ. ಗುರಿಕಾರ ಮ್ಹಾದ : 'ಧನಿಗಳಿಗೆ ಎದುರು ಬೀಳದಂತೆ ಕೆಲಸ ಮಾಡಬೇಕು. ಎಲ್ಲಕ್ಕೂ ಮೇಲಾದ ದಾರಿಯೆಂದರೆ, ದೈವದ ಅಪ್ಪಣೆ ಪಡೆದು, ಅದಕ್ಕೆ ಸಮ್ಮತವಾಗುವ ರೀತಿಯಲ್ಲಿ ನಡೆಯುವುದು' ಎಂಬುದಾಗಿ ತಿಳಿಸಿದ. ಆ ಮೇಲೆ ಬೂದ ಅಲ್ಲಿಗೆ ಪ್ರಯಾಣ ಬೆಳೆಯಿಸಿದ. ಜತೆಗೆ ಕೆಂಪಿಯನ್ನೂ ಕರೆದುಕೊಂಡು ಹೋಗಿದ್ದ. ಮಾವನ ಮನೆಯಲ್ಲಿ ಒಂದು ದಿನ ಕಳೆದು, ಅವನ ಜತೆಯಲ್ಲೇ ಗುರಿಕಾರನನ್ನೂ, ಪೂಜಾರಿಯನ್ನೂ ಕಂಡು, ಪೂಜೆಯ ಕೂಲಂಕಷಗಳನ್ನು ತಿಳಿದುಕೊಂಡು, ಅದಕ್ಕೆ ದಿನ ನಿಶ್ಚಯಿಸಿ ಕೇರಿಗೆ ಮರಳಿದ. ಹೀಗೆ ನಿಶ್ಚಿತವಾದ ಸಂಕ್ರಾಂತಿಯ ಮೊದಲ ದಿನ ಸಂಜೆಯೇ ತುಕ್ರನಿಗೆ ಆ ಸುದ್ದಿ ತಿಳಿಯಿತು. ಚನಿಯ ಪ್ರತಿಯೊಬ್ಬರನ್ನೂ ಕಂಡು 'ನಾಳೆಗೆ ಪೂಜೆ ನಿಶ್ಚಯ ಮಾಡಿದೆ' ಎಂದು ಹೇಳಿಕೆ ಮಾಡಿದ. ತುಕ್ರನನ್ನು ಸಂಧಿಸಿ "ತುಕ್ರಣ್ಣ, ದೈವವನ್ನು ಮೀರಿ ನಾವು ನಡೆಯಬಾರದು ಎಂದು ಯೋಚಿಸಿ, ದೈವದ ಅಪ್ಪಣೆಯಾದ ಹಾಗೆ ನಡೆದುಕೊಳ್ಳಬೇಕೆಂದು, ಅವಸರದಲ್ಲಿ ಈ ನೇಮಕ್ಕೆ ದಿನ ನಿಶ್ಚಯ ಮಾಡಬೇಕಾಯಿತು. ನಾಳೆಗೇ ಕಲ್ಕುಡನಿಗೆ ಸೇವೆ. ನೀನೂ ಬಂದು ಸೇವೆ ನಡೆಯಿಸಿಕೊಡಬೇಕು" ಎಂದು ವಿನಯವಾಗಿಯೇ ತಿಳಿಸಿದ.

ಆ 'ನಡೆಯಿಸಿಕೊಡು' ಎಂದಂಥ ಮಾತು ತುಂಬ ಗೌರವ ಯುಕ್ತವಾಗಿದ್ದರೂ ಅಲ್ಲಿನ ತನಕ ಯಾವುದಕ್ಕೂ ತನ್ನನ್ನು ಕೇಳದೆ, ಕೋಲಕ್ಕೆ ದಿನ ನಿಶ್ಚಯಿಸಿದ ಬಗ್ಗೆ ಆತ ತುಂಬ ಅಸಮಾಧಾನ ತಾಳಿದ. ತುಸು ಹೊತ್ತು ಚನಿಯ ಅಲ್ಲಿ ನಿಂತಿದ್ದರೆ ಅವನೊಡನೆ ಜಗಳ ಕಾಯುತ್ತಿದ್ದನೋ ಏನೋ. ಚನಿಯ ಮಾತ್ರ ಏನೂ ನಡೆಯದ ಹಾಗೆ ಮರುಕ್ಷಣವೇ ಹೊರಟುಹೋದ. ಆ ರಾತ್ರಿಯೆಲ್ಲ ತುಕ್ರನ ಚಿಂತೆಯನ್ನು ಹೇಳತೀರದು. 'ದೈವ ಏನು ನುಡಿದೀತು' ಎಂದು ಆತ ಈಗಾಗಲೇ ಊಹಿಸಲಾರ. ಧನಿಗಳು ಬಂದ

ಮೇಲೆ, ಅವರೆದುರಿಗೆ ದೈವದ ಕೋಲ ನಡೆಯಬೇಕು ಎಂದಿತ್ತು ಅವನ ಮನಸ್ಸು. ಆಗ ದೈವದ ಪ್ರಶ್ನೆಗಳಿಗೆ ಧನಿಗಳಾದರೂ ಸಮಾಧಾನ ಹೇಳಿಯಾರು ಎಂಬ ತಿಳಿವಳಿಕೆ. ಈಗ ಅದಕ್ಕೂ ಅವಕಾಶವಿಲ್ಲ. ಹೀಗಾಗಿ ಆತ ಕಾತರ ತಾಳುವಂತಾಯಿತು. ನೇಮ ಮುಂದುವರಿಸಲಿಕ್ಕೂ ಉಪಾಯ ಕಾಣಲಾರ; ನೇಮಕ್ಕೆ ಹೋಗಲಾರ; ಹೋಗದಿರಲಾರ. ರಾತ್ರಿ ಮಲಗಿ ಕೊಂಡರೆ ಸುಖವಾಗಿ ನಿದ್ರೆಯಾದರೂ ಬರಬೇಕೆ? ದೈವದ್ದೇ ಕನಸು ಅವನಿಗೆ; ಪ್ರತಿ ಗಳಿಗೆಗೂ ಆ ದೈವ ತನ್ನ ತೋಳನ್ನು ಹಿಡಿದು, ಅಲುಗಿಸಿ, ಏನು, ಏನು? ಎಂದು ಗದರಿಸುವಂತೆ ಕಾಣಿಸಿತು.

ಮರುದಿನ ಮಲೆಯ ಮೇಲೆ ಎಲ್ಲೆಲ್ಲೂ ಸೂರ್ಯಬಿಂಬ ಹಸನಾಗಿ ಬೆಳಕನ್ನು ಹಾಸಿತ್ತು. ಕೇರಿಯ ಗಂಡಸರು, ಹೂ, ಕಾಯಿ, ಕೋಳಿಗಳನ್ನು ಹೊತ್ತುಕೊಂಡು ಒಬ್ಬೊಬ್ಬರಾಗಿ ಕಲ್ಕುಡನ ಗುಡಿಯಿಂದ ಕೊರಕಲನ್ನು ಸೇರಿದರು. ತೀರ ಕೊನೆಗೆ ಹೋದವನೆಂದರೆ ತುಕ್ರ. ಹಿರಿಮಲೆಯ ಜನಗಳು ತಂಡವಾಗಿ ಬಂದಿದ್ದರು. ಎರಡು ಕೇರಿಯವರೂ ಮಾತುಕತೆ ನಡೆಯಿಸುತ್ತಲಿ ದ್ದರು. ಎಲ್ಲರೂ ಕಲೆತ ಮೇಲೆ ದೈವದ ಸೇವೆ ಯಥಾವತ್ತಾಗಿ ತೊಡಗಿತು. ಪೂಜಾರಿ 'ಧರಿಸಲು' ನಿಂತ. ಅವನೆದುರಿಗೆ ವಾಡಿಕೆಯಂತೆ ಕೇರಿಯ ಗುರಿಕಾರರು ನಿಲ್ಲಬೇಕಾಯಿತು. ಹಿರಿಮಲೆಯ ಮಾದನ ಬಳಿಯಲ್ಲಿ, ಚನಿಯ ಕರಿಯನನ್ನು ಕರೆದುಕೊಂಡು ನಿಂತ. ಅವನೆದುರಿಗೇನೆ ಧನಿಯರಿಂದ ನಿಯಮಿತನಾದ ತುಕ್ರನೂ ನಿಂತುಕೊಂಡ. ಎಲ್ಲರೂ ದೈವವನ್ನು ನಮಸ್ಕರಿಸಿದರು. ಹಿರಿಮಲೆಯ ಯಜಮಾನ ಪೂಜಾರಿಯ ಕೈಗೆ ಸಿಂಗಾರ ಹೂವು ಹಾಕಿದ. ಅನಂತರ ಚನಿಯ ಕರಿಯನ ಕೈಯಲ್ಲಿ ಹೂವನ್ನಿರಿಸಿ, ಅವನ ಕೈಗಳನ್ನೆತ್ತಿ ಪೂಜಾರಿಯ ಕೈಮೇಲೆ ಹಿಡಿಯುವಾಗಲೇ ತುಕ್ರ ಮುಂದೆ ಬಂದು, ಹೂವನ್ನಿರಿಸಲು ಹೋದ. ಆ ಹೂ ಇವನ ಕೈ ಮೇಲೆ ಬಿದ್ದು ಕೆಳಕ್ಕುರುಳಿತು. ಅಷ್ಟಕ್ಕೆ ಎದುರಿನ ಮಲೆಯ ಗುರಿಕಾರ "ನೀನು ಯಾರಣ್ಣ ಹೂ ಕೊಡುವವನು? ತುಸು ದೂರ ನಿಲ್ಲು" ಎಂದು ಸಿಟ್ಟಾಗಿಯೇ ನುಡಿದ. ತುಕ್ರ ಅವಮಾನ ಸಹಿಸಲಾರದೆ, ಇನ್ನಷ್ಟು ಸಿಂಗಾರ ಹೂವನ್ನು ಕೊಂಡು ಪೂಜಾರಿಯ ಕೈ ಮೇಲೆ ಇರಿಸಲು ಹೋದರೆ, ಪೂಜಾರಿಯೂ ಅದನ್ನು ಸ್ವೀಕರಿಸಲಿಲ್ಲ.

ಪೂಜಾರಿ ನಡುಗಲಾರಂಭಿಸಿದ ; ದೈವದ ಆವೇಶ ತಾಳಿದ ; ವಾದ್ಯದ ಅಬ್ಬರಕ್ಕೆ ಘರ್ಜಿಸಿದ. ಹಿರಿಮಲೆಯ ಗುರಿಕಾರ ಕೈಗೆ ಹೊತ್ತಿಸಿ ಕೊಟ್ಟ ಒಂದೊಂದು ಬೆಂಕಿಯ ದೊಂದಿಯನ್ನು ಹಿಡಿದು, ಬಾಯಿಯ ಬಳಿಗೆ ಒಯ್ದು, ಆರ್ಭಟಿಸಿ, ನುಂಗಿ, ನಂದಿಸಿದ. ಈ ಬಾರಿ ದೈವದ ಕೀರ್ತಿ ಸಾರುವುದರಲ್ಲಿ ಇದೊಂದು ಪ್ರಕರಣ ಹೆಚ್ಚು. ಮಾದ ಹೊತ್ತಿಸಿಕೊಟ್ಟ ಆರೆಂಟು ದೊಂದಿಗಳನ್ನು ಮೇಲಿಂದ ಮೇಲೆ ಗಳಕ್ಕನೆ ನುಂಗಿ ನಂದಿಸುವುದನ್ನು ನೋಡಿ, ಜನ ಚಕಿತರಾದರು. ದೈವವು ಈ ಬಾರಿ ಹೆಚ್ಚಿನ ಆವೇಶ ತಾಳಿದೆಯೆಂಬ ಭೀತಿಯಾಯಿತು. ಅನಂತರ ದೈವದ ಆವೇಶ ತಳೆದ ಪಾತ್ರಿ, ಮಾತನಾಡಲು ಪ್ರಾರಂಭಿಸಿದ.

"ಕೆಂಚಣ್ಣ ತೀರಿಕೊಂಡನಲ್ಲವೇ?"

ಚನಿಯ "ಹೌದು" ಎಂದ.

"ಕಿರಿಮಲೆಗೆ ಯಾರು ಗುರಿಕಾರರು?"

"ನಿನ್ನ ಅಪ್ಪಣೆಯಾದ ಹಾಗೆ."

"ಅಂದರೆ, ಇಷ್ಟು ದಿನ ನಿಮಗೆ ಯಾರ್‍ಯಾರೂ ಯಜಮಾನರಿಲ್ಲದೆ ಹೋದರೋ?"

ಬೂದ ತೀರ ನಮ್ರನಾಗಿ ನುಡಿದ : "ಏನೋ ನಮ್ಮಷ್ಟಕ್ಕೆ ಒಬ್ಬನನ್ನು ಮಾಡಿಕೊಂಡಿದ್ದೇವೆ. ಹಿಂದೆ ನಿನ್ನ ಅಪ್ಪಣೆಯಾಗಿತ್ತು. ಕೆಂಚನ ಮೊಮ್ಮಗ ಗುರಿಕಾರನಾಗಬೇಕೆಂಬುದಾಗಿ, ಅವನೇ ನ್ಯಾಯವಾದ ಗುರಿಕಾರ. ಆದರೆ ಅವನು ಸಣ್ಣವನೆಂಬುದರಿಂದ ಇದ್ದ ಹಿರಿಯರಲ್ಲಿ ಚನಿಯನನ್ನು ತತ್ಕಾಲಕ್ಕೆ, ಗುರಿಕಾರನನ್ನಾಗಿ ಆರಿಸಿಕೊಂಡಿದ್ದೇವೆ" ಎಂದ. ಅಷ್ಟರಲ್ಲಿ ನಡುವೆ ಬಾಯಿ ಹಾಕಿ ಮಾತನಾಡಿದ ತುಕ್ರ : "ಏನು, ಧನಿಗಳೆಂದದ್ದನ್ನು ಬೂದ, ಮರೆತೇ ಬಿಟ್ಟೆಯೋ" ಎಂದ. ಬೂದನ ಕಡೆಗೆ ಕಣ್ಣು ಹೊರಳಿಸಿ ಅಸಮಾಧಾನ ತೋರಿದ.

"ಅದನ್ನೂ ಅನ್ನುತ್ತೇನೆ; ನಾವೇನೋ ಕೇರಿಯವರು ಸೇರಿ ಹೀಗೆ ಮಾಡಿದ್ದೇವೆ, ಕರಿಯನಿಗೆ ಪ್ರಾಯ ಬರುವ ವರೆಗೆ ಗುರಿಕಾರಿಕೆ ಚನಿಯ

ನೋಡಿಕೊಳ್ಳಲಿ ಅಂತ. ಆದರೆ ನಮ್ಮ ಧನಿಗಳ ಅಪ್ಪಣೆಯಾಗಿದೆ ತುಕ್ರಣ್ಣ ಗುರಿಕಾರನಾಗಬೇಕು ಅಂತ" ಎಂದು ಬೂದನೂ ಯಾವತ್ತೂ ಸಂಗತಿಗಳನ್ನು ವಿವರಿಸಿದ.

"ಧನಿಗಳು ಎಂದರೆ ಯಾವ ಧನಿಗಳು! ಯಾರ ಧನಿಗಳು?" ಎಂದು ಘೂಂಕರಿಸಿತು ದೈವ.

"ತೋಟದ ಧನಿಗಳು; ನಮಗೆ ಅರಿವೆ, ಉಪ್ಪು, ಅನ್ನ ಕೊಡುವವರು. ಅವರ ಮಾತನ್ನು ನಡೆಯಿಸಬೇಡವೇ?" ಎಂದ ತುಕ್ರ.

ಅದಕ್ಕೇನೆ, ಈ ನ್ಯಾಯ ಬೇಗನೆ ಇತ್ಯರ್ಥವಾಗಲಿ–ಎಂತ ಬೇಸಿಗೆಯಲ್ಲಿ ಬರುವ ನಿನ್ನ ಸೇವೆಯನ್ನು ಈಗ ಮಾಡಿಸಿದ್ದು" ಎಂದು ಸೇರಿಸಿದ ಚನಿಯ.

"ಧನಿಗಳು, ಧನಿಗಳು, ಧನಿಗಳು!" ಎಂದು ಮೂರು ಬಾರಿ ಆರ್ಭಟಿಸಿತು ದೈವ. ತಿರುತಿರುಗಿ ಆರ್ಭಟೆಯೊಂದಲ್ಲದೆ ಮತ್ತೇನೂ ಹೇಳಲಿಲ್ಲ.

ಚನಿಯ ಭಯಭೀತನಾದ: "ನೀನು ಸಿಟ್ಟುಮಾಡಬಾರದು. ನಾವು ತಿಳಿಯದವರು. ನಮ್ಮಿಂದ ಏನು ತಪ್ಪಾಗಿದ್ದರೂ ಕ್ಷಮಿಸಬೇಕು. ನಿನ್ನ ಮಕ್ಕಳನ್ನು ನಡೆಯಿಸಿಕೊಂಡು ಹೋಗಬೇಕು, ನೀನೇ ಮುಂದಿನ ದಾರಿ ತೋರಿಸಬೇಕು" ಎಂದ.

"ನನ್ನ ಮಕ್ಕಳೋ ನೀವು! ನಾನು ಹೇಳುವ ಹಾಗೆ ನಡೆಯುವವರೋ ಅಥವಾ ನಿಮ್ಮಿಷ್ಟ ಬಂದಂತೆ ಮಾಡುವವರೋ" ಎಂದಿತು ದೈವ. ಆಗ ಹಿರಿಮಲೆಯ ಗುರಿಕಾರ ಮಾದನೆಂದ : "ನೀನು ಸಿಟ್ಟಾಗಬಾರದು. ಆ ಮಲೆಯಾಗಲೀ, ಈ ಮಲೆಯಾಗಲೀ ಎರಡೂ ನಿನ್ನವು. ನಿನ್ನ ರಾಜ್ಯ ಇದು. ನಿನ್ನದೇ ಪಾರುಪತ್ಯ ಇದರಲ್ಲಿ. ತಿಳಿಯದೆ ಯಾರೂ ಏನು ಮಾಡಬಹುದಾದರೂ ಬುದ್ಧಿಪೂರ್ವಕವಾಗಿ ನಿನ್ನ ಮಾತನ್ನು ಮೀರುವವರುಂಟೇ? ಅಪ್ಪಣೆ ಕೊಡಿಸು; ನೀನು ಅಂದ ಹಾಗೆ ನಡೆಯುತ್ತಾರಂತೆ, ಅದಕ್ಕೇನು?"

ತುಕ್ರ ನಮ್ರನಾಗಿಯೇ, "ನಿನ್ನ ಮಾತಿಗೆ ಎದುರಾಡುತ್ತೇವೆ–ಎನ್ನುವವರು ನಾವಲ್ಲ. ಆದರೂ ನೋಡು, ಬಲ್ಲವರು ಧನಿಗಳು.

ಅವರಿದ್ದಾಗಲೇ ನೀನು ಎಲ್ಲವನ್ನೂ ವಿಚಾರಿಸಿ ಇತ್ಯರ್ಥ ಮಾಡಿದರೆ ಚಂದ. ಈಗ ಆ ಮಾತನ್ನು ಎತ್ತುವುದು ಬೇಡ. ಧನಿಗಳು ಬರುವ ತನಕ ಇದ್ದ ಹಾಗೆ ನಡೆಯಲಿ" ಎಂದ.

ದೆವ್ವ ಇನ್ನಷ್ಟು ಕೇಕೆ ಹೊಡೆಯಿತು. ಆರ್ಭಟಿಸಿ, ಅನಂತರ ಕೂಗಿ, "ಈ ಮಲೆ ನನ್ನದು, ಹಿರಿಮಲೆ, ಕಿರಿಮಲೆ ಎರಡೂ ನನ್ನ ಪಾರುಪತ್ಯದಲ್ಲಿವೆ ಅನಾದಿ ಕಾಲದಿಂದಲೂ. ನಿಮಗೆ ನಾನು ಬೇಡವಾದರೆ ಹೇಳಿ, ಹೋಗುತ್ತೇನೆ, ಹೋಗುತ್ತೇನೆ. ಹಾದಿಯುದ್ದಕ್ಕೂ ರಕ್ತದ ಮಳೆ ಕಾರಿಸಿ ಹೋಗುತ್ತೇನೆ. ಬರಿದೆ ಹೋದೇನೆಂದು ತಿಳಿಯಬೇಡಿ. ಬದಲು, ನನ್ನನ್ನು ಕೇಳುವ ಮಕ್ಕಳಾದರೆ – ಕೇಳಿ; ಬಾಳಿ" ಎಂದು ಅಪ್ಪಣೆ ಕೊಡಿಸಿತು.

ಈ ಕೊನೆಯ ಮಾತನ್ನು ಕೇಳಿ ಹಿರಿಮಲೆಯ ಗುರಿಕಾರ ಮುಂದಾಗಿ ದೈವಕ್ಕೆ ಸಮಾಧಾನ ಹೇಳುವ ಕೆಲಸ ಮಾಡಬೇಕಾಯಿತು. "ಏನೋ ತಿಳಿಯದೆ ತಪ್ಪಾಗಿರಬಹುದು. ಈ ಮಲೆ ನಿನ್ನದಲ್ಲ ಎನ್ನುವವರ್‍ಯಾರು? ನೀನೂ ಇಲ್ಲಿಂದ ಬಿಟ್ಟುಹೋಗುವುದೆಂದರೇನು? ನೀನು ಬೆಳೆಯಿಸಿದ ಮಕ್ಕಳನ್ನು ರಕ್ತದಲ್ಲಿ ಅದ್ದುವುದೆಂದರೇನು? ಅದು ನಿನಗೊಂದು ಗೌರವವೇ? ನಮಗೊಂದು ಗೌರವವೇ? ಇಲ್ಲಿನ ಪಾರುಪತ್ಯ ಮೊದಲಿನಿಂದ ಕಡೆಯ ತನಕವೂ ನಿನ್ನದೇ. ಅಪ್ಪಣೆ ಕೊಡಿಸು; ನೀನು ಹೇಳಿದ್ದಕ್ಕೆ ಕರಿಯ ಅಲ್ಲ ಅನ್ನುತ್ತಾನೆಯೇ? ಚನಿಯ ಅಲ್ಲ ಅನ್ನುತ್ತಾನೆಯೇ? ಅಥವಾ ತುಕ್ರಣ್ಣ ಅಲ್ಲ ಅನ್ನುವವನೇ?" ಎಂದು ಬಲುಪರಿಯಿಂದ ವಾದಿಸಿ, ಅದನ್ನು ಒಡಂಬಡಿಸಿ ಮುಂದಿನ ಅಪ್ಪಣೆಯನ್ನು ನಿರೀಕ್ಷಿಸಿದ.

"ಕಿರಿಮಲೆಯ ಗುರಿಕಾರ ಯಾರು? ಯಾರು? ಯಾರು–ಎಂದರೆ ಕೆಂಚನ ಮೊಮ್ಮಗ. ಮೊದಲಿನಿಂದ ನಡೆದದ್ದೇ ಹಾಗೆ. ನನ್ನ ಅಪ್ಪಣೆಯೂ ಹಾಗೆ. ನನ್ನ ಇಚ್ಛೆಯೂ ಹಾಗೆ. ಅವನೇನು ಸಣ್ಣವನಲ್ಲ. ನನಗೆ ಇನ್ನ್ಯಾರೂ ಬೇಕಿಲ್ಲ" ಎಂದು ದೈವ ಅಪ್ಪಣೆ ಕೊಡಿಸುತ್ತಲೇ, ಚನಿಯ ತನ್ನ ಎದೆಯ ಮೇಲಿನ ಹೊರೆ ಇಳಿಸಿದಂತಾಯಿತೆಂದು ಹಿಗ್ಗಿದ. ಸಂತೋಷದಿಂದ, "ಅದೆಂದರೆ ಮಾತು! ನನ್ನ ದೇವರೇ, ನನ್ನ ಇಚ್ಛೆಯೂ ಹಾಗೆಯೇ ಇತ್ತು. ನನಗೆ ಸಲ್ಲದ ಹೊರೆ ಇದೆಂದು ನನಗೆ ಗೊತ್ತಿತ್ತು. ನಿನ್ನ ಎದುರಿಗೇ

ಕರಿಯನನ್ನು ಒಪ್ಪಿಸಿದ್ದೇನೆ" ಎಂದ. ಪೂಜೆ ಮುಗಿಸುವಾಗ ದೈವ ಹಿರಿಮಲೆಯ ಗುರಿಕಾರನಿಗೆ ಪ್ರಸಾದವನ್ನು ಸಲ್ಲಿಸಿದ ಬಳಿಕ, ಕರಿಯಣ್ಣನಿಗೆ ಪ್ರಸಾದವನ್ನಿತ್ತಿತು. ಎರಡೂ ಕೇರಿಯವರು ಆ ದಿನ ತಂತಮ್ಮ ಗುರಿಕಾರರಿಂದಲೇ ಪ್ರಸಾದವನ್ನು ಪಡೆದುಕೊಂಡು, ದೈವಕ್ಕೆ ಮೊಣಕಾಲೂರಿ ವಂದಿಸಿದರು. ಕರಿಯ, ಪ್ರಾಪ್ತವಾದ ಆ ದೊಡ್ಡಸ್ತಿಕೆಯ ಹೊರೆ, ಅಳತೆ, ಆಯಗಳನ್ನು ಏನೇನೂ ತಿಳಿಯದವನಾಗಿದ್ದ. ಚನಿಯ ಅವನ ಬಾಯಿಂದ "ದೈವವೇ ನಾನು ಸಣ್ಣವನು. ನಿನ್ನ ಇಚ್ಛೆಗೆ ಸಮನಾಗಿ ನನ್ನನ್ನು ನಡೆಸಿಕೊಂಡು ಹೋಗುವ ಭಾರ ನಿನ್ನದು" ಎಂದು ಹೇಳಿಸಿದ ಮಾತನ್ನು ದೈವವೂ ಒಪ್ಪಿಕೊಂಡಂತಿತ್ತು. 'ನಾನಿದ್ದೇನೆ' 'ನಾನಿದ್ದೇನೆ' ಎಂಬ ಭರವಸೆಯನ್ನು ಕೊಟ್ಟಂತಿತ್ತು. ತುಕ್ರ ಸಹ ಆ ಗಳಿಗೆಯಲ್ಲಿ, ಕರಿಯನಿಂದ ಪ್ರಸಾದವನ್ನು ತಲೆಬಾಗಿ ಸ್ವೀಕರಿಸಬೇಕಾಯಿತು.

ಆ ನೋಟ ನೋಡಲು ಬಂದ ಹೆಂಗಳೆಯರಲ್ಲಿ ಇಬ್ಬರಿಗಂತೂ ತುಂಬ ಸಂತೋಷ, ಸಮಾಧಾನಗಳಾದುವೆಂದು ಹೇಳಲೇಬೇಕು–ಚೆನ್ನಿ ಮತ್ತು ಕೆಂಪಿಯರು ಆ ಇಬ್ಬರು. ಕೆಂಪಿಯು ತಮ್ಮ ಪಂಗಡದ ವಿಜಯಕ್ಕಾಗಿ ಹಿಗ್ಗಿದಳು ಮಾತ್ರವಲ್ಲ, ಅದು ತುಕ್ರನ ಅವಮಾನವೆಂದು ತಿಳಿದು ಸಂತೋಷಪಟ್ಟಳು. ಅವಳ ಮಗ್ಗುಲಲ್ಲಿ ನಿಂತ ಚೆನ್ನಿ, ಹಳೆಯ ಹಗೆತನ ಮರೆತವಳಂತೆ ಕೆಂಪಿಯೊಡನೆ ಸೇರಿ "ಅವರಿಗೇನು ಇಲ್ಲದ ಸೊಕ್ಕು! ಆ ದಿನವೇ ನಾನು ಬೇಡ ಅಂದಿದ್ದೆ. ಕುಲಾಚಾರದ ಕೆಲಸದಲ್ಲಿ ಧನಿಗಳನ್ನು ಕರೆದುಕೊಂಡು ಬಂದು, ಹೀಗೆಲ್ಲಾ ಮಾಡಿದರೆ ದೈವ ಕೇಳೀತೇ? ಪುಣ್ಯಕ್ಕೆ ಇಷ್ಟಕ್ಕೇ ಸುಮ್ಮನಾಯಿತು ದೈವ. ಬದಲು 'ಕೊಡು ನಿನ್ನ ತಲೆ' ಎಂದಿದ್ದರೆ ನಮ್ಮ ಗತಿಯೇನು" ಎಂದಳು. ತನ್ನ ಗಂಡನನ್ನು ಹೆಚ್ಚಿನ ದಂಡನೆಗೆ ದೈವ ಗುರಿಮಾಡಲಿಲ್ಲವಲ್ಲ ಎಂಬುದೇ ಚೆನ್ನಿಯ ಪಾಲಿನ ಸಮಾಧಾನ.

ಇನ್ನು ಹಾಗೆಯೇ ಗಂಡಸರಲ್ಲಿ–ಚನಿಯ, ಬೂದರು ಸಮಾಧಾನ ತಾಳಿದುದಕ್ಕಿಂತ ಮಿಗಿಲಾದ ಉಕ್ಕು, ದರ್ಪ ತಾಳಿದವನು ತಿಮ್ಮ. ಊಟಕ್ಕೆ ಕುಳಿತಾಗ ತನ್ನ ಹಗೆ ತುಕ್ರನನ್ನು ಉದ್ದೇಶಿಸಿ, "ಹೌದಣ್ಣ, ನಾವೆಲ್ಲ ತೀರ್ಮಾನ ಮಾಡಿದೆವು; ದೈವ ಒಪ್ಪಿತು. ಧನಿಗಳು ಇನ್ನೇನಾದರೂ ಅಂದರೆ ನಮ್ಮ

ಗತಿಯೇನು? ಮಲೆಯನ್ನು ಬಿಟ್ಟು ಹೊರಡಿ ಎಂದರೆ ನಮ್ಮ ಅವಸ್ಥೆ ಏನು" ಎಂದು ಚುಚ್ಚಿ ನುಡಿದ. ಮಾತು ಯಾರನ್ನು ಕುರಿತು ಉದ್ದೇಶಿಸಿದ್ದು-ಎಂಬುದನ್ನು ಎಲ್ಲರೂ ಬಲ್ಲರು. ಯಾರೂ ಅದಕ್ಕೆ ಉತ್ತರ ಕೊಡಲಿಲ್ಲ. ಹಿರಿಮಲೆಯ ತೌಡ ಬೂದನ ಮಾವ "ಏನೆನ್ನುತ್ತೀ ತಿಮ್ಮ, ಮಕ್ಕಳಂತೆ ಮಾತನಾಡುತ್ತೀಯಲ್ಲ; ದೈವಕ್ಕಿಂತ ಮೇಲೆ ಇನ್ನೊಬ್ಬರು ಧನಿಗಳೇ? ಅವರು ಬ್ರಾಹ್ಮಣರಲ್ಲವೇ-ನಮ್ಮ ಕಲ್ಲುಡನ ಪ್ರತಾಪ ಗೊತ್ತಿಲ್ಲದವರೇ? ನೀವೆಲ್ಲ ನಮ್ಮ ಮಲೆಯ ಧನಿಗಳನ್ನು ದೈವಕ್ಕಿಂತ ದೊಡ್ಡದಾಗಿ ಮಾಡಲು ಹೋದಿರಿ. ದೈವ ಅದನ್ನು ಕೇಳೀತೇ?" ಎಂದ. ಕೆಲವರು ತುಕ್ರನ ಮೋರೆಯನ್ನೇ ನೋಡಿದರು. ಆತ ಯಾರ ಮೋರೆಯನ್ನೂ ನೋಡದೆ ತನ್ನ ಪಾಡಿಗೆ ಊಟಮಾಡಿ ಹೊರಟುಹೋದ. ಕೇರಿಯವರ ಸರಸ, ಸಲ್ಲಾಪಗಳಲ್ಲಿ, ಚಕ್ಕಂದಗಳಲ್ಲಿ ಸೇರದೆ ಮೌನವಾಗಿ ನಿರಾಶೆಯಿಂದ, ತನ್ನ ಗುಡಿಸಲನ್ನು ಸೇರಿ ಮಲಗಿಕೊಂಡವ ಅವನೊಬ್ಬನೇ.

ತುಕ್ರನ ಮನಸ್ಸಿನಲ್ಲಿದ್ದ ಗುರಿಕಾರಿಕೆಯ ಆಸೆ ಸಂಪೂರ್ಣ ಧ್ವಂಸ ವಾಯಿತು. ಇನ್ನು ಧನಿಗಳು ಹೇಳಿದರೂ, ಆತ ಆ ಕೆಲಸವನ್ನು ನಿರ್ವಹಿಸಲಾರ. ಕಲ್ಲುಡನ ಭಯ ಅವನಿಗಿದ್ದೇ ಇದೆ. ದೈವವನ್ನೆದುರಿಸಿ, ತನ್ನ ಆಟ ನಿಮಿಷಮಾತ್ರಕ್ಕೂ ಸಾಗದೆಂಬುದನ್ನು ತಿಳಿದಿದ್ದ. ಆತ ಕೇರಿಯ ಲೌಕಿಕಕ್ಕೆ ಮಾತ್ರ ಯಜಮಾನನಾಗಲು ಹವಣಿಸಿದನು. ಆ ಲೌಕಿಕ ಕೂಡುಕಟ್ಟಿನ ಕುಲಾಚಾರಕ್ಕೆ ಸಂಬಂಧಿಸಿದುದಲ್ಲ. ಮಲೆಯ ಧನಿಯರಿಗೂ ತೋಟದ ಜೀತಗಾರರಿಗೂ ಇರುವ ಸಂಬಂಧಕ್ಕೆ -ಎಂಬ ತಿಳಿವು ಅವನಿಗಿತ್ತು. ಅಲ್ಲದೆ, ಅವನನ್ನು ನಂಬಿದಷ್ಟು ಧನಿಗಳು ಇನ್ಯಾರನ್ನೂ ನಂಬುವವರಲ್ಲ ಎಂಬುದೂ ತಿಳಿದಿತ್ತು. ಆದುದರಿಂದ, ತನ್ನ ಕೆಲಸದಲ್ಲಿ ಯಾರಾದರೂ ಅವಿಧೇಯರಾಗಿ ನಡೆದುಕೊಂಡಲ್ಲಿ ಅವರು ತನ್ನನ್ನು ಇಷ್ಟೆಲ್ಲ ಅವಮಾನಿಸಿದುದಕ್ಕಾಗಿ ತಕ್ಕ ಪ್ರಾಯಶ್ಚಿತ್ತ ವಿಧಿಸಬೇಕೆಂಬ ಹಂಬಲವೂ ಉಂಟಾಯಿತು. ನೇಮ ಮುಗಿದಮೇಲೆ ಅವನ ನಡತೆಯ ಧೋರಣೆಯೂ ಬದಲಾಯಿತು. ಮಾತು ಮೊದಲಿನಂತಿಲ್ಲ, ವಿನಯ, ನಯ, ಎರಡನ್ನೂ ಬಿಟ್ಟು, ಹಿರಿಕಿರಿಯರೆನ್ನದೆ ಎಲ್ಲರನ್ನೂ ಗದರಿಸಿಯೇ ಮಾತನಾಡತೊಡಗಿಸಿದ. ಆದರೂ ಉಳಿದವರು ಒಮ್ಮೆಗೇ ಅವನನ್ನು ಪ್ರತಿಭಟಿಸುವ ಸಾಹಸ ಇಲ್ಲದವರಾಗಿ, ಅಸಮಾಧಾನ

ತಾಳುತ್ತ, ನಡೆದಷ್ಟು ಕೆಲಸ ನಡೆಯಲಿ ಎನ್ನುತ್ತ, ದಿನ ಕಳೆಯತೊಡಗಿದರು. ಹಾಗೆ, ಹೀಗೆ ಅನ್ನುವುದರೊಳಗಾಗಿ ನವರಾತ್ರಿಯ ದಿನಗಳು ಕಳೆದುವು. ತಿರುಮಲ ಭಟ್ಟರು ಎರಡು ತಿಂಗಳ ಅವಕಾಶ ಗಳಿಸಿ, ಮಲೆಗೆ ಬಂದು ಸ್ಥಾಪಿತರಾದರು. ತುಕ್ರ, ದೈವ ಮಾಡಿದ ಅಪ್ಪಣೆಯನ್ನು ಅವರಿಗೆ ವಿವರಿಸಿ ಹೇಳಿದನು. ಅದರಿಂದ ಅವರೂ ಅಸಮಾಧಾನ ತಾಳಿದರು. "ಹಾಗಾದರೆ, ನಿಮ್ಮ ಕೇರಿಯವರು ಅಷ್ಟು ಜೋರಿದ್ದಾರೆ–ಎಂದ ಹಾಗಾಯಿತು. ಕೆಂಚ ಇದ್ದಾಗ ಪೂಜೆ, ನೇಮ, ಮಾಡಿಸಬೇಕಾದರೆ ನನ್ನೊಡನೆ ಒಂದು ಮಾತನ್ನಾದರೂ ಕೇಳುತ್ತಿದ್ದ. ಇವರಿಗೀಗ ನಾನು ಬೇಡವಾದೆನೇ? ಇರಲಿ; ಇರಲಿ" ಎಂದುಕೊಂಡರು. ತುಕ್ರನಿಗಾದ ಅವಮಾನ ತಮಗೂ ಆದಂತೆ ಎಂದನಿಸಿತು ಅವರಿಗೆ. ದೈವ ಧನಿಗಳ ವಿಷಯದಲ್ಲಿ ಆಡಿದ ನುಡಿಗಳನ್ನು ತುಕ್ರ ಬಿಡಿಸಿ ಅವರಿಗೆ ಹೇಳಿದ. "ಮಲೆಯ ಧನಿಯೂ ತಾನಲ್ಲದೆ ಇನ್ನಾರು' ಎಂದುದನ್ನೂ ತಿಳಿಸಿದ. ಅದು ಅವರ ಪ್ರತಿಷ್ಠೆಗೆ ಕುಂದಲ್ಲವೇ? ಮಾತು ಕೇಳಿದ ಆ ಕ್ಷಣ, "ಹಾಗೆ ನಾನು ಮನಸ್ಸು ಮಾಡಿದರೆ, ನಿಮ್ಮ ಕಲ್ಕುಡನ ಪರಾಕ್ರಮವನ್ನೂ ನೋಡಬಹುದು! ಮಳೆಯಾಳದಿಂದ ಮಂತ್ರವಾದಿಗಳನ್ನು ಕರೆಯಿಸಿ, ಕಲ್ಕುಡನ ಕಣ್ಣಿಗೆ ಮೊಳೆ ಹೊಡೆಯಿಸಿ, ಅಲುಗದಂತೆ ಮಾಡಿಸುವುದು ದೊಡ್ಡ ಕೆಲಸ ಎಂದು ತಿಳಿಯಬೇಡ. ಅಷ್ಟೆಲ್ಲ ಯಾಕೆ? ನಿಮ್ಮ ನಿಮ್ಮ ಕುಲಾಚಾರದ ಸಂಗತಿ; ಬೇಕಾದದ್ದು ಮಾಡಿ. ನಾಳೆಗೆ ಹೊಟ್ಟೆಗೋ ಬಟ್ಟೆಗೋ ಕಡಿಮೆಯಾದರೆ, ಕುಮರಿ ಕರಟಿ, ಬತ್ತ ಕೈಗೆ ಬಾರದೆಹೋದರೆ ಧನಿಗಳ ಕಾಲಿನ ಬುಡಕ್ಕೆ ಬಂದು ಬೀಳುವ ದಿನ ನಿಮ್ಮ ಕೇರಿಯವರಿಗೆ ಬಂದೀತು" ಎಂದರು. ದೈವದ ತಂಟೆಗೆ ಅವರು ಹೋಗಬಾರದೆಂದು ಅಂಗಲಾಚಿ ಕೇಳಿಕೊಂಡ ತುಕ್ರ. ಅವನಿಗೆ ಕಲ್ಕುಡನೊಬ್ಬನೇ ಗೊತ್ತು! ಕೇರಳದ ಮಂತ್ರವಾದಿಗಳನ್ನು ಅವನು ಬಲ್ಲವನಲ್ಲ. ಮಂತ್ರವಾದವನ್ನು ಅವರ ಜನರೂ ಮಾಡುತ್ತಾರೆ. ಅದು ಮೈಮೇಲೆ ಬರುವ ಯಕ್ಷಿಣಿಗೆ, ಮೈಮೇಲೆ ಬರುವ ಕಾಯಿಲೆಗಳಿಗೇ ಹೊರತು, ಕಲ್ಕುಡನಂತಹ ಮಲೆಯ ದೇವತೆಗಳಿಗಲ್ಲ. ಧನಿಗಳು ಹಾಗೆಲ್ಲಾದರೂ ಮಾಡುತ್ತ ಹೋದರೆ, ತಮ್ಮ ಪಾಡು ನೆಟ್ಟಗಾಗಲಾರದು, ನಾಳೆ, ಕುಡಿಯರ ಮಕ್ಕಳು ನೆತ್ತರು ಕಾರಿ ಸಾಯಬೇಕಾದೀತು– ಎಂಬ ಭೀತಿ ಅವನ ಎದೆಯಲ್ಲಿಯೂ ನಟ್ಟಿತು. ಹೀಗಾಗಿ, ಧನಿಗಳ ಮುಂದೆ

ಆಗಾಗ ಹೇಳುತ್ತ 'ಹಾಗೆ ಮಾಡಬಾರದೆಂದು' ಅಂಗಲಾಚಿ ಬೇಡುವ ಕೆಲಸವನ್ನು ತುಕ್ರ ಮಾಡಬೇಕಾಯಿತು.

ಈ ಬಾರಿ ತಿರುಮಲ ಭಟ್ಟರಿಗೆ–ಮಲೆಯಲ್ಲಿ ಯಾವ ಬಗೆಯ ಶಾಂತಿ ನೆಮ್ಮದಿಗಳೂ ದೊರೆಯಲಿಲ್ಲ. ಒತ್ತಟ್ಟು ಲಾಭ; ಇನ್ನೊತ್ತಟ್ಟು ವಿಲಾಸ ಎರಡರ ಆಸೆಯಿಂದ ಮಲೆಯಲ್ಲಿ ಬಂದು ವಾಸಿಸುವ ಅವರು, ಮೊದಲನೆಯ ದಿನವೇ ತುಕ್ರ ಕೊಟ್ಟ ದೂರಿನಿಂದಾಗಿ ಅಸಮಾಧಾನ ತಾಳಿ, ವ್ಯಗ್ರ ಮನಸ್ಕರಾದರು. ಈಗ ಮಲೆಯ ಕೆಲಸ ತೊಡಗಿದ ಮೇಲೆ ಗಂಡು ಹೆಣ್ಣಾಳುಗಳ ತಲೆಯ ಮೇಲೆ ಸುತ್ತಿ ಸುತ್ತಿ ತರುತ್ತಿರುವ, ತಂದು ಸುರಿಯುತ್ತಿರುವ ಏಲಕ್ಕಿಯನ್ನು ನೋಡಿದರೆ, ಅರ್ಧಕ್ಕರ್ಧವೂ ಇದ್ದಂತೆ ಕಾಣಿಸಲಿಲ್ಲ. ಎರಡು ದಿನಗಳೂ ಹೀಗಾದುದನ್ನು ಕಂಡು, "ತುಕ್ರ, ಯಾವ ಕಡೆಯಿಂದ ಕೆಲಸ ಶುರು ಮಾಡಿದಿರಿ" ಎಂದು ಕೇಳಿದರು. "ತೋಟದ ತೆಂಕು ಸಂದಿನಿಂದ" ಎಂದ ತುಕ್ರ.

"ಅಲ್ಲಿ ಬೆಳೆ ಚೆನ್ನಾಗಿತ್ತಲ್ಲ" ಎಂದರು ಭಟ್ಟರು.

"ಏನೋ ಅಪ್ಪ, ಇವತ್ತು ಸಿಕ್ಕಿದ್ದು ಇಷ್ಟೆ" ಎಂದ ತುಕ್ರ. ಮನಸ್ಸು ಸಮಾಧಾನಗೊಳ್ಳದೆ, ಮರುದಿನ ತಾವೇ ತೋಟದ ಸಂಚಾರಕ್ಕೆ ಹೊರಟರು. ಆಳುಗಳು ಏಲಕ್ಕಿ ಹೆಕ್ಕುತ್ತಿದ್ದ ಸ್ಥಳವನ್ನು ಬಿಟ್ಟು, ಪ್ರತಿಯೊಂದು ಸಂದು ಗೊಂದಿಗೂ ದಣಿದು ಅಲೆದಾಡಿ, ಇಂಬಳಗಳಿಂದ ಕಚ್ಚಿಸಿಕೊಂಡು ಸುತ್ತಾಡಿದ್ದೇ ಬಂದಿತು; ಫಸಲು ರೂಪಾಯಿಗೆ ಎಂಟಾಣೆಯಷ್ಟೂ ಇದ್ದಿರಲಿಲ್ಲ. ಯಾವ ಮೂಲೆಯಲ್ಲಿ ಅತಿ ಹೆಚ್ಚಿನ ಫಸಲನ್ನು ತಾವೇ ಕಂಡು ಹೋಗಿದ್ದರೋ ಅಲ್ಲಿ ಒಂದೊಂದು ಏಲಕ್ಕಿಯೂ ಕಾಣಿಸದೆ ಹೋಗಿ, ಮರಳಿ ಮನೆಗೆ ಬಂದರು. ಆ ಕುರಿತು ತುಕ್ರನನ್ನು ಕೇಳೋಣ–ಎಂದು ಎಷ್ಟು ಯೋಚಿಸಿದರೂ, ಕೇಳುವ ಸಾಹಸವಾಗಲಿಲ್ಲ. ಮನಸ್ಸು ತೆರತೆರನಾದ ಊಹೆಗಳಿಗೆ ಇಂಬುಕೊಟ್ಟಿತು. ಮೊದಲನೆಯದು 'ಇದು ಎಲ್ಲವೂ ದೈವದ ಪ್ರಭಾವ ಇರಬಹುದೇ?' ಎಂಬ ಅನುಮಾನವಾಯಿತು. 'ಅದು ನಿಜವಾದರೆ, ಕಂಡ ಏಲಕ್ಕಿ ಉದುರಿ ರೋಗದಿಂದ ನಷ್ಟವಾದ ಕುರುಹಾದರೂ ಕಾಣಿಸಿ ಕೊಳ್ಳಬೇಕಲ್ಲ' ಎನಿಸಿತು. ಏಲಕ್ಕಿಗೆ ರೋಗ ಬರಬಾರದೆಂದಲ್ಲ. ಮಳೆ

ಅತಿಯಾಗಿ, ಅದು ಕೊಳೆಯಬಾರದೆಂದಲ್ಲ. ಆದರೆ ಹದನಾಗಿ ಮಳೆ ಬಿದ್ದಂಥ ವರ್ಷ ಇದು. ರೋಗ ಹಿಡಿದು ಕಾಯಿ ಉದುರಿದರೆ, ಹಂಬು ಕೊಳೆತುಹೋಗಿದ್ದರೆ, ರೋಗದ ಕುರುಹಾದರೂ ಕಾಣಿಸಬೇಕು. ಹಂಬಿನಲ್ಲಿ ಉಳಿದಿರುವ ಕಾಯಿಗಳು ಚೆನ್ನಾಗಿವೆ, ರೋಗರುಜೆಯ ಚಿಹ್ನೆಯಿಲ್ಲ' ಎಂಬ ಚಿಂತೆ ಅವರನ್ನು ಆವರಿಸಿತು.

ಮರುದಿನ, ಮನಸ್ಸು ಸಮಾಧಾನಗೊಳ್ಳುವುದಕ್ಕೆ, ಇನ್ನೊಮ್ಮೆ ತೋಟವನ್ನು ಸುತ್ತಾಡಿದರು. ಕಣ್ಣಿನ ಮೇಲೆ ಕಣ್ಣು ಹಾಕಿಕೊಂಡು, ಏಲಕ್ಕಿ ಗಿಡಗಳ ಬುಡ ನೋಡಿದರು. ಹಾಗೆಯೇ ನೋಡಿದ ಒಂದು ಕಡೆಯಲ್ಲಿ ಒಂದು ಗಿಡದ ಬುಡದಲ್ಲಿ ತುಂಬ ಕಾಯಿ ಹೊರಟದ್ದೂ ಕಾಣಿಸಿತು. ಆದರೆ ಅದರ ಮಗ್ಗುಲ ಗಿಡಗಳು ಬರಿದಾಗಿರುವುದನ್ನು ಕಂಡು ಚಕಿತರಾದರು. ಆಸುಪಾಸಿನ ಗಿಡಗಳಲ್ಲಿ ಒಂದಾದರೂ ಕಾಯಿ ಉಳಿದಿರಲಿಲ್ಲ. ಕೆಸರಿನ ಮೇಲೆ ಕುಳಿತು, ಗಿಡಗಳ ಬುಡವನ್ನು ಇಣಿಕಿ ನೋಡಿದರೆ, ಹೊಸದಾಗಿ ಚಿವುಟಿ ತೆಗೆದ ಹಂಬುಗಳು ಕಾಣಿಸದೆ ಹೋಗಲಿಲ್ಲ. ಈಗ ಮನಸ್ಸಿಗೆ ದೃಢವಾಯಿತು. ಇದು ದೈವದ ಉಪದ್ರವಲ್ಲ–ಕಳ್ಳರ ಕಾಟವೆಂದು. ಬೆಳೆ ಅರ್ಧಕ್ಕರ್ಧ ನಷ್ಟ ವಾಗಿದೆ. ನಿನ್ನೆ, ನಿನ್ನೆಯೆಂಬಂತೆ ಕುಡಿ ಚಿವುಟಿದ ಏಲಕ್ಕಿಯ ಹಂಬುಗಳಿವೆ–ಎಂದಮೇಲೆ, ತಮ್ಮ ತೋಟಕ್ಕೆ ಯಾರೋ ಕಳ್ಳರು ಬರುತ್ತಿದ್ದಾರೆ ಎಂಬುದು ಖಂಡಿತವಾಯಿತು. ಅಂಥ ಜನಹೀನವಾದ ಸ್ಥಳದಲ್ಲಿ, ಕಳ್ಳತನ ನಡೆದುದನ್ನು ಈ ತನಕ ಅವರು ಕೇಳಿಯೇ ಇರಲಿಲ್ಲ. ವ್ಯಥೆಯಾಯಿತು. ಆಶ್ಚರ್ಯ ವಾಯಿತು, ಸಿಟ್ಟೂ ಬಂದಿತು. ಸಂಜೆ ಕೇರಿಯವರನ್ನೆಲ್ಲ ತಮ್ಮ ಮನೆಗೆ ಬರಮಾಡಿದರು. ತುಕ್ರನನ್ನು ನಿಲ್ಲಿಸಿಕೊಂಡು "ನೋಡು ತುಕ್ರ, ಈ ವರ್ಷ ಬೆಳೆ ಚೆನ್ನಾಗಿದೆ ಎಂದು ಕಣ್ಣಾರೆ ಕಂಡು ಹೋದವ ನಾನು. ಈಗ ಮನೆಗೆ ಬರುತ್ತಿರುವ ಏಲಕ್ಕಿಯನ್ನು ನೋಡಿದರೆ ರೂಪಾಯಿಗೆ ನಾಲ್ಕಾಣೆಯ ಫಸಲೂ ಇಲ್ಲ. ರೋಗವಲ್ಲ; ಇನ್ನೊಂದಲ್ಲ. ನನಗಂತು ಏನೆಂದು ಖಾತ್ರಿಯಾಗಿದೆ. ತೋಟದ ಸಂದುಗೊಂದುಗಳನ್ನೆಲ್ಲ ನೋಡಿ ಬಂದಿದ್ದೇನೆ ನಾನು. ಒಂದು ಗಿಡದ ಬುಡದಲ್ಲಿ ತುಂಬ ಏಲಕ್ಕಿ ಇದ್ದರೆ ಇದರ ಮಗ್ಗುಲಿನ ಗಿಡದಲ್ಲಿ ಒಂದೂ ಇಲ್ಲದೆ, ಏಲಕ್ಕಿ ಚಿವುಟಿ ತೆಗೆದ ಗುರುತು ಇದೆ. ಅಲ್ಲಲ್ಲಿ ಕಾಯಿಗಳು ಬಿದ್ದ ಗುರುತೂ ಇವೆ. ನನಗೆ ನಿಮ್ಮ ಜನಗಳಲ್ಲಿನ ವಿಶ್ವಾಸವೂ ಹೋಗಿದೆ.

ಖಂಡಿತಕ್ಕೂ ನಿಮ್ಮಲ್ಲಿ ಯಾರೋ ಏಲಕ್ಕಿ ಕದ್ದು ಒಳಗಿಂದೊಳಗೆ ಎಲ್ಲಿಗೋ ಸಾಗಿಸಿ, ಮಾರುತ್ತಿದ್ದಾರೆ. ಇಲ್ಲವಾದರೆ ಹೀಗಾಗಲಿಕ್ಕಿಲ್ಲ" ಎಂದು ಅಪ್ಪಣೆ ಕೊಟ್ಟರು.

ಕೇರಿಯ ಜನಕ್ಕೆ, ಏಲಕ್ಕಿ ಬೆಳೆ ಇದ್ದಕ್ಕಿದ್ದ ಹಾಗೆ ಕಡಿಮೆಯಾದ ಸಂಗತಿ ಪ್ರತ್ಯಕ್ಷ ಅನುಭವವಾಗಿತ್ತು. ಅವರಲ್ಲಿ ಒಬ್ಬಿಬ್ಬರು ಆ ವಿಚಾರವಾಗಿ ಸೋಜಿಗ ವನ್ನು ವ್ಯಕ್ತಪಡಿಸಿದರು. 'ದೈವದ ಮಾಟ, ಧನಿಯರ ಮೇಲಿನ ಸಿಟ್ಟು ಅಲ್ಲದಿದ್ದರೆ ಹೀಗಾಗಲಾರದಿತ್ತು' ಎಂದು ತಮ್ಮಲ್ಲಿಯೇ ತರ್ಕವಿತರ್ಕ ನಡೆಸಿದ್ದರು. ಈಗ ಸಂಗತಿ ಬೆಳಕಿಗೆ ಬಂದಿದೆಯಷ್ಟೇ. ಆದರೆ ಧನಿಗಳ ಮಾತಿಗೆ ಪ್ರತಿಯಾಗಿ, 'ತಾವು ಕದ್ದವರು' ಎಂದು ಯಾರಾದರೂ ಹೇಳುತ್ತಾರೆಯೇ? ತುಕ್ರಣ್ಣನ ಸೂಚನೆಯಂತೆ, ಪ್ರತಿ ಗುಡಿಸಲನ್ನು ಆ ರಾತ್ರಿಯೇ ಶೋಧಿಸಿ ಕಂಡುಹಿಡಿಯಬೇಕೆಂಬ ಆಜ್ಞೆ ಹೊರಟಿತು. ಧನಿಗಳು, ತುಕ್ರ, ಚನಿಯ–ಈ ಎಲ್ಲರ ಸಮಕ್ಷಮದಲ್ಲಿ ಪ್ರತಿ ಮನೆಯನ್ನೂ ಹೊಕ್ಕು ಜಡತಿ ಮಾಡಿಸಿದರು. ಅದರಿಂದಾದ ಲಾಭವೆಂದರೆ, ಧನಿಗಳಿಗೆ–ಕೆಂಪಿ, ಕಾಳಿಯರನ್ನು ಅವರವರ ಮನೆಯಲ್ಲೇ ನೋಡುವಂಥ ಅವಕಾಶ ಸಿಕ್ಕಿದ್ದು ಮಾತ್ರ. ಎಲ್ಲಿಯೂ ಅಡಗಿಸಿದ ಏಲಕ್ಕಿಯನ್ನು ಕಾಣದೆಯೆ ತುಂಬ ನಿರಾಶೆಗೊಂಡು, ಅವರು ಮನೆಗೆ ಮರಳಿದರು. ತುಕ್ರನೊಡನೆ "ಏನೂ ಇರಲಿ; ನೀನು ಒಂದೆರಡು ರಾತ್ರಿ, ಕಾವಲು ಹಾಕಿ, ತೋಟಕ್ಕೆ ಯಾರು ಬರುತ್ತಾರೆ, ತೋಟದಲ್ಲಿ ಯಾರು ತಿರುಗುತ್ತಾರೆ ಎಂಬುದನ್ನು ನೋಡಿಕೋ" ಎಂದು ಅಪ್ಪಣೆಕೊಟ್ಟರು. ನ್ಯಾಯವಾಗಿ ಇಂಥ ದೊಡ್ಡ ಸಮಸ್ಯೆ ಉಂಟಾದಾಗ, ಗುರಿಕಾರನನ್ನು ಮುಂದಕ್ಕಿರಿಸಿಕೊಂಡು, ಅವನಿಂದ ಕೇಳಿಸಿ, ಆಣೆ ಮಾಡಿಸಿಯೋ, ದೈವಕ್ಕೆ ಸುಲಿದಿರಿಸಿದ ಕಾಯಿಯನ್ನೋ, ದೀಪವನ್ನು ಮುಟ್ಟಿಸಿಯೋ ಒಬ್ಬೊಬ್ಬರನ್ನು ತನಿಖೆ ಮಾಡಿಸಬಹುದಾಗಿತ್ತು. ಹಾಗೆ ಮಾಡುವುದಾದರೆ –ಕರಿಯನ ಹಿರಿತನ ತಾವು ಒಪ್ಪಿಕೊಂಡ ಹಾಗೆ–ಎಂದು ಅವರಿಗೆ ತೋರಿತು. ಅದನ್ನು ಮಾಡಲಾರದವರಾಗಿ, ಸುಲಭ ಉಪಾಯ ವೆಂದು ಕಾವಲಿನ ಕೆಲಸ ಕೊಟ್ಟರು ತುಕ್ರನಿಗೆ. ಆದರೆ ತುಕ್ರನ ಕಣ್ಣಿಗೆ ಯಾವ ಕಳ್ಳರೂ ಕಾಣಿಸಲಿಲ್ಲ.

ಧನಿಗಳಿಂದ ಬಂದ ಅಪವಾದವನ್ನು ಕೇಳಿದ ಮೇಲೆ, ಮುದಿ

ಚನಿಯನ ಮನಸ್ಸು ಮಾತ್ರ ತುಂಬ ನೋವುಗೊಂಡಿತು. ಇದು ಆಗಬಾರದ ಕೆಲಸ; ಯಾರಾದರೂ ಹಾಗೆ ಮಾಡಿದ್ದರೆ, ಅವರನ್ನು ದಂಡಿಸಬೇಕಾದ ಕೆಲಸ. ಇನ್ನೊಂದು ಮಲೆಯವರು ಇಲ್ಲಿಗೆ ಬಂದು ಹಾಗೆ ಮಾಡಿಯಾರೇ?' ಎಂದು ಎಷ್ಟು ಊಹಿಸಿದರೂ 'ಯಾರಿಗಾಗಿ ಹಾಗೆ ಮಾಡಬೇಕು?' ಎಂಬ ಪ್ರಶ್ನೆಗೆ ಸಮನಾದ ಉತ್ತರ ಸಿಗಲಿಲ್ಲ. ಆದರೂ ಮನಸ್ಸು ಸಮಾಧಾನ ಗೊಳ್ಳದ್ದಕ್ಕೆ ಕರಿಯಣ್ಣನನ್ನು ಕರೆದು, "ಅಣ್ಣಾ, ಧನಿಗಳು ನಮ್ಮ ಮುಂದೆ ಹೀಗೆ ಹೇಳಿದರು. ಸಾಲದ್ದಕ್ಕೆ ನಾವೆಲ್ಲರೂ ಕಳ್ಳರು-ಎಂಬ ಅಪನಂಬಿಕೆಯಿಂದ ಮನೆ ಜಡತಿ ಮಾಡಿದರು. ಹಾಗೆ ಮಾಡಬಾರದಿತ್ತು. ಇಷ್ಟು ಕಾಲದಿಂದಲೂ ಇಲ್ಲಿ ಬದುಕಿದ ನಾವು, ಇಂಥ ಅಪವಾದ ಕೇಳಿದವರಲ್ಲ; ಈಗ ಅದು ಬಂದಿದೆ. ಈ ಅಪವಾದವನ್ನು ತೊಲಗಿಸಿಕೊಳ್ಳಬೇಕು ನಾವು. ನ್ಯಾಯಕ್ಕೂ ಯಾರ್‍ಯಾರೂ ಹಾಗೆ ಮಾಡಿರಲಾರರು. ಆದರೂ ನೀನು ಕೇಳು; ಒಬ್ಬೊಬ್ಬರನ್ನೇ ಕರೆದು ಕೇಳು. ಕೇಳಬೇಕಾದವ ನೀನು. ಕೇಳದೆಯೇ ಇದ್ದರೆ ತಪ್ಪಾಗುತ್ತದೆ" ಎಂದು ಉಪದೇಶಿಸಿದನು ; ಬೂದಣ್ಣನಿಗೂ 'ಅದೇ ಸಮನಾದ ದಾರಿ' ಎಂದೆನಿಸಿತು.

ಕರಿಯನೆಂದ "ಹಾಗಾದರೆ, ಇನ್ನೊಮ್ಮೆ ಎಲ್ಲರನ್ನೂ ಕೂಡಿಸಿ ನಾನು ಅವರನ್ನು ಕೇಳಬೇಕೆ?"

"ಎಲ್ಲರನ್ನೂ ಕೂಡಿಸಿ ಕೇಳುವುದು ಬೇಡ. ಒಬ್ಬೊಬ್ಬರನ್ನೇ ಕರೆದು ಬೇರೆ, ಬೇರೆಯಾಗಿ ಕೇಳು. ಧನಿಯರಿಗೆ ಸರಿಸಮನಾಗಿ ನಾವೂ ಒಂದು ಸಭೆ ಮಾಡಿದ್ದೇವೆ ಎಂದರೆ ಅವರು ಏನು ತಿಳಿದಾರು?" ಎಂದು ಬೋಧಿಸಿದ.

ಕರಿಯ ಚಿಕ್ಕವನಾದರೂ, ಮೊದಲ ಬಾರಿಗೆ ಯಜಮಾನಿಕೆ ವಹಿಸಿ, ಪ್ರತಿಯೊಬ್ಬರನ್ನೂ ಒಂಟಿಯಾಗಿ ಕರೆಯಿಸಿ, ಮಾತನಾಡಿಸಿದ. ಯಾರೂ ಆಕ್ಷೇಪವೆತ್ತದ ಕೆಲಸ ನಡೆಯಬೇಕಾಗಿತ್ತು. ಹಾಗಾಗಿ ಬೂದನನ್ನು ಕೇಳಿದ: ತುಕ್ರನನ್ನೂ ಕೇಳಿದ; ಚನಿಯನನ್ನು ಕೇಳಿದ; ತುಕ್ರ ಮಾತ್ರ ಅದಕ್ಕೆ ರೇಗಿಯೇ ಮಾತನಾಡುವಂತಾಯಿತು. "ಎಲಾ, ನನ್ನನ್ನೇ ಕೇಳುತ್ತೀಯಲ್ಲ-ನೀನು. ನಾನು ಕದ್ದವನಾಗಿದ್ದರೆ ಕಳ್ಳರನ್ನು ಹಿಡಿಯುವ ಕೆಲಸ ನನಗೆ ಧನಿಯರು ಒಪ್ಪಿಸುತ್ತಿದ್ದರೆ?" ಎಂದ. ಅದಕ್ಕೆ ಕರಿಯ "ನೀನು ಸಿಟ್ಟಾಗುವುದೇಕೆ? ಒಂದೋ 'ಇಲ್ಲ' ಅನ್ನುವುದು; ಒಂದೋ 'ಉಂಟು' ಅನ್ನುವುದು." ನನ್ನ

ಮರ್ಯಾದೆಗೆ ಸಮನಾಗಿ ನಾನು ಕೇಳಬೇಕು. ಪ್ರತಿಯೊಬ್ಬರನ್ನೂ ಹಾಗೆ ಕೇಳಿದೆ" ಎಂದ. ಅದಕ್ಕೂ ಸಿಟ್ಟಿನ ಪ್ರತ್ಯುತ್ತರವೇ! "ನಾನು ಕದ್ದವನಾಗಿದ್ದರೆ ದೈವ ನನ್ನ ತಲೆ ತೆಗೆದುಕೊಳ್ಳಲಿ" ಎಂದ ತುಕ್ರ. ಹಾಗೆಯೇ ವಿಚಾರಣೆ ಮುಂದುವರಿಯಿತು. ಆ ದಿವಸ ವಿಚಾರಣೆಗೆ ಸಿಗದಿದ್ದವರೆಂದರೆ ತಿಮ್ಮ, ಕಾಳರಿಬ್ಬರು ಮಾತ್ರ. ಅವರು ಆ ಸಂಜೆ ಮುಳ್ಳಿಲಿ ಹಿಡಿಯುವುದಕ್ಕೆಂದು ಈಚಲ ಮರ ಹತ್ತಿ, ರಾತ್ರಿಯೆಲ್ಲಾ ತಪಸ್ಸು ಮಾಡುತ್ತಿದ್ದು, ಬೆಳಿಗ್ಗೆ ಮನೆಗೆ ಬಂದರು. ಬಂದು, ತುಸು ವೇಳೆ ಮಾಡಿಕೊಂಡು, ನೀರಿನ ದಂಬೆಗೆ ಹೋಗಿ ಹಲ್ಲು ಉಜ್ಜುತ್ತ ನಿಂತಾಗ ಕರಿಯಣ್ಣ ಅಲ್ಲಿಗೇನೆ ಹೋದ. "ಅಣ್ಣ, ಸಿಟ್ಟು ಮಾಡಬೇಡ ತುಕ್ರಣ್ಣನ ಹಾಗೆ. ನಿನಗೊಂದು ಮಾತು ಕೇಳುತ್ತೇನೆ-ಎಲ್ಲರನ್ನೂ ಕೇಳಿದ್ದೇನೆ. ಹಾಗೆ ನಿಮ್ಮನ್ನೂ ನಾನು ಕೇಳಬೇಕು" ಎಂದ.

"ಏನಣ್ಣಾ ಅದು?"

"ಮತ್ತೇನಿಲ್ಲ. ಧನಿಗಳು ತೋಟದ ಏಲಕ್ಕಿ ಬಹಳವಾಗಿ ಕದ್ದು ಹೋಗಿದೆ. ಯಾರೋ ಅದನ್ನು ಕದ್ದು ಮಾರುತ್ತಿದ್ದಾರೆ' ಅನ್ನುತ್ತಿದ್ದಾರಲ್ಲ, ನಾನು ಅದನ್ನು ವಿಚಾರಿಸಬೇಕಾದದ್ದು ನ್ಯಾಯ. ಅದನ್ನು ಕೇಳುತ್ತಿದ್ದೇನೆ; ನೀವೆಲ್ಲಿಯಾದರೂ ಏಲಕ್ಕಿ ಕದ್ದು ಮಾರಿದ್ದೀರೋ?" ಎಂದ.

ಅದಕ್ಕೆ ತಿಮ್ಮ ನಗುತ್ತ "ಏಲಕ್ಕಿ ಕದ್ದು ಮಾರುವುದೇ? ಏಲಕ್ಕಿ ಬಲಿತ ಮೇಲೆ ನಾವು ಕೇರಿಯಿಂದ ಕಾಣೆಯಾದ ದಿವಸ ಯಾವುದು? ನಿನ್ನೆ ಏನೋ ಬೇಕೆಂತಲೇ ರಾತ್ರಿ ಮುಳ್ಳಿಲಿ ಹಿಡಿಯಲಿಕ್ಕೆ ಹೋಗಿದ್ದೆವು. ತುಕ್ರ ಬಂದು ನೀವು ಕಳ್ಳರು ಎಂದರೆ-ಒಂದು ಕೈ ತೋರಿಸುವ ಅಂತ. ಅಲ್ಲದೆ ಹೋದರೆ ಕದ್ದು ಮಾರಿ ನಮಗೇನಾಗಬೇಕು" ಎಂದ. ಅಲ್ಲಿಗೆ ಕೇರಿಯ ನಾಲ್ಕಾರು ಮಂದಿ ಬಂದು ಹೋದರು. ತಿಮ್ಮ, ಕಾಳರ ಹಲ್ಲುಗಳ ಉಜ್ಜಾಟ ಒಂದೇ ಸಮನೆ ನಡೆಯುತ್ತಿತ್ತು. ಬಂದ ಜನರು ಹೊರಟುಹೋದ ಮೇಲೆ ಕರಿಯನೊಬ್ಬನೇ ಉಳಿದದ್ದನ್ನು ಕಂಡು, ತಿಮ್ಮನೆಂದ; "ಅಣ್ಣಾ, ನೀನು ಸಣ್ಣವ; ಆದರೆ ಯಜಮಾನ. ನಿನ್ನ ಎದುರಿಗೆ ಹೇಳದಿರುವಂಥದು ಯಾವುದೂ ಇಲ್ಲ. ತಪ್ಪಿಗೂ ಒಪ್ಪಿಗೂ ನೀನೇ. ನಿಜಕ್ಕೂ ಯಾರೂ ಅದನ್ನು ಕದ್ದು ಮಾರಿಲ್ಲ. ಆದರೆ ನೋಡು, ಧನಿಗಳು ಆ ದಿನ ನಿನ್ನ ಯಜಮಾನಿಕೆ ಹಾರಿಸಿ ತುಕ್ರನಿಗೆ

ಪಟ್ಟಕಟ್ಟಿದರಲ್ಲ. ಆ ದಿನವೇ ನನ್ನ ಮನಸ್ಸು ಮುರಿಯಿತು. "ಮಲೆಯಿಂದ ಹೊರಡಿ" ಎಂದರು. ಸಾಲದ್ದಕ್ಕೆ, ನನಗೆ ಗೊತ್ತಿದ್ದ ಹಾಗೆ, ಈ ಮಲೆಗೆ ಯಜಮಾನರು ಇಬ್ಬರಿದ್ದಾರೆ; ಮೊದಲಿನಿಂದಲೂ ನಡೆದು ಬಂದದ್ದು ಹಾಗೆಯೇ; ನಮ್ಮ ಕುಲಕ್ಕೆ ಮಲೆರಾಯ ಒಬ್ಬ ಯಜಮಾನ; ಇನ್ನು ಕಲ್ಕುಡ ಒಬ್ಬ ಯಜಮಾನ."

"ನಿನಗೂ ಮಲೆರಾಯನೇ ಮನೆ ದೈವ?"

"ಹೂಂ, ನಮ್ಮ ದೈವವೂ ಅದೇ. ಕಾಳನೂ ನಾನೂ ಅಲ್ಲಿಗೆಷ್ಟೋ ಸಾರಿ ಹೋಗಿದ್ದೇವೆ."

"ನಾನೂ ಹೋಗಿ ಬರುತ್ತೇನೆ."

"ನಾನು ನೋಡಣ್ಣ, ಕಾಳನನ್ನು ಜತೆಗೆ ಕರೆದುಕೊಂಡು ಏಲಕ್ಕಿಯನ್ನು ಕೊಯ್ದದ್ದು ಹೌದು. ಮಾರಲಿಕ್ಕಲ್ಲ; ಸಿಟ್ಟಿಗೆ; ಧನಿಗಳ ಮೇಲಿನ ಸಿಟ್ಟಿಗೆ, ಕೊಯ್ದದ್ದನ್ನೆಲ್ಲ ಮಲೆರಾಯನ ಮುಂದೆ, ನೀರಿನ ಹೊಂಡ ಇದೆಯಲ್ಲ, ಅಲ್ಲಿ ರಾಶಿ ಹಾಕಿ ಬಂದಿದ್ದೇವೆ. ಅವ ನಮ್ಮ ಮೊದಲನೆಯ ಧನಿ. ಆ ದೈವವನ್ನು ಕೇಳಿದ್ದೇನೆ, ಈ ಮಲೆ ನಮ್ಮದಾದರೆ ನಮ್ಮನ್ನು ಕಾಪಾಡು. ಧನಿಗಳನ್ನು ಇಲ್ಲಿಂದ ಓಡಿಸು–ಎಂದು. ಅಷ್ಟು ಮಾಡಿಸಿಯಾನು ಅವನು."

ಈ ಮಾತನ್ನಾಡುವಾಗ ಅವನ ಧ್ವನಿ ಮೆಲ್ಲಗಾದರೂ, ಮುಖದಿಂದ ಕೆಚ್ಚು ಸೂಸುತ್ತಿತ್ತು. ಕಾಳ ಮಾತ್ರ ಅಪರಾಧಿಯಂತೆ ತುಸು ನಡುಗುತ್ತಿದ್ದ, ಕರಿಯಣ್ಣ ಇಬ್ಬರ ಮುಖವನ್ನೂ ಮಿಕಿ, ಮಿಕಿ ನೋಡಿ ನಕ್ಕ. ಹುಡುಗ ವಯಸ್ಸು ಅವನಿಗೆ; ಕೇರಿಯ ಆಸೆ, ಅಸೂಯೆಗಳಲ್ಲಿ ಅವನಿಗೂ ಪಾಲಿತ್ತು. ಧನಿಗಳ ನಡೆನುಡಿಗಳು ಅವನಿಗೂ ಸಹಿಸಿರಲಿಲ್ಲ. ಹೀಗಾಗಿ, ತಿಮ್ಮ ಮಾಡಿದ ಕೆಲಸ ಅಷ್ಟೊಂದು ತಪ್ಪೆಂದು ತೋರಲಿಲ್ಲ. ಕೇಳಿದ ಮಾತಿಗೆ ಅವರಿಬ್ಬರೂ ಸತ್ಯವನ್ನು ಹೇಳಿದ ಹಾಗೆಯೇ ಇತ್ತು. 'ಕದ್ದು ಮಾರಿದ್ದಲ್ಲ; ಅಷ್ಟಂತು ನಿಜ. ಆದರೆ ಮಾಡಿದ ಕೆಲಸ ಸಮನಾದದ್ದು ಎಂದು ಗುರಿಕಾರನಾಗಿ ನುಡಿಯುವ ಧೈರ್ಯ ಅವನಿಗೂ ಬರಲಿಲ್ಲ. ತುಸು ಹೊತ್ತು ಹಾಗೆಯೇ ನಿಂತ.

ತಿಮ್ಮ ಕೇಳಿದ "ಏನಣ್ಣ, ನಮ್ಮ ಕೈ ಬಿಡುತ್ತೀಯೋ? ಕಾಯು

ತ್ತೀಯೋ? ನನಗೇನೂ ಹೆದರಿಕೆ ಇಲ್ಲ. ನನ್ನ ಮನಸ್ಸಿಗೆ ದೈವ ಹೇಳಿತು ಧನಿಗಳ ಕೆಲಸ ಸಮನಲ್ಲ–ಎಂದು. ತುಕ್ರನನ್ನು ನಂಬಿಕೊಂಡು ಅವರು ಬೇಕಾದ ಹಾಗೆ ಮಾಡಲಿ, ನೀನು ಮಾತ್ರ ಆ ಸಂಗತಿಯಲ್ಲಿ ಕೈ ಹಾಕ ಬಾರದು. ನಿನಗೆ ಈ ಸಂಗತಿಯನ್ನು ಹೇಳಿಯೇ ಮಾಡುವ ಎಂದಿತ್ತು. ಆದರೆ ನಿನ್ನನ್ನು ಜತೆಗೆ ಕರೆದುಕೊಂಡದ್ದು ಗೊತ್ತಾದರೆ, ಬೂದಣ್ಣ ಸಿಟ್ಟಾದಾನು ಎಂದು ಸುಮ್ಮನಾದೆವು."

ಕರಿಯ ಸುಮ್ಮನಾದ "ಸುಮ್ಮನಿರು. ಆ ಸಂಗತಿ ಹಾಗೆಯೇ ಇರಲಿ; ಯಾರಿಗೂ ಅದನ್ನು ಹೇಳಬೇಡಿ" ಎಂದು ತನ್ನ ತೀರ್ಮಾನವನ್ನೂ ಕೊಟ್ಟ. ಅನಂತರ ಒಂದು ವಾರದ ಬಳಿಕ ತಿಮ್ಮ ಅವನನ್ನು ಕರೆದುಕೊಂಡು, ಮಲೆರಾಯನ ದರ್ಶನಕ್ಕೆ ಹೋಗಿದ್ದ. ಮಲೆರಾಯನ ಗವಿಯ ಮುಂದೆ ಹೊಂಡ ಒಂದರಲ್ಲಿ, ರಾಶಿಯಾಗಿ ಹಾಕಿ ಕೊಳೆತ ಏಲಕ್ಕಿಯಿಂದ ಪರಿಮಳದ ಬದಲು ನಾತ ಹೊರಡುತ್ತಿತ್ತು. ಕರಿಯನೆಂದ ಮಾತಿದು; "ತೀರ ಕದೀಮರಪ್ಪಾ ನೀವು. ಹತ್ತಾಳುಗಳ ಕೆಲಸವನ್ನು ಇಬ್ಬರೇ ಸೇರಿ ಮಾಡಿಬಿಟ್ಟಿರಿ. ಎಷ್ಟು ರಾತ್ರಿ ನಿದ್ರೆ ಬಿಟ್ಟಿರೋ! ಮಲೆ ಮಲೆರಾಯನದ್ದು ನಿಜ; ಏಲಕ್ಕಿಯೂ ಅವನದ್ದೇ; ಆ ಮಾತೂ ನಿಜ. ಕೆಂಚಜ್ಜ ಇರುವಾಗ ತನ್ನದು ಏನಾದರೂ ದೂರಿದ್ದರೆ ಇಲ್ಲಿಗೆ ಬಂದು ಹೇಳಿಕೊಳ್ಳುತ್ತಿದ್ದ. ನೀವೂ ಹಾಗೆಯೇ ಮಾಡಿದಿರಿ. ಒಳ್ಳೆಯದಾಯಿತು ಬಿಡಿ" ಎಂದ. ತಿಮ್ಮ ಬಳಿಕ ತುಕ್ರನ ವಿಷಯದಲ್ಲಿ, ತಾನು ತುಂಬಿಸಿಕೊಂಡಿದ್ದ ಸೇಡನ್ನು ತೀರಿಸುವ ಸಲುವಾಗಿ ಹೊತ್ತಿದ್ದ ಹಲವು ಹಂಚಿಕೆಗಳನ್ನು ಹೇಳಿದ. ಆದರೆ ಅವನ್ನೆಲ್ಲ ಕರಿಯ ಒಪ್ಪಿಕೊಳ್ಳಲಿಲ್ಲ; ಅದಕ್ಕೆ ತಿಮ್ಮ "ನೀನು ಬೇಡ ಅಂದರೆ ಬೇಡ; ನಿನ್ನ ಮಾತನ್ನು ಮೀರಿ ನಾನು ನಡೆಯುವವನಲ್ಲ" ಎಂದು ಉತ್ತರ ಕೊಡಬೇಕಾಯಿತು.

ಅಧ್ಯಾಯ - ೯

ಹಿಂಗಾರು ಮಳೆಯು ಬಂದು ಹೋಗಿಯಾಯಿತು. ಮಲೆಯ ಸುತ್ತಲಿನ ಬಾನು ಬೆಟ್ಟಗಳೆಲ್ಲವೂ ಶುಭ್ರವಾಗಿ ನೀಲ, ಹಸುರು ಬಣ್ಣಗಳಿಂದ ಕಂಗೊಳಿಸುತ್ತಿವೆ. ಬೆಟ್ಟದ ತೊರೆಗಳ ಆರ್ಭಟೆ ನಿಂತು, ಅದರ ನಿತ್ಯದ ಪ್ರವಾಹ ಹದನಾದ ಮೆಲುನಡೆಯಿಂದ ಸಾಗಿದೆ. ತುಂಬ ವಿರಾಮವುಳ್ಳ ನೃತ್ಯಕನ್ಯೆಯರಂತೆ ಕಿರಿಮಲೆಯ ನೀರಿನ ಅಬ್ಬಿಗಳು ಅಲ್ಲಲ್ಲಿ ಕುಣಿದು, ಹಾರಿ, ನಡುನಡುವೆ ವಿಶ್ರಮಿಸಿ, ಕಣಿವೆಯ ನಡುವಣ ತೊರೆಯನ್ನು ಸೇರುತ್ತಿವೆ. ಈ ತೊರೆಯು ಕಿಲಕಿಲನೆ ನಗುತ್ತ ಬಂಡೆಗಳನ್ನು ಸುತ್ತಿ ಸುಳಿದು, ಅಲ್ಲಲ್ಲಿ ತಂಗಿ, ವಿರಮಿಸಿ, ಮುಂದಕ್ಕೆ ಹರಿದು, ಕೊರಕಲುಗಳಿಗೆ ಧುಮುಕುತ್ತಲೋ, ಇಳಕಲು ಗಳಲ್ಲಿ ಮೆಲುನಡೆಯಿಂದ ಜಾರುತ್ತಲೋ ನೂರಾರು ಬಗೆಯಿಂದ ನಕ್ಕು ನಲಿದು, ಮೂಲೆಗುಂಪಿನ ಹಾದಿಯಾಗಿ ನೇತ್ರಾವತಿ ನದಿಯನ್ನು ಸೇರುತ್ತವೆ. ಚಳಿಗಾಲ ಪ್ರಾರಂಭವಾದುದರಿಂದ ಸೂರ್ಯ ಬಾನಲ್ಲಿ ಸಾಕಷ್ಟು ಮೇಲಕ್ಕೇರುವ ತನಕ ಬೆಟ್ಟ, ಕಣಿವೆಗಳು ಬಿಳಿ ಮಂಜಿನಿಂದ ಮುಸುಕಿದ್ದು, ಮಲೆವಾಸಿಗಳ ಮೈಗೆ ನಡುಕವನ್ನುಂಟುಮಾಡುತ್ತವೆ. ಬಿಸಿಲೇರಿ ಮಂಜಿನ ಮೇಲೆ ಸೂರ್ಯ ಕಿರಣ ಕುಣಿದಾಡತೊಡಗಿತೆಂದರೆ ನೆಲವನ್ನು ಬಿಟ್ಟು ಮೇಲು ಮೇಲಕ್ಕೇರಿ, ನಭೋ ಮಂಡಲದಲ್ಲಿ ತೇಲಿ, ಗಾಳಿಗೆ ಅದೃಶ್ಯವಾಗಿ ಹೋಗುತ್ತದೆ. ಅತ್ತ ಕಿರಿಮಲೆಯ ಕುಡಿಯರಿಗೆ ಏಲಕ್ಕಿ ತೋಟದ ಕೆಲಸಗಳು ಮುಗಿದು ಬಂದಿವೆ; ಕೈ ತೆರವಾಗಿದೆ. ವಿನೋದಕ್ಕೋ, ಬೇಟೆಗೋ ಅನುಕೂಲ ಸಮಯ ಬಂದೊದಗಿದೆ. ನಾಲ್ಕಾರು ತಿಂಗಳ ಕಾಲ ಮೈ ನಡುಗಿಸುವ ಶೀತವಾದ ಗಾಳಿ, ಮುಗಿಲುಗಳಿಂದ ಚಳಿ ಹೆಚ್ಚಿಗಿದ್ದರೂ ಉಲ್ಲಾಸದಿಂದ ತಿರುಗುವುದಕ್ಕೆ ತುಂಬ ಇಷ್ಟದಾಯಕವಾಗುತ್ತದೆ. ಕೆಲಸ ಇಲ್ಲೆಂದು ಮಲೆಯ ಹೆಂಗಳೆಯರು ಆಲಸಿಗಳಾಗಿ ಕುಳಿತಿರುವುದಿಲ್ಲ. ಮನೆಯಲ್ಲಿ ಕುಳಿತಿರುವವ

ರೆಂದರೆ ಪ್ರಾಯ ಮೀರಿದವರು, ಚಿಕ್ಕ ಪುಟ್ಟ ಬೇನೆಗಳಿಂದ ನರಳುವವರು ಮಾತ್ರ. ಬೇಸಾಯದ ಕೆಲಸ ಈಗ ಇಲ್ಲದಿದ್ದರೂ, ಹೆಂಗಸರಿಗೆ ಪ್ರಿಯವಾದ ಹಲವಾರು ಕೆಲಸಗಳಿರುತ್ತವೆ. ತೀರ ಉತ್ಸಾಹಿಗಳಾದವರು ಮನೆಯಲ್ಲಿ ಕುಳಿತಿರುವುದಕ್ಕೆ ಎಂದೂ ಇಷ್ಟಪಡುವುದಿಲ್ಲ. ಅವರ ಅಡುಗೆಗೆ, ಮನೆಗೆಲಸ ಗಳಿಗೆ ಎಷ್ಟು ಸಮಯ ಬೇಕು? ಹಾಗೆಂದು, ಬೆಳಗಿನ ಊಟ ಮುಗಿಸಿ ಹೊರಬೀಳುತ್ತಾರೆ; ಕಾಡಿನ ಮೂಲೆ ಮೂಲೆಗಳನ್ನು ಗಡ್ಡೆಗೆಣಸುಗಳಿಗಾಗಿ ಹುಡುಕಾಡುತ್ತಾರೆ. ಕೆಲವರು ಬಯನಿ ಹೆಂಡ ತೆಗೆಯುವುದಕ್ಕೆ ಮರವನ್ನೇರಿ ಇಳಿಯುವುದೂ ಉಂಟು. ಹಲವರು ತೊರೆಯ ಬುಡಕ್ಕೆ ಹೋಗುತ್ತಾರೆ. ತೊರೆಯ ಮಗ್ಗುಲಿನ ಚಿಕ್ಕ ಪುಟ್ಟ ಕಲ್ಲುಗಳನ್ನೆಬ್ಬಿಸಿ, ಅವುಗಳ ಎಡೆಯಲ್ಲಿ ಮನೆ ಮಾಡಿಕೊಂಡಿರುವ ಏಡಿಗಳನ್ನು ಹಿಡಿದು, ಕಣ್ಣು ಚಿವುಟಿ ಬುಟ್ಟಿಗಳಲ್ಲಿ ತುಂಬಿಕೊಳ್ಳುತ್ತಾರೆ. ಏಡಿಯಂತೆ ಬೆಟ್ಟದ ತೊರೆಗಳಲ್ಲಿ ಸಿಗಡಿಯೂ ಸಿಗುತ್ತದೆ. ಹಿಡಿಯಲು ಇಷ್ಟವಾದರೆ ತೊರೆಯಲ್ಲಿ ಚಿಕ್ಕ ಪುಟ್ಟ ಮೀನುಗಳಿಗೂ ಬರಗಾಲವಿಲ್ಲ. ಕೆಂಪಿಗೆ ಏಡಿ, ಸಿಗಡಿ, ಮೀನು ಹಿಡಿಯುವುದೆಂದರೆ ತುಂಬ ಇಷ್ಟ. ಆಕೆ ಒಂಟಿಯಾಗಿಯೋ ಗೆಳತಿಯರನ್ನು ಕೂಡಿಕೊಂಡೋ ತೊರೆಯ ಬಳಿಗೆ ಜಾವ ಹೊತ್ತಿಗೆ ಬಂದರೆ, ಮನೆ ಸೇರುವುದು ಮುಸ್ಸಂಜೆಗೆ. ಕಿರಿಮಲೆಯ ತೊರೆಯ ಸೆರಗನ್ನು ಹಿಡಿದು, ಮೈಲುದ್ದಕ್ಕೂ ಬಂಡೆಗಳನ್ನು ಹಾರಿ, ಕುಪ್ಪಳಿಸಿ, ಹೋಗಿ ಬರುವುದುಂಟು. ತೊರೆಯ ಮೇಲೆ ನೆರಳು ಕಡಿಮೆ; ಅದಷ್ಟೇ ಚೆನ್ನಾಗಿ ಬಿಸಿಲು ಬೀಳುವ ಜಾಗವೆನ್ನಬೇಕು. ಹೀಗಾಗಿ ಶೀತಲ ನೀರಲ್ಲಿ ನಿಂತು, ಅಲೆದಾಡಿದರೂ ಮೈಮೇಲೆ ಬೆಚ್ಚಗಿನ ಬಿಸಿಲು ಬೀಳುತ್ತದೆ. ಆಗ ಮನೆಗಿಂತ ಪ್ರಕೃತಿ ಹಿತವಾಗಿ ಕಾಣಿಸುತ್ತದೆ. ಆಕೆ ಒಮ್ಮೊಮ್ಮೆ ಏಡಿಯ ಬೇಟೆಗೆ ಹೊರಟರೆ, ಮಧ್ಯಾಹ್ನ ಸರಿದರೂ ಪ್ರಪಂಚದ ಅರಿವನ್ನೇ ಮರೆತುಬಿಡುತ್ತಾಳೆ. ಬುಟ್ಟಿ ತುಂಬಿದ ಮೇಲೆಯೇ ಇತರ ವಿಚಾರಗಳು ಹೊಳೆಯಬೇಕು. ಬುಟ್ಟಿ ತುಂಬಿತೆಂದರೆ, ನಾಲ್ಕು ಕ್ಷಣ ಕಾಲ ಬಂಡೆಯೊಂದರ ಮೇಲೆ ಕುಳಿತು, ನೀರಲ್ಲಿ ಕಾಲಾಡಿಸುತ್ತ ದಣಿವಾರಿಸಿಕೊಳ್ಳುತ್ತಾಳೆ. ಅನಂತರ ಕಣ್ಣು ಆಚೀಚಿನ ಗಿಡಮರಗಳ ಕಡೆಗೆ ಹೊರಳುತ್ತದೆ. ಆ ವನರಾಜ್ಯದಲ್ಲಿ, ತೀರ ಮಳೆಗಾಲವೊಂದನ್ನು ಬಿಟ್ಟರೆ, ಉಳಿದ ಸಮಯಗಳಲ್ಲಿ ಎಷ್ಟೆಲ್ಲ ಹೂಗಳಿಲ್ಲ! ಮರಗಳಿಗೆ ಅಂಟಿಕೊಳ್ಳುವ ಬದನಿಕೆಗಳು ತೆರತೆರನ ಹೂ ಬಿಡುತ್ತವೆ.

ಬಂಡೆಗಳ ಎಡೆಯಲ್ಲಿ ಒಂದು ಜಾತಿಯ ಸುಗಂಧಿ, ಬಿಳಿಯ ಹೂವರಳಿಸಿ ಕೊಂಡು ನಗುತ್ತಿರುತ್ತದೆ. ಕಿಸ್ಕಾರದಂಥ ಹೂವಿಗೆ ಬರಗಾಲವಿಲ್ಲ. ಬಂಡೆಗಳಿಗೆ ಅಂಟಿಕೊಂಡು ಬೆಳೆಯುವ ಕೆಲವೊಂದು ಹುಲ್ಲು ಜಾತಿಯಲ್ಲೂ, ನೀಲ, ಕೆಂಪು, ಹಳದಿ ಬಣ್ಣದ ಹೂಗಳೂ ಸಾವಿರಾರು. ತನ್ನ ಚೆಲುವಿನ ಪ್ರಜ್ಞೆಯುಳ್ಳ ಆಕೆ ಮೈ ಸಿಂಗಾರಕ್ಕಾಗಿ ಇಷ್ಟಪಡುತ್ತಾಳೆ. ಒಬ್ಬಳೇ ಇದ್ದರಂತು, ಅಂಥ ವೇಳೆಗೆ ಈ ಉತ್ಸಾಹ ಹೇಳಿ ತೀರದು. ಜಾರುವ ಬಂಡೆಗಳನ್ನು ಹತ್ತಿ, ಹೂ ಕೊಯ್ದರೂ ಕೊಯ್ದಳೇ! ಪಾಮಾಜಿ ಅಂಟಿದ ಮರಗಳನ್ನು ಹತ್ತಿ, ಬದನಿಕೆಯ ಹೂವಿಗೆ ಕೈ ಹಾಕಿದರೂ ಹಾಕಿದಳೇ. ಹೂವುಗಳನ್ನಾಯ್ದು ಬಂದಳೆಂದರೆ, ಅವನ್ನು ಕ್ರಮದಂತೆ ಮಡಬೇಕು. ಅನುಕೂಲವಾದ ನಾರುಗಳನ್ನು ತಂದು, ಹೂ ಮಡುತ್ತಾಳೆ. ತಲೆಗೆ ಅದನ್ನಿಟ್ಟು ನೋಡುತ್ತಾಳೆ. ಅವಳ ಪಾಲಿಗೆ ತೊರೆಯ ಅಲ್ಲಲ್ಲಿನ ಶಾಂತವಾದ ಕಿರುಕುಣಿಗಳು ನೀಲಕನ್ನಡಿ ಗಳು. ಹೂಗಳನ್ನು ತಲೆಗಿರಿಸಿಕೊಂಡು ತನ್ನ ಮುಖ ತಾನೇ ನೋಡಿ ಮೆಚ್ಚಿ ಹಿಗ್ಗುತ್ತಾಳೆ. ಅವನ್ನು ಅನಂತರ ಬದಿಗಿರಿಸಿ ಸ್ನಾನದ ಯೋಚನೆ ಮಾಡುತ್ತಾಳೆ.

ನೀರಿನಲ್ಲಿ ಕಾಲು ಕುಣಿಸುವುದು ಬೇರೆ, ಮೈ ಪೂರ್ಣಮುಳುಗಿಸಿ ಮೀಯುವುದು ಬೇರೆ. ಮೈಯನ್ನು ಮೆಲ್ಲಗೆ ಕುಣಿಯಲ್ಲಿಳಿಸಹೋದರೆ, ಅದರ ತಂಡಿ ಕರುಳನ್ನು ಕೊರೆಯುತ್ತದೆ. ಹಾಗೆಂದು ನೀರಿಗಿಳಿಯುವುದಕ್ಕೆ ನಿಧಾನಿಸಿ, ನಿಧಾನಿಸಿ, ಮಗ್ಗುಲ ಬಂಡೆಯಿಂದ ಒಮ್ಮೆಗೇ ಕುಣಿಯೊಂದಕ್ಕೆ ಧುಮುಕು ತ್ತಾಳೆ. ಕತ್ತಿನ ತನಕ ನೀರು ಬಂದ ಮೇಲೆ ಮತ್ತೆ ಚಳಿಯ ಬೆದರಿಕೆಯಿಲ್ಲ. ಮುಖದ ಮೇಲೆ ಬಿಸಿಲು ಹಚ್ಚಗೆ ಹೊಯ್ಯುತ್ತದೆ. ಹಾಗೆ ನೀರಿನಲ್ಲಿ ಕುಳಿತು ಈಸುತ್ತ, ನೂರಾವೃತ್ತಿ ಮುಖ ತೊಳೆದುಕೊಳ್ಳುವುದೋ ಮೈ ಉಜ್ಜಿಕೊಳ್ಳು ವುದೋ ಅವಳ ಚೇಷ್ಟೆ. ಕರಿಮಣಿಯ ಸರಕ್ಕೆ ಸಿಕ್ಕಿಸಿಕೊಂಡ ಮೇಲುದೆ ಯನ್ನು ಇಳಿಯಬಿಟ್ಟು, ತನ್ನೆದೆಯನ್ನು ಕಂಡು ತಾನೇ ಮೋಹಿಸುವಂತೆ, ನೀರಿನಲ್ಲಿ ಬಳುಕಾಡುತ್ತಾಳೆ. ಹಲವು ಬಾರಿ ನೀರನ್ನು ನುಂಗಿ ಹಲ್ಲಿನೆಡೆಯಿಂದ ಚಿರ್ರನೆ ಚಿಮ್ಮಿಸಿ ನಗುತ್ತಾಳೆ. ನೀರಿಗಿಳಿದವಳು ಮೇಲೆ ಬರುವುದು ಬಹಳ ನಿಧಾನ. ಗೆಳತಿಯರ ಅವಸರ ಅವಳಿಗೆ ಸಹಿಸದು. 'ಸಂಜೆಯ ತನಕ ಏನು ಕೆಲಸ? ಎಂದು ಅವರಿಗೆ ಹೇಳುವುದುಂಟು. ಗೆಳತಿಯರಿದ್ದರೆ, ತನ್ನ ಸೊಗಸನ್ನು ತಾನೇ ನೋಡಿ ಮೆಚ್ಚುವುದಕ್ಕೂ ಸಂಕೋಚ. ಹೀಗೆಂದು

ಒಂಟಿಯಾಗಿ ಬರುವುದೇ ಹೆಚ್ಚು. ಒಂಟಿಯಾಗಿ ಬಂದಳೆಂದರೆ, ನೀರಿನ ಮರುಳು ಅವಳಿಗೆ ಬಿಟ್ಟದ್ದಲ್ಲ. ಆಚೀಚಿನ ಬೆಟ್ಟದ ಗೋಡೆಗಳೆಲ್ಲವೂ ಅವಳ ಬಚ್ಚಲುಮನೆಯ ಗೋಡೆಗಳೆಂದು ಅನಿಸುತ್ತವೆ. ನಿರ್ಭೀತಳಾಗಿ, ಉರುಟಾದ ಬೆಣಚುಕಲ್ಲೊಂದನ್ನು ತೆಗೆದು, ಮೈಯನ್ನು ಉಜ್ಜಿಕೊಳ್ಳುವುದು ಉಂಟು. ಹಾಗೆಯೇ ಬಟ್ಟೆ ಒಗೆಯಲು ಮನವಾದರೆ ತೊಟ್ಟ ಅರಿವೆ ಕಿತ್ತು ಬಂಡೆಯ ಮೇಲೆ ಕುಕ್ಕಿ ಕೊಳೆ ತೆಗೆದು ಹಿಂಡಿ, ಬಿಸಿಲಿಗೆ ಅದನ್ನು ಹರವುತ್ತಾಳೆ. ಅಲ್ಲಿಯ ತನಕ ಇನ್ನೇನು ಕೆಲಸ? ಆಚೀಚೆಗೆ ಕದ್ದು ನೋಡಿ, ತನಗೆ ತಾನೇ ಧೈರ್ಯ ಮಾಡಿಕೊಂಡು, ತಿರುಗಿ ನೀರಿಗೆ ಇಳಿಯುತ್ತಾಳೆ. ನೀರಲ್ಲಿ ಓಡಾಡುತ್ತ ಮೀನು ಗಳನ್ನು ಗಬಕ್ಕನೆ ಕೈ ಹಾಕಿ ಹಿಡಿಯುವುದುಂಟು. ಅವಳ ಮೀನು ಹಿಡಿಯುವ ಕ್ರಮ ಇದೇನೆ. ಕೇರಿಯವರಂತೆ, ನೀರಿಗೆ ವಿಷ ಹಾಕಿ, ಹೊಟ್ಟೆ ಮೇಲೆ ಮಾಡಿ ಬೀಳುವ ಮೀನಿನ ಹೆಣಗಳನ್ನು ಒಟ್ಟು ಮಾಡುವುದರಲ್ಲಿ ಅವಳಿಗೆ ಸಂತೋಷವಿಲ್ಲ. ಕೈಯಲ್ಲಿ ಅವನ್ನು ಹಿಡಿದು, ಬುಟ್ಟಿಗೆ ತುಂಬಿಸಿದರೆ ಚಂದ. ಯಾವಾವ ಮೂಲೆಯಲ್ಲಿ ಯಾವಾವ ಜಾತಿಯ ಮೀನುಗಳು ಸಿಗುತ್ತವೆ ಎಂಬುದು ಅವಳಿಗೆ ಕಂಠಪಾಠ. ಮೀನು ಹಿಡಿದು, ಬುಟ್ಟಿಗೆ ತುಂಬಿಸಿ, ಅತಿ ದೀರ್ಘದ ಸ್ನಾನ ಮುಗಿಸಿ, ಬಂಡೆಯಿಂದ ಮೇಲಕ್ಕೆ ಬಂದು, ಸೀರೆ ಉಟ್ಟು ಕೊಂಡಳೆಂದರೆ ಅಲ್ಲೇ ಹಾಯಾಗಿ ಕುಳಿತಿರುವ, ಅನಿಸುತ್ತದೆ. ಬೆರಳೇ ಬಾಚಣಿಗೆಯಾಗಿ, ಕೂದಲುಗಳನ್ನೆಲ್ಲ ಸವರಿ ಸರಿಪಡಿಸಿಕೊಂಡು, ಹೆರಳುಹಾಕಿ, ಮುಚ್ಚಿಟ್ಟ ಹೂಗಳನ್ನು ಮುಡಿದು, ತನ್ನ ಚೆಲುವನ್ನು ತಾನೇ ಮೆಚ್ಚುವವಳಂತೆ, ಆಚೀಚೆ ನೋಡುತ್ತಾಳೆ; ಮೈ ನೋಡಿಕೊಳ್ಳುತ್ತಾಳೆ. ಒಮ್ಮೊಮ್ಮೆ ಉಸ್ಸೆಂದು ತನ್ನ ಜೀವನದ ನಿರಾಶೆಯಿಂದ ಬೇಸರ ಸೂಸುವುದೂ ಉಂಟು.

ಹಳೆಯ ದಿನಗಳ ನಿರಾಶೆಯಿಂದ, ಹಿರಿಮಲೆಗಾಗಲಿ, ಕಿರಿಮಲೆಗಾಗಲಿ ತನಗೆ ಸಮನಾದ ಸುಂದರಿಯರಿಲ್ಲ ಎಂದು ತಿಳಿದಿದ್ದಳು. ಹಾಗೆಂದೇ ತನ್ನ ತಂದೆ, ತಾಯಿಯರು ಸೇರಿ ಕೆಂಪಿಯೆಂಬ ನಾಮಕರಣ ಮಾಡಿದ್ದು. ಕೆಂಪಗಿನ ಮೈಯುಳ್ಳವಳಾದುದರಿಂದಲೇ ಆ ಹೆಸರು. ಅವಳ ಬೊಗಸೆಗಣ್ಣು ಗಳು ಮಿಗದಂತೆ ಹೊಳೆದು ತಿರುಗುವ ಚೆಲುವುಳ್ಳವು. ಆರಿಸಿ, ಆರಿಸಿ ತುಕ್ರನೊಡನೆ ಅವಳ ವಿವಾಹಕ್ಕೆ ಒಡಂಬಟ್ಟರು; ಆ ಆಯ್ಕೆಯಲ್ಲಿ ಅವಳೇ ಪ್ರಧಾನಪಾತ್ರ ವಹಿಸಿದ್ದಳು. ಕಿರಿಮಲೆಯ ಬಂಧುಗಳು ಮನೆಗೆ ಬಂದಾಗ,

ಅವರೊಡನೆ ಕಲೆತು ಕೆಲಸಕ್ಕೆ ಹೋಗುವಾಗ, ದೃಷ್ಟಿಯ ಗಾಳದಲ್ಲಿ ತುಕ್ರನನ್ನು ಸೆಳೆದವಳು ಅವಳೇನೆ. ಮದುವೆಯಾದ ಮೊದಲು ಕೆಲವು ದಿನ, ಹೆಚ್ಚಿನ ಸುಖದಲ್ಲೇ ಬಾಳಿದರು. ಅನಂತರ ಮನೆಗೆ ಅವಳೇ ರಾಣಿಯಾದರೂ, ಹಿರಿಯ ಚೆನ್ನಿ ಇದ್ದುದರಿಂದ ಅವಳ ಬಾಳು ಅಷ್ಟು ಸೊಗಯಿಸಲಿಲ್ಲ. ಗಂಡನ ಮನೆಗೆ ಬಂದು ಹಲವು ವರ್ಷಗಳಾದರೂ, ಆಕೆ ಗರ್ಭಿಣಿಯಾಗಲೂ ಇಲ್ಲ. ಚೆನ್ನಿ ಗಂಡನನ್ನು ಇದಕ್ಕಾಗಿ ಹಂಗಿಸಿದ್ದೂ ಉಂಟು. ಅವಳು ನಾಲ್ಕು ಮಕ್ಕಳ ತಾಯಿಯಾದುದರಿಂದ 'ನೀವು ಮೆಚ್ಚಿ, ಮೆಚ್ಚಿ ತಂದುದು ಒಬ್ಬ ಬಂಜೆ ಯನ್ನಲ್ಲವೇ?' ಎಂದು ಚೆನ್ನಿ ಎಂದುದುಂಟು. 'ಎಂದೋ ಮುಗಿಯಿತಲ್ಲ. ಆ ವಿಷಮ ದಾಂಪತ್ಯ, ಒಳಿತೇ ಆಯಿತು' ಎಂದುಕೊಂಡಳು ಕೆಂಪಿ. ಕಾರಣ, ಗಂಡ ಒರಟ; ಅಳತೆ ಮೀರಿ ಮಾತನಾಡುವವ. ಕುಡಿದಾಗ ಪ್ರಜ್ಞೆ ಮೀರಿ ಹೊಡೆಯುವವ.

ಹಾಗೆಂದು ಅದೃಷ್ಟದಿಂದ ಬೂದನ ಮನೆಯನ್ನು ಸೇರಿದೆ ಎಂದಂದು ಕೊಂಡಳು. ಬೂದ ಅವಳನ್ನು ಪ್ರೀತಿ, ಮನ್ನಣೆಗಳಿಂದಲೇ ಕಂಡವನಾದರೂ ಮನೆಗೆ ಬಂದು ಕೆಲವು ವರ್ಷಗಳು ಸಂದಮೇಲೆಯೂ, ಆಕೆ ಹೆರದುದನ್ನು ಕಂಡು ವ್ಯಥೆ ತಾಳುತ್ತಾನೆ. ಅದಕ್ಕೋ ಏನೋ ಕರೆತಂದ ಕರಿಯನನ್ನು ತನ್ನಳಿಯ ಕಾಳನನ್ನು ಬೆಳೆದ ಮೇಲೆಯೂ ಆತ ಮುದ್ದಿಸುವುದನ್ನು ಕಂಡರೆ 'ತನಗೂ ಒಂದು ಕೂಸಿಲ್ಲದೆ ಹೋಯಿತೆ' ಎಂಬ ವ್ಯಥೆ ಕೆಂಪಿಗೆ ಉಂಟಾಗು ತ್ತದೆ. ಸಾಲದುದಕ್ಕೆ, ಬೂದನಿಂದ ಆಕೆಗೆ ಮೈಸುಖದ ತೃಪ್ತಿಯೂ ಸಂಪೂರ್ಣ ದೊರೆತಂತಿಲ್ಲ. ಇದರಿಂದಲೋ ಏನೋ, ಚೆಲುವಿನ ಇಲ್ಲವೆ ಬಲಿಷ್ಠ ಗಂಡುಗಳನ್ನು ಕಂಡಾಗಲೆಲ್ಲ ಅವಳ ಮನಸ್ಸು ಚಂಚಲವಾಗುತ್ತದೆ. ಆದರೂ ಬಹುಕಾಲ ಬೂದನ ಸಂಸಾರದಲ್ಲಿ ಒಡಕಿಲ್ಲದೆ ಬಾಳಿದಳು ಅವಳು. ಅವನ ದ್ವೇಷಗಳಲ್ಲೂ ಸ್ನೇಹದಲ್ಲೂ ಪಾಲುಗಾರಳಾದಳು. ತುಕ್ರನನ್ನಂತು ವೈರಿಯೆಂದೇ ತಿಳಿದಳು. ಈಗಲೂ ಆತನೆಲ್ಲಾದರೂ ಸಮೀಪಿಸಿದರೆ, ಕಣ್ಣಿಂದಲೇ ನುಂಗುವಂತೆ ಬೆದರಿಕೆ ಹಾಕುವುದುಂಟು. ತನಗೆ ಕೂಸೊಂದಾಗಿ ದ್ದರೆ ಆ ಮಗುವನ್ನು ಹೊತ್ತು ಕೇರಿಯಲ್ಲೆಲ್ಲ ಮೆರೆಯಿಸುತ್ತಿದ್ದೆ ಎಂಬ ಹವಣಿಕೆ ಅವಳಿಗೆ. ಅದೊಂದೇ ಅವಳ ಜೀವನದ ಕೊರತೆ. ತುಕ್ರನಂತೆ ಅವಳ ಅನಾದರಕ್ಕೆ ಪಾತ್ರರಾದವರು ತಿರುಮಲ ಧನಿಗಳು. ಧನಿಗಳನ್ನು ಮೊದಲ

ಬಾರಿಗೆ ಕಲ್ಕುಡನ ಕೋಲದ ವೇಳೆ ಕಂಡಾಗ ನೀರಡಿಕೆಯ ಕಣ್ಣುಗಳಿಂದಲೇ ಆಕೆ ಕಂಡಿದ್ದಳು. ಅವರ ಬೆಳ್ಳಗಿನ ಮೈ, ನಡುವಿಗೆ ಬಿಗಿದ ಚಿನ್ನದ ನೇವಳ, ಕತ್ತಿಗೆ ತೂಗುವ ಚಿನ್ನದ ಸರಪಣಿ ಎಲ್ಲವೂ ಅವಳ ಮನ ಸೆಳೆದಿದ್ದುವು. ಅವರು ಅವಳನ್ನು ಬಹು ಹೊತ್ತು ನೋಡಿದ್ದರೂ, ತನ್ನನ್ನೋ ತನ್ನ ಗುಂಪನ್ನೋ ಎಂದು ತಿಳಿಯಲಾರದವಳಾಗಿದ್ದಳು, ಆ ಕಾಲದಲ್ಲಿ.

ಅನಂತರ ಕಿರಿಮಲೆಗೆ ಬೂದನ ಹೆಂಡತಿಯಾಗಿ ಬಂದ ಮೇಲೆ ಧನಿಯ ಕುರಿತಾದ ಅವಳ ಮನಸ್ಸು, ಮನೆಯವರ ಮನಸ್ಸಿನೊಂದಿಗೆ ಒಂದಾಗುತ್ತಿತ್ತು; ಅವರು ಕೆಟ್ಟವರೆಂದೇ ತೋರುತ್ತಿತ್ತು. ಆದರೆ, ತನ್ನ ಪಾಡಿಗೆ ತಾನಿರುವ ಆಕೆಗೆ ಧನಿಗಳ ಹಂಗು ಹೆಚ್ಚೇನೂ ಇರಲಿಲ್ಲ. ಅವರ ಮನೆಗೆಲಸಕ್ಕೆ ಆಕೆ ಹೋಗುತ್ತಲೂ ಇರಲಿಲ್ಲ. ಹೋಗುವವರ ವಿಷಯದಲ್ಲಿ ಧನಿಗಳಿಗೆ ಸಲುಗೆ ಇತ್ತೆಂದು ಅನುಮಾನಿಸಿದ್ದರೂ, ಆ ಹಾದಿಯಾಗಿ ಹೋದದ್ದೂ ಕಡಿಮೆ. ಅವಳ ಮನದಲ್ಲಿ–ಅವರನ್ನು ಕುರಿತಾದ ಬಯಕೆ ಅಸ್ಪಷ್ಟವಾಗಿ ಉಂಟಾದುದು, ಆವೊಂದು ದಿನ 'ಮುಟ್ಟಿನ ಮನೆ' ಯ ಮುಂದೆ ಅವರು ಬಂದು ನಿಂತು, ಮಾತನಾಡಿಸಿದಾಗ. ಅವರ ಇಂಗಿತ ಸ್ಪಷ್ಟವಾದದ್ದು–ಬೀಳಲು ತರಲು ಹೋದಾಗ. ಅಷ್ಟಿದ್ದರೂ ತನ್ನ, ಅವರ ಅಂತರವನ್ನೆಲ್ಲ ಬಲ್ಲಳು. ತನ್ನ ಬಯಕೆಗಳಿಗೆ ಪುಷ್ಟಿ ಕೊಡುವ ಪ್ರಯತ್ನವನ್ನು ತಾನಾಗಿಯೇ ಮಾಡಲೂ ಇಲ್ಲ.

ಕೆಂಪಿಯ ಮನದಲ್ಲಿ ಏನೇ ಇರಲಿ, ಹೇಗೂ ಇದ್ದಿರಲಿ ಈ ಬಾರಿ ಬಂದು ಬಿಡಾರ ಹೂಡಿದ ತಿರುಮಲ ಭಟ್ಟರ ಮನಸ್ಸಿನಲ್ಲಿ, ಅವಳ ಕುರಿತಾದ ಆಸೆ ಬಲವಾಗಿತ್ತು. 'ಮುಟ್ಟಿದಿರಾ!' ಎಂದು ಅವಳು ನುಡಿದ ಒಂದು ಮಾತಿನ ಮೇಲೆಯೇ, ಮನಸ್ಸಿನ ಆಸೆಯನ್ನು ಬೆಳೆಸಿಕೊಂಡು, ಅವಕಾಶ ಹೊಂಚು ಹಾಕುತ್ತಿದ್ದರು ಅವರು. ಮಲೆಯ ಹುಡುಗಿಯರು ತಮ್ಮ ಕೈಗೆ ನಿಲುಕದವರಲ್ಲ –ಎಂಬುದೊಂದು ಸಾಮಾನ್ಯ ಧೈರ್ಯ. ಆ ಧೈರ್ಯಕ್ಕೆ ತುಕ್ರ ಬೆಂಬಲ ನೆಂದರೂ ಸರಿಯೆ. ಈ ಬಾರಿ ಏಲಕ್ಕಿಯ ಕೊಯ್ಲನ್ನು ಕೊಯ್ಯಿಸಿ, ಒಣಗಿಸಿ ಮುಗಿಯಿತಾದರೂ, ಅವರು ಆದ ನಷ್ಟವನ್ನೆಲ್ಲ ಮರೆತು, ಈ ಒಂದು ಬಯಕೆಯಿಂದಲೇ ಊರಿಗೆ ಮರಳುವುದನ್ನು ಮುಂದುವರಿಸಿದ್ದರು. ತಮ್ಮ ಆಪ್ತ ತುಕ್ರನೊಡನೆ "ತುಕ್ರ, ಅದೇನು ನಿನ್ನ ಕೆಂಪಿ ಕೇರಿಯಲ್ಲೇ ಇರುವುದಿಲ್ಲ" ಎಂದೊಮ್ಮೆ ನುಡಿದರು.

"ಅವಳು ಮಾಂಟ ಬೆಕ್ಕು; ಅದೊಂದು ಹೆಣ್ಣಿನ ಜಾತಿಯಲ್ಲ" ಎಂದು ಆತ ಉತ್ತರವಿತ್ತುದಕ್ಕೆ ಬರಿದೆ ನಕ್ಕರು. 'ಏಕೆ ಹಾಗೆನ್ನುತ್ತಾನೆ ತುಕ್ರ!' ಎಂದು ಊಹಿಸಲಾರರು. ಆ ವಿಚಾರದಲ್ಲಿ ತುಕ್ರನ ಬೆಂಬಲ ಪ್ರಯೋಜನದ್ದಲ್ಲ ಎಂದು ಅರಿತವರು. ಆದರೂ ಇಂಥ ಸಂಗತಿಗಳಲ್ಲಿ, ಉಳಿದ ಕುಡಿಯರೊಡನೆ ಆಡಿದರೂ ಬಿಚ್ಚು ಮನಸ್ಸಿನಿಂದ ಆಡುವಂತಿಲ್ಲ. ಈ ವಿಷಯ ತುಕ್ರನೊಡನೆ ಆಡಿದರೂ ಕೆಂಪಿಗೂ, ತುಕ್ರನಿಗೂ ಎಣ್ಣೆಸೀಗೆ ಎಂದು ಗೊತ್ತಿದ್ದುದರಿಂದ ತುಂಬ ಅನುಮಾನವೇ. ಆದರೂ ಮೇಲಿನಿಂದ ಮೇಲೆ ಕೆಂಪಿಯ ವಿಚಾರ ಅವನ ಮುಂದೆ ಆಡದೆ ಇರಲಿಲ್ಲ. ಅವನಾದರೂ ಅವಳ ವಿಷಯದಲ್ಲಿ ಅಭಿಮಾನ ತಾಳಿದವನಲ್ಲ. ಒಮ್ಮೆ ಮಾತನಾಡುವಾಗ ಪ್ರಸಂಗವಶಾತ್ "ಅವಳಿಗೆ ಸಿಗಡಿ, ಏಡಿ ಅಂದರೆ ಪ್ರಾಣ. ದಿನವೆಲ್ಲ ಅವಳ ಠಾವು ರಿಕಾಣಿ ಹೊಳೆಯ ಬುಡದಲ್ಲೇ. ಕೇರಿಯಲ್ಲಿ ಕಾಣಿಸುತ್ತಲಿಲ್ಲ ಅಂದರೆ, ಅಲ್ಲಿಗೆ ಹೋಗಿ ಸತ್ತು ಬಿದ್ದಿರಬೇಕು" ಎಂದು ಸೂಚನೆ ಕೊಡುವವನಂತೆ ನುಡಿದ. ಇದರ ಮೇಲಿಂದ ಭಟ್ಟರು ತಮ್ಮ ವಿಹಾರದ ಹಾದಿಯನ್ನು ಬದಲಿಸಿದರು. ಮಾಡುವುದಕ್ಕೆ ಬೇರೆ ಉದ್ಯೋಗವಿಲ್ಲ; ಕೇರಿ ಸುತ್ತುವುದು, ಕಾಡು ಸುತ್ತುವುದು-ಅವರ ನಿತ್ಯದ ಕೆಲಸ. ಅದರ ಜತೆಗೆ ಹೊಳೆ, ಹಳ್ಳ ನೋಡಿಕೊಂಡು ಬರುವ ಕೆಲಸವೊಂದು ಹೆಚ್ಚಿತಷ್ಟೆ.

ತನ್ನ ನಿತ್ಯದ ಪರಿಪಾಠದಂತೆ ಕೆಂಪಿ ಅದೊಂದು ದಿವಸ ಏಡಿ ಹಿಡಿಯಲಿಕ್ಕೆ ಹೋಗಿದ್ದಾಳೆ. ಹೂ ಕೊಯ್ದಿಟ್ಟು, ನದಿಯೊಳಗಿನ ನೀರ ಹೊಂಡವೊಂದರಲ್ಲಿ ಮುಳುಗಿ ಕುಳಿತು, ಬಾಯಿಂದ ನೀರು ಚಿಮ್ಮುತ್ತಾ ಆಟವಾಡುತ್ತಿದ್ದಾಳೆ. ಆ ಹಾದಿಯಾಗಿ ಅಲೆದಾಡಿಕೊಂಡು ಬಂದ, ಅಲ್ಲ, ಅರಸಿಕೊಂಡೇ ಬಂದ ವಿಲಾಸಪ್ರಿಯ ತಿರುಮಲ ಭಟ್ಟರ ಕಣ್ಣಿಗೆ ಕೆಂಪಿ ಜಲಮಧ್ಯದಲ್ಲಿ ಕಾಣಸಿಕ್ಕಿದಳು. ಅವರಿದ್ದ ತಾವಿಗೂ, ಕೆಂಪಿ ಮುಳುಗಿ ಕುಳಿತ ತಾವಿಗೂ, ಬರಿಯ ಇಪ್ಪತ್ತು ಗಜಗಳ ದೂರವಿರಬಹುದು. ಮರಗಳ ಎಡೆಯಿಂದ ಅವಳು ಕಣ್ಣಿಗೆ ಬಿದ್ದದ್ದೇ ತಡ, ಕಾಲು ಸ್ತಂಭಿತವಾಯಿತು. ನೋಟ ಚಲಿಸದಾಯಿತು. ಬಹು ಹೊತ್ತು ಹಾಗೆಯೇ ನಿಂತು ನೋಡುತ್ತಾ ಒಂದೊಂದು ಹೆಜ್ಜೆ ಮುಂದಕ್ಕೆ ಇಡುತ್ತ, ನದಿಯ ದಂಡೆಗೆ ಬಂದು, ನೀರುನೇರಳೆ ಗಿಡವೊಂದನ್ನು ಆರಿಸಿ, ಮುರಿದು, ಒಂದು ಕಡ್ಡಿಯನ್ನು ತೆಗೆದು, ಹಲ್ಲುಜ್ಜುವ

ನೆಪದಿಂದ ತೊರೆಯ ನೀರಲ್ಲಿ ನಿಂತುಕೊಂಡರು. ಆಕೆಗೆ ಅದು ಕಾಣಿಸಲಿಲ್ಲ. ಬಂಡೆಯೊಂದು ಅಡ್ಡವಾಗಿತ್ತು. ಆತುರದಿಂದ ಮೆಲ್ಲಗೆ ಬಂಡೆಯನ್ನೇರಿ ಹಲ್ಲುಜ್ಜುತ್ತಾ, ಕಂಡೂ ಕಾಣದವರಂತೆ ನಿಂತುಕೊಂಡರು. ಅವಳ ಮೈ ಬೆಡಗಿಗೆ ಮೋಹಗೊಂಡು ಹಲ್ಲುಜ್ಜುವುದನ್ನು ನಿಲ್ಲಿಸಿ, ಎವೆಯಿಕ್ಕದೆ ಅವಳನ್ನೇ ನೋಡುತ್ತಾ ನಿಂತರು. ಕೆಂಪಿಯ ದೃಷ್ಟಿಗೆ ಅವರು ನಿಂತುದು ಕಾಣಿಸಿತು. ಥಟ್ಟನೆ ಚಕಿತಳಾದಳು. ಆ ಬಳಿಕ ತಾನು ಅವರನ್ನು ನೋಡದವಳಂತೆ ಮುಖ ತಿರುಗಿಸಿ, ಮೈ ಉಜ್ಜಿಕೊಳ್ಳುತ್ತಾ ಕುಳಿತಳು. ಎಡೆ, ಎಡೆಯಲ್ಲಿ 'ಧನಿಗಳು ಹೋದರೆ ಹೋಗಲಿ. ಅಲ್ಲಿಯ ತನಕ ಹಾಗೆಯೇ ಕುಳಿತುಕೊಳ್ಳೋಣ'-ಎನಿಸಿ ಸ್ನಾನವನ್ನು ಇನ್ನಷ್ಟು ಉದ್ದವಾಗಿ ಮಾಡಿದಳು. ಕಾದು ನಿಂತು ಬೇಸರ ಬಂದಿತು ಭಟ್ಟರಿಗೆ. ವೇಳೆ ಕಳೆಯಲು ನೇರಳೆಕಡ್ಡಿ ಕಚ್ಚುತ್ತಾ ಹಲ್ಲುಜ್ಜುತ್ತಾ ನಿಂತಿದ್ದ ಅವರಂತೆಯೇ ಕೆಂಪಿಗೂ ಬೇಸರ ಬಂದಿತು. ಆಕೆ ಎದ್ದು ಒದ್ದೆ ಬಟ್ಟೆಯಿಂದಲೇ ತಾನು ಅವರನ್ನು ಕಂಡಿದ್ದೇನೆ ಎಂಬುದನ್ನು ತೋರಿಸಿಕೊಳ್ಳದೆ ಅವಸರವಾಗಿ ಹೊರಟಳು. ಬಂಡೆಯ ಮಗ್ಗುಲಿಗೆ ಬರುತ್ತಲೇ "ಯಾರು ಕೆಂಪಿಯೇ ಅದು?" ಎಂದು ಮಾತನಾಡಿದರು ಅವರು. "ಹೂಂ" ಎಂದು ತಲೆ ತಗ್ಗಿಸಿ ಹೆಮ್ಮೆಯ ನಗುವೊಂದನ್ನು ತನ್ನಷ್ಟಕ್ಕೆ ನಕ್ಕು, ನಾಲ್ಕು ಹೆಜ್ಜೆ ಮುಂದೆ ಸರಿದಳು. ಅಷ್ಟರೊಳಗೆ ಭಟ್ಟರ ಗಮನ, ಆಕೆ ಆ ಮೊದಲು ಬಂಡೆಯ ಮೇಲೆ ಇರಿಸಿದ ಹೂವಿನ ಕಡೆಗೂ ಹಾಯ್ದಿತು. "ಏನು ಹೂ ಬಿಟ್ಟು ಬಂದೆಯಲ್ಲ" ಎಂದು ಉಪಚರಿಸಿದರು. ಆಕೆ ಹಿಂದೆ ಹೋಗುವುದಕ್ಕೂ ಇಲ್ಲ; ಮುಂದೆ ಹೋಗುವುದಕ್ಕೂ ಇಲ್ಲ. ಹೂವನ್ನು ಬಿಟ್ಟುಹೋದರೆ ಇನ್ನೇನಾದರೂ ಮಾತು ಬಂದೀತೆಂದು, ಅಲ್ಲಿಗೆ ಹೋಗಿ, ಅದನ್ನು ಹಿಡಿದುಕೊಂಡು, ಅವಸರದಿಂದ ತಿರುಗಿ ಅದೇ ಹಾದಿಯಾಗಿ, ಆ ಬಂಡೆಯ ಮಗ್ಗುಲಿಂದ ಬೆಟ್ಟವನ್ನೇರಿದಳು. ಭಟ್ಟರು ಕೆಳಗೆ ಬಂದು ನಿಮಿಷ ಮಾತ್ರದಲ್ಲಿ, ಮೋರೆ ತೊಳೆದುಕೊಂಡರು. ತಾವೂ ಬೆಟ್ಟವನ್ನೇರುವ ಸಡಗರದಲ್ಲಿದ್ದರು. ಕೆಂಪಿ ಹೂ ಮುಡಿಯದೆ, ಬುಟ್ಟಿಯ ಜತೆಗೆ ಅದನ್ನು ಹಿಡಿದುಕೊಂಡು, ಒದ್ದೆಯಾಗಿ ಮೈ ಬಿಗಿ ಹಿಡಿಯುವ ಬಟ್ಟೆಯನ್ನುಟ್ಟು ಮೇಲೇರುತ್ತಿರುವಾಗ ಭಟ್ಟರು ಅವಳನ್ನು ಹಿಂಬಾಲಿಸಿದರು. ಹಿಂದೆ ಬರುತ್ತಿರುವ ಅವರ ಕಾಲ ಸಪ್ಪಳ ಆಕೆಗೆ ಕೇಳಿಸುತ್ತಿತ್ತು. ಕತ್ತು ತಿರುಗಿಸಿ ನೋಡುವುದಕ್ಕೇ ಸಂಕೋಚ. ಅವರಿಗೆ ದಾರಿ

ಬಿಡುವುದು ಉಚಿತವೆಂದನಿಸಿ, ತುಸು ಮಗ್ಗುಲಿಗೆ ಸರಿದು ನಿಂತಳು. ಭಟ್ಟರು ಅಲ್ಲಿಯ ತನಕ ಬಂದು ತಾವೂ ನಿಂತರು. "ಹೂ ಹಿಡಿಯಲಿಕ್ಕೇನು? ಮುಡಿಯಲಿಕ್ಕಲ್ಲವೆ?" ಎಂದು ನಕ್ಕು ನುಡಿದರು. ಪ್ರತಿ ನಗು ಅವಳ ತುಟಿಯಿಂದಲೂ ಸೂಸಿತು. ಒಂದು ಕ್ಷಣಕ್ಕೆ ತಾನೇನು ಮಾಡುತ್ತೇನೆಂಬ ಅರಿವು ಅವಳಿಗೂ ಆಗಲಿಲ್ಲ. ಮರುಕ್ಷಣದಲ್ಲಿ ಭಟ್ಟರು ಏನೋ ಕೊಡಲು ಬಂದುದು ಕಾಣಿಸಿತು. ಆಕೆ ಏನೆಂದು ಊಹಿಸಲಾರದೆ "ನನಗೇನೂ ಬೇಡ" ಎಂದಳು. ಕೈಗೆ ಏನನ್ನೋ ಅವರು ಆ ಗಳಿಗೆಯಲ್ಲಿ ತುರುಕಿದರು. ಸ್ಪರ್ಶಚಕಿತಳಾದ ಅವಳ ಕೈಯಿಂದ ಕಿರಿಯ ಉಂಗುರವೊಂದು ಕೆಳಕ್ಕೆ ಬಿತ್ತು. "ತೆಗೆದುಕೊ, ಅದು ನಿನಗೆ" ಎಂದರು ಅವರು. ಅವಳು ಅದನ್ನು ಹೆಕ್ಕುವ ಸಾಹಸ ಮಾಡಲಿಲ್ಲ. ಭಟ್ಟರಿಗೆ ಹಾಗೆ ಬಹಳ ಹೊತ್ತು ನಿಂತು ಸಂಭಾಷಣೆ ನಡೆಸಲು ಸಂಕೋಚವಾಯಿತೋ ಏನೋ; ಮುಂದೆ ನಡೆದರು. ಹತ್ತು ಗಜ ದೂರ ಹೋಗಿ ಮರೆಯಾಗಿ ನಿಂತರು. ಕೆಂಪಿ ಜಾನಿಸಿ, ಜಾನಿಸಿ ಮೆಲ್ಲನೆ ಉಂಗುರವನ್ನೆತ್ತಿ ಹಿಡಿದಳು. ತೆಳ್ಳಗಿದ್ದರೂ ತುಂಬ ಚೆಲುವಿನ ಚಿನ್ನದ ಉಂಗುರ. ಬಳಿಯಲ್ಲಿರಿಸಿಕೊಂಡು, ಇನ್ನಷ್ಟು ಮೆಲು ನಡೆಯಿಂದ ಮನೆಯ ದಾರಿಯನ್ನು ಹಿಡಿದಳು. ಆಗ ದಾರಿಯಲ್ಲೇ ತಿರುಗಿ ಸಂಧಿಸಿದರು ಭಟ್ಟರು. ಇಬ್ಬರಲ್ಲೂ ಮೆಚ್ಚುಗೆಯ ನಗುಗಳು ಸೂಸಿದವು. ಅಂತರಂಗದ ಆಸೆಗಳೂ ಕೆರಳಿದುವು. ಭಟ್ಟರು ಆಕೆಯ ಬೆನ್ನನ್ನು ಸವರಿ ತೃಪ್ತಿಪಟ್ಟು ಬೀಳ್ಕೊಟ್ಟರು.

ಆ ದಿನ ಅವರ ಮನಸ್ಸು ತುಂಬ ಉತ್ಸಾಹಭರಿತವಾಗಿತ್ತು. ವಿಜಯದ ಆಸೆಯಿಂದ ಕುದಿಯುತ್ತಿತ್ತು. ಮುಂದಿನ ನಿರೀಕ್ಷೆಗಳ ಸ್ವಪ್ನವನ್ನೆಲ್ಲ ತಮ್ಮಷ್ಟಕ್ಕೆ ಕಟ್ಟಿಕೊಳ್ಳುತ್ತಿದ್ದರು. ಅನಂತರ ಎರಡು ದಿನ ಕಾಲ ಸಮಯ ಆರಿಸಿಕೊಂಡು, ಕೆಂಪಿಯ ಈ ನಿಸರ್ಗ ಸ್ನಾನಗೃಹಕ್ಕೆ ಬಂದು ಹೋದರು. ಕೆಂಪಿ ಸರಸ ನುಡಿಗಳಿಗೆ ಮೂಕಿಯಲ್ಲ ಎಂಬ ಭಾವನೆಯೂ ಉಂಟಾಯಿತು. ಬೆಳೆದ ಸಲುಗೆಯ ಫಲವನ್ನುಣ್ಣುವುದಕ್ಕಾಗಿ ಎದೆಯ ಹಂಬಲ ತೀವ್ರವಾಗುವುದು ಸ್ವಾಭಾವಿಕ. ಹಾಗೊಂದು ದಿನ ಭಟ್ಟರ ವೇಳೆ ಆರಿಸಿ, ಅವಳಿಗೆ ಭೇಟಿಯಾಗಿ "ಕೆಂಪಿ, ಕಳೆದ ವರ್ಷ ಕುಮರಿ ಬೆಳೆದಲ್ಲಿ ಮನೆಗಳೆಲ್ಲಾ ಇದ್ದಾವೆಯೇ, ಹೋದುವೇ? ಎಂದು ಕೇಳಿದರು. ನೀನು ಅಲ್ಲಿಗೆ ಬರುತ್ತೀಯಾ" ಎಂದು ಕೇಳಿದರು. ನಕ್ಕರೂ ಮಾತನಾಡದೆ ಕೆಂಪಿ ಹೊರಟುಹೋದಳು.

ಆ ದಿನ ಕೆಂಪಿ ನಿತ್ಯದಂತೆ ಹೊಳೆಯ ದಂಡೆಗೆ ಹೋಗಲಿಲ್ಲ. ಬದಲು ಗಡ್ಡೆಗೆಣಸುಗಳನ್ನು ಹರಡುವ ಯೋಚನೆಯಿಂದ ಕತ್ತಿ, ಕುಂಟು ಪಿಕ್ಕಾಸುಗಳನ್ನು ಹಿಡಿದು, ಹಳೆಯ ಕುಮರಿಯ ಹೊಲದ ಕಡೆಗೆ ಸಾಗಿದಳು. ಹೊತ್ತು ಕಳೆಯುವುದಕ್ಕೆ ಗೆಣಸಿನ ಬಳ್ಳಿ ಎಲ್ಲಿದೆಯೆಂದು ಹುಡುಕುತ್ತ ಅಲೆದಾಡಿದಳು. ಕುಮರಿ ಬೆಳೆದ ಪ್ರದೇಶದಲ್ಲಿ ಆ ಮಳೆಗಾಲ ಅವರು ಕಟ್ಟಿದ ಗುಡಿಸಲುಗಳೆಲ್ಲ ಹರಕು ಮುರುಕಾಗಿ ಜೀವ ಹಿಡಿದು ನಿಂತಿದ್ದವು. ಬೆಳಗಿನ ವೇಳೆ ಆ ದಿನವೇಕೋ ತಿಮ್ಮ ಉರುಳೊಡ್ಡುವುದಕ್ಕಾಗಿ ಅದೇ ಕುಮರಿಯ ಕಡೆಗೆ ಬಂದ. ಒಮ್ಮೆ ಕೊಯ್ದು ಬತ್ತದ ಬುಡಗಳು ಚಿಗುರಿದ್ದರಿಂದ, ಅದೇ ಸೊಂಪಾದ ಹುಲ್ಲುಗಾವಲಾಗಿತ್ತು. ಅಲ್ಲಿ ಮೇಯುವುದಕ್ಕೆ ಮಿಗವಾಗಲಿ, ಕೆಮ್ಮವಾಗಲಿ, ಬರ್ಕವಾಗಲಿ, ಒಂದಲ್ಲ ಒಂದು ಪ್ರಾಣಿ ಬಂದೀತೆಂಬ ಆಸೆ ಅವನಿಗೆ. ಆತ, ಕೆಂಪಿ ಮರದ ಬುಡವೊಂದರಲ್ಲಿ ಕುಳಿತುದನ್ನು ಕಂಡ. "ಏನು ಮಾಡುತ್ತೀ ಕೆಂಪಿ ಇಲ್ಲಿ?" ಎಂದುದಕ್ಕೆ, ಆಕೆ "ಗೆಣಸಿಗೆ ಬಂದೆ. ಎಲ್ಲಿಯೂ ಗೆಣಸಿನ ಹಂಬುಗಳು ಕಾಣುವುದಿಲ್ಲ" ಎಂದಳು. ತಿಮ್ಮ ಅದಕ್ಕೆ "ಅದಕ್ಕೇನು ಬರಗಾಲ; ಅಲ್ಲಲ್ಲಿ, ಅಲ್ಲಲ್ಲಿ ಉಂಟು. ನಿನಗೆ ಏಡಿ ತಿಂದು ಬೇಸರ ಬಂತು ಅಂತ ಕಾಣುತ್ತದೆ; ಗೆಣಸಿಗೆ ಬಂದೆಯಾ?" ಎಂದು ತಾನು ಕಂಡಿದ್ದ ಒಂದೆರಡು ಗೆಣಸಿನ ಬೀಳಲುಗಳ ಬುಡವನ್ನು ತೋರಿಸಿಕೊಟ್ಟು ಹೋದ. ತಾನು ಉರುಳಿಡುವ ಸ್ಥಳವನ್ನು ಯಾರೂ ಕಾಣದಿದ್ದರೆ ವಾಸಿ ಎಂದು ಅವನ ತಿಳಿವು. ಹೆಚ್ಚಾಗಿ ಉರುಳಿಡುವುದು ಗುಟ್ಟಿನಲ್ಲಿ. ಇನ್ನದು ಕೆಂಪಿಯ ಕಣ್ಣಿಗೇಕೆ ಬೀಳಬೇಕೆಂದು ತಿಮ್ಮ ನಾರು, ಕತ್ತಿ, ಕೋಲುಗಳನ್ನು ಹಿಡಿದುಕೊಂಡು ಹೊಲದಿಂದ ಮರೆಯಾದ. ಅಲ್ಲೆಲ್ಲಾದರೂ ಮೃಗಗಳ ಹಿಕ್ಕೆ ಬಿದ್ದಿದೆಯೋ, ಹೆಜ್ಜೆ ಕಾಣಿಸುತ್ತಿದೆಯೋ? ಎಂದು ಹುಡುಕಾಡಿ, ಆ ಭಾಗದ ಕಾಡಿನಲ್ಲಿ ಅದೃಶ್ಯನಾದ. ಇದರಿಂದ ಕೆಂಪಿಗೆ ಸಂಕೋಚವಾಯಿತು. ತಿಮ್ಮಣ್ಣ ಅಲ್ಲೆಲ್ಲಾದರೂ ಸುಳಿದಾಡುವನೆಂಬ ಅನುಮಾನವಾಯಿತು. ಅವನು ಮರೆಯಾದ ದಾರಿ ಹಿಡಿದು, ಹಿಂಬಾಲಿಸಿ, ತೊರೆಯ ತನಕವೂ ಹೋದಳು. ತಿಮ್ಮನ ಸವಾರಿ ತೊರೆಗೆ ಹೋಗಿ, ಅಲ್ಲಿಂದ ಮೇಲಕ್ಕೆ ಗುಡ್ಡ ಏರಿದ್ದನ್ನು ಕಂಡ ಮೇಲೆಯೇ ಅವಳು ಮರಳಿ ಬಂದಳು. ಬಂದು, ಕುಮರಿಯನ್ನು ಸೇರುವಾಗ ಹೊತ್ತು ಬಹಳವಾಗಿತ್ತು. ತನಗಾಗಿ ಧನಿ ಬರಬಹುದೆಂಬ ಆಸೆಯೂ,

ತಮ್ಮನ್ನು ಇತರರು ನೋಡಬಹುದೆಂಬ ಬೆದರಿಕೆಯೂ ಏಕ ಕಾಲದಲ್ಲಿ ಮೂಡಿತು; ಎದೆ ಬಡಿಯುತ್ತಿತ್ತು. ಹಾಗೆ ತಾನು ಬಂದ ಕೆಲಸ ಸುಳ್ಳಾಗಬಾರದೆಂದು, ಮೊದಲು ಒಂದಿಷ್ಟು ಗೆಣಸಿನ ಬುಡಗಳನ್ನು ಹರಡಿ ರಾಶಿ ಹಾಕಿದಳು. ಅನಂತರ ಅದನ್ನು ತಂದು, ಜಿನುಗುತ್ತಿದ್ದ ಬೆಟ್ಟದ ಊಟೆಯೊಂದರಲ್ಲಿ ತೊಳೆಯುತ್ತ ಆಚೀಚೆ ನೋಡುವಾಗ, ಎತ್ತರದ ಏರಿನಲ್ಲಿ ಬಿಳಿ ಬಟ್ಟೆಯುಳ್ಳ ಭಟ್ಟರ ಸಂಚಾರ ಕಾಣಿಸಿತು. ಹಳೆಯ ಗುಡಿಸಲೊಂದನ್ನು ಅವರು ಹೊಕ್ಕುದೂ ಕಾಣಿಸಿತು. ಇವುಗಳನ್ನೆಲ್ಲ ಅಲ್ಲಿಯೇ ಬಿಟ್ಟು ಮೈ ಮರೆತವಳಂತೆ, ಅವಳೂ ಆ ಕಡೆಗೇನೆ ಹೋದಳು.

ಇತ್ತ ತಿಮ್ಮ ತೊರೆಯಿಂದ ಮೇಲಕ್ಕೆ ತುಸು ದೂರದಲ್ಲಿ ಮೃಗಗಳ ಹಾದಿಯನ್ನು ಶೋಧಿಸಿ, ಅಲ್ಲಿ ನಾರಿನ ಉರುಳೊಂದನ್ನು ಇರಿಸಿ, ಕೆಳಕ್ಕೆ ಇಳಿದು ಬರುವಾಗ ಕೆಂಪಿಯು ನೀರಿನ ಕುಣಿಯೊಂದರಲ್ಲಿ ಮೀಯುತ್ತ ಕುಳಿತಿದ್ದಳು. ಉಪಚಾರಕ್ಕಾಗಿ ಮಾತನಾಡುತ್ತಾ "ಏನು ಗೆಣಸು ಸಿಕ್ಕಿತೇ? ಎಲ್ಲಿ ಎಷ್ಟು ಸಿಕ್ಕಿತು?" ಎಂದು ಕೇಳಿದ.

"ಅಲ್ಲೇ ಕುಮರಿಯಲ್ಲೇ ಬಿಟ್ಟು ಬಂದಿದ್ದೇನೆ" ಎಂದು ಕೆಂಪಿ ನಕ್ಕು ನುಡಿದಳು. ತಿಮ್ಮ ಕೈ ತೊಳೆದು, ಮೋರೆ ಉಜ್ಜಿಕೊಂಡು, ಆ ಹಾದಿಯಾಗಿ ಕೇರಿಗೆ ಹೊರಟ. ಆತ ಹೋಗುವಾಗ ಕುಮರಿಯ ದಾರಿಯಿಂದ ಭಟ್ಟರು ವಿರಾಮವಾಗಿ ನಡೆಯುತ್ತಾ ಅವನಿಗಿಂತ ನೂರು ಹೆಜ್ಜೆ ಮುಂದೆ ಹೋಗುವುದೂ ಕಾಣಿಸಿತು. 'ಧನಿಗಳು ಇಲ್ಲೇಕೆ ಸುಳಿಯುತ್ತಿದ್ದಾರೆ. ಅಲ್ಲದೆ, ಅವರ ಸ್ವಂತ ಗುರಿಕಾರ ಜತೆಯಲ್ಲಿಲ್ಲದೆ ತಿರುಗಾಡುವುದೂ ರೂಢಿಯಿಲ್ಲ ; ಕೈಯಲ್ಲಿ ಕೋವಿಯೂ ಇಲ್ಲ, ಶಿಕಾರಿಗೇನೂ ಹೊರಟದ್ದಲ್ಲ' ಎಂದು ತರ್ಕಿಸುತ್ತಿರಲು, ಮನೆಯ ಕಡೆಗೆ ಹೊರಟ ಕೆಂಪಿ ಆ ಬೆಳಿಗ್ಗೆ ಅದೇ ಕುಮರಿಯಲ್ಲಿ ಸುಳಿದಾಡಿದ್ದು ಅವನ ನೆನಪಿಗೆ ಬಂದಿತು. ಆದ್ದರಿಂದ ತನ್ನದೇ ಆದ ತರ್ಕಕ್ಕೆ ಮನಕೊಟ್ಟು ಯಾವ ನಿರ್ಧಾರಕ್ಕೂ ಬಾರದೆ ಹೊರಟ ಹೋದ.

ಆ ಸಂಜೆ ಉರುಳಿಟ್ಟಲ್ಲಿಗೆ ತಿಮ್ಮ ತಿರುಗಿ ಹೋಗಿ ಬಂದ. ಏನೂ ಪ್ರಯೋಜನವಾಗಲಿಲ್ಲ. 'ನೋಡುವ, ಅದು ರಾತ್ರಿಯಾದರೂ ಬಿದ್ದೀತು' ಎಂದುಕೊಂಡು ಮರುದಿನ ಬೆಳಿಗ್ಗೆ ಅಲ್ಲಿಗೆ ಹೋದ. ಬೇಟೆ ಸಿಲುಕಿರಲಿಲ್ಲ,

ನಿರಾಶೆಯಿಂದ ಇನ್ನೂ ನಾಲ್ಕಾರು ಕಡೆ ಉರುಳಿಟ್ಟು, ಆತ ಕೇರಿಗೆ ಮರಳುವಾಗ ತಿರುಗಿ ಕುಮರಿ ಹೊಲದಲ್ಲಿ ಕೆಂಪಿ ಕಾಣಿಸಿದಳು. ಕೆಂಪಿಗೂ ಇವನು ಕಾಣಿಸಿರಬೇಕು. ಅವಳು ಕೆಲಸಮಾಡುವವಳಂತೆ ನಟಿಸಿದಳು. ತಿರುಗಿ ಗಡ್ಡೆಗೆಣಸು ಹರಡುತ್ತ ಕುಳಿತಳು. ಅಲ್ಲಿನ ಊಟೆಯೊಂದರಲ್ಲಿ ಅವನ್ನು ತೊಳೆಯುತ್ತಾ ಕುಳಿತಳು. ನಡುನಡುವೆ ಕೆಂಪಿಯ ಕಣ್ಣು ಕುಮರಿಯ ಮನೆಗಳ ಕಡೆಗೂ, ಮರೆಯಾದ ತಿಮ್ಮನ ಕಡೆಗೂ ಹಾಯುತ್ತಲೇ ಇತ್ತು. ಕಿವಿ ಚೆನ್ನಾಗಿ ಹೊರಳಿಸಿದಾಗ ಅನತಿ ದೂರದಲ್ಲಿ ತರಗೆಲೆಗಳ ಸದ್ದೂ ಕೇಳಿಸಿತು. ತಿಮ್ಮ ಅಲ್ಲೆಲ್ಲಾದರೂ ಇರಬಹುದೆಂಬ ಅನುಮಾನವುಂಟಾಯಿತು. ವೇಳೆ ಮಾಡದೆ, ಗಡ್ಡೆಗೆಣಸುಗಳನ್ನು ಬುಟ್ಟಿಯೊಂದರಲ್ಲಿ ಹಾಕಿ, ತುಸು ನಿಂತು ಕೊಂಡು, ಮೇಲೆ ಏರುವ ಧೈರ್ಯವಾಗದೆ, ನದಿಯ ಕಡೆಗೆ ಹೊರಟಳು. ನಾಲ್ಕು ಹೆಜ್ಜೆ ಮುಂದೆ ಹೋಗಿ ಕಣ್ಣು ತಿರುಗಿಸಿದಾಗ, ದೂರದಲ್ಲಿ ಗಿಡಪೊದೆಗಳ ಎಡೆಯಲ್ಲಿ ಯಾರೋ ನಿಂತುದು ಕಾಣಿಸಿತು. ಅದರಿಂದ ಕೆಂಪಿ, ಒಂದೊಂದೇ ಹೆಜ್ಜೆಯನ್ನು ನದಿಯ ಕಡೆಗೆ ಹಾಕಿದಳು. ಕುಮರಿಯ ಗುಡಿಸಲೊಂದರಲ್ಲಿ ಆಕೆಯನ್ನು ನಿರೀಕ್ಷಿಸುತ್ತಿದ್ದ ಭಟ್ಟರು ಹೊರಬಂದರು. ಹೊರಕ್ಕೆ ಬಂದಾಗ ಕೆಂಪಿ, ಊಟೆಯ ಬಳಿ ನಿಂತಿದ್ದಳು. ಅಲ್ಲಿಂದ ಮೇಲಕ್ಕೆ ಬಾರದೆ ಅವಳು ಹೊರಟುದೂ ಕಾಣಿಸಿತು. ಹೀಗಾಗಿ ಅವರು, ಅವಳು ಹೋದ ದಾರಿಯನ್ನು ಹಿಡಿದರು. ನದಿಗೂ ಹೋದರು. ಕೆಂಪಿ ಸ್ನಾನಕ್ಕೆ ತೊಡಗಿದಳು. ಇವರು ಹಲ್ಲುಜ್ಜುವ ನೆಪವನ್ನು ಮಾಡದೆ ದಂಡೆಯಿಂದಲೇ "ಯಾರು ಕೆಂಪಿಯೇ?" ಅಂದರು. ಆಕೆ ಉತ್ತರಿಸುವ ಪ್ರಯತ್ನ ಮಾಡಲಿಲ್ಲ. ಬೇಗನೆ ಸ್ನಾನ ಮುಗಿಸಿ, ಈ ಪ್ರಸಂಗ ತಪ್ಪಿಸಿಕೊಳ್ಳುತ್ತೇನೆಂದು ಅಲ್ಲಿಂದ ಹೊರಟು, ಸರಸರನೆ ಗುಡ್ಡವನ್ನೇರಿದಳು. ನಾಲ್ಕು ಹೆಜ್ಜೆ ಮುಂದು ವರಿಯುವಾಗ, ಭಟ್ಟರು ಬಿರುಸಾಗಿ ಹಿಂಬಾಲಿಸಿ ಬಂದು, ಬೆನ್ನಮೇಲೆ ಕೈಯನ್ನಿರಿಸಿ "ಯಾಕೆ ಓಡುತ್ತೀ ಇವತ್ತು?" ಎಂದು ಕೇಳಿದರು. ಕೆಂಪಿಯ ಎದೆ ದಡಬಡಿಸತೊಡಗಿತು. ಇನ್ನೇತಕ್ಕೂ ಅಲ್ಲ. ತನ್ನನ್ನೂ ಭಟ್ಟರನ್ನೂ ತಿಮ್ಮ ಹೊಂಚುಹಾಕುತ್ತಿದ್ದಾನೆ ಎಂಬ ಹೆದರಿಕೆ ಅವಳಿಗಾಗಿತ್ತು. ಅವರು ಭುಜದ ಮೇಲೆ ಕೈಯಿಟ್ಟಾಗ, ತಾನು ಸುಮ್ಮನಿರುವುದನ್ನು ಆತ ಕಂಡರೆ, ತೊಂದರೆಗೆ ಗುರಿಯಾಗುವೆನೆಂದು ತಿಳಿದು 'ಅಯ್ಯೋ' ಎಂದು ಚೀರಿದಳು. ಮರುಗಳಿಗೆಗೆ

ಒಳಧ್ವನಿಯಿಂದ 'ಯಾರೋ ಇದ್ದಾರೆ' ಎಂದು ನುಡಿದು ಧಾವಿಸಿದಳು. ಅಷ್ಟೆಲ್ಲ ಆಗುವಾಗ ಪೊದೆಗಳ ಎಡೆಯಿಂದ ತಿಮ್ಮ ಹೊರಬಿದ್ದು "ಯಾರದು ಕೂಗಿದ್ದು? "ಯಾರದೂ ಕೂಗಿದ್ದೊ? ಏನು? ಏನು?" ಎಂದು ಧಾವಿಸಿ ಬಂದ. ಆಗ ಕೆಂಪಿ ಮರೆಯಾದಳು. ಇದೇನು ಸಂದರ್ಭವೆಂದು ತಿಳಿಯ ಲಾರದ ಭಟ್ಟರು, ಕಕ್ಕಾಬಿಕ್ಕಿಯಾಗಿ ನಿಂತಲ್ಲಿಯೇ ನಿಂತಿದ್ದರು. ತಿಮ್ಮ ಧಾವಿಸಿ ಬಂದು "ಯಾರದು ಕೂಗಿದ್ದು?" ಯಾರೋ ಇಲ್ಲಿಂದ ಓಡಿದಂತಾಯಿತಲ್ಲ ಧನಿಯರೇ" ಎಂದ.

"ನಾನೂ ಅದನ್ನೇ ಕೇಳಿದೆ. ಏನೋ ಓಡಿದ್ದು ನಿಜ" ಎಂದರು. ನಿಜಕ್ಕೂ ತಿಮ್ಮ ಅನುಮಾನದಿಂದ ಹೊಂಚು ಹಾಕಿದ್ದನಾದರೂ ಕೆಂಪಿಯೂ ಭಟ್ಟರೂ ಸಂಧಿಸಿದ್ದನ್ನು ಆತ ಕಂಡವನಲ್ಲ. ಅವನ ಊಹೆಯೇನೋ 'ಕೆಂಪಿಯ ಹಾದಿಯಲ್ಲಿ ಭಟ್ಟರು ಉದ್ದೇಶಪೂರ್ವಕವಾಗಿ ಹೊಂಚುಹಾಕು ತ್ತಿದ್ದಾರೆ' ಎಂಬುದಾಗಿತ್ತು. ಧನಿಯರ ಎದುರಿಗೆ ಅಷ್ಟೆಲ್ಲವನ್ನೂ ತೋರಿಸಿ ಕೊಳ್ಳುವ ಶಕ್ತಿಯಿಲ್ಲ. ಆದುದರಿಂದ "ಯಾರೋ ಮನುಷ್ಯರು ಕೂಗಿದ ಹಾಗೆ ಕೇಳಿಸಿತು" ಎಂದು ನುಡಿದು, ಆಚೀಚೆ ನಾಲ್ಕು ಕಡೆಗೆ ಹೋಗಿ ಹುಡುಕಾಡಿದ. ಭಟ್ಟರು ತಾವೂ ಹುಡುಕುವಂತೆ ನಟಿಸಿದರು. "ಏನೋ! ಏನಾದರೂ ಕೂಗಿರ ಬಹುದು. ಕಾಡಲ್ಲವೆ?" ಎಂದು ನುಡಿದು, ಮನೆಯ ಕಡೆಗೆ ತೆರಳಿದರು.

ಈ ಘಟನೆಯಿಂದ ತುಂಬ ಬೆರಗು, ಕುತೂಹಲಕ್ಕೊಳಗಾದವನೆಂದರೆ, ತಿಮ್ಮ. ಮದುವೆಯಾಗದ ಆತ, ಹೆಣ್ಣಿನ ವಿಚಾರದಲ್ಲಿ ಆಸೆ ತಾಳಿ, ತಾಳಿ ನಿರಾಶೆಗೊಂಡಿದ್ದರೂ, ವೈರಾಗ್ಯಶೀಲನಾಗುವ ಮನ ಅವನದ್ದಲ್ಲ. ಬಯಕೆಯ ಕುಡಿ ಎಷ್ಟೆಷ್ಟು ನಿರಾಶೆಯಲ್ಲಿ ಬೆಳೆಯುತ್ತದೋ, ಅದರ ಬೇರು ಅಷ್ಟಷ್ಟು ಬಲವಾಗಿ ಮನದಲ್ಲಿ ಊರಿಕೊಳ್ಳುತ್ತದೆ. ಅದೇ ಚಿಂತನೆಯನ್ನು ಮಾಡುತ್ತ, ತನಗೆ ಇಲ್ಲದ ವಸ್ತುವಿಗಾಗಿ ಅಸೂಯೆಗೊಳ್ಳುತ್ತದೆ. ತನಗೆ ದೊರೆಯದ ಸುಖ ಅನ್ಯರಿಗೆ ದೊರಕುವುದನ್ನು ಕಂಡು ಊಹೆಗೆ ಶರಣುಹೋಗುತ್ತದೆ. ಜತೆಗೆ, ಅನ್ಯಾಯಗಾರರೆಂಬವರನ್ನು ದಂಡಿಸಲು ಧೈರ್ಯ ಕೊಡುತ್ತದೆ. ಅವನಿಗೆ ಗೊತ್ತಿತ್ತು ಕೆಂಪಿಯ ಧ್ವನಿ. ಅವಳು ಉದ್ದೇಶಪೂರ್ವಕವಾಗಿ ಚೀರಿದ್ದರೂ, ಆ ನಾಟಕದ ತಪ್ಪನ್ನೆಲ್ಲ ಭಟ್ಟರ ಮೇಲೆ ಎಸೆಯುವುದಕ್ಕೆ ಬೇಕಾದ ಊಹೆಗಳನ್ನು ಅವನ ಕಲ್ಪನೆ ಹೆಣೆದುಕೊಟ್ಟಿತು. ಮನಸ್ಸಿನಲ್ಲಿ ಇದರ ಕಡೆ, ಕುಡಿಗಳನ್ನು

ನೋಡಬೇಕೆಂಬ ಚಪಲ ಹೆಚ್ಚಿತು. ಹಾಗೆಂದು ನೆಟ್ಟಗೆ ಬೂದನಿಗೆ ಈ ಸಂಗತಿ ಹೇಳಲಾರ. ಅವನು ಹಲವು ವರ್ಷಗಳ ಹಿಂದೆ, ಅರಸಿಕೊಂಡು ಹೋದ ಹೆಣ್ಣು ಕೆಂಪಿ. ಆಗ ಬೂದನಿಗೆ ಆದ ನಿರಾಶೆಯಲ್ಲಿ ಅವನಿಗೂ ಸಮ ಪಾಲಿತ್ತು. ಮುಂದೆ, ಆಕೆ ಬೂದನ ಮನೆಗೆ ಬಂದಮೇಲೆ ಅವನಿಗೆ ತೃಪ್ತಿ ಬಂದೀತೆ? ಕೆಂಪಿಯ ವಿಷಯದ ಹಸಿವು ಅವನಲ್ಲಿ ಉಂಟಾಗಿದ್ದರೂ, ಕುಡಿಯರ ಕಟ್ಟುನಿಟ್ಟಿನ ಜೀವನ, ಬಾಹ್ಯದ ಸ್ವೇಚ್ಛಾವರ್ತನೆಗೆ ಅವಕಾಶವನ್ನು ಕೊಟ್ಟಿರಲಿಲ್ಲ. ಆದರೂ ಈಗ ಕೆಂಪಿಯ ಬಾಯಿಯಲ್ಲಿ ತಾನು ಒಳ್ಳೆಯವ ನೆನಿಸಿಕೊಳ್ಳಬೇಕೆಂಬ ಹಂಬಲ ಉಂಟಾಯಿತು. ಅದರಿಂದೇನೋ ಎಂಬಂತೆ ಅವಕಾಶ ಸಾಧಿಸಿ, 'ಆ ದಿವಸ ಕೆಂಪಿ ಕೂಗಿದ್ದೇಕೆ?' ಎಂದು ಅವಳ ಬಾಯಿಯಿಂದಲೇ ಹೊರಡಿಸಬೇಕೆಂಬ ಆಸೆ ಉಂಟಾಯಿತು.

ಹಿಂದಣ ದಿನದ ಘಟನೆಯಿಂದ ಕೆಂಪಿ ಮರುದಿನ ಕುಮರಿ ಬೆಳೆದ ಎಡೆಗೆ ಕಾಲಿರಿಸಲು ಆತುರಪಡಲಿಲ್ಲ. ಬದಲು 'ತಿಮ್ಮನು ತಮ್ಮನ್ನು ಗುರುತಿಸ ಬಹುದೆಂಬ' ಅನುಮಾನವನ್ನು ಧನಿಗಳಿಗೆ ತಿಳಿಸುವ ಆಸೆಯಾಗಿದ್ದರೂ, ಅದಕ್ಕೆ ಅನುಕೂಲ ಸಂದರ್ಭ ಒದಗಲಿಲ್ಲ. ಸಂದರ್ಭ ಒದಗುವ ತನಕ, ತಾನು ಎಚ್ಚರಿಕೆಯಲ್ಲಿರಬೇಕೆಂದು ಹವಣಿಸಿದಳು. ಅವಳ ಮನಸ್ಸು ವಿಚಿತ್ರ ವಾಗಿ ಹರಿಯುತ್ತಿತ್ತು. ಅವಳ ಮನಸ್ಸಿಗೆ ಅಪೂರ್ವದ ಧನಿಗಳು ದೊರಕಿದ್ದುದಕ್ಕೆ ಬೆದರಿಕೆಯೂ ಇತ್ತು. ಅಲ್ಲದೆ ಅಂಥ ಶ್ರೀಮಂತರ ಸ್ನೇಹದಿಂದ ಚಿನ್ನದ ಒಡವೆಗಳನ್ನು ತೊಟ್ಟೇನೆಯೇ-ಎಂಬ ಆಸೆಯೂ ಮೂಡಿತ್ತು. ಆದರೆ ಉಂಗುರವನ್ನು ಆಗಲೇ ಅವಳು ತೊಡುವಂತಿಲ್ಲ; ಯಾರಿಗೂ ತೋರಿಸುವಂತೆಯೂ ಇರಲಿಲ್ಲ. ಮೂಲೆಗುಂಪಿನ ಜಾತ್ರೆಗೆ ಹೋದಾಗ ಅಲ್ಲಿ ಅದು ತನಗೆ ಸಿಕ್ಕಿತು-ಎಂಬ ನೆಪ ಹೂಡಿ, ಅದನ್ನು ಬೆಳಕಿಗೆ ತರುವೆನೆಂದೆಣಿಸಿಕೊಂಡಳು. ಅಲ್ಲದೆ ಮತ್ತೂ ಒಂದು ಯೋಚನೆ! ತುಕ್ರನ ವಿಷಯದಲ್ಲಿ ಅವಳಿಗೆ ಸರ್ಪದ್ವೇಷವೇ ಎದೆಯಲ್ಲುಂಟಾಯಿತು. ಧನಿಗಳ ಮೇಲಿನ ಅನಾದರ ಮಾಯವಾಗಲು ವೇಳೆ ಹಿಡಿಯಲಿಲ್ಲ. ಸರಸಾಪೇಕ್ಷೆ ಅವರ ಮೇಲಿನ ತಿರಸ್ಕಾರವನ್ನು ಗೆದ್ದಿತು. ತುಕ್ರನ ಮಾತು ಕೇಳಿಯೇ ಅವರು ಜನಕ್ಕೆ ಕೆಟ್ಟವರಾದದ್ದು-ಎಂಬ ನೆಪವನ್ನು ಮನಸ್ಸಿನ ಸಮಾಧಾನಕ್ಕಾಗಿ ತಂದುಕೊಟ್ಟಿತು. ಧನಿಯ ಮನಸ್ಸನ್ನು ನಾಲ್ಕು ದಿನ ಕಟ್ಟಿ

ಹಿಡಿದೆನಾದರೆ, ತುಕ್ರನ ಪ್ರಭಾವವನ್ನು ತಗ್ಗಿಸುತ್ತೇನೆ ಎಂಬ ಆಸೆಯ ಕುಡಿಯೂ ಮೊಳೆಯಿತು. ಮನದಲ್ಲಿ ಇಂಥೆಲ್ಲ ಸ್ವಪ್ನಗಳನ್ನು ಹೊತ್ತುಕೊಂಡು, ಮರುದಿನ ಕುಮರಿಯ ಕಡೆಗೆ ಹೋಗಲಿಲ್ಲ. ಬದಲು ಏಡಿ, ಸಿಗಡಿಗಳ ಅನ್ವೇಷಣೆಗೆ ತೊರೆಯ ಕಡೆಗೆ ಹೊರಟಳು. ಬೇಟೆಯಾಡಿ, ನೀರಲ್ಲಿ ಮುಳುಗಿ, ಹಿಂದಣ ದಿನಗಳ ಸುಖಗಳನ್ನೆಲ್ಲ ನೆನೆದು, ಮಿಂದು, ಬಂಡೆಯ ಮೇಲೆ ಕುಳಿತು ಹೂ ಮುಡಿದು, ಕಾಲು ಚಾಚಿ ಕುಳಿತಳು; ಬೆಟ್ಟ, ಬಾನುಗಳನ್ನು ನೋಡುತ್ತ ಸಮಯ ಕಳೆದಳು. ಭಟ್ಟರು ಬಂದರೇನು? ಇನ್ನೊಮ್ಮೆ ತಿಮ್ಮ ಬಂದರೇನು? ಎಂದು ಎಣಿಕೆಹಾಕುತ್ತಿತ್ತು ಮನಸ್ಸು. ಹೊತ್ತು ತಿರುಗಿತು; ಭಟ್ಟರು ಬಾರದಿದ್ದುದಕ್ಕಾಗಿ, ತಾನು ಬದನಿಕೆ ಹೂಗಳನ್ನು ಮುಡಿದ ಚೆಲುವು ನೋಡಲು ಇಲ್ಲದುದಕ್ಕಾಗಿ, ನಿಟ್ಟುಸಿರು ತೆಗೆದಳು. ಕೊನೆಗೆ ಅದೂ ಒಳಿತೇ– ಎಂದು ತೋರಿತು. ಅನಂತರ ಏನಾದರೊಂದು ಅಪೂರ್ವದ ಒಡವೆ ಹೊತ್ತುಕೊಂಡು ಧನಿಗಳ ಮನೆಗೆ ಹೋಗಿ ಕೊಡುವ ನೆಪ ಹೂಡಬೇಕೆಂದು ಎಣಿಕೆ ಹಾಕಿದಳು.

ನಿಜಕ್ಕೂ ಭಟ್ಟರಿಗೆ ಆ ದಿನ ಹಿಂದಣ ದಿನದ ಘಟನೆಯಿಂದಾಗಿ, ತೊರೆಯ ಬಳಿಗೆ ಕಾಲನ್ನಿರಿಸಲು ಸಾಹಸವಾಗಲಿಲ್ಲ. ಮಾತ್ರವಲ್ಲದೆ, ಆ ದಿನ ಅವರು ಹಿಂದಿನಂತೆ ಸಂಚಾರಕ್ಕೆ ಹೊರಡಲಿಲ್ಲ. ಆ ದಿನ ಹೊರಟವನೆಂದರೆ ತಿಮ್ಮ. ಬೇಟೆ, ಉರುಳುಗಳ ನೆಪವಂತು ಅವನಿಗೆ ಇದ್ದೇ ಇದೆಯಲ್ಲ. ಕುಮರಿಯ ಹೊಲ ಸುತ್ತಾಡಿ, ಕಾಡೆಲ್ಲ ಅಲೆದು, ಮೀಯುವ ನೆಪದಿಂದ ತೊರೆಗೆ ಬಂದ. ಬಂಡೆಯ ಮೇಲೆ ಕುಳಿತ. ಕೆಂಪಿ ಕಾಣಿಸದಿರುತ್ತಾಳೆಯೇ! ಎಂದಿಗಿಂತ ನೂರ್ಮಡಿ ಚೆಲುವೆಯಾಗಿ ಕಾಣಿಸಿದಳು ಆ ದಿನ. ಆದರೂ ಮನಸ್ಸಿನಲ್ಲಿ ಕೆರಳಿದ ಆಸೆಗಳಿಂದಾಗಿ ತಿಮ್ಮಗೆ ಮಾತು ಗಂಟಲನ್ನು ಹಿಡಿಯಿತು. ತನ್ನಷ್ಟಕ್ಕೆ ಮಿಂದು, ಮೈ ಒಣಗಿಸಿಕೊಂಡು, ಕತ್ತಿ ಸವೆಯುವಷ್ಟು ಭರದಿಂದ ಅದನ್ನು ಬಂಡೆಯೊಂದರ ಮೈಮೇಲೆ ಮಸೆಯುತ್ತ ಕುಳಿತ. ಕೆಂಪಿಗೂ ಆ ಕಾರುಭಾರ ತಿಮ್ಮನದೇ ಎಂದನಿಸಿತು. ಈ ಕದೀಮ ತಮ್ಮನ್ನು ಹೊಂಚು ಹಾಕುತ್ತಿದ್ದಾನೆ–ಎಂಬುದು ಸ್ಪಷ್ಟವಾಯಿತು. ಆದುದರಿಂದ ಸರಸರನೆ ಎದ್ದು ಹೊರಟಳು–ಅಲ್ಲಿಂದ ಈಚೆ ಬರುವಾಗಲೂ, ಕತ್ತಿಯನ್ನು ಮಸೆಯುತ್ತಲೇ ಇದ್ದ ತಿಮ್ಮ. ನಕ್ಕು ನುಡಿದಳು ಕೆಂಪಿ, "ಏನಣ್ಣ, ಕತ್ತಿ

ಸವೆಯುತ್ತದೋ, ಕಲ್ಲು ಸವೆಯುತ್ತದೋ ಎಂದು ನೋಡುತ್ತಿದ್ದೀಯಾ?" ಎಂದು ಕೇಳಿದಳು. "ಯಾರು ನೀನೇ? ಇವತ್ತೇನು ಹಬ್ಬವೇ? ಕಾಡಿನ ಹೂವನ್ನೊಂದೂ ಬಿಡಲಿಲ್ಲ" ಎಂದು ಪ್ರತಿಹಾಸ್ಯ ಮಾಡಿದ ತಿಮ್ಮ. ಅವಳ ಬೆಡಗಿಗೆ ಮನಸೋತು ಮಾತನಾಡಿದರೆ ತನ್ನ ಉದ್ದೇಶ ಸಫಲವಾಗದೆಂದು ಮರುಕ್ಷಣ ಮನಗಂಡು "ಅದಿರಲಿ ಕೆಂಪಿ, ನಾನೊಂದು ಕೇಳುತ್ತೇನೆ. ಆಣೆ ಮಾಡಿ ಹೇಳುತ್ತೇನೆ-ಯಾರಿಗೂ ಹೇಳುವುದಿಲ್ಲ" ಎಂದ. ಕೆಂಪಿಯ ಎದೆ ನಡುಗದಿದ್ದೀತೇ. "ಏನಣ್ಣ ಅದು?" ಎಂದಳು ಅವಳು ತಡವರಿಸಿ. ತಿಮ್ಮ ಕೇಳಿದ–

"ನಿನ್ನೆ ನೀನು ಯಾಕೆ ಕೂಗಿದ್ದು ಹೇಳು, ನಾನು ನೋಡುತ್ತಾ ಇದ್ದೆನಲ್ಲ" ಎಂದ ಆತ. ಕೆಂಪಿಗೆ ಆತನೊಡನೆ ಸುಳ್ಳಿನ ಮಾಲೆ ಹೆಣೆದು ತಪ್ಪಿಸಿಕೊಳ್ಳುವ ದಾರಿ ಕಾಣಿಸಲಿಲ್ಲ. ಕಂಡವರನ್ನು ಚಮತ್ಕಾರದ ಸುಳ್ಳಿನಿಂದ ಮೋಸಗೊಳಿಸಲಾರೆ ಎಂದು ಗೊತ್ತಾಗಿ, ಮುಂದಿನ ಮಾತು ಹೊರಡದ್ದಕ್ಕೆ "ಕೂಗಿದೆ – ನಾನೇ!" ಎಂದಳು. ಮರುಕ್ಷಣವೇ ತಾನು ಹಾಗೆ ಕೂಗಿ ದ್ದೊಳಿತಾಯಿತೆಂದು ತೋರಿತು.

"ಕೂಗಿದ್ದನ್ನೂ ಕೇಳಿದೆ. ನೀನು ಓಡಿದ್ದನ್ನೂ ನೋಡಿದೆ. ಹಾಗೆಯೇ ಅಲ್ಲಿದ್ದ ಧನಿಗಳನ್ನು ನೋಡಿದೆ."

"ಹಾಗಾದರೆ ಗೊತ್ತಿದ್ದೇ ಕೇಳುವವನು ನೀನು; ಕಂಡೇ ಕೇಳುವವ ನೀನು. ಹಾಗಿದ್ದರೆ ನಾನು ಹೇಳುವುದೇನುಂಟು?"

"ದನಿಗಳು ನಿನ್ನನ್ನು ತಡೆದರೇ? ಇರಬೇಕು, ಇರಬೇಕು. ನಿನ್ನೆ ಮೊನ್ನೆಯೆಲ್ಲ ಕುಮರಿ ಹೊಲದಲ್ಲಿ ಅವರು ಸುತ್ತುವುದನ್ನು ಕಂಡು, ನನಗೆ ಅನುಮಾನವಾಯಿತು."

ಹಾಗೆ ಕೇಳಿದ ಮೇಲಂತೂ ಆಕೆಗೆ ಇನ್ನಷ್ಟು ಎದೆಯಳುಕು ಬಂದಿತು. ಅದನ್ನು ತೋರಿಸಿಕೊಳ್ಳದೆ "ಧನಿಗಳನ್ನು ನೀನು ಬಲ್ಲೆ. ಅವರನ್ನು ಕಂಡು ಗಾಬರಿಯಾಯಿತು." ಕೂಗಿದೆ. ಆಮೇಲೆ ಓಡಿದೆ. ಮತ್ತೇನು ಮಾಡುವುದು? ಅವರು ನಾನು ಹೋದಲ್ಲಿಗೆ ನನ್ನನ್ನು ಹುಡುಕಿಕೊಂಡು ಬಂದರೆ....

ಹೋಗಲಿ ಬಿಡು. ನಾಲ್ಕು ಮಂದಿಯ ಕಿವಿಗೆ ಈ ಸುದ್ದಿ ಹಾಕಿ ಇಲ್ಲದ ರಂಪ ಮಾಡಬೇಡ" ಎಂದು ಪ್ರಾರ್ಥಿಸಿದಳು.

ಮುಂದೆ ಮಾತನಾಡುವ ದಾರಿ ತಿಳಿಯದೆ ತಿಮ್ಮನೆಂದ : "ಓಹೋ ಹಾಗೋ, ನೀನು ನನ್ನ ಮಾತು ಕೇಳುತ್ತೀಯಾ? ಇನ್ನೊಮ್ಮೆ ನಿನ್ನ ತೊಂದರೆಗೆ ಬಂದರೆ ಅವರನ್ನೊಂದು ದಿನ ಬಲಿ ಹಾಕಿದರೂ ಹಾಕುವ."

"ಬೇಡ ಮಹರಾಯ ; ದೊಡ್ಡವರ ಮಾತು. ಅಷ್ಟಕ್ಕೆ ಬಿಡುವುದು ಒಳ್ಳೆಯದು" ಎಂದಳು ಆಕೆ. ಅನಂತರ ಹೊತ್ತಾಯಿತೆಂದು ಹೊರಟು ಹೋದಳು. ಮುಂದಿನ ಹಂಚಿಕೆ ಏನೆಂದು ತಿಳಿಯಲಾರದ ತಿಮ್ಮ, ಮಾತಿಗೆ ಬೇರೆ ವಿಷಯ ಕಾಣದೆ, ಅಲ್ಲಿಯೇ ಕೆಲವು ಹೊತ್ತು ನಿಂತು, ಎಲೆಅಡಿಕೆ ಮೆಲ್ಲುತ್ತ ಸಮಯ ಕಳೆದು, ತನ್ನ ಕೇರಿಯ ಕಡೆಗೆ ಹೊರಟ.

ಮುಂದಣ ಎರಡು ಮೂರು ದಿನಗಳ ಕಾಲ ನಿತ್ಯದಂತೆಯೇ ತೊರೆಯ ತಡಿಗೆ ಕೆಂಪಿ ಹೋದರೂ ಆಕೆಗೆ ಯಾರ ಭೇಟಿಯೂ ಆಗಲಿಲ್ಲ. ಧನಿಗಳನ್ನು ಕಾಣುವ ಆತುರ, ಎಚ್ಚರವಾಗಿಯೇ ಇರಬೇಕೆಂಬ ಆತುರ– ಎರಡೂ ಮನದಲ್ಲಿ ತುಂಬಿದ್ದವು. ಅದಕ್ಕಾಗಿ ದಾರಿ ಹುಡುಕುತ್ತಿದ್ದಳು. ಬೇರೇನೂ ಗೋಚರಿಸದ್ದಕ್ಕೆ ಬೆತ್ತಗಳನ್ನು ತಂದು, ಸೀಳಿ, ನಾಜೂಕಿನ ಬುಟ್ಟಿಯೊಂದನ್ನು ಹೆಣೆಯುತ್ತ ಮನೆಯಲ್ಲೇ ಕುಳಿತಳು. ಅದಕ್ಕೆ ಸಮನಾಗಿ ಆಕೆ ತಿಂಗಳಾಗುವ ದಿನ ಒದಗಿತು. ಕೇರಿಯ ಮುಟ್ಟಿನ ಮನೆಯಲ್ಲೇ ಕುಳಿತು, ಬುಟ್ಟಿ ಹೆಣೆಯುತ್ತಲೇ ಆಕೆ ಇರಬೇಕಾಯಿತು. ಭಟ್ಟರು ಕೇರಿ ಸುಳಿದಾಡುತ್ತ, ಆಚೀಚೆ ಅಲೆದಾಡಿ, ಅಲ್ಲಿಗೂ ಬಂದರು. ಮಾತನಾಡುವ ನೆಪದಿಂದ ಅಲ್ಲಿಯೇ ಸಮೀಪದಲ್ಲಿ ಬೆಳೆದ ನಿಂಬೆ ಗಿಡವೊಂದನ್ನು ಕಂಡು "ತುಂಬ ಕಾಯಾಗಿದೆ; ಯಾರು ನಟ್ಟದ್ದೋ" ಎಂದರು. ಕೆಂಪಿ ಕಣ್ಣರಳಿಸಿ "ನಮ್ಮದೇ" ಎಂದಳು. ಆಚೀಚೆ ಯಾರೋ ಸರಿದುಹೋದುದು ಕಾಣಿಸಿದುದರಿಂದ, ಅಲ್ಲಿಂದ ಭಟ್ಟರು ತೊಲಗಬೇಕಾಯಿತು. ನಾಲ್ಕು ದಿನ ಕಳೆದ ಮೇಲೆ, ಕೆಂಪಿ ಅದೇ ಬೆತ್ತದ ಬುಟ್ಟಿಯ ಕೆಲಸ ಮುಗಿಸಿಕೊಂಡು, ಅದರಲ್ಲಿ ತುಂಬ ನಿಂಬೆಯ ಹಣ್ಣುಗಳನ್ನು ಇರಿಸಿಕೊಂಡು ಧನಿಗಳ ಮನೆಗೆ ಹೋದಳು. ಧನಿಗಳು ಚಾವಡಿಯಲ್ಲಿ ಚಾಪೆ ಹಾಸಿ, ಒಂದು ದಿಂಬಿಗೆ ಒರಗಿಕೊಂಡು,

ಎಲೆಅಡಿಕೆ ಮೆಲ್ಲುತ್ತಿದ್ದರು. ಆಗ ಕೆಂಪಿ ನಿಂಬೆ ಹಣ್ಣಿನ ಬುಟ್ಟಿಯನ್ನು ಅವರ ಎದುರಿಗೆ ತಂದಿರಿಸಿದಳು. ತುಂಬಾ ಸಂತೋಷವಾಯಿತವರಿಗೆ. ಆಚೀಚೆ ನೋಡಿದರು: ಯಾರೂ ಇದ್ದಿರಲಿಲ್ಲ, ಮೆಲುಧ್ವನಿಯಿಂದ "ಆ ದಿನ ಯಾಕೆ ಕೂಗಿದಿ?" ಎಂದು ಕೇಳಿದರು. "ಯಾರೋ ಇದ್ದದ್ದು ಕಾಣಿಸಿತು; ಅದಕ್ಕೆ" ಎಂದಳು ಕೆಂಪಿ. ಭಟ್ಟರು ನಕ್ಕರು.

"ಹೂಂ ನೀನು ಬುದ್ಧಿವಂತೆ! ಹೌದು; ಆ ಶನಿ ತಿಮ್ಮ ಅಲ್ಲೆಲ್ಲೋ ಇದ್ದನೆಂದು ಕಾಣುತ್ತದೆ" ಎಂದರು. ಮುಂದೆ ಏನೋ ಯೋಚಿಸಿದವರಂತೆ "ಮನೆಗೆಲಸಕ್ಕೆ ಯಾರಿಲ್ಲ. ಅವಳು ಒಂದೆರಡು ದಿನ ಬರುತ್ತಿದ್ದು, ಜ್ವರ ಎಂದು ಮಲಗಿರಬೇಕು. ಒಂದು ನಾಲ್ಕು ದಿನ ನೀನೇ ಬಂದು ಹೋಗು" ಎಂದು ಅಪ್ಪಣೆ ಕೊಡಿಸಿದರು. ಕೆಂಪಿ ಇಂಗಿತ ಅರಿತವಳಂತೆ ಕಂಡರೂ ಪ್ರತ್ಯುತ್ತರ ಸಲ್ಲಿಸಲಿಲ್ಲ; ತಿಮ್ಮನ ಭಯ ಅವಳಿಗೆ ಉಂಟಾಗಿತ್ತು. ತಿಳಿದೂ ತಿಳಿದೂ ತಾನೇ ಅಲ್ಲಿಗೆ ಹೋಗುತ್ತಿದ್ದೇನೆ ಎಂದರೆ, ಅವನ ಬಾಯಿಗೆ ಬೀಳಬೇಕಾಗುತ್ತದೆ ಎಂದು ತೋರಿ "ಅವರಿಗೆ ಹೇಳಿ; ಅವರೇ ಹೇಳಲಿ" ಎಂಬ ಸೂಚನೆ ಕೊಟ್ಟು ಹೊರಟುಹೋದಳು. ಆ ಸಂಜೆಯೇ ಭಟ್ಟರು ತುಕ್ರನನ್ನು ಕೆಲಸದ ಮೇಲೆ ದೂರದ ಉಪ್ಪಿನಂಗಡಿಗೆ ಕಳುಹಿಸಿದರು. ಕಳುಹಿಸಿ, ಆಮೇಲೆ ಬೂದನನ್ನು ಕರೆಯಿಸಿಕೊಂಡು ನಾಲ್ಕು ಸವಿಯಾದ ಮಾತುಗಳನ್ನಾಡಿ, ಎಲೆ, ಅಡಿಕೆ, ಹೊಗೆಸೊಪ್ಪುಗಳನ್ನು ಕೊಟ್ಟು "ಹೌದೋ ಬೂದ, ನೀರಿಗೆ, ಮುಸುರೆಗೆ ಬರುತ್ತಿದ್ದ ಕೊರಪಳು ಯಾಕೋ ಬರಲಿಲ್ಲ. ಒಂದು ನಾಲ್ಕು ದಿನಕ್ಕೆ ಯಾರನ್ನಾದರೂ ಕಳುಹಿಸು" ಅಂದರು.

"ಆಯಿತು ಒಡೆಯ" ಎಂದು ನುಡಿದ ಬೂದ. ಭಟ್ಟರು ಬೂದನನ್ನು ಒಲಿಸುವ ಪ್ರಯತ್ನ ಮಾಡುವವರಂತೆ, "ಏನೋ ಬೂದ, ಈಗ ನಿಮ್ಮ ಇಷ್ಟದಂತೆಯೇ ಆಯಿತಲ್ಲ. ದೈವದ ಮಾತು, ನಿಮ್ಮ ಮಾತು ಒಂದೇ ಆಯಿತು. ನನಗೆ ಕರಿಯ ಗುರಿಕಾರನಾಗುವುದು ಬೇಡ ಅಂತಿರಲಿಲ್ಲ. ಅವನು ಗುರಿಕಾರನಾಗಬೇಕಾದದ್ದೂ ನ್ಯಾಯವೇ. ಆದರೆ ನೋಡು, ಅವನು ತೀರ ಸಣ್ಣವ. ಚನಿಯ ಅಂಥ ಆಳೇನೂ ಅಲ್ಲ; ಅಂಥ ಬುದ್ಧಿವಂತನೂ ಅಲ್ಲ. ತುಕ್ರನಿಗೆ ಅವನು ಸಮವೇನು?" ಎಂದರು.

"ಒಟ್ಟಾರೆ ಧನಿಗಳ ಮನಸ್ಸಿಗೆ ಬೇಸರ ಬರುವ ಕೆಲಸ ಒಂದು ನಡೆದ ಹಾಗಾಯಿತು. ಹಾಗಾಗಬಾರದಿತ್ತು, ನಿಜ. ಆದರೆ, ಒಡೆಯ, ನಿಮ್ಮ ಮೇಲಿನ ಬೇಸರದಿಂದ ನಾವು ಯಜಮಾನಿಕೆ ಕೊಟ್ಟದ್ದೂ ಅಲ್ಲ. ತುಕ್ರನಿಗೇ ಅದು ಬರುತ್ತಿರಲೂ ಬಹುದು. ಆದರೆ ಅವನು ಆ ದಿನ ಕೂಟದಿಂದ ತಪ್ಪಿಸಿ ಕೊಂಡಿದ್ದ. ನಿಮ್ಮನ್ನು ಕರೆದುಕೊಂಡು ಬರುವ ಮೊದಲು 'ತಡೆಯಿರಿ ನಾಲ್ಕು ದಿನ' ಎಂದಿದ್ದರೆ ನಾವು ತಡೆಯುತ್ತಿರಲಿಲ್ಲವೇ? ಅವನು ನಿಮ್ಮಲ್ಲಿಗೆ ಹೋದದ್ದೂ ನಮಗೆ ಗೊತ್ತಾಗದಿದ್ದುದರಿಂದ ಹಾಗಾಯಿತು. ಅಲ್ಲದೆ ತುಕ್ರನನ್ನು ಕಂಡರೆ ಜನಕ್ಕೆ ಅಷ್ಟೊಂದು ಒಳ್ಳೆಯದೂ ಇಲ್ಲ."

"ಅದು ನಿಜ. ಆದರೆ ನೋಡು–ಕೆಲಸದಲ್ಲಿ ಆತ ಬುದ್ಧಿವಂತ. ನನಗೂ–ನಿಮ್ಮ ಕಟ್ಟುಕಟ್ಟಳೆಗಳೆಲ್ಲ ಏನು ಗೊತ್ತು? ಗೊತ್ತಿಲ್ಲದೆ ಆ ದಿನ ಸಿಟ್ಟಾದೆ. ಆಮೇಲೆ ನನಗೇ ಬೇಸರವಾಯಿತು. ಈಗ ನಿಮ್ಮಿಷ್ಟದಂತೆಯೇ ಆಯಿತಲ್ಲ. ಆದರೆ ನೋಡು ಬೂದ, ಗುರಿಕಾರರು ಯಾರೇ ಇರಲಿ, ತೋಟದ ಏಲಕ್ಕಿ ಕದ್ದು ಹೋದದ್ದು ಮಾತ್ರ ತುಬ್ಬಾಗದೆ ಉಳಿಯಿತು. ಮುಂದಿನ ವರ್ಷಕ್ಕೆ ಜಾಗ್ರತೆ ನೋಡಿಕೊಳ್ಳಬೇಕು."

"ಕದ್ದು ಹೋದದ್ದೇ ನಿಜ ಅನ್ನುತ್ತೀರಾ? ತುಂಬಾ ಏಲಕ್ಕಿ ಹಿಡಿದಿತ್ತು; ಒಳ್ಳೆಯ ಬೆಳೆ ಬಂದೀತೆಂದು ನನಗೂ ಅನ್ನಿಸಿತ್ತು. ಆದರೆ ಏನು ರೋಗ ಬಂದು ಉದುರಿತೋ ಯಾರು ಬಲ್ಲರು?"

"ಇಲ್ಲ ; ಅದು ಕದ್ದು ಹೋದದ್ದೇ ಖಂಡಿತ."

"ಕದ್ದರೆ ಯಾರಿಗೆ ಮಾರುತ್ತಾರೆ? ಮಾರುವುದಾದರೆ ಮೂಲೆಗುಂಪಿಗೆ ತೆಗೆದುಕೊಂಡು ಹೋಗಿ ಮಾರಬೇಕು. ಮಾರಿದರೆ ನಾಲ್ಕು ಜನರ ಕಿವಿಗೆ ಆ ಸುದ್ದಿ ಬೀಳುವುದಿಲ್ಲವೇ? ಹಸಿ ಏಲಕ್ಕಿ ಎಲ್ಲಿಂದ ಬಂದಿತೆಂದು ಯಾರಾದರೂ ಕೇಳಲಾರರೇ? ಕದ್ದು ಹೋದದ್ದು ನಿಜವಾದರೂ ಈ ಕೇರಿಯವರು ಅಂಥ ಕೆಲಸ ಮಾಡಿರಲಾರರು."

"ಹಾಗೆ ನನಗೂ ಅನ್ನಿಸುತ್ತಿದೆ. ಆದರೆ ದೂರದಿಂದಲೇ ಬೇರೆ ಯಾರು ಬರುವವರು? ಮಕ್ಕಳಾಟಿಕೆಯೋ ಏನೋ?"

"ಬರುವ ವರ್ಷ ಒಡೆಯ, ನಾಲ್ಕು ದಿಕ್ಕಿಗೂ 'ಮುಟ್ಟಿಸು' ಮಾಡಿ ಕಟ್ಟಿದರಾಯಿತು. ಆಗ ಕದ್ದರೆ, ಕದ್ದವರು ರಕ್ತಕಾರಿ ಸಾಯುತ್ತಾರೆ; ಅಂಥವರಿಗೆ ಹಾಗೆಯೇ ಆಗಬೇಕು."

ಬೂದನ ಮನಸ್ಸು ಧನಿಗಳ ನಯವಾದ ಮಾತುಗಳಿಂದ, ತುಂಬ ಸಂತೋಷ ತಾಳಿತು. ಹಾಗೆಲ್ಲ ಅವನನ್ನು ಕರೆದು ಮಾತನಾಡಿಸಿದವರಲ್ಲ. ಅದೂ ತುಕ್ರ ಬಳಿಯಲ್ಲಿದ್ದರೆ ಎರಡಕ್ಕಿಂತ ಹೆಚ್ಚಿಗೆ ಮಾತನಾಡುವವರೇ ಅಲ್ಲ. ಆದರೆ ಇಂದು ತುಕ್ರನಿಲ್ಲದ್ದಕ್ಕೋ ಅಥವಾ ನಿಜವಾಗಿಯೂ ಅವರಿಗೆ ತನ್ನ ಮೇಲೆ ಅಭಿಮಾನ ಉಂಟಾದುದಕ್ಕೋ, ದೈವದ ಅಪ್ಪಣೆಯನ್ನು ಮುರಿಯ ಬಾರದೆಂದು ಧನಿಗಳಿಗೂ ಕಾಣಿಸಿದ್ದಕ್ಕೋ–ಅವರು ಒಲಿದರು–ಎಂದು ತಿಳಿದು, ಬೂದ ಮನೆಗೆ ಹೋದ. ಮನೆಗೆ ಹೋದವನೇ ಕೆಂಪಿಯನ್ನು ಕರೆದು "ಧನಿಗಳು ಮನೆಯ ಕೆಲಸಕ್ಕೆ ಯಾರನ್ನಾದರೂ ಕಳುಹಿಸು ಅಂದರು" ಎಂದ.

"ಯಾರನ್ನು ಕಳುಹಿಸುವುದು?" ಎಂದು ಮಾತು ತೆಗೆದಳು ಕೆಂಪಿ.

ಮನೆಯಲ್ಲಿರುವವರಿಬ್ಬರೇ; ಬೇನೆಗೆ ಆಗಾಗ ತುತ್ತಾಗುವ ಬೂದನ ಅಕ್ಕ, ಗಟ್ಟಿಮುಟ್ಟಾದ ಕೆಂಪಿ. "ನನ್ನಿಂದೆಲ್ಲಾಗುತ್ತದೆ ಆ ನೀರು ಹೊರುವ ಕೆಲಸ" ಎಂದು ಅವನ ಅಕ್ಕ ನುಡಿದಳು. ಹೀಗಾಗಿ, ಬಯಸಿದುದಕ್ಕೆ ಸಮನಾಗಿ, ಗಂಡನ ಬಾಯಿಂದಲೇ "ನೀನು ಹೋಗು" ಎಂಬ ಅಪ್ಪಣೆಯೂ ಕೆಂಪಿಗೆ ದೊರೆಯಿತು. ಆವೊಂದು ವಾರ ಧನಿಯರು ಮಲೆಯಲ್ಲೇ ನೆಲೆಸಿದರು. ಅಷ್ಟು ದಿನವೂ ಕೆಂಪಿ ಅವರ ಮನೆಗೆ ಹೋಗಿ ಬರುತ್ತಿದ್ದಳು. ನೀರು, ಮುಸುರೆಗಳ ಕೆಲಸ ಅವಳಿಂದಲೇ ಸಾಗಿತ್ತು. ಬೂದನೊಡನೆ ಧನಿಗಳು ಅವಳ ವಿಚಾರದಲ್ಲಿ ಹೊಗಳಿಕೆಯ ಮಾತುಗಳನ್ನೇ ಆಡಿದರು. "ಕೆಲಸದಲ್ಲಿ ನಿನ್ನ ಹೆಂಡತಿ ಅಷ್ಟು ಚುರುಕೆಂಬುದು ನನಗೆ ಗೊತ್ತೇ ಇರಲಿಲ್ಲ" ಎಂದು ಹೇಳಿದರು. ಆ ಹೆಮ್ಮೆಯಿಂದ ಹಿಗ್ಗಿ ಬೂದನೂ ಮನೆಗೆ ಬಂದ. ಧನಿಗಳು, ತುಕ್ರ ಕೇರಿಗೆ ಬಂದ ಮೇಲೆ, ಚಳಿಗಾಲ ಕಳೆದ ಮೇಲೆ ತಿರುಗಿ ಬರುವೆನೆಂದು ಹೇಳಿ ಸ್ವಗ್ರಾಮಕ್ಕೆ ತೆರಳಿದರು.

ತಿಮ್ಮ ಆ ಒಂದು ವಾರ ಕಾಲ ನಿತ್ಯವೂ ತೊರೆಯ ಬಳಿಗೆ ಹೋಗಿ, ಕೆಂಪಿಗಾಗಿ ಕಾದಿರುತ್ತಿದ್ದ. ಆಚೀಚೆ ಅಲೆದಾಡಿ ಅವಳನ್ನು ಹುಡುಕಾಡುತ್ತಿದ್ದ.

ಅವಳನ್ನು ಇನ್ನೊಮ್ಮೆ ಗುಟ್ಟಾಗಿ ಕಂಡು, ಧನಿಗಳನ್ನು ಬೋನಿಗೆ ಕೆಡೆಯ ಬೇಕೆಂದು ಯೋಚಿಸಿ, ಆತ ದಾರಿ ಹುಡುಕುತ್ತಿದ್ದ. ಹಾಗೆ ಕಾದದ್ದು ಮಾತ್ರ ವ್ಯರ್ಥವಾಯಿತು. ಆ ದಿನಗಳಲ್ಲಿ ಒಂದು ದಿನ ಕೆಂಪಿ ಚಿಲುಮೆಯ ನೀರನ್ನು ಧನಿಗಳ ಮನೆಗೆ ಹೊತ್ತು ಸಾಗಿಸುತ್ತಿದ್ದುದು ಆತನಿಗೆ ಕಾಣಿಸಿತು "ಏನು! ಅಲ್ಲಿಯೇ ಕೆಲಸಕ್ಕೆ ಹೋಗುತ್ತಿದ್ದೀಯಾ?" ಎಂದು ತಿಮ್ಮ ಅವಳನ್ನು ಕೇಳಿಯೂ ಬಿಟ್ಟ. ಅದಕ್ಕೆ ಕೆಂಪಿ ಬೇಸರವನ್ನು ನಟಿಸಿ, "ಅವರೇ ಹೇಳಿದ ಮೇಲೆ ಏನು ಮಾಡಬೇಕು" ಎಂದಳು.

"ಅವರೇ, ಧನಿಗಳೇ?"

"ಧನಿಗಳಲ್ಲ, ನಮ್ಮವರು."

"ಬೂದನೇ?"

"ಹೂಂ.""

"ನೀನು ಅವನಿಗೆ ಹೇಳಲಿಲ್ಲವೇ ನಡೆದ ಸಂಗತಿ?"

"ಹ್ಯಾಗೆ ಹೇಳುವುದು?"

"ಬೇಡ ಬಿಡು; ಹೇಳದಿದ್ದುದೇ ಒಳ್ಳೆಯದಾಯಿತು. ನೀನು ಮನಸ್ಸು ಮಾಡಿದರೆ ಇದಕ್ಕೆಲ್ಲ ಮದ್ದರೆಯಬಹುದು; ಇಂದೋ ನಾಳೆಯೋ ಅವರು ಹೋಗುತ್ತಾರೆ, ಹೋಗಲಿ. ಮುಂದಿನ ಸಾರಿ ಬರುವುದರೊಳಗೆ ಒಂದು ಉಪಾಯ ಹುಡುಕಿ ಇರಿಸು" ಎಂದು ಬೋಧಿಸಿದ.

"ಏನು ಉಪಾಯವೋ!" ಎಂದು ಬೇಸರದ ಮುಖ ಮಾಡಿಕೊಂಡು, ಕೆಂಪಿ ತನ್ನ ಕೆಲಸಕ್ಕೆ ಹೋದಳು. ಉಪಾಯದ ದಾರಿ ಕಾಣದೆ, ತಿಮ್ಮನೂ ತನ್ನ ದಾರಿಯನ್ನು ಹಿಡಿದ.

ಅಧ್ಯಾಯ - ೧೦

ಕುಡಿಯರ ಕೇರಿಯೊಳಗೆ ಇಂದು ಅತಿ ಹೆಚ್ಚಿನ ಅಸಂತೃಪ್ತ ಜೀವಿ ಯೆಂದರೆ ತಿಮ್ಮನೊಬ್ಬನೇ ಎಂದು ಕಾಣಿಸುತ್ತದೆ. ಇತರ ಸಮಸ್ಯೆಗಳು ಪರಿಹಾರವಾಗುತ್ತ ಬಂದರೂ ತಿಮ್ಮನ ಬದುಕಿನ ಸಮಸ್ಯೆ ಬಗೆಹರಿಯಲಿಲ್ಲ. ದೈವ ತನ್ನ ಅಪ್ಪಣೆಯನ್ನು ಸಲ್ಲಿಸಿದ ಬಳಿಕ, ಗುರಿಕಾರತನದ ಬಗ್ಗೆ ಇದ್ದ ಅಸಮಾಧಾನಗಳೆಲ್ಲ ನಾಶವಾಗುತ್ತ ಬಂದುವು. ಯಾವ ಕಾರಣದಿಂದಲೋ, ತಮ್ಮ ಕೆಲಸಗಳ ಮಟ್ಟಿಗೂ ಕೇವಲ ತುಕ್ರನೊಬ್ಬನನ್ನೇ ಧನಿಗಳು ಕರೆದು ಹೇಳುವುದು ಕಡಿಮೆಯಾಗುತ್ತ ಬಂದಿತು. ಹಾಗೆಂದು ತುಕ್ರ, ಅವರ ನೆಚ್ಚಿನ ಆಳಾಗಿ ವರ್ತಿಸುವುದೆಂದೂ ಕಡಿಮೆಯಾಗಲಿಲ್ಲ. ಈಗೀಗ ಅವರು ಹೆಚ್ಚಾಗಿ ಅವನನ್ನು ಮಲೆಯ ಹೊರಗಿನ ಕೆಲಸಗಳಿಗೇನೆ ಕಳುಹಿಸಿಕೊಡುತ್ತಾರೆ. ಮೂಲೆಗುಂಪಿನ ಬಳಿಯಲ್ಲಿ, ಅವರದೇ ಭೂಮಿಯಲ್ಲಿ ಕಾಡಿನಲ್ಲಿ ಮರ ಕಡಿಯುವ ಕೆಲಸ, ನಾಟ ಸಾಗಿಸುವ ಕೆಲಸ ನಡೆಯುತ್ತಿದೆ. ಆ ಕೆಲಸಕ್ಕೆ ಹೆಚ್ಚಾಗಿ ತಮ್ಮ ಊರಿನಿಂದಲೇ ಆಳುಗಳನ್ನು ಬರಮಾಡಿಕೊಳ್ಳುತ್ತಿದ್ದರೂ, ಅವರ ಮೇಲು ತನಿಖೆಗೆ ತುಕ್ರನನ್ನು ನೇಮಿಸಿದ್ದಾರೆ. ಹೀಗಾಗಿ, ಈ ಬೇಸಿಗೆಯಲ್ಲಿ ಹತ್ತೆಂಟು ದಿನ ಕೂಡ ತುಕ್ರ ಮಲೆಯಲ್ಲಿರಲಿಲ್ಲ. ಧನಿಗಳು ಮಕರ ಸಂಕ್ರಾಂತಿಯು ಕಳೆದ ಮೇಲೆ, ಮಲೆಗೆ ಬಂದು, ಒಂದು ತಿಂಗಳ ಕಾಲವೇ ಇದ್ದರೂ. ಮಲೆಯಲ್ಲೇ ಇದ್ದು, ದಿನ, ಎರಡು ದಿನಗಳಿಗೊಮ್ಮೆ ನಾಲ್ಕಾರು ಮೈಲು ಬೆಟ್ಟವನ್ನು ಹತ್ತಿ, ಇಳಿದು, ಕಾಡಿನ ಕೆಲಸ ನೋಡಿಕೊಂಡು ಬರುತ್ತಿದ್ದ ಧಣಿಗಳು ಮಲೆಯ ಮನೆಗೆ ಆಗಾಗ ಹೋಗಿ ಬರುತ್ತಿದ್ದರೂ, ತುಕ್ರ ಅವರ ಜತೆಗೆ ಬರುತ್ತಿರಲಿಲ್ಲ. ಅವರು ಬೇಸಿಗೆಯಲ್ಲಿ ಮಲೆಯಲ್ಲಿರಬೇಕಾದ ಕೆಲಸವೂ ಹೆಚ್ಚಿಲ್ಲ, ಏಲಕ್ಕಿ ಬೆಳೆಯನ್ನು ತುಸು ವಿಸ್ತರಿಸಬೇಕೆಂಬ ಆಸೆ ಇದ್ದುದರಿಂದ ಅಲ್ಲಿನ ಬೆಟ್ಟದ ಕೆಲವು ಭಾಗಗಳಲ್ಲಿ ಬೆಳೆದ ಮರದ ದಟ್ಟಣಿ ಕಡಿಮೆ ಮಾಡುವ ಕೆಲಸವಿತ್ತು.

ಅದೊಂದು ಕೆಲಸವಾದರೂ ವೇಳೆ ತುಂಬುವ ಕೆಲಸವೇ. ಅಲ್ಲಲ್ಲಿ ನೆರಳು ಹೆಚ್ಚಾಗದಂತೆ ಇರುವ ಮರಗಳನ್ನು ಕಡಿಸಬೇಕು. ಕಡಿದ ಮರದ ತುಂಡುಗಳನ್ನು ಕೇರಿಗೆ ಸಾಗಿಸಿ ದಾಸ್ತಾನು ಮಾಡಿಸಬೇಕು. ಏಲಕ್ಕಿ ಒಣಗಿಸಲು ಎಷ್ಟು ಕಟ್ಟಿಗೆಯಿದ್ದರೂ ಸ್ವಲ್ಪವೇ. ಕಡಿದ ಕಟ್ಟಿಗೆ ದೂರದಲ್ಲಿದ್ದುದರಿಂದ, ಅವನ್ನು ಸಾಗಿಸುವ ಕೆಲಸ ಹೆಚ್ಚಾಗಿತ್ತು. ಹತ್ತೆಂಟು ಗಂಡಾಳುಗಳು ಸೇರಿ, ಈ ಕೆಲಸವನ್ನು ಮಾಡುತ್ತಿದ್ದರು. ಧನಿಗಳು ಇದಕ್ಕೆ ಬೇರೆ ಪಡಿಯನ್ನು ಗೊತ್ತು ಮಾಡಿದ್ದರು. ಉತ್ಸಾಹವಹಿಸಿ, ಕೆಲಸ ಮಾಡುವಂತೆ ಅವರ ಯಜಮಾನಿಕೆಗೆ ಬೂದನನ್ನು ನೇಮಿಸಿ ಹೋಗಿದ್ದರು. ಹೀಗಾಗಿ, ತುಕ್ರನ ಮಾತಿಗೆ ತಂಟೆ ತಕರಾರು ಎತ್ತುತ್ತಿದ್ದ ತಿಮ್ಮನಿಗೆ ಬೂದನೊಡನೆ ಜಗಳ ಕಾಯುವ ಪ್ರಸಂಗವೂ ಇರಲಿಲ್ಲ; ಇಷ್ಟವೂ ಇಲ್ಲ. ಅವನ ಮೇಲೆ ಅಸೂಯೆಯಿದ್ದರೆ ಆತ ಕೆಂಪಿಯ ಯಜಮಾನ ಎಂಬುದರಿಂದ ಮಾತ್ರ.

ಆದರೆ, ನಡೆದ ಒಂದು ಪರಿವರ್ತನೆ ಮಾತ್ರ ಅವನ ಮನಸ್ಸನ್ನು ಕೆರಳಿಸುವಂಥದ್ದಾಗಿತ್ತು. ಹಿಂದೆ ಧನಿಗಳು ಬಂದಾಗ, ನಾಲ್ಕು ದಿನ ಕೆಂಪಿ ಅವರ ಮನೆಗೆ ಚಾಕರಿಗೆ ಹೋಗಿ ಬಂದದ್ದೇ ಅವನಿಗೆ ತುಂಬ ಅಸಮಾಧಾನ ಉಂಟುಮಾಡಿತ್ತು. ಆದರೆ ಮಕರ ಸಂಕ್ರಾಂತಿ ಕಳೆದ ಮೇಲೆ, ಧನಿಗಳು ಇನ್ನೊಮ್ಮೆ ಬಂದಾಗ, ಇನ್ನೂ ಆಕೆಯೇ ಧನಿಗಳ ಮನೆಯ ಕೆಲಸಗಳಿಗೆ ಹೋಗುತ್ತಿದ್ದುದನ್ನು ಕಂಡು, ಮೊದಲೇ ಹುಟ್ಟಿದ್ದ ಅವನ ಅಸಮಾಧಾನ ಇನ್ನಷ್ಟು ಬಲವಾಯಿತು. ಧನಿಗಳ ಮೇಲೆ ಹೇಗೂ ಸಿಟ್ಟೇ ಇದ್ದಿತ್ತು. ಕೆಂಪಿ ಸಂಭಾವಿತಳಿರಬಹುದು ಎಂಬ ಅವನ ಊಹೆ ಈಗ ನಿರ್ನಾಮವಾಯಿತು. ಈ ಬಾರಿ ಆತ 'ಅಲ್ಲಿಗೇಕೆ ನೀನು ಚಾಕರಿಗೆ ಹೋಗುತ್ತೀ?' ಎಂದು ಕೇಳುವುದಕ್ಕೆ ಹೋಗಲಿಲ್ಲ. 'ಹೋಗಬಾರದು' ಅನ್ನುವುದಕ್ಕೆ ಅವನ್ಯಾರು? 'ಹೋಗುವುದು ತರವಲ್ಲ' ಎಂದು ಅವಳಿಗೇನೆ ತಿಳಿದಿರಬೇಕಾದ ವಿಷಯ. ಹೀಗಿದ್ದರೂ ಆಕೆ ಹೋಗುತ್ತಿರುವುದನ್ನು ಕಂಡು-ಅವಳು ತಾನಾಗಿಯೇ ಧನಿಯ ಬಗಲಿಗೆ ಬಿದ್ದಳು-ಎಂಬ ತರ್ಕಕ್ಕೆ ಎಡೆಕೊಟ್ಟ. ಅದು ಅಸಮಾಧಾನದ ವಿಷಯವಾದರೂ, ಅದರಿಂದ ಆಕೆ ಸುಲಭಸಾಧ್ಯ ವ್ಯಕ್ತಿ-ಎಂಬ ಆಸೆಯೂ ಅದರ ಜತೆಗೆ ಮೂಡದೆ ಹೋಗಲಿಲ್ಲ. ಬೂದನ ಮನೆಗೆ ಅವನು ಮೊದಲಿಗಿಂತ ಹೆಚ್ಚಾಗಿ ಬಂದು ಹೋಗತೊಡಗಿದ. ಅದಕ್ಕೆ

ಕರಿಯಣ್ಣನ ಮೇಲಿನ ಗೌರವ ಮಾತ್ರ ಕಾರಣವಲ್ಲ; ಕೆಂಪಿಯನ್ನು ಮಾತನಾಡಿಸುವ ಚಪಲವೂ ಸೇರಿತ್ತು. ಮನೆಗೆ ಹೋದಾಗ ಕೆಂಪಿ ಅವನೊಡನೆ ಸಂಭಾಷಣೆ ಕಡಿಮೆ ಮಾಡುತ್ತಿರಲಿಲ್ಲ. ಹಾಗೆಂದು ತಿಳಿದು, ಅವಳೆಲ್ಲಾದರೂ ನೀರಿಗೆ ಹೋದಾಗ, ಕಾಡಿಗೆ ಹೋದಾಗ ಅವನು ಅವಳನ್ನು ಮಾತನಾಡಿಸಿದರೆ ಸಲುಗೆ ಇಲ್ಲದವಳಂತೆಯೇ ವರ್ತಿಸುತ್ತಿದ್ದಳು. ಧನಿಗಳು ಮಲೆಯಲ್ಲಿರುವಾಗ ಅವರ ಮನೆಯ ಚಾಕರಿಗೆ ಅವಳ ಎಲ್ಲ ವೇಳೆಯನ್ನೂ ತಿನ್ನುತ್ತಿದ್ದುದರಿಂದ, ಆಕೆ ತೊರೆಯ ಬಳಿಯಲ್ಲಿ ಹೆಚ್ಚು ಸಮಯ ಕಳೆಯುತ್ತಿರಲಿಲ್ಲ. ಬಿಡುವಿನಲ್ಲಿ ಅವಳನ್ನು ಕಾಣುವ ಅವಕಾಶವೂ ತಿಮ್ಮನಿಗೆ ಸಾಕಷ್ಟು ಸಿಗುತ್ತಿರಲಿಲ್ಲ. ಆದರೆ ಅವನ ಮನಸ್ಸಿನಲ್ಲಿ ಮಾನಕ್ಕಾಗಿಯಾಗಲೀ, ದುಮ್ಮಾನಕ್ಕಾಗಿಯಾಗಲೀ ತನಗೆ ಇಷ್ಟು ವರ್ಷ ಸಂದರೂ, ಒಂದು ಹೆಣ್ಣೂ ಒಲಿಯದೆ ಹೋಯಿತಲ್ಲ' ಎಂಬ ಕಿಚ್ಚು ಮಾತ್ರ ದಿನೇ ದಿನೇ ಹೆಚ್ಚುತ್ತಲಿತ್ತು.

ಮಕರ ಸಂಕ್ರಾಂತಿ ಕಳೆದ ಎರಡು ತಿಂಗಳೊಳಗೆ ಮೂಲೆಗುಂಪಿನ ದೇವಾಲಯದ ಜಾತ್ರೆ ಜರಗುತ್ತದೆ. ಕೇರಿಗೆ ಕೇರಿಯೇ ಆ ಜಾತ್ರೆಗೆ ಹೋಗುತ್ತದೆ. ಅಲ್ಲದೆ ಆ ವೇಳೆಗೇನೆ ಧನಿಯರು, ತಮ್ಮ ಆಳುಗಳಿಗೆ ಹೊಸ ಹಚ್ಚಡಗಳನ್ನು ತೆಗೆಯಿಸಿಕೊಡುವ ವಾಡಿಕೆ. ಅದಕ್ಕೆ ತಿಮ್ಮ ಹೋಗದಿರುತ್ತಾನೆಯೇ? ಆತನೂ ಈ ವರ್ಷ ಹೋಗಿದ್ದಾನೆ. ತನ್ನ ವ್ಯಕ್ತಿಪ್ರತಿಷ್ಠೆ ಬೆಳೆಯಿಸಿಕೊಳ್ಳುವುದಕ್ಕೆಂದು, ಈಗೀಗ ಹೊಸ ಗುರಿಕಾರ ಕರಿಯಣ್ಣನನ್ನು ಹಿಂಬಾಲಿಸುವುದು, ಅವನಿಗೆ ಆಗಾಗ ಏನಾದರೂ ಉಪದೇಶ ಮಾಡುವುದೂ ಹೆಚ್ಚು. ಕರಿಯನ ಸಂಗಾತಿ ಕಾಳ ಯಾವಾಗಲೂ ಅವನ ಜತೆಗೇ ಅಂಟಿಕೊಂಡಿರುವವ. ಇಬ್ಬರಿಗೂ ಸಮ ವಯಸ್ಸು. ಬಹು ಕಾಲದ ಒಡನಾಟದಲ್ಲಿ ಇಬ್ಬರೂ ಬೆಳೆದವರು. ಕರಿಯ ಒಂಟಿಯಾಗಿರುತ್ತಲಿಲ್ಲ–ಎಂಬುದು ತಿಮ್ಮನ ವ್ಯಥೆ. ಒಂಟಿಯಾಗಿದ್ದರೆ, ತನಗೆ ಬೇಕಾದಂತೆ ಅವನ ಮನಸ್ಸನ್ನು ತಿರುಗಿಸಿಕೊಂಡು, ನಾಳೆಗಾದರೂ ಯಜಮಾನನ ಬೆಂಗಾವಲಾಗಿ ಮೆರೆದಾಡುತ್ತೇನೆ ಎಂಬ ಆಸೆಗೂ ಅವಕಾಶ ಸಾಕಷ್ಟು ದೊರೆಯುತ್ತಿರಲಿಲ್ಲ. ಆದರೂ ತನ್ನ ಹಿರಿತನ ತೋರಿಸಲು, ಇದ್ದ ಅವಕಾಶ ಬಿಡಬಾರದೆಂದು ಕರಿಯನ ಬೆಂಗಾವಲಾಗಿ ಆತ ತಿರುಗಾಡುವುದು ರೂಢಿಯಾಗಿದೆ. ಹೀಗಾಗಿ, ಜಾತ್ರೆಗೆ ಅವನ ಹಿಂದೆಯೇ ಹೋದನು.

ಜಾತ್ರೆಯಲ್ಲಿ ಆಚೀಚಿನ ನಾಲ್ಕಾರು ಮಲೆಗಳ ಕುಡಿಯರೆಲ್ಲರೂ ಸೇರುತ್ತಾರೆ. ಜಾತ್ರೆಯ ಎರಡು, ಮೂರು ದಿನ ಅಲ್ಲಿಯೇ ಇರುತ್ತಾರೆ. ತೊರೆಯ ಮಗ್ಗುಲಲ್ಲೇ ಅಡುಗೆ ಅಟ್ಟು, ಅಪೂರ್ವಕ್ಕೆ ಕಾಣಸಿಗುವ ಹಬ್ಬವನ್ನು ಕಂಡು ಸಂತೋಷಪಡುತ್ತಾರೆ. ಎಲ್ಲ ಜನರೂ ಬರುತ್ತಾರೆ ಎಂದರೆ, ಎಲ್ಲ ಕುಡಿಯ ಕನ್ಯೆಯರೂ ಹಬ್ಬಕ್ಕೆ ಬರುತ್ತಾರೆಂಬುದೂ ಅರ್ಥ. ಅವರೆದುರಿಗೆ ಅಲೆದಾಡಿ ತಾನೊಬ್ಬ ಚೆಲುವನೆನಿಸಿಕೊಂಡು, ಯಾರ ಮನವನ್ನಾದರೂ ಸೆಳೆಯಬೇಕು ಎಂಬ ಹಂಬಲದಿಂದ ಹೊರಟವನು ತಿಮ್ಮ. ಜಾತ್ರೆಗೆ ಹೋಗುವಾಗ ತನ್ನಿಂದಾಗುವಷ್ಟು ದುಡಿದು, ಹತ್ತೆಂಟು ಬೆತ್ತದ ಬುಟ್ಟಿ, ಪೆಟ್ಟಿಗೆ ಗಳನ್ನು ಮಾಡಿಕೊಂಡು ಹೋಗಿದ್ದಾನೆ. ಅವುಗಳನ್ನು ಮಾರಿ ನಾಲ್ಕು ಕಾಸು ಗಳಿಸಿ ಪರಿಷೆಗೆ ಬಂದ ಮಂಡಕ್ಕಿ, ಅವಲಕ್ಕಿ, ಬೆಲ್ಲ, ಕೊಬ್ಬರಿಗಳನ್ನು ಕೊಂಡು, ಕಾಳ ಕರಿಯರ ಜತೆಗೆ ಕುಳಿತು ಔತಣ ಮಾಡಿದ್ದೂ ಆಯಿತು. ಧನಿಗಳು ಕೊಡುವ ಹೊಸ ಹಚ್ಚಡ ಬರುವ ಮುಂಚೆಯೇ, ತಾನೇ ಒಂದು ಜತೆ ಎಣ್ಣೆ ಮೇಣದ ಕೆಂಪು ಬಣ್ಣದ ಎಲೆವಸ್ತ್ರವನ್ನು ಕ್ರಯಕ್ಕೆ ಕೊಂಡು, ತಲೆಗೆ ಬಿಗಿದುಕೊಂಡದ್ದೂ ಆಯಿತು. ಅದನ್ನು ಸುತ್ತಿಕೊಂಡು ತಾನೇ ತನ್ನ ಪಾಲಿನ ಮನ್ಮಥನಾದ. ಅಲ್ಲಿ ಸೇರಿದ ಕುಡಿಯರ ಜತೆಯಲ್ಲಿ ತುಂಬ ಅಲೆದಾಡಿದ; ಯಾರ್‍ಯಾರ ಕಣ್ಣು ತನ್ನ ಮೇಲೆ ಬಿದ್ದೀತು ಎಂಬ ಸ್ವಾಭಾವಿಕವಾದ ಗಂಡಿನ ಚಪಲವನ್ನೆಲ್ಲ ತೊಟ್ಟು ಅಲೆದಾಡಿದ.

ಆ ಜಾತ್ರೆಗೆ ಕೆಂಪಿಯೂ ಬಂದಿದ್ದಳು. ಬಿನ್ನಾಣಗಿತ್ತಿಯಂತೆ ತುಸು ಹೆಚ್ಚಾಗಿಯೇ ಬಂಧುಗಳಲ್ಲಿ ಕಲೆತು ಅಲೆದಾಡಿದಳು. ಕಾಡಿನ ಹೂಗಳನ್ನು ದೊಡ್ಡ ಹೊರೆಯಂತೆ ಮುಡಿದದ್ದೂ ಸಾಲದೆ, ಮಾರಾಟಕ್ಕೆ ಬಂದ ಸೇವಂತಿಗೆಯ ಹೂವನ್ನು ಕೊಂಡು ತಲೆಗೆ ಇರಿಸಿದ್ದಳು. ಹತ್ತೆಂಟು ಬಾರಿ ಯಾವಾವ ನೆಪದಿಂದಲೋ ತಿಮ್ಮ ಅವಳನ್ನು ಮಾತನಾಡಿಸುವ ಪ್ರಯತ್ನ ಮಾಡಿದ. "ನಿನ್ನಪ್ಪ, ಅಮ್ಮ ಬಂದಿಲ್ಲವೇ?" ಎಂದು ವಿಚಾರಿಸಿದ. ಒಮ್ಮೆ "ಇಂದಂತು ನೀನು ಭಾರಿ ಪಸಂದಾಗಿ ಕಾಣುತ್ತೀಯೆ" ಎಂದು ಅವಳ ಮುಂದೆ ನಕ್ಕು ನುಡಿದ. ಆ ಮಾತುಗಳನ್ನು ಕೇಳಿ ಆಕೆಗೆ ನಗು ಬಂದರೂ ಆಚೀಚಿನ ಜನಗಳನ್ನು ಕಂಡು ಆಕೆ ಅಂಥ ನಗುವಿಗೆ ಅವಕಾಶ ಕೊಡಲಿಲ್ಲ. ಆಕೆ ಪ್ರತಿಯಾಗಿ ತನ್ನ ಎಲೆವಸ್ತ್ರದ ರುಮಾಲೆ ಕಂಡು, 'ನಿನಗೆ ಅದು ಬಹಳ

ಒಪ್ಪುತ್ತದೆ' ಎಂದಿದ್ದರೆ ಎಷ್ಟು ಸಂತೋಷವಾಗುತ್ತಿತ್ತೋ ಏನೋ! ಆ ಮಾತನ್ನು ಹೇಳಿದವರಿಲ್ಲ ಎಂದಲ್ಲ. ಕಾಳ ಆ ಅರಿವೆಯನ್ನು ಖರೀದಿ ಮಾಡುವಾಗ ಅವನ ಬಳಿಯಲ್ಲೇ ಇದ್ದ.

'ಅಣ್ಣಾ, ಈ ಎಲೆವಸ್ತ್ರವಾದರೆ ನಿನ್ನ ತಲೆಗೆ ತುಂಬ ಒಪ್ಪುತ್ತದೆ' ಅಂದಿದ್ದ. ಆದರೆ, ಅನ್ನಬೇಕಾದವರು ಅಂಥ ಮಾತನ್ನು ಅನ್ನದಿದ್ದರೆ, ತಿಮ್ಮನಿಗೆ ಏನು ಸಂತೋಷವಾದೀತು!

ತನ್ನ ನಿರಾಶೆಗೆ ಕಾರಣವನ್ನು, ಯಾತಕ್ಕೋ ತಾನೇ ಹುಡುಕಲಾರ ತಿಮ್ಮ. ಇದೇ ಒಂದು ಮುಖ್ಯ ಕಾರಣವಲ್ಲವಾದರೂ ಸಾಕಷ್ಟು ಬಲವಾದ ಕಾರಣವೇ? ಏನಿಲ್ಲ–ಸೊಂಟದಲ್ಲಿ ಸಿಕ್ಕಿಸಿಕೊಂಡ ಕಾಸಿನಲ್ಲಿ, ಒಂದಾಣೆ ತೆಗೆದು ಮಣಿಸರಕಿನ ಒಬ್ಬ ಸಾಹೇಬರಿಗೆ ಕೊಟ್ಟು, ಒಂದು ಕನ್ನಡಿ ಕೊಂಡಿದ್ದರೆ ಅವನ ಸಮಸ್ಯೆ ಬಹು ಮಟ್ಟಿಗೆ ಪರಿಹಾರವಾಗುತ್ತಿತ್ತು. ಎಲ್ಲ ಕುಡಿಯರಂತೆ ಅವನೂ ಕುಳ್ಳನೇ; ಬಣ್ಣ ಎಲ್ಲರಂತೆಯೇ ಎಣ್ಣೆಗಪ್ಪು. ಶರೀರ ತುಂಬಿರ ದಿದ್ದರೂ ಬಡಕಲು ಜೀವ ಅವನದ್ದಲ್ಲ. ಬೇನೆಯಿಂದ ಸೊರಗಿದ್ದೂ ಅಲ್ಲ. ಬಯನಿ ಮರವನ್ನು ಹತ್ತಿ ನಿಂತ ಅವನ ಎದೆ, ತೊಡೆ, ಭುಜಗಳ ಮಾಂಸ ಖಂಡಗಳು ಉಬ್ಬಿಕೊಂಡಿವೆ. ಆದಲೆ ಆ ಒಟ್ಟು ಶರೀರಕ್ಕೆ ಸಲ್ಲದ್ದೆಂದರೆ ಅವನ ಮುಖ. ಅವನ ಗಲ್ಲ, ಕಪೋಲಗಳ ಎಲುಬು ಪ್ರಧಾನವಾಗಿತ್ತು. ಸಾಲದ್ದಕ್ಕೆ ಹರಿದ ಮೇಲ್ತುಟಿ ಬೇರೆ. ತುಟಿಯ ಎಡೆಯಿಂದ ಒಂದು ಹಲ್ಲಂತು ಮೊಲದ ಹಲ್ಲಿನ ಹಾಗೆ ಲೋಕಕ್ಕೆ ಕಾಣಿಸುತ್ತಿತ್ತು. ಆ ಕೊರತೆ ಅವನಿಗೆ ಕಾಣಿಸದೇ ಉಂಟೇ? ಬೆಂಗಡೆಯಲ್ಲಾದರೂ ತನ್ನನ್ನು 'ಹರಕುಬಾಯಿ ತಿಮ್ಮ!' ಎನ್ನುತ್ತಿದ್ದ ಜನರುಂಟೆಂದು ಅವನು ಬಲ್ಲ. ಎದುರಿಗೆ ಹೇಳಿದರೆ, ಹೇಳಿದವರ ತುಟಿಯನ್ನೇ ಆತ ಹರಿದುಹಾಕಬಲ್ಲ. ಎಳೆತನದಲ್ಲೇ ಈ ಸಮಾಧಾನ ತಾಳಿದ್ದ. ಸೊಂಪಾಗಿ ಮೀಸೆ ಬೆಳೆಯಿಸಿ, ತುಟಿಯ ಎಡೆಯ ಕಂಡಿಯನ್ನು ಮುಚ್ಚಿಸಿಕೊಂಡಿದ್ದ. ಆದರೂ ಸಮತೆಯಿಲ್ಲದ ತುಟಿಯ ತುಂಡುಗಳ ಮೇಲೆ, ಬೆಟ್ಟದ ಹುಲ್ಲಿನಂತೆ ಬೆಳೆದ ಆ ಮೀಸೆ ಏರುಪೇರಾಗಿ ಕಾಣಿಸುತ್ತಿದ್ದುದರಿಂದ, ಅವನ ಮುಖಕ್ಕೊಂದು ವಿಕಾರ ರೂಪವನ್ನು ಕೊಡುತ್ತಿತ್ತು. ನಿತ್ಯ ಕಾಣುತ್ತಿದ್ದವರು ಅವನನ್ನು ಕಂಡು ನಗರಾದರೂ, ಹೊಸಬರಿಗೆ ಆ ಮುಖ ಕಂಡರೆ ತಡೆಯದೆ ನಗು ಬರುವುದು ಸಹಜ. ಅಪ್ರಿಯವಾದ ಮುಖವೇ ತನ್ನ

ಎಲ್ಲ ಬವಣೆಗಳಿಗೆ ಕಾರಣ ಎಂದು ಆತ ಅರಿತವನಲ್ಲ. ಹೆಣ್ಣುಗಳ ಕೊರತೆ ಮಲೆಯಲ್ಲಿರುವಾಗ, ಅವನಂತಿರುವ ಒತ್ತಾಯದ ಬ್ರಹ್ಮಚಾರಿಗಳು ಬೇರೆ ಯುವರನೇಕರು ಇದ್ದಾರೆ. ತನ್ನ ಒಂಟಿ ಜೀವನಕ್ಕೆ, ಅದೇ ಅವನಿಗೆ ಕಾರಣವಾಗಿ ತೋರುತ್ತಿತ್ತೇ ಹೊರತು ಬೇರೇನೂ ಕಾಣಿಸುತ್ತಿರಲಿಲ್ಲ. ಈ ದಿನ ಅವನು ತಲೆಗೆ ಕಟ್ಟಿದ ಹೊಸ ಎಲೆವಸ್ತ್ರದಿಂದಾಗಿ ಬಳಗದವರ ದೃಷ್ಟಿ ಅವನ ಹುಬ್ಬಿನ ಮೇಲಕ್ಕೆ ಏರೀತೇ ಹೊರತು, ಮುಖದ ಕೆಳಭಾಗ ತನ್ನಂತೆ ಕಾಣಿಸದು–ಎಂದು ಆತ ತಿಳಿದನೋ ಏನೋ. ಅಂತು ವಿಲಾಸಿಯಂತೆ ತಿರುಗಾಡುತ್ತಲೇ ಇದ್ದ.

ಜಾತ್ರೆಯ ಒಂದು ದಿನ ಹೀಗೆಯೇ ಕಳೆಯಿತು. ಎರಡನೆಯ ದಿನ ಧನಿಗಳು ಬಂದು, ತಮ್ಮ ಆಳುಗಳಿಗೆಲ್ಲ ಹಚ್ಚಡವನ್ನು ಕೊಟ್ಟರು. ಅವರನ್ನು ಸಾಲಾಗಿ ನಿಲ್ಲಿಸಿ ಒಬ್ಬೊಬ್ಬರ ಹೆಸರನ್ನೆತ್ತಿ ಕೂಗಿ, ಕರೆದು, ಹಚ್ಚಡ ಹಂಚಿ ಕೊಡುವ ಅವರ ಠೀವಿ! ಈತನೂ ಹೋಗಿ ಹೊಸ ಹಚ್ಚಡ ಹಿಗ್ಗಿನಿಂದ ಕೊಂಡು ಬಂದಿದ್ದ. ಹೆಂಗಸರಿಗೂ, ಗಂಡಸರಿಗೂ ಸಮನಾಗಿ ಬಟ್ಟೆಗಳ ವಿತರಣೆಯಾಯಿತು. ಬಿಳಿಯ ಪಂಚೆ ಗಂಡಸರಿಗೆ, ಎಲ್ಲರಿಗೂ ಒಂದೇ ತೆರನ ಪಂಚೆ ಕೊಟ್ಟಿದ್ದರೂ ಧನಿಯರು ಕೆಂಪಂಚಿನ ಪಂಚೆಗಳನ್ನು ಬದಿಯಲ್ಲಿರಿಸಿ ಕೊಂಡಿದ್ದು–ತಿಮ್ಮನಿಗೆ ಕಾಣಿಸಿತ್ತು. ಅವನ್ನು ಯಾರಿಗೆ ಕೊಡುತ್ತಾರೆ ನೋಡುವ–ಎಂದರೆ, ಮೊದಲ ಬಹುಮಾನ ಕರಿಯನಿಗೆ ಕರೆದು ಕೊಟ್ಟಿದ್ದು. ಅವನಿಗಾಗ ತುಂಬಾ ಸಂತೋಷವಾಯಿತು; ಅನಂತರ, ವಯಸ್ಸಿನಲ್ಲಿ ಹಿರಿಯನಾದ ಚನಿಯನನ್ನು ಕರೆದರು. ಅವನಿಗೆ ಹೋಗುತ್ತದೆ ಕೆಂಪು ಅಂಚಿನ ಬಟ್ಟೆ ಎಂದುಕೊಂಡರೆ, ಅವನಿಗೆ ಕೊಟ್ಟುದು ಸಾಮಾನ್ಯವಾದುದೇ. ಅನಂತರ ಒಮ್ಮೆಗೇ 'ಬೂದ' 'ತುಕ್ರ' ಅಂದರು. ಅಥವಾ 'ತುಕ್ರ, ಬೂದ' ಅಂದರೋ ತಿಳಿಯದು. ಇಬ್ಬರೂ ಬಂದು ನಿಂತರು. ಇಬ್ಬರಿಗೂ ಕೆಂಪಂಚಿನ ಧೋತ್ರ ಹೋಯಿತು. ಮತ್ತುಳಿದವರಿಗೆಲ್ಲ ಗೀರಂಚಿನವು. ಎಲ್ಲರಿಗೂ ಸಮವಾಗಿ ಅವನ್ನು ಹಂಚಿದರು. ಅದೇ ಕೊರೆಯತೊಡಗಿತು–ತಿಮ್ಮನ ಮನಸ್ಸಿನಲ್ಲಿ. ತುಕ್ರ, ಬೂದರು ತನ್ನಿಂದೇನು ಹೆಚ್ಚು? ನ್ಯಾಯವಾಗಿ ಅದನ್ನು ಕೊಡಬೇಕಾಗಿದ್ದರೆ ಚನಿಯನಿಗಷ್ಟೇ ಕೊಡಬೇಕು. ಆತ ಕೇರಿಗೇನೆ ಹಿರಿಯ–ವಯಸ್ಸಿನಲ್ಲೂ, ಬುದ್ಧಿಯಲ್ಲೂ.

ಮುಂದೆ, ಹೆಂಗಸರು ಮಕ್ಕಳಿಗೆ ಬಟ್ಟೆ ಹಂಚಿದರು. ಮನೆಯಲ್ಲಿದ್ದವರಿಗೂ ಅಲ್ಲಿಗೆ ಬಂದಿದ್ದವರಿಗೂ ಎಣಿಸಿ, ಒಂದೊಂದು ಅರಿವೆ ಕೊಟ್ಟರು. ಅಲ್ಲಿ ಮಾತ್ರ ಒಡೆದು ಕಾಣುವ ತಾರತಮ್ಯ, ಇತರರಿಗೆ ಗೋಚರಿಸದಿದ್ದುದು ತಿಮ್ಮನಿಗೆ ಗೋಚರಿಸದೆ ಹೋಗಲಿಲ್ಲ. ಎಲ್ಲರನ್ನೂ ಕರೆದು ಎಣಿಸಿಕೊಟ್ಟ ಸೀರೆಗಳಲ್ಲಿ ಒಂದೇ ತೆರನ ಕಾಂಗು ಸೀರೆಗಳೇ ಇದ್ದುವು. ಅದಕ್ಕೆ ಆಕ್ಷೇಪವೆಂದರೆ ಒಂದೇ ಒಂದು ಕೆಂಪು ಸೀರೆ. ಅದರ ಅಂಚು ಹೊಳೆಯುವ ಅರಸಿನ ಬಣ್ಣದ್ದು. ಅದನ್ನವರು ಒಪ್ಪಿಸಿದ್ದು ಇನ್ನೊಂದು ಕಾಂಗು ಸೀರೆಯೊಡನೆ ಬೂದನಿಗೆ. ಇನ್ನೆರಡು ಗಳಿಗೆಗಳಲ್ಲಿ, ರಹಸ್ಯ ಅವನಿಗಂತೂ ಹೊಳೆಯಿತು. ಧನಿಯರು ಕೊಡುವಾಗ 'ಒಂದೇ ಜಾತಿಯ ಸೀರೆ ಸಿಗಲಿಲ್ಲ ಪೂರ್ಣ; ಇದು ಆದೀತಲ್ಲ' ಎಂದು ಹೇಳಿಯೇ ಆ ಕೆಂಪು ಸೀರೆ ಕೊಟ್ಟರು. ಕೊಟ್ಟದ್ದು ಉದ್ದೇಶಪೂರ್ವಕವಾಗಿ ಕೆಂಪಿಗೇನೆ ಎಂಬ ಭಾವನೆ ತಿಮ್ಮನಲ್ಲಿ ಮೂಡಿತು. ಅನಂತರ, ಜಾತ್ರೆಯಲ್ಲಿ ಆ ಸೀರೆಯನ್ನು ಉಟ್ಟು ಮೆರೆದವಳೂ ಕೆಂಪಿಯೆ.

ಆಗ ತಿಮ್ಮನ ಹೊಟ್ಟೆಯ ಉರಿ ಹೇಳುವುದಕ್ಕಿಲ್ಲ. ಸೀರೆಯ ವಿಚಾರ ಬಹಿರಂಗವಾಗಿ ನುಡಿಯುವ ಧೈರ್ಯ ಬಾರದಿದ್ದರೂ, ಚನಿಯನ ಬಳಿಗೆ ಹೋಗಿ "ಚನಿಯಣ್ಣಾ, ಧನಿಗಳು ತಮ್ಮ ಆಳುಗಳಲ್ಲಿ ಹಾಗೆಲ್ಲ ಭೇದ ತೋರಿಸಬಾರದಿತ್ತು. ಈಗ ಕರಿಯಣ್ಣನಿಗೆ ಕೆಂಪಂಚಿನ ಧೋತ್ರ ಕೊಟ್ಟದ್ದು ಸಮನೇ; ಅವನು ಗುರಿಕಾರ. ಆದರೆ ತುಕ್ರ, ಬೂದರಿಗೆ ಯಾತಕ್ಕೆ ಅಂಥದ್ದನ್ನು ಕೊಟ್ಟರು? ವಯಸ್ಸಿನಲ್ಲಿ ನೀನು ಎಲ್ಲರಿಗೂ ಹಿರಿಯ; ನಿನಗೆ ಅದನ್ನು ಕೊಡಬೇಕಾದದ್ದು ನ್ಯಾಯವಲ್ಲವೇ?" ಎಂದ. ಚನಿಯ ವೈರಾಗಿ: "ಅಂಚು ಗಿಂಚು ತೆಗೆದುಕೊಂಡು ಏನು ಮಾಡುತ್ತೀಯಾ? ನೀರಿಗೆ ಹಾಕಿದರೆ ಬಿಳಿದು ಕೆಂಪು-ಒಂದೇ ಬಣ್ಣ ಆಗುತ್ತದೆ. ತಂದುದನ್ನು ಕೊಟ್ಟರು; ಕೊಟ್ಟದ್ದನ್ನು ಕೊಂಡು, ಉಟ್ಟು ಸಂತೋಷಪಡುವುದು ನಮ್ಮ ಕೆಲಸ. ನೋಡು - ಹಿರಿಮಲೆಯ ಕಿರಿಸ್ತಾನ ಧನಿಗಳಿದ್ದಾರಲ್ಲ. ಅವರೀಗ ಹಚ್ಚಡ ಕೊಡುವ ಕ್ರಮವನ್ನೇ ನಿಲ್ಲಿಸಿಬಿಟ್ಟಿದ್ದಾರಂತೆ. ಈ ವರ್ಷ ಆ ಮಲೆಯವರಿಗೆ ಕಾಸು ಎಣಿಸಿ, 'ನಿಮನಿಮಗೆ ಬೇಕಾದ ಬಟ್ಟೆ ನೀವೇ ಕೊಂಡುಕೊಳ್ಳಿ' ಎಂದು ಹೇಳಿದ್ದಾರೆ. ಹಾಗೆ ಮಾಡಲಿಲ್ಲವಲ್ಲ ನಮ್ಮ ಧನಿಗಳು" ಎಂದ.

"ಅದು ಎಲ್ಲದಕ್ಕಿಂತಲೂ ಚಂದ. ಈಗ ನಾನು ನನ್ನ ದುಡ್ಡಿನಿಂದ ಎಲೆವಸ್ತ್ರ ತೆಗೆದುಕೊಳ್ಳಲಿಲ್ಲವೇ?" ಎಂದು ಆತ ತನ್ನ ರುಮಾಲನ್ನು ತೋರಿಸಿದ. "ಕೊಟ್ಟರೆ ಎಲ್ಲರಿಗೂ ಸಮನಾಗಿ ಕೊಡಬೇಕು. ಒಬ್ಬರಿಗೆ ಹೆಚ್ಚು ಒಬ್ಬರಿಗೆ ಕಡಿಮೆ ಮಾಡಿ ಕೊಡಬಾರದು" ಎಂದು ನುಡಿದು ಈಚೆಗೆ ಬಂದ.

ಜಾತ್ರೆಯಲ್ಲಿ ಎಷ್ಟು ಸುತ್ತಾಡಿದರೂ ಆತನ ಮನಸ್ಸು ಸಮಾಧಾನಗೊಳ್ಳಲಿಲ್ಲ. ಉಳಿದವರು ಹೊಸ ಹಚ್ಚಡವನ್ನು ಉಟ್ಟರೂ, ಅವನಿಗೆ ಸಮಾಧಾನವಿಲ್ಲ. ಎಲೆವಸ್ತ್ರ ಕೊಂಡ ಜವುಳಿ ಅಂಗಡಿಯ ಮುಂದೆ ಹೋಗಿ ತಾಸು, ಗಳಿಗೆಗಟ್ಟಲೆ ನಿಂತು, 'ಅದಕ್ಕೇನು ಬೆಲೆ?' ಎಂದು ಕೇಳಿಯೂ ಕೇಳಿದ. ಕೆಂಪಂಚಿನ ಧೋತ್ರವೊಂದನ್ನು ಖರೀದಿ ಮಾಡಿದ. ಸೊಂಟವನ್ನು ಮುಟ್ಟಿ ನೋಡಿದ. ಅಂಗಡಿಯವರು ಹೇಳಿದ ಬೆಲೆಗೂ ಸಿಕ್ಕಿಸಿಕೊಂಡ ಹಣಕ್ಕೂ ಸಂಬಂಧವಿರಲಿಲ್ಲ. "ಇದನ್ನು ಕೊಂಡು ಅದನ್ನು ಕೊಡುತ್ತೀರಾ?" ಎಂದು ತನ್ನ ದರ್ಪ ತೋರಿಸಿದ.

"ನಾವು ಇಲ್ಲಿಗೆ ಬಟ್ಟೆಯನ್ನು ಮಾರಲಿಕ್ಕೆ ಬಂದವರು; ಕೊಳ್ಳಲಿಕ್ಕಲ್ಲ" ಎಂದರು ಅಂಗಡಿಯವರು. ಆಗ ಅವನಿಗಾದ ವ್ಯಥೆಯನ್ನು ಹೇಳತೀರದು. ರುಮಾಲೆ ಕೊಳ್ಳುವ ಬದಲು, ಅದನ್ನು ಕೊಂಡಿದ್ದರೆ ಎಷ್ಟು ಲೇಸಿತ್ತೋ ಎಂದನಿಸಿತು. ಕೊನೆಗೆ ಅಸಮಾಧಾನದಲ್ಲಿ ಸಮಾಧಾನ ತಂದುಕೊಂಡು, ಮೈ ಮೇಲೆ ಹಚ್ಚಡಹೊದ್ದು, ಕರಿಯಣ್ಣನ ಹಿಂದೆ ಪರಿಷೆ, ತೇರುಗಳನ್ನು ನೋಡುತ್ತ ಅಲೆದಾಡಿದ. ಕರಿಯ ತನಗೆ ದೊರೆತ ಹೊಸ ಹಚ್ಚಡ ಸೊಂಟಕ್ಕೆ ಸುತ್ತಿಕೊಂಡಿದ್ದ. ತಿಮ್ಮನನ್ನು ಕಂಡು "ಯಾಕಣ್ಣಾ, ನೀನು ನಿನ್ನ ಹಚ್ಚಡ ಹೊದ್ದುಕೊಂಡಿದ್ದೀ, ಉಟ್ಟರೆ ಚಂದ ಕಾಣುವುದಿಲ್ಲವೇ?" ಎಂದ.

"ಅಂಚು ಬಂದುದನ್ನು ಉಟ್ಟರೆ ಚೆಂದ. ಇದನ್ನು ಹೊದ್ದರೂ ಒಂದೇ, ಬಿಟ್ಟರೂ ಒಂದೇ" ಎಂದು ಹೇಳಿ, ಅದನ್ನು ಅಂಗಡಿಗೆ ಕೊಟ್ಟು ಬದಲಿಸಲು ತಾನು ಮಾಡಿದ ವ್ಯರ್ಥ ಪ್ರಯತ್ನವನ್ನು ಕುರಿತು ಅವನೊಡನೆ ಹೇಳಿದ. ಧನಿಗಳು ಮಾಡಿದ ತಾರತಮ್ಯವನ್ನು ಕುರಿತು ಟೀಕಿಸಿದ; ಅದು ಸಮವಲ್ಲವೆಂದ. ಅದಕ್ಕೆ ಕರಿಯನೂ ಒಪ್ಪಬೇಕಾಯಿತು. ಅವನಿಗೆ ತಿಮ್ಮನ ಮೇಲೆ ಸಹಾನುಭೂತಿಯೂ ಹುಟ್ಟಿತು. ಅವನೇ ಬಲವಂತಮಾಡಿ, ತನ್ನ

ಹಚ್ಚಡವನ್ನು ಅವನಿಗೆ ಕೊಟ್ಟು, ಅವನದನ್ನು ತಾನು ಕಿತ್ತು ಉಟ್ಟುಕೊಂಡ, "ನಿನ್ನ ಮನಸ್ಸು ದೊಡ್ಡದು-ಕರಿಯಣ್ಣ" ಎಂದು ತಿಮ್ಮ ಅವನನ್ನು ಹೊಗಳಿದ; ತಾನೂ ಕೆಂಪಂಚಿನ ಧೋತ್ರ ಉಟ್ಟು ಮೆರೆದಾಡುವ ಅವಕಾಶವನ್ನು ಗಳಿಸಿಕೊಂಡ. ಬೂದ, ಕರಿಯನನ್ನು ಕಂಡು "ಏನು, ನಿನ್ನ ಧೋತ್ರ ಅವನಿಗೆ ಕೊಟ್ಟುಬಿಟ್ಟೆಯಾ?" ಇದಕ್ಕೆ ಅದಕ್ಕಿಂತ ಎಷ್ಟೋ ಹೆಚ್ಚು ಬೆಲೆ. ಯಾಕೆ ಕೊಟ್ಟೆ?" ಎಂದುದಕ್ಕೆ ಪಾಪ, ಆಸೆ ಮಾಡಿದ; ಕೊಟ್ಟೆ" ಎಂದು ಸುಲಭದಲ್ಲಿ ಮುಗಿಸಿಬಿಟ್ಟ ಕರಿಯ.

ಇತ್ತ ಜಾತ್ರೆಯಲ್ಲಿ ಕೆಂಪಿಯೂ ಕೆಂಪು ಸೀರೆಯುಟ್ಟು ಮೆರೆಯುತ್ತಿದ್ದ ವಿಷಯದಲ್ಲೇ ಅಸೂಯಪರನಾದ ತಿಮ್ಮ, 'ಅವಳಿಗೊಂದು ಚಿನ್ನದ ಉಂಗುರ ಸಿಕ್ಕಿತಂತೆ' ಎಂಬ ಪಿಸುಮಾತನ್ನು ಕೇಳಿ ಎಷ್ಟು ಉರಿ ತಾಳಬೇಡ! 'ಚಿನ್ನವೊ ಹಿತ್ತಾಳಿಯೋ' ಎಂದು ಮೊದಲು ನಕ್ಕು ನುಡಿದ. ಕೊನೆಗೆ ಬೂದನ ಕೈಯಲ್ಲಿ ಅದನ್ನು ಕಂಡು, 'ಚಿನ್ನ' ಎಂಬುದು ಖಾತ್ರಿಯಾದ ಮೇಲೆ, ಏನೇನೋ ಅನಿಸಿತು ಅವನ ಮನಸ್ಸಿಗೆ.

"ಹೌದಣ್ಣ. ಜಾತ್ರೆಗೆ ಬಂದವರಲ್ಲಿ ಯಾರ ಉಂಗುರ ಬಿದ್ದು ಹೋಗಿದೆಯೋ ಕೇಳುವ, ಯಾರಾದರೂ ಕಳೆದುಕೊಂಡಿದ್ದಾರೋ" ಎಂದು ಅಂದ. ಆ ಮಾತಿಗೆ ಯಾರಿಂದಲೂ ಪುಷ್ಟಿ ಸಿಗಲಿಲ್ಲ. ಯಾರಾದರೂ 'ತಾವು ಉಂಗುರ ಕಳೆದುಕೊಂಡಿದ್ದೇವೆ' ಎಂದು ಹೇಳಿದರೆ, ಅವರಿಗೆ ಈ ಸುದ್ದಿ ತಿಳಿಸುವ-ಎಂಬ ಮನಸ್ಸು ತಿಮ್ಮನಿಗಾಯಿತು. ಆ ಸುಸಂಧಿಯೂ ಬರಲಿಲ್ಲ. ಇದು ಅವನ ಅಸಮಾಧಾನಕ್ಕೆ ಇನ್ನಷ್ಟು ಕಾರಣವಾಯಿತು. ತಿರುಗಿ ಮಣಿಸರಕಿನ ಅಂಗಡಿಗಳ ಬಳಿಯಲ್ಲಿ ಸುಳಿದಾಡಿದ. ಮಣಿಸರಕಿನವರಲ್ಲಿ ಚಿನ್ನದಂತಿರುವ ಉಂಗುರಗಳಿಗೆ ಬರಗಾಲವೇ! ಒಂದೊಂದಾಣೆ ಕೊಟ್ಟು ಮೂರು ಹಿತ್ತಾಳಿ ಉಂಗುರಗಳನ್ನು ತಿಮ್ಮ ಕೊಂಡು ಕೊಂಡು ತನ್ನ ಬೆರಳುಗಳಿಗೆ ಸಿಕ್ಕಿಸಿಕೊಂಡ. ತನ್ನ ರಸಿಕತನ ಮೆರೆಯಿಸುವುದಕ್ಕೆ ಕಾಳನೊಡನೆ "ಅಣ್ಣ, ನನಗೆ ಒಂದಲ್ಲ ಮೂರು ಉಂಗುರ ಸಿಕ್ಕಿವೆ" ಎಂದು ನಕ್ಕು ನುಡಿದ.

ಜಾತ್ರೆಗೆ ಬಂದ ಹಿರಿಯರು, ಅಲ್ಲಿ ಇಲ್ಲಿ ಕೂಡಿ ತಿರುಗಾಡುತ್ತಿದ್ದರು; ಹರಟೆ ಕೊಚ್ಚುತ್ತಿದ್ದರು. ಅದೇ ವೇಳೆಗೆ ಎರಡು ಮೂರು ಮಲೆಯವರು

ಸೇರುವ ಸಮಯವಾದುದರಿಂದ, ಮುಂದಿನ ನಂಟುತನಗಳನ್ನು ಕುರಿತು ಮಾತಾಡುವ ಪರಿಪಾಠವೂ ಅವರಲ್ಲಿದ್ದಿತು. ತಿಮ್ಮನು ಯಾರ್ಯಾರ ಮದುವೆಗಳಲ್ಲಿ ಆಸಕ್ತನೇ? ತನ್ನ ಕೇರಿಯವರಲ್ಲಿ ಆತ ತನಗೆ ಇಷ್ಟು ವಯಸ್ಸಾಗಿದ್ದರೂ ಅಂಥ ಆಸೆ ತೋಡಿಕೊಂಡವನಲ್ಲ. 'ನನಗೊಂದು ಹೆಣ್ಣು ದೊರಕಿಸಿ ಕೊಡಿ' ಎಂದು ಬೇಡಿದವನಲ್ಲ. ಹೀಗಾಗಿ, ಹಿರಿಮಲೆಯ ಪೂಜಾರಿಯ ಬೆನ್ನ ಹಿಂದೆ ಅಲೆದಾಡಿದ. ಪೂಜಾರಿಗೂ ಅವನಿಗೂ ತುಂಬ ಪರಿಚಯ. ಮಲೆಯ ವಾದವಿವಾದಗಳನ್ನೆಲ್ಲ ಅವನಲ್ಲಿಗೆ ಆಗಾಗ ಹೋಗಿ, ಕಿವಿಯ ಮೇಲೆ ಹಾಕಿ ಬರುವ ರೂಢಿಯೂ ಇತ್ತು. ಇಂಥ ಕಿವಿಮಾತುಗಳಿಂದಲೇ ಪೂಜಾರಿಗೆ ದೆವ್ವದ ಪ್ರೇರಣೆ ಬರಬೇಕೋ ಏನೋ, ಹಾಗೆ ಅವನ ಮಾತು, ದೈವವಾಣಿಯಾಗುವಾಗ ಅದು ಯಾವ ರೂಪವನ್ನೇ ತಾಳಲಿ, ಅದರ ಹಿನ್ನೆಲೆ, ಕೇರಿಯಲ್ಲೇ ನೆಲೆಸಿದಂಥ ಅಸಮಾಧಾನಗಳ ದೆಸೆಯಿಂದ ಪ್ರೇರಿತವಾಗಬೇಕು.

ಪೂಜಾರಿಯ ಹೆಸರು ಬಿರುಮನೆಂದು; ಬಿರುಮ ಹಿರಿಮಲೆಯ ಪ್ರತಿಷ್ಠಿತ ವ್ಯಕ್ತಿ. ಆತ ಕುಡಿಯರಿಗೆ ಪೂಜಾರಿಯಷ್ಟೆ ಅಲ್ಲ; ಮೂರು ಹೆಂಡಿರ ಗಂಡನೂ ಅಹುದು. ಮೂವರನ್ನೂ ಚೆನ್ನಾಗಿ ಬಾಳಿಸಿಕೊಂಡು ಬಂದಿದ್ದ. ಕಿರಿಮಲೆಯಲ್ಲೇ ಆತನಿರುತ್ತಿದ್ದಿದ್ದರೆ, 'ಇನ್ನೊಬ್ಬ ತುಕ್ರ ಇವನು' ಎಂದು ತಿಮ್ಮ ತಿಳಿಯಬಹುದಾದ ಕಾಲವಿತ್ತು. ತಿಮ್ಮ ಇಂದು ಬಿರುಮನನ್ನು ಭೇಟಿಯಾಗುತ್ತಲೇ, ಅವನ ಕೆಂಪಂಚಿನ ಧೋತ್ರ, ಎಲೆವಸ್ತ್ರದ ರುಮಾಲೆಗಳನ್ನು ಕಂಡು ಪ್ರೀತಿಯಿಂದ ಸ್ವಾಗತಿಸಿದ. "ಬಾ ಅಣ್ಣ, ಎಂದು ಬಂದೆ? ಕಾಣಲೇ ಇಲ್ಲವಲ್ಲ ಜಾತ್ರೆಯಲ್ಲಿ ನಿನ್ನನ್ನು. ಈ ಎಲೆವಸ್ತ್ರ ಮಾತ್ರ ನಿನಗೆ ಪಸಂದ ಒಪ್ಪುತ್ತೆ" ಎಂದು ಬೆನ್ನು ಚಪ್ಪರಿಸಿದ. ತಾನು ಕೈಯಲ್ಲಿಟ್ಟುಕೊಂಡು ತಿನ್ನುತ್ತಿದ್ದ ಹುರಿಗಡಲೆಯಲ್ಲಿ ಒಂದಿಷ್ಟು ಅವನ ಕೈಯಲ್ಲೂ ಹಾಕಿ "ಏನು, ನಿಮ್ಮ ಸಮಾಚಾರ? ಮಲೆಯವರಿಗೆಲ್ಲ ಈಗ ರಾಜಿಯೇ? ಅಲ್ಲ-ಮೊದಲಿನ ಹಾಗೆ ಗುರಿಕಾರತನದ ಕಾಳಗ ಉಳಿದಿದೆಯೇ?" ಎಂದೂ ಕೇಳಿದ. ಹಾಗೆಯೇ ಲೋಕಾಭಿರಾಮವಾಗಿ ಮಾತನಾಡುತ್ತ "ಏನು ತಿಮ್ಮಣ್ಣ, ಮಾತನಾಡಿಸಿದರೆ ಇಂದು ಭಾರೀ ಬೇಸರದ ಧ್ವನಿಯಿಂದ ಮಾತನಾಡುತ್ತೀಯಲ್ಲ?" ಎಂದು ಕೇಳಿದ. ಈ ಸಂದರ್ಭವನ್ನು ಎಣಿಸಿಕೊಂಡು, ತಿಮ್ಮ ತನ್ನ ಜೀವನದ ಕಷ್ಟ ಸುಖಗಳನ್ನು ತೋಡಿಕೊಂಡ. "ಎಷ್ಟೆಂದರೂ ನಿತ್ಯವೂ ದುಡಿದು ತಂದು,

ಅಂಬಲಿ ಅಟ್ಟು, ಅದನ್ನು ನುಂಗುವ ನನ್ನ ಬಾಳಿನಲ್ಲಿ ಗೆಲುವು ಮೂಡುವ ಬಗೆಯಿಲ್ಲ" ಎಂದುದಲ್ಲದೆ "ನಿನ್ನಿಂದಾಗಬೇಕು ಈ ಕೆಲಸ, ನನಗೊಂದು ಪ್ರಾಯ ಹೆಚ್ಚೇ, ಯೋಗ್ಯತೆ ಕಡಿಮೆಯೇ? ನೀನು ಮೂರನೆಯ ಮದುವೆ ಯಾದದ್ದು ಮೊನ್ನೆ, ಮೊನ್ನೆ. ನನ್ನ ಗ್ರಹಚಾರಕ್ಕೆ ಎಲ್ಲಿಯೂ ನಂಟುತನ ಕೂಡಿ ಬರುವುದಿಲ್ಲ; ಅದೇಕೆ ಹೇಳು" ಎಂದು ತನ್ನ ವ್ಯಥೆಯನ್ನು ತೋಡಿಕೊಂಡ. ಅದಕ್ಕೆ ತಕ್ಕ ಸಮಾಧಾನ ಪೂಜಾರಿ ಹೇಳುವುದಾದರೂ ಹೇಗೆ? ಮುಷ್ಟಿಯೊಳಗೆ ಬಂದ ಹೆಂಗಳೆಯರನ್ನೆಲ್ಲ ಬಾಚಿ ಮದುವೆಯಾದ ಅವನು ತಿಮ್ಮನ ಮರುಕ ತಿಳಿಯಲಾರದವನಲ್ಲ. "ಆಯ್ತಪ್ಪ ನೋಡುವ. ಮುಂದಣ ಜಾತ್ರೆಯೊಳಗೆ ಇಲ್ಲೆಂದಾದರೂ ಒಂದು ನಂಟುತನ ಹೊಂದಿಸಲು ಬಂದೀತೇ ಎಂದು ನೋಡುತ್ತೇನೆ" ಎಂದ. ಅದಕ್ಕೆ ತಿಮ್ಮ "ದೊಡ್ಡ ವಾಯಿದೆಯನ್ನೇ ಹಾಕಿಬಿಟ್ಟೆಯಲ್ಲ. ಏನಾದರೂ ನೀನು ಮಾತನಾಡುವುದಿದ್ದರೆ, ನಾಲ್ಕು ಮಲೆಯವರು ಬಂದು ಸೇರುವ ಈ ಜಾತ್ರೆಯ ವೇಳೆ ಸುಲಭ. ನೋಡು, ನಾನು ಬರಿಗೈಯ ನಾದಾರಿ ಎಂದು ತಿಳಿಯಬೇಡ. ದುಡಿದ ಕಾಸು ಇಷ್ಟನ್ನೂ ಹಾಳುಮಾಡಿಲ್ಲ. ನನ್ನ ಕೈಯಲ್ಲಿಷ್ಟು ರೂಪಾಯಿ ಇದೆ. ಉಳಿದವರು ಹೆಣ್ಣಿಗೆ ಎರಡು ವರಹ ಕೊಟ್ಟು ಮದುವೆಯಾದರೆ, ನಾಲ್ಕು ವರಹ ಕೊಡಬಲ್ಲೆ ನಾನು. ಇನ್ನು, ಅರಿವೆಗೋ, ಅಂಬಲಿಗೋ ಯಾವುದಕ್ಕೂ ಮನೆಗೆ ಬಂದವಳಿಗೆ ಕೊರತೆಯಾಗಲಾರದು" ಎಂದು ಬಿನ್ನವಿಸಿದ.

ಬಿರುಮ ತನ್ನ ಗೆಳೆಯನ ಪರವಾಗಿ, ಆ ಜಾತ್ರೆಯಲ್ಲಿ ಹತ್ತೆಂಟು ಜನರನ್ನು ಮಾತನಾಡಿಸಿಯೂ ಆಡಿಸಿದ. ಪರಿಚಿತರನ್ನೂ ಕೇಳಿದ. ಆದರೆ ಅವನ ಕೆಲಸ ಸುಲಭವಾಗಲಿಲ್ಲ. ಒಬ್ಬಿಬ್ಬರು 'ಅವನಿಗೋ? ನಿನ್ನ ಹತ್ತಿರ ನಿಂತಿದ್ದನಲ್ಲ–ಏರುಪೇರು ಮೀಸೆಯವ; ಅವನಿಗೋ?' ಎಂದರು. ಮೀಸೆ ಏರುಪೇರಾದರೆ, ಸಂಸಾರ ತಲೆಕೆಳಗಾಗದೆಂದು ಬಿರುಮನಿಗೆ ತಿಳಿದಿದ್ದರೂ, ಅವನ ಕೆಲಸ ಅಷ್ಟು ಸುಲಭವಾಗಿ ಸಾಧಿಸಲಿಲ್ಲ. ನಂಟುತನ ದೈವ ಬರೆದರೆ ಆಗುತ್ತದೆ ಎಂಬ ನಂಬಿಕೆಯೂ ಅವನದ್ದು. ಆ ಮಾತನ್ನೇ ತಿಮ್ಮನಿಗೂ ಹೇಳಿದ.

"ಆದರೂ ನೋಡುವ. ಒಂದು ವರ್ಷದೊಳಗೆ ಏನಾದರೂ ಮಾಡಿ ಹುಡುಕುತ್ತೇನಪ್ಪ" ಎಂದು ಧೈರ್ಯವನ್ನು ಕೊಟ್ಟನು.

ಜಾತ್ರೆಯ ಮೂರು ದಿನಗಳು ಅವರೆಲ್ಲರ ಪಾಲಿಗೆ ತುಂಬ ಸಂತೋಷ ದಿಂದ ಸರಿದರೂ, ತಿಮ್ಮನ ಪಾಲಿಗೆ ಮಾತ್ರ ಅವು ಗೆಲುವಿನ ದಿನಗಳಾಗಲಿಲ್ಲ. ಹೊರಗೆ ತೊಟ್ಟ ಎಲೆವಸ್ತ್ರ, ಕೆಂಪಂಚಿನ ಧೋತ್ರಗಳು ಸಹ ಅವನ ಮನದ ಕೊರಗನ್ನು ಮರೆಯಿಸಲಿಲ್ಲ. ಬಿರುಮ ನುಡಿದ ಮಾತನ್ನೇ ನೆನೆಯುತ್ತ ಬರಬೇಕಾಯಿತು. 'ನಂಟುತನ ಕೂಡಿಸುವುದು ದೈವದ ಕೆಲಸ' ಎಂಬ ಒಂದು ಮಾತನ್ನು. ಆದರೆ ಹಾಗೆ ನೆನೆದಷ್ಟು ಸಮಾಧಾನ ಕೊಡಲಾರದ ಮಾತಾಯಿತು. 'ಇದೆಲ್ಲವೂ ಒಣ ಸಮಾಧಾನ. ಬಿರುಮನಿಗೆ ದೈವ ಮೂರು ಸಾರಿ ಮದುವೆಯಾಗೆಂದು ಬರೆಯಿತೇ? ಅಥವಾ ಮೂರು ದೈವಗಳು ಸೇರಿ, ಮೂರು ಹೆಣ್ಣುಗಳನ್ನು ಕೊಟ್ಟುವೇ? ಏನಿಲ್ಲ, ತುಕ್ರ ಮೊನ್ನೆ ಮೊನ್ನೆ ಮೂರನೆಯ ಮದುವೆಯಾದ. ಒಟ್ಟಾರೆ, ಕುಡಿಯರ ಕೇರಿಯ ಜನಗಳಲ್ಲಿ ನ್ಯಾಯವೇ ಇಲ್ಲ. ಕೆಳಗಿನ ಕಣಿವೆಯಲ್ಲಿದ್ದ ಹಾಗೆ ಒಂದು ಗಂಡಿಗೆ ಒಂದು ಹೆಣ್ಣೆಂಬ ವಾಡಿಕೆಯಿಲ್ಲ. ತಿಂದವರು ತಿಂದರೇ! ಉಪವಾಸವಿದ್ದವರು ಉಪವಾಸವಿದ್ದರೇ' ಎಂಬ ತೀರ್ಮಾನ ಮಾಡುತ್ತ ಮನೆಗೆ ತೆರಳಿದ.

ಮಲೆಗೆ ಮರಳಿದ ತಿಮ್ಮ, ತನ್ನ ಹೊಸ ಎಲೆವಸ್ತ್ರ, ಹಚ್ಚಡಗಳನ್ನೆಲ್ಲ ಜೋಪಾನವಾಗಿರಿಸಿ, ನಿತ್ಯಜೀವನದ ಕೆಲಸಗಳಲ್ಲಿ ತೊಡಗಿದ. ಧನಿಗಳ ಕೆಲಸ ಮುಗಿದರೆ, ಬೇಟೆಯ ಕೆಲಸವಂತೂ ಇದ್ದೇ ಇರುತ್ತದೆ. ಆದರೆ, ಒಬ್ಬನ ಹೊಟ್ಟೆಗೆ ಎಷ್ಟು ಬೇಕಾಗುತ್ತದೆ? ತಾನೇನಾದರೂ ಹಿಡಿಯಬೇಕು, ಅದನ್ನೇ ಬೇಯಿಸಿ ತಿನ್ನಬೇಕು. ತನ್ನ ಅಡುಗೆ ತನಗೆ ರುಚಿಸದಿದ್ದಾಗ, ನೆರೆಮನೆ ಯವರಿಗೆ ಬೇಕಾದಷ್ಟು ಬೇಟೆಯಾಡಿ, ತಂದುಕೊಟ್ಟು ಅವರಿಂದ ರುಚಿಯಾದ ಪದಾರ್ಥಗಳನ್ನು ಮಾಡಿಸಿ ತಿನ್ನಬೇಕು. ಇಂಥ ತನ್ನ ಬಾಳು ನಾಯಿಯ ಬಾಳೆಂದು ಕಾಣುತ್ತಿತ್ತು, ತಿಮ್ಮನಿಗೆ. ಅದರಲ್ಲೊಂದೇ ಸಂತೋಷದ ಸಂಗತಿ ಯೆಂಬುದೆಂದರೆ 'ಕರಿಯಣ್ಣನಿಗೆ ತಾನು ಬೇಕಾದವನಾಗಿದ್ದೇನೆ' ಎಂಬುದು. ಎಷ್ಟೋ ಬೇಟೆಗಳಲ್ಲಿ ಅವನಿಗೆ ಇವನು ಬೆಂಬಲ; ಇವನಿಗೆ ಅವನು ಬೆಂಬಲ. ಕರಿಯನಿಗೆ ಮಲೆರಾಯನ ದರ್ಶನಕ್ಕೆ ಹೋಗುವ ಮನಸ್ಸಾದರೆ, ಈತ ಅನಿವಾರ್ಯವಾಗಿ ಅವನ ಜತೆಗೆ ಹೋಗುತ್ತಿದ್ದ. ಅವನ ಜತೆಗೆ ಕರಡಿಗಳ ಗುಹೆಯ ತನಕವೂ ಹೋಗಿ ಬರುತ್ತಿದ್ದುದುಂಟು. ತನ್ನ ಬೇಟೆಯ ಹುಚ್ಚನ್ನೆಲ್ಲ ಕರಿಯ ಅವನಲ್ಲಿ ತೋಡಿಕೊಳ್ಳುವುದುಂಟು. ಹಿಂದೆ ತಾವು ಕರಡಿ

ಮರಿಯನ್ನು ಹಿಡಿದ ಕತೆ ಹೇಳಿ "ಪಾಪ, ಆ ಮರಿ, ಏನೋ ಆಗಿ ಮೂರು ತಿಂಗಳಲ್ಲೇ ಸತ್ತಿತು; ಇಲ್ಲದೆ ಹೋಗಿದ್ದರೆ ಇಷ್ಟು ಹೊತ್ತಿಗೆ ಅದು ದೊಡ್ಡ ಕರಡಿಯಾಗುತ್ತಿತ್ತೋ ಏನೋ" ಎನ್ನುತ್ತಾನೆ. ಮೊದಲಿನಂತೆಯೇ ಹುಚ್ಚು ಹುಚ್ಚಾಗಿ ದೂರ ದೂರ ಅಲೆದಾಡುವುದಕ್ಕೆ ಕರಿಯನಿಗೆ ಧೈರ್ಯಬಾರದೆಂದಲ್ಲ. ಬೂದ ಆಗಾಗ ಅವನನ್ನು ತಡೆಯುತ್ತಾನೆ. "ನೀನು ಹಾಗೆಲ್ಲ ಒಬ್ಬೊಬ್ಬನೇ ಹೋಗಿ ಇಲ್ಲದ ಕೆಲಸ ಮಾಡಬಾರದು; ದೊಡ್ಡವನಾದೆ. ಕೇರಿಯ ಯಜಮಾನ ನೀನು. ನಿನಗೇನಾದರೂ ಆದರೆ, ನಮಗೆ ಕೆಟ್ಟ ಹೆಸರು ಬರುತ್ತದೆ. ನೀನು ಸ್ವಲ್ಪ ಜಾಗ್ರತೆಯಿಂದಿರಬೇಕು. ಅಲ್ಲದೆ, ಸಣ್ಣದಿರುವಾಗ ಹೇಗೂ ಆಗುತ್ತದೆ. ದೊಡ್ಡವನಾದ ಮೇಲೆ ಎಲ್ಲರ ಹಾಗೆ ಧಣಿಗಳ ಕೆಲಸದಲ್ಲಿ ಸೇರಬೇಡವೇ? ದಿನವೆಲ್ಲ ಬೇಟೆಗೀಟೆ ಎಂದು ತಿರುಗಿದರೆ ಆಗುತ್ತದೆಯೇ?" ಎಂದು ಅವನ ಅತ್ಯುತ್ಸಾಹಕ್ಕೆ ಇಲ್ಲದ ಬಿರಿ ಹಾಕುತ್ತಿದ್ದ. ಹಾಗಾಗಿ, ಅಂತರಂಗದ ಆಸೆಗಳೇನಾದರೂ ಇದ್ದರೆ ಅದನ್ನು, ತಿಮ್ಮನೆದುರಿಗೆ ಆತ ತೋಡಿಕೊಳ್ಳಬೇಕಾಗುತ್ತದೆ. ಅಂಥ ಆಸೆಗಳಲ್ಲಿ ಆನೆ ಹಿಡಿಯಬೇಕು, ಪಳಗಿಸಬೇಕು, ಮಾವುತನಾಗಬೇಕು-ಎಂಬ ಆಸೆ ಸುಬ್ರಹ್ಮಣ್ಯಕ್ಕೆ ಹೋದಂದಿನಿಂದ ಒಂದೇ ಸವನೆ ಅವನಲ್ಲಿ ಕುದಿದು ಬಂದುವು. ಆ ಆಸೆಯಿಂದ ಪ್ರೇರಿತನಾದ ಕರಿಯ ಎಷ್ಟೋ ಬಾರಿ ಅನ್ನುತ್ತಿದ್ದುದುಂಟು: "ಏನು ಗುರಿಕಾರಿಕೆಯೋ ಮಣ್ಣೋ! ನನಗೆ ಅದೆಲ್ಲ ಬೇಕೆನ್ನುತ್ತೀಯಾ? ಆದರೆ ಆನೆಯ ಮಾವುತನಾಗಬೇಕು. ನಾಲ್ಕೂರುಗಳನ್ನು ತಿರುಗಬೇಕು. ಇದೇನು? ಕೇರಿಯಲ್ಲೇ ಹುಟ್ಟಿ, ಕೇರಿಯಲ್ಲೇ ಮಣ್ಣುಗೂಡುವ ತನಕ, ಕಂಡದ್ದನ್ನೇ ಕಾಣುವುದು, ಮಾಡಿದ್ದನ್ನೇ ಮಾಡುವುದು" ಎನ್ನುತ್ತಾನೆ. ಅಂಥ ಆಸೆಗಳಿಗೆ ಈಗೀಗ ಪುಷ್ಟಿ ಕೊಟ್ಟು, ಸಂಭಾಷಿಸುವವನೆಂದರೆ ತಿಮ್ಮ ಒಬ್ಬನೇ; "ನೋಡುವ, ಅದಕ್ಕೆ ದಿನ ಬಂದೀತು. ನಾನೂ ಇದ್ದೇನೆ ಜತೆಗೆ. ನಾನು ಆನೆಯ ಹಿಂಡೆಲ್ಲಿರುತ್ತದೆ, ಒಂದೆರಡು ಬೇರೆ ಬೇರೆಯಾಗಿ ಅಲೆದಾಡುವುದುಂಟೇ ಎಂದು ಹುಡುಕಿ ನೋಡುತ್ತೇನೆ. ಕರ್ಪು ಹಾಕಿ ಹಿಡಿಯಬೇಕು; ಯಾರಿಗೂ ತಿಳಿಯದ ಹಾಗೆ ಹಿಡಿಯಬೇಕು. ಆಗ, ಒಂದು ಕುಣಿ ತೆಗೆಯುವುದಕ್ಕೇ ಒಂದು ವರ್ಷ ಹಿಡಿದೀತು. ಅದು ದೊಡ್ಡದಲ್ಲ. ಆದರೆ ಮರಿಯನ್ನು ಹಿಡಿದರೆ ಒಳಿತಾದೀತು. ದೊಡ್ಡ ಆನೆ ಹಿಡಿದರೆ ಸಾಕುವುದು ಹೇಗೆ? ಪಳಗಿಸುವುದು ಹೇಗೆ? ಅದೇ

ಹೆದರಿಕೆ ನನಗೆ" ಎಂಬ ಅವನ ಆಸೆ, ಭಯಗಳಲ್ಲಿ ಪಾಲುಗಾರನಾಗುತ್ತಿದ್ದ. ಕರಿಯನ ಆಸೆಗೆ ಸಹಾನುಭೂತಿ ಬಯಸುತ್ತಿದ್ದ ಕರಿಯನೀಗ ಚಿಕ್ಕವನಲ್ಲ. ಪ್ರಾಯ ತುಂಬುತ್ತ ಬಂದಿದೆ. ಚೆನ್ನಾಗಿ ತುಂಬಿದಂತೆಯೂ ಕಾಣುತ್ತದೆ. ಬಯಸಿದರೆ ಮದುವೆಯ ಯೋಚನೆ ಮಾಡಬಹುದು. ಗುರಿಕಾರನಾದುದ ರಿಂದ ಒಲಿದು ಬರುವ ಹೆಣ್ಣು ದೊರಕೀತು. ಹೀಗಾಗಿ, ಹೆಣ್ಣಿನ ವಿಚಾರದಲ್ಲಿ ತಿಮ್ಮನಾಡುತ್ತಿದ್ದ ರಸಿಕತನದ ಮಾತುಗಳಿಗೆ ಕರಿಯ ತಲೆದೂಗುವುದೂ ಉಂಟು. ಆದರೆ ನಾಚಿಕೆಯಿಂದಲೋ, ಇನ್ನೇತರಿಂದಲೋ "ಆದರೆ ಅದಕ್ಕೇನವಸರ? ನನ್ನಷ್ಟು ಸಣ್ಣವರು ಯಾರು ಈಗ ಕೇರಿಯಲ್ಲಿ ಮದುವೆ ಆಗಿದ್ದಾರೆ! ನಿನಗೇ ಇನ್ನೂ ಆಗಿಲ್ಲ. ನನಗೇನವಸರ?" ಎಂದರೆ ಸಾಕು, ತಿಮ್ಮ ಸಂಸಾರದ ಸುಖದುಃಖ ತಿಳಿಯದ ಕರಿಯನ ಮುಂದೆ ತನ್ನ ದುಃಖ ತೋಡಿಕೊಳ್ಳುತ್ತಾನೆ. ಕೊನೆಗೆ ತಾನು ಸೋತವನೆಂದು ಕಾಣಿಸಬಾರದ್ದಕ್ಕೆ "ಹಾಗೆ ನಾನು ಹೆಣ್ಣಿಗೆ ಮರುಳಾಗಿ ಮಾತನಾಡುತ್ತೇನೆಂದು ತಿಳಿಯಬೇಡ. ಅದಲ್ಲ; ಹಾಗೆ ಎಷ್ಟೆಂದರೂ ಗಂಡಸು ನಾನು. ದಿನಬೆಳಗೂ ಅಂಬಲಿ ಬೇಯಿಸುವುದು ಗಂಡಸಿಗೆ ಹೇಳಿದ ಕೆಲಸವೇ?" ಎಂದು ಒಮ್ಮೆ ಅಂದರೆ, ಇನ್ನೊಮ್ಮೆ "ಏನೋ ನೋಡು, ಕರಿಯ, ಎಲ್ಲಿಯ ತನಕ ನೀನು ಬೂದನ ಮನೆಯಲ್ಲಿರುತ್ತೀ? ಅದು ಒಳಿತಲ್ಲ. ಬೇರೆ ಬಿಡಾರ ಹೂಡಬೇಕು. ಮದುವೆ ಯಾಗಿ, ಚಂದವಾಗಿ ನೀನು ಸ್ವಂತ ಬಾಳು ಬಾಳಬೇಕು" ಅನ್ನುತ್ತಾನೆ ಒಮ್ಮೆ. ಮೂರನೇ ಬಾರಿ "ಅದೆಲ್ಲ ಬೇಸರ ಅಲ್ಲ–ನನಗೆ ಕಾಣುವುದು. ಮದುವೆ ಯಾಗದೆ ಸತ್ತರೆ ಈ ಜೀವವು ನಾಳೆಗೆ ಪ್ರೇತವೋ, ಪಿಶಾಚಿಯೋ ಆಗುತ್ತದೆ ಅನ್ನುತ್ತಾರೆ. ನಾಳೆಗೆ ನಾನು ಸತ್ತು ಪಿಶಾಚಿಯಾಗುವುದು; ನನಗೆ ತಣಿವು ಕೊಡಿ, 'ನನಗೆ ಲಗ್ನ ಮಾಡಿಸಿ' ಎಂದು ಕೇರಿಯವರನ್ನು, ನಂಟರಿಷ್ಟರನ್ನು ಕಾಡುವುದು, ಅದು ಸಮನಲ್ಲ. ನೋಡಿದೆಯಲ್ಲ ಮೊನ್ನೆ–ಚನಿಯಣ್ಣನ ಸತ್ತ ಮಗಳು ಬಂದು, ತಾಯಿಯನ್ನು ಮೇಲಿಂದ ಮೇಲೆ ಕಾಡಿದ್ದಕ್ಕೆ, ಧೂಮಣ್ಣನ ಸತ್ತ ಮಗನಿಗೂ ಅವಳ ಜಕಣಿಗೂ ಲಗ್ನ ಮಾಡಿದ್ದನ್ನು! ಮದುವೆಯಾಗದೆ ಯಾರೂ ಸಾಯಬಾರದು. ಸತ್ತವರು ಆಗುವುದೇ ಪ್ರೇತ. ಜೀವ ನೆಟ್ಟಗೆ ಹಿರಿಯರಿರುವಲ್ಲಿಗೆ ಹೋಗದೆ, ಕಾಡು, ಬೀಡು ಸುತ್ತಿ, ಯಾರು ಯಾರನ್ನು ಕಾಡಿ 'ತನಗೆ ಲಗ್ನ ಮಾಡಿಸು' ಎಂದು ಬೇಡುವ ಪಾಡು ಚೆನ್ನಲ್ಲ. ಆ

ಹೆದರಿಕೆಯೇ ನನಗೆ ತುಂಬ. ಈಗೇನೂ ಅವಸರವಿಲ್ಲ. ಆದರೆ ಸಾಯುವುದರೊಳಗೆ ಲಗ್ನವಾಗದೆ ಸಾಯಬಾರದು" ಅನ್ನುತ್ತಾನೆ.

ಕರಿಯನಿಗೆ ತಿಮ್ಮನ ವಿಷಯದಲ್ಲಿ ನ್ಯಾಯವಾದ ಸಹಾನುಭೂತಿ ಉಂಟಾಗಿಯೇ ಉಂಟಾಗುತ್ತದೆ. ಕಾರಣ, ಕೇರಿಯ ಗುರಿಕಾರನಾದ ಅವನು ಕೇರಿಯಲ್ಲಿ ಜನಕ್ಕೆ 'ಜಕಣಿ' ಮೈಮೇಲೆ ಬರುವಾಗ.... ಹಿರಿಯನಾಗಿದ್ದು, ಸಮಾಧಾನ ಹೇಳಬೇಕಾಗುತ್ತದೆ. 'ನೀನು ಯಾರು? ನಿನಗೇನು ಬೇಕು? ನೀನು ಈ ಜೀವವನ್ನು ಬಿಡು; ನಮಗೆ ಹಿಂಸೆಕೊಡಬೇಡ. ನಿನಗೆ ಆಹಾರ ಬೇಕೆ? ಕೋಳಿ ಬೇಕೆ? ಲಗ್ನ ಬೇಕೇ? ಮತ್ತೇನು ಬೇಕು?" ಎಂದು ಕೇಳಿ, ವಿಚಾರಿಸಿ ತಕ್ಕ ಸಮಾಧಾನ ಹೇಳಿ ಮೈಯಾಂತುಕೊಂಡಿರುವ ಜಕಣಿ, ಪ್ರೇತಗಳನ್ನು ಕೇಳಿ ಅವನ್ನು ತೃಪ್ತಿಪಡಿಸಿ, ಬಂದ ಬಾಧೆ ನಿವಾರಿಸುವ ಕೆಲಸ ಅವನದ್ದು. ಅಕ್ಕನಿದ್ದಾಗ ಆತ ಮಾಡುತ್ತಿದ್ದ ಈ ಹೊರೆ ಈಗ ಅವನ ಕೊರಳಿಗೆ ಬಂದಿದೆ. ಮನುಷ್ಯರಿಗೆ ಹೆದರಲಾರದ ಕರಿಯ, ಪ್ರೇತಾತ್ಮರಿಗೆ ಹೆದರಿಯೇ ಹೆದರಬೇಕಲ್ಲ. ಹಾಗೆ ಹೆದರುತ್ತಿರುವ ತಿಮ್ಮನನ್ನು ಕಂಡು ಆತ ಸಹಾನುಭೂತಿ ತಾಳಲೂ ಬೇಕು.

ಇಂಥ ಪ್ರಸಂಗಗಳು ಬಂದಾಗಲೇ, ಗುರಿಕಾರನೊಡನೆ ತಿಮ್ಮ ತಮ್ಮ ಬಳಗದ ಹೆಣ್ಣು ಗಂಡುಗಳ ವಿತರಣೆಯನ್ನು ಕುರಿತು ಅತೃಪ್ತಿಪಡುತ್ತಾನೆ. "ನೋಡು ಕರಿಯಣ್ಣ, ಹಾಗೆ ಈ ಮಲೆಯಲ್ಲಿ ಹೆಣ್ಣು ಕಡಿಮೆಯಾದರೆ ಆ ಮಲೆಯಲ್ಲಿ ಹೆಚ್ಚಿರಬಹುದು. ಕೊಟ್ಟು ತರುವಾಗ 'ಒಂದು ಹೆಣ್ಣಿಗೆ ಒಂದು ಗಂಡು' ಎಂಬ ನ್ಯಾಯ ಸಂದೀತು. ಬದಲು, ಇರುವುದರಲ್ಲಿಯೇ ಕೆಲವರು ಎರಡು ಮೂರು ಲಗ್ನವಾದರೆ, ಉಳಿದವರ ಬಾಳು ಸತ್ತು ಪ್ರೇತವಾಗುವುದೇ ಆಯಿತಲ್ಲ! ನನಗೆ ಕೇಳುವ ಎಂದಿದೆ–ಈ ಬಾರಿ ನೇಮದಲ್ಲಿ; ಈ ಪ್ರಶ್ನೆಯನ್ನು. ದೈವ ಎಲ್ಲದಕ್ಕೂ ಸಮಾಧಾನ ಹೇಳುತ್ತದೆ; ಇದಕ್ಕೇನೆಂದೀತು? 'ನಿನ್ನ ರಾಜ್ಯದಲ್ಲಿ ಹೀಗೆ ನಡೆಯುವುದು ಸಮನೇ?' ಎಂದು ಕೇಳಿದರೆ ಆ ಕಲ್ಕುಡ ಏನಂದಾನು?" ಎಂದರೆ, "ನೀನೆನ್ನುವುದು ನ್ಯಾಯವೇ. ಆದರೆ ಹಿಂದಿನಿಂದಲೂ ನಡೆದುಬಂದಿದೆ ಈ ರೀತಿ. ಆಗ ಕಾಲಗತಿ ಹೇಗಿತ್ತೋ, ಈಗ ಹೇಗೋ, ಆಗ ಹೆಣ್ಣುಗಳು ಹೆಚ್ಚಿಗೆ ಇದ್ದಿರಬಹುದು. ಆದರೂ ನೀನು ಕೇಳು" ಅನ್ನುತ್ತಾನೆ ಕರಿಯ.

"ನಾನು ಕೇಳುವುದರಲ್ಲಿ ಚಂದವಿಲ್ಲ. ಗುರಿಕಾರನಾದ ನೀನು ಕೇಳಬೇಕು. ನಾನು ಕೇಳಿದರೆ ಉಳಿದವರು ನಕ್ಕಾರು. ತನಗಿಲ್ಲದ್ದಕ್ಕೆ ಹೀಗೆ ಕೇಳುತ್ತಿದ್ದಾನೆ ಎಂದಾರು. ನೀನಾದರೆ ಹಾಗಲ್ಲ, ಕೇರಿಯ ಯಜಮಾನ."

"ಅಯ್ಯಯ್ಯೋ, ನಾನು ಕೇಳುವುದಿಲ್ಲ. ನಾಳೆ ಬೂದಣ್ಣ ಏನಾದರೂ ಅಂದಾನು. ಹಾಗೆ ಯಾಕೆ ಕೇಳಿದೆ? ಇವನಿಗೇನು ಮದುವೆಯ ಗಿರ ಹಿಡಿಯಿತಪ್ಪ ಎಂದರೇನು ಗತಿ?"

"ಇಂತಹ ಮಾತುಗಳು ತೀರ್ಮಾನವಾಗುವುದುಂಟೇ? ಆದರೂ ಆಸೆ ಹಿಂಗದ ತಿಮ್ಮ ಅನೇಕ ವೇಳೆ, ಬೇಟೆಯ ಎಡೆಯಲ್ಲಿ ಅವಕಾಶ ಮಾಡಿಕೊಂಡು 'ಹೆಣ್ಣಾನೆ ಸಿಕ್ಕೀತೇ' ಎಂದು ಅರಸಿ ಹೋದುದುಂಟು. ತೊರೆಯ ಬಳಿಗೆ ಹೋಗಿ, ಕೆಂಪಿಯ ಮುಖ ಕಾಣಲು ಆಸೆಪಟ್ಟು, ಅವಳ ಉದಾಸೀನ ವೃತ್ತಿಗೆ ಗುರಿಯಾಗಿ ನೊಂದು, ಮರಳಿದ್ದುಂಟು. ಅಂತರಂಗದಲ್ಲಿ 'ನನಗೆ ಗೊತ್ತು ಇವಳ ಸಂಪನ್ನತೆ' ಎಂದದ್ದೂ ಉಂಟು. ಎಡೆಎಡೆಯಲ್ಲಿ ಹಿರಿಮಲೆಯ ಪೂಜಾರಿ ಬಿರುಮನಲ್ಲಿ ಹೋಗಿ "ಏನು ಮಾಡಿದೆಯಣ್ಣ, ಮರೆತೇ ಬಿಟ್ಟೆಯೇ ನನ್ನನ್ನು" ಎಂದುದುಂಟು. ಬಿರುಮ ಇಷ್ಟೇ ಹೇಳುತ್ತಿದ್ದ: "ನಾನು ಮಾತಾಡಿದ್ದೇನೆ. ನನ್ನ ಮಾತಿನಲ್ಲಿ ವಿಶ್ವಾಸವಿಲ್ಲವೇ ನಿನಗೆ? ಜಾತ್ರೆಯ ವಾಯಿದೆ ಹಾಕಿದ್ದೇನಲ್ಲ. ಅವಸರ ಮಾಡಿದರೆ ಹೇಗಾಗುತ್ತದೆ" ಎಂದು.

"ಎಲ್ಲಿಯಾದರೂ ನೋಡಿದ್ದೀಯಾ ಹೇಳು" ಎನ್ನುತ್ತಾನೆ.

"ನೋಡಿದ್ದೇನೆ, ಬಿಟ್ಟಿದ್ದೇನೆ. ಅದು ನಿನಗೆ ಯಾಕೆ ಹೇಳು? ಆಯಿತು, ಆಗುತ್ತದೆ–ಎಂದು ನಿಘಂಟಾದ ಮೇಲೆ ಹೇಳುತ್ತೇನಲ್ಲ ನಿನಗೆ. ನಾನೇ ಬಂದು ಹೇಳುತ್ತೇನೆ. ಅಂಥ ದೊಡ್ಡ ಕೆಲಸವೋ ಏನದು? ಬಿಡು ಆ ಯೋಚನೆ" ಎಂದರೆ ನಿರಾಶೆಯಲ್ಲಿ ಆಸೆ ತಾಳಿ, ಆತ ಮನೆಗೆ ಮರಳುತ್ತಾನೆ.

ಬೇಸಿಗೆಯೂ ಕಾಲಿರಿಸಿತು. ಕೇರಿಯ ಜನರ ಕೆಲಸ ಕುಮರಿಯ ಬೇಸಾಯಕ್ಕೆ ತಿರುಗಿತು. ವರ್ಷ ವರ್ಷ ಕಾಡುಗಳನ್ನು ಸುಟ್ಟು ಕುಮರಿ ಬೆಳೆಯುವ ಭೂಮಿ, ಕೇರಿಯಿಂದ ದೂರ ದೂರ ಹೋಗುತ್ತಿತ್ತು. ಈ ವರ್ಷ ಅದಿನ್ನೂ ದೂರವಾಗಿದೆ. ಗಂಡು ಹೆಣ್ಣುಗಳೆನ್ನದೆ ದುಡಿದರು; ಕಾಡು

ಕಡಿದರು. ಬಿದ್ದ ಮರಗಳನ್ನು ಸುಟ್ಟರು. ನೆಲದ ಅಗತೆ ಮಾಡಿದರು ; ಸುತ್ತಲೂ ಬೇಲಿ ನಟ್ಟರು. ಮಳೆಗಾಲದ ಮನೆ ಹೂಡಿದರು. ಬಿಡುವಿಲ್ಲದೆ ಕೆಲಸ ಸಾಗುವಾಗ ಮನಸ್ಸಿಗೆ ಯೋಚನೆ, ಚಿಂತೆಗಳು ಹೆಚ್ಚಾಗಿ ಬರುತ್ತಿದ್ದಿಲ್ಲವಾದರೂ, ತಿಮ್ಮನ ಮಟ್ಟಿಗೆ 'ಏತರ ಬಾಳಿದು? ವರ್ಷವರ್ಷವೂ ಇದೇನೆ' ಎನ್ನಿಸದೆ ಹೋಗಲಿಲ್ಲ. ಇಂಥ ದಿನಗಳಲ್ಲಿ ವರ್ಷದ ಕೋಲ ನಡೆಯುವ ಏರ್ಪಾಟಾಯಿತು. ಸಂಕ್ರಾಂತಿಯ ದಿನ ಅದು ನಡೆಯುವುದೆಂದು ಗೊತ್ತಾಗಿ ಎರಡೂ ಮಲೆಯವರೂ ಸೇರಿದರು–ಮಾತ್ರವಲ್ಲ, ಆಚೀಚಿನ ಮಲೆಯ ಬಂಧುಗಳು ಸಹ ಅದಕ್ಕೆ ದಯಮಾಡಿಸಿದ್ದರು. ಎಲ್ಲಿಲ್ಲದ ಉತ್ಸಾಹ ದಿಂದ ಈ ಬಾರಿಯ ಉತ್ಸವ ನಡೆದಂತೆ ಕಾಣುತ್ತದೆ. ದೈವವು ಕಳೆದ ಬಾರಿ, ಹಿರಿಮಲೆಯ ಗುರಿಕಾರಗೆ ಪಟ್ಟದ ಕತ್ತಿ ಕೈಗೆ ಕೊಟ್ಟಿದ್ದರೆ ಈ ಬಾರಿ ಕರಿಯಣ್ಣ ಆ ಗೌರವ ಪಡೆದ. ಅಲ್ಲದೆ, ದೈವ ಆವೇಶದಿಂದ ಪೂಜಾರಿಯ ಬಾಯಿಂದ ನುಡಿಗಳನ್ನು ಹೊರಡಿಸುತ್ತಿದ್ದಾಗ, ವಿಶೇಷವಾದ ದರ್ಪವೇನೋ ಕಾಣಿಸಲಿಲ್ಲ. ಕೇರಿಯವರ ನಡೆನುಡಿ ಮೆಚ್ಚಿದಂತೆ, ತನಗೆ ತೃಪ್ತಿಯಾದಂತೆ, 'ಕಿರಿಮಲೆಯ ಗುರಿಕಾರಿಕೆಯ ಜಗಳ ಬಗೆಹರಿದದ್ದಕ್ಕೆ ಅತಿ ಸಂತೋಷ'ವೆಂದೂ ಹೇಳಿತು. ಅದರಿಂದ ಎಲ್ಲರಿಗೂ ತುಂಬ ಉತ್ಸಾಹ. ಬೂದ ಮಾತ್ರ ಕರಿಯನ ಕಿವಿಯಲ್ಲಿ "ಅಣ್ಣ, ಕಳೆದ ಬಾರಿ ಏಲಕ್ಕಿ ಕದ್ದವರಾರೆಂದು ಕೇಳು" ಎಂದು ಕೇಳಿದ. ತುಕ್ರ "ಅಯ್ಯೋ, ಮರೆತಿದ್ದೆ, ಕೇಳಲೇ ಬೇಕು" ಎಂದ. ಕರಿಯನಿಗೆ ಕೇಳುವುದಕ್ಕೇ ಸಂಕೋಚ. ಬೂದ ಹೇಳಿದ ಮೇಲೆ ಕೇಳದೆ ಉಪಾಯವಿಲ್ಲ. ಈ ಪಿಸುಮಾತನಾಡುವಾಗ ಕರಿಯನ ಬೆನ್ನಿಗಿದ್ದ ತಿಮ್ಮನ ಎದೆಯಲ್ಲಿ 'ಪಿಟಿಪಿಟಿ' ಯಾಗುತ್ತಿತ್ತು. ಸಮೀಪ ನಿಲ್ಲುವುದಕ್ಕೂ ಧೈರ್ಯವಾಗದೆ, ಹತ್ತು ಹೆಜ್ಜೆ ಹಿಂದೆ ಸರಿದು, ಎತ್ತೆತ್ತಲೋ ನೋಡಿ ನಿಂತ. ಕರಿಯ ಗೊತ್ತಿದ್ದೂ ಇಲ್ಲದವನಂತೆ "ನಮ್ಮ ಮಲೆಯಿಂದ ಏಲಕ್ಕಿ ಕದ್ದು ಮಾರಿದ್ದಾರೆ, ಧನಿಗಳು ಅನ್ನುತ್ತಾರೆ, ಏನು ಮಾಡುತ್ತೀಯಪ್ಪ." ಎಂದು ಕೇಳಿದ. ಬೇಕೆಂತಲೇ ಕದ್ದಿದ್ದಾರೆ ಅನ್ನಲಿಲ್ಲ. 'ಕದ್ದು ಮಾರಿದ್ದಾರೆ' ಅಂದ.

ದೈವ "ಛೆ, ಛೆ ಹಾಗೂ ಉಂಟೇ? ಹಾಗೂ ಉಂಟೇ? ನನ್ನ ರಾಜ್ಯದಲ್ಲಿ ಹಾಗಾಗುವುದೂ ಉಂಟೆ? ಇರಲಾರದು, ಇರಲಾರದು" ಎಂದು ಪ್ರಶ್ನೆಗೆ ತೇಲಿಸಿ ಉತ್ತರವನ್ನು ಕೊಟ್ಟಿತು. ಕೇರಿಯವರೆಲ್ಲರಿಗೂ ಇನ್ನಷ್ಟು

ಸಮಾಧಾನವಾಯಿತು. ತಿಮ್ಮಗೆ 'ದೈವವೇ ತನ್ನ ಮಾನ ಉಳಿಸಿತು' ಎಂದೂ ಕಂಡಿತು. ಈಗ ಆತ ಲಘು ಮನಸ್ಕನಾದ. ಆತ ಪೂಜಾರಿಯನ್ನು ಕೃತಜ್ಞತೆಯ ಕಣ್ಣುಗಳಿಂದ ನೋಡುತ್ತಿದ್ದಾಗ, ಒಮ್ಮಿಂದೊಮ್ಮೆಗೇ ದೈವ ಚೀತ್ಕಾರವೆಸಗಿತು. "ಏನು? ಏನು?" ಎಂದು ಎರಡು ಮಲೆಯವರೂ ಕೇಳಿದರು. ಬಲು ಹೊತ್ತು ಮೌನವಾಗಿದ್ದು, ಆ ಬಳಿಕ ಘೂಂಕರಿಸಿ, ಘರ್ಜಿಸಿ, "ನನ್ನ ಮಲೆಯವರು, ನನ್ನ ಕೇರಿಯವರು ಕುಲ ಬಿಟ್ಟು ಹೋದದ್ದಾದರೆ ರಕ್ತಕಾರಿ ಸಾಯುತ್ತಾರೆ. ಹಾಗೊಮ್ಮೆ ಹೋಗಿದ್ದರೂ ಕ್ಷಮಿಸುತ್ತೇನೆ. ತಿರುಗಿ ತಪ್ಪು ಕಾಣಿಕೆ ಕೊಟ್ಟು ಬಂದು ಸೇರಲಿ. ಇಲ್ಲವಾದರೆ ಅವರ ಕುಲವನ್ನೇ ಸುಟ್ಟು ಧ್ವಂಸಮಾಡುತ್ತೇನೆ" ಎಂದು ಅಪ್ಪಣೆಯನ್ನು ಕೊಡಿಸಿತು. ಪ್ರತಿಯೊಬ್ಬರೂ ಮುಖ ಮುಖ ಕಂಡರು. ಯಾರೊಬ್ಬರಿಗೂ ಏನೊಂದೂ ಅರ್ಥವಾಗಲಿಲ್ಲ. ಗುರಿಕಾರರಿಬ್ಬರೂ "ಏನು ಸಂಗತಿ" ಎಂದು ದೈವವನ್ನು ಕೇಳಿದರು. ಅದಕ್ಕೆ ದೈವ, "ಯಾರ ತಪ್ಪು–ಎಂದು ಕೇಳಿದರೆ ಮಾಡಿದ ಅವರಿಗೆ ತಿಳಿದಿದೆ. ನಾನು ತೋರಿಸುವುದಕ್ಕೇನುಂಟು? ನನ್ನ ಮಾತು ಮಾತೇ" ಎಂದಂದಿತು. ಆ ಬಾರಿಯ ಪೂಜೆ ವಿಚಿತ್ರವಾದೊಂದು ಒಡಪಿನಿಂದ ಮುಕ್ತಾಯಗೊಂಡು, ಅನೇಕರ ಉತ್ಸಾಹವನ್ನು ತಗ್ಗಿಸಿತು. ಬಹು ಜನಕ್ಕೆ ತಿಳಿಯದ ಒಂದು ಸಮಸ್ಯೆಯಾಗಿತ್ತು ಅದು. ಆಚೀಚೆ ವಿಚಾರಿಸಿ, ತಿಳಿಯಲು ಮಾಡಿದ ಪ್ರಯತ್ನ ತತ್ಕಾಲಕ್ಕೆ ಸಫಲವಾಗಲಿಲ್ಲ. ತಿಮ್ಮನಂತು "ಏನಣ್ಣ ಕರಿಯ, ದೈವ ಹೇಳಿದ್ದೇನೆಂದೇ ಗೊತ್ತಾಗುವುದಿಲ್ಲವಲ್ಲ" ಎಂದು ಚರ್ಚಿಸಿ, ಉತ್ತರ ಗಳಿಸಲಾರದೆ ಹೋದ. ಮನದಲ್ಲಿ –ಪ್ರಾಯಶಃ ಇದು ಕೆಂಪಿಯಂಥವರಿಗೂ ಹೇಳಿದ ಮಾತಿರಬಹುದು' ಎಂಬ ಊಹೆ ಕಟ್ಟಿಕೊಂಡ.

ರಾತ್ರಿಯ ಉತ್ಸವದಲ್ಲಿ ಎಲ್ಲರೂ ಭಾಗಿಗಳಾಗಿ ಮನೆಗೆ ಮರಳಿದರು. ಆಗಲೂ, ಅದರ ಮೊದಲೂ, ಉತ್ಸಾಹ ಕುಂದಿದವರಾಗಿ ಭಯಭೀತರಾಗಿ ತುಟಿಯೆತ್ತದೆ ದಿನ ಕಳೆದವರೆಂದರೆ, ಹಿರಿಮಲೆಯ ಚೋಮ, ಮತ್ತು ಆತನ ಹೆಂಡತಿ. ದೈವದ ಮಾತು ಅವರ ಹೃದಯವನ್ನು ನೆಟ್ಟಗೆ ನಾಟಿತು. ತಮ್ಮ ಹುಡುಗಿ ಗಿಡ್ಡಿಯ ವಿಚಾರದಲ್ಲಿ ದೈವ ನುಡಿದ ಮಾತದು. ಬೇರೆ ಯಾರಿಗೂ ತಿಳಿಯಲಾರದ ರಹಸ್ಯ ದೈವಕ್ಕೆ ತಿಳಿದಿದೆ ಎಂಬುದು ಖಂಡಿತವಾಯಿತು. ಮಗಳು ಮಾಡಿದ ಪಾಪಕ್ಕೆ, ತಾವು ತಲೆ ತೆರುವಂತಾಯಿತಲ್ಲ ಎಂಬ

ಭಯಭೀತಿಗೆ ಒಳಗಾಗದಿದ್ದಾರೆಯೇ ಅವರು? ಅದರಲ್ಲಿ ಒಂದೇ ಒಂದು ಆಸೆಯ ಕಿರಣವೆಂದರೆ–ಹೋದವಳು ಮರಳಿ ಬಂದರೆ, ತಪ್ಪು ಕಾಣಿಕೆ ಕೊಟ್ಟರೆ, ದೈವ ಕ್ಷಮಿಸುವೆನೆಂದದ್ದು! ಅದೊಂದೇ ಧೈರ್ಯದ ಮಾತು. ಅದನ್ನೇ ನೆಚ್ಚಿಕೊಂಡು, ಅವರ ಮುಂದಿನ ಜೀವನ ಉಳಿಯಬೇಕು. ಇಲ್ಲದೆ ಹೋದರೆ ತಮ್ಮ ಭವಿಷ್ಯ ಒಳಿತಾಗಲಾರದೆಂದು ಅವರು ಊಹಿಸಬೇಕಾಯಿತು.

ಅಧ್ಯಾಯ - ೧೧

ದಂಡೆಗೆ ಮೂತಿ ಚಾಚಿ ಮಲಗಿಕೊಂಡ ಅವಳಿ ಜವಳಿ ಮೊಸಳೆಗಳಂತೆ, ಸಹ್ಯಾದ್ರಿಯ ಉನ್ನತ ಶ್ರೇಣಿಯಿಂದ ಕವಲೊಡೆದು, ನಿಡಿದು ಚಾಚಿ ನಿಂತವು–ಹಿರಿ, ಕಿರಿಯ ಮಲೆಗಳು. ಆ ಎರಡು ಮಲೆಗಳಲ್ಲಿ ಹಿರಿಮಲೆ ಹೆಸರಿಗೆ ತಕ್ಕಂತೆ ಕಿರಿ ಮಲೆಗಿಂತ ತುಸು ಉನ್ನತವೂ ನೀಳವೂ ಆದದ್ದು. ಅದರ ಒಂದು ಮೈ ಇನ್ನಷ್ಟು ಕಡಿದಾಗಿದ್ದು, ಅರಣ್ಯದ ದಟ್ಟಣೆ ತುಸು ಹೆಚ್ಚಾಗಿತ್ತು. ತೀರ ಕಡಿದಾದ ಮೈಗಳಲ್ಲಿ ಹೆಬ್ಬಂಡೆಗಳು ದೆವ್ವಗಳಂತೆ ಮೂಡಿ ಕಾಣಿಸುತ್ತಿದ್ದುವು. ಆ ಬಂಡೆಗಳ ಸೆರಗು ಜೀವಜಂತುಗಳ ಓಟಾಟಕ್ಕೆ ಸಲ್ಲದು. ಗೋಡೆಗಳಂತಿರುವ ಅವುಗಳ ಮೈಮೇಲೆ ಬೆಟ್ಟದ ನೀರು ಇಳಿದು, ಒಡೆದು, ಸಿಂಬಿಯಾಗಿ, ತೆಳ್ಳಗಿನ ಬಿಳಿಯ ತೆರೆಯೊಂದನ್ನು ಗಾಳಿಗೆ ಹಿಡಿದಂತೆ ಕಾಣುವ ನೋಟ–ಬಲು ಚೆನ್ನ. ಮಳೆಗಾಲ ಕಳೆದು, ನೀರಿನ ಅಬ್ಬರ ಕಡಿಮೆಯಾಯಿತೆಂದರೆ, ಬಂಡೆಗಳ ಮೇಲಿನ ಈ ನೀರಿನ ಪರೆ ಒಣಗುತ್ತದೆ. ಅವುಗಳ ಕರಿದಾದ ಮೈ ಮಾತ್ರ ಕಾಣಿಸುತ್ತದೆ. ಅಂಚುಗಳ ಮೇಲೆ ಬೆಳೆದಿರುವ ಉನ್ನತ ವೃಕ್ಷಗಳಿಗೂ, ಅವುಗಳಿಗೂ ಎಷ್ಟೊಂದು ಅಂತರ! ಈ ಅರಣ್ಯದಲ್ಲಿ ಹುಲ್ಲುಗಾವಲಿಗೆ ಬರಗಾಲವಿಲ್ಲ. ಆಳೆತ್ತರಕ್ಕೆ ಹುಲ್ಲು ಬೆಳೆಯುತ್ತದೆ; ವರ್ಷಕ್ಕೊಮ್ಮೆ ನಿಯಮವೆಂಬಂತೆ, ಕಾಡ್ಗಿಚ್ಚು ಆ ಹುಲ್ಲುಗಾವಲುಗಳನ್ನು ನುಂಗಿ ಕುಣಿದಾಡುತ್ತದೆ. ಕಿರಿಮಲೆಯಿಂದ ಕಾಣುವಾಗ ಆ ರುದ್ರಭಯಾನಕ ದೃಶ್ಯ ಬಣ್ಣಿಸಿ ತೀರದು. ಮರುದಿನವೇ–ಬೆಟ್ಟದ ಹಸುರೆಲ್ಲ ಮಾಯವಾಗಿ, ಬಂಡೆಗಳಂತೆಯೇ ಬೆಟ್ಟದ ಮೈಯೂ ಕರಿದಾಗುತ್ತದೆ. ರಸಿಕನಾದ ವ್ಯಕ್ತಿಗೆ–ಈ ಅರಣ್ಯ ಸೌಂದರ್ಯವೆಲ್ಲ ಮನಮೋಹಕವಾಗಿ ಕಾಣಿಸಬಹುದಾದರೂ, ಅದರಲ್ಲೇ ಬಾಳಿ, ಬದುಕಿ, ಜೀವನ ಸಂಗರ ಸಾಗಿಸುವ ಮಲೆಕುಡಿಯರಿಗೆ ಯಾವ ಕಾವ್ಯದೃಷ್ಟಿ ಬರಬೇಕು! ಬದಲು ಬೆಟ್ಟದ ಕೋಡುಗಳು, ಬಂಡೆಯ

ನಿಲುವುಗಳು, ಆಗಾಗ ತಲೆದೋರುವ ಕಾಡ್ಗಿಚ್ಚುಗಳು, ಕೊಲೆ, ದೈವ, ಪ್ರೇತ ಮೊದಲಾದ ಹಲವಾರು ಅಶರೀರ ಪಿಶಾಚಿಗಳ ನೆನಪುಗಳನ್ನು ಮಾತ್ರ ಕೆರಳಿಸುತ್ತದೆ. ಮಲೆಗೂ ಒಂದು ಆತ್ಮ; ಬೆಟ್ಟಕ್ಕೂ ಒಂದು ಆತ್ಮ; ಬೆಟ್ಟದ ಒಂದು ಕೋಡಿಗೂ ಒಂದು ಆತ್ಮ; ಗಾತ್ರವಾದ ಮರಕ್ಕೂ ಆತ್ಮ, ಹೆಬ್ಬಂಡೆಗೂ ಒಂದು ಆತ್ಮ-ಹೀಗೆಲ್ಲ ಜಡವಸ್ತುಗಳಿಗೆ ಚೈತನ್ಯವನ್ನು ಪ್ರೇರೇಪಿಸಿ ಊಹಿಸುವ ಮನೋವೃತ್ತಿಯುಳ್ಳ ಆ ಜನಕ್ಕೆ ತಮ್ಮ ಸುತ್ತಲಿನ ನಿಸರ್ಗಕ್ಕೆ ಆಳಾಗಿ ನಡೆದುಕೊಳ್ಳಬೇಕೆಂಬ ನಿತ್ಯಮನೋವೃತ್ತಿ ಉಂಟಾಗುತ್ತದೆ. ಏನಿದ್ದರೂ ಅವರ ಕೆಚ್ಚು ಆ ರಂಗದಲ್ಲಿ ನಲಿದಾಡುವ ಪಶುಪ್ರಾಣಿಗಳ ಮೇಲಷ್ಟೆ.

ಈ ಮಲೆಕುಡಿಯರು ತಮ್ಮ ಧನಿಗಳಿಗಾಗಿ ಏಲಕ್ಕಿ ತೋಟದಲ್ಲಿ ಕೆಲಸ ಮಾಡಿಕೊಂಡು, ತಮ್ಮ ಹೊಟ್ಟೆಗಾಗಿ ಕುಮರಿಯ ಬೇಸಾಯ ಮಾಡುತ್ತಾರೆ. ತಮ್ಮ ಹಸಿವೆಗಾಗಿ, ಬಾಯ ಚಪಲಕ್ಕಾಗಿ ಮಿಗ, ಬರ್ಕ, ಕೆಮ್ಮ ಬೇಟೆ ಯಾಡುತ್ತಾರೆ. ಅವರು ಮಲೆಯನ್ನು ಬಿಟ್ಟು ತಿರುಗುವುದು ತೀರ ಕಡಿಮೆ. ಅದಕ್ಕೆ ಬೇರೊಂದು ಕಾರಣವೂ ಉಂಟು. ನೇರಾಗಿ-ಗ್ರಾಮಗಳ ಜನವಸತಿ ಇರುವಲ್ಲಿಗೆ ಹೋಗಿಬರುವ ಸೌಕರ್ಯ ಆ ಬೆಟ್ಟಕ್ಕಿಲ್ಲ. ಕನ್ನಡ ಜಿಲ್ಲೆಗೆ ಹೋಗಬೇಕಾದರೆ ಕಿರಿಮಲೆಗೆ, ಅಲ್ಲಿಂದ ಮೂಲೆಗುಂಪಿಗೆ ಬಂದೇ ಹೋಗ ಬೇಕು. ಮೈಸೂರು ಸೀಮೆಯನ್ನು ಸೇರಬೇಕಾದರೆ-ಕಿರುದಾರಿ ಹಿಡಿದು, ಹರದಾರಿ ಹರದಾರಿಗಳ ತನಕ ನಡೆದು, ಮನುಷ್ಯರ ಸುಳಿವಿಲ್ಲದ ಪರ್ವತಾವಳಿಗಳನ್ನು ಹತ್ತಿ, ಇಳಿದು, ಹೋಗಬೇಕು. ಹೀಗಿದ್ದರೂ ಏಲಕ್ಕಿ ಮಲೆ ಸಾಗುವಳಿಯಾಗುತ್ತದೆ; ಫಸಲು ಸಂತೆಗೆ ಬರುತ್ತದೆ. ತೋಟ ನೋಡಿಕೊಳ್ಳುವ ತೊಡಕು ಹೆಚ್ಚೆನ್ನುವುದರಿಂದ, ಸಾಗುವಾಡದ ಖರ್ಚೂ ಹೆಚ್ಚೆನ್ನುವುದರಿಂದ, ಧನಿಯಾದವನಿಗೆ ಉಳಿತಾಯ ಕಡಿಮೆ. ಆ ತಲೆಮಾರಿನಲ್ಲೇ ಹಿರಿಮಲೆಯ ಒಡೆತನ ಮೂರು ಬಾರಿ ಕೈ ಬದಲಿಸಿತ್ತು. ಈಗ ಅದರ ಧನಿಗಳಿರುವುದು ಸಕಲೇಶಪುರದಲ್ಲಿ. ನೆಟ್ಟಗೆ ಹಾರಿಬಂದರೆ ಅರ್ಧದಿನವೂ ಬೇಡ ಎಂದು ಕಾಣಿಸುವ ಈ ದೂರವನ್ನು ನಡೆದು ಬರುವಾತನಿಗೆ, ಎರಡು ದಿನಕ್ಕೂ ಮಿಕ್ಕಿದ ದಾರಿಯಾದೀತು. ಹಾಗಾಗಿ, ಆ ಧನಿಗಳು ಈ ತೋಟವನ್ನು ಕಾರ್ಕಳದ ತಮ್ಮೊಬ್ಬ ಗೆಳೆಯನ ಆಡಳಿತಕ್ಕೆ ಒಪ್ಪಿಸಿ, ಆತ ಕೊಡುವ ಗುತ್ತಿಗೆಯನ್ನು ಪಡೆದು, ಸುಖವಾಗಿದ್ದಾರೆ. ಆತ ಅವರ ಬಂಧು; ಅಲ್ಲಿಂದ ಮಲೆಯವರಿಗೆ ಹೇಳಿ

ಕಳುಹಿಸಿ, ತನ್ನ ಕಪ್ಪಕಾಣಿಕೆ ಕೊಂಡು ಹೋಗುತ್ತಿದ್ದ. ಮೂಲೆಗುಂಪಿನಲ್ಲಿ ಎರಡು ದಿನ ಕುಳಿತರೆ, ಅವನಿಗೆ ಮಲೆಯ ಸಮಾಚಾರಗಳೂ ಸಿಕ್ಕಿಯೇ ಸಿಕ್ಕುತ್ತವೆ. ಹಿರಿಮಲೆಯ ತೋಟಕ್ಕೂ ಕಿರಿಮಲೆಗೂ ವಿಸ್ತೀರ್ಣದಲ್ಲಿ ವ್ಯತ್ಯಾಸವಿಲ್ಲದಿದ್ದರೂ ಹುಟ್ಟುವಳಿ ಮಾತ್ರ ಏತಕ್ಕೆ ಕಡಿಮೆ–ಎಂಬ ವಿಚಾರ ಅವನಲ್ಲಿ ಉಂಟಾಯಿತು. ಹಾಗಾಗಿ, ತನ್ನ ರಾಜಧಾನಿಯನ್ನು ತಿರುಮಲ ಭಟ್ಟರಂತೆಯೇ, ಮಲೆಯಲ್ಲೇ ಹೂಡಿದ. ದಾರಿಯಲ್ಲಿ ಹಾಯುವಾಗ ಅವರ ತೋಟದ ಫಸಲನ್ನು ಕಂಡು, ತನ್ನ ಮಲೆಗೇನು ಧಾಡಿ ಎಂಬ ಅಸೂಯೆತಾಳಿ, ಮುಂದುವರಿದು, ತನ್ನ ತೋಟಕ್ಕೆ ಹೋಗುತ್ತಿದ್ದ. ಒಂದು ವರ್ಷ ತನಗಾಗಿ ಒಂದು ಗುಡಿಸಲನ್ನು ಅಲ್ಲಿ ಕಟ್ಟಿಸಿದ. ರೂಪಾಯಿ ಆಣೆಗಳ ಲೆಕ್ಕ ಚೆನ್ನಾಗಿ ಬಲ್ಲ ವಲ್ಲಿ, ಬಂಗಲೆ ಕಟ್ಟುವುದಕ್ಕೆ ಹೋಗಲಿಲ್ಲ. ಊಟ ಅಡುಗೆಗಳಲ್ಲಿ ತೈನಾತಿಗಳನ್ನು ಕರೆದುಕೊಂಡು ಹೋಗಲಿಲ್ಲ. ಕುಡಿಯರ ಬೇಟೆಗಳಲ್ಲಿ ಅವನೂ ಪಾಲುಗಾರ. ಅವರು ಬೆಳೆಯಿಸಿದ ಸೂಕರಗಳು ಅವನಿಗೂ ಇಷ್ಟ. ಬೆಲೆ ಕೊಡದೆ ದೊರೆಯುವ ಬಯನಿ ಹೆಂಡದಲ್ಲಿ ಅವನಿಗೂ ನಿತ್ಯಾಭಿಷೇಕ. ಅದನ್ನೆಲ್ಲ ಕಂಡರೆ ಮಲೆಯ ಜೀವನ ಸ್ವರ್ಗ ಜೀವನ ಎನಿಸುತ್ತಿತ್ತು ವಲ್ಲಿಗೆ. ಅಲ್ಲಿಗೆ ಬಂದು ಹೋಗುವುದಷ್ಟೇ ತೊಡಕಿನ ಕೆಲಸ.

ಬದಲು, ವರ್ಷವೆಲ್ಲ ಆತ ಮಲೆಯಲ್ಲಿಯೇ ಕಳೆಯಲಾರ. ಬೆಳೆ ಬೆಳೆಯುವ ಕಾಲಕ್ಕೆ, ನಾಲ್ಕು ದಿಕ್ಕಿಗೂ ಕಣ್ಣು ಚಾಚಿ ತಾನು ಕುಳಿತರೆ ಸಾಕು ಎಂಬ ತೀರ್ಮಾನ ಅವನದ್ದಿತ್ತು. ಹೀಗಾಗಿ ಮಳೆ ಕಳೆದ ಮೇಲೆ ಅಲ್ಲಿಗೆ ಹೋದರೆ ಎರಡು ತಿಂಗಳ ಕಾಲ ಅಲ್ಲಿರುತ್ತಿದ್ದ. ಇನ್ನೊಮ್ಮೆ ಹೋಗುವುದು ಮೂಲೆಗುಂಪಿನ ಜಾತ್ರೆಗೆ. ಆತ ಜಾತ್ರೆಯ ಕೆಲಸ ಸುಧಾರಿಸಿಬಿಟ್ಟಿದ್ದ. ಅದು ಹಿಂದೂ ಜಾತ್ರೆ. ಅವನಿಗೇನು ಉತ್ಸಾಹ! ಹಚ್ಚಡ ಕೊಂಡು, ಕುಡಿಯರಿಗೆ ಕೊಟ್ಟು ಬರುವುದಕ್ಕಿಂತ ಆಣೆ, ತಾರಗಳನ್ನು ಎಣಿಕೆಹಾಕಿ, ಹಚ್ಚಡಗಳ ಬದಲಿಗೆ ಹಣಕೊಡುವ ಪರಿಪಾಠ ತೊಡಗಿದ. ಆದರೆ ಅವನಿಗೆ ಕಾಣಿಸುತ್ತಿದ್ದ ಅಂಶವೆಂದರೆ–ತಾನು ತುಂಬ ಕ್ರೈಸ್ತಭಕ್ತನಾದುದರಿಂದ, ಈ ಮಲೆಯ ಜನ 'ಹುಂಬರಲ್ಲಿ ಹುಂಬರು,' ಕಲ್ಕುಡ, ಪಂಜುರ್ಲಿ ಕಲ್ಲುಕುಟಿಗರನ್ನು ನಂಬುವ ಬದಲು ತಮ್ಮ ದೇವರನ್ನು ನಂಬಬಾರದೇಕೆ' ಎಂಬ ಬಯಕೆ ಅವನದ್ದು. ನಮ್ಮೂರಿನ ಪಾದ್ರಿಗಳಿಗೆ ಇಲ್ಲಿ ಯೇಸುವಿನ ಹಿರಿಮೆಯನ್ನು ಪ್ರಚಾರ

ಮಾಡುವಂತೆ ಸೂಚನೆಯನ್ನೂ ಕೊಟ್ಟಿದ್ದ. ಕೊನೆಗೆ ಮೂಲೆಗುಂಪಿನ ಈಶ್ವರಾಲಯಕ್ಕೆ ಸಮೀಪವಾಗಿ ಒಂದು ಗುಡಿಸಲನ್ನೂ ಕಟ್ಟಿ, ಅದರ ಮೇಲೆ ಒಂದು ಶಿಲುಬೆ ನಟ್ಟು, ಚರ್ಚ್ ಮಾಡಿದಲ್ಲಿ ಎರಡೂ ಮಲೆಯವರು ಹೊಸ ದೇವರನ್ನು ತಬ್ಬಿಕೊಂಡಾರೆಂಬ ಆಸೆ ಅವನದ್ದು. ಆಗಲೆಲ್ಲ ಇಂಥ ಹಳ್ಳಿ ಮೂಲೆಗಳಲ್ಲಿ ಪಾದ್ರಿಮತ ಅಷ್ಟೊಂದು ಹರಡಿರಲಿಲ್ಲ. ಚಳಿಜ್ವರದ ಬೀಡು ಗಳಲ್ಲಿ, ಯೇಸುವಿನ ಭಕ್ತರು ಹೋಗಿ ನಿಲ್ಲುವುದಕ್ಕೆ ಧೈರ್ಯ ಪಡುತ್ತಿರಲಿಲ್ಲ. ಹೀಗಾಗಿ, ಅವನ ಆ ಇಷ್ಟ ಕೈಗೂಡಲಿಲ್ಲ.

ಕೈಗೂಡದಿದ್ದರೇನು? ಮಲೆಯ ತನ್ನ ಗುಡಿಸಲಿಗೇನೆ ಆತ ಬಂದು ಶಿಲುಬೆ ಸಿಕ್ಕಿಸಿ, ಅವಕಾಶ ದೊರೆತಾಗ ತಮ್ಮ ದೇವರ ಮಹಾತ್ಮ್ಯೆ ಜನಕ್ಕೆ ಹೇಳುತ್ತಿದ್ದ. ಮಲೆಯ ಜೀವನ ಒಂಟಿ ಜೀವನ. ಅವನು ಅಲ್ಲಿ ಎರಡು ತಿಂಗಳು ಕಳೆಯುವುದಾದರೂ ಕಾರ್ಕಳದಲ್ಲಿ ಕಳೆದಂತಲ್ಲ. ಅದು ಪೇಟೆ, ಶಹರು, ಬೇಟೆ, ಕುಡಿತ ಇವೆರಡನ್ನೂ ಬಿಟ್ಟರೆ ಬರಿಯ ಏಲಕ್ಕಿ ಎಣಿಕೆ ಹಾಕುವ ಮಲೆಯದು. ಆಳುಗಳು ವಂಚನೆ ಇಲ್ಲದೆ ದುಡಿಯುತ್ತಾರೆ. ಮಲೆಯ ಬೇಸಾಯ ಅವನಿಗೂ ಹೊಸತು; ಫಸಲು ಬರುವಷ್ಟೇ ಬರುತ್ತಿತ್ತು. ದುಡ್ಡಿನ ಲಾಭ ಹೆಚ್ಚಾಗಿ ಇಲ್ಲ. ಆದರೂ ಒಬ್ಬಿಬ್ಬರನ್ನು ಕರೆದು 'ಆ ಮಲೆಯಲ್ಲಿ ಬೆಳೆದಷ್ಟು ಇಲ್ಲೇಕೆ ಬೆಳೆಯುವುದಿಲ್ಲ' ಎನ್ನುತ್ತಲೇ ಇದ್ದ. ಕುಡಿತಕ್ಕೂ, ಬೇಟೆಗೂ, ಸೇವೆಗೂ ಹಿರಿಮಲೆಯ ಚೋಮ ಅವನಿಗೆ ಆಪ್ತ.

ಬೇಟೆಗೆ ಹೋದರೆ ಚೋಮ ಜತೆಗೆ ಬರಲೇಬೇಕು. ಇಲ್ಲವಾದರೆ, ಕಾಡು ಸುತ್ತುವ ಧೈರ್ಯ ವಲ್ಲಿಗೆ ಇರುವುದಿಲ್ಲ. ಏಡಿ ಹಿಡಿಯಲು ಹೋದಾಗ ಅವನ ಮಗ, ಹದಿನಾರು ವಯಸ್ಸಿನ ಕುಕ್ಕ ಜತೆಗೆ ಬರಬೇಕು. ಮನೆಯಲ್ಲಿ ಇವನ ನಾಲ್ಕು ಮಣ್ಣಿನ ಮಡಕೆಗಳನ್ನು ತೊಳೆಯುವುದಕ್ಕೆ ಚೋಮನ ಹೆಂಡತಿಯೋ, ಮಗಳೋ ಬರಬೇಕು. ಇವನ ಪರ್ಣಕುಟೀರಕ್ಕೆ ನೀರು ಸಾಗಿಸುವುದಕ್ಕೆ ಅವರೇ ಬೇಕು. ಈ ಎಲ್ಲ ಮೇಲು ಕೆಲಸಗಳಿಗೆ–ತಾನಿರುವ ಎರಡು ತಿಂಗಳ ಕಾಲ, ತಿಂಗಳಿಗೆ ಬೆಳ್ಳಿಯ ಚವಲವೊಂದನ್ನು ಅವರಿಗೆ ಕೊಟ್ಟರೆ ಹೆಚ್ಚೆಂದು ಅವನ ಎಣಿಕೆ. ಈ ಹತ್ತಿರದ ಬಾಂಧವ್ಯ, ದುಡ್ಡಿನ ವಿಚಾರದಲ್ಲಿ ವಲ್ಲಿ ಬ್ರಗಾಂಜನಲ್ಲಿ ಔದಾರ್ಯವನ್ನು ಹುಟ್ಟಿಸದಿದ್ದರೂ,

ಮಾತಿನ ಹಿರಿತನದಲ್ಲಿ ಅದನ್ನು ಹುಟ್ಟಿಸಿತ್ತು. ಮೇಲೆ, ಕುಕ್ಕನ ಅಕ್ಕ ಹದಿನೆಂಟು ವರ್ಷದ ಗಿಡ್ಡಿ, ಅವನ ಮನಸೆಳೆಯುವ ವಸ್ತುವಾಗಿದ್ದಳು. ಚೋಮನ ಮನೆಯವರೊಡನೆ ಅದರಿಂದಾಗಿ ಇನ್ನಷ್ಟು ಸಲಿಗೆ. ಮಲೆಗೆ ಬರುವಾಗ ಅವರಿಗೆ ಮಾತ್ರ–ಒಂದೊಂದು ಚೂರಿಯನ್ನೋ, ಮಣಿಸರವನ್ನೋ ಕ್ರೂಜೆ ತೂಗಿದ ಜಪಮಾಲೆಯನ್ನೋ ತಂದುಕೊಡುತ್ತಿದ್ದ. ಈ ಜಪಮಾಲೆಯನ್ನು ಗಿಡ್ಡಿ ಕೊರಳಲ್ಲಿ ತೊಟ್ಟುಕೊಂಡು ತಿರುಗಾಡಿದ್ದೂ ಉಂಟು. ಜಪಮಾಲೆಯ ವಶೀಕರಣ ಶಕ್ತಿಯಿಂದಲೋ ಏನೋ ಗಿಡ್ಡಿಗೂ ವಲ್ಲಿಗೂ ಸ್ನೇಹ ಪ್ರಾಪ್ತಿಸಿತು. ಅದರಿಂದ ವಲ್ಲಿಯಲ್ಲಿ ಮೊಳೆತ ಹೊಸ ಭಾವನೆಯೆಂದರೆ, ಬರಿಯ ನಾಲ್ಕಾಣೆ ವೇತನಕ್ಕೆ ಸಿಗುವ ಇಂಥ ಆಳುಗಳು, ಕಾರ್ಕಳಕ್ಕೂ ಬಂದು ತನ್ನ ಬಳಿ ವರ್ಷವೆಲ್ಲ ದುಡಿದರೆ ಒಳಿತಲ್ಲವೇ ಎಂದು.

ಒಂದು ದಿನ, ತಾನು ಊರಿಗೆ ಹೋಗುವ ನಾಲ್ಕು ದಿನಗಳ ಮುಂಚೆ, “ಚೋಮ, ನಮ್ಮ ಮನೆಯಲ್ಲಿ ಕೆಲಸದ ಜನಕ್ಕೆ ತುಂಬ ತೊಂದರೆ. ಇಲ್ಲಿ, ನಿನ್ನ ಮಕ್ಕಳಿಗೇನು ಕೆಲಸ?” ಎಂದು ಹೇಳಿ, ಗಿಡ್ಡಿ ಮತ್ತು ಕುಕ್ಕರನ್ನು ತನ್ನ ಜತೆಗೆ ಕಳುಹಿಸಿಕೊಡಲು ಪ್ರೇರಿಸಿದ. ಅವನಿಗೆ ಕುಕ್ಕ ಅಷ್ಟೊಂದು ಬೇಕಾಗಿರ ಲಿಲ್ಲ. ಆದರೂ ತಂದೆ ಮಗಳೊಬ್ಬಳನ್ನೇ ಕಳುಹಿಸಲು ಒಡಂಬಡನೆಂದು ಆ ಸೂಚನೆಯನ್ನು ಮಾಡಿದ. ಕಾರ್ಕಳ ಬಹುದೂರದ ಊರೆಂದು ಆತ ತಿಳಿದಾನೆಂದು ಅನುಮಾನಿಸಿ, “ಅಲ್ಲಿಗೆ ಅಂಥಾ ದೂರವೇನಿಲ್ಲ. ಹತ್ತಿಯಡ್ಕ ದಿಂದ ಕೊಕ್ಕಡಕ್ಕೆ ಮೂರು ಗಳಿಗೆ ಹಾದಿ. ಅಲ್ಲಿಂದ ಮೂರು ಗಳಿಗೆಗೆ ಧರ್ಮಸ್ಥಳ. ಧರ್ಮಸ್ಥಳದಲ್ಲಿ ನಿಮ್ಮ ಜನರೇ ಇದ್ದಾರಲ್ಲ” ಎಂದ. ಧರ್ಮಸ್ಥಳ ದಲ್ಲಿ ಮಲೆಕುಡಿಯರು ಬಹಳ ಹಿಂದೆಯೇ ನೆಲೆಸಿದ್ದರು. ಅವರಿಗೂ ಇವರಿಗೂ ಗಂಡುಹೆಣ್ಣು ತರಲು ಆಗಿನ ಕಾಲಕ್ಕೆ ದೂರ ಎನಿಸಿದ್ದರೂ ಮೂಲೆಗುಂಪಿನ ಜಾತ್ರೆಗೆ ಅವರು ಬರುತ್ತಿದ್ದರು.

“ಧರ್ಮಸ್ಥಳದಿಂದ ಎಷ್ಟು ದೂರ?” ಎಂದು ಕೇಳಿದ ಚೋಮ.

“ಛೀ, ದೂರವೇನು.... ಒಂದೇ ಒಂದು ಮಜಲು” ಎಂದ ವಲ್ಲಿ.

ಹೀಗೆ ಹಿರಿಮಲೆಯಿಂದ ಮೂಲೆಗುಂಪಿನ ದೂರ ಹೇಳದೆ, ಧರ್ಮಸ್ಥಳದಿಂದ ಮುಂದಿನ ದೂರವನ್ನು ಒಂದು ಮಜಲನ್ನಾಗಿ ಮಾಡಿ,

ಮನೋವೇಗದಿಂದ ಹೋಗುವ ಸಾಮೀಪ್ಯವನ್ನು ಆ ಎರಡು ಸ್ಥಳಗಳೊಳಗೆ ವಲ್ಲಿ ಕಲ್ಪಿಸಿದ.

ಚೋಮನಿಗೂ, ಅವನ ಹೆಂಡತಿಗೂ ಮಕ್ಕಳನ್ನು ಕಳುಹಿಸಲು ಅಷ್ಟೊಂದು ಇಷ್ಟವಿರಲಿಲ್ಲ. ಆದರೆ ಧನಿಗಳ ಮನೆಗೆ, ಸೇವೆಗೆ ಕರೆದಾಗ ಹೋಗಲಾರೆ ಎಂದರೆ ಸಮನಲ್ಲವೆಂದೂ ಕಂಡಿತು. ಹೀಗಾಗಿ ಅನುಮಾನಿಸಿ, ಅನುಮಾನಿಸಿ ಒಂದು ಮಳೆಗಾಲ ಕಳೆಯುತ್ತಲೇ ಅವರನ್ನು ಕಳುಹಿಸಿಕೊಟ್ಟ. "ಮೂಲೆಗುಂಪಿನ ಜಾತ್ರೆಗೆ ಬರುವಾಗ ಅವರನ್ನು ಜತೆಗೆ ಕರೆದು ತರಬೇಕು" ಎಂದು ಧನಿಗೆ ಹೇಳಿದ. ತಿಮ್ಮ ನಿರಾಶೆಗೊಂಡ ಜಾತ್ರೆಯೇ ಆದು. ಆ ಜಾತ್ರೆಗೆ ವಲ್ಲಿ ಬಂದಿದ್ದರೂ, ಆತ ಕರೆದೊಯ್ದ ಚೋಮನ ಮಕ್ಕಳನ್ನು ಮಾತ್ರ ಹಿಂದಕ್ಕೆ ಕರೆದು ತರಲಿಲ್ಲ. ಬದಲು, ಚೋಮನೊಡನೆ ಇಲ್ಲದ ಸಮಾಧಾನ ಹೇಳಿ "ನೋಡು, ಹೊರಡುವ ದಿನ ನಿನ್ನ ಮಗಳಿಗೆ ಜ್ವರ ಬಂದಿತ್ತು. ನಡೆಯುವುದಕ್ಕೆ ಸಾಧ್ಯವಿಲ್ಲ. ಕುಕ್ಕನನ್ನೂ ಅದಕ್ಕಾಗಿ ಬಿಟ್ಟುಬಂದೆ. ನೀನೇನೂ ಯೋಚನೆ ಮಾಡಬೇಡ. ಅವಳೇನೂ ಸೊರಗಿಲ್ಲ, ಸೊಟ್ಟಾಗಿಲ್ಲ ; ನಮ್ಮೂರಿನ ಹವೆ ಅವಳಿಗೆ ಚೆನ್ನಾಗಿ ಹಿಡಿಯುತ್ತದೆ. ಆನೆ ಮರಿಯ ಹಾಗೆ ಈಗ ಬೆಳೆದಿದ್ದಾಳೆ" ಎಂದ. ತಂದೆ, ತಾಯಿಯರಿಗೆ ಅದರಿಂದ ಹೇಗೆ ಸಮಾಧಾನ ವಾಗಬೇಕು? ಅವರ ಸಮಾಧಾನಕ್ಕೆಂದು ವಲ್ಲಿ "ಇಬ್ಬರ ಸಂಬಳವನ್ನೂ ನೋಡು, ನಿನ್ನ ಕೈಯಲ್ಲಿಯೇ ಕೊಟ್ಟಿದ್ದೇನೆ" ಎಂದು ಎರಡು ರೂಪಾಯಿ ಗಳನ್ನು ಎಸೆದ. ರೂಪಾಯಿಗಳನ್ನು ಕಂಡು ಸಂತೋಷವಾದರೂ ಚೋಮನ ಮನಸ್ಸು ತೃಪ್ತಿಗೊಳ್ಳಲಿಲ್ಲ. 'ಮಗಳು ಬೇನೆ ಬಿದ್ದಿರುವಾಗ, ತಾನಾದರೂ ಹೋಗಿ ನೋಡಬೇಕು' ಎಂದು ಆತ ಧನಿಯ ಬೆನ್ನಿಗೆ ಹಟ ಹಿಡಿದು ಹೊರಟೇಬಿಟ್ಟ. ನ್ಯಾಯಕ್ಕೂ, ಹೋಗುವಾಗ ಒಂದೆರಡು ದಿನದ ಆ ಸುಲಭ ಹಾದಿ, ಇಡಿಯ ನಾಲ್ಕು ದಿನಗಳ ಪಯಣವಾದದ್ದನ್ನು ಕಂಡು 'ಇಷ್ಟು ದೂರವೇ!' ಎನಿಸಿತು ಚೋಮನಿಗೆ.

ಕಾರ್ಕಳಕ್ಕೆ ಹೋದ ಮೇಲೆ, ಗಿಡ್ಡಿ ಜ್ವರದಲ್ಲಿ ಮಲಗಿದ್ದು ಸುಳ್ಳೆಂಬುದು ಗೊತ್ತಾಯಿತು. ತುಂಬಿದ ಜುಟ್ಟಿದ್ದ ಕುಕ್ಕನ ತಲೆಯೂ ಧನಿಯ ತಲೆಯಂತೆ ಬೋಳಾದುದನ್ನು ಕಂಡು ಆತ ದಿಗಿಲಾದ. ಗಿಡ್ಡಿಯ ವೇಷವೂ ಬದಲಾಗಿತ್ತು. ಅವರನ್ನು ಪಾದ್ರಿಮತಕ್ಕೆ ಸೇರಿಸಿದ್ದಾರೆಂಬುದೂ ತಿಳಿಯಿತು. ಆಗ ಆದ ಅವನ

ವ್ಯಥೆಯನ್ನು ಹೇಳುವುದಕ್ಕಿಲ್ಲ. ಮಕ್ಕಳನ್ನು ಮನೆಗೆ ಕರೆದೊಯ್ಯುವ ಹಟ ಆತ ತೊಟ್ಟ. ಆದರೆ ಅವರೇ ಇವನ ಜತೆಗೆ ಬರಲಿಷ್ಟಪಡದ ವಿಚಿತ್ರ ಕೇಳಿದ ಮೇಲೆ, ಅವನಿಗೆ ದಿಗಿಲೇ ಹಾರಿತು. ತಾನೊಬ್ಬನೇ ಮನೆಗೆ ಮರಳಿದ. ದಣಿವಿಂದಲೂ ದುಃಖದಿಂದಲೂ ನೊಂದು ಮನೆಗೆ ಬಂದ. ಆ ದುಃಖದಲ್ಲಿ ಮಡದಿಯೂ ಪಾಲುಗಾರಳಾದಳು. ಈ ಕೊರಗನ್ನು ಹತ್ತು ಜನಗಳ ಮುಂದೆ ಆತ ಹೇಳುವುದಕ್ಕಿರಲಿಲ್ಲ. ಆದರೂ ಚೋಮನ ಹೆಂಡತಿ ಕುಕ್ಕೆತಿ ತಮಗಾದ ಅನ್ಯಾಯವನ್ನು ಬಿರುಮನ ಹೆಂಡತಿಗೆ ಹೇಳಿದಳು. ಹೆಂಡತಿಯಿಂದ ಗಂಡನಿಗೂ, ಅಲ್ಲಿಂದ ಕಲ್ಕುಡ ದೈವಕ್ಕೂ ಆ ಸಮಾಚಾರ ಗೊತ್ತಾಗಲೇ ಬೇಕಲ್ಲ.

ಕೋಲ ಮುಗಿಸಿ ಬಂದ ಮೇಲೆ, ಹಿರಿಮಲೆಯ ಚೋಮನಿಗೆ ಬುದ್ಧಿ ಸ್ವಾಸ್ಥ್ಯವಿರಲಿಲ್ಲ. ಧನಿಯನ್ನು ಕಡಿದು ಹಾಕುವೆನೆಂಬಷ್ಟು ಸಿಟ್ಟು ಉದ್ರೇಕಗೊಂಡಿತ್ತು–ಅವನ ಮನಸ್ಸಿನಲ್ಲಿ. ಮಡದಿಯೊಡನೆ ಬಹು ಹೊತ್ತು ಕುಳಿತು ಯೋಚಿಸಿದ. ಬಗೆಗಾಣದ್ದಕ್ಕೆ ಬಿರುಮನಿಗೇ ಶರಣುಹೋದ. ಬಿರುಮನಂತೂ "ಕುಲಾಚಾರ ಬಿಟ್ಟು ನಿನ್ನ ಮಕ್ಕಳು ಪಾದ್ರಿಮತ ಹಿಡಿದದ್ದಾದರೆ ಮಲೆಗೆ ಮಲೆಯೇ ಕೇಡುಣ್ಣುವ ಪ್ರಸಂಗ ಒದಗೀತು" ಎಂದು ಬೆದರಿಸಿದ. ಅವನೂ ಅವರಿಗೆ ಬೆಂಬಲನಾದ. ಮದ್ದು ಮಾಟಗಳಿಂದಲಾದರೂ ಆ ಮಕ್ಕಳನ್ನು ಹಿಂದಕ್ಕೆ ಕರೆತರುವ ನಿರ್ಧಾರ ಮಾಡಿದರು. ಕೋಲ ಮುಗಿದ ಮೇಲೆ ಬಿರುಮ, ಚೋಮ, ಕುಕ್ಕೆತಿ ಮೂವರೂ ಕಾರ್ಕಳಕ್ಕೆ ಹೊರಟರು. ಸುದೈವಕ್ಕೆ ಅವರು ಕಾರ್ಕಳವನ್ನು ಸೇರುವಾಗ ಬ್ರ್ಯಾಂಜನ ಮನೆಯಲ್ಲಿ– ಅವನ ಮುದಿ ತಾಯಿ, ಗಿಡ್ಡಿ, ಕುಕ್ಕ ಮಾತ್ರ ಇದ್ದರು. ಮಗಳನ್ನು ತಬ್ಬಿಕೊಂಡು "ಇಂಥ ಅನ್ಯಾಯಮಾಡಬಹುದೇ?" ಎಂದು ಕುಕ್ಕೆತಿ ಕರೆದ ಕಣ್ಣೀರು, ಬಿರುಮ ಬಣ್ಣಿಸಿದ ಕಲ್ಕುಡನ ಬೆದರಿಕೆ, ತಮ್ಮ ಕೆಲಸಮಾಡಿದವು. ಆ ಮಕ್ಕಳಿಬ್ಬರೂ ಕರೆಯಲು ಬಂದವರೊಡನೆ ಆ ರಾತ್ರಿಯೇ ಓಟ ಹೂಡಿದರು. ಬೆಳಗಾಗುವಾಗ ಎಲ್ಲರೂ ಧರ್ಮಸ್ಥಳಕ್ಕೆ ಬಂದು, ಅಲ್ಲಿನ ದೇವರ ಮುಂದೆ ತಮ್ಮ ಗೋಳನ್ನು ಹೇಳಿ, ಈ ಅನ್ಯಾಯಕ್ಕೆ "ಅಣ್ಣಪ್ಪ ದೈವವೇ, ನೀನೇ ಶಾಸನ ಮಾಡಬೇಕೆಂದು" ಹೊಯ್ಲು ಕೊಟ್ಟು ಮಲೆಗೆ ಸಾಗಿಬಂದರು. ಗಿಡ್ಡಿ, ಕುಕ್ಕರ ವಿಚಿತ್ರ ಉಡುಗೆಗಳನ್ನು ನೋಡುವುದಕ್ಕೆ ಕೇರಿಗೆ ಕೇರಿಯೇ ಸೇರಿತು.

ಚೋಮನ ದುಃಖದಲ್ಲೂ ಆವೇಶದಲ್ಲೂ ಕೇರಿ ಸಹಭಾಗಿಯಾಯಿತು. ಜನರು ಕೆರಳಿ, ತಮ್ಮ ಸಿಟ್ಟಿನ ಭರದಲ್ಲಿ ಬ್ರಗಾಂಜನ ಗುಡಿಸಲಿಗೆ ಬೆಂಕಿ ಕೊಟ್ಟು ಸುಟ್ಟರು. ಮುಂದೆ ಯಥಾವಿಧಿಯಾಗಿ ಪರಮತಕ್ಕೆ ಹೋದ ಬಗ್ಗೆ, ಗುರಿಕಾರನ ಮುಂದೆ ತಪ್ಪುಕಾಣಿಕೆ ಸಲ್ಲಿಸಿ ಅವರನ್ನು ಬಳಗಕ್ಕೆ ಕೊಂಡುದೂ ಆಯಿತು. ಅದಾದ ಮೇಲೆಯೇ ತಾನು ಬಂದೊಂದು ಕುತ್ತಿನಿಂದ ಪಾರಾದೆ ನೆಂದ ವಿಶ್ವಾಸ ಚೋಮನಿಗಾದದ್ದು. ಮುಂದೆ, ಅವನ ಮನಸ್ಸು ಗಿಡ್ಡಿಯನ್ನು ಆದಷ್ಟು ಬೇಗ ಮದುವೆ ಮಾಡಿಕೊಟ್ಟು ಪಾರಾಗುವ ಅವಸರಕ್ಕೆ ತೊಡಗಿತು. ತಪ್ಪುಕಾಣಿಕೆ ಕೊಂಡು, ಬಳಗಕ್ಕೆ ಸೇರಿಕೊಂಡರೂ ಹಿರಿಮಲೆಯ ಕುಡಿಯ ಹುಡುಗರಿಗೆ ಗಿಡ್ಡಿಯೊಡನೆ ಪಾಣಿಗ್ರಹಣ ಇಷ್ಟವಿಲ್ಲದೆ ಹೋದುದು ಅವಳ ದುರ್ದೈವ. ಪ್ರಾಯಶಃ ಅದೇನೆ ಕಿರಿಮಲೆಯ ಸುದೈವ.

ಮಂಗಳೂರಿಗೆ ಹೋಗಿದ್ದ ವಲ್ಲಿ ಬ್ರಗಾಂಜ ಕಾರ್ಕಳಕ್ಕೆ ಮರಳುತ್ತಲೇ ತನ್ನ ಬೇಟೆ ಅದೃಶ್ಯವಾದುದನ್ನು ಕಂಡು ತುಂಬ ಕೋಪಾವಿಷ್ಟನಾದ; ಕಳವಳ ಕ್ಕೊಳಗಾದ. ಅವನ ಮನಸ್ಸಿನಲ್ಲಿ ಹಲವಾರು ಕನಸುಗಳಿದ್ದುವು. ಆತ 'ಈ ಕುಡಿಯರು ಶುದ್ಧ ಹುಂಬರು. ಕೈತಪ್ಪಿದ ವಸ್ತುವಿಗಾಗಿ ಕೊರಗಿ ಗೋಳೋ ಎಂದು ಅತ್ತು ಸುಮ್ಮನೆ ಕುಳಿತಾರೇ ಹೊರತು, ಜನ ಕಟ್ಟಿಕೊಂಡು ಬಂದು, ಧನಿಯಾದ ತನ್ನ ಮನೆಯಿಂದಲೇ ತಮ್ಮ ಮಕ್ಕಳನ್ನು ಕರೆದುಕೊಂಡು ಹೋದಾರೆಂದು' ಎಣಿಸಿರಲಿಲ್ಲ. ಕಾರ್ಕಳದ ಸುತ್ತಲೂ ಕುಡಿಯರಲ್ಲದಿದ್ದರೂ 'ಕುಡುಬಿ'ಯರಿದ್ದಾರೆ. ಏನೂ ತಿಳಿಯದ ವ್ಯಕ್ತಿಯನ್ನು ಕಂಡು, 'ನೀನು ಕುಡುಬಿಯ ಹಾಗೆ ಮಾಡುತ್ತೀಯಲ್ಲ' ಅನ್ನುವುದುಂಟು ವಾಡಿಕೆಯಲ್ಲಿ. ಅವರಿಗಾದರೂ ನಾಗರಿಕರ ಸಂಪರ್ಕವಿದೆ. ಮಲೆಯ ಕುಡಿಯರಿಗಿಂತ ಅವರು ಎಷ್ಟೋ ಮೇಲು. ಮಲೆಯ ಕುಡಿಯರು ಬಾಹ್ಯ ಪ್ರಪಂಚವನ್ನು ಅರಿಯದವರು. ಹೊರಗಿನ ನಾಗರಿಕತೆಯ ಸೋಂಕನ್ನು ತಿಳಿಯದವರು. ಹೇಳಿದ ಮಾತನ್ನು ರೂಪಾಯಿಗೆ ಹದಿನಾರಾಣೆ ಸತ್ಯವೆಂದು ನಂಬುವವರು. ಆದುದರಿಂದಲೇ ಅವನ ಕೆಲಸ ಅಷ್ಟು ಸುಲಭವಾಗಿತ್ತು. ತಾನು ಮಾಡಿದ ಅವಸರ ವಲ್ಲಿ ಬ್ರಗಾಂಜನಿಗೆ ಹೊಳೆದಿರಲಿಲ್ಲ. ತಂದ ಬಾಲಕರನ್ನು ಮೆಲ್ಲಗೆ ಒಲಿಸಿಕೊಂಡು, ಆತ ತನ್ನ ಕೆಲಸವನ್ನು ಸಾಧಿಸಬಹುದಾಗಿತ್ತೋ ಏನೋ. ತಂದು ಎರಡು ತಿಂಗಳಾಗುವುದರೊಳಗೇನೆ ಅವರ ಉಡುಗೆಯನ್ನು

ಬದಲಿಸಿದ, ಮತ ಬದಲಿಸಿದ. ಗಿಡ್ಡಿ ಕೆಂಪು ಚೌಕಳಿ, ನಡುಬಟ್ಟೆಯನ್ನುಡುವಂತೆ ಮಾಡಿ, ಮೇಲೆ ಉದ್ದಕೈಯ ಕುಪ್ಪಸ ತೊಡಿಸಿ, ಚರ್ಚಿಗೆ ಕೊಂಡುಹೋದ. ಕುಕ್ಕ ಒಲ್ಲೆನೆಂದರೂ ಇಲ್ಲಿನ ಹವೆಗೆ ಜುಟ್ಟು ತೆಗೆಯುವುದೇ ಲೇಸೆಂದು ಕ್ಷೌರ ಮಾಡಿಸಿದ. ಕ್ರಿಸ್ತ ದೇವಾಲಯದ ವೈಭವ, ಸಾಂತಮಾರಿ ಹಬ್ಬಗಳ ಬೆಡಗುಗಳನ್ನು ತೋರಿಸಿ, ಅವರ ಮನಸ್ಸಿನಲ್ಲಿ ಈ ಪಡುವಣ ದೇವರುಗಳ ಹೆಚ್ಚಳವನ್ನು ಹೊರಿಸಿ, ಮನ ಒಲಿಸಿದ್ದಂತು ನಿಜ. ಮತಗಿತಗಳ ವಿಚಾರ ಆ ಹುಡುಗರಿಗೆ ತಿಳಿದದ್ದು ಕಡಿಮೆ. ಕಲ್ಕುಡ, ಮಲೆರಾಯ ಮೊದಲಾದ ದೆವ್ವಗಳ ಭೀತಿಯನ್ನು ತಪ್ಪಿಸುವುದಕ್ಕೆ ಆತ ಕ್ರೂಜೆಯನ್ನು ಅವರ ಕೊರಳಿಗೆ ಕಟ್ಟಿ, ಅದರ ಸತ್ವ ಪರಾಕ್ರಮಗಳನ್ನು ಕುರಿತು ಬಣ್ಣಿಸಿದ. ತಾನು ಕೈಯಲ್ಲಿ ಕ್ರೂಜೆ ಹಿಡಿದು ದೈವದ ಕಲ್ಲನ್ನೇ ಮೆಟ್ಟಿ ಬರುತ್ತೇನೆ ಎಂಬ ಪರಾಕ್ರಮ ತೋರಿಸಿದ. ವೇಷಪಲ್ಲಟದೊಂದಿಗೆ ಅವನ ನಾಮಕರಣದ ಅವಸರವೂ ಸೇರಲೇಬೇಕಷ್ಟೆ. ತಾನು ಶುದ್ಧ ದೇಶೀಯನಾದರೂ ಪೋರ್ಚುಗೀಸ ಕುಲದವರಂತೆ 'ಬ್ರಗಾಂಜಾ' ಎಂದು ಮೇಲು ಹೆಸರನ್ನು ಹಾಕಿಕೊಂಡಂತೆ, ಅವರಿಗೂ ಹೊಸ ಕುಲನಾಮ ತನ್ನಷ್ಟಕ್ಕೆ ನಿರ್ಧರಿಸಿದ. ಗಿಡ್ಡಿ 'ಪೌಲಿನ್' ಆದಳು; ಕುಕ್ಕ 'ಪೌಲು' ಆದನು. ಇವು ಅಂಕಿತ ನಾಮಗಳು. ಬ್ರಗಾಂಜಾ ಎಂಬ ಕುಲನಾಮ ಸಪ್ತಸಮುದ್ರಗಳನ್ನು ದಾಟಿ ಅವನ ಹಿರಿಯರ ಮೇಲೆ ಬಂದೆರಗಿದಂತೆ, ಪೌಲು ಪೌಲಿನರಿಬ್ಬರೂ 'ಮಾರ್ತಾ' ಕುಲನಾಮ ತಾಳಿದರು. ಇಷ್ಟೆಲ್ಲ ಅವಸರವೇಕೆಂದರೆ ಗಿಡ್ಡಿಯನ್ನು ಆತ ಮನಮುಟ್ಟಿ ಮೆಚ್ಚಿದ್ದಕ್ಕೆ; ಆಕೆ ನಾಳೆ, ತನ್ನ ಶಾಸ್ತ್ರೋಕ್ತ ಗೃಹಿಣಿಯಾಗಬೇಕೆಂಬ ಆಸೆಯಿಂದ. ದುರಾಶೆಯೇನಲ್ಲ ಅದು. ಪಾದ್ರಿಗಳ ಮೆಚ್ಚಿಗೆ, ಹರಕೆಯನ್ನು ಪಡೆದೇ ಆತ ಮಾಡಿದ ಕೆಲಸ. ಪೌಲಿನಳ ಸಲುವಾಗಿ ಬೆಳ್ಳಿಕಟ್ಟಿನ ಬಾಚಣಿಗೆಯನ್ನು ಮಾಡಿಸಲು ಕೊಟ್ಟಿದ್ದ; ಬಿಲ್ಲೆಗಾತ್ರದ ಬೆಂಡೋಲೆಗಳನ್ನೂ ಮಾಡಿಸಲು ಹಾಕಿದ್ದ. ಅಷ್ಟೆಲ್ಲ ನಿಶ್ಚಯವಾಗಿ ಆಕೆ ಮದುವೆಗೆ ಒಪ್ಪಿದ್ದನ್ನು ಕಂಡು ಅವಳ ಮೋಹಕ್ಕೆ ಬಲಿಯಾದ ವಲ್ಲಿ, ಅವನ ಕೊಂಕಣಿ ಮಾತಿನಲ್ಲಿ ಹೇಳುವಂತೆ, ಕಳವಳದಿಂದ 'ವಲ್ಲಿ'ಯೇ (ಒದ್ದೆ) ಆದನು. ಮನೆಗೆ ಬಂದಾಗ ಅವರು ಓಡಿಹೋದರೆಂದು ಕೇಳುತ್ತಲೇ, ಒಂದು ಗಳಿಗೆಯ ರೋಷಕ್ಕೆ, ನೆಟ್ಟಗೆ ಪೋಲೀಸ್ ಠಾಣೆಗೆ ಹೋಗಿ 'ತನ್ನ ನಾಳಿನ ಹೆಂಡತಿಯನ್ನೂ ಭಾವನನ್ನೂ

ಕಳ್ಳತನದಿಂದ ಯಾರೋ ಸಾಗಿಸಿದ್ದಾರೆ' ಎಂಬ ದೂರನ್ನು ಕೊಟ್ಟನು. ಅವನ ಮನಸ್ಸಿನಷ್ಟೇ ತಳಮಳ, ಆ ಅರ್ಜಿಯನ್ನು ಕೊಡುವಾಗಲೂ ವ್ಯಕ್ತಮಾಡಿದ್ದು ಅಲ್ಲಿದ್ದ ಸಬ್ ಇನ್ಸ್‌ಪೆಕ್ಟರನಿಗೆ ತೋರಿಬಂದು, ಆತ "ಯಾರು, ಏನು?" ಎಂದು ಒಂದೊಂದೇ ತನಿಖೆ ಮಾಡತೊಡಗಿದನು. ಇವನು ಹೇಳಿದ ವಯಸ್ಸಿನಿಂದಾಗಿ ಅವರಿಬ್ಬರೂ ಅಪ್ರಾಯಸ್ಥರಿರಬಹುದು ಎಂಬ ಅನುಮಾನ ಅವನಿಗುಂಟಾಯಿತು. ಆಮೇಲೆ ಕದ್ದುಕೊಂಡು ಹೋದವರು ಆ ಮಕ್ಕಳ ತಂದೆ ತಾಯಿಯರೇ ಎಂದು ಕೇಳಿದ ಮೇಲೆ, ಇನ್ನಷ್ಟು ಅನುಮಾನ ವಾಯಿತು. "ಹೋಗಿ; ಈ ಅರ್ಜಿ ಹಿಂದಕ್ಕೆ ತೆಕ್ಕೊಂಡು ಹೋಗಿ. ನಾಳೆ, ಬೇರೆ ಯಾರಾದರೂ ಇದರಲ್ಲಿ ಸೇರಿಕೊಂಡರೆ, ಅವರಿಬ್ಬರನ್ನೂ ನೀವು ಕದ್ದುತಂದು ಮತಾಂತರಗೊಳಿಸಿದ್ದಕ್ಕೆ ನಿಮ್ಮ ಮೇಲೆ ಕ್ರಿಮಿನಲ್ ದಾವೆ ಹೂಡಿಯಾರು" ಎಂದು ಬೆದರಿಸಿ ಕಳುಹಿಸಿದ. 'ಹೊಳೆಯ ತನಕ ಓಟ, ದೊರೆಯ ತನಕ ದೂರು' ಕೊಡಬೇಕಾಗಿದ್ದ ವಲ್ಲಿ, ಅರ್ಧ ನಿರಾಶೆಗೊಂಡು ಚರ್ಚಿಗೆ ಬಂದ. ಚರ್ಚಿನಲ್ಲಿ ಪಾದ್ರಿಗಳೊಡನೆ ದೂರುಕೊಟ್ಟರೂ ಅವರು ತಾತ್ಕಾಲಕ್ಕೆ ಏನೂ ಹೇಳದಾದರು. ಆದರೂ ಹುಡುಗಿಯ ಮೇಲೆ ವಲ್ಲಿಯ ಪ್ರಭಾವವುಂಟಾಗಿತ್ತು ಎಂಬುದನ್ನು ಬಲ್ಲ ಅವರು "ಯಾಕೆ ನೀನು ಅಷ್ಟು ಯೋಚನೆ ಮಾಡುತ್ತೀಯ. ಇನ್ನೊಮ್ಮೆ ನೀನಾಗಿ ತೋಟಕ್ಕೆ ಹೋದರೆ ನಿನ್ನ ಕೆಲಸ ವಾಗುತ್ತೆ. ಅವಳಾದರೂ ನಿನ್ನ ಹಿಂದೆ ಓಡಿಬಂದಾಳು" ಎಂದು ಪ್ರೋತ್ಸಾಹ ಕೊಟ್ಟರು.

ಮರಳಿ ಹಿರಿಮಲೆಗೆ ಹೋಗುವ ಆಸೆಯಿದ್ದರೂ ಹೋಗುವ ಧೈರ್ಯ ಮಾತ್ರ ಅಷ್ಟು ಸುಲಭದಲ್ಲಿ ಬ್ರಗಾಂಜನಿಗೆ ಬರಲಿಲ್ಲ. 'ಹೋಗುತ್ತೇನೆ, ಹೋಗುತ್ತೇನೆ' ಅಂದುಕೊಂಡು ದಿನ ಕಳೆದ. ಅವನ ತಾಯಿಯ ಮುಂದೆ ಪೂಜಾರಿ ಬಿರುಮ ಇಲ್ಲದ ಶಾಪ ಕೊಟ್ಟುದರಿಂದ, ಮಲೆಯವರು ತನ್ನ ಮೇಲೆ ತಿರುಗಿಬಿದ್ದಾರು ಎಂಬ ಭೀತಿಯೂ ಉಂಟಾಗಿತ್ತು. ಮನಸ್ಸೆಲ್ಲ ಗಿಡ್ಡಿಯ ಮೇಲೆ ಉಳಿದರೂ, ಅವನ ಮೈ ಮಾತ್ರ ಕಾರ್ಕಳದಲ್ಲೇ ಉಳಿಯಬೇಕಾಯಿತು.

ತನ್ನ ದೂತರನ್ನಾದರೂ ಮಲೆಗೆ ಅಟ್ಟೋಣ ಎಂದು ಯೋಚಿಸಿದ. ಒಮ್ಮಿಂದೊಮ್ಮೆಗೇ ತೊಡಗಿದ ಮಳೆಗಾಲ, ಅವನ ಈ ಆಸೆಯನ್ನು ಕಡಿದು ಹಾಕಿತು. ಚೋಮ ಸಕುಟುಂಬಿಯಾಗಿ ಮಲೆಗೆ ಸೇರಿದ ಮರುದಿನವೇ

ಬಾನಿನ ಆರ್ಭಟ ಬಿರುಸಾಗತೊಡಗಿತು. ಮುಂಗಾರು ಮಳೆಯ ವಿರಾಟ ರೂಪವೆಲ್ಲ ಮಲೆಯನ್ನಾವರಿಸಿತು. ಅಷ್ಟೊಂದು ಜೋರಿಂದಲ್ಲದಿದ್ದರೂ, ಕಾರ್ಕಳದಲ್ಲಿ ಮುಂಗಾರು ಮಳೆಯ ಗುಡುಗಿನ ಘರ್ಜನೆ ಕೇಳಿಸಬೇಕಾಯಿತು. ಆ ಮಳೆಗಾಲವನ್ನು ವಲ್ಲಿ ತನ್ನ ಮೆಚ್ಚಿನ ಪೌಲಿನ್ ಮಾರ್ತ್ತಾಳನ್ನು ಕುರಿತಾದ ನಿತ್ಯ ಜಪವನ್ನು ಮಾಡುತ್ತಲೇ ಕಳೆದ. ತನ್ನ ದೇವರಿಗೂ ಬಹುವಾಗಿ ಹೇಳಿಕೊಂಡ. ನಂಬದ ಜನಕ್ಕೆ ಸದ್ಗತಿ ಕೊಡುವ ದಾರಿಯಲ್ಲಿ ತಾನು ನಡೆದಾಗ, ತನಗೆ ಬೆಂಬಲವಾಗು ಎಂದು ಬೇಡಿದ. ಜೆರುಸಲೇಮಿನ ತನಕ ಅವನ ದೂರು ಹೋಗದಿದ್ದರೂ ಊರ ಪಾದ್ರಿಯ ತನಕ ಮುಟ್ಟಿದ್ದರಿಂದ, ಅವರ ಸಹಾನುಭೂತಿಯಂತೂ ದೊರೆತೇ ದೊರೆಯಿತು.

ಮಳೆಗಾಲದಲ್ಲಿ ಎಂದೂ ಮಲೆ-ಕಾರ್ಕಳಗಳ ನಡುವಣ ಹಾದಿಯು ಪಯಣಕ್ಕೆ ಸುಗಮವಲ್ಲ. ತೊರೆ, ಹೊಳೆಗಳೆಲ್ಲ ನೀರು, ನೆರೆಗಳಿಂದ ಕೊಬ್ಬಿ ಹೋಗುತ್ತವೆ. ಬೆಟ್ಟಗಳೆಲ್ಲ ಮಂಜಿನ ಮುಸುಕಿನಲ್ಲಿ ಮಾಯವಾಗುತ್ತವೆ. ಮಲೆಯ ನೆಲವೆಲ್ಲ ರಕ್ತ ಹೀರುವ ಇಂಬಳಗಳಿಂದ ನಡೆಯಲಾರದ್ದಾಗುತ್ತದೆ. ಅಂಥ ಮಳೆಗಾಲದ ಉದ್ದಕ್ಕೂ ವಲ್ಲಿಗೆ ಚಿಂತೆಯೇ ಚಿಂತೆ! ಮಳೆ ಬಿಟ್ಟ ಮರುದಿನವೇ ಮಲೆಗೆ ಹೋಗುತ್ತೇನೆ-ಎಂದುಕೊಂಡ. ಕಾರ್ತಿಕಮಾಸ ಕಳೆಯುತ್ತಲೇ, ಮಳೆಯ ಭರ ಕಡಿಮೆಯಾಯಿತು. ಇನ್ನು ಒಂದು ತಿಂಗಳ ಕಾಲದಲ್ಲಾದರೂ ಏಲಕ್ಕಿಯ ಆಸೆಯಿಂದ ಆತ ಮಲೆಗೆ ಹೋಗಲೇಬೇಕು. ಆದರೂ ಹೋಗುವ ಧೈರ್ಯವಿಲ್ಲ. ಒಬ್ಬಂಟಿಗನಾಗಿ ಎಂದೂ ಹೋಗಲಾರ. ಹಾಗೆಂದು, ಇಬ್ಬಿಬ್ಬರು ಕಲ್ಲಿಮೀಸೆಯ ಗೆಳೆಯರನ್ನು ಕಟ್ಟಿಕೊಂಡು ಮೂಲೆ ಗುಂಪಿನ ತನಕ ಹೋದ. ತಾನೆ ಮುಂದೆ ಹೋಗಲು ಅಂಜಿಕೆಯಾಗಿ, ಗೆಳೆಯರಾದ ಪಾಸ್ಕು ಮತು ಗಾಬ್ರು ಇಬ್ಬರನ್ನು ತನ್ನ ರಾಯಭಾರಿಗಳನ್ನಾಗಿ ಹಿರಿಮಲೆಗೆ ಕಳುಹಿಸಿದ. ಮಲೆಗೆ ಅವರು ಹೊಸಬರು. ಹೇಗೆ ಹೇಗೋ ಅವರು ಕಿರಿಮಲೆಗೆ ಹೋಗಿ, ಅಲ್ಲಿಂದ ಮಲೆಗೆ ಬಂದು ಕುಳಿತ ತಿರುಮಲ ಭಟ್ಟರ ನೆರವನ್ನು ಯಾವುದಕ್ಕೆಂದು ತಿಳಿಸದೆಯೇ ಬೇಡಿ, ಒಬ್ಬ ಆಳನ್ನು ಕರೆದುಕೊಂಡು, ಹಿರಿಮಲೆಗೆ ಹೋದದ್ದಾಯಿತು. ಆಗ ಕುಮರಿಯಿಂದ ಕೇರಿಗೆ ಮಲೆಯ ಜನರು ಮರಳಿದ್ದರಷ್ಟೆ. ಅಲ್ಲಿನ ಗುರಿಕಾರರನ್ನು ಕಂಡರು. "ಧನಿಗಳ ಬಗ್ಗೆ ನಾವು ಬಂದಿದ್ದೇವೆ. ಏಲಕ್ಕಿ ಹೇಗಿದೆ ಈ ವರ್ಷ?

ಕೊಯ್ಯುವುದಕ್ಕಾಯಿತೇ?" ಎಂದು ಮಾದನನ್ನು ವಿಚಾರಿಸಿದರು. ಗುರಿಕಾರ ಮಾದ ಮೊದಲೇ ರೇಗಿದ್ದ. 'ವಲ್ಲಿ' ಧನಿಗಳು ಬಂದು ಆ ಬಗೆಯಲ್ಲಿ ತಮ್ಮವರನ್ನು ವಂಚಿಸಿ, ಮಕ್ಕಳಿಬ್ಬರನ್ನು ಮತಾಂತರ ಮಾಡಿದ ಸಿಟ್ಟು ಅವನಲ್ಲೂ ಇತ್ತು. "ಯಾರೋ, ಏನೋ ನೀವು! ಧನಿಗಳು ಇಲ್ಲಿಗೆ ಬಂದರೆ ಬರಲಿ, ಮತ್ತೆ ನೋಡುವ, ಮೂಲೆಗುಂಪಿನ ತನಕ ಬಂದವರಿಗೆ ಇಲ್ಲಿನ ತನಕ ಬರಲಿಕ್ಕಾಗದೇನು?" ಎಂದ.

"ಅವರಿಗೆ ಕಾಲು ಉಳುಕಿದೆ. ಹೀಗಾಗಿ, ಮೂಲೆಗುಂಪಿನಲ್ಲಿಯೇ ನಿಂತಿದ್ದಾರೆ" ಎಂದ.

"ಅದಕ್ಕೇನಾಗಬೇಕು? ಕಂಬಳಿಯನ್ನು ಕಟ್ಟಿ, ಒಂದು ಮಂಚಲು ಮಾಡಿಕೊಂಡು ಅವರನ್ನು ಹೊತ್ತು ತರುವ. ಅಂದರೆ ನೋಡಿ, ಹಿಂದೆಲ್ಲ ಅವರು ಮೂಲೆಗುಂಪಿನಲ್ಲಿಯೇ ಬಂದಿರುತ್ತಿದ್ದರು. ನಾವು ನಾವೇ ಏಲಕ್ಕಿ ಒಣಗಿಸಿಕೊಂಡು ಹೋಗಿ ಅವರಿಗೆ ಅಲ್ಲಿ ಒಪ್ಪಿಸಿಬಿಟ್ಟರೆ ಸಾಕಿತ್ತು. ಈಗ ಧನಿಗಳೇ ಬಂದು ಏಲಕ್ಕಿಯನ್ನು ಇಲ್ಲಿಯೇ ಒಟ್ಟು ಮಾಡಿಸಿ ಒಣಗಿಸುವ ಏರ್ಪಾಟು ಮಾಡಿದ್ದರಿಂದ ಅವರೇ ಬಂದು ಆ ಕೆಲಸ ಮಾಡಿಸಬೇಕು" ಎಂದ.

ಮಲೆಗೆ ಬಂದ ಪಾಸ್ಕು, ಗಾಬ್ರು ಇಬ್ಬರೂ ಕೇರಿಯಿಂದ ಆತಿಥ್ಯವಿಲ್ಲದೆ ಉಳಿಯಬೇಕಾಯಿತು. ಅಕ್ಕಿಯನ್ನು ಬೇಡಿದರು. 'ಕುಮರಿ ಕರಟಿಹೋಗಿದೆ' ಎಂದರು ಜನಗಳು. ಧನಿಗಳ ಮನೆ ತೋರಿಸೆಂದರೆ, ಗುರಿಕಾರ ಎಲ್ಲರನ್ನೂ ಬಿಟ್ಟು, ಆ ಕೆಲಸಕ್ಕೆ ಚೋಮನನ್ನು ಕಳುಹಿಸಿದ. ಚೋಮಗೆ ಎದೆಯ ಉರಿ ಇನ್ನೂ ತಣಿದಿರಲಿಲ್ಲ. ಆತ ಮಾತನಾಡದೆ ಅವರನ್ನು ಕರೆದುಕೊಂಡು ಹೋಗಿ "ನಿಮ್ಮ ಧನಿಗಳಿದ್ದದ್ದು ಇಲ್ಲಿ" ಎಂದು ಹಾಳುಬಿದ್ದ ತಾವೊಂದನ್ನು ತೋರಿಸಿದ. ಅಲ್ಲಿ ಗುಡಿಸಲಿನ ತಳಪಾಯವಲ್ಲದೆ ಇನ್ನೇನೂ ಉಳಿದಿರಲಿಲ್ಲ. ಬಂದವರಿಗೆ ಆಶ್ಚರ್ಯವಾಯಿತು. 'ನನ್ನ ಬಂಗಲೆಯಿದೆ. ಅಲ್ಲಿ ಗುರುತಿಗೆ ಕ್ರೂಜೆ ನಟ್ಟಿದ್ದೇನೆ, ಹತ್ತು ಜನ ಇರಬಹುದು' ಎಂದು ಹೇಳಿಕಳುಹಿಸಿದ್ದ ವಲ್ಲಿ. ಈಗ ಆ ತಾವನ್ನು ಕಂಡು ಅವರು ಏನನ್ನಬೇಕು! "ಮನೆ ಎಲ್ಲಿ, ಮನೆ ಎಲ್ಲಿ?" ಎಂದು ಕೇಳುತ್ತಾರೆ. "ಅದೇ" ಎಂದು ಚೋಮ ಸುಟ್ಟಮನೆಯ

ತಳವನ್ನು ತೋರಿಸುತ್ತಾನೆ. "ಅವರ ಮನೆ ಏನಾಯಿತು" ಎಂದು ತಿರುಗಿ ಕೇಳಬೇಕಾಯಿತು. "ಆ ಮನೆ, ಏಲಕ್ಕಿ ಸುಡುವ ಮನೆ-ಎರಡೂ ಸುಟ್ಟು ಬೂದಿಯಾಗಿದೆ. ಇನ್ನು ನಿಮ್ಮ ಧನಿಗಳು ಬಂದರೆ ಅವರಿಗೂ ಅದೇ ಗತಿ" ಎಂದ ಚೋಮ. ಬಂದ ಇಬ್ಬರು ಮಿತ್ರರಿಗೂ ಜ್ಞಾನೋದಯವಾಯಿತು. ತಮ್ಮ ಗೆಳೆಯ ಮಾಡಿದ ಕೆಲಸಕ್ಕೆ ಕುಡಿಯರು ರೇಗಿದ್ದಾರೆ-ಎಂಬುದು ಖಾತ್ರಿಯಾಯಿತು. ಆ ಮಾತನ್ನೇ ಬಿಟ್ಟರು. "ಹೋಗಲಿ ಅಣ್ಣ, ಧನಿಗಳೇ ವಿಚಾರ ನೋಡಿಕೊಳ್ಳಲಿ. ನಮಗ್ಯಾಕೆ! ಈಗ ನಾವು ಬಂದದ್ದಕ್ಕೆ ಹಸಿದು ಹೋಗಬಾರದಲ್ಲ ಮಹಾರಾಯ. ಬಯನಿ ಹೆಂಡವಾದರೂ ಇದ್ದರೆ ಒಂದಿಷ್ಟು ಕೊಡಿಸು" ಎಂದು ಬೇಡಿದರು. "ಇಲ್ಲೇ ನಾಲ್ಕು ಮಾರಿನಾಚೆಗೆ ದಂಬೆಯ ನೀರುಂಟು" ಎಂದ ಚೋಮ. ಅವನ ಮಾತು ಒಳಗಿನ ಸಿಟ್ಟನ್ನು ಮೆಲ್ಲಮೆಲ್ಲಗೆ ಮೇಲಕ್ಕೆ ಉಕ್ಕಿಸುತ್ತಿತ್ತು. ಗಾಬ್ರು ಮತ್ತು ಪಾಸ್ಕು ಕೊಂಕಣಿ ಭಾಷೆಯಲ್ಲಿ ತಂತಮ್ಮಲ್ಲೇ ಗೊಣಗಿದರು. ನೀರಡಿಕೆ ಸಹಿಸದ್ದಕ್ಕೆ ದಂಬೆಯ ಬಳಿಗೆ ಹೋಗಿ, ಆ ತಣ್ಣೀರನ್ನು ಕುಡಿದುಬಂದರು.' ತಾವು ಆ ದಿನ ಅಲ್ಲೇ ಉಳಿದರೆ, ತಮ್ಮ ಪಾಡೂ ಏನಾಗುತ್ತದೋ' ಎಂಬ ಭೀತಿಯುಂಟಾಯಿತು. ತಮ್ಮ ಜತೆಗೆ ಬಂದ ಕಿರಿಮಲೆಯ ಕುಡಿಯನಿಗೆ ಈ ನೀತಿಯ ಅರ್ಥವೇ ಹೊಳೆಯಲಿಲ್ಲ. ಅವರೆಲ್ಲರೂ ನಿರಾಶೆಯಿಂದ ತಿರುಮಲ ಭಟ್ಟರಿರುವಲ್ಲಿಗೆ ಹೋದರು. ಅವರ ದಯೆಯಿಂದ, ಒಂದಿಷ್ಟು ಕೂಳನ್ನು ಕಂಡು ಪಾಸ್ಕು, ಗಾಬ್ರು ಮೂಲೆಗುಂಪಿಗೆ ಮರಳಿದರು.

ವಲ್ಲಿ ಬ್ರಗಾಂಜನ ಕಳವಳ ಒಂದಕ್ಕೆರಡಾಯಿತು. ನಾಲ್ಕು ತಿಂಗಳ ವಿರಹದಿಂದ, ಅವನಿಗೆ ಪೌಲಿನಳ ಮೇಲಿನ ಹುಚ್ಚು ತಲೆಗೆ ಅಡರಿತ್ತು. ಈ ರಾಯಭಾರತ್ವ ಫಲಿಸದೆಯೆ 'ಧನಿಗಳು ಬಂದರೂ ಸುಟ್ಟು ಹಾಕುತ್ತೇವೆ' ಎಂಬ ಬೆದರಿಕೆಯ ಮಾತು, ಅವನನ್ನು ರೇಗಿಸಿತು. 'ಧನಿಯಾದ ನನಗೆ ಅನ್ನುವ ಮಾತೇ ಅದು! ಏನಿಲ್ಲ, ಊರಿಗೆ ಹೋಗಿ ಹತ್ತೆಂಟು ಜಾತಿಯ ಬಂಧುಗಳನ್ನು ಕರೆದುಕೊಂಡು-ಬಂದೂಕು ಸಹಿತನಾಗಿ ಬಂದು, ಮಲೆಯಲ್ಲಿ ಕುಳಿತು, ಏಲಕ್ಕಿಯ ಕಪ್ಪ ಗಳಿಸುತ್ತೇನೆ' ಎಂದು ಕೊಚ್ಚಿದ. ಗೇಣಿಯನ್ನು ಅವರು ತನಗೆ ಕೊಡದೆ ಸಕಲೇಶಪುರದ ತನ್ನ ಬಂಧುಗಳಿಗೆ ತಾನು ಗೇಣಿ ಕೊಡುವುದು ಶಕ್ಯವಿದ್ದಿಲ್ಲ-ಎಂಬುದು ಗೊತ್ತು. ತನ್ನ ಕೋಪ ಎಷ್ಟಿದ್ದರೂ,

ಶೌರ್ಯ ಎಷ್ಟಿದ್ದರೂ-ಕುಡಿಯರ ಕೇರಿಯಲ್ಲೇ ನಿಂತು, ಅಬ್ಬರದಿಂದ ತನ್ನ ಕೆಲಸ ಜರುಗಿಸುತ್ತೇನೆ, ಏಲಕ್ಕಿ ತರುತ್ತೇನೆ. ತನಗೊಲಿದ ಹೆಣ್ಣು ತಂದೆತಾಯಿರನ್ನು ಬಿಟ್ಟು ಕುನ್ನಿಯಂತೆ ಬರುತ್ತಾಳೆ ಎಂದು ನಂಬಿಯೇ ಅಲ್ಲಿಂದ ಹೊರಟ. ವಲ್ಲಿಯ ಮಾತಿಗೆ ಪಾಸ್ಕು, ಗಾಬ್ರು ಇಬ್ಬರೂ ಪುಷ್ಟಿ ಕೊಡಲಿಲ್ಲ. "ವಲ್ಲಿ, ಹೋದವರನ್ನೇ ಅವರು ಕೊಂದುಹಾಕಿ ಹೂತರೆ ಹೊರಗಿನ ಲೋಕಕ್ಕೆ ಸುದ್ದಿ ತಿಳಿಯುವಾಗ ತಿಂಗಳಾದೀತು. ಅದೆಲ್ಲ ಸಲ್ಲದ ಆಟ" ಎಂದು ಚೆನ್ನಾಗಿ ಬೋಧಿಸಿದರು. ಹುಣ್ಣಿನ ಮೇಲೆ ಬರೆ ಇಟ್ಟಂತಾಯಿತು ಆತನಿಗೆ. ಬೇರೆ ದಾರಿ ಕಾಣಿಸಲಿಲ್ಲ. ತಿರುಮಲ ಭಟ್ಟರನ್ನು ಹಿಡಿದು, ಹಿರಿಮಲೆಯ ಗುರಿಕಾರನನ್ನು ಕರೆಯಿಸಿ, ಸಂಧಾನ ಹೂಡುವುದೊಂದೇ ಉಪಾಯ ಎಂಬುದಾಗಿ ಅವನಿಗೂ ತೋರಿತು. ಅಲ್ಲಿಗೇನೆ ಮೂವರು ಹೋದರು. ಅವರಲ್ಲಿ ಒಬ್ಬರಾದರೂ ತಾವು ಹುಡುಗಿ ಹಾರಿಸಿದ ಪ್ರಕರಣವನ್ನು ಕುರಿತು ಹೇಳಬೇಕೇ! ಬದಲು "ನನಗೆ ಬಿಡಲಾರದ ಒಳಜ್ವರ-ಈ ವರ್ಷ. ಮಲೆಗೆ ಹೋಗಿ ಇರಲಿಕ್ಕಾಗುವುದಿಲ್ಲ. ನಿಮ್ಮಲ್ಲೆಲ್ಲ ಏಲಕ್ಕಿಯ ಕೊಯ್ಯಲು ತೊಡಗಿ ಯಾಯಿತು. ಅಲ್ಲಿನ್ನೂ ಕೆಲಸವನ್ನೇ ತೊಡಗಿಲ್ಲ. ಅವರಾಗಿಯೇ ಅದನ್ನು ತಂದು ಕೊಡುವ ಏರ್ಪಾಟುಮಾಡಿಸಬೇಕು. ನಿಮ್ಮ ಮೆಹನತ್ತಿಗೆ ಹತ್ತು ಮಣಕ್ಕೆ ಒಂದು ಮಣದ ಹಾಗೆ ದಲಾಲಿಯನ್ನು ಕೊಡುವ" ಎಂದರು. ಮಲೆಯ ಲೆಕ್ಕಾಚಾರ ಹೇಳಿದರು. ಹುಟ್ಟುವಳಿ ಹೇಳಿದರು. ಕುಳಿತಲ್ಲಿಯೇ ಭಟ್ಟರಿಗೆ ತೋರಿಸಿದರು, 'ಆಯಿತು, ನೋಡುವ' ಎಂದರು ತಿರುಮಲ ಭಟ್ಟರು. ತಮ್ಮ ದೂತನಾಗಿ ಬೂದನನ್ನು ಅವರು ಹಿರಿಮಲೆಯ ಗುರಿಕಾರರಲ್ಲಿಗೆ ಕಳುಹಿಸಿದರು. ಬಂದವರು-ಎರಡು ದಿನ ಭಟ್ಟರು ಕೊಟ್ಟ ಅನ್ನವನ್ನುಂಡು, ಬಿಟ್ಟಿ ದೊರೆತ ಬಯನಿ ಹೆಂಡವನ್ನು ಕುಡಿದು, ಚಿಂತೆ ಮರೆತರು.

ಬೂದ ಬೆಳಗ್ಗೆ ಹೋದವನು ಬೇಕೆಂದೇ ಆ ಸಂಜೆ, ಕತ್ತಲು ಮಾಡಿ ಕೊಂಡು ಮರಳಿ ಬಂದ. ಆ ಮೂವರು ಮಲಗಿ ಗೊರಕೆ ಹೊಡೆಯುವ ಧ್ವನಿ ಕೇಳಿದ ಮೇಲೆಯೇ ಧನಿಗಳನ್ನು ಕೂಗಿ ಕರೆದು ಎಚ್ಚರಮಾಡಿ, ಮನೆಯಿಂದ ಹೊರಕ್ಕೆ ಕರೆಯಿಸಿಕೊಂಡು, ತಾನು ಹಿರಿಮಲೆಯಲ್ಲಿ ಕೇಳಿದ ಪುರಾಣವನ್ನೆಲ್ಲ ಹೇಳಿದ. "ಹೋ, ಇಷ್ಟೆಲ್ಲ ಆಗಿದೆಯೋ ಅಲ್ಲಿ! ಅವರು ಆ

ಕುಡಿಯಿತಿಯನ್ನು ಹಾರಿಸಿ, ಅವರಿಗೆ ತೊಂದರೆ ಕೊಟ್ಟು, ಸಿಟ್ಟು ಬರಿಸಿ, ಅಲ್ಲಿಗೆ ಹೋಗದ ಹಾಗೆ ಮಾಡಿಕೊಂಡಿದ್ದಾರೋ ಈಗ? ಅವನ ಮನೆಯನ್ನು ಸುಟ್ಟಾಯಿತೋ? ಹಾಗೆಯೇ ಆಗಬೇಕು" ಎಂದಂದು ತಿರುಮಲ ಭಟ್ಟರು ಸಂತೋಷಗೊಂಡೇ ಆ ಸುದ್ದಿಯನ್ನು ಕೇಳಿ ಮಲಗಿಕೊಂಡರು. ಬೆಳಿಗ್ಗೆ ಎದ್ದು "ಹೌದಯ್ಯ ಪರ್ಬುಗಳೆ, ನೀವು ಮಾಡಬಾರದ ಕೆಲಸ ಮಾಡಿದ್ದೀರಂತೆ. ಈಗ ಆಗಬಾರದ್ದಾಯಿತು. ನನ್ನ ಮಾತಿಗೂ ಈ ಗುರಿಕಾರ ಬೆಲೆ ಕೊಡುವಹಾಗಿಲ್ಲ. ನೋಡುತ್ತೇನೆ, ಪ್ರಯತ್ನ ಮಾಡುತ್ತೇನೆ. ಅವನಿಗೆ ಒಳ್ಳೇ ಮಾತಿನಿಂದ ಹೇಳುತ್ತೇನೆ. ನಿಮಗಾಗಿ ನಾನೇ ಭರವಸೆ ಕೊಡಲಾರೆ. ನನ್ನ ನಂಬಿಕೆಯಿದ್ದರೆ ತಿಂಗಳು ಕಳೆದು ನೀವು ಇನ್ನೊಮ್ಮೆ ಬನ್ನಿ, ಸಿಕ್ಕಿದ ಏಲಕ್ಕಿಯನ್ನು ಇಲ್ಲೇ ತರಿಸಿ ಇರಿಸುತ್ತೇನೆ" ಎಂದರು. ಭಟ್ಟರ ಮೂಲಕ ಸಂಧಾನದಿಂದ ಬರುವಷ್ಟೇ ಏಲಕ್ಕಿ ತಮ್ಮ ಭಾಗ್ಯ ಎಂದು ತಿಳಿದು ವಲ್ಲಿ ಜತೆಗಾರರೊಡನೆ ಕಾರ್ಕಳಕ್ಕೆ ಮರಳಬೇಕಾಯಿತು.

ಎಷ್ಟೆಂದರೂ ಅದು ಏಲಕ್ಕಿ; ಅದರ ಕಂಪು, ವಾಸನೆ ಹೆಚ್ಚು, ಒಳ್ಳೆಯ ಬೆಲೆ ಬರುವ ಪದಾರ್ಥ. ಸಿಕ್ಕಿದ್ದನ್ನು ಬಿಡಬಾರದು ಎಂದುಕೊಳ್ಳಬೇಕಾಯಿತು ವಲ್ಲಿ. ಆದರೆ ಬರುವ ಉತ್ಪನ್ನದಲ್ಲಿ ಖೋತಾ ಬರುತ್ತದೆಂಬುದು ಗೊತ್ತು. ಹೀಗಾಗಿ ಸಕಲೇಶಪುರಕ್ಕೆ ಆತ ಮೊದಲೇನೆ ಒಂದು ಕಾಗದ ಬರೆದು ಹಾಕಿದ. "ತೋಟಕ್ಕೆ ನಾನು ಹೋಗಿಬಂದಿದ್ದೇನೆ. ರೂಪಾಯಿಗೆ ನಾಲ್ಕಾಣೆ ಏಲಕ್ಕಿ ಈ ವರ್ಷ ಕೈಗೆ ಬರುವುದು ಕಷ್ಟ!" ಎಂದು ತಿಳಿಸುವ ಮುಂಜಾಗ್ರತೆ ವಹಿಸಿದ.

ಇತ್ತ ತಿರುಮಲ ಭಟ್ಟರು ಬೂದನನ್ನು ನಾಲ್ಕಾರು ಬಾರಿ ಅಲ್ಲಿಗೆ ಅಟ್ಟಿ ಸಂಧಾನವೆಸಗಿದರು. 'ತಾನು ಒಳಗೇಣಿಗೆ ಮಲೆಯನ್ನು ವಹಿಸಿಕೊಂಡಿದ್ದೇನೆ. ಇನ್ನು ಹಳೆಯ ಧನಿಗಳು ನಿಮ್ಮ ತೋಟಕ್ಕೇನೆ ಬರಲಾರರು–ಎಂದು ಹೇಳಿ ಕಳುಹಿಸಿದ ಬಳಿಕ ಒಂದು ದಿನ ತಾವೇ ಮಲೆಗೆ ದರ್ಶನಕೊಟ್ಟು ಬಂದರು. ಅಲ್ಲಿನ ಗುರಿಕಾರ ಅವರಿಗೆ ಹೊಸಬನಲ್ಲ. ನ್ಯಾಯ ಮೀರುವವನಲ್ಲ. ಇವರ ಪ್ರೇರಣೆಯಂತೆ ತಿರುಗಿ ಏಲಕ್ಕಿ ಕೊಯ್ಯಿಸಿದ; ಒಣಗಿಸಿದ; ಫಸಲನ್ನು ಕಿರಿಮಲೆಯ ವರೆಗೆ ಸಾಗಿಸಿ ಕೊಟ್ಟ. ಈ ಸದವಕಾಶದಲ್ಲಿ ಬ್ರಗಾಂಜನ ಓಟಕ್ಕೆ ಕಾರಣಳಾದ ಗಿಡ್ಡಿಯ ದರ್ಶನವನ್ನೂ ಒಮ್ಮೆ ತಿರುಮಲ ಭಟ್ಟರು ಪಡೆದು ಕೊಂಡು ಬಂದರು. ದಾರಿಯಲ್ಲಿ ಬೂದನೊಡನೆ "ಆ ಪರ್ಬುಗೆ ತಲೆಯೇ

ಕುಂಬು. ಅಲ್ಲದಿದ್ದರೆ ಅವಳೇನು ಅಂಥ ಮಹಾರಂಭೆಯೇ! ಅಪ್ಸರೆಯೆ! ಅವಳನ್ನು ಹೊತ್ತುಕೊಂಡು ಹೋಗಿ ಪಾದ್ರಿಮತಕ್ಕೆ ಸೇರಿಸುವುದಕ್ಕೆ" ಎಂದರು.

ನಿಜಕ್ಕೂ ಆ ವರ್ಷ ತುಸು ತಡವಾಗಿ ಏಲಕ್ಕಿ ಹೆಕ್ಕಿದ್ದರಿಂದ, ಸ್ವಲ್ಪವೇನೋ ನಷ್ಟವಾಗಿತ್ತು. ಹೆಚ್ಚಿನ ನಷ್ಟವೇನಾಗಲಿಲ್ಲ. ಪದ್ಧತಿಯಂತೆ ದೊರೆತ ಯಾವತ್ತು ಏಲಕ್ಕಿ ಭಟ್ಟರ ಉಗ್ರಾಣಕ್ಕೆ ಬಂದು ದಾಸ್ತಾನಾಯಿತು. ತಿಂಗಳು ಕಳೆಯುತ್ತಲೆ ಬ್ರಗಾಂಜಾ ಕಳೆಗುಂದಿದ ಮೋರೆಯವನಾಗಿ ಅಲ್ಲಿಗೆ ಬಂದಾಗ ಮಾತ್ರ, "ಏಲಕ್ಕಿ ಫಸಲು ರೂಪಾಯಿಗೆ ಎಂಟೇ ಆಣೆಯಾಗಿದೆ" ಎಂದರು. ಅದರಲ್ಲಿಯೂ ಶೇಕಡಾ ಹತ್ತರಂತೆ ದಲಾಲಿ ಸಲ್ಲಿಸಿ, ಉಳಿದದ್ದನ್ನು ವಲ್ಲಿ ಹೊರಿಸಿಕೊಂಡು ಮೂಲೆಗುಂಪು ಸೇರಬೇಕಾಯಿತು. ಈ ಬಾರಿಯೂ ಅವನ ನಿರಾಶೆ ಹೇಳತೀರದು. ರಾತ್ರಿ ವೇಳೆ, ತಾನು ಕದ್ದಾದರೂ ಹಿರಿಮಲೆಗೆ ಹೋಗಿ, ಮಲೆಯಲ್ಲಡಗಿ ಕುಳಿತುಕೊಂಡು, ತನ್ನ ಪ್ರೇಯಸಿಯ ದರ್ಶನ ಪಡೆದು, ಅವಳನ್ನು ಕರೆದುತರೋಣ ಎಂಬ ಆಸೆ ಅವನ ಅಂತರಂಗ ದಲ್ಲಿದ್ದರೂ, ಎದೆಯ ಕೆಚ್ಚು ಬಯನಿ ಹೆಂಡ ಬಿದ್ದಾಗಲಷ್ಟೇ ಉಳಿಯುತ್ತಿತ್ತು.

ಹೀಗಾಗಿ, ಮೂಲೆಗುಂಪಿಗೆ ಬಂದ ಬ್ರಗಾಂಜಾ ಬಂದಂತೆಯೇ ಮರಳಿದ. ತಿರುಮಲ ಭಟ್ಟರು ಹಿರಿಮಲೆಗೆ ಹೋದರು. ಅಲ್ಲಿನ ಜನಕ್ಕೆ "ಇದನ್ನು ನಾನೇ ಒಳಗೇಣಿಗೆ ಪಡೆದುಕೊಂಡಿದ್ದೇನೆ; ವಾಡಿಕೆಯಂತೆ ನಿಮಗೆ ಕೊಡುವ ಮರ್ಯಾದೆ ಕೊಡುವವ ನಾನು. ಆ ಪರ್ಬುವಿನ ಹಾಗೆ ಬಟ್ಟೆಯ ಬದಲು ದುಡ್ಡು ಕೊಡುವವನಲ್ಲ. ನಮ್ಮ ಮಲೆಯವರಂತೆ ನಿಮ್ಮನ್ನು ನಡೆಯಿಸಿಕೊಳ್ಳುತ್ತೇನೆ" ಎಂದು ಪ್ರಚಾರಮಾಡಿ ಬಂದರು. ಅವರ ಅಂತರಂಗ ದಲ್ಲಿ, ಈ ಸಂಧಿಯನ್ನು ಸ್ವರ್ಣಸಂಧಿಯಾಗಿ ಮಾಡಬೇಕೆಂಬ ಆಸೆ ಮೂಡಿತು. ಬರುವ ಗೇಣಿ ತಪ್ಪಿಸಿ, ಈ ಮಲೆಯನ್ನೇಕೆ ನಾನು ಕಟ್ಟಿಕೊಂಡೆನಪ್ಪ ಎಂದು ಅವರ ಒಡೆಯರಿಗೆ ತೋರುವಂತೆ ಮಾಡಿದರೆ, ತಾನದನ್ನು ಬೆಲೆಗಾಗಲಿ, ನಿಡುವಾಯಿದೆಯ ಗೇಣಿಗಾಗಲಿ ಪಡೆಯಬಹು ದೆಂಬ ಆಸೆ ಉದಯಿಸಿತು. ಆ ವರ್ಷ ದೊರೆತ ಏಲಕ್ಕಿಯನ್ನು ಸಾಗಿಸಿ, ಮಂಗಳೂರು ಬಂದರದಲ್ಲಿ ಒಳ್ಳೆಯ ಬೆಲೆಗೆ ಅವರು ಮಾರಿದರು. ಹಿರಿಮಲೆಯ ಅರ್ಧ ಉತ್ಪನ್ನ ಅವರ ಕಿಸೆಗೆ ಬಿದ್ದಿತು. ಅದರಿಂದ ಆಸೆ ಹೆಚ್ಚಿ, ಜೋಡೆತ್ತಿನ ಗಾಡಿ ಮಾಡಿಕೊಂಡು, ಮೂರು ದಿನಗಳ ಪಯಣ ಬೆಳೆಸಿ,

ಸಕಲೇಶಪುರಕ್ಕೆ ಹೋದರು. ನಡುದಾರಿಯಲ್ಲಿ, ಕಿರಿಮಲೆಯಿಂದ ಬೂದನನ್ನು ತಮ್ಮ ಜತೆಗೆ ಕರೆಯಿಸಿಕೊಂಡರು. ಇಬ್ಬರೂ ಸೇರಿ ಮೂಲ ಧಣಿಗಳ ಮನೆಗೆ ಹೋದರು. ಆ ಧನಿ 'ಮಥಾಯಸ'ನೆಂಬಾತ ಮುದುಕ. ಮಂಜರಾಬಾದಿನಲ್ಲಿ ಆಗಷ್ಟೆ ಕಾಫಿ ತೋಟ ನಡೆಸಿದ್ದಾನೆ. ಮತ್ತು ಅದರ ಸುತ್ತುಮುತ್ತು ಸ್ವಲ್ಪ ಏಲಕ್ಕಿ ತೋಟಗಳೂ ಇವೆ. ಅಲ್ಲಿಗೆ ಹೋಗಿ "ಹ್ಯಾಗೆ ಈ ವರ್ಷದ ಬೆಳೆ!" ಎಂದು ಮಾತನಾಡಿಸಿದರು. ತಮ್ಮ ಪರಿಚಯವನ್ನು ತಾವೇ ಮಾಡಿಕೊಟ್ಟರು. ಆ ಪ್ರಸಂಗ ಬರುತ್ತಲೇ ಮಥಾಯಸರು ವಲ್ಲಿ ಬ್ರಗಾಂಜಾ ತನಗೆ ಬರೆದ ಕಾಗದವನ್ನು ತೋರಿಸಿದರು. "ಈ ವರ್ಷ ರೂಪಾಯಿಗೆ ನಾಲ್ಕಾಣೆ ಬಂದದ್ದು, ಒಂದಾಣೆ ಅವನಿಗೆ, ಮೂರಾಣೆ ನಮಗೆ. ಹೀಗೆಯೇ ಆದರೆ ತೀರ ಕಷ್ಟ. ಅಲ್ಲಿಗೆ ಬೇರೆಯೇ ಏರ್ಪಾಟು ಮಾಡಬೇಕು" ಎಂದು ತಮ್ಮ ವ್ಯಥೆಯನ್ನು ಅವರು ತೋಡಿಕೊಂಡಾಗ, ತಿರುಮಲ ಭಟ್ಟರು ಅಲ್ಲಿನ ಕುಡಿಯರು ಸಿಟ್ಟಾಗಿದ್ದರೆಂದು ಹೇಳಿದರು. ಬೂದ ಅದಕ್ಕೆ ಸಾಕ್ಷಿ ನುಡಿದ. ಇಬ್ಬರೂ ಸೇರಿ, "ಈ ವರ್ಷ ನಿಮಗೆ ಇಷ್ಟಾದರೂ ಬಂದಿತಲ್ಲ. ಬರುವ ವರ್ಷ ಅದು ಬರುವುದೂ ಕಷ್ಟ" ಅಂದರು.

ಯಾಕೆ, ಏನು ಎಂಬ ಪ್ರಸ್ತಾಪ ಬಾರದಿರುತ್ತದೆಯೇ? "ವಲ್ಲಿ ಬ್ರಗಾಂಜರು ಅಲ್ಲಿಗೆ ಹೋಗುವ ಹಾಗಿಲ್ಲ. ಮಾತ್ರವಲ್ಲ, ಇನ್ನೊಂದು ನಾಲ್ಕಾರು ವರ್ಷ, ಅಲ್ಲಿನ ಕುಡಿಯರು ಈ ಪ್ರಕರಣ ಮರೆಯುವ ತನಕ, ನಿಮ್ಮ ಜನ ಬಂದರೇನೆ ಸಿಟ್ಟಾಗುತ್ತಾರೆ. ಅಲ್ಲದೆ, ಮೊನ್ನೆ ಹೋದಾಗ ನನಗೇ ಅನ್ನುತ್ತಿದ್ದರು "ಈ ವರ್ಷ ಬೆಳೆದದ್ದನ್ನು ನಿಮ್ಮ ಮುಖ ಕಂಡು ಕೊಡುತ್ತೇವೆ. ಬರುವ ಮಳೆಗಾಲದಲ್ಲಿ ತೋಟಕ್ಕೆ ತೋಟವನ್ನೇ ಕಿತ್ತು ತಲೆಕೆಳಗೆ ಮಾಡಿಬಿಡುತ್ತೇನೆ. ಎಂದಿಗೂ ಈ ಪಾದ್ರಿಯ ಹಿಂಡೇ ಅಲ್ಲಿಗೆ ಬರಬಾರದು" ಎಂದು ಸಿಟ್ಟುಗೊಂಡಿದ್ದಾರೆ ಆ ಜನ ಎಂಬ ಹೆಚ್ಚಿನ ಬೆದರಿಕೆ ಹುಟ್ಟಿಸಿದರು. ಮುದುಕ ಮಥಾಯಸರು, ಎಟುಕಿನಿಂದ ಬಹಳ ದೂರವಿರುವ ಆ ತೋಟವನ್ನು ತಾವಾಗಿಯೇ ಪ್ರತ್ಯಕ್ಷ ನೋಡುವಂತಿಲ್ಲ. ನಿಯಮಿಸಿದ ರಾಯಭಾರಿಯ ಪಾಡು ಹೀಗಾಯಿತು. ಅವರು ತೀರ ಚಿಂತೆಗೀಡಾದರು. ಭಟ್ಟರಿಗೆ ಅವರು ಯಾವ ಭರವಸೆಯನ್ನೂ ಕೊಡಲಿಲ್ಲ. ಭಟ್ಟರು ತಮಗೆ ಅದನ್ನು ಕೊಡಿ ಎಂದು ಕೇಳಲೂ ಇಲ್ಲ. "ಹಾಸನ ಜಾತ್ರೆಗೆ ಹೊರಟವರು ನಾವು; ಹಾಗೆಯೇ

ನಿಮ್ಮನ್ನು ನೋಡಿಕೊಂಡು ಹೋಗುವ ಎಂದು ಬಂದೆವು" ಎಂದು ಹೇಳಿದರು.

ಅವರ ಉಪಾಯವೇನೋ ಸಾಧಿಸಿತು. ಮಥಾಯಸರು ಪತ್ರ ಬರೆದು ವಲ್ಲಿಯನ್ನು ತಮ್ಮಲ್ಲಿಗೆ ಕರೆಸಿಕೊಂಡರು. ಅವನಿಗೆ ಮುಖ ತುಂಬ ಬೈದರು. ತಮಗಾದ ನಷ್ಟ ಹೇಳಿಕೊಂಡರು. "ಹ್ಯಾಗೂ ಆಗಲಿ, ಭಟ್ಟರಿಗೆ ಅದು ಸಮೀಪದ್ದಾದರೆ ಏನಾದರೂ ಮಾಡಿ, ವಾಯಿದೆಗಾದರೆ ವಾಯಿದೆಗೆ, ಕ್ರಯಕ್ಕಾದರೆ ಕ್ರಯಕ್ಕೆ ಮಾತನಾಡಿಸಿ ಅವರ ತಲೆಯ ಮೇಲೆಯೇ ಹಾಕುವೆ" ಎಂದು, ಅದಕ್ಕೆ ತಮ್ಮ ಕರಾರುಗಳನ್ನು ಹೇಳಿದರು. ವಲ್ಲಿಯ ಮುಖಭಂಗ ವಾಗುವುದಕ್ಕೆ ಬೇರೆಯ ಪ್ರಸಂಗ ಬೇಕಿರಲಿಲ್ಲ. ಅದೂ ಇಲ್ಲಿಯ ತನಕ, ತನ್ನನ್ನು ನಂಬಿದ ಬಂಧುಗಳಿಂದಲೇ ಆಯಿತೆಂಬ ವ್ಯಥೆ; ಅಷ್ಟಾದರೂ ತನ್ನ ತಪ್ಪಿನ ಪಾತ್ರವನ್ನು ಆತ ಎಣಿಸುವಂತಿರಲಿಲ್ಲ ಅಥವಾ ಒಂದಲ್ಲ ಒಂದು ದಿನ, ಮಲೆಗೆ ಹೋಗಿ ಪೌಲಿನಳನ್ನು ಕರೆದು ತಂದೇನೆಂಬ ಆಸೆಯನ್ನೂ ಬಿಟ್ಟಿರಲಿಲ್ಲ. ಅಲ್ಲಿಂದ ಊರಿಗೆ ಮರಳಿದ. ಮುಂದೆ ಮೂರು ತಿಂಗಳ ಕಾಲ– ಪತ್ರವ್ಯವಹಾರ, ಓಡಾಟಗಳಲ್ಲೇ ಕಳೆದ. ಕಾರ್ಕಳ, ಸಕಲೇಶಪುರ, ಮಂಗಳೂರು, ಕಿರಿಮಲೆಗಳ ಈ ಅಂತರಗಳನ್ನೆಲ್ಲ ತುಳಿದು, ಗಾಡಿಯಲ್ಲಿ ಹೋಗಿ ಬಂದು ದಣಿದ.

ಕಿರಿಮಲೆಗೆ ಬಂದಾಗ ಒಂದು ಬಾರಿ ತಿರುಮಲ ಭಟ್ಟರು ಹಿರಿಮಲೆಯ ಗುರಿಕಾರನನ್ನು ಕರೆಯಿಸಿಕೊಂಡರು. ಆತ "ಬರುವ ವರ್ಷ ತೋಟದ ಕುರುಹೇ ಕಾಣಲಾರದು" ಎಂದು ವಲ್ಲಿಯ ಮುಖಕ್ಕೇನೆ ನುಡಿಯುವಂತೆ ಮಾಡಿಸಿದರು.

ಹೀಗೆಲ್ಲ ನಡೆದು, ವಲ್ಲಿ ಬ್ರಗಾಂಜಾ ಮಾನ ಕಳೆದುಕೊಂಡರೂ ಬಂಧುಗಳ ನಿಂದೆಯಿಂದ ಪಾರಾಗಬೇಕೆಂದು ಸಂಧಾನ ನಡೆಯಿಸಿ, ನಡೆಯಿಸಿ, ತಿರುಮಲ ಭಟ್ಟರನ್ನೇ ಆ ಭೂಮಿ ಕೊಳ್ಳುವಂತೆ ಕೇಳಿದ. ವಾಯಿದೆ ಕ್ರಯ ಚೀಟಿಗೆ ಅವರನ್ನು ಒಪ್ಪಿಸಿ, ಮಥಾಯಸರನ್ನು ಬರಮಾಡಿ ಕೊಂಡು ಉಪ್ಪಿನಂಗಡಿಯ ಪುಣ್ಯಕ್ಷೇತ್ರದಲ್ಲಿ, ಕಾಗದಪತ್ರಗಳನ್ನು ಪೂರ್ತಿ ಗೊಳಿಸಿದ. ಮಥಾಯಸರು ತಾವು ಒಂದು ಇಕ್ಕಟ್ಟಿನಿಂದ ಪಾರಾದೆವೆಂದು

ತಿಳಿದು ಸಕಲೇಶಪುರಕ್ಕೆ ಮರಳಿದರು. ಬ್ರಗಾಂಜಾ ಮಾತ್ರ ಕಾರ್ಕಳಕ್ಕೆ ತುಂಬ ವ್ಯಥೆಯಿಂದ ಮರಳಿದ. ಅವನಿಗನಿಸಿತು, ತನ್ನ ಇನಿಯಳ ದರ್ಶನ ಆ ಜನ್ಮದಲ್ಲಿ ದೊರೆಯಲಾರದೆಂದು. ಆದರೂ ಒಳಗಿಂದೊಳಗೆ ಒಂದು ಆಸೆಯ ತುಣುಕು ಮಾತ್ರ ಕುಣಿದಾಡುತ್ತಿತ್ತು. 'ಮಲೆಗೆ ಹೋಗದಿದ್ದರೆ ಪೌಲಿನಳ ಯೋಚನೆ ಬಿಡಬೇಕೇ? ಮುಂದಣ ವರ್ಷದ ಮೂಲೆಗುಂಪಿನ ಜಾತ್ರೆಗೆ ಹೋಗುತ್ತೇನೆ. ನೆಪಕ್ಕೊಂದು ಅಂಗಡಿಯನ್ನು ಹಾಕಿ ಕುಳಿತುಕೊಳ್ಳುತ್ತೇನೆ. ಕುಡಿಯರ ಕುಲ ಅಲ್ಲಿಗೆ ಬಂದೇ ತೀರಬೇಕು. ಖಂಡಿತವಾಗಿಯೂ ಪೌಲಿನ್ ಬರುತ್ತಾಳೆ. ಬಂದದ್ದಾದರೆ-ಅವಳನ್ನೂ ಕಟ್ಟಿ ಹೊತ್ತುಕೊಂಡಾದರೂ ಊರಿಗೆ ಮರಳಿಯೇನು! ಒಮ್ಮೆ ಅವಳನ್ನು ಮದುವೆಯಾದೆನೆಂದರೆ, ಕುಲದವರ ಹಕ್ಕು ಹಿಂದೆ ಉಳಿಯಿತು. ಅಂಥ ಪ್ರಸಂಗ ಒದಗಿದಲ್ಲಿ ಪೋಲೀಸರನ್ನು ಕರೆದೊಯ್ದು, ಜಬರ್ದಸ್ತಿ ಮಾಡಿ, ತನ್ನ ಹೆಂಡತಿಯನ್ನು ತಾನು ತಂದೇನು. ತಾನು ಹಿಂದೆಯೇ ಈ ಕೆಲಸ ಮಾಡಬೇಕಿತ್ತು. ಚಿನ್ನ, ಅಲಂಕಾರಗಳಿಗೆ ಅಕ್ಕಸಾಲಿಯಲ್ಲಿ ಓಡುವ ಬದಲಿಗೆ, ಅವಳನ್ನು ತಮ್ಮ ಮತಕ್ಕೆ ಸೇರಿಸಿಕೊಂಡ ದಿನವೇ ಮದುವೆಯಾಗಿದ್ದರೆ, ಏಲಕ್ಕಿ ತೋಟ ಹೋದರೂ ಹೆಂಡತಿ ಯಾದರೂ ಉಳಿಯುತ್ತಿದ್ದಳು; ಈಗಿನಂತಾಗುತ್ತಿರಲಿಲ್ಲ-ಎಂದು ತಲೆ ತುರಿಸುವ ಯೋಚನೆಗಳೊಡನೆ ಊರಿಗೆ ಮರಳಿದ.

ಅಧ್ಯಾಯ - ೧೨

ಕಾರ್ಕಳಕ್ಕೆ ಬಂದ ತಂದೆತಾಯರ ಕಣ್ಣೀರಿನ ಕರೆ, ಆ ದಿನ ಗಿಡ್ಡಿಯ ಮನವನ್ನು ಗೆದ್ದು ಊರಿಗೆ ಕರೆದು ತಂದಿತು. ಆದರೂ ಹೊಸತಾಗಿ ಬೆಳೆದ ಪ್ರಣಯ ಪ್ರಭಾವ ವಲ್ಲಿಯ ಕಡೆಗೂ ಅವಳನ್ನು ಸೆಳೆಯುತ್ತಿತ್ತು. ವಯಸ್ಸು ಚಿಕ್ಕದು, ಅನುಭವ ಅದಕ್ಕೂ ಕಿರಿದು. ಹೀಗಾಗಿ, ಅವಳ ಮನಸ್ಸು ಎರಡು ಪ್ರೇಮ ಪ್ರವಾಹಗಳ ಸೆಳೆತದಲ್ಲಿ ಸಿಕ್ಕಿ ಒದ್ದಾಡುತ್ತಲಿತ್ತು. ವಲ್ಲಿ ತಮ್ಮ ಮಲೆಗೆ ಬಂದು ಬಿಡಾರ ಹೂಡಿ, ತೋಟದ ಯಜಮಾನಿಕೆ ನಡೆಸುತ್ತಿದ್ದಾಗಲೇ ಅವನ ಮೇಲೆ ಅವಳಿಗೆ ಇಲ್ಲದ ಗೌರವ ಪ್ರಾಪ್ತವಾಗಿತ್ತು. ತಮ್ಮ ಜನಕ್ಕೂ ಅವನಿಗೂ ಅಂತರವನ್ನು ಕಾಣುತ್ತಾಳೆ. ಮೇಲೆ 'ಆತ ಹಣಕಾಸಿರುವವ' ಎಂಬ ನಂಬಿಕೆ ಬೇರೆ. ಅವನ ಮನೆಯ ಕೆಲಸಗಳಿಗೆ ಆಳಾಗಿ ಹೋದಾಗಲೇ ವಲ್ಲಿಯ ಕಣ್ಣಿನ ಸೆಳೆತಕ್ಕೆ ಅವಳ ತುಂಬು ಯೌವನ ಬಲಿಯಾದಂತೆ ದಿನೇ ದಿನೇ ಅವಳ ಮನಸ್ಸು ಅವನ ಕಡೆಗೆ ಒಲಿಯತೊಡಗಿತು. ಆತ–ತನ್ನ ಕಾರ್ಕಳದ ಊರಿನ ವೈಭವವನ್ನೂ ಅಲ್ಲಿನ ಸೌಕರ್ಯಗಳನ್ನೂ, ಇಗರ್ಜಿಯ ಉತ್ಸವಗಳನ್ನೂ, ತಮ್ಮ ದೇವರ ಹಿರಿತನವನ್ನೂ ಹೊಗಳಿ ಬಣ್ಣಿಸುವಾಗ ಅಂಥ ಒಂದು ನಾಗರಿಕತೆ ಉಂಟೆಂಬ ಅರಿವಾದುದು ಆಗಲೇನೆ. ತಾನು ತನ್ನ ಮನೆಯಲ್ಲಿ ಊಹಿಸಲಾರದ, ಕನಸಿನಲ್ಲೂ ಕಾಣಲಾರದ, ಹಲವಾರು ಚಿತ್ರಗಳನ್ನು ಆತ ಬರೆದಿದ್ದಾನೆ. ಕಲ್ಕುಡನ ಭಕ್ತಳಾದ ಅವಳ ಮುಂದೆ, ಯೇಸುವಿನ ಉದಾರ ಜೀವನ ಬಣ್ಣಿಸಿದ್ದಾನೆ! ತಮ್ಮ ಕಾರ್ಕಳ ಇಗರ್ಜಿಯ ಪಾದ್ರಿಗಳನ್ನು ಕುರಿತು, ದೇವರ ಪ್ರತ್ಯಕ್ಷ ಪ್ರತಿನಿಧಿ ಎಂಬಂತೆ ಬಣ್ಣಿಸಿದ್ದಾನೆ. ಇವೆಲ್ಲವನ್ನೂ ಆಶ್ಚರ್ಯದ ನೋಟದಿಂದ ಕೇಳಿದವಳು ಗಿಡ್ಡಿ.

'ನಿನ್ನಂಥವಳು ಈ ಕಾಡಿನಲ್ಲಿರುವುದೇ?' ಎಂದು ಅವಳನ್ನು ಸೆಳೆದು ಮೈದಡವಿಕೊಂಡ ವಲ್ಲಿ ಅವಳ ಪಾಲಿಗೆ ಒಬ್ಬ ಅಪೂರ್ವದ ವ್ಯಕ್ತಿಯಾಗಿ

ಕಾಣಿಸಿದನು. ಮೆಲ್ಲಮೆಲ್ಲನೆ ಅವನ ಮೇಲಿನ ಅಭಿಮಾನವೂ ಹೆಚ್ಚಿದಂತೆ, ಸ್ಪರ್ಶಪ್ರೇರಿತವಾದ, ವಯಸ್ಸಹಜವಾದ ಕಾಮುಕತೆಗೂ ಅವಳನ್ನು ವಲ್ಲಿಯ ಸ್ನೇಹಕಾಂಕ್ಷಿಯನ್ನಾಗಿ ಮಾಡಿತ್ತು. ಆತನ ಹಿಂದೆ ಹೋಗುವ ಆಸೆ ಫಲಿಸೀತೇ–ಎಂದು ಅವಳೂ ಬಯಸಿದಳು. ಅದಕ್ಕೆ ತಕ್ಕ ಉಪಾಯವನ್ನು ಅವನೂ ಸೂಚಿಸಿದ. ಒಬ್ಬಳನ್ನೇ ತಂದೆ ಹೋಗಗೊಡಲಾರನೆಂದು ತೋರಿದುದಕ್ಕೆ ತಮ್ಮ ಕುಕ್ಕನನ್ನೂ ಕರೆದೊಯ್ಯುವ ಹಂಚಿಕೆ ಹೇಳಿದಳು. ನಿಜಕ್ಕೂ ಅವನ ಹೊಂತ, ಅವಳ ಹೊಂತವೂ ಆಗಿ, ಮೂವರೂ ಕಾರ್ಕಳ ವನ್ನು ಸೇರಿದರು. ಗಿಡ್ಡಿ, ಕುಕ್ಕರು ವಲ್ಲಿಯ ಜತೆಗೆ ಹೋದದ್ದು ತಿಂಗಳು, ಎರಡು ತಿಂಗಳ ಮಾತಿಗೆ. ಅವನ ಮನೆಯ ಕೆಲಸಕ್ಕೆ ಧನಿಯ ಒತ್ತಾಯ, ಹಂಗುಗಳಿಂದ ತಂದೆತಾಯರು ಆ ಮಕ್ಕಳನ್ನು ಬೀಳ್ಕೊಟ್ಟರು.

ಹೊಸ ಊರಿನ ಹುಚ್ಚು, ಗಂಡಿನ ಬಯಕೆಯೊಂದಿಗೆ ಬೆರೆತು, ಉಳಿದೆಲ್ಲ ಬೆದರಿಕೆಗಳು ಕ್ಷೀಣಿಸಿದುವು. ಅನುರಾಗ ಬಲಿತು, ತಾಯಿ, ತಂದೆ, ಕುಲ, ಸಂಸ್ಕೃತಿ ಇವೆಲ್ಲ ಅಲ್ಪವೆನಿಸಿತು ಅವಳಿಗೆ.

ಕಾರ್ಕಳದಲ್ಲಿ ಅವಳನ್ನು ತನ್ನ ಬಲೆಗೆ ಕೆಡವಿದಷ್ಟು ಸುಲಭವಾಗಿ ಕುಕ್ಕನನ್ನು ಮಂಕುಗೊಳಿಸುವ ಕೆಲಸ ವಲ್ಲಿಗೆ ಆಗಲಿಲ್ಲ. ಅಲ್ಲಿ ಕಾಮ ಪ್ರೇರಣೆಯ ಬೆಂಬಲವಿಲ್ಲ. ಆದರೂ ಹುಡುಗ ನಿಧಾನವಾಗಿ ಪೇಟೆಯ ಆವರಣಕ್ಕೆ, ಬೆಡಗಿಗೆ ಮನಸೋತ, ವಲ್ಲಿ ಕೈಮೇಲಿರಿಸುತ್ತಿದ್ದ ಕಾಸು, ದುಗ್ಗಾಣಿ ಗಳಿಗಾಗಿ ಸೋತ; ಕಟ್ಟಕೊನೆಗೆ ಹೊಸ ರಾಜ್ಯದಲ್ಲಿ ತಾನೊಬ್ಬ ಬೇರೆಯೇ ಮನುಷ್ಯನಾಗುತ್ತೇನೆ–ಎಂದು ಅನಿಸಿತು ಅವನಿಗೆ. ಅವರಿಬ್ಬರನ್ನೂ ಮತಾಂತರ ಗೊಳಿಸುವಾಗ ಕುಕ್ಕಗೆ ತನ್ನ ಜುಟ್ಟು ಹೋದುದರ ಬಗ್ಗೆ ಹೆಚ್ಚಿನ ವ್ಯಥೆ ಉಂಟಾಗಲಿಲ್ಲ. ಸುತ್ತಮುತ್ತಲಿನವರು ತನ್ನಂತೆಯೇ ಜುಟ್ಟು ಕತ್ತರಿಸಿಕೊಂಡವ ರಾದುದರಿಂದ ಚಿಂತೆಯಾಗಲಿಲ್ಲ. ಆದರೆ ವಲ್ಲಿ, ತನಗೆ ಹೊಸ ಹೆಸರಿಟ್ಟುದರ ಬಗ್ಗೆ ವಿಸ್ಮಯ, ಅಸಮಾಧಾನವಾಯಿತು. ಪೌಲಿನ್ ನಾಳೆ ವಲ್ಲಿಯನ್ನು ಮದುವೆಯಾದಾಳೆಂಬ ರಹಸ್ಯ ಆ ಪ್ರಣಯಿಗಳಿಬ್ಬರಿಗೇ ಗೊತ್ತಿತ್ತು ಹೊರತು, ಕುಕ್ಕನಿಗೆ ತಿಳಿದಿರಲಿಲ್ಲ. ಅವಳನ್ನು ಪೌಲಿನ್ ಎಂದು ವಲ್ಲಿ ಕರೆಯುವಾಗ, ಆಕೆ ನಕ್ಕು ಉತ್ತರಿಸುತ್ತಿದ್ದರೂ 'ಪೌಲು' ಎಂದು ಕರೆಯುವಾಗ, 'ನಾನಲ್ಲ ಪೌಲು; ನಾನು ಕುಕ್ಕ' ಎಂದೇ ಅನ್ನುತ್ತಿದ್ದ. ಆ ಮತಾಂತರದ ಮಹತ್ವ ಅವನ ಹೆಡ್ಡು

ಬುದ್ಧಿಗೆ ಹೊಳೆದಿರಲಿಲ್ಲ. ಗಿಡ್ಡಿ ಮಾತ್ರ ಮದುವೆಯ ದಿನವನ್ನು ನಿರೀಕ್ಷಿಸುತ್ತಿದ್ದಳು. ಅದೊಂದು ದಿನ ಕಳೆಯಿತೆಂದರೆ ತನ್ನ ಭೀತಿ ತೊಲಗಿತೆಂದು ಆಕೆ ತಿಳಿದಿದ್ದಳು. ಅಷ್ಟರೊಳಗೆ ತಂದೆತಾಯರು ಬಂದು ವಿಘ್ನಕಾರಿಗಳಾಗುವರೆಂದು ಅವಳು ಊಹಿಸುವುದಕ್ಕೇ ಕಾರಣವಿದ್ದಿರಲಿಲ್ಲ.

ಆದರೆ ಅವರು ಬಂದೇ ಬಂದರು. ವಲ್ಲಿ ಇಲ್ಲದಾಗಲೇ ಬಂದರು. ತಾಯಿ ಬಂದು ದೈವ ಕೊಟ್ಟ ಶಾಪವನ್ನು ಅವಳ ಮುಂದೆ ಬಿತ್ತರಿಸಿದಾಗ, ತನಗೂ ತನ್ನ ಕುಲದವರಿಗೂ ಎಂತಹ ವಿಪತ್ತು ಬಂದೀತು! ಎಂಬ ಭೀತಿ ಮೊಳಗಿತು. ಮನಸ್ಸು ಚಂಚಲವಾಯಿತು. ಕಾರ್ಕಳ ಇಗರ್ಜಿಯ ದೇವರು ಕಲ್ಕುಡನ ಶಕ್ತಿಯಿಂದ ತನ್ನನ್ನು ಉಳಿಸಲಾರನೆಂಬ ಬೆದರಿಕೆಯೂ ಉಂಟಾಯಿತು. ಅಲ್ಲದೆ ಪ್ರತ್ಯಕ್ಷವಾಗಿ, ತನ್ನನ್ನು ಸಾಕಿ ಸಲಹಿದ ತಂದೆ, ತಾಯರು ಕಂಬನಿಗರೆದು, 'ಬಾ' ಎಂದು ಬೇಡುವಾಗ, ಆಕೆಯೂ ಅಳುಕಿ ಅವರನ್ನು ಹಿಂಬಾಲಿಸಬೇಕಾಯಿತು.

ದಾರಿಯಲ್ಲಿ ಆಕೆ ತಾನು 'ನಿರಪರಾಧಿ' ಎಂದು ತೋರಿಸಿಕೊಳ್ಳಬೇಕಾಯಿತು. ಆದರೂ ಅವರ ಬದಲಿಸಿದ ಉಡುಗೆ, ತೊಡುಗೆ, ತನ್ನ ಕತೆ ಹೇಳದಿರುತ್ತದೆಯೇ? "ಅಷ್ಟೆಲ್ಲ ಮಾಡುವಾಗ, ನೀವಿಬ್ಬರೂ ಕದ್ದು ಬಂದಿದ್ದರೇನಾಗುತ್ತಿತ್ತು?" ಎಂದೆನ್ನುವಾಗ, ಒಳಗುಟ್ಟನ್ನು ತಿಳಿಯದ ಕುಕ್ಕ ಮತಾಂತರದ ಕತೆಯನ್ನೆಲ್ಲ ಹೇಳಿದ. ಈ ಎಲ್ಲ ಕೆಲಸಗಳು ಮಕ್ಕಳ ಒಪ್ಪಿಗೆಯಿಲ್ಲದೆ ಎಂದೂ ಆಗಲಾರವೆಂದು ಬಿರುಮ ವಾದಹೂಡಿದ. ಅವನ ವಾದಕ್ಕೆ ಪ್ರತಿಯಾಗಿ–ತಮ್ಮ ಸಂಭಾವಿತತನ ಉಳಿಸುವುದಕ್ಕೆ ಇಬ್ಬರೂ ಪ್ರಯತ್ನಿಸಿದರು. ಕುಕ್ಕ 'ತಾವು ಕಾರ್ಕಳಕ್ಕೆ ಬಂದ ಮೇಲೆ ಎಲ್ಲಿಗೆ ಹೋಗುವುದಕ್ಕೂ ಹೆದರಿಕೆ! ಹೊಸ ಊರಾದುದರಿಂದ ಯಾರಿಗೆ ದೂರು ಹೇಳುವುದಕ್ಕೂ ಧೈರ್ಯವಿರಲಿಲ್ಲ. ಒಂದಲ್ಲ ಒಂದು ಜನ ತಮ್ಮ ಮೇಲೆ ಕಾವಲಿತ್ತು' ಎಂದು ಏನೇನೋ ಕಂತೆಪುರಾಣ ಹೇಳಿ ತಮ್ಮ ತಪ್ಪನ್ನು ಮುಚ್ಚಿಕೊಂಡ. ಕುಕ್ಕನ ವಿಚಾರದಲ್ಲಿ ಸ್ವಾರ್ಥವೇನಿರಲಿಲ್ಲ. ಬರಿಯ ಅಜ್ಞಾನವಷ್ಟೇ, ಸ್ವಲ್ಪ ಮಟ್ಟಿನ ಬೆದರಿಕೆಯಷ್ಟೆ ಅವನ ಬೆಪ್ಪುತನಕ್ಕೆ ಕಾರಣವಾಗಿತ್ತು.

"ಅಂಥ ಪ್ರಸಂಗದಲ್ಲಿ ಯಾರಾದರೂ ಏನು ಮಾಡಬಹುದು?

ಪಾಪದ ಮಕ್ಕಳವರು. ಜೀವದ ಆಸೆಗೆ ಹೆದರಿ, ಆ ಕಳ್ಳ ಹೇಳಿದಂತೆ ತಲೆ ತಗ್ಗಿಸಿ, ನಡೆದುದರಲ್ಲಿ ಆಶ್ಚರ್ಯವಿಲ್ಲ" ಎಂಬ ತೀರ್ಮಾನಕ್ಕೆ ಪೂಜಾರಿ ಬಿರುಮನೂ ಬರಬೇಕಾಯಿತು.

ಹೊರಟವರಿಗೆ ಮಲೆಯನ್ನು ಸೇರಲು ಮೂರು ದಿವಸದ ಹಾದಿ. ನಡೆದು ದಣಿದು, ಅಲ್ಲಲ್ಲಿ ಕುಳಿತು, ತಂಗಿ, ವಿಶ್ರಮಿಸಿ ಹೋಗುವಾಗ ಹರಟೆಯ ಮಾತುಗಳು ಬೇಕೇ ಬೇಕು. ಅಲ್ಲದೆ ಗಿಡ್ಡಿ, ಬಂದೊಗಿದ ವಿಪತ್ತಿನಿಂದ ಸಂಪೂರ್ಣ ಪಾರಾಗುವುದಕ್ಕೆ ಆಕೆಯ ಮದುವೆ ಬೇಗನೆ ಆಗಬೇಕೆಂಬ ಮಾತು ಬಂತು. ಚೋಮ ಆ ವಿಷಯದಲ್ಲಿ ಧೈರ್ಯಗೆಟ್ಟಿದ್ದಾನೆ. ಮತಾಂತರಗೊಂಡ ತನ್ನ ಮಗಳನ್ನು ಜನರು ಕೂಡುಕಟ್ಟಿಗೆ ಸೇರಿಸಿಕೊಂಡರೂ, ಮದುವೆಯಾಗಲು ಯಾರಾದರೂ ಮುಂದೆ ಬಂದಾರೆಯೇ ಎಂಬ ಭೀತಿ ಅವನಿಗೆ. ಬಿರುಮ ಅದನ್ನರಿತು ಸಮಾಧಾನ ಹೇಳುತ್ತಾನೆ. "ಯಾಕೆ ಚೋಮ, ಆ ಹೆದರಿಕೆ? ಹುಡುಗರಿಲ್ಲ ಎಂಬ ಹೆದರಿಕೆಯೇ? ಹುಡುಗರಿಗೆ ತಕ್ಕಷ್ಟು ಹುಡುಗಿಯರಿಲ್ಲ ಎಂಬುದು ತಿಳಿಯದೇ?" ಎಂದು ಸಮಾಧಾನ ಹೇಳಿ ತಾನೇ ನಂಟುತನ ದೊರಕಿಸಿ ಕೊಡುವ ಭರವಸೆ ಕೊಟ್ಟ; 'ವರ ತಾನಾಗಿಯೇ ಅರಸಿ ಬರುವ ಹಾಗೆ ಮಾಡುತ್ತೇನೆ' ಎಂದೂ ಅಂದ.

ಹಿರಿಯರ ಈ ಮಾತುಗಳು ಗಿಡ್ಡಿಯನ್ನು ಅಂತರ್ಮುಖಿಯನ್ನಾಗಿ ಮಾಡಿದುವು. ಕುಲ, ಕಟ್ಟಲೆ, ಕಲ್ಕುಡ–ಇಂಥವುಗಳ ವರ್ಚಸ್ಸಿಗಿಂತ ಅವಳ ಹೆಣ್ಣುತನ ವಲ್ಲಿಗೆ ಮಾರುಹೋದ ಕಾಮಪ್ರೇಮಗಳ ವರ್ಚಸ್ಸಿಗಿಂತ ಹೆಚ್ಚೇ! ಒಮ್ಮೊಮ್ಮೆ ಅವಳಿಗೆ–ತನ್ನಂಥ ಕನ್ಯೆಯನ್ನು ನೆಲದಿಂದ ತಪ್ಪಿಸಿ, ಮತಾಂತರಗೊಳಿಸಿದ್ದು ಕೇವಲ ಮೋಸ, ವಂಚನೆ ಎಂದನಿಸುತ್ತಿದ್ದರೂ, ತನ್ನ ಜೀವ ಅವನಿಗಾಗಿ ಹಂಬಲಿಸುತ್ತಿದೆ ಎಂದು ಅರಿತವಳು ಅವಳು..

ಮೂರು ದಿನ ನಡೆದು, ದಣಿದು ನಾಲ್ಕನೆಯ ದಿನ ಅವರು ಕೇರಿಯನ್ನು ಸೇರಿದರು. ಚೋಮ ಗುರಿಕಾರ ಮಾದನ ಮುಂದೆ ಮಕ್ಕಳಿಂದ ತಪ್ಪುಕಾಣಿಕೆ ಒಪ್ಪಿಸಿದ. ಕಟ್ಟಲೆಯ ಶುದ್ಧಿ ಸಂಸ್ಕಾರವಾಯಿತು. ಆದರೆ ಗಿಡ್ಡಿಗೆ ವಲ್ಲಿಯ ಮರವೆಯಾಗಲಿಲ್ಲ. ಅವನನ್ನು ಎಂದು ಕಂಡೇನು ಎಂಬ ಹಂಬಲ ಅವಳ ಮನಸ್ಸಿನಿಂದ ಹೋಗಲೂ ಇಲ್ಲ. ಆದರೆ, ಅವನನ್ನು ಕಾಣುವ

ಅವಕಾಶ ಮಾತ್ರ ದೊರೆಯಲಿಲ್ಲ. ಏಕೆಂದರೆ, ಅನಂತರ ತೊಡಗಿದ್ದೇ ಮಳೆಗಾಲ. ಮಲೆಯನ್ನೂ, ಅವಳ ಮನವನ್ನೂ ಏಕ ಕಾಲದಲ್ಲಿ ಚಳಿ, ಮಳೆ, ಮುಗಿಲುಗಳಿಂದ ಕವಿದ ಗಾಢಾಂಧಕಾರ. ಇತ್ತ ಅವರ ನಿವಾಸ ಕೇರಿಯಿಂದ ಕುಮರಿ ಬೆಳೆಯುವ ಅರಣ್ಯ ಪ್ರದೇಶಕ್ಕೆ ಸರಿಯಿತು. ಅಲ್ಲಿಯ ಜೀವನ ಮತ್ತಷ್ಟು ಕಷ್ಟದ್ದು. ಮರಗಳ ದಟ್ಟಣೆಯನ್ನೂ ಮೀರಿಸಿ ಮೈಯನ್ನು ಚುಚ್ಚಿ ತಿವಿಯುವ ಶೀತವಾದ ಗಾಳಿ.

ಹಿಂದಣ ಬೇಸಗೆಯಲ್ಲಿ ಪಟ್ಟಣವೊಂದರಲ್ಲಿ ಕಾಡಿಂದ ಬಯಲಿಗೆ ಬಂದು ಕುಣಿಯುವ ನವಿಲಿನಂತೆ, ಹೊಸ ಉಡುಗೆ ತೊಟ್ಟು ನಲಿದಾಡಿದವಳು ಅವಳು. ಈಗಲೋ ನಿತ್ಯ ಮಂಜು, ಮಳೆ, ಮುಗಿಲು, ಗಾಳಿಗಳ ಕುಗ್ಗಿಸುವ ಆವರಣದಲ್ಲೇ ತನ್ನದೇ ಚಿಂತೆ ಹೊತ್ತು ಯೋಚಿಸುವ ಗಳಿಗೆ ಬಂದಿದೆ. ತನ್ನ ಜನದ ಅನಾಗರಿಕತೆ ಇನ್ನಷ್ಟು ಅವಳ ಕಣ್ಣಿಗೆ ಕಾಣುತ್ತದೆ. ಆ ಮನೆ, ಕೇರಿ, ಕಾನನ ಯಾವುದೂ ತನಗೆ ಹಿತವಲ್ಲ-ಎನಿಸುತ್ತದೆ. ನಾಳೆಯ ದಿನ ಯಾವನೊಬ್ಬ ಕುಡಿಯನನ್ನು ತಾನು ಮದುವೆಯಾದರೂ, ಹೋಗಿ ಇರಬೇಕಾದದ್ದು ಅಂಥ ಮಲೆಯಲ್ಲೇ. ಅಲ್ಲಿಯೂ ತನಗೆ ಸುಖ ದೊರಕೀತೆಂದು ಊಹಿಸಿಕೊಳ್ಳಲಾರಳು. ಹೊಸ ಉಡುಗೆಯನ್ನುಟ್ಟು ಆಕೆ ಕೇರಿಗೆ ಬಂದಾಗ, ತಮ್ಮ ವಿಚಿತ್ರ ವೇಷವನ್ನು ಕಂಡೇ ಜನರು, 'ಕುಲಗೆಟ್ಟ ಮಕ್ಕಳು' ಎಂದಿದ್ದರು. ಆ ಉಡುಗೆಯನ್ನು ಕಿತ್ತೊಗೆದು ಎಲ್ಲ ಕುಡಿಯಿತಿಯರಂತೆ ವೇಷ ಧರಿಸಿದರೂ, ಒಬ್ಬಿಬ್ಬರಾದರೂ 'ಕುಲಗೆಟ್ಟವಳೆಂದೇ' ಅವಳನ್ನು ಕರೆದಿದ್ದಾರೆ. ತಪ್ಪು ಕಾಣಿಕೆ ಒಪ್ಪಿಸಿ, ಪುನೀತರಾದ ಮೇಲೆಯೂ ಕೆಲವರ ನಾಲಿಗೆ ಅವಳ ವಿಷಯದಲ್ಲಿ ಕಟುವಾಗಿಯೇ ಇತ್ತು. ಹೀಗಾಗಿ, ಅವಳ ಮನಸ್ಸು ಉಳಿದವರ ವಿಷಯದಲ್ಲಿ ಕಹಿಯಾಗಿತ್ತು.

ಇತ್ತ ತಂದೆ ಚೋಮನಿಗೂ ಚಿಂತೆಯೇ. ಬಿರುಮ ಇನ್ನೂ ನಂಟುತನ ಒದಗಿಸಿಲ್ಲ. ಹಾಗೆಂದು ತಾನೇ ಒಬ್ಬಿಬ್ಬರನ್ನು ಮಾತನಾಡಿಸಹೋದರೆ 'ಗಿಡ್ಡಿಯೇ!' ಎನ್ನುತ್ತಾರಂತೆ ಹುಡುಗರು. ತನ್ನ ಮಗಳು ಅಷ್ಟೊಂದು ತಾತ್ಸಾರವಾಗಿ ಬಿಟ್ಟಳಲ್ಲ ಜನಕ್ಕೆ! 'ಆ ಪುಣ್ಯಾತ್ಮ ಅವಳನ್ನು ಕೊಂಡೊಯ್ದು ಅಷ್ಟೊಂದು ಕೆಲಸ ಮಾಡಿಬಿಟ್ಟನಲ್ಲ' ಎಂದು ಕೊರಗುವಂತಾಯಿತು.

ಬಿರುಮ ತಾನೆಣಿಸಿಕೊಂಡ ಗಂಡನ್ನು ಕರೆದು ತಂದು, ಚೋಮ ನೊಡನೆ ಭೇಟಿ ಮಾಡಿಸುವ ಕೆಲಸ ಆ ಮಳೆಗಾಲದಲ್ಲಿ ಅಷ್ಟೊಂದು ಸುಲಭವಾಗಲಿಲ್ಲ. ಅದಕ್ಕೆ ಕಾರಣ ಅವನಲ್ಲ; ಮಲೆಯ ಅಬ್ಬಿಗಳ ಸೊಕ್ಕು. ಹಿರಿ, ಕಿರಿಯ ಮಲೆಗಳ ನಡುವೆ ಹರಿಯುತ್ತಿದ್ದ ತೊರೆಯ ಸೇತುವೆ ಒಂದು ದಿನ ನೆರೆಗೆ ಬಳಿದೇ ಹೋಯಿತು. ಹಿಂದೆ ಅದಕ್ಕೆ ಸೇತುವೆ ಹಾಕಿಸಿದವನು ಬೂದ. ಈಗ ತಿಮ್ಮನ ಸಲುವಾಗಿ ಆ ಕೆಲಸ ಮಾಡುವರ್‍ಯಾರು? ತಿಮ್ಮನಿಗಂತೂ ಯೋಚನೆಯೇ ಯೋಚನೆ. ಬಿರುಮನ ಮನೆಗೆ ಹೊರಟು ತೊರೆಯ ಸೇತುವೆ ನಷ್ಟವಾದುದನ್ನು ಕಂಡು ನಿರಾಶೆಗೊಂಡು ಕೇರಿಗೆ ಬಂದವನು ತಿಮ್ಮ. ಅವನಿಗಾದ ನಿರಾಶೆ ಅಂಥಿಂಥದಲ್ಲ. ಗುರಿಕಾರ ಕರಿಯನ ಹಿಂದೆ ಸುತ್ತಿ, ಸುಳಿದು, ಇನ್ನೊಂದು ಸೇತುವೆ ಹಾಕಿಸಲು ಅವನು ಮಾಡಿದ ಪ್ರಯತ್ನವೂ ಬಹು ದಿನಗಳ ತನಕ ಕೈಗೂಡಲಿಲ್ಲ. ಕಾರಣ–ಆ ಕೆಲಸಕ್ಕೆ ನಾಲ್ಕೆಂಟು ಮಂದಿ ಸೇರಬೇಕು. ಯಾರನ್ನು ಕೇಳಿದರೂ ಅವಸರವೇನು? ಮಳೆಗಾಲಕ್ಕೆ ಹೋಗಿ ಮಾಡುವ ಕೆಲಸವೇನಿರುತ್ತದೆ? ಆಗುತ್ತದೆ ಮೆಲ್ಲಗೆ ಎನ್ನುತ್ತಾರೆ. ಅಂತೂ ಕರಿಯನನ್ನು ಪೀಡಿಸಿ ಆ ಕೆಲಸ ನೆರವೇರಿಸಿ, ತೊರೆ ದಾಟುವಾಗ ಎರಡು ತಿಂಗಳುಗಳೇ ಸಂದುವು. ಆದರೆ ಅದನ್ನು ದಾಟಿ, ಈ ವರ್ಷ ಅವರು ಕುಮರಿಯನ್ನು ಬೆಳೆದ ತಾವಿಗೆ ಹೋಗುವುದಕ್ಕೆ ಇನ್ನೂ ಎರಡು ಅಬ್ಬಿಗಳಿವೆ ಎಂಬುದನ್ನು ತಿಳಿದುಕೊಂಡ. ನೀರಿನ ಭರದಿಂದ ತುಂಬಿದ ಅವುಗಳನ್ನು ದಾಟಲಾರದೆ ಹಿಂದಕ್ಕೆ ಬಂದ. ಏನಾದರೂ ಮಳೆ ಬಿಟ್ಟ ದಿನ ದಾಟುವುದಕ್ಕೆ ಸಾಧ್ಯವಾಗುತ್ತಿತ್ತೋ ಏನೋ. ಅಲ್ಲಿಗೆ ಸೇತುವೆ ಹಾಕಲು ಯಾರೂ ಬರಲಾರರು–ಎಂಬುದು ಗೊತ್ತು. ಆದುದರಿಂದ, ಮಳೆಯ ನೀರು ಇಳಿದ ಗಳಿಗೆಯನ್ನು ಹುಡುಕಿ ಹೋಗಬೇಕಾದವನು ಅವನೇ. ಹಾಗೆ ಅವನು ಅವರ ಕೇರಿಗೆ ಹೋಗುವಾಗ ಮೂರು ತಿಂಗಳ ಮಳೆಗಾಲ ಸಂದುಹೋಗಿತ್ತು. ತಡವಾದರೇನು? ಸಂತೋಷದ ದಿನಗಳು ಬಂದುವು. ಪೈರು ಹೊನ್ನಿನ ಬಣ್ಣ ತಾಳಿ, ಮಲೆಯ ಮೈಯಲ್ಲಿ ನಿಂತು ಚಾಮರ ಬೀಸುತ್ತಿರುವ ಸೊಬಗಿನ ನೋಟ ಕಂಡು, ಉಬ್ಬು ಮನಸ್ಸಿನಿಂದ ಬಿರುಮನ ದರ್ಶನ ಪಡೆದ.

ಬಿರುಮನೂ ಅವನ ಬರವನ್ನು ಕಾದಿದ್ದ. ಕುಮರಿ ಹೊಲದ ಬಳಿಯ

ಅವನ ಗುಡಿಸಲು ಮನೆಯೆಂದರೆ ತುಂಬಾ ನಿಗ್ಗಾದ ಸ್ಥಳ, ಹತ್ತಿರ ಹತ್ತಿರವೇ ಗುಡಿಸಲುಗಳು. ಯಾರು ಬಂದುಹೋದರೂ ಕೇರಿಯವರಿಗೆ ತಿಳಿದೇ ತಿಳಿಯುತ್ತದೆ. ಮನೆಯಲ್ಲಾಡುವ ಮಾತು ನೆರೆಮನೆಗೆ ಗಾಳಿಯಿಂದಲೇ ಹೋಗಿ ಸೇರುತ್ತದೆ. ಆದುದರಿಂದಲೇ ಬಿರುಮ ಅವನನ್ನು ಕರೆದುಕೊಂಡು, ತನ್ನ ಕೇರಿಯ ಮನೆಗೆ ಬಂದ. ತಾನು ಅವನಿಗಾಗಿ ಹುಡುಕಿ ಇರಿಸಿದ ಚೆಲುವೆ ಇಂಥವಳೆಂದೂ ಹೇಳಿದ. ಆದರೆ "ಮದುವೆಯ ವಿಚಾರದಲ್ಲಿ ಅವಸರ ಮಾಡಬೇಡ. ನಿನಗೆ ಮೊದಲು ಚೋಮನ ಗುರುತು ಮಾಡಿಕೊಡು ತ್ತೇನೆ" ಎಂದೂ ಅಂದ. ಪರಿಚಯವೇನೋ ಆ ಬಾರಿಗೆ ಮಾಡಿಕೊಟ್ಟ. ಆದರೆ ತಿಮ್ಮ ಆ ಮಲೆಗೆ ಬಂದ ಉದ್ದೇಶವನ್ನು ಬಿರುಮ ಚೋಮನೊಡನೆ ಒಮ್ಮೆಗೇ ಬಿಡಿಸಿ ಹೇಳಲಿಲ್ಲ. ಆತ ಅಷ್ಟೊಂದು ಲೌಕಿಕ ಅರಿಯದವನಲ್ಲ. ಬದಲು, ಹೀಗೆ ಪರಿಚಯ ಮಾಡಿಕೊಟ್ಟ "ತಿಮ್ಮಗೆ ಕಾಣಲು ಹೆಚ್ಚು ಪ್ರಾಯವಾದಂತೆ ಕಂಡರೂ, ನಿಜಕ್ಕೂ ಅಷ್ಟೇನೂ ಹೆಚ್ಚು ವಯಸ್ಸಾಗಿಲ್ಲ" ಎಂದು ಅವನ ಗುಣಾತಿಶಯಗಳನ್ನು ಬಣ್ಣಿಸಿದ. ಕುಡಿಯರ ಕುಲಕ್ಕೆ ಅಂಕೆ ಸಂಖ್ಯೆಗಳ ಎಣಿಕೆ ಬಂದುದಿಲ್ಲ. ಇಪ್ಪತ್ತು ಹೆಚ್ಚೇ, ನಾಲ್ವತ್ತು ಹೆಚ್ಚೇ ಅಂದರೆ, ಉತ್ತರ ಕೊಡಲಾರದ ಜನರು ಅವರು. ಹೀಗಿರುತ್ತ ಪ್ರಾಯ, ವಯಸ್ಸು ಇವೆಲ್ಲ ಒಂದು ಅಂದಾಜಿನ ಮಾತು. ಮೀಸೆ ಬರುವ ಮೊದಲು ಹುಡುಗ ; ಬಂದಮೇಲೆ ಜವ್ವನಿಗ; ಬಂದು, ಬಿಳಿದಾದರೆ ಮುದುಕ. ಆ ಮಟ್ಟಿಗೆ ಹೇಳುವಲ್ಲಿ ಸುದೈವದಿಂದ ತಿಮ್ಮನದು ನಡುವಣ ಹಂತಿಯಲ್ಲಿರುವ ಹರೆಯ; ಹೈದನೂ ಅಲ್ಲ, ಮುದುಕನೂ ಅಲ್ಲ.

ಇನ್ನೊಮ್ಮೆ ತಿಮ್ಮ ಹಿರಿಮಲೆಗೆ ಬಂದಾಗ ಕೇರಿಯವರು ಕೇರಿಯಲ್ಲೇ ವಾಸವಾಗಿದ್ದರು. ಏಲಕ್ಕಿಯ ಬೇಸಾಯ ತೊಡಗಿತ್ತು. ಕುಮರಿ ಫಸಲು ಊರನ್ನು ಸೇರಿತ್ತು. ಬಿರುಮ ಅವನನ್ನು ನೇರಾಗಿ ಚೋಮನ ಮನೆಗೇನೆ ಕರೆದೊಯ್ದ. ಆ ದಿನ ಅವನಿಗೆ ಅಲ್ಲಿ ಸನ್ಮಾನವೇ ಸನ್ಮಾನ. ಹೀಗೆಂದು ತಿಮ್ಮನಾಗಿ 'ಹುಡುಗಿ' ಕೇಳಲು ಬಂದೆ ಎನ್ನಲಿಲ್ಲ. ಆ ಆತುರವನ್ನು ತಂದೆ ತಾಯಿಗಳು ತೋರಿದರು. ಬಿರುಮ ಇದಕ್ಕೆ ಬೇಕಾದ ಪೂರ್ವಪೀಠಿಕೆಯನ್ನು ಹಾಕಿದ್ದ. ಈಗ ಭಾವಿ ಅಳಿಯನ ಮನ ಒಲಿಸುವ ಪ್ರಶ್ನೆ ಒಂದೇ ಉಳಿದಿದೆ. ಎಲೆ, ಅಡಿಕೆ, ಬಯನಿ ಹೆಂಡಗಳನ್ನು ಸಾಕ್ಷಿಗಿರಿಸಿಕೊಂಡು, ಸಂತೋಷದ

ಮಾತುಕತೆಗಳೇನೋ ನಡೆದವು. ತಿಮ್ಮನ ಅಸಮಾಧಾನ ಯಾವುದೆಂದರೆ– ಆ ದಿನವೆಲ್ಲ ಅಲ್ಲಿದ್ದರೂ ತನ್ನ ಭಾವೀ ಮಡದಿಯನ್ನು ಕಣ್ತುಂಬ ಕಾಣಲಾರದ್ದು. ಅದಕ್ಕಾಗಿಯೇ ಆತ ಆಸೆಪಟ್ಟು ಇನ್ನೂ ಎರಡು ದಿನ ಬಿರುಮನ ಮನೆಯಲ್ಲಿ ಉಳಿದುಕೊಂಡ. ಕುಕ್ಕನ ಸ್ನೇಹ ಮಾಡಿದ. ಅವನೊಡನೆ ಆಚೀಚೆ ಬೇಟೆ ಯಾಡಲು ಹೋದ. ಅವನ ಜತೆಗೆ ಅಬ್ಬಿಯ ದಂಡೆಯೊಂದಕ್ಕೆ ಹೋದಾಗ ಅಲ್ಲಿ ಅವನ ಅಕ್ಕ ಕಲ್ಲುಗಳನ್ನೆತ್ತುತ್ತ ಏಡಿ ಹಿಡಿಯುವುದು ಕಾಣಿಸಿತು. ಇವನನ್ನು ಆಕೆಯೂ ತಲೆಯೆತ್ತಿ ಕಂಡಳು. ಮುಖವನ್ನು ದಿಟ್ಟಿಸಿ ನೋಡಿದಳು. ಮನೆಯಲ್ಲಿ ಕಾಣದ ಪೂರ್ಣ ನೋಟ ಈಗ ಕಾಣಿಸಿತು. ತಿಮ್ಮನ ತುಟಿ ಹರಿದಿದೆ. ಮೇಲಿನ ಮೀಸೆಯ ಪಂಕ್ತಿ ಓರೆಕೋರೆಯಾಗಿದೆ ಎಂಬುದೂ ಕಂಡಿದೆ. ಮನೆಯ ಗುಸುಗುಸು ಮಾತುಗಳಿಂದ ಅವಳು, ತಾನಾರ ಪಾಲಿಗೋ ವಧುವಾಗಿ ಸಲ್ಲುತ್ತೇನೆ. ವಲ್ಲಿಯ ಆಸೆ ಮುಗಿದಂತೆಯೇ ಎಂದು ತಿಳಿದುಕೊಂಡಿದ್ದಳು. ತಿಮ್ಮ ಬಂದುದು ಅವಳ ನಿರಾಶೆಗೆ ಮುದ್ರಿಕೆ ಯೊತ್ತಿದಂತಾಯಿತು. ಅವನನ್ನೇ ಜುಳುಜುಳು ನೋಡಿದಳು. ತಿಮ್ಮ ಮೊದಲ ಬಾರಿಗೆ ಕಣ್ತುಂಬ, ಮನ ತಣಿಯುವಂತೆ ತನ್ನವಳಾಗುವ ಕನ್ಯೆಯನ್ನು ನೋಡಿ ಅತ್ಯಾನಂದಪಟ್ಟ. ಪೂಜಾರಿ ಬಿರುಮ ತನ್ನ ಸಲುವಾಗಿ ವನದೇವತೆ ಯೊಬ್ಬಳನ್ನೇ ಗೊತ್ತು ಮಾಡಿರುವ ಎಂಬ ಅಭಿಮಾನ ಅವನಲ್ಲಿ ಮೂಡಿತು.

"ದಿನ ಎಂದು, ದಿನ ಎಂದು?" ಎಂಬ ಆತುರ ತಿಮ್ಮನಿಗೆ. ಅದಕ್ಕೆ ಬಿರುಮ "ಮೊದಲು ನಿನ್ನ ಗುರಿಕಾರನನ್ನು ಕೇಳು" ಎಂದು ಉಪದೇಶಿಸಿದ. ಕುಲದ ಪ್ರಶ್ನೆಯು ಅಡಚಣೆಯಾಗಿ ನಿಲ್ಲಬಾರದೆಂದು ಆತ ಹೀಗೆ ಸೂಚನೆ ಕೊಟ್ಟ. ಆ ಸಂದೇಶವನ್ನು ಹೊತ್ತು, ವನದ ಚಿಗರಿಯಂತೆ ಆ ಸಂಜೆಯೇ ತಿಮ್ಮ ಮಲೆಗೆ ಮರಳಿದ. ಆ ರಾತ್ರಿಯೇ ಕರಿಯಣ್ಣನ ಗುಡಿಸಲಿಗೆ ಹೋಗಿ ತನ್ನ ಅಂತರಂಗದ ಆಸೆ ಪೂರ್ಣವಾಗುವ ಗಳಿಗೆ ಬಂತೆಂಬ ಶುಭ ಸಮಾಚಾರ ಹೇಳಿದ. ಕರಿಯನಿಂದ 'ಭಾಪು, ಭಲರೇ!' ಎನಿಸುವ ನಿರೀಕ್ಷೆ ಅವನದು. ಕರಿಯ ಅನುಮಾನಿಸಿ ನುಡಿದ. "ಬೂದಣ್ಣ ಹೇಳಿದವಳೇ! ಆ ಮಲೆಯಲ್ಲಿ ಯಾರೋ ಒಬ್ಬಳು ಬೇರೆ ಜಾತಿಯವನ ಹಿಂದೆ ಹೋಗಿ, ಕುಲ ಬಿಟ್ಟವಳಿದ್ದಾಳಂತೆ. ಆ ದಿನ ಇದ್ದೆಯಲ್ಲ ನೀನು –ಕೋಲದ ದಿವಸ ದೈವ ಹೇಳಿದ್ದನ್ನು ಕೇಳಿದ್ದೀಯಲ್ಲ. ಅವಳೇನಲ್ಲವಲ್ಲ" ಎಂದ.

ಫಕ್ಕನೆ ತಲೆಗೆ ಬಡಿದಂತಾಯಿತು ತಿಮ್ಮನಿಗೆ. ತಾನು ಕಂಡು ನಿಶ್ಚಯಿಸಿದ ಕನ್ಯೆ ಅವಳೇ ಇರಬಹುದೇ ಎಂಬ ಅನುಮಾನವಾಯಿತು. ಆದರೂ "ಛೆ, ಅದಿರಲಾರದು. ಇದು ಪೂಜಾರಿ ಬಿರುಮ ತಲಾಸಿಮಾಡಿದ್ದು. ಅವರ ಮನೆಗೂ ನಾನು ಹೋಗಿದ್ದೇನಲ್ಲ. ಆಚೀಚೆ ತಿರುಗಾಡಿಕೊಂಡೂ ಬಂದಿದ್ದೆ. ಆ ಮನೆಯವರು ಕುಲದ ಹೊರಗಿನವರ ಹಾಗೆ ನನಗೆ ಕಾಣಿಸಲೇ ಇಲ್ಲ. ಬಿರುಮನೂ ಜತೆಗೆ ಬಂದಿದ್ದ. ನಮ್ಮಿಬ್ಬರನ್ನು ಊಟಕ್ಕೆ ಕರೆದಿದ್ದರು ಎಂದು ಈ ಹೊಸ ಅನುಮಾನವನ್ನು ನಿವಾರಿಸುವ ಪ್ರಯತ್ನ ಮಾಡುತ್ತಿದ್ದ.

"ಅವಳ ಅಪ್ಪನ ಹೆಸರು ಏನು ಹೇಳು? ಅಂದರೆ ನೋಡು, ಬೂದಣ್ಣ ಕಾಳನಿಗೂ ನನಗೂ ಲಗ್ನವಾಗಿ–ಎಂದು ಹೇಳುತ್ತಲೇ ಇದ್ದಾನೆ. ನಾನು ನನಗೆ ಈಗ ಬೇಡ, ಮುಂದೆ ನೋಡುವ ಎನ್ನುತ್ತಲೇ ಇದ್ದೇನೆ. ಆದರೆ ಬೂದಣ್ಣಗೆ ಕಾಳನ ಲಗ್ನವನ್ನು ಈ ವರ್ಷವೇ ಹೇಗಾದರೂ ಮಾಡಬೇಕೆಂಬ ಹಟ. ಅವನೂ ಆ ಮಲೆಗೆ ಹೋಗಿದ್ದ, ಒಂದು ಹದಿನೈದು ದಿನಗಳ ಹಿಂದೆ. ಚೋಮನ ಮಗಳು ಚಂದವಾಗಿದ್ದಾಳೆ ಎಂದು ಕೇಳಿ ಹೋಗಬೇಕೆನ್ನುವಾಗಲೇ, ಅವನ ಮಾವ ತಡೆದನಂತೆ 'ಆ ಸಂಬಂಧ ಬೇಡ. ಎಷ್ಟೆಂದರೂ ಒಂದು ಸಾರಿ ಜಾತಿಯಿಂದ ಹೋದವಳು ; ಒಡೆದ ಗಡಿಗೆ ಕೂಡಿಸಿದ ಹಾಗೆ ಅದು' ಎಂದನಂತೆ.

"ಚೋಮನ ಮಗಳು ಜಾತಿ ಬಿಟ್ಟವಳೇ!" ಎಂದು ಉದ್ಗರಿಸಿದ ತಿಮ್ಮ.

"ಅಷ್ಟು ನಿಜ. ನೀನೆನ್ನುವುದು ಅವಳನ್ನೇನು?"

"ಹ್ಞಾದು" ಎಂದು ತುಂಬ ಚಂಚಲನಾದ ತಿಮ್ಮ. ಆ ಗಳಿಗೆಯಲ್ಲಿ ಅವನ ನಿರಾಶೆಯನ್ನು ಹೇಳತೀರದು. "ಹಾಗಾದರೆ, ನಾನು ಈ ಜನ್ಮದಲ್ಲೇ ಮದುವೆಯಾಗುವ ಮಾತು ಮುಗಿದ ಹಾಗೆ" ಎಂದ ಆತ. ಕಣ್ಣಿಂದೊಂದು ತೊಟ್ಟು ನೀರೂ ಉದುರಿತು. ಕರಿಯನಿಗೆ ಅವನ ಮೇಲೆ ಉಂಟಾದ ಸಹಾನುಭೂತಿಯೂ ಈ ದುಃಖಕ್ಕೆ ಸಮನಾಗಿತ್ತು. ತಿಮ್ಮ ಸುಮ್ಮನಿರಲಾರದೆ, ತನ್ನ ಜೀವನದ ಬಹುಕಾಲದ ನಿರಾಶೆಯ ಕತೆಯನ್ನು ಹೇಳಿದ. ಕೊನೆಗೆ, ತಾನು ಜೋತುಕೊಂಡಿದ್ದ ಈ ಒಂದು ಆಸೆಯ ಹಗ್ಗವೂ ಹರಿದು ಹೋದುದಾದರೆ ತಾನಿನ್ನು ಬಾಳುವುದೇತಕ್ಕೆ ಎಂಬ ವ್ಯಥೆಯನ್ನು ತೋಡಿಕೊಂಡ.

ಕರಿಯನಿಗೆ ಬಲು ದುಃಖವಾಯಿತು. ಹೀಗೆಯೇ ದಿನ ಸರಿದರೆ ತಿಮ್ಮ ಹೆಣ್ಣಿಗಾಗಿ ಹಲುಬಿ, ಹಲುಬಿ ಬುದ್ಧಿ ಕೆಡಿಸಿಕೊಳ್ಳುವುದು ನಿಜ ಎಂದೇ ತೋರಿತು. ಕುಲದ ಆಚಾರ ವಿಚಾರಗಳ ಹೊಣೆ, ಚಿಕ್ಕವನಾದರೂ ಅವನ ಕೈಯಲ್ಲಿನ ಮಾತು. ಅದಕ್ಕಾಗಿ ಅವನೆಂದ "ತಿಮ್ಮ, ಆದರೂ ಒಂದುಂಟು. ಆ ದಿನ ದೈವ ಹೀಗೂ ಅಂದಿತ್ತು–ತಿರುಗಿ ಬಂದರೆ, ತಪ್ಪು ದಂಡ ಕೊಟ್ಟರೆ ಕ್ಷಮಿಸುತ್ತೇನೆ–ಎಂದು. ಅಷ್ಟು ಮಾಡಿದ್ದಾರೆಯೋ? ಮಾಡದೆ ಕೂಡುಕಟ್ಟಿನಲ್ಲಿ ಸೇರಿಸಿಕೊಳ್ಳಲಾರರು. ಸೇರಿಸಿಕೊಳ್ಳದೆ ಬಿರುಮ ಅಲ್ಲಿಗೆ ಊಟಕ್ಕೂ ಹೋಗಿರ ಲಾರ. ದೊಡ್ಡ ಮಾತಲ್ಲ; ಬಿಡು. ಆ ವಿಚಾರದಲ್ಲಿ ಹೀಗೂ ಕೇಳಿದ್ದೇನೆ. ಅವಳು ಸ್ವಬುದ್ಧಿಯಿಂದ ಹೋದವಳಲ್ಲ. ಪುಸಲಾಯಿಸಿ, ಮನೆಯ ಕೆಲಸ ಕ್ಕೆಂದು ಅವರ ಕ್ರಿಸ್ತಾನ ಧನಿ ಕೊಂಡೊಯ್ದದ್ದಂತೆ. ಆ ಸುದ್ದಿ ತಿಳಿದ ಮರುದಿನವೇ ಚೋಮ ಅವರನ್ನು ಹಿಂದಕ್ಕೆ ಕರೆದುಕೊಂಡು ಬಂದಿದ್ದಾನಂತೆ. ನೀನು ಲಗ್ನವಾಗು. ಹಲ್ಲುದುರಿದ ಮೇಲೆ ಮದುವೆಯೇ?"

"ನಾನೀಗ ತೀರ ಮುದುಕ ಅನ್ನುತ್ತೀಯಾ?"

"ಅಲ್ಲ ತಿಮ್ಮ, ಮುದುಕ ಆದಮೇಲೆ ಮದುವೆ ಆಗುವುದಲ್ಲ ; ಆಗುವುದಾದರೆ ಬೇಗ ಆಗು ಎಂದೆ".

"ಅದಕ್ಕೆ ನಾನು ಒದ್ದಾಡಿದುದು. ಆದರೆ ನೋಡು, ನೀನು ಗುರಿಕಾರ. ಲಗ್ನಕ್ಕೆ ಬಂದು ನಡೆಯಿಸಿಕೊಡಬೇಕಾದವ. ಕೇರಿಯವರು ಏನು ಮಾಡಿಯಾರು ಎಂಬ ಧೈರ್ಯ ನನಗಿಲ್ಲ. ಆದರೆ ನೀನು ನನ್ನ ಕೈ ಬಿಡುವುದಿಲ್ಲ ಎಂದರೆ– ಆಗುತ್ತೇನೆ."

"ಅದರಲ್ಲಿ ತಪ್ಪೇನಿಲ್ಲ. ದೈವವೇ ಕ್ಷಮಿಸುತ್ತೇನೆ ಅಂದ ಮೇಲೆ ಗುರಿಕಾರ ಏನು ಹೆಚ್ಚಿನವ? ಆಗಲಿ" ಎಂದು ಕರಿಯ.

ಕರಿಯನ ಮಾತಿನಿಂದ ತಿಮ್ಮಗೆ ಹೋದ ದಿಗಿಲು ಬಂದಂತಾಯಿತು. ಆ ದಿನ ಆತ ತನ್ನ ಮನೆಗೆ ಹೋಗಿ, ಒಂಟಿಯಾಗಿ ಚಾಪೆಯಲ್ಲಿ ಹೊರಳುತ್ತಿದ್ದಾಗೆಲ್ಲ–ಆಸೆ, ನಿರಾಶೆಗಳ ತೆರೆ ಅವನ ಮುಂದೆ ಕವಿಯುತ್ತಲೇ ಇತ್ತು. ಕೆಂಪಿಯಂತೆ ನದಿ ದಂಡೆಯಲ್ಲಿ ಏಡಿ ಹುಡುಕುತ್ತಿದ್ದ ಕನ್ಯೆಯನ್ನು ಕಂಡು ತಾನೆಷ್ಟು ಭಾಗ್ಯಶಾಲಿ ಎಂದು ತಿಳಿದ ಮನಸ್ಸು 'ಕುಲಗೆಟ್ಟ ಹೆಣ್ಣು'

ಎಂಬ ಮಾತಿನಿಂದ ನೋಯುತ್ತಲೇ ಇತ್ತು. ನಾಳೆ ಅವಳನ್ನು ಮದುವೆಯಾಗಿ, ಅವಳನ್ನು ಇಲ್ಲಿಗೆ ಕರೆದುತಂದರೆ ತುಕ್ರನಂಥವರು ಏನು ನಂಜು ಕಾರಬಹುದು, ಏನು ಸುದ್ದಿ ಹಬ್ಬಿಸಬಹುದು ಎಂಬುದನ್ನು ಊಹಿಸಲಾರ. ಹಾಗೆಂದು ಆ ಯೋಚನೆಯನ್ನೇ ಬಿಟ್ಟರೋ ಬಾಳುವ ಯೋಚನೆಯನ್ನೇ ಬಿಟ್ಟ ಹಾಗೆ–ಎಂದೆನಿಸುತ್ತಿದೆ. ಹೀಗಾಗಿ, ಮದುವೆಯ ಸುದ್ದಿಯನ್ನು ತನ್ನ ಕೇರಿಯವರಿಗೆ ತಿಳಿಸುವ ಧೈರ್ಯ ಅವನಿಗೆ ಬಾರದೆ ಹೋಯಿತು.

ಮಳೆಗಾಲ ಕಳೆಯಿತು; ಚಳಿಗಾಲದ ಗಾಳಿ ಬೀಸತೊಡಗಿತು. ಆಸೆಯ ಕನಸು ಮತ್ತಷ್ಟು ಉಜ್ವಲವಾಗಿ ಉರಿಯತೊಡಗಿತು. ತಿಮ್ಮ ಬಿರುಮನ ಮನೆಗೆ ಇನ್ನೊಮ್ಮೆ ಹೋದ. ಕನ್ಯೆಯ ಕುಲಗೋತ್ರಗಳ ವಿಚಾರದಲ್ಲಿ ತನ್ನ ಅನುಮಾನವನ್ನು ತೋಡಿಕೊಂಡ. ಬಿರುಮ ಧೈರ್ಯ ಹೇಳಿದ. "ಏನನ್ನುತ್ತೀಯಾ ನೀನು? ಬೇರೆಯವರ ಮನೆಯ ಕೆಲಸಕ್ಕೆ ಹೋದುದು ತಪ್ಪಾಯಿತೆ, ಪರವೂರಿಗೆ ಹೋದರೆ ಅಂಜಿಕೆಯೇ! ಧರ್ಮಸ್ಥಳದ ಸುತ್ತುಮುತ್ತು ನಮ್ಮ ಜಾತಿಯವರಿಲ್ಲವೇ? ಆಚೀಚೆ ಮನೆಬಿಟ್ಟು ಅವರು ತಿರುಗುತ್ತಲಿಲ್ಲವೇ? ಹೊರಗೆ ಹೋದದ್ದು ತಪ್ಪಾಗಿದ್ದರೂ, ತಪ್ಪುಕಾಣಿಕೆ ಕೊಟ್ಟವರಲ್ಲವೇ? ದೈವವೇ ಕ್ಷಮಿಸುತ್ತೇನೆ ಎಂದಿಲ್ಲವೇ? ಹಗ್ಗ ನೋಡಿ ಹಾವೆಂದು ಹೆದರಿದರೆ ಹೇಗೆ ನೀನು? ಚೆನ್ನದಂಥ ಹುಡುಗಿ ಗಿಡ್ಡಿ. ರೂಪದಲ್ಲೂ ಹಾಗೆಯೇ. ಗುಣದಲ್ಲೂ ಹಾಗೆಯೇ. ಅವಳ ತಂದೆ ತಾಯಿರು ಅಷ್ಟೇ ಯೋಗ್ಯರು" ಎಂದು ತಿಮ್ಮನ ಅನುಮಾನಗಳನ್ನು ಬಗೆಹರಿಸಿ, ಧೈರ್ಯವನ್ನು ಕೊಟ್ಟ. ಅಂದೇನೆ ಮದುವೆಯ ದಿನ ಗೊತ್ತು ಮಾಡಿದರು. ತಿಮ್ಮನ ಮನಸ್ಸಿಗೂ ಧೈರ್ಯವಾಯಿತು. ಎಂದು ತನ್ನ ಪತ್ನಿಯನ್ನು ಕರೆದುಕೊಂಡು ಕಿರಿಮಲೆಗೆ ಬಂದೇನೆಂಬ ಆತುರವೂ ಉಂಟಾಯಿತು.

ದಿನ ನಿಶ್ಚಯಿಸಿದ; ಊರಿಗೆ ಮರಳಿದ. ಗುರಿಕಾರ ಕರಿಯನಲ್ಲಿಗೆ ಹೋಗಿ "ಮದುವೆಯನ್ನು ನಡೆಯಿಸಿಕೊಡು" ಎಂದು ಪ್ರಾರ್ಥಿಸಿದ. ಮದುವೆಯಾಗಿ ಬಂದ ಮೇಲೆಯೇ ಕೇರಿಗೆ ತಿಳಿಸುವುದು ಒಳಿತೆಂದು ಅವನಿಗೆ ಕಂಡಿತು. ಮದುವೆಗೆ ಮುಂಚಿತವಾಗಿಯೇ ಇಲ್ಲದ ತೊಡಕು, ತಕರಾರುಗಳು ಬೇಡವೆಂದು ಕರಿಯನಿಗೂ ತೋರಿತು. ಇಬ್ಬರೂ ಜತೆಗೂಡಿ

ಹಿರಿಮಲೆಗೆ ಹೋದರು. ಅಲ್ಲಿ ತಿಮ್ಮನೊಡನೆ ಗಿಡ್ಡಿಯ ವಿವಾಹವು ನಡೆದು, ಇಬ್ಬರೂ ತಮ್ಮ ಮನೆಗೆ ಬಂದುದೂ ಆಯಿತು. ತಿಮ್ಮನ ಮನದಲ್ಲಿ 'ತನ್ನಷ್ಟು ಭಾಗ್ಯಶಾಲಿಗಳು ಯಾರೂ ಇಲ್ಲ' ಎಂಬ ಸಂತೋಷವುಂಟಾಯಿತು. ಕರಿಯನಿಗಂತು ಆತ ತುಂಬ ಕೃತಜ್ಞತೆಯ ಮಾತುಗಳನ್ನಾಡಿದ. ಆದರೆ ಕೇರಿಯಲ್ಲಿ ಅವನಿಗೆ ಸಂಭ್ರಮದ ಸ್ವಾಗತ ದೊರೆಯುವಂತಿರಲಿಲ್ಲ. ಮದುವೆಗೆ ತಮಗೆ ತಿಳಿಸದೆ ಹೋದ ನೆಪವನ್ನೇ ಮುಂದಿಟ್ಟುಕೊಂಡು, ಜನ ಅವನನ್ನು ದೂರತೊಡಗಿದರು. ಕರಿಯ ಅವನ ಜತೆಗೆ ಹೋದ ಸುದ್ದಿ ತಿಳಿದಮೇಲೆ ಬೂದ ಸುಮ್ಮನೆ ಕುಳಿತಾನೆಯೇ? ಅವನನ್ನು ಆಪ್ತವಾಗಿ ಕರೆದು "ಏನು ಕರಿಯ, ನೀನೂ ಈ ಕೆಲಸಕ್ಕೆ ಸೇರುವುದೇ? ಆಕೆ ಊರುಬಿಟ್ಟವಳು ಮಾತ್ರವಲ್ಲ, ಯಾವನೋ ಪರಜಾತಿಯವನ ಹಿಂದೆ ಹೋದವಳಂತೆ. ನಾನು ಸಹ ಆ ಸಂಬಂಧವನ್ನು ಮುರಿದು ಮನೆಗೆ ಬಂದದ್ದು ಗೊತ್ತು. ಹೀಗಿರುತ್ತ ನೀನು...."

"ಆ ಮಲೆಯವರು, ಅಲ್ಲಿನ ಯಜಮಾನ, ಪ್ರತಿಯೊಬ್ಬರೂ ತಪ್ಪು ಕಾಣಿಕೆ ಒಪ್ಪಿಕೊಂಡು ಅವರನ್ನು ಕುಲಕ್ಕೆ ಸೇರಿಸಿಕೊಂಡಮೇಲೆ, ಅಂಥ ಮಾತು ಎಲ್ಲಿ ಉಳಿಯಿತು?" ಎಂದ ಕರಿಯ.

"ಆ ಮಲೆಯವರು ಏನೂ ಮಾಡಿಯಾರು. ಆದರೆ ನಾವು ನಮ್ಮ ಕುಲದ ಹಿರಿತನವನ್ನು ಕಾಪಾಡಬೇಡವೇ? ಮಾಂಸಕ್ಕಾಗಿ ಹಸಿದ ಹುಲಿಯ ಹಾಗೆ ತಿಮ್ಮ ಹೆಣ್ಣು ಸಿಕ್ಕಿದರೆ ಸಾಕು–ಎನ್ನಬಹುದು. ಆದರೆ ನೀನು ಅವನ ಪಂಗಡವನ್ನು ವಹಿಸಿ ಹೋದದ್ದು ಸಮನೇ? ಕೇರಿಯವರೊಬ್ಬರಿಗೂ ತಿಳಿಸದೆ ಮದುವೆಗೆ ಹೊರಟದ್ದು ಸರಿಯೇ?"

"ಮಾವ, ಆ ಕೇರಿಯವರು ಕಡಿಮೆ, ನಾವು ಹೆಚ್ಚು ಎಂದರೆ ಹೇಗೆ? ತಿಮ್ಮ ಮದುವೆಗೆ ಎಲ್ಲರಿಗೂ ಹೇಳುತ್ತಿದ್ದ; ಹೇಳಬಾರದು ಎಂಬವನಲ್ಲ. ಅವನು ಹೆದರಿದ. ಮದುವೆಗೆ ಮುಂಚೆ ಏನಾದರೂ ವಿಘ್ನ ಬಂದೀತೋ ಎಂದು ಅಂಜಿದ. ನೀನೇ ನೋಡು, ಕೆಂಪಿಯನ್ನು ಲಗ್ನವಾಗುವಾಗ ನೀನು ಯಾರಿಗೆಲ್ಲ ಹೇಳಿದ್ದೆ? ಯಾರಾದರೂ ಅದಕ್ಕಾಗಿ ನಿನ್ನನ್ನು ದೂರಿದರೋ? ಆಗಿನ ಸಂದರ್ಭ ಹಾಗಿತ್ತು. ಹೇಳಲಿಲ್ಲ ನೀನೂ"

"ಅದೂ, ಇದೂ ಸಮವೇ?"

"ಈಗ ಅವನು ಮದುವೆಯಾಗಿ ಬಂದಾಯಿತಲ್ಲ. ನಾಳೆ ಕೇರಿಯವರನ್ನು ಕರೆದು ಊಟ ಹಾಕುತ್ತಾನೆ. ಹಾಗೆ ಮಾಡಬೇಕು ಅಂದಿದ್ದೇನೆ ನಾನು. ಏನನ್ನುತ್ತೀ ನೀನು?"

"ಹಾಕಲಿ, ಬಿಡಲಿ, ಹೋಗುವವರು ಹೋಗುತ್ತಾರೆ. ಹೋಗದಿರುವವರು ಇಲ್ಲ."

"ಅಂದರೇ, ನೀನು?"

"ಛಿ, ನಾನೇನು ದೊಡ್ಡವ, ನನಗೂ ಅವನಿಗೂ ಮೊದಲಿಂದಲೂ ಇರುವ ಹಿತವಾರೆ ಅಷ್ಟಕಷ್ಟೆ. ನಾನು ಹೋದರೂ ಒಂದೇ; ಬಿಟ್ಟರೂ ಒಂದೇ."

ಈ ವಿಚಾರದಲ್ಲಿ ಬೂದಣ್ಣ ಹೇಳಿದ ಮಾತು, ತಾಳಿದ ನೋಟ, ಕರಿಯನನ್ನು ಸಮಾಧಾನಪಡಿಸಲಿಲ್ಲ. ಮದುವೆಯ ಔತಣಕ್ಕೆ ತಿಮ್ಮ ಎಲ್ಲರಿಗೂ ಹೇಳಿಕೆಯನ್ನು ಮಾಡಿದ. ಊಟಕ್ಕೆ ಜನರೂ ಬಂದಿದ್ದರು. ಬರಬೇಕಾಗಿದ್ದ ಎಲ್ಲರೂ ಬರಲಿಲ್ಲ. ಬೂದ ಬಂದಿದ್ದ–ಕರಿಯ ಸಿಟ್ಟಾಗಬಾರದೆಂದು. ಬಂದವರು ಉಂಡು ಮನೆಗೆ ಹೋಗುವಾಗ ಒಂದೊಂದು ಅಭಿಪ್ರಾಯ ಕಟ್ಟಿಕೊಂಡುಹೋದರು; ಕೆಲವರು 'ಏನೇ ಆಗಲಿ, ಇಷ್ಟು ದಿನ ಕಾದದ್ದಕ್ಕೆ ತಿಮ್ಮಗೆ ಚಂದದ ಹೆಂಡತಿಯೇ ದೊರಕಿದಳು' ಎಂದುದುಂಟು. 'ಕುಲಬಿಟ್ಟ ಹೆಣ್ಣಿಗೆ ಚಂದವಿದ್ದರೂ ಒಂದೇ, ಇಲ್ಲದಿದ್ದರೂ ಒಂದೇ' ಎಂದವರುಂಟು. ಕೆಂಪಿಯೂ ಊಟಕ್ಕೆ ಹೋದವಳು, ಹೋಗಿ ಅಸೂಯೆಪಟ್ಟುಕೊಂಡು ಬಂದಳು. ಹೋಗುವಾಗ ಅವಳು 'ತಿಮ್ಮಗೆ ಎಂಥ ಹೆಣ್ಣು ಸಿಕ್ಕೀತು–ಒಂದು ತುಟಿ ಹರಿದ ಗಂಡಿಗೆ ಎರಡು ತುಟಿ ಹರಿದ ಹೆಂಡತಿ ಗಂಟು ಬಿದ್ದಾಳು' ಎಂದು ನಿರೀಕ್ಷಿಸಿ ಹೋಗಿದ್ದರೆ, ತನ್ನ ಚೆಲುವನ್ನು ಮೂದಲಿಸುವ ರೂಪ ಅವಳಲ್ಲಿತ್ತು. ಅದರಿಂದ ತುಂಬ ಅಸಮಾಧಾನವಾಯಿತು. ಇತ್ತ ಅವಳ ತಂದೆ ತೌಡನಿಗೂ, ಗಿಡ್ಡಿಯ ತಂದೆ ಚೋಮನಿಗೂ ಸ್ನೇಹಸಂಬಂಧ ಚೆನ್ನಾಗಿರಲಿಲ್ಲ. ಇವೆಲ್ಲವುಗಳ ಒಟ್ಟು ಪರಿಣಾಮವೂ ಕೆಂಪಿಯ ನಾಲಿಗೆಯಲ್ಲಿ ಕುಣಿದಾಡುವಂತಾಯಿತು.

"ಗಿಡ್ಡಿಯು ಒಳ್ಳೆ ಗರ್ಭಿಣಿ ಹಾಗೆ ಮೈತುಂಬಿ ಕಾಣುತ್ತಾಳಲ್ಲವೇ?" ಎಂದಳು ಅವಳು. ಆ ಮಾತಿಗೆ ಕತ್ತುರಿಯ ಕಂಪು ದೊರೆಯಿತು ಕೇರಿಯಲ್ಲಿ. ಮದುವೆಯಾಗಿ ಬಂದ ಹತ್ತು ದಿನಗಳೊಳಗಾಗಿಯೇ, ಪ್ರತಿಯೊಬ್ಬರ ಬಾಯಿ ಯಿಂದಲೂ ಆ ನುಡಿ ವಿಚಿತ್ರ ರೂಪುಗಳನ್ನು ಹೊತ್ತು ಪ್ರಚಾರವಾಯಿತು. ಊಟಕ್ಕೆ ಅವನಲ್ಲಿ ಹೋದವರು ಸಹ ಮುಂದೆ ಅವರ ಸಂಸರ್ಗದಿಂದ ದೂರವಾದರು.

ತಿಮ್ಮ ಮದುವೆಯಾಗಿ ಬಂದ ಸಮಾಧಾನವೂ ಕ್ಷಿಪ್ರದಲ್ಲಿಯೇ ನಶಿಸಿ ಹೋಯಿತು. ಮನೆಗೆ ಬಂದಮೇಲೆ ಅವನ ಜೀವನ ಇನ್ನಷ್ಟು ನಿರಾಶೆಯಿಂದ ತುಂಬಿತು. ಅದಕ್ಕೆ ಬೇರೆ ಕಾರಣಗಳೂ ಉಂಟು. ಮದುವೆಯ ದಿನ ದಿಂದಲೂ ಅರಳದಿತ್ತು ಗಿಡ್ಡಿಯ ಮುಖ. ತಿಮ್ಮನು ನಕ್ಕು ಎಷ್ಟೇ ನಲ್ಮೆಯ ನುಡಿಗಳನ್ನು ಆಡಲಿ, ಅವಳ ಪ್ರತ್ಯುತ್ತರ ರಸಹೀನವಾಗಿದ್ದುವು; ಚುಟುಕಾಗಿ ದ್ದುವು. ತನ್ನ ರೂಪು, ವಯಸ್ಸು ಎರಡೂ ಆಕೆಯ ಮನಸ್ಸಿಗೆ ಬಂದಿರ ಲಾರದು-ಎಂಬ ಭಾವನೆ ತಿಮ್ಮನಲ್ಲಿ ಉಂಟಾಯಿತು. ಆದರೆ ತನ್ನ ಪಾಲಿನ ನಡವಳಿಕೆಯಲ್ಲಿ, ಪ್ರೀತಿ, ಬೆಡಗು, ಬಿನ್ನಾಣಗಳೊಂದಕ್ಕೂ ಕಡಿಮೆಮಾಡಲಿಲ್ಲ. ಹಗಲಿನಲ್ಲಾದರೂ ಗಿಡ್ಡಿ ಅವನೊಡನೆ ಸಾಕಷ್ಟು ಮಾತನಾಡುತ್ತಾಳೆ ; ರಾತ್ರೆ ಅದೂ ಇಲ್ಲ. ಮನೆಗೆ ಬಂದ ಒಂದೆರಡು ದಿನಗಳಲ್ಲೇ ಆಕೆ ಮೈ ಕೈ ನೋವು, ಜ್ವರ, ಸಂಕಟ, ಎಂದು ಏನೇನೋ ನೆಪ ಹಿಡಿದು ಗಂಡನ ಸನಿಯ ಹೋಗುವುದಕ್ಕೆ ಇಷ್ಟಪಡುತ್ತಿರಲಿಲ್ಲ. 'ಊರವರ ಕಣ್ಣಿನ ಕುದಿಯೂ ತನ್ನ ಗಿಡ್ಡಿಗೆ ನಾಟಿದೆ. ಆ ಸೋಂಕು ಹೋಗದೆ ಅವಳು ಚೇತರಿಸಲಾರಳು' ಎಂದು ತಿಳಿದುಕೊಂಡ ತಿಮ್ಮ. 'ಕೇರಿಯವರ ನಂಜಿನ ಮಾತಿಗೆ ಆಕೆ ನೊಂದಿರ ಬಹುದು' ಎಂದು ಸಮಾಧಾನ ಹೇಳಿದ ಕರಿಯ. ಒಳಗಿನ ಆವರಣ ಹೀಗಿದ್ದರೆ, ಹೊರಗೆ ಅವರಿಬ್ಬರನ್ನೂ ಜನ ದೂರ ಇರಿಸುತ್ತ ಬಂದುದು ಮತ್ತಷ್ಟು ನೋವಿಗೆ ಕಾರಣವಾಯಿತು.

ಹೀಗೆ ದಿನ, ತಿಂಗಳು ಸರಿಯಿತು. ತಿಮ್ಮನ ಮೈಯ ಹಂಬಲವಾಗಲೀ, ಮನದ ಹಂಬಲವಾಗಲೀ, ತೃಪ್ತಿಗೊಂಡಂತೆ ಕಾಣುವುದಿಲ್ಲ. ಅವನ ದುಃಖ ವನ್ನೆಲ್ಲ ಅರಿತ ಕರಿಯ ತಾನೇ ಅವರಲ್ಲಿಗೆ ಹೋಗಿ ಆಗಾಗ ಮಾತನಾಡಿಸು ತ್ತಾನೆ. ತಾನು ಕೊಟ್ಟ ಭರವಸೆಯಿಂದ ತಿಮ್ಮ ಲಗ್ನವಾದವನು. ಆ ಗಂಡ

ಹೆಂಡಿರನ್ನು ಸಂತೈಸುವುದು ತನ್ನ ಕರ್ತವ್ಯ ಎಂದು ಅವನಿಗೆ ತೋರುತ್ತಿತ್ತು. ಹಾಗಾಗಿ, ಹೋದಾಗಲೆಲ್ಲ "ತಿಮ್ಮ, ನಾಲ್ಕು ದಿನ ಕಳೆದ ಮೇಲೆ ಎಲ್ಲವೂ ಸರಿಹೋಗುತ್ತದೆ. ಜನ ತಮ್ಮ ದ್ವೇಷ ಮರೆತಾರು" ಎಂದು ಧೈರ್ಯ ಹೇಳುತ್ತಾನೆ. ಒಂದು ದಿನ ಅದಕ್ಕೆ ತಿಮ್ಮನೆಂದ "ನನಗೆ ಅದಲ್ಲ ಚಿಂತೆ; ಅವಳ ಯೋಚನೆಯೇ ಬಲವಾಗಿದೆ. ಅವಳೇನೇನೂ ಗೆಲುವಾಗಿಲ್ಲ; ಬಂದಂದಿನಿಂದ ಮೈ ಚೆನ್ನಾಗಿಲ್ಲ, ಒಳಜ್ವರ ಅನ್ನುತ್ತಿದ್ದಾಳೆ" ಎಂದ.

ನಿತ್ಯ ಮನೆಗೆ ಬಂದು ಹೋಗುತ್ತಿದ್ದ ಗುರಿಕಾರ ಕರಿಯ ಗಿಡ್ಡಿಯೊಡನೆ ನಾಲ್ಕು ಮಾತನಾಡಿದರೆ ಆಡಬೇಕು. ಅಲ್ಲದೆ ತಿಮ್ಮಗೂ ಕರಿಯಗೂ ಆಪ್ತತೆ ಇರುವುದರಿಂದ ತನ್ನ ಭೀತಿಗಳೇನಾದರೂ ಇದ್ದರೆ ಅವನಲ್ಲಿ ಹೇಳಬಹುದೇ– ಎಂಬ ಆಸೆ ಹುಟ್ಟಿಸುತ್ತಿತ್ತು. ಮದುವೆಯಾಗಿ ಬಂದ ತಿಂಗಳಲ್ಲೇ 'ತವರಿಗೆ ತಾನು ಹೋಗಿ ಬರಲೇ ಒಂದು ಹತ್ತು ದಿನಕ್ಕೆ' ಎಂಬ ಬಯಕೆ ತೋಡಿಕೊಂಡಳು ಗಂಡನೊಡನೆ.

"ಏನು ಕಡಿಮೆಯಾಗಿದೆ ನಿನಗಿಲ್ಲಿ? ಬೇಕಾದಂಥ ಮದ್ದು ಮಾಡಿಸುವ ಅದಕ್ಕೇನಂತೆ?" ಎಂದು ತಿಮ್ಮ ಮದ್ದನ್ನು ಬೇಡಿ ತಂದ. ಅವಳದನ್ನು ಕುಡಿದಳೋ ಬಿಟ್ಟಳೋ ಅಂತೂ, ಅವಳ ಸ್ಥಿತಿ ಮೊದಲಿನಂತೆಯೇ.

ತಿಂಗಳ ಸೆರೆ ಕಳೆಯಿತು. ಗಿಡ್ಡಿಯ ಮನಸ್ಸು ಮಾತ್ರ ಕಾತರಭರಿತ ವಾಗಿತ್ತು. ತಿಮ್ಮನ ಸ್ನೇಹ, ಸಾಮೀಪ್ಯಗಳೊಂದೂ ಅವಳಿಗೆ ಸಹಿಸುತ್ತಿರಲಿಲ್ಲ. ಪಾಲಿಗೆ ಬಂದ ಕಷ್ಟವನ್ನೂ, ಸುಖವನ್ನೂ ಅನುಭವಿಸುತ್ತೇನೆಂದು ಎದೆ ಗಟ್ಟಿಮಾಡಿಕೊಂಡು ಅವಳು ಬಾಳಿದರೂ, ಆ ಎದೆಯಲ್ಲಿ ನೋವಲ್ಲದೆ ಬೇರೇನೂ ತುಂಬಿರಲಿಲ್ಲ. ಕೆಂಪಿಯು ಆಡಿದ ಚುಚ್ಚು ನುಡಿ, ಕೇರಿಯವರು ಎತ್ತಿ ಹಾರಿಸಿದ ವಿನೋದದ ಚಂಡು, ಅವಳ ಅನುಮಾನವನ್ನು ಹೆಚ್ಚಿಸಿ, ಎದೆಯನ್ನು ಕೊರೆಯುತ್ತಿದ್ದುವು. ಮೂರುನಾಲ್ಕು ತಿಂಗಳುಗಳಿಂದ ಅವಳು ಹೊರಗೆ ಕುಳಿತಿರಲಿಲ್ಲ. ಈ ಕೇರಿಗೆ ಬಂದ ಮೇಲೆ ಅಪವಾದದಿಂದ ದೂರಾಗುವುದಕ್ಕೆ ಹೊರಗೆ ಕುಳಿತುಬಂದಳು. ಇನ್ನು ತಾನು ಸಾವಕಾಶ ಮಾಡಿದರಾಗದು. ತವರಿಗೆ ಹೋಗಿ, ತನ್ನ ದುರ್ದೈವಕ್ಕೆ ತಕ್ಕ ಚಿಕಿತ್ಸೆ ಪಡೆಯಬೇಕು ಎಂಬ ಭೀತಿಯೂ ಅವಳದ್ದು. ತಿಮ್ಮ ಬೆಪ್ಪನಾದುದರಿಂದಲೋ

ಏನೋ, ದೂರಿನ ಮಾತುಗಳನ್ನು ಕೇಳಿಯೂ ನಂಬಲಿಲ್ಲ. ಆದರೆ ಗಿಡ್ಡಿ ಹಾಗಲ್ಲ. ದೇಹದ ಗಾತ್ರ ಬೆಳೆಯುತ್ತಿರುವುದನ್ನು ಕಂಡು, ಬೆದರಿ ಮೇಲಿಂದ ಮೇಲೆ ತವರಿಗೆ ಹೋಗುವ ಹಟ ಹಿಡಿದಳು.

ಅವನ ಮನದಲ್ಲಿ ಗಿಡ್ಡಿ ತನ್ನನ್ನು ಒಲಿದಿಲ್ಲ–ಎಂಬ ನೋವು; ಅವಳ ಮನದಲ್ಲಿ ಗಂಡನಿಗೆ ತಾನು ತಿಳಿಸಲಾರದಂಥ ವಿಪತ್ತು ಒದಗಿದೆ ಎಂಬ ಭಯ. ಇದರಿಂದ ಅವಳ ಮುಖವಂತು ತೀರ ಕಳೆಗುಂದಿತು. ಕಣ್ಣುಗಳು ಸದಾ ಭಯಗ್ರಸ್ತವಾದುವು. ತಿಮ್ಮ ಕರಿಯನೊಡನೆ ಇದೆಲ್ಲವನ್ನು ಕಂಡು "ಏನೋ ಸೋಂಕು ಹಿಡಿದಿದೆ ಅವಳಿಗೆ. ತನ್ನನ್ನು ತವರಿಗೆ ಕಳುಹಿಸಿ ಅನ್ನುತ್ತಿದ್ದಾಳೆ. ಅವಳನ್ನು ಬಿಟ್ಟಿರಬೇಕೆಂದರೆ ನನಗೆ ಕಷ್ಟವಾಗುತ್ತದೆ. ಏನು ಮಾಡಬೇಕೆಂದು ಗೊತ್ತಾಗುವುದಿಲ್ಲ."

"ಕಳುಹಿಸು. ಚಿಕ್ಕವಳಲ್ಲವೇ? ತಾಯಿಮನೆಯ ಯೋಚನೆ ಬರುತ್ತಿರಬಹುದು."

"ಹಾಗಾದರೆ ನಾನೂ ಜತೆಗೆ ಹೋಗುತ್ತೇನೆ. ತಿಂಗಳು ದಿನವಾದರೂ ಅಲ್ಲಿರಬೇಕಂತೆ ಅವಳಿಗೆ. ನಾನೂ ಅಲ್ಲಿಗೇ ಹೋಗಿರಲೇ? ಆದರೆ ಏಲಕ್ಕಿಯ ಶ್ರಾಯದಲ್ಲಿ ಬಿಟ್ಟು ಹೋದರೆ ಧನಿಗಳು ಸಿಟ್ಟಾದಾರು."

"ನಿಜ. ನಿಜ; ನೀನು ಹೋಗಬೇಕಾದ ಕೆಲಸವೇನು? ಬಿಟ್ಟು ಬರುವುದಕ್ಕೆ ಹೋಗಿಬಾ, ಅವಳು ಹುಷಾರಾಗಿ, ಗೆಲುವಾದ ಮೇಲೆ ಕರೆದು ತಾ."

ಈ ಮಾತುಗಳೆಲ್ಲ ಗಿಡ್ಡಿಯ ಸಮ್ಮುಖದಲ್ಲೇ ನಡೆದವು. ಬಹು ಹೊತ್ತಿನ ವರೆಗೆ ಚರ್ಚೆ ನಡೆಯಿತು. ಆದರೆ ಕರಿಯಣ್ಣ ಹೊರಟುಹೋದ ಮೇಲೆ, ತಿಮ್ಮನ ಮಾತಿನ ಸರಣಿ ಮೊದಲಿನಂತೆ ಆಯಿತು. ಹೆಂಡತಿಯನ್ನು ಗಳಿಗೆಯೂ ಬಿಟ್ಟಿರಲಾರದ ತಿಮ್ಮ "ನಾನು ಜತೆಗೆ ಬರುತ್ತೇನೆ, ಹೋಗುವ. ಬಂದಿದ್ದರೆ, ನಿನ್ನ ತಂದೆಗೆ ಸಿಟ್ಟಾಗದಷ್ಟೇ?" ಎಂದ. ಅದರಿಂದ ಗಿಡ್ಡಿಯು ಇನ್ನಷ್ಟು ಚಕಿತಳಾದಳು. ಸಾಲದುದಕ್ಕೆ ಆ ರಾತ್ರಿ ತಿಮ್ಮ "ಒಳಜ್ವರ ಅನ್ನುತ್ತೀ. ಚಳಿಜ್ವರವೋ ಏನೋ! ಹೊಟ್ಟೆಯೂ ಊದಿಕೊಂಡ ಹಾಗಿದೆ" ಎಂದುಬಿಟ್ಟ. ಆತನಾಡಿದ ಮಾತು ಅವಳ ಎದೆಯನ್ನೇ ತಿವಿಯಿತು. ಆದರೆ ತನ್ನ ಬದುಕಿನ

ಬವಣೆಯನ್ನಾಗಲೀ, ಹರಿಹಂಚಾದ ತನ್ನ ಮನವನ್ನಾಗಲೀ ಕಡು ಪ್ರೀತಿಯಿಂದ ತನ್ನನ್ನು ಮಾತನಾಡಿಸುವ ಗಂಡನ ಮುಂದೆಯೂ ತೋಡಿಕೊಳ್ಳಲಾರದೆ ಹೋದಳು.

ಒಂದೆರಡು ದಿನಗಳು ಕಳೆದವು. ತಿಮ್ಮ ಗಟ್ಟಿ ಮನಸ್ಸುಮಾಡಿ ಧನಿಗಳಲ್ಲಿಗೆ ಹೋಗಿ, "ಅಯ್ಯ, ನನ್ನವಳಿಗೆ ಮೈ ಚೆನ್ನಾಗಿಲ್ಲ, ಅವಳ ಉಪಚಾರಕ್ಕೆ ಇಲ್ಲಿ ಯಾರೂ ಇಲ್ಲ, ತವರಿಗೆ ಕರೆದುಕೊಂಡು ಹೋಗಿ ಬಿಟ್ಟು ಬರಬೇಕೆಂದಿದೆ. ಮದ್ದುಗಿದ್ದು ಮಾಡಿಸಲು ನಾಲ್ಕು ದಿನ ನಿಲ್ಲಬೇಕಾದರೂ ನಿಲ್ಲಬೇಕಾದೀತು" ಎಂದು ಉಳಿಯನ್ನು ಬೇಡಿಕೊಂಡು ಬಂದ, ಆ ಶುಭ ವಾರ್ತೆಯನ್ನು ಅವಳಿಗೆ ಸಲ್ಲಿಸಿದ. "ಇನ್ನೇನೂ ಹೆದರಿಕೆಯಿಲ್ಲ. ಧನಿಗಳಿಗೂ ಹೇಳಿದ್ದೇನೆ, ಬರಲು ನಾಲ್ಕು ದಿನ ತಡವಾದೀತೆಂದು, ಇಂದು ಮಧ್ಯಾಹ್ನವೇ ಹೊರಡುವ" ಎಂದ. "ಇಂದು ವಾರ ಯಾವುದು?" ಎಂದು ಕೇಳಿದಳು ಅವಳು. "ಶನಿವಾರ, ಚೆನ್ನಾಗಿಲ್ಲ ಬೇಡ. ನಾಡಿದ್ದು ಹೋಗುವ. ಹೇಗೂ ಇಷ್ಟು ದಿನ ಕಳೆದಾಯಿತು" ಎಂದು ಹೊರಡುವ ದಿನ ಬದಲಾಯಿಸಿದಳು. ತಿಮ್ಮ ಒಪ್ಪಿಕೊಂಡ. ಆಕೆ ದಿನ ಬದಲಿಸಿದ್ದು ವಾರ ಚೆನ್ನಾಗಿಲ್ಲದ್ದಕ್ಕೆ ಅಲ್ಲ; ತನ್ನ ಭವಿಷ್ಯವನ್ನು ಕುರಿತು ಅನುಮಾನಿಸಿ!

ಪಾಪದ ಗಿಡ್ಡಿಗೆ ಈ ಕುತ್ತಿನಿಂದ ಪಾರಾಗುವ ದಾರಿ ಕಾಣಿಸಲಿಲ್ಲ. ಅವಳ ಮುಂದಿನ ಭವಿಷ್ಯ ಭಯಭೀತಿಗಳಿಂದ ತುಂಬಿದೆ. ತನ್ನ ಅಂತರಂಗದ ನೋವನ್ನು ಹೇಳಲು ಯಾರನ್ನೂ ನಂಬಲಾರಳು ಅವಳು. ಕೊನೆಗೆ ಯೋಚಿಸಿ, ನೆನೆದ ಹೆಸರೆಂದರೆ ಕರಿಯಣ್ಣನದು. ಕೇರಿಯವರ ದೂರಿನ ಮಾತುಗಳನ್ನು ಕೇಳಿಯೂ ತಮ್ಮ ಮೇಲೆ ಕೃಪೆ, ಕರುಣೆ ತೋರಿದವನು ಅವನೊಬ್ಬನೇ. ಅವನಿಗೆ ಶರಣು ಹೋಗುತ್ತೇನೆ–ಎಂದು ಯೋಚಿಸಿದಳು. ಕರಿಯಣ್ಣ ಒಬ್ಬನೇ ಮನೆಗೆ ಬಂದ ವೇಳೆ ಸಾಧಿಸಿ, ನೆಟ್ಟಗೆ ಅವನ ಕಾಲುಗಳನ್ನು ಹಿಡಿದು ಕಂಬನಿಗರೆಯತೊಡಗಿದಳು, ಹಾಗಾಗಿ "ಯಾಕೆ ಹೀಗೆ ಮಾಡುತ್ತೀ ಗಿಡ್ಡಿ, ತಿಮ್ಮ ಬೈದನೇ" ಎಂದು ಕೇಳಿದ.

"ಬೈದಿಲ್ಲ; ಬೈಯುವವರೂ ಅಲ್ಲ. ಅವರ ಮೇಲೆ ದೂರಿಲ್ಲ. ನಾನು ಪಾಪಿಯಾದರೆ ಯಾರು ಏನು ಮಾಡಿಯಾರು" ಎಂದು ಮತ್ತೂ ಮತ್ತೂ ಅತ್ತಳು. 'ಏನು, ಏಕೆ?' ಎಂದು ಕರಿಯ ಪ್ರಶ್ನಿಸುತ್ತಲೇ ಇದ್ದ.

"ನೀವು ಗುರಿಕಾರರು. ನನ್ನ ಜೀವ, ಮಾನ ಎರಡೂ ನಿಮ್ಮ ಕೈಯಲ್ಲಿದೆ. ನನ್ನನ್ನು ಪಾರು ಮಾಡಿದರೆ ನೀವು ಮಾಡಬೇಕು. ಇಲ್ಲವಾದರೆ ನಾನಿಲ್ಲ" ಎಂದಳು. ಕರಿಯನ ಎಳೆಯ ಅನನುಭವಿಕ ಮನಸ್ಸಿಗೆ ಈ ಮಾತಿನ ಗೂಢವೊಂದೂ ಹೊಳೆಯದೆ ಹೋಯಿತು.

"ಏನು? ಏನು?" ಎಂದು ಕೇಳಿದ.

"ಆಣೆ ಮಾಡಿ ಭರವಸೆ ಕೊಡಬೇಕು. ನೀವೇ ನನಗೆ ಗತಿ. ನಾನೂ ಒಂದು ಜೀವ ; ಬದುಕಲಿ–ಪಾಪ, ಎಂದಿದ್ದರೆ" ಎನ್ನುತ್ತಾಳೆ ಅವಳು.

ಅಷ್ಟು ಧೈರ್ಯವನ್ನು ಕರಿಯ ಕೊಟ್ಟ ಬಳಿಕ ಆಕೆ "ಆಚೀಚೆ ಯಾರಿಲ್ಲವಷ್ಟೇ" ಎಂದು ಹೇಳಿದ್ದಕ್ಕೆ, ಕರಿಯ ಹೊರಗೆ ಹೋಗಿ ಯಾರೂ ಇಲ್ಲವೆಂದು ನೋಡಿಕೊಂಡು ಬಂದ. ಈ ರಹಸ್ಯವೇನೆಂದು ತಿಳಿಯದ ಅವನ ಮುಂದೆ ಗಿಡ್ಡಿಯು ಅಳುತ್ತಾ "ನಾನು ಗರ್ಭಿಣಿ" ಎಂದಳು.

"ಅದಕ್ಕೇಕೆ ಹೆದರಿಕೆ?" ಎಂದ ಕರಿಯ.

ಆಗ ಅವಳು ತನ್ನ ಹಳೆಯ ಬಾಳಿನ ಕೆಟ್ಟ ಕತೆ ಹೇಳಿದಳು; "ಅವರು ಬರುವುದು ಬೇಡ. ನಾನು ಈ ನಾಚಿಕೆ ಕಟ್ಟಿಕೊಂಡು ಕೇರಿಗೆ ಹೋಗ ಬೇಕಾಗಿದೆ. ಮದುವೆಯಾದ ಅವರೇ ಜತೆಗೆ ಬಂದರೆ ನಾನೇನು ಮಾಡ ಬಲ್ಲೆ? ನನ್ನ ಮರ್ಯಾದೆ ಕಾಪಾಡಿಕೊಳ್ಳುವ ದಾರಿ ಕಾಣಬೇಡವೇ? ಅವರಿಗೆ ನಾನು ಹೇಗೆ ಹೇಳಲಿ? ಮುಂದೆ ಹೇಗೆ ಬದುಕಲಿ?"

"ನಾನೇನು ಮಾಡಬೇಕೆನ್ನುತ್ತೀಯ ನೀನು?" ಎಂದ ಕರಿಯ ದಾರಿ ಕಾಣದೆ.

"ಏನೂ ಬೇಡ. ಅವರನ್ನು ತಡೆಯಿರಿ. ಅವರು ಬರುವುದು ಬೇಡ. ನಾನು ಹೋಗಿ ಅಮ್ಮನ ಕಾಲಿಗೆ ಬಿದ್ದು ನನ್ನ ಗೋಳು ತೋಡಿಕೊಳ್ಳುತ್ತೇನೆ. ಪಾರಾದರೆ, ಹಿಂದೆ ಬರುತ್ತೇನೆ; ಇಲ್ಲವಾದರೆ ಇಲ್ಲ."

"ನಾನಷ್ಟು ಮಾಡಿದರೆ ಸಾಕೇ?"

"ಸಾಕು"

ಕರಿಯ ಆ ದಿನ, ಮರುದಿನವೆಲ್ಲ ತಿಮ್ಮನಿಗೆ ಎಷ್ಟೆಷ್ಟೋ ಹೇಳಿದ.

"ನೀನು ಅವಳನ್ನು ಕಳುಹಿಸಿಕೊಟ್ಟು ಬಾ. ಅವಳ ಜತೆಗೇ ಅಲ್ಲಿ ಹೋಗಿ ಕುಳಿತರೆ ಕೇರಿಯವರು ಮತ್ತಷ್ಟು ನಕ್ಕಾರು. ನಿನಗೆ ಹೆಣ್ಣು ಕಾಣದೆ ಹುಚ್ಚು ಹಿಡಿದಿದೆ–ಎಂದಾರು. ಹೋಗು; ಹೋದ ದಿನವೇ ಬಾ" ಎಂದು ಬೋಧಿಸಿದ. ಗಿಡ್ಡಿಯ ಚಿಂತೆ ಅರ್ಧಕ್ಕರ್ಧ ಕಡಿಮೆಯಾಗಿ, ಅವಳು ತವರನ್ನು ಸೇರಿದಳು. ಕರಿಯನ ಚಿಂತೆ ಮಾತ್ರ ಹೆಚ್ಚಿತು.

ಈ ವಿಚಾರದ ಸೂಚನೆಯನ್ನು ತಿಮ್ಮನಿಗೆ ಕೊಡಲೇ, ಬಿಡಲೇ ಎಂಬ ಅನುಮಾನ. ಕೊಟ್ಟರೆ, ಅವನ ಮನಸ್ಸು ಕೆಟ್ಟಿತೆಂದರೆ, ಗಿಡ್ಡಿಯನ್ನು ನಡುನೀರಲ್ಲಿ ಬಿಟ್ಟಂತಾದೀತು ಎಂಬ ಭಯವಾಯಿತು–ಹೇಳದೆ ಹೋದರೋ, ಆಕೆ ತವರಿಗೆ ಹೋಗಿ, ತಿಂಗಳು ತುಂಬಿ, ಹಡೆದಳೆಂದರೆ ಆಗ ತನ್ನ ಗೆಳೆಯನ ಮತ್ತು ಗಿಡ್ಡಿಯ ಮರ್ಯಾದೆ ಉಳಿಯುವುದು ಕಷ್ಟ. ಆ ಲಗ್ನವನ್ನು ಹರಸಿದ ತನ್ನ ಮಾನಕ್ಕೂ ಕುಂದು–ಎಂಬ ಭೀತಿಗೆ ಒಳಗಾದ.

ಗಿಡ್ಡ ತವರಿಗೆ ಹೋದ ಆ ಒಂದು ತಿಂಗಳಕಾಲ ತಿಮ್ಮ ಉನ್ಮತ್ತ ವಿರಹಿಯಾಗಿದ್ದ. ಇವನ ಕೆಲಸವೆಲ್ಲ ಏನೇನೋ, ಬೇಟೆಯಲ್ಲೂ ಉತ್ಸಾಹವಿಲ್ಲ. ಕೆಲಸದಲ್ಲಂತೂ ಮೊದಲೇ ಹುಮ್ಮಸವಿಲ್ಲ. ಕರಿಯ ಅವನ ಬಳಿಯಲ್ಲಿದ್ದು ಹುರುಪಿನ ನಾಲ್ಕು ಮಾತುಗಳನ್ನಾಡುತ್ತಿದ್ದರೂ, ಯಾವುದೊಂದು ಪ್ರಯೋಜನ ವಾಗದೆ ಹೋಯಿತು. ತಿಂಗಳಿಗೆ ದಿನಗಳೆಷ್ಟು–ಎಂದು ಎಣಿಕೆ ಹಾಕುತ್ತಲಿದ್ದ ತಿಮ್ಮ. ತಿಂಗಳೆಂದರೆ ತಿಂಗಳೇ. ಮೂವತ್ತನೆಯ ದಿನಕ್ಕೆ ಹಿರಿಮಲೆಗೆ ಹೊರಟ. "ನಾಡಿದ್ದು ಹೋಗಬಹುದು. ನನಗೂ ಆ ಮಲೆ ನೋಡುವ ಆಸೆಯಿದೆ. ಧನಿಯರು ಸೀಗೆಕಾಯಿ ಒಟ್ಟು ಮಾಡಲು ಹೇಳಿದ್ದಾರೆ. ಆ ಕೆಲಸ ಮುಗಿಸಬೇಕು. ಮೊದಲೇ ಹೊರಟರೆ ಹೇಗೆ?" ಎಂದ.

ಧನಿಯರು ಹೇಳದಿದ್ದರೂ ವಾಡಿಕೆಯಂತೆ ಅವನು ಸೀಗೆಕಾಯಿ ಒಟ್ಟು ಮಾಡುವುದಕ್ಕೆ ತಿಮ್ಮನನ್ನು ಕಟ್ಟಿಕೊಂಡು ಅಲೆದಾಡಿದ. ಅವನಿಗಿಷ್ಟು ಶರೀರ ಶ್ರಮ ಕೊಟ್ಟ; ತಾನೂ ದಣಿದ. ಕೊನೆಗೊಂದು ರಾತ್ರಿ ಸೂಟೆ ಹಿಡಿದುಕೊಂಡು ತಾನೊಬ್ಬನೇ ಹಿರಿಮಲೆಗೆ ಪಯಣ ಮಾಡಿದ. ಚೋಮನ ಮನೆಗೆ ಹೋಗಿ ಗಿಡ್ಡಿಯನ್ನು ಕಂಡು ಮಾತನಾಡಿಸುವ ತನಕ ಅವನಿಗೆ ಧೈರ್ಯದ ತುಣುಕೂ ಇದ್ದಿರಲಿಲ್ಲ.

ಹೋಗಿ, "ಹೇಗಿದ್ದೀಯಾ?" ಎಂದು ಗಿಡ್ಡಿಯನ್ನು ಕೇಳಿದ.

"ಹುಷಾರಿದ್ದೇನೆ ಅಣ್ಣ" ಎಂದು ತಲೆತಗ್ಗಿಸಿ ನುಡಿದಳು ಅವಳು.

"ಮುಂದಲ ವಾರಕ್ಕೆ ಬರುತ್ತಾಳೆ" ಎಂದಳು ಅವನ ತಾಯಿ.

ಕರಿಯನಿಗೆ ಧೈರ್ಯ, ಸಂತೋಷಗಳೆರಡೂ ಆದವು. ಆತ ಕೇರಿಯ ಕಡೆಗೆ ಹೊರಟ. ಚೋಮನ ಮನೆಯಲ್ಲಿ ಬರಿಯ ವೀಳೆಯವನ್ನಷ್ಟೆ ತಿಂದು ಕೇರಿಗೆ ಧಾವಿಸಿದ. ಹಿರಿಮಲೆಯ ಕೇರಿ ಕಳೆದು, ನಾಲ್ಕು ಹೆಜ್ಜೆ ಹೋದಾಗ ಗಿಡ್ಡಿ ಅವನಿಗಾಗಿ ಕಾದು ನಿಂತಿದ್ದಳು. "ಅಣ್ಣ, ನಿನ್ನ ಉಪಕಾರ ಎಂದೂ ಮರೆಯಲಾರೆ. ಒಂದು ಬಾರಿಗೆ ನಾನು ಪಾರಾದೆ. ಇನ್ನೆಂದೂ ಹೀಗೆ ಹೊಂಡದಲ್ಲಿ ಬೀಳಲಾರೆ" ಎಂದು ನುಡಿದಳು. ಅವಳ ಕಣ್ಣುಗಳಿಂದ ಕೃತಜ್ಞತೆಯ ಮಳೆ ಸುರಿಯುತ್ತಿತ್ತು.

ಕರಿಯನ ಎಳೆಯ ಮನಸ್ಸು ಸಂತೋಷಗೊಂಡಿತು. ತಾನೊಂದು ಬದುಕನ್ನು ಕಾಪಾಡಿದೆ–ಎಂಬ ಹರ್ಷವೂ ಅವನಿಗುಂಟಾಯಿತು. ಜತೆಯಲ್ಲಿ 'ಗಿಡ್ಡಿ ಹೇಗೆ ಪಾರಾದಳು' ಎಂಬ ಕುತೂಹಲ ಉಂಟಾಗದಿರಲಿಲ್ಲ. ಒಂದು ದಿನ ಅವಳೇ ಹೇಳಿಯಾಳು– ಎಂದುಕೊಂಡು, ಹೊತ್ತೇರುವುದರೊಳಗಾಗಿ ತನ್ನ ಮಲೆಯನ್ನು ಸೇರಿದ. ಆ ದಿನವೂ ಸೀಗೆಕಾಯಿ ಒಟ್ಟುಮಾಡುವ ಕೆಲಸ ಹಾಗೆಯೇ ಸಾಗಿತು. ಕೆಲಸದಲ್ಲಿ ಬೇಸರ ಬಂದ ತಿಮ್ಮ "ಏನಣ್ಣ, ಇದು ಧನಿಗಳ ಉಪಯೋಗಕ್ಕೋ, ಮಾರಾಟಕ್ಕೋ"ಎಂದೂ ಕೇಳಿದ. ಕರಿಯ "ಯಾವ ಮಣ್ಣಿಗೋ. ಸಾಕಾದರೆ ಸಾಕು; ಬಿಡು" ಎಂದು ಕೆಲಸ ಮುಗಿಸಿ, ಕೊಯ್ದ ಸೀಗೆಯನ್ನು ಧನಿಗಳ ಮನೆಗೆ ಹಾಕಿ, ಹಿಂದಕ್ಕೆ ಬರುವಾಗ ಗೆಳೆಯನೊಡನೆ "ನಾಳೆ ಹೋಗುವುದಾದರೆ ಹೋಗು–ಮಾವನ ಮನೆಗೆ" ಎಂದ.

"ನೀನು ಬರುವುದಿಲ್ಲವೇ?"

"ಬೇಡ ಮಹಾರಾಯ. ನಾಳೆ ಕೇರಿಯವರು–ಏನು ಈ ಕರಿಯ ಆ ಗಂಡ ಹೆಂಡಿರನ್ನು ತಲೆಯ ಮೇಲೆ ಕೂಡಿಸಿಕೊಂಡಿದ್ದಾನೆ–ಎಂದರೆ! ಈಗಲೇ ಅನ್ನುತ್ತಿದ್ದಾರೆ" ಎಂದು ತನ್ನ ಪ್ರಯಾಣವನ್ನು ತಪ್ಪಿಸಿಕೊಂಡ.

ತಿಮ್ಮ, ಹಿರಿಮಲೆಗೆ ಹೋದ. ಮಾವನ ಮನೆಯಲ್ಲಿ ನಾಲ್ಕಾರು ದಿನ ಕುಳಿತು, ಬೇಕಷ್ಟು ಸಮ್ಮಾನ ಮಾಡಿಸಿಕೊಂಡು, ಗಿಡ್ಡಿಯನ್ನು ಕರೆದುತಂದ. ಈ ಬಾರಿ ಅವನಲ್ಲಿ ಉತ್ಸಾಹ ನಿಜಕ್ಕೂ ತುಂಬಿಕೊಂಡಿತ್ತು. ಮನೆಗೆ ಬಂದರೆ – ಮನೆಯ ಒಲೆಯಿಂದ ಸೂಸುತ್ತಿದ್ದ ಬೆಳಕಿಗಿಂತ ಹೆಚ್ಚಿನ ಬೆಳಕು ಗಿಡ್ಡಿಯ ಹಲ್ಲು, ಮುಖದಲ್ಲಿ ಕಾಣುತ್ತದೆ–ಎನ್ನತೊಡಗಿದ. 'ಗಿಡ್ಡಿಯ ತವರಿನ ಚಿಂತೆ ಹೋದ ಹಾಗೆಯೇ ಅವಳು ತುಂಬ ಗೆಲುವಾಗಿದ್ದಾಳೆ' ಎಂದು ತಿಮ್ಮ ಕರಿಯನ ಮುಂದೆಯೂ ಹೇಳಿದ. ಗಿಡ್ಡಿಯಲ್ಲಿ ಲಘುತನ ಪ್ರಾಪ್ತಿಸಿ, ಹೊಸ ಬಾಳಿನಲ್ಲಿ ಬೆರೆಯುವ ಆತುರ ಹೆಚ್ಚಾದುದು, ತಿಮ್ಮನ ಒಂದೊಂದು ಮಾತು, ಒಂದೊಂದು ಭಂಗಿಯಲ್ಲಿಯೂ ವ್ಯಕ್ತವಾಗುತ್ತಿತ್ತು.

ಅಧ್ಯಾಯ - ೧೩

ಕಿರಿಮಲೆಯ ಬೆಟ್ಟಗಳ ಮೇಲೆ ಬೆಳ್ಮುಗಿಲು ನಲಿದಾಡುತ್ತಿರಲಿ, ಬಾನು ಬರಿದಾಗಿರಲಿ, ಇಲ್ಲವೇ ಕಾರ್ಮೋಡಗಳು ದಟ್ಟಣಿಸಿ, ವಿರಾಟರೂಪವನ್ನು ತೋರಿಸುತ್ತಿರಲಿ - ಎಲ್ಲವೂ ಒಂದೇ ಪರಿಣಾಮವನ್ನುಂಟುಮಾಡು ವಂತಾಯಿತು-ತಿಮ್ಮನ ಸಾಂಸಾರಿಕ ಬಾಳಿನಲ್ಲಿ. ಈಗೀಗ ಆತ ಕೇರಿಯ ನಂಜನ್ನು ಸಹಿಸಲಾರನಾದ; ಅವನಿಗೆ ತನ್ನವರ ಸಹವಾಸವೇ ಬೇಡವಾಗಿದೆ. ಮದುವೆಯಾಗುವ ತನಕ ಆತ ಇದಕ್ಕಿಂತ ಎಷ್ಟೋ ಸುಖಿಯಾಗಿದ್ದನೆನ್ನ ಬಹುದು. ಒರಟುತನಕ್ಕೆ ಸಮನಾದ ದರ್ಪವಿತ್ತು; ಬಾಳಿಯೇನು, ಬದುಕಿ ಯೇನು, ಎಲ್ಲರಂತೆ ಸಂಸಾರ ಮಾಡಿಕೊಂಡು ಸುಖಿಸಿಯೇನು ಎಂಬ ಕೆಚ್ಚೂ ಅವನಲ್ಲಿತ್ತು. ತನ್ನನ್ನೊಲಿದು ಬರುವ ಪ್ರೇಯಸಿ ಇಲ್ಲವೆಂದಿಷ್ಟೇ ಕೊರಗು ನಟ್ಟಿತ್ತು ಮನದಲ್ಲಿ. ಅದರಿಂದ ಹುಳಿಗೊಂಡಿತ್ತು ಮನಸ್ಸು. ಆದರೂ ನಿತ್ಯದ ಬೇಟೆ, ದುಡಿಮೆ, ಆಟಗಳಲ್ಲಿ ಈಗ ಉಳಿದವರಿಗೆ ಕಡಿಮೆಯಾಗದಂತೆ ನಡೆಯುತ್ತಿದ್ದ. ತನ್ನ ನೋವನ್ನೆಲ್ಲ ಸಹಿಸಿಕೊಂಡು, ಮದುವೆಯಾಗಿ ಬಂದೆ ನೆಂದರೆ, ತನ್ನ ಬಾಳೆಲ್ಲ ಸ್ವರ್ಗಸುಖದಲ್ಲಿ ತುಂಬಿಹೋಗುತ್ತದೆ-ಎಂದೆಣಿಸಿ ಕೊಂಡಿದ್ದ. ಅವನ ಅಂಥ ಆಸೆಗಳೆಲ್ಲ ಮದುವೆಯಾಗಿ ಬಂದಂದಿನಿಂದಲೇ ಮೂಲೆಪಾಲಾದುವು. ಗಿಡ್ಡಿ ತವರುಮನೆಗೆ ಹೋಗಿ, ಎರಡನೆಯ ಬಾರಿ ಬರುವಾಗ ಗೆಲುಮುಖದಿಂದ ಬಂದಿದ್ದಳು. ಅವನ ಒಲುಮೆ, ಆದರಗಳಿಗೆ ಪ್ರತಿಯಾಗಿ, ನಗುವಿನ ಕಾಣಿಕೆಯನ್ನು ಸಲ್ಲಿಸಲು ಶಕ್ತಳಾಗಿಯೇ ಬಂದಿದ್ದಳು. ಮನಸ್ಸಿನ ತಾಪ, ಪ್ರೇಮದ ಹರಿಹಂಚಾಟ ಯಾವ ಬಗೆಯಲ್ಲಿದ್ದರೂ, ಒಂದೇ ಒಂದು ಕಹಿನುಡಿಯನ್ನಾಗಲೀ, ಬಿರುಸಿನ ಮಾತನ್ನಾಗಲೀ ಅವನ ವಿಷಯದಲ್ಲಿ ಆಡದೆ-ತನ್ನನ್ನೇ ನೆಚ್ಚಿ ಬದುಕಿನ ಸ್ವರ್ಗ ನಿಂತಿದೆ-ಎಂದು ವರ್ತಿಸುತ್ತಿರುವ ತಿಮ್ಮನ ಮೇಲೆ, ಪ್ರತಿ ಮಮತೆ ಸಲ್ಲಿಸುವುದಕ್ಕೂ

ಕಲಿತುಕೊಂಡಳು. ಆದರೇನು? ಆ ಪ್ರೇಮ, ನಗುಗಳನ್ನೆಲ್ಲ ತನ್ನ ಗುಡಿಸಲಿನ ಒಳಗೇನೆ ತುಂಬಿಸಿಡಬೇಕಿತ್ತು ಅವಳು. ಮನೆಯ ಹೊರಗೆ ಇತರ ದಂಪತಿಗಳಂತೆ ನಲಿದಾಡುವ ದಿಟ್ಟತನ ಬಾರದಾಯಿತು, ಅವಳ ಪಾಲಿಗೆ; ತನ್ನ ಪೂರ್ವ ಪ್ರಣಯದ ಫಲ, ತನ್ನನ್ನು ಸಮಾಜದ ದೃಷ್ಟಿಯಲ್ಲಿ ಕೀಳಾಗಿಸಿ, ತನ್ನನ್ನೂ, ತನ್ನ ಗಂಡನನ್ನೂ ಇತರರ ದೃಷ್ಟಿಯಲ್ಲಿ ಕಡಿಮೆಯಾಗಿ ಮಾಡೀತೆಂದು ಅವಳು ಎಣಿಸರಲಿಲ್ಲ. ಇತರರಾರೂ ಅವನ ಮನೆಗೆ ಬಂದು ಹೋಗದಿದ್ದರೂ, ಗುರಿಕಾರ ಕರಿಯ ಮಾತ್ರ ಬಂದುಹೋಗುತ್ತಾನೆ. ಆತ ತನ್ನ ಸಹಾನುಭೂತಿಯನ್ನು ವ್ಯಕ್ತಪಡಿಸುತ್ತಾನೆ. "ಆಡುವವರಾಡಲಿ; ಅವರ ನಾಲಿಗೆಗೆ ಸುಂಕ ಉಂಟೇ? ನೀನೇಕೆ ಅದನ್ನೆಲ್ಲ ಮೈಮೇಲೆ ಹಾಕಿಕೊಳ್ಳುತ್ತೀಯಾ? ನಾಲ್ಕು ದಿನ ಕಳೆದರೆ ಎಲ್ಲ ಮರೆತು ಬಿಡುತ್ತಾರೆ" ಎನ್ನುತ್ತಿದ್ದ ಕರಿಯ. ಅವರಿಬ್ಬರೂ 'ಜನ ಮರೆತಾರು, ತಾವು ಇತರರನ್ನು ನೋಯಿಸದಿದ್ದರೆ ನಾಳೆಗಾದರೂ ತಮ್ಮೊಡನೆ ಕೂಡಿ ಬೆರೆತಾರು' ಎಂದೂ ನಂಬಿದರು.

ಗಿಡ್ಡಿ, ತನ್ನ ಹೊಟ್ಟೆಯ ಬವಣೆ ಕಳೆದುಕೊಂಡು, ಮುಖದ ಕಾಂತಿಯನ್ನು ತುಸು ಕಳೆದುಕೊಂಡರೂ, ತವರುಮನೆಯ ವಿಶ್ರಾಂತಿಯ ದಿನಗಳನ್ನು ಕಡಿಮೆಮಾಡಿ, ಉಲ್ಲಾಸಪೂರಿತಳಾಗಿಯೇ ಗಂಡನ ಮನೆಗೆ ಮರಳಿದಳು. ಮರಳಿದ ಮೇಲೆ-ಅವರ ಮಲೆಯಲ್ಲಿ ಅವರಿಗೆ ನಗುವಿನ ಸ್ವಾಗತವನ್ನು ಒಡ್ಡಿದವರೆಂದರೆ-ಕರಿಯನೊಬ್ಬನೇ. ಉಳಿದವರು ತಿಮ್ಮನೊಡನೆ ಹೆಚ್ಚು ಕಡಿಮೆ ಮಾತುಕತೆ ಬಿಟ್ಟವರಂತೆ ನಟಿಸುತ್ತಿದ್ದರು. ಅದು ಅವನಿಗೂ ತಿಳಿಯುತ್ತಿತ್ತು. "ಕರಿಯಣ್ಣ, ನೀನೊಬ್ಬನಾದರೂ ಇದ್ದೀಯಲ್ಲ-ಈ ತಿಮ್ಮನೊಬ್ಬ ಮನುಷ್ಯನೆಂದು ತಿಳಿಯುವುದಕ್ಕೆ" ಎನ್ನುತ್ತಿದ್ದ ಆತ. ಆದರೆ, ಗಿಡ್ಡಿಯ ಜೀವನ ಮತ್ತಷ್ಟು ಕಷ್ಟವಾಯಿತು. ಅವಳ ಸ್ತ್ರೀ ಪ್ರಪಂಚದ ಬಾಳು, ತೀರ ಒಂಟಿ ಜೀವನವಾಯಿತು. ಕಟ್ಟಿಗೆ ತರಲು ಹೋಗಲಿ, ನೀರಿಗೇ ಹೋಗಲಿ, ಮತ್ತಿನ್ನೇನು ಕೆಲಸಕ್ಕೇ ಹೋಗಲಿ ತಲೆ ತಗ್ಗಿಸಿ ಹೋಗಬೇಕಿತ್ತು ಅವಳು. ಸ್ನೇಹದಿಂದ ಮಾತನಾಡುವ ವ್ಯಕ್ತಿಗಳು ಇಲ್ಲದಿದ್ದರೂ ಅವಳಿಗೆ ಬೇಸರವಿಲ್ಲ. ಆಚೀಚೆ ಇದ್ದೂ, ಇಲ್ಲದವರಂತೆ ನಟಿಸಿದರೂ, ಅವಳನ್ನುದ್ದೇಶಿಸಿದ ವಾಗ್ಬಾಣಗಳನ್ನು ಎಸೆಯುತ್ತಲಿರುವ ಜನರ ಮುಂದೆ, ಅವಳ ಎದೆ ನಡುಗಬೇಕಾದದ್ದು ಅನಿವಾರ್ಯವಾಯಿತು. ಇಂಥ ಮಾತುಗಳ ಮೊನೆಗಳಿಂದ ಅವಳನ್ನು ಸದಾ

ಚುಚ್ಚುತ್ತಿರುವ ವ್ಯಕ್ತಿಗಳಲ್ಲಿ ಕೆಂಪಿ ಅಗ್ರಗಣ್ಯಳಾಗಬೇಕೆ! ಎಷ್ಟೋ ಬಾರಿ ಗಿಡ್ಡಿಯು, ಅಂಥ ನಂಜಿನ ಮಾತುಗಳನ್ನು ತನ್ನಲ್ಲೇ ಬಚ್ಚಿಟ್ಟುಕೊಂಡು, ಅದರ ನೋವನ್ನೆಲ್ಲ ನುಂಗುತ್ತಿದ್ದಳು. ಅದು ತೀರ ಅಸಹನೀಯವಾದಾಗ ಕರಿಯಣ್ಣ ನನ್ನು ಕಂಡು "ನಾನು ಈ ನೋವನ್ನೆಲ್ಲ ನುಂಗಿಕೊಂಡು ಹೇಗೆ ಬಾಳಿಯೇನು?" ಎಂದು ಅನ್ನುತ್ತಿದ್ದಳು. ಕರಿಯ ಎಲ್ಲದಕ್ಕೂ ಹೇಳುವ ಸಮಾಧಾನ ಒಂದೇ ಬಗೆಯಾಗಿತ್ತು : "ಹೋಗಲಿ ಗಿಡ್ಡಿ, ಅನ್ನುವವರನ್ನಲಿ, ಬೇರೆಯವರ ಮಾತನ್ನು ಕಟ್ಟಿಕೊಂಡು ಏನು ಮಾಡುತ್ತೀಯಾ? ತಿಮ್ಮಣ್ಣ ಹೆಚ್ಚು ಕಡಿಮೆ ಅಂದರೆ ಒಂದು ಲೆಕ್ಕ. ಅವನು ಚೆನ್ನಾಗಿ ನೋಡುತ್ತಾನಲ್ಲ ನಿನ್ನನ್ನು" ಎಂದು ಸಮಾಧಾನ ಹೇಳುವ. "ಅವರೇ? ಅವರ ಪ್ರೀತಿ ದೇವರಿಗೆ ಸಮಾನವಾದುದು. ನನ್ನ ಯೋಗ್ಯತೆಗೆ ಮೀರಿ ನನ್ನನ್ನು ಪ್ರೀತಿಸುತ್ತಿದ್ದಾರೆ. ಆದರೂ ಕಿವಿಗೆ ಮೇಣ ಮುಚ್ಚಿಕೊಂಡು, ಈ ಕೇರಿಯಲ್ಲಿ ಎಷ್ಟು ದಿನ ಬಾಳಿಯೇವು?" ಎನ್ನುತ್ತಾಳೆ ಅವಳು.

ಈ ದಂಪತಿಗಳ ದುಃಖಮಯ ಜೀವನಕ್ಕೆ ಕೆಂಪಿ ಪ್ರಧಾನ ಕಾರಣ ಳೆಂದರೂ ಅನ್ನಬಹುದು. ಸದಾ ತುರಿಸುವ ನಾಲಿಗೆ ಅವಳದ್ದು. ಏನಾದರೂ, ಯಾವ ವಿಷಯದಲ್ಲಾದರೂ ಅನ್ನುತ್ತಲೇ ಇರಬೇಕು. ತನ್ನ ವಿಷಯದಲ್ಲೇ ಜನ ಹಿಂದೆ ಏನಂದಿದ್ದರೂ, ಒಡೆಯರ ಮನೆಯ ಚಾಕರಿಯಲ್ಲಿದ್ದಾಗ ಏನೆಂದಿದ್ದರು ಎಂಬುದರ ಗೊಡವೆ ಅವಳಿಗಿಲ್ಲ. ಯಾಕೋ, ಗಿಡ್ಡಿಯ ವಿಚಾರದಲ್ಲಿ ಅವಳಿಗಷ್ಟು ಅಸೂಯೆ; ತಿಮ್ಮನ ವಿಚಾರದಲ್ಲಿ ಅಷ್ಟು ತಾತ್ಸಾರ. ತಿಮ್ಮನ ಪ್ರತಿಯೊಂದು ಒಲುವೆಯ ನೋಟವನ್ನೂ ಮೂದಲಿಸಿದವಳವಳು. ಆತನೂ, ಸುದ್ದಿಗೆ ಬಾಯಿ ತೆರೆದದ್ದಾದರೆ, ತನ್ನ ಮರ್ಯಾದೆಯ ತೂಕ-ಹಾಗ, ಅರ್ಧ ಹಾಗದಷ್ಟು ಉಳಿಯಲಾರದೆಂದು ಆಕೆ ಬಲ್ಲವಳಾದರೂ, ತನ್ನ ಚೆಲುವಿನ ರೂಪ ಎಲ್ಲಕ್ಕೂ ಕ್ಷಮೆ ಎಂದು ತಿಳಿದಿದ್ದಳು. ನಿಜ, ಅದಕ್ಕಲ್ಲವೇ ಅಂಥ ಘಟ್ಟದ ಕೆಳಗಿನ ಧನಿಯರು ಅವಳ ಕುಡಿನೋಟಕ್ಕೆ ಸೆರೆಯಾಗಿ ಪ್ರಸನ್ನರಾದದ್ದು! ಇತರ ಕುಡಿಯಿತಿಯರ ಕೈ, ಮೈಯಲ್ಲಿ ಕಾಣಿಸದ ಒಂದೆರಡು ಬಂಗಾರದ ತುಣುಕುಗಳು ಅವಳ ಮೈ ಮೇಲೆ ನಲಿದಾಡ ತೊಡಗಿದ್ದು! ತನ್ನ ವೈರಿಯಾದ ತುಕ್ರನ ಮೇಲಿನ ಅಧಿಕಾರದ ಪಟ್ಟ, ತನ್ನ ಚೆಲುವಿನ ವಯಸ್ಸಿನಲ್ಲೇ ಕಡಿಮೆಯಾಗಿ, ಕ್ರಮೇಣ ಬೂದನ ಪಾಲಿಗೆ ಆ

ಯಜಮಾನಿಕೆ ದೊರೆತದ್ದು. ಅಂಥ ಬನದ ಸಿಂಗಾರಿ ತಾನು ಎಂದು ಬಲ್ಲವಳು, ತಿಮ್ಮನಂತಹ ಸುಡುಮೋರೆಯವ ತನ್ನನ್ನು ಹಂಬಲಿಸಿದರೆ ಒಲವನ್ನು ಬೀರುವಳೇ? ಅವನನ್ನು ಕಸಕ್ಕಿಂತಲೂ ಕಡೆಮಾಡಿ, ಪರಿಹಾಸ್ಯ ದಿಂದ ತೇಲಿಸಿ, ಮೂದಲಿಸಿ, ನಲಿದಾಡಿದವಳು ಅವಳು. ಯಾವ ವ್ಯಕ್ತಿ ಅಂಥ ಅನಾದರಕ್ಕೆ ಪ್ರಾಪ್ತನಾದನೋ, ಆ ವ್ಯಕ್ತಿಯ ಬೆನ್ನು ಹಿಡಿದು ಬರುವ ನಾರಿ ಯಾರೆಂದು ತಿಳಿಯುವ ಕುತೂಹಲವಿತ್ತು, ಅವಳಿಗೆ. ಹಾಗೆ ಬಂದವಳು ಗಿಡ್ಡಿ.

ಆ ಲಗ್ನವನ್ನು ಹರಸಿದವನು, ಕೆಂಪಿ ನೀಡಿದ ಅನ್ನದಿಂದಲೇ ಬೆಳೆದ ಕರಿಯ. ಅವನು ಈಗ ಗುರಿಕಾರ. ಅವನಿಗೇನೂ ಅನ್ನುವಂತಿಲ್ಲ. ಆದರೆ ಗಂಡನಿಗೆ ಹೇಳಿ ಕರಿಯನ ಸ್ನೇಹವನ್ನು ತಿಮ್ಮನಿಂದ ಕಡಿಯುವುದು ಸಾಧ್ಯವೆಂದು ತಿಳಿದಿದ್ದಳು. ಇದರ ಕಾರಣ-ಊಹೆಗೆ ಮೀರಿತ್ತು. ಕೆಂಪಿ, ಗಿಡ್ಡಿಯರಿಬ್ಬರೂ ಒಂದೇ ಕೇರಿಯಲ್ಲಿ ಬಾಳಿದರೂ, ಯಾಕೋ ಬಹುದಿನದ ವೈರಿಗಳಂತೆ ವರ್ತಿಸುತ್ತಿದ್ದರು. ಇದರಿಂದಾಗಿ ಗಿಡ್ಡಿಯನ್ನು ಮೂದಲಿಸಲು ಬೇಕಾದಾಗ ಅವಶ್ಯವಿರುವ ಸುದ್ದಿಯ ಬಾಣಗಳನ್ನೆಲ್ಲ, ತವರುಮನೆಯಿಂದಲೇ ದೊರಕಿಸಲು ಕೆಂಪಿ ಶಕ್ತಳಾಗುತ್ತಿದ್ದಳು. ಆದರೆ ಈ ನಂಜಿಗೆ, ದೂರಿಗೆ, ಪರಮತದವನೊಬ್ಬನ ಬೆನ್ನ ಹಿಂದೆ ಗಿಡ್ಡಿ ಓಡಿಹೋದಳೆಂಬುದು ಕಾರಣವೇ? ಅವಳ ಅಂತರಂಗವೇ ಅದನ್ನು ಹೇಳಬೇಕು. ಅವಳಿಗನಿಸುವ ಸಂಗತಿ ಬೇರೆಯೇ ಇರಬಹುದು. ಯಾರ ಕಣ್ಣಿಗೂ ಕಾಣಿಸಬಹುದಾದ ಸಂಗತಿ- ಕೆಂಪಿಗಿಂತ ಗಿಡ್ಡಿಯೇ ಹೆಚ್ಚಿನ ಚೆಲುವೆ ಎಂದು. ಕೆಂಪಿ ಹಿಂದೊಂದು ಕಾಲದಲ್ಲಿ ಕುಡಿಯರ ಕುಲದಲ್ಲೇ ಸ್ವಪ್ನ ಸುಂದರಿಯಾಗಿದ್ದಿರಬಹುದು. ಈಗಲೂ ಕಡಿಮೆ ಸೌಂದರ್ಯ ಅವಳದ್ದಲ್ಲ. ಆದರೆ ವಯಸ್ಸು ಕಳೆದಂತೆ, ಮೈ ತುಂಬಿ ಬರುತ್ತದೆ, ಕೊಬ್ಬು ಸೇರಿಕೊಳ್ಳುತ್ತದೆ; ನಡಿಗೆ ಜಡವಾಗುತ್ತದೆ; ವಯ್ಯಾರ ಮರೆಯಾಗುತ್ತದೆ. ಗಿಡ್ಡಿಯ ಮುಖದಲ್ಲಿ ಕಂಡು ಬರುವ ಚೆಲುವು, ಅವಳಲ್ಲಿ ಉಳಿಯದೆ ಹೋಗಿದೆ. ಮುಖ ಕಿರಿದಾಗಿ ಕಾಣಿಸಿದರೂ ಮೈ ಮದ್ದಾನೆಯ ರೂಪ ತಾಳಿದೆ.

ಗಿಡ್ಡಿ ಕೆಂಪು ಬಣ್ಣದವಳಲ್ಲ; ನಸುಗೆಂಪಿನವಳು. ಯೌವನ ತುಂಬಿ ಲಾವಣ್ಯ ಸೂಸುವಂಥ ಶರೀರ, ನಡಿಗೆಯಲ್ಲೊಂದು ವಿಧವಾದ ಲಘುತೆ,

ಲಾಲಿತ್ಯ ತುಂಬಿದ ಜೀವ. ಇಬ್ಬರನ್ನೂ ಸಮೀಪ ನಿಲ್ಲಿಸಿ, ಯಾರು ಚೆಲುವರೆಂದು ಕೇಳಿದಲ್ಲಿ ಆ ಬಿರುದೆಲ್ಲ ಗಿಡ್ಡಿಗೇ ಇಂದು ಸಲ್ಲಬೇಕು. ಮಲೆಗೆ ಬಂದಾಗ–ಮದುವಣಗಿತ್ತಿಯಾಗಿದ್ದು, ಒಳಗಿನ ನೋವಿನಿಂದ ಆಕೆ ತಲೆ ತಗ್ಗಿಸಿ ನಡೆದರೂ, ಎಡಬಲದ ಮಗ್ಗುಲಲ್ಲಿ ನಿಂತು ಕಂಡವರಿಗೆಲ್ಲ ಆಕೆ ಅಪೂರ್ವ ಸುಂದರಿ ಎಂದು ಗೋಚರಿಸದೆ ಹೋಗದು. ಏನೇನೋ ಅಸೂಯೆ ಮೂಡಿತು–ಕೆಂಪಿಯಲ್ಲಿ! ಅವಳ ಆಗಮನವೇ ತನ್ನ ಹಿರಿತನಕ್ಕೊಂದು ಕುಂದು ಎಂದು ಕಾಣಿಸಿತೋ ಏನೋ. ತೀರ ಎಳೆಯಳಾಗಿದ್ದಾಗ, ಆ ಮಗುವನ್ನು ತವರೂರಿನಲ್ಲಿ ಅವಳು ಕಾಣದವಳಲ್ಲ. ಈ ಮಲೆಗೆ ಬಂದ ಮೇಲೆ ತನಗೆ ಅವಳು ಪ್ರತಿಸ್ಪರ್ಧಿ ಎನ್ನುವ ಭಾವ ಅಥವಾ ಅಸೂಯೆ ಬೇರೂರಿತೋ ಏನೋ! ನೀರಿಗೆ ಹೋದ ಅವಳು ಗಿಡ್ಡಿಯನ್ನು ಆಮೂಲಾಗ್ರವಾಗಿ ನೋಡಿ ನಕ್ಕಳು; ಅಸೂಯೆಗೊಂಡಳು; ನಂಜು ಸೂಚಿಸಿದಳು; ಶರೀರದ ಮಧ್ಯಭಾಗ ವನ್ನೇ ನಿರುಕಿಸಿ, ತನಗೆ ಬೇಕಾದ ನಂಜನ್ನು ಎತ್ತಿಕೊಂಡಳು. ಅವಳ ಕುಡಿಯ ಗೆಳತಿಯರು "ತಿಮ್ಮನ ಮಡದಿ ವೈನಾಗಿದ್ದಾಳೆ, ಸಾಪಾಗಿದ್ದಾಳೆ" ಎಂದರೆ, "ಹೂಂ, ಮೈ ತುಂಬಿದೆ, ಗಲ್ಲ ತುಂಬಿದೆ, ಬಸುರಿಯಾಗಿ ಕಾಣುತ್ತಾಳೆ" ಎಂದು ಆಕೆ ಚುಚ್ಚಿ ನುಡಿದಳು.

'ಅವಳು ಬಸುರಿಯೇ' ಎಂದೂ ವಾದಿಸಿದಳು. ಮುಂದೆ ಅದನ್ನೇ ಪೋಣಿಸಿ, ಗೆಳೆಯ, ಗೆಳತಿಯರಲ್ಲಿ ಹೆಚ್ಚಿನ ಸುದ್ದಿ ಹರಡಿದಳು. ಇದಕ್ಕೂ ಕಾರಣವಿಲ್ಲದೆ ಇಲ್ಲ. ಗಿಡ್ಡಿಯ ದುರ್ದೈವ ಮೊದಲ ಕಾರಣ–ನಿಜ. ಆದರೆ ಅಂಥ ಸಂಗತಿ ಹಿಂದಾಗಲಿ, ಇಂದಾಗಲಿ, ಕುಡಿಯರ ಕುಲದಲ್ಲಿ ನಡೆಯದ್ದಲ್ಲ. ಮನುಷ್ಯ ಕುಲದಲ್ಲೇ ಸಂಭವಿಸಲಾರದ್ದಲ್ಲ. ತಮಗೆ ಬೇಡವಾದವರಲ್ಲಿ ಅದು ಸಂಭವಿಸಿದ್ದರೆ, ಅದನ್ನು ಬೆಟ್ಟವಾಗಿ ಮಾಡುವುದು ಮನುಷ್ಯ ಸ್ವಭಾವ. ಕೆಂಪಿಯು ತನ್ನ ಯೌವನದ ಸೆರೆಯಲ್ಲಿ ಕಾಮದ ಬಲೆಯಲ್ಲಿ ಯಾರನ್ನು ಕೆಡೆದರೂ, ವಿಜಯಶಾಲಿಯಾಗಿ ಮಕ್ಕಳ ಭಾಗ್ಯ ಪಡೆದವಳಲ್ಲ. ಹೊಟ್ಟೆಯ ಕೂಸಿನ ಸುಖ, ನಗು, ಆನಂದ ಯಾವುದನ್ನೂ ಕಂಡವಳಲ್ಲ. 'ತಾಯಾದೇನು, ಆಗಬೇಕು' ಎಂದು ಹಂಬಲಿಸಿ, ದಿನ, ವರ್ಷಗಳನ್ನು ಕಳೆದರೂ, ಅದೊಂದು ಆಸೆ ಕೈಗೂಡದಿದ್ದರಿಂದ, ಅವಳ ಜೀವನ ಅತೃಪ್ತವಾಗಿತ್ತು. ನಿಜಕ್ಕೂ ಗಿಡ್ಡಿಯನ್ನು ಕಂಡಾಗ, ಅವಳನ್ನು ಆರೋಪದಿಂದ ನೋಡಿದ್ದಕ್ಕಿಂತಲೂ

ಹೆಚ್ಚಾಗಿ, ತನಗಿಲ್ಲದ ಭಾಗ್ಯ ಆಕೆಯಲ್ಲಿ ಕಾಣಿಸಿದ್ದೇ ಹೆಚ್ಚಿನ ಅಸೂಯೆಯನ್ನು ಕೆರಳಿಸಿತು. ಅವಳ ಮೊದಲ ನಂಜಿನ ಮಾತು ಕೇರಿಯ ಗಾಳಿಯಲ್ಲಿ ಸೇರಿ, ಗಿಡ್ಡಿಯ ಕಿವಿಗೂ ಮುಟ್ಟಿ, ಒಂದು ತಿಂಗಳ ಕಾಲ ಅವಳನ್ನು ನೋವಿನ ಮಂಚದಲ್ಲಿ ಮಲಗಿಸಿತು. 'ಎಂದು ನಾನಿದರಿಂದ ಪಾರಾದೇನು? ಹೇಗೆ ಪಾರಾದೇನು?' ಎಂದು ಇಲ್ಲದ ಚಿಂತೆಗೆ ಗಿಡ್ಡಿ ಗುರಿಯಾದಳು. ಆ ಹಂಬಲದಿಂದ, ತಾಯ ಮನೆಗೋಡಿದಳು. ಅಲ್ಲಿಯೂ ತಾಯಿಯ ಹೆದರಿಕೆ ಇದ್ದಿಲ್ಲವೆಂದಲ್ಲ. ಆದರೂ ತನ್ನ ಪೂರ್ವ ಇತಿಹಾಸವನ್ನೆಲ್ಲ ಬಲ್ಲ ತಾಯಿ, ತನ್ನನ್ನು ಕ್ಷಮಿಸಿಯಾಳು. ಈ ಸಂಕಟದಿಂದ ಪಾರುಮಾಡಿಯಾಳು ಎಂದೆಣಿಸಿ ಹೋದಳು. ಪಾರುಮಾಡುವವರು ಅವಳಲ್ಲದೆ ಬೇರೆ ಯಾರು? ಅಲ್ಲಿ ಬಂದೊದಗಿದ ವಿಪತ್ತಿನಿಂದ ಪಾರಾದಳು; ತಪ್ಪಿಗೆ ತಕ್ಕ ಸಂಕಟವನ್ನು ಅನುಭವಿಸಿದಳು. ಆದರೂ ತಾಯಿಯ ಸಹಾನುಭೂತಿಯಿಂದ, ಕಳೆದ ಗೆಲುವನ್ನು ತಿರುಗಿ ದೊರಕಿಸಿಕೊಂಡು, 'ವಲ್ಲಿ'ಯ ಸ್ವಪ್ನಗಳನ್ನೆಲ್ಲ ಮರೆತು, ಹೊಸ ಬಾಳನ್ನು ತಿಮ್ಮನೊಡನೆ ಹೂಡಿಯೇನು-ಎಂಬ ಭರವಸೆಯಿಂದ ಅವನನ್ನು ಹಿಂಬಾಲಿಸಿ ಕಿರಿಮಲೆಗೆ ಬಂದಳು.

ಕೇರಿಗೆ ಬಂದ ಎಂಟು ದಿನಗಳೊಳಗಾಗಿ ನಾಲ್ಕೆಂಟು ಬಾರಿ ನೀರಿಗೆ ಹೋದಾಗ, ಕೆಂಪಿಯ ನಂಜಿನ ನೋಟಕ್ಕೆ ಗುರಿಯಾದಳು.

"ಬಂದುಬಿಟ್ಟೆಯಾ, ಅಷ್ಟು ಬೇಗ? ತುಂಬ ಸೊರಗಿದ್ದೀಯೆ. ಮೈತುಂಬ ಇಳಿದು ಹೋಗಿದೆಯಲ್ಲ; ಏನಾಯಿತು?" ಎಂದು ಗಿಡ್ಡಿಯ ಪ್ರತ್ಯುತ್ತರ ನಿರೀಕ್ಷಿಸದೆ ನಂಜಿನ ನಾಲಿಗೆಯಿಂದ ಅವಳನ್ನು ತಿವಿದಳು. 'ತನ್ನ ಅಪರಾಧಕ್ಕೆ ತನ್ನ ಪ್ರಾಯಶ್ಚಿತ್ತ ಇದು' ಎಂದು ತೋರಿತು ಗಿಡ್ಡಿಗೆ. ಆ ಮಾತನ್ನು ಒಬ್ಬರಿಗೂ ಹೇಳದೆ ತಾನೇ ನುಂಗಿಕೊಂಡಳು. ಇತ್ತ ಕೆಂಪಿ ಬೂದಣ್ಣನೊಡನೆ "ಕರಿಯಣ್ಣ ನಾವಿದ್ದೂ ಇಲ್ಲದ ಹಾಗೆ ಮಾಡುತ್ತಾನೆ. ತಾನು ದೊಡ್ಡ ಗುರಿಕಾರ-ಎಂದು ಅವನ ತಲೆಗೆ ಹೋಗಿರಬೇಕು. ನೀವಿಲ್ಲದಿದ್ದರೆ ಅವನ ಗುರಿಕಾರಿಕೆ ನರಿ, ನಾಯಿ ತಿಂದುಹೋಗುತ್ತಿತ್ತು. ಅಲ್ಲವಾದರೆ, ಕೇರಿಯವರು ಹೊರಗಿರಿಸಿದ ಅವರ ಮನೆಗೆ ದಿನಕ್ಕೆ ಹತ್ತು ಸಾರಿ ಹೋಗಿ ಬರುವುದೆಂದರೇನು?" ಎಂದಳು.

ಬೂದ ಹಿಂದೆಯೇ ಕರಿಯನಿಗೆ ಆ ವಿಚಾರದಲ್ಲಿ ಬುದ್ಧಿ ಹೇಳಿದ್ದ. ಆದರೆ ಕರಿಯನ ನಡತೆ ಬದಲಾಗಲಿಲ್ಲ. ಇನ್ನೊಮ್ಮೆ ತನ್ನ ಹೆಂಡತಿಯ ಮಾತನ್ನು ಕೇಳಿ "ಕರಿಯಣ್ಣ, ನೀನು ತಿಮ್ಮನೊಡನೆ ಮಾತನಾಡಬಾರದು ಅನ್ನುವುದಲ್ಲ ನಾನು. ನೀನು ಗುರಿಕಾರನಾದರೂ ಜನ ನೀನು ಮಾಡಿದ್ದನ್ನೆಲ್ಲ ಒಪ್ಪುತ್ತಾರೆಯೇ, ಸಹಿಸುತ್ತಾರೆಯೇ? ಅವರು ಏನೇನೆಲ್ಲ ಅನ್ನುತ್ತಾರೆ. ತಿಮ್ಮನ ಮನೆಗೆ ಹೋಗುವುದನ್ನು ಸ್ವಲ್ಪ ಕಡಿಮೆ ಮಾಡು" ಎಂದ.

ಕರಿಯನಿಗೆ ಕೋಪವೂ ಉಂಟಾಯಿತು, ಆಶ್ಚರ್ಯವೂ ಆಯಿತು. "ಏನು ಮಾವ, ನೀನು ಹೀಗೆನ್ನುತ್ತೀಯಾ? ಅವರು ಅಂಥ ತಪ್ಪು ಏನು ಮಾಡಿದರು? ಪಾಪ. ಊರವರೆಲ್ಲ, ಈ ಒಂದು ಮದುವೆಯಾದದ್ದಕ್ಕೆ, ಹೊಲೆಯರ ಹಾಗೆ ಅವರನ್ನು ಕಂಡರೆ ಅವರು ಬಾಳುವುದು ಹೇಗೆ? ಬದುಕುವುದು ಹೇಗೆ?" ಎಂದ.

"ಕರಿಯ, ನೀನು ಗುರಿಕಾರ. ಆದರೆ ಸಣ್ಣವ. ಬೇರೆಯವರು ನಿನ್ನೆದುರಿಗೆ ಏನನ್ನದಿದ್ದರೂ, ನಮ್ಮೆದುರಿಗೆ ಅನ್ನುತ್ತಾರಲ್ಲ–ನಾವದನ್ನು ಕೇಳಿ ಕೊಂಡಿರಬೇಕಲ್ಲ?"

"ಅಂಥದೇನೆನ್ನುತ್ತಾರೆ? ಅಷ್ಟು ದೊಡ್ಡ ಸಂಗತಿಯಿದ್ದರೆ, ಕೂಡುಕಟ್ಟಿನ ಸಭೆಮಾಡಿ ಕೇಳಿಕೊಳ್ಳಬಹುದು. ತಂತಮ್ಮಷ್ಟಕ್ಕೆ ಕುಳಿತು ಪಾಪದವನ ಮೇಲೆ ಒಳಗಿಂದೊಳಗೆ ಕತ್ತಿ ಮಸೆಯುವುದು ಸಮನಲ್ಲ."

"ಹಾಗಾದರೆ ಕೇಳು–ಗಿಡ್ಡಿ ಬರುವಾಗಲೇ ಬಸುರಿಯಾಗಿ ಬಂದಿದ್ದಳು– ಎಂದಿದ್ದರು ಹಿಂದೆ. ಈಗ ಅವಳು ಊರಿಗೆ ಹೋಗಿ ಏನೋ ಮಾಡಿಕೊಂಡು ಬಂದಿದ್ದಾಳೆ ಅನ್ನುತ್ತಾರೆ. ಅದು ಹ್ಯಾಗೂ ಇರಲಿ. ಅಂಥವಳೇ ಬೇಕು– ಎಂದಿದ್ದರೆ ಅದು ತಿಮ್ಮನಿಗೆ ಬಿಟ್ಟ ವಿಚಾರ. ಆದರೆ ನೀನಲ್ಲಿಗೆ ಹೋಗಿ ಬರುವುದರಿಂದ, ನಿನ್ನ ಮೇಲೂ ಕೆಟ್ಟ ಮಾತು ಬಂದರೆ ನನಗೆಷ್ಟು ಬೇಸರವಾಗಲಿಕ್ಕಿಲ್ಲ."

"ನನ್ನ ಮೇಲೆ ಕೆಟ್ಟ ಮಾತೇ? ಅದನ್ನೂ ಹೇಳಿಬಿಡು; ಏನಾಡುತ್ತಾ ರೆಂದು ನನಗೂ ಗೊತ್ತಾಗಲಿ."

"ನಾನು ಹೇಳಬೇಕೆ? ನಿನಗೆ ತಿಳಿಯುವುದಿಲ್ಲವೇ?"

"ತಿಳಿಯದ್ದಕ್ಕೆ ಕೇಳುತ್ತಿದ್ದೇನೆ."

"ಗಿಡ್ಡಿಯ ಮೇಲಿನ ಆಸೆಗೆ ನೀನಲ್ಲಿಗೆ ಹೋಗುತ್ತಿದ್ದೀಯಾ ಅನ್ನುತ್ತಿದ್ದಾರೆ. ಆ ದೂರನ್ನೆಲ್ಲ ನಾವೇಕೆ ಕೇಳಬೇಕು?"

"ಓಹೋ, ಹಾಗೂ ಉಂಟೇ? ಹಾಗಾದರೆ ನನ್ನ ಮನಸ್ಸು ಏನು ಹೇಳುತ್ತದೆಂದು ನನಗೆ ಗೊತ್ತುಂಟು. ಹೇಳುವವರಿಗೆ ಧೈರ್ಯವಿದ್ದರೆ ನನ್ನೆದುರಿಗೆ ಬಂದು ಹೇಳಲಿ. ಜನಕ್ಕೆ ಆಡುವ ನಾಲಿಗೆ ಉಂಟು ; ಆಡುತ್ತಾರೆ. ಜನ ಯಾರ ವಿಷಯದಲ್ಲಿ ಏನು ಆಡಿಲ್ಲ? ಎಂದು ಹೆಚ್ಚಿನ ಮಾತಿಲ್ಲದೆ ಹೊರಟುಹೋದ.

ಕರಿಯಣ್ಣನ ಮನಸ್ಸು, ಬೂದನಾಡಿದ ನುಡಿಗಳಿಂದ ತುಂಬ ಉದ್ವೇಗ ಗೊಂಡಿತು. ತಾನು, ಮರುಕದಿಂದ ಎಲ್ಲರೂ ಕೈ ಬಿಟ್ಟ ಆ ದಂಪತಿಗಳನ್ನು ಸಹಾನುಭೂತಿಯಿಂದ ನೋಡಿದ್ದು ತಪ್ಪೆಂದು ಆತ ತಿಳಿಯಲಾರ. ಆದರೆ ಆ ಸಹಾನುಭೂತಿ ತನ್ನ ಕೀರ್ತಿಗೆ ವಕ್ರವಾಗಿ ಬಂದೀತೆಂದು ಆತ ಎಣಿಸಿರಲಿಲ್ಲ. ಮನಸ್ಸು ತುಂಬ ನೋವುಗೊಂಡಿತು. ತಮ್ಮ ಜನ ಅಂಥ ನಿರ್ದೋಷಿಗಳೇ, ಯಾರೂ ದೂರಲಾರದ ನಡತೆಯವರೇ; ಸ್ವತಃ ತನಗೆ ಅನ್ನ ಬಡಿಸಿದ ಕೆಂಪಿಯ ಕೀರ್ತಿಯೂ ನಿಷ್ಕಳಂಕವಾದದ್ದೇ? ಹೀಗಿರುತ್ತ, ಎಳೆವಯಸ್ಸಿನ ಗಿಡ್ಡಿ, ಯಾವುದೋ ಒಂದು ಗಳಿಗೆಯಲ್ಲಿ ತಪ್ಪು ಮಾಡಿದ ಅಪರಾಧಕ್ಕೆ, ಈ ಬಗೆಯಲ್ಲಿ ಚುಚ್ಚುತ್ತಿದ್ದಾರಲ್ಲ–ಎಂದು ಮರುಕವಾಯಿತು.

ಒಂದೆರಡು ಬಾರಿ, ತಡೆಯಲಾರದ ನೋವಿಗೆ, ಗಿಡ್ಡಿಯೂ ಕರಿಯಣ್ಣ ನೊಡನೆ ಬಾಯಿಬಿಟ್ಟು "ಬೂದನ ಹೆಂಡತಿ ಹೀಗೆಂದಳು! ಹಾಗೆಂದಳು ನನಗೆ" ಎಂದು ತಿಳಿಸಿದ್ದಳು. ಈಗ ಅವನಿಗೆ ಸ್ಪಷ್ಟವಾಯಿತು–ಬೂದ ಸಹ ಕೆಂಪಿಯ ಪ್ರೇರಣೆಯಿಂದ ನಡೆದದ್ದು ಎಂದು. ಮನಸ್ಸು ತುಂಬ ಸಿಡಿಮಿಡಿ ಗೊಂಡಿತು. ಬೂದಣ್ಣನಿಗೆ ಪ್ರತಿನುಡಿ ಆಡಲಾರ; ಕೆಂಪಿಯೂ ತನ್ನನ್ನು ಸಾಕಿದವಳು. ಆದರೆ ಅವರಂದದ್ದನ್ನೆಲ್ಲ ಒಪ್ಪುವ ಮನಸ್ಸಾಗಲಿಲ್ಲ. ತಾನು, ಅಜ್ಜ ತೀರಿಕೊಂಡಂದಿನಿಂದ ಅವರ ಆಶ್ರಯದಲ್ಲಿ ಬೆಳೆದಿದ್ದರೂ, ಇನ್ನು ಆ ಹಂಗು ಬೇಡ ಎಂದು ತೋರಿತು. ಆ ರಾತ್ರಿ ಬೂದನ ಮನೆಗೆ ಊಟಕ್ಕೂ ಹೋಗಲಿಲ್ಲ. ನೇರಾಗಿ ತಿಮ್ಮನ ಮನೆಗೆ ಹೋದ. ಹಸಿವೆ ಇಲ್ಲವೆಂದು ಮುಖ

ಸಪ್ಪಗೆ ಮಾಡಿಕೊಂಡು ಮಲಗಿಕೊಂಡ. ಗಿಡ್ಡಿ ಹತ್ತು ಬಾರಿ "ಏನಣ್ಣ, ಒಂದಿಷ್ಟು ಅಂಬಲಿ ಕುಡಿ, ಉಪವಾಸ ಮಲಗಿಕೊಳ್ಳಬೇಡ" ಎಂದೆಷ್ಟು ಬೇಡಿಕೊಂಡರೂ, ಮಾತನಾಡದೆ ಮಲಗಿಕೊಂಡ. ಮರುದಿನ ಬೆಳಿಗ್ಗೆ ಎದ್ದವನೇ ಬೂದನಲ್ಲಿಗೆ ಹೋದ. ಬೂದ "ಏನು ಕರಿಯಣ್ಣ, ರಾತ್ರಿ ಮನೆಗೆ ಊಟಕ್ಕೂ ಬರಲಿಲ್ಲ. ಮಲಗಲಿಕ್ಕೂ ಬರಲಿಲ್ಲ" ಎನ್ನುವಾಗಲೇ ಕೆಂಪಿ "ಅಂಬಲಿ ಇಟ್ಟಲ್ಲೇ ಇದೆ. ಮೊಲ ತಂದಿದ್ದರು; ಮಾಂಸದ ಪದಾರ್ಥವೂ ಹಾಗೆಯೇ ಇದೆ. ಉಣ್ಣುತ್ತೀಯಾದರೆ ಉಣ್ಣು, ರಾತ್ರೆ ಬೇಟೆಗೆ ಹೋಗಿದ್ದೆಯಾ?" ಎಂದು ಉಪಚರಿಸಿದಳು.

"ಯಾಕೋ ಬರಲಿಲ್ಲ ನಿನ್ನೆ, ಇನ್ನು ನನಗೋಸ್ಕರ ನೀವು ಅಡಿಗೆ ಮಾಡುವುದು ಬೇಡ. ನಾನಂಥ ಕೆಟ್ಟವನಾದ ಮೇಲೆ, ನನ್ನಿಂದಾಗಿ ನಿಮಗೆ ಕೆಟ್ಟ ಹೆಸರು ಬರುವುದು ಬೇಡ" ಎಂದು ತನ್ನ ಕತ್ತಿ, ಚಾಪೆ, ಒಂದೆರಡು ಹರಕಲು ಬಟ್ಟೆಗಳನ್ನು ಸುರುಳಿಮಾಡಿ ಹಿಡಿದುಕೊಂಡ. ಬೂದ ಅವನನ್ನು ತಡೆಯಲು ಬಂದ. "ಏನು ಹೀಗೆ ಮಾಡಿದರೆ? ಏನೋ ನಾಲ್ಕು ಬುದ್ಧಿಯ ಮಾತು ಹೇಳಿದರೆ, ಸಿಟ್ಟುಮಾಡಿಕೊಂಡು ಹೊರಡುವುದೇ?" ಎಂದ.

"ಹ್ಯಾಗೂ ಅನ್ನುವುದನ್ನು ಅನ್ನುತ್ತಾರೆ ಜನ. ಇನ್ನೇನಾಗಬೇಕು ನನಗೆ. ತಮ್ಮ ಗುರಿಕಾರ ಘಟಿಂಗ ಅಂದಾರು; ಚೆನ್ನಾಗಿ ಅಂದುಕೊಳ್ಳಲಿ. ಯಾರ ಹಂಗೂ ನನಗೆ ಬೇಡ" ಎಂದು ಹೊರಟೇಬಿಟ್ಟ. ಬೂದ ಅವನನ್ನು ತಡೆಯಲು ಹೋದದ್ದು ಪ್ರಯೋಜನವಾಗಲಿಲ್ಲ. ಕೆಂಪಿ ಅಸೂಯಾಪರಳಾಗಿ "ನಾನು ಹೇಳಿದರೆ ಯಾಕೆ ಕೇಳಿಯಾನು? ಗಿಡ್ಡಿ ಕರೆದಿರಬೇಕು ಅವನನ್ನು" ಎಂದುಬಿಟ್ಟಳು.

"ಗಿಡ್ಡಿಯೇ, ಹೋ ಗಿಡ್ಡಿಯೇ! ಹೌದು, ನನಗೆ ಗೊತ್ತಕ್ಕ. ಗಿಡ್ಡಿಯನ್ನು ಎಲ್ಲರ ಕಣ್ಣಲ್ಲಿ ಪಾಪಿಯಾಗಿ ಮಾಡಿದವಳು ಯಾರೆಂದು ಗೊತ್ತು. ನಾನು ಯಾರ ಮನೆಗೂ ಹೋಗುವುದು ಬೇಡ. ನನಗೆ ಪ್ರಾಯವಾಯಿತು. ಬೇರೆಯೇ ಗುಡಿಸಲು ಕಟ್ಟಿ ನನ್ನ ಅಂಬಲಿ ನಾನು ಬೇಯಿಸಿಕೊಂಡು ಇರುತ್ತೇನೆ–ಎಂದಿದ್ದೆ. ಇಂದು ನೀನೇ ಅಂದೆಯಲ್ಲ–ಗಿಡ್ಡಿಯ ಮನೆಗೆ ಹೋಗುತ್ತೇನೆಂದು. ಹಾಗಾದರೆ ಅಲ್ಲಿಗೇ ನಾನು ಹೋಗುತ್ತೇನೆ. ಇನ್ನು ನೀನು

ಧೈರ್ಯವಾಗಿ ಹೇಳಬಹುದಲ್ಲ. ಗಿಡ್ಡಿಗೆ –ಒಬ್ಬರಲ್ಲ, ಇಬ್ಬರು ಗಂಡಂದಿರೆಂದು" ಎಂದು ಕಿಡಿಕಾರಿ ಹೊರಟುಹೋದ. ಅವನ ನೋವನ್ನು ಹೇಳತೀರದು. ಕಣ್ಣಲ್ಲಿ ಕೋಪದ ಕಿಡಿ ಹಾರಿತು ; ಕಂಬನಿ ಸುರಿಯಿತು. ಇಂಥ ಅಪವಾದ ತನ್ನ ಮೇಲೆ ಬಂದೀತೆಂದು ಆತ ಎಣಿಸಿರಲಿಲ್ಲ–ಅದೂ ತನ್ನನ್ನು ಅಕ್ಕರೆಯಿಂದ ಮಾತನಾಡಿಸಿ, ದೊನ್ನೆ ತುಂಬ ಬಯನಿ ಹೆಂಡ ಕೊಟ್ಟು, ಉಪಚರಿಸಿದ ತಾಯಿಗೆ ಸಮಾನಳಾದ ಕೆಂಪಿಯಿಂದ.

ಬೂದನಂತೂ ತುಂಬ ಕಳವಳಗೊಂಡ. "ಏನು ಕೆಂಪಿ, ಅವನೆದುರಿಗೇ ಹಾಗೆಲ್ಲ ಅಂದುಬಿಟ್ಟೆಯಾ? ಕೇಳಿ, ಯಾರಿಗಾದರೂ ಸಿಟ್ಟು ಬಾರದಿರುತ್ತದೆಯೇ? ಯಾರಾದರೂ ಹಾಗೆ ಎದುರಿಗೆ ಅಂದು ಬಿಡುತ್ತಾರೆಯೇ?" ಎಂದು ಹೇಳಿದ.

ಬೂದನ ಈ ಮಾತಿಗೆ ಕೆಂಪಿ ಸಿಟ್ಟುಗೊಂಡು "ನೀವು ಗಂಡಸರಿಗೆಲ್ಲ ಏನು ಹೇಳಿದರೂ ಒಂದೇ. ತಪ್ಪು ಕಾಣುವುದು ನಮ್ಮಲ್ಲಿಯೆ. ನೀವು ಮಾಡಿದ್ದೆಲ್ಲ ಚೆನ್ನ. ಇದ್ದದ್ದನ್ನು, ಕೇಳಿದ್ದನ್ನು ಹೇಳಬಾರದು ನಾವು" ಎಂದಳು.

ಬೂದನ ಮನೆಯಿಂದ ಹೊರಟ ಕರಿಯ, ನೆಟ್ಟಗೆ ತಿಮ್ಮನ ಮನೆಗೆ ಹೋಗಿ ಹಾಸಿಗೆ ಸುರುಳಿಯನ್ನು ಅಲ್ಲಿ ಎಸೆದುಬಿಟ್ಟು, ಅಲ್ಲಿಯೂ ಅಂಬಲಿ ಊಟಕ್ಕೆ ನಿಲ್ಲದೆ, ಕತ್ತಿ ಹಿಡಿದುಕೊಂಡು ಕಾಡಿಗೆ ಹೊರಟ. ಅವನ ಮನಸ್ಸಿನ ಸ್ಥಿತಿ ಹೇಗಿತ್ತೆಂದು ಯಾರಿಗೂ ತಿಳಿಯಲು ಅವಕಾಶವಾಗಲಿಲ್ಲ. ಆ ಸಂಜೆ–ಒಂದು ಹೊರೆ ಬಿದಿರನ್ನು ಹೊತ್ತುಕೊಂಡು, ದಣಿದು ಕಂಗಾಲಾಗಿ ಕೇರಿಗೆ ಬಂದ. ಒಂದು ಮೂಲೆಯಲ್ಲಿ ಅವನ್ನೆಸೆದು, ಹಸಿವು ತಾಳಲಾರದ್ದಕ್ಕೆ ತಿಮ್ಮನ ಮನೆಗೆ ಹೋದ. ತಿಮ್ಮ ಸ್ವಾಗತಿಸಿದ. ಈತ ಮೊದಲ ಮಾತಿಗೆ "ತಿಮ್ಮಣ್ಣ, ಒಂದೆಂಟು ದಿನ ನನಗಿಲ್ಲಿ ಕೂಳು ಹಾಕುತ್ತೀಯಲ್ಲ" ಎಂದ. ಆ ಧ್ವನಿ ವಿಚಿತ್ರವಾಗಿದ್ದನ್ನು ಕಂಡು ತಿಮ್ಮ "ಏನಾಯಿತಣ್ಣಾ, ಏನು ಸಂಗತಿ? ಬೆಳಿಗ್ಗೆ ಹಾಸಿಗೆ ಸುರುಳಿ ತಂದು ಎಸೆದು ಹೋದೆಯಂತೆ. ನಿನಗೆ ಯಾರಾದರೂ ಏನಾದರೂ ಅಂದರೇ?" ಎಂದ.

ಗಿಡ್ಡಿ ಮೆಲುದನಿಯಿಂದ "ಬೆಳಿಗ್ಗೆ ಅಂಬಲಿ ಕುಡಿದಿಲ್ಲ, ಅಲ್ಲವೇ? ನಾನು ಕೇಳುವ ಎಂದು ಹೊರಗೆ ಬರುವುದರೊಳಗೆ, ಹೊರಟುಹೋಗಿದ್ದಿ.

ಬೂದಣ್ಣನ ಹೆಂಡತಿ ಅನ್ನುತ್ತಿದ್ದಳಂತೆ–ಸಣ್ಣ ಗುರಿಕಾರರು ಇನ್ನು ತಿಮ್ಮನ ಮನೆಯಲ್ಲೇ ಇರುವುದು ಎಂದು."

ತಿಮ್ಮ "ಏನು, ಏನು?" ಎಂದು ಬಲವಂತಪಡಿಸಿದ್ದಕ್ಕೆ "ಏನಿಲ್ಲ ತಿಮ್ಮ, ಮೊದಲು ನೀವಿಬ್ಬರೇ ಕೇರಿಗೆ ಬೇಡವಾದವರಾದಿರಿ. ಈಗ ನಾನೂ ನಿಮ್ಮ ಸಾಲಿಗೆ ಬಂದೆ" ಎಂದು ಅಂದನೇ ಹೊರತು, ಬೇರೇನೂ ಹೇಳಲಿಲ್ಲ. ಆದರೂ ಅವನ ಈ ನಡತೆಯನ್ನು ಅರಿಯಲಾರದವರ ಸಮಾಧಾನಕ್ಕಾಗಿ, "ಸಾಕೆನಿಸಿತು–ಪರರ ಹಂಗಿನ ಊಟ. ಅನ್ನ ಹಾಕಿದ್ದಕ್ಕೆ ಏನೂ ಅನ್ನುವ ಹಕ್ಕು ಬರುತ್ತದೆ. ಯಾಕೆ ಅಂಥ ಅನ್ನ? ನನಗೆ ವಯಸ್ಸಾಗಿದೆ; ಬೇರೆ ಗುಡಿಸಲು ಕಟ್ಟಿಕೊಂಡು ಬದುಕಬೇಕಾದ್ದು ನ್ಯಾಯ. ನಮ್ಮಜ್ಜ ಎಷ್ಟು ಕಾಲ ತನ್ನ ಅಂಬಲಿಯನ್ನು ತಾನೇ ಬೇಯಿಸಿಕೊಂಡು ಬದುಕಲಿಲ್ಲ!" ಎಂದು ತನ್ನ ಸ್ವಗೃಹ ನಿರ್ಮಾಣದ ಯೋಚನೆಯನ್ನು ತಿಮ್ಮನ ಮುಂದೆ ತೋಡಿಕೊಂಡ. ತಾನು ಕೇಳಿದ ಮಾತುಗಳಲ್ಲಿ, ಅವರ ಸುಖ ತಗ್ಗಿಸುವ ಯಾವ ಸುದ್ದಿಯನ್ನೂ ಹೊರಗೆಡವದೆ, ಆ ದಿನ ಸಂಭಾಷಣೆ ಮುಗಿಸಿದ. ಅದಾದ ಏಳೆಂಟು ದಿನಗಳ ತನಕ ಅವನ ದಿನವೆಲ್ಲ, ಸ್ವಂತ ಗುಡಿಸಲು ಕಟ್ಟುವ ಕಾರ್ಯದಲ್ಲೇ ಸಾಗಿತು. ದಿನಕ್ಕೆರಡು ಬಾರಿ ಗಿಡ್ಡಿಯ ಮನೆಗೆ ಅಂಬಲಿ ಕುಡಿಯುವುದಕ್ಕೆ ಮಾತ್ರ ಹೋಗಿ ಬರುತ್ತಿದ್ದ.

ಕುಡಿಯರ ಕೇರಿಯೆಂದರೆ–ನಗರವೇನಲ್ಲ, ಪಟ್ಟಣವೇನಲ್ಲ. ಕಾಡಿನ ಮಧ್ಯದ ಒಂದು ಎಕ್ರೆಯಷ್ಟು ಸವರಿ ಮಾಡಿದ ಜಾಗ. ಆ ಏರುತಗ್ಗನಲ್ಲೇ ಹತ್ತಿಪ್ಪತ್ತು ಮನೆಗಳಿವೆ. ಕರಿಯ ಅಜ್ಜನು ವಾಸವಾಗಿದ್ದ ಮನೆಯ ಹಳೆಯ ಅಸ್ತಿವಾರದ ಮೇಲೆಯೇ, ನಾಲ್ಕು ಕಂಬಗಳನ್ನು ನಟ್ಟು, ಒಂದು ಜೋಪಡಿಯ ನಿರ್ಮಾಣಕ್ಕೆ ತೊಡಗಿದ. ಅವನ ಬೆನ್ನಿಗೆ, ತಿಮ್ಮ ಅವಿಶ್ರಾಂತವಾಗಿ ಬಂದು ದುಡಿದ. ಗೆಳೆಯನ ಸಲುವಾಗಿ ಕಾಳನೂ ಬಂದು ಸೇರಿದ. ಗುರಿಕಾರ ಬೇರೆ ಮನೆಮಾಡುತ್ತಾನೆಂದ ಮೇಲೆ ಕೇರಿಯ ಬೇರೆ ಒಬ್ಬಿಬ್ಬರು, ಕರೆಯದೆಯೂ ಬೇಡವೆಂದರೂ ಅವನ ಕೆಲಸಗಳಿಗೆ ನೆರವಾಗಿ, ಗುಡಿಯ ಕೆಲಸ ಪೂರೈಸಿದರು.

ಚಿಕ್ಕ ಗುಡಿಸಲೊಂದು ನಿರ್ಮಾಣವಾಯಿತು. ಒಳ್ಳೆಯ ದಿನವೊಂದನ್ನು ನೋಡಿ, ಕೇರಿಯವರೆಲ್ಲರಿಗೂ ಹೇಳಿಕೆ ಮಾಡಿ, ಮನೆಯ ಒಕ್ಕಲು ನಡೆಸಿದ

ಕರಿಯ. ಒಕ್ಕಲಿನ ದಿನ ಕೇರಿಯ ಜನ, ಕರಿಯನಿಗೆ ನೆರವಾಗಿ ಊಟ, ಅಡುಗೆಯನ್ನು ಮಾಡಿದರು. ಅದಕ್ಕೆ ಬಾರದವರೆಂದರೆ ಕೆಂಪಿ ಮತ್ತು ಗಿಡ್ಡಿಯರಿಬ್ಬರೇ. ಒಬ್ಬಳು ಅಳುಕಿನಿಂದ; ಇನ್ನೊಬ್ಬಳು ಸಿಡುಕಿನಿಂದ. ಮೊದಲು ತಿಮ್ಮ ಬರುವುದಕ್ಕೂ ಅಂಜಿಕೊಂಡಿದ್ದ, "ನೀನೇ ಬರದಿದ್ದರೆ ಹೇಗೆ?" ಎಂದು ಕರಿಯ ಬಲವಂತಮಾಡಿದುದರಿಂದ, ಆತ ಬರಬೇಕಾಯಿತು. ಆತ ಬಂದನೆಂದು ಉಳಿದವರು ಪ್ರತ್ಯಕ್ಷವಾಗಿ ಆ ದಿನದ ಔತಣವನ್ನು ಬಹಿಷ್ಕರಿಸದೆ ಇದ್ದುದೇ ಆಶ್ಚರ್ಯ. ಗುರಿಕಾರ ಸ್ವಂತ ಮನೆಮಾಡಿಕೊಂಡದ್ದು, ಬೂದನಿಗೆ ಮಾತ್ರ ತುಸು ಬೇಸರವಾಯಿತಾದರೂ, ಬಹುದಿನ ಆ ಬೇಸರ ಉಳಿಯಲಿಲ್ಲ. ಆದರೆ ಹೊಸ ಮನೆಯಾಗಿ ಕರಿಯ ತೀರ ಸ್ವತಂತ್ರನಾದ ಮೇಲೆಯೂ, ಆತ ತಿಮ್ಮನ ಮನೆಗೆ ಹೋಗಿಬರುವುದು ಕಡಿಮೆಯಾಗಲಿಲ್ಲ. ದಿನ ಹೋದಂತೆ, ಒಂದು ಬಗೆಯ ಕಟು ಭಾವನೆ ಅವನಲ್ಲಿ ಬೆಳೆದುಬಂದದ್ದೇ ಅದಕ್ಕೆ ಕಾರಣ. 'ಮಾಡದ್ದನ್ನು ಅನ್ನುವ ಜನರಿಗೆ ಏತಕ್ಕೆ ತಾನು ಅಂಜಿ ನಡೆಯಬೇಕು? ಹೆಚ್ಚೆಂದರೆ ತನ್ನನ್ನು ಗುರಿಕಾರಿಕೆಯಿಂದ ತಳ್ಳಿಹಾಕಬಹುದು. ಆ ಪದವಿ ತನಗೆ ಕೊಟ್ಟ ಸೌಭಾಗ್ಯವಾದರೂ ಅಷ್ಟೇನೆ, ವಯಸ್ಸಿನ ಬೆಂಬಲವಿಲ್ಲದೆ ತನ್ನನ್ನು, ಇನ್ನೂ ಕೇರಿಯ ಜನ ಹುಡುಗನೆಂದೇ ತಿಳಿದಿದ್ದಾರೆ. ತನಗದರಿಂದ ಲಾಭವೂ ಇಲ್ಲ; ನಷ್ಟವೂ ಇಲ್ಲ'–ಎಂದಂದುಕೊಂಡ. ಇತ್ತ ಗಿಡ್ಡಿಯ ಜೀವನದಲ್ಲಿ ನಾಲ್ಕಾರು ಪ್ರಿಯ ಮಾತುಗಳನ್ನಾಡಿದರೆ, ಅವಳ ಬಾಳು ಸಹನೀಯ ವಾದೀತೆಂದು ತಿಳಿದು, ತಿಮ್ಮನ ಮನೆಗೆ ಆತ ಆಗಾಗ ಹೋಗಿ ಬರುತ್ತಿದ್ದ. ಹೋಗದಿದ್ದುದು ಬೂದನ ಮನೆಗೆ ಮಾತ್ರ, ಕೆಂಪಿಯೂ ಅದರಿಂದ ನೊಂದು ಕೊಂಡಂತಿಲ್ಲ. ಅವಳ ನಿಡುನಾಲಿಗೆಗೆ ಅದೂ ಒಂದು ಆಹಾರವಾಯಿತಷ್ಟೆ.

ಮಲೆಯ ಜೀವನದಲ್ಲಿ ಗಿಡ್ಡಿ ತಿಮ್ಮನೊಡನೆ ದಾಂಪತ್ಯ ನಡೆಸಿ, ಸುಖ ದುಃಖಗಳಿಗೆ ಭಾಗಿಯಾಗಿ ಎರಡು ವರ್ಷಗಳು ಸಂದವು. ಆಕೆಯಲ್ಲಿ ತಾಯ್ತನದ ಲಕ್ಷಣಗಳು ಕಾಣಿಸತೊಡಗಿದುವು. ಅವಳ ಚೆಲುವು ಇದರಿಂದ ಇಮ್ಮಡಿಸಿತು. ಮುಖದಲ್ಲಿ ಕಾಂತಿ ಮಿನುಗತೊಡಗಿತು. ಅದನ್ನರಿತ ತಿಮ್ಮನ ಬಾಳಿನಲ್ಲಿ ಹೊಸ ಸೊಬಗೇ ಉದಯಿಸಿತು. ಆ ಸಂತೋಷದ ಹಿಗ್ಗಿನಲ್ಲಿ, ಅವನ ಪಾಲಿಗೆ ಕಹಿಯಾಗಿ ಕಂಡ ಒಂದು ಅನುಭವವನ್ನು ಮಾತ್ರ ಹೇಳಲೇಬೇಕಾಗುತ್ತದೆ.

ಆ ವರ್ಷ ತಿರುಮಲ ಭಟ್ಟರು ನವರಾತ್ರಿಯನ್ನು ಕಳೆದು ಬಂದವರು. ಮಲೆಯಲ್ಲಿ ನಾಲ್ಕು ತಿಂಗಳ ಕಾಲ ವಾಸಿಸಿದರು. ಈ ಬಾರಿ ತಮ್ಮ ಹಳೆ ಮನೆಯನ್ನು ಬಿಟ್ಟು, ಹೊಸ ಮನೆಯೊಂದನ್ನು ಕಟ್ಟುವ ಹಂಚಿಕೆ ಮಾಡಿದರು. ಹಿರಿಕಿರಿಯ ಮಲೆಗಳೆರಡೂ ಈಗ ಅವರದಾಗಿದ್ದವು. ಮಲೆಯಲ್ಲಿರಬೇಕಾದ ದಿನಗಳ ಅವಧಿಯೂ ಹೆಚ್ಚಿತು. ಕಿರಿಮಲೆಯ ಪಾರುಪತ್ಯಕ್ಕೆ ಬೂದನನ್ನು ನೇಮಕ ಮಾಡಿದ್ದಾರೆ. ಆಗಾಗ ಕೆಳಗಿನ ಕಾಡುಗಳ ನಾಟ ಸಿಗಿಯುವಲ್ಲಿ ಓಡಾಡುತ್ತಿದ್ದ ತುಕ್ರನನ್ನು ಹಿರಿಮಲೆಗೆ ಹೋಗಿಬರುವ ರಾಯಭಾರಿಯನ್ನಾಗಿ ಮಾಡಿದ್ದಾರೆ. ಆತ ಹಿರಿಮಲೆಯಲ್ಲಿ ಅಷ್ಟೊಂದು ವರ್ಚಸ್ಸಿನ ವ್ಯಕ್ತಿಯಲ್ಲ ವಾದರೂ, ಆದಷ್ಟು ಜಾಣ್ಮೆಯಿಂದ ಮಲೆಯವರ ಸ್ನೇಹ ಸಂಪಾದಿಸಿದ. ಧನಿಗಳ ಕೆಲಸ ಕೆಡಬಾರದೆಂದು, ಆಗದವರನ್ನು ಒಲಿಸಿದ. ಎಂದಿನಂತೆ ಕ್ರಮ ತಪ್ಪದೆ ಮಲೆಯ ಏಲಕ್ಕಿ ಧನಿಗಳಿಗೆ ಬರುವಂತೆ ಮಾಡಿದನು.

ಇತ್ತ, ಹೊಸ ಮನೆಯ ಕೆಲಸ ಸಣ್ಣದಲ್ಲ, ಪುಟ್ಟದಲ್ಲ. ತಮ್ಮ ಪ್ರತಿಷ್ಠೆಗೆ ಸಮನಾದ ಬಂಗಲೆ ಕಟ್ಟಿಸುವ ಕೆಲಸ ಭಟ್ಟರದು. ಮೊದಲಿನ ಅವರ ಮನೆಯು ಸಣ್ಣ ಬಿದಿರಿನ ಗುಡಿಸಲಂತಿತ್ತು. ಈಗ ಹಾಗಿಲ್ಲ. ಕನ್ನಡ ಜಿಲ್ಲೆಯಿಂದ ಬಡಗಿಗಳು ಬಂದರು, ಓಡಾರಿಗಳನ್ನು ಕರೆಸಿದರು, ಮರ ಸಿಗಿಯುವವರು ಬಂದರು. ಬರಿಯ ನಾಲ್ಕು ತಿಂಗಳ ಅವಧಿಯಲ್ಲಿ ಮೊದಲಿನ ಮನೆಗೆ ಸಮೀಪವಾಗಿ ಚಂದವಾದೊಂದು ಬಂಗಲೆಯನ್ನೇ ನಿರ್ಮಿಸಿದರು. ಮನೆಯ ಕೆಲಸವೆಂದರೆ ಸಣ್ಣ ಕೆಲಸವಲ್ಲ; ಮಣ್ಣು ತರಬೇಕು, ಕಲ್ಲುಗಳನ್ನು ತರಬೇಕು, ಚಿಕ್ಕಪುಟ್ಟ ಹಲವಾರು ದುಡಿಮೆಗಳಲ್ಲಿ ಕೇರಿಯ ಗಂಡಸರು, ಹೆಂಗಸರು ನೆರವಾಗಬೇಕು. ಆ ಮಟ್ಟಿಗೆ ಯಾರೊಬ್ಬರೂ ತಲೆ ತಪ್ಪಿಸಿಕೊಳ್ಳುವಂತಿಲ್ಲ. ಗುರಿಕಾರ ಕರಿಯ, ಅವನ ಮಾವ ಬೂದ, ತಿಮ್ಮ ಇವರೆಲ್ಲ ನೆರವಾದಂತೆ, ಕೇರಿಯ ಹೆಂಗಸರು, ಮಣ್ಣು ಹೊರುವ ಕೆಲಸಕ್ಕೋ, ಮನೆ ಮುಗಿದ ಮೇಲೆ ಅಂಗಳ ಸಾರಣೆ ಮಾಡುವ ಕೆಲಸಕ್ಕೋ, ನೆರವಾಗಬೇಕು. ಹೀಗಾಗಿ ಗಿಡ್ಡಿ ಸಹ ಗಂಡನಂತೆ, ತನ್ನೊಡನೆ ಹೆಚ್ಚು ಮಾತಾಡದ ಬಂಧುಗಳ ಸಮುದಾಯದಲ್ಲಿ ಸೇರಿ ದುಡಿಯಬೇಕಾಯಿತು. ಅವರಲ್ಲಿ ಕೆಂಪಿಯೊಬ್ಬಳು ಧನಿಯ ಮನೆಯ ಪರಿಚಾಕರಿಯಲ್ಲಿ ನಿರತ ಳಾಗಿದ್ದುದರಿಂದ ಆ ಕೆಲಸಕ್ಕೆ ಬರುತ್ತಿರಲಿಲ್ಲ. ಆದರೆ ಹತ್ತು ಗಜ ದೂರದಲ್ಲಿ

ನಿಂತು, ನಡೆಯುವ ಕೆಲಸದಲ್ಲಿ ಯಾರೆಲ್ಲ ಸೇರಿದ್ದಾರೆ, ಸೇರಿಲ್ಲ–ಎಂದು ಕಾಣುವ ಕಣ್ಣು ಅವಳಿಗೆ ಇದ್ದೇ ಇತ್ತು. ಬಿಡುವಾದಾಗಲೆಲ್ಲ ಬೇಕಾಗಿಯೂ, ಬೇಡವಾಗಿಯೂ ಆ ಕಡೆ ಹಾಯ್ದು ಹೋಗುತ್ತಿದ್ದಳು. ಧನಿಗಳು ಚಾವಡಿಯಲ್ಲಿ ಕುಳಿತು, ಎಲೆಅಡಿಕೆ ಮೆಲ್ಲುತ್ತ 'ಹಾಗೆ ಮಾಡಿ, ಹೀಗೆ ಮಾಡಿ' ಎನ್ನುವಾಗ ಕೆಂಪಿಯ ಕಣ್ಣು ಧನಿಯರನ್ನು ಹೊಂಚುಹಾಕುತ್ತಿತ್ತು–ಎಂದರೂ ತಪ್ಪಿಲ್ಲ. ಕೆಲಸ ಮಾಡುತ್ತಿರುವ ಯಾವಾಕೆಯ ಮೇಲೆ ದೃಷ್ಟಿ ನಟ್ಟರೂ, ಯಾರ ಬಳಿಯಲ್ಲಿ 'ಹಾಗಲ್ಲ, ಹೀಗೆ ಮಾಡು' ಎಂದರೂ, ಅವರ ಮೇಲೆ ಹಾರುತ್ತಿತ್ತು ಕೆಂಪಿಯ ನೋಟ. ದುಡಿಯುತ್ತಿರುವ ಹೆಂಗಸರಲ್ಲಿ ಅಸಾಮಾನ್ಯವಾಗಿ ಕಾಣುತ್ತಿದ್ದ ವ್ಯಕ್ತಿಯು ಗಿಡ್ಡಿ. ಆಕೆಯನ್ನು ಕಂಡು ಭಟ್ಟರು ಯಾರೆಂದು ಕೇಳಿದರು. ಕೇಳಿದ್ದು ಬೂದನೊಡನೆ. "ಅದು, ಆ ಪರಜಾತಿಗೆ ಹೋದಳಲ್ಲ–ಅವಳು. ನಮ್ಮ ತಿಮ್ಮ ಅವಳನ್ನು ಮದುವೆಯಾಗಿ ಬಂದಿದ್ದಾನೆ" ಎಂದು ತಾತ್ಸಾರದ ನುಡಿಯನ್ನಾತ ಆಡಿದರೂ, ಅವಳ ರೂಪರಾಶಿ ಭಟ್ಟರ ಮನಸ್ಸಿನಲ್ಲಿ ಅವಳನ್ನು ಕುರಿತಾದ ತಾತ್ಸಾರವನ್ನು ಹುಟ್ಟಿಸಲಿಲ್ಲ. ಉಳಿದವರೆಲ್ಲ ಹರಟೆಮಲ್ಲಿಯರಂತೆ ಕೆಲಸ ಮಾಡುತ್ತಿದ್ದರೂ, ಮೂಕಿಯಂತೆ ಇರುತ್ತಿದ್ದವಳು ಗಿಡ್ಡಿ. ಆದರೂ ಧನಿಯ ನೋಟ, ಅವಳ ಕಡೆಗೇ ಹರಿಯುತ್ತಿತ್ತು. ಪರ್ಯಾಯವಾಗಿ–'ಅಲ್ಲಿ ಮಣ್ಣು ಹಾಕಬಾರದಿತ್ತು. ಇಲ್ಲಿ ನೀರು ಹೆಚ್ಚಾಯಿತು' ಎಂದು ಯಾರನ್ನಾದರೂ ಉದ್ದೇಶಿಸಿ ಅವರು ಮಾತನಾಡಿದರೆ, ಅದು ಗಿಡ್ಡಿಯನ್ನು ಕುರಿತೇ ಆಡುತ್ತಾರೆ. ಅದನ್ನು ತಿಳಿದೂ ತೋರಿಸಿಕೊಳ್ಳದೆ, ತನ್ನ ಪಾಲಿನ ಕೆಲಸ ನಡೆಸುತ್ತಿದ್ದವಳು ಆಕೆ. ಅವರ ಇಂಥ ಒಂದು ಚರ್ಯೆ ಕೆಂಪಿಯ ನೋಟಕ್ಕೆ ಬಿತ್ತೆಂದರೆ, ಅವಳ ಹೊಟ್ಟೆಯ ಬಣವೆಗೆ ಬೆಂಕಿ ಬಿದ್ದಂತಾಗುತ್ತಿತ್ತು. ತನ್ನ ಈ ಪ್ರತಿಸ್ಪರ್ಧಿಯನ್ನು ತಾನು ಓಡಿಸದಿದ್ದರೆ ತನಗೆ ಸುಖವಿಲ್ಲ–ಎಂದಂದುಕೊಂಡಳು ಅವಳು.

ಮುಂದೊಂದು ದಿನ ಕೆಂಪಿಗೆ ಮೈ ಸ್ವಸ್ಥವಿಲ್ಲವಾಯಿತು. ಆಗಲೂ, ಆಕೆ ತಿಂಗಳಾಗಿ ಮುಟ್ಟಿನ ಮನೆ ಸೇರಿದಾಗಲೂ, ತನ್ನ ಬದಲು ಧನಿಯ ಮನೆಗೆ ಪರಿಚಾಕರಿ ಮಾಡಿದವಳು ಗಿಡ್ಡಿ–ಎಂದು ತಿಳಿದ ಮೇಲೆ, ಅವಳಿಗಾದ ಕೋಪ ಅಷ್ಟಿಷ್ಟಲ್ಲ. ಅನಂತರ ಮೈ ಚೆನ್ನಾಗಿಲ್ಲದಿದ್ದರೂ, ಆ ದಣಿವನ್ನಡಗಿಸಿ ಕೊಂಡು, ಆ ಕೆಲಸಕ್ಕೆ ಗಿಡ್ಡಿ ಬಾರದಂತೆ ಮಾಡಲು ತಾನೇ ಕೆಲಸಕ್ಕೆ

ಹೋಗತೊಡಗಿದಳು. ನೆಗಡಿ ಬರಲಿ, ಶೀತವಿರಲಿ, ಜ್ವರವಿರಲಿ–ಚೆನ್ನಾಗಿರುವವಳಂತೆ ನಟಿಸಿ, ಪರಿಚಾಕರಿ ಮಾಡುತ್ತಾಳೆ. ತಾನು ಹೊರಗಾದ ದಿನ, ತನ್ನ ಅತ್ತೆಯನ್ನು ಒತ್ತಾಯಿಸಿ ಕಳುಹಿಸುತ್ತಾಳೆ. ಒಂದು ದಿನ ಇಬ್ಬಿಬ್ಬರು, ಅಂದರೆ ಬೂದನ ತಾಯಿ ಮತ್ತು ಗಿಡ್ಡಿ ಇಬ್ಬರೂ ಕೆಲಸಮಾಡಬೇಕಾಯಿತು. ಇಂಥ ಒಂದೊಂದು ಸಂಗತಿ–ಕೆಂಪಿಯ ಮನದಲ್ಲಿ ಹುಣ್ಣಿಗಿಟ್ಟ ಬರೆಯಂತೆ. ಕೆಂಪಿಯ ಮನ ಇದರಿಂದಾಗಿ ಇಲ್ಲದ ಉದ್ವೇಗ ತಾಳಿತು. ಆದರೆ ತನ್ನ ಸಿಡುಕು ಧನಿಯ ಆಸೆಗಳಿಗೆ ಅಡ್ಡ ಬರಲಾರವು–ಎಂಬ ಯೋಚನೆಯೂ ಮೂಡಿತು. ಅದರಿಂದಲೇ ಅವಳು ದಾರಿಯನ್ನು ಬದಲಿಸಿದಳು. ಎಲ್ಲಿಲ್ಲದ ಕ್ಷಮೆ ತೋರಿಸತೊಡಗಿದಳು, ಗಿಡ್ಡಿಯೊಡನೆಯೂ, ತಿಮ್ಮನೊಡನೆಯೂ ತಿರುಗಿ ತಾನಾಗಿ ಮಾತುಕತೆ ತೊಡಗಿದಳು. ಧನಿಯ ಮನೆಗೆಲಸ ಸಂಪೂರ್ಣವಾಯಿತು. ಮನೆಯ ಒಕ್ಕಲ ದಿನ, ಹಿರಿಯ ಔತಣವಾದಾಗ, ಹೆಂಗಸರ ಸಾಲಿನಲ್ಲಿ ಗಿಡ್ಡಿ ಮತ್ತು ಕೆಂಪಿಯರು ಬಳಿಯಲ್ಲೇ ಕುಳಿತು ಮಾತನಾಡುತ್ತ ಉಣ್ಣುತ್ತಿದ್ದ ನೋಟ ಕೇರಿಯವರಿಗೆ ಆಶ್ಚರ್ಯವನ್ನುಂಟುಮಾಡಿತು. ಧನಿಯರ ಕಣ್ಣಿಗೂ ಅದು ಬೀಳದೆ ಹೋಗಲಿಲ್ಲ. ಇಷ್ಟಿದ್ದರೆ, ತಿರುಮಲ ಭಟ್ಟರ ಕಾಮುಕ ಆಸೆಗಳಿಗೆ ಇನ್ನಷ್ಟು ಪ್ರೇರಣೆ ಬರುತ್ತಿತ್ತು. ಅವರು ತಿಮ್ಮನೊಡನೆ ಮೊದಲಿಗಿಂತ ಎಷ್ಟೋ ಸರಳವಾಗಿ ಮಾತನಾಡುತ್ತಿದ್ದರು. ತಿಮ್ಮ ಅವರ ಮುಂದೆ ಹೆಚ್ಚಾಗಿ ಹಾಯುತ್ತಿರಲಿಲ್ಲ. ಮಾತ್ರವಲ್ಲ, ಗಿಡ್ಡಿಗೆ ಧನಿಗಳ ಮನೆಯ ಬಳಿಯಲ್ಲಿ ಓಡಾಡುವಾಗ 'ಎಚ್ಚರವಾಗಿರು' ಎಂದು ಅನ್ನುತ್ತಿದ್ದ.

ಮನೆಯ ಕೆಲಸ ಮುಗಿದು, ಧನಿಗಳು ಆ ವರ್ಷಕ್ಕೆ ಮಲೆಯನ್ನು ಬಿಟ್ಟು ಹೊರಟುಹೋದರು. ಕೇರಿಯ ಜನಕ್ಕೆ, ಇನ್ನವರ ಭೇಟಿ ಮೂಲೆ ಗುಂಪಿನ ಜಾತ್ರೆಯ ವೇಳೆಗೆ. ಜಾತ್ರೆಗೆ ಅವರು ಬಂದರು. ಕೇರಿಯ ಕುಡಿಯರೆಲ್ಲ ಎಂದಿನಂತೆ ಅಲ್ಲಿಗೆ ಹೋಗಿದ್ದರು. ಮದುವೆಯಾದ ಮೇಲೆ ತಿಮ್ಮನ ಪಾಲಿಗೆ ಅದು ಎರಡನೆಯ ಜಾತ್ರೆ. ಮೊದಲನೆಯ ಜಾತ್ರೆಗೆ ಗಿಡ್ಡಿ ಬಂದಿರಲಿಲ್ಲ. ಕೇರಿಯವರ ನಂಜಿನ ಮಾತುಗಳಿಂದ ನೊಂದು, ಮನೆಯಲ್ಲೇ ಹಬ್ಬ ಮಾಡಿದ್ದಳು. ಈ ಬಾರಿ ತಿಮ್ಮ ಕರೆದುಕೊಂಡು ಹೋಗಿದ್ದ, ತನ್ನ ಮನಸ್ಸು ತಡೆಯಲಾರದೆ. ಮೊದಲ ದಿನ ಧನಿಗಳು ಹಚ್ಚಡ ಹಂಚುವಾಗ ಅವನಿಗೂ ಸಹ, ಬೂದ, ತುಕ್ರನಿಗೆ ಕೊಟ್ಟಂತೆ ಸ್ವಲ್ಪ ಹೆಚ್ಚು ಬೆಲೆಯ ವಸ್ತ್ರ

ಕೊಟ್ಟರು. ಅದರಿಂದ ತಿಮ್ಮ ಪ್ರಸನ್ನನಾದ. ಆದರೆ ಕೆಂಪಿ, ಗಿಡ್ಡಿಯರಿಬ್ಬರೂ ಒಂದೇ ಬಗೆಯ ಉಡುಗೆಯನ್ನು ಪಡೆದು, ಆ ಸೀರೆಗಳನ್ನು ಉಟ್ಟು ನಡೆದಾಡಿದಾಗ ಅವನೆದೆಯ ರೋಷ ಉಲ್ಬಣಿಸಿತು. ಗಿಡ್ಡಿ, ಕೆಂಪಿಯೊಡನೆ ಹಳೆಯ ವೈರವನ್ನು ಮರೆತು ನಲಿದಾಡಿದಳು. ತಾನು ಕೊಂಡ ತಿಂಡಿಯನ್ನು ಅವಳಿಗೆ ಕೊಟ್ಟಳು; ಅವಳು ಕೊಟ್ಟಿದ್ದನ್ನು ತಿಂದು ನಲಿದಳು. ಆ ದಿನ ಅವಳು ತುಂಬ ಸಂತೋಷವಾಗಿದ್ದಳು. ಹಿರಿಮಲೆಯಿಂದ ಅವಳ ತಾಯ್ತಂದೆಯರೂ ಬಂದಿದ್ದರು. ಎಲ್ಲರೊಡನೆಯೂ ಒಡನಾಟವಾಡಿ, ಉತ್ಸವವನ್ನೆಲ್ಲ ನೋಡಿ ಕೊಂಡು, ತನ್ನ ಬಳಗದವರೊಂದಿಗೆ– ಗದ್ದೆಯ ಮಗ್ಗುಲೊಂದರಲ್ಲಿ ಚಾಪೆ ಬಿಡಿಸಿ ಮಲಗಿಕೊಂಡಳು. ದೂರದಲ್ಲಿ ಇಡಿಯ ರಾತ್ರಿ ಹೊಲೆಯರ ದುಡಿಗಳು ಗೀತ ನಿನಾದವನ್ನು ಮೊಳಗಿಸುತ್ತಿದ್ದುವು. ನಿದ್ರೆಬಾರದ ಜನವೃಂದ ಇನ್ನೂ ರಾತ್ರೆಯೆಲ್ಲ ಅಲೆದಾಡುತ್ತಿತ್ತು, ಮಾತನಾಡುತ್ತಿತ್ತು, ಅಗ್ಗಿಷ್ಟಿಕೆ ಹಾಕಿ, ಸುತ್ತುವರಿದು ಕುಳಿತು ಹರಟುತ್ತಿದ್ದರು. ಹೀಗೆ ಕುಡಿಯರೆಲ್ಲರೂ ಸುಖಸ್ವಪ್ನದಲ್ಲಿ ತೇಲುತ್ತಿದ್ದಾಗ ಒಮ್ಮಿಂದೊಮ್ಮೆಗೆ ಸುಖಶಾಂತಿಯ ನಗುವನ್ನು ಕಳೆದು ಕೊಂಡವಳು, ವೇದನೆಯಲ್ಲಿ ನರಳಿದವಳು ಗಿಡ್ಡಿಯೊಬ್ಬಳೇ. ಯಾಕೋ ಏನೋ ತಡೆಯಲಾರದ ಹೊಟ್ಟೆ ನೋವು ಅವಳಿಗೆ ತೊಡಗಿತು. ಮಲಗಿದ ಚಾಪೆಯಲ್ಲೇ ಕಿರುಚಾಡತೊಡಗಿದಳು. ಬಳಿಯಲ್ಲಿದ್ದ ಗಿಡ್ಡಿಯ ತಾಯಿಗೆ ಗಾಬರಿಯಾಯಿತು. ಆಕೆ ಮಗಳನ್ನು ಎರಡು ಮೂರು ಬಾರಿ ಹೊರಗೆ ಕರೆದುಕೊಂಡು ಹೋದಳು. ವಾಂತಿಯಾಯಿತು; ಭೇದಿಯಾಯಿತು. ಕತ್ತಲಲ್ಲೇ ಏನೇನೋ ಬೇರುಗಳನ್ನು ತಂದು, ಅವಳಿಗೆ ಅರೆದು ಕೊಟ್ಟರು. ವಾಂತಿಭೇದಿಯ ಚಿಹ್ನೆ ಗುಣವಾದರೂ ಹೊಟ್ಟೆಯ ನೋವಡಗಲಿಲ್ಲ. ತಿಮ್ಮ ದಿಗಿಲುಗೊಂಡ; ಕರಿಯಣ್ಣನನ್ನು ಕರೆದು ತಂದ. ತಿಮ್ಮನಿಗೆ ತನ್ನ ಹೆಂಡತಿ ಆ ಗಳಿಗೆಗೋ, ಇನ್ನೊಂದು ಗಳಿಗೆಗೋ ಸತ್ತಾಳು ಎಂಬ ಬೆದರಿಕೆಯಾಗಿತ್ತು. "ಅಣ್ಣಾ, ಏನಾದರೂ ಆಗಲಿ, ಅವಳನ್ನು ಮನೆಗೇನೆ ಹೊತ್ತುಕೊಂಡು ಹೋಗುವ. ನಸುಕು ಹರಿದಾಯಿತು" ಎಂದು ಆತುರ ಪಟ್ಟ. ನಾಲ್ವರು ಬಂಧುಗಳು ಸೇರಿ, ಬೆಳಕು ಹರಿಯುವುದರೊಳಗೇನೆ, ಅವಳನ್ನು ಹೊತ್ತು ಕೊಂಡು ಬೆಟ್ಟ ಏರಿದರು. ಕಿರಿಮಲೆಯನ್ನು ಸೇರಿದರು. ಇನ್ನೂ ಗಿಡ್ಡಿ ನೋವಿನಿಂದಲೇ ನರಳುತ್ತಿದ್ದಳು. ಆ ದಿನ, ಗಿಡ್ಡಿಯ ಹೊಟ್ಟೆಯಲ್ಲಿ

ಉದಯಿಸಿದ ಚಿಕ್ಕ ಜೀವವೊಂದು ಬೆಳೆಯದೆ ಬೆಳಕು ಕಂಡಿತು; ಅವಳ ಪ್ರಾಣವೇನೋ ಉಳಿಯಿತು. ಆದರೆ, ಅದು ತಿಮ್ಮನ ಹಿರಿಯಾಸೆಯನ್ನೆಲ್ಲ ಒಡೆದು ಪುಡಿಮಾಡಿತು. ತಾಯಿಯ ಆರೈಕೆಯಲ್ಲಿ, ನಾಲ್ಕೆಂಟು ದಿನಗಳ ಔಷಧೋಪಚಾರದಲ್ಲಿ ಗಿಡ್ಡಿ ಬಂದ ಈ ವಿಪತ್ತಿನಿಂದ ಪಾರಾದಳು.

ಇತ್ತ ಜಾತ್ರೆಗೆ ಹೋದ ಜನರೆಲ್ಲ ಮೆಲ್ಲಗೆ ಮನೆಗೆ ಮರಳಿದರು. ಕೆಂಪಿ ಸಹ ಗಿಡ್ಡಿಯ ಮನೆಗೆ ಬಂದಳು. "ಏನಾಯಿತಕ್ಕ? ಏನಾಯಿತಕ್ಕ?" ಎಂದು ಅವಳನ್ನು ಉಪಚರಿಸಿದಳು. ತನ್ನ ಸಂತೋಷದ ಮೊಳಕೆ ಕುಡಿಯೊಡೆಯುವ ಮುನ್ನವೇ, ಮುರಿಯಿತೆಂಬ ನೋವು ಗಿಡ್ಡಿಯ ಮನದಲ್ಲಿ ಕಂಡು ಬಂದಿತು. ಕೆಂಪಿ ಅದನ್ನು ತಿಳಿಯದೆ ಹೋಗಲಿಲ್ಲ. "ಪುಣ್ಯಕ್ಕೆ ನೀನು ಬದುಕಿದೆಯಲ್ಲ; ಅಷ್ಟಾದರೂ ಆಯಿತಲ್ಲ" ಎಂದು ಕೆಂಪಿಯೂ ಉಪಚಾರದ ನಾಟಕ ಹೂಡಿದಳು.

ಗಿಡ್ಡಿಗೆ ಬೇನೆಯಾದಾಗಲೂ, ಆ ಮೇಲೆಯೂ ತಿಮ್ಮ ಅವಳನ್ನು ಕೇಳುತ್ತಿದ್ದ "ಏನು ತಿಂದೆ, ಏನು ತಿಂದೆ? ಅಜೀರ್ಣವಾಯಿತೋ ಏನೋ" ಎಂದು. ಅಜೀರ್ಣದಿಂದ ವಾಂತಿಭೇದಿ ತೊಡಗುತ್ತದೆಂಬುದು ಅವನ ಅನುಭವವಾದರೂ, ಗಿಡ್ಡಿಯು ಕೆಂಪಿಯ ಕೈಯಿಂದ ಖರ್ಜೂರವನ್ನು ಕೊಂಡು ತಿಂದಿದ್ದಾಳೆಂದು ಕೇಳುತ್ತಲೇ, ಅವನ ಮನಸ್ಸು ಬೇರೆಯೇ ಯೋಚನೆ ಮಾಡಿತು. ಕರಿಯನನ್ನು ಕೇಳಿದ "ಖರ್ಜೂರ ತಿಂದರೆ ಅಜೀರ್ಣ ವಾಗಬಹುದು, ಗರ್ಭ ಹೋದೀತೇ" ಎಂದು. ಕರಿಯ ಅದನ್ನೇನು ಉತ್ತರಿಸಬಲ್ಲ! ಆತ ಮದ್ದುಗಾರಿಕೆ ಬಲ್ಲ ಹಿರಿಯರನ್ನು ಕೇಳಿದ, ಅವರೂ ಏನೂ ಹೇಳದಾದರು. "ಖರ್ಜೂರ ಗರ್ಮಿಯೋ ಏನೋ" ಎಂದರು.

ತಿಮ್ಮನ ಮನಸ್ಸಿನಲ್ಲಿ–ಅಪೂರ್ವದ ನಂಟುತನ ನಟಿಸಿ, ಕೆಂಪಿ ಖರ್ಜೂರದಲ್ಲಿ ಸೇರಿಸಿಕೊಟ್ಟ ಯಾವುದೋ ಮದ್ದಿನ ಫಲವಾಗಿ ಹೀಗಾಯಿತು–ಎಂಬ ಅನುಮಾನ ಬೇರೂರಿತು. ಹಿರಿಮಲೆಗೆ ಹೋಗಿ ಪೂಜಾರಿ ಬಿರುಮನಲ್ಲಿ ಆತ ಇದನ್ನು ಹೇಳಿಕೊಂಡಾಗ, ಅವನ ನಿಮಿತ್ತ್ಯದ ಫಲ "ಯಾರೋ ಮಾಟಮಾಡಿದ್ದಾರೆ" ಎಂದೇ ಸಾರಿತು. ತಿಮ್ಮ ಮನೆಗೆ ಬಂದ ಹೆಂಡತಿಯೊಡನೆ "ಏನೂ ಇರಲಿ ಗಿಡ್ಡಿ, ನೀನು ಜೀವ ಹೋದರೂ

ಅವಳೇನನ್ನು ಕೊಟ್ಟರೂ ಇನ್ನು ಮುಂದೆ ತಿನ್ನಬಾರದು" ಎಂದು ಆಜ್ಞೆ ಮಾಡಿದ. ಆದರೂ ಗಿಡ್ಡಿಗೆ, ಕೆಂಪಿಯ ಇತ್ತೀಚಿನ ವರ್ತನೆಯ ಮೇಲಿಂದ ಅವಳಂತಹ ದುಷ್ಟೆ ಇರಲಾರಳು ಎಂದೇ ಅನಿಸಿತು.

ಮತ್ತೊಂದು ದಿನ-ಇಂಥದೇ ಇನ್ನೊಂದು ಚಮತ್ಕಾರ ನಡೆಯಿತು. ಸಂಜೆಗೆ ಮೊದಲು ಗಂಜಿ ಬೇಯಿಸಿ, ಗುಡಿಯಿಂದ ಹೊರಬಿದ್ದು ಗಿಡ್ಡಿ ನೀರು ತರಲು ಹೋದಳು. ನೀರ ದಂಬೆಯಲ್ಲಿ ಮಿಂದು, ನಿಂತು, ಹೊರಡುವುದ ರೊಳಗಾಗಿ ಕೆಂಪಿ ಬಂದು ಅವಳನ್ನು ಮಾತಾಡಿಸಿದಳು. ಆ ದಿನ ಆಕೆ ಮನೆಗೆ ಬಂದ ಮೇಲೆ, ಗಂಜಿಯ ಪಾತ್ರೆಯನ್ನು ಈಚೆಗೆ ಇಳಿಸಿ, ಅದರ ಮುಚ್ಚಳವನ್ನು ತೆಗೆದು ನೋಡಿದಾಗ ಏನೋ ಒಂದು ಕಪ್ಪು ವಸ್ತು ಅದರಲ್ಲಿ ಕಾಣಿಸಿತು. 'ಅರೇ! ಮುಚ್ಚಿ ಇರಿಸಿದ ಹಾಗೆಯೇ ಇದೇನು ಬಿದ್ದದ್ದು!' ಎಂದಳು. ಈಚೆ ಬೆಳಕಿಗೆ ಪಾತ್ರೆಯನ್ನು ತಂದು ತೆಗೆದು ನೋಡಿದರೆ, ಗಂಜಿಯಲ್ಲಿ ಬಿದ್ದುದು ಒಂದು ಓತಿಕೇತ! ನೀರಿಡುವಾಗಲೋ, ಎಸರಿಕ್ಕು ವಾಗಲೋ ಅದು ಬಿದ್ದಿತ್ತೋ ಏನೋ ಎಂದು ಊಹಿಸಿ ಸುಮ್ಮನಾದಳು. "ಏನೇ, ಯಾಕಿಷ್ಟು ತಡ?" ಎಂದಾಗ ಕಾರಣವನ್ನು ಹೇಳಿದಳು ಗಿಡ್ಡಿ. ತಿಮ್ಮನ ಅಂತರಂಗಕ್ಕೆ, ತಮ್ಮನ್ನು ಕೇರಿಯಿಂದ ಓಡಿಸಲು ವಿಷ ಉಣ್ಣಿಸುವ ಸಾಧನೆಯಲ್ಲಿ ಯಾರೋ ಇದ್ದಾರೆ-ಎಂಬ ಅನುಮಾನ ಖಾತ್ರಿಯಾಯಿತು. ಆತ ಗಾಬರಿಗೊಂಡ; ಕೋಪಗೊಂಡ. ಗಂಜಿಯ ಮಡಕೆಯನ್ನು ಹೊತ್ತು ಕತ್ತಲಲ್ಲಿ ಎತ್ತಿಕೊಂಡು ಹೋಗಿ, ಗುರಿಕಾರ ಕರಿಯನ ಮುಂದೆ ನಡೆದ ಸಂಗತಿಯನ್ನೆಲ್ಲ ಹೇಳಿದ. ಅದನ್ನು ಕಂಡು ಉದ್ದೇಶಪೂರ್ವಕವಾಗಿಯೇ ಯಾರಾದರೂ ಹಾಗೆ ಮಾಡಿರಬಹುದೆಂಬ ಅನುಮಾನ ಕರಿಯನಿಗೆ ಬಾರದೆ ಹೋದರೂ, ಮುಚ್ಚಿದ ಪಾತ್ರೆಯಲ್ಲಿ ಓತಿಕೇತ ಹೇಗೆ ಬಿತ್ತೆಂದು ಅವನೂ ಊಹಿಸಲಾರನಾದ. "ಓತೀಕೇತ ಮನೆಯೊಳಗೆ ಹೇಗೆ ಬಂತು? ಮನೆ ಯೊಳಗೆ ಹಲ್ಲಿ ಬೀಳಬಹುದು. ಓತಿ ಬಂದೀತೇ? ಅದೂ ಇಷ್ಟು ದೊಡ್ಡದು! ಮೊದಲೇ ಬಿದ್ದಿದ್ದರೆ ಕಾಣುತ್ತಿರಲಿಲ್ಲವೇ" ಎಂದು ತಿಮ್ಮ ಆತನ ಅನುಮಾನ ಸಮರ್ಥನೆ ಮಾಡಿದ. ಅನಂತರ ಯೋಚಿಸಿ, "ಏನೂ ಇರಲಿ ತಿಮ್ಮ, ಅವಳಿಗೆ ಹೇಳು-ಮನೆಗೆ ಬಂದು ಹೋಗುವವರ ವಿಷಯದಲ್ಲಿ ಸ್ವಲ್ಪ ಕಣ್ಣಿಟ್ಟು ನೋಡಿಕೋ ಎಂದು" ಎಂದು ಉಪದೇಶಿಸಿ ಕಳುಹಿಸಿದ. ಮರುದಿನ ತಿಮ್ಮ

ಇನ್ನೊಮ್ಮೆ, ಹಿರಿಮಲೆಗೆ ಹೋಗಿ ಪೂಜಾರಿಯೊಡನೆ ನಿಮಿತ್ತ್ಯ ಕೇಳಿದ. ತನ್ನ ಸಂದೇಹವನ್ನು ಅವನ ನುಡಿಯಿಂದ ಹೆಚ್ಚಿಸಿಕೊಂಡು ಬಂದ. ಅಲ್ಲಿಂದ ಅವನ ಮನಸ್ಸು-ತಾವು ಇನ್ನಿನ್ನು ಆ ಮಲೆಯಲ್ಲಿದ್ದರೆ, ಸುಖವಾಗಿ ಬಾಳಲಾರೆವು. ತಾವು ಬದುಕುವುದೇ ಇಷ್ಟವಿಲ್ಲದವರು ಅಲ್ಲಿದ್ದಾರೆ-ಎಂದು ಅನ್ನಿಸತೊಡಗಿತು. ಇದಾದ ಅನಂತರವೂ ಅವರು ಆರು ತಿಂಗಳಕಾಲ ಮಲೆಯಲ್ಲಿದ್ದುದಾದರೆ, ಅದು ಕರಿಯನ ಸ್ನೇಹಕ್ಕೂ ಮಾತಿಗೂ ಕಟ್ಟುಬಿದ್ದು; ಅವನ ಧೈರ್ಯ ನೆಚ್ಚಿಕೊಂಡು. ಆ ಅವಧಿಯಲ್ಲಿ ಇನ್ನಾವ ಅನುಮಾನಕರ ಸಂಗತಿ ನಡೆದಿಲ್ಲವೆಂಬುದು ನಿಜ.

ಅಧ್ಯಾಯ - ೧೪

ಹೊರಗಿನವರ ಕಣ್ಣಿಗೆ, ತಿಮ್ಮನ ಸಂಸಾರ ತೊಡಕಿಲ್ಲದೆ ಸಾಗುತ್ತಿದೆ ಎಂದು ತೋರಿದರೂ ಸಂಶಯ ಮನೋಗ್ರಸ್ತನಾದ ಅವನ ಪಾಲಿಗೆ ಕಳೆದ ಪ್ರತಿಯೊಂದು ದಿನವೂ, ಮುಳ್ಳಿನ ಹಾಸಿಗೆಯಂತಾಯಿತು. ಯಾರು ತಮ್ಮ ಮನೆಯನ್ನು ಸಮೀಪಿಸಿದರೂ ಅನುಮಾನವೇ; ಯಾರು ಏನು ತಿನ್ನಲು ಕೊಟ್ಟರೂ ಅನುಮಾನವೆ. ಸ್ವತಃ ತಾವೇ ಅಡಿಗೆ ಅಟ್ಟು ಉಣ್ಣುವಾಗಲೂ - ಯಾರಾದರೂ ಏನಾದರೂ ವಿಷವಸ್ತುವನ್ನು ಬೆರೆಸಿರಬಹುದೇ -ಎಂಬ ಭೀತಿ. ಇವುಗಳು ಸಾಲದೆಂಬುದಕ್ಕೆ ಇತರ ತೊಡಕುಗಳೂ ಬಂದು ಸೇರಿದುವು. ಮಳೆಗಾಲ ಕಳೆಯಿತು; ನವರಾತ್ರಿಯೂ ಕಳೆಯಿತು. ವಾಡಿಕೆ ಯಂತೆ ತಿರುಮಲ ಭಟ್ಟರು ಏಲಕ್ಕಿ ಮಲೆಯ ಪಾರುಪತ್ಯಕ್ಕಾಗಿ ಅಲ್ಲಿ ಬಂದು ವಾಸವೆಸಗಿದರು. ತಮ್ಮ ಹೊಸ ಮನೆ ದೊಡ್ಡದಾಗಿದ್ದುದರಿಂದ ಪರಿಚಾಕರಿಗೆ ಇಬ್ಬಿಬ್ಬರಾದರೂ ಹೆಣ್ಣಾಳುಗಳೂ ಬೇಕೆಂದು ತೋರಿತು. ಕೆಂಪಿ ಬಹುದಿನ ಗಳಿಂದ ಕೆಲಸಕ್ಕೆ ಬರುತ್ತಿದ್ದವಳು; ಅವಳ ಜೊತೆಗೆ ಗಿಡ್ಡಿಯೂ ಸೇರಬೇಕೆಂಬ ಕರೆ ಬಂದಿತು. ಅದು ತಿಮ್ಮನಿಗೆ ತೀರ ಹೆಚ್ಚಿನ ಅಸಮಾಧಾನವನ್ನು ಉಂಟು ಮಾಡಿತು. ಆತ ಆಕೆಯನ್ನು ಕಳುಹಿಸಿಕೊಡಲಿಲ್ಲ. ಬದಲು ತಾನೇ ಹೋಗಿ "ಅವಳಿಗಿಷ್ಟೂ ಮೈ ಚೆನ್ನಾಗಿಲ್ಲ. ನಾಲ್ಕು ದಿನ ಕಳೆದು ಬರುವುದಕ್ಕಾದೀತೋ ಏನೋ. ಅಲ್ಲದೆ ಅವಳು ಬಸುರಿ ಇದ್ದಂತೆ ಕಾಣುತ್ತದೆ. ಮನೆ ಕೆಲಸ, ಈ ಕೆಲಸ ಎರಡನ್ನೂ ಹೇಗೋ" ಎಂದು ಅನುಮಾನ ಸೂಚಿಸಿ ಬಂದ. ಬಳಿಯಲ್ಲೇ ನಿಂತಿದ್ದ ಕೆಂಪಿ "ಯಾಕಯ್ಯ, ಇಬ್ಬರಿಬ್ಬರು? ನಾನಿಲ್ಲವೆ, ಗಟ್ಟಿಮುಟ್ಟಾಗಿದ್ದೇನೆ. ಇಂಥ ಹತ್ತು ಮನೆಗಳ ಕೆಲಸ ಮಾಡಿಯೇನು" ಎಂದು ಧನಿಯರ ಮುಂದೆ ನಗುತ್ತ ನುಡಿದಳು. ತಿಮ್ಮನಿಗೆ ಬೇಕಾದದ್ದೂ ಅದೇ. ಹೀಗಾಗಿ ರಾಯರು, ಅವನನ್ನು ಬಲವಂತ ಮಾಡದೆ ಹೋದರೂ, ಅವರ

ವಿಷಯದಲ್ಲಿ ಅವನ ಅಸಮಾಧಾನ ಮಾತ್ರ ಅಳಿಯಲಿಲ್ಲ. ಈ ಮಲೆಯಲ್ಲೇ ಇನ್ನೂ ಇದ್ದರೆ ಗಿಡ್ಡಿಯ ಬೆನ್ನಿಗೆ ತಾನು ಕಾವಲಿರಬೇಕಾದ ಪಾಡು ಬಂದೀತೆಂದು ತಿಮ್ಮ ಖಿನ್ನ ಮನಸ್ಕನಾದ.

ಅವನ ಯೋಚನೆ ಹೇಗೂ ಇರಲಿ, ಕೆಂಪಿಯ ಮನದಲ್ಲಿ ಮಾತ್ರ ಒಂದು ರೀತಿಯ ಅಸೂಯೆ ಕಾಡುತ್ತಲೇ ಇತ್ತು. ತನಗಿಂತ ಗಿಡ್ಡಿ ಚೆನ್ನಾಗಿ ಕಾಣಿಸಿದಳಲ್ಲ ಧನಿಗಳಿಗೆ–ಎಂಬ ಹೊಟ್ಟೆಕಿಚ್ಚು ಅವಳಿಗೆ. ಅಲ್ಲಿಗೆ ಬರುವಾಗಲೆಲ್ಲ ವಯ್ಯಾರಿಯಂತೆ ಹೂಮುಡಿದು, ಮನೆಯೆಲ್ಲ ತನ್ನದೇ ಎಂಬ ಬೆಡಗಿನಿಂದ ಬಂದು ಕೆಲಸ ಮಾಡುತ್ತಿದ್ದರೂ, ಸ್ಪರ್ಧೆಯ ಭೀತಿ ಅವಳ ಮನದಿಂದ ಅಳಿಯಲಿಲ್ಲ. ಇದನ್ನು ಶಾಶ್ವತವಾಗಿ ನಿವಾರಿಸಿಕೊಳ್ಳುವ ಇಚ್ಛೆ ಅವಳದ್ದು. ತಿಮ್ಮನ ಬಾಯಿಯಿಂದ ಅವಳು ತಿರುಗಿ ಬಸುರಿ, ಇನ್ನೊಮ್ಮೆ ಯಾದರೂ ತಾಯಾದಾಳು ಎಂದು ಕೇಳಿದ್ದು ಮತ್ತಷ್ಟು ಅಸಂತೋಷಕ್ಕೆ ಗುರಿಮಾಡಿತು. ಆದರೆ ಯಾವುದಕ್ಕೂ ಹೊರಗೆ ತೋರಿಸಿಕೊಳ್ಳದೆ ಗಿಡ್ಡಿಯೊಡನೆ ಅಚ್ಚುಮೆಚ್ಚಾಗಿ ವರ್ತಿಸತೊಡಗಿದಳು. ಅದೆಲ್ಲ ತೋರಿಕೆಯ ನಂಟುತನ. "ನೀನು ಬಸುರಿಯಂತೆ ನಿಜವೇ?" ಎಂದು ಅವಳನ್ನು ಸಂತೋಷದ ಮುಖದಿಂದ ಕೇಳಿದಳು. ಅದರ ಇಮ್ಮಡಿ ಹೊಟ್ಟೆಯ ಸಂಕಟ ಒಳಗಿಂದೊಳಗೆ ಅವಳನ್ನು ಕಾಡುತ್ತಿತ್ತು. ಎರಡೆರಡು ಬಾರಿ ಅವಳನ್ನು ಮುಗಿಸುತ್ತೇನೆ–ಎಂದು ಹಂಚಿಕೆ ಹೂಡಿದ್ದಳು. ಮೊದಲೊಮ್ಮೆ ಮೂಲೆ ಗುಂಪಿನ ಜಾತ್ರೆಯಲ್ಲಿ ಖರ್ಜೂರದಲ್ಲಿ ಏನನ್ನೋ ಬೆರೆಸಿಕೊಟ್ಟಿದ್ದಳು. ಗಂಜಿಗೆ ಆ ದಿನ ಓತಿಕೇತ ತಂದು ಹಾಕಿದವಳು ಅವಳೇ. ಮೊದಲ ಬಾರಿ, ಅವಳ ಆಸೆ ಅರ್ಧಮರ್ಧ ಯಶಸ್ವಿಯಾಯಿತು. ಎರಡನೆಯ ಬಾರಿ ಅದೂ ಆಗಲಿಲ್ಲ. ಇನ್ನೇನು ಮಾಡಿಯೇನು–ಹೇಗೆ ಕಂಟಕ ನಿವಾರಿಸಿಕೊಂಡೇನು–ಎಂಬ ಹಟ ಅವಳನ್ನು ಬಿಡಲಿಲ್ಲ. ಗಿಡ್ಡಿ ಮಾತ್ರ ತನ್ನ ನಿಜವಾದ ವೈರಿ ಯಾರು ಎಂದು ತಿಳಿಯದೆ ಹೋಗಿದ್ದಳು. ತೀರ ಮೊದಲಿಗೆ ಅವಳ ವಿಷಯದಲ್ಲಿ ನಂಜು ಮಾತನಾಡಿದವರು, ಅವಳ ಮನೆಗೆ ಬಾರದೆ ಹೋದವರು ಕೆಂಪಿಯೊಬ್ಬಳೇ ಅಲ್ಲ, ಕೇರಿಗೆ ಕೇರಿಯೇ ಹಾಗೆ ಮಾಡಿತ್ತು. ಆದರೆ ತನ್ನ ಪುಣ್ಯಕ್ಕೆ ಕೆಂಪಿ, ತನ್ನ ತಪ್ಪು ತಿಳಿದವಳಂತೆ, ಬಾಯಿ ಬಿಟ್ಟು ಕ್ಷಮೆ ಕೇಳದಿದ್ದರೂ, ನಡಿಗೆಯಲ್ಲಿ ಹಿತದವಳಾಗಿ ಕಾಣಿಸುತ್ತಿದ್ದಾಳಲ್ಲ–ಎಂಬುದು

ಅವಳ ಸಮಾಧಾನ. ಈ ಐದಾರು ತಿಂಗಳುಗಳಿಂದ, ಅಂದರೆ ಮಳೆಗಾಲದಲ್ಲಿ, ಕುಮರಿಯಲ್ಲಿ ವಾಸವಿದ್ದಾಗಲೂ, ಅನಂತರವೂ, ಕೇರಿಯ ಜನ ಮೊದಲಿಗಿಂತ ಅವರಿಗೆ ಎಷ್ಟೋ ಸಮೀಪವಾಗಿದ್ದಾರೆ. ಆದರೂ ತನ್ನ ಗಂಡ "ಇಲ್ಲಿ ನಮಗೇನೂ ಸುಖವಿಲ್ಲ, ಎಲ್ಲಿಗಾದರೂ ಹೋಗೋಣ" ಎಂದು ಹೇಳುತ್ತಲೇ ಇದ್ದಾನೆ. ಕೊನೆಗೂ ಏನು ಮಾಡುತ್ತಾರೋ, ತಿಳಿಯದ ಇನ್ಯಾವ ಕಾಡಿಗೆ ತನ್ನನ್ನೊಯ್ಯುತ್ತಾರೋ-ಎಂಬ ಭೀತಿ ಅವಳದ್ದು. ಆ ವಿಚಾರವಾಗಿ ಕರಿಯನಲ್ಲಿ ಹೇಳಿಕೊಂಡಳು. ಕರಿಯ ಅದಕ್ಕೆ ಪ್ರತಿಯಾಗಿ, "ಛೇ, ಹಾಗೆಲ್ಲಿಗೆ ಹೋಗುತ್ತಾನೆ? ಎಲ್ಲಿಯೋ ಆಕಸ್ಮಿಕವಾಗಿ ಏನಾದರೂ ಆಯಿತೆಂದು ಅದನ್ನೇ ನಂಬಿ ಊರು ಬಿಡುವ ಮಾತುಂಟೆ? ನಾನಿಲ್ಲಿ ಇಲ್ಲವೇ? ಅಂಥ ಅನ್ಯಾಯ ನಡೆದರೆ, ಕೇಳಲು ಕೇರಿಯ ಹಿರಿಯರಾರೂ ಇಲ್ಲವೇ?" ಎನ್ನುತ್ತಿದ್ದ.

ಆದರೆ, ತಿಮ್ಮನ ಬಾಳಿನಲ್ಲಿ ಮಲೆಯನ್ನು ಬಿಟ್ಟು ಬಿಡಬೇಕಾದ ಪ್ರಸಂಗ ಕ್ಷಿಪ್ರವಾಗಿ ಬಂದೊದಗಿತು. ಗಿಡ್ಡಿ ಧನಿಗಳ ಮನೆಗೆ ಚಾಕರಿಗೆ ಹೋಗದಿದ್ದರೂ, ನಿತ್ಯ ಜೀವನದ ಕೆಲಸಕ್ಕೆ ಮಲೆಯನ್ನು ಸುತ್ತಾಡದಿರುವುದಕ್ಕಾಗುತ್ತದೆಯೇ? ನೀರಿಗೆ ಹೋಗಬೇಕು; ಕಟ್ಟಿಗೆಗೆ ಹೋಗಬೇಕು; ಗಡ್ಡೆಗೆಣಸು ತರುವುದಕ್ಕೆ ಹೋಗಬೇಕು. ಅವಕಾಶವಾದಾಗ ಹಳ್ಳಕ್ಕೆ ಹೋಗಿ, ಇತರರಂತೆ ಏಡಿ, ಸಿಗಡಿಗಳನ್ನು ಹಿಡಿದು ತರಬೇಕು. ಹಾಗೆ ಅಂಥ ಕೆಲಸಗಳಿಗಾಗಿ ಒಂಟಿಯಾಗಿ ಹೋಗುವುದುಂಟು. ಜತೆಗಾತಿಯರನ್ನು ಕಟ್ಟಿಕೊಂಡು ಹೋಗುವುದುಂಟು. ಹೀಗೆ ಹೊರಟಾಗಲೆಲ್ಲ ಅವಳಿಗೆ ಒಂದು ಬಗೆಯ ಸುಖವೂ ಕಾಣುತ್ತಿತ್ತು. ಎಳೆತನಕ್ಕೆ ಸಮನಾದ ಉತ್ಸಾಹವಿರುತ್ತಿತ್ತು. ಜೀವನಕ್ಕೆ ಒಗ್ಗಿದ ಕಸುಬು ಮಾಡದೆ, ಮನೆಯಲ್ಲಿ ಕುಳಿತಿರುವುದಕ್ಕಾಗುತ್ತದೆಯೇ! ಆದರೆ, ಇತ್ತೀಚೆಗೆ ಒಂದೆರಡು ಬಾರಿ ಹಳ್ಳದ ದಂಡೆಗೆ ಹೋದಾಗ, ಒಂಟಿಯಾಗಿದ್ದಾಗ, ಧನಿಗಳು ಕೆಲಸ ಇದ್ದೋ ಇಲ್ಲದೆಯೋ ಆ ಕಡೆ ಬಂದು, ಅವಳ ಮುಂದೆ ಸುಳಿದಾಡಿದ್ದುಂಟು "ಏನು, ಒಬ್ಬಳೇ ಬಂದೆ? ಏಡಿ ಸಿಕ್ಕಿತೇ? ಎಷ್ಟು ಸಿಕ್ಕಿತು? ಹ್ಯಾಗೆ ಅದರ ಪದಾರ್ಥ ಮಾಡುತ್ತೀರಿ?" ಎಂದು ಹರಟೆಯ ಚಾಪಲ್ಯ ತೋರಿಸಿದ್ದೂ ಉಂಟು. ಈಕೆ ಚುಟುಕಿನಲ್ಲಿ ಉತ್ತರ ಕೊಟ್ಟು, ತನ್ನ ಕೆಲಸ ಮುಗಿಸಿ, ಬೇಗ ಅಲ್ಲಿಂದ ಕೇರಿಗೆ ಹೋಗಬೇಕಾದ ಪ್ರಮೇಯವೂ ಉಂಟಾಯಿತು. ನೇರವಾಗಿ ಅಲ್ಲದಿದ್ದರೂ ಪರ್ಯಾಯವಾಗಿ "ಯಾಕೋ

ಏನೋ, ಧನಿಗಳು ಹೊಳೆಯ ಬುಡಕ್ಕೆ ಎರಡು ಮೂರು ದಿನವೂ ಬಂದಿದ್ದರು" ಎಂದು ಆಕೆ ತಿಮ್ಮನೊಡನೆ ಹೇಳಿದಳು. ತಿಮ್ಮ ಅದಕ್ಕೆ "ಅವರಿಗೇನು, ತಿಂದ ತೆಗಲೆ" ಎಂದು ಒರಟು ಉತ್ತರ ಸಲ್ಲಿಸಿದ. ಅನಂತರ ತಿಮ್ಮನ ಮನಸ್ಸಿನಲ್ಲಿ, ಗಿಡ್ಡಿಯನ್ನು ತಾನು ಹೊಂಚು ಹಾಕುತ್ತಿರಬೇಕು–ಎಂಬ ಭಾವನೆ ಮೂಡಿತು. ಆಕೆಯೂ ಕೆಂಪಿಯ ದಾರಿ ಹಿಡಿದರೆ ತನ್ನ ಗತಿಯೇನು?–ಎಂಬ ಭೀತಿ ಅವನಿಗುಂಟಾಯಿತು. ಅವಳಿಗೆ ಹೇಳದಿದ್ದರೂ, ಅವಳಿಂಥ ಕೆಲಸಗಳಿಗೆ ಹೋದಾಗ ತಿಮ್ಮ ಬೇಟೆಯ ನೆಪದಿಂದಲೋ, ಬೀಳಲು ತರುವ ನೆಪದಿಂದಲೋ, ಅವಳು ಇರುವ ತಾವಿನಿಂದ ಒಂದು ಕೂಗಿನ ಸಮೀಪದಲ್ಲಿ ಅಲೆದಾಡುತ್ತಿರುವ.

ಒಂದು ದಿನ ಗಿಡ್ಡಿ ಕತ್ತಿ ಹಿಡಿದುಕೊಂಡು, ಹಳ್ಳದ ಮಗ್ಗುಲಿಗೆ ಹೋದಳು. ಹೋಗುವಾಗ, ಜೊತೆಗೆ ಒಬ್ಬಿಬ್ಬರು ಹೆಂಗಸರಿದ್ದರು. ಕಲ್ಲನ್ನು ಎಬ್ಬಿಸುತ್ತ, ಏಡಿ ಒಟ್ಟು ಮಾಡುತ್ತ, ಅವರವರ ಪಾಲಿನ ಶಿಕಾರಿ ಮಾಡಲು ಚೆದರಿದರು. ಗಿಡ್ಡಿ ಏಡಿ ಹಿಡಿಯುವುದನ್ನು ಬಿಟ್ಟು, ಅಲ್ಲಿಯೇ ಒಂದು ಮರಕ್ಕೆ ಸುತ್ತಿದ್ದ ಹೆಗ್ಗೆಣಸಿನ ಬಳ್ಳಿಯನ್ನು ಕಂಡು, ಅದರ ಬುಡ ಹರಡಲು ಹೋದಳು. ಕತ್ತಿಯ ಮೊನೆಯಿಂದ ಗೆಣಸಿರುವ ಸ್ಥಳವನ್ನು ಅಗೆಯುತ್ತ ಕುಳಿತಳು. ಯಾರೋ "ಏನು ಗಿಡ್ಡಿ, ಕಾಣಲಿಕ್ಕೆ ಅಪೂರ್ವ!" ಎಂದಂತಾಯಿತು. ಕತ್ತು ತಿರುಗಿಸಿದಳು; ನೋಡುವಳು –ಬೆನ್ನಿಗೇ ನಿಂತಿದ್ದಾರೆ ಧನಿಗಳು! ಗಾಬರಿಗೊಂಡು ಕತ್ತಿ, ಕೋಲುಗಳನ್ನು ಅಲ್ಲೇ ಬಿಟ್ಟು, ಸರಕ್ಕನೆ ಮಗ್ಗುಲಿಗೆ ಸರಿದು ನಿಂತಳು; ಕೇರಿಯ ಹಾದಿಯನ್ನು ಹಿಡಿದಳು. ಭಟ್ಟರು ಸಂಕೋಚದಿಂದ ಆಕೆ ಹಾಗೆ ಹೋಗುತ್ತಿರಬಹುದೆಂದು ಊಹಿಸಿ ಅವಳನ್ನೇ ಹತ್ತು ಹೆಜ್ಜೆ ಹಿಂಬಾಲಿಸಿದರು. ಹಿಂಬಾಲಿಸಿ ಹೋಗಿ, ಆಕೆಯ ಬೆನ್ನಮೇಲೆ ಕೈಯಿಟ್ಟರು. ಗಿಡ್ಡಿ ಬೆದರಿಕೆಯಿಂದ ಚೀರಿದಳು; ಅಲ್ಲಿಂದ ಧಾವಿಸಿಯೇ ಬಿಟ್ಟಳು. ಈ ಅವಕಾಶವನ್ನು ಹೊಂಚುಹಾಕುತ್ತಿದ್ದ ತಿಮ್ಮನಿಗೆ, ಧನಿಗಳ ಉದ್ದೇಶ ತಿಳಿಯದ್ದಲ್ಲ. ಅವನ ಎದೆ ಕೋಪದಿಂದ ಉರಿಯುತ್ತಿತ್ತು. ಆತ ನಿಂತಲ್ಲಿಂದಲೇ–ಕೈಯಲ್ಲಿದ್ದೊಂದು ಬಡಿಗೆಯನ್ನು 'ರುಮು ರುಮು' ಬೀಸಿ ಎಸೆದ. ಗಿಡ್ಡಿ ಅದನ್ನು ಕಂಡಿದ್ದಳೋ ಇಲ್ಲವೋ, ಬೀಸಿದ ಬಡಿಗೆ ಮಾತ್ರ ಅಂಬಿನ ವೇಗದಿಂದ ಭಟ್ಟರ ಹಣೆಗೆ ಬಡಿಯಿತು. ಅವರು ಏಟಿನ ಭರದಿಂದ

ಅಲ್ಲಿಯೇ ನೆಲಕ್ಕೆ ಉರುಳಿದರು. ತಿಮ್ಮ, ಅವರ ಕತ್ತು ಹಿಸುಕುತ್ತೇನೆಂದು ಅಲ್ಲಿಗೇನೆ ಓಡಿಹೋದ. ಹಣೆಯಲ್ಲಿ ರಕ್ತಸ್ರಾವವಾಗಿ, ಭಟ್ಟರು ಮೂರ್ಛೆ ಬಿದ್ದುದನ್ನು ಕಂಡು, ಅವನಿಗೆ ಬೆದರಿಕೆಯಾಯಿತು. ಅಲ್ಲಿಂದ ಅವನೂ ಓಟಕಿತ್ತ. ಕೇರಿಯ ಮನೆಗೆ ಧಾವಿಸಿದ. ಅದೇ ಕ್ಷಣ ಮನೆಯನ್ನು ಸೇರಿದ. ಗಿಡ್ಡಿಯ ಕೈಯನ್ನು ಹಿಡಿದು "ಆಯಿತು, ನಮಗೆ ಮಲೆಯ ಋಣ; ಏನೇನೂ ಹೇಳಬೇಡ–ಏನೂ ಮಾತನಾಡಬೇಡ, ಹೊರಡುವ ಇಲ್ಲಿಂದ. ಇಲ್ಲಿ ನಮಗೆಂದೂ ಸುಖವಿಲ್ಲ ಎಂದು ಮೊದಲೇ ಗೊತ್ತಿತ್ತು" ಎಂದು ನುಡಿದ. ಗಿಡ್ಡಿಗೂ ಮುಂದಿನ ಬಾಳಿನ ಭೀತಿ ಉಂಟಾಗಿತ್ತು. ಮಾತಿಲ್ಲದೆ ಅವರಿಬ್ಬರೂ ಮನೆಯಿಂದ ಹೊರಕ್ಕೆ ಬಂದರು. ಗುಡಿಸಲಿನ ಕದವನ್ನು ಇಕ್ಕಲಿಲ್ಲ. ಬರಿಯ ಒಂದೆರಡು ಚಿಂದಿ ಬಟ್ಟೆ, ಒಂದೆರಡು ಮಡಕೆಗಳನ್ನು ಹಿಡಿದುಕೊಂಡು ಅಲ್ಲಿಂದ ಹೊರಟೇಬಿಟ್ಟರು.

ಆ ದಿನವೆಲ್ಲ ಕೇರಿಯಲ್ಲಿ ಕೋಲಾಹಲವೇ ಕೋಲಾಹಲ! ಹಿರಿಮಲೆಯಿಂದ ಮರಳಿ ಬರುತ್ತಿದ್ದ ತುಕ್ರನ ಕಣ್ಣಿಗೆ ದಾರಿಯಲ್ಲಿ ಮೂರ್ಛಿತರಾಗಿ ಬಿದ್ದ ಧನಿಗಳ ಶರೀರ ಕಾಣಿಸಿತು. ತನ್ನ ಕೊಳೆಬಟ್ಟೆಯನ್ನೇ ಹಳ್ಳದ ನೀರಿನಲ್ಲಿ ಅದ್ದಿ, ಅವರ ಹಣೆಗಿಟ್ಟು, ಎಲೆಯ ದೊನ್ನೆಯಿಂದ ನೀರು ತಂದು ಅವರ ಬಾಯಿಗೆ ಸುರಿದು, ಅವರು ಚೇತನಗೊಂಡ ಮೇಲೆ "ಏನು, ಏನಾಯಿತು!" ಎಂದು ಕೇಳಿದ. ಏನಾಯಿತೆಂಬುದು ಅವರ ಬಾಯಿಯಿಂದ ಬರಲಿಲ್ಲ. ಬಡಿದವರನ್ನು ಅವರು ಕಂಡಿರಲೂ ಇಲ್ಲ. ಕಂಡ ಸಂಗತಿ, ನಡೆದ ಸಂಗತಿ ಹೇಳುವುದಕ್ಕೂ ಉಪಾಯವಿರಲಿಲ್ಲ. ಆದರೆ ತುಕ್ರ ಅಲ್ಲಿಂದ ಕೇರಿಗೆ ಓಡಿಹೋಗಿ ಧನಿಗಳಿಗೆ 'ಗುಳಿಗ' ಬಡಿದಿದೆ ಎಂದು ಹೇಳಿ, ಬೆದರಿಕೆಯಿಂದ ನಾಲ್ಕು ಜನರನ್ನು ಕಟ್ಟಿಕೊಂಡು, ಧನಿಗಳು ವಿರಮಿಸುತ್ತಿದ್ದ ಸ್ಥಳಕ್ಕೆ ಬಂದು, ಅವರನ್ನು ಹೊತ್ತುಕೊಂಡು ಮನೆಗೆ ಸಾಗಿದ. "ಸುಮ್ಮನೆ ತಿರುಗಾಟಕ್ಕೆ ಹೋಗಿದ್ದೆ. ಏನೋ ಸುಮ್ಮನೆ ಕಪಾಲಕ್ಕೆ ಬಡಿದ ಹಾಗೆ ಆಯಿತು. ಮತ್ತೇನಾಯಿತೆಂದು ನನಗೆ ಗೊತ್ತಾಗಲಿಲ್ಲ" ಎಂದು ಅವರೆಂದುದರಿಂದ, 'ಅದು ಗುಳಿಗನ ಉಪದ್ರ' ಎಂಬುದೇ ಎಲ್ಲರಿಗೂ ಖಾತ್ರಿಯಾಯಿತು. 'ಅಲ್ಲ, ಬೇರೇನೋ ನಡೆದಿದೆ' ಎಂಬ ಅನುಮಾನ ಸ್ವತಃ ಭಟ್ಟರಿಗೆ ಗೊತ್ತಿದ್ದರೂ ಅವರು ಹೇಳುವಂತಿರಲಿಲ್ಲವಷ್ಟೇ.

ಮರುದಿನ, ಕೆಂಪಿ ಮಾತ್ರ ಈ ರಹಸ್ಯ ಭೇದನೆಗೆ ಪ್ರಯತ್ನ ಮಾಡಿದಳು. ರಾತ್ರಿ ಗಿಡ್ಡಿಯ ಮನೆಯಲ್ಲಿ ಯಾರ ಧ್ವನಿಯೂ ಕೇಳಿಸಲಿಲ್ಲ ವೇಕೆ? ಬೆಳಿಗ್ಗೆ ಗಂಡ ಹೆಂಡಿರಿಬ್ಬರೂ ಮನೆಯಲ್ಲಿರಲಿಲ್ಲ. ಹಿಂದಣ ದಿನವೇ ಅವರಿಬ್ಬರೂ ಯಾರಿಗೂ ಹೇಳದೆಯೇ ಓಡಿಹೋಗಿರಬೇಕಾದರೆ, ಈ ಪ್ರಮಾದ ಅವರಿಂದಲೇ ನಡೆದಿರಬೇಕು. ಪ್ರಮಾದಕ್ಕೆ ಸೇರಿದ ಮೂರು ಮುಖ್ಯ ಪಾತ್ರಗಳ ಪರಿಚಯ ಅವಳಿಗೆ ಗೊತ್ತಿತ್ತು. ಹಿಂದೆ ತನಗಾದ ಅನುಭವ, ತಿಮ್ಮ ಅಡ್ಡ ಬಂದ ಸಂಗತಿ–ಇವುಗಳ ಮೇಲಿಂದ 'ಸತ್ಯ ಹೀಗೇನೆ" ಎಂದು ಆಕೆ ತರ್ಕಿಸಿದಳು. ತುಂಬ ಸಂತೋಷಗೊಂಡಳು. ಏನೇ ಇರಲಿ– ತನ್ನ ದಾರಿಯ ಕಂಟಕವನ್ನು ದೈವವೇ ನಿವಾರಿಸಿತು–ಎಂದು ಅವಳು ಸಂತೋಷಿಸಿದಳು. "ತಿಮ್ಮ, ಗಿಡ್ಡಿ ಯಾರೂ ಕಾಣುವುದಿಲ್ಲವಲ್ಲ; ಎಲ್ಲಿಗೆ ಹೋದರು! ಯಾಕೆ ಹೋದರಂತೆ?" ಎಂದು ಅವಳು ಪ್ರತಿಯೊಬ್ಬರನ್ನು ಕೇಳುತ್ತ, ಆ ಸುದ್ದಿ ನಿಮಿಷದಲ್ಲಿ ಕೇರಿಯ ಸೊತ್ತಾಗುವಂತೆ ಮಾಡಿದಳು. ಮೊದಲಿನ ಒಂದೆರಡು ದಿನ, ಅವರಿಬ್ಬರು ಹಿರಿಮಲೆಗೆ ಹೋಗಿರಬಹುದು– ಎಂದು ಕೇರಿಯ ಜನ ಊಹಿಸಿದರು. ಅಲ್ಲಿಗೆ ಆಗಾಗ ಹೋಗಿಬರುತ್ತಿರುವ ತುಕ್ರನಿಂದ, ಅವರು ಅಲ್ಲಿಗೂ ಬಂದಿಲ್ಲ, ಎಂಬ ಸುದ್ದಿ ತಿಳಿಯಿತು.

ಅವರು ಹೀಗೆ ಒಮ್ಮೆಗೇ ಅದೃಶ್ಯವಾದುದಕ್ಕೆ ಯಾರಿಗೆ ಹೆಚ್ಚು ಕಳವಳ ವಾಗದಿದ್ದರೂ, ಕರಿಯನಿಗೆ ಮಾತ್ರ ತುಂಬ ವ್ಯಥೆಯಾಯಿತು. ತಿಮ್ಮ ಆಗಾಗ, 'ತನಗೆ ಈ ಮಲೆಯಲ್ಲಿ ಸುಖವಿಲ್ಲ' ಎಂಬ ಮಾತನ್ನು ಅವನೊಡನೆ ಹೇಳಿದರೂ, ಒಮ್ಮಿಂದೊಮ್ಮೆ, ತನ್ನಂಥ ಗೆಳೆಯನಿಗೆ ಸುದ್ದಿಯನ್ನು ತಿಳಿಸದೆ ಓಡಿಹೋಗುವ ಕಾರಣ ಅರಿಯದಾದ. ತಿಮ್ಮನ ಗುಣದೋಷಗಳೇನೇ ಇರಲಿ–ಆತ ನಿಷ್ಕಪಟಿ, ಸರಳ; ಬೇಟೆಯಲ್ಲಂತು ಬುದ್ಧಿವಂತ, ಕರಿಯನನ್ನು ಅಭಿಮಾನ, ಪ್ರೀತಿಗಳೆರಡರಿಂದಲೂ ಕಂಡವನು. ಅವನಿಗೆ ಕಡಿಮೆಯಿಲ್ಲದ ಆದರದಿಂದ, ಗಿಡ್ಡಿ ಗಂಡನೊಡನೆ ಹೇಳಲಾರದ ಅನೇಕ ನೋವು, ದುಃಖಗಳನ್ನು ಅವನಲ್ಲಿ ಹೇಳಿದ್ದಾಳೆ. ಪ್ರತಿಯೊಂದು ವಿಚಾರದಲ್ಲಿಯೂ ಅವನನ್ನೇ ಕೇಳಿದ್ದಾಳೆ. ಅವರಿಬ್ಬರ ವಿಷಯದಲ್ಲೂ ಕರಿಯನಿಗೆ ತುಂಬ ವಾತ್ಸಲ್ಯ ಬೆಳೆದು ಬಂದಿದೆ. ಹೆಚ್ಚಿನ ಯಾವುದಾದರೊಂದು ಆಪತ್ತು ಸಂಭವಿಸದಿರುತ್ತಿದ್ದರೆ ಅವರಿಬ್ಬರು ತನಗೂ ಸಹ ಹೇಳದೇ ಓಡಿಹೋಗುವ

ಕಾರಣವಿರಲಾರದು–ಎಂದು ಊಹಿಸಿದ. ಆದುದರಿಂದಲೇ 'ಆ ದಂಪತಿಗಳಿಗೆ ಏನಾಯಿತೋ! ಹೊಸ ಸಂಕಟ ಏನು ಒದಗಿತ್ತೋ' ಎಂಬ ಚಿಂತೆಯಿಂದ ಆತ ಹಲುಬಿದ. ಮಲೆಯ ನಾಲ್ಕು ಸುತ್ತಲೂ ಅವರನ್ನು ಹುಡುಕಿ, ಹುಡುಕಿ ದಣಿದ. ದಿನ ಹೋದಂತೆ ಅವರಿಗಾಗಿ ಅವನ ಜೀವ ಹೆಚ್ಚು ಹೆಚ್ಚಾಗಿ ಹಂಬಲಿಸತೊಡಗಿತು. ಆದರೂ ತನ್ನ ನೋವನ್ನು ಆತ ಬೇರೆ ಯಾರೊಡನೆಯೂ ಹೇಳಲಿಲ್ಲ.

ಒಂದು ದಿನ ತಿರುಮಲ ಧನಿಗಳು ಅವನನ್ನು ಮನೆಗೆ ಕರೆಯಿಸಿ ಕೊಂಡು, ನೆಟ್ಟಗೆ ಒಂದು ಪ್ರಸ್ತಾಪವನ್ನೆತ್ತಿದರು–"ಕರಿಯ, ನೀನು ಈ ಮಲೆಯವರಿಗೆಲ್ಲ ಗುರಿಕಾರ. ಇಲ್ಲಿ ಏನಾದರೂ ಅನ್ಯಾಯ ನಡೆದರೆ, ನೋಡಿ ತುಬ್ಬು ಮಾಡಬೇಕಾದವನು ನೀನು" ಎಂದರು.

"ಅಂಥದೇನು ನಡೆದಿದೆ, ಒಡೆಯ?"

"ನೋಡು, ನಾಲ್ಕಾರು ದಿನಗಳಾದುವು–ನಾನು ನನ್ನ ಕೊರಳಿನ ಚಿನ್ನದ ಸರವೊಂದನ್ನು ಚಾವಡಿಯಲ್ಲಿಯೋ, ಬಚ್ಚಲಿನಲ್ಲಿಯೋ ತೆಗೆದಿರಿಸಿದ್ದೆ. ಅದು ಈಗ ಕಾಣೆಯಾಗಿದೆ. ಅದು ಹೋದ ದಿವಸವನ್ನು ಎಣಿಕೆ ಹಾಕಿದರೆ, ಆ ದಿನವೇ ನಿನ್ನ ತಿಮ್ಮನೂ, ಅವನ ಹೆಂಡತಿಯೂ ಓಡಿಹೋದ ದಿನವಾಗುತ್ತದೆ. ನಾನು ಮನೆಯಲ್ಲೆಲ್ಲ ಹತ್ತು, ಹತ್ತು, ಸಾರಿ ಹುಡುಕಿದೆ. ನನಗೆ ಖಂಡಿತಕ್ಕೂ ಅನಿಸುತ್ತದೆ–ಇದು ಅವರದ್ದೇ ಕೆಲಸವೆಂದು, ಅವರು ಸುದ್ದಿ ಹೇಳದೆ ಓಡಿಹೋಗುವುದಕ್ಕೆ ಅದೇ ಕಾರಣ" ಎಂದರು. ಈ ಮಾತನ್ನು ಕೇಳಿ, ಕರಿಯನಿಗೆ ಎಲ್ಲಿಲ್ಲದ ಆಶ್ಚರ್ಯವಾಯಿತು. ತಿಮ್ಮ ಚಿನ್ನದ ಒಡವೆಗಾಗಿ ಇಂಥ ಕೆಲಸಮಾಡಿಯಾನು ಎಂದು ಅವನು ಎಣಿಸಲಾರ. ಅಲ್ಲದೆ, ಅವನು ಕಾಣೆಯಾದದ್ದು ಹಗಲಲ್ಲಿಯೇ. ಸಂಜೆ ತಾನು ಅವರ ಮನೆಗೆ ಹೋದಾಗ, ಅಲ್ಲಿ ಯಾರೂ ಇದ್ದಿಲ್ಲವಾದುದರಿಂದ ಅವರು ಹಗಲೇ ಓಡಿಹೋಗಿರಬೇಕು. ಹಗಲೇ–ಗಿಡ್ಡಿಯಾಗಲೀ, ತಿಮ್ಮನಾಗಲೀ–ಇಂಥ ಒಂದು ಕಳವು ಮಾಡಿ ಓಡಿಹೋದರು–ಎಂದವನು ಎಣಿಸಲಾರ. ಓಡಿಹೋಗುವುದಕ್ಕೆ ಅವರ ಭಯಭೀತಿಗಳು ಕಾರಣವೆಂಬುದು ನಿಜ. ಕಳವು ಕಾರಣ ಎಂಬುದನ್ನು ಅವನ ಮನಸ್ಸು ಎಂದೂ ಒಪ್ಪಲಾರದು. "ಅಯ್ಯಾ, ನಾನೇನನ್ನಲಾರೆ.

ಅವರಿಬ್ಬರೂ ಓಡಿಹೋಗಿದ್ದಾರೆಂಬುದರಿಂದ ಅವರೇನೆ ಕದ್ದಿರಬೇಕು–ಎಂದು ಹೇಳುವುದಕ್ಕೆ ನನಗಂತು ಧೈರ್ಯಬಾರದು. ಅವನು ಈ ತನಕ ಅಂಥ ಕೆಲಸ ಮಾಡಿದವನಲ್ಲ."

"ಮಾಡಿದ್ದಾನೋ, ಇಲ್ಲವೋ ನಾನು ಕಂಡು ಹೇಳಿದ್ದಲ್ಲ. ಕದ್ದು ಹೋದುದಕ್ಕೂ, ಅವರು ಓಡಿ ಹೋದುದಕ್ಕೂ ಸಮನಾಯಿತು. ಹಾಗಾಗಿ ಅಂದೆ. ಏನೂ ಇರಲಿ; ನೋಡು, ಮಲೆಯಲ್ಲಿ ನಿಮ್ಮನ್ನು ಎಷ್ಟು ವರ್ಷ ಗಳಿಂದ ಮಕ್ಕಳ ಹಾಗೆ ಸಾಕಿ ಬಂದಿದ್ದೇನೆ ನಾನು. ಏನಾದರೂ ಆಗಿದ್ದರೆ, ಕೇರಿ ಬಿಡಬೇಕಾದರೆ ಅವನೇ ಬಂದು ಹೇಳಬೇಕಾಗಿತ್ತಲ್ಲ–ಒಂದು ಮಾತನ್ನು. ಕಸವೆಂದೆಣಿಸಿ, ಹೇಳದೆ ಹೋದರಲ್ಲ ಅವರು. ಏನು ಧೈರ್ಯ ಅವರದ್ದು! ನೋಡು, ನೀನು ಯಜಮಾನ ಎಂದು ನಿನಗೆ ಈ ಸಂಗತಿ ಹೇಳಿದೆ. ಅವರು ಎಲ್ಲಿಯೇ ಅಡಗಿರಲಿ–ಕದ್ದಿರಲಿ, ಬಿಡಲಿ–ಆ ಮಾತು ಬೇರೆ; ಅವರಿಬ್ಬರನ್ನೂ ನೀನು ನನಗೆ ಹುಡುಕಿ ತಂದು ತೋರಿಸಬೇಕು. ಅಲ್ಲದೆ, ನಿನಗೂ ಅವರಿಗೂ ಒಳ್ಳೆಯದಿದೆ. ನಿನ್ನಿಂದಾಗಬಹುದಾದ ಕೆಲಸ ಇದು" ಎಂದರು.

ಕರಿಯ ತನ್ನ, ಅವರ ಒಳ್ಳೆತನವನ್ನು ಒಪ್ಪಿಕೊಂಡ. ಆದರೆ ಅವರು ತನಗೂ ಹೇಳದೆ ಹೋಗಿದ್ದಾರೆಂದು ವ್ಯಥೆಯನ್ನು ಸೂಚಿಸಿದ. ಅವರು ಹೊರಟುಹೋಗುವುದಕ್ಕೆ –ತನಗೆ ತೋರಿದ ಅನುಮಾನ ಹೇಳಿದ. ಹಿಂದೆ ನಡೆದ ವಿಷಪ್ರಯೋಗದ ಎರಡೆರಡು ಕಥೆಗಳನ್ನು ವರ್ಣಿಸಿ, ಅದರಿಂದ ಆ ದಂಪತಿಗಳಲ್ಲಾದ ಪರಿಣಾಮವನ್ನು ವಿಸ್ತರಿಸಿ ಹೇಳಿ, ಅವರು ನಿರಪರಾಧಿ ಗಳೆಂದು ತನ್ನ ಅಭಿಪ್ರಾಯವನ್ನು ತಿರುಗಿ ವ್ಯಕ್ತಮಾಡಿದ. ಆದರೆ ತಿರುಮಲ ಭಟ್ಟರು ಬರಿಯ ಮಾತುಗಳಿಂದ ಮರುಳಾಗುವವರಲ್ಲ. ಅವರು ತಮ್ಮ ಆಳುಗಳನ್ನು ಕರೆದು, ತಮ್ಮಲ್ಲಿ ಹುದುಗಿದ್ದ ಕೋಪಕ್ಕೆ ಎಡೆಕೊಟ್ಟು "ಏನೇ ಇರಲಿ, ಏನೇ ಆಗಲಿ, ಈ ಮಲೆಯಲ್ಲಿ ಯಾವ ಮೂಲೆಯಲ್ಲಿ ಅವರು ಅಡಗಿದ್ದರೂ, ಅವರನ್ನು ಹಿಡಿದು ತರಬೇಕು" ಎಂದು ಆಜ್ಞೆ ಮಾಡಿದರು. ಭಟ್ಟರು ಹೇಳಿದ ನೆಪ–ಬೂದ, ತುಕ್ರ ಮೊದಲಾದವರ ಪಾಲಿಗೆ ಸಾಕಾಗಿತ್ತು. ಅದನ್ನು ನಂಬಿ ಅವರು ತಿಮ್ಮನಿಗಾಗಿ ಹುಡುಕಾಡತೊಡಗಿದರು. ಅನಿವಾರ್ಯ ವಾಗಿ ಕರಿಯ ಸಹ ತನ್ನ ಗೆಳೆಯರಿಗೆ ಬರಲಿರುವ ಆಪತ್ತನ್ನು ನಿವಾರಿಸುವ ಸಲುವಾಗಿ, ಹುಡುಕಾಡತೊಡಗಿದ.

ನಾಲ್ಕೆಂಟು ದಿನ ಮಲೆಯ ಆಳುಗಳು ಏಲಕ್ಕಿಯ ಕೆಲಸದಲ್ಲಿ ಬಿಡುವು ಮಾಡಿಕೊಂಡು, ಮನುಷ್ಯ ಸಂಚರಿಸಬಹುದಾದ ಆ ಅರಣ್ಯದ ಎಲ್ಲ ಮೂಲೆ ಮೂಲೆಗಳನ್ನು ಹೊಕ್ಕು, ಹುಡುಕಿ, ಗಿಡ್ಡಿ, ತಿಮ್ಮರ ಸುಳಿವು ಕಾಣದೆ ಮರಳಿ ಬಂದರು. ಕರಿಯ ಆ ಕೆಲಸ ತೊಡಗುವ ಮೊದಲು ಹಿರಿಮಲೆಗೆ ಹೋಗಿ ಬಂದ. ಗೆಳೆಯನ ಮೇಲೆ ಬಂದ ಅಪವಾದ ತನ್ನ ಮೇಲೆ ಬಂದದ್ದು-ಎಂಬಷ್ಟು ನೋವು ಅವನ ಮನದಲ್ಲಿ ಉಂಟಾಗಿತ್ತು. ಆ ನೋವನ್ನು ಹೊತ್ತುಕೊಂಡು, ಮೊದಲು ಹಿರಿಮಲೆಗೆ ಧಾವಿಸಿದ. ತಿಮ್ಮನ ಮಾವನ ಮನೆಗೆ ಹೋದ. ಚೋಮನಿಗೆ ಈ ಸುದ್ದಿಯನ್ನು ಕೊಟ್ಟ. ಅವನ ದುಃಖಗಳಿಗೆ ಪಾಲಾದರು, ಚೋಮ ಮತ್ತು ಹೆಂಡತಿ. ಅವರೊಡನೆ ಕಿರಿಮಲೆಯಲ್ಲಿ ನಡೆದ ಮದ್ದು ಮಾಟಗಳ ವಿಚಾರವಾಗಿ ತರ್ಕಿಸಿದ. ಅನಂತರ ಅವರನ್ನು ಕಟ್ಟಿಕೊಂಡು ಪೂಜಾರಿಯಲ್ಲಿಗೆ ಹೋಗಿ ಪ್ರಶ್ನೆ ಕೇಳಿದ. ಮೊದಲ ಪ್ರಶ್ನೆ; "ಧನಿಯರ ಮನೆಯಿಂದ ಸರವನ್ನು ಕದ್ದವರು ಯಾರು?" ಎಂಬುದು. ಎರಡನೆಯ ಪ್ರಶ್ನೆ "ತನ್ನ ಮಿತ್ರರಿಗೆ ಏನಾಗಿದೆ, ಅವರು ಎಲ್ಲಿ ಇದ್ದಾರೆ?" ಎಂದು. ಪೂಜಾರಿ ಕವಡೆ ಉರುಳಿಸಿದ; ಲೆಕ್ಕ ಹಾಕಿದ; ಬಾಯಿ ಮಣಮಟ ಮಾಡಿದ. "ಸರವನ್ನು ಯಾರೋ ಕುಲದ ಹೊರಗಿನವರು ಕದ್ದದ್ದು" ಎಂದುಬಿಟ್ಟ. ಅದಕ್ಕೆ ಕಾರಣವೂ ಇತ್ತು. ಕದ್ದದ್ದು ನಿಜವೋ ಅಲ್ಲವೋ ಎಂದು ಅವನು ಹೇಳಲಾರನಾದರೂ, ತಮ್ಮ ಜನರು ಚಿನ್ನ, ವಸ್ತು, ಒಡವೆಯೆಂದು ಒಬ್ಬರ ಸೊತ್ತು ಇನ್ನೊಬ್ಬರು ಅಪಹರಿಸುವ ಕತೆ ಅವನು ಕೇಳಿದವನಲ್ಲ. ಜೀವನಕ್ಕೆ ಬೇಕಾಗುವ ಪ್ರತಿಯೊಂದು ವಸ್ತು, ಒಡವೆಗಳನ್ನು ತಮ್ಮ ಕಾಲುಬುಡದಲ್ಲಿಯೇ ಹುಡುಕಿ ತೆಗೆಯಬಹುದಾದ ಅವರು ಕದಿಯಬೇಕೇಕೆ? ಚಿನ್ನದ ಒಡವೆಗಳ ಬಾಯಾರಿಕೆ ಅವರಿಗೇಕೆ? ಬಾಹ್ಯಪ್ರಪಂಚದಲ್ಲಿ –ಚಿನ್ನ ದೊಡ್ಡ ವಸ್ತುವೆಂದೆನಿಸಬಹುದಾದರೂ ಅದನ್ನಿರಿಸಿಕೊಳ್ಳಲೇ ಬೇಕೆಂಬ ಲವಲವಿಕೆ ಕುಡಿಯರಿಗಿಲ್ಲ. ಹಾಗಾಗಿ 'ಹೊರಗಿನ ಜನರೇ ಕದ್ದದ್ದು; ಜಾತಿಯವರಲ್ಲ' ಎಂದದ್ದು ಕರಿಯನಿಗೂ ತೃಪ್ತಿ ಕೊಟ್ಟಿತು. ಎರಡನೆಯ ಪ್ರಶ್ನೆಗೆ –ತನ್ನ ಭಯಭೀತ ಶಿಷ್ಯನ ಮುಖವನ್ನು ನೋಡಿ, ಆತ ಅಂದಿದ್ದಿಷ್ಟೆ: "ಅವರು ಸತ್ತಿಲ್ಲ; ಇದ್ದಾರೆ ಬದುಕಿ. ಭಯಭೀತಿ ಹೆಚ್ಚು. ಮೂಡು ದಿಕ್ಕಿನಲ್ಲಿ ಇದ್ದಾರೆ. ಬಂದಾರು–ಒಂದಲ್ಲ ಒಂದು ದಿನ" ಎಂದು. ಬಿರುಮ ಹೇಳಿದ

ದಿಕ್ಕಿನ ಸೆರಗನ್ನು ಹಿಡಿದು, ಆ ಪರ್ವತ ಪ್ರದೇಶಗಳಲ್ಲಿ ಅವರನ್ನು ಅರಸಲು ಬಂದೀತು ಎಂಬ ಧೈರ್ಯ ಮಾತ್ರ ಕರಿಯನಿಗೆ ಉಂಟಾಗಲಿಲ್ಲ. ಅವನ ಮನಸ್ಸಿನಲ್ಲಿ, ಮಲೆ ಬಿಟ್ಟು ಏಳಲಾರದ ತಿಮ್ಮ, ಘಟ್ಟದ ಕೆಲಸಕ್ಕೆ ಹೋಗಿ ಜೀವನ ಮಾಡಬಹುದು-ಎಂಬ ಅನುಮಾನಕ್ಕೆ ಎಡೆಕೊಡಲಿಲ್ಲ. ಮಲೆಯೇ ಕುಡಿಯ ಮಕ್ಕಳ ತವರು. ಆದರೂ ಇಬ್ಬರೇ ಸಾಹಸಪಟ್ಟು, ಆ ವಿಶಾಲವಾದ ಪರ್ವತ ಪ್ರದೇಶದಲ್ಲಿ, ಎಲ್ಲಿ ಅಡಗಿರಬಹುದಾದರೂ, ಬದುಕಿ ಜೀವನ ಮಾಡುವುದು ಕಠಿಣವೆಂದೇ ತೋರಿತು. ಗಿಡ್ಡಿಯೂ ಮೂರು ನಾಲ್ಕು ತಿಂಗಳ ಬಸುರಿ. ಅಂಥವಳನ್ನು ಕಟ್ಟಿಕೊಂಡು, ಈ ತಿಮ್ಮ ಹುಚ್ಚನಂತೆ ಏಕೆ ಹೊರಟು ಹೋದ. ಎಲ್ಲಿ ವಾಸವಾಗಿದ್ದಾನೆ? ಎಲ್ಲಾದರೂ ವಾಸವಾಗಿದ್ದರೆ, ಕಷ್ಟ ದಲ್ಲಿದ್ದಾಗ ಅವರಿಗೆ ನೆರವಾಗುವವರಾರು-ಎಂಬ ಚಿಂತೆಯಿಂದಲೇ ಕರಿಯ ತನ್ನ ಮನೆಗೆ ಮರಳಿದ. ಅವನು ಗೆಳೆಯನಿಗಾಗಿ ಹುಡುಕಲು ಹೊರಟಂತೆ, ಗಿಡ್ಡಿಯ ತಾಯ್ತಂದೆಯರು ತಮ್ಮ ಅಳಿಯನಿಗಾಗಿ ಅರಣ್ಯವನ್ನು ಹುಡುಕ ತೊಡಗಿದರು.

ನಿತ್ಯ, ನಿತ್ಯವೂ ತಿರುಮಲ ಧನಿಗಳು 'ಏನಾಯಿತು, ಸುದ್ದಿಸಿಕ್ಕಿತೇ?' ಎಂದು ಕೇಳುತ್ತಲೇ ಇದ್ದಾರೆ. ಕೇರಿಯ ಕುಡಿಯರು ತಿಮ್ಮನನ್ನು ಕಾಣದೆ ಮರಳಿದರು. ಕಾಳ ಮಲೆರಾಯನ ಗುಹೆಯ ತನಕ ಹೋಗಿ, ನಿರಾಶೆಗೊಂಡು ಬಂದ. ಕರಿಯ ಎಲ್ಲೆಲ್ಲೂ ಅವನಿಗಾಗಿ ಅರಸುತ್ತಲಿದ್ದ. ಧನಿಗಳು ಅವನನ್ನು ಸಂಧಿಸಿದಾಗಲೆಲ್ಲ "ಅವನೊಮ್ಮೆ ಸಿಕ್ಕಲಿ. ಅವನ ಚರ್ಮವನ್ನು ಸುಲಿದು ಬಿಡುತ್ತೇನೆ" ಎಂದು ನುಡಿದರು. ಅವರ ಸೇಡು, ಕೋಪಗಳ ಮಾತಿನ ಅರ್ಥ ಕರಿಯನಿಗೆ ತಿಳಿಯದಾಯಿತು. 'ಕದ್ದುದಕ್ಕೆ ಇಷ್ಟು ಸಿಟ್ಟೇ? ಮಲೆ ಬಿಟ್ಟದ್ದಕ್ಕೆ ಇಷ್ಟು ಸಿಟ್ಟೇ' ಒಂದೂ ತಿಳಿಯಲಾರದವ ಅವನು.

ಎಲ್ಲಿಲ್ಲದ ಬೇಸರದ ಬಾಳು ಕರಿಯನದು. ಏಲಕ್ಕಿ ತೋಟಕ್ಕೆ ಹೋಗಿ, ಇತರರ ಜತೆಗೆ ದುಡಿದು, ಮೈ ನುಗ್ಗು ಮಾಡಿಕೊಂಡು ಮನೆಗೆ ಬರುತ್ತಾನೆ. ತನ್ನ ಗಂಜಿಯನ್ನು ತಾನೇ ಬೇಯಿಸಿಕೊಳ್ಳುತ್ತಾನೆ. ಗೆಳೆಯರ ಚಿಂತೆಯಿಂದ ಹಾಸಿಗೆಯಲ್ಲಿ ಹೊರಳಾಡುತ್ತಾನೆ. ಬೂದ ನಾಲ್ಕೈದು ಬಾರಿ ಅಲ್ಲಿಗೆ ಬಂದು "ಯಾಕಣ್ಣ, ನಮ್ಮಲ್ಲಿಗೆ ಬರಬಾರದೆ? ಕೆಂಪಿ ಬಹಳ ಸಾರಿ ಹೇಳಿದ್ದಾಳೆ-ನೀನು

ಬೇರೆ ಗುಡಿ ಕಟ್ಟಿದರೇನಾಯ್ತು? ಮದುವೆಯಾಗುವ ತನಕವಾದರೂ ನಮ್ಮಲ್ಲೇ ಇರು ಎಂದು" ಅದಕ್ಕೂ ಕರಿಯ ಪ್ರತ್ಯುತ್ತರ ಕೊಡಲಾರ. "ಮದುವೆಗೆ ಹೆಣ್ಣು ನೋಡಲೇ?" ಎಂದರೆ, "ಯಾರೂ ನನಗೆ ಹೆಣ್ಣು ನೋಡಬೇಕಾಗಿಲ್ಲ. ಆಗುವ ಕಾಲಕ್ಕೆ ಆಗುತ್ತೇನೆ" ಎಂದು ಸಂಭಾಷಣೆಯನ್ನೇ ಕಡಿದುಬಿಡುತ್ತಿದ್ದ. ಇಂಥ ಒಂದು ದಿನದಲ್ಲಿ ಬಿನ್ನಾಣಗಿತ್ತಿ ಕೆಂಪಿ, ಅವನ ಗುಡಿಸಲಿಗೆ ತಾನಾಗಿಯೇ ಬಂದಳು. ಆಗ ಕರಿಯನ ಮುಖ ತುಂಬ ಬಾಡಿತ್ತು.

"ಇದೇನು ಕರಿಯಣ್ಣ ತುಂಬ ಸೊರಗಿದ್ದೀಯೆ? ಗಿಡ್ಡಿ ಓಡಿ ಹೋದಳು ಎಂದು ನೀನು ಸೊರಗಿದರೆ ಹೇಗೆ?" ಎಂದುಬಿಟ್ಟಳು. ಗಿಡ್ಡಿಯ ವಿಚಾರದಲ್ಲಿ ಅವಳಿಗಿದ್ದ ಅಸಮಾಧಾನವೊಂದೇ ಇಂಥ ಮಾತಿಗೆ ಕಾರಣವಾಗಿರಬೇಕು. ಕರಿಯನಿಗೆ ಆ ಮಾತನ್ನು ಕೇಳಿ ಅಸಮಾಧಾನವಾಯಿತು. "ಅಕ್ಕ, ಗಿಡ್ಡಿಗೆ ಕೈಹಿಡಿದ ಗಂಡ ಇದ್ದಾನೆ. ಅವಳು ಇಲ್ಲಿ ಇದ್ದಾಗ ನೀನೇನು ಆಡುತ್ತಿದ್ದೆ-ಎಂದು ನನಗೆ ಗೊತ್ತು. ನನ್ನ ಹಿಂದೆಯೂ ಹಾಗೆ ಆಡುತ್ತಿದ್ದೆ. ಈಗಲೂ ಆಡುತ್ತೀಯೆ. ಆದರೆ ಒಬ್ಬರು ಎದುರಿಗೆ ಇಲ್ಲದಾಗ ಸಲ್ಲದ ಮಾತು ಆಡಬಾರದು" ಎಂದ. ಕೆಂಪಿಯ ನಾಲಿಗೆ ಅಷ್ಟಕ್ಕೆ ನಿಲ್ಲಲಿಲ್ಲ. "ಏನೋ ಅಣ್ಣ, ನಿನಗೆ ಅವರು ಕದ್ದರೂ, ಬಿಟ್ಟರೂ ಅವರೇ ದೇವರು. ನಾವೆಲ್ಲರೂ ಕಸ"ಎಂದಳು ಅವಳು.

"ಅವರು ಕದ್ದಿದ್ದಾರೆ-ಎನ್ನುವವರ ನಾಲಿಗೆ ಕೊಳೆತು ಹೋಗಲಿ" ಎಂದು ಕೋಪದಿಂದ ಕರಿಯ ಉತ್ತರ ಕೊಟ್ಟ. ಕೆಂಪಿಗೆ ಆತ ಈ ತನಕ ಹಾಗೆ ಮಾತನಾಡಿದವನಲ್ಲ. ಕೆಂಪಿ ಅಸಮಾಧಾನದಿಂದ ಹೊರಟುಹೋದ ಮೇಲೂ ಕರಿಯನ ಮನಸ್ಸು ಕೆಂಪಿಯ ವಿಚಾರದಲ್ಲಿ ಸಿಟ್ಟುಗೊಂಡಿತ್ತು. ಅವರಿಬ್ಬರೂ ಕೇರಿಯಿಂದ ಓಡಿಹೋಗುವುದಕ್ಕೆ ಈ ದಿಂಡೆ ಹೆಂಗಸೇ ಕಾರಣ-ಎಂದು ಆತ ನಿಶ್ಚಯ ಮಾಡಿಕೊಂಡ. ಹಿಂದಿನ ಕತೆಗಳೆಲ್ಲ ಅವನ ಆ ಅಭಿಪ್ರಾಯಕ್ಕೆ ಪುಷ್ಟಿಕೊಟ್ಟವು. ಅದರಿಂದಾಗಿ, ಅನಂತರ ಕೆಂಪಿಯನ್ನು ಕಂಡಾಗಲೆಲ್ಲ ಮುಖ ತಗ್ಗಿಸಿ ಹೊರಟುಹೋಗುತ್ತಿದ್ದನೇ ಹೊರತು, ಅವಳೊಡನೆ ಮಾತನಾಡುತ್ತಿರ ಲಿಲ್ಲ. ಕೆಂಪಿ ಮಾತ್ರ ನಾಲಗೆಯ ಚಪಲ ತೀರಿಸಿಕೊಳ್ಳುವುದಕ್ಕೆ ಬೂದನೊಡನೆ "ನಿಜಕ್ಕೂ ಕರಿಯನಿಗೂ, ಗಿಡ್ಡಿಗೂ ಅಷ್ಟು ಅನ್ಯೋನ್ಯವಿದ್ದಿರಬೇಕು. ಅಲ್ಲವಾದರೆ, ಅವನು ಅಷ್ಟು ಸೊರಗಲಿಕ್ಕಿಲ್ಲ" ಎನ್ನುತ್ತಿದ್ದಳು.

ಒಂದು ದಿನ ಕರಿಯನಿಗೆ ಕುಳಿತಾಗ ಹೀಗೆನಿಸಿತು: 'ನಾನು ಕಾಡುಬೀಡುಗಳನ್ನೆಷ್ಟೋ ತಿರುಗಾಡಿದ್ದೇನೆ. ಪೂಜಾರಿ ಹೇಳಿದ ಮಾತಿನಂತೆ ಮೂಡು ದಿಕ್ಕನ್ನೊಂದು ಸಾಕಷ್ಟು ಹುಡುಕಿಲ್ಲವಲ್ಲ' ಎಂದು. ಆ ಪರ್ವತ ಪ್ರದೇಶದಲ್ಲಿ, ಬೆಟ್ಟದ ಹರದಾರಿ, ಹರದಾರಿ ದೂರದ ಸೆರಗುಗಳೆಲ್ಲವೂ ಮೂಡುದಿಕ್ಕೇ! ಹಾಗೆಂದು ಹುಡುಕುವುದೂ ಹುಚ್ಚುತನ ಎಂದು ಅವನಿಗೆ ತೋರದಿರಲಿಲ್ಲ. ಆದರೂ ಇನ್ನೊಮ್ಮೆ ಪ್ರಯತ್ನಿಸುತ್ತೇನೆಂದು ಹೊರಟ. ಹೆಚ್ಚು ಕಡಿಮೆ, ಅವರ ಕೇರಿಗೆ ದಕ್ಷಿಣ-ಪೂರ್ವದಲ್ಲಿದ್ದುದು ಮಲೆರಾಯನ ಗುಹೆ. ಕಾಳ ಅಲ್ಲಿಗೆ ಹೋಗಿ ಬಂದದ್ದು ಅವನಿಗೆ ಗೊತ್ತಿರಲಿಲ್ಲ; 'ಅಲ್ಲಿದ್ದರೂ ಇರಬಹುದು' ಎಂಬ ಅನುಮಾನ ಇವನಿಗಾಯಿತು. ಆದುದರಿಂದ ನೆಟ್ಟಗೆ ಅಲ್ಲಿಗೇನೆ ಹೊರಟ. ಹೊರಡುವಾಗಲೇ ಹೊತ್ತು ಮೂಡಿ ಜಾವವಾಗಿತ್ತು. ಹೊತ್ತಾರೆ ಏಲಕ್ಕಿ ಆಯ್ದು ಸಾಗಿಸುವ ಕೆಲಸ ಮುಗಿದಿದ್ದುದರಿಂದ ಅವನಿಗೂ ವಿರಾಮ ದೊರಕಿತ್ತು. ಹಾಗೆ ಹೊರಟವನು ಗುಡ್ಡದ ಮೈಯನ್ನೇರಿ, ಮಲೆ ರಾಯನ ಗುಹೆಯ ಕಡೆಗೆ ನಡೆದ. ಜತೆಗೆ ಕಾಳನನ್ನು ಕರೆದೊಯ್ಯೋಣವೇ ಅನಿಸಿತು. ಆದರೆ ಧೈರ್ಯವಾಗಲಿಲ್ಲ. ಅವನಿಗೆ ಅವರಿರುವ ತಾವು ತಿಳಿದಿದ್ದೇ ಆದರೆ, ಆ ಸುದ್ದಿ ಅವನಿಂದ ಬೂದಗೆ, ಬೂದನಿಂದ ಧನಿಯರಿಗೆ ಮುಟ್ಟಿ ತನ್ನ ಗೆಳೆಯರಿಗೆ ಕಠಿಣದಂಡನೆ ಪ್ರಾಪ್ತಿಸಬಹುದು ಎಂಬ ಭೀತಿ ಆಯಿತು. ಅದರಿಂದ ಒಬ್ಬನೇ ಮುಂದೆ ಸಾಗಿದ. ಮಲೆರಾಯನ ಗುಹೆಯೇನೋ ಬಂತು. ಅದನ್ನು ಹೊಕ್ಕು, ಆಚೀಚೆ ಸುತ್ತಾಡಿ ನೋಡಿದ, ಜನರಾರೂ ಅಲ್ಲಿರಲಿಲ್ಲ. ಆದರೆ ಒಂದು ಒಲೆ ಹೂಡಿದ ಗುರುತೂ, ಮಸಿ ಕೆಂಡಗಳು ಬಿದ್ದ ಗುರುತೂ ಕಾಣಿಸಿತು. ಅಲ್ಲಿಗೆ ಯಾರೋ ಬಂದಿರಬಹುದು-ಎಂದಂದು ಕೊಂಡ. ಕುಳಿತು ಕೆಲಸವಿಲ್ಲದ್ದಕ್ಕೆ ಕೆಂಡಗಳನ್ನು ಆಚೀಚೆ ಕೋಲಿನಿಂದ ಹರವಿ ನೋಡಿದಾಗ, ಅರ್ಧ ಸುಟ್ಟ ಗೆಣಸಿನ ತುಂಡೊಂದು ಕಾಣಿಸಿತು. ಕಾಡು ಗೆಣಸಿನ ತುಂಡು! ಅದನ್ನೇ ತೆಗೆದ. ಕೈಯಿಂದ ಬಿಡಿಸಿ ನೋಡಿದ. ಅದರೊಳಗಿನ ನೀರ ಪಸೆ ಆರಿಹೋಗಿತ್ತು. ಒಂದೆರಡು ದಿನಗಳ ಹಿಂದೆ ಅಥವಾ ಹೆಚ್ಚು ಕಡಿಮೆ ಒಂದು ವಾರದ ಒಳಗೆ, ಇಲ್ಲಿ ಯಾರೋ ಅಡಿಗೆ ಅಟ್ಟದ್ದು ನಿಜ-ಎಂಬ ಭಾವನೆಯಾಯಿತು. ಇಲ್ಲಿಗೆ ಬಂದಿರಬೇಕು, ಈಗ ಗುಹೆಯಲ್ಲಿ ಅವರಿಲ್ಲದಿದ್ದರೆ, ಬೇರೆ ಯಾವುದಾದರೂ ಗುಹೆಯಲ್ಲಿರಬಹುದು-

ಎಂಬ ಅನುಮಾನವಾಯಿತು. ಅದರಿಂದೀಚೆಗೆ ಬಂದ. ಬೆಟ್ಟದ ಕಡಿದಾದ ಮೈಯನ್ನು ಹಿಡಿದುಕೊಂಡು, ದಕ್ಷಿಣಕ್ಕೆ ಸಾಲು ಸಾಲಾಗಿ ಬಿದ್ದ ಬಂಡೆಗಳನ್ನೆಲ್ಲ ಹತ್ತಿ, ಇಳಿಯತೊಡಗಿದ. ಯಾವೆಡೆಯಲ್ಲಿಯೂ ತಿಮ್ಮನ ಕುರುಹು ಕಾಣಿಸಲಿಲ್ಲ. ಮುಂದೆ ಕಾಣಿಸಿದ್ದೇ-ಕರಡಿ ಮನೆ ಮಾಡಿಕೊಂಡಿದ್ದ, ಎಳೆಯ ರಾಗಿದ್ದಾಗ ಇವರು ಬೆದರಿ ಹಿಂದಕ್ಕೆ ಬಂದಿದ್ದ ಗುಹೆ. ಅಲ್ಲಿಗೂ ಹೋಗಿ ಹುಡುಕಿದ. ಅಲ್ಲಿ ಹಿಂದೆ ಕಂಡ ಕರಿಡಿಯ ಹೊಳಪು ಕಣ್ಣುಗಳು ಕಾಣಿಸಲಿಲ್ಲ; ತಿಮ್ಮ, ಗಿಡ್ಡಿಯರೂ ಕಾಣಿಸಲಿಲ್ಲ. 'ಇಲ್ಲ, ಇಲ್ಲೆಲ್ಲಿಗೋ ಬಂದು, ಅವರು ಕರಡಿಯ ಬಾಯಿಗೆ ಬಿದ್ದರೋ ಏನೋ! ಹಾಗಿದ್ದರೆ, ಅವರ ಅರಿವೆಗಳ ಚೂರಾದರೂ ಕಾಣಿಸಬೇಡವೇ' ಎಂದು ತಿರುಗಿ ಹುಡುಕಲು ಹೊರಟ. ಕರಡಿ ಗುಹೆಯ ಸೆರಗನ್ನು ಹಿಡಿದು ಇನ್ನೂ ನೂರು ಹೆಜ್ಜೆ ಮುಂದುವರಿಯುತ್ತಲೇ, ಕಾಡಿನ ಸೆರಗೂ ಕೊನೆಗೊಂಡಿತು. ಹಚ್ಚ ಹಸುರಿನ ಹುಲ್ಲು ಬೆಳೆದ ಭಾಗವೊಂದು ಬಂದಿತು. ಅದರಲ್ಲಿ ಮೇಲಕ್ಕೂ, ಕೆಳಕ್ಕೂ ಇಳಿಯದೇ ನಾಲ್ಕು ಹೆಜ್ಜೆ ಮುಂದುವರಿದ. ಹುಲ್ಲನ್ನು ಮೆಟ್ಟಿ, ತುಳಿದ ಗುರುತು ಇದೆ ಎಂದು ಊಹಿಸಿಕೊಂಡ. ಬಾನಿನಲ್ಲಿ ಸೂರ್ಯ ನೆಟ್ಟಗೆ ಮೇಲೆ ಬಂದಿದ್ದ. ಇನ್ನೂ ವೇಳೆಯಿದೆ-ಇನ್ನೂ ಸ್ವಲ್ಪ ಹುಡುಕಬಹುದು ಎಂದು ಧೈರ್ಯವಾಗಿ ಹಾಗೆಯೇ ಮುಂದುವರಿದ. ಮುಂದೆ ಹೋದಂತೆ ಕಾಲು ನಡಿಗೆಯ ಜಾಡೂ, ಮಗುಚಿ, ಮುರಿದು ಬಿದ್ದ ಹುಲ್ಲುಗಳ ಸಾಲೂ ಸಮನಾಗಿ ಕಾಣು ತ್ತಿತ್ತು. ಆದರೆ, ಹಾಗಾಗುವುದು ಮನುಷ್ಯರಿಂದಲೂ ಸಾಧ್ಯ; ಕಾಡುಪ್ರಾಣಿಗಳ ನಡೆಯಿಂದಲೂ ಸಾಧ್ಯವಷ್ಟೇ. ಆದರೂ ತನ್ನ ಕೆಲಸ ತಾನು ಮಾಡುತ್ತೇನೆಂದು ನೇರಾಗಿ ಆ ದಾರಿ ಹಿಡಿದು, ಬಹುದೂರ ನಡೆದುಹೋದ. ಬೆಟ್ಟದ ಸೆರಗಿನ ಕೊನೆ ಬರುವ ತನಕವೂ ನಡೆದ. ಇನ್ನು ಆ ಸೆರಗು ಒಳಕ್ಕೆ ತಿರುಗಿಕೊಳ್ಳುತ್ತದೆ. ಸಹ್ಯಾದ್ರಿಯ ಕಡೆಗೆ ಹರಿಯುತ್ತದೆ. ಇಲ್ಲೆಲ್ಲಾದರೂ ಅಡಗಿರುವುದು ಸಾಧ್ಯವಿಲ್ಲ- ಎಂದು ಅವನಿಗೂ ಅನಿಸಿತು. ನಡೆದು, ದಣಿದು ಬಂದಿದ್ದ ಆತ, ಹುಲ್ಲಿನೆಡೆಯ ಬಂಡೆಯೊಂದರ ಮೇಲೆ ಕುಳಿತು, ತನ್ನ ಆಯಾಸ ಪರಿಹಾರ ಮಾಡಿಕೊಳ್ಳುತ್ತಾ ಸಮಯ ಕಳೆದ. ಅವನ ಕಣ್ಣೆದುರಿಗೇ ಆ ಬೆಟ್ಟದ ಸೆರಗು ಇಳಿದು, ಕೆಳಕ್ಕೆ ಸರಿದು, ಬಲು ದೂರದಲ್ಲಿರುವ 'ಶಿಶಿಲ' ಗ್ರಾಮದ ಬಯಲಿನ ಕಡೆಗೆ ಚಾಚಿಕೊಂಡುದು ಕಾಣಿಸಿತು. ಅದರ ಕೆಳಭಾಗವೆಲ್ಲ -ಅರಣ್ಯದಿಂದ

ಕವಿದಿತ್ತು; ಅಲ್ಲಲ್ಲಿ ಕಾಡುಗಳ ಕಡುಹಸುರೂ ತುಂಬಿತ್ತು.

ಅದು ಮುಗಿಯುತ್ತಲೇ ಶಿಶಿಲದ ಬಯಲುಭೂಮಿ ಕಾಣಿಸಿತು. ಆ ಮೈದಾನಿನಲ್ಲಿ ಮೇಯುತ್ತಿರುವ ದನಕರುಗಳನ್ನು ಅಲ್ಲಿಂದಲೇ ಎಣಿಸ ಬಹುದು. ಆ ಮೈದಾನು ಕಳೆಯಿತೆಂದರೆ, ಗ್ರಾಮದ ಹೊಲಗದ್ದೆಗಳು ಅಂಕಣ, ಅಂಕಣವಾಗಿ ಕಾಣಿಸುತ್ತವೆ. ಆ ನೋಟವನ್ನೇ ನೋಡುತ್ತ ವ್ಯಥೆಯಿಂದ ತಲ್ಲೀನನಾಗಿ ಕುಳಿತ ಕರಿಯ. ಬೆಟ್ಟದ ಮೈಯನ್ನು ಹಾಯ್ದು ಬರುವ ಗಾಳಿಯ ಪ್ರವಾಹ, ಒಂದೊಂದು ವೇಳೆ ಒಂದೊಂದು ಕಡೆಯಿಂದ ಬೀಸುತ್ತಲಿತ್ತು. ಒಮ್ಮೆ ಅದು ತಳಿರೆಲೆಗಳ ಧ್ವನಿಯನ್ನು ತರುತ್ತಿತ್ತು; ಒಮ್ಮೆ ದೂರದ ಅಬ್ಬಿಗಳ ಮೊರೆತವನ್ನು ಹೊತ್ತು ತರುತ್ತಿತ್ತು. ಇನ್ನೊಮ್ಮೆ ಯಾವುದಾದರೂ ಗಿಡದ ಕಾಂಡಕ್ಕೆ ಬಡಿದು, ಸಿಳ್ಳಿನ ಸಂಗೀತ ತರುತ್ತಿತ್ತು. ಅದನ್ನೇ ಆಲಿಸುತ್ತಿದ್ದ ಕರಿಯನ ಕಿವಿಗೆ, ಮನುಷ್ಯರ ತುಣುಕು ಮಾತು ಕೇಳಿಸಿ ದಂತೆಯೂ ಅನಿಸಿತು. ವಿಸ್ಮಯಗೊಂಡು ಎದ್ದುನಿಂತ. ಗಾಳಿಯ ವಿವಿಧ ಮೊರೆತಗಳಲ್ಲಿ, ಮನುಷ್ಯರ ಮಾತಿನ ಸಪ್ಪಳ ಸ್ವಲ್ಪ ಸ್ವಲ್ಪವಾಗಿ ಕೇಳಿಸುತ್ತಿರು ವುದು ನಿಜವೆನಿಸಿತು. ಆ ಧ್ವನಿ, ಗಾಳಿ ಉತ್ತರದಿಂದ ದಕ್ಷಿಣಕ್ಕೆ ಬೆಟ್ಟದ ಮೈಯಿಂದಲೇ ಹಾಯ್ದು ಬರುವಾಗ, ಮತ್ತಷ್ಟು ಸ್ಪಷ್ಟವಾಗಿ ಕೇಳಿಸುತ್ತಿತ್ತು. ಆ ಭ್ರಮೆಯಿಂದಲೇ ಎದ್ದುನಿಂತು 'ಕೂಕ್, ಕೂಕ್' ಎಂದು ಕೂಗಿದ. ಪ್ರತ್ಯುತ್ತರ ದೊರೆಯಲಿಲ್ಲ. ಮಾತ್ರವಲ್ಲ, ಮುಂದೆ ಅಂಥ ಧ್ವನಿಯೇ ಬರಲಿಲ್ಲ. ಅದರಿಂದ ಅವನ ಕುತೂಹಲ ಹೆಚ್ಚಿತು. ಅಲ್ಲಿಂದಲೇ ಆ ಬೆಟ್ಟದ ಇನ್ನೊಂದು ಮೈಯನ್ನು ಹುಡುಕಿ ನೋಡುವೆನೆಂದು ಉತ್ತರಾಭಿಮುಖವಾಗಿ ಹೊರಟ; ಸುಮಾರು ನೂರುಗಜ ದೂರ ಹುಲ್ಲಿನ ಎಡೆಯಲ್ಲಿ ಆತ ಮುಂದುವರಿದ. ಜನ ನಡೆದ ಗುರುತನ್ನು ತೀರ ನಿಜ ಎಂಬಷ್ಟು ಆಚೀಚೆ ಮಾಲಿಬಿದ್ದ ಹುಲ್ಲುಗಿಡಗಳು ಹೇಳುತ್ತಿದ್ದವು. ಮುಂದೊಂದು ಬಂಡೆ ಕಾಣಿಸಿತು. ವಿಶಾಲವಾದ ದೆವ್ವದಾಕೃತಿಯ ಆ ಬಂಡೆ, ಮುಂದಿನ ನೋಟವನ್ನೇ ತಡೆಹಿಡಿದು, ಗೊಂಡೆಯಾಕಾರದ ನಾಯಿ ಕೊಡೆಯಂತಿತ್ತು. ಬಂಡೆಯ ಬಳಿಗೆ ಬರುವಾಗ, ಕಾಲಿನ ಗುರುತುಗಳು ಬಂಡೆಯ ಮಗ್ಗುಲಿಂದ ಮೇಲೇರಿದಂತೆ ಕಾಣಿಸಿತು. ಇವನೂ ಮೇಲಕ್ಕೇರಿದ. ಮೇಲೇರಿ, ಜಾಡು ಕೆಳಗೆ ಹೋದುದನ್ನು ಕಂಡು, ತಿರುಗಿ ಕೆಳಕ್ಕೆ ಇಳಿಯುವ ಪ್ರಯತ್ನ ಮಾಡಿದ. ಬೆಟ್ಟಕ್ಕೆ ಮುಖಮಾಡಿ, ಹುಲ್ಲಿನ

ಬುಡಗಳಿಗೆ ಕೈಕೊಟ್ಟು ಏಣಿ ಇಳಿಯುವಂತೆ ಇಳಿಯುವಾಗ– "ಯಾರು, ಕರಿಯಣ್ಣನೇ?" ಎಂಬ ಧ್ವನಿ ಕೇಳಿಸಿತು. ಧ್ವನಿ ತಿಮ್ಮನದು. ಅಲ್ಲಿಂದಲೇ ಬೆಟ್ಟಕ್ಕೆ ಮೈಚಾಚಿ, ಬಂಡೆಯ ಕೆಳಗಡೆ ನಿಂತ ತಿಮ್ಮನನ್ನು ಕಂಡು ಕರಿಯನಿಗಾದ ಸಂತೋಷ ಅಷ್ಟಿಷ್ಟಲ್ಲ. ಆನಂದದಿಂದ ಕೈ ಬಿಟ್ಟು ಆ ಹಸುರಿನ ಹಾಸುಗೆಯ ಮೇಲೆ ಉರುಳಿ, ಕೆಳಗಿನ ಕಣಿವೆಯನ್ನು ಆತ ಸೇರದಿದ್ದುದೇ ಆಶ್ಚರ್ಯ ! ಕಪಿಯ ಲಾಘವದಿಂದ ಕರಿಯ ಬೆಟ್ಟದ ಮಗ್ಗುಲನ್ನು ಸೇರಿದ. ತಿಮ್ಮನನ್ನು ಹೋಗಿ ತಬ್ಬಿಕೊಂಡ. ವಿಚಿತ್ರವಾದೊಂದು ಗವಿಯದು. ಆ ಬೆಟ್ಟದ ಆ ಒಂದೇ ಬಂಡೆಯ ಪೊಟರೆಯಲ್ಲಿ ಜಗತ್ತಿನಿಂದ ಮರೆಯಾಗಿ, ಬದುಕುವ ಆಶ್ರಯ ಹುಡುಕಿದ್ದರು ಆ ಗಂಡ ಹೆಂಡಿರು. ತಿಮ್ಮ, ಕರಿಯನ ಆಗಮನ ದಿಂದ ಪುಳಕಿತನಾದ. ಗಿಡ್ಡಿಗಂತು ಕಂಬನಿ ಬಂದಿತು. ನಾಲ್ಕುಕ್ಷಣ ಯಾರೂ ಏನೂ ಮಾತನಾಡಲಿಲ್ಲ. ಆ ಬಳಿಕ "ಯಾಕೆ ಓಡಿಬಂದೆ ಅಣ್ಣ?" ಎಂದು ಕರಿಯ ಕೇಳಿದ್ದಕ್ಕೆ, ಆ ದಂಪತಿಗಳಿಬ್ಬರೂ ತಮ್ಮ ಹೊಟ್ಟೆಯ ಸಂಕಟಗಳನ್ನೆಲ್ಲ, ದುಃಖ, ಕೋಪ ಉದ್ವೇಗಗಳಿಂದ ಅವನ ಮುಂದೆ ತೋಡಿಕೊಂಡರು.

ಮಾತಿನ ಎಡೆಯಲ್ಲಿ, ದಣಿದು ಬಂದ ಕರಿಯನಿಗೆ ಹೆಗ್ಗೆಣಸು ಸುಟ್ಟುಕೊಟ್ಟು ಔತಣ ಮಾಡಿಸಿದ್ದೂ ಆಯಿತು. ಕರಿಯನಿಗೆ ಅವರನ್ನು ಕಂಡೇ ಸಂತೋಷ! ಅವರಿಂದ ಆತ ಕೇಳಿದ ಸಮಾಚಾರಗಳಂತು ಇಲ್ಲದ ವಿಸ್ಮಯ ಹುಟ್ಟಿಸಿದುವು. ತಾನು ಅಷ್ಟು ದಿನಗಳಿಂದ ಗೌರವಿಸಿ, ಭಕ್ತಿಯಿಂದ ನಡೆದು ಕೊಳ್ಳುತ್ತಿದ್ದ ಮಲೆಯ ಧನಿಗಳು ಅಂಥ ವ್ಯಕ್ತಿ ಎಂದು ಅವನಿಗೆ ಪರಿಚಯ ವಾದದ್ದು ಅದು ಮೊದಲ ಬಾರಿಗೆ. ತಮ್ಮದೇ ತಪ್ಪಿದ್ದರೂ, ಅದನ್ನು ಮರೆಯಿಸಿಕೊಂಡು, ಕಳ್ಳತನದ ದೂರು ಹೊರಡಿಸಿ, ಅದರಿಂದ ತಿಮ್ಮನನ್ನು ದಂಡಿಸುವ ಯೋಚನೆ ಅವರು ಮಾಡಿದ್ದನ್ನರಿತು ಅವನಿಗಾದ ಸಿಟ್ಟು ಅಷ್ಟಿಷ್ಟಲ್ಲ. ಅಂಥ ಪ್ರಸಂಗದಲ್ಲಿ ತಿಮ್ಮನ ಬದಲು ತಾನೇ ಆಗಿದ್ದರೂ ಬೇರೆಯೇನೂ ಮಾಡಲು ಶಕ್ಯವಿರಲಿಲ್ಲ–ಎಂದೂ ತಿಳಿದ. ಅವರ ಪ್ರತಿ ಮಾತಿಗೂ ಅವನ ಸಹಾನುಭೂತಿಯಿತ್ತು. ತಿಮ್ಮ ಅನ್ನುತ್ತಲೇ ಇದ್ದಾನೆ 'ಈ ಧನಿಗಳು ಬಂದುದೇ ನಮ್ಮ ಕೇರಿಗೆ ಪಿಶಾಚಿ ಹೊಕ್ಕಂತಾಯಿತು. ಅವರಿಂದ ಯಾರಿಗೂ ಸುಖವಿಲ್ಲ' ಎಂದು. ಅದನ್ನು ಕೇಳಿ ಕರಿಯನಿಗೆ, ತಾನು ಆ ಮಲೆಯಲ್ಲಿ ಉಳಿದರೆ, ನಾಳೆ ತನಗೂ ಸುಖವಾಗದೆಂದು ಅನಿಸತೊಡಗಿತು.

ಹೊತ್ತು ಮೀರುತ್ತ ಬಂದಿತು. ಮಲೆಗೆ ಮರಳುವ ವೇಳೆಯಾಯಿತು. ಆದರೆ, ಆ ಬಡಪಾಯಿಗಳನ್ನು ಬಿಟ್ಟು ಕದಲುವುದಕ್ಕೆ ಕರಿಯನಿಗೆ ಮನವಿಲ್ಲ. ಅವರ ಮುಂದಿನ ಭವಿಷ್ಯ ಹೇಗೆ ಸಾಗಬೇಕು-ಎಂದು ಅವನು ತಿಳಿಯಲಾರ. ಏನೋ, ಬೇಸಿಗೆಯಲ್ಲಿ ನಾಲ್ಕು ದಿನ ಈ ಮಾಟೆಯಲ್ಲಿ ಅವರು ಮನೆ ಮಾಡಿಕೊಂಡಿರಬಹುದು. ಇಲ್ಲಂತು, ಗಾಳಿಯ ಭರ ತುಂಬ ಹೆಚ್ಚು, ಮುಚ್ಚು ಮರೆ ಏನೇನೂ ಇಲ್ಲ. ಬೇರೆ ತಾವನ್ನು ಹುಡುಕಬೇಕು. "ಎಲ್ಲಿ ಹೋದರೂ, ನೀವಿಬ್ಬರೇ ಹೀಗೆ ಕಾಡಿನಲ್ಲಿ ಬದುಕುವುದು ಕಷ್ಟ. ಆಗಾಗ ನಾನು ಬಂದು ಹೋಗಲಾರೆ. ಈ ಸುದ್ದಿ ತಿಳಿದರೆ ನಿಮಗೂ ಕೆಡುಕು. ನನಗೇನಾದರೂ ಚಿಂತೆಯಿಲ್ಲ. ಆದರೆ ನೀವು ಬದುಕಬೇಡವೇ? ಒಂದಿಷ್ಟಾದರೂ ಬತ್ತ ಬೆಳೆಯ ಬೇಡವೇ? ಇಬ್ಬರೇ ಸೇರಿ ಮಾಡುವ ಕೆಲಸವೇ ಅದು? ಇಬ್ಬರೇ ಇಲ್ಲಿದ್ದರೆ ಹುಚ್ಚೇ ಹಿಡಿದೀತು" ಎಂದೇನೇನೋ ಹೇಳಿದ. ಆ ರಾತ್ರಿಯನ್ನು ಆತ ಅವರ ಜತೆಯಲ್ಲೇ ಕಳೆದ. 'ಆ ಸ್ಥಳಕ್ಕೆ ಹೇಗೆ ಬಂದಿರಿ' ಎಂದು ತಿಮ್ಮನನ್ನು ವಿಚಾರಿಸಿದ. ತಾನು ಬಂದ ದಾರಿಯೇ ಅವರೂ ಹಿಡಿದ ಹಾದಿ ಎಂಬುದನ್ನು ಕೇಳಿ ಸಂತೋಷವಾಯಿತು. ಮರುದಿನ ಅವರನ್ನು ಬೀಳ್ಕೊಡುವಾಗ "ಏನೂ ಇರಲಿ. ಇಲ್ಲಿಂದ ಥಕ್ಕನೆ ಎಲ್ಲಿಗೂ ಹೋಗಬೇಡಿ. ಮಳೆಗಾಲ ಕಳೆಯಲು ಒಳ್ಳೆಯ ತಾವು ಇರುವುದಾದರೆ ನಾನೂ ಹುಡುಕುತ್ತೇನೆ. ನೀನೂ ಹುಡುಕುತ್ತಿರು. ನಾನು ಹದಿನೈದು ದಿನಕ್ಕೊಂದು ಸಾರಿ ನಿಮ್ಮನ್ನು ಕದ್ದು ಬಂದು ನೋಡಿ ಹೋಗುತ್ತೇನೆ. ಬರುವಾಗ ಏನಾದರೂ ತರಬೇಕಾದರೆ ಹೇಳು, ತರುತ್ತೇನೆ" ಎಂದು ಭರವಸೆಕೊಟ್ಟು, ಅವರನ್ನು ಬೀಳ್ಕೊಂಡ. ಅಲ್ಲಿಂದ ಹೊರಡುವಾಗ ಕಾಲು ಕೀಳುವುದು ಸುಲಭವಾಗಲಿಲ್ಲ. ಗಿಡ್ಡಿ ಅಳುವಿನ ಮಳೆಯನ್ನು ಕರೆದಳು "ನಮ್ಮನ್ನು ಪಾರುಮಾಡಬೇಕಾದವ ನೀನು. ಅಪ್ಪ, ಅಮ್ಮ, ಎಷ್ಟು ಹೆದರಿಕೊಂಡಿದ್ದಾರೋ ಏನೋ, ನಾವು ಓಡಿಬಂದದ್ದು ಕೇಳಿ, ಎಷ್ಟು ದುಃಖಕ್ಕೆ ಗುರಿಯಾಗಿದ್ದಾರೋ ಕಾಣೆ. ಅವರಿಗೆ 'ನಾವು ಬದುಕಿದ್ದೇವೆ' ಎಂದಾದರೂ ಸುದ್ದಿ ಮುಟ್ಟಿಸು" ಎಂದು ಅಳುತ್ತ ಹೇಳಿದಳು. ಕಂಬನಿ ಸುರಿಸುತ್ತಲೇ ಕರಿಯ ಆ ಬಡ ದಂಪತಿಗಳನ್ನು ಬೀಳ್ಕೊಟ್ಟು, ಭಾರವಾದ ಮನಸ್ಸಿನಿಂದ ತನ್ನ ಕೇರಿಗೆ ಮರಳಿದ. ಅಲ್ಲಿಗೆ ಮರಳುವಾಗ, ಅವುಗಳ ಜತೆಗೆ ಧಣಿಯನ್ನು ಕುರಿತಾದ ಕೋಪತಾಪಗಳನ್ನು ಹೊತ್ತು ತಂದ.

ಅವನಿಗೆ ಅವರ ಮೇಲಿದ್ದ ಗೌರವ ಬುದ್ಧಿಯೆಲ್ಲ ನಶಿಸಿಹೋಗಿತ್ತು.

ಕರಿಯ ಕೇರಿಗೆ ಮರಳಿದ; ಎಲ್ಲರಂತೆ ದಿನದ ಕೆಲಸಗಳಲ್ಲಿ ಶ್ರಮಿಸ ತೊಡಗಿದ. ತಿರುಮಲ ಭಟ್ಟರು ಅವನನ್ನು ಕಂಡಾಗಲೆಲ್ಲ "ಏನು? ಏನಾದರೂ ತಿಮ್ಮನ ಸುದ್ದಿ ಇದೆಯೇ? ನಿನಗೆ ಗೊತ್ತಿರಬೇಕು. ನೀನು ಮಾತ್ರ ಹೇಳುವುದಿಲ್ಲ" ಎಂದು ಅನ್ನುತ್ತಲೇ ಇದ್ದರು. ಬೇರೆ ಸಮಯವಾಗಿದ್ದರೆ ಆತ ಮರುನುಡಿಯುತ್ತಿದ್ದ. ಆದರೆ ತಿಮ್ಮನ ಮುಚ್ಚುಮರೆಯನ್ನು ಕಾಯುವ ಭಾರ ಅವನದಿದ್ದುದರಿಂದ, 'ತನಗೆ ಗೊತ್ತಿಲ್ಲ'ವೆಂಬ ಸೋಗು ಹಾಕಿಕೊಂಡ. ಧನಿಗಳು ಮಲೆಯಿಂದ ಊರಿಗೆ ಹೋಗುವ ತನಕ ಅವನ ಮನಸ್ಸಿಗೆ ನೆಮ್ಮದಿ ಇರಲಿಲ್ಲ. ಎಂದು ಹೊರಟುಹೋದರೋ ಅಂದೇನೇ ಒಂದಿಷ್ಟು ಬತ್ತವನ್ನು ಹೊತ್ತುಕೊಂಡು, ಬೆಳಗಿನ ಜಾವಕ್ಕೇನೆ ಹೊರಟು, ತಿಮ್ಮನಿರುವಲ್ಲಿಗೆ ಧಾವಿಸಿದ. ಬಿಡುವಿದ್ದಾಗಲೆಲ್ಲ ತಮ್ಮ ಬೆಟ್ಟದ ಸೆರಗನ್ನೇರುತ್ತಿದ್ದ. ತಾನು ಎಳೆತನದಲ್ಲಿ ಕರಡಿಗೆ ಬೋನು ಹಾಕಿದ ಸ್ಥಳವನ್ನು ದಾಟಿ, ಅಲೆದಾಡ ತೊಡಗಿದ; ಬೆಟ್ಟದ ಸಂದಿನಲ್ಲಿ ತಿಮ್ಮನ ನಿವಾಸಕ್ಕೆ ಎಲ್ಲಾದರೊಂದು ಭದ್ರವಾದ ತಾವು ದೊರಕೀತೆ, ವನ್ಯಮೃಗಗಳಿಂದ ದೂರವಾಗಿದ್ದು ಒಂದಿಷ್ಟು ಕುಮರಿ ಬೆಳೆಯುವುದಕ್ಕೆ ಅನುಕೂಲವಾದ ಸ್ಥಳ ದೊರಕೀತೇ -ಎಂದು ಹುಡುಕತೊಡಗಿದ. ಆಗ, ತನ್ನ ಅದೃಷ್ಟವನ್ನು ತಿಮ್ಮನ ಅದೃಷ್ಟದೊಂದಿಗೆ ತೇಲಿಸಿಬಿಟ್ಟು, ಸ್ವತಂತ್ರ ಜೀವನ ನಡೆಸುತ್ತೇನೆ-ಎಂಬ ಹಂಬಲವನ್ನೂ ತೊಟ್ಟ. ಆ ಯೋಚನೆ ಮೊಳೆತಂದಿನಿಂದ 'ಕೇರಿಯ ಗುರಿಕಾರಿಕೆ ಯಾರದಿದ್ದರೂ ತನ್ನದಲ್ಲ. ತಿರುಮಲ ಧನಿಯರು ಮಲೆ ಬಿಟ್ಟು ಹೋಗುವ ತನಕ, ತಿರುಗಿ ತಾನು ಆ ಕೇರಿಗೆ ಕಾಲಿಡಬಾರದು' ಎಂಬ ನಿಶ್ಚಯ ಅವನಲ್ಲುಂಟಾಯಿತು. ಆ ಆಸೆಯ ಜತೆಗೆ, ಎಳೆತನದ ಬೇಟೆಯ ಹಂಬಲ, ಆನೆ ಹಿಡಿಯುವ ಆಸೆ, ಆನೆಯನ್ನೇರಿ ಅರಣ್ಯದ ದೊರೆಯಾಗಿ ನಲಿಯಬೇಕೆಂಬ ಚಪಲ-ಎಲ್ಲ ಹುಚ್ಚುಗಳೂ ಸೇರಿಕೊಂಡುವು. ಆದರೆ ಆತ, ತನ್ನ ಕರ್ತವ್ಯಗಳನ್ನು ಮರೆಯಲಿಲ್ಲ. ಹಿರಿಮಲೆಗೆ ಒಮ್ಮೆ ಹೋಗಿಬಂದ. ಅಲ್ಲಿ ಚೋಮನ ಕಿವಿಯಲ್ಲಿ ಅವನ ಮಗಳು, ಅಳಿಯಂದಿರು ಸುಖವಾಗಿದ್ದಾರೆ ಎಂಬ ಸುದ್ದಿಯನ್ನು ಮುಟ್ಟಿಸಿ ಬಂದ. ಅವರಿಗೆ ಅದರಿಂದ ಎಷ್ಟೋ ನೆಮ್ಮದಿ ಉಂಟಾಯಿತು.

ಅಧ್ಯಾಯ - ೧೫

ಚಳಿಗಾಲ ಕಾಲಿರಿಸಿದೆ. ಇನ್ನು ತಿಂಗಳೆರಡು ತಿಂಗಳು ಕಳೆದೊಡನೆ ಬರುವುದೇ ಬೇಸಿಗೆ. ಏಲಕ್ಕಿ ತೋಟದ ಕೆಲಸಗಳು ಮುಗಿದಿವೆ; ಇನ್ನು ಕುಡಿಯರ ನಿತ್ಯಜೀವನದ ಸಂಗ್ರಾಮ ತೊಡಗುತ್ತದೆ. ಕರಿಯ ನೂರಾರು ಸವಿಗನಸುಗಳನ್ನು ಹೊತ್ತು, ಬೇಟೆಯಲ್ಲೂ, ಮೀನು ಹಿಡಿಯುವುದರಲ್ಲೂ ಸಮಯ ಕಳೆಯುತ್ತಿದ್ದಾನೆ. ತೋರಿಕೆಗೆ, ಆ ಮಲೆಯ ಮೇಲಿನ ಮೋಹ ಉಳಿದವರಿಗಿಂತ ತನಗೆ ಕಡಿಮೆಯಾಗಿಲ್ಲ ಎಂದು ತೋರಿಸಿಕೊಳ್ಳುತ್ತಿದ್ದನಾದರೂ, ಅವನ ಮನವೆಲ್ಲ ಓಡಿಹೋದ ತಿಮ್ಮ, ಗಿಡ್ಡಿಯರ ನೆನವರಿಕೆಯನ್ನು ಮಾಡುತ್ತಲಿದೆ. ಎಷ್ಟೆಂದರೂ–ಯಾವ ಸ್ನೇಹ, ಕೂಟ, ವಿನೋದಗಳಿಗೂ ಅವಕಾಶವಿಲ್ಲದ ಬಾಳು ಅವನದು. ತಾನೊಬ್ಬನಾದರೂ ಅವರ ಜತೆಗೆ ಸೇರಿ ಅವರ ಜೀವನಕ್ಕೆ ಒಂದಿಷ್ಟು ಗೆಲುವನ್ನಾದರೂ ತಂದುಕೊಡುವ ಎಂದು ಹಂಬಲಿಸುತ್ತಾನೆ. ಅವರಿರುವ ಬಂಡೆಯ ಪೊಟರೆಯು ಮಳೆಗಾಲ ಕಳೆಯುವುದಕ್ಕೆ ಹೇಳಿಸಿದಂಥ ತಾವೂ ಅಲ್ಲ. ಗಿಡ್ಡಿಯನ್ನು ಬಿಟ್ಟು ತಿಮ್ಮ ಬಹುದೂರ ಅಲೆದಾಡಲಾರ. ಅಲೆದಾಡಬೇಡವೆಂದೂ ಈತ ತಿಳಿಸಿ ಬಂದಿದ್ದ. ಆ ಕಗ್ಗಾಡಿನಲ್ಲಿ–ಹೋದ ಜಾಡು ತಪ್ಪಿ, ಮರಳಿ ಬರುವುದು ಅದೇ ದಿನ ಅಸಾಧ್ಯವಾದರೆ, ಒಂದು ರಾತ್ರಿಯಾದರೂ ಗಿಡ್ಡಿ ಒಂಟಿಯಾಗಿರಬೇಡವೇ? ಬರಲಿ, ಬಾರದಿರಲಿ, ವನ್ಯಮೃಗಗಳ ಭೀತಿ ಉಂಟೇ ಉಂಟು. ಅಲ್ಲದೆ ಒಬ್ಬಂಟಿಗಳಾಗಿದ್ದಾಗ ಬೆಟ್ಟದ ಕೋಡನ್ನೋ, ಹೆಬ್ಬಂಡೆಯನ್ನೋ, ಏನಿಲ್ಲದೆ ಹೋದರೆ ಮೊಟಕು ಮರವನ್ನೋ ಕಂಡು, ಪ್ರೇತ ಪಿಶಾಚಿಗಳ ನೆನಪು ತಂದುಕೊಂಡು ಆಕೆ ಭೀತಿಗೊಂಡಾಳು. ಸಾಲದ್ದಕ್ಕೆ ಈಗಾಗಲೇ ಪರ್ವತಾವಳಿಯಲ್ಲಿ ಅಲ್ಲಲ್ಲಿ ಹುಲ್ಲು ಒಣಗಿ, ಸುಡತೊಡಗಿದೆ. ಗಾಳಿಗೆ ಆ ಬೆಂಕಿಯ ಜ್ವಾಲೆ ಯಾವ ಮೂಲೆಯಿಂದ ಯಾವ ಮೂಲೆಗೆ ಹಾರಿಬಂದರೂ ಬರಬಹುದು.

ಇಂಥ ಅಪಾಯಗಳಿಂದ ಇವರಿರುವ ಬಂಡೆಯ ಮನೆ ದೂರಾದದ್ದಲ್ಲ. ಹಾಗೆಂದು ತಾನೊಬ್ಬನೇ ಹೊಸ ತಾವನ್ನು ಅರಸಲು ಹೋಗುತ್ತಾನೆ. 'ಕರಿಯ, ನಿನ್ನೆ, ಮೊನ್ನೆ ರಾತ್ರಿ ನಿನ್ನನ್ನು ಕಾಣಲಿಲ್ಲವಲ್ಲ' ಎಂದು ಕೇರಿಯವರು ಯಾರಾದರೂ ಅಂದರೆ 'ಬಯನಿ ಮರ ಹತ್ತಿ ಮುಳ್ಳಿಲಿ ಸಿಗುತ್ತದೋ ಎಂದು ಕಾದು ಕುಳಿತಿದ್ದೆ. ಹೆಂಡ ಕುಡಿಯುವುದಕ್ಕೆ ಒಂದಾದರೂ ಇಲಿ ಬರ ಬೇಡವೇ!' ಎನ್ನುತ್ತಾನೆ. ಮುಳ್ಳಿಲಿ ಅಂದರೆ ಕುಡಿಯರಿಗೆ ಪ್ರಾಣ, ಅದರ ಸಲುವಾಗಿ ಎಷ್ಟು ರಾತ್ರಿಯೂ ಅವರು ಕಾದುಕುಳಿತಾರು. ಕತ್ತಲಾಯಿತೆಂದರೆ, ಎತ್ತರದ ಬಯನಿ ಮರ ಹತ್ತುತ್ತಾರೆ. ಅದಕ್ಕೆ ತೂಗಿಕೊಂಡು, ಬಯನಿ ಹೆಂಡಕ್ಕಾಗಿ ಇರಿಸಿದ ಬಿದಿರ ಅಂಡೆಯ ಮೇಲೆ, ಬಟ್ಟೆಯ ಮುಸುಕು ಹಾಕಿಕೊಂಡು ಕಾದು ಕುಳಿತಿರುತ್ತಾರೆ. ಆ ಹೆಂಡಕ್ಕಾಗಿ ಮುಳ್ಳಿಲಿಗಳೆಂದು ಬಂದಾವು ಎಂದು ಕಾಯುತ್ತಾರೆ. ಹೆಂಡದ ಆಸೆಗೆ, ಮೈತುಂಬ ಕಣೆಗಳಿರುವ ಪುಟ್ಟ ಇಲಿಗಳು ಮರವನ್ನೇರಿ ಪಾತ್ರೆಯ ಮೇಲೆ ಬಂದುವೆಂದರೆ ಅವನ್ನು ಥಟ್ಟನೆ ಹೆಂಡದ ಪಾತ್ರೆಯೊಳಕ್ಕೆ ತಳ್ಳಿಬಿಡುತ್ತಾರೆ. ಅದು ಅವರ ಬೇಟೆಯ ಒಂದು ವಿಧಾನ. ತಿಮ್ಮನಿಂದ ಕರಿಯನೂ ಈ ಪಾಠ ಕಲಿತಿದ್ದ. ಆದರೆ ಕರಿಯನಿಗೆ ನಿಜಕ್ಕೂ ಅಂಥ ಬೇಟೆಯ ಮರುಳಿಲ್ಲ. ಮಲೆಯಲ್ಲಿ ನಿತ್ಯವೂ ದೂರ ದೂರ ಅಲೆದಾಡುವ ಅವಕಾಶ ಅವನಿಗೆ ಬೇಕಿತ್ತು. ರಾತ್ರೆ ಗುಡಿಸಲಿಗೆ ಬರಲು ಆಗದಿರುವುದುಂಟು, ಬೆಟ್ಟದಲ್ಲೇ ರಾತ್ರಿ ಕಳೆಯಬೇಕಾಗಿ ಬಂದಾಗ, ಯಾವುದಾದರೂ ಮರದ ರೆಂಬೆಯನ್ನೇರಿ, ಅಲ್ಲೇ ನಿದ್ರೆ ಮಾಡಬೇಕಾಗು ವುದೂ ಉಂಟು. ಮರುದಿನ ಎದ್ದು, ತಿರುಗಿ ಯೋಗ್ಯಸ್ಥಳವನ್ನು ಅರಸಿ ಕೊಂಡು ಹೋಗುವುದುಂಟು. ಆದುದರಿಂದ, ಮನೆಯಲ್ಲಿ ಇಲ್ಲದೆ ಹೋದುದಕ್ಕೆ ಇವೆಲ್ಲ ನೆಪ ಬೇಕು.

ಪಾಪ, ಚಳಿಯೆನ್ನದೆ, ಗಾಳಿಯೆನ್ನದೆ, ಬಿಸಿಲೆನ್ನದೆ, ಬೇಗೆ ಎನ್ನದೆ ಕರಿಯ ಆ ಬೆಟ್ಟಗಳನ್ನು ಎಷ್ಟು ಸುತ್ತಿದ್ದಾನೆಂದು ಹೇಳತೀರದು. ಒಂದು ದಿನ ಅಲೆದಲೆದು ಬಿರುಮನಿರುವ ಗವಿಮನೆಯ ಹಾದಿಯಿಂದಲೇ, ನೆಟ್ಟಗೆ ಮುಂದುವರಿದ. ಬೆಟ್ಟದ ಮೈಗೆ ಸಮಾನವಾಗಿ ನಡೆದು ನಡೆದು, ಬಹುದೂರ ಸಂಚರಿಸಿದ. ಸಹ್ಯಾದ್ರಿಯ ಸೆರಗನ್ನೇ ಮುಟ್ಟಿದ. ಅಲ್ಲಿಂದ ಆ ಸೆರಗು ಉತ್ತರ-ದಕ್ಷಿಣವಾಗಿ ಚಾಚುತ್ತದೆ. ಆ ಸೆರಗಿನಲ್ಲಿ ಜನನಿವಾಸದ ಯಾವ ಸುಳಿವೂ

ಇದ್ದಿಲ್ಲ. ಆನೆಗಳು ಸಂಚರಿಸಿ ಮಾಡಿಟ್ಟ ದಾರಿಯೊಂದು ಸಮಾನಾಂತರವಾಗಿ ಹಾದುಹೋಗಿತ್ತು. ಬಹು ದೂರದಲ್ಲಿ ಅಲ್ಲಿಂದ ಕವಲೊಡೆಯುವ ಇನ್ನೊಂದು ಬೆಟ್ಟದ ಸಾಲು ಕಾಣಿಸಿತು. ಅದು ಕಿರಿಮಲೆಗೆ ಸಮಾನಾಂತರದಲ್ಲಿ ಚಾಚಿ ಕೊಂಡಿತ್ತು. ಸಹ್ಯಾದ್ರಿಯಿಂದಿಳಿದು, ಆ ಸೆರಗನ್ನೇರಿ ಅದರ ತುದಿಯ ತನಕವೂ ನಡೆದು ಹೋಗಿ ನಿಂತರೆ, ಬೆಟ್ಟ ಒಮ್ಮೆಗೇ ನಾನ್ನೂರು ಐನೂರು ಅಡಿ ಇಳಿಯುವಂತೆ ಕಂಡಿತು. ಆ ತುದಿಯಲ್ಲಿ ದೊಡ್ಡ ಮರಗಳಿರಲಿಲ್ಲ. ಬರಿಯ ಹೆಬ್ಬಂಡೆಗಳಷ್ಟೇ ತುಂಬಿದ್ದುವು. ಅಲ್ಲಿಂದ ನಿಂತು ನೋಡಿದರೆ ತಿಮ್ಮ ವಾಸವಾಗಿರುವ ಬಂಡೆಯೂ ಕಾಣಿಸುತ್ತಿತ್ತು. ಅಲ್ಲಿಂದ ಹೇಗೋ ಹೇಗೋ ಬೆಟ್ಟದ ಮಗ್ಗುಲನ್ನು ಇಳಿದು ಹೋದಲ್ಲಿ, ಅವೇ ಬಂಡೆಗಳು ಕೆಳಗಿನ ಒಂದು ವಿಶಾಲ ಸ್ಥಳದಿಂದ ಮೇಲಕ್ಕೆದ್ದು ನಿಂತಂತೆ ಕಾಣಿಸುತ್ತದೆ. ನಾಲ್ಕೆಂಟು ಎಕ್ರೆ ವಿಸ್ತೀರ್ಣವಾದ ಸ್ಥಳ ಬಂಡೆಗಳ ಬುಡದಲ್ಲಿದೆ. ಅಲ್ಲಿ, ಒಂದಲ್ಲ ಹತ್ತೆಂಟು ಗುಹೆಗಳಿವೆ. ಬಂಡೆಯ ಸೆರಗಿನಿಂದ ಸದಾ ಜಿನುಗುತ್ತಿರುವ ನೀರಿನ ಪ್ರವಾಹವೂ ಇತ್ತು. ಆ ಗವಿಗಳ ಎದುರಿಗೇನೆ ಗಾಳಿಯ ಬಿರುಸನ್ನು ತಡೆಯಲು ನಿಂತ ಮರಗಳಿವೆ. ಮೇಲಿನಿಂದ ನೋಡಿದಾಗಲೇ ಈ ಪುಟ್ಟ ಅರಣ್ಯ ಭಾಗ ತಮ್ಮ ನಿವಾಸವಾಗಲು ಯೋಗ್ಯವೆಂಬುದಾಗಿ ಅವನಿಗೆ ಕಂಡಿತು. ಕಾರಣವಿಷ್ಟೆ–ಅಲ್ಲಿಂದ ಆಚೀಚೆ ಎಲ್ಲ ಕಡೆಗಳಿಗೂ ಬೆಟ್ಟ ಇಳಿಯು ತ್ತದೆ. ಸಮತಟ್ಟಾದ ಭೂಮಿ ಅಷ್ಟೇನೆ. ಆನೆ, ಕಾಟಿ, ಕಡವೆಗಳ ಸಂಚಾರಕ್ಕೆ ಅದು ಅನುಕೂಲವಾದ ತಾವಲ್ಲ. ಮೇಲಿಂದ ಅಲ್ಲಿಗೆ ಇಳಿಯುವುದೂ ಕಷ್ಟ. ಹೀಗಾಗಿ, ಎಲ್ಲ ವಿಧಗಳಿಂದಲೂ ಅಲ್ಲಿ ರಕ್ಷಣೆಯುಂಟು. ಅಲ್ಲಿ ಕುಮರಿ ಬೆಳೆ ಬೆಳೆಯಬಹುದು. ತಮ್ಮ ಪಾಡಿಗೆ ತಾವು ಜೀವನ ಮಾಡಿಕೊಂಡಿರಬಹುದು ಎಂದು ತೋರಿತು. ಹಾಗೆಂದು ಸಾಹಸಮಾಡಿ ಅಲ್ಲಿಗೆ ಹೋಗಿ ನಿಂತ. ಎದುರಿನ ಕಾಡಿನ ಪೊದೆಯಿಂದ ಮುಂದಿನ ನೋಟ ಮಾತ್ರ ಕಾಣಿಸುತ್ತಿರ ಲಿಲ್ಲ. ಆಪತ್ಕಾಲದಲ್ಲಿ ಮನುಷ್ಯನ ಮುಖ ನೋಡಬೇಕು–ಎಂದರೂ, ಎಷ್ಟು ದೂರ ಹೋಗಬೇಕೋ ಏನೋ–ಎಂಬ ಅಂಜಿಕೆಯುಂಟಾಯಿತು. ಕೇರಿಯ ಕುಡಿಯರ ಬಂಧುತ್ವ ಬೇಡವಾದರೂ, ಮನುಷ್ಯ, ಮನುಷ್ಯನ ಸಂಪರ್ಕವಿಲ್ಲದೆ ಬಾಳಿಯಾನೇ? ಅರಿವೆಗಾಗಿ, ಉಪ್ಪಿಗಾಗಿ ಹೊರ ಜಗತ್ತನ್ನು ಅವರು ನಂಬಿಯೇ ಬಾಳಬೇಕು. ಇದೊಂದು ಯೋಚನೆ ಅವನನ್ನು ಬಾಧಿಸಿತು. ಆ

ರಾತ್ರಿಯೆಲ್ಲ ಅಲ್ಲಿನ ಗವಿಯೊಂದರಲ್ಲಿ ಕಳೆದ. ರಾತ್ರಿ ಗವಿಯ ಸುತ್ತುಮುತ್ತು, ಎಲ್ಲ ಮಲೆಗಳ ಮೈಯಂತೆ, ಮೋಡ ಮಂಜುಗಳು ಮುಸುಕಿದರೂ, ಗಾಳಿಯ ಬೀಸಾಟ ಎದುರಿನ ಮರಗಳ ದಟ್ಟಣೆಯಿಂದಾಗಿ–ಅಷ್ಟೊಂದು ಹೆಚ್ಚಾಗಿರಲಿಲ್ಲ. ಅದೊಂದು ಅನುಕೂಲದ ಸಂಗತಿಯಾಗಿ ಕಂಡಿತು.

ಮರುದಿನ ಬೆಳಿಗ್ಗೆ ಅಲ್ಲಿಂದೆದ್ದ. ತನ್ನ ಗವಿಯ ಮೇಲಿಂದಲೇ ಧಾರೆಯಾಗಿ ಬೀಳುತ್ತಿರುವ ನೀರಿನಲ್ಲಿ ಮುಖ ತೊಳೆದುಕೊಂಡ. ಸೊಂಟಕ್ಕೆ ಸಿಕ್ಕಿಸಿದ ಕತ್ತಿಯನ್ನು ಕಿತ್ತು ಗೆಣಸನ್ನು ಆರಿಸಿ ತಂದ; ನಡುವಿಗೆ ಕಟ್ಟಿದ ದಟ್ಟಿಯ ಚೀಲದಿಂದ ಬೆಂಡು, ಚಕಮುಕಿ ಕಲ್ಲುಗಳನ್ನು ತೆಗೆದು, ಕಿಡಿ ಹಾರಿಸಿ, ಬೆಂಕಿ ಹೊತ್ತಿಸಿದ. ಗೆಣಸು ಸುಟ್ಟು, ತಿಂದು, ಒಂದಿಷ್ಟನ್ನು ಕಟ್ಟಿಕೊಂಡು, ಈ ಸ್ಥಳದ ಸಂಪೂರ್ಣ ಶೋಧನೆ ಮಾಡುತ್ತೇನೆ–ಎಂದು ಒಬ್ಬನೇ ಎದುರಿನ ಕಾಡನ್ನು ಹೊಕ್ಕ. ಬಲ್ಲೆಗಳನ್ನು ಸವರುತ್ತ ದಾರಿ ಸಾಗುವ ಕೆಲಸ ಸುಲಭವಲ್ಲ, ಸವರಿದ ದಾರಿಯನ್ನು ನುಸುಳಿಕೊಂಡು ಮುಂದುವರಿದ. ಮುಸುವಗಳು, ಈ ಮನುಷ್ಯ ಮೃಗ ಏಕೆ ಬಂದಿತೆಂಬ ಅಚ್ಚರಿಯಿಂದ 'ಬೂಕ್, ಬೂಕ್' ಎಂದು ಕೂಗಿದ್ದವು. ಇವನೂ ಪರಿಹಾಸ್ಯಕ್ಕೆ ಅವುಗಳ ಧ್ವನಿಯನ್ನು ಅಣಕಿಸಿದ. ಸುಮಾರು ಅರ್ಧ ಮೈಲು ದೂರ ಬಂದ ಮೇಲೆ, ಬೆಟ್ಟ ಒಮ್ಮೆಗೇ ಇಳಿಯಿತು. ಇಳಿದರೂ, ಎದುರಿನ ದೈತ್ಯದಂಥ ಮರಗಳ ದೆಸೆಯಿಂದ ಕೆಳಗಿನ ನೋಟ ಏನೇನೂ ಕಾಣಿಸಲಿಲ್ಲ. ಉನ್ನತವಾದ ಮರವೊಂದನ್ನೇರಿದ. ಅದರ ರೆಂಬೆ ಕಡಿದು, ಎದುರಿನ ದೃಶ್ಯಕ್ಕಾಗಿ ಕಣ್ಣು ಹಾಯಿಸಿದ. ಎದೆ ಸಂತೋಷದಿಂದ ಮಿಡಿಯಿತು. ಬಹು ಸ್ವಲ್ಪ ದೂರದಲ್ಲಿಯೇ ಅರಣ್ಯಕಡಿದ 'ಗಡಿಯ ಗುರುತುಗಳೂ', ಕಲ್ಲಿನ ಗುಪ್ಪೆಗಳೂ ಕಂಡುಬಂದುವು. ಮರದಿಂದ ಇಳಿದ. ಇಳಿದು, ಮಂಗನಂತೆ ಆ ಬೆಟ್ಟವನ್ನೂ ಇಳಿಯತೊಡಗಿದ. ಕಲ್ಲು ಗುಪ್ಪೆಗಳ ದಿಕ್ಕನ್ನು ನೆನೆದು, ಗಿಡಗಳನ್ನು ಸವರುತ್ತ ದಾರಿಮಾಡಿಕೊಂಡು ಮುಂದುವರಿದ, ತಿರುಗಿ ಸಾಮಾನ್ಯ ಇಳುಕಲು ನೆಲ ಕಾಣಿಸಿತು. ಆ ದಾರಿಯುದ್ದಕ್ಕೂ ಕಾಡಿನಲ್ಲಿ ತನ್ನಷ್ಟಕ್ಕೆ ಹುಟ್ಟಿ ಬೆಳೆದ ಏಲಕ್ಕಿ ಗಿಡಗಳ ಪೊದೆಯೇ ಪೊದೆ! ಯಾವ ಮನುಷ್ಯನೂ ಅಲ್ಲಿಗೆ ಬಂದುದಿಲ್ಲ; 'ತನ್ನದೆಂದು' ಆ ಏಲಕ್ಕಿಯನ್ನು ಕೊಂಡುದಿಲ್ಲ ಎಂಬುದು ನೋಡಿದ ಮಾತ್ರಕ್ಕೆ ಗೊತ್ತಾಗುತ್ತಿತ್ತು. ಆ ಪ್ರದೇಶವನ್ನು ದಾಟಿ ಇಳಿದು ಹೋದರೆ ಎರಡು

ಕಾಡುಗಳ ನಡುವೆ ಕಾಡು ಕಡಿದು ಮಾಡಿದ ಗಡಿಯ ಗುರುತೂ ಕಾಣಿಸಿತು. ಒಂದಲ್ಲ ಒಂದು ಊರು ಸಮೀಪವಿರಬೇಕು ಎಂದು ಅನಿಸಿತು. ಅವನ ಊಹೆ ನಿಜವಾಯಿತು. ಒಂದು ಮೈಲು ದೂರ ಹೋಗುವುದರೊಳಗಾಗಿಯೇ ದನಕರುಗಳು ತಿರುಗಾಡಿದ, ಸವೆದ ದಾರಿ ಸಿಕ್ಕಿತು. ಅದನ್ನೇ ಅನುಸರಿಸಿ ಹೋದರೆ, ಒಂದೆರಡು ಹಟ್ಟಿ, ಮನೆಗಳು ಇದಿರಾದುವು. ಮನೆಯ ಆ ಕಡೆ ಹೊಲಗದ್ದೆಗಳೂ ಇದ್ದವು. ಅಲ್ಲಿನ ರೈತನೊಬ್ಬ ಸಂಧಿಸಿದ. ಆ ಊರಿನ ಹೆಸರು ಕೇಳಿದ. 'ಕುಕ್ಕರ ಹಳ್ಳಿ' ಎಂಬ ಹೆಸರನ್ನು ಕೇಳಿ ಹಿಗ್ಗಿದ. ಅಲ್ಲಿಂದ ಹರದಾರಿ ದೂರಕ್ಕೆ ಶಿರಾಡಿಯ ರಸ್ತೆ ಸಿಗುತ್ತದಂತೆ. ಹಳ್ಳಿಯವರನ್ನು ಬೇಡಿ ಒಂದಿಷ್ಟು ಗಂಜಿ ಕೇಳಿಕೊಂಡು, ಊಟ ಮಾಡಿ, ಮಧ್ಯಾಹ್ನವೇ ಹೊರಟ; ಗವಿಗೆ ಬಂದು ಸೇರಿದ. ಅಲ್ಲಿಂದ ಎದುರು ಮಲೆಯಲ್ಲಿ ತಿಮ್ಮನಿದ್ದ. ಅವನ ಮನೆಯ ಹೆಬ್ಬಂಡೆ ಕಾಣಿಸುತ್ತದೆ. ಅಲ್ಲಿಗೆ ನೇರ ಹೋಗುವ ದಾರಿಯನ್ನು ಹುಡುಕಬೇಕೆಂದು ಮಗ್ಗುಲಿಗೆ ತಿರುಗಿದ. ಒಂದು ಮೈಲು ದೂರ ಕಾಡಿನಲ್ಲಿ ದಾರಿ ಮಾಡಿಕೊಂಡು ಹೋದರೆ, ಮುಂದೆ ಎದುರು ಮಲೆಯ ಮೈ ಸಿಗುತ್ತದೆ. ಹುಲ್ಲಿನ ಮೆದೆಯಲ್ಲದೆ, ತಿಮ್ಮನ ಬಂಡೆಯ ತನಕ ಯಾವೊಂದು ಅಡ್ಡಿ ಆತಂಕವಿಲ್ಲದ ಸೆರಗದು. ತನ್ನ ಶೋಧನೆಯಿಂದ ಉತ್ಸಾಹಗೊಂಡು ನಾಗಾಲೋಟ ಹೂಡಿದ ಆ ಸ್ಥಳಕ್ಕೆ. ಅಲ್ಲಿ ಸೇರಿ, ತಾನು ಮಾಡಿದ ಸಾಹಸಗಳನ್ನು ಬಣ್ಣಿಸಿ ಗೆಣಸು ತಿಂದು, ತಿರುಗಿ ತಿಮ್ಮನನ್ನು ಕರೆದುಕೊಂಡು, ತಮ್ಮ ಮುಂದಿನ ಮನೆಯನ್ನು ತೋರಿಸಲು ಹೊರಟ. ತಿಮ್ಮನಿಗೂ ಆ ಸ್ಥಳ ತುಂಬಾ ಚೆನ್ನಾಗಿ ಹಿಡಿಸಿತು. ಬರಿಯ ಸ್ವಲ್ಪ ಜಾಗವಷ್ಟೆ ಇಳಿಯಲು ಕಷ್ಟವಾದದ್ದು. ಮರ, ಗಿಡ, ಹುಲ್ಲುಗಳ ಬುಡಗಳನ್ನು ಹಿಡಿದು, ಏಣಿ ಇಳಿಯುವಂತೆ ಇಳಿಯಬೇಕಿತ್ತು. ಅಷ್ಟು ಇಳಿದಲ್ಲಿ ಮುಂದೆ ಯಾವ ಆತಂಕವೂ ಇಲ್ಲದ ರಾಜ್ಯ. ಅಲ್ಲದೆ ಕರಿಯ ಹೇಳಿದ ಹಾಗೆ, ಆ ಸ್ಥಳದ ಸುತ್ತು ಮುತ್ತಲೂ ಕಾಡಲ್ಲಿ ಏಲಕ್ಕಿ ಬೆಳೆಯುತ್ತಿರುವುದು ನಿಜವಾದರೆ, ಅದನ್ನು ಸಂಗ್ರಹಿಸಿ, ಮಾರಿ, ತಮಗೆ ಬೇಕಾದ ಅರಿವೆ, ಉಪ್ಪುಗಳನ್ನು ನಿರಾಯಾಸವಾಗಿ ಕೊಳ್ಳಬಹುದು ಎಂದೂ ತಿಮ್ಮನಿಗೂ ಅನಿಸಿತು.

ಈ ಎಲ್ಲ ಪ್ರಯತ್ನಗಳಿಗಾಗಿ ಕರಿಯ ಮಲೆಯನ್ನು ಬಿಟ್ಟು, ಮೂರು ದಿನಗಳಾಗಿದ್ದುವು. ಅನಂತರ ತಿರುಗಿ ಊರನ್ನು ಸೇರಿದ. ಇನ್ನು ಕೇರಿಯಲ್ಲಿ

ತನ್ನ ನಿವಾಸ ದಿನವೋ, ನಾಲ್ಕು ದಿನವೋ ಎಂದು ನಿಶ್ಚಯಿಸಿದ. ಬಹಳ ದಿನ ಆತ ಅಲ್ಲಿರಲಾರ. ಕುಮರಿ ಬೆಳೆಯುವುದಕ್ಕೆ ಆತ ತಿಮ್ಮನಿಗೆ ನೆರವಾಗ ಬೇಡವೇ? ಆದರೆ ಅವನೆಣಿಸಿದಷ್ಟು ಬೇಗನೇ ಹೊರಡಲಾಗಲಿಲ್ಲ. ಅಲ್ಲಿಂದ ಹದಿನೈದು ದಿನಕ್ಕೆ ಕಲ್ಕುಡನ ಕೋಲ ನಿಶ್ಚಯವಾಗಿತ್ತು. ಗುರಿಕಾರನಾದ ತಾನು ದೈವಕ್ಕೆ ಕೊನೆಯ ಹರಕೆ ಹೊತ್ತು, ತನ್ನ ಋಣ ಸಲ್ಲಿಸಿ, ಮಲೆಯಿಂದ ಮಾಯವಾಗುತ್ತೇನೆ ಎಂದುಕೊಂಡು, ಅಲ್ಲಿಯ ತನಕ ಕಾದು ಕುಳಿತ. ಆತ ಮೂರು ದಿನ, ನಾಲ್ಕುದಿನ ಹೀಗೆ ಕೇರಿಯಲ್ಲಿ ಕಾಣಿಸದೆ ಹೋದದ್ದು ಬೇಟೆಯ ಹುಚ್ಚಿನಿಂದಲ್ಲ. ಏನೋ ಹೊಂತಗಾರಿಕೆ ಇರಬೇಕು ಅಥವಾ ತಿಮ್ಮನ ಇರವು ಅವನಿಗೆ ತಿಳಿದಿರಬೇಕು; ತಿಳಿದೂ ಧನಿಗಳಿಂದ ಆತ ಆ ಸುದ್ದಿಯನ್ನು ಅಡಗಿಸಿರಬೇಕು ಎಂಬ ಅನುಮಾನ ಬೂದನಿಗೆ ಬಂದೇ ಬಂದಿತು. ಕೆಂಪಿಯೂ ಚುಚ್ಚಿದ ಈ ಸಂಶಯ ಅವನಲ್ಲಿ ಬಲಗೊಂಡಿತು. ಅದರ ಜತೆಯಲ್ಲಿ ಧನಿಗಳ ಮನೆಯ ಚಿನ್ನ ಕದ್ದುದರಲ್ಲಿ ಕರಿಯನಿಗೂ ಒಂದು ಪಾಲು ಇದ್ದುದಾದರೆ, ಆ ಘಟಿಂಗನ ಸಂಪರ್ಕದಿಂದ, ತಾನು ಬೆಳೆಸಿ ಬೆಂಬಲಕೊಟ್ಟ ಈ ಹುಡುಗ ಹಾಳಾಗಿ ಹೋದ ಎಂಬ ದುಃಖವೂ ಆಯಿತು. ಅನೇಕಾವೃತ್ತಿ ಇದರ ಸತ್ಯ ತಿಳಿಯುವುದಕ್ಕೆ ಕರಿಯನನ್ನು ಆತ ಪ್ರಶ್ನಿಸಿದ್ದೂ ಉಂಟು. ಕರಿಯ: "ಏನೋ, ಬೇಟೆಯ ಹುಚ್ಚು ಕಟ್ಟಿ ಕಾಡೆಲ್ಲ ಸುತ್ತಾಡಿದೆ. ದಾರಿ ತಪ್ಪಿತು. ಎರಡು ದಿನವೆಲ್ಲ ಕಾಡಿನಲ್ಲೇ ಇರಬೇಕಾಯಿತು" ಎಂದು ನೆಪ ಹೇಳಿ ತಪ್ಪಿಸಿಕೊಂಡ. ಆದರೆ ಬೂದನಿಗೆ ಮಾತ್ರ ಆ ನೆಪ ಸಮಾಧಾನವನ್ನು ಕೊಟ್ಟಂತೆ ಕಾಣುವುದಿಲ್ಲ. ಅವನ ಮನಸ್ಸಿನಲ್ಲಿ–ಈ ಬಾರಿಯ ಕೋಲದಲ್ಲಿ ದೈವದೊಡನೆ ಧನಿಗಳ ಮನೆಯ ಕಳುವಿನ ವಿಚಾರ, ಧನಿಗಳಿಗಾದ ಅಪಘಾತದ ವಿಚಾರ ಪ್ರಶ್ನೆ ಕೇಳಬೇಕು ಎಂದಿತ್ತು. ಕೇಳಿ, ತಕ್ಕ ಉತ್ತರ ದೊರೆಯುವ ತನಕ ಕರಿಯನ ವಿಚಾರದಲ್ಲಿ ಅವನಿಗೆ ಅಪನಂಬುಗೆಯೇ ಉಳಿಯಿತು.

ಈ ವರ್ಷದ ಕೋಲಕ್ಕೆ ತಿರುಮಲ ಭಟ್ಟರು ಬಂದಿರಲಿಲ್ಲ. ಆದರೆ ಎರಡೂ ಮಲೆಯವರು ತಪ್ಪದೆ ಹರಕೆಯ ಕೋಳಿ, ಹಂದಿಗಳನ್ನು ಹಿಡಿದು ಕೊಂಡು ಬಂದಿದ್ದರು. ಪ್ರಾಯಶಃ ಇದು ತನ್ನ ಕೊನೆಯ ಹರಕೆಯಾಗು ವುದೆಂದು ಕರಿಯ ಬಲವಾದ ಹಂದಿಯನ್ನು ಕೊಂಡುಹೋಗಿದ್ದ. ಕ್ರಮದಂತೆ

ಎಲ್ಲರೂ ಕಲ್ಕುಡನ ಗುಡಿಯ ಮುಂದೆ ಸ್ನಾನಮಾಡಿ ಕಲೆತರು. ಪೂಜಾರಿಯ ಮೈ ಮೇಲೆ ಆವೇಶ ತುಂಬಿ ಬರುತ್ತಲೇ, ಎರಡೂ ಮಲೆಯ ಗುರಿಕಾರರೂ ಸಿಂಗಾರ ಹೂವನ್ನೂ ಕತ್ತಿಯನ್ನೂ ಅರ್ಪಿಸಿದರು. ಪೂಜಾರಿ ಆವೇಶದಿಂದ ಮೈ ನಡುಗಿಸಿದನು. ವಾದ್ಯದ ಧ್ವನಿಗೆ ಸಮನಾಗಿ ಆತ ಹಿಂದೆ ಮುಂದೆ ನಲಿದಾಡಿದ; ಘೂಂಕರಿಸಿದ; ಬೊಬ್ಬಿರಿದ, ವಾಡಿಕೆಯಂತೆ ದೈವ ತನಗಿರುವ ಅತೃಪ್ತಿಗಳನ್ನೆಲ್ಲ ಹೇಳಿಕೊಂಡಿತು. "ಮಲೆಯಲ್ಲಿ ಅನ್ಯಾಯ ಹೆಚ್ಚಿದೆ, ಅಸೂಯೆ ಹೆಚ್ಚಿದೆ. ಒಬ್ಬರನ್ನು ಕಂಡರೆ ಒಬ್ಬರಿಗಾಗದು. ಸಾಲದುದಕ್ಕೆ ಈ ಎರಡು ವರ್ಷಗಳಿಂದ ಮದ್ದುಮಾಟ ಮಾಡುವುದೂ ಕಂಡುಬರುತ್ತದೆ. ನನಗೆ ತಿಳಿಯದ ಒಂದೂ ಸಂಗತಿ ಇಲ್ಲ. ಯಾರು ಅನ್ಯಾಯಗಾರರು, ಯಾರು ಅನ್ನಕ್ಕೆ ವಿಷ ಬೆರೆಸಿದವರು-ಎಂಬುದನ್ನೆಲ್ಲ ನಾನು ಬಲ್ಲೆ. ಅವರ ಮೇಲಿದೆ ನನ್ನ ಕಣ್ಣು. ಅನ್ಯಾಯಗಾರರು ತಪ್ಪಿಗೆ ತಕ್ಕ ಕ್ಷಮೆ ಕೇಳದೆ ಹೋದರೆ, ತಪ್ಪಿಗೆ ದಂಡ ತೆರದೆ ಹೋದರೆ, ಅವರ ಜೀವವನ್ನು ನಾನು ಕೊಳ್ಳುವುದು ನಿಜ" ಎಂದು ಗದರಿಸಿದಾಗ, ಜನರ ಕಣ್ಣುಗಳು ಅನುಮಾನದಿಂದ ಆಚೀಚೆ ನೋಡುತ್ತಿದ್ದುವು. ಪ್ರತಿಯೊಬ್ಬರೂ ಯಾರ ವಿಷಯವಾಗಿ ಹೇಳಿದ್ದು, ಏನು ಎಂಬುದನ್ನು ಎಣಿಸಲೆತ್ನಿಸುತ್ತಿದ್ದರು. ವರ್ಷ, ಎರಡು ವರ್ಷಗಳ ಹಿಂದೆ ನಡೆದ ತಿಮ್ಮನ ಮನೆಯ ಪ್ರಕರಣವೇ ಇದು ಇದ್ದಿರಬಹುದು ಎಂದು ಊಹಿಸಿಕೊಂಡರು. ಕರಿಯನಿಗಂತೂ 'ಅದೇ ನಿಶ್ಚಯ' ಎಂದು ತೋರಿತು. ಆದರೆ ಸಭೆಯಲ್ಲಿ 'ತಪ್ಪು ತನ್ನದು, ಕ್ಷಮಿಸು' ಎನ್ನುವ ಸರಳತನ, ದಿಟ್ಟತನ ಯಾರಿಗೂ ಬರಲಾರದು. ಹಾಗೆ ಒಪ್ಪಿಕೊಂಡರೆ ನಾಳೆ ಅವರು ಕೇರಿಯ ಮುಂದೆ ಮುಖ ತೋರಿಸುವುದಕ್ಕೆ ಸಾಧ್ಯವಿರಲಿಲ್ಲ. ದೈವ ತಾನಾಗಿ ಹೀಗೆ ನುಡಿದಾದ ಬಳಿಕ, ಜನರು ತಮ್ಮ ತಮ್ಮ ಹೇಳಿಕೆ, ಪ್ರಶ್ನೆಗಳನ್ನು ಕೇಳಲು ಮುಂದಾದರು. ಬೂದ ಹೇಳುವ ಮೊದಲೇ ಕರಿಯಣ್ಣ "ಅದಿರಲಿ ದೇವರೆ, ಎಂದೂ ನಮ್ಮ ಜನಗಳ ಮೇಲೆ ಬಾರದ ಅಪವಾದ ಇಂದು ಬಂದಿದೆ. ಧನಿಗಳ ಮನೆಯ ಚಿನ್ನ ಕದ್ದು ಹೋಗಿದೆಯಂತೆ. ಯಾರೆಂದು ಹೇಳಿ, ತಪ್ಪಿತಸ್ಥರನ್ನು ದಂಡಿಸಿ, ನಮ್ಮ ಮಾನ ಉಳಿಸಬೇಕು ನೀನು. ಕಳ್ಳತನದ ಈ ಅಪವಾದವನ್ನು ನಾವೆಲ್ಲರೂ ಸಹಿಸಬೇಡವೇ? ನನ್ನನ್ನೇ ಧನಿಗಳು ಒಮ್ಮೆ ಕೇಳಿದ್ದರು. ನೀನು ಕಳ್ಳರನ್ನು ತೋರಿಸಿಕೊಡುವ ತನಕ ನನ್ನ ಗುರಿಕಾರಿಕೆ

ಯನ್ನು ನಿನ್ನ ಕಾಲ ಬುಡದಲ್ಲಿಟ್ಟಿದ್ದೇನೆ. ಅನ್ಯಾಯಗಾರರ ತಲೆಯನ್ನು ನೀನು ತೆಗೆದುಕೊಂಡರೂ ಚಿಂತಿಲ್ಲ; ಧನಿಗಳು ಎಲ್ಲರನ್ನೂ ಅನುಮಾನದಿಂದ ಕಾಣದ ಹಾಗೆ ಮಾಡಿ ಕಾಪಾಡಬೇಕು" ಎಂದು ದುಃಖದಿಂದ ತನ್ನ ನೋವನ್ನೆಲ್ಲ ತೋಡಿಕೊಂಡ.

ದೈವ ನಾಲ್ಕು ಆವೃತ್ತಿ ಆರ್ಭಟಿಸಿತು. "ಏನು, ಏನು, ಏನು?" ಎಂದು ಮೇಲಿಂದ ಮೇಲೆ ಬೊಬ್ಬಿರಿಯಿತು. ಕರಿಯ ಅವೇ ಮಾತುಗಳನ್ನು ಇನ್ನೊಮ್ಮೆ ಹೇಳಿದ.

ಬೂದ, ಕರಿಯನೆಂದ ಮಾತುಗಳನ್ನು ಸಮರ್ಥಿಸಿ "ಹೀಗೂ ಒಂದು ಸಂಗತಿ ಆಗುವುದುಂಟೇ?" ಎಂದು ಕೇಳಿದ.

ದೈವಕ್ಕೆ ಕಳ್ಳರು ಯಾರೆಂದು ಗೊತ್ತಿಲ್ಲದ್ದಕ್ಕೋ ಅಥವಾ ಇನ್ನೇತಕ್ಕೋ ನುಡಿಯಿತು. "ಏನು–ಕಳ್ಳತನವೇ! ಚಿನ್ನ ಕದ್ದದ್ದೇ? ಧನಿಗಳ ಮನೆಯದೇ? ಈಗ್ಯಾಕೆ ಆ ಮಾತು? ಕಳೆದುಕೊಂಡವರು ನನ್ನೆದುರಿಗೆ ಬರಲಿ 'ನಾನು ಕಡಿಮೆ' ಎಂದು ತಿಳಿದು ಬರಲಿಲ್ಲವೋ ಈಗ? ಮಲೆಯ ದೈವ ನಿಮ್ಮ ಧನಿಗೆ ಸಣ್ಣದಾಯಿತೋ? ಕಳೆದದ್ದು ನಿಜವಾದರೆ ನನ್ನೆದುರಿಗೆ ಬಂದು ಹೇಳಲಿ, ಆಗ ತುಬ್ಬು ಮಾಡಿಕೊಡುವ ಭಾರ ನನ್ನದು. ನನ್ನ ಮಕ್ಕಳು ಕದ್ದಾರೆಂದು ನಾನು ತಿಳಿಯಲಾರೆ" ಎಂದಿತು.

ಜನರ ಮನದಲ್ಲಿ ಒಂದು ಬಗೆಯ ಆತುರ, ಸಂತೋಷಗಳು ವ್ಯಕ್ತವಾದರೂ, ಕರಿಯನಾಗಲೀ, ಬೂದನಾಗಲೀ ಈ ಉತ್ತರದಿಂದ ತೃಪ್ತಿಗೊಳ್ಳಲಿಲ್ಲ. ಬೂದ ಧನಿಗಳ ಪಕ್ಷವಹಿಸಿ ಮಾತನಾಡಿದ. "ದೈವವೇ ಹೀಗೆಂದರೆ ಹ್ಯಾಗೆ? ಧನಿಗಳು ಯಾವಾಗ ನಿನ್ನ ಸೇವೆಗೆ ಕಡಿಮೆ ಮಾಡಿದ್ದಾರೆ? ಎಷ್ಟೋ ಸಾರಿ ಪೂಜೆ ನಡೆದಾಗ ಪೂಜೆಯ ಖರ್ಚು ತಾವು ಹೊತ್ತು ನಡೆಸಿಕೊಟ್ಟರು. ಅವರಿಗೆ ಊರಿನಲ್ಲೇನು ಕೆಲಸವಿತ್ತೋ, ಬರಲಿಲ್ಲ. ಅಂದರೆ ನೀನು ಸಿಟ್ಟಾಗುವುದೇ? ದೊಡ್ಡ ಮನಸ್ಸು ಮಾಡಬೇಕು ನೀನು" ಎಂದು ವಿನಯದಿಂದ ಪ್ರಾರ್ಥಿಸಿದ.

"ಹೂಂ, ನಿಜ; ನಿಜ. ಹಿಂದೂ ನಡೆದಿದ್ದಾರೆ. ಇನ್ನೂ ನಡೆದು ಕೊಳ್ಳುತ್ತಾರೆ ಅನ್ನುತ್ತೀಯಾ ನೀನು, ಆಗಲಿ, ಕದ್ದು ಹೋಗಿದ್ದೇ ಹೌದಾದರೆ

ಅವರ ಕೈಗೆ ನಾನದನ್ನು ಕೊಡಿಸುತ್ತೇನೆ" ಎನ್ನುತ್ತಲೇ, ಕರಿಯ ತನಗೆ ಬೇಕಾದ ಪ್ರಶ್ನೆ ಕೇಳಿದ.

"ದೇವರೇ, ಮತ್ತೂ ಮತ್ತೂ ನಾನು ಹೀಗೆ ಕೇಳುತ್ತೇನೆಂದು ಸಿಟ್ಟಾಗಬಾರದು. ತಿಮ್ಮ, ಗಿಡ್ಡಿಯರೇ ಕದ್ದವರು ಎಂದು ಊರಲ್ಲೆಲ್ಲ ಸುದ್ದಿ ಹಬ್ಬಿದೆ; ಜನರೂ ಅದನ್ನು ನಂಬಿದ್ದಾರೆ; ನಿಜವೇ?" ಎಂದ.

ಪೂಜೆಗೆ ಬಂದಿದ್ದ ಚೋಮ, ಇನ್ನಷ್ಟು ಧೈರ್ಯ ತಾಳಿ "ದೈವವೇ, ಎಂದಿನಿಂದ ನಿನಗೆ ನಡೆದುಕೊಂಡು ಬಂದವರು ನಾವು. ನನ್ನ ಮಗಳನ್ನು, ಅಳಿಯನನ್ನು ಕಾಯುವ ಭಾರ ನಿನ್ನದು. ಅವರು ಅನ್ಯಾಯಗಾರರಾದರೆ ಹಾಳಾಗಿ ಹೋಗಲಿ. ಆದರೆ ಬೇರೆಯವರ ಅನ್ಯಾಯ ಸಹಿಸಲಾರದೆ ಅವರು ಓಡಿಹೋದದ್ದು ನಿಜವಾದರೆ, ಅವರನ್ನು ನೀನು ಕಾಪಾಡಬೇಕು. ಆ ಭಾರ ನಿನ್ನದು" ಎಂದು ಬಿನ್ನಹಮಾಡಿದ.

ಹತ್ತೆಂಟು ನಿಮಿಷಗಳ ಕಾಲ 'ಹೂಂ, ಹೂಂ, ಹೂಂ' ಎನ್ನುತ್ತ ದೈವ ಯೋಚನೆಯಲ್ಲಿ ತಲ್ಲೀನವಾಯಿತು. ಕೊನೆಗೆ ಆರ್ಭಟಿಸಿ "ತಿಮ್ಮನೂ ಅವನ ಹೆಂಡತಿಯೂ ಕದ್ದವರೆಂದು ಹೇಳುವವರಾರು? ಅವರಿಗೆ ಅನ್ಯಾಯಮಾಡಿ, ಅವರನ್ನು ಮಲೆಯಿಂದ ಓಡಿಸಿ, ಸಂಭಾವಿತರ ಹಾಗೆ ಇರುವವರನ್ನು ನಾನು ಬಲ್ಲೆ; ನನಗೆ ಕಾಣುವುದಿಲ್ಲವೆಂದು ತಿಳಿಯುತ್ತೀರೋ? ಅವರನ್ನು ಕಾಯುವ ಕೆಲಸ ನನ್ನದು. ಅವರಿಗೆ ಅನ್ಯಾಯ ಮಾಡಿದವರನ್ನು ದಂಡಿಸುವ ಕೆಲಸ ನನ್ನದು" ಎಂದು ಅಪ್ಪಣೆಕೊಡಿಸಿತು.

ಮುಖ್ಯವಾಗಿ, ದೈವ ತನ್ನ ನಿಯಮಕ್ಕೆ ತಪ್ಪದ ಹಾಗೆ, ತನ್ನ ಹೆಗ್ಗಳಿಕೆಗಳನ್ನು ಹೇಳಿಕೊಂಡು, ಜನಗಳನ್ನು ಬೆದರಿಸಿ, ವ್ಯಕ್ತಿಯ ಹೆಸರನ್ನು ಹೇಳದೆ, ತಪ್ಪಿತಸ್ಥರನ್ನು ಪರೋಕ್ಷವಾಗಿ ದೂರಿ, ಎಂದಿನಂತೆ ಆ ವರ್ಷವೂ ತನ್ನ ವಾಣಿಯನ್ನು ಮುಗಿಸಿತು. ಇನ್ನುಳಿದ ಕೆಲಸ ಕೇರಿಯವರದ್ದು. ತಪ್ಪು ಮಾಡಿದವರು ತಾವು ತಾವೇ ಬಂದು ಹೇಳಬೇಕು. ಹೇಳಿದರಾಯಿತು; ಹೇಳದೆ ಹೋದರೆ ಅವರವರ ಭೀತಿ ಅವರವರ ನಾಶಕ್ಕೆ ಕಾರಣವಾಗುತ್ತದೆ. ಯಾರ ಮನದಲ್ಲಿ ಯಾವ ಭೀತಿಯೇ ಇರಲಿ, ಕರಿಯ ಮಾತ್ರ ಸಂತೋಷ ಚಿತ್ತನಾದ. ಹತ್ತು ಜನರೆದುರಿಗೆ ತನ್ನ ಗೆಳೆಯರು ನಿರ್ದೋಷಿಗಳೆಂದು ದೈವ

ಸಾರಿದ್ದು, ಅವನಿಗೆ ಸಂತೋಷವನ್ನುಂಟು ಮಾಡಿತು.

ಆ ರಾತ್ರಿಯ ವನಭೋಜನದ ತನಕ ಅವನಿಗೆ ಬೇರೆ ಉದ್ಯೋಗ ವಿರಲಿಲ್ಲ. ಆಪ್ತರೊಡನೆ ಹರಟೆ ಕೊಚ್ಚುತ್ತಿದ್ದ. ನಡುನಡುವೆ ತನ್ನ ವಿಚಾರವನ್ನು ನೆನೆಯುತ್ತಿದ್ದ. ಕೋಲದ ಮರುದಿನವೇ, ಕೇರಿಯಿಂದ ತಿಮ್ಮ ಕಣ್ಮರೆಯಾದ ಬಗೆಯಲ್ಲಿಯೇ, ತಾನೂ ಕಣ್ಮರೆಯಾಗಬೇಕೆಂದು ಯೋಚಿಸಿದ. ಆದರೆ ಗುರಿಕಾರನಾದ ತಾನು, ಹಾಗೆ ಹೇಳದೆ ಅದೃಶ್ಯನಾದರೆ ತನ್ನ ಕೀರ್ತಿಗೆ ಸಮವಲ್ಲ. ಓಡಿಹೋದವರೇ ಅಪರಾಧಿಗಳೆಂದಾರು–ಎಂದು ಅವನಿಗೆ ತೋರಿತು. ಆದುದರಿಂದ, ಹತ್ತು ಜನಗಳ ಮುಂದೆ ತಾನು ತನ್ನ ಗುರಿಕಾರಿಕೆಯ ಪಟ್ಟವನ್ನು ಕಳಚಿಬಿಡಬೇಕು. ಅದೇ ಧೈರ್ಯದ ಮಾರ್ಗ ಎಂದು ತೋರಿತು ಅವನಿಗೆ. ಆ ಸಂಜೆಯ ತನಕ ಆತ ಹಿರಿಮಲೆಯ ಚೋಮನೊಡನೆಯೇ ಹೆಚ್ಚಾಗಿ ಹರಟುತ್ತಿದ್ದ. ರಾತ್ರಿ ಕವಿದು, ಅಗ್ಗಿಷ್ಟಿಕೆ ಹೊತ್ತಿಸಿ, ಅದರ ಬೆಳಕಿನಲ್ಲಿ ಎರಡೂ ಮಲೆಯ ಜನ ಕಲೆತರು. ಊಟ ಕಳೆದ ಮೇಲೆ ಹರಟೆ, ಆಟ, ಏನೇನೋ ಹುಚ್ಚಾಟಗಳಲ್ಲಿ ಸಮಯ ಕಳೆಯುವುದು ವಾಡಿಕೆ. ಅದರ ಬದಲು, ಕರಿಯ ತನ್ನ ಮಾತಿನಿಂದ ಇತ್ತಂಡದವರ ಮನವನ್ನು ಸೆಳೆದ. ಪ್ರಾರಂಭಿಸುವಾಗ 'ಕಿರಿಮಲೆಯ ಮಾತು ಇದು' ಎಂದು ಅಂದರೂ, ಅಂದ ಮಾತಿನ ಪರಿಣಾಮ ಎರಡೂ ಮಲೆಯವರ ಮೇಲೆ ಉಂಟಾಗದೆ ಹೋಗಲಿಲ್ಲ. "ನಾನೇನೋ ಅನ್ನಬೇಕೆಂದಿದ್ದೇನೆ. ಇಷ್ಟು ದಿನ ನೀವೇ ಹೇಳಿ, ಮಾಡಿದ ಹಾಗೆ, ಸಣ್ಣವನಾದರೂ ಗುರಿಕಾರ ಎನಿಸಿಕೊಂಡು ಬಂದಿದ್ದೆ. ಅದಕ್ಕೂ ಹಿಂದೆ ನಿಮಗೆ ಕಷ್ಟವಾದರೂ, ನನ್ನ ಗುರಿಕಾರಿಕೆಯನ್ನು ಒಪ್ಪಿಕೊಂಡು ಬಂದಿರಿ ನೀವೆಲ್ಲ. ಆದರೆ ನನಗೆ ಕಾಣುತ್ತದೆ–ನನಗೆ ಈ ಗುರಿಕಾರಿಕೆ ಬೇಡವೆಂದು. ನಿಮಗೆ ದೈವ ಹೇಳಿದ್ದೆಲ್ಲವೂ ಕೇಳಿದೆ; ನಾನೂ ಬಲ್ಲೆ. ತಿಮ್ಮ, ಗಿಡ್ಡಿ ಈ ಕೇರಿಯಲ್ಲಿ ಸುಖವಾಗಿದ್ದರೂ ಎಷ್ಟೋ ಜನಕ್ಕೆ ನೋಡಲಿಕ್ಕಾಗಲಿಲ್ಲ. ಅವರ ಅನ್ನಕ್ಕೆ ವಿಷ ಬೆರೆಸಿದರು. ಅವರು ಹೋದದ್ದು ಇಲ್ಲಿನ ಬಾಳು ಬೇಡವಾಗಿ; ಕದ್ದಲ್ಲ. ಧನಿಗಳಾದರೇನು? 'ಕದ್ದದ್ದು' ಎಂದು ಸುದ್ದಿ ಹೊರಡಿಸಿದ್ದು, ತಿಮ್ಮನನ್ನು ಹಿಡಿದು ತಂದು ಹೊಡೆಯಬೇಕು, ಬಡಿಯಬೇಕು ಎಂಬ ಇರಾದೆಯಿಂದಲೇ. ಅವನನ್ನು ಕಾಪಾಡುವ ಹೊಣೆ ದೈವದ್ದು. ನಾನು

ಹ್ಯಾಗೂ ಗುರಿಕಾರಿಕೆ ಬಿಡುವವ. ಯಾರ ಹಂಗೂ ನನಗೆ ಇಲ್ಲ. ಯಾವ ಹಂಗೂ ಇಲ್ಲ. ಬೂದ ಮಾವನೂ ಹೇಳುತ್ತಾನೆ–ನನಗೆ ತಿಮ್ಮನ ಸುದ್ದಿ ಗೊತ್ತೆಂದು, ನಿಜ, ನನಗೆ ಗೊತ್ತು; ಚೆನ್ನಾಗಿ ಗೊತ್ತು. ನಾನು ಸಹ ತಿಮ್ಮನಿರುವಲ್ಲಿಗೇ ಹೋಗಬೇಕೆಂದಿದ್ದೇನೆ. ತಿಮ್ಮ ಹೋದದ್ದು ಧನಿಗಳ ಅನ್ಯಾಯವನ್ನು ನೋಡಲಾರದೆ. ಆ ಕೇರಿಯ ಒಬ್ಬಿಬ್ಬರು ತಮ್ಮನ್ನು ವಿಷ ಹಾಕಿ ಕೊಂದಾರು ಎಂಬ ಹೆದರಿಕೆಯಿಂದ. ಇನ್ನಾದರೂ ತಿಮ್ಮನ ಮೇಲೆ ಅನ್ಯಾಯ ಹೊರಿಸಬೇಡಿ. ನನ್ನ ಮೇಲೆಯೂ ಅನ್ಯಾಯದ ಮಾತು ಹೇಳಿದ್ದಾರೆ; ನಾಳೆಯೂ ಹೇಳಬಹುದು ಜನ. ದೈವ ನೋಡಿಕೊಂಡೀತು ಅದರ ನಿಜವನ್ನು. ನನಗ್ಯಾಕೆ ಆ ಪಾರುಪತ್ಯ" ಎಂದು ಸಿಡುಕು, ಕಂಬನಿಗಳಿಂದ ಆ ಸಭೆಯಿಂದೆದ್ದು ಹೊರಟುಹೋದ. ಎರಡೂ ಮಲೆಯ ಜನಗಳಲ್ಲಿ ಕಾತರ, ಕಳವಳ ಉಂಟಾದುವು. ಬೂದನಂತೂ ಇಲ್ಲದ ಬೇಸರಕ್ಕೊಳಗಾದ. ಕರಿಯನ ಮೇಲೆ ಅವನಿಗೆ ಅಭಿಮಾನ ಕಡಿಮೆ ಇರಲಿಲ್ಲ. ತಿಮ್ಮನ ಸಹವಾಸದಿಂದ ಕರಿಯ ಕೆಟ್ಟಿದ್ದಾನೆ ಎಂದು ಅಷ್ಟು ದಿನ ಅವನಿಗೆ ತೋರಿದ್ದರೂ, ಇಂದು ದೈವವಾಣಿಯಿಂದ ಅವನ ಅನುಮಾನ ಪರಿಹಾರವಾಗಿದೆ. ಕೆಂಚನ ಮುಂದೆ, ಅವನ ಅಂತಿಮ ಕಾಲದಲ್ಲಿ 'ನಿನ್ನ ಮೊಮ್ಮಗನನ್ನು ನೋಡಿಕೊಳ್ಳುತ್ತೇನೆ, ಗುರಿಕಾರನನ್ನಾಗಿ ಮಾಡುತ್ತೇವೆ, ನಿನ್ನನ್ನು ಕಂಡಷ್ಟೇ ಮನ್ನಣೆಯಿಂದ ಕಾಣುತ್ತೇವೆ' ಎಂದಿದ್ದ ಬೂದ, ಅವನಿಗೆ ಎಲ್ಲಿಲ್ಲದ ದುಃಖ, ನೋವು ಉಂಟಾಯಿತು. 'ಕರಿಯಣ್ಣ, ಕರಿಯಣ್ಣ' ಎಂದು ಆತ ಗೋಳಿಟ್ಟು ಕರೆದ. ಅವನು ಹೋದ ದಾರಿಯನ್ನೇ ಹಿಂಬಾಲಿಸಿದ, ಸಭೆ ಚದರಿತು. ಎರಡೂ ಮಲೆಯವರೂ ಕಿರಿಮಲೆಯ ಕೇರಿಗೆ ಅವಸರವಾಗಿ ಧಾವಿಸಿ ಹೋದರು.

ಆ ರಾತ್ರಿ ಮಲೆಯ ಜನಕ್ಕೆ ನಿದ್ದೆ ಇರಲಿಲ್ಲ. ಪ್ರತಿಯೊಬ್ಬರೂ ದೈವದ ನುಡಿಯನ್ನು ನೆನೆದು ಗುಜು, ಗುಜು, ಗುಸು, ಗುಸು ಮಾತನಾಡುವವರೇ. ಎರಡೆರಡು ವಿಷಯಗಳು ಅವರನ್ನು ಭಾಧಿಸುತ್ತಿದ್ದುವು. ತಮ್ಮಲ್ಲಿ ಅನ್ನಕ್ಕೆ ವಿಷವನ್ನು ಬೆರೆಸುವ ಜನಗಳೂ ಇದ್ದಾರೆ–ಎಂಬ ಅನುಮಾನವನ್ನು ದೈವ ಬಾಯ್ಬಿಟ್ಟು ಹೇಳಿದ್ದು; ಕರಿಯಣ್ಣ 'ಧನಿಗಳೇ ಅನ್ಯಾಯಗಾರರು' ಎಂದು ಸಾರಿ ಹೇಳಿದ್ದು. ಧನಿಗಳು ಎಂಥವರಾದರೂ, ಹತ್ತು ಜನರ ಮುಂದೆ ಅಷ್ಟು

ನಿರ್ಭೀತಿಯಿಂದ ಆ ಮಾತು ಹೇಳಬಾರದಿತ್ತು-ಎಂದು ಕೆಲವರಿಗೆ ಅನಿಸಿದರೂ, ಆತ ಹೇಳಿದ್ದು ನಿಜವಿರಬಹುದೇ-ಎಂಬ ಅನುಮಾನ ಕೆಲವರಿಗೆ ಬಾರದೆ ಹೋಗಲಿಲ್ಲ.

ಮರುದಿನ, ಜನ ಕರಿಯನಿಗಾಗಿ ಕಾದು ಕುಳಿತರು; ಮಲೆಯನ್ನೆಲ್ಲ ಅರಸಿದರು; ಅವನು ಸಿಗದೆ ಹೋದ. ತಾವು ಚಿಕ್ಕ ಗುರಿಕಾರನನ್ನು ಕಳೆದು ಕೊಂಡದ್ದು ನಿಜವೆಂಬ ವ್ಯಥೆ ಉಂಟಾಯಿತು. ಹೊಸ ಗುರಿಕಾರನನ್ನು ಆರಿಸುವ ಪ್ರಮೇಯ ಬಂದೊದಗಿತು. ಈಗ ಮಾತ್ರ ಆ ಕೆಲಸ-ಅಷ್ಟು ಸುಲಭದ್ದಾಗಿ ಕಾಣಿಸಲಿಲ್ಲ. ತಾವು ತಾವೇ ಏನಾದರೊಂದು ನಿಶ್ಚಯಮಾಡಿ ಗುರಿಕಾರಿಕೆಯ ಪಟ್ಟ ನಿಶ್ಚಯಿಸಿದರೆ, ಹಿಂದಾದಂತೆಯೇ ಇನ್ನೊಮ್ಮೆ ತಿರುಮಲ ಧನಿಗಳ ಮುನಿಸಿಗೆ ಪಾತ್ರರಾಗಬೇಕು ಎಂಬ ಅನುಮಾನ ಬಂದುದರಿಂದ, ಕೇರಿಯ ಜನ, ಬೂದನಾಗಲೀ, ತುಕ್ರನಾಗಲಿ ಧನಿಗಳ ತನಗೆ ಹೋಗಿ ಸುದ್ದಿ ಮುಟ್ಟಿಸಬೇಕೆಂದು ನಿರ್ಣಯ ಮಾಡಿದರು. ಬೂದನ ಮನಸ್ಸು ತುಂಬ ನೊಂದಿತ್ತು. ಕರಿಯ ಅಂದದ್ದನ್ನೆಲ್ಲ ಧನಿಗಳ ಮುಂದೆ ಆತ ಹೇಳಲಾರ. ದೈವ ಹೇಳಿದ್ದನ್ನೆಲ್ಲ ಅವರಿಗೆ ತಿಳಿಸದೆ ಹೋದರೂ ತಪ್ಪಾಗುತ್ತದೆ. ತಿಳಿಸಿದರೂ ಕಷ್ಟ-ಎಂದುಕೊಂಡು, ತುಕ್ರನನ್ನೇ ಮುಂದೆ ತಳ್ಳಿದ. ತುಕ್ರಗೆ ಹಳೆಯ ಯಜಮಾನಿಕೆಯ ಹಂಬಲ ಇನ್ನೊಮ್ಮೆ ಮೊಳೆಯಿತು ಮನಸ್ಸಿನಲ್ಲಿ. ಆತ ನೆಟ್ಟಿಗೆ ವಿಟ್ಠಲಕ್ಕೆ ಓಟ ಹೂಡಿದ. ನಾಲ್ಕು ದಿನಗಳಲ್ಲಿ ಧನಿಗಳನ್ನು ಕರೆದೂ ತಂದ. ತಾನು ಕೇಳಿದ ಯಾವತ್ತು ಸುದ್ಧಿಗಳನ್ನು ಅವರ ಕಿವಿಯ ಮೇಲೆ ಹಾಕಿದ.

ಧನಿಗಳು ಬರುತ್ತಲೇ, ಅವರ ಮನೆಯ ಮುಂದೆ ಕೇರಿಯ ಹಿರಿಯ ರೊಬ್ಬೊಬ್ಬರಾಗಿ ಬಂದು ಸೇರಿದರು. ದೈವದ ನುಡಿ ಅಲ್ಲಗಳೆಯುವ ಸಾಹಸ ಅವರಿಗೆಲ್ಲುಂಟು? ನಾಳೆ ಕೇರಿಗೆ ಇಷ್ಟವಿಲ್ಲದ ವ್ಯಕ್ತಿಯನ್ನು, ತಾನು ಯಜಮಾನನಾಗಿ ಆರಿಸಿದರೆ, ಅದೂ ದೈವದ ಬಾಯಿಗೊಂದು ಆಹಾರ-ಎಂದು ತೋರಿತು. ಆದುದರಿಂದ ಅವರು ಅಪ್ಪಣೆ ಕೊಡಿಸಿದರು- "ಹಿಂದೆ ಈ ಗುರಿಕಾರಿಕೆಯ ಸಂಬಂಧದಲ್ಲಿ ಏನಾಯಿತು, ಹೋಯಿತು ಎಂಬುದು ನಿಮಗೆಲ್ಲ ಗೊತ್ತಿದೆ. ನಾನು ಅದನ್ನೆಲ್ಲ ಕಟ್ಟಿಕೊಂಡು ಏನು ಮಾಡಬೇಕಾಗಿದೆ? ನನಗೀಗ ಮೊದಲಿನ ಹಾಗಲ್ಲ; ಎರಡೆರಡು ಮಲೆಗಳಿವೆ. ನನ್ನ ಕೆಲಸದ

ಮಟ್ಟಿಗೆ, ತೋಟದ ಮಟ್ಟಿಗೆ, ಹೊಸ ವ್ಯವಸ್ಥೆಯೇನೂ ಬೇಡ. ಆ ಮಲೆಯ ಯಜಮಾನಿಕೆ ತುಕ್ರ ನಡೆಸುತ್ತಾನೆ. ಈ ಮಲೆಯ ಓಡಾಟ ಬೂದ ಮಾಡುತ್ತಾನೆ; ಇನ್ನು ನಿಮ್ಮ ಕುಲಾಚಾರದ ಲೆಕ್ಕ-ಅದನ್ನು ನೀವು ನೀವೇ ಪೂರೈಸಿಕೊಳ್ಳಿ" ಎಂದರು. "ಹಿರಿಯರಲ್ಲಿ ಯಾರೂ ಗುರಿಕಾರರಾಗಲಿ-ನನಗೆ ಅವರೆಲ್ಲರೂ ಒಂದೇ. ಬಲ್ಲವರು, ತಿಳಿದವರು ಆದರೆ ಆಯಿತು. ಆದರೆ ನಾಳೆ ಕರಿಯಣ್ಣನಿಗೆ ದೊಡ್ಡ ಮನಸ್ಸು ಬಂದು, ಅವನು ಹಿಂದಕ್ಕೆ ಬಂದರೆ, ಗುರಿಕಾರಿಕೆಯನ್ನು ಅವನಿಗೇ ಒಪ್ಪಿಸಬೇಕು" ಎಂದರು. ಅಂತೂ ಆ ದಿನದ ಸಭೆಯಲ್ಲಿ ಬೂದ ಹೆಚ್ಚಿನ ಉತ್ಸಾಹ ತೋರದ್ದರಿಂದ, ತುಕ್ರ ನಾಲ್ಕು ಜನರ ಹತ್ತಿರ ಮಾತನಾಡಿದ್ದರಿಂದ, ಆ ಪದವಿ ಸರ್ವಾನುಮತದಿಂದ ಅವನ ಕೊರಳಿಗೇ ಬಿತ್ತು. ಅಷ್ಟು ದೊರೆತನ ದೊರಕಿದ ಮೇಲೆ, ತುಕ್ರ ತುಸು ಧೈರ್ಯವಾಗಿ ಸಭೆಯಲ್ಲಿ ಧನಿಗಳಿಗೆ ತಿಳಿಸಿದ ಮಾತನ್ನೇ ನಾಲ್ಕು ಜನರ ಮುಂದೆಯೂ ಹೇಳಿದ. "ಒಡೆಯ, ಕೋಲಕ್ಕೆ ನೀವು ಬಂದಿದ್ದರೆ ಚೆನ್ನಾಗಿತ್ತು. ನೀವೇ ಚಿನ್ನ ಕಳೆದು ಹೋದುದನ್ನು ದೈವದ ಮುಂದೆ ಹೇಳಿದ್ದರೆ ತಾನು ತುಬ್ಬುಮಾಡಿ ಕೊಡುತ್ತಿದ್ದೆ. ಅದನ್ನು ಕದ್ದದ್ದು ತಿಮ್ಮನ ಮನೆಯವರಲ್ಲ- ಎಂದಿತು ದೈವ" ಎಂದು ತಿಳಿಸಿದ.

ತಿರುಮಲ ಭಟ್ಟರು ಎಲೆಅಡಿಕೆ ಮೆಲ್ಲುತ್ತ ಕುಳಿತವರು, ವಿಚಾರ ಶಾಲಿಗಳಂತೆ ಚಾವಡಿಯಿಂದಿಳಿದು, ಅಂಗಳಕ್ಕೆ ಹೋಗಿ, ತುಟಿಯ ಮುಂದೆ ಎರಡು ಬೆರಳಿರಿಸಿ, ತಂಬುಲವನ್ನು ಚಿರ್ರನೆ ಚಿಮ್ಮಿ, ನಗುತ್ತ ಮರಳಿ ಬಂದು "ಹೌದೋ ತುಕ್ರ, ಅದೊಂದು ನಿನಗೇ ಹೇಳಲೇ ಇಲ್ಲವೇ? ನೋಡು, ಸರ ಹೋಗಿ ನಾನು ಗಾಬರಿಯಾದದ್ದು ನಿಜ. ಊರಿಗೆ ಹೋದ ಮೇಲೆ ಇಲ್ಲಿಂದ ಕೊಂಡುಕೊಂಡ ಸಾಮಾನುಗಳನ್ನು ಜಡ್ತಿಮಾಡುವಾಗ, ಅದು ನನ್ನ ಪೆಟ್ಟಿಗೆಯೊಳಗೇ ಇದ್ದಿತ್ತು. ಆದರೂ ಆ ದಿನ ತಿಮ್ಮ ನನ್ನ ಅನ್ನ ತಿಂದು ಬೆಳೆದು, ಮಲೆ ಬಿಟ್ಟು ಹೋಗುವಾಗ ನನಗೆ ಒಂದು ಸುದ್ದಿ ಹೇಳದೆ ಹೋದದ್ದು ನ್ಯಾಯವೇ? ಈಗ ಕರಿಯಣ್ಣನೂ ಹಾಗೆ ಮಾಡಿದ. ಅದರಿಂದ ಧನಿಯಾದವನಿಗೆ ಏನು ಮರ್ಯಾದೆ ಕೊಟ್ಟ ಹಾಗಾಯಿತು? ಒಂದು ದಿನವಾದರೂ ನಾನು ಕರಿಯನಿಗೆ ಕೆಟ್ಟ ಮಾತನ್ನಾಡಿದ್ದೇನೇ? ತಿಮ್ಮನಿಗಾದರೆ ಕೆಟ್ಟ ಮಾತಂದದ್ದುಂಟು; ಗದರಿಸಿದ್ದುಂಟು" ಎಂದರು.

'ಕದ್ದ ಒಡವೆ ಕದ್ದು ಹೋಗಿಲ್ಲ; ಮರಳಿ ಸಿಕ್ಕಿತು' -ಎಂದು ಕೇಳಿ ಕೇರಿಯ ಜನಕ್ಕೆ ಸಂತೋಷವಾಯಿತು. ಅಲ್ಲದೆ-ದೈವ, 'ಕದ್ದು ಹೋಗಿದ್ದರೆ, ಧನಿಗಳೇ ಬಂದು ಕೇಳಿದಲ್ಲಿ ತಾನು ಕೊಡಿಸುತ್ತೇನೆ' ಎಂದೆನ್ನಲಿಲ್ಲವೇ? ಅದರ ಹಿರಿಮೆಯ ಮಾತುಗಳೂ ನೆನಪಾದವು. ಆದರೆ ಧನಿಗಳು ಕರಿಯನ ವಿಷಯ ದಲ್ಲಿ ಬೇಸರವನ್ನು ತಾಳಿದ್ದು, ಬೂದನಿಗೇಕೋ ಸಮಾಧಾನವಾಗಲಿಲ್ಲ. "ಏನು ಒಡೆಯ, ಅವನದು ಹುಡುಗ ಬುದ್ಧಿ; ನಾಳೆ ತಿರುಗಿ ಬಂದಾನು. ನೀವು ಅದನ್ನೆಲ್ಲ ಮನಸ್ಸಿನಲ್ಲಿಟ್ಟುಕೊಳ್ಳಬಾರದು. ಅವನ ಮನಸ್ಸು ಒಳ್ಳೆಯದು" ಎಂದ. ತುಕ್ರ ತನ್ನ ಹೆಚ್ಚಳವನ್ನು ತೋರುವುದಕ್ಕಾಗಿ "ಹುಡುಗ, ಗಿಡುಗ ಅನ್ನುವುದು ನ್ಯಾಯ. ಆದರೆ ಅವನು ಗುರಿಕಾರನಲ್ಲವೇ? ಏನು ಆಡಬಹುದು, ಏನು ಆಡಬಾರದು ಎಂದು ಆಡುವ ಮೊದಲು ನೋಡಬೇಡವೇ? ಹತ್ತು ಜನರ ಎದುರಿಗೆ-ಧನಿಗಳು ಅಂಥವರು, ಇಂಥವರು-ಎಂದರೆ ಅದು ಸಣ್ಣ ಮಾತಾಗುತ್ತದೆಯೇ?" ಎಂದ.

ಅದಕ್ಕೆ ಧನಿಗಳು ನಗುತ್ತ "ತುಕ್ರ, ಅವನಿಗೆ ಬುದ್ಧಿ ಇಲ್ಲದೆಯೇ ಆಡಿದನೆಂದು, ನಾನು ಸಿಟ್ಟಾಗುತ್ತೇನೆಯೇ? ಹುಡುಗ ಬುದ್ಧಿ, ಆದರೆ ಅವನು ನಿಮಗ್ಯಾರಿಗೇ ಸಿಗಲಿ-ಹೇಳಿ: 'ಧನಿಗಳಿಗೆ ನಿನ್ನ ಮೇಲೆ ಏನೂ ಸಂಶಯವಿಲ್ಲ. ಮಲೆಗೆ ಬಂದು ಇರು ಎಂದು. ನನಗೆ ನನ್ನ ಮಕ್ಕಳು ಬೇರೆ, ನೀವು ಬೇರೆ ಎಂದೆನಿಸುವುದಿಲ್ಲ" ಎಂದು ಅಪ್ಪಣೆ ಕೊಡಿಸಿದರು.

ಅಲ್ಲಿಗೆ ಗುರಿಕಾರಿಕೆಯ ಪ್ರಕರಣ ಮುಗಿಯಿತು. ಬಂದ ಧನಿಗಳು ತಮ್ಮ ಊರಿಗೆ ಮರಳಿದರು. ಅವರನ್ನು ನಿರಾಶೆಗೊಳಿಸಿದ ಪ್ರಕರಣವೆಂದರೆ, ಅವರು ಬಂದಂದಿನಿಂದ ಕೆಂಪಿ ಮೈ ಚೆನ್ನಾಗಿಲ್ಲವೆಂದು ಮನೆಯಲ್ಲೇ ಒರಗಿ ಕೊಂಡದ್ದು; ಅವಳು ಬಂಗಲೆಯ ಕೆಲಸಕ್ಕೆ ಹೋಗದೆ ಇದ್ದುದು.

ದೈವದ ಕೋಲಕ್ಕೆ ಹೋದ ಕೆಂಪಿಯೂ ದೈವದ ಮಾತನ್ನು ಸಮೀಪದಿಂದ ಕೇಳಿಲ್ಲವಾದರೂ, ಆ ಮಧ್ಯಾಹ್ನ ಅಲ್ಲಿಗೆ ಹೋದವಳು, ತನ್ನ ಗೆಳತಿಯರಿಂದ ಎಲ್ಲ ಸುದ್ದಿಯನ್ನು ಕೇಳಿ ತಿಳಿದಿದ್ದಳು. ಅಂದಿನಿಂದಲೇ ಅವಳ ಎದೆ ಕೊರೆಯತೊಡಗಿತು. ತಿಮ್ಮ, ಗಿಡ್ಡಿಯರ ಮೇಲಿನ ಕೋಪ ಉಲ್ಬಣಿಸಿ ಬರುವ ಬದಲು, ತಾನು ನಡೆಸಿದ ಕೃತ್ರಿಮ ದೈವಕ್ಕೆ ಗೊತ್ತಾಯಿತೆಂಬ ಭೀತಿ

ಅವಳ ತಲೆಯಲ್ಲಿ ತುಂಬಿಕೊಂಡಿತು. 'ತಪ್ಪನ್ನು ಒಪ್ಪಿಕೊಳ್ಳದೆ ಹೋದರೆ ತಪ್ಪಿತಸ್ಥರ ತಲೆಯನ್ನೇ ತೆಗೆಯುತ್ತೇನೆ. ಅವರನ್ನು ಬಲಿಕೊಳ್ಳುತ್ತೇನೆ' ಎಂದ ದೈವದ ವಿಚಾರದಲ್ಲಿ, ಇಲ್ಲದ ಹೆದರಿಕೆ ಅವಳಿಗೆ ಉಂಟಾಯಿತು. ಹತ್ತು ಜನಗಳ ಮುಂದೆ ಒಪ್ಪಿಕೊಳ್ಳುವ ತಪ್ಪಾದರೆ–ಅವಳೇನು ಮಾಡುತ್ತಿದ್ದಳೋ! ಅದರ ಬದಲು, ನಾಲ್ಕು ಜನರ ಮುಂದಾದರೂ 'ಗಿಡ್ಡಿಗೆ ಖರ್ಜೂರದಲ್ಲಿ ಮದ್ದು ಬೆರೆಸಿಕೊಟ್ಟೆ; ಗಂಜಿಗೆ ಓತಿಕೇತ ತಂದು ಹಾಕಿದೆ' ಎಂದು ಯಾವ ಅಪರಾಧಿನಿಯೂ ಬಹಿರಂಗದಲ್ಲಿ ನುಡಿದಾಳೆಯೇ? ಹಾಗೆ ನುಡಿದರೆ, ಆ ಮೋರೆಯನ್ನು ಹೊತ್ತುಕೊಂಡು, ಕೇರಿಯ ಜನರ ಮುಂದೆ ಬಾಳುವು ದಕ್ಕಾಗುತ್ತದೆಯೇ? ಏನಿಲ್ಲ; ತನ್ನ ಗಂಡನೊಡನೆಯೂ ಹೇಳಲಾರದ ಮಾತದು. ಹೆಚ್ಚೆಂದರೆ, ದೈವದ ಬದಲು ಗುರಿಕಾರನ ಮುಂದೆ, 'ತನ್ನಿಂದ ಶತಾಪರಾಧವಾಯಿತು' ಎಂದು ಕಾಲುಗಳನ್ನು ಹಿಡಿದು, ಗುಟ್ಟಿನಲ್ಲಿ ಕ್ಷಮೆ ಕೇಳಬಹುದು–ಎಂದು ತೋರಿತು. ಅದಕ್ಕೂ ಈಗ ಅವಕಾಶವಿಲ್ಲ. ಕರಿಯಣ್ಣ ಕೇರಿಯನ್ನು ಬಿಟ್ಟೇ ಹೊರಟುಹೋದ.

ಭಯಭೀತಿಗಳಿಂದ ಕೆಂಪಿ ಉಣ್ಣುವುದು, ತಿನ್ನುವುದು, ಮಾತನಾಡು ವುದು ಅಸಾಧ್ಯವಾಗುತ್ತ ಬಂದಿತು. ಬೂದಣ್ಣ ಅಡಿಗಡಿಗೆ ಅವಳ ಬಳಿ ಬಂದು "ಏನಾಗಿದೆ ನಿನಗೆ? ಜ್ವರವೇ? ಮತ್ತೊಂದೇ? ಉಣ್ಣಲಾರೆ ಏಕೆ?" ಎಂದರೂ, "ಏನೆಂದು ನನಗೇ ಗೊತ್ತಾಗುವುದಿಲ್ಲ. ಜೀವಕ್ಕೆ ಸಂಕಟವಾಗುತ್ತದೆ" ಎನ್ನುತ್ತಾಳೆ, ಅವಳು. ಬಲವಂತದಿಂದ ಗಂಜಿಯ ಬಟ್ಟಲನ್ನು ಅವಳ ಬಾಯಿಗೆ ಹಿಡಿದರೆ, ಕುಡಿದುದನ್ನು ಕಕ್ಕುತ್ತಾಳೆ, ಭೀತಿಯಿಂದ ಕಣ್ಣರಳಿ ಕೆಂಪಾಗಿವೆ, ಒಂಟಿಯಾಗಿ ಅತ್ತು, ಅತ್ತು ಕಪೋಲಗಳು ತೊಯ್ದು ಹೋಗಿವೆ. ಬೂದ ಕೆಂಪಿಯ ಸ್ಥಿತಿಯನ್ನು ಕಂಡು ಕಂಗಾಲಾದ. ನಾಲ್ಕು ದಿನಗಳು ಸಂದುವು. ಧನಿಗಳು ಊರಿಗೆ ಹೊರಟುಹೋದರು. ಬೂದ ಗುರಿಕಾರಿಕೆಯ ವಿಚಾರದಲ್ಲಿ ನಡೆದ ತೀರ್ಮಾನವನ್ನು ಮನೆಯಲ್ಲಿಯೂ ಹೇಳಿದ. ಅದನ್ನು ಕೇಳಿದ ಮೇಲಂತೂ, ಕೆಂಪಿಗೆ ಇದ್ದೊಂದು ಆಸೆಯೂ ಮಾಯವಾಯಿತು. ದೈವದ ಮುಂದಕ್ಕೆ ಒಪ್ಪಿಕೊಳ್ಳಲಾರದ ತಪ್ಪನ್ನು, ಗುರಿಕಾರನ ಮುಂದೆ ಹೇಳೋಣ–ಎಂದು ಹಂಬಲಿಸಿದರೆ, ಕರಿಯ ಓಡಿಹೋದ; ಬದಲು, ತನ್ನ ಪರಮ ಶತ್ರುವಾದ ತುಕ್ರ ಗುರಿಕಾರನಾಗಿದ್ದಾನೆ. ಅವಳ ಮನಸ್ಸು ದ್ವೇಷದಿಂದ

ಮತ್ತಷ್ಟು ಬಿಗುವಾಯಿತು. 'ಜೀವಹೋದರೂ ತುಕ್ರನ ಮುಂದೆ ಆ ಸುದ್ದಿ ಹೇಳಲಾರೆ' ಎಂದುಕೊಂಡಳು ಅವಳು.

ದಿನ ಸರಿದಂತೆ ಕೆಂಪಿಗೆ ಹೆಸರಿಲ್ಲದ ಬೇನೆ ಪ್ರಬಲಿಸಿತು. ಅನ್ನ, ಆಹಾರ ಬಿಟ್ಟ ಅವಳಿಗೆ, ಸಮನಾಗಿ ನಿದ್ದೆ ಹತ್ತುತ್ತಲೂ ಇರಲಿಲ್ಲ. ನಿದ್ರೆ, ಎಚ್ಚರ ಗಳೆಡರಲ್ಲೂ, ಭಯಾನಕ ನರಕ ಹಿಂಸೆಯ ಚಿತ್ರವೇ ಕಾಣಿಸುತ್ತದೆ. ಕೇರಿ ಯಲ್ಲಿ-ಗುಳಿಗ ದೆವ್ವ ಬಡಿದು ಯಾರ್‍ಯಾರು ಆಕಸ್ಮಿಕ ಮರಣ ಹೊಂದಿದ್ದರೋ, ಅವರೆಲ್ಲರ ಚಿತ್ರಗಳನ್ನು ನೆನೆಯುತ್ತಿರುತ್ತಾಳೆ. ಒಮ್ಮೊಮ್ಮೆ ಬೆದರಿ ಚೀರುತ್ತಾಳೆ. ಮೈಮರೆತಾಗ 'ಕರಿಯಣ್ಣಾ, ಕರಿಯಣ್ಣ' ಎಂದು ಕೂಗುತ್ತಾಳೆ. ಬೂದನಿಗೆ ಬೇರೆ ದಾರಿ ಕಾಣದೆ ಹೆದರಿ, ಹಿರಿಮಲೆಗೆ ಓಡಿಹೋಗಿ ಅವಳ ತಾಯಿ ತಂದೆಯರನ್ನು ಕರೆದುಕೊಂಡು ಬಂದ. ಅವರೂ ಬಂದು ಮಗಳ ಪಾಡನ್ನು ಕಂಡು, ಆಡಿದ್ದಕ್ಕೆ ನೇರ ಪ್ರತ್ಯುತ್ತರ ಕೊಡಲಾರದ, ಅವಳ ಚರ್ಯೆಗಳಿಂದ ಭೀತಿಗೊಂಡು, ತಿರುಗಿ ತಮ್ಮ ಮಲೆಗೆ ಹೋದರು. ಬಿರುಮ ಪೂಜಾರಿ ಯನ್ನು ಕರೆದುತಂದರು. ಬಿರುಮ ಅವಳ ಬಳಿಯಲ್ಲಿ ಕುಳಿತು ಮದ್ದು ಮಾಟಗಳನ್ನು ಮಾಡಿದ. ಬಾಳೆಯ ದಿಂಡು, ತೆಂಗಿನ ಗರಿಗಳಿಂದ ಏನೇನೋ ಗೊಂಬೆ, ಮಂಟಪಗಳನ್ನು ನಿರ್ಮಾಣ ಮಾಡಿ ಚರು, ಕುಂಕುಮ, ಓಕುಳಿ ಗಳನ್ನು ಚೆಲ್ಲಿ, ಕೋಳಿ ಬಲಿಕೊಟ್ಟು, ತೆರತೆರನ ಸೋಂಕುಗಳಿಗೆ ಪರಿಹಾರ ವೆಸಗಿದ. ನಿರಾಶೆಯಿಂದ ಕಂಗಾಲಾದ ಬಂಧುಗಳಿಗೆ, ಸಮಾಧಾನ ಮಾಡುವುದಕ್ಕಾಗಿ ಅವಳ ಕೊರಳಿಗೆ ಮಂತ್ರಿಸಿದ ತಾಳಿಯನ್ನು ಕಟ್ಟಿದ.

ಬೂದ, ತೌಡ, ಕಾಳ ಎಲ್ಲರೂ ಸೇರಿ 'ಮಾಡುವುದನ್ನೆಲ್ಲ ಮಾಡಿ ದ್ದೇವೆ, ಇನ್ನು ಕಾಪಾಡುವುದು ದೈವದ ಕೆಲಸ' ಅನ್ನುತ್ತಲೇ ಇದ್ದರು. ಮತ್ತೂ ಎರಡು ದಿನ ಕುದಿಯುವ ಜ್ವರ ಅವಳನ್ನಾವರಿಸಿತು. ಮೈ, ಮುಖಗಳೆಲ್ಲವೂ ಬಾಡಿ, ಪ್ರೇತ ಶರೀರವಾಗಿದ್ದಳು ಕೆಂಪಿ. ಕಣ್ಣು ಅರಳಿ ರಕ್ತರಂಜಿತವಾಗಿತ್ತು. ಮಾತು ಹೊರಡುವುದೂ ನಿಧಾನವಾಯಿತು. ಆದರೆ, ಕಣ್ಣಿನ ನೋಟದಲ್ಲಿ ಯಾವುದೋ ವಸ್ತುವನ್ನು ಆಕೆ ಅರಸುತ್ತಿದ್ದಂತೆ, ಯಾರದೋ ಆಗಮನವನ್ನು ಬಯಸುತ್ತಿದ್ದಂತೆ ಕಾಣುತ್ತಲಿತ್ತು.

ಕೇರಿಬಿಟ್ಟು ಓಡಿಹೋದ ಕರಿಯ ತನ್ನ ಗೆಳೆಯರನ್ನು ಕೂಡಿಕೊಂಡ.

ಅಲ್ಲಿಂದ, ತಾನು ಕಂಡುಹಿಡಿದ ಹೊಸ ಜಾಗಕ್ಕೆ ಪಯಣಹೂಡಿದ. ನಾಲ್ಕು ದಿನ ಮರ ಕಡಿಯುವ ಕೆಲಸ ಮಾಡಿದ. ಸ್ವಲ್ಪ ಜಮೀನನ್ನು ಮೂವರೂ ಸೇರಿ, ಸವರಿ ನೆಲಸಮ ಮಾಡಿದಾಗ 'ಕುಮರಿಯ ಬೀಜಕ್ಕೆ ಗತಿಯೇನು' ಎಂಬ ಯೋಚನೆ ಮೊಳೆಯಿತು. ಬಳಸು ದಾರಿಯಿಂದ, ಹಿರಿಮಲೆಗೆ ಹೋದ–ಚೋಮನಲ್ಲಿಗೆ. ಹೋದುದು, ಕುಮರಿಯ ಬಿತ್ತನ್ನು ಕೇಳಿ ತರಲು. ಅಲ್ಲಿ ಬಹಳ ಹೊತ್ತು ತಿಮ್ಮ, ಗಿಡ್ಡಿಯರ ವಿಚಾರದ ಮಾತುಕತೆಗಳು ನಡೆದವು. ಅಲ್ಲಿಂದ ಮಾತು ಕಿರಿಮಲೆಯ ಗುರಿಕಾರ ತುಕ್ರನ ವಿಚಾರಕ್ಕೂ ಬಂದಿತು. ಅದನ್ನೆಲ್ಲ ಕೇಳಿ ಹೊರಡುವಾಗ, ಮನೆಯ ಎದುರಿಗೆ ಬಿರುಮ ಪೂಜಾರಿ ಸಂಧಿಸಿ "ನಿನ್ನೆ, ಮೊನ್ನೆ ಎಲ್ಲಿ? ಪೂಜಾರಿಗಳನ್ನು ಕಾಣಲಿಲ್ಲವಲ್ಲ" ಎಂದುದಕ್ಕೆ ಬಿರುಮ, ಕಿರಿಮಲೆಯ ಪುರಾಣ ಹೇಳಿದ. ಕೆಂಪಿಯ ಕಾಯಿಲೆಯ ಯಾವತ್ತು ಸಮಾಚಾರಗಳನ್ನು ಕೇಳಿ ಕರಿಯನಿಗೆ ಬಲು ದುಃಖವಾಯಿತು. ಕೆಂಪಿ–ಒಳ್ಳೆಯವಳು ಎಂಬ ಅಭಿಮಾನ ಆತನಿಗೆ ಇದ್ದಿಲ್ಲವಾದರೂ 'ತನಗೆ ಒಂದೆರಡು ವರ್ಷಗಳ ಕಾಲ ಅನ್ನ ಹಾಕಿದ್ದಳು. ಅವಳು ಕೆಟ್ಟ ಮಾತನ್ನಾಡಿ ದರೂ ತನ್ನನ್ನು ತಮ್ಮನಂತೆ ಆರಂಭದಲ್ಲಿ ಕಂಡವಳು; ಅವಳಿಗೆ ಅಂಥ ಕಠಿಣ ಕಾಯಿಲೆಯಾಗಿದ್ದರೆ ಬಿರುಮನೆನ್ನುವಂತೆ ಬದುಕುವುದೇ ಕಷ್ಟವಾದರೆ ತಾನು ತಿಳಿದೂ ಅಲ್ಲಿಗೆ ಹೋಗದೆ ಇರಬಾರದು' ಎಂದು ತೋರಿತು. ಆದರೂ ಹಗಲಿಗೆ ಕಿರಿಮಲೆಯ ಕೇರಿಯವರ ಮುಂದೆ ಕಾಣಿಸಿಕೊಳ್ಳಲಾರ. ಹೊತ್ತಿಳಿಯುವ ತನಕ ಕಾದು, ಚೋಮನನ್ನು ಕರೆದುಕೊಂಡ ಆತ ಕಿರಿಮಲೆಗೆ ಹೋದ. ಹೋಗುವಾಗ, ಚೆನ್ನಾಗಿ ಕತ್ತಲು ಕವಿದಿತ್ತು. ಬೂದನ ಮನೆ, ಎದೆಗಳೆರಡೂ ಅಂಧಕಾರದಿಂದ ತುಂಬಿತ್ತು. ಒಲೆಯೊಳಗಿನ ಬೆಳಕು, ತುಸು ದೂರದ ಚಾಪೆಯಲ್ಲಿ ಮಲಗಿದ್ದ ದುರ್ದೈವಿ ಕೆಂಪಿಯ ಮುಖವನ್ನಷ್ಟೇ ಬೆಳಗುತ್ತಿತ್ತು. ಥಟ್ಟನೆ ಹೊರಗೆ ಕಾಲು ಸಪ್ಪಳ ಕೇಳಿಸಿ, ಯಾರೆಂದು ಬೂದ ಇಣಿಕಿ ನೋಡುವಾಗ, ಕರಿಯ, ಚೋಮ ಬಂದಿದ್ದರು. ಬೂದ "ನನ್ನ ಗತಿ ಮುಗಿಯಿತಲ್ಲ ಮಗು" ಎಂದು ಅವನನ್ನು ತಬ್ಬಿಕೊಂಡು ಮರುಗಿದ. ಕೆಂಪಿಯ ಬಳಿಗೆ ಕರೆದುಕೊಂಡು ಬಂದ. ಕೆಂಪಿಯ ಕಿವಿಯಲ್ಲಿ– "ಕಾಣುತ್ತದೆಯೇ ಯಾರೆಂದು? ಕರಿಯಣ್ಣ, ಕರಿಯಣ್ಣ ಅನ್ನುತ್ತಿದ್ದೆಯಲ್ಲ. ನಿನ್ನ ಪುಣ್ಯಕ್ಕೆ ಅವನೇ ಬಂದಿದ್ದಾನೆ, ನೋಡು" ಎಂದು ನುಡಿದ. ಕರಿಯ ಗದ್ಗದಿತ

ಕಂಠದಿಂದ ಅವಳ ತೋಳನ್ನು ಹಿಡಿದು, "ಅಕ್ಕ, ಏನಾಯಿತು ನಿನಗೆ ಹೇಳು" ಎಂದು ದುಃಖದಿಂದ ನುಡಿದ. ಕೆಂಪಿಗೆ ಆ ನಸು ಬೆಳಕಿನಲ್ಲಿ ಕರಿಯನ ಮುಖ ಸ್ಪಷ್ಟವಾಗಿ ಕಾಣಿಸದಿದ್ದರೂ, ಧ್ವನಿ ಕೇಳಿಸಿತು; ಗುರುತು ಹತ್ತಿತು. ಅವಳೆಂದ ಮಾತಿಷ್ಟೆ; "ಗುರಿಕಾರ, ನನ್ನದು ತಪ್ಪು. ನಾನು ಕಡುಪಾಪಿ" ಎಂದು. ದಳದಳನೆ ಕಣ್ಣೀರು ಅವಳ ಎರಡು ಕಪೋಲಗಳಿಂದಲೂ ಹರಿಯ ತೊಡಗಿತು. ಮುಂದೆ, ಅವಳ ಬಾಯಿಂದ ಮಾತು ಹೊರಡಲಿಲ್ಲ. ಕರಿಯ ಸ್ತಂಭಿತನಾಗಿ, ಅಲ್ಲಿ ಬಳಿಯಲ್ಲೇ ಕುಳಿತ. ತನಗೆ ನಾಲ್ಕು ದಿನಗಳ ಕಾಲ ಅನ್ನಕೊಟ್ಟು ಪಾಲಿಸಿದವಳ ಕೊನೆಗಾಲಕ್ಕಾದರೂ ತಾನು ಬಂದೆನಲ್ಲ ಎಂದಿಷ್ಟೇ ಸಮಾಧಾನ ಅವನಿಗೆ.

ಆ ಕತ್ತಲು ಕಳೆದು ಬೆಳಕು ಹರಿಯುವಾಗ, ಕೇರಿಯ ಮಸಣದಲ್ಲಿ ಕೆಂಪಿಯ ಶರೀರವನ್ನು ಇರಿಸಿದ್ದಾಯಿತು! ಕರಿಯ ಗುರಿಕಾರನಲ್ಲದಿದ್ದರೂ, ಗುರಿಕಾರನಂತೆ ಹಿರಿಯರನ್ನು ಪ್ರಾರ್ಥಿಸಿ 'ಈ ಜೀವವನ್ನು ನಿಮ್ಮ ಬಳಿಗೆ ಸೇರಿಸಿಕೊಳ್ಳಿ' ಎಂದು ಕಂಬನಿಗರೆದು ನುಡಿದಿದ್ದಾನೆ. ಬೂದನ ಬಲವಂತಕ್ಕೆ ಏಳು ದಿನಗಳ ಉತ್ತರಕ್ರಿಯೆ ನಡೆಯುವ ತನಕ ಅಲ್ಲಿದ್ದು, ಅದರ ಯಜಮಾನಿಕೆ ನಡೆಯಿಸಿ, ಅಲ್ಲಿಂದ ಇನ್ನೊಮ್ಮೆ ಮಾಯವಾದ.

ಅಧ್ಯಾಯ - ೧೬

ಕರಿಯ ಮತ್ತು ತಿಮ್ಮ ತಮ್ಮದೇ ರಾಜಧಾನಿಯನ್ನು ಸ್ಥಾಪಿಸಿ, ದಿನ ಕಳೆದ ಮೊದಲಿನ ಎರಡು ವರ್ಷ ಬವಣೆಯನ್ನು ಹೇಳುವುದಕ್ಕಿಲ್ಲ. ಆ ಜೀವನದಲ್ಲಿ ಬಂದ ಕಷ್ಟಪರಂಪರೆಗಳು ಸ್ವಲ್ಪವಲ್ಲವಾದರೂ ಮನಸ್ಸಿನಲ್ಲಿ ಹಿಗ್ಗಿಗೂ ಉತ್ಸಾಹಕ್ಕೂ ಯಾವ ಕೊರತೆಯೂ ಉಂಟಾಗಲಿಲ್ಲ. ತಿಮ್ಮ "ಕರಿಯಣ್ಣ, ಈ ಜಾಗ ಕಂಡು ಹಿಡಿದವ ನೀನು. ಒಂದೊಂದು ಮಲೆಗೆ ಒಂದೊಂದು ಹೆಸರಿದ್ದಂತೆ, ನಮ್ಮದೇ ಮಲೆಯಾದ ಮೇಲೆ–ಸಣ್ಣದಿರಲಿ, ದೊಡ್ಡದಿರಲಿ, ಅದಕ್ಕೊಂದು ಹೆಸರು ಬೇಡವೇ? ನೀನೇನೂ ಹೇಳು, ನಾನು ಇದನ್ನು 'ಕರಿಯ ಮಲೆ' ಅನ್ನುವವನು. ಈ ಜಾಗವೂ ನಿನ್ನದು; ಈ ತಾವಿಗೆ ಗುರಿಕಾರ ನೀನು" ಎನ್ನುತ್ತಿದ್ದಾನೆ. ತಲತಲಾಂತರದಿಂದ ಬಂದ ಅವರ ಬಾಳು ಸ್ವತಂತ್ರವೆಂದರೂ ಒಂದು ತೆರನ ಹಂಗಿನ ಬಾಳಾಗಿತ್ತು. ಮಲೆಯಲ್ಲಿ ಅವರು ಎಲ್ಲಿಯೇ ವಾಸಿಸಿರಲಿ, ಎಲ್ಲಿಯೇ ಗುಡಿ ಕಟ್ಟಿರಲಿ, ಯಾವ ಭಾಗದ ಕಾಡನ್ನೇ ಸವರಿ ಕುಮರಿ ಮಾಡಲಿ, ಕೇಳುವವರಿಲ್ಲ ಎಂಬುದು ನಿಜ. ಆದರೆ, ಮಲೆಯ ಸೆರಗೆಲ್ಲ ಅನಾದಿಯಿಂದ ಒಬ್ಬನಲ್ಲ ಒಬ್ಬ ಧನಿಗೆ ಸೇರಿದ್ದಾಗಿತ್ತು. ಅವರೆಲ್ಲರೂ ಪೀಳಿಗೆಯಿಂದ ಬಂದ ಜೀತದ ಆಳುಗಳು. ವರ್ಷದ ನಾಲ್ಕು ತಿಂಗಳ ಕಾಲ ಧನಿಗಾಗಿ ಹೆಚ್ಚು ಕಡಿಮೆ ಫಲಾಪೇಕ್ಷೆಯಿಲ್ಲದೆ ದುಡಿಯಬೇಕು. ಅದಕ್ಕೆ ಪ್ರತಿಫಲ–ಬಟ್ಟೆ, ಉಪ್ಪು, ಹೆಂಡ ತೆಗೆಯುತ್ತಿದ್ದುದಕ್ಕಾಗಿ ಧನಿ ಕೊಡುತ್ತಿದ್ದ ಸುಂಕ, ಈ ಎಲ್ಲವುಗಳ ಮೊತ್ತ ಅವರ ದುಡಿತಕ್ಕೆ ಸಮನಾದ ಪ್ರತಿಫಲ ಎನ್ನುವಂತಿಲ್ಲ. ಅವರಾದರೂ ಹೆಚ್ಚಿನ ಹಣಕಾಸಿನ ಬಯಕೆ ಮಾಡಿದವರಲ್ಲ. ಮಾಡುವ ಅವಶ್ಯಕತೆಯೂ ಇರಲಿಲ್ಲ. ಅವರಿಗೆ ಬೇಕಾದುದನ್ನೆಲ್ಲ ಮಲೆಯೇ ಕೊಡುತ್ತಿರುವಷ್ಟು ಕಾಲ, ದುಡಿಮೆಗೆ ರಟ್ಟೆಯಲ್ಲಿ ಬಲವಿರುವಷ್ಟು ಕಾಲ, ಆ ಚಿಂತೆ ಅವರಿಗಿಲ್ಲ. ಹೀಗಿರಲು ತಿಮ್ಮ, ಕರಿಯರು ಸ್ವತಂತ್ರವಾಗಿ ಬಾಳಲು

ಹಂಬಲಿಸಿದುದು-ತಮ್ಮ ಸಮಾಜ ಜೀವನದಲ್ಲಿ ಹೊರಗಿನ ಜನಗಳ ಚೇಷ್ಟೆಯನ್ನು ಕಂಡು ಅಸಮಾಧಾನ ಪಟ್ಟುದರಿಂದ. ಕೆಂಪಿಯಂಥವರು ಹೊರಗಿನ ಗಾಳಿಗೆ ಬಲಿಯಾದುದರಿಂದ, ಮೊದಲೇ ಇದ್ದ ದಾಂಪತ್ಯ ಸಮಸ್ಯೆ, ಇನ್ನಷ್ಟು ವಿಕಟವಾಗಿ ಬಂದಿತು. ಅದರಿಂದಲೇ, ಏಕೆ ತಮಗೆ ಅಂಥ ಹಂಗಿನ ಬಾಳು-ಎಂದೆನಿಸಿತು ಎಳೆಯನಾದ ಕರಿಯನಿಗು ಸಹ. ತಮ್ಮ ಜನದ ಪ್ರತಿಷ್ಠೆಗೂ ಅದೊಂದು ಕುಂದೆಂದು ತೋರಿತು.

ಈಗ ಅವರು ಕರಿಯಮಲೆ ತಮ್ಮದೆಂದು ತಿಳಿದು, ದಿನವೆಲ್ಲ ದುಡಿಯುತ್ತಿದ್ದಾರೆ; ಗಿಡ್ಡಿಯ ಶ್ರಮವೂ ಕಡಿಮೆಯಲ್ಲದ್ದು. ಅವರದು, ಒಂದು ದೃಷ್ಟಿಯಿಂದ ನೋಡಿದರೆ ಸವಿಹೀನ ಬಾಳೂ ಆಗಿತ್ತು. ಸಮಾಜದ ಹೊರಗಿನ ಬಾಳದು. ಬೇಸರವಾದಾಗ ಸುಖ, ದುಃಖ ತೋಡಿಕೊಳ್ಳುವುದಕ್ಕೆ ಇನ್ನೊಂದು ಜೀವವಿಲ್ಲ. ಆ ಕೊರತೆಯ ಪರಮಾವಧಿ ಎನಿಸಿದ್ದು-ಗಿಡ್ಡಿಯ ಹೆರಿಗೆಯ ಕಾಲದಲ್ಲಿ. ಬೇಸಿಗೆಯಲ್ಲಿ ತಿಮ್ಮ, ಕರಿಯರೊಡನೆ ಅವಳೂ ಕತ್ತಿ ಹಿಡಿದು ಕಾಡನ್ನು ಕಡಿದಳು; ಗೆಲ್ಲು ಸವರಿದಳು. ಒಂದು ತಿಂಗಳ ಕಾಲ ಮೂವರೂ ಒಂದು ಎಕ್ರೆಯ ಕಾಡನ್ನು ಸವರಿ, ನೆಲಸಮ ಮಾಡಿ, ಬೆಂಕಿ ಹಚ್ಚಿ, ಕುಮರಿಯ ನೆಲ ಹಸನು ಮಾಡಲು ಪಟ್ಟಂಥ ಕಷ್ಟ ಅಷ್ಟಿಷ್ಟಲ್ಲ. ಅನಂತರ ಮೊದಲ ವರ್ಷ-ಕುಮರಿಯ ಬಿತ್ತನ್ನು ಚೋಮನಿಂದ ಬೇಡಿ ತಂದು ಬಿತ್ತಿದರು. ಬಿತ್ತನೆಯ ಜಾಗ ಸಣ್ಣದಾದರೇನು? ಆವರಣ, ಬೇಲಿಗಳಿಲ್ಲದೆ ಕಳೆಯುವಂತಿಲ್ಲ. ಅದು ಆನೆಗಳು ಬರಲಾರದ ತಾವಾದರೂ, ಆ ಬೆಟ್ಟದ ಸೆರಗು ಕಡಿದಾಗಿದ್ದರೂ, ಕಡವೆ, ಮಿಗ, ಕಾಡುಹಂದಿಗಳ ಬಾಯಿಗೆ ಹೊರಗಾದ ವಲಯವಲ್ಲ. ಅಷ್ಟೆಲ್ಲ ಕೆಲಸ ಮಾಡಿ ಮುಗಿಯುವಾಗ, ಮಳೆ ಮುಗಿಲು ಕವಿಯತೊಡಗಿತು. ಭರದಿಂದ ಮಳೆಯೂ ಬೀಳತೊಡಗಿತು. ಆಗ, ಗವಿಯ ಮನೆ ಬೇರೆ, ಕುಮರಿಯ ಕಾವಲುಮನೆ ಬೇರೆ ಆಗಲೇಬೇಕು. ಆ ಹೊಣೆಯನ್ನು ಕರಿಯ ಕಟ್ಟಿಕೊಂಡು ಕಾವಲು ಕಾಯುತ್ತಿದ್ದ. ಮಳೆಗಾಲ ಎಲ್ಲಿಲ್ಲದ ಭರದಿಂದಲೇ ತೊಡಗಿತು. ಆಷಾಢಮಾಸ ಬರುತ್ತಲೇ, ಬನದ ಸಿರಿ ಹೆಚ್ಚಿದಂತೆ ಸಮಸ್ಯೆಗಳೂ ಹೆಚ್ಚಿದುವು! ನೆಲದ ಮೇಲೆ ನಡೆಯುವುದಕ್ಕಿಲ್ಲ; ರಕ್ತ ಹೀರುವ ಇಂಬಳಗಳ ಹಾವಳಿ. ಕಾಡಿನ ಆಚೀಚೆ ಹೋಗುವುದಕ್ಕಿಲ್ಲ; ಸವರಿದಷ್ಟೂ ಚಿಗುರಿದ ಪೊದೆಗಳು. ಬೇಟೆಗೂ ಅಲೆದಾಡಲಾರದಷ್ಟು

ಮೋಡ, ಮಂಜುಗಳ ಮುಸುಕು. ಇಂಥ ವೇಳೆಯಲ್ಲೇ ಗಿಡ್ಡಿ ಪ್ರಸವದ ದಿನ ಕಾಣಬೇಕಾಯಿತು. ಎರಡು, ಮೂರು ದಿನ ಹೊಟ್ಟೆ ನೋವೆಂದು ಆಕೆ ಬಳಲಿದಳು. ಬಳಿಯಲ್ಲಿ ಮದ್ದು ಬಲ್ಲವರಿಲ್ಲ; ಸೂಲಗಿತ್ತಿಯರಿಲ್ಲ. ಹಿಂದಾದ ನಷ್ಟ ಪ್ರಸವದ ನೆನಪಿನಿಂದ ತಿಮ್ಮನಂತೂ ದಾರಿಗಾಣದಾದ. ಇಂಥ ವೇಳೆಯಲ್ಲಿ ಕರಿಯ ಬೆಟ್ಟವನ್ನಿಳಿದು, ಕೆಳಗಿನ ಹಳ್ಳಿಗೆ ಹೋಗಿ, ಅಲ್ಲಿನ ರೈತನೊಬ್ಬನ ಆಶ್ರಯಬೇಡಿ, ಮೇಲಕ್ಕೆ ಬಂದ. ಗಿಡ್ಡಿಯನ್ನು ಕಷ್ಟದಿಂದ ಪಾರಾಗಿಸಲು ಬೇರೆ ದಾರಿ ಕಾಣದೆ, ಕಂಬಳಿಯ ಮಂಚಲು ಮಾಡಿ, ನಡುವೆ ಕೋಲು ಸಿಕ್ಕಿಸಿಕೊಂಡು, ಹೆಗಲ ಮೇಲೆ ಅವಳನ್ನು ಹೊತ್ತುಕೊಂಡು ಹೇಗೆ ಹೇಗೋ ಸಾಹಸದಿಂದ, ಬೆಟ್ಟವನ್ನಿಳಿದು ಕೆಳಗಿನ ಒಂದು ಹಳ್ಳಿಯ ಮನೆಯನ್ನು ಸೇರಿದರು. ಅಲ್ಲಿ ಬಾಣಂತಿಗೆ ನೆರವಾಗಬಲ್ಲ ಒಬ್ಬಿಬ್ಬರು ಹೆಂಗಸರಾದರೂ ಇದ್ದಾರೆ–ಎಂಬುದರಿಂದ ತಿಮ್ಮ ಹೆಂಡತಿಯ ಬಳಿಯಲ್ಲಿಯೇ ಉಳಿದುಕೊಳ್ಳಬೇಕಾಯಿತು. ಕರಿಯ ಮಲೆಯನ್ನು ಒಬ್ಬನೇ ಸೇರಿದ. ನಟ್ಟ ಬೆಳೆಯು ಹಂದಿಗಳ ಪಾಲಾಗಬಾರದಲ್ಲ. ಮಲೆಯ ದೊರೆತನ ಬೇಕಾದರೆ ಕಾವಲನ್ನೂ ಮಾಡಬೇಕು. ಮಳೆಗಾಲದ ಮೂರು ತಿಂಗಳ ಕಾಲ ತಿಮ್ಮನ ಸಂಸಾರ ಬೆಟ್ಟದ ಬುಡದ ಹಳ್ಳಿಯಲ್ಲಿ ಕಳೆಯಿತು. ಗಿಡ್ಡಿ ಗಂಡು ಕೂಸೊಂದನ್ನು ಹಡೆದಳು; ಅಲ್ಲಿನ ಜನಗಳ ನೆರವಿನಿಂದ ಅವಳ ಬಾಣಂತಿತನ ಸುಖವಾಗಿಯೇ ಕಳೆಯಿತು. ಆದರೆ, ಒಂದು ತಿಂಗಳ ಕಾಲ, ಜ್ವರ ನಿತ್ರಾಣಗಳಿಂದ ಆಕೆ ನರಳಿದಳು. ಕರಿಯನು ಬೆಟ್ಟ ಬಿಟ್ಟು ಇಳಿಯುವುದಕ್ಕಿಲ್ಲ. ತಿಮ್ಮ ಬಾಣಂತಿಯನ್ನು ಬಿಟ್ಟು ಮೇಲೆ ಬರುವುದಕ್ಕಿಲ್ಲ.

ಕರಿಯನ ವೇಳೆ ಅವನಿಗೆಂದೂ ಭಾರವಾಗಿ ಕಾಣಿಸಲಿಲ್ಲ. ತಿಮ್ಮನ ಚಿಂತೆ ಆಗಾಗ ಬರುತ್ತಿತ್ತಾದರೂ, ಮಳೆಗಾಲದ ಪ್ರಯೋಜನವನ್ನು ತಾನು ಪಡೆಯಲೇಬೇಕೆಂದು, ತಾನಿರುವ ಮಗ್ಗುಲಲ್ಲಿ ಬೆಳೆದ ಏಲಕ್ಕಿ ಬುಡಗಳೆಷ್ಟೆಂದು ಎಣಿಕೆ ಹಾಕತೊಡಗಿದ. ಅವುಗಳ ಸುತ್ತಲಿನ ಬಲ್ಲೆಗಳನ್ನು ಸವರಿದ. ಮರಗಳ ದಟ್ಟಣೆಯನ್ನು ಕಡಿಮೆ ಮಾಡಿದ. ದಿನವೆಲ್ಲ ಇಂಬಳಗಳಿಂದ ಕಚ್ಚಿಸಿಕೊಂಡು, ಅವಕ್ಕೆ ರಕ್ತದ ನೈವೇದ್ಯ ಉಣಿಸಿ, ಜೀವನಕ್ಕೆ ದಾರಿಮಾಡಿಕೊಳ್ಳುವೆನೆಂದ. ಅವನಿಗೆ ತೋಚದ ಅಂಶವೆಂದರೆ–ತಾನು ವಾಸವಾಗಿರುವ ಮಲೆಗೆ, ಯಾರಾದರೊಬ್ಬರೂ ತನಗೇ ತಿಳಿಯದ ಒಡೆಯರಿರಬಹುದು–ಎಂಬುದು.

ನ್ಯಾಯಕ್ಕೂ ಆ ಸೆರಗು, ಊರಿನ ನಕಾಶೆಯಲ್ಲಿ ತಿರುಮಲ ಧನಿಗಳಿಗೇ ಸೇರಿತ್ತು. ಚೆನ್ನಾಗಿ ಅಳೆದು ಮಾಡದ ನಕ್ಷೆ ಹಿಂದಿನ ಕಾಲದ್ದು. ಅದರಲ್ಲಿ ಒಟ್ಟೊಂದು ಗಡಿಯ ಗುರುತ್ತಿತ್ತು. ಆ ಗುರುತಿನೊಳಗೇನೆ-ಕರಿಯನ ಮಲೆ ಇದೆ. ಅದು ಮಲೆ-ಎನ್ನುವಷ್ಟು ದೊಡ್ಡ ಬೆಟ್ಟದ ಸಾಲಲ್ಲ. ಈ ತನಕ ಅಲ್ಲಿಗೆ ಕಾಲಿರಿಸಿದವರೂ ಇಲ್ಲ. ಅಲ್ಲೂ-ಸ್ವಲ್ಪವಲ್ಲ ಸ್ವಲ್ಪ ಏಲಕ್ಕಿಯೂ ಬೆಳೆಯುತ್ತಿದೆ ಎಂದು ತಿಳಿದಿದ್ದರೆ, ತಿರುಮಲ ಭಟ್ಟರು ಸ್ವಾಭಾವಿಕವಾಗಿ ತಮ್ಮ ಕೈಯನ್ನು ಅಲ್ಲಿಯ ತನಕವೂ ಚಾಚುತ್ತಿದ್ದರು. ಇದ್ದ ಮಲೆಯಲ್ಲೇ ಕೃಷಿಯಿಂದ ಇನ್ನೂ ಹೆಚ್ಚಾಗಿ ಏಲಕ್ಕಿ ಬೆಳೆಯಬಹುದಾದಾಗ, ತಿರುಮಲ ಭಟ್ಟರು ಒಟ್ಟಾರೆ ಈ ಜಾಗ ತಮ್ಮದು-ಎಂದಿಷ್ಟೇ ಬಲ್ಲರು ಹೊರತು, ತಪ್ಪಿಸಿಕೊಂಡ ಕರಿಯ ಇನ್ನೂ ತಮ್ಮ ಅಂಕೆಯಲ್ಲಿ ಉಳಿದಿದ್ದಾನೆ ಎಂಬ ಅರಿವುಳ್ಳವರಾಗಿರಲಿಲ್ಲ.

ಗಿಡ್ಡಿಯ ಬಾಣಂತಿತನ ಎರಡು ತಿಂಗಳ ಕಾಲ ಸಾಗುತ್ತಲೇ, ಅವಳು ಸಂಪೂರ್ಣ ಆರೋಗ್ಯಗೊಂಡಳು. ತಿಮ್ಮನ ಮನಸ್ಸು ಹಗುರವಾಯಿತು. ಒಮ್ಮೆ ಆತ ಬೆಟ್ಟವನ್ನೇರಿ ಕರಿಯನ ಮನೆಗೆ ಬಂದು ಆ ಶುಭವಾರ್ತೆಯನ್ನು ಆತನಿಗೆ ತಿಳಿಸಿದನು. "ಆದರೆ ಇನ್ನೂ ತಿಂಗಳು ಕಳೆಯದೆ ಗಿಡ್ಡಿಯನ್ನು ಇಲ್ಲಿಗೆ ನಡೆಸಿಕೊಂಡು ಬರುವುದು ಹೇಗೆ?" ಎಂಬ ಚಿಂತೆಯನ್ನು ತೋರಿದ. ತಾವು ಉಳಿದುಕೊಂಡ ಮನೆಯ ಯಜಮಾನ ಬಟ್ಯ ಗೌಡ ತಮಗೆ ಅನ್ನ ನೀಡಿ, ಸಾಕಿದ್ದಕ್ಕೆ ಅವರಿಗೇನು ಸಲ್ಲಿಸಲಿ-ಎಂಬ ಚಿಂತೆಯನ್ನೂ ವ್ಯಕ್ತಪಡಿಸಿದ. "ಯಾಕೆ ಅದೆಲ್ಲ ಚಿಂತೆ ನಿನಗೆ? ಮಳೆ ಕಳೆದ ಮೇಲೆ ಬಾ. ಗೌಡರಿಗೆನ್ನು; ಮಲೆಯಲ್ಲಿ ಏಲಕ್ಕಿ ಇದೆ ಅನ್ನು; ಕೊಡುತ್ತೇವೆ ಎಂದು ಹೇಳು" ಎಂದು ಉಪದೇಶಿಸಿ ಕಳುಹಿಸಿದ.

ಕರಿಯನಿಗೆ ಆ ಒಂಟಿ ದಿನಗಳನ್ನು ಕಳೆಯುವ ಕೆಲಸ ಸುಲಭ ವಾಗಲಿಲ್ಲ. ಒಮ್ಮೊಮ್ಮೆ ಅವನ ಮನಸ್ಸು ತನ್ನ ಮದುವೆಯ ಕಡೆ ಹಾಯುತ್ತಿದೆ. ತಾನೂ ಸಂಸಾರಿಯಾಗಿ ಸುಖವಾಗಿರಬೇಕೆಂದು ಬಯಸುತ್ತದೆ. ಆತ ಒಮ್ಮೆಯಷ್ಟೆ ಗಿಡ್ಡಿಯನ್ನು ನೋಡಲು ಹೋಗಿದ್ದ. ಆಗ ಅವಳ ಹಸುಗೂಸನ್ನು ಕಂಡು 'ತನಗೂ ಅಂಥ ಕೂಸೊಂದು ಬೇಕು' ಎಂಬ ಆಸೆಯೂ ಆಗಿತ್ತು. ಆದರೆ ಕುಲ, ಕೇರಿಗಳನ್ನು ಕಡಿದು ಬಂದ ತನ್ನ ಆಸೆಯು ಎಂದು ಸಫಲವಾದೀತು-ಎಂದು ಊಹಿಸಲಾರ. ವೇಳೆ ಹೋಗುವುದಕ್ಕೆ, ಮಲೆಯ

ಸುತ್ತಲೂ ಆತ ಅಲೆದಾಡುತ್ತಾನೆ. ಮರಗಳ ಮೇಲೆ ಕುಳಿತು, ಕಾಡಿನ ಹುಲ್ಲು, ಮೊದೆ ಅಲುಗಾಡಿತೆಂದರೆ, ಕಣ್ಣಿಗೆ ಕಣ್ಣಿಟ್ಟು ನೋಡುತ್ತಾನೆ. ನಿರಾತಂಕವಾಗಿ ಸಂಚರಿಸುತ್ತಿದ್ದ ಕಡವೆ, ಕಾಡುಕೋಣಗಳ ಹಿಂಡನ್ನು ಕಾಣುತ್ತ ಬಾಯಿ ಬಿಡುತ್ತಾನೆ. ಕೊಲ್ಲುವ ಹಂಬಲಕ್ಕಿಂತ ಹೆಚ್ಚಾಗಿ, ಮೃಗಗಳನ್ನು ನೋಡುವ ಹುಚ್ಚು ಅವನಿಗೆ. ಒಮ್ಮೊಮ್ಮೆ ತಾನೇ ಮೈಮರೆತು ಅವುಗಳನ್ನು ಆದಷ್ಟು ಸಮೀಪ ಹಿಂಬಾಲಿಸಿ ಹೋಗಿ ನೋಡಿದ್ದೂ ಉಂಟು. ಒಮ್ಮೊಮ್ಮೆ, ಮರದ ಮೇಲೆ ಕುಳಿತಾಗ, ಕೆಳಗೆ ಚಿರತೆಯೋ, ಹುಲಿಯೋ ಯಾರ ಲಕ್ಷ್ಯವೂ ಇಲ್ಲದೆ ಅಲೆದಾಡುವುದನ್ನು ನೋಡಿ ಹಿಗ್ಗಿದುದುಂಟು. ವೇಳೆ ಹೋಗದ್ದಕ್ಕಾಗಿ–ಒಮ್ಮೆ ಉರುಳೊಡ್ಡಿ ಬರ್ಕದ ಮರಿಯೊಂದನ್ನು ಹಿಡಿದ. ಹಿಡಿದಾಗ, ತಾಯಿಯಾಗಿ ಹಂಬಲಿಸಿ ಚೀರಿದ ಆ ಎಳೆಯ ಕರುವಿನ ದುಃಖಕ್ಕಾಗಿ ಮರುಗಿದ. ಆದರೂ ಆ ಪ್ರಾಣಿಯ ಮೋಹಕ ರೂಪ ಅವನನ್ನು ಸೆಳೆಯಿತು. ಮಿಗದಂತೆ ಹೊಬಣ್ಣದ ಮೈ; ಅದರ ಮೇಲೆ ಬಿಳಿಯ ಬೊಟ್ಟುಗಳ ಸಾಲು. ಅದನ್ನು ತಂದು ಸಾಕಿದ; ಪಳಗಿಸಿದ. ತನ್ನ ಮಗು ಅದೇನೆ ಎಂದು ನಕ್ಕ. ಕಾವಲಿನ ಅಟ್ಟಳಿಗೆಯ ಮನೆಗೆ ಹೋದರೆ, ಅಲ್ಲಿಗೂ ಅದನ್ನು ಒಯ್ದು, ತನ್ನ ಜತೆಗೆ ಮಲಗಿಸಿಕೊಳ್ಳುತ್ತಿದ್ದ. ಮಗುವಿಗಿಂತಲೂ ಹೆಚ್ಚಾಗಿ ಅದನ್ನು ಮುದ್ದು ಮಾಡುತ್ತಿದ್ದ.

ಭಾದ್ರಪದ ಮಾಸ ಕಳೆಯುವಾಗ, ತಿಮ್ಮನ ಸವಾರಿ ಗಿಡ್ಡಿಯನ್ನು ಕರೆದುಕೊಂಡು, ತಿರುಗಿ ಗವಿಮನೆಗೆ ಬಂದಿತು. ತಿಮ್ಮ ಮಗುವನ್ನು ಹೊತ್ತು ಕೊಂಡು, ಹೆಂಡತಿಯನ್ನು ಮೆಲ್ಲನೆ ನಡೆಯಿಸಿಕೊಂಡು, ಮೊದೆಗಳ ಎಡೆಯಲ್ಲಿ ಮೈ ಸವರಿಕೊಂಡು, ದಣಿದು, ಮೇಲಕ್ಕೆ ಬಂದಿದ್ದರೂ, ತನ್ನಂಥ ಭಾಗ್ಯಶಾಲಿ ಇನ್ನಾರೂ ಇಲ್ಲ ಎಂದು ತಿಳಿದ. 'ಅಜ್ಜಿ, ಅಜ್ಜರಿಗೆ ಆ ಮಗುವನ್ನು ತೋರಿಸು ವುದೆಂದು' ಎಂಬ ಹಂಬಲ ಅವನದು. ಗಿಡ್ಡಿಗೂ ಆ ಆಸೆ ಉತ್ಕಟವಾಗಿತ್ತು. ಆದರೆ ತಾವು ಹಿರಿಮಲೆಗೆ ಹೋಗಿ ಸಿಕ್ಕಿಬೀಳಬಾರದೆಂಬ ಬೆದರಿಕೆಯೂ ಇತ್ತು. ಅಲ್ಲದೆ, ಈಗ ಕುಮರಿ ಬೆಳೆ ತೆನೆಯೊಡೆದಿತ್ತು. ಪೈರು ಹಣ್ಣಾಗುವಲ್ಲಿತ್ತು. ಅದು ಕೈಗೆ ಬರುವ ತನಕ, ಅಲ್ಲಿಂದ ಕದಲುವ ಹಾಗಿರಲಿಲ್ಲ. ಅಲ್ಲಿಗೆ ಬಂದೊಡನೆ ಗುಹೆಯೊಡತಿ ಗಿಡ್ಡಿಯಾದಳು. ಮಗುವಿನಿಂದಾಗಿ, ಅವಳ ಬೇಸರದ ಬಾಳು ಹೆಚ್ಚಿನ ನಗುಮುಖ ತಾಳಿತು. ತಿಮ್ಮ, ಕರಿಯರಿಬ್ಬರಿಗೇ ದಿನ

ರಾತ್ರಿ ಕುಮರಿ ಕಾಯುವ ಕೆಲಸ. ವಿಶಾಲ ಕ್ಹಾಡಿನ ಆವರಣದಲ್ಲಿ, ಗೇಣುದ್ದ ಜಾಗದಲ್ಲಿ, ಕುಮರಿ ಬೆಳೆದರೆ, ಒಬ್ಬಿಬ್ಬರು ವೈರಿಗಳಲ್ಲ–ಕಾಡಿನ ಕಪಿಗಳಿಗೆಲ್ಲ ಅವುಗಳ ಮೇಲೆಯೇ ಕಣ್ಣು. ಮಂಗ ಬೇರೆ, ಮುಸುವ ಬೇರೆ, ಸಿಂಗಲೀಕ ಬೇರೆ; ಇನ್ನು ಸಾಲದ್ದಕ್ಕೆ ಅಳಿಲುಗಳ ಹಾವಳಿ. ಹಾರಾಡುವ ಗಿಳಿ, ಗುಬ್ಬಿಗಳಿಗೆ ತಮಗಾಗಿ ಈ ಬೆಳೆ ಬೆಳೆದಿದ್ದಾರೆಂಬ ತಿಳಿವು. ಇಬ್ಬರಿಗೂ–ಕವಣೆ ಬೀಸಿ, ಬೀಸಿ ನಿತ್ಯ ರಟ್ಟೆನೋವು ಬರುತ್ತಿತ್ತು. ಆದರೂ ಪೈರು ಹಣ್ಣಾಗಿ ಅರೆವಾಸಿ ಯಷ್ಟಾದರೂ ಬತ್ತ ಮನೆಗೆ ಬರಬೇಕಲ್ಲ. ಅದು ಬಂದೂ ಬಂದಿತು. ಗವಿಯ ಮಗ್ಗುಲಲ್ಲಿ, ಶಿಲೆಯೊಂದರ ಮೇಲೆ, ನೀರು ಬಿದ್ದು, ಬಿದ್ದು ಕೊರೆದ ಹೊಂಡ ವೊಂದರಲ್ಲಿ, ಗಿಡ್ಡಿ ಬತ್ತ ಕುಟ್ಟಿ ಅಕ್ಕಿಯನ್ನು ಕೇರಿ, ಹೊಸ ಅನ್ನ ಮಾಡಿದ ದಿನ ಕರಿಯ, ತಿಮ್ಮರ ಸಂತೋಷ ಹೇಳಲಾರದು. ಆ ಅನ್ನದಂಥ ರುಚಿ, ಆ ಅಕ್ಕಿಯಂಥ ಸವಿ, ನಾಲ್ಕು ಮಲೆಗಳಲ್ಲೂ ಇಲ್ಲ ಎಂದುಕೊಂಡು, ಹಿಗ್ಗಿನ ಊಟ ಉಣ್ಣುತ್ತಿದ್ದಾಗ ಕರಿಯ ತಿಮ್ಮನೊಡನೆಂದ: "ಅದೆಲ್ಲ ಇರಲಿ, ಇಲ್ಲಿ ನಮಗೆ ನಾವೇ ದೊರೆಗಳು; ಹೇಳುವವರಿಲ್ಲ, ಕೇಳುವವರಿಲ್ಲ. ನನ್ನದೊಂದು ಆಸೆಯಿದೆ. ನೋಡು–ಈ ವಟಾರದಲ್ಲಿ ಒಂದು ಆನೆ ಹಿಡಿಯಲಿಕ್ಕೆ ಬರಲಾರದೇ? ಕಡೆಗೆ ಒಂದು ಆನೆಯ ಮರಿ ಸಿಕ್ಕಿದರೂ ಸಾಕು."

"ಕರಿಯಣ್ಣ, ನಿನಗೆ ಈ ಆನೆಯ ಕನಸು ಮರೆತೇ ಹೋಗಿತ್ತೆಂದು ತಿಳಿದಿದ್ದೆ. ಇನ್ನೂ ಉಳಿದಿದೆ ಆ ಆಸೆ! ಆದರೆ –ಹಾಗೆಲ್ಲ ಆನೆಯನ್ನು ಹಿಡಿಯಬಾರದು ಅನ್ನುತ್ತಾರೆ. ಆನೆ ಇರಲಿಕ್ಕೆ, ಈ ಸೆರಗಿನಲ್ಲಿ ಇರಬಹುದು. ಕೆಳಗೆ ಈ ವರ್ಷ ಒಂದು ಹಿಂಡು ಆನೆಗಳು ಬಂದು ಬಟ್ಯ ಗೌಡರ ಅಡಕೆ ತೋಟ ನುಗ್ಗುನುರಿ ಮಾಡಿದುವು, 'ಅವನ್ನು ಯಾಕೆ ಹಿಡಿಯಬಾರದು? ಎಂದುದಕ್ಕೆ ಗೌಡರೆಂದರು "ಮಹಾರಾಯ, ಅದೆಲ್ಲ ಸರಕಾರದ್ದು; ಹಿಡಿಯು ವುದನ್ನು ಬಿಟ್ಟು, ತೊಂದರೆ ಕೊಡಲು ಬಂದ ಅವನ್ನು ಗುಂಡುಹಾರಿಸಿ ಕೊಲ್ಲುವುದಕ್ಕೂ ಹೆದರಿಕೆಯೇ' ಎಂದು.

"ಏನೇ ಆಗಲಿ, ಒಂದಲ್ಲ ಒಂದು ದಿವಸ, ನಾನು ಆಸೆ ಹಿಡಿದು ಅದರ ಸವಾರಿ ಮಾಡುವವನೇ–ಸಾಯುವ ಮೊದಲು. ಕೆಳಗೂ ಆನೆಯಿದೆ ಅನ್ನುತ್ತೀಯಾ? ಮೇಲೆ ಇದ್ದೇ ಇದೆ. ನಾನೆಷ್ಟೋ ಸಾರಿ –ಅಲ್ಲಿ ಕುಳಿತು ಆಚೀಚಿನ ಬೆಟ್ಟಗಳ ಎಡೆಯ ಒಳಬುಗಳನ್ನು ನೋಡುತ್ತಿದ್ದೇನಲ್ಲ. ಅಲ್ಲಿ

ಹಿಂಡಾಗಿ ಅವು ತಿರುಗುವುದನ್ನು ಕಂಡಿದ್ದೇನೆ. ತೀರ ಇಳಕಲು ಮೈಯಲ್ಲಿ ಅವು ಅಷ್ಟು ಹೆಚ್ಚಾಗಿ ಅಲೆದಾಡುವುದಿಲ್ಲವಷ್ಟೆ. ಮಳೆ ಸ್ವಲ್ಪ ಕಡಿಮೆಯಾದಾಗ ಯಾರ ಲಕ್ಷ್ಯವೂ ಇಲ್ಲದೆ ಅಲೆದಾಡುತ್ತವೆ."

"ಇಷ್ಟೆಲ್ಲ ಆಯಿತಂತೆ–ನಿನ್ನ ಮನಸ್ಸಿನಲ್ಲಿ ಅಂಥ ಆಸೆಯಿದ್ದರೆ, ಅದೂ ನೆರವೇರೀತು. ಆದರೆ, ಆನೆಯನ್ನು ಕಟ್ಟಿಕೊಂಡು ನೀನೇನು ಮಾಡುವವ? ಇಲ್ಲಿರುವ ಆಲೋಚನೆ ಇಲ್ಲವೇ ನಿನಗೆ? ಆನೆ ಹಿಡಿದರೂ ಈ ಜಾಗದಲ್ಲಿ ಹಿಡಿಯಲು ಬರಲಿಕ್ಕಿಲ್ಲ. ಇಲ್ಲಿಗಂತು ಅವು ಬರಲಾರವು. ಇನ್ನೊಂದು ಕಡೆಯಲ್ಲಿ ಆನೆ ಹಿಡಿದು, ಇಲ್ಲಿಗೆ ಅದನ್ನು ತರುವುದು ಸಾಧ್ಯವೇ? ತಂದು ಸಾಕುವುದಾದರೂ ಹೇಗೆ ಹೇಳು."

"ಅದೆಲ್ಲ ಪುರಾಣ ನನಗೆ ಬೇಡ. ಸಿಕ್ಕೀತು–ಒಂದು ದಿನ; ಆಗ ನೋಡುವ" ಎಂದು ತಾನು ಮಳೆಗಾಲದ ವಿರಾಮದಲ್ಲಿ, ದೂರದಲ್ಲಿ ಕಂಡ ಆನೆಯ ಹಿಂಡುಗಳ ಕತೆ ಬಣ್ಣಿಸತೊಡಗಿದ. ಜತೆಗೆ, ಇತರ ಕಾಡುಮೃಗಗಳ ಸಂಚಾರಗಳನ್ನು ಕಂಡದ್ದೂ ಹೇಳಿದ.

ಹೊಸತು ಊಟವಾದ ಮೇಲೆ, ಹೊಸ ಬಾಳಿನ ಯೋಚನೆ ತೊಡಗಿದರು. ತಿಮ್ಮನನ್ನು ಕರಿಯ ಏಲಕ್ಕಿ ಬೆಳೆಯುವ ತಾವಿಗೆ ಕರೆದು ಕೊಂಡು ಹೋದ. ಅಲ್ಲಿ ನಾಲ್ಕಾರು ಮಣ ಏಲಕ್ಕಿ ನಿರಾಯಾಸವಾಗಿ ದೊರೆಯಬಹುದು. ಅದನ್ನು ಒಟ್ಟುಮಾಡಿ, ಒಣಗಿಸಿ, ಕೆಳಗಿನ ಗೌಡರಿಗೆ ಕೊಟ್ಟರೆ ಉಪ್ಪು, ಅರಿವೆಗಳ ಚಿಂತೆ ಕಳೆದೀತೆಂದು ಅನಿಸಿತು. ಅಲ್ಲಿಂದಲೇ ಶುರು–ಮಣ್ಣು ಅಗೆದು, ಏಲಕ್ಕಿ ಒಣಗಿಸಲು ಗೂಡು ಕಟ್ಟಲಿಕ್ಕೆ ಕಟ್ಟಿಗೆ ಕಡಿದರು; ಏಲಕ್ಕಿ ತಂದರು; ಅದನ್ನು ಕಾದ ನೆಲದ ಮೇಲೆ ಹರವಿ ಒಣಗಿಸಿದರು. ಅದರಲ್ಲಿ ಏಲಕ್ಕಿಯ ಕೆಲಸ ಮಾಡುವಾಗಲೆಲ್ಲ ತಿಮ್ಮ ಹೇಳುತ್ತಿರುವ ಮಾತೊಂದೇ; "ಕರಿಯಣ್ಣ, ನಿನಗೆ ಹೇಗೆ ಅನಿಸುತ್ತದೋ! ನನಗೆ ಖಂಡಿತಕ್ಕೂ ಕಾಣುವ ಮಾತೆಂದರೆ, ಒಂದು ನಾಲ್ಕು ದಿನ, ರಾತ್ರಾ ರಾತ್ರೆ ಹೋಗಿ ಧನಿಗಳ ಏಲಕ್ಕಿ ತೋಟದಲ್ಲಿ ಹಿಂದೆ ಮಾಡಿದ ಹಾಗೆಯೇ, ಏಲಕ್ಕಿ ಚೊಕ್ಕಮಾಡಿ ಬರಬೇಕೆಂದು. ಅವರು ನಮಗೆ ಅಷ್ಟೆಲ್ಲ ಉಪದ್ರ ಕೊಟ್ಟದ್ದಕ್ಕೆ ಸುಮ್ಮನೆ ಬಿಡಬಾರದು. ಅವರ ಹೊಸ ಮನೆ ಸುಟ್ಟರೂ ಪಾಪ

ಎಂದು ನನಗೆ ಕಾಣುವುದಿಲ್ಲ" ಎನ್ನುತ್ತ ಆತನ ಮೋರೆಯನ್ನೇ ನೋಡಿದ. ಕರಿಯ ಅದಕ್ಕೆ ಒಪ್ಪಿಗೆಯ ಮುದ್ರೆಯನ್ನು ಕೊಡದಿದ್ದುದನ್ನು ಕಂಡು "ಈ ವರ್ಷ ಸಾಧ್ಯವಿಲ್ಲ. ಮುಂದಿನ ವರ್ಷಕ್ಕೆ ಹೇಳಿದ್ದು ನಾನು" ಎಂದು ತನ್ನ ಸೇಡನ್ನು ತಾತ್ಕಾಲಿಕವಾಗಿ ನುಂಗಿಕೊಂಡ. ಅವನಿಗಂತು ತಿರುಮಲ ಧನಿಯನ್ನು ಹಸಿ, ಹಸಿಯಾಗಿ ತಿನ್ನುವಷ್ಟು ಕೋಪ ಇನ್ನೂ ಉಳಿದಿತ್ತು.

ಮಳೆಗಾಲ ಸರಿದು, ಚಳಿಗಾಲ ಪ್ರಾರಂಭಿಸಿತು. ಕರಿಯನ ಮಲೆಯ ಮೇಲೆ ಬೆಳಗು, ಸಂಜೆಗಳಲ್ಲಿ ನಿತ್ಯವೂ ಮಂಜು ಮುಸುಕತೊಡಗಿತು. ಚಳಿಗಾಳಿ ಬೀಸಿ ಹೊಸ ಉತ್ಸಾಹವನ್ನು ಅವರ ಜೀವನದಲ್ಲಿ ತುಂಬಿಸುತ್ತಿತ್ತು. ಒಂದು ಕಡೆ ಸುಮ್ಮನೆ ಕುಳಿತರೆ ಮಾತ್ರ, ಆ ಚಳಿಯನ್ನು ಸಹಿಸುವುದು ಕಷ್ಟವಾದರೂ, ಬಿಸಿಲಿಗೆ ಮೈಯೊಡ್ಡಿ, ಅಲೆಯುತ್ತಿರುವ ಜೀವಕ್ಕೆ, ಆ ಹವೆ ನಿತ್ಯ ಹುರುಪನ್ನು ಕೊಡುವ ಶಕ್ತಿಯಾಗಿತ್ತು. ಅಲ್ಲದೆ ಹೋದರೂ, ಕರಿಯ ಸದಾ ಉತ್ಸಾಹಿ. ಎಂದೂ ಸುಮ್ಮನೆ ಕುಳಿತಿರುವವನಲ್ಲ. ಮೂರು ಜನಗಳ ಜೀವನಕ್ಕಾಗಿ ಎಷ್ಟು ಬೇಟೆಯಾಡಬೇಕು? ಎಷ್ಟು ಬೇಸಾಯ ಮಾಡಬೇಕು? ಕೈ ತುಂಬ ವಿರಾಮವಿರುವಾಗ, ಮನಸ್ಸಿನ ತುಂಬ ಉತ್ಸಾಹವಿರುವಾಗ-ಕರಿಯ ಎಂದೂ ಸುಮ್ಮನೆ ಕುಳಿತಿರಲಾರ. ಗೆಳೆಯನನ್ನು ಕುಳಿತಿರಲೂ ಬಿಡಲಾರ. ಏಲಕ್ಕಿಯನ್ನು ಕೊಯ್ದು, ಕುಕ್ಕರಳ್ಳಿಯ ಗೌಡನಿಗೆ ಕೊಟ್ಟು ಬಂದರು. ತಾನು ಮಾಡಿದ ಸಹಾಯಕ್ಕಿಂತ ಹೆಚ್ಚಿನ ಬೆಲೆ, ಆ ಮೂರು ನಾಲ್ಕು ಮಣ ಏಲಕ್ಕಿಗಿತ್ತು-ಎಂದು ಗೌಡನಿಗೆ ಗೊತ್ತು. ಆ ಲೆಕ್ಕಾಚಾರದ ಮೇಲೆ ಗೌಡ ತಿಮ್ಮನಿಗಾಗಲೀ, ತಿಮ್ಮನ ಹೆಂಡತಿಗಾಗಲೀ ಆಶ್ರಯ ಕೊಟ್ಟವನಲ್ಲ. ಅಂಥ ಎಣಿಕೆಯ ಸ್ವಭಾವ ಅವನದ್ದಲ್ಲ. ಆತನಾಗಲಿ, ಅವನ ಮನೆಯ ಸುತ್ತಲಿರುವ ನಾಲ್ಕಾರು ಮನೆಯವರಾಗಲಿ ತೃಪ್ತ ಜೀವನ ಮಾಡುತ್ತಿದ್ದವರು. ನಿಸರ್ಗ ಅವರ ಪಾಲಿಗೆ ಉದಾರವಾಗಿತ್ತು. ಮಳೆಯ ನೀರಿಗೂ, ಬೆಟ್ಟದ ಬುಡದ ಹೊಳೆಯ ನೀರಿಗೂ ಬರಗಾಲವಿಲ್ಲ. ಬೆಳೆಯುವುದನ್ನು ಬೆಳೆಯಬಹುದು. ಇಷ್ಟೇ ಅವರ ತೊಡಕು-ಬೆಳೆದುದನ್ನು ಕಾಡುಮೃಗಗಳಿಂದ ರಕ್ಷಿಸಿಕೊಳ್ಳಬೇಕಾದದ್ದು. ಅವುಗಳ ಹಾವಳಿಯಿದೆ; ದನಕರುಗಳಿಗೂ ಅವುಗಳ ಹಾವಳಿ ಇದ್ದೇ ಇದೆ. ಹೆಚ್ಚಿನ ಸಾಹಸಕ್ಕೆ ಅವರ ಜೀವನದಲ್ಲಿ ಅವಕಾಶವಿರಲಿಲ್ಲ. ಅವರ ಜೀವನದ ಇನ್ನೊಂದು ಕೊರತೆಯೆಂದರೆ-ಆ ಪ್ರದೇಶದಲ್ಲಿ

ದುಡಿಯುವ ಆಳುಗಳ ಅಭಾವ. ಇರುವ ನಾಲ್ಕು ಇಲ್ಲವೆ ಹತ್ತು ಆಳುಗಳಿಗೆ, ಒಬ್ಬಿಬ್ಬರು ಚಳಿಜ್ವರದಿಂದ ಪೀಡಿತರಾಗಿ ಮಲಗಿರಲೇ ಬೇಕಾಗುತ್ತದೆ. ಬೇಸಾಯಕ್ಕೆ ಏನಾದರೊಂದು ನೆರವು ಬೇಕಾದರೆ, ಹೊರಗಿನ ಜನರ ಸಹಾಯವಿಲ್ಲ. ತಿಮ್ಮ, ಕರಿಯರನ್ನು ಕಂಡ ದಿನ ಬಟ್ಯನಿಗುಂಟಾದ ಅತಿ ಹೆಚ್ಚಿನ ಸಂತೋಷವೆಂದರೆ-ಆಪತ್ತಿನ ಕಾಲದಲ್ಲಿ, ನೆರವಾಗಬಹುದಾದ ಇನ್ನಿಬ್ಬರು ಗೆಳೆಯರು ದೊರೆತಿದ್ದಾರೆಂದು. ಅವರಂತೆಯೇ ನಿಷ್ಕಪಟ ಜೀವಿಗಳು.

ಅಲ್ಲದೆ ಗೌಡನಿಗೂ, ಅವನ ಕೆಲವು ಗೆಳೆಯರಿಗೂ ಬೇಟೆಯೆಂದರೆ ಪ್ರಾಣ. ಹಾರುವ ಅಳಿಲು, ಕೆಂಚಳಿಲು, ಬರ್ಕ, ಕೆಮ್ಮ ಇವುಗಳ ಮಾಂಸ ವೆಂದರೆ ತುಂಬ ಇಷ್ಟ. ಒಮ್ಮೊಮ್ಮೆ ತಿಮ್ಮನಾಗಲೀ, ಕರಿಯನಾಗಲಿ ಮಲೆ ಯಿಂದ ಕೆಳಗಿಳಿದು ಬರುವಾಗ ಬರಿಗೈಯಿಂದ ಬಾರದೆ, ಏನಾದರೊಂದು ಬೇಟೆಯನ್ನು ತಂದೇ ತರುತ್ತಾರೆ. ಬಟ್ಯ ಗೌಡನಿಗೂ, ಈ ಕುಡಿಯರ ಕೈಯಲ್ಲಿ ಬೇಟೆಯ ವಿಧಾನಗಳನ್ನು ಕಲಿಯುವ ಹಂಬಲ. ಕರಿಯ ಒಮ್ಮೆ, ಬಟ್ಯನ ಮನೆಯ ಮುಂದಿನ ಬಯಲಿನಿಂದ ತನ್ನ ಮಲೆಯನ್ನು ತೋರಿಸಿದಾಗ, ಅವನ ಗುಹೆಗೆ ಆಶ್ರಯವಾದ ಬಂಡೆಯ ಕಡಿದಾದ ಮೈಯನ್ನು ಕಂಡು ಬಟ್ಯ ಗೌಡ "ಏನು! ನೀವು ಮೂವರೇ ಮಂದಿ ಅಲ್ಲೇ ಇದ್ದೀರಾ? ಹೆದರಿಕೆ ಯಾಗುವುದಿಲ್ಲವೇ?" ಎಂದು ಆಶ್ಚರ್ಯವನ್ನು ತಾಳಿದ. ಕುಕ್ಕರಹಳ್ಳಿಯ ಕತೆಗಳಲ್ಲಿ-ಬೆಟ್ಟದ ಶಿಖರಕ್ಕೆ 'ಗುಮ್ಮನ ಕಲ್ಲು' ಎಂಬ ನಾಮಕರಣವಿತ್ತು. ಅಲ್ಲಿ ರಾತ್ರಿವೇಳೆ ಗಂಟೆಯ ಧ್ವನಿಯಾಗುತ್ತದಂತೆ; ಗಣಗಳ ಚೀತ್ಕಾರ ಕೇಳಿಸುತ್ತದಂತೆ-ಎಂದು ಏನೇನೋ ಕತೆಗಳು ಹಬ್ಬಿದ್ದುವು. ಅಂಥ ಸ್ಥಳದಲ್ಲಿ ಈ ಮೂವರೇ ಸೇರಿ ದಿಟ್ಟತನದ ಬಾಳು ನಡೆಯಿಸುತ್ತಿದ್ದುದನ್ನು ಕಂಡು ಬಟ್ಯನಿಗೆ ಅವರ ವಿಷಯದಲ್ಲಿ ತುಂಬ ಹೆಮ್ಮೆ. ಆದರೆ, ಅವರ ಸ್ನೇಹಕ್ಕೆ ಕಟ್ಟುಬಿದ್ದು, ಆತ ಅದೆಷ್ಟೋ ಬಾರಿ ಆಯಾಸಪಟ್ಟು, ಮಲೆ ಹತ್ತಿ, ಅವರ ಗುಹಾಲಯಕ್ಕೆ ಅಭ್ಯಾಗತನಾಗಿ ಹೋದುದುಂಟು. ಆರೆಂಟು ತಿಂಗಳ ಅವಧಿಯಲ್ಲಿ, ಬಟ್ಯ ಮತ್ತು ಅವರ ಸ್ನೇಹವು ಗಾಢವಾಗಿ ಪರಿಣಮಿಸಿತು. ಬಟ್ಯ ಕರಿಯನನ್ನು ಹಿಂಬಾಲಿಸಿ, ಉರುಳಿಡುವ ವಿಧಾನ ಕಲಿತಿದ್ದಾನೆ. ಕವಣೆ ಬೀಸುವುದಕ್ಕೂ ಕಲಿತಿದ್ದಾನೆ. ಬಿಲ್ಲುಬಾಣಗಳನ್ನು ಹಿಡಿದು ಆಟವಾಡಿದ್ದಾನೆ.

ಅವನಿಂದಾಗದ ಕೆಲಸವೆಂದರೆ-ಕರಿಯನ ಹಿಂದೆ ದಿಕ್ಕು ದಿವಾನಿಯಿಲ್ಲದ, ಕಾಡಿನಲ್ಲಿ ಅಲೆದಾಡುವ ಕೆಲಸ. ಕರಿಯ ಒಬ್ಬನೇ ಎಲ್ಲೆಲ್ಲೂ ಸಂಚರಿಸಬಲ್ಲ. 'ಹುಲಿ ಬಂದರೆ, ಕಾಟಿ ಬಂದರೆ' ಎಂದು ಬಟ್ಯ ಅಂಜುವಾಗ 'ಅದಕ್ಕೇನೂ ಮಾಡದಿದ್ದರೆ ಅವು ನಮಗೇನೂ ಮಾಡುವುದಿಲ್ಲ' ಎಂಬ ಮಾತು ಕರಿಯನದು. ಬಟ್ಯನಿಗೆ ಅದೆಲ್ಲ ಸೋಜಿಗವೇ! ಆತ ಮಲೆಗೆ ಬರಬೇಕಾದರೆ, ಮಲೆಯಿಂದ ಇಳಿಯಬೇಕಾದರೆ, ಜತೆಯಲ್ಲಿ ತಿಮ್ಮನಾಗಲಿ ಕರಿಯನಾಗಲಿ ಇರಬೇಕು; ಅವನನ್ನು ಕರೆಯಲು ಬರಬೇಕು, ಕಳುಹಿಸಿಕೊಡಬೇಕು. ಅವನಿಗೆ ಈ ವನ್ಯ ಮೃಗಗಳ ಔದಾರ್ಯದಲ್ಲಿ ವಿಶ್ವಾಸವಿಲ್ಲ. ಅಂದರೆ ಇಷ್ಟೆ-ವರ್ಷ, ವರ್ಷ ಕುಕ್ಕರಹಳ್ಳಿಯ ಒಂದಲ್ಲ ಒಂದು ಅಡಿಕೆಯ ತೋಟ, ಕಬ್ಬಿನ ಹೊಲ, ಕಾಟಿ, ಕಾಡಾನೆಗಳ ದಾಳಿಗೆ ಗುರಿಯಾಗುತ್ತದೆ. ಹಗಲೇ ಮೇಯಲು ಬಿಟ್ಟ ದನಕರುಗಳು ಹುಲಿಗೆ ತುತ್ತಾಗುವುದುಂಟು. ಹಾಗೆಂದು, ಬರಿಯ ಕಳೆದ ವರ್ಷವೇ, ಆತ ಒಂದು ಚರೆಮದ್ದು ತುಂಬುವ ಕೋವಿ ಸಂಪಾದಿಸಿದ್ದ, ಅದನ್ನು ಹಿಡಿದು, ಒಂದೆರಡು ಹಾರುವ ಅಳಿಲನ್ನು ಹೊಡೆದಿರಬಹುದು. ಅಥವಾ ಹಸುರು ಪಾರಿವಾಳಗಳನ್ನು ನೆಲಕ್ಕೆ ಉರುಳಿಸಿರಬಹುದು. ಅಷ್ಟು ಮಾಡಿ, ಮದ್ದಿನ ಕ್ರಯ, ಮದ್ದನ್ನು ಕೊಳ್ಳಲು ನಡೆಯಬೇಕಾಗಿದ್ದ ದೂರ, ಮಾಂಸದ ಕ್ರಯದೊಡನೆ ಹೋಲಿಸಿ ನೋಡಿ, ಅದೇನು ಲಾಭದ ವ್ಯಾಪಾರವಲ್ಲ-ಎಂದು ನಿರ್ಧರಿಸಿದ. ಹುಲಿಯ ಉಪದ್ರದ ಕತೆಯನ್ನು ಅವನ ಬಾಯಿಯಿಂದ ಕೇಳಿದ ಕರಿಯನಿಗೆ 'ಯಾಕೆ ಅದನ್ನು ಶಿಕಾರಿ ಮಾಡ ಬಾರದು?' ಎಂದು ಒಮ್ಮೊಮ್ಮೆ ಅನಿಸಿದ್ದುಂಟು. ಬಟ್ಯನ ಬಾಯಿಂದ -ಹುಲಿ ದನವನ್ನೋ, ಎತ್ತನ್ನೋ ಕೊಂದು ರಕ್ತವನ್ನು ಹೀರಿಹೋದ ಮೇಲೆ, ಮರುದಿನ ಅದೇ ತಾವಿಗೆ ಬರುತ್ತದೆ-ಎಂದು ಹೇಳಿ "ಅಂಥ ಸಂದರ್ಭ ಒದಗಿದರೆ ನನಗೆ ಹೇಳಿಕಳುಹಿಸಿ; ನಾನು ಬರುತ್ತೇನೆ" ಎಂದು ಭರವಸೆ ಕೊಟ್ಟಿದ್ದ. ತಿಮ್ಮ ಅಂಥ ಮಾತುಗಳನ್ನು ಕೇಳಿದರೆ, ಧೈರ್ಯ ಕೊಡುವವನಲ್ಲ. ಅವನಲ್ಲಿ ಬೇರೆ ಕತೆಗಳೇ ಉಂಟು. ಬೆಟ್ಟದಲ್ಲಿ ವಾಸಿಸುವ ನೂರಾರು ದೇವತೆಗಳು, ಹುಲಿಯ ರೂಪ ತಾಳಿ ಅಲೆದಾಡುತ್ತವಂತೆ, ಅಂಥವನ್ನು ಕೊಲ್ಲಬಾರದು; ಕೊಲ್ಲುವುದು ಸುಲಭವಲ್ಲ' ಎಂಬುದು ಅವನ ನಂಬಿಕೆ. ಅಷ್ಟು ಮಾತ್ರವಲ್ಲ- 'ಹಿರಿಮಲೆಯ ಬಿರುಮ ಪೂಜಾರಿ ಇದ್ದಾನಲ್ಲ; ಅವನಿಗೆ

ಹುಲಿಯ ರೂಪ ಪಡೆದುಕೊಳ್ಳಲಿಕ್ಕೆ ಬರುತ್ತದಂತೆ. ಒಮ್ಮೆ ಮಾವ ಅನ್ನುತ್ತಿದ್ದರು-ಹುಲಿಯ ರೂಪ ತಾಳಿ, ರಾತ್ರೆಯೆಲ್ಲ ಬಿರುಮ ಸುತ್ತಾಡುವುದುಂಟೆಂದು. ಅವನಿಗೆ ಗೊತ್ತಿಲ್ಲದ ಮದ್ದು ಮಾಟವಿಲ್ಲ; ಮಂತ್ರವಾದವಿಲ್ಲ" ಎಂದು. ಇಂಥ ಕತೆಗಳನ್ನು ಕರಿಯನೂ ಅರ್ಧಮರ್ಧ ನಂಬಿದವನೇ. ಆದರೆ ದೇವತೆಗಳು, ಮಂತ್ರವಾದಿಗಳು ರೈತನ ಎತ್ತು, ದನ, ತಿಂದು ಉಪದ್ರ ಕೊಟ್ಟಾರೆಯೇ? ಹಾಗಿದ್ದರೂ ಆ ಹುಲಿ ಬೇರೆ, ಈ ಹುಲಿ ಬೇರೆ ಎಂಬ ತರ್ಕಸರಣಿ ಅವನದು. ಅದರಲ್ಲೂ ಬಟ್ಯನ ಮನೆಯಲ್ಲಿದ್ದ ಬಂದೂಕನ್ನು ಎತ್ತಿ ಹಿಡಿದು, ಹಸಿಮದ್ದು ತುಂಬಿಸಿ ಹಾರಿಸಿದ್ದೂ ಸಾಲದೆ, ಹುಲಿಯನ್ನೇ ಕೊಲ್ಲಬೇಕೆಂಬ ಆಸೆ ಅವನದ್ದು. ಆ ಆಸೆಯಿಂದ ಬಟ್ಯನ ಮನೆಯ ಎಮ್ಮೆ, ದನಗಳನ್ನು ಹುಲಿ ಬಂದು ಎಂದು ತಿಂದೀತು; ತನಗೆ ಅವನಿಂದ ಶಿಕಾರಿಯ ಕರೆ ಬಂದೀತು ಎಂದು ಬಯಸಿದ್ದೂ ಉಂಟು.

ಮಕರ ಸಂಕ್ರಾಂತಿ ಕಳೆಯಿತು. ಬೆಟ್ಟದ ಸೆರಗಿನಲ್ಲಿ ಒಂದೊಂದಾಗಿ ಕಾಡ್ಗಿಚ್ಚುಗಳು ಉರಿಯಲಾರಂಭಿಸಿದುವು. ಬೆಟ್ಟದ ಮೈಯಲ್ಲಿ ಆಳೆತ್ತರದ ಹುಲ್ಲು ಬೆಳೆದಾಗ ಬೆಂಕಿ ಬಿತ್ತೆಂದರೆ, ಒಂದು ಮೂಲೆಯಿಂದ ಇನ್ನೊಂದು ಮೂಲೆಗೆ ಅದು ಪಸರಿಸುವುದಕ್ಕೆ, ಹಾಗೆ ಪಸರಿಸಿ ಬೆಟ್ಟದ ತುದಿಯನ್ನು ಏರುವುದಕ್ಕೆ, ಒಂದೆರಡು ಗಳಿಗೆಗಳೂ ಬೇಡ. ಕರಿಯ ತನ್ನ ಗುಹೆಯ ಮುಂದೆಯೋ, ಮರದ ಮೇಲೆಯೋ ಕುಳಿತು, ಆ ಭಯಾನಕ ದೃಶ್ಯ ನೋಡುವ ಹುಚ್ಚುಳ್ಳವ. ಆ ತಿಂಗಳಲ್ಲೇ-ಅವನಿಗೆ ಅಂಥ ಅಪೂರ್ವ ದೃಶ್ಯ ಕಾಣಸಿಕ್ಕಿತು. ಮಧ್ಯಾಹ್ನ ಅವನ ಮಲೆಯ ಗಾಳಿಯಲ್ಲಿ ಹೊಗೆಯ ವಾಸನೆ ತುಂಬಿ ಹೋಗಿತ್ತು. 'ಸೂ, ಸೂ' ಎಂದು ಮೂಸಿ 'ಇವತ್ತೆಲ್ಲೋ ಸಮೀಪದಲ್ಲೇ ಬೆಂಕಿ ಬಿದ್ದಿರಬೇಕು. ಹೊಗೆಯ ಘಾಟು ಇಲ್ಲಿಗೂ ಬರುತ್ತದೆ' ಎಂದೆಣಿಸಿಕೊಂಡ. ಸಂಜೆ ಪಡುವಣಕ್ಕೆ ತಿರುಗಿ ನೋಡುತ್ತಾನೆ-ತಿಮ್ಮ ಹಿಂದೆ ಆಶ್ರಯ ಪಡೆದಿದ್ದ ಬೆಟ್ಟದ ಮೈ, ಬೆಂಕಿಗೆ ಆಹುತಿಯಾಗಿದೆ! ಅದರ ಬುಡದಿಂದ ಹೊತ್ತಿದೆ ಬೆಂಕಿ! ಬಿಸಿಲಿಗೆ ಹೊಗೆ ಮಾತ್ರ ಕಾಣಿಸಿತ್ತು; ಕತ್ತಲು ಕವಿಯುತ್ತ ಬರಲು, ಬೆಂಕಿಯ ನಾಲಿಗೆ ಬೆಟ್ಟದ ಮರಗಳಿಗಿಂತಲೂ ಎತ್ತರವಾಗಿ, ಮೇಲಕ್ಕೆ ನಿಡಿದು, ಚಾಚಿ, ಬೆಟ್ಟಕ್ಕೆ ಬೆಟ್ಟವನ್ನೇ ನುಂಗಲು ಹೊರಟಹಾಗೆ ಕಾಣಿಸಿತು. ತಿಮ್ಮ ಆ ದೃಶ್ಯವನ್ನು ನೋಡಿ 'ನಮ್ಮ ಕಾಡಿಗೂ

ಅದು ಬಂದರೇನು ಗತಿ?' ಎಂದು ಅಂಜಿಕೊಂಡರೆ, ಕರಿಯ ಎವೆಬಿಡದೆ ಹುಚ್ಚು ಮನಸ್ಸಿನಿಂದ ಬೆಂಕಿಯ ನಾಲಿಗೆಗಳು ಎಲ್ಲೆಲ್ಲಿಗೆ ಚಾಚುತ್ತಿವೆ–ಎಂದು ನೋಡುತ್ತಲೇ ಇದ್ದಾನೆ. ಹಸಿ ಹುಲ್ಲು ಸುಡುವ, ಹಸಿ ಮರ ಸುಡುವ ಸದ್ದು ಸಹ, ಕಿವಿಗೆ ಕೇಳಿಸುತ್ತಿತ್ತು. –ಅಷ್ಟು ಸಮೀಪದಿಂದ. ಅರಣ್ಯ ಸ್ಮಶಾನದ ಇಂಥ ರೌದ್ರ ಚಿತ್ರವನ್ನು ಇಷ್ಟು ಸಮೀಪದಿಂದ ಅವನೆಂದೂ ಕಂಡವನಲ್ಲ. ಗಾಳಿಯ ಆವೇಗಕ್ಕೆ ಒಂದೆರಡು ಗಳಿಗೆಯೊಳಗಾಗಿ ಸುಮಾರು ಹರದಾರಿ ದೂರದ ಬೆಟ್ಟದ ಮೈಯು ಬೆಂದು, ಕಮರಿಹೋಯಿತು. ಬೆಂಕಿಯ ಹಾಳೆ ಮೇಲಕ್ಕೇರಿ, ಏರಿ, ಕೊನೆಗೆ ಬೆಟ್ಟದ ಕುಡಿಯಲ್ಲಿ ನಂದಿ ಅದೃಶ್ಯವಾದ ಯಾವತ್ತು ನೋಟ ನೋಡಿದ ಅವನಿಗೆ, ಹಿಗ್ಗಿನಿಂದ ಆ ರಾತ್ರಿ ನಿದ್ರೆಯೇ ಹತ್ತಲಿಲ್ಲ. ಅವನೆಣಿಕೆ ಬೇರೆಯೇ–'ಹೀಗೆ ಬೆಂಕಿ ಬೀಳುವಾಗ ಕಾಡಿನಲ್ಲಿರುವ ಆನೆಗಳೇನು ಮಾಡುತ್ತವೆ? ಕಾಟಿಗಳೆಲ್ಲಿಗೆ ಹೋಗುತ್ತವೆ? ಹುಲಿ ಎಲ್ಲಿಗೆ ಹೋದೀತು' ಎಂಬ ಲೆಕ್ಕ ಅವನದು. ಬೆಂಕಿಯನ್ನು ನೋಡುತ್ತಿರುವಾಗ ಅವನು ಇದ್ದ ಮಲೆಯ ಕೆಳಗಿನ ಸೆರಗಿನಲ್ಲಿ ಅಪೂರ್ವದ ಸದ್ದೊಂದು ಕೇಳಿಸಿತು. ಒಮ್ಮಿಂದೊಮ್ಮೆ ಬೆಟ್ಟದ ಅಬ್ಬಿ ಹಾದಿತಪ್ಪಿ ಭೋರ್ಗರೆದು, ಕಾಡಿನೆಡೆಯಲ್ಲಿ ಕೊಚ್ಚಿಕೊಂಡು ಹೋದಂತಿತ್ತು, ಆ ಧ್ವನಿ, 'ಪ್ರಾಯಶಃ ಅದೇ ಇರಬೇಕು–ಕಾಡುಕೋಣಗಳ ಹಿಂಡೋ, ಆನೆಯ ಹಿಂಡೋ, ಬೆಂಕಿಗೆ ಬೆದರಿ ಓಡಿಹೋಗುತ್ತಿರುವ ಸದ್ದು' ಎಂದು ಎಣಿಸಿಕೊಂಡ. ಇಂಥ ಚಿಂತೆ ಕರಿಯನಿಗಾದರೆ 'ಬೆಂಕಿ ಆಚೆಂದ ಆಚೆಯೇ ಹೋಯಿತಲ್ಲ; ಇಲ್ಲಿಗೂ ಬಂದಿದ್ದರೆ ನಮ್ಮ ಗತಿಯೇನು! ಎಂದು ಅದೃಷ್ಟವನ್ನು ಕೊಂಡಾಡುತ್ತಾನೆ ತಿಮ್ಮ.

ಈ ಕತೆ ನಡೆದು, ಒಂದು ವಾರ ಪೂರ್ಣ ಕಳೆದಿರಲಿಲ್ಲ; ಬಟ್ಯ ಗೌಡನ ಸವಾರಿ ಇಬ್ಬರು ಜತೆಗಾರರನ್ನು ಕಟ್ಟಿಕೊಂಡು ಅವನ ಮಲೆಗೆ ಧಾವಿಸಿ ಬಂದಿತು. ಬಟ್ಯನ ಮೈ, ನಡೆದ ದಣಿವಿನಿಂದ ಎಷ್ಟು ಕಂಗಾಲಾಗಿತ್ತೋ, ಮುಖ, ಆದ ನಷ್ಟದಿಂದ ಅಷ್ಟೇ ಕಂದಿತ್ತು. "ಮೊನ್ನೆ ನಿಮ್ಮ ಈ ಮಲೆಗೆ ಬೆಂಕಿ ಬಿದ್ದದ್ದೇ ತಡ, ಹುಲಿಗಳೆಲ್ಲ ನಮ್ಮ ಬಯಲಿಗೆ ಬಂದು ಇಳಿದಿದ್ದಾವೆ. ಈಗಾಗಲೇ ನನ್ನ ಎರಡು ದನ ಹೋದವು; ಹೋಗಲಿ; ಸೊಣಕು ಜೀವಗಳು–ಎಂದುಕೊಂಡಿದ್ದೆ. ಆದರೆ, ನಿನ್ನೆ ಮೇಯಲು ಬಿಟ್ಟ ನನ್ನ ಹೂಡುವ ಎತ್ತುಗಳ ಪೈಕಿ ಒಂದನ್ನು, ನಡು ಹಗಲಿಗೇ ಹುಲಿ ಬಂದು

ಗೋಣು ಮುರಿದು ಕೊಂದು ಹಾಕಿದೆ" ಎಂಬ ದುಃಖದ ವಾರ್ತೆಯನ್ನು ಹೇಳಿದ. ಅವರು ಬಂದುದು ಕರಿಯನನ್ನು ಪುಸಲಾಯಿಸಿ, ಆ ಹುಲಿಯ ಶಿಕಾರಿ ಮಾಡಲಿಕ್ಕಾಗುತ್ತದೆಯೇ ಎಂದು ನೋಡುವುದಕ್ಕೆ. "ನೀನಷ್ಟು ಉಪಕಾರ ಮಾಡಬೇಕು" ಎಂದು ಬಟ್ಯ ಕರಿಯನನ್ನು ಬೇಡಿದರೆ: ತಿಮ್ಮ "ಅದೊಂದು ಕೆಲಸ ಹೇಳಬಾರದು ನೀವು" ಎಂದು ದಮ್ಮಯ್ಯ ಹಾಕುತ್ತಾನೆ. ಆದರೆ, ಕರಿಯನ ಉತ್ಸಾಹ ತಿಮ್ಮನಿಂದ ತಡೆಯುವುದಕ್ಕಾಗಲಿಲ್ಲ. ತಿಮ್ಮ ಬರುವವನೂ ಅಲ್ಲ; ಅವನಿಗೆ ಆ ಧೈರ್ಯವೂ ಇಲ್ಲ. ಹೆಂಡತಿ, ಮಗುವನ್ನು ಬಿಟ್ಟು ಬರುವ ಹಾಗೂ ಇಲ್ಲ. ಕರಿಯ ಹೊರಟು ಹೋದ ಕ್ಷಣದಿಂದ ಮಾತ್ರ, ತಿರುಗಿ ಆತನ ಮುಖ ಕಾಣುವ ತನಕ, ಅವನು ಸದಾ ಮಲೆರಾಯನನ್ನು ಬೇಡುತ್ತಲೇ ಇದ್ದ. 'ಹುಲಿಯನ್ನು ಕೊಂಡು, ನನ್ನ ಕರಿಯನನ್ನು ಕಾಪಾಡು' ಎಂಬುದೇ ಅವನ ಪ್ರಾರ್ಥನೆ.

ಹುಲಿಯ ಶಿಕಾರಿ ಹೇಗೆಂದು ಕರಿಯನಿಗೆ ಗೊತ್ತಿತ್ತೋ ಇಲ್ಲವೋ, ಆದರೆ ಹುಲಿ ಕಂಡವ; ತನ್ನಿಂದಾಗದ ಕೆಲಸವಿಲ್ಲ ಎಂಬ ಧೈರ್ಯವುಳ್ಳವ. ಆತ ಕರೆಯಲು ಬಂದ ಜನಗಳ ಹಿಂದೆ ಧಾವಿಸಿಯೇ ಧಾವಿಸಿದ. ದಾರಿಯ ಉದ್ದಕ್ಕೂ ಬೇಟೆಯ ನಾನಾ ಉಪಾಯಗಳನ್ನು ಅವರೊಡನೆ ತರ್ಕಿಸಿದ. "ಮರ ಹತ್ತಿ, ಕಾದು ಕುಳಿತುಕೊಳ್ಳಬೇಕು; ಹಾಗೆ ಮಾಡಬೇಕು; ಹೀಗೆ ಮಾಡಬೇಕು" ಎನ್ನುತ್ತಿದ್ದ. "ಗುಂಡಿನ ಧ್ವನಿ ಕೇಳಿ ಹುಲಿ ಮರದ ಮೇಲೆ ಜಿಗಿದರೇನು ಗತಿ?" ಎಂಬ ಅನುಮಾನವನ್ನು ಬಟ್ಯ ಸೂಚಿಸಿದ. ಅಂತು, ಬೇಟೆಯ ವಿಧಾನ, ದಾರಿಯಲ್ಲೇ ನಿರ್ಣಯವಾಗಲಿಲ್ಲ. ಸ್ಥಳವನ್ನು ಕಂಡ ಬಳಿಕವೇ ಆ ನಿರ್ಧಾರ ಮಾಡಬೇಕಾಯಿತು.

ಎಲ್ಲರೂ ಬಟ್ಯನ ಮನೆಯನ್ನು ಸೇರಿದರು. ಮನೆಯ ಹಿಂದುಗಡೆ, ನೂರು ಗಜವೂ ಇರಲಿಲ್ಲ, ಒಂದು ಪುಟ್ಟ ಮೈದಾನವಿದೆ. ಅಲ್ಲಲ್ಲಿ ಹಸುರು ಹುಲ್ಲು ಬೆಳೆದಷ್ಟೇ, ಎಡೆ, ಎಡೆಗಳಲ್ಲಿ ಗಿಡಮರಗಳಿದ್ದುವು. ಅಲ್ಲಿ ಹುಲಿಯ ಬಾಯಿಗೆ ತುತ್ತಾಗಿ ಬಿದ್ದಿದ್ದ ಪುಷ್ಟವಾದ ಎತ್ತೊಂದು ಕಾಣಿಸಿತು. 'ಅಂಥ ಬಲಿಷ್ಠ ಪ್ರಾಣಿಯನ್ನು, ಒಂದಿಷ್ಟೂ ಗಾಯವಿಲ್ಲದೆ ಉರುಳಿಸಿ, ಕತ್ತನ್ನು ಕಡಿದು, ರಕ್ತ ಹೀರಿಹೋದ ಹುಲಿ ಎಂಥದಿರಬಹುದು!' ಎಂಬ ಯೋಚನೆ ಕರಿಯನಿಗಾಯಿತು. ಅದು ಮೇಲಕ್ಕೆ ಹಾರಿದಲ್ಲಿ, ಎಷ್ಟು ಎತ್ತರ ಹಾರಬಹುದು? ಅದರ

ಎಟುಕಿಗೂ ಸಿಗದಷ್ಟು ಎತ್ತರದ ಮರ ಸಮೀಪದಲ್ಲಿಲ್ಲವಲ್ಲ–ಎಂಬ ಯೋಚನೆಯೂ ಆಯಿತು. ಇನ್ನು ಆ ಚರೆ ಕೋವಿಯ ಗುಂಡು ಎಷ್ಟು ದೂರ ನಾಟೀತು–ಎಂಬ ಜ್ಞಾನವೂ ಅವನಿಗಿಲ್ಲ. ಆ ಪರಿಚಯ ಇನ್ನು ಆಗಬೇಕು. ಸಮೀಪದ ಮರವೊಂದಕ್ಕೆ, ಪರೀಕ್ಷೆಗಾಗಿ ಆತ ಗುಂಡು ಹಾರಿಸಿದ. ಗುರಿ ಏನೋ ಸಮನಾಗಿತ್ತು. ಬಹು ದೂರ ಹೊಡೆದರೆ ಚರೆ ಮದ್ದು ಹರಡಿ ಹುಲಿ, ಅದರಲ್ಲೂ ಅಂಥ ಬಲವಾದ ಹುಲಿ, ಸಾಯಲಾರದು ಎಂದೆನಿಸಿತು. ತಲೆ ತುರಿಸಿದ; ಯೋಚಿಸಿದ; ಚಿಂತಿಸಿದ.

ಕೊನೆಗೆ, ಆ ಎತ್ತಿನ ಹೆಣವನ್ನು ಅದು ಬಿದ್ದಲ್ಲಿಯೇ ಒಂದು ಗೂಟ ಹೊಡೆದು ಅದಕ್ಕೆ ಬಿಗಿಯುವಂತೆ ಹೇಳಿದ. ಈ ಹೊಸ ತಮಾಷೆ ನೋಡುವುದಕ್ಕೆ, ಊರಿನ ಗಂಡಾಳೆಲ್ಲ ಸಿದ್ಧರು. ಅನಂತರ ಅದಕ್ಕೆ ಹತ್ತು, ಹದಿನೈದು ಮಾರು ದೂರದಲ್ಲಿ ಪೊದೆಯೊಂದರ ಬಳಿ ಅವಸರ, ಅವಸರ ದಿಂದ ಒಂದು ಚೌಕದ ಕುಣಿಯನ್ನು ತೋಡಿದರು. ಕುಣಿ ತೋಡಿ ಅದರ ಎದುರಿಗೆ ಮರೆಯಾಗುವಂತೆ ಸೊಪ್ಪು ಸದೆ ಕಟ್ಟಿ ಎದುರಿಗೆ ಒಂದು ಹೊಡೆಮಂಚ ತಂದು, ಮಾಲಿಸಿ ನಿಲ್ಲಿಸಿದರು. ಸಂಜೆಯಾಗುವುದರೊಳಗೆ ಅಷ್ಟು ಕೆಲಸಮಾಡಬೇಕಾದರೆ ಸಾಕುಬೇಕಾಯಿತು. ಊರಲ್ಲಿರುವ ಕೋವಿ ಒಂದೇನೆ. ಬೇಟೆಗಾರನೂ ಒಬ್ಬನೇ. ಆದರೆ, ಉಳಿದವರು ಏನು ಮಾಡಬೇಕು? ಕರಿಯನನ್ನು ಬಿಟ್ಟು ಹಿಂದಕ್ಕುಳಿಯುವುದೇ–ಎಂಬ ಯೋಚನೆ ಅವರಿಗೆ. 'ಹಾಗೆಯೇ ಸರಿ' ಎಂದು ಬಹು ಜನರ ವಾದ. ಬಟ್ಯನಿಗೆ ಅದು ಸಮಾಧಾನವಾಗಲಿಲ್ಲ. 'ಏನೇ ಆಗಲಿ, ಸತ್ತರೂ ಬದುಕಿದರೂ ಇಬ್ಬರೂ ಸೇರಿ ಸಾಯುವ' ಎಂದು ಆತ ಹುಮ್ಮಸ ತಂದುಕೊಂಡು, ಕರಿಯನಿಗೆ ಊಟ ಹಾಕಿ, ತಾನೂ ಉಂಡು, ಕುಣಿಯ ಕಡೆಗೆ ಹೊರಟ. ಕತ್ತಲಿಗಿಂತ ಮೊದಲೇ ಅವರಿಬ್ಬರೂ ಆ ಕುಣಿಯಲ್ಲಿ ಅಡಗಿ ಕುಳಿತರು. ಕೋವಿಗೆ ಮದ್ದು ತುಂಬಿಸಿದ್ದಾಯಿತು. ಕುಣಿಯಲ್ಲಿ ಅಡಗಿ ಒಂದೆರಡು ಕತ್ತಿ, ಕೋಲುಗಳನ್ನು ತಂದಿರಿಸಿಕೊಂಡದ್ದಾಯಿತು. ಮಾತು ನಿಲ್ಲಿಸಿ, ಕಾವಲು ಹಾಕುವ ಮುನ್ನ, ಎಲೆ ಅಡಿಕೆ ಸಜ್ಜು ಮಾಡಿ ತಿಂದರು. ಬಟ್ಯ "ಅದು ಬರುತ್ತದೋ ಇಲ್ಲವೋ? ಎಷ್ಟು ರಾತ್ರಿ ಕಾಯಬೇಕಾಗುತ್ತದೋ. ಅದಕ್ಕೆ ನಮ್ಮ ಸುಳಿವು ಸಿಕ್ಕಿ, ಕಂಡು, ಓಡಿಹೋದರೆ ಮತ್ತೂ ಮೋಸ" ಎಂದು ಯೋಚನೆ ಮಾಡುವಾಗಲೇ

ಕರಿಯನ ಕಿವಿಗೆ ಒಂದೆರಡು ಕೋತಿಗಳ ಚೀರಾಟ ಕೇಳಿಸಿತು. ಕೈಸನ್ನೆ ಮಾಡಿದ–ಬಟ್ಯನಿಗೆ ಸುಮ್ಮನಿರಲು. ಅವನಿಗೆ ಗೊತ್ತು–ಕಾಡಿನಲ್ಲಿ ಸಮೀಪ ಹುಲಿ, ಚಿರತೆ ಹಾದರೆ, ಬಹು ಬೇಗ ಕೋತಿಗಳಿಗೆ ತಿಳಿಯುತ್ತದೆಂದು. ಬಾಯಿಗೆ ತುಂಬಿಸಿದ ಕವಳ ಉಗಿದು, ಬಟ್ಯನ ಕೈಗೆ ನೀಳ ಕತ್ತಿಯೊಂದನ್ನು ತುರುಕಿ, ಸುಮ್ಮನಿರಲೂ ಹೇಳಿ, ಹೊಡೆಮಂಚದ ಎಡೆಯಿಂದ, ಎತ್ತಿನ ಶವವನ್ನು ನೋಡತೊಡಗಿದ. ಆಗ ಮಸುಕಾಗಿತ್ತಷ್ಟೆ; ಸಮನಾದ ಕತ್ತಲೂ ಕವಿದಿರಲಿಲ್ಲ. ಕಣ್ಣೆದುರಿಗೆ ಬಾನಿನಲ್ಲಿ ಅರ್ಧಚಂದ್ರನೂ ಕಾಣಿಸುತ್ತಿದ್ದ. ಅಷ್ಟು ಬೇಗನೆ ಹುಲಿ ಬಂದೀತು ಎಂದು ಅವರೆಣಿಸಿರಲಿಲ್ಲ. ಆದರೆ, ತನ್ನ ಮಲೆಯಲ್ಲಿ ಎಂದು ಬೇಕಾದರಂದು ತಿರುಗಾಡಲು ಹುಲಿಗೇಕೆ ಅಂಜಿಕೆ ಯಂತೆ; ಎದುರಿನ ಪೊದೆಗಳಿಂದ ದಪ್ಪಪುಷ್ಟವಾದ ಹುಲಿಯೊಂದು ಗಂಭೀರ ನಡೆಯಿಂದ, ಬಿದ್ದ ಎತ್ತಿನ ಕಡೆಗೆ ಬಂದೇ ಬಂದಿತು. ಕರಿಯ ನೋಡುತ್ತಲೇ ಇದ್ದ ಕೋವಿಯನ್ನು ಹಿಡಿದು, ಗುರಿ ಹಿಡಿದು ಸಜ್ಜಾದ. ಬಟ್ಯ ಅವನ ಹಿಂದೆಯೇ ಕುಳಿತಿದ್ದರೂ, ಹುಲಿ ಬಂದಿರಬೇಕೆಂಬ ಅನುಮಾನವಾದರೂ, ಹುಲಿಯನ್ನು ಕಂಡುದಕ್ಕಿಂತ ಹೆಚ್ಚು ಪುಕ್ಕುಗೊಂಡ. ಅದು ಒಂದೆರಡು ನಿಮಿಷಗಳಲ್ಲಿ, ಎತ್ತಿನ ಶವವನ್ನು ಸಮೀಪಿಸಿ, ಉದ್ದಕ್ಕೆ ಮಲಗಿ ಗೋಣಿಗೆ ಬಾಯಿಹಾಕಿ, ಒಮ್ಮೆ ಎತ್ತಿ ತಲೆಯಾಡಿಸಿದ್ದೇ ತಡ, ಕಟ್ಟಿದ್ದ ಗೂಟ ಕಿತ್ತು, ಬಿಗಿದ ಹಗ್ಗ ಹರಿದು, ಎತ್ತಿನ ಅಗಾಧ ಶರೀರ ಈಚೆಗೆ ಉರುಳಿಬಿತ್ತು. ಹುಲಿಗೆಷ್ಟು ತ್ರಾಣವಿರಬಹುದು–ಎಂದು ಕರಿಯ ಮನಗಂಡದ್ದು ಆಗ. ಅವನಿಗನಿಸಿತು; ಅದು ಆ ಶವವನ್ನೆತ್ತಿಕೊಂಡು ಹೊರಟೇಹೋದರೆ, ತಾವು ಕಾದು ಕುಳಿತದ್ದು ವ್ಯರ್ಥವೆಂದು. ಆಮೇಲೆ ಬೇಟೆಯಾಡುವುದೇನು? ಹೊಡೆಯುವುದಿದ್ದರೆ ಅದಕ್ಕಿಂತ ಮೊದಲೆ ಗುರಿಯಿಟ್ಟು ಹೊಡೆಯಬೇಕು. ಒಂದು ಗುಂಡು ವ್ಯರ್ಥವಾದರೆ ಮತ್ತೊಮ್ಮೆ ಮದ್ದು ಜಡಿದು ತುಂಬಿಸುವ ಅವಕಾಶವೂ ಇಲ್ಲ, ಅನುಕೂಲವೂ ಇಲ್ಲ–ಎಂದು ತೋರಿ, ಆತ ಮಲೆರಾಯನನ್ನು ಸ್ಮರಿಸಿದ; ಗುರಿಹಿಡಿದು, ಹುಲಿಯ ಕಡೆಗೆ ಗುಂಡು ಹಾರಿಸಿಯೂ ಬಿಟ್ಟ! ಅನಂತರದ ಕೆಲವು ಕ್ಷಣಕಾಲ, ಯಾರಿಗೆ ಏನಾಯಿತು ಎಂದು ಒಬ್ಬರಿಗೂ ತಿಳಿಯದಾಗಿತ್ತು.

ಹುಲಿಯ ಹಣೆಗೆ ಸಾಕಷ್ಟು ಪೆಟ್ಟಾಗಿ, ಯಾವ ಶಕ್ತಿಯಿಂದಲೋ

ಏನೋ, ಅದು ಜಿಗಿದು ಹಾರಿತು; ಹಾರಿದ್ದೇ ಕರಿಯನ ಕಡೆಗೆ. ಕುಣಿದು, ಎದುರಿಗೆ ನಿಲ್ಲಿಸಿದ ಹೊಡೆಮಂಚದ ಮೇಲೆ ಧೊಪ್ಪಳಿಸಿ ಎರಗಿತು. ಅದರ ರೌದ್ರ ಘರ್ಜನೆ, ಗುಂಡಿನ ಧ್ವನಿ, ಜತೆಗೆ ಬಟ್ಯ ಬೆದರಿ ಮಾಡಿದ ಚೀತ್ಕಾರ-ಎಲ್ಲವೂ ಸೇರಿದುವು. ನೂರು ಗಜ ದೂರದಲ್ಲಿ, ಕಾದು ಕುಳಿತ ಜನಕ್ಕೆ ಕೇಳಿಸಿದರೂ, ಅಂಗಳಕ್ಕಿಳಿಯರು ಯಾರೊಬ್ಬರೂ; ಯಾರು ಸತ್ತರು, ಯಾರು ಉಳಿದರು-ಎಂಬ ತಿಳಿವು ಬರುವ ಮುಂಚೆಯೇ, ತಮ್ಮ ಜೀವವನ್ನು ಬಲಿಯೊಡ್ಡುವ ಧೈರ್ಯ ಅವರಿಗಾದರೂ ಹೇಗೆ ಬಂದೀತು?

ಇತ್ತ, ಕುಣಿಯ ಕತೆ ಬೇರೆಯೇ. ಹುಲಿ ಧೊಪ್ಪಳಿಸಿದ್ದಕ್ಕೆ ಸಮನಾಗಿ, ಮಾಲಿಸಿಟ್ಟ ಎದುರಿನ ಮಂಚ ಮಗುಚಿಕೊಂಡು, ಕುಣಿಗೆ ಮುಚ್ಚಳವಾಗಿ ಪರಿಣಮಿಸಿತು. ಆ ಏಟಿಗೆ ಬಟ್ಯ, ಕರಿಯ ಇಬ್ಬರೂ ಒಬ್ಬರ ಮೇಲೊಬ್ಬರು ಬಿದ್ದು ಕುಣಿಯೊಳಗೆ ಭದ್ರರಾದರು. ಬಟ್ಯ ಬೆದರಿಕೆಯಿಂದಲೇ ಮೂಕನಾದ. ಕರಿಯ ಮೊದಲ ಗಾಬರಿಯಿಂದ ಚೇತನಗೊಂಡಾಗ, ಹೊಡೆಮಂಚದ ಪಟ್ಟಿಗಳ ಎಡೆಯಿಂದ, ಹುಲಿಯ ಕಾಲು ಅವರ ಮೈಗೆ ತಗಲುವಷ್ಟು ಸಮೀಪ ವಾಗಿದ್ದುದು ಕಾಣಿಸಿತು. ಅದರ ನಾಲ್ಕೂ ಕಾಲುಗಳೂ ಮರದ ಎಡೆಯಲ್ಲಿ ಇಳಿದು ಸಿಕ್ಕಿ ಬಿದ್ದಿದ್ದುವು. ಹುಲಿ-ಪ್ರಾಣೋತ್ಕ್ರಮಣದ ಹೋರಾಟದಿಂದ ಮಂಚದ ಮರವನ್ನು ಕಚ್ಚಿ, ಮೈ ಅಲುಗಾಡಿಸುತ್ತ ಮಂಚವನ್ನೇ ಅಲುಗಿಸುತ್ತಿತ್ತು. ಮಂಚ ಬಲವಾಗಿದ್ದುದರಿಂದ, ತಾತ್ಕಾಲಿಕ ಜೀವಾಪಾಯ ಅವರಿಗಿರಲಿಲ್ಲ. ಅಲ್ಲದೆ-ಕರಿಯ ತಮ್ಮ ಜೀವಕ್ಕೆ ಅಪಾಯವಿಲ್ಲವೆಂದೂ ಬಲ್ಲ. ಮೇಲೆ ಕವಿದುಬಿದ್ದ ಸೊಪ್ಪುಗಳಿಂದ ಒಳಗೆ ಬೆಳಕು ಬಾರದೆ ಹೋದರೂ ಹುಲಿ, ತನ್ನ ಕೈ ಕಾಲು ಅದುರುತ್ತಿದ್ದುದರಿಂದ, ಅದರ ಆಟ ಮುಗಿಯದೆ ತಮಗೆ ಬಿಡುಗಡೆಯಿಲ್ಲ ಎಂದರಿತಿದ್ದ. ತಂದಿರಿಸಿದ್ದ ಕತ್ತಿಯನ್ನೆತ್ತಿ ಹಿಡಿದು, ಹುಲಿಯ ಕಾಲುಗಳನ್ನು ಸವರಿದ; ಹೊಟ್ಟೆಗೆ ಚುಚ್ಚಿದ. ಆ ಒಂದೆರಡು ಕ್ಷಣ-ಹುಲಿ ಮಾಡಿದ ಘರ್ಜನೆ, ಮೈ ಅದುರಿಸಿದ ಬಗೆ, ಮಂಚ ಕುಲುಕಿದ ಬಗೆ ಸ್ಮರಿಸಿಕೊಂಡಾಗ ಕರಿಯನಿಗೆ ಮೂವರ ಸಮಾಧಿ ಒಂದೇ ಕಡೆ ಆಯಿತೆಂದು ಅನಿಸಿತು. ಆಕಸ್ಮಿಕವಾಗಿ ಅವನ ಮೈಯ್ಯೂ ಅಲ್ಪ ಸ್ವಲ್ಪ ಪರಚಿಹೋಯಿತು. ಅಂತು-ಕೆಲವು ನಿಮಿಷಗಳಲ್ಲಿ ಹುಲಿಯ ಧ್ವನಿ ಉಡುಗಿದುದನ್ನು ಕಂಡು ಕರಿಯನಿಗೆ ಧೈರ್ಯವಾಯಿತು. ಅಲ್ಲಿಂದಲೇ ಬೊಬ್ಬಿಟ್ಟ; ಕೇರಿಯವರನ್ನು

ಕೂಗಿದ. ಜತೆಯಲ್ಲಿ ಭಯಭೀತಿಯಿಂದ ಮುದುರಿ ಕುಳಿತ ಬಟ್ಯನಿಗೆ "ಹುಲಿ ಸತ್ತಿದೆ; ಹೆದರಬೇಡ" ಎಂದು ಎಷ್ಟು ಹೇಳಿದರೂ ಅವನ ಬಾಯಿಯಿಂದ ಒಂದೂ ಸೊಲ್ಲು ಹೊರಡದು. ಬಹು ಹೊತ್ತು ಆ ಹೊಂಡದಲ್ಲಿ ಅವರಿಬ್ಬರೂ ಕಾದು ಕುಳಿತರು. ಕೂಗಿ ಕರೆದು, ದಣಿವೂ ಬಂದಿತು.

ತಮ್ಮವರ ಬೊಬ್ಬೆಯನ್ನು ಕೇಳಿದರೂ, ಏನಾಗಿದೆಯೆಂದು ಊಹಿಸಲಾರರು, ಮನೆಯಲ್ಲಿ ಕಾದು ಕುಳಿತ ಕೇರಿಯ ಜನಗಳು. ಮತ್ತೂ, ಮತ್ತೂ ಕೂಗು ಕೇಳಿದ ಮೇಲೆ ನಾಲ್ಕೆಂಟು ಮಂದಿ ಕತ್ತಿ, ದೊಣ್ಣೆ, ಸೂಟೆಗಳನ್ನು ಹಿಡಿದು ಅಂಗಳಕ್ಕೆ ಬಂದರು. 'ಬನ್ನಿ; ಬನ್ನಿ' ಎಂಬ ಕರಿಯನ ಕೂಗು ಸ್ಪಷ್ಟವಾಗಿ ಕೇಳಿಸಿತು. "ಅವರು ಹೆದರಿ ಕೂಗುವುದೋ ಏನೋ! ಹುಲಿ ಹತ್ತಿರದಲ್ಲೇ ಇದ್ದರೆ?" ಎನ್ನುವವನೊಬ್ಬ. "ಹುಲಿ ಸತ್ತಿರಬೇಕಪ್ಪ" ಎನ್ನುವವ ಮತ್ತೊಬ್ಬ. "ಗಂಡು, ಹೆಣ್ಣು ಎರಡೆರಡು ಹುಲಿ ಸೇರಿ ಬಂದಿದ್ದರೇನು ಗತಿ?" ಎನ್ನುವವ ಮೂರನೆಯವ. ಅಂತು, ಕತ್ತಲು ತೊಡಗುವಾಗ ಹುಲಿಯ ಶಿಕಾರಿ ಮುಗಿದಿದ್ದರೂ, ಎರಡು ಗಳಿಗೆ ಕಳೆದ ಮೇಲೆ, ಊರ ಜನರು ದೊಂದಿ ಹಿಡಿದು, ಬೊಬ್ಬಿರಿಯುತ್ತ, ಹುಲಿಯನ್ನಟ್ಟುವ ಧ್ವನಿ ಮಾಡುತ್ತ, ಕುಣಿಯ ಬಳಿಗೆ ಬಂದರು. ಬಂದು, ತಿರುಗಿ ಕರಿಯನ ಧ್ವನಿ ಕೇಳಿದರೂ ಹುಲಿಯ ಹೆಣವನ್ನು ಸಮೀಪಿಸುವುದಕ್ಕೇನೆ ಅಂಜಿಕೆ. ಮೇಲಿಂದ, ಚಂದ್ರ ಪ್ರಕಾಶವಿಲ್ಲದೆ ಹೋಗಿದ್ದರೆ, ಬಟ್ಯ, ಕರಿಯ ಇಬ್ಬರೂ ಬೆಳಗಿನ ತನಕ ಅಲ್ಲೇ ಬಿಡಾರ ಹೂಡಬೇಕಿತ್ತು. ತಿಂಗಳು ಬೆಳಕು ಅವರಿಗೆ ಧೈರ್ಯವನ್ನು ಕೊಟ್ಟಿತು. ಮುಂದಿನ ಕೆಲಸ ಸಾಗಿತು. ಹುಲಿಯ ಹೆಣವನ್ನು ಎತ್ತಿ ತೆಗೆಯುವುದಕ್ಕೂ ಸುಲಭವಾಗಲಿಲ್ಲ. ಹುಲಿ ಸತ್ತಿದ್ದರೂ ಅದರ ತೆರೆದ ಬಾಯಿ, ಚಾಚಿದ ನಾಲಿಗೆ, ಯಾರನ್ನೂ ಬೆದರಿಸುವಂತಿತ್ತು. ಸಾಹಸದಿಂದ ಅದನ್ನೆತ್ತಿ ಹಾಕಿದ ಮೇಲೆ. ಹೊಡೆಮಂಚಕ್ಕೆ ಹಗ್ಗ ಹಾಕಿ, ನಾಲ್ಕೂ ಕಡೆಗಳಿಂದ ಎತ್ತಿ ತೆಗೆದ ಮೇಲೆ ಬಟ್ಯ ಗೌಡನಿಗೆ 'ತಾನು ಬದುಕಿದ್ದು ನಿಜ' ಎಂದು ಕಂಡಿತು. ಅಷ್ಟರೊಳಗೆ, ಬೆವರಿನ ಸ್ನಾನ ಚೆನ್ನಾಗಿತ್ತು ಇಬ್ಬರಿಗೂ. ಕರಿಯನಿಗಂತು ಇಲ್ಲದ ಹೆಮ್ಮೆ–ತಾನು ಮಾಡಿದ ಪ್ರಥಮ ಹುಲಿ ಶಿಕಾರಿಯಲ್ಲೇ ಗೆಲುವು ಪಡೆದಿದ್ದೇನೆಂದು. ಅವನ ಮೈ ಪರಚಿ ಗಾಯವಾಗಿದ್ದರೂ, ಆ ಗೊಡವೆಯೇ ಆತನಿಗೆ ಬಂದಿರಲಿಲ್ಲ. ಅಂತು, ಮದುವೆಯ ದಿಬ್ಬಣದಂತೆ ಸೂಟೆ,

ಗದ್ದಲಗಳಿಂದ ಕರಿಯನನ್ನು ಮೆರೆಯಿಸಿಕೊಂಡು ಮನೆಗೆ ಕರೆದೊಯ್ದರು. ಆ ಮೇಲೆಯೇ ಗುರುತಿಸಿದ್ದು ಅವನ ಎದೆ, ಬೆನ್ನುಗಳಲ್ಲಾದ ಉಗುರಿನ ಗಾಯಗಳನ್ನು. ನಂಜು ಮೀರದಂತೆ ಏನೇನೋ ಎಣ್ಣೆ, ಸೊಪ್ಪು ಕಾಯಿಸಿ ಹಚ್ಚಿದರು. ಬೆಳಗಾಗುವ ತನಕ, ಹರಟೆಯ ಹಿಗ್ಗಿನಲ್ಲಿ ಕಳೆದರು. ಬೆಳಗಾದ ಮೇಲೆ ಮಾತ್ರ, ಊರವರ ಧೈರ್ಯ ಹೇಳಲಾರದಷ್ಟು. ಹೆಂಗಸರು, ಮಕ್ಕಳು, ಎಲ್ಲರೂ ಗುಂಪಾಗಿ ಹೋಗಿ, ಸತ್ತ ಹುಲಿಯ ದರ್ಶನವನ್ನು ಪಡೆದರು. ಆಗ ಕರಿಯನನ್ನು ಹೊಗಳದವರಿಲ್ಲ. ಅವನದು ಎಳೆ ವಯಸ್ಸಿನ ಅಮಲು. "ಹುಲಿ ಕೊಲ್ಲುವುದೇನು ದೊಡ್ಡ ಕೆಲಸ! ನನಗೆ ಆನೆ ಹಿಡಿದು ಸವಾರಿ ಮಾಡ ಬೇಕೆಂದಿದೆ! ಆ ಮೇಲಾದರೆ, ಅದರ ಮೇಲೆಯೇ ಕೂತು ಶಿಕಾರಿ ಮಾಡು ತ್ತೇನೆ. ಆಗ ಇಂತಹ ಹೊಂಡವೂ ಬೇಡ; ಹೊಡೆಮಂಚವೂ ಬೇಡ. ಎದುರೆದುರಿಗೇ ಬೇಟೆ" ಎಂದು ಬಡಾಯಿ ಕೊಚ್ಚಿದ.

ಆಮೇಲೆ ಕುಕ್ಕರಳ್ಳಿಯ ಜನರು, ಕರಿಯನನ್ನು ಕುರಿತು ಮಾತನಾಡು ವಾಗಲೆಲ್ಲ 'ಕುಡಿಯರ ಪೈಕಿ ಇರುವುದು ಒಬ್ಬನೇ ಒಬ್ಬ– ಹುಲಿ ಕೊಂದ ಕರಿಯ' ಎನ್ನುತ್ತಲಿದ್ದರು.

ಅಂಥ ಕರಿಯಣ್ಣ ತನ್ನ ಮಲೆಗೆ ಮರಳಿ, ತನ್ನ ಸಾಹಸವನ್ನು ತಿಮ್ಮನಿಗೆ ಬಣ್ಣಿಸಿ ಹೇಳಿದರೆ, ಆ ಹುಲಿಯ ಗಾತ್ರವನ್ನು ಬಣ್ಣಿಸಿದರೆ–ಆತನಿಗೆ, ನಂಬಬೇಕೋ, ಬಿಡಬೇಕೋ–ಎಂಬ ಅನುಮಾನ. "ಹಾಗಾದರೆ, ಇನ್ನೊಮ್ಮೆ ಶಿಕಾರಿಗೆ ಹೋಗುವಾಗ, ನಿನ್ನನ್ನು ಕರೆದುಕೊಂಡು ಹೋಗುತ್ತೇನೆ" ಎನ್ನ ಬೇಕಾಯಿತು ಕರಿಯ.

ಅಧ್ಯಾಯ - ೧೭

ಕರಿಯ ತನ್ನ ಹುಟ್ಟೂರನ್ನು ಬಿಟ್ಟು ಸ್ವತಂತ್ರವಾಗಿ ಎರಡು ಮಳೆಗಾಲಗಳನ್ನು ಕಳೆದನು. ತಿಮ್ಮ ಓಡಿಹೋಗಿ ಎರಡು ವರ್ಷಗಳು ಪೂರ್ಣವಾಗಿವೆ. ಆದರೆ ಎಂದಿನಂತೆ, ಮಹಾಲಯ ಅಮಾವಾಸ್ಯೆ ಕಳೆದು ಮಲೆಗೆ ಬರುವ ತಿರುಮಲ ಭಟ್ಟರಲ್ಲಿ ಅವರನ್ನು ಕುರಿತಾದ ಆಂತರಿಕ ದ್ವೇಷಭಾವ ಇಷ್ಟಿಷ್ಟೂ ಕಡಿಮೆಯಾಗಿರಲಿಲ್ಲ. ಆದರೆ ಈ ಬಾರಿ ಅವರು ಬರುವಾಗ ತುಸು ಆರೋಗ್ಯವೂ ಕೆಟ್ಟಿತ್ತು. ಆಗಾಗ ವಾತದ ಬೇನೆಗೆ ತುತ್ತಾಗುತ್ತಿದ್ದರು. ಆರೋಗ್ಯ ಕೆಟ್ಟುದರಿಂದ ಸಿಟ್ಟು, ಸಿಡುಕು ಇನ್ನಷ್ಟು ಹೆಚ್ಚಾಗುವುದು ಸ್ವಾಭಾವಿಕ. ಇದೇ ರೀತಿಯಲ್ಲಿ ತನ್ನ ಆರೋಗ್ಯವೂ ಕೆಡುತ್ತ ಹೋದರೆ ಮಲೆಯ ಕಾರುಭಾರಗಳನ್ನೆಲ್ಲ ಮಗನಿಗೆ ವಹಿಸಿಕೊಡಬೇಕಾಗುತ್ತದೆ–ಎಂಬ ಚಿಂತೆ ಬೇರೆ. ಆದರೂ ಮಲೆಯಲ್ಲಿ ತಮ್ಮ ಕಾಮುಕ ಪ್ರವೃತ್ತಿಗೆ ಬೇಕಾದ ಇಂಬು ದೊರಕಿಸಿಕೊಳ್ಳಬಲ್ಲ ಅವರು, ಮಲೆಯ ಸುಖದ ದಿನಗಳನ್ನು ಮರೆಯುವುದಕ್ಕೆ ಸಿದ್ಧವಾಗಿರಲಿಲ್ಲ.

ಅವರ ಮಗ ರಾಮಚಂದ್ರಯ್ಯ ನಡುವಯಸ್ಸಿನ ಹುಡುಗ. ವಯಸ್ಸು ಇಪ್ಪತ್ತನಾಲ್ಕು ವರ್ಷ. ಆರೋಗ್ಯವಂತ ಶರೀರ, ಆರೋಗ್ಯವಂತ ಮನಸ್ಸು ಎರಡೂ ಅವನಿಗಿತ್ತು. ತಂದೆಯ ದುರಾಶೆಗಳ ಸೋಂಕು ಅವನಿಗೆ ಬೀಸಿರಲಿಲ್ಲ. ಮಲೆಗಳನ್ನು ನೋಡಬೇಕೆಂಬ ಹಂಬಲ ಅವನಿಗೂ ಇತ್ತು. ತಂದೆ ಮಲೆಯಲ್ಲಿ ಹೊಸಮನೆ ಕಟ್ಟಿದ್ದಾರೆ; ಮಲೆಯ ಜೀವನ ಕಷ್ಟ ಅನ್ನುತ್ತಾರೆ. ಆದರೂ ತಾವು ಒಬ್ಬರೇ ತೈನಾತಿ ಕರೆದುಕೊಂಡು ಹೋಗಿ ಬರುತ್ತಿದ್ದಾರೆ. ಆರೋಗ್ಯ ಚೆನ್ನಾಗಿಲ್ಲದಾಗ ಒಬ್ಬರೇ ಹಾಗೆ ಹೋಗುವುದು ಅವನಿಗೆ ಸಮಾಧಾನವಿಲ್ಲ. ಆ ನೆಪದಿಂದ ತಂದೆಯನ್ನು ಒತ್ತಾಯಪಡಿಸಿ, ಅವರ ಜತೆಗೆ ತಾನೂ ಈ ಬಾರಿ ಹೊರಟುಬಂದ. ಬಯಲು, ಗುಡ್ಡಗಳಲ್ಲಿ ವಾಸಿಸುತ್ತಿದ್ದ ಅವನ ಕಣ್ಣಿಗೆ, ಕಿರಿಮಲೆಯ ತಮ್ಮ ವಿಶಾಲರಾಜ್ಯ ಒಂದು

ಸುಂದರ ಸ್ವರ್ಗವಾಗಿ ಕಾಣಿಸಿದುದರಲ್ಲಿ ಆಶ್ಚರ್ಯವಿಲ್ಲ. ಅಲ್ಲದೆ, ಅವನಿಗೆ ಬೇಟೆಯ ಹುಚ್ಚೂ ಸ್ವಲ್ಪ ಇದ್ದಿತ್ತು. ತಮ್ಮ ಮಲೆಯಲ್ಲಿ ಕಾಡುಮೃಗಗಳು ಸ್ವಚ್ಛಂದವಾಗಿ ಅಲೆದಾಡುತ್ತವೆ ಎಂದು ಕೇಳಿದ ಅವನಿಗೆ, ಇವುಗಳನ್ನೆಲ್ಲ ಕಾಣಬೇಕು ಎಂಬ ಕುತೂಹಲವೂ ಉಂಟಾಯಿತು. ತಂದೆ ತಿರುಮಲ ಭಟ್ಟರು, ಅವನನ್ನು ಕರೆದುಕೊಂಡು ತಮ್ಮ ಎರಡೂ ಮಲೆಗಳಲ್ಲಿನ ತೋಟ ಗಳನ್ನು ತೋರಿಸಿಕೊಂಡು ಬಂದರು. ಅನಂತರ, ರಾಮಚಂದ್ರಯ್ಯ ತನ್ನ ಪಾಡಿಗೆ ತಾನೇ ಕುಡಿಯ ಕೆಲಸಗಾರರ ಹಿಂದೆ ಅಲೆದಾಡುತ್ತಾನೆ. ಅವರ ಬೇಟೆಯ ವಿಧಾನಗಳನ್ನು ಹೋಗಿ, ನೋಡಿ, ಕೇಳಿ ತಿಳಿದುಕೊಳ್ಳುತ್ತಾನೆ. ಪ್ರತಿಯೊಂದನ್ನೂ 'ಎಷ್ಟು ಚೆನ್ನ, ಎಷ್ಟು ಚೆನ್ನ' ಎಂಬ ಸಂತೋಷದಿಂದಲೇ ನೋಡುತ್ತಾನೆ. ಮಗನ ಈ ಎಲ್ಲ ಸಂತೋಷದ ರೀತಿಗಳಿಗೆ ತಿರುಮಲ ಭಟ್ಟರು ನುರಿತವರಲ್ಲ. ಅವರ ಜೀವನದ ಬಗೆಯೇ ಬೇರೆ. ಹೆಣ್ಣು, ಹೊನ್ನು ಗಳೆರಡೇ ಅವರ ಸುಖದ ಕಲ್ಪನೆಯನ್ನು ಕೆರಳಿಸುವ ವಸ್ತುಗಳಾಗಿದ್ದುವು. ಮಗನ ಪ್ರಕೃತಿಯ ಹುಚ್ಚು, ಎಳೆತನದ ಮಕ್ಕಳಾಟಿಕೆ ಎಂದು ತಿಳಿದವರು ಅವರು.

ತುಕ್ರ ಇನ್ನೂ ಅವರ ಆಪ್ತದೂತನಾಗಿದ್ದಾನೆ. ಬೂದನೊಡನೆ ಹೇಳಲಾರದ ಕೆಲಸಗಳನ್ನೆಲ್ಲ ಸಾಧಿಸಿಕೊಡಬೇಕಾದವನು ಅವನೇ. ಕಳೆದ ಬಾರಿ ಬಂದಾಗ ಅವನೊಡನೆ "ಏನು ತುಕ್ರ, ನಮ್ಮ ಮಲೆಯಿಂದ ತಪ್ಪಿಸಿ ಕೊಂಡು ಹೋದ ಕರಿಯ, ತಿಮ್ಮರನ್ನು ನಿಮಗೆ ಹುಡುಕಲು ಆಗಲಿಲ್ಲ ಅಂದರೆ ಏನು ನಾಚಿಕೆಗೇಡು!" ಎಂದಿದ್ದರು. ಇನ್ನೊಮ್ಮೆ "ನೋಡು, ಆ ಇಬ್ಬರ ಸೊಕ್ಕನ್ನು ಮುರಿಯದಿದ್ದರೆ ನನಗಿಷ್ಟೂ ಸಮಾಧಾನವಿಲ್ಲ. ಹೇಗಾದರೂ ಹುಡುಕಿ ಅವರನ್ನು ಕರೆದು ತಂದು ಇಲ್ಲಿ ಬಿಟ್ಟೆಯಾದರೆ– ಚೆನ್ನಾಗಿ ಬುದ್ಧಿ ಕಲಿಸಬಹುದಿತ್ತು" ಎಂದೂ ಅಂದಿದ್ದರು. 'ಯಾಕಿಷ್ಟು ಹಗೆ?' ಎಂದು ಊಹಿಸಲಾರದ ತುಕ್ರನ ಮುಂದೆ, ಹಿಂದಿನ ಬಡಿಗೆ ಏಟಿನ ಪ್ರಕರಣವನ್ನೂ ಅವರು ಗುಟ್ಟಾಗಿ ಹೇಳಿದ್ದರು. "ನಾನು ನಿನ್ನೊಬ್ಬನಿಗೇ ಅದನ್ನು ಹೇಳಿದ್ದು. ಆ ದಿನ ಸುಮ್ಮನೆ ನನ್ನಷ್ಟಕ್ಕೆ ಹೊಳೆಯಿಂದ ಮನೆಗೆ ಬರುವಾಗ, ತಿಮ್ಮ ಬಡಿಗೆ ಬೀಸಿ, ಅಷ್ಟೆಲ್ಲ ಮಾಡಿದ. ನಾನು ಧನಿಯಾಗಿದ್ದು, ಆ ಅವಮಾನ, ನೋವು ಸಹಿಸಿಕೊಂಡಿರಬೇಕೆಂದರೆ ಹೇಗೆ? ಅವನಿಗೆ

ಕರಿಯನ ಬೆಂಬಲವೂ ಇರಬೇಕೆಂದು ಕಾಣುತ್ತದೆ. ಧನಿಯಾದ ನನ್ನನ್ನು ಅವಮಾನಿಸಿದ ಅವರಿಬ್ಬರನ್ನೂ ದಂಡಿಸದೆ ಹೋದರೆ ನಾನಿದ್ದೇನು ಫಲ?" ಎಂದೂ ಅಂದರು. ತುಕ್ರನಿಗೂ ತಿಮ್ಮನ ಹಗೆತನ ಕಡಿಮೆ ಇದ್ದಿರಲಿಲ್ಲ. ಕರಿಯ ಗುರಿಕಾರಿಕೆ ಬಿಡುವಾಗ ಧನಿಗಳ ಮೇಲೆ ಚುಚ್ಚಿ ನುಡಿದ ಮಾತುಗಳನ್ನು, ಆತ ಮರೆತಿರಲಿಲ್ಲ. ಆತನಿಗೂ ತನ್ನ ಮೇಲೆ ಹಗೆತನ ಉಂಟೆಂದು ಊಹಿಸಿಕೊಂಡಿದ್ದ. ಆದುದರಿಂದಲೇ ಕೆಂಪಿಯು ಸತ್ತಾಗ, ಅವನು ಬಂದು ಹೋಗಿದ್ದನೆಂಬ ಸುದ್ದಿಯನ್ನು ಧನಿಗೆ ತಿಳಿಸಿದ.

"ನಾನು ಸುಮ್ಮನಿದ್ದೇನೆಂದು ತಿಳಿಯಬೇಡಿ. ಎಷ್ಟೆಷ್ಟೋ ಹುಡುಕಿ ನೋಡಿದ್ದೇನೆ. ಇನ್ನು, ಬೇರೆ ದಾರಿಯನ್ನೇ ಯೋಚಿಸಬೇಕು, ತಿಮ್ಮನ ಮಾವನೊಟ್ಟಿಗೆ ಒಳ್ಳೆತನ ನಟಿಸಿ, ಅವನಿಂದ ಅಳಿಯ ಮಲೆಗೆ ಬಂದಿರುವ ಹಾಗೆ ಹೇಳಿಸಬೇಕು. ಅದು ಸಾಧ್ಯವಾದೀತು; ಇಲ್ಲದೆ ಹೋದರೆ, ಮೂಲೆ ಗುಂಪಿನ ಜಾತ್ರೆಗೆ ಬಾರದೆ ಹೋಗಲಾರರು. ಆಗ ಅವರನ್ನು ಬಲಿ ಹಾಕುವ" ಎಂದು ಉಪಾಯ ಸೂಚಿಸಿದ. ತುಕ್ರ ಹಿರಿಮಲೆಗೆ ಹೋದ; ಚೋಮನೊಡನೆ ಆಪ್ತತ್ವ ನಟಿಸಿದ. "ತಿಮ್ಮನ ಮೇಲೆ ಧನಿಗಳಿಗೆ ಹಗೆಯಿಲ್ಲ, ಯಾಕೆ ಸುಮ್ಮನೆ ಕಾಡಿನಲ್ಲಿ ಅಲೆದಾಡಬೇಕು-ಅವನನ್ನು ಕರೆಯಿಸು" ಎಂದು ಬೋಧಿಸಿದ. ಚೋಮ "ಹೂಂ" ಗುಟ್ಟಿದ. ಮೂರು ತಿಂಗಳ ಅವಧಿಯಲ್ಲಿ, ತುಕ್ರ ಅದೇ, ಅದೇ ಮಾತು ಆಡುತ್ತಿದ್ದುದರಿಂದ, ಇಲ್ಲದ ಅನುಮಾನ ಚೋಮನಿಗೆ ಬಂದಿತು. ಇಷ್ಟೆಲ್ಲ ಹೇಳಬೇಕಾದರೆ, ಏನಾದರೊಂದು ಕಾರಣವಿರಬೇಕು. ತುಕ್ರನನ್ನು ನಂಬುವುದು ಕಷ್ಟ-ಎಂಬ ಸಂಶಯ ತಲೆದೋರಿತು. ಹೀಗಾಗಿ ತನ್ನ ಮಗಳನ್ನು, ಅಳಿಯನನ್ನು ಕಾಣುವುದಕ್ಕೆ ಅವನೇ ಒಮ್ಮೆ ಕದ್ದು ಹೋಗಿ, ಮೊಮ್ಮಗನ ಮುಖನೋಡಿ ಮರಳಿ ಬಂದ. ಮಾತ್ರವಲ್ಲ, 'ಸ್ವಲ್ಪ ಸಮಯ ಮೂಲೆಗುಂಪಿನ ಜಾತ್ರೆಗೆ ನೀವು ಬಾರದಿರುವುದು ಒಳಿತು' ಎಂದು ಅವರಿಗೆ ತಿಳಿಸಿಯೂ ಬಂದ.

ಧನಿಗಳ ನಿಜವಾದ ಬಂಟನಾದ ತುಕ್ರ, ಆ ಮಲೆಯ ರಾಜ್ಯದಲ್ಲಿ ಬಹುದೂರ ಅವರಿಗಾಗಿ ಹುಡುಕಾಡಿದ. ನೆರೆಯ ಮಲೆಗೂ ಹೋಗಿ ಬಂದ. ಕುಡಿಯರ ಕುಲವನ್ನು ಕಂಡಲ್ಲೆಲ್ಲ ವಿಚಾರಿಸಿದ. ಆದರೆ ಅವನ ತಲೆಯಲ್ಲಿ, ಆ ಎರಡು ಮೂರು ಮಂದಿ ಸ್ವತಂತ್ರವಾಗಿ, ಮನುಷ್ಯರ ಎಟುಕಿಗೆ ಸಿಗದ

ತಾವಿನಲ್ಲಿ ನೆಲೆಸಿದ್ದಾರು ಎಂಬ ಅನುಮಾನ ಬರಲಿಲ್ಲ. ಅನಂತರ ಮೂಲೆ ಗುಂಪಿನ ಜಾತ್ರೆಯೂ ಬಂದಿತು. ಅಲ್ಲಿಗೂ ಅವರು ಬಂದಂತಿಲ್ಲ. ಧನಿಗಳೂ ವಿಚಾರಿಸಿದರು. ಚೋಮನ ಬೆನ್ನ ಹಿಂದೆ ಕಾವಲಿಟ್ಟು, ಅವನನ್ನು ಕದ್ದು ನೋಡುವುದಕ್ಕಾದರೂ ಅಳಿಯ, ಮಗಳು ಬಂದಾರೆಯೇ, ಎಂದು ಹುಡುಕಿದರು. ಅದೂ ವಿಫಲವಾಯಿತು. ಹೀಗಾಗಿ, ಈ ವರ್ಷ ಮಲೆಗೆ ಬಂದ ಧನಿಗಳ ಮುಂದೆ ಏನು ಹೇಳುವುದಕ್ಕೂ ಅವನಿಗೆ ತೋಚಲಿಲ್ಲ. "ಪ್ರಾಯಶಃ ನಮ್ಮ ಸೀಮೆಯನ್ನೇ ಬಿಟ್ಟು, ಸುಬ್ರಹ್ಮಣ್ಯಕ್ಕೋ, ಮೈಸೂರು ಸೀಮೆಗೋ ಅವರು ಹೋಗಿರಬೇಕು" ಎಂದು ಹೇಳಿದ. ಆದರೆ ಅದರಿಂದ ಧನಿಗೆ ತೃಪ್ತಿಯುಂಟಾಗಲಿಲ್ಲ. "ನೀನಷ್ಟು ವ್ಯರ್ಥ ಎಂದು ನಾನು ತಿಳಿದಿರಲಿಲ್ಲ" ಎಂದು ಅವರು ನುಡಿದರು. ಅದರ ಅರ್ಥವನ್ನು ತುಕ್ರ, ಬೇರೆಯೇ ಮಾಡಿಕೊಂಡ. ಅವನಲ್ಲಿಯೂ ಅನುಮಾನ ಕೆದರಿತು. 'ಗಿಡ್ಡಿಯ ದೆಸೆಯಿಂದ ಉಂಟಾದ ಆಸೆ, ಧನಿಗಳಿಗೆ ಈ ಹುಚ್ಚನ್ನು ಹಿಡಿಸಿದೆ' ಎಂದು ಆತ ತರ್ಕಿಸಿದ. ಆದರೂ ತಾನು ಹೋದಲ್ಲೆಲ್ಲ, ತಿಮ್ಮ, ಕರಿಯನ ಸುದ್ದಿ, ಸುಳಿವುಗಳು ಸಿಕ್ಕಿಯಾವೇ ಎಂದು ವಿಚಾರಿಸುತ್ತಲೇ ಇದ್ದ.

ಆ ಬಾರಿಯೇ, ತಿರುಮಲ ಧನಿಗಳ ಯಾತ್ರೆ ಮಲೆಗೆ ಆದದ್ದು ಕೊನೆಯದು. ಅಲ್ಲಿಂದ ಊರಿಗೆ ಹೊರಡುವಾಗ, ಅವರಿಗಿದ್ದ ವಾತ ಜೋರಾಗಿ, ಮೂಲೆಗುಂಪಿನ ಜಾತ್ರೆಗೆ ಅವರು ಬರಲಿಲ್ಲ. ಅವರ ಮಗ ರಾಮ ಚಂದ್ರಯ್ಯ ಬಂದು, ಕುಡಿಯರಿಗೆ ಹಚ್ಚಡಗಳನ್ನು ಕೊಟ್ಟರು. ಮುಂದೆ, ಮಲೆಗೆ ಬಂದು ಹೋಗುವ ಕೆಲಸ ಆ ಹುಡುಗನದ್ದಾಯಿತು. ರಾಮಚಂದ್ರಯ್ಯನೇ ಆಗಾಗ ಮಲೆಗೆ ಬಂದು ತಂದೆಯ ಹೊಣೆಯನ್ನು ಹೊರುತ್ತಿದ್ದರು; ಏಲಕ್ಕಿ ಸಾಗಿಸುತ್ತಿದ್ದರು. ಎಷ್ಟೋ ಬಾರಿ ಹೆಂಡತಿಯೊಡನೆ ಮಲೆಗೆ ಬಂದು, ನಾಲ್ಕು ದಿನ ಸುಖವಾಗಿದ್ದು, ಎಲ್ಲರೊಡನೆಯೂ ಚೆನ್ನಾಗಿ ಮಾತನಾಡಿ ಹೋಗು ತ್ತಿದ್ದರು. ಆದುದರಿಂದ 'ತಂದೆ ಮಕ್ಕಳಲ್ಲಿ ಎಷ್ಟು ತಾರತಮ್ಯ!' ಎಂಬ ಭಾವನೆ ಕಿರಿಮಲೆಯ ಜನಗಳಲ್ಲಿ ಉದಯಿಸದೆ ಹೋಗಲಿಲ್ಲ.

ಇತ್ತ ಕರಿಯ, ತಿಮ್ಮರ ಸಂಸಾರ ಎಂದಿನಂತೆ ಸಾಗಿತು. ಕುಮರಿ ಸ್ವಲ್ಪ ಹೆಚ್ಚಾಗಿ ಬೆಳೆದರು; ಬಿಡುವಿನಲ್ಲಿ ಇನ್ನಷ್ಟು ಬೇಟೆಯಾಡಿದರು. ಕರಿಯ ಗಿಡ್ಡಿಯ ಮಗುವನ್ನು ಹೊತ್ತುಕೊಂಡು, ಮಗುನಿನೊಡನೆ ತೊದಲು

ಮಾತನಾಡುತ್ತ, ಮೂವರ ಸಂಸಾರ ನಾಲ್ಕಾದುದಕ್ಕೆ ಹೆಮ್ಮೆಪಟ್ಟ. ದಿನ ಹೋದಂತೆ ತಾನೂ ಮದುವೆಯಾಗಬೇಕೆಂಬ ಹಂಬಲ ಅವನಲ್ಲಿ ಹುಟ್ಟಿಕೊಂಡಿತು. ಆ ಯೋಚನೆ ಮರೆಯವುದಕ್ಕೋ ಏನೋ, ಬೇಟೆಯ ಹುಚ್ಚಿನಿಂದ ಹೆಚ್ಚಾಗಿ ಅಲೆದಾಡಿದ. ಕುಕ್ಕರಳ್ಳಿಯ ಬಯಲಲ್ಲಿ ಕೋಣ ಸಾಯಲಿ, ಕರು ಸಾಯಲಿ, ಇವನಿಗೆ ನೇರವಾಗಿ ಕರೆ ಬರುತ್ತದೆ. ಆ ಸುದ್ದಿ ಕೇಳುತ್ತಲೇ ಕಿವಿ ನಿಮಿರಿಸಿಕೊಂಡು ಓಡುತ್ತಾನೆ. ಚಿರತೆ, ಹುಲಿಗಳ ಬೇಟೆಗೆ ತನ್ನ ಹಳೆಯ ಕ್ರಮದಲ್ಲಿ ಹೊಂಚು ಹಾಕುತ್ತಾನೆ. ಆ ಒಂದು ವರ್ಷವೇ ಮೂರು, ಮೂರು ಚಿರತೆಗಳನ್ನು ಹೊಡೆದ ಕೀರ್ತಿ ಅವನಿಗೆ ಬಂದಿತು. ಒಮ್ಮೆ ಈತ, ತನ್ನ ತಾವಿಗೆ ಸಮನಾದ ಮುಚ್ಚುಮರೆಯನ್ನು ಮಾಡಿಕೊಳ್ಳುವ ಮೊದಲೇ, ಚಿರತೆ ಅವನಿರುವ ತಾವನ್ನು ಕಂಡಿತು. ಅದು ಶವ ಮೂಸಿ ನೋಡದೆ ಮರಳಿದಾಗ, ಈತ ಆತುರದಿಂದ ಅದರ ಕಡೆಗೆ ಗುಂಡುಹಾರಿಸಿದ. ಅರ್ಧ ಏಟು ತಿಂದು, ಆ ಚಿರತೆ ಹೊರಟೇ ಹೋಯಿತು. ಆಗ ಕೇರಿಯವರಿಗೆ ಧೈರ್ಯ ಹೇಳಿ ಅವರನ್ನು ಕಟ್ಟಿಕೊಂಡು, ಕತ್ತಿ, ಈಟಿಗಳನ್ನು ಹಿಡಿದು ಚಿರತೆಯ ರಕ್ತದ ಜಾಡನ್ನು ಹಿಂಬಾಲಿಸಿ ಕಾಡಿನಲ್ಲಿ ಅಲೆದಾಡಿದ. ಗುಂಪಿನ ಜನ ಅಲೆದಾಡಲಾರದೆ, ಅಲ್ಲಲ್ಲಿ ಚದರಿ "ಹುಯ್ಯೋ, ಹುಯ್ಯೋ' ಎಂಬ ಗದ್ದಲವೆಬ್ಬಿಸಿತು. ಅರ್ಧಗಾಯಗೊಂಡು ರಕ್ತಸ್ರಾವವಾಗಿ ದಣಿದು ಕಂಗಾಲದ ಆ ಚಿರತೆ ಪೊದೆಯೊಂದರ ಒಳಗೆ ಅವಿತುಕೊಂಡಿತ್ತು. ಜನರ ಗದ್ದಲ ಕೇಳಿ ಧಾವಿಸಿತು. ಮೂರು ನಾಲ್ಕು ಮಂದಿ ಅದನ್ನು ಅಟ್ಟಿಕೊಂಡು ಹೋದರು. ಆ ಗುಂಪಿನ ಮುಂಗಾವಲಿಗೆ ಕರಿಯ ನಿಂತಿದ್ದ. ಕೈಯಲ್ಲೊಂದು ನೀಳವಾದ ಖಡ್ಗದಂತಿದ್ದ ಕತ್ತಿಯೂ ಇತ್ತು. ಅದನ್ನು ಹಿಡಿದು, ಮುಂದಾಲೋಚನೆಯಿಲ್ಲದೆ ಆತ ಧಾವಿಸುವಾಗ, ಚಿರತೆ ಅವನ ಮೇಲೆಯೇ ನೆಗೆಯಿತು. ಈತ ಕೈ ಬೀಸಿದ ಪೆಟ್ಟಿಗೆ ಚಿರತೆ ಗಾಯಗೊಂಡು ಕೆಳಕ್ಕೆ ಬಿದ್ದರೂ, ಅದು ಬಿದ್ದ ಭರಕ್ಕೆ ಇವನನ್ನೂ ಕೆಳಕ್ಕುರುಳಿಸಿತು. ಒಂದೆರಡು ನಿಮಿಷಗಳ ಕಾಲ ಈತ ಚಿರತೆಯೊಡನೆ ಮಾಡಿದ ಹೋರಾಟ-ಯಾರಿಗೂ ಕೀರ್ತಿ ತರಬೇಕು. ಚಿರತೆಯೇನೋ ಸತ್ತಿತು. ಆದರೆ ಕರಿಯನ ಮೈ ಪರಚಿ ರಕ್ತದ ಸ್ನಾನವಾಗಿತ್ತು. ಗಾಯಗೊಂಡ ಕರಿಯ ಬಟ್ಯನ ಮನೆಯಲ್ಲಿ ಹದಿನೈದು ದಿನಗಳ ಉಪಚಾರ ಪಡೆದು, ಆಮೇಲೆಯೇ ತನ್ನ ಮಲೆಗೆ ಮರಳಿದ್ದು. ಆ

ಘಟನೆಯಾದ ಮೇಲಂತು ಕರಿಯನ ಮನಸ್ಸಿನಲ್ಲಿ ತನ್ನ ಬೇಟೆಗೆ, ಆನೆ ವಾಹನವಾಗಬೇಕೆಂಬ ಆಸೆ ಹುಟ್ಟಿತು. ಆದರೆ ತನಗೆ ಆನೆ ಹಿಡಿದು ಪಳಗಿಸಲು ಬಂದೀತೆ ಎಂಬ ವಿಚಾರ ಮಾತ್ರ ಅವನಿಗೆ ತಿಳಿಯದ್ದು. ಯಾವುದೋ ಒಂದು ವಿಚಿತ್ರ ವಿಧಿ ಅವನ ಈ ಆಸೆಯನ್ನು ಸಹ ಪೂರೈಸೀತೆಂದು ಆತ ಎಣಿಸಿರಲಿಲ್ಲ.

ಕರಿಯ ಸ್ವತಂತ್ರನಾದ ಮೂರನೆಯ ಮಳೆಗಾಲ ಬಂದಿದೆ. ಆ ಮಳೆಗಾಲವೆಂದರೆ ಮಳೆಗಾಲವೇ! ಬೇಸಗೆಯಲ್ಲಿ ತೊಡಗಿದ ಮಳೆ ಒಂದು ದಿನವೂ ಬಿಡದೆ ಹುಚ್ಚು ಕಟ್ಟಿ ಅಹರ್ನಿಶಿ ಬಡಿಯಬೇಕೇ? ಕರಿಯಮಲೆ ಮುಗಿಲಿನಿಂದ ಕವಿಯದಿದ್ದಂಥ ದಿನವಿಲ್ಲ, ರಾತ್ರಿಯಿಲ್ಲ; ಮಳೆಯ ಆರ್ಭಟ ಕೇಳದ ಗಳಿಗೆಯಿಲ್ಲ. ಬಿರುಗಾಳಿಯ ಒತ್ತಡಕ್ಕೆ ರೆಂಬೆ, ಕೊಂಬೆ ಮುರಿದು ಕೊಳ್ಳದ ಮರವಿಲ್ಲ. ಅವರ ಕುಮರಿ ಬೆಳೆಯೋ ಗಾಳಿಯ ಭರಕ್ಕೆ ಬೆಳೆಯುವ ಮೊದಲೇ ನೆಲಸಮವಾಯಿತು. ಒಂದು ವರ್ಷದ ಕೃಷಿಯೆಲ್ಲ ವ್ಯರ್ಥ ವಾಯಿತು. ಈ ವರ್ಷ ಕೆಳಗಿನವರು ತಮಗೆ ಬತ್ತಕೊಟ್ಟರೆ ಉಂಟು–ಎಂದು ಚಿಂತಿಸಬೇಕಾಯಿತು ತಿಮ್ಮ, ಕರಿಯರು. ಏನಿಲ್ಲದೆ ಹೋದರೆ, ಗಡ್ಡೆಗೆಣಸಿದೆ ಎಂಬ ಧೈರ್ಯವಿದ್ದರೂ ಒಂದು ಹೊತ್ತಾದರೂ ಅನ್ನ ತಿನ್ನಬೇಡವೇ? ಮಳೆ ಹೆಚ್ಚಾದುದರಿಂದ ಏಲಕ್ಕಿ ಬುಡಗಳೆಲ್ಲವೂ ಬರಿದಾಗಿದ್ದುವು. ಹಾಗೂ ಬರುವ ಲಾಭವಿಲ್ಲ. ಆ ಚಳಿಗೆ ಮೈ ಕಾಯಿಸಿಕೊಳ್ಳೋಣ–ಎಂದರೆ ಕೂಡಿಟ್ಟ ಕಟ್ಟಿಗೆಯೆಲ್ಲ ಮುಗಿದಿದೆ; ನಿತ್ಯ ತರುವ ಕಟ್ಟಿಗೆ ಉರಿಯಲಾರದಷ್ಟು ತೇವ ಗೊಂಡಿತ್ತು. ಬೇಸರ ಕಳೆಯುವುದಕ್ಕೂ ಹೊರಗೆ ಅಡ್ಡಾಡಲು ಬಾರದಷ್ಟು ಗಾಳಿ, ಮಳೆ. ಅವರಿಗೂ, ಮಲೆಯ ವಾಸ ನರಕವಾಸ ಎಂದನಿಸಿದ್ದು–ಆ ವರ್ಷವೇ. ಗಿಡ್ಡಿಗಂತು ಅದರಿಂದ ತುಂಬ ಕಷ್ಟವಾಯಿತು. ಒಂದು ದಿನ ವಾದರೂ ಬಿಸಿಲು ಕಾಣುವುದಕ್ಕಿಲ್ಲ. ಮಗುವನ್ನು ಹೊರಕ್ಕೆ ತಂದು ನಲಿದಾಡು ವುದಕ್ಕಿಲ್ಲ. 'ಮಳೆ ಒಂದಿಷ್ಟು ಬಿಟ್ಟುದಾದರೆ, ನೆಟ್ಟಗೆ ಕುಕ್ಕರಳ್ಳಿಗೆ ಹೋಗಿ ಎಂಟು ದಿನ ಕುಳಿತುಬಿಡುವ. ಹೇಗೂ ಈ ವರ್ಷ ಬತ್ತ ಕೊಯ್ಯುವ ಕೆಲಸವಿಲ್ಲ. ಹೋಗಿ, ಕೆಳಗಿನವರ ಕೊಯ್ಲಿಗೆ ಸಹಾಯ ಮಾಡಿದರೆ, ಬಟ್ಯ ಗೌಡ ನಂತಹವರು ದಮ್ಮಯ್ಯ ಎಂದು ದಿನಕ್ಕೆರಡು ಸೇರು ಬತ್ತ ಕೊಟ್ಟಾರು' ಎಂದು ಯೋಚಿಸುವಂತಾಯಿತು.

ಶ್ರಾವಣಮಾಸ ಕಳೆಯುತ್ತಲೇ ಇಂದ್ರದೇವನಿಗೆ ಬೇಸರ ಬಂದಿತೋ ಏನೋ, ಒಮ್ಮಿಂದೊಮ್ಮೆಗೆ, ಬಾನಿನಲ್ಲಿ ಮುಗಿಲು ಮಾಯವಾಯಿತು. ಬಿಸಿಲು ಪರ್ವತಾವಳಿಯ ಮೇಲೆ ನಲಿದಾಡತೊಡಗಿತು. ಅಷ್ಟೇ ಉಕ್ಕು ಮಲೆವಾಸಿಗಳ ಮನದಲ್ಲೂ ತುಂಬತೊಡಗಿತು. ಕರಿಯ, ತಿಮ್ಮ ಇಬ್ಬರೂ ಗವಿಯ ತಾವನ್ನು ಬಿಟ್ಟು ಬೆಳಗಿಂದ ಸಂಜೆಯ ತನಕ ಕೆಲಸವಿಲ್ಲದೆ ಮೃಗಳ್ಳರಂತೆ ಅಲೆದಾಡಿದ ದಿವಸ ಅದು. ತಮ್ಮ ಜಾಗವನ್ನೆಲ್ಲ ಸುತ್ತಿ ಬಂದರು. ಆಚೀಚಿನ ಬೆಟ್ಟವನ್ನೆಲ್ಲ ನೋಡಿಕೊಂಡು ಬಂದರು.

ಮಳೆಗಾಲದ ಅವಾಂತರದ ಚಿತ್ರವನ್ನು ಪ್ರತ್ಯಕ್ಷ ಕಂಡರು. ಅಲ್ಲಲ್ಲಿ ಬುಡಮೇಲಾಗಿ ಉರುಳಿದ ಮರಗಳ ಸಂಖ್ಯೆ ಅಪರಿಮಿತವಾಗಿತ್ತು. ಅವರ ಮನೆ ಗವಿಯ ಮನೆಯಾಗಿರದೆ, ಕಟ್ಟಿದ ಮನೆಯಾಗಿದ್ದಲ್ಲಿ ಎಂದೋ ಅದು ಗಾಳಿಯ ಪಾಲಾಗುತ್ತಿತ್ತು–ಎಂದು ತೋರಿತು. ಅವರಿಬ್ಬರು ಇನ್ನೂ ಒಂದು ಹೆಚ್ಚಿನ ನೋಟವನ್ನು ಕಂಡರು. ತಮ್ಮ ಆಚೀಚಿನ ಮಲೆಗಳಲ್ಲಿ ಹರಿಯುತ್ತಿದ್ದ ಅಬ್ಬಿಗಳು, ಜಲಪಾತಗಳು ನಿತ್ಯಕ್ಕಿಂತ ಹತ್ತುಮಡಿ ಉಕ್ಕಿನಿಂದ ಬೀಳುತ್ತಿದ್ದುವು. ಅಷ್ಟೇ ಅಲ್ಲ, ಸಂಪೂರ್ಣ ಹಸುರಾದ ಬೆಟ್ಟದ ಗೋಡೆಗಳಲ್ಲಿ ಕೆಂಪು ಬಣ್ಣದ ಮುಕ್ಕುಗಳು ಹಲವಡೆ ಕಾಣಿಸುತ್ತಿದ್ದುವು. ಮಳೆ ಹೆಚ್ಚಿ, ನೀರ ಒರತೆ ಪ್ರಾಪ್ತಿಸಿ, ಬೆಟ್ಟದ ಮಗ್ಗುಲುಗಳು ಎಷ್ಟೋ ಕಡೆಗಳಲ್ಲಿ ಜರಿದು ಹೀಗೆ ಕುಸಿದು ಮುಕ್ಕು ಗೊಂಡಿದ್ದುವು. ಇಂದ್ರ ತನ್ನ ವಜ್ರಾಯುಧ ಹಿಡಿದು ಬೆಟ್ಟಕ್ಕೆ ಬಡಿದುಂಟಾದ ಹೊಸ ಗಾಯಗಳಂತೆ ಕಾಣುತ್ತಿದ್ದುವು, ಅವು. ತಿಮ್ಮ ಅನ್ನುತ್ತಾನೆ: "ಯಾವ ವರ್ಷವೂ ಇಷ್ಟು ಹೆಚ್ಚಾಗಿ ಘಟ್ಟದ ಬರೆಗಳು ಜರಿದದ್ದೆಂಬುದಿಲ್ಲ" ಎಂದು.

ಕರಿಯನ ಆಸೆ–ಹಾಗೆ ಜರಿದ ತಾವುಗಳಿಗೆ ಹೋಗಿ, 'ಸಮೀಪದಿಂದ ಅವು ಹೇಗೆ ಕಾಣಿಸುತ್ತವೆ' ಎಂದು ನೋಡಬೇಕೆಂದು. ಅದಕ್ಕಾಗಿ ಗೆಳೆಯ ನನ್ನು ಪೀಡಿಸತೊಡಗಿದ. "ತೀರ ಸಮೀಪದಲ್ಲಿರುವ ಕುಸಿದ ಬರೆಯೆಂದರೆ ಒಂದು ಹರದಾರಿ ದೂರವಾದರೂ ಆಗಬಹುದು. ಅಲ್ಲಿಗೆ ಹೋಗಿ ಬರಲು ಒಂದು ದಿನವೇ ಬೇಕು" ಎಂದು ಅಂಜಿಸುತ್ತಾನೆ ತಿಮ್ಮ. "ನೀನು ಬಾ, ಇಲ್ಲವೇ ಬಿಡು; ನಾನು ಮಾತ್ರ ಹೋಗಿಯೇ ಶುದ್ಧ" ಎಂದು ಕರಿಯ ಪಣ ತೊಟ್ಟಿದ್ದಾನೆ.

ಕರಿಯನ ಉತ್ಸಾಹಕ್ಕೆ ತಡೆಯಿರಲಿಲ್ಲ. ಆದರೆ, ಆ ದಿನ ಹೊತ್ತಾಗಿದ್ದುದರಿಂದ, ಸಂಜೆಯೊಳಗೆ ಮನೆಗೆ ಹಿಂತಿರುಗಬಹುದೋ ಇಲ್ಲವೋ ಎಂಬ ಭೀತಿಯಾಯಿತು. ಮಳೆ ಬಿಟ್ಟ ಮೊದಲ ದಿನವಷ್ಟೆ ಅದು; ಮತ್ತೂ ಮಳೆ ಬರಲಾರದು–ಎಂಬ ಧೈರ್ಯವಿಲ್ಲವಲ್ಲ. ಹಾಗೆಂದುಕೊಂಡು ಮರುದಿನ ಬೆಳಿಗ್ಗೆ ಆತ ಒಬ್ಬನೇ ಹೊರಟ. ಮರುದಿನವೂ ಬಾನು ಬರಿದಾಗಿತ್ತು. ಬಿಸಿಲು ಬೆಳಗಿನಿಂದಲೂ ಸುಂದರವಾಗಿ ನಾಲ್ದೆಸೆಗಳಲ್ಲೂ ಹರಡಿಕೊಂಡಿತ್ತು. ಆತ ಸೊಂಟಕ್ಕೊಂದು ಕತ್ತಿಯನ್ನು ಸಿಕ್ಕಿಸಿಕೊಂಡು, ಕೈಯಲ್ಲೊಂದು ದೊಣ್ಣೆ ಹಿಡಿದುಕೊಂಡು, ಅದನ್ನು ಊರುತ್ತ ನಡೆದ. ತಮ್ಮ ಬೆಟ್ಟದಿಂದ ಮೂಡಣಕ್ಕೆ, ದೂರದಲ್ಲಿ ಕಾಣಿಸುತ್ತಿದ್ದ ಬರೆ ಕುಸಿದ ಒಂದು ತಾವಿಗೆ ನೇರಾಗಿ ಹೊರಟ. ಅಲ್ಲಲ್ಲಿ ಹಲವಾರು ಕಾಡುಗಳು, ನಡುನಡುವೆ ಹರಿಯುವ ಅಬ್ಬಿಗಳು, ಕಾಡುಗಳ ನಡುವೆ ಹುಲ್ಲಿನ ಮೆದೆಗಳು, ಇವನ್ನೆಲ್ಲ ದಾಟುತ್ತ, ಬೆಟ್ಟದ ಮಗ್ಗುಲಲ್ಲೇ ಆ ಸ್ಥಳಕ್ಕೆ ಹೋಗಲು ಜಾವ ಹೊತ್ತಿಗಿಂತ ಹೆಚ್ಚಿನ ವೇಳೆ ಹಿಡಿಯಿತು. ದಾರಿಯುದ್ದಕ್ಕೂ ಜಿಗಣೆಗಳಿಂದ ಕಡಿಸಿಕೊಂಡು, ಗಾಯಕ್ಕೆ ಏನೇನೋ ಸೊಪ್ಪು ಮುಟ್ಟಿಸುತ್ತ ನಡೆದ. ಅಷ್ಟು ದಣಿದು ನಡೆದದ್ದು ಸಾರ್ಥಕವಾಯಿತೆಂದೆನಿಸಿತು–ಆ ನೋಟ ಕಂಡ ಮೇಲೆ. ಬೆಟ್ಟದ ಸೆರಗೊಂದು ವಕ್ರವಾಗಿ ಚಾಚಿಕೊಂಡು, ಕುಕ್ಕರಳ್ಳಿಗಿಳಿಯುವ ಪ್ರದೇಶ ದಕ್ಷಿಣಕ್ಕೆ ಗೋಡೆಯಂತೆ ನಿಂತಿದೆ. ಅದು ತಿರುಗಿ ನಿಲ್ಲುವ ಮೂಲೆಯ ಭಾಗ, ಒಂದು ಹಿರಿದಾದ ಒಳಬು, ದಟ್ಟವಾದ ಕಾಡಿನಿಂದ ತುಂಬಿದ ಪ್ರದೇಶ. ಕರಿಯನಿದ್ದ ಭಾಗ ಮಾತ್ರ ಹುಲ್ಲು ಬೆಳೆದಂಥ ತಾವು. ಅಲ್ಲಿಂದ ನೋಡಿದ ಕರಿಯನಿಗೆ–ಬೆಟ್ಟದ ಝುರಿ ನೆಲವನ್ನು ತಬ್ಬಿ ಹರಿಯುವ ಬದಲು, ಒಮ್ಮೆಗೇ ಪ್ರಪಾತದಂತೆ ಧುಮುಕುವ ನೋಟ ಕಂಡಿತು. ನಾಲ್ಕೆಂಟು ಮರಗಳಷ್ಟು ಎತ್ತರವಾಗಬಹುದು ಅದು. ಆ ಭಾಗದಲ್ಲಿ ಅಬ್ಬಿಯೂ ಕುಸಿದ ನೆಲದ ಮೇಲೆಯೇ ಧುಮುಕುತ್ತಿತ್ತು. ತೀರ ಸಮೀಪದಿಂದಲೇ ನೆಲ ಕುಸಿದದ್ದು ಕಾಣಿಸುತ್ತಿತ್ತು. ನೂರಾರು ಎಕ್ರೆ ವಿಶಾಲವಾದ ಕಾಡಿನ ಭಾಗ ಭೂಕಂಪದಿಂದ ಅದುರಿ ಕುಸಿದಂತೆ ಕಾಣಿಸುತ್ತಿತ್ತು. ಆತ ನಿಂತ ಜಾಗಕ್ಕೂ, ಕುಸಿದ ಭಾಗಕ್ಕೂ, ನೂರಿನ್ನೂರು ಅಡಿಗಳ ಅಂತರವನ್ನುಂಟುಮಾಡಿತ್ತು. ಕುಸಿದಾದ ಬೆಟ್ಟದ ಮಗ್ಗುಲು, ಕೆಂಪು ಕೋಟೆಯ ಗೋಡೆಯಂತೆ ಕಾಣುತ್ತಿತ್ತು. ಅದರ ಮೇಲಿನ ಸಂಸ್ತರ

ಕೆಂಪಾಗಿದ್ದರೆ, ಕೆಳಗಿನ ಅಂಚೆಲ್ಲ ಬಿಳಿ ಜೇಡಿಯ ಮಣ್ಣಿನದು. ಕಾಡಿಗೆ ಕಾಡೇ ಕುಸಿದು ಕುಕ್ಕರಳ್ಳಿಯ ಬಯಲಿನ ತನಕವೂ ಚಾಚಿ ನೀಡಿದ ವಿಚಿತ್ರ ನೋಟ ಕಾಣಿಸಿತು. ಅಲ್ಲಿಂದಲೇ ಕೆಳಕ್ಕೆ ಧುಮುಕಿಬಿಡೋಣ ಎನ್ನುವಷ್ಟು ಆಸೆ ಯಾಯಿತು ಅವನಿಗೆ. ಕೆಳಗಿನ ಮಗ್ಗುಲನ್ನೇ ಹಿಡಿದುಕೊಂಡು, ಕೆಳಗಿಳಿಯ ತೊಡಗಿದ. ಅದೆಲ್ಲ ಹುಲ್ಲು ಬೆಳೆದ ಭಾಗ; ಅದರ ಮೇಲೆ ನಡೆದುಕೊಂಡು ಬಹು ದೂರದ ತನಕ ಇಳಿದ. ತಿರುಗಿ ಕಾಡು ಬಂದಿತು. ಈತ ನಡೆಯುತ್ತಿದ್ದ ಅಂಚಿನಲ್ಲಿದ್ದ ಎಷ್ಟೋ ಮರಗಳು ಅಲ್ಲಲ್ಲಿ ಅರ್ಧಮರ್ಧ ಮಗುಚಿ ಬಿದ್ದಿದ್ದುವು. ಆ ತಡೆಗಳನ್ನೆಲ್ಲ ದಾಟಿಕೊಂಡು ಬಹುದೂರ ಇಳಿದು ಹೋದರೆ, ಕುಕ್ಕರಳ್ಳಿಗೆ ತೀರ ಸಮೀಪವಾದ ಪ್ರದೇಶ ಕಾಣಸಿಗುತ್ತದೆ. ಮುಂದೆ ಕರಿಯನ ದಾರಿಗಡ್ಡವಾದುದು ಒಂದು ಚಿಕ್ಕ ಹಳ್ಳ. ಆದರೆ ನೀರು ನಾಲ್ಕು ದಿನಗಳ ಹಿಂದೆ ಬೆಟ್ಟದ ಒಳಬೆಯಿಂದ ಹರಿದುಬರುತ್ತಿದ್ದರೆ, ಈಗ ಜರಿಯಲ್ಲಿ ಧುಮುಕಿ, ಅದರ ಮಣ್ಣನ್ನೆಲ್ಲ ಕಲಸಿಕೊಂಡು, ಕೆಂಪಾದ ಕೆಸರಾಗಿ ಬರುತ್ತಿತ್ತು. ಕೆಳಗಿನ ಪ್ರದೇಶಕ್ಕೆ ನೆಲ ಕುಸಿದು, ಒತ್ತಿ, ಬಂದುದರ ಪರಿಣಾಮವಾಗಿ, ನೀರಿನ ಭರವನ್ನು ತಡೆದು ನಿಂತ ವಿಶಾಲವಾದ ಮರಮಟ್ಟುಗಳ ಸೆರಗೊಂದು ಮುರಿದು ನುಜ್ಜುಗುಜ್ಜಾಗಿತ್ತು. ಕರಿಯ ಅದನ್ನೇ ಹೊಕ್ಕು ಪೊದೆಗಳನ್ನು ಸವರಿಕೊಂಡು, ದಾರಿ ಮಾಡಿಕೊಂಡು ಮುಂದುವರಿದ. ಮುಂದೆ, ಮುಂದೆ ಹೋಗುವುದು ಸುಲಭವಲ್ಲದ ಕೆಲಸವಾಗಿ ಕಂಡಿತು. ಅದುರುವಿಕೆಯಿಂದ ನೆಲ ಪುಡಿ ಪುಡಿಯಾಗಿ, ಅಲ್ಲಲ್ಲಿ ಬಿರುಕುಗಳು, ಕೆಸರಿನ ಪ್ರವಾಹಗಳು ಉರುಳಿದ ಬಂಡೆಗಳು ವಿಚಿತ್ರ ನೋಟವನ್ನು ತಂದುಕೊಟ್ಟವು. ಹೋಗಲು ಎಷ್ಟೆಷ್ಟು ತೊಡಕು ಕಂಡಿತೋ ಅಷ್ಟಷ್ಟು ಉತ್ಸಾಹ ಅವನಿಗೆ. ಮೇಲಿಂದ ಧುಮುಕುವ ಅಬ್ಬಿಯ ನೀರು ಹಾದಿ ತಪ್ಪಿ, ಹೇಗೆಲ್ಲ ಹೋಗುತ್ತಿರಬಹುದು ಎಂದು ನೋಡುವ ಕುತೂಹಲ. ಆತ ಕುಸಿದ ಪ್ರದೇಶವನ್ನು ಎಷ್ಟೆಷ್ಟು ತುಳಿದೇ ಹೋಗಲು ಪ್ರಯತ್ನಿಸಿದನೋ, ಅಷ್ಟಷ್ಟು ಕಷ್ಟದ ಕೆಲಸವಾಯಿತು. ನೆಲ ಅಲ್ಲಲ್ಲಿ ಒಡೆದಿತ್ತು. ಒಂದೊಂದು ಮರವೂ ಕೆಸರಿನಲ್ಲಿ ನಟ್ಟ ಹೊಸ ಗಿಡದಂತೆ ಕಾಣಿಸುತ್ತಿತ್ತು. ಒಂದು ಮರದಿಂದ ಇನ್ನೊಂದು ಮರದ ಬಳಿಗೆ ಹೋಗಲು ಅಸ್ಥಿರವಾದ ನೆಲ, ಕೆಸರು, ನೀರುಗಳನ್ನು ತುಳಿದು ಹೋಗಬೇಕು. ತೀರ ಮುಂದಕ್ಕೆ ಹೋಗುವುದು ಅವನಿಂದಾಗಲಿಲ್ಲ. ಅಲ್ಲಿಯೇ ನಿಂತರೆ ದೂರದ

ನೋಟ ಕಾಣಿಸಲಾರದೆಂಬ ನಿರಾಶೆಯಾಯಿತು. ಒಂದು ಮರವನ್ನೇರಿದ, ಅಲ್ಲಿಂದ ಆಚೀಚೆ ಏನು ಕಾಣುತ್ತದೆ ಎಂದು ನಿರೀಕ್ಷಿಸಿದ. ತುಸು ಸಮೀಪದಲ್ಲಿ ನೀರಿನ ಒರತೆಯಿಂದಾಗಿ ಕೆಸರು ಮಣ್ಣಿನ ಒಂದು ನದಿಯೇ ಹರಿಯುತ್ತಿದ್ದಂತೆ ಕಂಡಿತು. ಆ ಕೆಂಪುಮಣ್ಣಿನ ರಾಡಿಯಲ್ಲಿ ಉರುಳಿದ ಬಂಡೆಗಳು, ಹೂತ ಬಂಡೆಗಳು, ನಿಂತ ಮರಗಳೂ ಕಾಣಿಸಿದುವು. ಅಲ್ಲಿಗೂ ಹೋಗಬೇಕೆಂಬ ಹಂಬಲವಾಯಿತು. ಮರ ಇಳಿದು, ಹತ್ತು ಹೆಜ್ಜೆ ಹಿಂದಕ್ಕೆ ಬಂದು, ಗಟ್ಟಿ ನೆಲವನ್ನು ಸೇರಿ, ಮೇಲಕ್ಕೆ ಬಂದಾಗ ಆ ಕೆಮ್ಮಣ್ಣಿನ ಪ್ರವಾಹ ಕಣ್ಣೆದುರಿಗೆ ಕಾಣಿಸಿತು. ಕುಸಿದು ಬಿದ್ದ ಆ ಪ್ರದೇಶದಲ್ಲಿ ನದಿಯ ಭಾಗವೂ ಇನ್ನಷ್ಟು ಆಳಕ್ಕೆ ಹರಿಯುತ್ತಿತ್ತು. ಅದರಲ್ಲಿ ನೀರು ಮಾತ್ರ ಇದ್ದಿರಲಿಲ್ಲ. ನೀರಿನ ಬದಲು ಮಣ್ಣು, ನೀರುಗಳು ಬೆರೆತ ದಪ್ಪವಾದ ರಾಡಿಯ ಪ್ರವಾಹ. ಆ ಪ್ರವಾಹದಲ್ಲಿ ಸಿಲುಕಿಗೊಂಡ ಬಂಡೆಯೊಂದನ್ನು ಕಂಡ. ಕಣ್ಣು ಅದನ್ನು ಎಷ್ಟು ನೋಡಿತೋ ಅಷ್ಟು 'ಅದು ಬಂಡೆಯೋ, ಇನ್ನೇನೋ' ಎಂಬ ಅನುಮಾನ ವಾಗಿತ್ತು. ಆ ನೋಟ ಸಮೀಪಿಸುವಲ್ಲಿಗೆ ಹೋಗಿ ನಿಂತ. ನಿಜಕ್ಕೂ ಅದು ಬಂಡೆಯಾಗಿರಲಿಲ್ಲ. ಬದಲು, ಹೂತು ಬಿದ್ದ ಒಂದು ಆನೆಯ ಶರೀರವೆಂದು ಕಂಡಿತು. "ದೊಡ್ಡದಲ್ಲ; ಮರಿ ಆನೆ! ಸತ್ತಿದೆಯೇ ಬದುಕಿದೆಯೇ?" ಎಂದು ಅಲ್ಲಿಂದ ಊಹಿಸಲಾರ. ಆ ಕೆಸರಿನಲ್ಲಿ ಅದರ ಸಮಾಧಿಯಾಗುತ್ತದೆ ಎಂದು ತೋರಿತು. ಅಲ್ಲಿಂದ ಅವನೊಬ್ಬನೇ ಏನು ಮಾಡುವಂತೆಯೂ ಇರಲಿಲ್ಲ. ಅವಸರಪಟ್ಟು ಕುಕ್ಕರಳ್ಳಿಗೆ ಓಡಿಹೋದ. ಅಷ್ಟಾಗುವಾಗ ಮಧ್ಯಾಹ್ನವಾಗಿತ್ತು. ಕುಕ್ಕರಳ್ಳಿಗೆ ಹೋಗಿ, ಅಲ್ಲಿಯವರಿಗೆ ಆನೆಯ ಸಮಾಚಾರ ಕೊಟ್ಟರೆ, ಅದು ಯಾರಿಗೆ ಬೇಕಿತ್ತು? ಮಳೆ ಕುಸಿದುದರ ಪರಿಣಾಮವಾಗಿ, ಹಳ್ಳಿಯ ಹಳ್ಳವೊಂದು ದಾರಿತಪ್ಪಿ, ಅವರ ಬಯಲಿನ ಒಂದು ಭಾಗವನ್ನೇ ಕೊಚ್ಚಿ ಕೊಂಡು ಹೋಗಿತ್ತು. ಅದು ದೋಚಿ ತಂದಂಥ ಮಣ್ಣಿನಿಂದ, ಬೆಳೆದ ಹೊಲ ಗದ್ದೆಗಳನ್ನು ಮಣ್ಣಿನಿಂದ ತುಂಬಿಸಿತ್ತು. ಆ ನಷ್ಟವನ್ನು ಸರಿಪಡಿಸುವುದಲ್ಲಿದ್ದರು ಅವರೆಲ್ಲ. ಕರಿಯ "ಆನೆಯ ಮರಿಯೊಂದು ಕೆಸರಿನಲ್ಲಿ ಸಿಕ್ಕಿಬಿದ್ದಿದೆ; ಅದರ ಜೀವ ಉಳಿಸುವ" ಎಂದು ತನ್ನ ಪುರಾಣ ಹೇಳಿದರೆ ತಮ್ಮ ಗೋಳನ್ನು ತೋಡಿಕೊಂಡರು ಅವರು. ಕರಿಯನೆಂದ: "ನಿಮ್ಮ ಈ ಕೆಲಸ ಒಂದು ದಿನದ್ದಲ್ಲ. ಮಳೆಗಾಲವೆಲ್ಲ ಹೊತ್ತು, ಮಾಡುವ ಕೆಲಸ. ಇದಾದರೂ ಒಂದು

ತಮಾಷೆ ನೋಡಬಾರದೇ" ಎಂದು ಅವರಲ್ಲಿ ಉತ್ಸಾಹ ತುಂಬಿದ. ಆನೆ ಒಂದಲ್ಲ, ನೂರು ಸತ್ತರೂ ಕುಕ್ಕರಳ್ಳಿಯವರಿಗೆ ಬೇಸರವಿಲ್ಲ. ಅದರ ಹಾವಳಿಯನ್ನು ಅವರು ಸಹಿಸಿದವರು. ಆದರೂ ಅದೊಂದು ವಿಚಿತ್ರ ನೋಟ ನೋಡುವ ಹಂಬಲ ಆಗದಿದ್ದೀತೇ? ಅವನ ಹಿಂದೆಯೇ ಜನ ಹೊರಟರು. ಕರಿಯ ಅವರನ್ನೆಲ್ಲ ಆ ತಾವಿಗೆ ಕರೆದುಕೊಂಡು ಹೋದ. ಮೇಲಿನ ಅಬ್ಬಿಯ ನೀರು, ಕುಸಿದ ನೆಲದ ಮೇಲೆ ಹೊಸ ಹುಚ್ಚಾಟ ನಡೆಯಿಸಿದುದು ಅವರಿಗೂ ಕಾಣಿಸಿತು. "ನೆಲ ಜರಿದು ದಿನಗಳು ಮೂರಾದವು. ಆ ರಾತ್ರಿಯೇ ಕಾಡು ಮುರಿದು, ಜರಿದು ಬೀಳುವ ಆರ್ಭಟ ಕೇಳಿ ಭೂಕಂಪವಾಗುತ್ತಿದೆ, ಎಂದುಕೊಂಡಿದ್ದೆವು. ಮೂರು ದಿನಗಳಿಂದ ಈ ಹೊಳೆಯೂ ದಾರಿ ತಪ್ಪಿ, ಕೆಸರು ಮಣ್ಣನ್ನು ತಂದು ತುಂಬಿಸುತ್ತಿದೆ. ಮಳೆ ನಿಂತರೆ ಏನಾದರೂ ಸರಿಮಾಡ ಬಹುದು" ಎಂದು ಘಟನೆಯನ್ನು ಕುರಿತಾದ ತರ್ಕ ವಿತರ್ಕ ಮಾಡುತ್ತ ಸಾಗಿದರು. ಕರಿಯ ಆನೆಯನ್ನು ಕಂಡುಬಂದ ತಾವು ಬಂದಿತು. ಕೆಸರಿನ ಪ್ರವಾಹವು ಆನೆಯ ಶರೀರವನ್ನು ಹೊತ್ತು ಇನ್ನೂ ಹತ್ತು ಗಜ ಮುಂದಕ್ಕೆ ತಳ್ಳಿತ್ತು. ಹಾಗೆಯೇ ಮತ್ತೂ ಮುಂದೆ, ಮುಂದೆ ತಳ್ಳುತ್ತಿತ್ತು. ಅದಕ್ಕೆ ಜೀವವಿದೆಯೋ ಇಲ್ಲವೋ ಎಂಬುದು ಅವರಿಗೂ ತಿಳಿಯದು. ತಮ್ಮ ನೆಚ್ಚಿನ ಕರಿಯ ಏನನ್ನುವನೋ ಅದರಂತೆ ಅವರು ಮಾಡಲು ಸಿದ್ಧ. ಮರದ ಗೆಲ್ಲುಗಳನ್ನು ಕಡಿದು, ತಂದು, ಆ ರಾಡಿ ಪ್ರವಾಹದ ಮೇಲೆ ನಡೆದುಹೋಗಲು ಅನುಕೂಲವಾಗುವಂತೆ ದಾರಿ ಮಾಡಿದರು. ಅದನ್ನೇರಿಕೊಂಡು ಆನೆಗೆ ತೀರ ಸಮೀಪ ಹೋಗಿ ನೋಡಿದವ ಕರಿಯ. ಅವನಿಗಾದ ಆನಂದ, ವ್ಯಥೆಗಳು ಅಷ್ಟಿಷ್ಟಲ್ಲ, ಬರಿಯ ಎರಡೋ, ಮೂರೋ ವರ್ಷಗಳ ಆನೆಯ ಮರಿಯದು; ದಣಿದು, ನುಗ್ಗಾಗಿ ನಾಲ್ಕು ಕಾಲುಗಳೂ ಕೆಸರಲ್ಲಿ ಹೂತು, ತಾನಾಗಿ ಚಲಿಸಲಾರದೆ ಪ್ರವಾಹ ಸೆಳೆದತ್ತ ಸಾಗುತ್ತಿತ್ತು. ತನಗೆ ಆ ಮರಿಯನ್ನು ದೇವರೇ ಕರುಣಿಸಿದ್ದು ಎಂಬ ಯೋಚನೆ ಕರಿಯನದು. ಆದರೆ ಅದನ್ನು ಪಾರುಗಾಣಿಸುವ ಬಗೆ ಸುಲಭವಾಗಿರಲಿಲ್ಲ. ಅದರ ಕಣ್ಣುಗಳನ್ನು ನೋಡಿದ- ಬಿಳಿಚಾಗಿರಲಿಲ್ಲ. ಅದಕ್ಕೆ ಜೀವವಿದ್ದಿತು. ಸೊಂಡಿಲು ಕದಲುತ್ತಿತ್ತು. ಅದೊಂದನ್ನು ತುಸುವೇ ಎತ್ತಿಹಿಡಿದು ಉಸಿರಾಡಿಸುತ್ತಿತ್ತು. "ಏನೇ ಆಗಲಿ, ಇದನ್ನು ಎಳೆದು ತೆಗೆಯಲೇ ಬೇಕು" ಎಂದ ಕರಿಯ. "ಕಾಡಾನೆಯನ್ನು

ಉಳಿಸಲು ಹೋಗಿ ಅದರ ಕೈಯಲ್ಲಿ ನಾವೂ ಸಾಯಬೇಕಾದೀತಲ್ಲ" ಎಂದ ಬಟ್ಯಗೌಡ. ಯಾವುದಕ್ಕೂ ಸಂಜೆ ಸಮೀಪಿಸಿತು. ಆ ದಿನ ಅವರು ಏನನ್ನೂ ಮಾಡುವಂತಿರಲಿಲ್ಲ. ಆದರೂ ಕರಿಯ-ಅದು ತಿನ್ನಲಿ, ಬಿಡಲಿ-ಎಂದು ಒಂದಿಷ್ಟು ಸೊಪ್ಪು ಕಡಿದು ಅದರ ಮೂತಿಯ ಬಳಿಯಲ್ಲಿ ಎಸೆದು ಬಂದ. ಎಲ್ಲರೂ ಹಳ್ಳಿಗೆ ಮರಳಿದರು.

ಮರುದಿನ ಬೆಳಗ್ಗೆ ಜಾತ್ರೆ ತಿರುಗಿ ಹಳ್ಳದ ಬಳಿಗೆ ಹೊರಟಿತು-ಆನೆ, ಬಿದ್ದಲ್ಲಿಗೆ ಹಲಗೆ, ಒನಕೆ, ಹಗ್ಗ ಏನೇನೋ ಸರಂಜಾಮುಗಳನ್ನು ಹೊತ್ತು ನಡೆದರು. ಆನೆ ಇನ್ನೂ ಒಂದು ಐವತ್ತು ಗಜ ಮುಂದುವರಿದು ಬಂದಿತ್ತು ಕೆಸರಿನೊಂದಿಗೆ. ತಿರುಗಿ ಗೆಲ್ಲು, ಕೊಂಬೆ, ರೆಂಬೆಗಳನ್ನು ಕೆಸರ ಮೇಲೆ ಹಾಕಿ ಅದನ್ನು ಸಮೀಪಿಸಿದರು. ಒಂದೆರಡು ಹಲಗೆಗಳನ್ನು ಅದರ ಹೊಟ್ಟೆಯ ಅಡಿಗೆ ತುರುಕಬೇಕೆಂದು ಮಾಡಿದ ಪ್ರಯತ್ನ ವ್ಯರ್ಥವಾಯಿತು. ಹಾರೆ ಹಿಡಿದು ಸಮೀಪದ ನೆಲ ಕೊಚ್ಚ ತೊಡಗಿದರು. ಒಂದು ಹಾರೆ ಮಣ್ಣು ತೆಗೆದರೆ ಎರಡು ಹಾರೆ ಮಣ್ಣು ಬಂದು ತುಂಬುತ್ತಿತ್ತು. ಎಲ್ಲವೂ ಅಸ್ಥಿರವಾದ ನೆಲ. ಆ ಪ್ರವಾಹದ ಅಗಲ ಹೆಚ್ಚಾಗಿರಲಿಲ್ಲ. ಕೊನೆಗೆ ಬೇರೆ ದಾರಿ ಕಾಣದೆ, ಬಾವಿಯ ಹಗ್ಗಗಳನ್ನೆಲ್ಲ ಜೋಡಿಸಿ, ಅದರ ನಡುವಿಗೆ ಕಟ್ಟಿ ಎಳೆದರು. ಹಗ್ಗ ತುಂಡಾಯಿತು. ಆನೆ ಮಾತ್ರ ಕದಲಲಿಲ್ಲ. ಎಷ್ಟು ತಲೆ ಕೆರೆದುಕೊಂಡರೂ ದಾರಿ ಕಾಣಿಸಲಿಲ್ಲ ಅವರಿಗೆ. ಕೊನೆಗೆ ಬಟ್ಯನೆಂದ; "ಇನ್ನಿದ್ದರೆ ಒಂದೇ ಉಪಾಯವಿದೆ. ಮೇಲೆ ಹರಿಯುವ ನೀರಿನ ಸಾಲನ್ನು ಕಡಿದು, ಇಲ್ಲಿಗೆ ಬಿಟ್ಟರೆ, ಮಣ್ಣು ತೊಳೆದು ಹೋದೀತು ಹೊರತು ಕಟ್ಟಿ, ಎಳೆದು, ಕೊಚ್ಚಿ ಆಗುವಂಥ ಕೆಲಸ ಇದಲ್ಲ." ಎಂದು. ಎಲ್ಲರೂ ಸೇರಿ ಹಾಗೆ ಮಾಡ ತೊಡಗಿದರು. ಅದೂ ಸುಲಭವಾಗಲಿಲ್ಲ. ಹತ್ತೆಂಟು ಮಂದಿ ಸೇರಿ ತುಸು ಮೇಲಕ್ಕೆ ಹರಿಯುತ್ತಿದ್ದ ನೀರಿನ ಪ್ರವಾಹವೊಂದನ್ನು ಆ ಮುಖವಾಗಿ ಕಡಿದು ತಿರುಗಿಸಿ ಕೆಸರಿನ ಪ್ರವಾಹಕ್ಕೆ ಬಿಟ್ಟರು. ತಿರುಗಿ ಕತ್ತಲೆಯಾಯಿತೆಂದು ಹೊರಟುಬಿಟ್ಟರು. ಕರಿಯ ಎಲ್ಲ ಆಸೆಗಳನ್ನು ಬಿಟ್ಟ. ಹೊಟ್ಟೆಗಿಲ್ಲದ ಆನೆ ಬೆಳಗಾಗುವ ತನಕ ಉಳಿಯುವುದು ಕಷ್ಟ ಎಂದು ಎಣಿಕೆ ಹಾಕಿದ. ನಿದ್ದೆ ಬಾರದ್ದಕ್ಕೆ 'ಅದು ಹೇಗೆ ಕೆಸರಲ್ಲಿ ಸಿಕ್ಕಿಕೊಂಡಿರಬಹುದು. ಹಿಂಡಿನಲ್ಲಿರುವ ಮರಿ ಒಂದೇ ಸಿಕ್ಕಿಕೊಳ್ಳಲು ಕಾರಣವೇನು? ಉಳಿದುವು ಹೇಗೆ

ಪಾರಾದುವು?' ಎಂದು ಏನೇನೋ ಲೆಕ್ಕ ಹಾಕುತ್ತ ಇಲ್ಲದ ಕನಸುಗಳನ್ನು ಕಟ್ಟಿಕೊಂಡು ರಾತ್ರಿ ಕಳೆದ. ಬೆಳಗ್ಗೆ ನಸುಕು ಹರಿಯುವ ಮೊದಲೇ ಹೊರಟ. ಅಲ್ಲಿಗೆ ಬಟ್ಯನನ್ನು ಕರೆದುಕೊಂಡು ಹೋಗಿ ನೋಡುವಾಗ ಅವನ ವಿಸ್ಮಯ, ಸಂತೋಷ ಹೇಳತೀರದು. ಅವರು ಬಿಟ್ಟ ನೀರು ರಾತ್ರಿಯೆಲ್ಲವೂ ಹರಿದು ಕೆಸರನ್ನು ಕೊರೆದು, ಆನೆಯ ಮಗ್ಗುಲನ್ನು ಚೆನ್ನಾಗಿ ಬಿಡಿಸಿ ಕೊಟ್ಟಿತ್ತು. ಆದರೂ ಮೇಲಿಂದ ಬರುವ ಕೆಸರು ಒತ್ತಿ ಬರುತ್ತಲೇ ಇತ್ತು. ಕೈಯಲ್ಲಿ ಒಂದು ಕೋಲು ಹಿಡಿದು, ಕರಿಯ ಆ ರಾಡಿಯ ಹೊಂಡಕ್ಕೆ ಧುಮುಕಿದ. ಕೋಲೂರುತ್ತ ಹತ್ತು ಹೆಜ್ಜೆ ಮುಂದೆ ಸಾಗಿದ. ಪ್ರವಾಹ ಆಳವಾಗಿರಲಿಲ್ಲ. ಆನೆಯು ಸಮೀಪವಾಯಿತು. ಅದರ ಕಾಲಿನ ಕೆಳಗಿನ ನೆಲ ಭದ್ರವಾಗಿತ್ತು. ಆದುದರಿಂದಲೇ ಅದು ಬದುಕಿಕೊಂಡಿತ್ತು. ಮೂರು ದಿನಗಳ ಉಪವಾಸದ ಅಶಕ್ತಿಯಲ್ಲದೆ ಹೋಗಿದ್ದರೆ ಅದು ತಾನಾಗಿ ಈಚೆ ನಡೆದು ಬರುವುದು ಸುಲಭವಾಗಿತ್ತು. ಈಗ ಅದಕ್ಕೆ ಅಷ್ಟು ಶಕ್ತಿಯೂ ಉಳಿದಿರಲಿಲ್ಲ. ಸಾವಿನ ಭೀತಿಯಿಂದ ಏನೂ ಮಾಡಲಾರದೆ ಅದು ಬೆಪ್ಪುಗೊಂಡಿತು. ಕರಿಯ ಅದನ್ನು ಸಮೀಪಿಸಿ, ಮೈ ಮುಟ್ಟಿದ. ಹುರಿಯ ಹಗ್ಗವನ್ನು ತಿರುಗಿ ಜೋಡಿಸಿ, ಅದರ ಹಿಂಗಾಲಿಗೆ ಬಿಗಿದು ಈಚೆಯ ದಡಕ್ಕೆ ಬಂದ. ಊರ ಜನರನ್ನು ಕರೆಯಲು ಬಟ್ಯನನ್ನು ಓಡಿಸಿದ. ಅವರು ಬರುವ ತನಕ ಕರಿಯ ಸುಮ್ಮನಿರಲಾರ. ಆನೆ ಬಂದ ಮೇಲೆ ಅದಕ್ಕೆ ಊಟವಾಗಬೇಡವೇ? ಬಯನಿ ಗಿಡಗಳನ್ನು ಕಡಿದು, ಅದರ ನಡುವಣ ತಿರುಳನ್ನು ಸವರಿ, ಕಾಂಡ ತೆಗೆದಿರಿಸಿದ. ಜನ ಬಂದರು. ಆನೆ ಮರಿಯನ್ನು ಎಳೆಯತೊಡಗಿದರು. ಕೊನೆಗೆ ಒಂದು ಹಗ್ಗ ಸಾಲದೆಂದು, ಬೀಳಲಿನ ಬೇರೊಂದು ಹಗ್ಗ ಮಾಡಿ ಅದರ ಇನ್ನೊಂದು ಕಾಲಿನ ಸಂದಿಗೆ ಕಟ್ಟಿ ಎಳೆದರು. ಮೆಲ್ಲ ಮೆಲ್ಲನೆ ಎಳೆಯುತ್ತಿರಲು ನೀರಿನ ಕುಲುಕುಪ್ರವಾಹದಲ್ಲಿ ಆನೆ ಸಂಪೂರ್ಣ ಕುಸಿಯಿತು. 'ಹೋ, ಇನ್ನೇನು? ಮೇಲಿನ ಕೆಸರು ಅದನ್ನು ಮುಚ್ಚಿಬಿಟ್ಟರೇನು ಗತಿ?' ಎಂಬ ಭೀತಿ ಇವರಿಗಾಯಿತು. ಅದಕ್ಕೂ ಜ್ಞಾನೋದಯವಾಗಿರಬೇಕು. ಕಾಲು ಮೊಟಕುತ್ತ ಎದ್ದುನಿಂತು, ಎಳೆಯುತ್ತಿರುವ ಇವರ ಕಡೆಗೇನೆ ತಿರುಗಿತು. ಇವರು ಮೆಲ್ಲಮೆಲ್ಲನೆ ಹಗ್ಗವನ್ನೆಳೆದರು. ಮರಿಯು ಆಯಾಸದಿಂದ ಬಸವಳಿದು, ಹಾಗೂ ಹೀಗೂ ಈಚಿನ ದಂಡೆಯನ್ನು ಸೇರಿತು. ದಂಡೆ

ಮೆಟ್ಟುವುದಕ್ಕೂ ಅದಕ್ಕೆ ಹೆದರಿಕೆ. ತಿರುಗಿ ಮಣ್ಣು ಕುಸಿಯುತ್ತದೋ ಎಂಬ ಅಂಜಿಕೆ. ಗಟ್ಟಿ ನೆಲದ ಮೇಲೆ, ಅದನ್ನು ಎಳೆಯುವುದಕ್ಕೆ ಇವರಿಗೂ ಹೆದರಿಕೆ. ಅದು ದಡ ಸಮೀಪಿಸಿದ ಮೇಲೆ, ಅದರ ಹಗ್ಗವನ್ನು ಮುಟ್ಟುವುದಕ್ಕೆ ಯಾರಿಗೂ ಧೈರ್ಯವಿಲ್ಲ. ಅದರ ಬಳಿಗೆ ಹೋಗುವವರೂ ಇಲ್ಲ. ಬಟ್ಯನಂತೂ ಹೋಗುವ ಪ್ರತಿಯೊಬ್ಬರನ್ನೂ ತಡೆಯುತ್ತಿದ್ದ. "ಕಾಡಾನೆ ಅದು. ಮರಿಯಾದರೇನಂತೆ? ತ್ರಾಣ ಉಂಟೆಷ್ಟು? ತಾನು ಸಿಕ್ಕಿಬಿದ್ದ ಸಿಟ್ಟಿಗೆ ನಾವೇ ಅದನ್ನು ದೂಡಿ ಹಾಕಿದವರೆಂದು ತಿಳಿದು ಅಟ್ಟಿಬಂದರೆ ನಾವು ಒಬ್ಬರೂ ಈಡಲ್ಲ; ಕರಿಯನೂ ಇಲ್ಲ. ಅದು ಸತ್ತಿದ್ದರೇ ಸುಖವಿತ್ತು" ಎಂದು ನುಡಿದು ಬಹುದೂರ ಹೋಗಿ ನಿಂತ. "ಇನ್ನೆಲ್ಲ ಕರಿಯಣ್ಣನ ಕೆಲಸ" ಎಂದು ಉಳಿದವರು ಹೇಳಿದರು. ಜೀವದ ಆಸೆಯಿದ್ದರೆ ಬಿಡುಗಡೆಗೊಂಡ ಆನೆಯ ಬಳಿ ಕರಿಯ ಹೋಗಲಾರ ಎಂದು ಅವರೆಲ್ಲರ ತಿಳಿವು. ಕರಿಯನಿಗೆ ಆನೆಯ ಹುಚ್ಚಿನಲ್ಲಿ ಜೀವದ ಆಸೆ ಮರೆತಿತ್ತು. ತನ್ನ ಮುದ್ದು ಮರಿಗೆ ಊಟವಾಗದೆ ದಿನ ಮೂರಾಯಿತೆಂಬ ಚಿಂತೆ! ಹೋಗಿ ಧೈರ್ಯದಿಂದ ಅದರ ಸೊಂಡಿಲಿನೆದುರು ಬಯನಿಯ ಕಾಂಡ ಹಿಡಿದುಕೊಂಡು ನಿಂತ. "ಹತ್ತಿರ ಹೋಗಬೇಡ" ಎಂದು ಬೊಬ್ಬಿರಿಯುತ್ತಾನೆ ಬಟ್ಯ. ಕರಿಯ ಕದಲುವುದಿಲ್ಲ; ದಿಂಡು ಕೊಡುತ್ತಿದ್ದಾನೆ. ಹಸಿದ ಮರಿ ಅದನ್ನು ಸೊಂಡಿಲಿನಿಂದ ಕೊಂಡು ತಿನ್ನತೊಡಗಿತು. ಅದರ ಊಟವಾದ ಮೇಲೆ ಕರಿಯ ಅದರ ಹಿಂಗಾಲಿನ ಹಗ್ಗವನ್ನು ಒಬ್ಬನೇ ಎಳೆದ. ಮರಿ ಕತ್ತು ತಿರುಗಿಸಿ ಇವರ ಉತ್ಸಾಹಕರ ನುಡಿಯನ್ನು ಕೇಳಿ ಹಿಗ್ಗಿದಂತೆ, ದಂಡೆಯನ್ನು ಏರುವ ಪ್ರಯತ್ನ ಮಾಡಿತು. ಮೆಲ್ಲಗೆ ಮೇಲಕ್ಕೂ ಬಂದಿತು. ಸಮೀಪ ನಿಂತವರೆಲ್ಲರೂ ನಾಗಾಲೋಟ ಹೂಡಿದರು. ಕರಿಯ ಬೆರಗಿನಿಂದ ಹಿಂದೂ ಹೋಗಲಾರ, ಮುಂದೂ ಹೋಗಲಾರ. ಅದನ್ನು ಬಿಟ್ಟೋಡುವ ಮನಸ್ಸು ಅವನಿಗಿಲ್ಲ. ಅದರ ಹಗ್ಗ ಹಿಡಿದು ಮೆಲ್ಲನೆ ಈಚೆಗೆ ತಂದ. ದಣಿದ ಆನೆ, ಹತ್ತು ಹೆಜ್ಜೆ ಈಚೆ ಬಂದು, ಅಲ್ಲೇ ಮಲಗಿಕೊಂಡಿತು. ಕರಿಯ ಅದಕ್ಕೆ ಕಟ್ಟಿದ ಎರಡೆರಡು ಹಗ್ಗಗಳನ್ನು ಸಮೀಪದ ಮರಕ್ಕೆ ಬಿಗಿದ. ಆ ಬೀಳಲುಗಳು, ಮನಸ್ಸಾದರೆ ಆನೆಗೆ ಈಡಲ್ಲ. ಆದರೂ ಅವನದ್ದೊಂದು ಆಸೆ. ಆ ದಿನ ಆತ ಊಟಕ್ಕೂ ಹೋಗದೆ, ಆನೆಗಾಗಿ ಸೊಪ್ಪು, ಈಚಲು ದಿಂಡುಗಳನ್ನು ತಂದು ಅದರ ಮುಂದೆ

ಕೆಡವಿದ. ಸ್ನೇಹದಿಂದ ಅದರ ಮೈ ಸವರಿದ. ಎತ್ತಿದ ಅದರ ಸೊಂಡಿಲನ್ನು ಮುಟ್ಟುವುದಕ್ಕೂ ಆತ ಹಿಂಜರಿಯುವುದಿಲ್ಲ. ಆ ಎರಡು ಮೂರು ದಿನಗಳಲ್ಲಿ, ತನ್ನ ಹಿಂಡನ್ನು ಕಳೆದುಕೊಂಡು ಅನಾಥವಾದ ಆ ಮರಿಗೆ, ಕರಿಯನಲ್ಲಿ ವಿಶೇಷ ಸ್ನೇಹವುಂಟಾಯಿತು. ಕರಿಯನ ಮನಸ್ಸಿನಲ್ಲಿ 'ಆನೆಯ ನಾಯಕ ತಾನಾದೆ; ಆ ಎಳೆಯ ಮರಿ ಹೇಳಿದಂತೆ ಕೇಳೀತು. ಅದನ್ನು ಒಂದಲ್ಲ ಒಂದು ದಿವಸ ಹತ್ತಿ, ಸವಾರಿಮಾಡಿ ಸುಬ್ರಹ್ಮಣ್ಯದ ತನಕ ಯಾತ್ರೆ ಬೆಳೆಸಿ, ದೇವರಿಗೆ ನಮಸ್ಕಾರ ಮಾಡಿಸಬೇಕು' ಎಂಬ ಕನಸು ಮೂಡಿತು.

ಆನೆಯ ಹಿಗ್ಗಂತೂ ಸರಿಯೇ! ಕರಿಯ ಮನೆಬಿಟ್ಟು ಮೂರು ದಿನಗಳಾಗಿದ್ದುವು. 'ತಿಮ್ಮ ತಾನು ಮರಳಿ ಬಾರದುದಕ್ಕಾಗಿ ಎಷ್ಟು ಚಿಂತೆಯಲ್ಲಿದ್ದಾನೋ' ಎಂಬ ಯೋಚನೆ ಅವನಿಗೆ. ಅವನಿಗೆ ಹೇಳಿಕಳುಹಿಸಬೇಕು, ಇಲ್ಲವೇ ತಾನೇ ಹೋಗಿ ಹೇಳಬೇಕು. ಹೊಲದ ಕೆಲಸಗಳ ಹೊರೆಯಲ್ಲಿ ಮುಳುಗಿದ ಬಟ್ಯನನ್ನೋ, ಅವನ ಗೆಳೆಯರನ್ನೊ, ಕಳುಹಿಸುವುದು ಸಾಧ್ಯವಿರಲಿಲ್ಲ. ತಾನೇ ಹೊರಟ. ಹೊರಡುವಾಗ ತನ್ನ ಮಲೆಯ ಮಳೆ, ಬೆಳಗಿನ ವಿಚಾರ ಹೇಳಿ "ಹೇಗೂ ಈ ಮರಿಯನ್ನು ಬಿಟ್ಟು ಇರಲು ಬರುವುದಿಲ್ಲ. ಒಂದೆರಡು ತಿಂಗಳು ನಾವೇ ಇಲ್ಲಿಗೆ ಬಂದಿರುತ್ತೇವೆ. ನಮ್ಮ ಕುಮರಿ ಬೆಳೆ ಹಾಳಾಗಿದೆ. ನಿಮಗೂ ಆಳುಗಳು ಬೇಕು. ಒಂದು ಕೊಟ್ಟಿಗೆ ನಮಗೆ ಬಿಟ್ಟುಕೊಟ್ಟರೆ, ಬೇಸಾಯ ಮುಗಿಯುವ ತನಕ ನಾವು ಇಲ್ಲಿಯೇ ಬಂದು ಇರುತ್ತೇವೆ" ಎಂದು ತಿಳಿಸಿ, ಹೊರಟುಹೋದ.

ತಮ್ಮ ಹೊಲಗದ್ದೆಗಳು ಕೊಚ್ಚಿ ಹೋದಾಗ, ಹೆಚ್ಚಿನ ಮೂವರು ಜನರು ತಮಗೆ ನೆರವಾಗುವುದೆಂಬುದು ಒಂದು ನಿಧಿ ದೊರೆತಂತಾಯಿತು ಕುಕ್ಕರಳ್ಳಿಯವರಿಗೆ. ಅಲ್ಲದೆ, ಕುಡಿಯರ ಮೇಲೆ ಅಭಿಮಾನ ಅಲ್ಲಿನ ಜನಕ್ಕೆ. ಬಟ್ಯನೆಂದ "ಕರಿಯ ನಾನೆನ್ನುತ್ತೇನೆ, ನೀವು ಎರಡು ಮೂರೇ ಮಂದಿ ಯಾವ್ಯಾವ ಕಾಡಿನಲ್ಲಿ ಇರುವ ಬದಲು, ನಮ್ಮ ಜತೆಯಲ್ಲೇ ಕಾಯಂ ಇರಬಾರದೇ? ನಿಮಗೆ ಏನೂ ಕಡಿಮೆಯಾಗದ ಹಾಗೆ ನೋಡಿಕೊಳ್ಳುತ್ತೇವೆ" ಎಂದು ಭರವಸೆ ಕೊಟ್ಟ. ಕರಿಯ ತನ್ನ ಮಲೆಗೆ ಧಾವಿಸಿದ. ಆನೆಯ ಮರಿಗೆ ಎರಡು ದಿನಗಳಿಗೆ ಬೇಕಾಗುವಷ್ಟು ಸೊಪ್ಪಿನ ರಾಶಿ ಹಾಕಿ ಮಲೆಗೆ ಹೊರಟ.

ಆ ದಿನ ಬೆಳಿಗ್ಗೆ ಹೊರಟುಹೋದ ಕರಿಯ, ಸಂಜೆ ಕತ್ತಲು ಕವಿದರೂ ಮರಳಿ ಬಾರದಿದ್ದುದನ್ನು ಕಂಡು ತಿಮ್ಮ ಕಂಗಾಲಾಗಿದ್ದ. ಜರಿ ನೋಡುವುದಕ್ಕೆ ಹೋಗಿ, ಅಲ್ಲೆಲ್ಲಾದರೂ ಕಾಲು ಜಾರಿಬಿದ್ದನೋ–ಎಂಬ ಚಿಂತೆ, ಭಯ ಅವನಿಗೆ. ಮರುದಿನ ಮನಸ್ಸು ತಾಳಲಾರದ್ದಕ್ಕೆ ಆತನೇ ಆ ಜರಿಯ ಕಡೆಗೆ ಹೊರಟ. ಅದರ ಮಗ್ಗುಲಲ್ಲಿ ನಿಂತು, ಇಣಿಕಿ, ನೋಡಿ, ಇಂಥ ಕುಣಿಯಲ್ಲಿ ಕರಿಯ ಬಿದ್ದಿದ್ದಾದರೆ ಕಣ್ಣಿಗೆ ಕಾಣಿಸುವುದಾದರೂ ಹೇಗೆ–ಎಂದು ಚಿಂತೆಯಲ್ಲೇ ಮನೆಗೆ ಮರಳಿ ಬಂದ. ಗಿಡ್ಡಿ, ತಿಮ್ಮರಿಬ್ಬರಿಗೂ ಕರಿಯನನ್ನು ಕಾಣದೆ ಮನಸ್ಸಮಾಧಾನವಿಲ್ಲ. ಆತ ಹೋಗಿ ದಿನಗಳೆರಡಾದುವು; ಮೂರಾದುವು, ಮಳೆ ಬಿಟ್ಟು ಹೊಳ ಉಂಟಾಗಿದ್ದರೂ ಕರಿಯ ಕಾಣನಲ್ಲ–ಎಂಬ ಚಿಂತೆಯಿಂದ ಅವರು ಅನ್ನ, ನೀರು ಮುಟ್ಟದಾದರು. ಅವನೇ ತಮ್ಮ ಸಂಸಾರಕ್ಕೆ ಧೈರ್ಯ, ಗೆಲುವುಗಳನ್ನು ತಂದುಕೊಟ್ಟವನು. ಅವನಿಲ್ಲದೆ ಬದುಕುವ ಬಗೆಯೇ ಇಲ್ಲವೆಂದು ನಿರಾಶೆ ತಾಳಿದರು. ನಾಲ್ಕನೆಯ ದಿನ, ಬೇಸರದಿಂದ, ಮಗುಚಿಬಿದ್ದ ಕುಮರಿ ಬೆಳೆಯ ಹತ್ತಿರ ತಿಮ್ಮ ಅಲೆದಾಡುತ್ತಿದ್ದಾಗ ಕರಿಯನ 'ಕೇಕೆ' ಕೇಳಿಸಿತು. ತಿಮ್ಮ ಮಾರ್ದನಿ ಕೊಟ್ಟ. ಕರಿಯನ ಗಂಟಲೆಂದು ಗೊತ್ತಾಗುತ್ತಲೇ ಅವನಿಗಾದ ಹಿಗ್ಗು ಅಷ್ಟಿಷ್ಟಲ್ಲ. ಮತ್ತೈದು ನಿಮಿಷಗಳಲ್ಲಿ ಕರಿಯನೇ ಅಲ್ಲಿದ್ದಾನೆ! ತಿಮ್ಮ "ಏನಾಯಿತು ನಿನಗೆ? ಎಲ್ಲಿಗೆ ಹೋದೆ? ಸತ್ತಿದ್ದೀಯಾ? ಬದುಕಿದ್ದೀಯಾ?" ಎಂದು ಕೇಳಿದರೆ, ಆ ಮಾತಿಗೆ ಉತ್ತರವಾಗಿ ಕರಿಯ ಆನೆ ಮರಿಯ ಪುರಾಣವನ್ನು ಹೇಳುತ್ತಾನೆ. ಅರ್ಥಾರ್ಥ ಸಂಬಂಧವಿಲ್ಲದ ಪುರಾಣವಾಗಿ ಕೇಳಿಸಿತು, ತಿಮ್ಮನಿಗೆ. ಆದರೆ ಕರಿಯ ನಿಧಾನವಾಗಿ ಇನ್ನೊಮ್ಮೆ ಕತೆಯನ್ನು ಬಿಡಿಸಿ ಹೇಳಿದ. ತಾನು ಜರಿಯ ಬಳಿಗೆ ಹೋದದ್ದು, ಅಲ್ಲಿಂದ ತೊಡಗಿದ ಪ್ರಯಾಣ, ಆನೆ ಸಿಕ್ಕಿಬಿದ್ದ ಕತೆ, ಅದನ್ನು ಹಿಡಿದುತಂದ ಸಾಹಸ, ಅದನ್ನು ಕುಕ್ಕರಹಳ್ಳಿಯಲ್ಲಿ ಕಟ್ಟಿ ಬಂದ ವಿಚಾರ–ಒಂದೊಂದನ್ನೇ ಬಿಡಿಸಿ ಹೇಳಿ "ಇನ್ನು ನೋಡು ತಿಮ್ಮ, ತಿಂಗಳು ನಾಲ್ಕು ತಿಂಗಳು ನೀನೇನೂ ಮಾಡು; ನಾನು ಕುಕ್ಕರಳ್ಳಿಯಲ್ಲಿರುವವ. ಆ ಮರಿಗೆ ಬುದ್ಧಿ ಕಲಿಸಿ, ಅದನ್ನು ಮಲೆಯ ವರೆಗೆ ಕರೆದುತರಲು ಅಷ್ಟು ಸಮಯ ಹಿಡಿದೀತು. ಅಲ್ಲಿಯ ತನಕ ನನ್ನ ಬಿಡಾರ ಕುಕ್ಕರಳ್ಳಿಯಲ್ಲೇ. ಅಲ್ಲದೆ, ಈ ವರ್ಷ ನಮ್ಮ ಕುಮರಿಯಲ್ಲಿ ಬತ್ತದ ಕಾಳೂ ಸಿಗಲಾರದು. ಕೆಳಗೆ ಒಂದು ರಾಶಿ ಕೆಲಸ ಇದೆ. ಹಳ್ಳದ ಮಣ್ಣು ಬಂದು, ಹೊಲ ತುಂಬಿ, ಒಂದು ವರ್ಷ

ದುಡಿದರೂ ಮುಗಿಯದ ಕೆಲಸವಿದೆ. ನಮ್ಮನ್ನು ಸಾಕುವ ಭಾರ, ಬಟ್ಯ ತನ್ನದೆಂದಿದ್ದಾನೆ. ನಮಗೆ ಅಲ್ಲಾದರೇನು? ಇಲ್ಲಾದರೇನು?" ಎಂದು ಉಪದೇಶಿಸಿದ. ಇಬ್ಬರೂ ತಮ್ಮ ಗವಿ ಮನೆಗೆ ಹೋದರು. ಯಜಮಾನ ಕರಿಯ ಬದುಕಿ ಬಂದದ್ದಕ್ಕಾಗಿ ಗಿಡ್ಡಿಗಾದ ಸಂತೋಷ ಸಾಮಾನ್ಯವಲ್ಲ. ಕರಿಯ ಅವಳ ಎರಡು ವರ್ಷದ ಮಗುವನ್ನೆತ್ತಿಕೊಂಡು "ಕೂಸಣ್ಣ, ಇನ್ನು ನಾನೂ ನೀನೂ, ನಡೆಯಲಿಕ್ಕೇ ಇಲ್ಲ. ಆನೆಯ ಮೇಲೆಯೇ ನಮ್ಮ ಸವಾರಿ. ನಮ್ಮ ಹಳೆಯ ಧನಿಗಳು ಆನೆ ಹಿಡಿದಾಗ, 'ನನಗೆ ಅದನ್ನು ಸಾಕಲು ಕಲಿಸಿ' ಎಂದರೆ, ತುಕ್ರನಿಗೆ ಆ ಕೆಲಸ ಕೊಟ್ಟರು. ಆ ಕೆಲಸ ತುಕ್ರನಿಂದಾಯಿತೇ? ಆನೆಯ ಮರಿ ಓಡಿಯೇ ಹೋಯಿತು" ಎಂದು ನಕ್ಕು ನುಡಿದ. ತಿಮ್ಮ ಅದಕ್ಕೆ "ಕರಿಯಣ್ಣ, ಹಾಗೆನ್ನಬೇಡ. ನೀನು ಹಿಡಿದದ್ದು ಕಾಡಾನೆಯ ಮರಿಯನ್ನೇ. ಈಗ ಅದು ಕಂಗಾಲಾಗಿ ನಿನಗೆ ಸಿಕ್ಕಿರಬಹುದು; ನಾಳೆ ಅದೆಲ್ಲಾದರೂ ತನ್ನ ಹಿಂಡನ್ನು ಗುರುತಿಸಿಬಿಟ್ಟರೆ, ಅದೂ ಆ ಹಿಂಡಿನೊಂದಿಗೆ ಸೇರಿಕೊಂಡೀತು" ಎಂದು ಅನುಮಾನ ಸೂಚಿಸಿದ. ಕರಿಯನಿಗೆ ಆ ಅನುಮಾನ ಅಹುದೆಂದು ಕಂಡರೂ ಆಸೆ ಬಿಡಲೊಲ್ಲದು, "ಹೂಂ. ಹೂಂ, ಎಂದೂ ಹಾಗಾಗಲಾರದು. ಇದು ಸಣ್ಣ ಮರಿ. ಇನ್ನೂ ಬುದ್ಧಿ ಬಾರದ್ದು. ನಾನು ಅದಕ್ಕೆ ಈಚಲು ದಿಂಡು ಕೊಟ್ಟಾಗಲೇ ಎಷ್ಟು ಪ್ರೀತಿ ಮಾಡಿತು ನನ್ನನ್ನು ಬಲ್ಲೆಯಾ? ಕೈಯಿಂದಲೇ ಅದನ್ನು ಕಿತ್ತುಕೊಂಡು ತಿಂದಿತು. ನನ್ನದು ಎಂದಿಗೂ ಓಡಿಹೋಗುವ ಮರಿಯಲ್ಲ" ಎಂದು ಉತ್ಸಾಹದಿಂದ ನುಡಿದ. ಆ ದಿನವೆಲ್ಲ ಅವರು ಸಂತೋಷದಿಂದ ನಲಿದಾಡಿದರು. ಕರಿಯನ ಮನಸ್ಸು ಮಾತ್ರ ಆನೆಯ ಮರಿಯ ಕಡೆಗಿತ್ತು. "ಅದಕ್ಕೇನು ಹೆಸರನ್ನಿಡಲಿ?" ಎಂಬ ಚಿಂತೆ ಅವನದ್ದು. ಕೊನೆಗೆ ಯೋಚಿಸಿ, ಯೋಚಿಸಿ ತನ್ನ ಅಜ್ಜನ ಹೆಸರೇ ಅದಕ್ಕೆ ಒಪ್ಪುತ್ತದೆಂದು ತಿಳಿದ. ಬೆಟ್ಟದ ತುದಿಯಿಂದಲೇ 'ಕೆಂಚ' ಎಂದು ನಾಮಕರಣ ಮಾಡಿದ, ಕುಕ್ಕರಳ್ಳಿಯಲ್ಲಿ ಕಟ್ಟಿ ಬಂದ ಆನೆಯ ಮರಿಗೆ. ಮರುದಿನ ಬೆಳಗ್ಗೆ ಅವರೆಲ್ಲರೂ ಕುಕ್ಕರಳ್ಳಿಗೆ ಹೊರಟರು. ಕರಿಯ ಗಿಡ್ಡಿಯ ಮಗುವನ್ನು ಹೊತ್ತುಕೊಂಡು, ಆನೆಯ ಬಳಿಗೆ ಹೋದಾಗ ತಿಮ್ಮನ ಗಾಬರಿ ಹೇಳುವುದಕ್ಕಿಲ್ಲ. "ನೀನು ಮಗುವನ್ನಿಲ್ಲಿ ಕೊಡು. ಮಗುವನ್ನು ಇಲ್ಲಿ ಕೊಡು" ಅನ್ನುತ್ತಲೇ ಇದ್ದಾನೆ ತಿಮ್ಮ.

ಅಧ್ಯಾಯ - ೧೮

ಕರಿಯ ಸಾಮಾನ್ಯವಾಗಿ ತನ್ನ ಹುಟ್ಟೂರಿನ ಬೆಟ್ಟಗಳನ್ನು ಬಿಟ್ಟು, ಬಯಲು ಭೂಮಿಯಲ್ಲಿ ತಿಂಗಳ ದಿನವೂ ಕಳೆದವನಲ್ಲ. ಆದರೆ ಬಟ್ಯಗೌಡನಿಗೆ ಸಲ್ಲಿಸಿದ ಮಾತಿನ ಸಲುವಾಗಿ, ಆ ಮೂರು ನಾಲ್ಕು ತಿಂಗಳಾದರೂ ಕುಕ್ಕರಳ್ಳಿಗೆ ಹೋಗಿ ಕಳೆಯಬೇಕಾಗಿತ್ತು. ಅಷ್ಟು ದಿನ ಕುಕ್ಕರಳ್ಳಿಯಲ್ಲಿದ್ದು ಅವರ ಕೆಲಸಗಳಿಗೆ ನೆರವಾಗಬೇಕು; ತಾನು ಸಾಕಿದ ಆನೆ ಮರಿಯ ಹಿಂದೆ ಕಾವಲಿರಬೇಕು. ಅದಕ್ಕೆ, ಎಳೆಯ ಮಗುವಿಗೆ ಮಾಡುವ ಪೋಷಣೆಯನ್ನೆಲ್ಲ ಮಾಡುತ್ತಾನೆ ಆತ. ಹಳ್ಳಕ್ಕೆ ಕೊಂಡೊಯ್ಯುತ್ತಾನೆ; ಸ್ನಾನ ಮಾಡಿಸುತ್ತಾನೆ. ಕಾಡಿನ ಸೊಪ್ಪು, ಬೈನಿಯ ದಿಂಡುಗಳನ್ನು ತಂದು ತಿನ್ನಿಸುತ್ತಾನೆ. ಅಷ್ಟು ತೀವ್ರವಾಗಿ ಅದು, ಹೋದಲ್ಲಿಗೆ ಹಿಂಬಾಲಿಸುವ ಮರಿಯಾದೀತು–ಎಂದು ಅವನು ಎಣಿಸಿರಲಿಲ್ಲ. ಆದರೂ ಬಟ್ಯಗೌಡ ಒಂದೊಂದಾಗಿ ಅನುಮಾನವನ್ನು ಅವನ ತಲೆಯಲ್ಲಿ ತುಂಬಿಸುತ್ತಾನೆ. "ನನಗೆ ಗೊತ್ತಿಲ್ಲ–ನಾನು ಕೇಳಿದ್ದು; ಸ್ವಲ್ಪ ಸ್ವಲ್ಪ ಕಂಡದ್ದು. ನಿನ್ನ ಮರಿಗೆ ನೀನು ಸೊಪ್ಪು, ಕಣಿಲೆ, ಮತ್ತೊಂದು ಹಾಕಿದರೆ ಎಷ್ಟು ದಿನ ಅದು ನಿನ್ನ ಕೈಯಲ್ಲಿ ಉಳಿದೀತು? ಕಾಡಿನಲ್ಲಿ ಸಿಗುವ ಆಹಾರವನ್ನು ಅದು ತಾನೇ ಹುಡುಕಿ ಹೋಗಲಾರದೆ? ಧರ್ಮಸ್ಥಳ ದೇವಸ್ಥಾನದಲ್ಲಿ ಆನೆ ಸಾಕಿದ್ದನ್ನು ಕಂಡಿದ್ದೇನೆ; ಅದಕ್ಕೆ ನಿತ್ಯ ರಾಗಿ ಮುದ್ದೆ ಮಾಡಿ ಕೊಡುತ್ತಾರೆ; ಬೆಲ್ಲ ಕೊಡುತ್ತಾರೆ. ಅದಕ್ಕೆ ಅಂಥ ತಿಂಡಿ ತಿನಿಸುಗಳ ರುಚಿ ಹಿಡಿದು ನಮ್ಮ ಜತೆಯಲ್ಲಿ ಉಳಿಯುವುದಂತೆ. ನಿನಗೆ ಅದನ್ನೆಲ್ಲ ಮಾಡಿ ಪೂರೈಸೀತೇ? ಎಲ್ಲಿಂದ ಅಷ್ಟನ್ನು ತರುತ್ತೀಯಾ? ಮರಿಯಾದರೇನಂತೆ? ದಿನಕ್ಕೆ ಎಂಟು ಸೇರು ಅನ್ನ ತಿಂದೀತು. ಬೆಲ್ಲಕೊಂಡು ಕೊಡುವುದಕ್ಕೆ ನಿನ್ನ ಸಂಪಾದನೆ ಏನು? ನನ್ನ ಹತ್ತಿರ ಕೇಳಿದರೆ–ಯಾರಿಗಾದರೂ ಅದನ್ನು ಮಾರಿಬಿಡು. ಇಲ್ಲವೇ–ಸುಬ್ರಹ್ಮಣ್ಯಕ್ಕೋ, ಧರ್ಮಸ್ಥಳಕ್ಕೋ ಕೊಂಡುಹೋಗಿ

ಕೊಡು. ನೂರು ರೂಪಾಯಿ ಕಾಸಾದರೂ ಕೈಗೆ ಬಂದೀತು. ಅಷ್ಟೆ ಲಾಭ" ಎನ್ನುತ್ತಾನೆ. ಇನ್ನೊಮ್ಮೆ "ಹೌದು ಕರಿಯ, ಈಗ ಇದು ಮರಿ, ನೀನು ಹೋದಲ್ಲಿಗೆ ಬರುತ್ತದೆ; ನಿಜ. ಕಟ್ಟಿದಲ್ಲಿಯೂ ನಿಂತಿರುತ್ತದೆ. ಅದು ಗಂಡು. ಆದರೆ ಬೆಳೆದು ದೊಡ್ಡದಾದರೆ ಅದಕ್ಕೆ ಮತ್ತು ಬರುವುದುಂಟಂತೆ. ಅಂಥ ಆನೆಯನ್ನು ಎರಡೆರಡು ಸರಪಣಿಗಳಿಂದ ಕಟ್ಟುವುದೂ ಕಷ್ಟವಂತೆ. ನೀನು ಬೆತ್ತದ ಹಗ್ಗದಿಂದ ಅದನ್ನು ಕಟ್ಟಿದರೆ ಅದು ಒಂದು ಸಾರಿ ಕಾಲು ಜಾಡಿಸಿದರೆ ತುಂಡಾದೀತು" ಎಂದೂ ಸೂಚಿಸಿದ. ಇದರಿಂದೆಲ್ಲ ಆನೆಯ ವಿಚಾರದ ಚಿಂತೆ ಕರಿಯನಿಗೆ ಹೆಚ್ಚಿತು. ಅದನ್ನು ಕೊಡುವ ಮನಸ್ಸು, ಬಿಡುವ ಮನಸ್ಸು ಎರಡೂ ಬರಲೊಲ್ಲದು. ಬಟ್ಯನೆನ್ನುವ ಮಾತುಗಳು ಸುಳ್ಳೆನ್ನು ವುದಕ್ಕಿಲ್ಲ. ಹಿಂದೆ ಮೂಲೆಗುಂಪಿನಲ್ಲಿ ನಾಟ ಸಾಗಿಸುವುದಕ್ಕೆ ತಿರುಮಲ ಭಟ್ಟರು ಆನೆ ತರಿಸಿದ್ದನ್ನು, ಸಾಕಿದ್ದನ್ನು ಆತ ಕಂಡಿದ್ದಾನೆ. ಅದನ್ನು ಕಟ್ಟುವುದಕ್ಕೆ ಒಂದು ಸರಪಣಿ ಬೇಕೇಬೇಕು. ಯಾರು ಅದನ್ನು ಕೊಡು ವವರು–ಎಂಬ ಚಿಂತೆಯಿಂದ ತಿಂಗಳೆಲ್ಲ ಹುಡುಕಿಕೊಂಡು, ಮಗ್ಗುಲ ಹಳ್ಳಿಗೆ ಹೋಗಿ, ಕಮ್ಮಾರನನ್ನು ಕಂಡು, ತಾನು ದುಡಿದ ಬತ್ತದಲ್ಲಿ ಹೊಟ್ಟೆಗೂ ತಿನ್ನದೆ, ಕಬ್ಬಿಣದ ಒಂದು ಸರಪಣಿ ಸಂಪಾದಿಸುವುದಕ್ಕೆ ಕರಿಯನಿಗೆ ಅಷ್ಟು ಕಷ್ಟವಾಯಿತು. ಹಾಗಿರುತ್ತ, ನಿತ್ಯ ನಿತ್ಯ ಬೇಕಾಗುವ ರಾಗಿ, ಅನ್ನ, ಬೆಲ್ಲಗಳನ್ನು ಅವನೆಲ್ಲಿಂದ ತರಬೇಕು? "ತಿಮ್ಮ, ಇಲ್ಲಿಯ ಕೆಲಸ ಮುಗಿದ ಮೇಲೆ ಈ ಮರಿಯನ್ನು ನಮ್ಮ ಮಲೆಗೇನೆ ಕೊಂಡು ಹೋಗುವ. ಅಲ್ಲಿ ರಾಗಿಯೂ ಬೆಳೆಯುತ್ತದೆ; ಬತ್ತವೂ ಬೆಳೆಯುತ್ತದೆ. ನಾಲ್ಕು ದಿನ ಹೆಚ್ಚಿಗೆ ದುಡಿಯ ಬೇಕಾದೀತು. ಒಂದಿಷ್ಟು ಕುಮರಿ ಜಾಗ ಹೆಚ್ಚಿಸಬೇಕಾದೀತು. ಬದಲು 'ಬಿಟ್ಟು ಬಿಡು, ಮಾರಿಬಿಡು' ಎನ್ನುವ ಮಾತನಾಡಬೇಡ. ಅದು ನನ್ನ ಜೀವ" ಎನ್ನುತ್ತಿದ್ದ.

"ಹೂಂ, ಇನ್ನು ಆ ಮರಿ ಮಲೆ ಹತ್ತಿ ನಮ್ಮ ತಾವನ್ನು ಸೇರಬೇಕೆ? ಆ ಬೆಟ್ಟ ಹತ್ತುವುದಕ್ಕೆ ಉಸಿರು ಗಂಟಲಿಗೆ ಬರುತ್ತದೆ. ಇನ್ನು ಅದು ಹತ್ತುವುದುಂಟೋ?" ಎಂದು ಅದಕ್ಕೂ ತಣ್ಣೀರು ಎರಚುತ್ತಾನೆ ತಿಮ್ಮ.

ಮುಖ್ಯ ಆದದ್ದೆಂದರೆ, ತಿಮ್ಮ ಸಂಸಾರ ಕಟ್ಟಿಕೊಂಡು ಕೆಳಗೆ ಬಂದ ಮೇಲೆ, ಊರಿನ ನಾಲ್ಕು ಜನಗಳ ಗುರುತು ಆದ ಮೇಲೆ, ಹಿಂದಿನ ಮೂರು

ವರ್ಷಗಳ ಒಂಟಿ ಬಾಳನ್ನು ನೆನೆದು, ಮುಗಿಲ ಮನೆಯಾದ ಕಿರಿಯ ಮಲೆಯಲ್ಲಿ ವಾಸಿಸುವ ಜೀವನ ಕಷ್ಟವೆಂದು ತೋರಿದ್ದು. ಗಿಡ್ಡಿಗಂತು ಅದು ಇನ್ನಷ್ಟು ಕಷ್ಟವಾಗಿ ತೋರಿತ್ತು. ಮಲೆಯಲ್ಲಿ ನೆಂಟರೇ, ಸ್ನೇಹಿತರೇ? ಮತ್ತೊಬ್ಬರೇ ? ಧನಿಗಳ ಹೆದರಿಕೆಯಿಂದ ಆತ ಓಡಿ ಬಂದದ್ದೇನೋ ನಿಜ. ಆದರೆ · ಮನುಷ್ಯರ ಸಂಪರ್ಕವನ್ನು ಕಡಿದು ಬಾಳುವುದಕ್ಕೆ ಹೇಗೆ ಮನಸ್ಸಾದೀತು? ಅವಳು ಆಗಾಗ ಕರಿಯಣ್ಣನೊಡನೆ ಅನ್ನುತ್ತಾಳೆ. "ಕರಿಯಣ್ಣ, ಇಲ್ಲಿಗೆ ಬಂದಿದ್ದೇವೆ. ಇಲ್ಲಿ ದುಡಿದರೆ ಜೀವನ ಸುಖವಾಗಿ ಹೋದೀತು. ಬಟ್ಯಗೌಡ ಇರುವುದಕ್ಕೆ ಕೊಟ್ಟಿಗೆ ಕೊಟ್ಟಿದ್ದಾನೆ. ಊರು ಅವನದಲ್ಲದಿದ್ದರೂ, ಯಾರದ್ದಾದರೂ ಹಾಳುಬಿದ್ದ ಹೊಲ ಸಿಕ್ಕೀತು. ಇಲ್ಲಿಯೇ ಬತ್ತ, ರಾಗಿ ಬೆಳೆಯಬಹುದು. ಮನೆಯ ಬೆಂಗಡೆಯಲ್ಲಿ ಕಾಡಿದೆ. ಬೇಟೆಗೂ ಬರಗಾಲ ವಿಲ್ಲ. ಅತ್ತ, ಅಪ್ಪ ಅಮ್ಮನನ್ನು ಕಾಣದೆ ವರ್ಷದ ಮೇಲಾಯಿತು. ಅವರು ಮಲೆಗೆ ಬಂದು ನಾವಿಲ್ಲದ್ದನ್ನು ಕಂಡು ಹಿಂದಕ್ಕೆ ಹೋದರೋ, ಏನು ತಿಳಿದುಕೊಂಡರೋ, ಅಲ್ಲದೆ ನೋಡು–ನೀವು ಗಂಡಸರು. ದಿನವೆಲ್ಲ ತಿರುಗಾಡಿ ಹೇಗೂ ಸಮಯವನ್ನು ಕಳೆಯುತ್ತೀರಿ. ನಾನು ಈ ಒಂದು ಮಗುವನ್ನು ಕಟ್ಟಿಕೊಂಡು ಒಬ್ಬಳೇ ಗುಮ್ಮನ ಹಾಗೆ ಎಷ್ಟು ಕಾಲ ಕುಳಿತಿದ್ದೇನು? ಕೆಳಗೆ ಬಂದ ಮೇಲೆ ಎಷ್ಟೋ ಸುಖ ಕಾಣಿಸುತ್ತಿದೆ, ನನ್ನ ಜೀವಕ್ಕೆ. ಮಾತಿಗೆ, ಸ್ನೇಹಕ್ಕೆ, ಸುಖಕ್ಕೆ ನಾಲ್ಕು ಜನವಾದರೂ ಸಮೀಪ ಇದ್ದಾರೆ. ಜಾತಿಯವರಲ್ಲ ನಿಜ; ಜಾತಿ ಕಟ್ಟಿಕೊಂಡು ಏನು ಮಾಡುತ್ತೀಯಾ? ಕೇರಿಯಲ್ಲಿದ್ದು ಆದದ್ದೇನು?" ಎನ್ನುತ್ತಾಳೆ. ಸ್ನೇಹರಹಿತವಾದ ಅವರ ಅಜ್ಞಾತ ಬಾಳು ಎಂಥವನ ಎದೆಯನ್ನೂ ಕರಗಿಸಬೇಕಿತ್ತು. ಹೀಗಿರುತ್ತ, ಹೆಣ್ಣು ಮಗಳಾದ ಗಿಡ್ಡಿ ಅದರಿಂದ ತುಂಬ ಬೇಸರಗೊಂಡುದರಲ್ಲಿ ಆಶ್ಚರ್ಯವಿಲ್ಲ. "ಕರಿಯಣ್ಣ, ನಾನನ್ನುತ್ತೇನೆ ಕೇಳು. ನೀನೂ ಎಷ್ಟು ವರ್ಷ ಹೀಗೇ ಇರುತ್ತೀಯಾ? ಕಳೆದ ವರ್ಷ ಅಪ್ಪ ಬಂದಾಗ, ನನ್ನ ತಂಗಿಗಿನ್ನೂ ಮದುವೆ ಯಾಗಿಲ್ಲ ಅನ್ನುತ್ತಿದ್ದ. ಚೆಂದದ ಹುಡುಗಿ ಅವಳು. ನೀನೂ ನೋಡಿರ ಬಹುದು. ಲಗ್ನ ಮಾಡಿಕೊಂಡು ಅವಳನ್ನು ಇಲ್ಲಿಗೇ ಕರೆದುಕೊಂಡು ಬಾ. ಇರುವ, ಈ ಊರಿನಲ್ಲಿ ಒಟ್ಟಿಗೆ" ಎಂದೂ ಅಂದಿದ್ದಾಳೆ. ಅತ್ತ ಸಂಸಾರದ ಆಸೆ. ಇತ್ತ ಆನೆ ಮರಿಯ ಚಿಂತೆ ಇವುಗಳೆರಡಕ್ಕೂ ಹೊಂದಿಕೆ

ಬೀಳಲಾರದು–ಎಂದು ಕರಿಯನ ಮನಸ್ಸು ಹೇಳುತ್ತದೆ. ಇದ್ದ ವೇಳೆಯನ್ನು ಆತ ಹಂಚಿಕೊಡಬೇಕಾಗುತ್ತದೆ.

ಎರಡು ಮೂರು ತಿಂಗಳ ಕಾಲ ಸರಿದರೂ ಕುಕ್ಕರಳ್ಳಿಯ ತೋಡನ್ನು ಮೊದಲಿನ ದಾರಿಯಲ್ಲಿ ಹೋಗುವಂತೆ ಮಾಡಲು, ಬೆಟ್ಟ ಅಗೆಯುವ ಕೆಲಸ ವಾಯಿತು, ನದಿಗೆ ದಂಡೆಯನ್ನು ಕಟ್ಟಿ ಅಲ್ಲಿ ಕೇದಗೆ ಮುಂಡಕಗಳನ್ನು ನಟ್ಟು ಬಲಪಡಿಸುವುದಕ್ಕೆ ಊರವರು ತಿಂಗಳು, ತಿಂಗಳು ದುಡಿಯಬೇಕಾಯಿತು. ಮತ್ತೂ ಆರು ತಿಂಗಳು ದುಡಿದರೂ ಮುಗಿಯದಷ್ಟು ಕೆಲಸ ಬಿದ್ದಿದೆ. ಹಳ್ಳದಿಂದ ಒಡುಗಾಗಿ ಬಂದ ಮಣ್ಣಿನ ರಾಶಿ ಮೂರು ನಾಲ್ಕು ಎಕ್ರೆಯಷ್ಟು ಬತ್ತದ ಗದ್ದೆಗಳ ಮೇಲೆ ಹಳ್ಳಕ್ಕಿಂತ ದಪ್ಪನಾಗಿ ಹರಡಿಬಿದ್ದಿದೆ. ಅವುಗಳಲ್ಲಿ ಹೆಚ್ಚಿನ ಗದ್ದೆಗಳು ಬಟ್ಯನವು. ಬಟ್ಯ ಈ ವರ್ಷ ತನಗೆ ಉಪವಾಸವೇ ಗತಿ ಎಂದು ತಿಳಿದಿದ್ದಾನೆ. ಆತ ಊರಿಗೆ ಬೇಕಾದವನಾದುದರಿಂದ ನಾಲ್ಕು ಮನೆಗಳವರೂ, ಆ ಕುಡಿಯನೂ ಸೇರಿ ಬೆಳಿಗ್ಗೆ, ಸಂಜೆ ಮಣ್ಣನ್ನು ಕೊಚ್ಚಿ, ಬುಟ್ಟಿಯಲ್ಲಿ ತುಂಬಿಸಿ ಹೊರುತ್ತಲೇ ಇದ್ದಾರೆ. ಅವರೆಲ್ಲರೂ ಪ್ರತಿಫಲ ಬಯಸಿದುದಾದರೆ ಬಟ್ಯನ ತಳವೇ ಕಿತ್ತು ಹೋಗುತ್ತಿತ್ತು. ಹಾಗಾಗಲಿಲ್ಲ. ಊರ ಜನಗಳು ನೆರವಾದರು. ಎಲ್ಲರೂ ಅವನಿಗಾಗಿ ದುಡಿದರು. ಇದ್ದ ಕಾಳನ್ನು ಹಂಚಿಕೊಂಡು ಅಂಬಲಿಯನ್ನಾದರೂ ಉಂಡರು. ಮೂಲೆಗುಂಪಿನ ಜಾತ್ರೆಗೆ ಸಮನಾಗಿ ಕುಕ್ಕರಳ್ಳಿಯ ಹೊಲ, ಗದ್ದೆಗಳು ಮೊದಲಿನಂತಾದಾವು ಎಂಬ ನಿರೀಕ್ಷೆಯನ್ನು ತಾಳಿದರು.

ಈ ನಡುವೆ ಕರಿಯ, ತಿಮ್ಮರಿಗೆ ಕಂಡುಬಂದ ತೊಡಕಿನ ಪ್ರಸಂಗ ವೆಂದರೆ, ಅವನ ಆನೆಯ ಕೀರ್ತಿ ಆಸುಪಾಸಿಗೆ ಹಬ್ಬಿದ್ದು. "ಕುಡಿಯನೊಬ್ಬ ಆನೆಯ ಮರಿಯನ್ನು ಹಿಡಿದು ಕಟ್ಟಿಹಾಕಿದ್ದಾನೆ" ಎಂದರೆ ಸುತ್ತಲ ಹಳ್ಳಿಯವರಿಗೆ ಬಹು ದೊಡ್ಡ ಸುದ್ದಿಯಾಗದಿದ್ದೀತೇ! ಹಿಡಿದದ್ದು ತಾನಾಗಿ ಸಿಕ್ಕಿಬಿದ್ದ ಒಂದು ಮರಿಯನ್ನಾದರೂ, ಜನರ ಬಾಯಿಯಲ್ಲಿ ಸುದ್ದಿ ಸಂಚರಿಸಿ, 'ಭಾರಿ ಮದ್ದಾನೆ' ಯಾಗಿದೆ. ತಿಂಗಳ ಕಾಲ, ಅದನ್ನು ಕಾಣುವುದಕ್ಕೆಂದೇ ಹತ್ತು, ನೂರು ಜನರು ಕುಕ್ಕರಳ್ಳಿಗೆ ಬಂದುದುಂಟು. ಬಂದು ನೋಡಿ 'ಇದೋ! ಸಣ್ಣ ಮರಿ, ಇದನ್ನು ಹಿಡಿಯದೆ ಏನಂತೆ? ಬೆಳೆದ ಕೋಣದ ಗಾತ್ರ ಇದೆ' ಎಂದು ಸುದ್ದಿಯ ಮಹಿಮೆಯನ್ನು ಪುಸ್ ಎಂದು ಸಣ್ಣದು

ಮಾಡಿ ಹೊರಟುಹೋದವರೂ ಉಂಟು. ಆದರೂ ಸುದ್ದಿ ಸುದ್ದಿಯೇ! ಕಂಡವರು ಏನೇ ಅನ್ನಲಿ, ಕಾಣದವರ ಕಿವಿಗೆ ಅದು ಆನೆಯಷ್ಟೇ ಗಾತ್ರವಾಗುತ್ತದೆ. ಕಾಡಾನೆ ಹಿಡಿದು ಸಾಕುವ ಕರಿಯ ದೊಡ್ಡ ಮಾವುತನಾಗಿದ್ದಾನೆ. ಕುಕ್ಕರಳ್ಳಿಯಿಂದ ಈ ಸುದ್ದಿ ಸಂಚರಿಸಿ, ಮೂಲೆಗುಂಪಿಗೂ ಮುಟ್ಟಿ, ಅಲ್ಲಿಂದ ಕಿರಿಮಲೆಗೂ ಹೋಯಿತು; ಹಿರಿಮಲೆಗೂ ಹೋಯಿತು. ಆ ಕುಡಿಯ ಯಾರು, ಏನೆಂಬ ವಿಚಾರವು ಯಾರಿಗೂ ತಿಳಿಯದಾದರೂ, ಆ ಕತೆ ಕೇಳಿದ ಕುಡಿಯರಿಗೆ ಅದೊಂದು ಹೆಮ್ಮೆಯ ಸುದ್ದಿ ಎನಿಸಿತು. ತಿರುಮಲ ಭಟ್ಟರ ಮಗ ರಾಮಚಂದ್ರಯ್ಯ ಮೂರನೆಯ ಮಹಾಲಯ ಅಮಾವಾಸ್ಯೆ ಕಳೆದು ಮಲೆಗೆ ಬಂದಾಗ ಆ ಸುದ್ದಿಯನ್ನು ಕೇಳಿದರು. “ಅಂಥ ಕುಡಿಯರಿದ್ದಾರೋ? ಕುಡಿಯರೆಲ್ಲರೂ ಬೆಪ್ಪು, ಹೆಡ್ಡು ಎನ್ನುತ್ತಿದ್ದರು ಅಪ್ಪ. ಅವನ್ಯಾರೆಂದು ನೋಡಬೇಕಲ್ಲ” ಎಂದು ಅವರೆಂದುದುಂಟು. ಮತ್ತೆ, ಮಲೆಯ ತಾಪತ್ರಯ ತೊಡಗಿತು. ತಂದೆ ವಿಟ್ಠಲದಲ್ಲಿ ಸಂಪೂರ್ಣ ಹಾಸಿಗೆ ಹಿಡಿದಿದ್ದರು. ಪಾರ್ಶ್ವವಾತದಿಂದ ಅವರು ಮೇಲಕ್ಕೇಳುವ ಭರವಸೆ ಇರಲಿಲ್ಲ. ಹಾಗಾಗಿ, ರಾಮಚಂದ್ರಯ್ಯ ಮಲೆಯಿಂದ ಊರಿಗೆ, ಊರಿಂದ ಮಂಗಳೂರಿಗೆ–ಏಲಕ್ಕಿ ಕೊಂಡು ಮಾರುವುದಕ್ಕೂ ಓಡಾಡಬೇಕಾಯಿತು. ಎರಡು, ಮೂರು ಬಾರಿ ಅವರು ಮಲೆಗೆ ಬಂದಾಗಲೂ ಆನೆಯ ಸುದ್ದಿಯನ್ನು ಅಂದೇ ಅನ್ನುತ್ತಿದ್ದರು ಜನ. ಬೇಟೆಯ ಹುಚ್ಚಿನ ಅವರಿಗೆ, ವನ್ಯಮೃಗಗಳ ವಿಷಯವಾಗಿ, ಅಪೂರ್ವವಾದ ಕುತೂಹಲ. ಆ ಕುತೂಹಲದ ದೆಸೆಯಿಂದ “ತುಕ್ರ, ಪುರುಸೊತ್ತೇ ಆಗುವುದಿಲ್ಲ. ಯಾವಾಗ ಹೋಗುವುದು ಕುಕ್ಕರಳ್ಳಿಗೆ? ಸುದ್ದಿ ಕೇಳಿ ಮೂರು ತಿಂಗಳಾಯಿತು. ಈಗ ಆ ಆನೆ ಉಂಟೋ ಸತ್ತಿದೆಯೋ? ನಿನಗೆಲ್ಲಾದರೂ ಬಿಡುವಾದರೆ ಹೋಗಿ, ಮೊದಲು ನೋಡಿಕೊಂಡು ಬಾ. ಅದು ಇದ್ದದ್ದು ನಿಜವಾದರೆ ನಾವಿಬ್ಬರೂ ಹೋಗಿ ನೋಡುವ” ಎಂದೂ ಅಂದರು.

ಮಲೆಗೆ ಬಂದಾಗ, ಬಿಡುವಿದ್ದಾಗ ತಾವು ತಂದ ಹೊಸ ತೋಟೆ ಕೋವಿಯನ್ನು ಹಿಡಿದುಕೊಂಡು, ತುಕ್ರನನ್ನು ಕಟ್ಟಿಕೊಂಡು ಶಿಕಾರಿಯ ಹುಚ್ಚಿನಿಂದ ಅವರು ಅಲೆದಾಡುವುದೂ ಉಂಟು. ತುಕ್ರನ ಶಿಕಾರಿಯೆಂದರೆ ಉರುಳಿನ ಬೇಟೆ. ಪ್ರಾಣಿ ಎಲ್ಲಿದೆ ಎಂದು ಕಂಡು, ಗುಂಡುಹಾರಿಸುವ ವಿಧಾನವಲ್ಲ. ಅದು ಬರುವ ತಾವನ್ನು ಗುರುತಿಸಿ, ಅಲ್ಲಿ ಉರುಳಿಟ್ಟು

ಹಿಡಿಯುವ ಬಗೆ. ಆದರೆ, ಅವರ ಧನಿಗಳಿಗೆ ಉರುಳಿಗೆ ಸಿಕ್ಕಿದ ಬರ್ಕ, ಕೆಮ್ಮ ಗಳನ್ನು ಕಾಣುವ ಇಚ್ಛೆಗಿಂತ ಸ್ವಚ್ಛಂದವಾಗಿ ಓಡಾಡುವ ಮಿಗ, ಬರ್ಕಗಳನ್ನು ನೋಡುವ ಹಂಬಲ. ಎಷ್ಟೋ ಬಾರಿ ತುಕ್ರನನ್ನು ಕಟ್ಟಿಕೊಂಡು ಅವರು ಅಲೆದು, ಅಲೆದು, ಬೇಸತ್ತು ಸಮೀಪದಲ್ಲಿ ದೃಷ್ಟಿಗೆ ಕಾಣಸಿಗದ ಕಡವೆ ಯನ್ನೋ, ಕಾಟಿಯನ್ನೋ ದೂರದಲ್ಲೇ ಕಂಡು ಸಮಾಧಾನಪಟ್ಟು ಮರಳ ಬೇಕಾಗಿತ್ತು. ಒಂದೆರಡು ಬಾರಿ, ತುಂಬಿಸಿದ ತೋಟೆ ಹಾಳಾಗುತ್ತದಲ್ಲ ಎಂಬ ಸಂಕಟದಿಂದ, ಗುರಿ ನೋಡಲು ಮರದ ಮೇಲೆ ಕುಳಿತ ಒಂದೆರಡು ಮುಸುವಗಳನ್ನು ಹೊಡೆದು ಉರುಳಿಸಿದ್ದುಂಟು. ಆಗ ತುಕ್ರನಿಗಾದ ನಿರಾಶೆ ಹೇಳತೀರದು! "ಛೇ ಅದನ್ಯಾಕೆ ಹೊಡೆದಿರಿ? ತಿನ್ನಲಿಕ್ಕೂ ಬರುವುದಿಲ್ಲ. ಮಂಗನನ್ನಾದರೂ ಹೊಡೆಯಬಹುದಿತ್ತು" ಎಂದಿದ್ದ ಅವನು. ಮುಸುವಗಳು ಕುಡಿಯರ ಪುರಾಣದಲ್ಲಿ ದೇವರ ಕುಲಕ್ಕೆ ಸೇರಿದವುಗಳು. ಪ್ರಾಯಶಃ ರಾಮಾಯಣದ ಆಂಜನೇಯನ ಕುಲದವರು. ಮಂಗಕ್ಕೆ ಆ ಗೌರವವಿಲ್ಲ. ಅದನ್ನು ತಿನ್ನಬಹುದು. ಉರುಳಿಟ್ಟು, ತಿಂದೂ ತಿನ್ನುತ್ತಾರೆ. ತುಕ್ರನ ಜೊತೆ ಯಲ್ಲಿ ತಿರುಗಾಡಿದರೆ ರಾಮಚಂದ್ರಯ್ಯಗೆ ಶಿಕಾರಿಯ ಆಸೆಯೂ ತಣಿಯು ವಂತಿಲ್ಲ. ಒಮ್ಮೆಗೆ ಅಂದೂ ಅಂದರು: "ತುಕ್ರ, ನೀನು, ಯಾಕೂ ಮುಡಿಯದವನು. ಇಷ್ಟು ದೊಡ್ಡ ಕಾಡಿನಲ್ಲಿ ಇಷ್ಟು ವರ್ಷಗಳ ಕಾಲ ಇದ್ದು, ಒಂದು ಕಾಟಿಯನ್ನೋ ಒಂದು ಹುಲಿಯನ್ನೋ ಹತ್ತಿರದಿಂದ ತೋರಿಸ ಲಾರದ ಮೇಲೆ, ಬರಿಯ ದಂಡ ನೀನು. ಪ್ರಾಯಶಃ ನೀವು ಕುಡಿಯರ ಮಕ್ಕಳೆಲ್ಲ ಹಾಗೆಯೇ ಎಂದು ಕಾಣುತ್ತದೆ. ಕವಣೆ ಬೀಸಿ ಕಾಗೆ ಹೊಡೆಯುವಷ್ಟೇ ಬುದ್ಧಿವಂತರು" ಎಂದು ಪರಿಹಾಸ್ಯ ಮಾಡಿದರು. ತುಕ್ರ ನಗಬೇಕಾಯಿತು. ಆದರೆ, ತಾನಷ್ಟು ಹೆಡ್ಡನೆಂದು ಒಪ್ಪಿಕೊಳ್ಳಲು ಆತ ಸಿದ್ಧನಿರಲಿಲ್ಲ. "ಅಯ್ಯಾ, ನಾನು ಅಷ್ಟು ಸದರವೆಂದು ತಿಳಿದಿರೋ? ಪ್ರಾಯದಲ್ಲಿ ಕರಡಿಯನ್ನು ಹಿಡಿದು ಕೊಂದಿದ್ದೆ" ಎಂದ.

"ಅದೆಂಥ ಕರಡಿ–ಮಹಾರಾಯ! ಕರಡಿಯೋ, ಹೆಗ್ಗಣವೋ?"

ತುಕ್ರ ಕರಡಿಯೊಡನೆ ತಾನೂ ಕಾದಾಡಿದ ಕತೆಯನ್ನು ಹೇಳಿದ. ಸಾಕ್ಷಿಗೆ ಆ ಕರಡಿ ಪರಚಿದ ಉಗುರಿನ ಕಲೆಗಳನ್ನು ತೋರಿಸಿದ. ಧನಿ ಅವನ ಗತಕಾಲದ ಶೌರ್ಯವನ್ನು ನಂಬಲೇಬೇಕಾಯಿತು. ಆದರೆ ಕತೆ ಕೇಳಿ "ಹೋ,

ಹಾಗೋ, ಅದು ನಿನ್ನ ಮೈಮೇಲೆ ಬಂದು ಬಿತ್ತು, ನಿನ್ನ ಕೈಯಲ್ಲಿ ಕತ್ತಿ ಇತ್ತು. ನೀನು ಸಾಯಲಾರದ ಹೆದರಿಕೆಯಿಂದ ಕತ್ತಿ ಬೀಸಿದೆ. ಅದು ಸತ್ತಿತು. ನಿಜಕ್ಕೂ ಕರಡಿ ಇದೆ–ಅನ್ನುತ್ತೀಯಾ ಈ ಮಲೆಯಲ್ಲಿ?"

"ಛೇ. ಇಲ್ಲದೇ ಉಂಟೇ? ಒಂದಲ್ಲ ನೂರು ಸಾವಿರ ಇದ್ದೀತು. ಅವು ಹಗಲಿಗೆ ಹೊರಗೆ ಬರುವುದಿಲ್ಲ. ಗವಿಗಳಲ್ಲಿರುತ್ತವೆ. ನಮ್ಮ ತೋಟದ ಸಮೀಪವೇ ಕರಡಿಗಳ ಗುಹೆ ಇದೆ."

"ಹಾಗಾದರೆ ಹೋಗಿ ನೋಡಬೇಕಲ್ಲ; ಎಂದು ಹೋಗುವ?"

"ಹಾಗೆ ಒಬ್ಬಿಬ್ಬರೇ ಹೋಗಬಾರದು, ಒಡೆಯ. ಹೋದಾಗ ಅಲ್ಲಿ ಕರಡಿ ಇರುವುದು, ಅದು ಮೈಮೇಲೆ ಹಾರಿಬರುವುದು. ಕಾಡಲ್ಲವೇ ಅದು. ಹತ್ತಿರ ಹೋದ ಮೇಲೆ ಗೊತ್ತಾಗುತ್ತದೆ. ಹತ್ತಿರದಲ್ಲಿ ನಿಂತಾಗ ಕೋವಿ, ಗೀವಿ, ಪ್ರಯೋಜನವಿಲ್ಲ. ಹಿಂದೆ ನನ್ನ ಮೈಯಲ್ಲಿ ತ್ರಾಣವಿತ್ತು, ಕೊಂದೆನೆಂದು ಈಗೇನು ಮಾಡಿಯೇನೆಂದು ಹೇಳಲಾರೆ. ಅಂತೂ ಹೋಗುವ. ನೀವು ಜಾತ್ರೆಗೆ ಬರುತ್ತೀರಲ್ಲ. ಆಗ ನಮಗೂ ಕೆಲಸ ಮುಗಿದಿರುತ್ತದೆ. ನಾನು ಅಷ್ಟ ರೊಳಗೆ ಅದರ ಗುಹೆ ಎಲ್ಲಿದೆ, ಏನು ಎಂದು ನೋಡಿಕೊಂಡು ಬರುತ್ತೇನೆ."

"ಹೂಂ, ನೀನು ನೋಡಿ, ಬಂದು, ನನಗೆ ಕಾಗದ ಹಾಕು. ಅಲ್ಲಿಯ ವರೆಗೆ ಆ ಕರಡಿಗೆ ಅಲ್ಲೇ ಇರಲಿಕ್ಕೆ ಹೇಳು" ಎಂದು ನಕ್ಕು ನುಡಿದರು.

ಅಂಥ ವಿಚಾರಗಳಲ್ಲಿ ರಾಮಚಂದ್ರಯ್ಯ ಬೂದನನ್ನು ಕೇಳಿದರೂ, ಮತ್ತೊಬ್ಬನನ್ನು ಕೇಳಿದರೂ ಒಂದೇ ಫಲ. ಆ ಜನರಿಗೆ ಕೋವಿ ಹಿಡಿದೇ ಗೊತ್ತಿಲ್ಲ. ತಿನ್ನುವ ಮೃಗಗಳಿಗಾಗಿ ಅವರು ಬೇಟೆಯಾಡುತ್ತಿದ್ದರೇ ಹೊರತು ಶೋಕಿಗಾಗಿ ಶಿಕಾರಿ ಮಾಡಿದವರಲ್ಲ. ಆದುದರಿಂದ 'ಇನ್ನೊಮ್ಮೆ ಬರುವಾಗ ಊರಿಂದ ಯಾರನ್ನಾದರೂ ಕರೆದುಕೊಂಡು ಬರುತ್ತೇನೆ. ನಮ್ಮಲ್ಲಿದ್ದಾರೆ ಒಳ್ಳೆಯ ಈಡುಗಾರರು' ಎಂದು ಹೇಳಿ ಹೊರಟುಹೋದರು.

ತುಕ್ರ, ಧನಿಗಳು ಜಾತ್ರೆಗೆ ಮರಳಿ ಬರುವುದರೊಳಗೆ ಶಿಕಾರಿಯ ವಿಚಾರ ತಾನೇನು ಮಾಡುವುದೂ ಅಷ್ಟಕ್ಕಷ್ಟೆ–ಎಂದು ಬಲ್ಲ. ಆದ್ದರಿಂದ ಧನಿಗಳು ತೀರ ನಿರಾಶೆಗೊಳ್ಳಬಾರದೆಂದು, ಆನೆಯ ವಿಚಾರವನ್ನಾದರೂ ತಿಳಿದುಕೊಂಡು ಬರುತ್ತೇನೆಂದು ಹೊರಟ. ಧನಿಗಳನ್ನು ಕಳುಹಿಸಿಕೊಡಲು

ಮೂಲೆಗುಂಪಿಗೆ ಆತ ಹೋಗಿದ್ದ. ಅಲ್ಲಿಂದ ಕುಕ್ಕರಳ್ಳಿಯೋ, ಶಿಶಿಲವೋ, ಶಿರಾಡಿಯೋ, ಸುಬ್ರಹ್ಮಣ್ಯವೋ ಎಲ್ಲಿಯೋ ಒಂದು ಕಡೆಯಲ್ಲಿ ಅದು ಉಂಟಂತೆ. 'ನಿಜವೇ, ಸುಳ್ಳೇ' ಎಂದು ಕೇಳಿದರೆ, 'ಛೇ, ಛೇ, ಸುಳ್ಳಲ್ಲ, ನೋಡಿಬಂದವರಿದ್ದಾರೆ' ಎಂದು ಅನ್ನುತ್ತಾರೆ. ಆ ನೋಡಿ ಬಂದವರನ್ನು ಕೇಳಿ, ಕುಕ್ಕರಳ್ಳಿಯಲ್ಲಿ ಅದನ್ನು ಹಿಡಿದದ್ದು ಎಂದು ತಿಳಿದುಕೊಂಡು ತುಕ್ರ ಅಲ್ಲಿಗೆ ಹೋದ, ವಿಚಾರಿಸಿದ. ಆನೆ ಕಟ್ಟಿದ ತಾವಿಗೇ ಹೋಗಿ ಅದರ ಮುಂದೆಯೇ ತುಸು ದೂರದಲ್ಲಿ ನಿಂತ. ಸಂತೋಷವೂ ಆಯಿತು. ಆನೆ ಹೌದು, ಅದನ್ನು ಹಿಡಿದದ್ದೂ ಹೌದು, ಇನ್ನೂ ಬದುಕಿದೆ. ಧನಿಗಳಿಗೆ ಅದನ್ನು ತೋರಿಸಬಹುದು. ಇನ್ನು ಅದನ್ನು ಹಿಡಿದ ಭಟನಾರು–ಎಂದು ತನಿಖೆ ಮಾಡುವ ಕೆಲಸ ಮಾತ್ರ ಉಳಿದಿದೆ. ಅದಕ್ಕಾಗಿ ಸಮೀಪದ ಬಟ್ಯನ ಮನೆಯ ಅಂಗಳಕ್ಕೆ ಬಂದ. ಬರುವಾಗ, ಅಂಗಳದಲ್ಲಿದ್ದ ತಿಮ್ಮ ಅವನನ್ನು ಕಂಡದ್ದೇ ತಡ, ನೆಟ್ಟಗೆ ತನ್ನ ಕೊಟ್ಟಿಗೆಯೊಳಕ್ಕೆ ಹೋಗಿ ಅಡಗಿಕೊಳ್ಳಬೇಕೆ? ಅವನಿಗೆ ಕಂಡಿತು: 'ಇಷ್ಟು ಕಾಲದ ಮೇಲೂ ನನ್ನ ಮೇಲೆ ಛಲ ಹಿಡಿದು, ಧನಿಗಳು ತುಕ್ರನನ್ನು ಹುಡುಕುವುದಕ್ಕೆ ಕಳುಹಿಸಿದ್ದಾರೆಂದು'. ಹಾಗೆ ಬೆಪ್ಪು ಕಟ್ಟಿ ಕುಳಿತ ತಿಮ್ಮ ಹೊರಗೇ ಬರಲಾರ.

ಅನಂತರ ಬಂದವರು ಬಟ್ಯ, ಅವನ ಜತೆಯಲ್ಲಿ ಕರಿಯ. ಕರಿಯನಿಗೆ ತುಕ್ರನನ್ನು ಅಲ್ಲಿ ನೋಡಿ ಆಶ್ಚರ್ಯವಾಯಿತು. ತುಕ್ರ ಹಿರಿಮಲೆಯಲ್ಲಿ ತಮ್ಮನ್ನು ವಿಚಾರಿಸುತ್ತಿದ್ದ–ಎಂಬುದನ್ನು ಚೋಮನ ಬಾಯಿಂದ ಕೇಳಿದ್ದ. ಹೀಗಾಗಿ, ಅವನನ್ನು ಕಂಡ ತಕ್ಷಣವೇ "ಏನಣ್ಣ, ಇಲ್ಲಿಗೂ ಬಂದೆ, ಮಲೆಯನ್ನು ಬಿಟ್ಟರೂ ಎಲ್ಲಿಯೂ ನಾವಿರಬಾರದೆಂದು ನಿನ್ನ ಲೆಕ್ಕವೇ? ಏನು ಮಾಡಬೇಕೆಂದಿದ್ದೀಯಾ? ಮಾಡು" ಎಂದು ಒರಟಾಗಿಯೇ ನುಡಿದ. ಆ ಗಳಿಗೆಗೆ, ತುಕ್ರನ ಮನಸ್ಸಿನಲ್ಲಿ ತನ್ನ ಹಳೆಯ ಧನಿಗಳು ಹೊತ್ತ ವೈರದ ನೆನಪಾಗದೆ ಹೋಗಲಿಲ್ಲ. ಆದರೆ ಹಳೆಯ ಧನಿಗಳ ಕಾಲ ಮುಗಿದಂತೆಯೇ ಎಂದು ಅವನಿಗೆ ಗೊತ್ತು. ಕರಿಯ ಮಲೆಗೆ ಬಾರದಿದ್ದರೆ ಅವನಿಗೂ ಸುಖವೇ. ಅವನ ಯಜಮಾನಿಕೆ ಉಳಿಯುತ್ತದೆ. ಹಾಗಾಗಿ ಆತ ಕುಕ್ಕರಳ್ಳಿ ಯಲ್ಲಿದ್ದರೆ ಅವನಿಗೇನು ನಷ್ಟ? ಅವನು ನಗುತ್ತಾ ನುಡಿದ: "ಏನಿಲ್ಲ ಕರಿಯಣ್ಣ, ಆನೆ ಹಿಡಿದಿದ್ದಾರೆ ಯಾರೋ ಎಂದು ಕೇಳಿದೆ; ನೋಡುವ

ಚಪಲವಾಗಿ ಬಂದೆ. ನೀನಿಲ್ಲಿದ್ದೀಯಾ? ಏನು ಮಾಡಿಕೊಂಡಿದ್ದೀ; ಸುಖವಾಗಿದ್ದೀಯಷ್ಟೆ? ಚೆನ್ನಾಗಿದ್ದರಾಯಿತು. ಯಾವ ಮಲೆಯಾದರೇನು? ಎಲ್ಲಾದರೇನು? ಹಳೆಯ ನೆನಪಿನಿಂದ ಸಿಟ್ಟಾಗಬೇಡ, ಹೋಯಿತು ಆ ಕಾಲ. ಧನಿಗಳೂ ಈಗ ಮಲೆಗೆ ಬರುತ್ತಲಿಲ್ಲ. ಅವರಿಗೆ ಹಾಸಿಗೆಯನ್ನು ಬಿಟ್ಟೇಳದ ಬೇನೆ. ಕಳೆದ ವರ್ಷ ನಾನೇ ವಿಟ್ಲಲಕ್ಕೆ ಹೋಗಿದ್ದೆ. ಅವರನ್ನು ಕಂಡು ಬಂದಿದ್ದೆ. ಅವರ ದಿನ ಮುಗಿದ ಹಾಗೆಯೇ. ಈಗ ಧನಿಗಳ ಮಗ ಮಲೆಗೆ ಬಂದುಹೋಗುತ್ತಿದ್ದಾರೆ. ಬಹಳ ಒಳ್ಳೆಯವರು. ಎಳೆಯ ಪ್ರಾಯ. ನಮ್ಮ ಜನವೆಂದರೆ ಅವರಿಗೆ ತುಂಬ ಪ್ರೀತಿ" ಎಂದು ಸ್ನೇಹದಿಂದ ಮಾತನಾಡಿಸಿದ. ಕರಿಯನಿಗೂ ತನ್ನ ದುಡುಕುತನಕ್ಕೆ ಒಂದು ಕ್ಷಣ ಬೇಸರವಾಯಿತು. "ಹಾಗೋ, ನಾನೆಣಿಸಿದೆ–ನಮ್ಮನ್ನು ಹುಡುಕಿ, ಎಳೆದು ತರಲು ಧನಿಗಳು ನಿನ್ನನ್ನು ಕಳುಹಿಸಿದ್ದಾರೆಂದು. ಹೋಗಲಿ, ಬಿಡು. ಇಲ್ಲಿಯೇ ನಾವು ಬಿಡಾರ ಮಾಡಿದ್ದೇವೆ. ತಿಮ್ಮನೂ ಜತೆಯಲ್ಲಿ ಇದ್ದಾನೆ. ನಮ್ಮ ಮನೆಯಲ್ಲಿ ಒಂದು ಮುಷ್ಟಿ ಗಂಜಿ ಉಣ್ಣಬಾರದೆಂದಿಲ್ಲವಲ್ಲ" ಎಂದು ತಿಮ್ಮನನ್ನು ಕೂಗಿದ. ತುಕ್ರಗೆ ಆನೆಯ ವಿಚಾರವನ್ನು ಹೇಳಿದ. ನಿಷ್ಕಲ್ಮಷ ಮನಸ್ಸಿನಿಂದ ತುಕ್ರನಿಗೆ ಮನೆಯಲ್ಲಿ ಊಟ, ಉಪಚಾರಗಳನ್ನು ಮಾಡಿಸಿದ. ಆ ದಿನವನ್ನೆಲ್ಲ ತುಕ್ರ ಅಲ್ಲಿಯೇ ಅವರೊಡನೆ ಕಳೆದು, ಆನೆಯ ಮರಿಗೆ ನಾಲ್ಕು, ನಾಲ್ಕು ಬಾರಿ ಪ್ರದಕ್ಷಿಣೆ ಬಂದು ಊರಿಗೆ ಹೊರಟುಹೋದ. ಅವನ ತಪ್ಪೆಂದರೆ 'ಮಲೆಗೆ ತಿರುಗಿ ಬನ್ನಿ' ಎಂದು ಅವರನ್ನು ಕರೆಯದಿದ್ದುದು. ಅದಕ್ಕೂ ಹೆಚ್ಚಿನದೇನಿಲ್ಲ.

ಕರಿಯನ ಕಣ್ಣೆದುರಿಂದ ಮರೆಯಾಗಿ, ಕುಕ್ಕರಳ್ಳಿಯ ಗದ್ದೆಗಳ ಏರಿಯ ಮೇಲೆ ನಡೆದು ಸಾಗುತ್ತ ಹೊರಟ ತುಕ್ರನಿಗೆ, ಒಂದೊಂದಾಗಿ ಹಳೆಯ ನೆನಪುಗಳು ಬರತೊಡಗಿದವು. ಆರಂಭದಲ್ಲಿ ತನಗೂ ಕರಿಯನಿಗೂ ನಡೆದ ಯಜಮಾನಿಕೆಯ ಹೋರಾಟದ ಚಿತ್ರಗಳು ಕಾಣಿಸಿದುವು. ಕೇರಿ ಅವನಿಗೆ ಬೆಂಬಲವಾಯಿತು. ತಿಮ್ಮ ಕರಿಯನ ಪಕ್ಷವನ್ನು ವಹಿಸಿ ಮುಂದೊತ್ತಿ ಬಂದ. ತನ್ನ ಧನಿಯೂ ತನಗೆ ಬೆಂಬಲವಾದರೂ, ಕಲ್ಕುಡನ ಮಾತು ತನಗೆ ವಿರುದ್ಧವಾಗಿ ನಿಂತುದರಿಂದ, ದೊರಕಿದ ಗುರಿಕಾರಿಕೆ ತಪ್ಪಿಹೋಯಿತು. ಅದನ್ನು ನೆನೆದರೆ ನಗು ಬರುತ್ತದೆ. ಗುರಿಕಾರಿಕೆ ನೋಡಿಕೊಂಡಿರಬೇಕಾದ ಕರಿಯನ ಹಣೆಯಲ್ಲೇ ಆ ವಿಧದ ಯೋಗ ಬರೆದಿಲ್ಲ ಎಂದೆಣಿಸಿಕೊಂಡ.

ಹಾಗಿಲ್ಲದೆ ಹೋದರೆ, ದೊರೆತ ಯಜಮಾನಿಕೆಯನ್ನು ಬಿಟ್ಟು ಓಡಿಹೋಗುವ ಮರುಳಾಟಿಕೆಯನ್ನು ಆತ ಮಾಡಬೇಕಿತ್ತೇ? ಇನ್ನು, ಅವನನ್ನು ಕಂಡ ಪ್ರಸಂಗವನ್ನು ಕೇರಿಯಲ್ಲಿ ತಾನು ಹೇಳಿದರೆ, ಬೂದನೋ, ಮತ್ತೊಬ್ಬನೋ ಅಲ್ಲಿಗೆ ಹೋಗುತ್ತಾರೆ. ಅವನನ್ನು ಅಂಗಲಾಚಿ 'ಬಾ' ಎಂದು ಬೇಡುತ್ತಾರೆ. ಆತ ಎಲ್ಲಾದರೂ ಹಿಂದಿರುಗಿ ಬಂದರೆ, ಇನ್ನೊಮ್ಮೆ ಗುರಿಕಾರಿಕೆಗೆ ಜಗಳ ಹುಟ್ಟುವುದು ನಿಜ. ಅಂಥ ಪ್ರಸಂಗ ಬರುವುದು ಬೇಡ. ತಾನು ಕರಿಯನ ಸುದ್ದಿಯನ್ನು ಯಾರೊಡನೆಯೂ ಎತ್ತಬಾರದು. ಅದೇ ಲೇಸಾದ ಮಾರ್ಗ– ಎಂದೆಣಿಸಿಕೊಂಡ. ಆದರೂ ಆನೆ ಮರಿಯನ್ನು ಹಿಡಿದು ಕಟ್ಟಿ ಹಾಕಿದ ಆ ಹುಡುಗನ ವಿಷಯವಾಗಿ, ಸಲ್ಲದ ದ್ವೇಷವಿದೆ ಅವನ ತಲೆಯಲ್ಲಿ. ಹುಡುಗ ಬುದ್ಧಿವಂತನೆಂದು ಒಪ್ಪಿಕೊಳ್ಳುತ್ತಾನೆ. ಕರಡಿ, ಆನೆ ಮೊದಲಾದ ಪ್ರಾಣಿಗಳ ಹುಚ್ಚು ಆತನಿಗೆ ಎಳೆತನದಿಂದಲೂ ಬಂದದ್ದೇ. ಪ್ರಾಯಶಃ ಆನೆಯ ಮಾವುತ ನಾಗಲು ಹುಟ್ಟಿದ ಹುಡುಗ ಅವನಿರಬೇಕು. ಇಲ್ಲವಾದರೆ, ಅಂಥ ಧೈರ್ಯ ಎಲ್ಲಿಂದ ಬರಬೇಕು? ಆ ಮಾತನ್ನು ನೆನೆದಾಗ, ಹಿಂದಣ ರಾತ್ರೆ ತಾನು ಗೌಡನ ಮನೆಯ ಜಗುಲಿಯಲ್ಲಿ ಮಲಗಿಕೊಂಡಾಗ ಬಟ್ಯ ಹೇಳಿದಂಥ ನಾಲ್ಕೆಂಟು ಬೇಟೆಯ ಕತೆಗಳೂ ಅವನ ನೆನಪಿಗೆ ಬಂದುವು. ಅದನ್ನು ನಂಬಲಾರದ ಆತಗೆ 'ಕರಿಯನಂಥ ಎಳೆಯ, ಕೋವಿ ಹಿಡಿದು ಹುಲಿ ಕೊಂದಿದ್ದಾನೆ' ಎಂದಿದ್ದ ಗೌಡ. ಅದರಿಂದ ಆ ಹುಡುಗನ ದಿಟ್ಟತನದ ವಿಷಯದಲ್ಲಿ ಒಂದು ವಿಧದ ಹಿಗ್ಗೂ ಉಂಟಾಯಿತು. ಹುಡುಗ ದಿಟ್ಟ, ಒರಟ, ಎದುರು ಸಿಟ್ಟಿನವ ಎಂಬುದು ನಿಜವಾದರೂ ಯೋಗ್ಯ. ಎಲ್ಲಿ ಎಸೆದರೂ ಬಾಳ್ವೆ ಮಾಡಿಕೊಂಡಿರಬಲ್ಲವ; ಮೂರು ವರ್ಷ ಮಲೆಯಲ್ಲಿ ತಿಮ್ಮನನ್ನು ಕೂಡಿಕೊಂಡು ಹಾಗೆ ಜೀವನ ನಿರ್ವಹಿಸಬೇಕಾದರೆ, ಅವನೊಬ್ಬ ಸಾಮಾನ್ಯ ಜೀವಿ ಎಂದು ಆತನಿಗೆ ಅನಿಸಲಿಲ್ಲ. ಫಕ್ಕನೆ ಒಂದು ಆಸೆಯೂ ಆ ಯೋಚನೆ ಯಿಂದ ಮೂಡಿತು. 'ತನ್ನ ಸಂಸಾರದಲ್ಲಿ' –ಏಳೆಂಟು ಮಕ್ಕಳು ಮರಿಗಳಿವೆ. ಇಬ್ಬಿಬ್ಬರು ಹೆಂಡಿರು. ತನಗೂ ಅರುವತ್ತರ ಸಮೀಪದ ವಯಸ್ಸು, ಇನ್ನೆಷ್ಟು ದಿನ ತಾನು ಬದುಕಿ ಉಳಿದೇನು? ಇಂದಿನ ಹಾಗೆ ನಾಳೆಯೂ ತ್ರಾಣ ಉಳಿಯುತ್ತದೆಯೇ? ತನ್ನ ಹಿರಿಯ ಮಗಳು ಚೌಡಿಗೆ ಸುಮಾರು ಇಪ್ಪತ್ತು ವಯಸ್ಸಿರಬಹುದು. ಗುರಿಕಾರನಾದ ತಾನು ಅಂತಿಂಥವರಿಗೆ ಹೆಣ್ಣು ಕೊಡಲು

ಒಪ್ಪಲಿಲ್ಲ. ಕರಿಯನನ್ನು ತಿರುಗಿ ಮಲೆಗೆ ಬರುವಂತೆ ಮಾಡಿ, ಅವನನ್ನೊಲಿಸಿ ಅಳಿಯನನ್ನಾಗಿ ಮಾಡಿಕೊಂಡರೆ ಹಳೆಯ ಹುಣ್ಣೆಲ್ಲ ಮಾಸಿದಂತಾಗುತ್ತದೆ. ಹೆಂಡತಿ ಚೆನ್ನಿಗೂ ಸಂತೋಷವಾದೀತು. ಆತ ಗುರಿಕಾರನಾದರೂ ಆಗ ತನಗೆ ಕಡಿಮೆಯಿಲ್ಲ. ತಾನೇ ಆದರೂ, ಕರಿಯ ತನ್ನ ಕಾಲದ ತನಕ ಸುಮ್ಮನಿದ್ದಾನು' ಎಂದು ಯೋಚಿಸಿದ ಹಾಗೆ, ಆ ಆಸೆಯೇ ಬೆಳೆದು ಬಲವಾಗುತ್ತ ಹೋಯಿತು. ಅದು ಅಸಾಧ್ಯದ ಮಾತೆಂದು ತೋರಲಿಲ್ಲ. ನೆಟ್ಟಗೆ ಹಿರಿಮಲೆಗೆ ಹೋಗಿ ಚೋಮಣ್ಣನನ್ನು ಕೇಳಿ, ಸಂಧಾನಕ್ಕೆ ದೂತನನ್ನಾಗಿ ಅಟ್ಟಿಬಿಡೋಣ ಎಂದೂ ಅನಿಸಿತು. ಅಷ್ಟರಲ್ಲಿ, ಚೋಮನಿಗೆ ಇನ್ನೊಬ್ಬ ಮಗಳಿರುವ ನೆನಪು ಹೊಳೆಯಿತು, 'ಬೇಡ, ಅವನು ಸರಿಯಾದ ಕುಳವಲ್ಲ. ಬೂದನನ್ನೇ ಹಿಡಿಯುವ. ತನ್ನ, ಅವನ ಒಳಜಗಳ ಕೆಂಪಿಯ ಮರಣದಿಂದ ಹುಟ್ಟಡಗಿಹೋಗಿದೆ. ಅವನಿಂದ ಈ ಕೆಲಸ ಸಾಧ್ಯವಾಗಬಹುದು' ಎಂದು ಕೊಂಡ. ಇಷ್ಟೆಲ್ಲ ಯೋಚನೆ ಹೊತ್ತು ಹಾದಿ ಸಾಗುವಾಗ, ಮೂಲೆಗುಂಪಿನ ಬಲ್ಲಾಳರ ಮನೆಯೂ ಬಂದಿತು. ಇನ್ನು ಮೂರು ತಿಂಗಳಿಗೆ ಬರುವ ಜಾತ್ರೆಯ ನೆನಪಾಯಿತು. ಜಾತ್ರೆಯ ಜತೆಯಲ್ಲಿ ಬರುವ ಧನಿಗಳು, ಅವರು ಕೊಡುವ ಹಚ್ಚಡಗಳ ನೆನವರಿಕೆಯಾಯಿತು, ಸಣ್ಣ ಧನಿಗಳ ನೆನಪೂ ಆಯಿತು. ತನ್ನ ಧನಿಗಳಿಗೆ ಆನೆಯ ಹುಚ್ಚು, ಶಿಕಾರಿಯ ಹಂಬಲ ಇದ್ದುದನ್ನು ನೆನೆದು 'ಒಂದು ಮೋಸ ಈ ಯೋಚನೆಯಲ್ಲಿದೆ; ಕರಿಯನೂ ಮಲೆಗೆ ಬಂದರೆ, ಧನಿಗಳೂ ಸೇರಿದರೆ, ಇಬ್ಬರ ಶಿಕಾರಿ ಹುಚ್ಚು ಕಟ್ಟಿಲ್ಲದೆ ಹೋದೀತು. ಹುಡುಗ ಒಳ್ಳೆಯವ, ದಿಟ್ಟ ನಿಜ. ಆದರೆ ಮದುವೆಯಾದ ಮೇಲೆಯೂ ಹುಲಿ, ಹಂದಿ, ಮತ್ತೊಂದು ಎಂದು ಬೇಟೆಗೆ ಹೋಗಿ, ಆಪತ್ತು ತಂದು ಕೊಂಡರೆ ನನ್ನ ಗತಿ ಏನು? ಇನ್ನೊಬ್ಬರು ಬೇಟೆಯಾಡಿದರೆ ನೋಡ ಬಹುದು, ಕತೆ ಕೇಳಬಹುದು, ಅಳಿಯನಾಗುವವನೇ ಆ ಹುಚ್ಚುಕಟ್ಟಿಕೊಂಡರೆ' ಎಂಬ ಭೀತಿಗೂ ಒಳಗಾದ. ಅಷ್ಟೇ ಅಲ್ಲ. 'ಸದ್ಯಕ್ಕೆ–ಕರಿಯನ ಆನೆ ನೋಡ ಬೇಕು' ಎಂದು ಹೇಳಿದರೆ ಧನಿಯರಿಗೆ ಏನು ಉತ್ತರ ಕೊಡಲಿ? ಎಂಬ ಅನುಮಾನವಾಯಿತು. 'ಅವರಿಗೆ ಅವನನ್ನು ತೋರಿಸಿದರೆ, ಯಾರಾದರೂ ಅವನ ಬೇಟೆಗಳ ಕತೆ ಹೇಳಿದರೆ, ಆಮೇಲೆ ನಮ್ಮ ಮಲೆಯಿಂದಲೇ ಓಡಿಹೋದ ಹುಡುಗ ಅವನು ಎಂಬುದು ತಿಳಿದರೆ, ಮನಸ್ಸು ಒಲಿದು,

ಅವನನ್ನು ಮಲೆಗೆ ಬರಲು ಬಲವಂತ ಮಾಡುತ್ತಾರೆ. ಆಗ ತಿರುಗಿ ಬೇಡದ್ದೇ ಆಗುತ್ತದೆ' ಎಂದು ಬೆಳೆಸಿದ ಆಸೆಗಳನ್ನೆಲ್ಲ ಕಿತ್ತೊಗೆದ. ಮೂಲೆಗುಂಪಿನಿಂದ ಮಲೆಯನ್ನು ಸೇರುವಾಗ ಈ ಪ್ರತಿಯೊಂದು ಆಸೆಗಳ ಮರುಕಳಿಕೆ ಮೂರು, ಮೂರು ಬಾರಿ ಉಂಟಾಗಿ, ಮೂರು ಬಾರಿಯೂ ಅಭಿಪ್ರಾಯ ಬದಲಿಸಿ, ತಣ್ಣಗೆ ಗುಡಿಸಲನ್ನು ಸೇರಿದ.

ಅವನೇನೋ ಸುಮ್ಮನಿರಬಹುದು. ಕರಿಯನ ಸುದ್ದಿಯ ಗಾಳ ತನ್ನ ಕೇರಿಗೇ ಬೀಸಬಾರದು ಎಂದು ಆತ ಎಣಿಸಿದರೂ, ಮಲೆಯ ಗಾಳಿಗೆ ಆ ದಾಕ್ಷಿಣ್ಯವಿದೆಯೇ? ಮಳೆಗಾಲ ಮುಗಿದು, ಏಲಕ್ಕಿ ಉದ್ಯೋಗ ಕಳೆದು, ಕುಡಿಯರಿಗೆ ಬಿಡುವಾಯಿತೆಂದರೆ ಒಬ್ಬರಲ್ಲ ಒಬ್ಬರು ಮೂಲೆಗುಂಪಿಗೆ ಹೋಗಿ ಬರುತ್ತಾರೆ. ಹತ್ತಿರದ ಒಂದೆರಡು ಹಳ್ಳಿಗಳಿಗೂ ಹೋಗಿಬರುತ್ತಾರೆ. ಹೀಗಾಗಿ, ಕಿವಿಯಿಂದ ಕಿವಿಗೆ ಸುದ್ದಿ ಹಬ್ಬಿ ಕಿರಿಮಲೆಗೂ ಮುಟ್ಟಿತು, ಹಿರಿಮಲೆಗೂ ಮುಟ್ಟಿತು; ಆನೆ ಹಿಡಿದ ಕುಡಿಯ ಕರಿಯನೆಂದು. ಈ ಸುದ್ದಿಯನ್ನು ಬಾಚಿ ಹಿಡಿದವ ಹಿರಿಮಲೆಯ ಚೋಮ. ಆತ, ಮಳೆಗಾಲ ತೊಡಗಿದಂದಿನಿಂದ ತನ್ನ ಮಗಳು ಮತ್ತು ಅಳಿಯಂದಿರ ಕುರಿತಾದ ಧ್ಯಾನ ಮಾಡುತ್ತಿದ್ದ. 'ಮಳೆ ಕಡಿಮೆಯಾಗಲು ಹೋಗಿ ನೋಡಿ ಬರುತ್ತೇನೆ, ಬಹಳ ದಿನದಿಂದ ಅವರ ಸುದ್ದಿಯಿಲ್ಲ' ಎಂದೆಣಿಸಿಕೊಂಡು, ಭಾದ್ರಪದ ಮಾಸದಲ್ಲಿ ಕೆಲಸ ತಪ್ಪಿಸಿ, ಕರಿಯನ ಮಲೆಗೆ ಹೋದ. ಒಕ್ಕಲಿಲ್ಲದ ಅವರ ತಾವನ್ನು ಕಂಡು ತುಂಬ ಖಿನ್ನನಾಗಿ ಮರಳಿದ. ಒಬ್ಬರಾದರೂ ಗವಿಯಲ್ಲಿರಬೇಡವೇ? ಗುಹೆ ಮನೆಯಲ್ಲಿ ಒಟ್ಟಿದ್ದ ಕಟ್ಟಿಗೆ ಹಾಗೆಯೇ ಇತ್ತು. ಒಂದೆರಡು ಹರಕು ಚಿಂದಿಗಳು ಕಾಣಿಸಿಕೊಂಡವು. ಕುಮರಿ ಬೆಳೆ ಬೆಳೆದ ಜಾಗಕ್ಕೆ ಹೋಗಿ ನೋಡಿದ. ಬೆಳೆ ನೆಲದ ಮೇಲೆ ಮಗುಚಿ ಬಿದ್ದು, ಅದರಲ್ಲಿದ್ದ ನಾಲ್ಕು ಕಾಳುಗಳು ಅಳಿಲು, ಗಿಡುಗಗಳಿಗೆ ಉಣಿಸಾಗಿತ್ತು. ಬೆಳೆದ ಹುಲ್ಲಿಗೆ ಕತ್ತಿ ಹಾಕಿದವರಿದ್ದಿಲ್ಲ. ಆ ನೋಟ ಕಂಡೊಡನೆಯೇ ದಿಗಿಲು ಹಾರಿತು. ಯಾರಿಗೋ ಏನೋ ಆಗಿದೆ; ಆ ಮೂವರು ನಾಲ್ವರಲ್ಲಿ ಯಾರಿಗೋ ಸಾವು ಬಂದಿರಬೇಕು. ಸಾವು ಬಂದಾಗ ಮನೆ ಬಿಟ್ಟೋಡುವುದು ಸ್ವಾಭಾವಿಕ–ಹೀಗೇನೋ ಆಗಿದೆ ಎಂಬ ಚಿಂತೆಗೊಳಗಾದ. ಸತ್ತಿದ್ದರೆ ಯಾರು? ಬತ್ತದ ಕದಿರನ್ನಾದರೂ ಕೊಯ್ದು ಕೊಂಡು ಹೋಗಿರಲಾರರೇ? ಅದನ್ನು ಮುಟ್ಟದೆ ಇರಲು ಕಾರಣವನ್ನು

ಅವನು ಊಹಿಸದಾದ. ಆದ್ದರಿಂದ 'ಆ ವಠಾರದಲ್ಲೆಲ್ಲೂ ಅವರು ಬದುಕಿಲ್ಲ' ಎಂಬ ನಿರ್ಣಯ ಮಾಡಿಕೊಂಡು, ಮನೆಗೆ ಮರಳಿದ. ಅಸ್ಪಷ್ಟವಾದ ಊಹೆ, ಆ ಊಹೆಯಿಂದ ಕಟ್ಟಿದ ಭೀತಿ, ಇವೆರಡನ್ನೂ ತನ್ನ ಹೆಂಡತಿಯ ಮುಂದೆ ತೋಡಿಕೊಂಡ. ಒಬ್ಬರ ಗಾಬರಿಗಿಂತ ಇಬ್ಬರದ್ದು ಕೂಡಿ ಹೆಚ್ಚಾಯಿತು. ಹಾಗೆಲ್ಲಾದರೂ ಆಗಿದ್ದರೆ, ಅವರು ಮಲೆಯಲ್ಲೇ ಇನ್ನೂ ವಾಸಿಸುತ್ತಿರಲಾರರು. ಎಲ್ಲಾದರೂ ಒಂದು ಹಳ್ಳಿಯನ್ನು ಸೇರಿರಬಹುದು ಎಂದು ಯೋಚಿಸಿದರು.

ಇಷ್ಟೆಲ್ಲ ಆಗುವಾಗ, ಬಾಯಿಂದ ಬಾಯಿಗೆ ಆನೆ ಹಿಡಿದ ಕುಡಿಯನ ಕತೆಯೂ ಹಬ್ಬಿತು. 'ಅದಿದ್ದರೆ ಕರಿಯನೇ ಇರಬೇಕು' ಎಂಬ ಊಹೆ ಚೋಮನಿಗೂ ಆಯಿತು. ಅವನೂ ಆ ಸುದ್ದಿಯನ್ನು ಹಿಂಬಾಲಿಸಿ, ಆ ಸ್ಥಳ ಯಾವುದೆಂದು ಕೇಳಲು ಹೊರಟ. ನಿಜಕ್ಕೂ ತುಕ್ರ ಯೋಚನಾಪರನಾಗಿ ಬಲ್ಲಾಳರ ಮನೆಯ ಮುಂದೆ ಕಿರಿಮಲೆಗೆ ಹಾದು ಹೋಗುವಾಗ, ಬಲ್ಲಾಳರ ಮನೆಯ ಅಂಗಳದಲ್ಲಿ ಚೋಮ ನೀರನ್ನು ಬೇಡಿ ಕುಡಿಯುತ್ತಿದ್ದ. ನೀರು ಕುಡಿದು ಅಲ್ಲಿಂದ ತಕ್ಷಣವೇ ಹೊರಟ. ದಾರಿಯ ಜನಗಳನ್ನು ವಿಚಾರಿಸಿ, ಕುಕ್ಕರಳ್ಳಿಗೆ ಹೋಗಿ, ಬಟ್ಯಗೌಡನ ಮನೆಯನ್ನು ಸೇರುವಾಗ ಕತ್ತಲಾಗಿತ್ತು. "ಯಾರು, ನಿನ್ನನ್ನು ತುಕ್ರಣ್ಣ ಕಳುಹಿಸಿದನೇ ? ಬೆಳಿಗ್ಗೆ ಹೋಗಿದ್ದ; ನಿನ್ನೆ ಬಂದಿದ್ದ" ಎಂದು ಕರಿಯ ಚೋಮನನ್ನು ಪ್ರಶ್ನಿಸಿದಾಗ, ಅವನಿಗೆ ಆಶ್ಚರ್ಯ ವಾಯಿತು. ಮೂರು ತಿಂಗಳಿಗೂ ಮಿಕ್ಕಿ, ಮಕ್ಕಳ ಗೊತ್ತುಗುರಿಯನ್ನು ಊಹಿಸಲಾರದೆ ನೊಂದಿದ್ದ ಚೋಮನಿಗೆ–ಮಗಳು, ಅಳಿಯ, ಮೊಮ್ಮಕ್ಕಳನ್ನು ಕಂಡು ಎಷ್ಟೊಂದು ಸಂತೋಷವಾಯಿತೆನ್ನಲಿಕ್ಕಿಲ್ಲ. ತಾನೂ ಮಡದಿಯೂ ಕಟ್ಟಿಕೊಂಡ ಅನೇಕ ಸಂಶಯ, ಭೀತಿಗಳನ್ನು ತೋಡಿಕೊಂಡ. "ಹೇಗೂ ಇರಲಿ, ಕರಿಯಣ್ಣ. ಇಲ್ಲಿಗೆ ನೀವು ಬಂದದ್ದು ಒಳ್ಳೆಯದಾಯಿತು. ನೀವು ಮೂರೇ ಮಂದಿ ಚೋಟುದ್ದದ ಮಗುವನ್ನು ಕಟ್ಟಿಕೊಂಡು ಬೇರೆಯೇ ಇರುವುದೆಂದರೆ, ನಿಮಗೆ ಅದು ಸುಖವೆಂದು ಕಂಡರೂ, ಮಕ್ಕಳನ್ನು ಹೆತ್ತ ನಮಗೆ ಯೋಚನೆಯಲ್ಲಿ ರಾತ್ರೆ ನಿದ್ದೆ ಬರುವುದಿಲ್ಲ" ಎಂದ. ತಿಮ್ಮ "ಛೆ, ಛೆ, ಅಂಥ ಹೆದರಿಕೆಯೇನಿದೆ? ಕರಿಯಣ್ಣ ಒಬ್ಬ ಇದ್ದರೆ ಸಾಕು ಊರು ತೆಗೆದಾನು" ಎನ್ನುತ್ತಲಿದ್ದ. ಅದನ್ನು ಕೇಳಿದ ಕರಿಯ, ಪರಿಹಾಸಕ್ಕಾಗಿ "ಹೌದೋ ತಿಮ್ಮ, ಹಾಗಾದರೆ ಜಾತ್ರೆ ಕಳೆದ ಮೇಲೆ, ನಮ್ಮ ಮಲೆಗೆ ನಾನು

ಹಿಂದೆ ಹೋಗುವುದು ಹೌದಷ್ಟೇ. ಈ ವರ್ಷ ಒಂದಲ್ಲ ಎರಡೆರಡು ತಟ್ಟು ಕುಮರಿ ಬೆಳೆಯಬೇಕು. ಒಂದರಲ್ಲಿ ಬತ್ತ, ಮತ್ತೊಂದರಲ್ಲಿ ರಾಗಿ" ಎನ್ನುತ್ತಲೇ, ತಿಮ್ಮನ ಉತ್ಸಾಹ ಅರ್ಧಕ್ಕರ್ಧ ತಗ್ಗಿತು. "ಹೋಗುವ ಅಣ್ಣ; ಹೋಗಬಾರ ದೆಂದರೆ ನೀನು ಕೇಳುತ್ತೀಯಾ?" ಎನ್ನಬೇಕಾಯಿತು. ತಿಮ್ಮ ಹೇಳಿದುದು ಉತ್ಸಾಹಹೀನ ಮನಸ್ಸಿನಿಂದಲೇ ಎಂಬುದು ಕರಿಯನಿಗೆ ಗೊತ್ತಿತ್ತು. ಅಲ್ಲದೆ, ಮಾವನೂ ಅವನೂ ಸೇರಿ, ಇನ್ನೇನು ತಳಪಾಯ ಹಾಕುತ್ತಾರೋ ಅಥವಾ ಅಳಿಯನನ್ನೂ ಮಗಳನ್ನೂ ಕರೆದುಕೊಂಡು ಹೊರಟುಹೋಗುತ್ತಾರೋ! 'ಹಳೆಯ ಧನಿಯ ಹೆದರಿಕೆ ಬಿಟ್ಟು, ಮೇಲೆ ಮಲೆಯಲ್ಲೇ ಇದ್ದು ಬಿಡುವ" ಎಂದು ಉಪದೇಶಿಸುತ್ತಾರೋ ಎಂಬ ಭೀತಿಯೂ ಕರಿಯನದು. ಅವನಿಗೆ ಮಾತ್ರ ಮಲೆ ಬೇಡವಾಗಿದೆ. ಅಲ್ಲಿಗೆ ಹೋದರೆ, ತನ್ನ ಆನೆಯ ಮರಿಯ ಆಸೆಯನ್ನು ಬಿಡಬೇಕಾಗುತ್ತದೆ.

ಆ ರಾತ್ರಿ ನಿತ್ಯದಂತೆ ಕರಿಯ ಬಟ್ಯನ ಮನೆಯ ಜಗುಲಿಯ ಮೇಲೆ ಮಲಗಿಕೊಂಡ. ಚೋಮ ಅಳಿಯನ ಕೊಟ್ಟಿಗೆಯಲ್ಲಿ ವಾಸಮಾಡಿದ. ರಾತ್ರಿ ಬಹಳ ಹೊತ್ತಿನ ತನಕ ಆ ಕೊಟ್ಟಿಗೆಯಿಂದ ಅವರು ಮಾತನಾಡುವ ಸ್ವರ ಕೇಳಿಸುತ್ತಿತ್ತು. ಬಹು ಮಟ್ಟಿನ ದನಿ ಗಿಡ್ಡಿಯದು : "ನೀನು ಕರಿಯಣ್ಣನಿಗೆ ಹೇಳಬೇಕು; ಅವನನ್ನು ಬಿಟ್ಟು ಹೋಗುವುದು ಒಳ್ಳೆಯದಲ್ಲ. ಏನಲ್ಲದಿದ್ದರೆ ಇಲ್ಲೇ ಇರುವುದಕ್ಕೆ ಹೇಳು" ಎಂಬುದು ಅವಳ ಮಾತಿನ ಧಾಟಿಯಾಗಿತ್ತು. ಇನ್ನೊಂದು ಧಾಟಿ: "ಯಾಕೆ, ತಂಗಿಯನ್ನು ಕರಿಯನಿಗೆ ಕೊಟ್ಟು ಲಗ್ನ ಮಾಡಬಾರದು? ಹಾಗಿದ್ದರೆ, ನಾವಿಬ್ಬರೂ ಇಲ್ಲಿಯೇ ಜತೆಗೆ ಜೀವನ ಕಳೆಯ ಬಹುದು. ಊರವರು ನಮಗೆ ಅನುಕೂಲವಾಗಿದ್ದಾರೆ. ಇಲ್ಲಿದ್ದು ಬೇಸಾಯ ಮಾಡಬಹುದು. ಕೂಲಿ ನಾಲಿ ಮಾಡಿಕೊಂಡಿರಬಹುದು. ಯಾರ ಹಂಗೂ ಇಲ್ಲ." ಹಾಗೆಯೇ ಮಾವನಾದ ಚೋಮನ ಮನಸ್ಸಿಗೆ ಆ ಮಕ್ಕಳು ತಮ್ಮಷ್ಟಕ್ಕೆ ಬೇರೆ ಇರುವುದು ಸಂತೋಷವಿಲ್ಲ. 'ತನ್ನ ಮಗಳು ಹೇಳುವ ದಾರಿ ಬಲು ಯೋಗ್ಯವಾದದ್ದು' ಎಂದು ತೋರಿತು.

ಮರುದಿನ ಬೆಳಿಗ್ಗೆ ಮುಖತೊಳೆದು, ಎಲ್ಲರೂ ಅಡಕೆಯ ಹಾಳೆಯಲ್ಲಿ ಗಂಜಿ ಹಾಕಿಸಿಕೊಂಡು, ಬಟ್ಯನ ಮನೆಯಿಂದ ಉಪ್ಪಿನಕಾಯಿ ತರಿಸಿಕೊಂಡು, ನಂಜುತ್ತಾ ಹಿಗ್ಗಿನಿಂದ ಊಟ ಮಾಡಿದರು. ಅನಂತರ ಕರಿಯ "ಚೋಮಣ್ಣ,

ನೀನು ನನ್ನ ಆನೆಯನ್ನಿನ್ನೂ ನೋಡಿಯೇ ಇಲ್ಲ. ಒಂದು ದಿನ ನಾನೂ ನಿನ್ನ ಮೊಮ್ಮಗನೂ ಕೂತು ಸುಬ್ರಹ್ಮಣ್ಯದ ತನಕ ಹೋಗುವುದುಂಟು" ಎಂಬ ಪ್ರಸ್ತಾಪ ತೆಗೆದ. ಸರಿ, ಆನೆ ನೋಡುವುದಕ್ಕೆ ಎಲ್ಲರೂ ಹೊರಟರು. ದಾರಿಯಲ್ಲಿ ಚೋಮನೆಂದ "ಮಹಾರಾಯ, ನಿನ್ನ ಆನೆಯ ಕತೆಯಿಂದಾಗಿ, ನನಗೆ ನೀನು ಇಲ್ಲೆಲ್ಲೋ ಇರಬೇಕೆಂಬ ಊಹೆ ಆದದ್ದು, ಆನೆ ಹಿಡಿದಿದ್ದರೆ ಅದು ನೀನೇ–ಎಂದು ಎಣಿಸಿದೆ. ಏನೂ ಆಗಲಿ, ಆನೆ ಅಷ್ಟೊಂದು ಉಪಕಾರ ಮಾಡಿತಲ್ಲ" ಎಂದು ಆನೆ ನೋಡಲು ಹೋದ. ಸಾಕಷ್ಟು ದೂರ ದಲ್ಲಿಯೇ ನಿಂತುಕೊಂಡ. ಕರಿಯ ಅದರ ಮೈಯನ್ನು ಸವರುವಾಗ, ಕಿವಿ ಜಗ್ಗುವಾಗ, ಸೊಪ್ಪು ಕಡಿದು ಹಾಕುವಾಗ "ಏ ಮಹಾರಾಯ, ಹತ್ತಿರ ಹೋಗಬೇಡ" ಎನ್ನುತ್ತಲೇ ಇದ್ದ. ಆದರೆ "ಪಳಗಿದ ಆನೆ ಸಾಕಿದ ಕೋಣ ಕ್ಕಿಂತಲೂ ಸಾಧು" ಎನ್ನುತ್ತಾರೆ ಎಂದ ಕರಿಯ. ಅದನ್ನು ಕಂಡು ಮನೆಗೆ ಬರುವಾಗ "ಆನೆ ಕಂಡಾಯಿತಲ್ಲ. ಇನ್ನು ನೀನು ಕೇರಿಗೆ ಬರುವುದು ಯಾವಾಗ ಎಂದು ಹೇಳು. ಮುಂದೇನು ಮಾಡುವವ? ನಿನ್ನೆ ಹೇಳಿದ ಹಾಗೆ ತಿರುಗಿ ಆ ಹಾಳು ಕೊಂಪೆಗೆ ಹೋಗಬೇಕೆನ್ನುತ್ತೀಯಾ? ನೀವು ಗಂಡಸರು. ಎಲ್ಲೂ ಬದುಕಬಲ್ಲಿರಿ. ನನ್ನ ಮಗಳಿಗಂತೂ ಆ ಕೊಂಪೆಯ ಜೀವನ ಕಹಿ ಹಿಡಿದುಹೋಗಿದೆ. ನನ್ನನ್ನು ಕಂಡಾದರೂ, ತಿಮ್ಮನನ್ನು ಅಲ್ಲಿಗೆ ಒಯ್ಯಬೇಡ" ಎಂದ. ಚೋಮನಿಗೂ ಬಟ್ಯಗೌಡನ ಸ್ನೇಹವಾಗಿತ್ತು. ಗೌಡರನ್ನು ನಿಲ್ಲಿಸಿ ಕೊಂಡು ಅಂದ: "ಗೌಡರೇ, ಈ ಹುಡುಗರಿಗೆ ನೀವಿಷ್ಟು ಬುದ್ಧಿ ಹೇಳಿ; ಬೇಡ ಆ ಮಲೆಗೆ ಹೋಗುವುದೆಂದು. ನಿಮ್ಮೂರಲ್ಲಾದರೂ ಇರಿಸಿಕೊಳ್ಳಿ. ಅವನಿಗೀಗ ಪ್ರಾಯವಾಗಿಲ್ಲವೇ? ಅವನೇನು ಸಣ್ಣವನೇ? ಸಂಸಾರಿಯಾಗಬೇಡವೇ? ಇಲ್ಲಿಯೇ ಇದ್ದರೆ ಅವನಿಗೆ ಮಗಳನ್ನು ಕೊಟ್ಟು ಲಗ್ನ ಮಾಡುವುದಕ್ಕೂ ನಾನು ತಯಾರೇ. ನಮ್ಮ ಗಿಡ್ಡಿಗೂ ಅದೇ ಆಸೆ. ಅವಳೂ ಹೇಳಿರಬಹುದು, ನೀವೂ ಹೇಳಿ" ಎಂದು ಬಿನ್ನವಿಸಿದ. ಬಟ್ಯ ಗೌಡನು ಚೋಮನ ವಕಾಲತಿಗೆ ಹೆಬ್ಬೆಟ್ಟಿನ ರುಜು ಹಾಕಿದ.

"ಹಿರಿಯರು ಹೇಳಿದ್ದನ್ನು ಸ್ವಲ್ಪ ಕೇಳು" ಎಂದ. ಕರಿಯ ನಕ್ಕು "ಗೌಡರೇ, ಒಂದಾನೆ ಸಾಕುವುದು ಹೇಗೆ ಎಂದು ನಾನು ನೋಡುತ್ತಿದ್ದೇನೆ. ಇನ್ನೊಂದು ಆನೆಯನ್ನೂ ಸಾಕಬೇಕೆನ್ನುತ್ತೀರಿ ನೀವು" ಎಂದ.

"ಇನ್ನೊಂದಾನೆ ಸಾಕಬೇಕೆಂದು ನಾನೆಂದೆನೇ?"

"ಮತ್ತೇನನ್ನುವುದು ನೀವು? ಈ ಆನೆ ಸಾಕುವುದಕ್ಕೆ ರಾಗಿಮುದ್ದೆ ಎಲ್ಲಿಂದ ಸಂಪಾದಿಸಲಿ–ಎಂದು ಚಿಂತಿಸುವಾಗ, ಮದುವೆ ಮಾಡಿಕೋ ಅಂದರೆ, ಇಬ್ಬರ ಬಾಯಿಗೆ ರಾಗಿಯ ಹಿಟ್ಟು ಹೇಗೆ ತುಂಬಿಸಿಯೇನು?"

ಬಟ್ಯ ನಕ್ಕ. "ಹೋ, ಅಷ್ಟೆಯೋ! ಒಂದು ಹೆಂಡತಿ ಸಾಕಲಾರ ದವನೋ ನೀನು? ಹಾಗಿದ್ದರೆ ನೀನು ಆನೆ ಸಾಕುವುದು ಎಷ್ಟು ದಿನ ಎಂದು ನೋಡಬಹುದು" ಎಂದು ಚುಚ್ಚಿ ನುಡಿದ. ಕರಿಯ ವಿಚಾರ ಮಾಡಬೇಕಾಗಿ ಬಂತು. ಅವನಿಗೂ ಅನಿಸಿತು–ಪ್ರಾಯಶಃ ತನ್ನ ಪಾಲಿಗೆ ಮಲೆಯ ಜೀವನ ಕೊನೆಗೊಂಡಿತೋ ಏನೋ ಎಂದು. ಮನಸ್ಸಿಲ್ಲದ ತಿಮ್ಮ ಗಿಡ್ಡಿಯರನ್ನು ತನಗಾಗಿ ಆ ಏಕಾಂತವಾಸದ ರಾಜ್ಯಕ್ಕೆ ಕರೆದುಕೊಂಡು ಹೋಗುವುದು ಒಳಿತಲ್ಲ. ಎಲ್ಲಾದರೇನು? ತಮ್ಮನ್ನು ಬಂಧುಗಳಿಗಿಂತ ಹೆಚ್ಚಾಗಿ ಕಾಣುವ ಬಟ್ಯನಂಥ ಗೆಳೆಯರಿರುವಾಗ ಕುಕ್ಕರಳ್ಳಿಯಲ್ಲಿಯೇ ಏನಾದರೂ ಮಾಡಿ ಕೊಂಡು ವಾಸಮಾಡಬಹುದಲ್ಲ–ಎಂದನಿಸಿತು.

ಎರಡು ದಿನಗಳ ಬಳಿಕ ಬಂದ ಚೋಮ, ಇನ್ನೂ ನಾಲ್ಕು ಬುದ್ಧಿಯ ಮಾತುಗಳನ್ನು ಹೇಳಿ ಗಿಡ್ಡಿಯನ್ನೂ, ಮೊಮ್ಮಗನನ್ನೂ ಕರೆದುಕೊಂಡು ಸಂತೋಷಚಿತ್ತನಾಗಿ ಹಿರಿಮಲೆಗೆ ಮರಳಿದ. ಹೋಗುತ್ತ, "ಕರಿಯಣ್ಣ, ನೀನು ಸಿಟ್ಟು ಮಾಡಬಾರದು, ನಾನು ಹೇಳಿದ್ದನ್ನು ಮನಸ್ಸಿನಲ್ಲಿರಿಸಿಕೋ. ಕಳೆದ ವರ್ಷ ಹಳೆಯ ಧನಿಯರು ಮಲೆಗೆ ಬಂದಿಲ್ಲ. ಇನ್ನು ಬರುವುದಿಲ್ಲವಂತೆ; ಜಾತ್ರೆಗೆ ನಾವೆಲ್ಲರೂ ಬರುತ್ತೇವೆ. ನೀನೂ, ತಿಮ್ಮನೂ ತಪ್ಪದೆ ಬನ್ನಿ. ದೈವ ನಿನಗೆ ಬುದ್ಧಿ ಕೊಟ್ಟರೆ ತಿಮ್ಮನ ಹಾಗೆ ನೀನೂ ಸಂಸಾರ ಮಾಡಿಕೊಂಡು ಸುಖವಾಗಿರಬಹುದು" ಎಂದು ಹೇಳಿ ಹೋದ. ಬಹು ದಿನದಿಂದ ತಾಯಿ ತಂದೆಗಳಿಂದ ದೂರವಾದ ಗಿಡ್ಡಿ ತವರುಮನೆಗೆ ಹೋಗುವುದು ನ್ಯಾಯ ವೆಂದು ಅವರಿಗೂ ಅನಿಸಿತು. ಅವರನ್ನು ಗ್ರಾಮದ ಗಡಿಯ ತನಕ ಇಬ್ಬರೂ ಬೀಳ್ಕೊಟ್ಟು ಬಂದರು. ಅನಂತರ, ಅವರ ದಿನನಿತ್ಯದ ಕೆಲಸ ತೊಡಗಿತು.

ಹೊಲದ ಮಣ್ಣನ್ನು ಹೊತ್ತು ಬಟ್ಯನಿಗೆ ಸಹಾಯ ಮಾಡುವುದರ ಜತೆಗೆ ಒಂದು ಕಿರಿಯ ಗದ್ದೆಯನ್ನು ಉತ್ತು, ಬಿತ್ತಿ, ರಾಗಿ ಬೆಳೆಸಿದರು ಅವರಿಬ್ಬರೂ. ಮಲೆಯಲ್ಲಿ ಕೈಯಿಂದ ಅಗತೆ ಮಾಡಿ ನಟ್ಟು ಬೆಳೆದ ಅವರಿಗೆ,

ಈ ಉಳುಮೆಯ ಕೆಲಸ ಅದಕ್ಕಿಂತ ಎಷ್ಟೋ ಸುಲಭವಾಗಿ ಕಾಣಿಸಿತು. ನೀರಿಗೂ ಅಲ್ಲಿ ಬರಗಾಲವಿಲ್ಲ. ಕುಮರಿ ಸುಟ್ಟು, ಬೂದಿ ಹಾಕುವ ಬದಲು, ಸೊಪ್ಪು ಗೊಬ್ಬರ ಹಾಕಿದರು. ಮೊಲ ಬಂದು ತಿನ್ನದ ಹಾಗೆ ಆ ಪುಟ್ಟ ಜಾಗಕ್ಕೆ ಬೇಲಿಯನ್ನೂ ಹಾಕಿದರು. ರಾಗಿಯೂ ಮೊಳೆತು, ಅದಕ್ಕೆ ಕದಿರು ಬರುವ ತನಕವೂ ಕರಿಯಣ್ಣನಿಗೆ ಒಂದೇ ಕೆಲಸ–ಕೆಂಚನ ಹತ್ತಿರ ಹೋಗಿ 'ನೀನಿನ್ನು ಹೆದರಬೇಡ. ನಿನಗೋಸ್ಕರ ರಾಗಿ ಬೆಳೆದಿದ್ದೇನೆ' ಎನ್ನುವುದು. ಆ ದಿನಗಳು ಕೆಲಸ, ಸರಸಗಳಲ್ಲಿ ಮಿಂಚಿನಂತೆ ಮಾಯವಾದುವು. ತಿಂಗಳುಗಳು ಕಳೆದು ಉಳಿದುದು ಮೂಲೆಗುಂಪಿನ ಜಾತ್ರೆಗೆ ಎಂಟು ದಿನ. ತಿಮ್ಮನಿಗೆ ಜಾತ್ರೆಗೆ ಹೋಗಿ ಬಿರುಮ, ಚೋಮರ ದರ್ಶನ ಪಡೆಯುವ ಆಸೆ. ತವರಿಂದ ಬರುವ ಗಿಡ್ಡಿಯನ್ನು ಕಟ್ಟಿಕೊಂಡು ಜಾತ್ರೆಯಲ್ಲಿ ಮೆರೆದಾಡಬೇಕೆಂಬ ಹಂಬಲ. ಅವರ ಪಾಲಿಗೆ ಹಚ್ಚಡ ಕೊಡುವ ಧನಿಗಳಿಲ್ಲ. ತಾವೇ ಬೆಲೆ ಕೊಟ್ಟು ಅದನ್ನು ಕೊಳ್ಳಬೇಕು. ದುಡಿದಿದ್ದಾರೆ ಬಹು ದಿನ, ಬಟ್ಯನಿಗಾಗಿ. ಆತ ನಾಲ್ಕು ಕಾಸು ಕೊಟ್ಟರೆ ಆದೀತೆಂಬ ಆಸೆ. ಕರಿಯನಿಗೆ ತನ್ನ ಮರಿಯಾನೆಯ ಮೇಲೆ ಕುಳಿತು, ಒಮ್ಮೆ ಮೂಲೆಗುಂಪಿಗೆ ಹೋಗಿ ಮೆರೆದಾಡುತ್ತೇನೆ ಎನ್ನುವ ಬಯಕೆ. ಆದರೂ ಒಳಗಿಂದೊಳಗೇ ಒಂದು ಹೆದರಿಕೆಯೇನೋ ಇದೆ–ಹಳೆಯ ಧನಿ ಹುಶಾರಾಗಿ, ಜಾತ್ರೆಗೆ ಬಂದರೆ ಇನ್ನೇನಾದರೂ ತೊಡಕು ಬಂದೀತೆಂದು. ಆದುದರಿಂದ, ಜಾತ್ರೆಯ ಮುಂಚಿನ ದಿನ ತಿಮ್ಮನನ್ನು ನೋಡಿಕೊಂಡು ಬರಲು ಅಟ್ಟಿದ. ಆತ ಹೋಗಿ ಬಂದವನು, "ಹಳೆಯ ಧನಿ ಬರಲಿಲ್ಲ; ಅವರ ಮಗಂದಿರು ಬಂದಿದ್ದಾರೆ; ಒಳ್ಳೆಯವರಾಗಿ ಕಾಣಿಸುತ್ತಾರೆ. ನಾನೂ ಹೋಗಿ ಅವರನ್ನು ಕಂಡಿದ್ದೆ." "ಏನು ತಿಮ್ಮ, ನಮ್ಮ ಮಲೆಯವನಂತೆ ನೀನು. ಯಾಕೋ ಓಡಿ ಹೋದೆಯಂತೆ, ಅದೆಲ್ಲ ಹಳೆಯ ಲೆಕ್ಕ ಮರೆತುಬಿಡು. ಕಿರಿಮಲೆಯಲ್ಲಿ ಬಂದು ಇದ್ದುಬಿಡು" ಎಂದು ಹೇಳಿದ ಮಾತನ್ನು ತಿಳಿಸಿದ. ಆ ಬಳಿಕ 'ಆನೆ ಹಿಡಿದದ್ದು ಯಾರು? ನಿನಗೆ ಗೊತ್ತೇ?' ಎಂದು ತನ್ನನ್ನು ಕೇಳಿದರೆಂದೂ, ತಾನು ಅದು ನೀನೇ ಎಂದೂ, ಧನಿಗಳಿಗೆ ಅದನ್ನು ನೋಡುವ ಆಸೆ ಇದ್ದರೆ ನಾಳೆಗೆ ಆನೆ ಸಹಿತ ನಿನ್ನನ್ನು ಕರೆದುಕೊಂಡು ಬರುತ್ತೇನೆ" ಎಂದು ಹೇಳಿದ ಮಾತನ್ನೂ ತಿಳಿಸಿದ. ತುಕ್ರ ಯಾಕೋ ಏನೋ, ಧನಿಗಳ ಕಿವಿಗೆ ಆ ಸುದ್ದಿ ಹಾಕಿರಲಿಲ್ಲ. ಆ ಭಾಗ್ಯ ತಿಮ್ಮನಿಗೆ ದೊರೆಯಿತು.

ಜಾತ್ರೆಗೆ ಹೊರಡುವ ನಿಶ್ಚಯವಾಯಿತು. ಅವರ ಆತುರ ಹೇಳ ಲಾರದ್ದು. ಆನೆಯ ಮೇಲೊಂದು ಹರಕು ಕಂಬಳಿ ಹೊದೆಸಿದ. ತೆಂಗಿನ ಓಲೆಗಳಿಂದ ಏನೇನೋ ಅಲಂಕಾರ ಮಾಡಿ ಅದರ ಕೊರಳಿಗೆ ತೂಗಿದ. ಹಾಕಿದ ಅರೆವಾಸಿ ಅಲಂಕಾರಗಳನ್ನು ಅದು ಕಿತ್ತು ತಿಂದರೂ, ಕೆಂಚಗೆ ಬುದ್ಧಿಯನ್ನು ಹೇಳುತ್ತ, ಇನ್ನಷ್ಟು ತೆಂಗಿನ ಗರಿಗಳನ್ನು ಅದರ ಕೊರಳಿಗೆ ಕಟ್ಟಿ, ಇಬ್ಬರೂ ಮೂಲೆಗುಂಪಿಗೆ ಹೊರಟರು. ಮುಂದೆ ತಿಮ್ಮ, ಕರಿಯ, ಅವರ ಜೊತೆಯಲ್ಲಿ ಆನೆ; ಹಿಂದೆ ಕುಕ್ಕರಳ್ಳಿಯ ಗೌಡರ ಸಾಲು. ಆ ಎರಡು ಹರದಾರಿ ಉದ್ದಕ್ಕೆ ದಾರಿಯುದ್ದದ ಮಕ್ಕಳುಮರಿಗಳು ಸೇರಿ ಅದು ಮದುವೆಯ ಮೆರವಣಿಗೆಯೇ ಆಯಿತು. ಮೂಲೆಗುಂಪಿನ ದೇವಾಲಯದ ಎದುರಿಗೆ ಅವರು ಹೋದಾಗ ಕರಿಯನ ಎದೆ ಹಿಗ್ಗಿನಿಂದ ಉಬ್ಬಿತ್ತು. ಅಲ್ಲಿಗೆ ಹೋಗುವಾಗ ನೆಲದ ಮೇಲಿದ್ದ ಕರಿಯ ಆನೆಯ ಬೆನ್ನನ್ನೇರಿದ್ದ. ಅದರ ಸೊಂಡಿಲನ್ನು ಕೋಲಿನಿಂದ ಬಡಿದು, ಬಡಿದು, ದೇವರಿಗೆ ಅರ್ಧ ಸಲಾಮನ್ನೂ ಹಾಕಿಸಿದ. ಆನಂತರ ರಾಮಚಂದ್ರಯ್ಯನವರು ಇಳಿದುಕೊಂಡ ಮನೆಯ ಮುಂಗಡೆ ಹೋಗಿ ನಿಂತ. ಅಲ್ಲಿ ಕುಡಿಯರ ಕುಲ ಕಲೆಯಿತು; ಕರಿಯನನ್ನೂ, ಆನೆಯನ್ನೂ ಸುತ್ತುವರಿದರು. ತುಕ್ರ ಧನಿಗಳನ್ನು ಕರೆದು ಕೊಂಡು ಬಂದ. ಕರಿಯನೆದುರಿಗೆ ತುಂಬ ಚೆಂದದಿಂದ ಮಾತನಾಡಿದ. “ಅಯ್ಯಾ, ಈ ಹುಡುಗ ನಮ್ಮ ಕೆಂಚ ಗುರಿಕಾರನ ಮೊಮ್ಮಗ. ನಮ್ಮ ಮಲೆಯಲ್ಲೇ ಬೆಳೆದು ದೊಡ್ಡವನಾದವ. ನಾಲ್ಕು ದಿನ ನಮಗೂ ಗುರಿಕಾರ ನಾಗಿದ್ದ” ಎಂದ. ಕರಿಯನ ಬಾಯಿಂದಲೇ ಧನಿಗಳು, ಆನೆ ಹಿಡಿದ ಕತೆಯನ್ನು ಕೇಳಿ ತುಂಬ ಹಿಗ್ಗಿದರು. ಅಲ್ಲದೆ, ಅವನೂ ತಮ್ಮ ಮಲೆಯವ ನೆಂದು ಕೇಳಿ ಸಂತೋಷಗೊಂಡರು. ಆನೆಗೆ ತಿನ್ನಲು ಕಬ್ಬು, ಬಾಳೆಹಣ್ಣು, ಬೆಲ್ಲ ತರಿಸಿಕೊಟ್ಟರು. ಅಷ್ಟು ಸಣ್ಣ ಮರಿ ಕರಿಯ ಕೊಟ್ಟದ್ದನ್ನೆಲ್ಲ ಯಾವುದೋ ಬಾವಿಗೆ ತೆಗೆದು ತುಂಬಿಸಿದ ಹಾಗೆ ತುಂಬುವುದನ್ನು ಕಂಡು ‘ಇದರ ಗುಡಾಣದ ಹೊಟ್ಟೆ ತುಂಬುವುದುಂಟೇ!’ ಎಂಬ ಆಶ್ಚರ್ಯ ಅವನಿಗೂ ಆಯಿತು.

ಮೂಲೆಗುಂಪಿನ ಹಬ್ಬವೂ ಕರಿಯನಿಗೂ ಒಂದು ಹಿರಿಯ ಹಬ್ಬವಾಯಿತು. ‘ಆನೆ ಬಂದದ್ದರಿಂದಲೇ ಈ ಬಾರಿ ಜಾತ್ರೆಗೆ ಕಳೆ ಕಟ್ಟಿತು’

ಎನ್ನುತ್ತಾರೆ ಜನರೆಲ್ಲ. ಇಷ್ಟೇ ತೊಡಕು, ಆನೆಯನ್ನು ಬಿಟ್ಟು ಕದಲಲಾರ ಕರಿಯ. ಮರಿ, ಜನಗಳನ್ನು ಕಂಡು ಗಾಬರಿಗೊಂಡೀತೆಂಬ ಭೀತಿ. ಹಾಗೆಂದು ಅವನ ಬಳಿಗೆ ಬಂದ ಪ್ರತಿಯೊಬ್ಬ ಪರಿಚಿತನೂ 'ಬಾ ಅಣ್ಣ' ಎಂದು ಉಪಚರಿಸಿದ. ಗಿಡ್ಡಿ ತಂಗಿಗೆ ಆನೆ ತೋರಿಸುವ ನೆವದಿಂದ ಅಲ್ಲಿಯ ತನಕ ಅವಳನ್ನು ಕರೆದು ತಂದಳು. ಅವಳ ಕೈಯಿಂದ, ಅವಳ ಹುಡುಗನನ್ನು ಕರಿಯ ಎತ್ತಿಕೊಂಡು ಆನೆಯ ಮೇಲೆ ಕುಳ್ಳಿರಿಸಿ, ತಿರುಗಿ ತೆಗೆದು ಕೊಟ್ಟ. ರಾಮಚಂದ್ರಯ್ಯನವರಿಗೆ ಏನು ಕಂಡಿತೋ ಏನೋ ಇನ್ನೊಮ್ಮೆ ಕರಿಯ ನಿದ್ದಲ್ಲಿಗೆ ಬಂದರು.

"ಕರಿಯಣ್ಣ, ಹಿಂದಿನದೆಲ್ಲ ಮರೆತುಬಿಡು. ನಮ್ಮ ಮಲೆಗೆ ಬಂದಿರಲೇ ಬೇಕು ನೀನು" ಎಂದು ಚೆನ್ನಾಗಿ ಮಾತಾಡಿ, ಅವನಿಗೂ ಒಂದು ಹಚ್ಚಡವನ್ನು ಕೊಟ್ಟಾಗ ಕರಿಯನ ಮನಸ್ಸಿನಲ್ಲಿ ಎಲ್ಲಿಲ್ಲದ ಕೃತಜ್ಞತೆ ಉಂಟಾಯಿತು. ಅವರೆದುರಿಗೆ 'ಬರಲಾರೆ' ಎನ್ನಲಾರ. ಬದಲು "ದೇವರು ನಡೆಸಿದರೆ ನೋಡುವ, ಯೋಚನೆ ಮಾಡುತ್ತೇನೆ ಒಡೆಯ" ಎಂದ.

"ಅಲ್ಲೇನಾದರೂ ಬೇಸಾಯ ಮಾಡಿಕೊಂಡಿದ್ದೀಯಾ?" ಎಂದು ಕೇಳಿದರು ಅವರು.

"ನಟ್ಟಿದ್ದೇನೆ ಒಂದಿಷ್ಟು ರಾಗಿಯನ್ನು; ಈ ವರ್ಷ ಒಂದಿಷ್ಟು ಬತ್ತವನ್ನೂ ಬಿತ್ತುವ ಎಂದಿದೆ" ಎಂದು ಹೇಳಿದ.

ಆತ ಆ ದಿನ ಜಾತ್ರೆ ನೋಡಿಕೊಂಡು, ಆನೆಯೊಡನೆ ಕುಕ್ಕರಳ್ಳಿಗೆ ಮರಳಿದ. ಕುಕ್ಕರಳ್ಳಿಯ ಗೌಡರೆಲ್ಲರೂ ಅವನ ಜತೆಗೆ ಮರಳಿದರು. ಬಟ್ಯ ಗೌಡನು ರಾಮಚಂದ್ರಯ್ಯ ಆಡಿದ ಮಾತು ಕೇಳಿದ್ದ. "ನಿಜಕ್ಕೂ ಹೋಗುತ್ತೀಯಾ, ನಮ್ಮೂರಿನಲ್ಲಿಯೇ ನೀನು ಯಾಕಿರಬಾರದು?" ಎಂದು ಆಗ್ರಹಪಡಿಸತೊಡಗಿದ.

ಜಾತ್ರೆಯು ಹರಿದ ಮೇಲೆ, ಚೋಮನ ಮನೆಯವರು ಕುಕ್ಕರಳ್ಳಿಗೆ ಬಂದು ನಾಲ್ಕು ದಿನ ಇದ್ದು ಹೋದರು. ಗಿಡ್ಡಿಯ ತಂಗಿಯೂ ಬಂದಿದ್ದಳು. ಮದುವೆಯ ಮಾತು ಆಡೋಣ, ಆಡೋಣ–ಎಂದು ಕಂಡರೂ, ಚೋಮ

ಆ ಹೊರೆಯನ್ನು ಗಿಡ್ಡಿಯ ಪಾಲಿಗೆ ಬಿಟ್ಟು, ತನ್ನ ಕುಡಿಯ ಮಿತ್ರರೊಡನೆ ಮಲೆಗೆ ಮರಳಿದ. ಇತ್ತ, ಜಾತ್ರೆಗೆ ಬಂದ ರಾಮಚಂದ್ರಯ್ಯ, ಶಿಕಾರಿಯ ಹುಚ್ಚಿನಿಂದ ಕಿರಿಮಲೆಗೆ ಹೋದರು. ಬರುವಾಗ ಊರಿಂದ ಬಂಟ್ರಪ್ಪನೆಂಬ ಒಳ್ಳೆಯ ಈಡುಗಾರನನ್ನು ಕರೆದುಕೊಂಡು ಬಂದಿದ್ದುದರಿಂದ, ಆರೆಂಟು ದಿನ ಮಲೆಯಲ್ಲೇ ಇದ್ದು, ತಮ್ಮ ಬೇಟೆಯ ಹುಚ್ಚನ್ನು ತೀರಿಸಿಕೊಳ್ಳಬಹುದೆಂಬ ನಿರೀಕ್ಷೆ ಅವರದು.

ಅಧ್ಯಾಯ - ೧೯

ಕಿರಿಮಲೆಯ ಮೇಲೆ ವಸಂತ ಋತುವಿನ ತಂಗಾಳಿಯೂ ಮೆಲುವಾಗಿ ಎಲ್ಲೆಡೆಗಳಲ್ಲೂ ಬೀಸತೊಡಗಿದೆ. ಮೂಲೆಗುಂಪಿನವರಿಗೂ, ಕಣಿವೆಯ ಕೆಳಗಿನ ಇತರ ಜನಕ್ಕೂ ಹವೆ ಅಸಹನೀಯವಾಗಿ ಕಾಣಿಸಬಹುದಾದರೂ, ಮಲೆವಾಸಿಗಳ ಪಾಲಿಗೆ ಬಿಸಿಲಿನ ಬೇಗೆ ಎಂಬುದೇ ಇರಲಿಲ್ಲ. ಅಲ್ಲಿ ಸದಾ ಶೀತವಾದ ಗಾಳಿಯೇ. ಅದು ನಾಲ್ದೆಸೆಗಳಿಂದ ನೂರಾರು ಬಗೆಯ ಹೂವುಗಳ ಕಂಪನ್ನು ಹೊತ್ತು ತರುತ್ತಿದ್ದು, ಎಂಥ ನಿರುತ್ಸಾಹಿ ಜೀವಕ್ಕೂ ಹುರುಪನ್ನು ತುಂಬಿಸುತ್ತಿತ್ತು. ಜಾತ್ರೆ ಮುಗಿಸಿಕೊಂಡು ಮಲೆಗೆ ಮರಳಿದ ಕುಡಿಯರು ಇನ್ನು ನಾಲ್ಕು ದಿನಕ್ಕೆ ಕಾಡು ಸವರಲು ಹೋಗುತ್ತಾರೆ. ಮುಂದಿನ ಕುಮರಿ ಬೆಳೆಯ ನೆಲವನ್ನು ಆರಿಸಿ ಬಂದದ್ದಾಯಿತು. ಕೆಲಸ ತೊಡಗಿಲ್ಲ. ಹಬ್ಬದ ಉತ್ಸಾಹವನ್ನೆಲ್ಲ ಕೊಂಡು, ಅವರು ಮಲೆಗೆ ಬಂದಂತೆಯೇ ಅವರ ಚಿಕ್ಕ ಧನಿಗಳಾದ ರಾಮಚಂದ್ರಯ್ಯನವರು, ಈಡುಗಾರ ಬಂಟ್ರಪ್ಪನನ್ನು ಕರೆದುಕೊಂಡು ಬಂದರು; ಅಲ್ಲಿನ ಹವೆಯನ್ನು ನೋಡಿ ಇಬ್ಬರೂ ಉತ್ಸಾಹ ತಾಳಿದರು. ಬಂದ ಮೊದಲ ದಿನ ಬಂಟ್ರಪ್ಪನಿಗೆ ತಮ್ಮ ರಾಜ್ಯದ ಸಿರಿ ಸೊಬಗುಗಳನ್ನು ತೋರಿಸುವುದರಲ್ಲಿ ರಾಮಚಂದ್ರಯ್ಯ ಕಳೆದರು. ಮುಂದಿನ ಎರಡು ದಿನ, ಅವಶ್ಯವಿದ್ದರೆ ವಾರವೋ, ಪಕ್ಷವೋ ಇದ್ದು, ಬೇಟೆಯಾಡುತ್ತ ಅಲೆದಾಡಬೇಕೆಂಬುದು ಅವರ ಇಷ್ಟ. ರಾಮಚಂದ್ರಯ್ಯನವರಿಗೆ ಹುಲಿ, ಕಾಡುಹಂದಿ ಅಥವಾ ಇನ್ನಾವ ಕಾಡುಮೃಗವನ್ನೂ ಶಿಕಾರಿಮಾಡಿ ಗೊತ್ತಿಲ್ಲ. ಗುರಿಯಿಟ್ಟು ಹೊಡೆಯಲು ಕಲಿತಿದ್ದರು. ಅಷ್ಟೇ ಅವರ ಸಂತೋಷ. ಹಿಂಸ್ರ ಮೃಗಗಳ ಶಿಕಾರಿಗೆ ಅವರು ಒಬ್ಬರಾಗಿ ಹೊರಡುವವರೂ ಅಲ್ಲ. ಅಲ್ಲದೆ, ಬೇಟೆಯ ಮಾಂಸದ ರುಚಿ ಅವರ ನಾಲಿಗೆಗೆ ಸೇರಿದ್ದೂ ಅಲ್ಲ. ನಾಲಿಗೆಗಾಗಿ ಕಾಡಿನ ಗಡ್ಡೆ, ಊರಿಂದ ತಂದ ಕುಂಬಳಕಾಯಿ, ಸೌತೆಕಾಯಿಗಳಷ್ಟೇ ಅವರಿಗೆ ತೃಪ್ತಿ.

ಬಂಟ್ರಪ್ಪ ಮಾತ್ರ ಹಾಗಲ್ಲ, ಊರಲ್ಲಿರುವಾಗ ಹಕ್ಕಿ ಪಕ್ಕಿಗಳ ಮಾಂಸಕ್ಕಾಗಿ ಗುಡ್ಡಗಾಡನ್ನು ಸುತ್ತುವವ. ವಿಟ್ಠಲ ಸೀಮೆ, ಬೇಟೆಗೆ ಅಂಥಾ ಹೆಸರಾದ ಪ್ರಾಂತವೇನೂ ಅಲ್ಲ. ಹೀಗಾಗಿ, ಮಲೆಗೆ ರಾಮಚಂದ್ರಯ್ಯ ಹೋಗುತ್ತೇನೆ ಎಂದಾಗ, ಅವರ ಬೆನ್ನಿಗೆ ಹೊರಟು, ಶಿಕಾರಿಯ ಹಂಬಲವನ್ನೆಲ್ಲ ತೀರಿಸಿ ಕೊಳ್ಳುವುದು ಅವರ ಆಸೆಯಾಗಿತ್ತು. ಎರಡು ವರ್ಷಗಳ ಹಿಂದೆ ಕಳಂಜಿಮಲೆ ಯಲ್ಲಿ, ತಾನೂ ಒಂದು ಚಿರತೆಯನ್ನು ಗುಂಡಿಟ್ಟು ಕೊಂದ ಧೈರ್ಯ ದಿಂದಲೇ, ಎಂಥ ಹುಲಿಯನ್ನೂ ಹೊಡೆದೇನು, ಕಾಟಿಯನ್ನು ಸಹ ಉರುಳಿಸಿ ಯೇನು ಎಂಬ ಹುಮ್ಮಸು ಅವನದ್ದು. ಅವನದೂ ಎಳೆಯ ವಯಸ್ಸು. ಹೀಗಾಗಿ, ಅವರಿಬ್ಬರೂ ಕೂಡಿಕೊಂಡ ಮೇಲೆ ಉತ್ಸಾಹಕ್ಕೆ ಮೇರೆಯುಂಟೇ?

ಮರುದಿನ ರಾಮಚಂದ್ರಯ್ಯ ತುಕ್ರನನ್ನು ಕರೆಯಿಸಿದರು: "ತುಕ್ರ, ನೋಡುವ, ಕರಡಿ ಇರುವ ಗುಹೆ ಗೊತ್ತು ಅಂದೆಯಲ್ಲ. ಹೋಗುವ; ಜತೆಗೆ ಎರಡೆರಡು ಕೋವಿಗಳಿದ್ದಾವೆ. ಒಂದು ಹೊಸ ಕೋವಿ, ಇನ್ನೊಂದು ಚರೆಮದ್ದಿನದು. ಜತೆಗೆ ಈಟಿ ಹಿಡಿದುಕೊಂಡು ನೀವೂ ಬನ್ನಿ. ಏನು ಸಿಕ್ಕುತ್ತದೆಂದು ನೋಡಿಯೇ ಬಿಡುವ" ಎಂದು ಅಪ್ಪಣೆ ಕೊಡಿಸಿದರು. ಮೇಲೆ ಬಂಟ್ರಪ್ಪನ ಕುರಿತು ಹೊಗಳಿಕೆಯನ್ನಿಷ್ಟು ಮಾಡಿದರು. ಮರುದಿನ ಬೆಳಿಗ್ಗೆ ಅಂಬಲಿ ಉಂಟ ಬಳಿಕ, ಏಳೆಂಟು ಜನ ಕುಡಿಯರು ಅವರ ಜತೆಯಲ್ಲಿ ಶಿಕಾರಿಗೆಂದು ಹೊರಟರು. ಬೂದ, ತುಕ್ರ, ಕಾಳ ಮೊದಲಾದ ಗಂಡಾಳು ಗಳೆಲ್ಲ ಹೊರಟರು. ಕರಡಿಯ ಗುಹೆ ತನಗೆ ಗೊತ್ತುಂಟು ಎಂದು ಕಾಳ ಮುಂದಾದ. ಅವನ ಹಿಂದೆ ಬಂಟ್ರಪ್ಪ ಮತ್ತು ರಾಮಚಂದ್ರಯ್ಯ ನಿಂತರು. ಬಲ್ಲೆಗಳನ್ನು ಸವರಿಕೊಂಡು, ಕರಡಿಗಳ ಗುಹೆಯ ಪ್ರದೇಶವನ್ನು ಸೇರುವಾಗ ಬಂಟ್ರಪ್ಪನಿಗೆ ಯೋಚನೆಯಾಗದಿರಲಿಲ್ಲ–ಇದು ನಮ್ಮ ಊರಿನ 'ಕಳಂಜಿ ದೂರದ ಮಲೆ'ಯಲ್ಲವೆಂದು. ಇಲ್ಲಿನ ಗಿಡಗಳ ದಟ್ಟಣೆಯಿಂದ ಹತ್ತು ಗಜ ನೋಟವು ಕೂಡ ನೋಡಲು ಸಿಗುವುದಿಲ್ಲ. ಸಾಲದುದಕ್ಕೆ, ಒಂದು ಎಕರೆಯಷ್ಟು ಸಮತಟ್ಟಾದ ನೆಲವೂ ಇಲ್ಲ. ಎಲ್ಲವೂ ಏರು ತಗ್ಗು; ಅದರಲ್ಲೇ ಆಗಬೇಕಿತ್ತು ಅವರ ಪೌರುಷ ಪ್ರದರ್ಶನ. ಗುಹೆಯ ಸಾಲು ಬಂದಿತು. ಹೆಬ್ಬಂಡೆಗಳ ಸೆರಗದು. ಈಚೆ ನಿಂತವನು ಆಚೆ ಕಾಣಿಸಲಾರ. ಅಲ್ಲಿಗೆ ಬರುತ್ತಲೆ ಬೂದ ಕಾಳನ ಕೈಯನ್ನು ಹಿಡಿದು ಹಿಂದಕ್ಕೆ ತಡವಿದ. ಎಲ್ಲರೂ

ಮೆಲ್ಲಗೆ ಮಾತಾಡತೊಡಗಿದರು. ಮುಂದಿನ ಉಪಾಯವನ್ನು ಯೋಚಿಸಿದರು. ತುಕ್ರ, ಬಂಟ್ರಪ್ಪ, ಧನಿಗಳು ಗುಹೆಯನ್ನು ಸಮೀಪಿಸಬೇಕೆಂದೂ, ಉಳಿದವರು ಕತ್ತಿ, ಕೋಲು ಹಿಡಿದುಕೊಂಡು ಕೆಳಗಡೆಯಿಂದ ಆ ಪ್ರದೇಶವನ್ನು ಸುತ್ತುವರಿದು ಕಾವಲು ನಿಂತಿರಬೇಕೆಂದೂ ನಿರ್ಣಯವಾಯಿತು. ತುಕ್ರ ವಯಸ್ಸಾಗಿದ್ದರೂ ಮಂಗನಂತೆ ಆ ಬಂಡೆಗಳನ್ನೇರಿ ಆಚೀಚೆ ಸರಿದಂತೆ, ಉಳಿದವರಿಗೆ ಆಗದು. ಜತೆಗೆ, ಕೋವಿಯ ಹೊರೆಯನ್ನೂ ಹೊರಬೇಕಲ್ಲ. ಆ ಸ್ಥಳವನ್ನು ಕಂಡ ಮೇಲೆ ಕುತೂಹಲ, ಉತ್ಸಾಹಗಳೂ ಯಾರಿಗೂ ಹೆಚ್ಚು ವಂಥದೇ. ಸಾಲಾಗಿ ಹರಡಿರುವ ಬಂಡೆಗಳ ಪೊಟರೆಗಳನ್ನು ಅವರು ಒಂದೊಂದಾಗಿ ನಿರುಕಿಸುತ್ತ ನೋಡಿದರು. ತುಕ್ರನ ಕೈ, ದುಡುಕುವ ಜತೆಗಾರನನ್ನು ತಡೆಯುವುದಕ್ಕೆ ಸದಾ ಚಾಚಿಯೇ ಇತ್ತು. ಅವರು ಮೂವರು ನಾಲ್ಕು ಪೊಟರೆಗಳನ್ನು ಹೊಕ್ಕರು. ಒಂದರ ನೆಲದ ಮೇಲೆ ಮರಳು ಹಾಸಿತ್ತು. ಅದರ ಮೇಲೆ ಚೆನ್ನಾಗಿ ಊರಿದ ಯಾವುದೋ ಪ್ರಾಣಿಯ ಹೆಜ್ಜೆಗಳ ಗುರುತೂ ಕಾಣಿಸಿತು. ಅದನ್ನು ಕಂಡ ತುಕ್ರ "ಕರಡಿಯೋ ಏನೋ" ಎಂದ. "ಚಿಟ್ಟೆ ಹುಲಿಯೋ ಏನೋ" ಅಂದ ಬಂಟ್ರಪ್ಪ. ಇನ್ನೂ ಹತ್ತು ಹೆಜ್ಜೆ ಮುಂದುವರಿದು ಮತ್ತೊಂದು ಗುಹೆಯನ್ನು ಸಮೀಪಿಸಿದರು. ಬಂಟ್ರಪ್ಪ ಒಂದು ಬಂಡೆಯನ್ನು ಹತ್ತಿ ಈಚೆ ಹಾರುವಾಗಲೇ ಧಡಕ್ಕನೆ ಸದ್ದಾಯಿತು. ಆ ಸುದ್ದಿಗೆ ಸಮೀಪದ ಗವಿಯಲ್ಲಿ ಅಡಗಿದಂಥ ಕರಡಿಯೊಂದು ಹೊರಕ್ಕೆ ಮುಖ ಹಾಕಿತು. ಅದನ್ನು ಮೊದಲು ಕಂಡವನು ತುಕ್ರ. "ಹೂಂ. ಹೂಂ" ಎಂದು ಹಿಂದಿನವರನ್ನು ಆತ ತಡೆದು, ಅವರಿಗೆ ಗವಿಯನ್ನು ತೋರಿಸಿದ. "ಈಗಷ್ಟೇ ಕರಡಿ ಒಳಗೆ ಹೋದುದನ್ನು ನೋಡಿದೆ" ಎಂದ. ಕುತೂಹಲ ಹೆಚ್ಚಿತು. ಸಮೀಪ ಹೋಗಲೇ, ಬಿಡಲೇ–ಎಂದಂದುಕೊಂಡಿತು ಅವರ ಮನಸ್ಸು; ಒಂದಿದೆಯೋ, ಎರಡಿದೆಯೋ, ಎಂದು ಅನುಮಾನಿಸಿದ ತುಕ್ರ, ಬಂಟ್ರಪ್ಪ ತೋಟೆಯ ಕೋವಿ ಹಿಡಿದುಕೊಂಡು ಮೆಲ್ಲನೆ ಬಗ್ಗಿ, ಒಂದೊಂದೇ ಹೆಜ್ಜೆ ಮುಂದಿಟ್ಟ. ಗುಹೆಯ ಕತ್ತಲಲ್ಲಿ ಯಾವುದೂ ಕಾಣಿಸಲಿಲ್ಲ. 'ಇದ್ದರೆ, ಅದು ಒಳಗಡೆ ಅಡಗಿಕೊಂಡಿರಬೇಕು. ಹೇಗೆ ಅದನ್ನು ಹೊರಗೆ ಹೊರಡಿಸುವುದು' ಎಂಬ ಯೋಚನೆ ಮಾಡಿದ. ತುಕ್ರ ಕೈಯಲ್ಲಿ ಕಲ್ಲಿನ ತುಂಡುಗಳನ್ನು ತೆಗೆದುಕೊಂಡು ಸದ್ದಾಗುವಂತೆ ಒಂದೊಂದಾಗಿ ಗವಿಯ

ಒಳಕ್ಕೆ ಎಸೆದ. ಉಳಿದವರಿಬ್ಬರು ಅವನ ಸಮೀಪದಲ್ಲೇ ಕೋವಿ ಹಿಡಿದು ಕಾದು ನಿಂತರು. ಕಲ್ಲೆಸೆದರೂ ಪ್ರಯೋಜನವಾಗಲಿಲ್ಲ–ಎಂದುಕೊಂಡು ಗದ್ದಲ ಎಬ್ಬಿಸತೊಡಗಿದರು. ಯಾವ ಪ್ರಾಣಿಯೂ ಹೊರಕ್ಕೆ ಬರಲಿಲ್ಲ. "ಥೇ, ನೀನು ನೋಡಿದ್ದೇ ಸುಳ್ಳು" ಎಂದ ಬಂಟ್ರಪ್ಪ. ಆದರೂ ನಿರಾಶರಾಗದೆ, ಆ ಗವಿಯನ್ನು ದಾಟಿ ಮುಂದಿನ ಬಂಡೆಯ ಕಡೆಗೆ ಹೋದರು. ಒಂದು ಕಣ್ಣು ಹಿಂದೆ, ಒಂದು ಕಣ್ಣು ಮುಂದೆ ತಿರುಗಿಸುತ್ತ, ಎಚ್ಚರದಿಂದ ಹೋಗುವಾಗ, ಗವಿಯಲ್ಲಡಗಿದ್ದ ಕರಡಿಯು ಬಂಡೆಗಳ ಎಡೆಯಿಂದಲೇ ಮೆಲ್ಲಗೆ ಸರಿದು, ಹತ್ತಿಪ್ಪತ್ತು ಗಜ ಮುಂದಕ್ಕೆ ಹೋಗಿ ಇನ್ನೊಂದು ಬಾಗಿಲಿಂದ ಹೊರಕ್ಕೆ ಬಂದು, ಬಂಡೆಯಿಂದ ಬಂಡೆಗೆ ಕುಪ್ಪಳಿಸಿ ಓಡುವುದರಲ್ಲಿತ್ತು. ಬಂಟ್ರಪ್ಪನ ಚುರುಕು ಕಣ್ಣಿಗೆ ಧಾಂಡಿಗ ಕರಡಿ ಕಾಣಿಸಿಯೇ ಬಿಟ್ಟಿತು. ಗುರಿಯಿಟ್ಟು ಗುಂಡನ್ನು ಹಾರಿಸಿದ. ಕರಡಿ ಉರುಳಿ ಬಿತ್ತು! ಅದು ಪೂರ್ಣ ಸತ್ತಿರಲಾರ ದೆಂದು ರಾಮಚಂದ್ರಯ್ಯನವರ ಕೈಯಲ್ಲಿದ್ದ ಇನ್ನೊಂದು ಕೋವಿಯನ್ನು ಕಿತ್ತು ಕೊಂಡು, ಅದನ್ನು ಸಮೀಪಿಸಿದರು. ಆ ಬಲಿಷ್ಟವಾದ ಕರಡಿ ಕಾಲು ಚಾಚಿ ರಕ್ತಕಾರಿ ನೆಲದಲ್ಲಿ ಬಿದ್ದು ಉರುಳಾಡುತ್ತಿತ್ತು. ಅದರ ಉರುಳಾಟ ನಿಲ್ಲುವ ತನಕ ದೂರದಲ್ಲೇ ನಿಂತು ನೋಡಿದರು; ಅನಂತರ ಅದನ್ನು ಸಮೀಪಿಸಿದರು. ಎಂಥ ದೆವ್ವದಂಥ ಕರಡಿ–ಎಂದು ಎಲ್ಲರಿಗೂ ಆಶ್ಚರ್ಯವಾಯಿತು. ತನ್ನ ಈಡಿಗೆ ಬಂಟ್ರಪ್ಪ ಹಿಗ್ಗಿ, ಹಾರಾಡಿದ, ಬಿದ್ದ ಕರಡಿಯನ್ನು ಉರುಳಿಸಿ, ಅದರ ಕೊರಳಿನ ಬಿಳಿ ಪಟ್ಟೆಯನ್ನು ಕಂಡು ಸಂತೋಷಗೊಂಡ. ಅಲ್ಲಿಂದಲೇ ಉಳಿದವರನ್ನು ಕರೆದರು. ಅವರ ಕೂಗಿಗೆ ದೂರದಲ್ಲಿ ಅಡಗಿ ನಿಂತಿದ್ದ ಎಲ್ಲರೂ ಮಾರ್ದನಿಯನ್ನು ಕೊಟ್ಟರು. ಅವರಿಗೂ ಗುಂಡಿನ ಸದ್ದು ಕೇಳಿಸಿತ್ತು. ಬೇಟೆ ಸಿಕ್ಕಿದೆಯೆಂಬ ಧೈರ್ಯವಾಯಿತು. ಅವಸರ, ಅವಸರವಾಗಿ ಬಲ್ಲೆಗಳನ್ನು ಸವರಿಕೊಂಡು ಧ್ವನಿ ಕೇಳಿ ಬಂದರು. ಬರುತ್ತಿದ್ದವರಲ್ಲಿ ಬೂದ, ಕಾಳರು ಜತೆಗಿದ್ದರು. ಬೂದ ಜತೆಯಲ್ಲಿದ್ದರೆ, ಕಾಳನನ್ನು ಯಾವ ಹುಚ್ಚು ಉತ್ಸಾಹಕ್ಕೂ ಬಿಡುತ್ತಿರಲಿಲ್ಲ. "ಯಾಕೆ ಅವಸರ ಮಾಡುತ್ತೀಯಾ? ಅವರೇನನ್ನೋ ಕೊಂದಿರಬೇಕು. ಎರಡೆರಡು ಗುಂಡು ಕೇಳಿಸಿದೆ. ಮೆಲ್ಲಗೆ ಹೋಗಬೇಕು" ಎಂದು ಈಟಿ ಹಿಡಿದುಕೊಂಡು, ಆಚೀಚೆ ನೋಡುತ್ತ ಹೊರಡುವಾಗ, ಇವರ ಗದ್ದಲದಿಂದ ಭೀತಿಗೊಂಡ ಚಿರತೆಯೊಂದು,

ಸಮೀಪದಲ್ಲೇ ಜಿಗಿದು ಹೋದುದು ಕಾಣಿಸಿತು. ಬೂದನ ಎದೆ ಪುಕ್ಕು ಗಟ್ಟಿತು. "ಎರಡು ಹುಲಿ ಇರಬೇಕು, ಒಂದನ್ನು ಕೊಂದರು, ಒಂದು ತಪ್ಪಿಸಿ ಕೊಂಡಿತು" ಎಂದು ತೀರ್ಮಾನಿಸಿ, ಮೆಲ್ಲಗೆ ಹೆಜ್ಜೆಯಿಡುತ್ತ ಗುಹೆಯ ಬಳಿಗೆ ಹೋದ. ಹೋಗಿ ನೋಡುತ್ತಾನೆ ಅಲ್ಲಿ ಬಿದ್ದದ್ದು ಕರಡಿ; ಚಿರತೆಯಲ್ಲ. "ಹಾಗಾದರೆ, ಹುಲಿ ಓಡಿದ್ದು ಹೇಗೆ?" ಎಂದ ಬೂದ. ಕಾಳ ಅದರ ಬಣ್ಣನೆ ಮಾಡಿದ. ಅಲ್ಲಿಯೇ ಸಮೀಪದಲ್ಲಿ ಚಿರತೆಯೂ ಬಂದಿತ್ತೆಂಬ ಸುದ್ದಿ ಕೇಳಿ ಬಂಟ್ರಪ್ಪನಿಗೆ ಆಶ್ಚರ್ಯವಾಯಿತು. "ಈಗಲೇ ಅದನ್ನು ಅಟ್ಟಿ ಶಿಕಾರಿ ಮಾಡೋಣ" ಎಂದರು ಧನಿಗಳು. ಬಂಟ್ರಪ್ಪ ಅಷ್ಟು ಉತ್ಸಾಹಿಯಲ್ಲ. ಅವನಿಗೆ ಈ ಪೊದೆ, ಬಲ್ಲೆಗಳು ತುಂಬಿರುವಲ್ಲಿ ಚಿರತೆ ಹುಡುಕುವುದು ಸುಲಭದ ಕೆಲಸವಲ್ಲವೆಂದು ತೋರಿತು. "ಅದು ಅಡಗಿರಲಾರದ ತಾವಿಲ್ಲ. ಅದಕ್ಕೇನಾದರೂ ಆಹಾರ ಕಟ್ಟಿ ಶಿಕಾರಿ ಮಾಡಬೇಕೇ ಹೊರತು, ಹೀಗೆ ಮಾಡುವುದಲ್ಲ. ಅದನ್ನು ಅಟ್ಟಲು ಜನರಿದ್ದರೂ ಈಡು ಹಿಡಿದವರು ಪೊದೆ, ಮರ, ಬಲ್ಲೆಗಳಿಲ್ಲದ ತಾವನ್ನು ಆರಿಸಿ, ಅಲ್ಲಿ ಕಾದಿರಬೇಕು" ಎಂದು ಅಭಿಪ್ರಾಯ ಸೂಚಿಸಿದ.

ಅವರಾರಿಗೂ ಕರಿಯನೊಡನೆ ಸೇರಿ ಅರಣ್ಯ ಸುತ್ತಾಡುತ್ತಿದ್ದ ಕಾಳನಷ್ಟು ಪರಿಚಯವಿಲ್ಲ. ಅವನೆಂದ "ಚಿರತೆ, ಹುಲಿ ಕೊಲ್ಲಬೇಕಾದರೆ ಇಲ್ಲೆಲ್ಲಿಯೂ ಆಗಲಾರದು. ನನಗೆ ಅದು ಹೋಗಿಬರುವ ತಾವು ಗೊತ್ತು. ನೀರು ಕುಡಿಯಲು ಅದು ಇಂಥಲ್ಲಿಗೆ ಬರುತ್ತದೆ ಎಂದು ಬಲ್ಲೆ. ಮಧ್ಯಾಹ್ನ ತೋರಿಸು ತ್ತೇನೆ" ಎಂದ. ಆ ಬೆಳಿಗ್ಗೆ, ಕೊಂದ ಕರಡಿಯನ್ನು ಹೊತ್ತು ಸಾಗಿಸುವ ಕೆಲಸ ವಾಯಿತು. ಇನ್ನು ಅದರ ಚರ್ಮ, ಉಗುರು ಕೀಳುವ ಕೆಲಸ ನಡೆಯಬೇಕು. ಬಂದುದಕ್ಕೆ ಅಷ್ಟಾದರೂ ಸಿಕ್ಕಿತಲ್ಲ–ಎಂದು ಹೆಮ್ಮೆ ತಾಳಿ ಎಲ್ಲರೂ ಕೇರಿಗೆ ಮರಳಿದರು. ಮರಳುವಾಗ ದಾರಿಯುದ್ದಕ್ಕೂ ಬಂಟ್ರಪ್ಪನೊಡನೆ 'ತಾನಂಥದೇ ಕರಡಿಯನ್ನು ಕೈಯಿಂದಲೇ ಕೊಂದಿದ್ದೇನೆ' ಎಂದು ಹೆಮ್ಮೆ ಕೊಚ್ಚುತ್ತಿದ್ದ ತುಕ್ರ.

ಮಧ್ಯಾಹ್ನದ ಊಟ ಮುಗಿಸಿ, ಅವರು ತಿರುಗಿ ಬೇಟೆಗೆ ಹೊರಟರು. ಧನಿಗಳು, ಬಂಟ್ರಪ್ಪ, ತುಕ್ರ, ಕಾಳ–ನಾಲ್ವರೇ ಹೊರಟರು. ಹರದಾರಿಗೂ ಹೆಚ್ಚಾಗಿ ಅಲೆದಾಡಿದರು: ಬೆಟ್ಟ ಹತ್ತಿದರು; ಇಳಿದರು. ತಮ್ಮ ಮಲೆಯನ್ನು ಕಳೆದು ಬೆಟ್ಟದ ತೀರ ತುದಿಯ ಸೆರಗಿನ ತನಕ ನಡೆದುಹೋದರು. ಆ

ಸೆರಗಿನಲ್ಲಿ ಬೇಸಿಗೆಯಲ್ಲಿ ನೀರಿನ ಆಶ್ರಯ ತೀರ ಕಡಿಮೆಯಾಗಿತ್ತು. ಬರಿಯ ಒಂದೆರಡು ಕಡೆಗಳಲ್ಲಷ್ಟೆ ಕೊರಕಲುಗಳಿಂದ ಜಿನುಗಿ ಬರುತ್ತಿದ್ದ ನೀರು ಸಣ್ಣ ಕುಣಿಗಳಲ್ಲಿ ತುಂಬಿ ಮುಂದುವರಿಯುತ್ತಿತ್ತು. ನಾಲ್ಕು ಸುತ್ತಲೂ ಬಹು ವಿಶಾಲಕ್ಕೆ ಹುಲ್ಲು ಬೆಳೆಯುತ್ತಿದ್ದ ಪ್ರದೇಶ. ಕಾಡಿನ ದಟ್ಟಣೆಯೂ ಇಲ್ಲ. ಅಲ್ಲೊಂದು ಇಲ್ಲೊಂದು ಸಾಮಾನ್ಯ ಮರಗಳು ಮಾತ್ರ ಬೆಳೆದಿದ್ದುವು. ಇವರು ಹೋದಾಗ ಹುಲ್ಲೆಲ್ಲ ಬೆಂಕಿಯಿಂದ ಸುಟ್ಟಿತ್ತು; ಹೊಸ ಸುಳಿ ಇನ್ನೂ ಒಡೆಯಬೇಕಷ್ಟೇ. "ಇಂಥಲ್ಲಿ, ಹುಲಿ ಎಷ್ಟು ದೂರದಲ್ಲಿ ಕಾಣಸಿಕ್ಕಿದರೂ ಗುರಿ ಸಾಧಿಸುವುದು ಸುಲಭ" ಎನ್ನುತ್ತಾನೆ ಬಂಟ್ರಪ್ಪ. ಕಾಳ ಅವರನ್ನು ನಡೆಸಿ ಕೊಂಡು, ಆ ಕುಣಿಗಳ ತನಕ ಕರೆದುಕೊಂಡು ಹೋದ. ಕುಣಿಗಳ ಸುತ್ತಲೂ ನೀರಿಗೆ ಬಂದು ಹೋಗುತ್ತಿದ್ದ ಕಾಟಿ, ಕಡವೆಗಳ ಹೆಜ್ಜೆಯ ಗುರುತು ಅಲ್ಲಲ್ಲಿ ಕಾಣುತ್ತಿದ್ದುವು. ಇಂಥ ಸ್ಥಳದಲ್ಲಿ ಹುಲಿ, ಚಿರತೆ, ಬಂದೇ ತೀರಬೇಕು–ಎಂಬ ವಿಶ್ವಾಸ ಅವರಿಗೂ ಆಯಿತು. ಕಾಳ ಅಷ್ಟಕ್ಕೆ ಬಿಡಲಿಲ್ಲ. ನೆಲವನ್ನೇ ದಿಟ್ಟಿಸುತ್ತ ಆಚೀಚೆ ಅಡ್ಡಾಡಿದ. ಒಂದೆರಡು ಕಡೆ ಹುಲಿಯ ಲದ್ದಿ ಬಿದ್ದುದನ್ನೂ ತೋರಿಸಿದ. ಅದರೊಳಗಿನ ರೋಮಗಳನ್ನು ಕಂಡು–ಖಂಡಿತ ಇದು ಚಿರತೆಯದೋ, ಬರೆ ಹುಲಿಯದೋ ಇರಬೇಕೆಂದು' ಹೇಳಿದ. ಆದರೆ, ಈ ಸ್ಥಳದಲ್ಲಿ ಅಡಗಿ ಕುಳಿತಿರಲು ತಾವೆಲ್ಲಿ ಎಂಬ ಯೋಚನೆಯನ್ನು ಅವರು ಬಹುವಾಗಿ ಮಾಡಿದರು. ಕೊನೆಗೆ–ಬಹು ಎತ್ತರವಲ್ಲದಿದ್ದರೂ ಎಲೆ ತುಂಬಿದ ಸಾಮಾನ್ಯವಾದೊಂದು ಮರವನ್ನು ಏರಿ ಕುಳಿತರು. ಹಾಗೆ ಸಂಜೆಯ ತನಕ ಕಾದರೂ, ಯಾವೊಂದು ಪ್ರಾಣಿಯೂ ಕಾಣಿಸಲಿಲ್ಲ. "ಅವು ಹೆಚ್ಚಾಗಿ ಬರುವುದು ಸಂಜೆ ಕಳೆದ ಮೇಲೆಯೇ; ಅಥವಾ ಬೆಳಗಿನ ಜಾವಕ್ಕೆ" ಎಂದ ಕಾಳ. ಕತ್ತಲಾಯಿತೆಂದು ಅವರು ಕೇರಿಗೆ ಮರಳಿದರು. ಮರುದಿನ ನಸುಕಿಗೇ ಎದ್ದು ಮೂವರೇ ಹೊರಟರು. ಬೂದ ಬೇಡವೆಂದರೂ ಕಾಳನೂ ಹೊರಟ ತನ್ನ ಧನಿಗಳ ಜತೆಯಲ್ಲಿ. ಇವರು ಕಾಡು ಕಳೆದು, ಆ ಹುಲ್ಲುಗಾವಲಿಗೆ ಬರುವಾಗ, ಎರಡು ಜಿಂಕೆಗಳು ನೀರು ಕುಡಿಯಲು ಬಂದು, ನೀರು ಕುಡಿದು, ಆಚೀಚೆ ಆಲಸ್ಯದಿಂದ ನೋಡುತ್ತ ನಿಂತಿದ್ದುವು. ಮೂಡಣ ಬಾನಿನ ಹೊಂಬಣ್ಣ ಅವುಗಳ ಮೈಮೇಲೆ ಬಿದ್ದು ಚಿನ್ನದಂತೆ ಹೊಳೆಯುತ್ತಿತ್ತು. ಜಿಂಕೆಯನ್ನು ಕಂಡ ಮೇಲೆ ಬಂಟ್ರಪ್ಪ ಬಿಟ್ಟಾನೆಯೇ? ಅದರ ಮಾಂಸದ

ರುಚಿ ಅರಿತವ. ಉಳಿದವರನ್ನು ಅಲ್ಲೇ ನಿಲ್ಲಲು ಹೇಳಿದ. ತಾನು ಮೈ ಬಗ್ಗಿಸಿ ಕೊಂಡು, ತುಸು ವಕ್ರ ಹಾದಿಯಿಂದ ಮುಂದುವರಿದ. ಅಷ್ಟರಲ್ಲಿ, ಜಿಂಕೆಗಳು ಉಳಿದವರನ್ನು ನೋಡಿದುವು; ಕೂಡಲೇ ನಾಗಾಲೋಟ ಹೂಡಿದುವು. ಅವು ಹೋದದ್ದು ಮಾತ್ರ, ಬಂಟ್ರಪ್ಪ ಸರಿದು ಮರೆಯಾದ ದಿಕ್ಕಿಗೇ. ಬಂಟ್ರಪ್ಪ ಅಡಗಿ ನಿಂತಿದ್ದ. ಜಿಂಕೆಗಳ ಓಟ ವೇಗವಾಗಿತ್ತು. ಅವು ಸಾಕಷ್ಟು ದೂರದಲ್ಲೇ ಇದ್ದುವು. ಬಂಟ್ರಪ್ಪ ಈಡನ್ನೇನೋ ಹಾರಿಸಿದ. ಸದ್ದಾಯಿತು– ಆದರೆ ಸಿಕ್ಕಿದ್ದೇನೂ ಇಲ್ಲ. "ಛೇ. ತಪ್ಪಿತೇ, ಛೇ ತಪ್ಪಿತೇ" ಎಂದು ಹಲ್ಲು ಕಡಿಯುತ್ತ ಆತ ಹಿಂದಕ್ಕೆ ಬಂದ. ನಿರಾಶೆಯಲ್ಲಿ ಮರಳುವ ಮನವಾಗಲಿಲ್ಲ. ಕಾಳ ಸೂಚಿಸಿದಂತೆ, ಆ ನೀರ ಕುಣಿಗೆ ಸಮೀಪವಾಗಿ ಗೆಲ್ಲು ರೆಂಬೆಗಳನ್ನು ಕಡಿದು, ಕೃತಕ ಪೊದೆಯೊಂದನ್ನು ಮಾಡಿ, ಅಲ್ಲಿ ಕಾದು ಕುಳಿತರೆ, ಬೇಟೆ ಸುಲಭಸಾಧ್ಯ ಎಂದು ತೋರಿತು. ನಾಲ್ಕೆಂಟು ಮರದ ಗೆಲ್ಲುಗಳನ್ನು ಕಡಿದರು. ಅವನ್ನು ನೀರಿನ ಕುಣಿಗೆ ಹತ್ತಿಪ್ಪತ್ತು ಗಜ ದೂರದಲ್ಲಿ ತಂದು ರಾಶಿ ಹಾಕಿದರು. ಅಂದು ಮಧ್ಯಾಹ್ನ, ಬೇರೆ ಆಳುಗಳನ್ನು ಕರೆಯಿಸಿಕೊಂಡು ಬಲವಾದ ಪೊದೆಮನೆಯನ್ನೇ ಮಾಡಿದರು. ತೀರ ಸಮೀಪಕ್ಕೆ ಅದು ಬರಿಯ ಪೊದೆಯೊಂದರಂತೆ ಕಾಣಿಸುತ್ತಿತ್ತು. ತಮ್ಮ ಬೇಟೆ ಸಾಧ್ಯವಾಗಲು, ಕೆಲಸಕ್ಕೆ ಬಾರದ ಒಂದು ಕರುವನ್ನು ಅಲ್ಲಿ ಕಟ್ಟಬೇಕೆಂದು ಯೋಚಿಸಿದರು. ಕಟ್ಟಿ, ರಾತ್ರಿಯೆಲ್ಲ ಅಲ್ಲಿ ಕಾವಲು ಕುಳಿತಿರಬೇಕೆಂಬುದಾಗಿ ನಿಶ್ಚಯ ಮಾಡಿ ಕೊಂಡರು. ಸಮಯ ಮುಂದಕ್ಕೆ ತಳ್ಳಲು ಯಾರಿಗೂ ಇಷ್ಟವಿಲ್ಲ. ಕೊನೆಗೆ, ಏನಿಲ್ಲದೆ ಹೋದರೆ ಕಾಟಿ, ಕಡವೆಗಳಾದರೂ ಕಾಣಲು ಸಿಕ್ಕಿಯಾವೆಂದು ರಾಮಚಂದ್ರಯ್ಯನ ಯೋಚನೆ. ಒಂದು ಜಿಂಕೆಯಾದರೂ ತನ್ನ ಈಡಿಗೆ ಬಲಿಯಾಗದೆ ಹೋಗಲಾರದೆಂದು, ಅದರ ಮಾಂಸದ ರುಚಿ ಸವಿಯದೆ ಊರಿಗೆ ಮರಳೆನೆಂದು ಬಂಟ್ರಪ್ಪನ ಯೋಚನೆ. ಇವರ ಇಮ್ಮಡಿ ಉತ್ಸಾಹ, ಕುತೂಹಲಗಳುಳ್ಳವನು ಕಾಳ. ಅವನ ಕೈಯಲ್ಲಿ ಕೋವಿ ಮಾತ್ರ ಇರಲಿಲ್ಲ. ಆದರೆ, ಬಿಲ್ಲು ಬಾಣ ಹಿಡಿದು ಬಂದಿದ್ದಾನೆ ಆತ. ಕತ್ತಲಾಗುವುದರೊಳಗೆ ಪೊದೆಮನೆ ಸಿದ್ಧವಾಯಿತು. ಬಡಕಲು ಕರುವೊಂದನ್ನು ನೀರಿನ ಕುಣಿಯ ಬಳಿ, ಗೂಟ ಹೊಡೆದು ಕಟ್ಟಿದ್ದೂ ಆಯಿತು. ಮೂವರೇ ಅಲ್ಲಿ ಕಾದು ಕುಳಿತರು. ಉಳಿದವರೆಲ್ಲ ಮರಳಿದರು. ಇನ್ನು, ಜಾವ ಹೊತ್ತಿಗೆ ತಿಂಗಳು

ಬೆಳಕು ಬೀಳುತ್ತದೆ. ಆಗ ಬೇಟೆಯನ್ನು ಗುರುತಿಸುವುದು ಕಷ್ಟದ ಕೆಲಸವಲ್ಲ- ಎಂದಂದುಕೊಂಡರು.

ಕತ್ತಲಾಯಿತು. ಕಟ್ಟಿದ ಕರುವು ಯಾರನ್ನೂ ಬಳಿಯಲ್ಲಿ ಕಾಣದೆ, ಬೆದರಿ 'ಅಂಬಾ' ಎಂದು ಒದರತೊಡಗಿತು. ಅದರ ಕೂಗಿಗೆ ಹುಲಿ ಹಂಬಲಿಸಿ ಬರುವುದು ನಿಶ್ಚಯವೆಂದು ತೋರಿತು ಅವರಿಗೆ. ಕತ್ತಲು ಕವಿಯಿತು. ಪೊದೆಮನೆಯೊಳಗೆ ಕುಳಿತು, ಅವಲಕ್ಕಿ ಬೆಲ್ಲ, ಕೊಬ್ಬರಿ ಸೇರಿಸಿ, ಮೂವರೂ ತಿಂದರು. ಇನ್ನು ಕಾವಲಿನ ಕೆಲಸ! ಕರು ಆಗಾಗ ಬೆದರಿ ಒದರುತ್ತಲೇ ಇತ್ತು. ಇವರಿಗೆ ಕಣ್ಣು ಚಾಚಿ ಅದನ್ನು ನೋಡುವ ಕೆಲಸ. ಆ ಪ್ರದೇಶದಲ್ಲಿ ಸಾಕಷ್ಟು ಛಾಯೆ ನಲಿದಾಡಿದಾಗಲೆಲ್ಲ 'ಏನೋ ಬಂತು, ಏನೋ ಬಂತು' ಎಂದು ಊಹಿಸಿ ನೋಡುತ್ತಾರೆ. ಮೂಡಣ ಪರ್ವತ ಪ್ರಾಂತದ ಹಿಂದೆ ಚಂದ್ರನ ಬೆಳಕು ಕಾಣಿಸಿತು. ಅಷ್ಟಕ್ಕೆ ಕಾಳನ ಮೂಗು ಸುಯಿಂ, ಸುಯಿಂ ಎನ್ನತೊಡಗಿತು. "ವಾಸನೆ ಬರುತ್ತಿದೆ, ತೀರ ಸಮೀಪದಲ್ಲೇ, ನಿಜಕ್ಕೂ ಹುಲಿಯದೇ ವಾಸನೆ" ಎಂದ ಆತ. ಆ ವಾಸನೆ ಗಾಳಿಯೊಂದಿಗೆ ಬಂದದ್ದು. ಒಮ್ಮೊಮ್ಮೆ ಬಂದು ಅದು ಮಾಯವಾಗುತ್ತಲಿತ್ತು. ಆ ವಾಸನೆ ಆ ಕರುವಿಗೆ ಚೆನ್ನಾಗಿ ಹೊಡೆದಿರಬೇಕು. ಅದು ಕಟ್ಟಿದ ಗೂಟವನ್ನು ಕೀಳುವಷ್ಟು ಬಲದಿಂದ ಜಗ್ಗಿ ಒದರಿತು. ಒಮ್ಮೆಗೇ ಅದರ ಧ್ವನಿ ತಟಸ್ಥವಾದುದನ್ನು ಕಂಡು "ಹಿಡಿಯಿತು, ಹಿಡಿಯಿತು" ಎಂದ ಕಾಳ. ನೀರ ಕುಣಿಯ ಬಳಿ ಕಪ್ಪು ನೆರಳೊಂದು ಅಸ್ಪಷ್ಟವಾಗಿ ಕಾಣಿಸಿತು. ಸ್ಪಷ್ಟವಾಗಿ ಕಾಣಿಸುವ ತನಕ, ಅಂದರೆ ತಿಂಗಳು ಉದಯಿಸುವ ತನಕ, ಏನು ಮಾಡಲಿ-ಎಂಬ ಯೋಚನೆ ಅವರಿಬ್ಬರಿಗೆ. ಹೌದೋ, ಅಲ್ಲವೋ-ಎನ್ನುವಷ್ಟು ತಿಂಗಳು ಬೆಳಕು ಆ ಪ್ರದೇಶಕ್ಕೆ ಬೀಳುತ್ತಲೇ, ಬಂಟ್ರಪ್ಪ ತಡ ಮಾಡಬಾರದೆಂದು, ಎಲೆಗಳ ಮರೆಯಲ್ಲಿ ನಿಂತು, ಆ ಕಡೆಗೇ ಗುರಿ ಮಾಡಿದ. ಆತುರ ಹೆಚ್ಚಿತು. ಗುಂಡನ್ನೂ ಹಾರಿಸಿದ. ಹುಲಿಯ ಆರ್ಭಟೆಯೊಂದು ಕೇಳಿಸಿತು. ಅಲ್ಲಿಂದ ಏನೋ ಜಿಗಿದು ಓಡಿದಂತೆಯೂ ಕಾಣಿಸಿತು. ಸಮನಾಗಿ ತಿಂಗಳು ಬೆಳಕು ಬೀಳುವ ತನಕ, ಯಾರಿಗೂ ಕುಳಿತಲ್ಲಿಂದ ಏಳುವ ಧೈರ್ಯವಿಲ್ಲ. ತುಸು ಹೊತ್ತಿನಲ್ಲೇ ಚೆನ್ನಾಗಿ ಬೆಳಕೂ ಬಂತು. ಇಬ್ಬರೂ ಕೋವಿ ಹಿಡಿದು, ಮೈ ಬಗ್ಗಿಸಿಕೊಂಡು, ಹೆಜ್ಜೆ ಹಾಕುತ್ತ ಮುಂದುವರಿದರು. ಬೆಳಕು ಕುಣಿಯ ನೀರಿನ

ಮೇಲೆ ಥಳಿಸುತ್ತಿತ್ತು. ಏನೂ ಕಾಣಿಸಲಿಲ್ಲ. ಮುಂದೆ ನಡೆದು, ಆ ತಾವಿಗೆ ಹೋದರೆ–ಗೋಣು ಮುರಿದು ಬಿದ್ದ ಕರುವೊಂದೇ ಇದ್ದಿತ್ತು. 'ಕೆಟ್ಟಿತಲ್ಲ ಕೆಲಸ' ಎಂದು ನಿರಾಶೆಯಿಂದ ಅವರು ಪೊದೆಮನೆಗೆ ಮರಳಬೇಕಾಯಿತು.

ಆ ರಾತ್ರಿಯೆಲ್ಲಾ ಅವರಿಗೆ ಎಚ್ಚರವೇ. ಬೆಳಗಾಗುವ ತನಕ ಕಾವಲೇ, ಎಚ್ಚರವಾಗಿ ಕುಳಿತದ್ದಕ್ಕೆ ಆ ನಸುಬೆಳಕಿನಲ್ಲಿ ನಾಲ್ಕಾರು ಕಡವೆಗಳು ಕಾಣಿಸಿದುವು. ಅವು ನೀರ ಕುಣಿಯ ಕಡೆಗೆ ಹೆಜ್ಜೆಯಿಟ್ಟು ಬರುವಂಥವು, ತುಸು ದೂರದಲ್ಲೇ ತಡವರಿಸಿ ನಿಂತವು. ಕೋವಿಯನ್ನು ಹಿಡಿದ ಇಬ್ಬರಿಗೂ ನಿದ್ದೆಯ ಅಮಲಿನಿಂದ ತೂಕಡಿಕೆ ಬರುತ್ತಿತ್ತು. ಕಾಳ "ಅದೋ, ಅದೋ" ಎಂದು ಕರೆದು ತೋರಿಸಿದ. ಇವರು "ಏನು?" ಎಂದು ಕೇಳುವುದರೊಳಗಾಗಿಯೇ, ಅನುಮಾನದಿಂದ, ಬಂದ ಕಡವೆಗಳು ಓಡಿಹೋದುವು. ಓಟದ ಭರದಲ್ಲಿ ಕಾಲಿಗೆ ಎಡವಿದ ಕಲ್ಲುಗಳ ಸದ್ದು ಮಾತ್ರ ಇವರಿಗೆ ಕೇಳಿಸಿತು. ಬೆಳಗಾದ ಮೇಲೆ ನೀರ ಕುಣಿಯ ಕಡೆಗೆ ಇನ್ನೊಮ್ಮೆ ಹೋದರು. ಕರು ಮಾತ್ರ ಸತ್ತುಬಿದ್ದಿತ್ತು. ಹುಲಿಯ ಹೆಜ್ಜೆ, ಕೆಸರು ಮಣ್ಣಿನಲ್ಲಿ ಚೆನ್ನಾಗಿ ಊರಿದ್ದು ಕಾಣಿಸಿತು. ಅದನ್ನು ನೋಡಿ ಕಾಳ "ನೋಡಿ, ಅದರ ರಕ್ತವೂ ಚೆಲ್ಲಿದೆ" ಎಂದು ತೋರಿಸಿ ಕೊಟ್ಟ. ಅಲ್ಲಲ್ಲಿ ನೆಲದ ಮೇಲೆ, ಒಣ ಹುಲ್ಲುಗಳ ಮೇಲೆ, ಹುಲಿಯ ಮೈಯ ರಕ್ತ ಬಿದ್ದದ್ದು ಸ್ಪಷ್ಟವಾಗಿ ಕಾಣಿಸಿತು. ಅದನ್ನೇ ಹಿಂಬಾಲಿಸಿ ಹೋದರು. ಅದು ಹೋದ ಜಾಡು, ತಾವು ಬಂದ ಕಾಡಿನ ತನಕವೂ ಕಾಣಿಸಿತು. ಮುಂದೆ, ಮರಗಳ ದಟ್ಟಣಿಯಲ್ಲಿ ಅದನ್ನು ಗುರುತಿಸಿ ಹಿಂಬಾಲಿಸುವುದು ಅಸಾಧ್ಯದ ಮಾತೆಂದು, ಎಲ್ಲರೂ ಮನೆಗೆ ಬಂದರು. ಮಧ್ಯಾಹ್ನ ಬೇಗನೆ ಊಟ ಮುಗಿಸಿ, ಜನರನ್ನು ಕಟ್ಟಿಕೊಂಡು ಕಾಡಿನಲ್ಲಿ ಗುಲ್ಲೆಬ್ಬಿಸಿ ಅದನ್ನು ಹೊರಗೆಡವಲು ಬಂದೀತೆ–ಎಂಬ ಆಸೆಯಿಂದ ತೊಳಲಾಡಿದರು. ಮಧ್ಯಾಹ್ನವೆಲ್ಲ ಹಾಗೆ ಗುಲ್ಲೆಬ್ಬಿಸುವ ಕೆಲಸವೇನೋ ನಡೆಯಿತು. ಆದರೆ, ಗಾಯಗೊಂಡ ಹುಲಿಯು ಯಾರ ಕಣ್ಣಿಗೂ ಕಾಣಿಸಲಿಲ್ಲ. ಆ ಮರುದಿನವೂ ಅದೇ ಕೆಲಸವನ್ನು ನಡೆಸಿದ್ದಾಯಿತು. ಯಾವ ಪ್ರಯೋಜನವೂ ಬರಲಿಲ್ಲ. ಗುಂಡಿನ ಪೆಟ್ಟು ತಿಂದ ಹುಲಿ ಇನ್ನೊಮ್ಮೆ ಅವರೆದುರಿಗೆ ಬೀಳಲು ಇಷ್ಟಪಡಲಿಲ್ಲ; ಅದರಿಂದ ಬಂಟ್ರಪ್ಪನಿಗೆ ನಿರಾಶೆಯಾದರೂ, ಅದೇನೋ ಬದುಕಿಕೊಂಡಿತು. ಬಂಟ್ರಪ್ಪ ಅನಂತರ ಎರಡು

ದಿನಗಳ ಕಾಲ ಧನಿಯರನ್ನು ಕರೆದುಕೊಂಡು ಚಿಕ್ಕ ಪುಟ್ಟ ಶಿಕಾರಿ ಮಾಡಿ, ತನ್ನ ಮಾಂಸದ ಆಸೆಯನ್ನು ತೀರಿಸಿಕೊಂಡ. ಅಷ್ಟರಲ್ಲಿ ವಿಟ್ಠಲದಿಂದ ರಾಮಚಂದ್ರಯ್ಯನವರಿಗೆ ಕರೆ ಬಂದಿತು. ತಿರುಮಲ ಭಟ್ಟರು ಕಾಯಿಲೆಯಿಂದ ಮರಣೋನ್ಮುಖರಾಗಿದ್ದಾರೆಂತಲೂ, ರಾಮಚಂದ್ರಯ್ಯ ಕೂಡಲೇ ಹೊರಟು ಬರಬೇಕೆಂತಲೂ ಸುದ್ದಿ ಬಂದಿತು. ಅವರು ಹೊರಟುಹೋದರು. ಬೇಟೆಯ ಹೆಚ್ಚಿನ ಅವಕಾಶ ತಪ್ಪಿತಲ್ಲ-ಎಂದು ಕಾಳನಿಗೆ ತುಂಬ ನಿರಾಶೆಯಾಯಿತು.

ಮುಂದೆ ಕುಡಿಯರ ಪಾಲಿಗಿತ್ತು, ಬೇಕಷ್ಟು ಬೇಸಾಯದ ಕೆಲಸ. ಕಾಡು ಕಡಿಯಬೇಕು, ಕುಮರಿಗೆ ಬೇಲಿಯನ್ನು ಮಾಡಬೇಕು. ಅಲ್ಲದೆ, ಮಳೆಗಾಲದ ಏರ್ಪಾಟು ಮಾಡಬೇಕು. ಕೇರಿಯ ಜನರೆಲ್ಲರೂ ಬೆಳಗು, ಸಂಜೆ ಉಸಿರಿಗೂ ಬಿಡುವಿಲ್ಲದೆ ದುಡಿಯಬೇಕಾದ ದಿನಗಳು ಬಂದುವು. ಈ ಕೆಲಸಕ್ಕೆ ಭಾಗಿಯಾಗದವರೆಂದರೆ ಎಳೆಯ ಮಕ್ಕಳು, ಮನೆಯ ಮುದುಕರು ಮಾತ್ರ.

ಅಂಥವರಲ್ಲಿ ಬೂದನ ತಾಯಿಯೊಬ್ಬಳು. ಅವಳಿಗೀಗ ಎಪ್ಪತ್ತು ವಯಸ್ಸು. ಆಕೆಯೂ ಹೆಚ್ಚಿನ ಕೆಲಸ ಮಾಡಲಾರಳಾದರೂ ಮನೆ ನೋಡಿ ಕೊಂಡಿರಬಲ್ಲಳು, ಚಿಲುಮೆಗೆ ಹೋಗಿ ನೀರು ಹೊತ್ತುಕೊಂಡು ಬರಬಲ್ಲಳು. ಒಂದು ದಿನ ಮಲೆಯ ಆಳುಗಳು ಕುಮರಿ ಕಡಿಯುವಲ್ಲಿಗೆ ಕತ್ತಿ, ಕೊಡಲಿ ಹಿಡಿದುಕೊಂಡು ಹೋಗಿದ್ದರು. ಅವರು ಹೋದ ಮೇಲೆ ಆ ಮುದುಕಿ ಗಡಿಗೆಯೊಂದನ್ನು ಹಿಡಿದುಕೊಂಡು ಕೇರಿಯ ಸಮೀಪದ ನೀರಿನ ಚಿಲುಮೆಗೆ ಹೋದಳು. ದಂಬೆಯ ನೀರಿನಲ್ಲಿ ಮೈಯೊಡ್ಡಿ ಮೀಯುತ್ತ ಕುಳಿತಳು. ಒಳ್ಳೆಯ ಆಹಾರವಾಯಿತು-ಕಾದು ಕುಳಿತಿದ್ದ ಗಾಯಗೊಂಡ ಚಿರತೆಗೆ. ಅದೋ-ಈ ನಾಲ್ಕಾರು ದಿನಗಳಿಂದ ಗುಂಡಿನೇಟಿಗೆ ನೊಂದು, ರಕ್ತಸೋರಿ ದಣಿದಿತ್ತು. ಗುಂಡಿನ ಏಟಿನಿಂದ ಅದರ ಹಿಂಗಾಲೇ ಮುರಿದು ಹೋಗಿತ್ತು. ಆದು ಕಾಲನ್ನು ಸಮನಾಗಿ ಊರುವುದಕ್ಕಿಲ್ಲ. ಸರಾಗವಾಗಿ ನಡೆಯುವುದಕ್ಕಿಲ್ಲ. ಅದರ ಬಾಳು ನಿತ್ಯ ಬೇಟೆಗೆ ವ್ಯರ್ಥವಾಗಿ ಹೋಗಿತ್ತು. ಕುಂಟುತ್ತ, ನೋವಿನಿಂದ ಬಾತಿರುವ ಕಾಲನ್ನು ಹೊತ್ತುಕೊಂಡು ಎಷ್ಟು ದಿನ ತಾನೇ ಅದು ಅಡಗಿದ್ದೀತು? ಹಾಗೆ ಒಂದೆರಡು ದಿನ ಅಡಗಿಕೊಂಡಿತು. ಹಸಿವು ಹೆಚ್ಚಾದ ಮೇಲೆ ಕಾಡಿನಲ್ಲಿ ಸುತ್ತಾಡಲೇ ಬೇಕಾಯಿತು. ಮೋಟುತ್ತಿರುವ ಆ ಚಿರತೆ ಈಗ ಕುಡಿಯರ ಕೇರಿಯ ಬಳಿಗೂ ಬಂದಿತು. ಜನರ ಧ್ವನಿ ಕೇಳುತ್ತಿರುವ ತನಕ

ಅದು ಹೊರಬೀಳಲಿಲ್ಲ. ಮುದುಕಿ ಒಬ್ಬಳೇ ದಂಬೆನೀರಿನಲ್ಲಿ ಕಾಣಸಿಕ್ಕಿದ್ದೆಂಬುದು, ಔತಣ ದೊರಕಿದಂತಾಯ್ತು ಅದಕ್ಕೆ; ಮೆಲ್ಲನೆ ಬಂದು, ಫಕ್ಕನೆ ಹಾರಿ, ಅವಳನ್ನು ಹೊತ್ತುಕೊಂಡೇ ಹೋಯಿತು!

ಸಂಜೆ ತಮ್ಮ ಕೆಲಸ ಮುಗಿಸಿ, ಕತ್ತಲು ಹರಿಯುವ ವೇಳೆಗೆ ಊರವರು ಒಬ್ಬೊಬ್ಬರಾಗಿ ಕೇರಿಯನ್ನು ಸೇರಿದರು. ಬೂದ ಮನೆಯಲ್ಲಿ ತಾಯಿಯನ್ನು ಕಾಣದೆ ಆಚೀಚೆ ಹುಡುಕಿದ; ಕೂಗಿದ, ಸ್ವಲ್ಪ ಹೊತ್ತಿನಲ್ಲೇ ಗಾಬರಿಗೊಂಡ. ಮನೆಯ ಗಡಿಗೆ–ನೀರಿನ ದಂಬೆಯ ಬಳಿ ಬಿದ್ದಿದೆ ಎಂಬುದು ಗೊತ್ತಾಯಿತು. ಅಲ್ಲಿ ನಿಂತು ಕೂಗಿದರೂ, ಮರುಧ್ವನಿ ಬರಲಿಲ್ಲ. ಮುದುಕಿಗೇನೋ ಆಗಿದೆ ಎಂದು ಗಾಬರಿಯಾಯಿತು. ಸೂಟೆ ಹಿಡಿದುಕೊಂಡು ಅಲ್ಲಿಯೇ ಸುತ್ತುಮುತ್ತು ಹುಡುಕಿದರು. ಅವಳನ್ನು ಚಿರತೆ ಹೊತ್ತುಕೊಂಡು ಹೋಗಿರಬಹುದು–ಎಂಬ ಊಹೆ ಯಾರಿಗೂ ಬರಲೇ ಇಲ್ಲ. ಅದು ತಿಳಿದಿದ್ದು ಮರುದಿನ ಬೆಳಿಗ್ಗೆ. ಮರುದಿನ ಬೆಳಿಗ್ಗೆ ಹುಡುಕುವಾಗ, ನೀರಿನ ಚಿಲುಮೆಗೆ ಬರಿಯ ನೂರು ಗಜಗಳ ದೂರದಲ್ಲಿ, ತಿಂದುಳಿದ ಆಕೆಯ ಶರೀರ, ಚಿಂದಿ ಅರಿವೆಗಳು ಬಿದ್ದುದನ್ನು ಕಂಡೊಡನೆಯೇ ಹುಲಿಯ ಬಾಯಿಗೆ ಬಿದ್ದಳೆಂಬುದು ಖಚಿತವಾಯಿತು. ಅವರ ನೆನಪಿನಲ್ಲಿ–ಹುಲಿ ಇಲ್ಲವೆ ಚಿರತೆ ಬಂದು, ಜನರನ್ನು ಕೊಂಡೊಯ್ದ ಕತೆ ಕೇಳಿಯೇ ಇರಲಿಲ್ಲ. ಈಗ ಹೊಳೆಯಿತು– ಅದು ನಾಲ್ಕು ದಿನಗಳ ಹಿಂದೆ ಬೇಟೆಯಾಡಿ, ಚಿರತೆಯೊಂದನ್ನು ಗಾಯಗೊಳಿಸಿದುದರ ಪರಿಣಾಮವೆಂದು. ಚಿರತೆ; ಹುಲಿ–ಹಳ್ಳಿಯವರ ಬಾಯಿಯಲ್ಲಿ ಹುಲಿಯೆಂದೇ ಅನಿಸಿಕೊಳ್ಳುತ್ತದೆ. ಚಿಟ್ಟೆಹುಲಿ, ಬರೆಹುಲಿ ಅನ್ನುತ್ತಾರೆ ಅವಕ್ಕೆ ವಾಡಿಕೆಯಲ್ಲಿ. ಅಂತು, ಹೊಸ ಮಾರಿಯೊಂದು ಸಿದ್ಧವಾಯಿತಲ್ಲ ಎಂಬ ಬೆದರಿಕೆ ಮೂಡಿತು ಎಲ್ಲರಲ್ಲಿ. ಒಬ್ಬೊಬ್ಬರಿಗೇ ತಿರುಗಾಡಲು ಅಂಜಿಕೆಯಾಯಿತು. ಕೇರಿಯಲ್ಲಿ ಕೆಲಸಕ್ಕೆ ಹೋಗುವಾಗ ಒಬ್ಬೊಬ್ಬರನ್ನು ಮನೆಯಲ್ಲಿ ಬಿಟ್ಟು ಹೋಗುವುದೂ ಕಷ್ಟವೆನಿಸಿತು. ಆ ಒಂದು ದಿನ ದುಃಖದಿಂದಲೂ, ಭೀತಿಯಿಂದಲೂ ಒಬ್ಬರಿಗೂ ಕೆಲಸ ಮಾಡಲು ಮನಸ್ಸು ಬರಲಿಲ್ಲ. ಅದರಲ್ಲೂ ಹುಲಿಯ ಬಿಡಾರ ಹತ್ತಿರವಿದೆ, ಎಂದು ತಿಳಿದಮೇಲೆ ಏನು ಮಾಡಬೇಕು! ಕತ್ತಿ, ಕೋಲುಗಳನ್ನು ಹಿಡಿದು ಗುಲ್ಲೆಬ್ಬಿಸಿ ಬಂದರು. ಮರುದಿನ ಯಥಾಪ್ರಕಾರವಾಗಿ ಕೆಲಸಕ್ಕೆ ಹೋದರು. ಮನೆಯಲ್ಲಿರುವ ಮುದುಕರು ಕದವನ್ನಿಕ್ಕಿಕೊಂಡು

ಕುಳಿತಿರಬೇಕೆಂದು ಎಚ್ಚರವನ್ನು ಹೇಳಿಹೋದರು. ಕುಮರಿ ಬೆಟ್ಟದಲ್ಲಿ, ಮರ ಕಡಿಯುವಾಗಲೂ ಆಚೀಚೆ ನೋಡುತ್ತ ಕೆಲಸ ಮಾಡಬೇಕಾಯಿತು. ಸಂಜೆ ಒಟ್ಟಿಗೆ ಗುಂಪಾಗಿಯೇ ಮನೆಗೆ ಮರಳಿಬಂದರು. ಆ ದಿನ ಹೇಗೂ ಕಳೆಯಿತು. ಮರುದಿನ ಕುಡಿಯರ ತರುಣನೊಬ್ಬ ಬಯನಿ ಮರವನ್ನು ಹತ್ತಲು ಕೇರಿಗೆ ಸಮೀಪದಲ್ಲಿದ್ದ ಕಾಡಿನ ಭಾಗಕ್ಕೆ ಹೋದ. ಹೆಂಡದ ಯೋಚನೆಯಿಂದ ಹೊರಟವನಿಗೆ 'ಹೋಗುತ್ತೇನೆ, ಈಗ ಬರುತ್ತೇನೆ' ಎನ್ನುವುದಕ್ಕೂ ನೆನಪು ಇರಲಿಲ್ಲ.

ಆತ ಮರ ಹತ್ತಿ ಇಳಿದಿದ್ದೇನೋ ನಿಜ. ಆದರೆ, ತಂದ ಹೆಂಡವನ್ನು ಕುಡಿಯುವ ಯೋಗ ಅವನಿಗಿರಲಿಲ್ಲ. ಹೊಂಚು ಹಾಕಿ ಕುಳಿತಿದ್ದ ಚಿರತೆ ಅವನನ್ನೆತ್ತಿಕೊಂಡು ಹೋಯಿತು. ಕುಮರಿಗೆ ಹೋದವರು, ಮರಳಿಬಂದು, ಅವನ ನೆನಪಾಗಿ ಬಯನಿ ಮರಗಳ ಬುಡ ಸುತ್ತಿದರೆ ಹೆಂಡ ತುಂಬುವ ಬಿದಿರಿನ ಅಂಡೆ ಮಾತ್ರ ಕಾಣಲು ಸಿಕ್ಕಿತು. ಎರಡನೆಯ ಜೀವ ಹೋದದ್ದೇ ತಡ–ಜನಗಳ ಗಾಬರಿ ಮೇರೆ ಮೀರಿತು. ಈ ನಡುವೆ ತುಕ್ರ, ಸಣ್ಣ ಧನಿಗಳೊಂದಿಗೆ ವಿಟ್ಠಲಕ್ಕೆ ಹೋದ. ಮುಂದಿನ ಯೋಚನೆಯನ್ನು ಕೇಳುವುದಕ್ಕೆ ಗುರಿಕಾರನಾದ ಅವನಿರಲಿಲ್ಲ. ತತ್ಕಾಲ–ತಾವೆಲ್ಲರೂ ಊರು ಬಿಡುವುದೇ ಕ್ಷೇಮ ಎಂಬ ಯೋಚನೆ ಹುಟ್ಟಿತು ಪ್ರತಿಯೊಬ್ಬರಿಗೂ. ಬಿಟ್ಟು ಹೋಗುವುದು ಎಲ್ಲಿಗೆ ಎಂದು ಯೋಚಿಸಿ, ಯೋಚಿಸಿ ದಣಿದರು. ತುಕ್ರ ಮರಳುವ ತನಕ ಅಲ್ಲೇ ಉಳಿಯುವ ಧೈರ್ಯ ಯಾರೊಬ್ಬರಿಗೂ ಇಲ್ಲ. ಮನುಷ್ಯರ ರಕ್ತದ ರುಚಿ ಹಿಡಿದ ಹುಲಿ ಮೃಗರಾಕ್ಷಸನೇ ಸರಿ–ಎಂದು ಅವರಿಗೆ ಕೇಳಿ ಗೊತ್ತು. ಅಂತು, ಇಂಥ ವೇಳೆಯಲ್ಲಿ ಗಾಬರಿಗೊಂಡ ಅವರು, ಬಂದ ಆಪತ್ತಿನ ನಿವಾರಣೆಗೆ ಏನು ಮಾಡಬಹುದೆಂದು ದಾರಿ ಕಾಣದೆ, ಹಿರಿಮಲೆಗೆ ಜನ ಅಟ್ಟಿದರು. ಬಿರುಮನನ್ನು ಕರೆಯಿಸಿ ಹುಲಿಗೆ ಏನಾದರೂ–ಮಂತ್ರ, ಮಾಟ ಮಾಡಿಸಬಹುದೇ ಎಂದು ಕೇಳುವ ಸಲುವಾಗಿ, ಕಾಳ, ಬೂದ, ಇನ್ನೊಬ್ಬ ಬಲಿಷ್ಠ ಕುಡಿಯ–ಮೂವರು ಸೇರಿ ಕತ್ತಿ, ಕೋಲುಗಳನ್ನು ಹಿಡಿದುಕೊಂಡು ಹೊರಟರು. ತಾವು ಬರುವ ತನಕ ಕುಡಿಯರೆಲ್ಲರೂ ಕೇರಿಯಲ್ಲೇ ಕಾವಲಿರಬೇಕೆಂದೂ, ರಾತ್ರಿ, ಅಗ್ಗಿಷ್ಟಿಕೆ ಹಾಕಿಕೊಂಡು ಗದ್ದಲ ಎಬ್ಬಿಸುತ್ತ ಎಚ್ಚರದಲ್ಲಿರಬೇಕೆಂದೂ ಹೇಳಿ ಹೋದರು.

ಹಿರಿಮಲೆಯ ಬಿರುಮ ಪೂಜಾರಿ ಮದ್ದು ಮಾಟಗಳನ್ನು ಬಲ್ಲವ, ಆತ ಪ್ರಶ್ನೆ ನೋಡಿದ: "ಇದು ದೈವದ್ದೇ ಕೋಪ; ಹರಕೆ ಸಲ್ಲಿಸಬೇಕು" ಎಂದು ಏನೇನೋ ಹೇಳಿದ. ಕೇಳಹೋದವರು "ನೀನು ಬಂದು ಕೇರಿಯಲ್ಲಿ ಹುಲಿ ಸುಳಿಯದ ಹಾಗೆ ಮಂತ್ರಿಸಿದ ಬೂದಿಯನ್ನೋ, ಕಾಯಿಯನ್ನೋ ಕಟ್ಟುವ ತನಕ ನಮಗೆ ಕ್ಷೇಮವಿಲ್ಲ" ಎಂದಂದರು. ತನ್ನ ಪ್ರತಿಷ್ಠೆಯನ್ನು ಕಳೆದುಕೊಳ್ಳಲಾರದ ಬಿರುಮ ಅವರ ಜತೆಗೆ ಹೊರಟ. ಗುರಿಕಾರ ಮಾದ ತನ್ನಲ್ಲಿದ್ದ ಒಂದು ಚರೆಮದ್ದಿನ ಕೋವಿಯನ್ನು ಹಿಡಿದುಕೊಂಡು, ಅವರ ಜತೆಗೆ ಬಂದ. ಮದ್ದು ಮಾಟಗಳ ಜತೆಗೆ-ಶಿಕಾರಿ ಮಾಡಬೇಕೆಂದು ಮಾದನ ಯೋಚನೆ. ಮಲೆ ಇಳಿದು, ನಡುವಣ ಹಳ್ಳವನ್ನು ಸಮೀಪಿಸಿದರು. ತೊರೆಯ ನೀರನ್ನು ಕಂಡು ಮುಖ ತೊಳೆಯಲು ನಿಂತರು. ಬಿರುಮ ಪೂಜಾರಿ ಜಲಬಾಧೆಗೆಂದು ಹತ್ತು ಗಜ ದೂರಕ್ಕೆ ಹೋದ. ಉಳಿದವರು ಹಳ್ಳದ ದಂಡೆಯಲ್ಲಿ ನಿಂತು ಮಾತನಾಡುತ್ತಲೇ ಇದ್ದರು. ನಿಂತು, ನಿಂತು ಬೇಸರವಾಯಿತು. ಪೂಜಾರಿ ಬಾರದ್ದನ್ನು ಕಾಣದೆ 'ಬಿರುಮಣ್ಣ' ಎಂದು ಕೂಗಿದರು. ಕೂಗಿಗೆ ಪ್ರತ್ಯುತ್ತರ ದೊರೆಯಲಿಲ್ಲ; ಗಾಬರಿಯಾಯಿತು. ಅವನು ಹೋದಲ್ಲಿಗೆ ಅರಸಿಹೋದರು. ಬಿದ್ದ ರುಮಾಲೆಯೊಂದು ಕಂಡಿತು. ಬಿರುಮಣ್ಣನನ್ನು ಹುಲಿ ಒಯ್ದದ್ದು ನಿಶ್ಚಯವೆನಿಸಿತು. ಆದರೂ ಆತ ಒಂದಿಷ್ಟೂ ಬೊಬ್ಬಿಡದೆ ಹೇಗೆ ಕುಳಿತಾನು ಎಂಬುದು ತೋರದಾಯಿತು. ಗಾಬರಿ ಇನ್ನಷ್ಟು ಹೆಚ್ಚಿತು. ಅಲ್ಲೇ ನಿಂತು ಗದ್ದಲವೆಬ್ಬಿಸಿದರು. ನಾಲ್ಕು ಸುತ್ತ ದೊಡ್ಡ, ದೊಡ್ಡ ಕಲ್ಲುಗಳನ್ನೆಸೆದರು. ತುಸು ಎತ್ತರದಲ್ಲಿ ಪೊದೆಗಳಲ್ಲಿ ಸದ್ದಾಯಿತು; ಏನೋ ಹೊರಟುಹೋದಂತಾಯಿತು; ಅಲ್ಲಿಗೆ ಧಾವಿಸಿದರು. ಅವರಿಗೆ ಕಾಣಸಿಕ್ಕಿದ್ದು ಕಚ್ಚಿ, ಹಿಸಿದು, ರಾಮಾರೂಢಿಯಾದ ಬಿರುಮಣ್ಣನ ಶರೀರ ಮಾತ್ರ. ಈಗ ಮಾತ್ರ ಅವರ ಭೀತಿಗೆ ಕೊನೆಯಿಲ್ಲದಾಯಿತು. ಆ ಶವವನ್ನು ಹೊತ್ತು ತರುವುದಕ್ಕೂ ಧೈರ್ಯವಿಲ್ಲ. ಅದನ್ನು ಹೊತ್ತು ತಂದರೆ, ಹುಲಿ ಉಳಿದವರ ಮೈಮೇಲೆ ಹಾರಿದರೆ ಏನು ಗತಿ ಎಂಬ ಭೀತಿ ಗೊಳಗಾದರು. ಒಂದೇ ಓಟಕ್ಕೆ ಎಲ್ಲರೂ ಕಿರಿಮಲೆಗೆ ಓಡಿದರು. ಅಲ್ಲಿಂದ, ನಿತ್ಯದ ದಾರಿಯನ್ನು ಬಿಟ್ಟು, ಕೇರಿಯವರೆಲ್ಲರೂ ಬಳಸುದಾರಿಯಿಂದ ಹಿರಿಮಲೆಗೆ ವಲಸೆ ಹೋದರು. ಹುಲಿಯು ಸತ್ತ ವಾರ್ತೆ ಸಿಗುವ ತನಕವೂ

ಕಿರಿಮಲೆಗೆ ಅಥವಾ ಅಲ್ಲಿನ ಕುಮರಿಗೆ ತಾವು ಹೋಗಲು ಅಸಾಧ್ಯ ವೆಂಬುದಾಗಿ ಅವರಿಗೆ ತೋರಿತು.

ಹಿರಿಮಲೆಯಿಂದಲೇ–ನಿತ್ಯದ ದಾರಿಯನ್ನು ಬಿಟ್ಟು, ಕಾಳನೂ ಮತ್ತಿಬ್ಬರೂ ಸೇರಿ, ಧನಿಗಳಿರುವಲ್ಲಿಗೆ ಹೋಗಿ, ದೂರನ್ನು ಮುಟ್ಟಿಸಿ ಬರ ಬೇಕೆಂದು ಹೊರಟರು. ಮೊದಲು ಮೂಲೆಗುಂಪಿಗೆ ಹೋದರು. ಅಲ್ಲಿ ಬಲ್ಲಾಳರ ಮನೆಗೆ ಸುದ್ದಿಯನ್ನು ಕೊಟ್ಟು, ಅಲ್ಲಿಂದ ಉಸಿರಿಗೂ ಬಿಡುವಿಲ್ಲ ದಂತೆ ವಿಟ್ಠಲಕ್ಕೆ ಧಾವಿಸಿದರು.

ಇವರು ಹೋಗಿ ಸೇರುವ ಎರಡು ದಿನಗಳ ಮುಂಚೆ, ತಿರುಮಲ ಭಟ್ಟರ ಅವಸಾನವಾಗಿತ್ತು. ರಾಮಚಂದ್ರಯ್ಯ ಮತ್ತು ಮನೆಯವರೆಲ್ಲರೂ ದುಃಖದಿಂದ ನೊಂದಿದ್ದ ಗಳಿಗೆಯಲ್ಲೇ, ಈ ಕುಡಿಯರ ಆಗಮನವನ್ನು ಕಂಡು, ಅವರಿಗೆ ಆಶ್ಚರ್ಯವಾಯಿತು. ಅವರ ಬಾಯಿಂದ ಹುಲಿಯ ಕತೆ ಕೇಳಿದ ಬಳಿಕ ರಾಮಚಂದ್ರಯ್ಯನವರ ಬೇಸರ ಇಮ್ಮಡಿಸಿತು. “ಕಾಳ, ಇದು ನಾವು ಮಾಡಿದ ತಪ್ಪು. ಹುಲಿ ಶಿಕಾರಿ ಏನೆಂದು ಗೊತ್ತಿಲ್ಲದೆ ಅದನ್ನು ನೋಯಿಸಿ ಬಿಟ್ಟಿದ್ದು ತಪ್ಪು. ಇನ್ನು, ಅದನ್ನು ಹುಡುಕಿ, ಕೊಂದು ಮುಗಿಸುವ ತನಕ ಎಷ್ಟು ಜೀವ ಬಲಿಯಾಗುತ್ತದೋ ದೇವರೇ ಬಲ್ಲ” ಎಂದರು.

ಬಂಟ್ರಪ್ಪನನ್ನು ತಮ್ಮ ಮನೆಗೆ ಕರೆಯಿಸಿಕೊಂಡರು, ತಲೆ ತುರಿಸುತ್ತ ಕುಳಿತರು. ತಾವು ಮಾಡಿದ ತಪ್ಪಿಗೆ ಉಳಿದವರು ಜೀವ ತೆರುವುದು ಅವರಿಗೆ ನ್ಯಾಯವಲ್ಲವೆಂದು ಕಂಡಿತು. ಆದರೆ ಅವರೋ–ಸೂತಕದ ಆ ದಿನಗಳು ಮುಗಿಯುವ ತನಕ ಮನೆಬಿಟ್ಟು ಹೊರಡಲಾರರು. ಅದರಲ್ಲೂ ನರಭಕ್ಷಕದ ಶಿಕಾರಿಗೆ ಹೊರಟಿದ್ದಾನೆ, ಮನೆಯ ಹುಡುಗ ಎಂದು ಕೇಳಿದರೆ, ಅವರ ತಾಯಿ, ಹೆಂಡತಿ–ಇಬ್ಬರೂ ಸಮ್ಮತಿಸಲಾರರು. ಹಾಗೆ ಹೊರಡುವುದಾದರೂ ಇನ್ನೂ ಹದಿನೈದು ದಿನಗಳು ಬೇಕು. “ಬಂಟ್ರಪ್ಪ, ನೀನು ಹೋಗಿ ನೋಡುತ್ತೀಯಾ, ಇನ್ಯಾರಾದರೂ ನಾಲ್ಕು ಮಂದಿಯನ್ನು ನಾಲ್ಕು ಕೋವಿ ಗಳನ್ನು ಕಟ್ಟಿಕೊಂಡು?” ಎಂದರೆ, ಆತ “ನೀವು ಬಾರದೆ ನಾನು ಒಬ್ಬನೇ ಹೇಗೆ ಹೊರಡಲಿ?” ಅನ್ನುತ್ತಾನೆ.

ಮಾತಿನ ಎಡೆಯಲ್ಲಿ ಧನಿಗಳು “ತುಕ್ರ ನಿನ್ನೆ ದಿನ ಮಲೆಗೆ ಒಬ್ಬನೇ

ಹೋದನಲ್ಲ. ಇಷ್ಟರಲ್ಲಿ ಆತ ಮಲೆಯನ್ನು ಸೇರುವುದಕ್ಕೂ ಆಯಿತು. ನೀವೆಲ್ಲರೂ ಮಲೆ ಬಿಟ್ಟಿದ್ದೀರಾ? ಆತ ಒಬ್ಬನೇ ಹೋಗಿದ್ದಾನೆ. ಏನಾಗುತ್ತದೋ ಅವನ ಪಾಡು" ಎಂದು ಅವನ ವಿಷಯದಲ್ಲೂ ಗಾಬರಿ ತಾಳಿದರು. ಧನಿಗಳು ಬರಲಾರದ್ದಕ್ಕೆ, ಈ ಬೇಟೆಯ ಕೆಲಸ ಮುಂದುವರಿಸಲಾರದ್ದಕ್ಕೆ, ಬಂದ ಕುಡಿಯರು ಮೂಲೆಗುಂಪಿಗೆ ಹೋಗಿ ಅವರಿಗಾಗಿ ಕಾದಿರಬೇಕೆಂದೂ, ಒಂದೆರಡು ದಿವಸಗಳಲ್ಲಿ ಒಳ್ಳೆಯ ಶಿಕಾರಿ ಮಾಡುವವರನ್ನು ಹುಡುಕಿ ಕಳುಹಿಸುತ್ತೇವೆಂದೂ ಭರವಸೆ ಕೊಟ್ಟು ಕಳುಹಿಸಿದರು. ಕಾಳ, ಮತ್ತಿಬ್ಬರು, ಆ ದಿನವೆಲ್ಲ ಧನಿಗಳ ಮನೆಯಲ್ಲಿ ಉಳಿದು, ಮರುದಿನ ಒಂದೇ ಸವನೆ ಪ್ರಯಾಣ ಮಾಡಿ ರಾತ್ರೆಯ ಎಂಟುಗಂಟೆ ಹೊತ್ತಿಗೆ ಮೂಲೆಗುಂಪಿನ ಬಲ್ಲಾಳರ ಮನೆಯನ್ನು ಸೇರಿದರು. ಬಲ್ಲಾಳರು ಎಲ್ಲಾ ಸಂಗತಿಗಳನ್ನು ಅವರಿಂದ ಕೇಳಿ, ತಿಳಿದು 'ಇಲ್ಲಿಗೂ ಅದು ಬಂದರೇನು ಗತಿ!' ಎಂಬ ಭೀತಿಗೊಳಗಾದರು. ಮಲಗಿಕೊಂಡ ಕಾಳನಿಗೆ ಸಮನಾಗಿ ನಿದ್ರೆಯೂ ಹತ್ತಲಾರದು. ತುಂಬ ಯೋಚಿಸಿದ. 'ಧನಿಗಳ ಸಹಾಯ ಎಂದು ಬರುತ್ತದೋ, ಏನು ಕತೆಯೋ! ಅಲ್ಲಿಯ ತನಕ ಏನು ಮಾಡಲಿ?' ಎಂಬ ಚಿಂತೆ ಅವನಿಗೆ 'ಅಲ್ಲದೆ ಈಗ ತುಕ್ರಣ್ಣನಿಗೆ ಈ ಸಂಗತಿಯೊಂದೂ ಗೊತ್ತಿಲ್ಲದೆ, ಆತ ಮಲೆಗೆ ಹೋಗಿದ್ದಾನೆ. ಅವನ ಪಾಡು ಏನಾಗುತ್ತದೋ' ಎಂಬ ಚಿಂತೆ ಮತ್ತಷ್ಟು ಬಲವಾಯಿತು. ಬೆಳಗ್ಗಿನ ತನಕ ಆತ ಕಾದು ಕುಳಿತ. ಬೆಳಿಗ್ಗೆ ಇಷ್ಟಿಷ್ಟೂ ಮನಸ್ಸು ಕೇಳಲಿಲ್ಲ. "ಅನ್ಯಾಯವಾಗಿ ಆ ದನಕರುಗಳು–ಒಂದೋ ಹೊಟ್ಟೆಗಿಲ್ಲದೆ ಸಾಯುತ್ತವೆ. ಇಲ್ಲವೆ ಹುಲಿ ಹಿಡಿದುಕೊಂಡು ಹೋಗುತ್ತದೆ. ಧನಿಗಳು ಅದನ್ನು ಕೇಳಿದ್ದಾದರೆ ಎಷ್ಟು ನೊಂದುಕೊಳ್ಳುತ್ತಾರೋ" ಎಂದು ತನ್ನವರಿಗೆ ಹೇಳಿದ. "ಏನೇ ಆಗಲಿ, ಮಲೆಗೆ ಹೋಗಿ ಬರುವ" ಎಂದ ಕಾಳ. ಉಳಿದವರಿಗೆ ಇನ್ನೊಮ್ಮೆ ಕಿರಿಮಲೆಗೆ ಹೋಗುವ ಧೈರ್ಯ ಎಲ್ಲಿಂದ ಬರಬೇಕು? ಆತ ಬಲ್ಲಾಳರಲ್ಲಿ ಮೊರೆಯಿಟ್ಟ.

"ಅಯ್ಯ, ಏನು ಮಾಡಲಿ ಈಗ? ಈಗೊಂದು ಮೋಸವಾಗಿದೆಯಲ್ಲ. ತುಕ್ರ ಅಲ್ಲಿಗೆ ಹೋಗಿದ್ದಾನೆ. ಅಲ್ಲದೆ, ನಾವೂ ಕೇರಿ ಬಿಡುವ ಗಡಿಬಿಡಿಯಲ್ಲಿ ದನಕರುಗಳನ್ನು ಕೊಟ್ಟಿಗೆಯಲ್ಲಿ ಬಿಟ್ಟು ಬಂದೆವು" ಎಂದ.

ಬಲ್ಲಾಳರೆಂದರು : "ಹೌದೋ ಕಾಳ, ನಿಮ್ಮವರ ಹುಡುಗನೊಬ್ಬ

ಕುಕ್ಕರಳ್ಳಿಯಲ್ಲಿದ್ದಾನಲ್ಲ–ಆನೆ ಹಿಡಿದವನು. ಆ ದಿನ ಬಂದಿದ್ದನಲ್ಲ ಜಾತ್ರೆಗೆ. ಅವನು ಹುಲಿಯನ್ನೂ ಕೊಲ್ಲುತ್ತಾನೆಂದು ಕೇಳಿದ್ದೆ. ನಿಲ್ಲು, ಸುದ್ದಿಯನ್ನು ಹೇಳಿ ಕಳುಹಿಸಿ, ಅವನನ್ನು ಇಲ್ಲಿಗೆ ಕರೆಯಿಸುವ. ಅವನು ಬರುವುದಾದರೆ ಒಳ್ಳೆಯ ಕೋವಿ ತರಿಸಿ ಕೊಡುವ. ಯಾರಾದರೂ ಆರೆಂಟು ಮಂದಿ ಸೇರಿ ಮಲೆಗೆ ಹೋಗುವ, ನಾನು ಬರುವುದಿಲ್ಲ, ಧೈರ್ಯದ ಒಕ್ಕಲುಗಳಿದ್ದಾರೆ. ಅವರನ್ನು ಕಳುಹಿಸುತ್ತೇನೆ. ಅಲ್ಲಿ ಅದಕ್ಕೆ ತಿನ್ನಲು ಜನ ಸಿಗದಿದ್ದರೆ, ನಾಳೆ ಇಲ್ಲಿಗೂ ಅದು ಬಂದೀತು. ಬರಲಾರದೋ ಏನೋ.... ನಡುವೆ ಹಳ್ಳ ಒಂದಿದೆಯಲ್ಲ. ದಾಟಲಾರದು. ಒಂದು ವೇಳೆ ದಾಟಿ ಬಂದರೆ ಮಾಡಬೇಕೇನು? ಅದನ್ನು ಕೊಲ್ಲಿಸುವ ಏರ್ಪಾಟು ಬೇಗನೆ ಮಾಡದೆ ಉಪಾಯವುಂಟೇ?" ಎಂದು ಉಪದೇಶ ಮಾಡಿದರು.

ಕಾಳನ ಕಿವಿ ನೆಟ್ಟಗಾಯಿತು: ಆನೆ ಕರಿಯನ ಹೆಸರು ಕೇಳುತ್ತಲೇ ಅವನ ಧೈರ್ಯ ಒಂದಕ್ಕೆ ಹತ್ತಾಯಿತು. ತನ್ನ ಕರಿಯಣ್ಣ ಏನೂ ಮಾಡಬಲ್ಲ ನೆಂಬ ಧೈರ್ಯ. ಕುಕ್ಕರಳ್ಳಿ ಮಾತ್ರ ಎಲ್ಲಿದೆಯೆಂದು ಅವನಿಗೆ ಗೊತ್ತಿರಲಿಲ್ಲ. ಬಲ್ಲಾಳರ ಒಬ್ಬ ಒಕ್ಕಲನ್ನು ಕರೆದುಕೊಂಡು, ಕಾಳ ಅಲ್ಲಿಗೆ ನಾಗಾಲೋಟ ಹೂಡಿದ. ಕರಿಯಣ್ಣನನ್ನು ಕಾಣುವ ತನಕ ಅವನ ಆತುರ ಅಷ್ಟಿಷ್ಟಲ್ಲ. ಆತ ಒಪ್ಪಿದ್ದಾದರೆ, ಬಲ್ಲಾಳರು ಹೇಳಿದ ಹಾಗೇ ಸಹಾಯಕರನ್ನು ಕರೆದುಕೊಂಡು, ಧನಿಗಳ ಜನ ಬರುವುದರೊಳಗಾಗಿ, ಹುಲಿ ಶಿಕಾರಿ ಮಾಡಬಹುದಲ್ಲ–ಎಂಬ ಯೋಚನೆ ಅವನದ್ದು. ಕುಕ್ಕರಳ್ಳಿಯನ್ನು ಸೇರಿ ಹೊಲದಲ್ಲಿ ಕೆಲಸ ಮಾಡುತ್ತಿದ್ದ ಕರಿಯನನ್ನು ಕಂಡಾಗ, ಅವನಿಗೆ ಹೋದ ಜೀವ ಬಂದಂತಾಯಿತು. ತನ್ನೆಲ್ಲ ಗಾಬರಿ, ದುಃಖಗಳನ್ನು ಆತನ ಮುಂದೆ ತೋಡಿಕೊಂಡ. ಮಲೆಗೆ ಒದಗಿದ ಆಪತ್ತನ್ನು ನೆನೆದು, ಕರಿಯನಿಗಾದ ಸಂತಾಪವೂ ತಿಮ್ಮನಿಗಾದ ಗಾಬರಿಯೂ ಅದಕ್ಕಿಂತ ಕಡಿಮೆಯಾಗಿರಲಿಲ್ಲ. ತಿಮ್ಮ ಮಾತ್ರ, ಕರಿಯನನ್ನು ನರಭಕ್ಷಕ ಹುಲಿಯ ಬೇಟೆಗೆ ಕಳುಹಿಸಲು ಒಡಂಬಡಲಿಲ್ಲ. ಅವನೆನ್ನುತ್ತಾನೆ "ಕಾಳಣ್ಣ, ಅದೆಲ್ಲ ಸಮನೇ. ಹೋದವರ ಬಗ್ಗೆ ನಮಗೂ ದುಃಖವಾಗುತ್ತೆ. ಕರಿಯನಿಗೆ ಹುಲಿ ಹೊಡೆಯಲು ಗೊತ್ತಿಲ್ಲವೆಂದಲ್ಲ. ಆದರೆ ಸಾಮಾನ್ಯ ಹುಲಿಗೂ, ಗಾಯಗೊಂಡು ಮನುಷ್ಯನನ್ನು ತಿನ್ನಲು ಬರುವ ಹುಲಿಗೂ ಬಹಳ ವ್ಯತ್ಯಾಸ ಉಂಟು. ಮಲೆಯಲ್ಲಿ ಅದನ್ನು ಹುಡುಕುವುದೂ ಸುಲಭವಲ್ಲ; ಬೇಟೆಯಾಡು

ವುದೂ ಸುಲಭವಲ್ಲ. ಮೂರು ಜೀವ ಹೋಯಿತೆಂದು, ಇನ್ನೊಂದು ಜೀವ ಬಲಿಕೊಟ್ಟ ಹಾಗಾದೀತು. ನನ್ನ ಹತ್ತಿರ ಕೇಳಿದರೆ– ನಿಮ್ಮ ಧನಿಗಳ ಜನರೇ ಬರಲಿ. ಆ ಮೇಲೆ ನೋಡುವ."

ಕರಿಯನ ಕಳವಳ ಮಾತ್ರ ನಿಜವಾಗಿಯೂ ಬಣ್ಣಿಸಲೂ ಬಾರದ್ದು. ತಮ್ಮ ಜನ ಸತ್ತಿದ್ದಾರೆ. ತಾನು ಮಲೆಯ ಋಣವನ್ನು ಕಡಿದುಬಂದರೂ, ಹೋದವರು ತನ್ನವರು, ಬಿರುಮನಾಗಲಿ, ಬೂದನ ತಾಯಿಯಾಗಲೀ, ಇನ್ನೊಬ್ಬನಾಗಲೀ ತನಗೆ ಬಂಧುಗಳಾದವರು. ಅಲ್ಲದೆ, ಈ ಸಂಗತಿಯನ್ನು ತಿಳಿಯದ ತುಕ್ರ ಅಲ್ಲಿಗೆ ಹೋಗಿದ್ದಾನೆ. ಅವನ ಪಾಡು ಏನಾಗಿದೆಯೋ! ಕಾಳ ಹೇಳಿದ ಹಾಗೆ. ದನಕರುಗಳನ್ನು ಹಾಗೆ ಬಿಟ್ಟಿರುವುದೂ ಸಮನಲ್ಲ. ಅವುಗಳನ್ನು ಕೆಳಕ್ಕೆ ಅಟ್ಟಿಕೊಂಡು ಬರಬೇಕು. ಅಷ್ಟು ಮಾಡದಿದ್ದರೇನು ಫಲ? ಬಾಯಿ ಬಾರದಿದ್ದ ದನಗಳು ತಮ್ಮ ಗೋಳನ್ನು ಯಾರೊಡನೆ ಹೇಳಿಕೊಳ್ಳಬೇಕು–ಎಂದು ವಿಷಾದಪಟ್ಟ. ಬಟ್ಯನ ಚರೆಕೋವಿ, ಹುಡಿಮದ್ದು, ಕೇಪುಗಳನ್ನೆಲ್ಲ ಹಿಡಿದುಕೊಂಡ. ತಿಮ್ಮನೊಡನೆ "ನೀನು ಇಲ್ಲಿಯೇ ನಿಲ್ಲು, ನಾನು ಕಾಳನೊಡನೆ ಹೋಗಿ ಆ ದನಕರುಗಳನ್ನಾದರೂ ಅಟ್ಟಿಕೊಂಡು ಹೋದರೆ ತನ್ನ ಬೇಟೆಗೆ ಸುಲಭವಲ್ಲವೇ–ಎಂದ. ಬಟ್ಯಗೌಡ ಅವನನ್ನು ಬೆದರಿಸಿದ. "ಕರಿಯಣ್ಣ, ಹುಲಿಯ ಮುಖವನ್ನು ನೋಡಿರಲಾರದು ನಿನ್ನ ಈ ಆನೆ ಮರಿ. ಎಲ್ಲಾದರೂ ಅದರ ಕಣ್ಣಿಗೆ ಹುಲಿ ಬಿದ್ದು, ಅದಕ್ಕೆ ಗಾಬರಿಯಾಯಿತೆಂದರೆ ನೀನೆಲ್ಲೋ, ಅದೆಲ್ಲೋ. ಏನೂ ಬೇಡ–ಹೋಗು, ನೀನೊಬ್ಬನೇ. ಆದರೆ ಬಲ್ಲಾಳರ ಜನಗಳಿಲ್ಲದೆಯೇ ಹುಚ್ಚರ ಹಾಗೆ ನೀವಿಷ್ಟೇ ಮಂದಿ ಹೋಗಬೇಡಿ. ರಾತ್ರಿ ಅಲೆದಾಡಬೇಡಿ" ಎಂದು ಹಲವಾರು ಎಚ್ಚರದ ಮಾತುಗಳನ್ನು ಹೇಳಿ ಕಳುಹಿಸಿಕೊಟ್ಟ.

ಕರಿಯ, ಕಾಳರು ಮೂಲೆಗುಂಪಿನ ಬಲ್ಲಾಳರ ಮನೆಗೆ ಬಂದರು. ಅಲ್ಲಿ ಅವರ ಇಬ್ಬರ ಒಕ್ಕಲುಗಳನ್ನು ಕೂಡಿಕೊಂಡು ಮಲೆಗೆ ಹೊರಟರು. ನಾಲ್ಕಾರು ಮಂದಿ ಜತೆಗೆ ಹೋಗುವಾಗ, ಯಾವ ಭೀತಿಯೂ ಅನಿಸಲಿಲ್ಲ. ಅಲ್ಲದೆ, ಆರು ಮಂದಿಯಲ್ಲಿ ಮೂವರ ಕೈಗಳಲ್ಲಿ ಕೋವಿಗಳಿದ್ದುವು. ಅವರಿಗೆ ಮಾತನಾಡುತ್ತ ಮಲೆಯನ್ನೇರಿ ತಮ್ಮ ಕೇರಿಯನ್ನು ಸೇರುವುದಕ್ಕೆ ಬರಿಯ ಎರಡು ತಾಸುಗಳಷ್ಟೇ ಹಿಡಿದುವು. ಕಾಳ, ಕರಿಯರಿಬ್ಬರು –ಮೊದಲು ಧನಿಗಳ

ಮನೆಯ ಕೊಟ್ಟಿಗೆಯನ್ನು ಹೊಕ್ಕರು. ಕೊಟ್ಟಿಗೆಯ ಗೋಡೆ, ತಡಿಕೆಯ ಬಾಗಿಲುಗಳಿಂದ ಭದ್ರವಾಗಿತ್ತು. ಒಳಗೆ ಐದಾರು ದಿನಗಳ ಉಪವಾಸದಿಂದ ದನಕರುಗಳು ದಣಿದು ಬಿದ್ದಿದ್ದುವು. ಕೂಗಿ, ದಣಿದು ಗೊಬ್ಬರದಲ್ಲೇ ಉಪವಾಸ ಮಲಗಿದ್ದುವು. ಇವರು ಹೋಗಿ ಕದವನ್ನು ತೆರೆದು, ಅವಕ್ಕೆ ನೀರು ಕೊಟ್ಟು, ಹುಲ್ಲು ಹಾಕಿ, ಹೊಟ್ಟೆ ತಣಿಸುವ ತನಕ ಕಾಳ, ಕರಿಯರ ಮನಸ್ಸು ನೆಮ್ಮದಿಗೊಳ್ಳಲಿಲ್ಲ. ಅನಂತರ ಅವರು, ತುಕ್ರನಿಗಾಗಿ ಕೇರಿಯಲ್ಲಿ ಹುಡುಕಾಡಿದರು, ಕೂಗಿದರು, ಕರೆದರು; ಅವನ ಸುಳಿವು ಕಾಣಸಿಗಲಿಲ್ಲ. ಅಲ್ಲಿಯೇ ಕುಳಿತು-ಹುಲಿಯ ಹೊಂಚು ಹಾಕಲೇ, ಮೊದಲು ದನಕರುಗಳನ್ನು ಮಲೆಯಿಂದ ಕೆಳಕ್ಕೆ ಅಟ್ಟಿ ಬರಲೇ-ಎಂಬ ವಿಚಾರವನ್ನು ಮಾಡಿದರು. ಅವರ ಜತೆಗೆ ಬಂದ ಕೆಳಗಿನ ಆಳುಗಳು, ಬೇಟೆಯ ಉತ್ಸಾಹ ಏನೇನೂ ಇಲ್ಲದವರು; ಧನಿಗಳ ದಾಕ್ಷಿಣ್ಯಕ್ಕೆ ಕಟ್ಟುಬಿದ್ದು ಬಂದವರು. 'ನಾವಿಷ್ಟೇ ಜನ ಏನು ಮಾಡುವುದು?' ಎಂದು ಗೊಣಗುವ ಅವರನ್ನು ಇರಿಸಿಕೊಳ್ಳುವುದಕ್ಕೂ ಇಲ್ಲ, ಬಿಡುವುದಕ್ಕೂ ಇಲ್ಲ. ಹಾಗಾದರೆ "ನಾನು, ಕಾಳ ಇಲ್ಲಿ ಉಳಿದು ಕೊಳ್ಳುತ್ತೇವೆ. ಎರಡು ಕೋವಿ ಇಲ್ಲಿರಲಿ. ನೀವು ಉಳಿದವರು-ದನಗಳನ್ನು ಅಟ್ಟಿಕೊಂಡು ಹೋಗಿ, ಇಲ್ಲಿ ಅವುಗಳನ್ನು ಬಿಟ್ಟು ಮೇಯಿಸುವ ಹಾಗಿಲ್ಲವಲ್ಲ" ಎಂದರೆ, ಅದಕ್ಕೂ ಅವರು ಸಿದ್ಧರಿಲ್ಲ. ಹೀಗಾಗಿ ಮರುದಿನ, ಆ ದನಕರುಗಳು ಚೇತರಿಸಿದ ಮೇಲೆ ಅವುಗಳನ್ನು ಮೆಲ್ಲಗೆ ಅಟ್ಟಿಕೊಂಡು ಮಲೆಯನ್ನೂ ಇಳಿಯಬೇಕಾಯಿತು. ಬಂದ ಕೆಲಸ ಹೀಗೆ ಮುಂದಕ್ಕೆ ಹೋದುದನ್ನು ಕಂಡು, ಕರಿಯನಿಗೆ ಏನೂ ಸಮಾಧಾನವಾಗಲಿಲ್ಲ. ಬೇರೆ ಬಗೆಯನ್ನು ಕಾಣದೆ ಆತ ಮೂಲೆಗುಂಪಿಗೆ ಹೋದ. ಜಾನುವಾರುಗಳನ್ನಂತೂ ಪಾರು ಮಾಡಿದ್ದಾಯಿತು.

ಆ ದಿನ ಸಂಜೆಯೇ ರಾಮಚಂದ್ರಯ್ಯ ಕಳುಹಿಸಿದ ಇಬ್ಬರು ಈಡುಗಾರರು ಮೂಲೆಗುಂಪನ್ನು ಸೇರಿದ್ದರು. ಬಂಟ್ರಪ್ಪ ತನಗೆ ಮೈ ಚೆನ್ನಾಗಿಲ್ಲವೆಂದು ಹಿಂದಕ್ಕೆ ಉಳಿದುಕೊಂಡ. ಧನಿಗಳು 'ನಾಲ್ಕು ದಿನ ತಡೆಯುವುದಾದರೆ ತಡೆಯಿರಿ, ನಾನಂತೂ ಬಂದೇ ತೀರುತ್ತೇನೆ. ಮೊದಲೇ ನಿಮ್ಮಿಂದೇನಾದರೂ ಆಗುವುದಿದ್ದರೆ ಮಾಡಿ' ಎಂದು ಎರಡೆರಡು ತೋಟೆಯ ಕೋವಿಗಳನ್ನೂ ಸಾಕಷ್ಟು ಮದ್ದುಗುಂಡುಗಳನ್ನೂ ಅವರೊಡನೆ ಕಳುಹಿಸಿ

ಕೊಟ್ಟಿದ್ದರು. ಅದನ್ನು ಕಂಡ ಕರಿಯನಿಗೆ– 'ಇಷ್ಟಿದ್ದರೆ ಊರೇ ತೆಗೆದೇನು' ಎಂಬ ಹುಮ್ಮಸವಾಯಿತು. ಯಾರ ಬರುವಿಕೆಗೂ ಆತ ಕಾಯಲು ಸಿದ್ಧನಿಲ್ಲ; 'ಕಾಳನಿದ್ದಾನೆ, ತಾನಿದ್ದೇನೆ. ವಿಟ್ಲದಿಂದ ಬಂದ ಇನ್ನಿಬ್ಬರು ಈಡುಗಾರರಿದ್ದಾರೆ. ಜನ ಹೆಚ್ಚಿಗೆ ಇದ್ದು ಮಾಡುವುದೇನು–ಹೋಗಿಯೇ ಬಿಡುವ!' ಎಂದು ನಿಶ್ಚಯಿಸಿದ. ಆ ರಾತ್ರೆ ಬಲ್ಲಾಳರ ಮಾತಿಗೆ ಮನ್ನಣೆಯಿತ್ತು ಅವರಲ್ಲಿ ಉಳಿದುಕೊಂಡು, ಬೆಳಗಾದ ಮೇಲೆ ಹೊರಟರು. ನಾಲ್ಕು ಕೋವಿಗಳು, ನಾಲ್ವರು ಈಡುಗಾರರು. ಅವರಲ್ಲಿ ಚೆನ್ನಾಗಿ ಕೋವಿ ಹಿಡಿಯಲು ಬಾರದವನೆಂದರೆ ಕಾಳನೊಬ್ಬನೇ. ಆದರೆ ಕರಿಯನ ಧೈರ್ಯವೇ ಆತನದು. ಕರಿಯ ಆ ಗೆಳೆಯರನ್ನು ಕರೆದುಕೊಂಡು ಕಾಡು ಕಳೆದು, ಕುಡಿಯರ ಕೇರಿಗೆ ಬಂದ. ಅಲ್ಲಿ ಕುಳಿತು ಮುಂದಿನ ಬಗೆಯನ್ನು ಯೋಚಿಸತೊಡಗಿದ.

ಅಧ್ಯಾಯ - ೨೦

ವಿಟ್ಠಲದಿಂದ ರಾಮಚಂದ್ರಯ್ಯ ಕಳುಹಿಸಿಕೊಟ್ಟ ಈಡುಗಾರರಿಬ್ಬರೂ ಯೌವನಸ್ಥರೇ; ಧೈರ್ಯದಲ್ಲಾಗಲೀ, ಗುಣದಲ್ಲಾಗಲೀ ಕಡಿಮೆಯವರಲ್ಲ. ಆದರೆ ಬೆಟ್ಟದ ಸೆರಗು ಅವರಿಗೆ ಹೊಸತಾದದ್ದು. ಅವರು ಏನು ಬೇಟೆಯಾಡಿದ್ದಿದ್ದರೂ, ಅದು ಸಾಮಾನ್ಯ ಕಾಡುಗಳಲ್ಲಿ; ಹೆಚ್ಚು ಕಡಿಮೆ ಸಮತಟ್ಟಾದ ಪ್ರದೇಶದಲ್ಲಿ. ಅಲ್ಲದೆ, ನರಭಕ್ಷಕ ಹುಲಿಯ ಸ್ವಭಾವವನ್ನು ತಿಳಿದವರಲ್ಲ. ಹತ್ತು ವರ್ಷಕ್ಕೋ, ಹದಿನೈದು ವರ್ಷಕ್ಕೊಮ್ಮೆ ಊರಿನ ಎಲ್ಲಾದರೊಂದು ಕಡೆ ಅಂಥ ಹುಲಿಯ ಸಂಗತಿ ಕೇಳಿಬರುತ್ತಿತ್ತು ಹೊರತು ಅದರ ರೀತಿನೀತಿಗಳನ್ನು ಅವರು ಬಲ್ಲವರಲ್ಲ. ಅದಕ್ಕೂ ಅಂಥ ರೀತಿನೀತಿಗಳು ಉಂಟೋ ಇಲ್ಲವೋ! ಅದು ತನ್ನ ಆವರಣಕ್ಕೆ ಸರಿಯಾಗಿ ನಿತ್ಯದ ಬೇಟೆಯನ್ನು ಆರಿಸಿಕೊಳ್ಳಬೇಕು. ಬಡಪಾಯಿ ಮನುಷ್ಯನಿಗಿಂತ ಸುಲಭದ ಪ್ರಾಣಿ ಇಲ್ಲವೆಂದು ಕಿರಿಮಲೆಯ ಈ ಚಿರತೆಯೂ ತಿಳಿದುಕೊಂಡಿರಬೇಕು. ಪಾಪ, ಅದಕ್ಕೂ ಕಷ್ಟ! ಗಾಯಗೊಂಡು, ಕಾಲು ಮೊಟಕುತ್ತ, ಕದ್ದು, ತಿರುಗಿ, ಕಾದು ಮೂರು, ನಾಲ್ಕು ಮಂದಿಯನ್ನು ಅದು ಹಿಡಿದು ತಿಂದದ್ದು ನಿಜ. ಅಷ್ಟಕ್ಕೆ– ಆ ಮಲೆಯೂ ಜನಹೀನವಾಗಬೇಕೆ? ಸಾಮಾನ್ಯ ಪಶು, ಪ್ರಾಣಿಗಳಿಗೆ ವಾಸನೆಯಿಂದಲೇ ಹುಲಿಯ ಇರವು ತಿಳಿಯುತ್ತದೆ. ಅವು, ವಾಸನೆ ತಿಳಿದೊಡನೆಯೇ, ಬಾಲ ಎತ್ತಿಕೊಂಡು ಓಡಿಹೋಗುತ್ತವೆ. ಹೀಗಾಗಿ, ಕರಿಯ ಮತ್ತು ಅವನ ಗೆಳೆಯರು ಬರುವ ತನಕ, ಹುಲಿ ಉಪವಾಸ ಬಿದ್ದಿರಬೇಕಾಯಿತು. ಅದು ನಿತ್ಯವೂ ಕುಡಿಯರ ಕೇರಿಯನ್ನು ಸುತ್ತುತ್ತಿತ್ತು. ಒಂದೆರಡು ಗುಡಿಸಲುಗಳನ್ನು ಧೈರ್ಯದಿಂದ ಹೊಕ್ಕು, ಹೊರಟಿತು. ಧನಿಗಳ ಮನೆಯ ದನದ ಕೊಟ್ಟಿಗೆಯನ್ನು ಒಂದೆರಡು ದಿನ ಸುತ್ತಿತ್ತು; ಕುಳಿತು ಕೂಗಿತು. ಅದರ ಒಳಕ್ಕೆ ಹೋಗಲಾರದೆ ನಿರಾಶೆಯಿಂದ ಮಗ್ಗುಲ ಕಾಡಿನಲ್ಲಿ ಹಸಿದು ಬಿದ್ದುಕೊಂಡಿತು. ಕೇರಿಗೆ ಬಂದು

-ಮಾತಿನಲ್ಲೂ ಹುಡುಕುವಿಕೆಯಲ್ಲೂ ಸಮಯ ಕಳೆಯುತ್ತಿರುವ ಈ ನಾಲ್ವರನ್ನು ಕಾಣದೆ ಹೋದರೂ, ಮನುಷ್ಯರ ಧ್ವನಿ ಕೇಳಿದ ಆ ಹುಲಿಗೆ, ಬೇಟೆಯ ಆಸೆ ತಿರುಗಿ ಉಂಟಾಯಿತು. ಮೂರು ನಾಲ್ಕು ಬಾರಿ ಅದು ಪೊದೆಗಳ ಮರೆಯಿಂದ ಹೊರಕ್ಕೆ ಬಂದು, ಇಣಿಕಿ ನೋಡಿತು. ಆ ಜನಗಳು ಒಟ್ಟೊಟ್ಟಿಗೆ ತಿರುಗುತ್ತಿದ್ದುದರಿಂದ, ಬೇಟೆಯ ಮೇಲೆ ಬೀಳಲಾರದೆ ಅಂಜಿ, ಯಾರಾದರೂ ಒಂಟಿಯಾಗಿ ದೊರೆಯಲಾರರೇ-ಎಂದು ಸಮಯವನ್ನು ಹೊಂಚು ಹಾಕುತ್ತ ಕುಳಿತಿತ್ತು.

ಕರಿಯ, ಕಾಳರ ಜತೆಯಲ್ಲಿ ಬಂದ ಆ ಇನ್ನಿಬ್ಬರು ಒಂಟಿಯಾಗಿ ಅಲೆದಾಡುವುದು ಒಳಿತಲ್ಲವೆಂದು ಅರಿತವರು. ನೀರಿಗೆ ಹೋಗುವಾಗ, ಅಡುಗೆ ಅಡುವಾಗ, ಅಂಗಳದಲ್ಲಿ ಅಲೆದಾಡುವಾಗ ಕೋವಿ ಹಿಡಿದುಕೊಂಡು ಜತೆಜತೆಯಿಂದಲೇ ಇರುತ್ತಿದ್ದರು. ಒಮ್ಮೊಮ್ಮೆ ಗಾಳಿ ಹುಲಿಯ ವಾಸನೆಯನ್ನು ತರುತ್ತಿದ್ದುದರಿಂದ, ಅದೇ ಹುಲಿಯೋ, ಇನ್ನೊಂದೋ ಸಮೀಪದಲ್ಲಿ ಇರಲೇ ಬೇಕು-ಎಂದು ಅವರಿಗೂ ಅನಿಸಿತು. ಬಂದ ಮೊದಲ ದಿನ ಅವರು ಆಚೀಚೆ ಅಡ್ಡಾಡಿದರು; ಕೂಗೆಬ್ಬಿಸಿದರು. ಆದರೆ ಹುಲಿ ಮಾತ್ರ ಹೊರಕ್ಕೆ ಬಂದು ಅವರ ಕಣ್ಣೆದುರಿಗೆ ಬೀಳುವ ಸಾಹಸ ಮಾಡಲಿಲ್ಲ.

ಇವರು ರಾತ್ರಿಯೆಲ್ಲ ಯೋಚಿಸಿದರು; ಮುಂದಿನ ದಾರಿಯೇನು?-ಎಂದು ಎಣಿಕೆ ಹಾಕಿದರು. ಇದ್ದುದರಲ್ಲಿ ಬೂದನ ಮನೆಗೆ ಮಣ್ಣುಗೋಡೆ, ದಪ್ಪನಾದ ಬಾಗಿಲುಗಳು ಇದ್ದುವು. ಅದರ ಒಳಕ್ಕೆ ಹೋಗಿ ಮಲಗಿಕೊಳ್ಳಬೇಕು ವಿನಾ, ಹೊರಗಡೆ ಮನೆಯ ಜಗುಲಿಗಳಲ್ಲಿ ಯಾರೂ ಮಲಗುವಂತಿರಲಿಲ್ಲ. ಅಲ್ಲದೆ, ರಾತ್ರಿ ಅಂಥ ಹುಲಿಯನ್ನು ಕಾದು ಕುಳಿತು ಶಿಕಾರಿ ಮಾಡುವುದೂ ಕಷ್ಟ. ಹಾಗೆ ತಿಳಿಯುವುದಕ್ಕೊಂದು ಉಪಾಯ ಮಾಡಿದರು. ಮನೆಯ ಅಂಗಳದಲ್ಲಿ ಒಂದು ಮಂಚ ಹಾಕಿ, ಅದರ ಮೇಲೆ ಚಾಪೆ, ದಿಂಬುಗಳನ್ನಿರಿಸಿ, ಅದರ ಮೇಲೊಂದು ಕಂಬಳಿಯನ್ನು ಹೊದೆಸಿ, ತಾವು ಮಾತ್ರ ಅಗಳಿ ಹಾಕಿಕೊಂಡು ಮನೆಯ ಒಳಗಡೆ ಮಲಗಿಕೊಂಡರು. ಹೊರಗೇನೇ ಇರುವ ಧೈರ್ಯ ಅವರಿಗಿರಲಿಲ್ಲ. ಬೆಳಗ್ಗೆ ಎದ್ದು ಬಂದು ನೋಡಿದರೆ, ಮಂಚದ ಮೇಲಿನ ಕಂಬಳಿ ಕೆಳಗೆ ಬಿದ್ದಿತ್ತು. ದಿಂಬು ಹರಿದು, ಉರುಳಿತ್ತು. ಹುಲಿಯೂ, ಕೇರಿಗೆ ಬಂದು ಅಷ್ಟು ಕೆಲಸ ಮಾಡಿದ್ದು ನಿಜ

ಎಂಬುದು ನಿಶ್ಚಯವಾಯಿತು. ಅದು ಸಮೀಪದದಲ್ಲಿದ್ದರೂ ಪೊದೆಗಳನ್ನು ಹೊಕ್ಕು, ಅದನ್ನು ಹೊರಕ್ಕೆ ಅಟ್ಟಲು ಬಂದೀತೇ? ಅಥವಾ ಬಲಿಯನ್ನು ಕಟ್ಟಿ ಅದನ್ನು ಆಕರ್ಷಿಸಲು ಬಂದೀತೆ-ಎಂಬುದನ್ನು ಅವರು ಯೋಚಿಸ ಬೇಕಾಯಿತು.

ಕರಿಯನಿಗೆ, ಹುಲಿಯನ್ನು ಅಟ್ಟಿಹೋಗಿ ಶಿಕಾರಿ ಮಾಡಿದ ಪರಿಚಯ ವಿಲ್ಲ. ಏನಿದ್ದರೂ, ಹುಲಿ ಕೊಂದ ಬೇಟೆಗಾಗಿ, ತಿರುಗಿ ಬರುವ ಗಳಿಗೆಯನ್ನು ಕಾದು, ಶಿಕಾರಿಮಾಡಿದವ ಅವನು. ಅವನ ಹೆಚ್ಚಿನ ಎಲ್ಲ ಶಿಕಾರಿ ಹಾಗೇನೆ. ಈ ಹುಲಿಗಾಗಿ ಏನನ್ನು ಕಟ್ಟಬೇಕು, ಎಲ್ಲಿ-ಎಂದೆಲ್ಲ ಯೋಚನೆ ಮಾಡು ತ್ತಿದ್ದಾಗ ಕಾಳನೆಂದ: "ಕರಿಯಣ್ಣ, ಒಮ್ಮೆ ಮನುಷ್ಯರ ರಕ್ತದ ರುಚಿ ನೋಡಿದ ಹುಲಿ ಬೇರೆ ಪ್ರಾಣಿ ತಿನ್ನುವುದಿಲ್ಲ ಅನ್ನುತ್ತಾರೆ. ಎಷ್ಟು ನಿಜವೋ, ಎಷ್ಟು ಸುಳ್ಳೋ. ನಾವು ನಾಲ್ಕು ಮಂದಿ ಇದ್ದೇವಲ್ಲ-ಒಂದು ಬೋನಿನ ಹಾಗೆ ಮಾಡಿ, ಒಬ್ಬ ಅದರಲ್ಲಿ ಕುಳಿತುಕೊಂಡರೇನು? ಮೂವರು ಹೊರಗೆ ಕುಳಿತು ಹೊಂಚುಹಾಕಬಹುದಲ್ಲ. ಗಟ್ಟಿಯಾದ ಕೋವಿಗಳು ಮೂರು ಇವೆ: ಎಂದ. ಕರಿಯನಿಗೆ ಆ ಸೂಚನೆ ಚೆನ್ನಾದದ್ದೆಂದು ತೋರಿತು. ಆದರೆ ಬೋನಿನೊಳಗೆ ಮನುಷ್ಯನನ್ನೇ ಬಲಿಯೊಡ್ಡುವ ಯೋಚನೆ ಮಾತ್ರ ಉಳಿದ ಇಬ್ಬರಿಗೆ ಒಪ್ಪಿಗೆಯಾಗಲಿಲ್ಲ. ಅವರೆಂದರು: "ಅದು ಸಲ್ಲದ ವ್ಯಾಪಾರ. ಮೊದಲು ಒಳಗೆ ಕುಳಿತುಕೊಳ್ಳುವವರ್‍ಯಾರೆಂಬುದು ಬೇಡವೇ? ನಮಗಂತು ಜೀವ ಬೇಡ ವಾಗಿಲ್ಲ. ಅಲ್ಲದೆ ಹುಲಿ ಗುಂಡಿಗೆ ತುತ್ತಾಗಲಿ, ಬಿಡಲಿ; ಒಬ್ಬನನ್ನು ಅದು ಬಲಿ ಕೊಳ್ಳುವುದು ನಿಶ್ಚಯ. ಅದು ಬೇಡದ ಕೆಲಸ" ಎಂದರು. ಕರಿಯನ ಮನಸ್ಸು ಮಾತ್ರ 'ಕಾಳನೆನ್ನುವುದೇ ಸಮನಾದ ಉಪಾಯ' ಎನ್ನುತ್ತಿತ್ತು. ಹಾಗಲ್ಲಯ್ಯ, ಬೋನೆಂದರೆ ಹುಲಿ ಒಳಗೆ ಹೋಗಿ ಸಿಕ್ಕಿಬೀಳಬೇಕಾಗಿಲ್ಲ. ಮನುಷ್ಯ ಅದಕ್ಕೆ ಕಾಣಲು ಸಿಕ್ಕಿದರೆ ಸಾಕು. ನಾಲ್ಕು ಸುತ್ತಲೂ ಮರದ ಗೂಟಗಳನ್ನು ಬಿಗಿದು ಬಲವಾದ ಬೋನು ಮಾಡಬಹುದು. ಮೂರು ದಿಕ್ಕಿಂದ ಮೂರು ಜನರು ಕಾದುಕುಳಿತರೆ ಆಯಿತಲ್ಲ" ಎಂದ..

"ಏನೋ ಅಪ್ಪ, ನೀನೆಂತ ಬೋನು ಮಾಡುತ್ತೀ-ಎಂದು ನೋಡಿ, ಆ ಮೇಲೆ ಹೇಳಿಯೇವು. ನಮ್ಮೂರಲ್ಲಿ ಬೋನು ಕಟ್ಟಿದರೆ, ಅದರ ಒಳಗೆ ಆಡು ಕಟ್ಟಿ ಬಾಗಿಲು ದಡಾರನೆ ಬೀಳುವ ಹಾಗೆ ಮಾಡುತ್ತಾರೆ. ಆಡೇನೋ

ಸಾಯುವುದೇ. ಹುಲಿ ಮಾತ್ರ ಬೋನಿನ ಒಳಗೆ ಸಿಕ್ಕಿಬೀಳುತ್ತದೆ" ಎಂದರು. ಕರಿಯ ನಾಲ್ವರನ್ನು ಕೂಡಿಕೊಂಡು ಸಮೀಪದ ಕಾಡಿಗೆ ಹೋದ. ಬೀಳಲು ಕಡಿದು ತಂದ; ಉದ್ದವಾದ ದಪ್ಪನಾದ ಸೋಟೆಗಳನ್ನು ಕಡಿದು ತಂದು, ಅವುಗಳನ್ನು ಒತ್ತೊತ್ತಾಗಿ ಬಿಗಿದು, ನಾಲ್ಕು ಮೈಯುಳ್ಳ ಒಂದು ಪಂಜರ ಮಾಡಿದ, ಬಾಗಿಲಿಲ್ಲದ್ದು. ಹುಲಿ ಎಲ್ಲಿ ಹೋಗದಿದ್ದರೂ ಕುಡಿಯುವ ನೀರಿಗಾಗಿ ಬಂದೇ ತೀರಬೇಕಷ್ಟೆ ಎಂದು ಕೇರಿಯ ನೀರಿನ ದಂಬೆಯ ಹತ್ತಿರ, ಬರಿದಾಗಿದ್ದ ಜಾಗವೊಂದರಲ್ಲಿ, ನಾಲ್ಕು ಬಲವಾದ ಕಂಬಗಳನ್ನು ನಟ್ಟು, ಆ ಪಂಜರವನ್ನು ಬೀಳಲುಗಳಿಂದ ಅವಕ್ಕೇ ಬಿಗಿದರು. ಅದರೊಳಗೆ ಕಾಳ ಕುಳಿತಿರುವುದೆಂದೂ, ಪಂಜರದ ಮೇಲೆ ಆತ ಕುಳಿತ ಮೇಲೆ ತಿರುಗಿ ಅಡ್ಡೆಗಳನ್ನಿಟ್ಟು ಮೇಲಿಂದ ರಕ್ಷಣೆ ನಿರ್ಮಿಸುವುದೆಂದೂ ನಿರ್ಣಯ ಮಾಡಿದರು. ಆ ಕೆಲಸ ಸಂಜೆಯ ತನಕವೂ ಸಾಗಿತು. ಊಟಕ್ಕೂ ಬಿಡು ವಿಲ್ಲದೆ ದುಡಿದರು. ಅಲ್ಲಿ ಸುತ್ತಲೂ ಮರಗಳಿದ್ದಾವೆ. ಅವುಗಳ ಎತ್ತರದ ರೆಂಬೆಗಳಲ್ಲಿ, ಮೂವರು ಕಾದು ಕುಳಿತಿರಬೇಕೆಂದು ನಿರ್ಣಯಿಸಿದರು. ಬೆಳುದಿಂಗಳ ದಿನಗಳಾದ್ದರಿಂದ ಬಂದ ಹುಲಿ ಕಾಣಿಸಲು ತೊಡಕಿಲ್ಲ. ಅಲ್ಲದೆ ಆ ನೀರಿನ ಚಿಲುಮೆಯ ಬಳಿ, ಒಂದು ದಿಕ್ಕಿನಿಂದ ಬೆಳಗಿನ ಜಾವದ ತನಕವೂ ಬೆಳಕು ಬೀಳುವುದಕ್ಕೆ ತಡೆಯೂ ಇರಲಿಲ್ಲ. ಅವರು ಮಾಡಬೇಕಾದ ಕೆಲಸವೆಂದರೆ, ರಾತ್ರಿಯೆಲ್ಲ ಮರದ ರೆಂಬೆಗಳ ಮೇಲೆ ಕುಳಿತು ತಪಸ್ಸು ಮಾಡಬೇಕಾದದ್ದು, ನಿದ್ದೆ ಬಿಡಬೇಕಾದದ್ದು. ಒಂದು ರಾತ್ರಿಯೇನೋ ಹಾಗೆ ಕಾವಲಿಟ್ಟರು. ಆ ಕಾವಲು ವ್ಯರ್ಥವಾಯಿತು. ರೆಂಬೆಯ ಮೇಲೆ ಕುಳಿತ ಇವರನ್ನು ಆ ಹುಲಿ ಕಂಡಿತೋ ಏನೋ, ಬೆಳಗಾಗುವ ತನಕವೂ ಆ ಪ್ರದೇಶಕ್ಕೆ ಅದು ಹಾಯಲಿಲ್ಲ.

ಮರುದಿನ ಬೇರೆ ಉಪಾಯ ಹೂಡಿದರು. ಕಾದು ಕುಳಿತಿರುವವರು ಮರದಲ್ಲಿ ಕುಳಿತಿರಬೇಕೆಂದೇನು? ಕೇರಿಯ ಅಂಗಣದಲ್ಲಿಯೇ ಆ ವ್ಯವಸ್ಥೆ ಯನ್ನು ಮಾಡಿದ್ದಾದರೆ, ಇನ್ನಷ್ಟು ಸ್ವಾಭಾವಿಕವಾಗಿ ಕಂಡೀತು. ಆಚೀಚೆ ಮನೆಗಳಲ್ಲಿ ಮೂವರು ಅಡಗಿದ್ದು, ಹುಲಿ ಬಂದರೆ, ತಡಿಕೆಯ ಎಡೆಗಳಿಂದ ಗುರಿಯಿಟ್ಟು ಹೊಡೆಯಲು ಬಂದೀತು ಎಂದು ಯೋಚಿಸಿದರು. ನಾಲ್ಕು ಮನೆಗಳ ಮಧ್ಯ, ಇದ್ದೊಂದು ಅಂಗಣದಲ್ಲಿ, ಅದೇ ಪಂಜರವನ್ನು ಕಿತ್ತು

ತಂದು ತಿರುಗಿ ನೆಟ್ಟರು. ರಾತ್ರಿ ಸ್ವಲ್ಪ ಹೊತ್ತಿನ ತನಕ ಮಾತನಾಡುತ್ತ ಸಮಯ ಕಳೆದರು. ಆ ಮೇಲೆ ಕಾಳ ಹೋಗಿ ಪಂಜರವನ್ನು ಸೇರಿಕೊಂಡು, ಚಾಪೆ ಬಿಡಿಸಿ ಮಲಗಿಕೊಂಡ, ಪಂಜರದ ಮೇಲೆ ಮುಚ್ಚಳ ಬಿಗಿದರು. ಉಳಿದ ಮೂವರು ಮೂರು ಮನೆಗಳನ್ನು ಸೇರಿ ಅಡಗಿ ಕುಳಿತು, ಕಾವಲು ಹಾಕಿದರು. ಯಾರಿಗೂ ಹಿಂದಣ ರಾತ್ರಿ ನಿದ್ದೆ ಬಂದಿರಲಿಲ್ಲ. ಹಾಗೆಂದು, ಯಾರಾದರೊಬ್ಬರು ತೂಕಡಿಸಿದರೂ ಮಲಾಮತಿಯಾದೀತು ಎಂದು, ಒಬ್ಬರು ಇನ್ನೊಬ್ಬರಿಗೆ ಎಚ್ಚರ ಹೇಳಿದ್ದರು. ಕಾಳನಿಗೆ ಆ ಮಾತನ್ನು ಹೇಳ ಬೇಕಾಗಿರಲಿಲ್ಲ. ಹುಲಿಗೆ ಬಲಿಯಾಗಿ ನಿಂತ ವ್ಯಕ್ತಿ ನಿದ್ದೆ ಮಾಡುವುದಾದರೂ ಹೇಗೆ? ಆತ ಮಲಗಿಕೊಂಡ. ಕೊನೆಗೆ ನಿದ್ದೆ ಬಾರದುದಕ್ಕೆ ಗೂಡಿನೊಳಗೆ ಕುಳಿತುಕೊಂಡ; ಸಿಳ್ಳು ಹಾಕಿದ; ಹಾಡನ್ನೂ ಹಾಡಿದ. ಆತ ಧೈರ್ಯಕ್ಕೆ ತನ್ನ ಬಳಿಯಲ್ಲಿ ಕತ್ತಿಯೊಂದನ್ನು ಇರಿಸಿಕೊಂಡಿದ್ದ. ಹುಲಿಗೆ ಮನಸ್ಸಾದರೆ ತನ್ನ ಪಂಜರವನ್ನು ಮುರಿಯುವ ಕೆಲಸ ನಿಮಿಷದಲ್ಲಿ ಸಾಧ್ಯ ಎಂದು ಅವನ ಊಹೆ. ಆದರೆ, ಅವನಿಗೆ ಕರಿಯನ ಮೇಲೆ ಅಷ್ಟೇ ವಿಶ್ವಾಸವಿದೆ. ಕರಿಯನಿಗೆ ಕೇಳಿಸುವಂತೆ, ಆಗಾಗ ಆತ ಗೂಬೆ ಕೂಗಿದ ಹಾಗೆ ಒಂದೊಂದು ಕೂಗು ಕೊಡುತ್ತಿದ್ದ. ಎದುರು ಮಲೆಯಲ್ಲಿ ಅಡಗಿದ್ದ ಕರಿಯ ಅದಕ್ಕೆ ತಕ್ಕ ಮರುಧ್ವನಿ ಕೊಡುತ್ತಿದ್ದ. 'ಎಚ್ಚರವಿದೆ ತನಗೆ' ಎಂಬ ಸಂಕೇತ ಅದು.

ನಾಲ್ಕಾರು ದಿನಗಳ ಉಪವಾಸವಿದ್ದ ಹುಲಿ ಮೊದಲ ದಿನ ರಾತ್ರಿ ನೀರಿನ ಆಸೆಗಾಗಿ ಚಿಲುಮೆಯ ಬಳಿ ಬಂದು, ಅನುಮಾನಗೊಂಡು ಮರಳಿತ್ತು. ಈ ಹಗಲೂ ಅಲ್ಲೇ ಸಮೀಪದಲ್ಲೇ ಅದು ಸುತ್ತಾಡಿತ್ತು. ಆದರೂ ಜನರ ಧ್ವನಿಯನ್ನು ಕೇಳಿದ ಅದು ಆಸೆಯಿಂದ ಕಾದು ಕುಳಿತಿತ್ತು. ರಾತ್ರೆ ಕಳೆದು, ಕೇರಿಯ ಮೇಲೆ ಬೆಳುದಿಂಗಳು ಚೆಲ್ಲಿತು. ಸುಮಾರು ಮಧ್ಯರಾತ್ರಿ ಯಾಗಿರಬಹುದು. ಹುಲಿ ಬಲ್ಲೆಯೊಳಗಿಂದ ಹೊರಟು ಕೇರಿಗೆ ಸುತ್ತು ಬರತೊಡಗಿತು. ಅಲ್ಲಿನ ಮನೆಗಳಿಗೆ ಸುತ್ತು ಬಂದು, ಕರಿಯನಿರುವ ಮನೆಯ ಮಗ್ಗುಲಿಂದ ಹಾಯುವಾಗ, ಆತಗೆ ಸ್ಪಷ್ಟವಾಗಿ ಅದರ ವಾಸನೆ ಹೊಡೆಯಿತು. ಆತ ಕಣ್ಣುಜ್ಜಿಕೊಂಡ. ತೋಟೆ ಕೋವಿಯನ್ನು ಹಿಡಿದು ಬಾಗಿಲ ತಡಿಕೆಯ ಎಡೆಯಿಂದ ನೋಡತೊಡಗಿದ. ಸ್ಪಷ್ಟವಾದ ನೋಟ ಕಾಣಸಿಗದೆ, ತಡಿಕೆಯನ್ನು ಸ್ವಲ್ಪ ಸರಿಸಿ, ಮುಖವನ್ನು ಹೊರಕ್ಕೆ ಹಾಕಿದ, ಧೈರ್ಯವಾಗದೆ ಕತ್ತು

ಹಿಂದೆಳೆದ. ಈಗಲೋ ಇನ್ನೊಂದು ಗಳಿಗೆಗೋ–ಹುಲಿ ಪಂಜರಕ್ಕೆ ಇದಿರಾಗಿ ಬರಲೇಬೇಕು–ಎಂದುಕೊಂಡ. ಉಳಿದವರಿಗೆ ಸಂಜ್ಞೆ ಮಾಡಲು ಕೂಗುವ ಎಂದು ಯೋಚನೆಮಾಡಿದ. ಆದರೆ ಆ ಕೂಗಿಗೆ ಹುಲಿ ಬೆದರಿದರೆ ಎಂಬ ಅಂಜಿಕೆಯಾಗಿ ಸುಮ್ಮನಾದ.

ಹುಲಿ ಸಮೀಪಿಸಿದಂತೆ ಕಂಡುಬರಲು ನಿಂತಲ್ಲಿಂದ ಹಿಂದಕ್ಕೆ ಸರಿದ. ಅದು ಅವನಿರುವ ಮನೆಯನ್ನು ಸುತ್ತಿ, ಪಂಜರವಿಟ್ಟ ಅಂಗಳಕ್ಕೆ ಕಾಲಿರಿಸಿತು. ವಾಸನೆ ಕರಿಯನ ಮೂಗಿಗೆ ಇನ್ನಷ್ಟು ಸ್ಪಷ್ಟವಾಗಿ ಬರತೊಡಗಿತು. ಒಳಕ್ಕೆ ಕುಳಿತಿರಲಾರ; ತವಕ ಹೆಚ್ಚಿತು; ತಡಿಕೆಯ ಎಡೆಯಿಂದ ಗುರಿ ಹಿಡಿಯುವುದು ಅಷ್ಟು ಸುಲಭವಲ್ಲ. ಕಣ್ಣಿಗೂ, ಲಕ್ಷ್ಯಕ್ಕೂ ತಡಿಕೆಯ ಬಿದಿರ ಕಡ್ಡಿಗಳು ಅಡ್ಡವಾಗುತ್ತವೆ. ಮೊದಲೇ –ಸಾಕಷ್ಟು ದೊಡ್ಡ ಕಿಂಡಿ ಮಾಡಿರಿಸಿಕೊಳ್ಳಬೇಕಿತ್ತು ಎಂದೆನಿಸಿತು. 'ಏನೇ ಆಗಲಿ, ಹೊರಬೀಳುತ್ತೇನೆ' ಎಂದು, ತಡಿಕೆಯನ್ನು ತುಸುವೇ ಎಳೆದು, ಅದರ ಎಡೆಯಲ್ಲಿ ಕೋವಿ ಹಿಡಿದು ಕುಳಿತ. ಹುಲಿಯೂ ಕಳ್ಳರಂತೆ ಹೆಜ್ಜೆ ಇಡುತ್ತ ಮನುಷ್ಯರ ವಾಸನೆ ಬಲ್ಲವರಂತೆ ಆಚೀಚೆ ನೋಡಿತು. ಒಂದು ಕಡೆ ಪಂಜರ, ಇನ್ನೊಂದು ಕಡೆ ಸಮೀಪದ ಮನೆ ಗಳಿಂದಲೂ ಮನುಷ್ಯರ ವಾಸನೆ ಬರುತ್ತಿತ್ತು. ಪಂಜರದ ಕಡೆಗೆ ಹೋಗುವ ಬದಲು, ಎದುರುಗಡೆಯ ಒಂದು ಮನೆಯ ಕಡೆಗೆ ಮೈತಿರುಗಿಸಿ ನಿಂತಿತು. ಆಗ, ಬೆಳುದಿಂಗಳಲ್ಲಿ ಹುಲಿಯ ಶರೀರ ಕರಿಯನಿಗೆ ಅಡ್ಡವಾಗಿ ಕಾಣಿಸಿತು. ಉಳಿದವರು ಅದನ್ನು ಕಂಡರೋ ಇಲ್ಲವೋ; ಕಾಳನಿಗೆ ಅದು ಗೊತ್ತಾಯಿತೋ ಇಲ್ಲವೋ, ಕರಿಯ ಮಾತ್ರ ಇದಕ್ಕಿಂತ ಚೆನ್ನಾದ ಅವಕಾಶ ಸಿಗಲಾರದೆಂದು ಅದರ ತೋಳಿನ ಸಂದಿಗೆ ಗುರಿಯಿಟ್ಟು ಗುಂಡು ಹಾರಿಸಿದ. ಹುಲಿ, ನೆಲ ಬಿರಿಯುವಂಥ ಆರ್ಭಟ ಮಾಡಿ, ನೆಟ್ಟಗೆ ಜಿಗಿಯಿತು. ಜಿಗಿದದ್ದು ಎದುರು ಮನೆಯ ತಡಿಕೆಯ ಗೋಡೆಗೆ. ಆ ಗೋಡೆಯ ಮೇಲೆರಗಿ ಆವೇಶವನ್ನೆಲ್ಲಾ ತೋರತೊಡಗಿತು. ಆಗ ಅದರ ಒಳಗಡೆ, ಹುಲಿಗಾಗಿ ಕಾದು, ತೂಕಡಿಸುತ್ತಿದ್ದ ಈಡುಗಾರನಿಗೆ ಉಂಟಾದ ಗಾಬರಿ ಅಷ್ಟಿಷ್ಟಲ್ಲ. ಇತ್ತ, ಪಂಜರದಲ್ಲಿ ಮಲಗಿದ್ದ ಕಾಳನಿಗೂ ಬಂದಿದ್ದ ತೂಕಡಿಕೆ ಒಮ್ಮೆಗೇ ಕತ್ತರಿಸಿ, ಅವನೂ ಗಾಬರಿಯಿಂದ ಕಿರುಚಿದ. ಮೂರನೆಯ ಮನೆಯಲ್ಲಿದ್ದ ಈಡುಗಾರ ಗಾಬರಿಗೊಂಡು, ಮನೆಯಿಂದ ಹೊರಗೆ ಬರಲಾರ. ಹುಲಿಗೂ ಅವನಿಗೂ

ನಡುವೆ ಪಂಜರ ಅಡ್ಡವಾಗಿದ್ದುದರಿಂದ, ಆತ ಗುರಿಯನ್ನು ಹಿಡಿಯಲಾರ. ಕರಿಯ ಅಷ್ಟಕ್ಕೇ ಇಳಿದ. ಅಲ್ಲಿಂದಲೇ ಗುಂಡು ಹೊಡೆದರೆ ಮನೆಯ ಒಳಗಿದ್ದವನಿಗೆ ತಾಗೀತಲ್ಲ ಎಂಬ ಅನುಮಾನವಾಯಿತು. ಮನೆಯನ್ನು ಸುತ್ತಿ, ಈಚೆಗೆ ಬಂದು, ನಿಮಿಷದಲ್ಲಿ ಸಮನಾದ ತಾವಿನಲ್ಲಿ ಸರಿದು ನಿಂತು ಗುಂಡು ಹಾರಿಸಿದ. ಈ ಗುಂಡೂ ಮೊದಲಿನಂತೆಯೇ ಸಫಲವಾಯಿತು. ತಡಿಕೆಯ ಗೋಡೆಯನ್ನು ಮುರಿಯುತ್ತಿದ್ದ ಹುಲಿ, ಉರುಳಿ ನೆಲಕ್ಕೆ ಬಿದ್ದಿತು. ಅದನ್ನು ಕಂಡು ಕರಿಯ "ಹುಲಿ ಬಿದ್ದಿದೆ; ಬನ್ನಿ" ಎಂದು ಕೂಗಿದ ಮೇಲೆಯೇ, ಒಬ್ಬನೇನೋ ಕೋವಿ ಹಿಡಿದುಕೊಂಡು ಬಂದ. ಮನೆಯೊಳಗೆ ಕುಳಿತ ಆಳು, ಹುಲಿ ಬಿದ್ದರೂ ಹೊರಗೆ ಬರುವ ಸಾಹಸ ಮಾಡಲಿಲ್ಲ. ಕಾಳ ಪಂಜರದಿಂದ "ಏನಾಯಿತು, ಏನಾಯಿತು, ಹುಲಿ ಸತ್ತಿತೇ" ಎಂದು ಕೂಗಿ ಕೇಳಿದ. ಕಾಳನನ್ನು ಪಂಜರದಿಂದ ಪಾರುಮಾಡಿ, ಮೂವರೂ ಬಿದ್ದ ಹುಲಿಯನ್ನು ಸಮೀಪಿಸಿದರು 'ಅದು ಸತ್ತಿದೆ' ಎಂದು ಅವರೆಲ್ಲ ಒದರಿದ ಮೇಲೆ, ಮನೆಯ ಒಳಗಿದ್ದ ಮೂರನೆಯ ಈಡುಗಾರ ಹೊರಕ್ಕೆ ಬಂದ. ಅಂತು, ಕರಿಯನ ಸುದೈವದಿಂದ ಬೇಟೆಯ ಯಶಸ್ಸು ಅವನಿಗೆ ದೊರೆಯಿತು. ಅವನ ಮೊದಲನೆಯ ಗುಂಡಿನ ಸದ್ದನ್ನು ಕೇಳಿದ ಮೇಲೆಯೇ ಉಳಿದವರಿಗೆ ಎಚ್ಚರ ವಾದದ್ದು. ಕಾಳ ಸಹ ಹುಲಿಯ ಘೋರ ಮುಖವನ್ನು ಸ್ಮರಿಸಿಕೊಂಡರೂ, ಅದು ನಿಜವಾಗಿ ಬರುವಾಗ ನಿದ್ದೆ ಹೋಗಿದ್ದ. ಅಂತು, ತಮ್ಮ ಕೆಲಸ ಸಾರ್ಥಕವಾಯಿತಲ್ಲ-ಎಂಬ ಹಿಗ್ಗಿನಲ್ಲಿ ಅವರು ಕುಣಿದಾಡಿದರು. ಬೆಳಗಾದ ಮೇಲೆ ಹುಲಿಯ ಶವವನ್ನು ಪರೀಕ್ಷೆ ಮಾಡಿದರು. ಅದರ ಹಿಂಗಾಲೊಂದು ಮುರಿದು ಹೋಗಿತ್ತು. ಬೆನ್ನಿಗೆ ಎರಡನೆಯ ಏಟು ಬಿದ್ದಿತ್ತು. ಆ ಗುಂಡು ಹುಲಿಯ ಮೈಯನ್ನು ದಾಟಿ, ಒಳಗಿನ ಗೋಡೆಗೇ ಗಾಯಮಾಡಿತ್ತು. ವಿಟ್ಠಲದಿಂದ ಬಂದ ಈಡುಗಾರರು "ಬೇಟೆಗಾರ ಎಂದರೆ ನೀನೇ" ಎಂದು ಕರಿಯನ ಬೆನ್ನು ಚಪ್ಪರಿಸಿದರು.

ಹುಲಿಯನ್ನು ಕೊಂದುದಾಯಿತು. ಇನ್ನು ಕರಿಯನಿಗೆ ನಿಮಿಷವೂ ಅಲ್ಲಿರುವ ಮನಸ್ಸಿಲ್ಲ. ಅವನ ಮನಸ್ಸೆಲ್ಲವೂ 'ಕೆಂಚ'ನ ಕಡೆಗೆ ಓಡುತ್ತಿತ್ತು. "ಕಾಳ, ನೀನು ಹಿರಿಮಲೆಗೆ ಹೋಗಿ ಸುದ್ದಿಯನ್ನು ಕೊಡು. ಜನ ಬರಲಿ. ನಾನು ಇವರೊಂದಿಗೆ ಕುಕ್ಕರಳ್ಳಿಗೆ ಹೋಗುತ್ತೇನೆ. ಇನ್ನು , ನನ್ನ

ಕೆಲಸವಾಯಿತು" ಎಂದ. "ಕೇರಿಯವರನ್ನು ಕರೆದು ತರುವ ತನಕ ಇಲ್ಲಿಯೇ ಇರು" ಎಂದು ಕಾಳ ಅವನನ್ನು ಎಷ್ಟು ಬಲವಂತ ಮಾಡಿದರೂ ಕರಿಯ ಉಳಿಯಲಿಲ್ಲ. "ಮಹಾರಾಯ, ನಾನಿಲ್ಲಿ ಎರಡು ದಿನ ಕಳೆದದ್ದಕ್ಕೆ ನನ್ನ ಕೆಂಚನಿಗೆ ಎಷ್ಟು ಬೇಸರವೋ" ಎಂದು ಮಲೆಯನ್ನು ಬಿಟ್ಟು ಹೊರಟ. ಅವನ ಎದೆ ಅತಿ ಸಂತೋಷದಿಂದ ತುಂಬಿತು. ತನ್ನ ಆನೆಯನ್ನು ಕಾಣುವ ತನಕ, ಅವನ ಆತುರ ಅಷ್ಟಿಷ್ಟಲ್ಲ. ಕುಕ್ಕರಳ್ಳಿಯನ್ನು ಸೇರಿ ಬಟ್ಯನಿಗೆ ತಾನು ಬಂದ ಸುದ್ದಿ ತಿಳಿಸುವ ಮೊದಲೇ, ಕೆಂಚನಿದ್ದಲ್ಲಿಗೆ ಹೋಗಿ "ಬಂದಿದ್ದೇನೆ ಮಹಾರಾಯ, ನೀನು ಸಿಟ್ಟಾದೆಯಾ? ಬರಿದೆ ಬಂದಿಲ್ಲ ನೋಡು; ಹುಲಿ ಕೊಂದು ಬಂದಿದ್ದೇನೆ" ಎಂದು ಅದರ ಬೆನ್ನು ಚಪ್ಪರಿಸಿ ಮಾತನಾಡಿಸಿದ.

ಬಹುಕಾಲದ ಬಳಿಕ ಕರಿಯಣ್ಣನ ಗೆಳೆತನ ದೊರಕಿದ್ದು ಕಾಳನಿಗೆ. ಇಬ್ಬರೂ ತಮ್ಮ ಬಾಲ್ಯವನ್ನು ಜತೆಯಲ್ಲಿ ಆಟವಾಡಿ, ಬೇಟೆಯಾಡಿ ಕಳೆದವರು. ಹಲವು ಬಾರಿ ತಮ್ಮ ಭವಿಷ್ಯವನ್ನು ಕುರಿತು ಜತೆಯಲ್ಲೇ ಚಿಂತಿಸಿದವರು. ಮಲೆರಾಯನ ಗುಡಿಯಲ್ಲಿ ಮರುಳಾಟಿಕೆಯ ಪೂಜೆ ಮಾಡಿದವರು. ಇತ್ತೀಚೆಗೆ ಕರಿಯನನ್ನು ಕಾಣದೆ ಮೂರು ವರ್ಷವಾಗಿತ್ತು. ಅನಂತರ ಕಂಡುದೆಂದರೆ, ಅವನು ಮೂಲೆಗುಂಪಿನ ಜಾತ್ರೆಗೆ ಬಂದಾಗ. ಅವನನ್ನೂ ಅವನ ಆನೆಯನ್ನು ಕಂಡಾಗ, ಅವನ ಹಿಂದೆಯೇ ಹೋಗೋಣ ಎಂಬ ಹುಚ್ಚು ಕಾಳನಿಗೆ ಉಂಟಾಗಿತ್ತು. ಬಳಿಕ ಅವನನ್ನು ಕಂಡದ್ದೆಂದರೆ, ಕೇರಿಗೆ ಈ ಆಪತ್ತು ಸಂಭವಿಸಿದ ಮೇಲೆ. ಕುಕ್ಕರಳ್ಳಿಗೆ ಅವನನ್ನು ಕರೆತಂದು, ಹುಲಿಯ ಬೇಟೆಗೆ ನೆರವಾದವನು ಅವನೇ. ಆ ನೆನಪುಗಳೆಲ್ಲ ಉಕ್ಕಿ, ಕಾಳನಿಗೆ ಕರಿಯನನ್ನು ಬಿಟ್ಟು ಉಳಿದುಕೊಳ್ಳಲು ಇಷ್ಟಿಷ್ಟೂ ಸಮಾಧಾನವಿಲ್ಲ. ಕೇರಿ ಸುರಕ್ಷಿತವಾದುದರಿಂದ ಉಂಟಾದ ಸಂತೋಷವನ್ನೂ ಮರೆಸುವಂತಿತ್ತು. ಅವನಿಗಾದ ನೋವು ಸ್ವಲ್ಪವಲ್ಲ. ಹತ್ತು ಹತ್ತು ಬಾರಿ "ಕರಿಯಣ್ಣ, ಹೋಗಬೇಡ. ನಾಲ್ಕು ದಿನ ಇದ್ದಾದರೂ ಹೋಗು" ಎಂದು ಆತ ಎಷ್ಟು ಬೇಡಿದರೂ, ಪ್ರಯೋಜನವಾಗಲಿಲ್ಲ. ಕರಿಯನನ್ನು ಬೀಳ್ಕೊಟ್ಟು, ಕಾಳ ಭಾರವಾದ ಎದೆಯಿಂದಲೇ ಹಿರಿಮಲೆಗೆ ಹೊರಟ. ದಾರಿಯಲ್ಲಿ ತನ್ನ ಜನಗಳಿಗೆ ಸಂತೋಷದ ಸುದ್ದಿ ಕೊಡುತ್ತೇನೆಂಬ ಹಿಗ್ಗು ಮನದಲ್ಲಿ ತುಂಬಿದ್ದುದರಿಂದ ಕಾಲುಗಳು ಲಘುವಾಗಿ ದಾರಿಯನ್ನು ಸಾಗಿದುವು. ಹಿರಿಮಲೆ ಬರುವ ತನಕ ಆತಗೆ ಹಳ್ಳ ದಾಟಿದ್ದೂ

ಗೊತ್ತಿಲ್ಲ; ಗುಡ್ಡ ಹತ್ತಿ ಇಳಿದದ್ದು ಗೊತ್ತಿಲ್ಲ. ಅಲ್ಲಿಗೆ ಹೋಗಿ ಬೂದನಿಗೆ, ಉಳಿದವರಿಗೆ ಆ ಸಮಾಚಾರ ಕೊಡುವ ತನಕ ಅವನಿಗೆ ತಾಳ್ಮೆಯಿರಲಿಲ್ಲ. ಸುದ್ದಿ ಹೇಳಲು ಬಾಯಿ ತೊದಲುತ್ತಿತ್ತು. ಉತ್ಸಾಹದಿಂದ "ಕರಿಯಣ್ಣ ಕೊಂದದ್ದು: ತಮ್ಮ ಕೇರಿಯವರಿಗೆ ಬೇಡವಾದರೂ ಮಲೆಯನ್ನು ಉಳಿಸಿದವನು ಕರಿಯಣ್ಣನೇ" ಎಂಬ ಸುದ್ದಿ ಕೊಟ್ಟ. ಸುದ್ದಿ ಕೇಳಿ ಕೇರಿಯ ಜನರು ಒಟ್ಟುಗೂಡಿದರು. ಆ ಜನಗಳಲ್ಲಿ ತುಕ್ರನಿದ್ದುದನ್ನು ಕಂಡು ಕಾಳನಿಗಾದ ಆಶ್ಚರ್ಯ ಅಷ್ಟಿಷ್ಟಲ್ಲ. "ನಿನ್ನ ಆಸೆಯನ್ನೇ ಬಿಟ್ಟಿದ್ದೆವು ನಾವು. ಹೇಗೆ ಬಂದೆಯಪ್ಪ?" ಎಂದ ಕಾಳ. ತುಕ್ರ ತನ್ನ ಅನುಭವ ಹೇಳಿದ. ಅದು ವಿಶೇಷವಾದ ಅನುಭವವೇನಲ್ಲ. ಧನಿಗಳು ತೀರಿಕೊಂಡ ಬಳಿಕ ಆತ ಮಲೆಗೆ ಮರಳಿದ್ದು, ಕೇರಿಯಲ್ಲಿ ಯಾರನ್ನೂ ಕಾಣದೆ ಭೀತನಾದದ್ದು, ತಾಸು ಎರಡು ತಾಸು ಜನರನ್ನು ಕೂಗಿ ಕುಮರಿಗೆ ಹೋಗಿ, ಅಲ್ಲಿಯೂ ಯಾರನ್ನು ಕಾಣದೆ, ತಿರುಗಿ ಕೇರಿಗೆ ಬಂದು 'ಏನೋ ಆಗಿರಬೇಕು ನಮ್ಮ ಜನಕ್ಕೆ'–ಎಂಬ ಯೋಚನೆಯನ್ನು ಹೊತ್ತು ಹಿರಿಮಲೆಗೆ ಓಡಿದ್ದು; ಅಲ್ಲಿ ನಡೆದ ವೃತ್ತಾಂತ ತಿಳಿದದ್ದು, ಇವುಗಳನ್ನೆಲ್ಲ ಹೇಳಿದ.

ಆ ದಿನವೇ ತಮ್ಮ ಮಲೆಗೆ ಹೊರಟರು, ಕೇರಿಯ ಜನ. ಈಗಾಗಲೇ ಎಂಟು ದಿನಗಳ ಕೆಲಸ ಕಜಗೆಟ್ಟಿತಲ್ಲ ಎಂದು ಪ್ರತಿಯೊಬ್ಬರಿಗೂ ಚಿಂತೆಯೆ. ಜತೆಗೆ, ಕಳೆದುಕೊಂಡವರ ಸಲುವಾಗಿ ದುಃಖ, ಅಲ್ಲದೆ, ಆ ವರ್ಷದ ದೈವದ ಕೋಲ ಇನ್ನೂ ನಡೆಯಬೇಕಷ್ಟೆ. ಆದಷ್ಟು ತೀವ್ರ ಅದನ್ನು ನಡೆಯಿಸದೆ ಹೋದರೆ, ಇನ್ನೊಂದೇನಾದರೂ ಅಪಾಯ ಬಂದೀತೆಂಬ ಭೀತಿ ಅವರಿಗೆ ಇದ್ದೇ ಇತ್ತು. ಕೋಲ ಮಾಡಿಸಲು ಉಂಟಾದ ಮುಖ್ಯ ಅಡಚಣೆ ಎಂದರೆ, ದೈವದ ಪಾತ್ರಿ ಬಿರುಮಣ್ಣ ಸತ್ತದ್ದು. ಬರಿದೆ ಸತ್ತುದಲ್ಲ, ಆ ಕೆಟ್ಟ ಹುಲಿಯ ಬಾಯಿಗೇನೆ ಬಿದ್ದು ಸತ್ತದ್ದು. ಅವನ ಹೆಣವನ್ನು ಕಾಡಿನಲ್ಲೇ ಬಿಟ್ಟು, ಅಂಜಿಕೆಯಿಂದ ಓಡಿಬಂದು, ಶವವಿಲ್ಲದೆ ಅವನ ಉತ್ತರಕ್ರಿಯೆ ನಡೆಸಿದ್ದು. ಅದೂ ಒಂದು ತಪ್ಪು ಕೆಲಸವೇ. ಆದರೂ ದೈವಕ್ಕೆ ಸಲುವ ಮನ್ನಣೆಯನ್ನು ಸಲಿಸಲೇಬೇಕು. ಈ ಎಲ್ಲ ತಪ್ಪುಗಳಿಗಾಗಿ ಕ್ಷಮೆಯನ್ನು ಕೇಳಬೇಕಲ್ಲ. ಬಿರುಮನ ಮಗ ಪ್ರಾಯದ ಹುಡುಗನಿದ್ದಾನೆ. ತಂದೆಯ ವೃತ್ತಿಯು ಅವನಿಗೆ ತಿಳಿಯಲಿ, ತಿಳಿಯದಿರಲಿ, ಆತನೇ ಅದನ್ನು ನಡೆಯಿಸಬೇಕಲ್ಲ.

ಕಿರಿಮಲೆಯವರು, ಹಿರಿಮಲೆಯನ್ನು ಬಿಡುವ ಮುಂಚೆ ಕೋಲದ ದಿನವನ್ನು ಬೇಗನೆ ಗೊತ್ತುಮಾಡಿ ತಮಗೆ ತಿಳಿಸುವಂತೆ ಕೇಳಿಕೊಂಡು ಹೊರಟು ಹೋದರು.

ಕರಿಯ, ಕುಕ್ಕರಳ್ಳಿಗೆ ಮರಳಿದ ಮೇಲೆ, ತಿಮ್ಮನಿಗೆ ಮಾವನ ಮನೆಗೆ ಹೋಗುವ ಆತುರವಾಯಿತು. ಹಳೆಯ ಧನಿಗಳು ತೀರಿಕೊಂಡ ಸುದ್ದಿ ಗೊತ್ತಾದುದರಿಂದ ಈಗಲೇ ಹೋಗುವುದು ಉಚಿತವೆಂದು ಯೋಚಿಸಿ, ಸಕುಟುಂಬಿಯಾಗಿ ಮಲೆಗೆ ಹೊರಟ. ಅಲ್ಲಿಂದ ಕದಲಲಾರದವ ಕರಿಯ. ತಿಮ್ಮ ಹೊರಡುತ್ತ ಕರಿಯನಿಗೆಂದ "ಅಣ್ಣ, ಬೇಗನೆ ಬರುತ್ತೇನೆ. ಮಳೆ ಬೀಳುವುದರೊಳಗೆ ಬರುತ್ತೇನೆ. ಮುಂದಿನ ಯೋಚನೆ ಏನೂ ಇರಲಿ–ಈ ವರ್ಷ ಮಾತ್ರ ಮಲೆಗೆ ನಾವು ಹೋಗುವುದು ಬೇಡ. ಕುಕ್ಕರಳ್ಳಿಯಲ್ಲೇ ಏನಾದರೂ ಮಾಡಿಕೊಂಡಿರುವ ಎಂದಂದು ಹೋದ. ಹಾಗೆಂದು ಹೋಗಿದ್ದರೂ, ಅವನ ಮನಸ್ಸೆಲ್ಲ ತನ್ನ ಜನಗಳನ್ನು ಬಿಟ್ಟುದರಿಂದ ಖಿನ್ನ ವಾಗಿಯೇ ಇತ್ತು. ಹೇಗಾದರೂ ಮಾಡಿ ಅವರನ್ನು ತಾನು ಕೂಡಿಕೊಳ್ಳ ಬೇಕೆಂಬ ಆಸೆ ಉಂಟಾಗಿತ್ತು. ಕಿರಿಮಲೆಯಲ್ಲಿ ತಮಗೆ ಆಶ್ರಯ ದೊರೆಯ ದಿದ್ದರೆ, ಮಾವ ಇರುವ ಊರಲ್ಲಿ ತೊಂದರೆ, ತೊಡಕಿಲ್ಲ ಎಂದು ತಿಳಿದು ಕೊಂಡಿದ್ದ. ತಿಮ್ಮ ಹೋದ ಮೇಲೆ, ಕರಿಯ ತೀರ ಒಬ್ಬಂಟಿಗನಾದ. ಗಂಜಿಯನ್ನು ತಾನು ಬೇಯಿಸಿಕೊಳ್ಳಬೇಕು; ತಿಮ್ಮ ಎಂದು ಬಂದಾನೆಂದು ಗಳಿಗೆ ಕಾಯುತ್ತಿರಬೇಕು. ಅಲ್ಲದೆ ತಿಮ್ಮನೆಂದ ಮಾತುಗಳನ್ನು ಕೇಳಿದರೆ, ಮರಳಿ ಕುಕ್ಕರಳ್ಳಿಗೆ ಆತ ಬಂದಾನೆಯೇ–ಎಂಬ ಅನುಮಾನವೂ ಅವನಿಗೆ; ಹಾಗೆಯೇ ಹೊತ್ತು ಕಳೆಯಲಾರದ್ದಕ್ಕೆ ಆತ ಸುಸಂಧಿ ಎಂದುಕೊಂಡು, ಆನೆಯ ಮರಿಯನ್ನು ಕರೆದುಕೊಂಡು, ಜತೆಗೆ ಬಟ್ಯಗೌಡನನ್ನು ಕರೆದು ಕೊಂಡು ಸುಬ್ರಹ್ಮಣ್ಯದ ಹಾದಿ ಹಿಡಿದ. ಎಳೆತನದಲ್ಲಿ ಅಜ್ಜನ ಜತೆಗೆ ನಡೆದುಹೋದ ನೆನಪು ಅವನಿಗೆ ದಾರಿಯುದ್ದಕ್ಕೂ ಮರುಕಳಿಸಿದುವು. ಸುಬ್ರಹ್ಮಣ್ಯದಲ್ಲಿ ಎರಡು ದಿನಗಳ ಕಾಲ ಇದ್ದ. ಅಲ್ಲಿ ನದಿಯ ಸ್ನಾನ ವಾಯಿತು; ದೇವರ ಪೂಜೆ ನೋಡಿದ್ದಾಯಿತು. ತನ್ನ ಆನೆಯನ್ನು, ಅಲ್ಲಿನ ಆನೆಗಳ ಜತೆಗೆ, ದೇವರ ಗುಡಿಗೆ ಸುತ್ತುಬರಿಸಿದ್ದೂ ಆಯಿತು. ಅಲ್ಲಿ "ಏನು – ಆನೆ ನಿನ್ನದೇ?" ಎಂದು ಕೇಳುವವರು ಪ್ರತಿಯೊಬ್ಬರೂ; 'ನನ್ನದು, ನನ್ನದು'

ಎಂದು ಆತನ ಮನಸ್ಸು ಹೇಳುತ್ತಿದ್ದರೂ, 'ಅದಾಗಿ ಸಿಕ್ಕಿದ ಆನೆಯನ್ನು ತಾನೆಷ್ಟು ಕಾಲ ಸಾಕಿಯೇನು? ಅದು ದೊಡ್ಡದಾದ ಮೇಲೂ ಅದನ್ನು ಇರಿಸಿಕೊಳ್ಳಲು ಬಂದೀತೇ?" ಎಂಬ ಸಂಶಯ ಇದ್ದೇ ಇತ್ತು. ಆತನೆಂದ "ಮಲೆಯಲ್ಲಿ ಸಿಕ್ಕಿದ ಆನೆ; ನನ್ನದೆಂದರೇನಪ್ಪ? ಅದು ಸುಬ್ರಹ್ಮಣ್ಯ ದೇವರದ್ದು; ಅವನೇ ಕೊಟ್ಟದ್ದು. ಇರಿಸಿಕೊಳ್ಳುವಷ್ಟು ದಿನ ಇರಿಸಿಕೊಳ್ಳುತ್ತೇನೆ. ಮತ್ತೆ ಇಲ್ಲಿಗೇ ಅದನ್ನು ತಂದುಬಿಡುತ್ತೇನೆ. ಇನ್ನೂ ತೀರ ಎಳೆಯ ಮರಿ, ಬುದ್ಧಿ ಬಂದಿಲ್ಲ; ಬಂದ ಮೇಲೆ ಅದು ದೇವರಿಗೆ ಸಲ್ಲುವುದು ನ್ಯಾಯ" ಎಂದ. ಅದೆಷ್ಟು ವಿರಕ್ತಿಯ ಮಾತೋ, ಅಷ್ಟು ವಿನಯದ ಮಾತೂ ಆಗಿತ್ತು. ದೇವರ ಗುಡಿಯ ಮುಂದೆ ನಲಿದಾಗ ಏನೋ ಒಂದು ಬಗೆಯ ಭಕ್ತಿ ಅವನ ಮನದಲ್ಲಿ ಮೂಡಿ ಆ ಮಾತನ್ನಾಡಿಸಿದುದು ನಿಜ. ಬಟ್ಯಗೌಡ ಕರಿಯನ ಈ ಮಾತನ್ನು ಕೇಳಿ "ಕರಿಯಣ್ಣ, ನೀನೆಂದ ಮಾತು ಸಾವಿರ ಪಾಲಿಗೂ ನಿಜ. ನೋಡು, ಈ ಲೋಕದಲ್ಲಿ ನಮ್ಮದು, ತಮ್ಮದು ಎಂಬುದು ಏನಿಲ್ಲ. ಕೊಡುವುದು, ಕೊಳ್ಳುವುದು ಅವನ ಕೈಯಲ್ಲಿರುವಾಗ ನಮ್ಮ ಆಟ ಏನಿದೆ?" ಎಂದ. ಎರಡು ದಿನಗಳ ಕಾಲ ಸುಬ್ರಹ್ಮಣ್ಯದಲ್ಲಿದ್ದು, ಮೂರನೆಯ ದಿನಕ್ಕೆ ಅವರಿಬ್ಬರೂ ಹರ್ಷಚಿತ್ತರಾಗಿ ತಮ್ಮ ಊರಿಗೆ ಹೊರಟರು. ದೇವರಗುಡಿಯನ್ನು ಕಂಡು ಬಂದ ಮೇಲೆ ಕರಿಯನ ಎದೆ ಎಷ್ಟೋ ಉಲ್ಲಸಿತವಾಗಿತ್ತು. ಹಗುರವಾದ ಮನಸ್ಸಿನಿಂದ ಆತ ಯಾತ್ರೆಯನ್ನು ಮುಗಿಸಿಕೊಂಡು ಕುಕ್ಕರಳ್ಳಿಯನ್ನು ಸೇರಿದ.

ಹೀಗೆ ಮರಳಿ ಬಂದು ಒಂದು ವಾರ ಕಳೆಯಿತು. ಅಷ್ಟಾದರೂ ಹಿರಿಮಲೆಗೆ ಹೋಗಿದ್ದ ತಿಮ್ಮ ಮರಳಿ ಬಂದಿರಲಿಲ್ಲ. ಕರಿಯ ತನ್ನ ಬಿಡುವೇಳೆಗಳಲ್ಲಿ, ಬಟ್ಯನ ಬೇಸಾಯದ ಹಲವಾರು ಕೆಲಸಗಳಲ್ಲಿ ನೆರವಾಗ ತೊಡಗಿದ. ಬಿಡುವಿದ್ದಾಗ ಆನೆಯ ಚಾಕರಿಯಂತು ಇದ್ದೇ ಇದೆ. ಕೊಟ್ಟಷ್ಟು ತಿನ್ನುವ ಆನೆ ಮರಿಯದು. ಮುದ್ದಿಸಿದಷ್ಟು ಒಲಿಯುವ ಆನೆ ಮರಿ. ಒಂದು ದಿನ ಬೆಳಗ್ಗೆ ತೋಡಿನಲ್ಲಿ ಆ ಮರಿಯನ್ನು ನಿಲ್ಲಿಸಿಕೊಂಡು, ಆತ ಮೈ ಉಜ್ಜುತ್ತಿದ್ದನು. ಆಗ 'ಅಣ್ಣ' ಎಂದು ಯಾರೋ ಕರೆದು ಕೂಗಿದ ಧ್ವನಿಯು ಕೇಳಿಸಿತು. ಬಂದವರು, ಬೂದ ಮತ್ತು ತುಕ್ರರು. ತುಕ್ರ ಹೆಚ್ಚಿಗೆ ಮಾತನಾಡಲಿಲ್ಲ. ಬೂದ ಮಾತ್ರ ಕರಿಯನನ್ನು ಕಂಡವನೇ "ಏನಣ್ಣ, ಎಷ್ಟು

ದಿನ ನಮ್ಮನ್ನು ಬಿಟ್ಟಿರಬೇಕೆಂದು ಮಾಡಿದ್ದೀಯಾ?" ಎಂದು ಮಾತಿಗೆ ಪ್ರಾರಂಭಿಸಿದ. ಅವನ ಕಣ್ಣಿನಿಂದ ಪ್ರೇಮ, ಕೃತಜ್ಞತೆಗಳ ಕಂಬನಿ ಮಿಡಿಯುತ್ತಿತ್ತು. "ನೋಡು, ಸಣ್ಣ ಧನಿಗಳು ಮಲೆಗೆ ಬಂದಿದ್ದಾರೆ. ದೊಡ್ಡ ಧನಿಗಳ ಕಾಲವಾಯಿತು. ನಾಳೆಗೆ ಮೂರು ದಿನಕ್ಕೆ ದೈವದ ಕೋಲವಿದೆ. ನಿನ್ನನ್ನು ಕರೆದುತರಬೇಕು, ಹುಲಿ ಕೊಂದವ ಎಂಥವ ಎಂದು ನೋಡ ಬೇಕು-ಎಂದು ಧನಿಗಳು ಹೇಳಿದ್ದಾರೆ; ಇಲ್ಲ, ಬರುವುದಿಲ್ಲ ಎನ್ನಬೇಡ" ಎಂದು ಪಟ್ಟು ಹಿಡಿದು ಕುಳಿತ. ತುಕ್ರ ತನ್ನೆಲ್ಲ ಹಳೆಯ ದ್ವೇಷಗಳನ್ನು ಮರೆತವನಾಗಿ "ಇಲ್ಲ, ಕೂಡದು-ಎನ್ನಬಾರದು. ನಿನ್ನ ಆನೆ ಮರಿಯನ್ನು ಸಾಕುವುದಲ್ಲವೇ? ಕೂಡಿದಷ್ಟು ನಾವು ಸಾಕುವ. ಅದಕ್ಕಾಗಿ ಒಂದು ಎರಡು ಎಕ್ರೆ ಕುಮರಿಯನ್ನು ಜಾಸ್ತಿ ಬೆಳೆಸಿದರಾಯಿತಲ್ಲ" ಎಂದ. ಆಗ 'ಕೇರಿಯ ಜನಗಳು ತಿರುಗಿ ತನ್ನನ್ನೇ ಆಶಿಸುತ್ತಿದ್ದಾರೆ'ಎಂಬ ಅಭಿಪ್ರಾಯ ಕರಿಯನಲ್ಲಿ ಮೂಡಿತು. ಆದರೂ 'ಹಾಂ' 'ಹೂಂ' ಅನ್ನಲಾರ. ತನ್ನ ಗುಡಿಸಲಿಗೆ, ಬಂದ ಸ್ನೇಹಿತರನ್ನು ಕರೆದು ತಂದ. ಅವರಿಗೆ ಗಂಜಿ ಬೇಯಿಸಿ ಬಡಿಸಿದ. ಆಗ ಬೂದ "ನೀನು ಮಲೆಗೆ ಬರುತ್ತೀ ಎಂದು ಮಾತು ಕೊಟ್ಟರೆ, ಊಟ ಮಾಡುತ್ತೇನೆ; ಇಲ್ಲವಾದರೆ ಇಲ್ಲ" ಎಂದು ಪಣ ತೊಟ್ಟ. ಅದಕ್ಕೆ ಕರಿಯ ಬೇರೆ ಉಪಾಯಗಾಣದೆ "ಆಯಿತಪ್ಪ, ಬರುತ್ತೇನೆ. ಅಲ್ಲೇ ನಿಲ್ಲಬೇಕು, ಗಿಲ್ಲಬೇಕು-ಎಂದು ಒತ್ತಾಯ ಮಾಡಬಾರದು ನೀವು. ದೈವದ ಕೋಲಕ್ಕೆ ನನಗೆ ಆಮಂತ್ರಣ ಬೇಕೇ? ದೈವದ ಕೃಪೆಯಿಲ್ಲದೆ ನಾನು ಆ ದಿನ ಹುಲಿ ಕೊಲ್ಲುವುದಕ್ಕಿತ್ತೇ?"ಎಂದು ಅವರನ್ನು ಸಮಾಧಾನಪಡಿಸಿದ. ಅನಂತರ, ಗಂಜಿ ಉಂಡು ಅವರೊಡನೆ ಹಿರಿಮಲೆಗೆ ಹೊರಟ. ಕೆಂಚನಿಗೆ ಆ ಸಂಜೆಯ ತನಕ ಮಲೆಯ ಮೆರವಣಿಗೆಯಾಯಿತು. ಅವರು ಕೇರಿಯನ್ನು ಸೇರಿದ್ದೇ ತಡ, ಅವರ ಸುತ್ತ ಜನ ಕಲೆತರು. ರಾಮಚಂದ್ರಯ್ಯನವರು ಕರಿಯನನ್ನು ಮನೆಗೆ ಕರೆಯಿಸಿಕೊಂಡರು. ವೀಳೆಯ ಕೊಟ್ಟು, ಉಪಚಾರದ ಮಾತುಗಳನ್ನಾಡುತ್ತ, ಬಂಟ್ರಪ್ಪನೂ ತಾನೂ ಸೇರಿ ಹುಲಿಗೆ ಗಾಯ ಮಾಡಿದ ಮುರ್ಖತನಕ್ಕಾಗಿ ವ್ಯಥೆಯನ್ನು ವ್ಯಕ್ತಪಡಿಸಿದರು. ಅನಂತರ ಮೆಲ್ಲಗೆ "ಕರಿಯಣ್ಣ, ನೀನು ಹಳೆಯ ನೆನಪುಗಳೇನಿದ್ದರೂ ಅದರ ಕಹಿಯಿಂದ ಮಲೆಯನ್ನು ಬಿಡುವುದು ಚಂದವಲ್ಲ. ಈ ಮಲೆ ಯಾರದ್ದೆಂದು ತಿಳಿಯುತ್ತೀಯಾ? ನಿಮ್ಮದೇ. ಅನಾದಿ

ಕಾಲದಿಂದಲೂ ಇಲ್ಲಿಯೇ ಬೆಳೆದವರು ನೀವು. ನಾವೇನೋ ವ್ಯಾಪಾರಿಗಳ ಹಾಗೆ, ಜೇನು ಹಿಂಡಿ ತಟ್ಟಿ ಬಿಸುಡುವವರ ಹಾಗೆ, ವರ್ಷಕ್ಕೆ ನಾಲ್ಕು ತಿಂಗಳ ಕಾಲ ಬಂದು, ಇದ್ದು, ಹೋಗುವವರಲ್ಲವೇ? ನೀನು ಈ ಮಲೆ ಬಿಟ್ಟು ಹೋಗುವುದೆಂದರೇನು? ನಿನ್ನ ಅಜ್ಜ, ಮುತ್ತಜ್ಜ ಇಲ್ಲಿಯೇ ಹುಟ್ಟಿ ಬೆಳೆದವರಲ್ಲವೇ? ಇಲ್ಲೇ ಸತ್ತವರು. ಅವರ ನೆನಪು ನಿನಗೆ ಇರಬೇಡವೇ?" ಎಂದು ಉಪದೇಶಿಸಿದರು. ಕರಿಯ "ಅದು ಸರಿಯೇ, ಅದು ಸರಿಯೇ" ಅನ್ನುತ್ತಿದ್ದ ಹೊರತು, 'ಇರುತ್ತೇನೆ' ಎಂದು ಹೇಳಲಾರ. ಅವನಿಗೆ ಗೊತ್ತಿತ್ತು–ಒಂದು ಮಲೆಗೆ ಇಬ್ಬಿಬ್ಬರು ಗುರಿಕಾರರು ಇರಲಾರರೆಂದು; ಅಲ್ಲದೆ, ತಾನು ಬಿಟ್ಟ ಗುರಿಕಾರಿಕೆಯನ್ನು, ತಿರುಗಿ ತಾನೇ ಬೇಡಬಾರದೆಂದು.

ಸಾವು, ನೋವುಗಳ ಭೀತಿಯಿಂದ ಕಗ್ಗತ್ತಲೆಯೂ ತುಂಬಿದ ಮಲೆಯ ಜೀವನದಲ್ಲಿ, ಕಲ್ಕುಡನ ನೇಮ ಹುಣ್ಣಿಮೆಯಂತೆ ಸಂತೋಷದ ಬೆಳುದಿಂಗಳನ್ನು ತುಂಬಿತು. ಕೇರಿಯವರೆಲ್ಲರೂ ತುಂಬಾ ಉತ್ಸಾಹಿಗಳಾದರು. ಕರಿಯನೊಬ್ಬನೇ ಮುಂದಿನ ದಾರಿಗಾಣದೆ ತೆಪ್ಪಗೆ ಕುಳಿತವನು. ಕಲ್ಕುಡನ ತಾವಿನ ಬಳಿ, ಆ ಬೆಳಿಗ್ಗೆ ಎಲ್ಲರಂತೆ, ಅವನೂ ಕೋಲ ನೋಡಲು ಹೋಗಿದ್ದ. ಬರಿಗೈಯಿಂದ ಹೋದವನು ಅವನೊಬ್ಬನೇ. ಮನೆಮಠವಿಲ್ಲದೆ ಕೋಳಿ, ಹಂದಿಯನ್ನು ಅವನೆಲ್ಲಿಂದ ಒಯ್ಯಬೇಕು? ಎಲ್ಲರಂತೆ ಗುಡಿಯ ಮುಂದೆ ವಾದ್ಯವಾಗುತ್ತಿದ್ದಾಗ, ಆತ ದೂರದಲ್ಲಿ ಕೈಕಟ್ಟಿ ನೋಡುತ್ತಿದ್ದ. ರಾಮಚಂದ್ರಯ್ಯನವರ ಪಾಲಿಗೆ, ಮಲೆಯ ಕಲ್ಕುಡನ ಪೂಜೆ ಹೊಸತು. ಬೆಳಿಗ್ಗೇನೆ ಅವರು ಅಲ್ಲಿಗೆ ಬಂದು ನೋಡುವುದಕ್ಕೆ ಕುಳಿತಿದ್ದರು. ಏನೇನು ನಡೆಯುತ್ತಿದೆ–ಎಂದು ನೋಡುವ ಆತುರ ಅವರಿಗೆ.

ಬಿರುಮ ಪೂಜಾರಿಯ ಮಗ ಚೆನ್ನ, ಪಾತ್ರಿಯ ವೇಷ ತೊಟ್ಟಿದ್ದ; ಪಟ್ಟೆಯನ್ನು ಉಟ್ಟಿದ್ದ; ನಡುವಿಗೆ ಬೆಳ್ಳಿಯ ಉಡಿದಾರ ಹಾಕಿದ್ದ. ತಲೆಗೂದಲನ್ನು ಕೆದರಿಕೊಂಡು ನಿಂತಿದ್ದ. ಅವನ ಕೈಗೆ ಎರಡೂ ಮಲೆಯ ಗುರಿಕಾರರು ಸೇರಿ ಸಿಂಗಾರ ಹೂವನ್ನು ಕೊಟ್ಟರು. ವಾದ್ಯ ಮೊಳಗುತ್ತಲೇ, ಅವನ ಮೈಕಂಪಿಸ ತೊಡಗಿತು. ಆತ ಆರ್ಭಟಿಸಿದ, ಕೂಗಿದ. ಆದರೆ ರೂಢಿಯ, ದೈವದ ನುಡಿಕಟ್ಟುಗಳು, ಅವನ ಅಪ್ಪ ಬಿರುಮನ ಬಾಯಿಯಿಂದ ಬರುತ್ತಿದ್ದಂತೆ, ಅವನ ಬಾಯಿಂದ ಸರಾಗವಾಗಿ ಬರಲೊಲ್ಲವು. ಹೀಗಾಗಿ–ಅಲ್ಲಿ ನಿಂತ

ಹಿರಿಯರು ಪ್ರಶ್ನೆ ಕೇಳಿಯೇ, ಅವನಿಂದ ಮಾತು ಹೊರಡಿಸಬೇಕಿತ್ತು. ಆ ಭಾಗದಲ್ಲಿ ಹಿರಿಮಲೆಯ ಗುರಿಕಾರ ಬಹಳ ಬುದ್ಧಿವಂತ, ದೈವವನ್ನು ಸಾಕಷ್ಟು ಹೊಗಳಿದ. ಅದರ ಕೆಚ್ಚು, ಪರಾಕ್ರಮಗಳನ್ನು ಬಹಳ ಕೊಂಡಾಡಿದ. ಮಲೆಗೆ ಬಂದೊದಗಿದ ವಿಪತ್ತನ್ನು ವಿವರಿಸಿದ. ಯಾಕೆ ನೀನು ಸಿಟ್ಟಾದೆಯೋ? ಬಡ ಮಕ್ಕಳ ಜೀವ ತೆಗೆದೆಯೋ? ಇನ್ನು ಮುಂದೆ ನಿನ್ನ ಮಕ್ಕಳನ್ನು ಚೆನ್ನಾಗಿ ನಡೆಸಿಕೊಂಡು ಹೋಗುವ ಭಾರ ನಿನ್ನದು" ಎಂದ. ಅದಕ್ಕೆ ದೈವ "ಹೂಂ, ನೋಡುವ" ಎಂದಿಷ್ಟೇ ಹೇಳಿತು. ಮುಂದೆ ತುಕ್ರನ ಮಾತಿನ ಸರದಿ ಬಂದಿತು. ತುಕ್ರ ತುಂಬ ವಿನಯವಾಗಿ "ನೀನೇನನ್ನುತ್ತೀಯಾ? ಅನ್ನು-ಈ ಮೂರು ವರ್ಷ ನಾನು ನೋಡಿಕೊಂಡೆ, ಈ ಮಲೆಯ ಮೇಲ್ತನಿಖಿಯನ್ನು. ನಾನಾಗಿ ಅದನ್ನು ಬಯಸಿದ್ದಲ್ಲ. ಕರಿಯಣ್ಣ ಗುರಿಕಾರಿಕೆ ಬಿಟ್ಟಿದ್ದರಿಂದ ಅದು ನನ್ನ ಕೊರಳಿಗೆ ಬಿತ್ತು. ಆದರೆ ನನ್ನ ಯೋಗ್ಯತೆ ಕಡಿಮೆಯಾದದ್ದು. ಅದರಿಂದ ನಿನಗೆ ಸಿಟ್ಟು ಬಂದಿರಬೇಕು. ಹಳೆಯ ಧನಿಗಳಂತು ತೀರಿಕೊಂಡರು. ನೀನು ಸಿಟ್ಟಿನಿಂದ ಹುಲಿರೂಪ ತಾಳಿ, ಕೊಳ್ಳುವ ಬಲಿಯನ್ನು ಕೊಂಡೇ ಬಿಟ್ಟೇ. ನೋಡು, ನನ್ನ ಯಜಮಾನಿಕೆಯನ್ನು ಈಗ ನಿನ್ನ ಕೈಯ ಮೇಲಿಟ್ಟಿದ್ದೇನೆ. ನಿನಗೇ ಅದನ್ನು ಒಪ್ಪಿಸಿಬಿಡುತ್ತೇನೆ. ಅದರ ನ್ಯಾಯವಾದ ಅಧಿಕಾರಿ ಬಂದಿದ್ದಾನೆ, ನಿನ್ನ ಮುಂದೆ ನಿಂತಿದ್ದಾನೆ. ಅವನಿಗೆ ಬುದ್ಧಿಯ ಮಾತುಗಳನ್ನು ಹೇಳಿ, ಅವನನ್ನು ಇರಿಸಿಕೊಳ್ಳುವ, ಇಲ್ಲವೆ ಬಿಡುವಂಥ ಭಾರ ನಿನ್ನದು" ಎಂದ. ಕರಿಯನಿಗೆ ಒಮ್ಮೆಗೇ ಎಚ್ಚರವಾಯಿತು. ಈ ಬಗೆಯ ಸ್ತುತಿ ತುಕ್ರನ ಬಾಯಿಂದ ಬಂದೀತೆಂದು ಅವನು ಎಣಿಸಿರಲಿಲ್ಲ. ಈ ಮಾತುಗಳು ದುಃಖಪೂರಿತವಾಗಿದ್ದಂತೆಯೂ, ಆತನ ಅಂತರಾಳದಿಂದ ಬಂದಂತೆಯೂ ಕಂಡಿತು. ತುಕ್ರನೇ ಹಾಗೆಂದ ಮೇಲೆ ತಾನೇನು ಮಾಡಬೇಕು ಎಂದು ಕರಿಯನಿಗೆ ತೋಚದಾಯಿತು.

ದೈವ ನುಡಿಸಿತು, ಹೊಸ ಪಾತ್ರಿಯ ಬಾಯಿಯಿಂದ : "ಏನು ಕರಿಯ, ಕೇಳಿದೆಯಲ್ಲ ತುಕ್ರ ಹೇಳಿದ್ದನ್ನು. ನಿನ್ನವರನ್ನು ನೀನು ಬಿಟ್ಟು ಹೋಗುವುದೇನು ನ್ಯಾಯ? ಕಷ್ಟದಲ್ಲೂ, ಸುಖದಲ್ಲೂ ನಿನ್ನವರೇ ಅಲ್ಲವೇ ಅವರು? ಏನೆನ್ನುತ್ತೀ? ಹೇಳು" ಎಂದಿತು.

"ನನ್ನ ದೊರೆಯೆ, ನಾನೇನನ್ನಲಿ? ನಿನಗಿಂತ ದೊಡ್ಡವ ನಾನಲ್ಲ.

ನೀನೆಂದದ್ದನ್ನು ಕೇಳುವ ಕೆಲಸ ನನಗೆ. ಪ್ರತಿ ಹೇಳುವುದಕ್ಕೆ ನಾನೆಷ್ಟರವ? ನೀನು 'ಇರು' ಎಂದರೆ ಇರುತ್ತೇನಪ್ಪ; 'ಹೋಗು' ಎಂದರೆ ಹೋಗುತ್ತೇನೆ" ಎಂದ. ಆಗ ದೈವ "ಸಂತೋಷವಾಯಿತು, ಸಂತೋಷವಾಯಿತು" ಎನ್ನುತ್ತಲೇ, ವಾದ್ಯದ ಭರ ಹೆಚ್ಚಿತು, ಪಾತ್ರಿಯ ಮೈಯ ಕುಲುಕು ಹೆಚ್ಚಿತು. ಆತ ಕೈಯಲ್ಲಿ ಖಡ್ಗ ಹಿಡಿದು ಹಳೆಯ ಸಂಪ್ರದಾಯದಂತೆ ಬೆಟ್ಟದ ತುದಿಯನ್ನೇರಿ, ಕೇರಿಯನ್ನು ಸುತ್ತಿ, ಮರಳಿ ಬಂದದ್ದೂ ಆಯಿತು. ಆ ಓಟದ ಗತಿ ಮಾತ್ರ ಬಿರುಮನ ಓಟಕ್ಕಿಂತ ಅದ್ಭುತವಾಗಿತ್ತು ಎಂದು ಕಂಡವರು ಹೇಳುತ್ತಾರೆ. ಬೂದ ಮೊದಲಾದವರು "ನಮ್ಮ ಹೊಸ ಪಾತ್ರಿ ಚೆಂತಿಲ್ಲ; ಮಾತೂ ಹೆಚ್ಚು ಇಲ್ಲ, ಕಡಿಮೆಯೂ ಇಲ್ಲ. ಲೆಕ್ಕಾಚಾರದ ಮಾತು; ಎಷ್ಟು ಬೇಕೋ ಅಷ್ಟು" ಎಂದು ಅಭಿಪ್ರಾಯ ಸೂಚಿಸಿದರು. ಪೂಜೆ ಸಮಾಪ್ತ ವಾಗುವಾಗ ತುಕ್ರನೇ ಕರಿಯನನ್ನು ಮುಂದಿರಿಸಿಕೊಂಡು, ಅವನಿಂದ ಮೊದಲ ಪ್ರಸಾದವನ್ನು ಸ್ವೀಕರಿಸುವಂತೆ ಮಾಡಿ, ನೆರೆದ ಎಲ್ಲರಿಗೂ ಸಂತೋಷವಾಗುವಂತೆ ಮಾಡಿದ.

ರಾತ್ರೆ ನಡೆದ ವನಭೋಜನದಲ್ಲಿ, ಕರಿಯನಿಗಾಗಲಿ, ಕಾಳ, ಬೂದರಿಗಾಗಲಿ, ಮೂರು ವರ್ಷಗಳ ಹಿಂದೆ, ಅದೇ ವೇಳೆಗೆ ಕೆಂಚ ಗುರಿಕಾರನನ್ನು ತಾವು ಕಳೆದುಕೊಂಡ ನೆನಪಾಗದೆ ಹೋಗಲಿಲ್ಲ. ಆ ದಿನ ಕರಿಯನಿಗೆ ಮಾತ್ರ ಊಟವನ್ನು ಪೂರ್ಣ ಮುಗಿಸುವಷ್ಟು ತಾಳ್ಮೆ ಇದ್ದಿರಲಿಲ್ಲ. ಆತ ಅನ್ನವನ್ನು ಹೊತ್ತುಕೊಂಡು, ಗೆಳೆಯನಾದ ಕಾಳನನ್ನು ಜತೆಗೆ ಕರೆದು ಕೊಂಡು, ಒಂದೇ ಓಟ ಹೂಡಿದ, ಕೆಂಚನಿಗೆ ಔತಣ ಮಾಡಿಸುವುದಕ್ಕೆ.

* * *